የዕብራውያን መጽሐፍ ጥናት

ክፍል ሁለት

ዝግጅት- በአድያምሰገድ ወልደማርያም

ሰ. ፌ. በ. ሰ ሰገልግሎት © የሁሰተኛ እትም ግንቦት 2014 ዓ.ም

WWW.GHLU.ORG

ወደ ዕብራውያን መጽሐፍ ጥናት

©2012 ዓ.ም የደራሲው መብት በሕግ የተጠበቀ ነው። ይህ የዕብራውያን መጽሐፍ ጥናት በየትኛውም መልኩ ሊወሰድና በማንኛውም መልኩ ሊባዛ እና ለሰዎች ሊታደል አይፈቀድም። ለቡድን ጥናትና ለማስተማር አጭር ጥቅሶችን መጠቀም ግን ይፈቀዳል፤ ይኸውም ደግሞ በቅድሚያ ከአሳታሚው የጽሑፍ ፈቃድ ማግኘትን ይጠይቃል። በመጽሐፉ ውስጥ ያሉ ጥቅሶች ከኢትዮጵያ የመጽሐፍ ቅዱስ ማኅበር፣ አማርኛ፣ 1962 ዓ.ም መጽሐፍ ቅዱስ የተወሰዱ ናቸው።

ዋና አርታዒ፡- ዳንኤል ተሾመ

የደራሲው መብት በሕግ የተጠበቀ ነው።

በኮሎራዶ፣ ዩናይትድ ስቴትስ ኦፍ አሜሪካ ታተመ

የሽፋን ዲዛይን፡- ወንድም አድያምሰገድ ወልደማሪያም

የገጽ- ለገጽ አቀማመጥ፡- ወንድም አድያምሰገድ ወልደማሪያም

ሕይወቴ ተመልሶ እንደገና እንዲያንሰራራ፣

የጸጋው ጉልበት የበለጠ በእኔ

ይገለጥ ዘንድ ጌታ አንድ አካል አድርጎ

ላጣመረን፣ በከፋውና በሻከረው የሕይወት

ዘመኔ ብቅ ብላ ለደገፈችኝና የልብ ሰው

ለሆነችኝ ለምወድዳት ባለቤቴ ለዮዲት

ዓለሙ፣ እንዲሁም እጅግ ለምወድዳቸው

ልጆቼ ለምናሴ እና ለቢንያም አድያምሰገድ ይህን መጽሐፍ

በመታሰቢያነት ሳበረክት ታላቅ ደስታ

ይሰማኛል።

ለአንዴና ለመጨረሻ ጊዜ በልጁ አማካይነት ተናገረን....

እርሱ የተሻለና የላቀ ካህናቴ ነው፤ በአብና በእኔ መካከል

የቆመም ጭምር ነው!

ዓለም አቀፍ ፊውስ

በፍቅርና በአንድነት

በአድያምሰገድ
ወልደማርያም

የዕብራውያን መጽሐፍ ጥናት 2

ምስጋና

መቼም አንድ መጽሐፍ ሲዘጋጅ በዝግጅቱ ወቅት በየፊናቸው ድርሻቸውን የሚወጡ በርካታ ሰዎች መኖራቸው የታመነ ነው፡፡ የሁሉንም ድርሻና ተሳትፎ በዚህች አጭር ጽሑፍ ለመዳሰስ መሞከር "አባይን በማንኪያ" ስለሚሆንብኝ ከቶውንም አልሞከረውም፡፡ ሆኖም ግን የጎላ ድርሻ ያበረከቱትን አለመጥቀስ ደግሞ ሰውንም አምላክንም መበደል እንዳይሆንብኝ በማሰብ ጥቂቶቹን ልጠቅስ እወዳለሁ፡፡ ከሁሉ አስቀድሞ ግን፣ ሳላውቀው ላወቀኝ፣ ሳልፈልገው ለፈለገኝ፣ ከኃጢአተኞች መካከል ዋነኛ የሆንሁትን እኔን በበረሃማው በሱዳን አገር በድንቅ መንገድ ላገኘኝ፣ ዓለም ሳይፈጠር አስቀድሞ ለወደደኝ፣ ራሱንም ስለ እኔ በሞት አሳልፎ ለሰጠ ለመድኃኒቴ፣ ለልዑል እግዚአብሔር ልጅ ለኢየሱስ ክርስቶስ ምስጋናዬ ይድረሰው፡፡ ይህን የዕብራውያን መጽሐፍ በትምህርት መልክ ለማዘጋጀት በርካታ ዓመታትን አብሮነቱ ላልተለየኝ በኀዘን፣ በደስታ፣ በችግርና በብዙ ፈተና ውስጥ ሳልፍ ላጽናናኝና ላበረታኝ ለእግዚአብሔር መንፈስ ቅዱስ ምስጋናዬ ይድረሰው፡፡ ስወድቅ ላነሣኝ፣ እስከ ዛሬም ፈጽሞ ለተሸከመኝ የሁሉም አባት ለሆነ ለቸሩ እግዚአብሔር ምስጋናዬ ይድረሰው፡፡

ይህን መጽሐፍ በኮምፒውተር ብዙውን ጊዜዋን መሥዋዕት አድርጋ ለተየበችው፣ ጽሑፉን በማስተካከል፣ ደጋግማ በማረም ቀንና ሌሊት አብራኝ ሳትታክት በመሥራት ለረዳችኝ ለባለቤቴ ለዮዲት ዓለሙ ምስጋናዬን አቀርባለሁ፡፡

አጥንት ከአጥንት እንዲጋጠም ጅማት እንደሚያስፈልግ ሁሉ መጽሐፉን ከዓመት በላይ ጊዜ ወስዶ በጥልቀት በማረም፣ ትምህርቱን በማጋጠም በማስተካከል፣ ከእርማት አልፎ በየጣልቃው ሊገቡ የሚገባቸውን ማብራሪያዎች በመስጠትና በማስገባት ለደከመው ለወንድሜ ደረጀ አበበ፣ እንዲሁም በተመሳሳይ የበኩሉን ከፍተኛ አስተዋጽኦ ላበረከተው ለወንድሜ ዮናታን ታምሩ እና የሊበንወርቅ አየለ የከበረ ምስጋናዬ ይድረሳቸው እላለሁ፡፡

በተጨማሪም ለወንድሜ የሊበን ወርቅ እና ለአርታዒው ዳንኤል ተሾመ ለአብሮነታቸውና ላበረከቱት ድጋፍ ሁሉ የከበረ ምስጋናዬን አቀርባለሁ፡፡ በድጋሚ የቃላትን ግድፈትን በማረም የላቀ አስተዋጽኦ ላበረከተችው ለእኅቴ ዲቦራ የማታ እና ጌትነት በለጠ የከበረውን ምስጋናዬን ላቀርብ እወድዳለሁ፡፡

ማውጫ

1. መግቢያ ---------------------------------- 57

2. ክርስቶስ ቅድስናችን ክብራችን ነው --------61

2. ምዕራፍ አምስት-------------------------- 153

3. ምዕራፍ ስድስት-------------------------- 227

4. ምዕራፍ ሰባት---------------------------- 435

5. ምዕራፍ ስምንት-------------------------- 563

የዕብራውያን መጽሐፍን በተመለከተ ለጥናት ተግባር የተዘጋጁ ልዩ ልዩ አስተዋጽኦዎች

ለዕብራውያን መጽሐፍ የተዘጋጀው <u>የመጀመሪያው አስተዋጽ</u>

የዕብራውያን መጽሐፍ ትንተናዊ አስተዋጽኦ

I. መግቢያ፡- የእግዚአብሔር የመጨረሻ ቃሉ ለእኛ በልጁ በኩል ተሰጠን (1÷1-4)

II. ኢየሱስ ከመላእክት ይበልጣል፤ ደግሞም እርሱ ፍጹም ሰው ነው (1÷5-218)

ሀ. የእግዚአብሔር ልጅ የሆነው ኢየሱስ ከመላእክት ይበልጣል (1÷5-14)

ለ. የተሰጠ ማስጠንቀቂያ፡- በእግዚአብሔር ልጅ ከተነገሩ ቃሎች ፊታችሁን አትመልሱ (2÷1-4)

ሐ. ልጁ በጊዜያዊነት ከመላእክት አንሷል (2÷5-9)

መ. ልጁ ከእግዚአብሔር ልጆችና ከመከራቸው ጋር አንድነትን አድርጓል (2÷10-18)

III. ኢየሱስ ከሙሴ ይበልጣል (3÷1-6)

IV. ኢየሱስ እና የሰንበት ዕረፍት (3÷7-4÷13)

ሀ. የመዝሙር 95 ምግባራዊ ምንባብ፡- ጽኑ አሊያም ትጠፋላችሁ (3÷7-19)

ለ. የመዝሙር 95 ተምሳሌታዊ ምንባብ፡- የመጨረሻውን ዕረፍት ከግንዛቤ አስገቡ (4÷1-13)

1. ተምሳሌታዊ የሆነው የክስተቶች ሰንሰለት እና ትርጓሜያቸው (4÷1-11) (ኢየሱስ ከኢያሱ ይበልጣል)

2. የእግዚአብሔር ቃል ሥልጣን (4÷12-13)

V. ኢየሱስ ታላቁ ሊቀ ካህናት ነው (4÷12-13)

ሀ. እንዲህ ያለውን ታላቅ ሊቀ ካህናት ማግኘት የሚሰጠው መጋቢያዊ ዕንድምታ (4÷14-16)

ለ. ልጁ ልዩ የሆነ ሊቀ ካህናታችን ሆኖ መሾሙ (5÷1-7÷28)

1. ቅንጅታዊ ዐረፍተ ነገር፡- የልጁ ልዩ ብቃቶች (5÷1-10)

2. የተሰጡ ማስጠንቀቂያዎች፡- ከህደት የሚያስከትለው ዐደጋ (5÷11-6÷12)

i. በመንፈስ አለመብሰል (5÷11-6÷3)

ii. ከህደትን በተመለከተ የተሰጠ ጥብቅ ማስጠንቀቂያ (6÷4-8)

3. የተስፋችን መሠረት የሆነው የእግዚአብሔር ተስፋ የደመቀ እርግጠኝነት

4. በመቤዠት ታሪክ ውስጥ ያለ የመልከ-ጸዴቅ ሥፍራ (7÷1-10)

5. ልክ እንደ መልከ ጸዴቅ ሊቀ ክህነት የሆነ የኢየሱስ የበላይነት (7÷11-28)

VI. ልክ እንደ ተሾመ ሊቀ ካህናት አገልግሎት ያለው የበላይነት (8÷1-10÷18)

ሀ. የሰማያዊው ሊቀ ካህናት አገልግሎት የበላይነት (8÷1-6)

ለ. የአዲሱ ኪዳን የበላይነት (8÷7-13)

ሐ. የአዲሱ ኪዳን መሥዋዕት የበላይነት (9÷1-10÷18)

1. በንጽጽር የቀረበ ጥናት (9÷1-14)

- የብሉይ ኪዳን መቅደስ (9÷1-5)
- የብሉይ ኪዳን መሥዋዕት (9÷6-7)
- የብሉይ ኪዳን የአቀራረብ መንገድ (9÷8-10)
- የአዲሱ ኪዳን ሥፍራ (9÷11)
- የአዲሱ ኪዳን መሥዋዕት (9÷12)
- የአዲሱ ኪዳ የአቀራረብ መንገድ (9÷13-14)

2. የአዲሱ ኪዳን መካከለኛ (9÷15-22)

3. የክርስቶስ ፍጹም መሥዋዕትነት (9÷23-28)

4. ጥላና ዕውነት (10÷1-4)

5. ጊዜያዊ እና የመጨረሻው (10÷5-18)

VII. በክርስቶስ የበላይነት ብርሃን የሚገኝ መጋቢያዊ ዕንድምታ (10÷19-25)

ሀ. ወደ እግዚአብሔር እንቅረብ (10÷19-22)

ለ. የቀረብንበትን ተስፋ አጥብቀን እንያዝ (19÷23)

ሐ. እርስ በርስ እንበረታታ (19÷24-25)

VIII. ጽናት እና በታማኝነት መጽናት (10÷26-12÷29)

ሀ. ክህደትን አስመልክቶ የተሰጠ ጥብቅ ማስጠንቀቂያ እና ለጽናት የሚሆን ምክር (10÷26-39)

1. ጥብቅ ማስጠንቀቂያ (10÷26-31)

2. ለማስታወስ እና ለጽናት የተሰጠ ማስታወሻ (10÷32-39)

ለ. ብሉይ ኪዳናዊ ታማኝነት ያለበት ጽናትን በተመለከተ የተሰጠ ዝርዝር (11÷1-40)

1. በማይታየው ማመን፡- አንቴ ዲሉቪያውያን (11÷1-7)

2. የአባቶች ዘመን (11÷8-22)

3. ዘጸአት (11÷23-29)

4. የከንዓን መያዝ እና የመሳፍንቶች ዘመን (11÷30-32)

5. በአሸናፊዎች አማካይነት ተግባራዊ የተደረገ እምነት (11÷33-35)

6. በተጠቂዎች አማካይነትተግባራዊ የተደረገ እምነት (11÷35ለ-38)

7. እምነት ወደ ፊት የሚጠባበቀው ነገር (11÷39-40)

ሐ. ተግባራዊ ዕንድምታ (12÷1-29)

1. ዐይኖችን በኢየሱስ ላይ አድርጎ በትዕግሥት መሮጥ (12÷1-2)
2. ከሰማያዊ አባታችን ተግሣጽን መቀበል (12÷3-17)
3. በሰማያዊዋ ጽዮን ባለች የአማኞች ጉባኤ በማንነታችሁ መደሰት (12÷18-24)
4. ከሰማይ የሚናገረውን ዕምቢ ማለትን በመቃወም የተሰጠ ማስጠንቀቂያ (12÷25-29)

IX. የማስጠንቀቂያ ምክሮች፣ ጸሎቶች እና የስንብቻ ሰላምታዎች
- ሀ. በእግዚአብሔር መታመን እና ራስ-ወዳድነትን ማስወገድ (12÷1-6)
- ለ. ለቤተ ክርስቲያን የተሰጡ ትእዛዛት (13÷7-19)
- ሐ. ጸሎት እና የአምልኮ ዝማሬ (13÷20-21)
- መ. ማስታወሻ፣ ሰላምታዎች እና ቡራኬ (13÷22-25)

ለዕብራውያን መጽሐፍ የተዘጋጀ ሁለተኛው አስተዋጽኦ

I. የክርስቶስ የበላይነት - ዕብራውያን 1÷1-8÷6
- ሀ. የተሻለ ነገር የሚናገር እንደ መሆኑ እርሱ ከነቢያት ይበልጣል - ዕብ. 1÷1-3
- ለ. መለኮትነት እና ሰውነት ያለው እንደ መሆኑ ከመላእክት ይበልጣል - ዕብ. 1÷4 - 2÷18
- ሐ. ልጅ በመሆኑና ሰማያዊ ዕረፍትን ያመጣ በመሆኑ ከሙሴ ይበልጣል - ዕብ. 3÷1-4÷13
- መ. ክህነቱ የላቀ ስለሆነ ከአሮን ይበልጣል - ዕብ. 4÷16-8÷6

II. የአዲሱ ኪዳን የበላይነት - ዕብ. 8÷7-10÷18
- ሀ. በተሻሉ የተስፋ ቃሎች ላይ የተመሠረተ ነው - ዕብ. 8÷7-13
- ለ. በተሻለ ቤተ መቅደስ ላይ የተመሠረተ ነው - ዕብ. 9÷1-28
- ሐ. በተሻለ መሥዋዕት ላይ የተመሠረተ ነው - ዕብ. 10÷1-18

III. ከዚህ የበላይነት የተወሰዱ ምክሮች - ዕብ. 10÷1-18
- ሀ. ወደ እግዚአብሔር መቅረብና ተስፋውን አጥብቆ መያዝ - ዕብ. 10÷19-39
- ለ. የእምነትን ሩጫ በትዕግሥት መሮጥ - ዕብ. 11÷1-12÷29
- ሐ. የተለያዩ ምክሮች - ዕብ 13÷1-25

ቁልፍ የሆኑ ማስጠንቀቂያዎች

የዕብራውያን መልእክት ልዩ የሆኑ ባሕርያዊ መግለጫዎች በመላው መጽሐፉ ውስጥ የምናገኛቸው ማስጠንቀቂያዎች ናቸው። ይህንን መግቢያ እያጠቃለልን ሳለን፣ ምናልባትም እነርሱን ለሳጥር ማቅረቡ ጠቃሚነት ሊኖረው ይችላል።

ሀ. ወደ ኋላ መመለስን ለስምዐት የተሰጠ ማስጠንቀቂያ - ዕብ. 2፥1-4

1. ቸል በማለት በቀላሉ ወደ ኋላ ልንመለስ እንችላለን
2. መፍትሔው ለሰማናቸው ነገሮች የበለጠ ትኩረት መስጠት ነው

ለ. መለየትን (ተለይቶ መሄድን) በተመለከተ የተሰጠ ማስጠንቀቂያ - ዕብ. 3፥12-15

1. በኃጢአት አሳሳችነት ሳቢያ ከሕያው እግዚአብሔር ልንርቅ የምንችልበትን እምነት ማጣት እና ልብን ማደንደን ወደ ማጎልበተ ልንመጣ እንችላለን
2. መፍትሔው ዕለት በዕለት እርስ በርስ መመካከር እና ጸንቶ መኖር ነው

ሐ. አለመታዘዝን በመቃወም የተሰጠ ማስጠንቀቂያ (ዕብ. 4፥11-13)

1. ልክ እስራኤላውያን በምድረ-በዳ እንዳደረጉት ባለመታዘዝ ወደ ዕረፍታችን በመግባቱ ረገድ ላይሳካልን ይችላል
2. መፍትሔው መትጋት እና የእግዚአብሔር ቃል መያዝ ነው

መ. የልብ ደንዳናነትን በመቃወም የተሰጠ ማስጠንቀቂያ (ዕብ. 5፥11-6፥6)

1. በክርስቶስ የተሰጠንን የበረከቶች መጠን የማድነቁን ነገር የልብ ድንዳኔ አስቸጋሪ ሊያደርግብን ይችላል፤ የእግዚአብሔርን ልጅ መልሰን መላልሰን እስከምንሰቅልበት ነጥብ ድረስ እንኳ ሊያመጠን ይችላል

2. መፍትሔው የእግዚአብሔርን ቃል አስመልክቶ የተሰጠን የመጀመሪያውን መርኅ መያዝ ነው፤ ከዚያም ደግሞ ወደ መንፈሳዊ ብስለት እና ፍጹምነት ማምራት ነው

ሠ. ቸል ማለትን በመቃወም የተሰጠ ማስጠንቀቂያ (ዕብ. 10፥26-39)

1. ለኃጢአት የሚከፈል መሥዋዕት ባለመኖሩ ምክንያት የእግዚአብሔርን ጸጋ ቸል ወደ ማለቱ ማምራት የሚቻልበት ሁኔታ አለ፤ ዳሩ ግን አስፈሪ የሆነ ሊመጣ ያለ ፍርድ የሚጠበቅ ነገር ነው

2. መፍትሔው በክርስቶስ መታመን እና በጽናት ማመን ነው

ረ. መርከስን በመቃወም የተሰጠ ማስጠንቀቂያ (ዕብ. 12፥25-29)

1. አሁን ከሰማይ የሚናገረውን እርሱን አልሰማም ማለት ይቻላል
2. መፍትሔው በትጋት የእግዚአብሔርን ጸጋ መመልከት ነው። በተጨማሪም በአክብሮት እና በመንፈሳዊ ፍርሃት ተቀባይነት ባለው መንገድ እናገለግለው ዘንድ እንዲህ ባለው መንገድ ይህንን ጸጋ መቀበል ነው።

ስዕብራውያን መጽሐፍ ማጥኛነት የተዘጋጀ ሦስተኛው ስስተዋጽኦ

1. ክርስቶስ ከብሉይ ኪዳን የበለጠ ነው (ምዕራፍ 1-10)

(አስተምህሮአዊ)

ሀ. ክርስቶስ ከነቢያት ይበልጣል (ምዕራፍ 1÷1-3)

ለ. ክርስቶስ ከመላእክት ይበልጣል (ምዕራፍ 1÷4-2÷18)

1. የክርስቶስ አምላክነት (ምዕራፍ 1÷4-14)
2. የክርስቶስ ሰውነት (ምዕራፍ 2)

- አንደኛው የዐደጋ ምልክት፡- ወደ ኋላ የመመለስ ዐደጋ (ምዕራፍ 2÷1-4)

ሐ. ክርስቶስ ከሙሴ ይበልጣል (ምዕራፍ 3÷1-4÷2)

- ሁለተኛው የዐደጋ ምልክት (ምዕራፍ 3÷7-4÷2)

መ. ኢየሱስ ከኢያሱ ይበልጣል (ምዕራፍ 4÷3-13)

ሠ. ኢየሱስ ከሌዋውያን የክህነት ሥርዓት ይበልጣል (ምዕራፍ 4÷14-7÷28)

1. ታላቁ ሊቀ ካህናታችን (ምዕራፍ 4÷14-16)
2. የካህን ፍቺ (ምዕራፍ 5÷1-10)

- ሦስተኛው የዐደጋ ምልክት፡- በድንዳኔ ውስጥ ሆኖ የመስማት ዐደጋ (ምዕራፍ 5÷11-14)

3. - አራተኛው የዐደጋ ምልክት (ምዕራፍ 6)
4. ክርስቶስ በመልከ-ጼዴቅ ሥርዓት ሊቀ ካህናታችን ነው (ምዕራፍ 7)

   i. ክርስቶስ የማይለወጥ ካህን ነው (ቍጥር 1-3)

   ii. ክርስቶስ ፍጹም የሆነ ካህን ነው (ቍጥር 4-22)

   iii. ክርስቶስ በማንነቱ ዘላለማዊ እና ፍጹም የሆነ ካህን ነው (ቍጥር 23-28)

ረ. ክርስቶስ እንደ ሊቀ ካህናታችን በላቀው መቅደስ እና በተሻሉ የተስፋ ቃሎች ላይ በተመሠረተው በተሻለ ኪዳ ያገለግላል (ምዕራፍ 8-10)

1. ዕውነተኛ ድንኳን (ምዕራፍ 8÷1-5)
2. ከአሮጌው የሚሻል አዲስ ኪዳን (ምዕራፍ 8÷6-13)
3. ከአሮጌው የሚሻል አዲስ መቅደስ (ምዕራፍ 9÷1-10)
4. የላቀ መሥዋዕት (ምዕራፍ 9÷11-10÷18)
5. ማበረታቻ (ምዕራፍ 10÷19-25)

- አምስተኛው የዐደጋ ምልክት፡- ቸል የማለት ፔሪል (ምዕራፍ 10÷26-39)

II. ክርስቶስ የተሻሉ ተግባራትን እና ትሩፋቶችን አምጥቷል (ምዕራፍ 11-13) (ተግባራዊ)

ሀ. እምነት (ምዕራፍ 11)

ለ. ተስፋ (ምዕራፍ 12)

1. ክርስቲያናዊ ዘር (ቁጥር 1፣ 2)
2. አሁን አማኞች በተቃውሞ እና በግጭቶች ውስጥ ናቸው (ቁጥር 3-14)

- ስድስተኛው የዐደጋ ምልክት፡- የክህደት ዐደጋ (ምዕራፍ 12÷15-29)

ሐ. ፍቅር (ምዕራፍ 13)

1. የአማኞች ምሥጢራዊ ሕይወት (ቁጥር 1-6)
2. የአማኞች ማኅራዊ ሕይወት (ቁጥር 7-14)
3. የአማኖች መንፈሳዊ ሕይወት (ቁጥር 15-19)
4. ልዩ እና ግለሰባዊ ቡራኬ (ቁጥር 20-25)

የዕብራውያን መጽሐፍ አስተዋጽኦዎችን የሚመለከት አጭር ማሳሰቢያ

ይህ አጭር መግለጫ እና የዕብራውያን አስተዋጽኦ ቅዱስ የሆነውን የእግዚአብሔርን ቃል፣ ለእናንተ የተላከን የእርሱን መልእክት ስታጠኑ ሳላችሁ ጥረታችሁን ያግዛል ብለን ተስፋ እናደርጋለን፡፡

በቅዱሳት መጻሕፍት ውስጥ ከሚገኙ መጻሕፍት መካከል የዕብራውያን መጽሐፍ በኢየሱስ ክርስቶስ ላይ ትኩረት ማድረግን ግቡ ያደረገ ነው፡፡ ወንጌላት በምድር ላይ ያለ የክርስቶስ ታሪክን ይነግሩናል፡፡ የጳውሎስ፣ የጴጥሮስ፣ እንዲሁም የዮሐንስ መልእክቶች በተጨማሪም የያዕቆብና የይሁዳ መልእክቶች በአማኞች ውስጥ ያለን የኢየሱስን ሕይወት ይነግሩናል፡፡ እንዲሁም የራእይ መጽሐፍ የክርስቶስን ምጽአት ይነግረናል፡፡ ዳሩ ግን

የዕብራውያን መጽሐፍ ብቻውን በኢየሱስ ክርስቶስ የበላይነት ላይ ትኩረትን የሚያደርግ መረዳትን ይሰጠናል፡፡

ማጣቀሻውን በምትመለከቱበት ሁኔታ ላይ ተመሥርቶ በዚህ መጽሐፍ ውስጥ 148 ለሚሆን ጊዜ ክርስቶስ ተጠቅሷል፡፡ ዕውነታውን ተንተርሰን ስንመለከት በ303 ቁጥሮች ውስጥ ይህን ቁጥር ወደ 200 ያህል ጊዜ እናገኘዋለን፡፡ "የተሻለ" የሚለው ቃል በአዲስ ኪዳን ወደ 19 ጊዜያት ያህል ተጠቅሷል፤ ከዚህ ውስጥ አሥራ ሦስት ያህሉ በዚህ መጽሐፍ ውስጥ ሆኖ እናገኘዋለን (1÷4፤6÷9፤7÷7፣ 19፣ 22፤ 8÷6(2)፤ 86 (2)፤ 9÷23፤ 10÷34፤ 11÷16፣ 35፣ 40፤ 12÷24)፡፡ "ፍጹም"፣"ፍጹምነት" የሚሉትና ተመሳሳይነት ያላቸው ቃላት 14 ያህል ጊዜ በመጽሐፉ ውስጥ ተከስተዋል፡፡ እነዚህ በዕብራውያን መጽሐፍ ውስጥ የተጠቀሱቱ ሲሆኑ፣ በአጠቃላይ በአዲስ ኪዳን የተጠቀሱት ደግሞ 49 ጊዜያት ያህል ነው (2÷10፤ 5÷9፣ 14፤ 6÷1፤ 7÷11፣ 19፣ 28፤ 9÷9፣ 11፤ 10÷1፣ 14፤ 11÷40፤ 12÷2፣ 23)፡፡

ሰብዓዊ የሆነውን የዕብራውያን ጸሐፊ ዐናውቅም፡፡ የጸሐፊውን ማንነት በተመለከተ ዕድሜ-ጠገቡ መላ-ምት ከሁለተኛው ክፍለ ዘመን ጀምሮ ሲነገር የኖረው ሲሆን፣ ይህም የዕብራውያን መልእክት ጸሐፊ ጳውሎስ ነው የሚል ነው፡፡ በሁለተኛው ክ/ዘመን ማብቂያ እና በሦስተኛው ክ/ዘመን ጅማሮ ላይ የኖረው ግብፃዊ የሆነው የእስከንድሪያው ኦሪገን የዕብራውያን መጽሐፍ ጸሐፊን በተመለከተ "እግዚአብሔር ብቻ ነው የሚያውቀው" ብሎአል፡፡ ሌላው ለመጽሐፉ ደራሲነት የሚጠቀሰው ቀዳሚው ሰው ሌዋዊ የሆነው በርናባስ ነው፡፡ በሁለተኛው ክ/ዘመን ማብቂያ ላይ የተነሣው ተርቱሊያኖስ ይህን ዐቋም የሚደግፍ ይመስላል፡፡ መጽሐፉ ምባልባትም ከኢጣሊያ ሳይጻፍ አልቀረም (13÷24)፡፡ ደግሞም መጽሐፉ ገና ጢሞቴዎስ በሕይወት ሳለ ከኢየሩሳሌም መፍረስ ቀደም ብሎ ተጽፎአል፡፡

መጽሐፉ የተለየ አጽንኦት በከህነት ተግባር እና በዘሌዋውያን መጽሐፍ ላይ በማድረግ ስለ ክርስቶስ የሆነ ትምህርትን አጉልቶ የሚያሳይ ነው፡፡ ይሁንና ከዚያ መጽሐፍ የተጠቀሰ ነገር የለም፡፡ ከብሉይ ኪዳን መጻሕፍት ቀጥተኛ የሆኑ ጥቅሶች ተጠቅሰዋል፤ በአጠቃላይም 212 የሚሆኑ ዕንድምታዊነት ያላቸው ብሉይ ኪዳናዊ አሳቦች ተንጸባርቀውበታል፡፡ ነገር ግን ብሉይ ኪዳንን በመጠቀም ረገድ የዕብራውያን መጽሐፍ እጅግ ብርቱ የሆነ መጽሐፍ ነው፡፡

ከየትኛውም መጽሐፍ ጋር አብሮ በማይሄድ መልኩ በዕብራውያን መጽሐፍ የጌታችን የኢየሱስ ክርስቶስ ባሕርያት ፍንትው ብለው እንዲታይ ተደርጓል፡፡ እኔ ለመጽሐፉ፡-

"ኢየሱስ ክርስቶስ ምርጥ ከሚባሉት ሁሉ የተሻለ ነው!" የሚል ርእስ ሰጥቼዋለሁ፡፡
እርሱ፡-

- ከመላእክት ይበልጣል
- ከሙሴ ይሻላል
- ከአሮን ይሻላል
- ለተሻለ ኪዳን መካከለኛ ነው
- በተሻለች ድንኳን አገልጋይ ነው
- የተሻለ ምሳሌ ነው
- የተሻለ እረኛ ነው

እርሱ፡-

- ልጁ ነው - 1÷2
- ወራሽ ነው - 1÷2
- ፈጣሪ ነው - 13
- የእግዚአብሔር ብርሃን ነጸብራቅ ነው - 1÷3
- የእግዚአብሔር የገዛ ራሱ መገለጫ ነው - 1÷3
- ሁሉን የሚደግፍ ነው - 1÷3
- ኃጢአትን አስወጋጅ ነው - 1÷3
- ከመላእክት የሚሻል ነው - 1÷4
- ቀዳሚ የሆነ አካል ነው - 1÷6 (6÷7፤ 1÷15፤ መዝ. (89)÷27ን፤ ኤር. 31÷9ን ተመልከቱ)
- እግዚአብሔር ነው - 1÷8
- ንጉሥ ነው - 1÷8
- ጽድቅን የሚወድድ ነው 1÷9
- መተላለፍን የሚጠላ ነው - 1÷9
- ዘላለማዊ ነው - 1÷11፤ 7÷3፣ 16
- የማይሞት (የማይለወጥ) ነው - 1÷12፤ 13÷8
- የእግዚአብሔርን ቃል የሚሰጥ ነው - 2÷3
- ስለ እኛ ሞትን የቀመሰ ነው - 2÷9
- የድነታችን ፈጻሚ ነው - 2÷10፤ 5÷9
- ቀዳሻችን ነው - 2÷11፤ 13÷12
- ወንድም ነው - 2÷11-12
- ዘማሪ ነው - 2÷12
- አባት ነው - 2÷13
- ሰው ነው - 2÷14
- ሞትን የሚያጠፋው ነው - 2÷14

- ከእስራት የሚፈታ ነው - 2፥15
- መሐሪና ታማኝ ሊቀ ካህናት ነው - 2፥17
- የኃጢአት ክፍያ ነው - 2፥17
- መከራ የተቀበለ ነው - 2፥18
- በነገር ሁሉ የተፈተነ ነው - 2፥18
- ሐዋርያ (የተላከ) ነው - 3፥1
- የእግዚአብሔር ልጅ ነው - 3፥3
- የቤቱ ገንቢ ነው - 4፥14
- ኃጢአት የለሽ ነው - 4፥15
- እንዴት መጸለይ እንዳለበት የሚያውቅ ነው - 5፥7
- ተማሪ ነው 5፥8
- ስለ እኛ ቀዳሚ የሆነ ወኪል ነው 6፥20
- የጽድቅ ንጉሥ ነው - 7፥1-2
- የሰላም ንጉሥ ነው 7፥1-2
- ጌታ ነው 7፥14
- ዋስትናችን ነው - 7፥22
- አማላጃችን ነው - 7፥25
- ቅዱስ ነው - 6፥26
- ንጹሕ ነው (በደል የሌለበት ነው) - 7፥26-
- ያልረከሰ ነው - 7፥26
- ከኃጢአተኞች የተለየ ነው - 7፥26
- ከሰማያት ከፍ ያለ ነው 7፥26
- የዕውነተኛዪቱ ድንኳን አገልጋይ ነው - 8፥7
- የዘላለማዊ መቤዠት ባለቤት ነው - 9፥12
- በኃጢአት ላይ ድል አድራጊ ነው - 9፥26
- ኃጢአቶችን የተሸከመ ነው - 9፥28
- የሚመለሰው አዳኝ ነው - 9፥28
- ፍጹም አድራጊያችን ነው - 10፥14
- አዲስ እና ሕያው መንገድ ነው - 10፥20
- ትኩረታችን ነው - 12፥2
- የድታችን ሠሪና ፈጻሚ ነው - 12፥2
- ኃጢአትን በማሸነፍ ረገድ ምሳሌያችን ነው 12፥3
- ነቀፌታችንን በመሸከም ረገድ ምሳሌያችን ነው 13፥13
- ታላቁ እረኛ ነው - 13፥20

ታላቅ ውዝግብን ያስነሡ አምስት ማስጠንቀቂያዎች የተሰጡባቸው ምንባቦች አሉ፡-

- ወደ ኋላ መመለሽን በመቃወም የተሰጠ ማስጠንቀቂያ (2÷1-4)
- አለማመንን በመቃወም የተሰጠ ማስጠንቀቂያ (3÷12-4÷13)
- መውደቅን በመቃወም የተሰጠ ማስጠንቀቂያ (5÷12-6÷8)
- በፈቃደኝነት የሚሠራ ኃጢአትን በመቃወም የተሰጠ ማስጠንቀቂያ (10÷26-31)
- የእግዚአብሔርን ሥራ ማርከስን በመቃወም የተሰጠ ማስጠንቀቂያ (12÷14-29)

አንዳንዶች እነዚህን ምንባቦች የማያምኑ ሰዎችን እንደሚያመለከቱ አድርገው ተርጉመዋቸዋል፡፡ አንዳንዶች እንደሚያመልከቱ ይቈጥሩዋቸዋል፡፡ አንዳንዶች ደግሞ ማስጠንቀቂያዎቹን ሊመጣ ያለ ዘላለማዊ ፍርድን የተመለከተ ማስጠንቀቂያ አድርገው ይመለከቱዋቸዋል፡፡ ሌሎች እንደ ጊዜያዊ ማስጠንቀቂያዎች አድርገው ይመለከቱዋቸዋል፡፡ አንዳንዶች በእነዚህ ማስጠንቀቂያዎች ውስጥ ለድነት የሚሆን ድጋፍን ይመለከታሉ፡፡ አንዳንዶች በእነዚህ ማስጠንቀቂያዎች ውስጥ ድነት ዘላለማዊ ስለ መሆኑ ደጋፊ የሆኑ ነገሮችን ይመለከታሉ፡፡ የእኔ አመለካከት ማስጠንቀቂያዎቹን ከልብ መቀበል አለብን፣ በዚህም ደግሞ እነርሱ የሚያስጠነቅቁዋቸው ሊመጡ ያሉ ፍርዶችን ማስወገድ ይኖርብናል የሚል ነው፡፡

እንግዲያውስ ስለ ምንባቡ ያለኝን የእኔን አመለካከት እዚህ አሰፍራለሁ፡-

- 2÷1-4÷4 - ክርስቶስ ከመላእክት የሚበልጥ በመሆኑ ምክንያት የእርሱን ድነት ብንፈልግ ይሻላል፡፡
- 3÷12-4÷13 - የክርስቶስ ቤት ከሙሴ ቤት የሚሻል በመሆኑ ምክንያት በአለማመን ምክንያት የተጣልን ሆነን ራሳችንን ባናገኘው ነው የሚሻለን፡፡
- 5÷12-6÷8 - ክርስቶስ የተሻለ ሊቀ ካህናት ስለሆነ ከእርሱ ተንሸራትተን ባንወድቅ መልካም ነው፡፡
- 10÷26-31 - ክርስቶስ የተሻለ መሥዋዕትን ያመጣ በመሆኑ ባናጣጥለው መልካም ነው፡፡
- 12÷14-29 - ክርስቶስ ኃጢአትን ከመሥራት እንድንቆጠብ ያስተማረን በመሆኑ፣ የእርሱን ትምህርት ልንከተል ይገባናል፡፡

መጽሐፉ በጌጣ-ጌጦች መካከል ያለ ጌጥ ነው፡፡ የክርስቶስ ህልዎት (መገኘት ወይም የህልውናው መሰማት) ብርቱ ማስረጃ በዚህ መጽሐፍ ውስጥ ይገኛል (13÷5)፡፡ የእግዚአብሔርን ማስረጃ በዚህ ቃል በተመለከተ ጠንካራ ዕይታኝ ይዟል)፡፡

የእግዚአብሔር ቃል ሕያው ነው (4÷12)፤ መልካም ነው (6÷5)፤ መጠጊያ ነው (6÷17-18)፤ እንዲሁም ትክክል ነው (13÷7)፡፡

I. ልጁን መገናኘት (1÷1-4)

II. ከመላእክት ይበልጣል (1÷5-2÷18)

ሀ. በእግዚአብሔር ቃል ተረጋግጧል (1÷5-14)

ለ. [ወደ ኋላ መመለሽን በመቃወም የተሰጠ ምክር] (-2÷1-4)

1. የሕጉ ምሳሌ 2÷2
2. ድነትን ቸል ስላለማለት የተሰጠ ምክር 2÷3
3. የተነገረ እና የጸና ዕውነት 2÷3-4

ሐ. ሰው ሆነ - 2÷5-18

1. ከመላእክት ያነሰ ሆነ 2÷5-9
2. እንደ እኛ ሆነ 2÷10-13
3. ጠላትን ለማሸነፍ 2÷14-16
4. ኃጢአትን ለመቃወም እንድንችል ሊረዳን መጣ 2÷17-18

III. ከሙሴ ይበልጣል 3-4

ሀ. በአመክንዮ ተረጋግጧል 3÷1-6

ለ. [አለማመንን በመቃወም የተሰጠ ማስጠንቀቂያ] – 3÷7-4÷13

1. የእስራኤል ምሳሌነት 3÷7-9
2. ወደ ዕረፍቱ ለመግባት የተሰጠ ምክር 4÷1-11
3. የቃሉ ሥልጣን እና መረዳት 4÷11-13

ሐ. ወደ ዙፋኑ ለመምጣት የተሰጠ ግብዣ 4÷14-16

IV. ከአሮን ይበልጣል 5-7

ሀ. በመሐላ ተረጋግጧል 5÷1-11

1. የሊቀ ካህናቱ ተግባር 5÷1-4
2. የክርስቶስ ጥሪ 5÷5-6
3. ክርስቶስ ከእኛ ጋር የሚጋራው ማንነት 5÷7-11

ለ. [ክህደትን በመቃወም የተሰጠ ማስጠንቀቂያ] 5÷12-6÷8

1. የወጣቶች ምሳሌነት 5÷12-14
2. ፍጹምነትን ለመከተል የተሰጠ ማስጠንቀቂያ 6÷1-3
3. አንድ ድነት ብቻ 6÷4-8

ሐ. በአንባቢያኑ ዘንድ ያለ ድፍረት 6÷9-12

መ. የእግዚአብሔር ተስፋ የማይጠፋ መሆኑ 6÷13-20

ሠ. መልከ-ጸዴቅ እና ክርስቶስ 7

1. መልከ-ጸዴቅ ከአሮን ይበልጣል 7÷1-10
2. ክርስቶስ በመልከ-ጼዴቅ ሥርዓት ለማገልገል ሊመጣ ይገባል 7÷11-19
3. ክርስቶስ ከአሮን ይበልጣል 7÷20-28

V. ለተሻለ መቅደስ አገልጋይ የሆነ 8-10

ሀ. በሥፍራው እና በገንቢው ተረጋግጧል 8÷1-6

ለ. በተሻለ ቃል ኪዳን ላይ የተመሠረተ ነው 8÷7-13

ሐ. የብሉይ ኪዳን ተምሳሌትነት 9÷1-10

መ. የአዲሱ ኪዳን ዕጅግ የላቀ ሥራ 9÷11-15

ሠ. የሞት አስፈላጊነት 9÷16-22

ረ. የመሥዋዕት ታላቅነት 9÷23-28

ሰ. ለኃጢአት መፍትሔ ለማምጣት አሮጌው ኪዳን አለመቻሉ 10÷1-4

ሸ. የአካል አስፈላጊነት 10÷5-10

ቀ. የእርሱ መሥዋዕት ፍጹምነት 10÷11-18

በ. የእኛ ምላሽ 10÷19-25

ተ. [ሆን ተብሎ የሚሠራ ኃጢአትን በመቃወም የተሰጠ ማስጠንቀቂያ] 10÷26-31

1. ከሕግ በታች የሆኑ ሰዎች ፍርድ ምሳሌነት 10÷26-28
2. ነገሮችን እንደ ምሥጢራዊ አድርጎ ለመመልከት የተሰጠ ምክር 10÷29
3. በሕዝቡ ላይ የመጣ የእግዚአብሔር ፍርድ 10÷30-31

ቸ. መጽናት 10÷32-39

VII. በተሻለ ምሳሌነት ሥር ሆኖ በእምነት መኖር 11-12

ሀ. ለእምነት የተሰጠ መግቢያ 11÷1-3

ለ. እምነት እግዚአብሔርን ደስ ለማሰኘት ይፈለጋል 11÷4-7

ሐ. እምነት በሃይማኖት ጉዞዋችን እንድንቀጥል ይመራናል 11÷5-6

መ. እምነት የወደፊቱን ይመለከታል 11÷17-22

ሠ. እምነት ክርስቶስን ይመለከታል 11÷23-29

ረ. እምነት ሰዎችን ከዚህ ዓለም የተሻሉ እንዲሆኑ ያደርጋቸዋል 11÷30-40

ሰ. ስለዚህም እምነት ክርስቶስን ልብ ይላል 12÷1-4

ሸ. እንደሚቀጡ ሰዎች ተስፋ አትቁረጡ 12÷5-13

ቀ. [የእግዚአብሔር ሥራን ማርከስን በመቃወም የተሰጠ ማስጠንቀቂያ] 12÷14-29

1. የዔሳው ምሳሌነት 12÷14-17
2. የተሻለው ሥፍራችን 12÷18-24
3. ኢየሱስን አልቀበልም እንዳይባል የተሰጠ ምክር 12÷25ሀ

4. የሚመጣው ፍርድ 12ለ-29

VII. በታላቁ እረኛ ሥር መሆን 12

ሀ. በፍቅር መኖር 13፥1-6

ለ. ታላቁን እረኛ መከተል 13፥7-19

1. በቤተ ክርስቲያን ያሉ ገዦቻችሁን አስታውሱ 13፥7
2. ኢየሱስ አይለወጥም 13፥8
3. የሚመጣውን ከተማ በመናፈቅ መኖር 13፥9-14
4. እግዚአብሔርን በማመስገን እና መልካም ሥራዎችን በመሥራት መኖር 13፥15-16
5. ለገዦቻችሁ ታዘዙ 13፥17
6. ጸልዩ 13፥18-19

ሐ. የታላቁ እረና በረከት 13፥20-21

መ. የመዝጊያ ቃሎች 13፥22-25

የዕብራውያን መጽሐፍ በአዲስ ኪዳን ውስጥ - አጭር መግለጫ

አዲስ ኪዳን - አጭር መግለጫ

የዕብራውያን መጽሐፍ አስተዋጽኦ

ቅዱሳት መጻሕፍት እና የሚሸፍኑዋቸው ርእሰ-ጉዳዮች፡-

I. ክርስቶስ ከነቢያት እና ከመላእክት ይበልጣል - ምዕራፍ 1-2
II. ክርስቶስ ከሙሴ እና ከኢያሱ ይበልጣል - ምዕራፍ 3-4
III. ክርስቶስ ከአሮናዊ ሊቀ ክህነት ይበልጣል - ምዕራፍ 5-8
IV. የክርስቶስ አዲሱ ኪዳን ከብሉይ ኪዳን ይበልጣል - ምዕራፍ 8-10
V. በክርስቶስ ያለ እምነት ከሕግ ይበልጣል - ምዕራፍ 11-13

አስተያየቶች

በወንድማችን አድያምሰገድ ወልደማርያም የተጻፈው ይህ የመጽሐፍ ቅዱስ ማጥኛ በብዙ ዓመታት የትጋት ጥናት እና ዝግጅት የተጻፈ ሲሆን፤ ጸሐፊው የጥናት መጽሐፉን የሚያነብቡት ሰዎች ሁሉ እንደሚገባ በመጽሐፉ ውስጥ የቀረቡ መልእክቶችን ለመረዳት እንዲችሉ የሚያደርጉ ትንተናዎችን አቅርቦበታል፡፡ ይህንን በማድረግ ሂደትም ወንድም አድያምሰገድ ጥናቱን በጥልቀት እንደ ማድረጉ አንባቢያንን በብዙ የመጽሐፍ ቅዱሳዊ ምልከታዎች ባሕር ውስጥ ከቶ ግራ ከማጋባት ይልቅ በመሠረታዊ የክርስትና አስተምህሮ ላይ አተኩሮ ተገቢውን የሥነ-አፈታት መርኅ የጠበቀ መጽሐፍ ቅዱሳዊ መልእክትን ለአንባቢያን ለማቅረብ ይጥራል፡፡ ይህም በሚገባ እንደ ተሳካለት አምናለው፡፡ ስለሆነም ይህንን መጽሐፍ ከግል የመጽሐፍ ቅዱስ ጥናታችን ጎን ለጎን በጋራ ለማጥናትም ሆነ በሥነ-መለኮት ትምህርት ተቋማት በመማር ላይ ላለንም በመርጃ መጽሐፍነት ብንገለገልበት ብዙ እንጠቀምበታለን፡፡

ወንድማችንም ዋጋ ከፍሎ ይህን የመሰለ አገልግሎት ለኢትዮጵያዊያን ወገኖቹ ለማበርከት ስላሳየው ትጋት እግዚአብሔር ይባርክህ ልለው እወዳለው፡፡

ዶ/ር ወይታ ወዛ

የኢትዮጵያ ቃለ ሕይወት ቤተ ክርስቲያን ም/ዋና ጸሐፊ

ወንድም አድያምሰገድ ወልደማሪያም ወቅቱ የሚፈልጋቸውን ክርስቲያናዊ አስተምህሮዎች ለመስጠት የሚያግዙ መጻሕፍት በማበርከት ብዙ እየደከመ ያለ አገልጋይ ነው፡፡ ይህ በወንድም አድያምሰገድ የተጻፈው መጽሐፍም ውስብስብ የሥነ-መለኮት ጉዳዮች ውስጥ ባለመግባት፣ እንዲሁም ውስብስብ የሥነ-አፈታት ዝርዝሮችን ባለመነካካት ጤናማ የሆነው የሥነ-መለኮት አስተምህሮ ላይ በማተኮር፣ እንዲሁም የመጽሐፍ ቅዱስ ዕውነታ ወሰኖችን ማዕከላዊ በማድረግ የተጻፉ በመሆናቸው እጅግ ጠቃሚና አብዛኛው ክርስቲያናዊ ማኅበረሰብ በቀላሉ ተረድቶት በአገልግሎቱ ውስጥ ሊተገብራቸው ይችላል፡፡

ዶ/ር እስክንድር ታደሰ ወ/ገብርኤል

የኢትዮጵያ ሙሉ ወንጌል ሥነ መለኮት ዳይሬክተር

በመልእክቱ ወጥነት፣ በአመክንዮው ብርታትና በአጻጻፉ ውበት የታወቀውን የዕብራውያንን መልእክት፥ ወንድማችን አድያምሰገድ በቀላል ቋንቋና አቀራረብ ለአንባቢዎች ለማብራራት ያደረገውን ጥረት አደንቃለሁ። በጽሬት ትጋቱም እገረማለሁ። ለዕብራውያን የተጻፈው በመንፈስ ቅዱስ ሁሉን ዐዋቂነት ለእኛም የተጻፈ ነውና እያገናዘብን እንጠቀምበት።

ወንድም ንጉሤ ቡልቻ
ቃለ እግዚአብሔር አንባቢዎች ማኅበር ሰብሳቢ

ወንድም አድያምሰገድ አድካሚ የሆነውን የመጽሐፍ ቅዱስ ማጥኛ መጽሐፍ የማዘጋጀት ሥራን ለበርካታ ዓመታት በመሥራት ብዙ ዋጋ ከፍሏል። ምንም እንኳ ያዘጋጀው የጥናት መጽሐፍን በመጻፍ ሂደት ተቀዳሚ ትኩረቱ በጥናት መጽሐፍነቱ ተገቢ መጽሐፍ ቅዱሳዊ መልእክትን ማስተላለፍ ላይ ቢሆንም፣ መጽሐፉን በመጻፍ ሂደት ግን ይህን ሥራውን ግን ከተለመደው የጥናታዊ ጽሑፎች ቀጥተኛ አጻጻፍ በተለየ ቀለል ባለ መልኩ እና ተነባቢ በሆነ ቋንቋ ጽፎዋቸዋል። ይህ መጽሐፉን ለአንባቢ የማይሰለች፣ ግልጽ እና በቀላሉ የሚነበብ አድርጎታል። ስለሆነም መጽሐፉ ለወጣቱ ትውልድም ሆነ አማረኛ ሁለተኛ ቋንቋቸው ለሆነ አንባቢያን ሳይቸገሩ እንዲያነብቡት በሚያስችል ቋንቋ መቅረቡ ወቅታዊ እና ለሁሉም አንባቢ ጠቃሚ ያደርገዋል። መጽሐፉ የንባብ ባህል ባልዳበረበት ማኅበረሰባችን ዘንድ ያቀረበው መጽሐፍ ገጽ መብዛት የሚያስፈራ ቢያስመስለውም፣ አንዴ ማንበብ ለጀመረ ሰው ግን በቀላሉ ጥልቅ መጽሐፍ ቅዱሳዊ ቁም ነገርን እያስተማረን የሚሄድ ጠቃሚ መገልገያ ነው እና ሁላችንም ልንጠቀምበት እንችላለን።

አቶ ተመስገን ሳህለ
የኢትዮጵያ ቃለ ሕይወት ቤተ ክርስቲያን የኮምኒኬሽንና ሥነ ጽሑፍ መመሪያ ኀላፊ

ይህ በወንድም አድያምሰገድ ወልደማሪያም የተዘጋጀ የዕብራውያን መጽሐፍ ማብራሪያ ቀለል ባለና ቃለ-እግዚአብሔርን ማጥናትና በመንፈሳዊ ነገሮች ለማደግ ለሚወድዱ ወገኖች ሁሉ በሚስማማ መልኩ የተዘጋጀ ሲሆን፣ በተለይም በአገራችን ተጨባጭ ሁኔታ ላይ ተገቢውን ትኩረቱን ከማድረጉና ወቅታዊ የሆኑ ዓለም አቀፋዊ ጉዳዮችን ከግምት ያስገባ፣ ጥንቱን ከዛሬው ጋር አያይዞና አጋምዶ የያዘ ሰፊም ሆነ ጥልቀት ያለው ትምህርትና ምሪትን ለአንባቢዎቹ የሚሰጥ ሆኖ አግኝቼዋለሁ። በሥራው ላይ በዋና አርታዒነት እንዳገለገለ ሰው መጽሐፉን ስቃኝ እስከ ዛሬ በትርጉምም ሆነ በአርትዖት ሥራ ከተሳተፍሁባቸው ድንቅ የሚባሉ ሥራዎች መካከል ከግንባር ቀደሞቶቹ የሚመደብ ሆኖ አግኝቼዋለሁ።

ዳንኤል ተሾመ (ደራሲ፣ ተርጓሚ፣ አርታዒና የነገረ መለኮት መምህር)

ሦስት ወር ፈጀብኝ በቀደሙት ዘጠና ቀናት የከውንኩት አብይ ነገር በዕብራውያን ቅጽ አንድ የደረጀበትን 630 ገጽ፣ የዕብራውያን ቅጽ ሁለት የተተነተነበትን 646 ገጾች እንዲሁም የዕብራውያን ቅጽ ሦስት የተብራራበት 646 ገጾች በድምሩ 1,922 የንባብ ገጾችን ከየግርጌ ማስታወሻ እና ዋቢ መጽሐፍት ጋር እመለከት ነበር።

በንባቤ ውስጥ የኢድያምስገድ ወልደማሪያምን ጽናት በማስተዋል ዕዝራን በእርሱ ውጥ አገኘሁኝ። ዕዝራ 7፡10 መመልከት ለቃሌ አግባብ መሆኑን አንብቡልኝ። ይህ መጽሐፍ ሁለት ውድ ስጦታዎችን አበርክቶልኛል።

ቀዳሚው ጸሐፊው ወንጌላዊ መልዕክቱን ተረድቶ ከኢትዮጵያ ኦርቶዶክስ አማንያን ጋር መናበብና መግባባት የመቻሉን እውነተኝነት ማብሰሩ ነው። ክርስትና በምስራቁ አለም በአይሁዳውያን አውድ ተኮትኩቶ ያደገ መሆኑን የሚያስገነዝበን ቀዳሚ መጽሐፍ ይህ የዕብራውያን መልዕክት ጥናት እና ማብራሪያ መሆኑን በብዙ መረጃዎች አረጋግጫለሁ። የቅርቡ መጽሐፌ "ከምዕራቡ የምስራቁ ከመቻቻል መቀባበል" ለሕትመት ከመብቃቱ በፊት ይህን ሰነድ አግኝቼ ቢሆን ሥራዬ በብዙ እንደሚበለጽ አውቄያለሁ። የኢድያምስገድ የዕብራውያን መጽሐፍ ጥናት ዝርዝር ደግሞም ጥልቅ ትንታኔን በመስጠት በምዕራብም በምስራቅም ያሉትን ቤተክርስትያናት አግባብቷል።

ሁለተኛው አያድርገውና ከስድሳ ስድስቱ ቅዱሳት መጽሐፍት መካከል ስድሳ አምስቱ ጠፍተው የዕብራውያን መልዕክት ብቻ ቢቀር በዚህ መጽሐፍ ብቻ ክርስትና ከትውልድ ትውልድ እየተቀባበለ መዝለቅ እንደሚችል እኒህን የማብራሪያ መጽሐፍት ባነበብኩ ወቅት አረጋግጫለሁ። አዘጋጁ "ይህ ሥራ ፍጹም ነው ለፍጹምነት የቀረበ ነው እያልሁ አይደለም...." በማለት ሊታረም ሊስተካከል የተገባውን በብዙ መረጃ ለሚያቀብለው ሁሉ አርሞ እንደሚያስተካክለው ቃሉን በማስታወሻው ማኖሩ አንቱ አሰኝቶታል።

በዚህ መጽሐፍ ጥናት ዝግጅት ውስጥ የቀደሙት ሥራዎቹ ለዚህ ጥንካሬ ምክንያት እንደሆኑ መረዳቴም በዚሁ ውስጥ ተካታች አድርጎታል፤ በተለይም የዮሐንስ ወንጌልና የኤፌሶን መልዕክትን ማንበቤ የዕብራውያንን ጥናት የላቀ በማድረግ ሁላችን በሰከነ መንፈስ እና በተረጋጋ ግዜ ውስጥ ተገኝተን እንድናጤነው ግድ ይለናል። እኒህን ሦስት ቅጽ መጻሕፍት ጸሐፊው በርካታ መጻሕፍትን ሌት ተቀን አንብቦ ለኢትዮጵያውያን

አውደ ሰፊ ተደራሽ በሆነው በአማርኛ ቋንቋ መለገሱ እኔን እና መላው ኢትዮጵያውያንን እንኳን ደስ አላችሁ አሰብሎኛል።

ስሜ ታደሰ (ደራሲ እና መምህር)
ባፕትሲት ቸርችስ ፈሎሽፕ ፕሬዝደንት

ወንድማችን አድያምሰገድ ይህንን የዕብራውያን መልእክት ማብራሪያ ሲጽፍ ሰፊ ዝግጅት አድርጎ፤ በቂ ጥናት አድርጎ፤ ዓመታትን ወስዶ እንደጻፈ መጽሐፉን ስታነቡ ትረዳላችሁ። ማደግ መለወጥ የሚፈልግ ሰው መጽሐፉን ማንበብ ከመጽሐፉ ጋር ጊዜ ማጥፋት ይጠበቅበታል። አንባቢዎች ሊረዱት በሚችሉት መንገድ ቀለል ባለ መልኩ የተጻፈ ነገር ግን ለሕይወት በጣም የሚጠቅም መልእክት የምናገኝበት መጽሐፍ ነው።

ወንድማችን አዲ ይህን የዕብራውያን ማጥኛ ሲጽፍ በቂ ማጣቀሻዎችን ተጠቅሟል፤ የቤተክርስቲያን አባቶችን አንስቷል፤ ይህ ሁሉ በቂ ዝግጅት እንዳደረገ ያስረዳል። ታሪካዊ ዳራ፣ ትንተናው እና ማዛመዱ በጣም የሚደንቅ ነው። ገለጣዊ እና ትንተናዊ አቀራረብን በመከተል ቁጥር በቁጥር፣ ምዕራፍ በምዕራፍ፣ አንቀጽ በአንቀጽ በጥልቀት ገብቶ ማብራሪያ ሲሰጥ ነው የምንመለከተው። አንባቢዎች አንድን ክፍል ከተለያየ አቅጣጫ እንድናይ ዕድልን ይሰጠናል። ወደ እናት ቋንቋ ግሪክ እየሄደ አውዳዊ በሆነ መልኩ ያሳየናል።

በአጠቃላይ መልእክቱን ስንመለከት ክርስቶስን ማዕከል ያደረገ ነው። ክርስቶስ ከሁሉም ይበልጣል የሚለውን ሃሳብ የሚያጎላ ነው። አማኞች በእምነታቸው ምክንያት የሚደርስባቸውን ተቃውሞና መከራ ተጋፍጠው እንዲኖሩ በብዙ የሚያበረታታ መልእክት ነው።

በማጠቃለያ ለሕይወትና ለአገልግሎት እጅግ የሚጠቅም መጽሐፍ ስለሆነ ለመጽሐፍ ቅዱስ ትምሕርት ቤቶች እና ኮሌጆች እንደ ቴክስት መፅሐፍ ብትጠቀሙበት እና ብታነቡት ብዙ እንደምታተርፉ ላሳስባችሁ እወዳለሁ። በተለይ በኢትዮጵያውያን እና በኤርትራውያን ዘንድ ብዙ የስነ መለኮት መጻሕፍት ስለሌሉን ይህን መጽሐፍ እንደ ግብዓት ልንጠቀምበት እንችላለን።

የተወደድክ አዲ በብዙ አካሉን እየጠቀምክ ስላለህ የሰማይ አምላክ ይባርክህ ለማለት እወዳለሁ፤ በርታ፤ ቀጥል፤ ጻፍ፤ እግዚአብሔር ይባርክህ፤ እጅግ አድርገን እናመሰግናለን።

መጋቢ ፈቃዱ መኮንን አስማረ (ዶ/ር)

ፒ.ኤች.ዲ በቲዮሎጂ

ፒ.ኤች.ዲ. በክርስቲያን ካውንስሊንግ

"ትጉሁ ፀሃፊ አድያምሰገድ የዕብራዊያንን መልክት ዋና መልዕክት የሆነውን ወደር የለሹን የጌታችንን የኢየሱስን የክብሩንና የፍቅሩን ልቀት ከባህላዊውና ከታሪካዊው ዳራዎች በማገናዘብ ይህንን ግሩም መፅሃፍ አቅርቦልናል፡፡ ቀጣዩ ብርቱ ጉዳይ 'አንባቢው ያስተውል' የሚለው ይሆናል፡፡

የብሉይ መፅሃፍት ስለ ክርስቶስ ኢየሱስ በአንጋፋነትና በጥልቀት እንዲመሰክሩለት (ዮሃንስ 5:39) የመፃፋቸውን አላማ የዕብራዊያን ፀሃፊ ፍንትው አድርጎ በተግባራዊ መንገድ ፅፎታል፡፡ የዚያንም ኪዳን ተሻጋሪ መልክት ትርጓሜና ትንተና ወንድማችን አዲ በሚያጎለብትና በሚያረካ መልኩ ፅፎልናል፡፡ አንባቢው ግን ያስተውል፡፡

በርካታ ስመ-ጥር ምሳሌዎችና አንጋፋ መንፈሳዊ ከስተቶች በዕብራዊያን መልዕክት ተገልፀዋል፡፡ አርዓያነታቸውንም መከተል እንድሚገባ ተፅፎልናል፡፡ እነዚያ ሁሉ ግን ዛሬ በምድር ለቀረነው ረድኤት መሆን በሚችሉበት አውድና አቅም ላይ አይደሉም፡፡ ይህንን ውሱንነት ሰብሮ ወጥቶ በዘላለማዊ ማንነቱና ስራው የላቀው፤ ዛሬም ነገም ከከፉ መከራና ሞት የሚታደገው ኢየሱስ ክርስቶስ ብቻ ነው፡፡

"ኢየሱስ ክርስቶስ ትላንትና ዛሬም እስከለዘላለሙ ያው ነው" (ዕብ. 13:8)፡፡ ይህ እውነታ እነሆ በደማቅ መንገድ በሰፊ ገበታ ላይ ቀርቦልናል፡፡ እግዚአብሔር ቸር አምላክ በሰከነ ልቦና እንድናነበውና ለክብሩም እንድንለወጥበት ለሁላችን ማስተዋልን ያብዛልን፡፡"

ቄስ ዶ/ር ያሬድ ሐልቼ

ዲኤምሺ ወንጌላዊት ሉተራን ቤ/ክ የሰሜን ክልል ተልዕኮ ተሳትፎ አስተባባሪ

“ክርስቶስ ይበልጣል” የሚለው የአዲስ ኪዳን ቁንጮ ትምህርት በጥልቀት እና በስፋት የተዳሰሰበት የዕብራዊያን መጽሐፍ ነው፡፡ የዕብራዊያን መጽሐፍ በምዕራፎቹ፤ በክፍለ ምንባባቱ በቁጥሮቹ እና በእያንዳንዱ ቃላት ውስጥ ውብ በሆነ እና እጅግ አሳማኝ በሆነ ንጽጽራዊ አቀራረብ ይህን እውነት ያሳያናል፡፡ የዕብራዊያን መጽሐፍ ጸሐፊ የመጽሐፉን

ትልቅ መልዕክት ለማስረዳት የተጠቀመባቸው እያንዳንዳቸው ቃላት እጅግ በጣም ጥልቅ የነገረ መለኮት ምስጢር ያላቸው ሲሆን ቃላቱ የአዲስ ኪዳን አዕማደ ቃላት ናቸው:: በእነዚህ ቃላት ውስጥ ነው የእግዚአብሔር የዘላለም ምክር ያለው::

ወንድማችን አድያምሰገድ ወልደማርያም በሦስት ቅጽ ያቀረበልን የዕብራዊያን የጥናት መምሪያ የመጽሐፉን ዋና ዓላማ ባማከለ መልኩ ለየት ባለ ሁኔታ ጥልቅ የሆኑ የቃላት ትንታኔዎች የቃላት ዐውዳዊ ትርጓሜዎች ቃላቱ ከሌሎቹ ቅዱሳት መጽሐፍት ያላውን ተያያዥነት እና ቃላቱን እንዴት መረዳት እንደሚገባን ከትርጓሜ አማራጮች ጋር ጭምር የሚያትት ነው:: ይህ አቀራረብ ይህንን መጽሐፍ በአማርኛ ከተዘጋጁ የመጽሐፍ ቅዱስ ማብራሪያዎች ለየት ያደርገዋል:: በዚህ ስፋት እና ጥለቀት መጠን በአማርኛ ቋንቋ የመጽሐፍ ቅዱስ የጥናት ማብራሪያዎች ማግኘት አዳጋች ነው::

በተለይም አድያምሰገድ በዚህ መጽሐፉ የዕብራዊን መጽሐፍ የጥናት ማብራሪያ ከፍለ ምንባቦችን መሰረት በማድረግ የሚሰሙ አከራካሪ ጉዳዮችን፤ ለምሳሌ ሰው ማን ነው? እምነት ምንድን ነው? እንደ እግዚአብሔር ያለ እምነት ይኖርን? ዐስራት ምንድን ነው ? ዐስራት እና የአብርሃም ባርኮት የሚያገናኛቸው ነገር ይኖርን? ታቦቱ ምንድን ነው ? ቅድስና እና አማኝ? መሰብሰባችሁን አትተው ለአማኞች ሳምንታዊ ስብሰባ ጋር ዝምድና አለው ወይስ የለው? እና መሰል ጉዳዮችን በምርምርና ጥናት ላይ በተመሰረተ በጥልቀት እና የብዙ ሊቃውንትን አስተያየት ባካተተ መልኩ አቅርቦልናል::

ወንድማችን አድያምሰገድ እጅግ በጣም የተዋጣለት ደረጃውን የጠበቀ እና ውስብሰብ የነገረ መለኮት ሐሳቦችን ለማናችንም ልንረዳው በምንችል መልኩ በግልጽ በማድረግ በዚህ መጽሐፍ ውስጥ አቅርቦልናል:: ረዥም ዓመት የተላፈበት እና እጅግ የሰመረ መጽሐፍ ነው::

ይህን መጽሐፍ ማንኛውም አማኝ ለግል ሕይወቱ ጥናት፤ አገልጋዮችና መሪዎች ለአገለግሎት ዝግጅት፤ ለቡድን የመጽሐፍ ቅዱስ ጥናት፤ ለመጽሐፍ ቅዱስ ትምህርት ቤቶች በማጣቀሻነት በሚመጥን ሁኔታ የተዘጋጀ ስለሆነ ሁሉም አካላት እንዲጠቀሙበት አበረታታለው::

ወንድም ሰለሞን ከበደ

የጌጃ ቃለ ሕይወት መፅሐፍ ቅዱስ ኮሌጅ ዳይሬክተር

ይህ የዕብራውያን መልእክት ማብራሪያ ለኢትዮጵያውያን ክርስቲያኖች ትልቅ መማሪያ ይሆናቸዋል ብዬ አምናለሁ፤ ለዚህም ሶስት ምክንያቶች አሉኝ። አንደኛ ምክንያት፡- በየምዕራፎቹ የተጻፉት ጥናቶች የዕብራውያንን መጽሐፍ አጠቃላይ መልእክት ከእግዚአብሔር የማዳን እቅድና ከዕለት ተለት የክርስቲያን ሕይወት አንጻር ተብራርተዋል።

እኔ እንደገባኝ የዚህ መጽሐፍ ዋነኛ ትምሕርት እንዲህ ተብሎ ሊጠቃለል ይችላል፡- እግዚአብሔር እኛን የማዳን ሃሳቡ ከጥንት ጀምሮ የነበረ ሲሆን በብሉይ ኪዳን ሐይማኖታዊ ስርዓቶች ውስጥ በሚስጥር የተጠቆመ፤ በአባቶች ዘንድ በተስፋ ሲጠበቅ የቆየ፤ በኢየሱስ ክርስቶስ አማካኝነት የተፈጸመ እና ዛሬ ደግሞ በአማኞች ሕይወት ውስጥ ተጽእኖ የማምጣት ኃይል ያለው ነው።

ሁለተኛ ምክንያት፡- መጽሐፉ በቀላል እና ግልጽ አማርኛ የተጻፈ ከመሆኑ የተነሳ ለአማኝ ሁሉ እንዲሁም ለአገልጋዮች የመጽሐፍ ቅዱስ ጥናት መመሪያና የስብከት ማዘጋጃ ሆኖ ያገለግላል። ሦስተኛ ምክንያት፡- የመጽሐፉ አዘገጃጀት ወይም አወቃቀር ነው፤ እያንዳንዱ ምዕራፍ በአጭር መግቢያ ይጀምርና ግልጽ በሆኑ ነጥቦች ላይ ቀጥተኛ ማብራሪያ ካቀረበ በኋላ አከራካሪ በሆኑ ጉዳዮች እና ከተግባራዊ ሕይወት እንዲሁም ከአገልግሎት ጋር በተያያዙ ጉዳዮች ላይ ሰፊ ትንታኔ ይሰጣል።

ወንድም ደስይበለው ደምሴ
በኢትዮጵያ ሙሉ ወንጌል ኮሌጅ የመጽሐፍ ቅዱስ መምሕር
የኢትዮጵያ ሙሉ ወንጌል አማኞች ቤተክርስቲያን

የዕብራውያን መጽሐፍ አዲስ ኪዳንን እንዲሁም ብሉይ ኪዳንን የሚመለከቱ ጠለቅ ያሉ ትምሕርቶች የተጻፉበት መልእክት ነው። በዚህ መልእክት ውስጥ የተነሱ አንዳንድ ርዕሰ ጉዳዮች ለመረዳት ቀላል አይደሉም። ሆኖም ወንድማችን አድያምሰገድ የጻፈውን ማብራሪያ በማንበብ ብዙ ተምሬያለሁ፤ ደግሞም ተባርኬያለሁ። ምክንያቱም ወንድማችን የዕብራውያን መልእክት ውስጥ የተጻፉትን ትምሕርቶች በቀላል ቋንቋ እና ግልጽ በሆነ አቀራረብ አብራርቷቸዋል።

ስለዚህ አንባቢዎች ይህንን መጽሐፍ ቢያገኙና ቢያጠኑት ብዙ ይጠቀማሉ ብዬ አምናለሁ። የመጽሐፍ ቅዱስ ኮሌጅ ቤተ መጻሕፍቶችም በብዛት ወስደውት ለተማሪዎች ቢያቀርቡት መልካም ነው እላለሁ።

ወንድም ሎየሱ እንደሻው
ምክትል ፕሬዚዳንት
የኢትዮጵያ ሙሉ ወንጌል አማኞች ቤተክርስቲያን

የዕብራውያን መልእክት በጣም አጭር ደብዳቤ ነው፤ ወንድማችን አድያምሰገድ ግን ሦስት ትልልቅ ማብራሪያ መጻሕፍት ጽፎበታል። ወንድማችን ይህን ማብራሪያ ሲጽፍ ቀላል መስለውን አንብበን የምናልፋቸውን ቃላት በጥልቀት አጥንቶ በስፋት አብራርቷቸዋል። ለምሳሌ "መንጻት" የሚለውን ቃል የገባን መስሎን ልናልፈው እንችላለን፤ ይህ ማብራሪያ ግን ከምን እንደምንነጻ፣ ለምን እንደምንነጻ፣ እንዴት እንደምንነጻ፣ እና ማን እንደሚያነጻን በዝርዝር ይገልጥልናል። በዚህ መንገድ በዕብራውያን መልእክት ውስጥ የሚገኙ ቁልፍ ቃላትና ሃሳቦችን ተንትኖ አቅርቧቸዋል። ስለዚህ ይህ ማብራሪያ የእግዚአብሔርን ቃል በጥልቀት ማጥናትና መማር ለሚፈልግ ሁሉ ጠቃሚ አጋዥ መጽሐፍ ነው።

ይህንን ማብራሪያ በማነብበት ጊዜ ወንድማችን አድያምሰገድ ዘሌዋውያንን በጥልቀት ማጥናቱን ተረድቻለሁ። የዕብራውያን መልእክት ውስጥ ከዘሌዋውያን የተወሰዱ ብዙ እውነቶች ስላሉበት ዘሌዋውያንን ሳያጠኑ ዕብራውያንን መረዳት አይቻልም። አድያምሰገድ በማብራሪያው ውስጥ ስለ ክሕነት እና ስለ መስዋእቶች ብዙ ጽፏል፤ ይህም ሁሉ ከዘሌዋውያን መጽሐፍ የተገኘ ነው። ስለዚህ ወንድማችን የዕብራውያንን መልእክት ለማብራራት ትክክለኛውን ማጣቀሻ መጽሐፍ ማለትም ዘሌዋውያንን በመጠቀሙ በጣም ደስተኛ ነኝ። አንድ አገልጋይ በማንኛውም ርዕስ ላይ ትክክለኛውን የእውቀት ምንጭ ካላገኘ እውቀቱ ጥቂት ብቻ ነው የሚሆነው፤ ይህም አደገኛ ነገር ነው። አድያምሰገድ የብሉይ ኪዳን መጻሕፍትን በተለይም ስለ መስዋእቶች፣ ስለ ካሕናት፣ እና ስለ ቃልኪዳኑ ታቦት በስፋት የተጻፈበትን ዘሌዋውያንን በጥልቀት መርምሯል።

በማብራሪያው ውስጥ ብዙ ልብ የሚነኩ መልእክቶችን አግኝቻለሁ፤ ከነዚህ መካከል አንዱን ብቻ ልጥቀስ። ማብራሪያው ስለ ጽናት ሲናገር የእውነተኛ ክርስቲያኖች መለያ እስከ መጨረሻው መጽናት ነው ይላል። እስከ መጨረሻው ታማኝ ሆኖ መኖር የእውነተኛ አማኞች መንፈሳዊ መታወቂያ ካርድ ነው። አንድ ሰው እውነተኛ ክርስቲያን መሆኑን በምን እናውቃለን የሚል ጥያቄ ነበረኝ። በንግግሩ ነው የምናውቀው? ሰዎች

የሚናገሩዋቸው ቃላት ሁልጊዜም ያሉበትን ሁኔታ በትክክል ላያሳዩን ይችላሉ። ብዙዎች በሚያባብሉ ቃላት ሰዎችን ሊያታልሉ ይችላሉ። ለዚህ ነው ጌታችን ከፍሬያቸው ታውቋቸዋላችሁ ያለን። ስለዚህ አንድ ሰው እውነተኛ አማኝ እንደሆነና በእምነቱም ጽኑ እንደሆነ ለማየት ረጅም ጊዜ ይወስዳል። የዕብራውያን መልእክት ጸሐፊ ስለ ጽናት ሲናገር አስከ መጨረሻው ታማኝ ስለ መሆን መናገሩ ነው። እኔም በዚህ በሙሉ ልቤ እስማማለሁ።

በስተመጨረሻም ወንድማችን በዚህ ሥራህ ውስጥ የረዳህን ጌታ አመሰግነዋለሁ። እኔም መጽሐፍ ቅዱስ በማስተምርበት ጊዜ ይህንን ማብራሪያ እንደ ማጣቀሻ እጠቀምበታለሁ። እግዚአብሔር ይህንን ማብራሪያ ይባርከው።

መሪጌታ ሙሴ መንበሩ

የማሕበረ ወንጌል ዘኢትዮጵያ አስተባባሪ

ወንድማችን አድያምሰገድ የጻፈውን የዕብራውያን መልእክት ማብራሪያ ሳነብ አንድ ወሳኝ ነጥብ ትኩረቴን ስቦታል። ይህም ነጥብ ኢየሱስ ክርስቶስ ከሁሉ በላይ መሆኑ ነው። ከካሕናት በላይ ነው፤ ከነብያት በላይ ነው። ከመላእክትም በላይ ነው። የዕብራውያን መልእክት ዋነኛ ሃሳቡ የኢየሱስ ክርስቶስ የበላይነት ነው። ከምዕራፍ 1 እስከ 9 ድረስ መጽሐፉ ኢየሱስ ማን እንደሆነና በብሉይ ኪዳን መጻሕፍት ውስጥ እንዴት እንደተገለጸ ያሳየናል። ከምዕራፍ 10 እስከ 13 አማኞች ለኢየሱስ ክርስቶስ የሚገባ ሕይወት እንዴት መኖር እንደሚችሉ ያሳያል። ይህ መጽሐፍ ለመንፈሳዊ እድገት በሚጠቅሙ ትምሕርቶች የተሞላ ነው።

በዕብራውያን መልእክት ላይ ማብራሪያ ማዘጋጀት ታላቅ ትጋትና መሰጠት ይጠይቃል፤ ብዙ ሌሎች መጻሕፍትን ማጥናትና መመርመርም ያስፈልጋል። አድያምሰገድ ጊዜውንና ጉልበቱን ሰውቶ ለብዙ ዓመታት ካጠና በኋላ ይህንን ድንቅ ማብራሪያ ሊያበረክትልን ችሏል። ከአንድ አጭር መልእክት ሶስት ትልልቅ ማብራሪያዎችን አዘጋጅቶልናል። ስለዚህ ይህ ለመጽሐፍ ቅዱስ አስተማሪዎች እንዲሁም ለመጽሐፍ ቅዱስ ተማሪዎችና ለአማኞች ሁሉ የሚያገለግል ማብራሪያ እንደመሆኑ መጠን ሁሉም እንዲጠቀሙበት እመክራለሁ።

ፓስተር ምስራቁ ቶርኖ

የአዲስ አበባ መጽሐፍ ቅዱስ ኮሌጅ የማታ ትምሕርት ፕሮግራም አስተባባሪ

ወንድማችን አድያምሰገድ ይህንን ማብራሪያ ለቤተክርስቲያንና ለሃገራችን በረከት እንዲሆን ስላበረከተልን እግዚአብሔር ይባርከው። በዚህ ዘመን ይህን የሚያህል ማብራሪያ ጽፎ ማዘካጀት ትልቅ መታደል ነው፤ ይህ ማብራሪያ ለእኛ ብቻ ሳይሆን ለልጅ ለጆቻችን ሁሉ መተላለፍ ይችላል።

በመጽሐፍ ቅዱስ ትምሕርት ቤት ውስጥ በነበርን ጊዜ እንደ ማቲዩ ሄንሪ፣ ጀምስ ሁክ፣ እና ሌሎችም የጻፉዋቸውን ማብራሪያዎች አይተናል። ወንድማችን አድያምሰገድ የጻፈልን ማብራሪያ ከነዚያ ሰዎች ማብራሪያ በምንም አይተናነስም። ለአንባብያን የዕብራውያን መልእክት ስለ ተጻፈበት ዘመን በዝርዝር በማስረዳቱ አንባብያን የመልእክቱን ጭብጥ መረዳት የሚችሉበት አውድ ያበጅላቸዋል። በዚያ ዘመን አማኞች ለእምነታቸው ታላቅ ዋጋ ከፍለዋል። ብዙዎች ስለ እምነታቸው ሲሰደዱና ሲሞቱ አንዳንዶች ደግሞ አመቻምቸው ለብ ያሉ ክርስቲያኖች ሆነዋል። መጽሐፉ ከነዚያ ሰዎች መካከል አንዳንዶች እንደ ኢየሱስ ብድራታቸውን ትኩር ብለው በማየት የጊዜውን መከራ እንዴት እንደታገሱ ይገልጻል።

ይህ ማብራሪያ ነገረ ክርስቶስን ለማስተማር፣ ስለ ሰው እና ስለ መላእክት ባህሪ፣ ስለ መልከጼዴቅ፣ እንዲሁም ስለ መጨረሳ ዘመን ሰፊ ትንታኔ የያዘ በመሆኑ ለመጽሐፍ ቅዱስ ትምሕርት ቤቶች ጥሩ ማጣቀሻ ሆኖ ያገለግላል። የዕብራውያን መልእክት እውነትን ከመግለጥ በተጨማሪ አንዳንድ ሰዎች በስውር ወደ ቤተክርስቲያን ሊያስገቡ ያሰቡትን ኑፋቄም ያጋልጣል። ለምሳሌ የመስዋእት ሥርዓቶችን በመፈጸም መዳን ይቻላል ብለው ኑፋቄ የሚያስተምሩ ሰዎች ነበሩ። ይህ መጽሐፍ ቅዱስ የኢየሱስ ክርስቶስ ሥራ ፍጹምና ሙሉ መሆኑን ያብራራል።

... ስለዚህ ይህ ማብራሪያ ኮሌጅ ውስጥ ያሉ የስነ መለኮት ተማሪዎችን በብዙ ሊያግዛቸው ይችላል፤ ምክንያቱም የዕብራውያንን መልእክት ከማብራራት አልፎ መጽሐፍ ቅዱስን ከዘፍጥረት እስከ ራዕይ ሙሉ በሙሉ ይዳስሳል። ይህ ማብራሪያ ለብዙዎች ይደርስ ዘንድ ወደ ሌሎች የኢትዮጵያ ቋንቋዎች ሊተረጎም ይገባዋል ብዬ አምናለሁ። ጌታ ይባርካችሁ።

ወንድም ቴዎድሮስ ንጉሴ

በሙሉ ወንጌል ቤተክርስቲያን የመጽሐፍ ቅዱስ አስተማሪ

ወንድማችን አድያምሰገድ በዕብራውያን መልእክት ላይ ሦስት ትልልቅ መጻሕፍትን ጽፏል። ማብራሪያው በመጀመሪያ ቅጹ ውስጥ የመልእክቱን ታሪካዊ ዳራ በማቅረብ አንባቢውን ለንባብ ከጋበዘ በኋላ የዕብራውያን መልእክትን ከምዕራፍ 1 እስከ 4 ድረስ

ያብራራል። ሁለተኛው ቅጽ ከምዕራፍ 5 እስከ 8 ድረስ የሚሸፍን ሲሆን ጠለቅ ያሉ ስነ መለኮታዊ ጉዳዮችን እያነሳ ብዙ ጥያቄዎችን ይመልሳል። ምዕራፍ 9፣ 10፣ 11፣ 12 እና 13ን የሚሸፍነው ሦስተኛ ቅጽ የአማኞችን የዕለት ተለት ሕይወት ይዳስሳል። ሦስቱም መጽሐፎች የዕብራውያንን መልእክት ምዕራፍ በምዕራፍ፣ ቁጥር በቁጥር፣ ቃል በቃል የሚያብራሩ የመጽሐፍ ቅዱስ ጥናቶች ናቸው። ቁልፍ የሆኑ የግሪክ ቃላት ትርጉማቸው ከታላላቅ የነገረ መለኮት ምሑራን ምልከታ ጋር ቀርቧል። የመጀመሪያዎቹ ሁለት መጻሕፍት በአስተምሕሮአዊ ጉዳዮች ላይ ትልቅ ትኩረት ያደረጉ ሲሆን ሦስተኛው መጽሐፍ አማኞች በቤተክርስቲያን ውስጥ እንዴት መመላለስ እንዳለባቸው ያስረዳል። በአጠቃላይ ማብራሪያው ከባድ የሆኑ ሃሳቦችን ቀለል አድርጎ ያቀርባል፤ ደግሞም የሌሎች ምሑራንን ማብራሪያ ለማነጻጸሪያ በማቅረብ አንባቢዎች ስለ እግዚአብሔር ቃል የጠለቀ መረዳት እንዲያገኙ ያግዛል።

ፓስተር ወንዲፍራው አዲስ

በሙሉ ወንጌል ቤተክርስቲያን የመጽሐፍ ቅዱስ ኮሌጅ የመጽሐፍ ቅዱስ አስተማሪና የተማሪዎች ዲን

ከሁሉ አስቀድሜ ስለ ወንድሜ አድያምሰገድ እግዚአብሔርን አመሰግናለሁ። ወንድማችን በዚህ አሳችና ሃሰተኛ አስተማሪዎች በፈሉበት ጊዜና በተለይ ደግሞ የስሕተት አስተማሪዎችን ትምሕርት እንደ ውሃ የተጠማ ሕዝብ ባለበት ጊዜ ይህን የዕብራውያን መጽሐፍ ማብራሪያ አዘጋጅቶ ማቅረቡ እንደ ትልቅ ስጦታ እቆጥረዋለሁ።

አንድ አማኝ አልፎም አንድ አገልጋይ ይህንን የዕብራውያን ማብራሪያ ሲያነብ ሊያገኘው የሚችለው ነገር ቢኖር በመጀመሪያ የዳነበትን እውነት በቅጡ ይረዳል ፤ አልፎም የሚጠብቀውና ተስፋ የሆነው ኢየሱስ ክርስቶስ እስኪመጣ ድረስ ከእግዚአብሔር ጋር የተቋጠረበትንና የተሳሰረበትን የኪዳን ደም ዘላለማዊነት ከልቡ ይረዳል።

ፓ/ር ቢኒያም ወልደትንሳኤ

ጌታችን ኢየሱስ ክርስቶስ በዮሐንስ ወንጌል ምዕራፍ 21 ከቁጥር 15 እስከ 17 ባለው ምንባብ ሐዋርያው ጴጥሮስ እስኪጨንቀው ድረስ ሶስት ጊዜ “ከነዚህ ይበልጥ ትወደኛለህን?”፤ “በእውነት ትወደኛለህን?” “ትወደኛለህን?” እንዳለው እንመለከታለን። መንፈስ ቅዱስም ወንድሜ አድያምሰገድ ን በተመሳሳይ የፍቅር ጥያቄ ያስጨነቀው ይመስለኛል። ችሎታን የሚሰጥ እግዚአብሔር ነው፤ ትጋት ግን ከሰው ነው። ወንድሜ አድያምሰገድ የዕብራውያንን መልእክት ጥናት በሶስት ክፍል ጽፎ ሲያበረክተን ምን ያህል

ሰዓታት በየቀንና ሌሊት ቁጭ ብሎ፤ መጻሕፍትን እያገላበጠ፤ ከመንፈስ ቅዱስ ጋር እየተነጋገረ በትጋት እንደ ጻፈው ሳስብ "ወይ የእግዚአብሔር ስጦታ" አሰኝቶኛል። ይህ መጽሐፍ ለቤተክርስቲያናት ታላቅ ስጦታ ነው። ለመንፈሳዊ ትምሕርት ቤቶች በአማርኛ ቋንቋ የቀረበ ታላቅ በረከት ነው። በግል በጌታ ቃል ማደግ ለሚፈልጉም ጥሩ የምስራች ነው።

"ጨው ለራስህ ብለህ ጣፍጥ" ተብሏልና መጽሐፍ ቀርቦልናል፤ መጠቀሙ ግን የኛ ፈንታ ነው። ወንድሜ አድያምሰገድ ሃላፊነትህን በታማኝነት ተወጥተሃል። በሌሎችም መጻሕፍት ላይ ተመሳሳይ ጥናት እንደ ምታበረክተን እተማመናለሁ። ጌታ ብርታቱንና ትዕግስቱን ይስጥር በእውነት ጌታ አብዝቶ ይባርክህ።

ፕሮፌሰር ዮሐንስ ጥሩነህ

ይህ መጽሐፍ ለእኔ በሶስት መንገዶች ጠቃሚ ሆኖ አግኝቼዋለሁ። በመጀመሪያ ወንድማችን አድያምሰገድ ይህንን መጽሐፍ በሚጽፍበት ጊዜ የራሱን መረዳት ብቻ አይደለም ያካፈለን፤ ብዙ መጻሕፍትን መርምሯል፤ ብዙ ማብራሪያዎችን አገላብጦ አይቷል። በሥራው ውስጥ እንደ ዋረን ዋይርስቢ የመሳሰሉ ታዋቂ መምሕራንን ስም ጠቅሶ በማየቴ በጣም ደስ ብሎኛል።

የነዚህ ዓይነት ሰዎችን መረዳት አክሎ ማቅረቡ የመጽሐፉ መልእክት ጥልቀት እንዳለውና ወንድማችንም ብዙ እንደደከመበት አመላካች ነው። ብዙዎቻችን የእንግሊዝኛ መጻሕፍት በማናነብበት ሃገር ውስጥ ይህ መጽሐፍ በራሳችንን ቋንቋ ማብራሪያ ማቅረቡ በብዙ ይጠቅመናል።

ሁለተኛ፣ ይህ መጽሐፍ ስብከት ለማዘጋጀት ለሚፈልጉ ሰባኪዎችም ሆነ የእግዚአብሔርን ቃል በሕይወታቸው ሊጠቀሙበት ለሚፈልጉ አማኞች ሁሉ አስተዋጽኦ ያደርጋል። ስለዚህ አገልጋዮችና የመጽሐፍ ቅዱስ ጥናት የሚመሩ ሰዎች ሁሉ ሊያገኙትና ሊጠቀሙበት ይገባል።

ሶስተኛ ደግሞ፣ ይህ መጽሐፍ በእግዚአብሔር ቃል መሰረት ጠንከር ያለ ትምሕርት ያቀርባል። ደራሲው ወንድማችን አድያምሰገድ መጽሐፍ ቅዱስ ውስጥ በተጻፈው እውነት መሰረትና በግል ሕይወት ልምምዱ ላይ ተመስርቶ በጥንቃቄ ጽፎታል።

የእግዚአብሔርን ቃል የሚወዱ ወንጌላውያን ቤተክርስቲያኖችና ሌሎችም ይህን መጽሐፍ እንዲጠቀሙበት አበረታታለሁ።

ዶ/ር ኤርምያስ ማሞ

ምክትል ዋና ጸሐፊ

የኢትዮጵያ ቃለ ሕይወት ቤተክርስቲያን

ወንድማችን አድያምሰገድ በመጽሐፍ ቅዱስ መጻሕፍት ላይ የጻፋቸው ማብራሪያዎች ለሁሉም አንባቢ ተስማሚ በሆነ መንገድ ነው የተጻፉት። የዕብራይስጥ እና የግሪክ መጽሐፍ ቅዱሶችን ቢጠቀምም እንኳ ሁሉም ሰው መረዳት በሚችልበት መንገድ ነው ያቀረበው። በዕብራውያን መልእክት ማብራሪያ እና በሌሎቹም መጻሕፍት እጅግ ተጠቅሜባቸዋለሁ።

አማኞች ሁሉ ይህንን የዕብራውያን መልእክት ማብራሪያ ቢጠቀሙበት ብዙ መጽሐፍ ቅዱሳዊ እውነቶችን ከመማር አልፈው በሕይወታቸው ለውጥ ማየት እንሚችሉ አምናለሁ። ወንድማችን የዕብራውያን መልእክትን በሚያዘጋጅበት ጊዜ በሥራው ውስጥ በአርትኦት ተሳፍፌያለሁ። ስለዚህ ክርስቲያኖች ሁሉ እና የመጽሐፍ ቅዱስ ትምሕርት ቤት አስተማሪዎች፣ በተለይም በአማርኛ ቋንቋ የሚያስተምሩ አስተማሪዎች ይህንን መጽሐፍ እንዲጠቀሙበት እመከራለሁ።

ዶ/ር ወይታ ወዛ

አፍሪካ ዳይሬክተር

ባክ ቱ ዘባይብል ኢንተርናሽናል

አድያምሰገድ ን ለ15 ዓመታት ያህል አውቀዋለሁ። ለብዙ ዓመታት የብሉይ ኪዳን እና የአዲስ ኪዳን መጻሕፍትን በጽሑፍ በማብራራት ሲያገለግል እንደቆየ አውቃለሁ። የጻፋቸው መጻሕፍት ውስብስብ የሆኑ ስነ መለኮታዊ ትንታኔዎችን ከመከተል ይልቅ ጤናማ የሆኑ መጽሐፍ ቅዱሳዊ አስተምሕሮዎችን ቀለል ባለ አቀራረብ ሁሉም ዓይነት አንባቢ ሊጠቀም እንዲችል አድርጎ አቅርቧል።

የጻፋቸው መጻሕፍት እኔ በማገለግልበት የኢትዮጵያ ሙሉ ወንጌል ሴሚናሪ ውስጥ ትልቅ አስተዋጽኦ ሊያደርጉ ይችላሉ። የስነ መለኮት ትምሕርት በአማርኛ የምናስተምርባቸው ከ70 በላይ የሚሆኑ ማዕከላት አሉን። ስለዚህ የዕብራውያን መልእክት ማብራሪያን

ጨምሮ ሌሎቹም የአድያምሰገድ መጻሕፍት በማዕከሎቻችን እንዲሰራጩ የተቻለንን ሁሉ እናደርጋለን።

ዶ/ር እስክንድር ታደሰ

ዳይሬክተር

የቀድሞ የኢትዮጵያ ሙሉ ወንጌል ቲዎሎጂካል ሴሚናሪ

በሃገራችን ቋንቋ የተጻፉ የስነ መለኮት መጻሕፍትና የመጽሐፍ ቅዱስ ማብራሪያዎችን ማግኘት አስቸጋሪ በሆነበት ሰዓት ወንድማችን አድያምሰገድ እነዚህን ተከታታይ መጻሕፍት ለመጻፍ ስለመነሳሳቱ እግዚአብሔርን አመሰግናለሁ። ከአድያምሰገድ መጻሕፍት መካከል የኤፌሶን ማብራሪያ እና የሮሜ ማብራሪያን የማየት ዕድል አግኝቻለሁ፤ ነገር ግን ብዙ ትኩረቴን ያደረግሁት የዕብራውያን መልእክት ማብራሪያ ላይ ነው።

በዚህ ማብራሪያ ውስጥ ደራሲው የእግዚአብሔርን ቃል ከሕይወታችን ጋር ለማዛመድ ትልቅ ጥረት ማድረጉን ተመልክቻለሁ። የአጻጻፍ ስልቱ ግሩም የሆነ ፍሰት ያለው በብዙ ጠቃሚ መረጃዎች የታጨቀ ነው። እንዲሁም ከሌሎች ማብራሪያዎች የተጠቀሱ ብዙ ጠቃሚ ሃሳቦችም ይገኙበታል። ስለዚህ ቅዱሳን ሁሉ ማብራሪያውን እንድትጠቀሙበት አበረታታችኋለሁ።

ፓ/ር አስራት ግርማ

ዳይሬክተር

እስፖርት ፍሬንድስ ኦቭ ኢትዮጵያ

"ኢየሱስ ክርስቶስ ትናንትና፣ ዛሬ፣ እስከ ለዘላለምም ያው ነው።" ይህ ዕብራውያን ምዕራፍ 13 ውስጥ የሚገኝ ቃል ነው። ወንድማችን አድያምሰገድ ኢየሱስ ከሁሉ ይበልጣል በሚለው ሃሳብ ላይ ለሁላችንም በሚገባን መንገድ ይህን መጽሐፍ አዘጋጅቷል። የዕብራውያን ክርስቲያኖችን ያገለገሉዋቸው ብዙ አባቶች አሉ። እነዚያ አባቶች ግን ብዙዎቹ ወደጌታ ስለሄዱ ከእነርሱ ጋር አልበሩም። በስደትና በሰማዕትነትም ያለፉ ነበሩ። አሁን እነዚያን ሰዎች ማግኘት የሚቻለው በሃሳብ ወይም በትዝታ ብቻ ነው፤ ኢየሱስ ግን ዛሬም እስከ ዘላለምም ከእናንተ ጋር ነው የሚል መልእክት ነው የዕብራውያን ጸሐፊ የሚያስተላልፈው። ስለዚህ ኢየሱስ ከሁሉ ይበልጣልና በዚህ በሚበልጠው ኢየሱስ ጽኑ የሚል መልእክት ነው የሚያስተላልፍልን። ይህ ማብራሪያ ፍንትው ባለ መንገድ ዘርዘር አድርጎ ነው መልእክቱን የሚያቀርብልን። ስለዚህ ይህንን መጽሐፍ

መጠቀም እጅግ በጣም መሰረታዊ ጉዳይ ነው። እናንተም አንብባችሁት ራሳችሁን የምትጠቅሙበት ሌሎችንም የምታገለግሉበት ይሁን።

የመጽሐፉ ይዘት ከመጽሐፍ ቅዱስ አንጻር ካየነው በደምብ ጊዜ ተወስዶበት፣ ተለፍቶበት የተዘጋጀ፤ በጥልቀት ሊያስተምረን የሚችል ይዘት አለው። በመቀጠል ደግሞ የቤተክርስቲያንን ታሪክ በመዳሰስ የእምነት አባቶች የተናገሩትን እንዲሁም አሁን ያሉ የስነ መለኮት አስተማሪዎች የተናገሩትን ጨምሮ የሚያሳየን መጽሐፍ ነው። የአይሁድን ባሕል እየዘረዘረልን ከግሪኮችም አጻጻፍ ጋር በማገናዘብ ወደ አማርኛ ሁሉ ሳይቀር በሚጥም እና በሚገርም መልኩ የተጠናከረና የተደራጀ ነው። ይህ ማብራሪያ መጻሕፍት ሁሉ የተጻፉለትንና የሁሉ ማዕከል የሆነውን ኢየሱስን በሕይወታችን አስበልጠን በእርሱ ጸንተን እንድንቆም የሚያገዘን መጽሐፍ ነው። ወንድማችንን እና ቤተሰቡን እግዚአብሔር ይባርካቸው።

አንዳንድ ጊዜ የምናውቃቸው ደራሲያን የጻፉት መጽሐፍ ላይ አስተያየት እንድንሰጥ ስንጠየቅ ደራሲዎቹን ላለማስቀይም ብቻ ጥሩ መጽሐፍ ነው ብለን አስተያየት እንሰጣለን። ወንድማችን አድያምሰገድ ን አላውቀውም። ፎቶውን ብቻ ነው ያየሁት። ነገር ግን እርሱ ስለጻፈው መጽሐፍ የሰጠሁት አስተያየት በሙሉ ከልብ የሆነ እውነት ነው። ምንም አላጋነንኩም።

ይህንን ማብራሪያ በማነብበት ጊዜ ስለ ወንድማችን አድያምሰገድ እግዚአብሔርን ሳመሰግን ነበር። በዚህ ዘመን መጻሕፍትን ለመጻፍ ራሳቸውን የሰጡ ብዙ ሰዎች አናገኝም። ወንድማችን የጻፈውን ይህንን የዕብራውያን መልእክት ማብራሪያ ደስ እያለኝ ነው ያነበብኩት። አንዳንድ መጽሐፎች ወደ ማስተማር ሲያዘነብሉ ሌሎች ደግሞ ወደ ስብከት ያዘነብላሉ። ይህ ማብራሪያ ግን ስብከትም ትምሕርትም የሚሰጥ መጽሐፍ ነው። ትምሕርቶችን ከስብከት እና ከጥሩ ማብራሪያ ጋር አቀናብሮ ያቀርባል።

ይህ መጽሐፍ የተጻፈበት ግልጽነት ጀማሪ አንባቢ እንኳ እግዚአብሔር በዕብራውያን መልእክት አማካኝነት ምን እየተናገረን እንደሆነ በቀላሉ መረዳት በሚችልበት መንገድ ነው። ደራሲው በጽሑፉ ውስጥ የእንግሊዝኛ ቃላት መቀላቀል ሳያበዛ መልእክቱን በቀላልና በሚጥም አማርኛ አቅርቦልናል። በማብራሪያው ውስጥ የቀረበልንም ትምሕርት ለዘመኑ እንዲሁም ለኢትዮጵያ በጣም አስፈላጊ ትምሕርት ነው። ስለዚህ አማኞች በቡድን የመጽሐፍ ቅዱስ ጥናቶች ውስጥ እንዲጠቀሙበት እመክራለሁ። ወደፊት ከዚህ ማብራሪያ ጋር የሚያገለግል የመምሕሩ መመሪያ ይዘጋጃል ብዬ ተስፋ አደርጋለሁ።

ስለዚህ ወንድማችንን አድያምሰገድ ን እና አገልግሎቱን እግዚአብሔር ይባርክ። መጽሐፎቹ በመላው ኢትዮጵያ ተሰራጭተው ማየት ምኞቴ ነው።

ወንጌላዊ ወልደየሱስ ቡፌቦ
ካንትሪ ዳይሬክተር
ባይብል ሊግ ኢትዮጵያ

የዕብራውያን መልእክት ጥናትን ሳስብ እግዚአብሔርን ስለ ባርያው ስለ ወንድሜ አዲን ትጋትና ፅናት እንዳመሰግን እንዲሁም ጥረቱን ፣ ልፋቱንና የስራው ጥራት እንዳደንቅ ስራው ራሱ ግድ ይለኛል። ሌላው በራሳችን ቋንቋ የፅሁፍ ለዛ ሩቅ ያለውን ቅርብ አድርጎልን በቀላሉ የእግዚአብሔርን እውነት የፃሀፊው ወይንም ደግሞ የመንፈስ ቅዱስ ሀሳብ ለመጀመርያ ተደራሾች እንዲሁ ለኛ ያለውን መልእክት በቀላሉ እንድንረዳ በስፋት የተብራራ መፅሐፍ ስለሆነ በግልም ሆነ በጋራ ለሚደረጉ የመፅሀፍ ቅዱስ ጥናቶች በቀዳሚነት ሊቀመጥ ይገባዋል እላለሁ። ከአገልጋይም ሆነ ከማንኛውም ክርስቲያን ሸልፍ መገኘት የሚገባው መፅሐፍ ነው።
አዲና ዩዲ ለትውልድ ስለከፈላችሁት ዋጋ እግዚአብሔር ይባርካችሁ፡፡

ፓስተር ጀምበር በየነ

እንደዚህ ዓይነት ኮመንታሪ (ማብራሪያ) የራሳችን ሰው ጽፎ በማግኘቱ ለብዙ ወገኖቻችን ሊደርስ የሚችል እንደዚሁም ደግሞ በተለያዩ ኮሌጆች እንደ ቴክስት ቡክ አርገን ብንጠቀምበት በጣም ይረዳናል ብዬ አስባለሁ እግዚአብሔር ይባርካችሁ ይሄንን ወንድም በጣም ጌታ ያበርታው እላለሁ፡፡

ፓስተር ሚካኤል ተፈራ
የፍቅር ወንጌል ቤተክርስቲያን መጋቢ
ቤሪያ ሊደርሽፐ ኢንስቲትዩት፤ ቶሮንቶ ከካናዳ

ወንድማችን የጻፈው የዕብራውያን መልእክት ማብራሪያ ቀጥታ ከእግዚአብሔር ቃል ጋር ነው የሚያገናኘን። የእግዚአብሔርን ቃል እንድንቆፍር፣ የእግዚአብሔርን ቃል በተለያየ ነገር እንድናይ ይረዳናል፤ ሕይወትን ይቀይራል። እና ይሄ መጽሐፍ እኔ አይ ቲንክ ውድ ቢ ክላሲክ [ዘመን ተሻጋሪ] ይሆናል ብዬ አምናለሁ፤ ለጀነሬሽን ለዚህ ጀነሬሽን ብቻ

ሳይሆን ሊመጣ ላለ ጀነሬሽን ሁሉ እንደ ሪሶርስ የሚጠቅም መጽሐፍ ነው ብዬ አስባለሁ እና ወንድሜ እግዚአብሔር ይባርክህ በርታ።

ፓስተር ተረፈ ስረቀ

ቤሪያ ሊደርሽፕ ኢንስቲትዩት፤ ቶሮንቶ ከካናዳ

እያንዳንዱ ክፍል ላይ የሰጠው ማብራሪያ እስከሚገባኝ ድረስ መጽሐፍ ቅዱስን በጥንቃቄ ደጋግሞ አንብቦ፣ ሲሆን ደግሞ የተለያዩ መጽሐፍ ቅዱስ በጥንት የተጻፉትንም መጽሐፍት እርሱንም አስቦ ሌሎችም ደግሞ ረጅ መጽሐፍቶችን አስቦ፣ አውጥቶ አውርዶ በጌታ ፊት ደግሞ ፀልዮ ይመስለኛል ይሄንን መጽሐፍ ያዘጋጀው እና ለዚህም ነው እንደዚህ ጥልቀት ሊኖረው የቻለው፣ ለብዙዎቻችን ደግሞ በረከት ሊሆን የቻለው እና ስለዚህ በጥልቀት፣ በጥንቃቄ በብዙ ትጋት እያንዳንዱን ክፍል፣ እያንዳንዱን ምዕራፍ፣ እያንዳንዱን ቁጥር አብራርቶ ስላዘጋጀልን ይሄ ደግሞ በጣም የሚያንጽ፣ የሚጠቅም ስለሆነ ሁላችንም እንድንጠቀምበት እመክራለሁ።

ወንድም አሥራት ብርሃኑ

ወንጌላዊ

በኢትዮጵያ ቃለ ሕይወት ቤተክርስቲያን በደቡብ ምሥራቅ ኢ.አ. አካባቢ

የአድያምሰገድ ሥራዎችን ሳይ ነገረ መለኮታዊ አተያያቸው በጣም የጠለቀ ነው። ሰው በግሉም በቡድንም እንጠቀምበት ቢል የሚችል ነው፣ አስተማሪዎች ናቸው እኔ በግሌ ተጠቅሜባቸዋለሁ፣ በቡድንም ለመጽሐፍ ቅዱስ ጥናት ቡድኖች ወስደን የሰጠንበት ሁኔታ አለ፤ በጣም ኢላስትሬቲቭ ናቸው ነገሮችን ይተነትናሉ፣ ነገረ መለኮታዊ ይዘታቸው በጣም ጥልቅ ነው።

ወንድም መለሰ ኃይሌ

በኢትዮጵያ ቃለ ሕይወት ቤተክርስቲያን የኮሙዩኒኬሽን እና ሥነ ጽሑፍ መምሪያ የሥነ ጽሑፍ ሥራዎች አስተባባሪ

ወንድማችን አድያምሰገድ የሚጠቀምበት መደበኛውን የአማርኛ ቋንቋ በመሆኑ ሁላችንም አንባብያን የሆንን ሁላችንም በቀላሉ የመጽሐፍ ቅዱሱን ሐሳብ እንደሚገባ ለመጨበጥ በሚያስችለን መልኩ የጥናት መጽሐፉ ተዘጋጅቷል።

ተመስገን ሣህለ

በኢትዮጵያ ቃለ ሕይወት ቤተክርስቲያን የኮሙዩኒኬሽን እና ሥነ ጽሑፍ መምሪያ ኃላፊ

የዕብራውያን መጽሐፍ ለምዕመናን እንደ ሃይስኩል ወይም ደግሞ ኮሌጅ ፊዚክስ ወይም ደግሞ እንደ ካልኩሌሽን ማትማቲክስ በጣም ከበድ ያለ ነው፡፡ በቀላሉ ሰዎች ሊረዱት የሚችሉ አይደለም እና ይሄንን አብዛኛው የዕብራውያን እና አይሁድ ተመርኩዞ የተጻፈ መጽሐፍ ነው፡፡ ይህንን ወደ እኛ ወደ ኢትዮጵያዊያን ወደ አማርኛ አውድ ተተርጉሞ ሕዝቡ ሊረዳ በሚችል መንገድ ነው የሠራው እና ለምንባብ ቀለል ባለ አማርኛ እንደገናም ደግሞ ሰዎች በመጽሐፍ ቅዱስ ጥናት መልክ ሊጠቀሙበት የሚችሉ በጣም የሚገርም በጣም ግዙፍ ገጽ ያለው መጽሐፍ ነው፡፡

ወንጌላዊ ወልደየሱስ ቡፌቦ

ካንትሪ ዳይሬክተር

ባይብል ሊግ

የኢትዮጵያ ወንጌላዊያን ወጣቶችም፣ የቤተክርስቲያኔ ወጣቶችም የኢትየጵያ ቃለ ሕይወት ወጣቶችም የዶክተር አድያምሰገድ ን መጽሐፍት አስሰው እንዲያነቡ፣ እንዲጠቀሙባቸው ላበረታታ እወዳለሁ።

መጋቢ በሰላሙ በካሎ

የኢትዮጵያ ቃለ ሕይወት ቤተክርስቲያን ወጣቶች አገልግሎት ዋና ክፍል አስተባባሪ

በሃገራችን በአማርኛ የተጻፉ የመጽሐፍ ቅዱስ ማብራሪያዎች ብዙም የሉንም፤ እንዲሁም መጽሐፍ ቅዱስን በዲግሪ ለማስተማር በቂ የማጣቀሻ መጻሕፍትም የሉንም። ወንድም አድያምሰገድ የዕብራውያን መልዕክት ማብራሪያ እና ሌሎችም የመጽሐፍ ቅዱስ ማብራሪያዎችን በመጽሐፍ ይህንን ጉድለት ለመሙላት በትጋት እየሰራ ይገኛል።

እንደዚህ ዓይነት ማብራሪያዎች የሚሰጡን ትምሕርት ለመንፈሳዊ ሕይወታችን መሰረት ለመጣል የሚያደርጉት አስተዋጽኦ ታላቅ ነው። ስለዚህ የቤተክርስቲያን መሪዎች፣ አገልጋዮች እና አማኞች ሁሉ ይህንን ማብራሪያ እንዲጠቀሙት አበረታታለሁ።

ኤርምያስ ማሞ

የኢትዮጵያ ቃለ ሕይወት ቤተክርስቲያን ዳይሬክተር

ይህ ለአማኞች ሁሉ የሚጠቅም የመጽሐፍ ቅዱስ ማብራሪያ ነው። በኢትዮጵያ ያሉ ቤተክርስቲያኖች፣ የመጽሐፍ ቅዱስ ኮሌጆች፣ አገልጋዮች እንዲሁም አማኞች ሁሉ ይህንን የዕብራውያን መልእክት ገዝተው እንዲያጠኑት እመክራለሁ።

አድያምሰገድ ሰገድ በቅርበት የማውቀውና የማደንቀው ሰው ነው።

ፓስተር ኤልያስ ማሞ

የወጣቶችና የሕጻናት አገልግሎት አስተባባሪ

የኢትዮጵያ ሙሉ ወንጌል አማኞች ቤተክርስቲያን

የዘመናችን ቤተ ክርስቲያን ከገጠሟት ዘርፈ ብዙ ችግሮች መካከል ዋንኛው የእምነታችን ዋነኛ መሠረት የሆነው መጽሐፍ ቅዱስን በአግባብ የአለመረዳት ችግር አንዱ ነው፡፡ ስለዚህ መጽሐፍን ቅዱስን በአግባብ ለመረዳት እና ለማስረዳት እንደዚህ ያሉ አጋዥ መጽሐፍት ያስፈልጉናል፡ በተለይ እንደ ዕብራውያን ያሉ ጥልቅ የስነመለኮት ትምህርት ያላቸውን መጽሐፍት ለመረዳት እንደዚህ ያሉ ማብራሪያ (አጋዥ መጽሐፍት) በጣም ያስፈልጉናል፡

ከዚህ በፊት ከታተሙት የዕብራውያን ማብራሪያዎች ለየት ባለ መልኩ ወንድማችን አድያም ይህንን መጽሐፍ አበርክቶልናል፡፡ በዚህ የዕብራውያን ማብራሪያ ወንድማችን በቀላሉ ለመረዳት የሚያስቸግሩ ትምህርቶችን በማንሳት ከአገራችን አውድ በማገናኘት በቀላሉ ለመረዳት በሚያስችል መልኩ አቅርቦልናል፡፡

ወንድማችን ካነሳቸው አሳቦች መካከል ስለ ታቦት፣ አማላጅነት፣ የክርስቶስ በስጋ መወለድ እና በኩር ልጅ መሆን፣ አስራት እና ቅድስና ይገኙበታል ከዚህ በተጨማሪም ስለ እምነት፣ ድነት፣ ኃጢአት ከእምነት እንቅስቃሴ ጋር የተያያዙ ጉዳዮችን በማንሳት ጥሩ መጽሐፍ ቅዱሳዊ ማብራሪያ አቅርቦልናል፡፡

ስለዚህም የዕብራውያን መጽሐፍ ለመረዳት የሚፈልጉ ሁሉ እንዲያነቡት እመክራለሁኝ፡፡ በተለይ የመጽሐፍ ቅዱስ ትምህርት ቤቶች እንዲጠቀሙበት አበረታታለሁ፡፡

መላከ ሰላም ቢጋለ (መጋቢ)

ወንጌል ብርሃን አለምአቀፍ ቤተክርስቲያን

የጸሐፊው ማስታወሻ

ይህ ጽሑፍ የዕብራውያን መጽሐፍ ማብራሪያ እንዲሆን ታልሞ የተዘጋጀ ነው። የዕብራውያን በብሉይ ኪዳን የነበሩ ወይም ብሉይ ኪዳናዊ በሆነው የአምልኮተ-እግዚአብሔር ሥርዓት ውስጥ የሚገኙ ልዩ ልዩ አሳቦች፣ ድርጊቶች፣ እንዲሁም ቁሳቁሶችና የአሠራር መርኆች ብሎም ሥፍራዎች ሊመጣ ላለው ነገር፣ ማለትም አዲስ ኪዳናዊ ለሆነው የጸና ዕውነት (በክርስቶስ በኩል ሁሉም ወደ እግዚአብሔር መንግሥት ለታደሙበትም ሆነ የመግባታቸው ሁኔታ ለተመቻቸበት የእግዚአብሔር ዓላማና አሳብ) በጥላነትና ምሳሌነት ያገለገሉ መሆናቸውን በግልጽም ሆነ በዝርዝር የሚያስረዳ መጽሐፍ በመሆኑ ምክንያት ሊሰጠው የሚገባ ሥፍራ ትልቅ ከመሆኑም ባሻገር፣ የያዛቸው ዕውነቶችም ጠጣርና ጥልቅ በመሆናቸው ምክንያት እንዲህ በቀላሉ ማብራሪያውን አዘጋጅቼ የመጨረሱና በልቤ ያለውን ሁሉ በዚህ ረገድ ስጥቻለሁ ማለቱ ያን ያህልም ቀላል አለመሆኑን በዝግጅቱ ሂደት አበክሬ ወደ መረዳቱ መጥቻለሁ።

ለምሳሌ ያህል የዕብራውያን መጽሐፍ ስለ እምነት ይናገራል። መጽሐፉ የእምነትን ምንነት ከመግለጹም በላይ እምነት የሚለው ቃል በአንድ በኩል አሳባዊ ወይም ንግግራዊ ገጽታ እንዳለው፣ በሌላ በኩል ደግሞ የሥራ ወይም የተግባር (ድርጊታዊ) ገጽታም እንዳለው አድርጎ በማቅረብ፣ የሐዋርያው ጳውሎስንና የያዕቆብን መልእክቶች ተመጋጋቢነት የሚያሳይ ሆኖ አግኝቼዋለሁ። ታዲያ እንዲህ ያለውን ዐቢይ ርእሰ-ጉዳይ እና ሌሎች እንደ ብኩርና (የክርስቶስ ብኩርና)፣ የማደሪያው ድንኳንና በውስጡ የሚገኙ ልዩ ልዩ ቁሳቁሶች፣ ብልጽግና፣ ... ወዘተ ያሉትን ዐበይት ርእሰ- ጉዳዮች በቻልሁት መጠን ከልቤ ወጥቶአል እስከል ድረስ መጻፍና የማብራሪያው አካል ማድረግ የግድ ሊደረግ የሚገባ ነገር እንደ ሆነ ተረድቻለሁ።

መቼም ከሠዉ አይቀር ማለፊያ የሆነውን መሥዋዕት ማቅረቡ ተገቢነት ያለው ነገር እንደ ሆነ ሁላችሁም ቢሆን የምታውቁት ነገር ነው። ዕንከን ያለበትን፣ ነውር ያለበትን አሊያም ሰባራም ሆነ አንካሳ የሆነ መሥዋዕት ማቅረብ አንድም የሸንጋይነትን ተግባር መፈጸም

ነው። ሁለትም እንዲህ ያለው ሽንጋይ ሰው የተረገመ ይሁን ተብሎ ስለ ተጻፈ በገዛ ራሴ ዕጅ በራሴም ሆነ በትውልዴ ላይ እርግማንን ማምጣት ነው የእንደዚህ ያለው ተግባር ውጤት ይሄው ነው። ስለዚህም በሥፍራው እየገቡ አንጻራዊነት ባለው መልኩ ትምህርቶችን ከላይ በጠቃቀስሁላችሁ ርእሰ-ጉዳዮች ላይ ሳዘጋጅ ከርሜአለሁ። በዚህም ደግሞ የበርካታ ጊዜ፣ ጉልበት እንዲሁም ገንዘብ መሥዋዕትነት ሊከፈል ግድ ሆኖአል። ክብሩ ለአምላካችን ለእግዚአብሔር ይሁን! አሜን!

በመጽሐፉ የምስጋና ገጾች ላይ ልትመለከቱት እንደምትችሉት በዚህ ሥፍራ ላይ በርካታ ሰዎች እንዲሳተፉበት አድርጌአለሁ። ይኸውም ለጌታ ለአምላካችን ለእግዚአብሔር የምናቀርበው አገልግሎት እርሱ አምልኳችንም ጭምር ስለሆነ፣ በተቻለ መጠን ወይም ዐቅም በርካታ ሰዎች የተሳተፉበትና በርካታ ዕውቀት፣ ልምድ፣ ተሞክሮ እና ተሰጥኦዋቸው ፈስሶበት ለጌታ ክብር የሚውል ማለፊያ መሥዋዕት እንዲሆን አብያተ ክርስቲያናትና አገልጋዮች፣ መሪዎችና ምእመናን ሁሉ እንዲባረኩበት (እንዲጠቀሙበት) በሚል የተደረገ ነው።

ይህ ማብራሪያ ከዚህ ቀደም እንደ አንደኛ እትም በሚታሰብ መልኩ ተዘጋጅቶ የታተመና ለሕዝብ የቀረበ ሳይሆን፣ የበርካታ ሰዎች (የቤተ ክርስቲያን መጋቢዎች፣ የቤተ ክርስቲያን መሪዎች፣ የነገረ መለኮት ምሁራን፣ ደግሞም ለረጅም ዘመን በሥነ ጽሑፍና በነገረ መለኮት ትምህርት አስተማሪነት ያገለገሉ ወንድሞች፣ በተለይም ደግሞ በአርትዖት የሙያ መስክ ላይ ተሰማርተው በርካታ ሥራዎችን የሠሩ ሙያተኞች ሁሉ አስተያየት የተሰበሰበበትና ይህም በግብዓትነት ተወስዶ በድጋሚ ረዘም ያለ ጊዜ ተወስዶ አስቀድሜ እንዳልሁት በርካታ ማሻሻያዎች ተደርገውበትና ከዐውዳችን አንጻር መካተት ያለባቸው ሕዝባችንን የሚጠቅሙ ርእሰ-ጉዳዮች በአዲስ መልኩ ተዘጋጅተው ሥራው አሁን ባለበት ደረጃ ተሠርቶ የቀረበበት መሆኑን አንባቢያን እንዲረዱት እፈልጋለሁ።

ክርስትና በአይሁድ እምነት ጥላ ውስጥ ተፀንሶ ያደገ እንደ መሆኑና አሁንም ቢሆን ብሉያት በአዲስ ኪዳን ብርሃንነት በሚታዩበት አግባብ ከብሉይ ኪዳን መጻሕፍት /ከአይሁድ እምነት መጻሕፍት/ ጋር በአያሌው የተራቈተ ሆኖ እንመለከተዋለን።

በሌላ መልኩ ወደ ክርስትና እምነት የመጡት ብዙዎቹ የመጀመሪያዎቹ ምእመናን ዕብራውያን ወይም አይሁዳውያን መሆናቸው የሚታወቅ ነው። እነዚህ ሰዎች ቀድሞ የነበሩበትን እምነት አሁን ካሉበት እምነት ጋር አጣጥመው ለመሄድ ብዙ ይቸገሩ እንደ ነበር መጽሐፍ ቅዱስ ይነግረናል። ከዚህ የተነሣም ብሉያትነት ብቻ ያላቸውና በአዲስ ኪዳን ውስጥ ከጥላና ምሳሌነት የዘለለ ፋይዳ የሌላቸው ነገሮችን በውል

ስለማይረዱዋቸው ዘወትር ለመቀየጥ ልምምድ /Syncretism/ ሲጋለጡ ይስተዋሉ ነበር፤ በእርጥም ይህ የመቀየጥ ልምምድ በእኛ አገር ዕድሜ ጠገብ በሆነው ክርስትናም ሆነ በዘመኑ የወንጌላውያን አብያተ ክርስቲያናትም ዘንድ እንዲሁ የሚታይ ነው።

የዕብራውያን ጸሐፊ በዚህ ረገድ ምርትና ግርዱን እንዲለዩ ከብሉያት ብዙ ነገሮችን እያነሣንም ሆነ ለእነርሱም ተገቢውን ወይም በቂ የሆነ ሽፋን እየሰጠ ለማስተማር የተገደደው፣ ዕውነተኛው የወንጌል አስተምህሮ፣ የደመቀው አዲስ ኪዳናዊ ዕውነት በጥላና ምሳሌ ጫካ ውስጥ ተውጦ እንዳይቀርና እነዚህ ሰዎች መረዳት የሚገባቸውን ዋነኛ ጉዳይ በውል እንዲረዱ ለማስቻል፣ ደግሞም የጥላና ምሳሌነት ሚና ያላቸውን ነገሮች እንደ ዋነኛ ነገር አድርገው በመቁጠር እንዳይታለሉ ለማድረግ ነው።

በእኛም አገር እንዲሁ ይኸው ተመሳሳይ የመቀየጥ፣ ምርትና ግርዱን የመለየት፣ ይልቁንም ዋናውን ነገር ከምሳሌው፣ አካሉን ከጥላው ጋር የማሳከር አካሄድና ዝንባሌ በብዙዎች ዘንድ ሲዘወተር በገሃድ የሚታይ ሃቅ ነው።

ስለዚህም በማብራሪያው ዝግጅት ወቅት እንደዚህ ያሉ ብዥታዎች እንዲጠሩ ሌት ተቀን መድከም ተገቢነት ያለው ነገር መሆኑን አምነን፣ እኔም ሆንሁ ባቅማቸው መጠን በተለየ መንገድ ከጎኔ የቆሙ ሰዎች ሰለቸኝና ደከመኝ የሚሉትን ቃላት ከውስጣችን በማውጣት እና የምንችለውን ሁሉ ለማድረግ የሞከርንበትን ይህን ሥራ ለእናንተ ለምወዳችሁ ወገኖቼ ሁሉ ሳቀርብ ታላቅ ደስታ ይሰማኛል።

ይህ ሥራ ፍጹም ነው ወይም ለፍጹምነት የቀረበ ነው እያልሁ አይደለም። ዳሩ ግን ዐቅም በፈቀደው መጠን የልባችንን ሸክም ከልባችን ከውስጣችን ያወጣንበት ሥራ ስለሆነ፣ ይህን ከግምት በማስገባት የዕብራውያን መጽሐፍ ጥናትን ስታጠኑም ሆነ አንዳንድ ርእሰ-ጉዳዮችን መዘዝ አድርጋችሁ የጥናት ተግባራችሁን ስታከናውኑ፣ ይህን መጽሐፍ በረጅ መጻሕፍትነት እንድትጠቀሙበት በጌታ ፍቅር እጠይቃለሁ።
አዲያምሰገድ ወልደማርያም (የማብራሪያው አዘጋጅ)

የአርታዒው ማስታወሻ

ይህ በደራሲ አድያምሰገድ ወልደማሪያም የተዘጋጀው የዕብራውያን መጽሐፍ ማብራሪያ በብዙ መልኩ እስከ አሁን በአማርኛ ቋንቋ ተዘጋጅተው ካየኋቸው የመጽሐፍ ቅዱስ ማብራሪያ በዐይነቱም ሆነ በአዘገጃጀቱ የተለየ ሆኖ አግኝቼዋለሁ፡፡

የማብራሪያው አዘገጃጀት በርካታ ዓላማዎችን መያዙን የአርትዖት ሥራውን እንድሠራ ዕድል ካገኘሁበት ቅጽበት ጀምሮ አንድ በአንድ ወይም ቀስ በቀስ እየተረዳሁ መጥቼአለሁ፡፡ በመጀመሪያ በሥራው ውስጥ በሚገጥሙኝ ልዩ ገጠመኞች ሳቢያ ባገኘሁዋቸው ነገሮች በግሌ እየተደመምሁ ማለፉን ምርጫዬ አድርጌ ነበር፡፡

እኔ እንጃ በቅድሚያ ከዚህ የዘለለ ነገር ማድግ እንዳለብኝም ሆነ እንደምችል ምንም የምረዳውም ሆነ ወደ አእምሮዬ የመጣልኝ አሳብ አለ ለማለት አልችልም፡፡ ይሁን እንጂ፣ አንዱ ቀን አልፎ ሌላው ሲተካ መጽሐፉን ያዘጋጀሁበት ዓላማ ይህን ያ ነው ብሎ ደራሲው ያሰፈረውን ነገር ባላገኝም፣ ከጽሑፉ አዘገጃጀት ግን መጽሐፉ የተዘጋጀባቸውን በርካታ ዓላማዎች ወይም ግቦች እየለየሁም ሆነ ዕለት ዕለት እያጤንሁ መሄድ ችያለሁ፡፡

እናም ዘወትር ከጎኔ በማይለዩኝ ማስታወሻ መያዥ ወረቀቶች ላይ ያስገረመኝን ነገርም ሆነ ይህ መጽሐፍ የተዘጋጀበትን ዓላማ መከተቡን ተያያዝሁት፡፡ በጊዜ ሂደትም የአርታዒው ማስታወሻ በሚል ይህን አነስተኛ ግን ደግሞ ንባብ ቀስቃሽ የሆነች ጽሑፍ ወይም መልእክት ለማስተላለፍ ወሰንሁ፡፡ የመጽሐፉ አዘጋጅ ወንድም አዲያምሰገድ ይህን ማብራሪያ ሲያዘጋጅ በውስጡ የያዛቸው ዓላማዎች ወይም ግቦች የሚከተሉት እንደ ሆኑ ለመገምገም ችያለሁ፡-

1. በርካታ የመጽሐፍ ቅዱስ ማብራሪያዎችን በምንጭነት ለመጠቀም ገና ከመነሻው አልሟል፡፡ ይህም በማብራሪያው ውስጥ ለሚሰፍሩ ትምህርቶችና አሰቦች ሁሉ በርካታ ማስረጃዎችን ወይም በምስክሮችን ለማቅረብ ማቀዱን እንመለከታለን፡፡

2. ይህን ማብራሪያ ዐውዳዊ የሆነ መልእክት እንዲገኝበት በማሰብና በማቀድ በርካታ በተለይም እኛን ኢትዮጵያውያንን እና በአማርኛ ቋንቋ መናገርና ማንበብ የሚችሉ ወገኖችን ሁሉ ታሳቢ ያደረጉ ዐውዳችንን ማዕከል ያደረጉ ርእሰ-ጉዳዮች እንዲዳሰሱልን ተደርጓል፡፡

3. ይህ በሦስት ክፍል የተዘጋጀ ከ1500 ያላነሱ ገጾች ያሉት የዕብራውያን መጽሐፍ ማብራሪያ ተዘጋጅቶ አሁን ለአንባቢያን ባቀረበበት መልኩ ዕጃችን ላይ እንዲገኝ በርካታ ዓመታትን የፈጀ ሥራ ተሠርቷል፡፡ ምንም እንኳ አብዛኛው ሥራና ልፋት የጸሐፊው ቢሆንና በዚህም ወንድም አድያምሰገድ ብዙ የተፈተነበት ቢሆንም፣ በልበ ሰፊነቱና የአካል አሠራርን ማዕከል ያደረገ የአገልግሎት ፍልስፍና ያለው በመሆኑ፣ በርካታ ሰዎችን በዙሪያው አድርጎ ሠርቶ ያሠራበት ልቡ መጽሐፍ ቅዱሳዊ የሆነውን የአገልግት ፍልስፍና እና ዘመኑን ያገናዘበ አገልግሎት ለመስጠት የተዘጋጀ መሆኑን የሚያሳብቅ ሆኖ አግኝቼዋለሁ፡፡ በዚህም ምክንያት በርካታ ሰዎች ማለትም አገልጋዮችና ምሁራን አስተያየታቸውን ሊሰጡበትና የእነርሱ አስተያየት እንደ አንድ ግብዓት ሆኖ ማብራሪያው ደረጃውን የጠበቀ ሥራ ለመሆን ችሏል፡፡ በምስጋናው ገጽ ላይ በውል ልትመለከቱት እንደምትችሉትም በጽሑፉ ሥራ እርማት ላይ በርካታ ባለሙያዎች ተሳትፈውበታል፡፡ ይህም ደግሞ አንድ ትርጉም ያለውና ትልቅ የሆነ ሥራ ለሕዝባችን ጥቅም እንዲሰጥና በዚህም ሳቢያ ጌታ እግዚአብሔር አምላካችን በሕዝቡ መታነጽ ምክንያት ክብር እንዲያገኝ ማድረግን ታላሚ ያደረገ ግብ በአዘጋጁ ልብና አእምሮ ውስጥ መኖሩን ልብ ለማለት ችያለሁ፡፡

4. ሌላው በሂደት የታዘብሁት ነገር ደራሲው የእርማት ሥራውን በሚያሠራኝ ጊዜ ለእኔ ስልክ በሚደውልባቸው ጊዜያት ልረዳው የቻልሁት ነው፡፡ እነዚህ ዓላማዎችና ግቦች በውስጤ ዘልቀው እንዲገቡ በሳምንት አንዴም ሆነ ሁለቴ ከመኖሪያው ከአሜሪካ በመደወል እስከ ሁለት ሰዓት ድረስ የዘለቀ የስልክ ውይይት ቆይታ ጊዜ መውሰዱ ነው፡፡ ዕውነቱን ልናገር ካልሁ አንዳንድ የሚነግረኝን ነገሮች ልብ የምላቸው ከሁለት ጊዜ በላይ ደውሎ በሚያስታውሰኝ ጊዜ ነበር፡፡ ይህ አድርጎቱ በእርማት ሥራው ላይ አዎንታዊ ተጽዕኖ ማሳደሩን ተመልክቻለሁ፡፡ እናም አዘጋጁን በተመለከተ አንድ ጥያቄ ወደ አእምሮዬ ይመጣል፡፡

ይህም ለመሆኑ ይህ እንዴት ያለው ትጋት ነው? የሚል ነው፡፡ የሥነ-ጽሑፍ ሥራን አንድ ሁለት ጊዜ ትሠራው ይሆናል፡፡ ዳሩ ግን አሁንም አሁንም እዚያው

ላይ እየተመላለሱ ከትናንቱ የተሻለ ሥራ ሊሠራ የሚችልበትን አሳብ እያፈለቁ፣ በሥራው ላይ ከተሰማሩ ሰዎች ጋር እየተወያዩ፣ ብሎም አጠቃላይ የማብራሪያው ዝጅግትን ሥራ እየተከታተሉና እየመሩ መዝለቅ፣ እንዴት ይቻላል? እንድትሉና በአዘጋጁ ባሕርይ እና ጽናት እንድትገረሙ የሚያደርግ ዐይነተኛ የሆነ ነገር ነው፡፡ አንድ ሰው እንዴት ነው አንድን ጽሑፍ መልሶ መላልሶ የሚያዘጋጀው፣ በየጊዜው የሚታዩ ክፍተቶችን የሚሞላው፣ የእርማት ሥራዎቹን በየደረጃው ተከታትሎ የሚያሠራው፣ ደግሞስ ስለ እያንዳንዱ ነገር መጨነቅና መጠበብ የሚችለው? የሚሉ በርካታ ጥያቄዎች በውስጣችሁ እንዲመላለሱ የሚያደርግ ነገር ነው፡፡ እኔ በበኩሌ ስልቹ ነኝ፡፡ እንዲህ ዐይነቱን እልህ አስጨራሽ የሆኑ ተግባራትን መፈጸሙ ይቅርና ከቶውንም ላስበው አልችልም፡፡

በእርሱና በባለቤቱ በዮዲት ዓለሙ ልብ ውስጥ ታላቅ መለኮታዊ ጸጋና ሸክም እንዳለ ተመልክቼአለሁ፡፡ ይህ ሁሉ የሆነ በሥጋ ዐቅም እና ጽናት ሳይሆን፣ በጌታ ጸጋ እና ኃይል እንደ ሆነ በአርትዖት ሥራው መገባደጃ ላይ ተረድቻለሁ፡፡ ክብር ለአምላካችን ለእግዚአብሔር ይሁን! አሜን!

በእርግጥም የእግዚአብሔር መንፈስና ጸጋ ከየትኛውም ነገር በላይ አስቀድመን ልናደንቅ የሚገባ ነገር ነው፡፡ ይሁን እንጂ፣ የጸጋውና የመንፈሱ ኃይልና ክብር በእነርሱ ውስጥ አልፎ የተገለጠባቸውን ወንድሜን አድያምሰገድ ወልደማሪያምንና እኅቴን ዮዲት ዓለሙን ሠሪውና አድራጊው የሆነው ጌታ አምላክ እግዚአብሔር በተትረፈረፈ ጸጋውና ሁሉንተናዊ በሆነ በረከቱ ይጎብኛችሁና ይባርካችሁ ልላችሁ እወድዳለሁ፡፡

ወንድሜ አድያም በደከመባቸው ጊዜና እጅግ ተስፋ በቈረጠባቸው በረካታ ወቅቶች አብረሽው ስለ ሆንሽና የዛሉ ዕጆቹን ስላበረታሽ ደግሞም የወደቀውን ሥነ ልቡናውን ከጌታ ጋር ስለ ደገፍሽ እና ዳግም ለመነሣቱ ምክንያት ስለ ሆንሽ እኅቴ ዮዲት ዓለሙ ሆይ÷ ያደረግሽለትን ድጋፍ ሁሉ ጌታ አምላካችን እግዚአብሔር እንደ ተወደደ መሥዋዕት፣ አዎን የመዓዛ ሽታ እንዳለው መሥዋዕት ይቀበልልሽ እላለሁ፡፡

አዲ÷ ሁልጊዜም ቢሆን መጽሐፍ "ባንዝልም በጊዜው እናጭዳለንና መልካምን ሥራ ለመሥራት አንታክት" (ገላ. 6÷9) ሲል የሚናገረውን ቃል አትርሳ! እንደ ጌታ ፈቃድ የጀመርሃቸውን ሥራዎች ሁሉ አሁንም በጌታ ጸጋ ወደ ፍጻሜ ለማምጣት መዘርጋትህን ቀጥል! ሰው ለክፉም ነገር ቢሆን፣ ደግሞም ለኃጢአትም እንኳ ከባባድ ዋጋዎችን እየከፈለ ካለበት ዘመን ላይ እንገኛለን! በእግዚአብሔር መንግሥት ሥራ ላይ የሚከፈል ዋጋ ግን

ሁሌም ቢሆን ብድራት ያለው መሆኑን አስብ! ጌታ በስሌትም ይሁን በዐይነት ብድራትህን ይከፍልሃልና ትጋ! ትጋ! ትጋ!

በመጨረሻም አንድ ቃል ወይም መጽሐፍ ቅዱሳዊ የሆነ የሕይወት መመሪያ ወይም ፍልስፍናን ልተውልህ እወድዳለሁ፡- ይህም "ዳዊትም በራሱ ዘመን የእግዚአብሔርን አሳብ ካገለገለ በኋላ አንቀላፋ" (የሐዋ. 13÷36) በሚለው ቃል ውስጥ የሚገኝ አሳብ ነው፡፡ ዘመንህን ፈቃደ-እግዚአብሔርን በመፈጸም ጨርስና በቀኑ መጨረሻ በዕጣ ክፍልህ ቁም! አዎን እንደ ነህምያ "የሰማይ አምላክ ያከናውንልናል እኛም ባሪያዎቹ ተነሥተን እንሠራለን! (ነህ. 2÷20) በሚለው ቃል ላይ በመመሥረት ቀና መንፈስ ካላቸውና አብረው መሥራት ከሚወድዱ ቅዱሳን ጋር የተጠራህለትንና የትውልድ ዐደራን የተቀበልህበትን ተግባርህን ፈጽም! አዎን ጌታ መከናወንን ይሰጥሃል፡፡ መጽሐፍም እንደሚል በአንተ የጀመረውን መልካም ሥራ እርሱ ይፈጽመዋል፡፡ አዎን በጊዜው ነገርን ሁሉ ውብ አድርጎ በሚሠራበትና በሚገልጥበት አደራረጉ ጌታ በክብር ይመጣል፡፡

ይድረስ ለአንባቢያን ሁሉ፡-
ይህ ለእኔ ድንቅ የሆነ ሥራ ወይም ፈረንጆቹ ማስተር ፒስ ብለው እንደሚጠሩት ያለ ሥራ ነው፡፡ ለሥነ መለኮት አስተማሪዎች እና ተማሪዎች ሁሉ፣ ለሁሉም የነገረ መለኮት ትምህርት ቤቶች እና ኮሌጆች፣ ለቤተ ክርስቲያን መሪዎችና በአምስቱ የአገልግሎት ቢሮዎች ውስጥ ለማገልገል ለተጠሩ አገልጋዮች ሁሉ፣ ደግሞም በመንፈሳዊ ነገሮች ማደግ ለሚፈልጉ አማኝ ግለሰቦችና መላው ቤተ ሰቦቻቸው ሁሉ በዕቅድና በዓላማ የተዘጋጀ ማብራሪያ ስለሆነ፣ ሁላችሁም እንድትገለገሉበትና ለጌታ ክብር እንድትጠቀሙበት በጌታ ፍቅርና በታላቅ ትሕትና አሳስባለሁ፡፡

(አርታዒው፡- ዳንኤል ተሾመ)

ከአርታዒው

በሃገራችን ከሃምሳ በመቶ የሚበልጠው ሕዝብ ክርስቲያን ነው። ከዚህ ውስጥ መጽሐፍ ቅዱስን ብቸኛ መመሪያ አድርገን የምንቀበል ወንጌላውያን አማኞች ቁጥራችን በፊት ታናሽ የነበረ ቢሆንም አሁን ግን እግዚአብሔር እንደ ከዋክብት አብዝቶናል። ሆኖም በቁጥር የመብዛታችንን ያህል የእምነታችን መመሪያ የሆነውን መጽሐፍ ቅዱስን የሚያስረዱን መጻሕፍት አልበዙልንም።

በሌሎች ሃገሮች የመጽሐፍ ቅዱስ ምሑራን አማካኝነት በእንግሊዝኛ የተጻፉ የመጽሐፍ ቅዱስ ማብራሪያዎች ለሃገራችን ሕዝብ ብዙም ሊጠቅሙ አልቻሉም። አንደኛ ቋንቋቸው ባዕድ ነው፤ ሁለተኛ ደግሞ ከመካከላችን በእንግሊዝኛ አንብበው መረዳት ለሚችሉ አማኞች እንኳ የስነ መለኮት ትምህርት ቤት ገብተው ካልተማሩ በቀር ብዙዎች እነዚህን መጻሕፍት የማግኘት ዕድል የላቸውም።

ይህን የዕብራውያን መልዕክት ማብራሪያ የጻፈልን ወንድማችን አድያምሰገድ ወልደማርያም ከብዙ ዓመታት በፊት ለአገልግሎት በተለያዩ የሃገራችን ክፍሎች ሲዘዋወር አገልጋዮች እንኳ ሳይቀሩ በመጻሕፍት እጥረት (ወይም እጦት ብለው ይሻላል) እንደተቸገሩ ተመልክቷል። አገልጋይ ከተቸገረ ከአገልጋዩ ለመማር የሚጠብቀው ሕዝብ ይበልጥ መቸገሩን ልነግራችሁ አያስፈልገኝም። ወንድማችን አዲያም የዕብራውያን ማብራሪያን ጨምሮ ከዚህ በፊት ያሳተማቸውንም ማብራሪያዎች ለመጻፍ በዋነኝነት የተነሳሳው ይህንን የመማሪያ መጻሕፍት እጥረት በተመለከተ ጊዜ ነው።

አማኝ ሁሉ በጌታ በኢየሱስ ክርስቶስ አምኖ ከዳነ በኋላ በሕይወቱ የሚያድግበትን እውቀት ማግኘት ያስፈልገዋል። የአማኝ እድገት አቅጣጫ አለው፤ ዋነኛው የእድገቱ አቅጣጫ ኢየሱስ ክርስቶስን በማወቅ ነው። የዕብራውያን መልእክት "… የእምነታችንንም ራስና ፈጻሚውን ኢየሱስን ተመልክተን፣ በፊታችን ያለውን ሩጫ በትዕግሥት እንሩጥ …" ይላል። ብርታታችን ያለው ኢየሱስን በማየት ውስጥ ነው። የማንሰጥመው ዓይናችንን እርሱ ላይ ብቻ ባደረግን ጊዜ ነው። የማንወድቀው በዓለቱ በክርስቶስ ላይ በቆምን ጊዜ

ብቻ ነው። ሐዋርያው ጳውሎስ የተጋደለልን “የእግዚአብሔርን ሚስጥር እርሱንም ክርስቶስን” እንድናውቅ ነው (ቆላስይስ 2፡2)።

በአራቱ ወንጌሎች ውስጥ ጌታ ኢየሱስ በቃል እና በሥራ ብርቱ ሆኖ ተገልጦልናል። እግዚአብሔር ግን ቸር እንደመሆኑ መጠን በወንጌሎቹ ውስጥ ያልተገለጡ የኢየሱስ ክርስቶስን ሚስጥራት ዕብራውያንን ጨምሮ በመልዕክቶች ውስጥ ጽፎልናል። የዕብራውያን መልእክት ሙሉ በሙሉ የኢየሱስ ክርስቶስ መገለጥ ነው። ወንጌሎቹ ጌታ ኢየሱስ በምድር ላይ በተመላለሰ ጊዜ እስከ ስቅለቱ፣ ሞቱ እና ትንሳኤው የሰራልንን የማዳን ሥራ ሲገልጡልን የዕብራውያን መልዕክት ደግሞ ከትንሳኤው በኋላ አሁን በሰማያት በአብ ቀኝ በክብር ተቀምጦ የሚያደርግልንን አገልግሎት ይገልጥልናል።

ሆኖም የዕብራውያን መልእክት ለመጀመሪያ ጊዜ ለሚያነበውም ሰው ይሁን ለአስረኛ ጊዜ ለሚያነበው ሰው እንደ ወንጌሎቹ ለመረዳት ቀላል አይደለም። የዕብራውያን መልዕክት ጸሐፊ አንባቢዎቹ ብዙ የብሉይ ኪዳን መንፈሳዊ ሚስጥራትን እንደሚያውቁ በመገመት ነው የጻፈው። ስለዚህ ጸሐፊው ከሕግ፣ ከነብያትና ከመዝሙራት በቀጥታ እንዲሁም ቀጥተኛ ባልሆነ መንገድ ብዙ ጠቅሷል። ጊዜ ስላጠረው ነው እንጂ ከጠቀሰው በላይ ሊጠቅስ ይፈልግ እንደነበርም ተናግሯል (ዕብራውያን 11፡32)። ከብሉይ ኪዳን መጻሕፍት ጠቅሶ የሚያስተላልፋቸውን ታላላቅ እውነቶች ግን ጠቅለል ባለ መልኩ ስለጻፋቸው ሙሉ ግንዛቤ ለማግኘት ጥቅሶቹን ብቻ ሳይሆን ሙሉውን ጽንሰ ሃሳብ ከብሉይ ኪዳን መጻሕፍት ውስጥ ፈልጎ ማጥናት ይጠይቃል። ይህ ዓይነቱ ክሕሎትና ትጋት ደግሞ በብዙዎቻችን ዘንድ ገና አልዳበረም።

ወንድማችን አዲያም ጊዜውን ሰጥቶ የዕብራውያን መልዕክትን እንዲሁም ብዙዎቹን የብሉይ ኪዳን መጻሕፍት በትጋት በመመርመር፣ በጸሎት እና በረጅም ጊዜ ጥናት ይህንን ሰፊ ማብራሪያ ጽፎልናል። በተጨማሪ ቁልፍ የሆኑ ቃላትን መልዕክቱ መጀመሪያ በተጻፈበት ቋንቋ ውስጥ ያላቸውን ሰፊ እና ጠለቅ ያለ ትርጉም በማቅረቡ ለግንዛቤያችን ትልቅ እገዛ አድርጎልናል። በዚህ ማብራሪያ ውስጥ በስፋት ከተብራሩ ርዕሶች መካከል በጥቂቱ የጌታችን የኢየሱስ ክርስቶስ በሁሉ ነገር ታላቅነት፣ ዘላለማዊ ክሕነቱ፣ ስለ እኛ በአብ ፊት ዘወትር መታየቱ፣ ለእግዚአብሔር ሕዝብ የቀረላቸው የሰንበት እረፍት፣ መልከጼዴቅ፣ በክርስቶስ የሆነው አዲስ ኪዳን፣ የደሙ ኃይል፣ እምነትና የእምነት አባቶች ይገኙበታል።

ይህንን ማብራሪያ እንዲጽፍ በወንድማችን ልብ ውስጥ ሃሳብን፣ አቅምን፣ ማስተዋልን የሰጠውን እግዚአብሔርን እባርካለሁ። በዚህ የዕብራውያን መልዕክት ማብራሪያ ውስጥ

የሰባ ግብዣ፣ ያረጀ የወይን ጠጅ እና ቅልጥም የሞላበት የቃሉ ማዕድ ማለትም የጌታችን የኢየሱስ ክርስቶስ እውቀት ተትረፍርፎ ቀርቦላችኋል። ታዲያ ምን ትጠብቃላችሁ? ጌታ ያቀረበላችሁን የበረከት ድግስ ብሉ፤ ጠጡ፤ ሰውነታችሁም በጮማ ደስ ይበለው (ኢሳይያስ 55)።

በጌታ ወንድማችሁ

አርታዒው፡- የሊበንወርቅ አየለ

አዲስ አበባ

መግቢያ

የዕብራውያን መጽሐፍ ማብራሪያ

ክፍል ሁለት (ከምዕራፍ 5 - 8)

ይህ ሁለተኛው የዕብራውያን መጽሐፍ ማብራሪያ ክፍል፣ ማለትም ከምዕራፍ 5 እስከ 8 ያለው ክፍል በውስጡ በርካታ ዐበይት ርእሰ-ጉዳዮችን ይዞ እናገኘዋለን፡፡ ይኸውም በብሉይ ኪዳን ስለ ነበረው የሊቀ ካህናት አሰያየም እና ስለ ሥራው የሚነግረን ነው፡፡ በእርግጥም ሊቀ ካህናት ከሰዎች መካከል ተመርጦ ለአገልግሎት የሚመደብ እንደ ሆነና የሚሰጠውም አገልሎት ስለ ኃጢአት መባንና መሥዋዕትን ማቅረብ ነው፡፡ ይህ አገልግሎት ልክ እንደ አሮን በእግዚአብሔር መጠራትን ይጠይቃል፡፡ ስለዚህም ማንም ክብሩን ለራሱ ሊወስድ ከቶ የማይገባ እንደ ሆነ ይህ ክፍል በግልጽ ይነግናል፡፡

ምዕራፍ 5 የአሮንና የልጆቹ የሊቀ ካህናትነት አገልግሎት በእግዚአብሔር ጥሪ እና ምርጫ የሆነ ወይም የተደረገ መሆኑን ከነገረን በኋላ በቀጥታ ይህ አገልግሎት በዚህ ዘመን በእግዚአብሔር ወደ ተጠራና በእርሱም ወደ ተሾመ ሌላ አዲስ ሊቀ ካህናት ዕጅ ለዘላለም እንደ ተላለፈ ይነግረናል፡፡ ይህ በዚህ ዘመን በእግዚአብሔር የተጠራውና የተሾመው መሢሑ ክርስቶስ ሲሆን፣ ይህም ጥሪና ሹመቱ ከዘመናት ሁሉ በፊት ማለትም ከዘላለም ስለ እርሱ በተነገሩ ሁለት የደመቁ ዕድሜ ጠግብም ሆነ ዘመን ተሻጋሪ ትንቢቶች አስቀድሞ የተነገረለት መሆኑን የዕብራውያን ጸሐፊ በዚሁ ምዕራፍ ላይ ቁልጭ ባለ መልኩ ያስቀምጥልናል፡፡

እነዚህ ትንቢቶችም *"አንተ ልጄ ነህ፥ እኔ ዛሬ ወለድሁህ"* የሚለው፣ እንዲሁም *"አንተ እንደ መልከ-ጼዴቅ ሹመት ለዘላለም ካህን ነህ"* የሚሉት ናቸው፡፡ እነዚህን ትንቢቶች የዕብራውያን ጸሐፊ ከብሉይ ኪዳን ሲጠቅስልን ሁለት ዐበይት ዓላማዎች በአሳቡ መኖራቸው ግልጽ ነው፡፡ የመጀመሪያው ዓላማ የአዲስ ኪዳኑ ሊቀ ካህናት ወይም

በመሢሐ የሚከናወነው የሊቀ ክህነት አገልግሎት በእግዚአብሔር ጥሪና ምርጫ ላይ የተመሠረተ መሆኑን ማስረገጥ ነው፡፡ ይህ ነገር ለዕብራውያን መልእክት ተቀባዮች በውል እንዲገባቸው የዕብራውያን ጸሐፊ ይፈልጋል፡፡

ሁለተኛው ዓላማ ዘላለማዊ የሆነው ክህነት ተግባራዊ መሆን እስኪጀምር ድረስ ለሰው ልጆች የተሰጠው ተስፋው ብቻ ነው፡፡ ተስፋውም በትንቢት መልኩ የተነገረ ነው፡፡ እናም ይህ ዘላለማዊ ክህነት ጊዜው ደርሶ እስኪገለጥ ድረስ የግድ በመካከል የእርሱ ጥላና አምሳያ የሆነ ጊዜያዊነት ያለውና ሕዝበ-እግዚአብሔርን (በብሉይ ኪዳን) የሚያገለግል ጊዜያዊ የሆነ ሊቀ ክህነት (የአሮን እና የልጆቹ ሊቀ ክህነት) በምድር ላይ ማስፈለጉንና በዚህ አግባብ አካሉ እስኪገለጥ ጥላው፣ ዋና ነገሩ እስኪገለጥ ድረስም ምሳሌው አገልግሎት እየሰጠ እንዲቆይ ማድረጉ፣ በመጨረሻም አካሉ መገለጡንና ይህም በሁሉም ነገር ከጥላውም ሆነ ከምሳሌው የበለጠና ዘላለማዊነትን የተላበሰ መሆኑን፣ እንዲሁም ይህ አገልግሎት በመልከ-ጸዴቅ ሹመት የሆነ (በእግዚአብሔር የሊቀ ክህነት መጠነ ልኬታዊ ደረጃ) የሆነ የማይለወጥና የማያልፍ ክህነት እንደ ሆነ አስረግጦ ይነግራናል፡፡

በመጨረሻም ወይም በውጤቱም ይህ አዲሱ ሊቀ ካህናት በሥጋው ወራት (በምድር ላይ እየተመላለሰ አገልግሎት በሰጠባቸው ጊዜያት) ከብርቱ ጩኸትና ከዕንባ ጋር ጸሎትንና ምልጃን ያቀረበና እግዚአብሔርንም ስለ መፍራቱ ጸሎቱና ምልጃው የተሰማለት መሆኑን ይነግረናል፡፡

ምዕራፍ 6 ስለ ክርስቶስ የሚናገሩ የመጀመሪያ የሆኑ ነገሮች ለመጥቀስም ያህል ከሞተ ሥራ ንስሐ፣ በእግዚአብሔር እምነት፣ ስለ ጥምቀቶችና ዕጆችን ስለ መጫን፣ ስለ ሙታን ትንሣኤና ስለ ዘላለም ፍርድ እንደሚናገሩቱ ያሉት የክርስትና እምነት የጅማሮ ትምህርቶች በመሳሰሉ ነገሮች ላይ ደግሞ ደጋግሞ መሠረት ለመጣል መሞከር በመተውና ከዚህ አለፍ በማለት ወደ ጠለቀውና ወደ ረቀቀው ወይም ወደ ላቀው ዕውነት ማለፍ ወይም ማምራት እንደሚገባ ይናገራል፡፡

ይህ የጠለቀም ሆነ የላቀ ዕውነት እግዚአብሔር አምላክ የተስፋውን ቃል ለሚወርሱ ፈቃዱ እንደማይለወጥ አብልጦ ሊያሳያቸው ስለ ፈቀደ ሊዋሽ በማይችል፥ በሁለት በማይለወጥ ነገር፥ በፊታችን ያለውን ተስፋ ለመያዝ ለእኛ ብርቱ መጽናናት ይሆንልን ዘንድ በመሐላ መካከል የገባ መሆኑ፥ ይህም ተስፋ ለእኛ የማዳን ተግባርን እንደሚመጣ እንደ ነፍስ መልህቅ ያለን መሆኑ፥ ደግሞም ይህ ጽኑ የሆነና ወደ መጋረጃው ውስጥ የገባ መሆኑን በዚያም ጌታችን ኢየሱስ ክርስቶስ እንደ መልከ-ጸዴቅ ሹመት ለዘላለም ሊቀ ካህናት ሆኖ ስለ እኛ ቀዳሚ ሆኖ መግባቱ ነው፡፡ እዚህ ላይ ትልቁ እና ዋነኛው ትኩረት

ልናደርግበት የሚገባው የደመቀ ዕውነት ይህ እንደ ሆነ የዕብራውያን ጸሐፊ በዚህ ምዕራፍ ውስጥ ይናገራል፡፡

በምዕራፍ 7 ውስጥ የዕብራውያን ጸሐፊ ጥቂት መሠረታውያን ነጥቦች ያስጨብጠናል፡፡

የመጀመሪያው ነጥብ ሦስት ዐይነት ሊቀ ክህነት እንዳለ ያመለክታል፡፡ እነዚህም የመልከ-ጸዴቅ ሊቀ ክህነት፣ የአሮን እና የልጆቹ ሊቀ ክህነት፣ እንዲሁም የመሢሑ የጌታችን የመድኃኒታችን የኢየሱስ ክርስቶስ ሊቀ ክህነት ናቸው፡፡

ሁለተኛው ነጥብ የአሮንና የልጆቹ ማለትም በሌዊ ነገድ ላይ የተመሠረተው ሊቀ ክህነት ብዙ ጒድለቶችም ሆኑ ዕንከኖች ያሉበት መሆኑ ነው፡፡ እነዚህም ካህናቱ (ሊቀ ካህናቱ) ሟች ስለ ነበሩ በዚህ ምክንያት ክህነቱ ዘላለማዊነት የሌለውና በርካታ ሰዎችም የሚፈራረቁበት መሆኑ፣ በተጨማሪም የእነዚህ ሰዎች የሊቀ ክህነት አገልግሎት ፍጹምነት የሌለው መሆኑ ነው፡፡ ከዚህ ጋር የተያያዘው ሌላው ነገር ደግሞ ክህነቱ የተመሠረተበት ኪዳን፣ ማለትም የፊተኛው አሊያም አሮጌው ኪዳን (ብሉይ ኪዳን) የሚነቀፍ ወይም ነቀፌታ ያለበት መሆኑ ጭምር ነው፡፡

ሦስተኛው ነጥብ ዘላለማዊነትን በተላበሰው በመልከ-ጸዴቅ ደረጃ ፍጹምነትንም ሆነ ዘላለማዊነትን የተላበሰ እና በአዲስ ኪዳን ላይ የተመሠረተ አዲስ ሊቀ ካህናት አስፈላጊ ሆኖ መገኘቱና ይህም ቅጽበታዊ በሆነ መነሳሳት ላይ የተመሠረተ ሳይሆን፣ አስቀድሞ ስለ እርሱ በተነገረ ትንቢት ላይ የተመሠረተ መሆኑን ወይ በእግዚአብሔር የታቀደ እና በትንቢትም *"ጌታ አንተ እንደ መልከ-ጸዴቅ ሹመት ለዘላለም ካህን ነህ ብሎ ማለ፤ አይጸጸትምም" (ቍ. 17)* ተብሎ በተነገረለት ትንቢት አማካይት የሚሆን ነው፡፡ በዚህ የተስፋ ቃል ወይም ትንቢታዊ መሠረትም ይህ አዲሱ ሊቀ ካህናት፣ ጌታችን መድኃኒታችን ኢየሱስ ክርስቶስ በተነገረለት ትንቢታዊ ቃል መሠረት ከመሐላ ጋር ሊቀ ካህናት ሆነ ይለናል የዕብራውያን ጸሐፊ፡፡

ምዕራፍ 8 ደግሞ በዋናነት አንድ ዐቢይ የሆነ ነገርን ይነግረናል፡፡ ይህም ይህ አዲሱ ሊቀ ካህናት፣ መሢሑ ጌታችን መድኃኒታችን ኢየሱስ ክርስቶስ በሰማያት በግርማው ቀኝ የተቀመጠ መሆኑ፣ በሰው ሳይሆን በጌታ በተተከለች በሰማያዊትዋ መቅደስና በዕውነተኛዪቱ ድንኳንና ውስጥ የሚያገለግል መሆኑ፣ ደግሞም እርሱ አሮጌውን ኪዳን አስረጅቶ የአዲስ ኪዳን ሊቀ ካህናት ሆኖ እያገለገለ እንደሚገኝ ይነግረናል፡፡

በዚህ መልኩ የዕብራውያን መጽሐፍ እና በእርሱ ላይ የተዘጋጀው ይህ የአጋዥነት ሚና ያለው የዕብራውያን ማብራሪያ መጽሐፍ እነዚህን ከላይ የተጠቆሙ ርእሰ-ጉዳዮችና ከእርነርሱም ጋር ተያይዘው የሚገኙ ንዑሳን ርእሰ-ጉዳዮችን በስፋትና በዝርዝር የሚያስተምሩን ይሆናሉና ከዚህ በመቀጠል በቀጥታ እነርሱን ወደ መመልከቱ የምናመራ ይሆናል፡፡

ክርስቶስ ቅድስናችን ክብራችን (ታላቅ ሊቀካህናችን) ነው!

ታላቁ ሊቀ ካህናችን ጌታ ኢየሱስ ክርስቶስ በመስቀል ላይ የከፈለው የኃጢያት ዋጋ እንዲሁም በአብ ፊት የገዛ ደሙም ይዞ በመቅረብ ቅዱሳን እና የዘላለም ቤዛነትን መግኘቱን (ስለ እኛ መውረሱን) የሚረዳ ክርስቲያን በዚህ ጨለማ አለም በእምንት በኩል የልጅነት ሕይወት በመኖር ከክብር ወደ ክብር ይሸጋገራል፡፡ ሐዋርያው ጳውሎስ የወንጌል ትልቁ ጉዳይ እና ተግባር ይህ ነው ይለናል፡፡ ወንጌላችን አላማ ያለው ጉዳዩንም የፈፀመ ሆኖ በአብ ቀኝ ተቀምጦአል ሲል ቅዱስ ጳውሎስ ከሰማይ የተገለጠለትን ራእይ ያበስርልናል፡፡ የክርስቶስ ነገር (ጉዳይ) እኛን የማፅደቅ፣የመቀደስ ፣የመቤዠት እና የማክበር ጉዳይ ነው፡፡ ይህን ጉዳይ ፈፅሞ እኛን ወራሾች አደረገን፡፡ ስፍራችንን እንደናውቅ አባቶች ብዙ ዋጋ ከፍለዋል፡፡ እና ደግሞ በፊታችን የቀረበውን መንፈሳዊ ገበታ በጉጉት በትጋት ልንመገበው ልናጣጥመው ይገባል፡፡

ጄ.ፊ. ፊሊፕስ ኒው ቴስታመንት የሚባለው መጽሐፍ ቅዱስ ፡- "ይሁንና ከዚሁ ከአንዱ እግዚአብሔር በኢየሱስ ክርስቶስ በኩል ያለውን ሥፍራችሁን **ተቀብላችኋል**፣ ደግሞም እርሱ ለእኛ ዕውነተኛ ጥበብ ሆኖልናል፡፡ **ይህም በተግባር ጻድቅና ቅዱስ የመሆን ጉዳይ ነው**፣ እንደ ዕውነቱ ከሆነ **መቤዠትን የማግኘት ጉዳይ ነው**፡፡ ይህም ደግሞ የእግዚአብሔርን ቃል ዕውነት እንድንመለከት ያደርገናል፡- "የሚመካ በጌታ ይመካ" (1ኛ ቆሮንቶስ 1÷30)፡፡

የዕብራውያን ጸሐፊ ብዙ የእግዚአብሔር ምሥጢራትን ከብሉይ ኪዳን ጋር አያይዞ ጽፎአል፡፡ እነዚህ የእግዚአብሔርን ባሕርይ እና ማንነት የሚገልጡ ዕውነተኛ የሆኑ የመለኮት መገለጦች እንደ መሆናቸው መጠን ይህ ነው ብለን ልንወስነው የማንችለው

ጉዳይ ነው፡፡ ሆኖም ግን ለትምህርታችን እና ለመረዳት ይቀልለን ዘንድ እንደ ባቡር ሐዲድ ሊረዳን በሚችልበት መንገድ ይህን ማቅረቡ ተገቢ ይሆናል፡፡

የዕብራውያን መልእክት በጌታችን በኢየሱስ ክርስቶስ፣ በአዲሱ ኪዳን፣ እንዲሁም በላቀው፣ ሕያውና አዲስ በሆነው መንገድ አማኞችን ወደ ቅድስተ ቅዱስን እንድንገባ ይጋብዘናል፡፡ የመጀመሪያው ክፍል **«ጌታችን ኢየሱስ ይልቃል»** የሚለውን መልእክት ያዘለ ነው፡፡ ከምዕራፍ አንድ እስከ ምዕራፍ ስምንት ቊጥር ስድስት ድረስ ይህ የወንጌል አሳብ በደንብ ይገኛል፡፡

የጌታችን የኢየሱስ ክርስቶስ **ከነብያት መብለጡን** (ዕብ. 1÷1-3)፣ በመለኮትነቱ እና የአብርሃምን ዘር በመያዙ **ከመላእክት ይልቅ እጅግ የላቀ መሆኑን** (ዕብ. 1÷4 እስከ 2÷18)፣ እስራኤላውያን ከሚመኩበትና የብሔራዊ ኩራታቸው ከሆነው **ከሙሴ የበለጠ** ዕረፍትንም ለሕዝቡ ያመጣ መሆኑን (ዕብ. 3÷1-4÷13) እንዲሁም ከሊቀ ካህናቱ **ከአሮን የሚበልጥ የክህነት** አገልግሎትን ያገኘው እንደ እኛ በነገር ሁሉ የተፈተነው ክርስቶስ ነው (ዕብ. 4÷16፤ 8÷6) የሚለውን ይጠቃለላል፡፡

ሁለተኛው መልዕክት ደግሞ የብሉይ ኪዳንን እና የአዲስ ኪዳንን እያስተያየ **«የሚሻል ኪዳን»** እንደ ተገኘ ከምዕራፍ 8 ቊጥር 7 እስከ ምዕራፍ 10÷18 ድረስ በሰፊው ተገልጧል፡፡ ይህ ኪዳን **በተሻለ ተስፋ ቃል** ላይ የተመሠረተ (ዕብ. 8÷7-13)፤ **የተሻለ መቅደስ** በሰው ዕጅ ያልተሠራና ካህኑ በሰማያት ስለ እኛ ይታይ ዘንድ ሕያው ራሱን ይዞ የገባበት ቅዱሳተ ቅዱሳን (ዕብ. 9÷1-28) እና **ያቀረበው መሥዋዕት ደግሞ የተሻለ** ቅዱስ የሆነ ከፍያ ብቻ ሳይሆን፣ ተቤዥ መሆኑንም ጭምር ይገልጣል (ዕብ. 10÷1-18፡፡

የመጨረሻዎቹ ሦስት ምዕራፎች፣ ማለትም ከምዕራፍ አሥር እስከ አሥራ ሦስት ድረስ ያሉቱ የተሻለ የማያልቀው የሚልን አሳብ የያዙ ናቸው፡፡ ጌታችን ኢየሱስ ክርስቶስ በተሻለው መቅደስ የተሻለ መሥዋዕት ይዞ በመግባቱ ሁሉ የተፈጸመ ስለሆነ፣ አሁን ይህን ነፃ ስጦታ በእምነት በመቀበል **በደሙ ተረጭተን (ስለ ተረጨን /አዲስ ልብ ስለ ተሰጠን) በድፍረት እንቅረብ** የሚለው በስፋትና ግልጽ ሆኖ የተሰጠን ሕይወት አዘል ግብዣ ሆኖ እናገኘዋለን፡፡ ወደ እግዚአብሔር መቅረብ እና መጽናት (ዕብ. 10÷19-39)፤ ወደዚህ ክብር መገስገስ ያለብን ሲሆን፣ ሩጫው ግን በእምነት እና በትዕግሥት ሊሆን ይገባል (ዕብ. 11÷1-12፣ 29)፡፡ በመጨረሻም የመበረታቻ እና ትእዛዝ የተሞላበትን የመጽናናት ቃል አስረግጦ ይናገራል (ዕብ. 13÷1-25)፡፡

ቅድስና

የዕብራውያን ጸሐፊ የመልእክቱ ዋና እና አንኳር ትምህርት ውስጥ ኃጢአት፣ ይቅርታ፣ ቅድስና፣ እምነትና መሥዋዕት የሚሉት ይገኙበታል፡፡ በይበልጥም አንድ አማኝ በእምነት በኩል በክርስቶስ መሥዋዕትነት ከኃጢአት ነጽቶ ለእግዚአብሔር ተለይቶ ወደ እግዚአብሔር ክብር የመግባትን ብቃት በክርስቶስ ሞት እና ትንሣኤ ስላገኘ፣ እንዲሁም እኛን በሞቱ ወደ ክብር ሙላት አመጣን፤ ማለትም የእግዚአብሔር ክብርን በማወቅ (በሕይወት ልምምድ ክብሩን ወደ ማወቅ) ወደ ሙላቱ መግባት ማለት ነው፡፡

"ብዙ ልጆችን ወደ ክብር ሲያመጣ" የመዳናቸውን ራስ በመከራ ይፈጽም ዘንድ፥ ከእርሱ የተነሣ ሁሉ በእርሱም ሁሉ ለሆነ፥ ለእርሱ ተገብቶታልና"፡፡ አምፕሊፋይድ የሚባለው መጽሐፍ ቅዱስ፡- "ብዙ ልጆችን ወደ ክብር ሲያመጣ የመዳናቸው ራስ እና ፈጻሚ በመከራ ወደ ፍጹምነት ይመጣ ዘንድ (ለሊቀ ካህናትነት ሥራ ብቁ ለመሆን የሚያስፈልገውን ሰው ሆኖ የመኖሩን ልምምድ ወደ ብስለት ለማምጣት) ነው"፡፡ ዘፓሽን ትራንስሌይሽን፡- "አሁን ከፍጥረት ሁሉ በላይ ከፍ ያለው እርሱ ነው፤ ምክንያቱም ሁሉም ነገር የሚኖረው በእርሱ አማካኝነት እና ስለ እርሱ ነው። እግዚአብሔርም የመዳናችን ራስ የሆነውን እርሱን በተቀበለው መከራ አማካኝነት ፍጹም አደረገው፤ እርሱም በዚሁ መንገድ ነው ብዙ ወንዶችና ሴቶች ልጆችን ከክብሩ እንዲካፈሉ የሚያበቃቸው።"(ዕብ. 2፥10)

በክርስቶስ ሞት እና ትንሣኤ ወደ ተገኘው ወደዚህ ክብር ሕይወት (ቅድስናው ክብር) በእምነት እንዲገቡ (እንዲኖሩ/ /እንዲመላሱ /እንዲለማመዱ /በሕይወታቸው እንዲገለጥ) ከመጀመሪያው ትምህርት (ከሙሴ የሕግ አገልግሎት) ወጥተው በወንጌል ላይ እንዲመሠረቱ በእምነት በኩል የተስፋውን ክብር (የቅድስና ክብር /ክርስቶስ ቅድስናችን) እንደ ተስፋ ቃል ወራሾች መሆናቸው (የክርስቶስ ሕይወት) መሆኑን በልቦናቸው በእምነት እንዲዋሐድ ይጥራል፡፡

እግዚአብሔር በመለኮትነቱ በልጁ ሞት እና ትንሣኤ በቅድስናው ችሎታ ሲጣራ ሆነ የተስፋ ቃል ሲሰጠን (የክርስቶስ ሕይወት በአማኙ ሊገልጥ /የልጁን ሕይወት ሊያካፍል) በእኛ ሕይወት በሙላት እንዲፈጸም ነው፡፡ ይህ የቅዱሳን የነፍስ ዕረፍት ነው፡፡ ከኩነኔ ወጥቶ ወደ ቅድስተ ቅዱሳን ገብቶ በቅድስናው ክብር መሞላት ነው፡፡

ይህንም ማድረግ የሚችለው በልጁ ኢየሱስ ክርስቶስ ሲሆን፣ እርሱም የራሱን ሕይወት በእምነት በኩል በማካፈል (በሞቱ እና በትንሣኤው በመተባበር /በመጣበቅ) የሚሆን ነው፡፡ ዘ ሜሴጅ የሚሰኘው መጽሐፍ ቅዱስ፡- "በምድረ በዳ የነበሩት እነዚያ ሕዝብ እንደ ተቀበሉት ዐይነት ተመሳሳይ የተስፋ ቃሎች ተቀብለናል፤ ነገር ግን እነርሱ የተስፋ ቃሎቹን በእምነት ስላልተቀበሉ ለእነርሱ **ትንሽም እንኳ** አልጠቀማቸውም ይላል፡፡

እኛ ግን **ብናምን** በተስፋ ቃሉ ውስጥ የተነገረውን **ዕረፍት እንለማመደዋለን**፡፡ እምነት ከሌለን ግን ዕረፍቱን **አንቀምስም**..." (ዕብ. 4፡2-3፤6፡1-2)፡፡ ዘሜሴጅ በመባል የሚጠራው መጽሐፍ ቅዱስ፡- "በምድረበዳ የነበሩት እነዚያ ሕዝብ እንደተቀበሉት አይነት ተመሳሳይ የተስፋ ቃሎች ተቀብለናል፤ ነገር ግን የተስፋ ቃሎቹን በእምነት ስላልተቀበሉ ለእነሱ ትንሽም እንኳ አልጠቀማቸውም፡፡ እኛ ግን ብናምን በተስፋ ቃሉ ውስጥ የተነገረውን እረፍት እንለማመደዋለን፡፡ እምነት ከሌለን ግን እረፍቱን አንቀምስም፡፡ እግዚአብሔር ምን እንዳለ አስታውሱ፡- ተቆጥቼ እንዲህ በማለት ማልኩኝ "የሚሄዱበት አይደርሱም፤ መቀመጥም አይችሉም እረፍትም ከቶ አይሆንላቸውም" (ዕብራውያን 4፡2-3)፡፡ በጊዜው ለነበሩ የአይሁድ አማኞች ሆነ ወደ ክርስትና እምነት ለመጡት አሕዛብ ደግሞ ወደዚህ ዕረፍት እንደገቡ አስረግጦ ያስተምራቸዋል (ዕብ. 4÷10)፡፡

ጌታ ኢየሱስ የአብን የጸጋውን ክብር ሊሰጠን፣ ማለትም ከዕራቁትነት አውጥቶን ወደ ዕረፍት ሕይወት (የክርስቶስ ሕይወት / በአብ ቀኝ የተቀመጠበት የቅድስናው ክብር የተሞላበት ሕይወት/ ቅድስተ ቅዱሳን በመገባት የሚገኝ ሕይወት) በእምነት በኩል የሚያመልከውን ሰው ከኃጢአት ቀንበር ነፃ አውጥቶ ቀድሶ ወደዚህ ዕርከን አመጣው፡፡ ዘፓሽን በመባል የሚጠራው መጽሐፍ ቅዱስ፡- "ወደ እግዚአብሔር እንቀርባለን (ሀ)፤ ልባችንንም ከፍተን አንዳችም ወደ እርሱ ከመምጣት የሚያግደን ነገር እንደሌለ በእምነት እየተረዳን እንቀርበዋለን። ልባችን እድፈት ይወገድለት ዘንድ በደም ተረጭቷልና፤ እኛም ከሕሊና ክስ ነጻ ወጥተን በውስጣችንም በውጫችንም እግዚአብሔር ፊት መቅረብ (ለ) እንችል ዘንድ ንጹህና ነውር የሌለን ሆነናል! የግርጌ ማስታወሻ፡- (ሀ) "ወደ እግዚአብሔር እንቀርባለን" ወይም "እውነተኛ መስዋእት ማቅረብ"። "መቅረብ" (በእብራይስጥ -ለሂትካሬቭ-) እና "መስዋዕት ማቅረብ" (በእብራይስጥ -ለሃክሪቭ-) የሚሉት ግሶች በትርጉማቸው ተቀራራቢ ሲሆኑ ሁለቱም ከአንድ የቃል ግንድ የተገኙ ናቸው። (ለ) ዕብ 10፡22 ወይም "ሰውነታችንን በንጹሕ ውሃ ታጥበን" (ዕብ. 10÷22)፡፡

የልጁ ሕይወት ደግሞ የቅድስናው ህይወት (ክብሩ) ሲሆን በሞቱ እና በትንሳኤው በእምነት በኩል 'ክርስቶስ ቅድስናችን' ሆነ፡፡ አምፕሊፋይድ በመባል የሚጠራው መጽሐፍ ቅዱስ፡- "ልጁ (የታላቁ አምላካችን) የእግዚአብሔር ነጸብራቅና ብቸኛ የክብሩ

መገለጥ (የእግዚአብሔር ሸካይና ክብር መገለጥ፣ የመለኮት ግርማና ድምቀት) የእግዚአብሔር ትክክለኛ መልክ መታየትና የማንነቱ ፍጹም አሻራ ነው፡፡ ልጁ ሥልጣን በተሞላው ቃሉ ሁሉን ነገር እየደገፈና እያንቀሳቀሰ (በፍጥረታዊና በመንፈሳዊ ዓለም ውስጥ ያለውን ሁሉ አጽንቶ እየጠበቀ) ዓለምን በሙሉ ወደ ታሰበለት ግብ ይዞ ይሄዳል። እርሱም (እርሱ ብቻ እንጂ፣ ሌላ ማንም ሳይሆን) ራሱን በመስቀል ላይ ለኃጢአት መሥዋዕት አድርጎ በማቅረብ ከኃጢአታችን አንጽቶን ከኩነኔ ነፃ ካወጣን በኋላ በላይ በግርማው ቀኝ (መለኮታዊ ሥልጣኑን ለማሳየት ለመግለጥ) በክብሩ ሥፍራ ተቀመጠ (ሥራውን ማጠናቀቁን ለማሳየት)" (ዕብ. 1÷3)፡፡

ጌታችን ኢየሱስ ራሱን በመስቀል ላይ በእኛ በደል ምክንያት ለሞት ሲሰጥ፣ በእርሱ የሚያምኑ ሰዎች ከሞት ሥራ ሕሊናቸው እንዲጸዳ ነው፡፡ ይህም ማለት ሁለንተኛችን በቅድስናው ክብር እንዲዋጥ ዋጀን፡፡ ዘ ሜሴጅ መጽሐፍ ቅዱስ፡- "የእንስሳ ደምና ሌሎች የመንጻት ሥርዓቶች አንዳንድ ባሕርይና የሃይማኖት ጉዳዮችን ማንፃት ከቻሉ፣ የክርስቶስ ደምማ መላ ሕይወታችንን ከውስጥም ከወጭም እንዴት አብልጦ ሊያነጻው እንደሚችል አስቡት" (ዕብ. 9÷14)፡፡ ስራው በክርስቶስ የተጠናቀቀ እንደሆነ በእኛ ህይወት ሊገለጥ የሚቻል አቅም በደሙ ተገኘ፡፡ ይህንኑ ጥቅስ ዘፓሽን መጽሐፍ ቅዱስ፡- "የመሲሁ የተቀዳ ደም ከሆነማ እንዴት ይበልጥ ሕሊናችንን አያነጻው! በዘላለም መንፈስ ኃይል እራሱን ለእግዚአብሔር ፍጹም መስዋእት አድርጎ በማቅረቡ ሕያው እግዚአብሔርን እንድናመልክና እንድናገለግል ከሞት ሥራችን ነጻ አውጥቶናል" ሲል በሚገርም አገላለፅ አስቀምጦታል።

እንደ በኩር ልጁ ኢየሱስ በምድር እንደ ተመላለሰ እነርሱም ያለፈት መጨማደድ **የቅድስናው ክብር ስጦታ የሆነውን፣ ማለትም ክርስቶስ ሕይወታችን እንደ ሆነ** በእምነት በመቀበል (በሊቀ ካህናት ሥራ እና በተስፋ ቃሉ) በመተማመን ጌታችን ኢየሱስ ክርስቶስ ላይ ዐይናችንን በመጣል የምንመላለስበት የሕይወት ዕርከን ተዘጋጅቶ እንዳለ በመረዳት በትዕግሥት የምንራመደው የድል ጉዞ ነው (ዕብ. 12÷2)፡፡

በቅድሚያ መረዳት የሚገባን ይህ የቅድስና ሕይወት (የክርስቶስ ሕይወት / የእግዚአብሔር ክብር የሆነው ክርስቶስ) በመለኮታዊ ጥሪ በግብዣ መልክ የምሥራች ሆኖ የተሰጠን መሆኑ ነው፡፡ የልቦና ዐይኖች ሲበሩ ዕረፍት የተሞለበት ሕይወት (በልምምድ/ ቀምሰነው የሆነ ዕውቀት) ይሆንልናል፡፡ዘ ሜሴጅ የተባለው መጽሐፍ ቅዱስ፡- "አስቀድሞ ባዳነን፣ ደግሞም ለተቀደሰ ሥራው በጠራን በእግዚአብሔር ኃይል ወደ ፊት መገስገሳችንን እንቀጥላለን እንጂ፣ ሌላ አሳብ የለንም። ከእኛ የሆነ አንዳችም ነገር የለም። ሁሉም የራሱ አሳብና ፈቃድ የሆነ ነገር ነው፡፡ እኛ አንዳችም ሳናውቅ በፊት እርሱ አስቀድሞ ራሱ አስበ

በኢየሱስ አማካይነት **ያዘጋጀልን ስጦታ** ነው። አሁን ግን **ዐውቀነዋል**። መድኃኒታችን ከተገለጠ በኋላ ሁሉም ነገር **ፍንትው ብሎ በግልጽ ታይቶናል**፡- ሞት ተሸንፏል፣ **ሕይወትም ፈጽሞ እንደ ማይደበዝዝ ደማቅ ብርሃን ወጥቷል**፤ ይህ ሁሉ የሆነው ኢየሱስ በሠራው ሥራ ነው" (2ኛ ጢሞ. 1÷9-10)፡፡

ቅድስና በክርስቶስ በኩል፣ በክርስቶስ ኢየሱስ የጸጋው ጉልበት እና በትንሣኤው ኃይል (በመንፈስ ቅዱስ) የሚሆን የመንፈስ ሕግ የሆነ ወንጌል ነው፡፡ እኛ ክርስቲያኖች ቅድስናውን ወይም ክርስቶስን መምሰልን ስናስብ የክርስትና ሕይወት ጉዞ የማይገፋ ዳገት ሆኖብን ልንጨነቅ፣ አንገት ልንደፋና ይህንን ነገር ተራራ በመቧጠጥ የምንወጣው አድርገን ማሰብ አይገባም፡፡ ይልቁንም ሐሤት ልናደርግ፣ በእምነት ልንዘረጋ፣ የንጋት ኮከብ የሆነው ክርስቶስ ኢየሱስ **በልባችን** ሊፈነድቅና **በእኛ ውስጥ** መኖሪያው አድርጐ ድንኳኑን ተክሎአል፡፡ ይህ በእርግጥም ለእና ታላቅ የምሥራች ነው፡፡ "ለእነርሱም እግዚአብሔር በአሕዛብ ዘንድ **ያለው** የዚህ ምሥጢር **ክብር ባለ ጠግነት** ምን እንደ ሆነ **ሊያስታውቅ** ወደደ፥ ምሥጢሩም **የክብር ተስፋ** ያለው ክርስቶስ **በእናንተ ዘንድ መሆኑ ነው**" (ቈላስ. 1÷27፤ 2ኛ ጴጥሮስ 1÷19)፡፡

አማኝ ከጨለማው አገዛዝ ወጥቶአል ወደሚደነቀው የፍቅሩ ልጅ መንግሥት ፈልሶአል፡፡ ይህ ማለት የመስቀሉ ስራ ላይ ታምነን የምንኖረውን የአዲስ ኪዳን ደም በተመሰረተ እና በተጠናቀቀ እንጂ እንደ ብሉይ ኪዳን ስርአት ድካም ያለበት የሞተ ስራ (ዘወትር እንደሚቀርብ መስዋዕት) አይደለም፡፡ ዘ ሜሴጅ የተባለው መጽሐፍ ቅዱስ፡- "እግዚአብሔር መልካም ፍጻሜ ከሌላቸው ከተዘጉ መንገዶችና ከጨለማ ወኅኒ ቤቶችና አወጣን። እጅግ በሚደው ልጁ መንግሥት ውስጥ አቆመን፤ ይህም ልጁ ከወደቅንበት ጉድጓድ ውስጥ ጎትቶ አውጥቶን እየደጋገምን እንወድቅባቸው ከነበሩ ኃጥያቶቻችን አላቀቀን" (ቈላስ. 1÷13-14)፡፡ የሙሴ ስርአት መፍትሄ ወይንም ወደ እርፍት አላስገባንም፡፡ እንግዲህ በአዲሱ የክህንነት ስራ እና አገልግሎት በጸጋ ንጉሣዊ አገዛዝ ሥር እንጂ፣ በኃጢአት ግዛት ለባርነት አይደለም፡፡ በመንፈሳዊው ዓለም የኃጢአት ንጉሣዊ አገዛዝ ተገርስሶ ጸጋው በክርስቶስ ሞት እና ትንሣኤ አማካይነት ነግሦአል (ሮሜ 5÷20-21፤ 6÷6)፡፡

ዘ ሜሴጅ የተባለው መጽሐፍ ቅዱስ፡- "ኋላ መሻራቸው ላይቀር በኃጥያት ላይ የተደነገጉ ሕጎች በሙሉ ያደረጉት ነገር ቢኖር ብዙ ሕግ ተላላፊዎችን ማፍራት ብቻ ነው። ኃጥያት ግን ጸጋ ብለን ከምንጠራው የእግዚአብሔር የማይደከም ይቅር ባይነት ጋር ሲገጥም አንዳችም የማሸነፍ እድል የለውም። ኃጥያትና ጸጋ በጦር ሜዳ ሲፋለሙ ገና ፍልሚያው ሳይጀመር ጸጋ ኃጥያትን በዝረራ ያሸንፈዋል። የሐጥያት አቅሙ እኛን በሞት ዛቻ

ማስፈራራት ብቻ ነው እንጂ ከዚያ በላይ ምንም አቅም የለውም። እግዚአብሔር ሁሉን ነገር በመሲሁ በኩል እያስተካከለው ስለሆነ ጸጋ ወደ ሕይወት ይጋብዘናል - ይህም ሕይወት የማይቋረጥ ለዘላለም እስከዘላለም የሚቀጥል ሕይወት ነው"።

በተጨማሪ ኤክስፓንድድ ባይብል. ኢ.ኤክስ.ቢ የሚባለው መፅሐፍ ቅዱስ፡- "ኃጢአት እኛን ለመግዛት በአንድ ወቅት ሞትን ተጠቅሟል [ልክ ኃጢአት በሞት ውስጥ እንደ ገዛ ...]፣ ነገር ግን ጸጋ መግዛት ይችል ዘንድ እግዚአብሔር ለሰዎች ብዙ ጸጋን ሰጣቸው [... ስለዚህ ጸጋ የሚገዛ ይሆናል፤ ይህም ሰዎች ከእግዚአብሔር ጋር ትክክለኛ የሆነ ግንኙነት እንዲኖራቸው በማድረግ ነው [በመጽደቅ / በጽድቅ በኩል] ነው፡፡ ደግሞም ይህ ለዘላለም የሚሆን ሕይወትን [ዘላለማዊ ሕይወትን] በጌታችን በኢየሱስ ክርስቶስ በኩል ያመጣል"፡፡ *(ሮሜ 5÷21ኤክስፓንድድ ባይብል. ኢ.ኤክስ.ቢ)*

ስለሆነም በክርስቶስ አዲስ ፍጥረት የሆንን የቅድስና ፍሬ አለን፡፡ እያፈራን ነው፡፡ ዘ ሜሴጅ የሚባለው መጽሐፍ ቅዱስ፡- "አሁን ግን ኃጢአት ሊቆጣጠራችሁ እንደማይችል ስላወቃችሁና እግዚአብሔር ሲናገራችሁ በመስማት ውስጥ ያለውን ደስታ ስለ ተለማመዳችሁ እግዚአብሔር ይመስገን! ሙሉ የሆነ፣ የተፈወሰ፣ የተስተካከለ ሕይወት አሁኑኑ መኖር ጀምራችኋል፤ ደግሞም እየኖራችሁ ሳለ፣ ይህ ሕይወት እየበዛላችሁ ይሄዳል።ዕድሜያችሁን ሁሉ የኃጢአት መስሪያ ቤት ውስጥ ተቀጥራችሁ በትጋት ብትሠሩ የጡረታ ክፍያችሁ ሞት ነው። የእግዚአብሔር ስጦታ ግን በጌታችን በኢየሱስ የመጣልን ዕውነተኛ ሕይወት፣ ዘላለማዊ ሕይወት ነው"(ሮሜ 6÷22-23፤ ፊልጵ. 1÷11)፡፡

ይህ ፍሬ እንዲኖረን ያስቻለን ክርስቶስ በውስጣችን ስለሚኖር ነው፡፡ ክርስቶስን ለብሰናል፡፡ ያለ ክርስቶስ በሆንንበት ዘመን በቀደመው የኃጢአት አገዛዝ በጨለማ እንኖር ነበር፡፡ በዚያ ደግሞ የምናፈራው የሞት ፍሬ ነበር፡፡ አሁን ግን በጸጋው አገዛዝ ፍሬን እንድናፈራ ክርስቶስ ተቤዠን እናም ከእርሱ (ከወይን ግንዱ) ጋር እንድንጣበቅ ወይም እንድንተባበር በጸጋው በእምነት በኩል በሞቱ እና በትንሣኤው አንድ አደረገን (ሮሜ 6÷5፤ 7÷4፣ 5)፡፡ በክርስትና ሕይወታችን የምንመካው በክርስቶስ እና ክርስቶስን በእኛ ሕይወት በእምነት በኩል መግለጥ በሚቻለው በመንፈስ ቅዱስ እና በእግዚአብሔር ብቻ ነው፡፡

ዘ ፓሽን የሚባለው መጽሐፍ ቅዱስ፡- "እርሱ የሞተበትን አይነት ሞት እንድንቀምስ ለዘላለም በእርሱ ውስጥ ስለተተከልን እርሱ ከሙታን በተነሳበት ትንሳኤም እንድንነሳ እና በሚያካፍለን አዲስ ሕይወት እንኖር ዘንድ በእርሱ ውስጥ ለዘላለም ተተክለናል"። ኤክስፓንድድ ባይብል. ኢ.ኤክስ.ቢ የሚባለው መጽሐፍ ቅዱስ፡- "ክርስቶስ ሞቷል፣

ደግሞም ከእርሱ ጋር እኛም እንዲሁ በሞቱ አንድ ብንሆን [አንድነት ብናደርግ / ወደዚህ ነገር ዘልቀን ብንገባ (ሌላ ተክልን ለማዳቀል በግርዘት ማጣበቅ)]፣ [ወይም በሞቱ ውስጥ ተሳታፊዎች ብንሆን፤ በሞቱ አምሳያነት ውስጥ ብናልፍ]፣ እንዲሁ ልክ እርሱ እንዳደረገው ከሙታን ከመነሣቱ ጋር አንድ እንሆናለን (አንድነት እናደርጋለን፤ ወደዚህ ነገር ዘልቀን እንገባለን)" (ሮሜ 6÷5)፡፡ በተመሳሳይም ሮሜ 7፡4-5 የሚናገረው እና የሚያስረግጥልን አውነት የክርስቶስ ህይወት (ክርስቶስ ቅድስናችን) እንዲሆንና እንድንካፈል ያበቃን የአዲስ ኪዳን ደም ምክንያት ሞቱን እና ትንሳኤውን በእምነት በኩል መካፈላችን ነው፡፡ ዘሜሴጅ የሚባለው መጽሐፍ ቅዱስ፡- "ስለዚህ ወዳጆች ሆይ በእናንተ ውስጥ የሆነው ነገር ይህን ይመስላል። ክርስቶስ በሞተ ጊዜ ያንን ሙሉ በሙሉ በሕግ ታስሮ የሚንቀሳቀስ የሕይወት ዘይቤ ከራሱ ጋር ይዞ ወደ መቃብር አወረደው በመቃብርም ውስጥ አስቀርቶት ተነሳ፤ እናንተን ደግሞ ከትንሳኤ ሕይወት ጋር "እንድትጋቡ" እና ለእግዚአብሔርም የእምነት "ፍሬ" እንድታፈሩ ነጻ አወጣችሁ።"

በጸጋው አሠራር ላይ መታመን ክርስቶስ በውስጣችን ኃጢአትን ገርስሶ አዲስ ፍጥረት ላደረገን (ክርስቶስን መልበሳችን) ይህ ደግሞ በእርሱ ሞት እና ትንሣኤ በመታመን (በመተባበር እንደ ኅብረት) የክርስቶስን ሕይወት ተካፋዮች በማድረግ የተገኘ ነው፡፡ የቀደመው ሕይወት ተሻረ፡፡

በሙሴ ሕግ የነበረው ሰው በኃጢአት ምክንያት በሞት ፍርሃት፣ በኩነኔ ሥር የሚገኝ ሕይወት፣ የሰው ልብ በክቡር ደም ሳይረጭ የነበረው ሕይወት፣ ቅድስተ ቅዱሳን ሳንገባ የነበረው ሕይወት በሌላ አነጋገር ክርስቶስ ጽድቃችንና ቅድስናችን ሳይሆን በፊት የነበረው ተሽሮ እነሆ ሁሉ አዲስ ሆኖአል፡፡ "ነገር ግን የሚመካ በእግዚአብሔር ይመካ ተብሎ እንደ ተጻፈው ይሆን ዘንድ፥ ከእግዚአብሔር ዘንድ ጥበብና ጽድቅ ቅድስናም ቤዛነትም በተደረገልን በክርስቶስ ኢየሱስ የሆናችሁ ከእርሱ ነው"።

ዘ ሜሴጅ የሚባለው መጽሐፍ ቅዱስ ይህንን በሚገባን መንገድ አስቀምጦታል፡- "ይህም ማናችሁም ብትሆኑ በእግዚአብሔር ፊት ለራሳችሁ መለከት እንደማትነፉ በግልጽ ያሳያል። በውስጣችን ያለን ሁሉ - ጤናማ አስተሳሰብና ጤናማ ኑሮ፣ ንጹሕ ሕሊና እና አዲስ ጅማሬ - ሁሉንም ከእግዚአብሔር ዘንድ በክርስቶስ በኩል ነው የተቀበልነው። ለዚህ ነው እንዲህ የሚል አባባል የምንጠቀመው፡- መለከት ልትነፋ ብትፈልግ ለእግዚአብሔር መለከት ንፋ" (1ኛ ቆሮ. 1÷30-31፤ ፊልጵ. 3÷3፤ ሮሜ 2÷29፤ ገላ. 3÷27)፡፡

ክርስቲያን በሥጋ ሳለና በሥጋ አገዛዝ ሥር ሳለ በራሱ (በማያምነው ሰው ማንነት) ጉልበት የሚደገፍ ብቻ ሳይሆን፣ ኃጢአት ለመሥራት የሚነዳው ምኞት በውስጡ እየሠራ፣ በአእምሮው እና በአሳቡ ጠላት ሆኖ ከድንጋዩ ልብ የሚመነጭ ምኞት እና አሳብ እየተነዳና እየተገዛ በሰውነቱ ብልት አማካይነት የሚሠራው ሥራ ሁሉ በእግዚአብሔር ፊት ተቀባይነት የለውም፤ እንዲያውም ይህ መልካም ሥራ በእግዚአብሔር ፊት የመርገም ጨርቅ ነው፡፡

የኃጢአት ምኞት አምባገነን ለሆነ የኃጢአት አገዛዝ ራሱን አሳልፎ እንዲሰጥ አድርጎታል (ሮሜ 6፥17፤ ኢሳይያስ 64፥6)፡፡ አዳምን ከዔድን ገነት ወጥቶ ሳለ ይገዛው የነበረው ልቦናውን ያጨለመው ሥር-መሠረቱ ኃጢአት የሆነ ዕውቀት ነበር፡፡ ይህ **የኃጢአት ዕውቀት** ደግሞ ሊቆጣጠረው የማይችለውን የኃጢአት ምኞት በውስጡ እንዲፈጠር አድርጎአል፡፡ የኃጢአት ዕወቀት ልቡናውንና ነፍሱን ተቆጣጥሮት ከሕሊናው የሚመጣውን የቅድስና ድምፅ እንዳይሰማ እንዲሸሽ ማድረጉን ከአባታችን አዳም እንመለከታለን፡፡

የእግዚብሔርን የሕይወት ዕውቀትና ወደ እግዚአብሔር ቅድስናን እንዳይመለከት የልቦና ዐይኖቹን አሳውሮት ለእግዚአብሔር ጀርባውን ሰጥቶ ለኃጢአት እንዲያዘንበል ሆኖአል፡፡ አባታችን አዳም **ይህ የኃጢአት ዕውቀት (የኃጢአት ልምምድ)** ልቡን ዘልቆ የገባ እና ከማንነቱ ጋር የተዋሐደ ዕውቀትን ያሳያል፡፡

አንድ ባል በትዳር ኪዳን ሚስቱን **እንደሚያውቃት** (አብሮአት የሥጋ ግንኙነት በመኘታ እንደሚያደርግ) ያለ መተባበር፣ አንድነትን፣ መዋሐድን፣ ኅብረትንና መጣበቅን ያሳያል (ዘፍ. 4፡1)፡፡ ፊተኛው አዳም የኃጢአት ቅኝ ተገዥ ሲሆን፣ የኃጢአት ምኞትና አሳብ ልቡ ተቆጣጥሮት የሚለማመደው ሆነ፡፡ ስለዚህ ከአዳም የተወለዱ በእርሱ በኩል የኃጢአት ዕውቅት ማንነትን ወረሱ (ልባቸው ጨለመ)፡፡ የጨለማው ባሕርይ የሚያወቁ የሚለማመዱ እና ከማንነታቸው ጋር የተዋሐዳቸው ሆኑ ማለት ነው፡፡

በዚህ የኃጢያት ባህር ውስጥ እየቀዘፈ እና በመንሳፈፍ የሚገኝ የአዳም ዘር ያለበትን መንፈሳዊ ዘቅተት የሆነ ስፍራ እንኳ እንደሚገኝ እስከማይገነዘብ ድረስ በልቦናው ድንዳኔ ይመላለስ ነበር፤ እንዲሁም አሳቡ በኃጢአት ዕውቀት ጨልሞ ይኖር ነበር፡፡ ወደ እግዚአብሔር እንኳ ለመመለስ የሚሻ ልብ የለውም ነበር (ሮሜ 3፥11፤ ኢሳ. 53፥6)፡፡የአይሁድ መምህራን ችግር ይህ ነበር፡፡ በኃጢአት መሆናቸውን ሕጉ ሊያሳውቃቸው መጥቶ ነበር፡፡ ቢሆንም ግን ሕጉን እንደ መስታወት ሊጠቀሙበት

አልቻሉም፡፡ የኃጢአት ባሪያዎች እንደሆኑ ማስተዋል እስኪሳናቸው ድረስ በኃጢአት ባሕር ውስጥ ሰጥመው ነበር (ዮሐ. 8፥33-34፤ ሮሜ 3፥20፤ 7፥7)፡፡

የሚያደርጉትን ዐያውቁም (የልቦናቸው ዐይን ጨልሟል) የክርስቶስን ጽድቅ ቅድስና ቤዛነት ሊያዩ ሊነኩ ሊማመዱት አልቻሉም፡፡ ልቦናቸው ተገርዞ አዲስ ፍጥረት ሆነው ወንጌልና የምሥራች የሆነውን ክርስቶስን በጸጋው መልበስ አልቻሉም፡፡ **የክብሩ ዕውቀት ብርሃን** የሆነው ኢየሱስ ክርስቶስ የሚዳሰስ፣ የሚጨበጥ እና የሚታይ ሕይወት (የምንለማመደው ዕውቀት) ነበር፡፡

ይህን እንዳያዩ የጨለማው ዓለም ገዥ በኃጢአት አገዛዝ ሥር ተጽዕኖ አምጥቶበት ነበር፡፡ ይህ ደግሞ ዲያብሎስ ኃይለኛ ስለሆነ አይደለም፡፡ ነገር ግን የክብሩ ብርሃን ዕውቀት የሆነው (የልቦና ዐይኖች በርተው ከልምምድ የሆነውን ክብሩን ማወቅ) መግባት የሚችሉት በእምነት በኩል ሲሆን፣ አለማመን ስለ መረጡ ነው፡፡ ዘ ሜሴጅ የሚባለው መጽሐፍ ቅዱስ፡- "መልእክታችን ለማንም ሰው ግልጽ ባይሆንለት እኛ የምንደብቀው ነገር ስላለ አይደለም። ግልጽ የማይሆነው ሰሚዎቻችን ዐይናቸውን ወደ ሌላ ቦታ ስላዞሩ ወይም ልብ ብለው ትኩረት ሰጥተው ስለማያደምጡን ነው። ዐይናቸው የተከፈተው ዓለም የሚያጨበጭብለትን የጨለማ አምላክ ለማየት ብቻ ነው። እርሱም የሚፈልጉትን የሚሰጣቸው ስለሚመስላቸው በዐይን የማይታየውን ዕውነት ለመረዳት ራሳቸውን መስጠት የሚያስፈልጋቸው አይመስላቸውም።

የእግዚአብሔርን መልክ ከምንም በላይ በድምቀት የሚገልጥልንን እንደ ንጋት ወገግታ ቦግ ብሎ የሚበራውን የክርስቶስን መልእክት እንዳያዩ ዐይኖቻቸው ፈጽመው ታውረዋል" (2ኛ ቆሮ. 4፥4፤ 1ኛ ዮሐ. 1፥1)፡፡ በዚህም የኃጢአት ዕውቀት (በልምምድ የተገኘ ዕወቀት) እና በጨላመው ተጽዕኖ ምክንያት ፍጥረታዊው ሰው ኃጢአተኛነቱን እና የቅድስና ሕይወት ምን እንደ ሆነ የማወቅ (በልምምድ የማወቅ) ችሎታ ሆነ ዐቅም የለውም፡፡ ዘ ሜሴጅ የሚባለው መጽሐፍ ቅዱስ፡- "ስጋዊው ማንነት በተፈጥሮው የእግዚአብሔርን መንፈስ ስጦታዎች መቀበል አይችልም። እነዚህን ስጦታዎች የሚቀበልበት አቅም የለውም። እጅግ ንጹህ ይሆኑበታል። መንፈስ መታወቅ የሚችለው በመንፈስ ብቻ ነው - ማለትም የእግዚአብሔር መንፈስ እና የእኛ መንፈስ በግልጽ ሕብረት ሲያደርጉ። በመንፈስ ሕያው ስንሆን የእግዚአብሔር መንፈስ የሚያደርገውን ሁሉ ማየት እንችላለን፤ ደግሞም መንፈሳዊ ባልሆኑ ነቃፊዎች ልንገመገም አንችልም። "የእግዚአብሔርን መንፈስ የሚያውቀው፤ ምንስ እየሰራ እንደሆነ የሚያውቅ ሰው አለ?" የሚለው የኢሳይያስ ጥያቄ ተመልሷል፡- ክርስቶስ ያውቃል፤ እኛ ደግሞ የክርስቶስ መንፈስ አለን"።(1ኛ ቆሮ. 2፥14-16)፡፡

«ኃጢአተኛ ሥጋ» ወይም «የሥጋ ሰውነት» ተብሎ የሚጠራው የአዳም ባሕርይ በመውረስ ከፍጥረቱ የቀኀጣ ልጅ የሆነው ሰው የኃጢአት ግዛት ሥር ከመሆኑ ባሻገር የጨለማው የኃጢአት ምኞት ልምምድ በውስጥ እንዲኖር ያደረገው የቀድሞው ዕባብ መርዝ ነበር፡፡ በመጀመሪያ ሔዋንን ነደፋት፤ በመቀጠልም ደግሞ የመጀመሪያው ዐፈር የነበረውን አዳምን፣ በመጨረሻም በእርሱ በኩል የሰው ልጆችን ሁሉ በዚያ የኃጢአት ባሕርይ ተነደፉ፡፡

ይህ በመሆኑም በባሕርይው ኃጢአት ያለበት ሰው በጨለማው ገዥ ተጽዕኖ ሥር ወደቀ፡፡ አሁን ኃጢአት፣ የኃጢአት ሰውነት፣ የሥጋ ኃጢአት፣ እንዲሁም የዲያብሎስ ተገዥ ሆነ፡፡ እንግዲህ ከዚህ እንዴት ነፃ መወጣት እና የቅድስና ሕይወት መኖር ይችላል? ብቃትን ከየት ያገኛል? ኃጢአት ልቡን አጨለመው፡፡ ለምኞቱም ተገዥ አደረገው፡፡ መሢሑ መጥቶ እስኪቤዠው ድረስ በጨለማ ባሕር ውስጥ ተዘፍቆ ይኖር ነበር (ዮሐ. 12÷40)፡፡

ወደ ኢየሱስ ክርስቶስ ስንመጣ ግን ይህ የመዳን ብርሃን በልባችን በራ፡፡ ክርስቶስን ዐወቅነው (ተባበርነው/ ኅብረት አደርግን /ተጣበቅን)፡፡ ልባችን በመንፈስ ቅዱስ ተቀጣጠለ፡፡ የወንጌሉ ዕውቀት ብርሃን የሆነው ክርስቶስ በእኛ ወስጥ ሕያው ሆኖ ዐደረ፡፡ ከዚያም በውስጣችን መኖር ጀመረ፡፡ ይህ ደግሞ መለኮታዊ ባሕርይ ወደ ሆነው ወደ ፍቅሩ መዘርጋት ተችሎአል፡፡

የእግዚአብሔር ሙላት ክብሩ ከእኛ አልፎ ተገለጠ ማለት ክርስቶስ ቅድስናችን ሕያው ሆነ (የክርስቶስ ሕይወት በእኛ ላይ ተገለጠብን) ማለት ነው፡፡ ሐዋርያው የጸለየው የጸጋው ክብር በሙላት ሲገለጥ ወደ አብ ይቀርባል፡፡ ምክንያቱም እንደ ተሰፋ ቃል የቅዱሳን ርስት ባለጠግነት ሆኖ የተሰጠ ስለሆነ ነው፡፡ ይህም በእምነት በኩል ይሆናል፡፡ ዘ ሜሴጅ የሚባል መጽሐፍ ቅዱስ፡- "በመንፈሱ እንዲያበረታችሁ እለምነዋለው - ይህም የሥጋ ጡንቻችሁ እንዲበረታ ሳይሆን፣ በውስጣችሁ በክብሩ እንድትጠነከሩ ነው፤ ማለትም በራችሁን ከፍታችሁ እንዲገባ እርሱን ስትጋብዙት ክርስቶስ በእናንተ ውስጥ ገብቶ እንዲኖር ነው። ደግሞም ሁለቱም ዕግሮቻችሁ በፍቅር ጸንተውና ተተክለው መለኪያ የሌለውን የክርስቶስን ፍቅር በሁለንተናዊ ገጽታዎቹ ከኢየሱስ ተከታዮች ሁሉ ጋር ተቀብላችሁ ወደ ውስጣችሁ ማስገባት እንድትችሉ እለምነዋለው። ተዘርጉና በፍቅሩ ስፋት ሁሉ ሂዱበት፤ በርዝመቱ ተመላለሱበት፤ በጥልቀቱ ግቡበት፤ ወደ ከፍታው ሁሉ ውጡ። ሕይወትን በሙላት፣ በእግዚአብሔር ሙላት ሁሉ እየኖራችሁ አጣጥሙ" (ኤፌ. 3÷16-19)፡፡

ክርስቶስ ቅድስናችን ስለሆነ በእምነት በኩል በሙላት ሊኖር (ክርስቶስን መምሰል ሊበዛልን /ከክብር ወደ ክብር ልንሻገር/ ክርስቶስ ሊገለጥብን)፣ ደግሞም ክርስቶስን ለመልበስ ብቃትን አገኘን፡፡ የክርስቶስ ፍቅር በልባችን በራ (በመንፈስ ቅድስ በመፍሰስ ልባችንን ተቆጣጠረው) ገዛን፡፡

ክብር የሸሸን ሰዎች አሁን ክብሩ መመኪያችን ሆነ፡፡ ዘ ሜሴጅ የሚባለው መጽሐፍ ቅዱስ፡- "እንደ እብድ ብሆን ለእግዚአብሔር ብዬ ነው፤ አብዝቼ በአእምሮ እንደ በሰለ ሰው ብሆን ደግሞ ለእናንተ ብዬ ነው። የክርስቶስ ፍቅር ይህን ያህል ነው ራሴን እንድሰጥ ያደረገኝ። በምንሠራው ሥራ ሁሉ የመጀመሪያውን ፈቃድ የመጨረሻውንም ውሳኔ የሚያደርገው የእርሱ ፍቅር ነው' (2ኛ ቆሮ. 5÷14፤ ሮሜ 5÷2፣ 5፣ 11)፡፡

ይህ የቅድስናው ክብር የሆነው ክርስቶስ ኢየሱስ በእኛ ውስጥ ሊኖር በእምነትም በኩል በሕይወታችን ሊገለጥ እና እርሱን በማወቅ (በመተባበር /በመጣበቅ/ በኅብረት) በእምነት በኩል የሕይወት ልምምድ የተሞላ ዕውቀት ነው፡፡ "ኢየሱስ ክርስቶስን **ያውቁ** ዘንድ ይህች **የዘላለም ሕይወት ናት**" (ዮሐ. 17÷3)፡፡

የእርሱን ሕይወት ልናንጸባርቅ እና የጸጋው ክብር ይገለጥ ዘንድ ነው፡፡ ወደ ቅድስተ ቅዱሳን የመግባት ግብዣ፣ ማለትም በሥጋው መጋረጃውን በመቅደድ ሰላምን ፈጥሮ፣ ኑ! የሚል ግብዣ የተሞላበት ሕይወት ነው፡፡ "በውድ ልጁም እንዲያው የሰጠን **የጸጋው ክብር** ይመሰገን ዘንድ ይህን አደረገ"። ዘ ሜሴጅ በመባል የሚታወቀው መጽሐፍ ቅዱስ፡- "እግዚአብሔር ይህንን ሲያቅድ እንዴት ባለ ታላቅ ደስታ እንደ ተደሰተ ባወቃችሁ!" ይላል፡፡

በውድ ልጁ አማካኝነት እጅግ በበዛው ቸርነቱ **በሰጠን ስጦታ** ውስጥ ወዳለው **ታላቅ የደስታ በዓል ውስጥ** አብራችሁት እንድትገቡ ፈልጓል" (ኤፌ. 1÷6)፡፡ በመንፈስ ቅዱስ አማካይነት ኪዳን እና ዋስ ሆኖ በእኛ ውስጥ መኖር ጀመረ (ዕብ. 5÷10፤ 7÷22)፡፡ እንግዲህ **ክርስቶስን ማወቅ** ማለት በክርስቶስ ኢየሱስ ሞት እና ትንሣኤ መተባበር መጣበቅ አንድ መሆን ማለት ነው፡፡

ከእርሱ ጋር በጸጋው አሠራር (በጸጋው ንጉሣዊ አገዛዝ ሥር) የሚገኙት ሁሉ የዚህ ብርሃን (ዕውቀት) ፍሬ አላቸው ያፈራሉ፡፡ ክርስቶስን ባወቁት (በሞቱ እና በትንሣኤ ከተባበሩት በተጣበቁት እና ክርስቶስ በውስጣቸው እንዲገለጥ) በእምነት በኩል ልባቸውን በከፈቱለት መጠን ፍሬአቸው እየበዛ ይመጣል፡፡

ክርስቶስን ማወቅ እና በፍቅር ዕውቀት መሞላት ማለት ይህ ነው (ቈላስ. 1÷9-10፤ ኤፌ. 3÷18-19፤ ፊልጵ. 1÷9-11)፡፡ ቅድስና የክርስቲያኖች ርስት ሆኖ የተሰጠን ነው፡፡ እንግዲህ **እግዚአብሔር የሚፈልገው ቅድስና ሕይወት** በክርስቶስ ውስጥ ሆነን በአምነት በኩል መለኮት እንደ ጸጋ በእኛ የሚሠራው የከብሩ መገለጥ ነው፡፡ የጸጋው ክብር (ቅድስናውን) የሚገልጠው ሲሆን፣ ከክርስቶስ ጋር በሞቱ እና በትንሣኤው በእምነት በኩል በመተባበር ይህ ክብር ይገለጣል (ኤፌ. 1÷6)፡፡

የቅዱሳንን ርስት (የቅድናው ክብር /የጸጋው ክብር) በብርሃን እንድንካፈል ያበቃን እርሱ ነው፡፡ ይህም ደግሞ ክርስቶስ የመሥዋዕቱ በግ እና ሊቀ ካህናት ሆኖ እኛን ለእግዚአብሔር ቅዱስ እና ያለ ነውር ሆነን እንድንቀርብ ፈቀደ/ፈለገ፡፡ ይህንንም ደግሞ በእምነት በኩል ፈጸመው (ኤፌ. 1÷4፤ 5÷24)፡፡ ክርስቶስ ኢየሱስ የጽድቅ ስጦታ / የጸጋ ስጦታችን እና የቅድስና ስጦታችንና ሕይወታችን ሆነ፡፡

"**የጸጋን ብዛትና የጽድቅን ስጦታ ብዛት የሚቀበሉ** በአንዱ በኢየሱስ ክርስቶስ በኩል **በሕይወት ይነግሣሉ**" (ሮሜ 5÷17)፡፡ "**ሕይወታችሁ የሆነ** ክርስቶስ በሚገለጥበት ጊዜ÷ በዚያን ጊዜ እናንተ ደግሞ **ከእርሱ ጋር በክብር ትገለጣላችሁ**" (ቈላስ. 3÷4፤ ዮሐ. 17÷19)፡፡ በኃጢአት ምክንያት ከእግዚአብሔር ክብር የጐደለው በክርስቶስ ጽድቅ ምክንያት በእግዚአብሔር ፊት የክርስቶስ ጽድቅ ተቈጥሮለት ጻድቅ ተብሎ ተጠራ፡፡ስለሆነም ጽድቁ ደግሞም ክብሩ ወደ እኛ እንዲመለስ አደረገ (ሮሜ 3÷23-24)፤ ክርስቶስ ጋር በትንሣኤው በመተባበራችን በእግዚአብሔር ክብር (የቅድስና ሕይወት) መመላለስ የምንችልበትን ብቃት ሰጠን፡፡ "እንግዲህ ክርስቶስ **በአብ ክብር** ከሙታን እንደ ተነሣ እንዲሁ **እኛም በአዲስ ሕይወት እንድንመላለስ**÷ ... ሞቱንም በሚመስል ሞት **ከእርሱ ጋር ከተባበርን** ትንሣኤውን በሚመስል ትንሣኤ ደግሞ **ከእርሱ ጋር እንተባበራለን**፤ ... ነገር ግን ከክርስቶስ ጋር ከሞትን **ከእርሱ ጋር ደግሞ በሕይወት እንድንኖር** እናምናለን፤ ... **በሕይወት መኖርን** ግን ለእግዚአብሔር ይኖራል። **እንዲሁም እናንተ ደግሞ**... ለእግዚአብሔር **ሕያዋን እንደ ሆናችሁ** ... " (ሮሜ 6÷4፣ 9፣ 11፤ ኤፌ. 2÷3-8)፡፡

የኢየሱስ ሕይወት ለሁላችን የተሰጠ ነው፡፡ በእምነት በኩል በኑሮአችን ሊገለጥ፣ ሁለንተናችንን ሊሞላ፣ ማለትም በዕለት ተዕለት ዕንቅስቃሴአችን ክብሩ እንዲገለጥ ተሰጥቶናል፡፡ በአብ ቀኝ የተቀመጠበት የክብር ሕይወት ለእኛ የቅዱሳን ርስት ባለጠግነት ሆኖ ተሰጠን፡፡ በእምነት የክርስቶስን ጽድቅ የተቀበለ አማኝ፣ እንዲሁ እርሱ የክርስቶስን ቅድስና በእምነት በኩል በመንፈስ ቅዱስ የሚለማመደው ይሆናል፡፡ "ለአለቅነትና ለሥልጣንም ሁሉ ራስ በሆነ በእርሱ **ሆናችሁ ተሞልታችኋል**" (ቈላስ. 2÷10)፡፡

«ሆናችሁ» ሲል በክርስቶስ የተገኘውን አዲሱን ማንነት ያመለክታል፡፡ ክርስቶስ ጽድቃችንና ቅድስናችን (የእግዚአብሔር የጸጋው ክብር) ሆኖ የተሰጠን ከእርሱ ጋር በእምነት በኩል በመተባበራችን ወይንም በመጣበቅ የምናገኘው አዲስ ሕይወት ነው፡፡ ዘ ሜሴጅ የተባለው መጽሐፍ ቅዱስ፡- “እግዚአብሔርን በሙላት ትሰሙትና ታዩት ዘንድ የእግዚአብሔር ማንነቱ በክርስቶስ በኩል በሙላት ተገልጧል።

የክርስቶስን ሙላት፣ እንዲሁም ያለ እርሱ ደግሞ የዓለማችንን ባዶነት ለማየት አጉሊ መነጽርም ሆነ የሩቁን አቅርቦ የሚያሳይ መነጽር አያስፈልጋችሁም። ወደ እርሱ ስትመጡ የእርሱ ሙላት ደግሞ ወደ እናንተ ይመጣል። ኃይሉ የማይጠቀልለውና የማይደርስበት ነገር የለም”፡፡ ጄ.ፊ. ፊሊፐስ ኒው ቴስታመንት የተባለው መጽሐፍ ቅዱስ፡- “በተጨማሪም የእናንተ ሙሉነት በሥልጣናት ሁሉ ላይ ባለ ሥልጣን በሆነው፣ ደግሞም በሁሉም ኃይላት ላይ የበላይ ኃይል በሆነው በእርሱ ብቻ ዕውን የሚሆን ነው”፡፡ ዘፓሽን የተባለው መጽሐፍ ቅዱስ፡- “ሙላታችን የሚገኘው በእርሱ ውስጥ ነው። በውስጣችን የክርስቶስ ሙላት ሲያጥለቀልቀን በእግዚአብሔር ሙላት ሁሉ እንሞላለን። እርሱም በዓለም ውስጥ ያሉ መንግስታትና ስልጣናት ሁሉ ራስ(ሀ) ነው”። የግርጌ ማስታወሻ ሀ. ወይም “ምንጭ” (ቆላስ. 2፥10)፡፡

ስለዚህ ክርስቲያን ይህን የቅድስና ጉዞ እንድንሄድ ቀዳሚ ሆኖ የተጓዘው እና ለእኛም አዲስ መንገድ የመረቀልን ራሱ ጌታችን ኢየሱስ ክርስቶስ ሳይለየን እና የቅድስናው ክብር የሆነውን ክርስቶስን እየለበስን እንድንሄድ እርሱ ሊቀ ካህናታችን ሆነ፡፡ የአዲስ ኪዳንን ተስፋ፣ ማለትም በፊቱ መግባትን የማግኘት፣ የመኖርና የመመላለስ ብቃት ሆነን፡፡

በሞቱ እና በትንሣኤው በእምነት በኩል በቅድስናው ክብሩ እንድንገኝ፣ የቅድስናው ክብር የሆነውን «ክርስቶስ ቅድስናችን» በውስጣችን በመሆን እና በመኖር፣ እንዲሁም ራሱንም በእኛ ውስጥ በመግለጥ ድፍረት እና ዐቅም ይሆንልን ዘንድ እርሱን የሰጠን እግዚአብሔር ነው (ኤፌ. 2፥18፤ ዕብ. 4፥10፤ 7፥19፤ 10፥19-20)፡፡

የእርሱ ቅድስና ብቃታችን ሆኖ በአብ ፊት የተቀደሰን ሆነን (ቅዱሳን) ሆነን የመቆም የመገለጥ የመከበር ዐቅም ሆነልን፡፡ ይህ ማለት ክርስቲያን በሊቀ ካህናቱ በኢየሱስ የምልጃ ሥራ (በክርስቶስ ደሙ ነጽቶ) ወደ አብ፣ ማለትም ወደ ቅድስተ ቅዱሳን ገብቶ መኖር እንዲችል አድርጎታል ማለት ነው፡፡

ይህ ማለት በዕለት ተዕለት ኑሮው (በክርስትና ሕይወቱ) ኃጢአት አይገኝበትም ማለት ሳይሆን፣ በክርስቶስ ኢየሱስ ያለውን ሥፍራ ያወቀ፣ የቅድስና ፍሬ የሚታይበት፣

በክርስቶስ ክህነነት የሚታመን፣ በደሙ ከኩነኔ የራቀ እና ወደ ቅድስተ ቅዱሳን መግባትን ባገኘው ድፍረት ያለውና መንፈሳዊ ዕድገቱንም የሚጨምር አገላለጽ የያዘ ነው፡፡ "አንድ ጊዜ በማቅረብ የሚቀደሱትን **የዘላለም ፍጹማን** አድርጎአቸዋልና" (ዕብ. 10÷10፤ 14)፡፡

አምፕሊፋይድ የሚባለው መጽሐፍ ቅዱስ፡- "አንድ ጊዜ ባቀረበው መሥዋዕት የሚቀደሱትን **ሙሉ በሙሉ አንጽቶ** ለዘላለሙ ፍጹማን አድርጓቸዋል፡፡ (እያንዳንዱን አማኝ **ለመንፈሳዊ ምሉዕነትና ጉልምስና አብቅቶታል**) ይላል፡፡"

ዘ ሜሴጅ የሚባለው መጽሐፍ ቅዱስ፡- "መሥዋዕቱ ፍጹማን ያልነበሩትን ሰዎች ፍጹማን ለማድረግ ፍጹም በሆነ ሰው የቀረበ መሥዋዕት ነው፡፡ አንድ ጊዜ በቀረበው በዚያ መሥዋዕትም **በመንጻት ሂደት** ውስጥ ለሚያልፉት ሁሉ **ማድረግ የሚያስፈልገውን ነገር በሙሉ** አድርጓል" ይላል፡፡

ይህ የቅድስና ሕይወት እንደ ተስፋ ሆኖ የተሰጠን የኪዳን ተስፋ ቃል ነው፡፡ "እኛም የምንደፍርበትን የምንመካበትንም ተስፋ ... እንግዲህ ወደ ዕረፍቱ ለመግባት ተስፋ ገና ቀርቶልን ከሆነ" (ዕብ. 3÷6፤ 4÷1)፣ ማለትም ክርስቶስ በእኛ ይጋለጥ ዘንድ በጸጋው የሚሆን አሠራር እንጂ፣ እንደ ቀድሞው በሥጋ ሳለን (በዓለም-በጨለማ) ተጽዕኖ ሥር በነበርንበት ጊዜ በምናደርገው መመላለስ የሚሆን መፍጨርጨር አይደለም፡፡

አሁን በእምነት በኩል ከወይኑ ግንድ ጋር በመጣበቅ (ኅብረት/በመተባበር) በማድረግ በመዳናችን ከእምነት ወደ እምነት፣ ማለት በእምነት በመኖር ክርስቶስ የቅድስናችን መገለጫ ሕይወት ምንጭንና ኃይል ሆኖ የምንሄድበት የእምነት ጉዞ ነው፡፡ ወደ እግዚአብሔር ዕረፍት መግባትን ያስገኘልን፣ ማለትም ከብሩ መኩሪያችን ሆኖ (የቅዱሳን ርስት) ሆኖ እንዲሰጠን ክርስቶስ በአብ ፊት ሰላማችን ሆኖ እኛን ወክሎ ቆመ፡፡

እኛ ከእርሱ ጋር በጸጋው አሠራር (ትንሣኤውን በመተባበር) ቆምን፤ ማለትም ከእግዚአብሔር ጋር ሰላም አለን፡፡ ይህ ሰላም የተፈጠረው ክርስቶስ ሕይወታችን ሆኖ በእኛ ውስጥ ሰለሚገኝ፣ እንዲሆም እኛን ወክሎ በአብ ፊት ቅድስናችን ሆኖ ስለሚታይ ነው፡፡ ሰላምን ሰላገኘን የቤተ መቅደስ መጋረጃ በሥጋው ተቀድዶ ወደ ቅድስተ ቅዱሳን መግባት ስለ ሆነልን ነው፡፡ በብሉይ ኪዳን ዕረፍት ያጣንበት ጉዳይ ነበር፡፡

ሁሉም ወደ መገናኛ ድንኳኑ (ቤተ መቅደሱ) የእንስሳት መሥዋዕት ይዞ ወደ ሊቀ ካህናቱ ይመጣ ነበር፡፡ ሥፍር-ቍጥር የለው የእንስሳ ደም በመሠዊያው ላይ ይፈስስ ነበር፡፡ ሥነ - ቅርስ (በመሬት ውስጥ የተቀበሩ ቅርሶች ጥናት) ምርመራ ተዳርጎ (Journal of

Archaeological Science፡ Tia Ghose – ABC NEWS) ባየቀረበው ዘገባ መሠረት በቤተ መቅደሱ የሚፈስሰው ደም ምድሪቱ የምትችለውን ከጠጣች በኋላ ከምድር ወለል ወደ ላይ አሻቅቦ ይገነፍል ነበር፡፡ የካህናት ጕልበት አካባቢ ይደርስ ነበር፡፡

በቀን ከ 1.2 ሚሊዮን እንስሳ ያላነሰ ይሰው ነበር ይላሉ፡፡ በዚህ አሰልቺ ድግግማዊ ተግባር ካህናቱ ዘወትር የመቅደስ ሥርዓት ይፈጽሙ ነበር፡፡ የሚያመልከውን ሰው ፍጹም አድርጎት ወደ ቅድስተ ቅዱሳን በማስገባት በአብ ፊት ሊያቀርበው አልቻለም፡፡ ከእግዚአብሔር ሰላም ሳያገኝ ተመልሶ ይሄዳል፡፡ ኃጢአቱ ተከድኖ ይሄዳል፡፡ አሁንም ተመልሶ መምጣት ያስፈልገዋል፡፡ ምክንያቱም ሕጉ እንደ መስታወት ሆኖ ኃጢአተኝነቱን ያሳየዋል፡፡

የሚከሰሰውና የሚኰነነው በደል በሕሊናው ስለሚደውል በእርግጥም ሌላ መሥዋዕት ይዞ ወረፋ ጠብቆ መሥዋዕቱን ወደ ካህኑ ያቀርባል፡፡ የማያቋርጥ ድግግሞሽ ዕረፍት-የለሽ ነበር፡፡ ዘ ሜሴጅ ተብሎ የሚጠራው መጽሐፍ ቅዱስ፡- "እግዚአብሔር ሁልጊዜ ሊያደርግልን ወደሚፈልገው ነገር ውስጥ በእምነት በመግባት - ከራሱ ጋር ሊያስታርቀንና ለእርሱ ምቹ መገልገያ እንድንሆንለት የሚያደርግና ይህም ደግሞ የእርሱ ፍላጎት ነው - እኛም ከጌታችን ከኢየሱስ ክርስቶስ የተነሣ በእግዚአብሔር ዘንድ ሁሉ ነገር ተስተካክሎልናል።

ደግሞ ይህም ብቻ አይምሰላችሁ፡- በራችንን ለእግዚአብሔር ክፍት እናደርጋለን በዚያው ቅጽበት ደግሞ እግዚአብሔር ከእኛ ቀድሞ በሩን ለእኛ በርግዶ እንደ ከፈተልን ዕናውቃለን። ሁልጊዜ «በዚያ በቆምን (በኖርን)» ብለን በምንመኘበት ሥፍራ ቆመን (እየተመላለስን) ራሳችንን እናገኘዋለን - ያም ሥፍራ በእግዚአብሔር ጸጋ እና በክብሩ ውስጥ ያለው ሰፊ ሥፍራ ነው፤ በዚያም ሥፍራ ቀና ብለን ቆመን በምስጋና ጩኸታችንን እናቀልጠዋለን' (ሮሜ 5÷1-2)፡፡ ዘ ሜሴጅ

ስለሆነም በክብሩ ፊት ለመቆም ድንጋዩ ልብ ሥጋ ልብ ማለትም አዲስ ፍጥረት ሆነናል፡፡ በደሙ ለመንጻት ወስጣዊው ሰውነታችን በጥሩ ውኃ ታጠበ፡፡ ኃጢአት በደሙ ነፃ፡፡ ስለዚህም ድፍረት ሆነን፡፡ የዕብራውያን ጸሐፊ የሚነግረን ሲሆን ደግሞም እኛ ወደዚህ ዕርከን ተሸጋግረናል፡፡ በዚያም (ቅድስተ ቅዱሳን) ውስጥ በእምነት በኲል ሕያው ሆነን እየኖርን ነው ያለነው ይለናል (ዕብ. 10÷19-22)፡፡

ምክንያተም የቅዱሳን ርስት ባለጠግነት የሆነው ክርስቶስ ቅዱሳናችን (ሕይወታችን) የሆነው ተስፋችን (የተስፋ ቃል) ለእኛ ስለሆነ ነው (ዕብ. 10÷21-23)፡፡ ጴጥሮስ ዕግሩን

መታጠብን ዕንቢ አለ፡፡ ይህ በእምነት የመንጻት ምሥጢር ምሳሌ የሆነውን የተረዳ አልነበርም፡፡ ሐዋርያቱም ስለ የክርስቶስ መሞት እና መነሣት መረዳት ሕፃናት ነበሩ፡፡

ነገር ግን በባዕለ አምሳ የልቦናቸው ዐይን ሲበራ ልብን አሳብን የሚመረምረው ጌታ የልባችንን ደጅ በፍቅር ሲያንኳኳ ውስጣቸውም ሲገባ ስለ ክብር ደሙ የማስተዋል ባለጠግነትን አገኙ፡፡ ያን ግዜ ክርስቶስን በእምነት በኩል ዐወቁት (በሞቱ እና በትንሳኤው ኅብረት አደረጉ/ ተባበሩ) የምሥራቹን (ዕግር መታጠብ ምሥጢር) በድፍረት ተናገሩት፡፡

ታጠብን ብለው አወጁ፡፡ ቅዱስ ጴጥሮስም ለሌሎች ይህን የእውቀት ብርሐን የሆነውን ክርስቶስን ህብረት እና አንድነት ተናገረ፡፡ ዘ ሜሴጅ የሚባለው መጽሐፍ ቅዱስ ፡- "ለዚህ ወደ እርሱ ፊት እንግባ - በእምነት ተሞልተን፣ በውስጥም በውጭም በፊቱ ለመቅረብ የተገባን መሆናችንን ተማምነን" (ዕብ. 10÷22፤ ዮሐ. 13÷8፤ 1ኛ ጴጥ. 1÷18-19)፡፡

ቅድስና (ክርስቶስን መምሰልን) ሕይወት በእኛ እንዲገለጥ ወይም ብርሃን ሆነን ደምቀን እንድንታይ ክርስቶስ ኢየሱስ የአዲስ ኪዳን መካከለኛ ሆነ፡፡ ይህ የተስፋ ቃል (የተስፋው ክብር) በእኛ እንዲገለጥ መንፈስ ቅዱስ ተሰጥቶናል፡፡ የተስፋው ክብር (የቅዱሳን ርስት ባለጠግነት) የሆነው ክርስቶስ ቅዱስናችን ሆኖ በአማኙ በሙላት እንዲገለጥ መንፈስ ቅዱስ መያዣችን ሆኗል (ኤፌ. 1÷14)፡፡

ይህ መንፈስ ቅዱስ ይህን የቅድስና ክብር የሆነውን ክርስቶስን በእኛ በመግለጥ ከክብር ወደ ክብር እንድንለወጥ ያደርገናል (2ኛ ቆሮ. 3÷12፣ 16-18)፡፡ የቅዱሳን ርስት መያዥያ የሆነው የቅድስናው መንፈስ (የክርስቶስ መንፈስ) በመባል ይታወቃል፡፡ ይህ የክብር መንፈስ ክርስቶስን ወደ መምሰል ልክ እስክንደርስ ድረስ በእኛ ውስጥ ለዘላለም ይኖራል፡፡ ይህም የእግዚአብሔር መንፈስ ከክብር ወደ ክብር ያደርሰናል፤ ያመጣናል (ይቀድሰንማል) - መቀደስ ማለት እርሱን መምሰል /የተለየ መሆን/ ለእግዚአብሔር የሚኖር ይህም ክብሩን በማንጸባረቅ የሚኖርና የሚመላለስ ማለት ነው፡፡

ይህም የክርስቶስ መንፈስ ደግሞ የእግዚአብሔር ቅድስናው ልክ ሊያደርሰን (ክብሩን ሊሞላን /ሊገለጥብን) እንደ መያዣ (ቅድመ-ክፍያ) ሆኖ የተሰጠን ስለሆነም ያን ክብር እስከ ምናጸባርቅ ድረስ ይንከባከበናል፤ ያዘጋጀናልም፤ እንዲሁም የክርስቶስን ሕይወት ይመግበናል፡፡ ይህ የሚሆነው የበለጠ ከክርስቶስ ጋር በትንሣኤው እንድንመስለው ለማድረግ በሕይወት ልምምድ ረገድ አንድ ወደ መሆን ለማምጣት ነው፡፡

77

ኢ.ፌ.ቢ.ኢ. አገልግሎት ዕብራውያን መጽሐፍ ጥናት ክፍል 2

መቀደስ በሌላ አነጋገር ጌታችን ኢየሱስ ክርስቶስ አባቱን ደስ እንዳሰኘ ሁሉ እንዲሁ እኛም ክርስቶስ እንደ ተመላለሰ አብን እንድናስደስት ማድረግ መቻል ነው፡፡ ይህ ደግሞ የሚሆነው ክርስቶስ በእኛ ውስጥ ሲኖርና ራሱን ሲገልጥ ብቻ ይሆናል፡፡ ይህን ያደረገው ከመለኮታዊ ባሕርይ ተካፋዮች በመሆን እኛነታችን በክርስቶስ ማንነት ሲዋጥ፣ በሌላ አነጋገር ክርስቶስ በእኛ ሕይወት ሲገዛ /ሲገለጥ እና እኛም እርሱን ስንለብሰው ማለት ነው፡፡ይህ ማለት ከአምላክነቱ ጋር እንተካከላለን ማለት አይደለም፡፡ እርሱ ብቸኛ አምላክ ነው፡፡ «ስምህ እግዚአብሔር እንደ ሆነ በምድር ሁሉ ላይ **አንተ ብቻ** ልዑል እንደ ሆንህ ይወቁ (መዝ. 83÷13)፡፡ ይሁን እንጂ፣ እርሱን የምንመስልበት፣ ከመለኮታዊ ባሕርይውም የምንጋራው ነገር አለ፡፡ እነርሱንም ሐዋርያው ለቈላስይስ ሰዎች እና ለገላትያም ሰዎች ጭምር ገልጦላቸዋል፡፡ አዲስ ፍጠረት ስንሆን፣ በውስጣችን ክርስቶስ ይኖራል፡፡

እርሱ በውስጣችን የኖረው ግን መለኮታዊ ባሕርይውን በማካፈሉ ከወይኑ ግንድ ጋር በመጣበቅ /በመተባበር እና አንድ በመሆን ነው፡፡ አዲሱ ሰው ይህም በክርስቶስ አዲሰ ፍጥረት የሆነው የክርስቶስን ባሕርይ ወረሰ (ቈላስ. 3÷10፤ ገላ. 3÷27)፡፡ ይህ ሰው ከወይኑ ግንድ ጋር ስለ ተጣበቀ ፍሬ አለው፡፡ ማለትም የክርስቶስ መለኮታዊ ባሕርይ ይታይበታል /ይገለጥበታል እናም የቅድስናው ክብር ብርሃን ይንጸባረቅበታል፡፡

የብርሃን ፍሬ አለው፡፡ ይህ የሆነው ከክርስቶስ ጋር ሞተው (ሥጋን ከክፉ መሻቱ ጋር ስለ ሰቀሉ አዲሰ ፍጥረትነትን ስላገኙ (ገላ 6÷24) ነው፡፡ ከእርሱ ጋር ስለ ተሰቀሉ፣ ማለት ከእርሱ ጋረ ስለ ሞትን (ሞቱን በእምነት ስለ ተካፈልን) (ሮሜ 6÷6)፣ እንግዲህ ከእርሱ ጋር ተሰቅለን ከእርሱ ጋር ተቀበርን (ሮሜ 6÷4)፡፡

አሮጌው ሰው በአዲሱ ሰው ተተካ፡፡ ስለሆነም አዲሱ ሰው መታደስን እንጂ፣ መበስበስን ዐያውቅም፡፡ የፈጠረውን የሚመስል አዲስ ፍጥረት (ድንጋዩ ልብ - በመንፈስ ቅዱስ አማካይነት - የሥጋ ልብ) የሆነው ነው (ቈላስ. 3፡9-10)፤ አዲሱ ሰው ሁልጊዜ ሕያው እና ብርሃን ነው (ዮሐ. 13÷19፤ ኤፌ. 5÷8)፡፡

እንግዲህ ይህ «አዲሱ ሰው» የዳነው አዲስ ፍጥረት የሆነው የወረሰው «የመለኮት ባሕርይ» ደግሞ የመንፈስ ቅዱስ ፍሬ በመባል ይታወቃል (ገላ. 5÷22)፡፡ ከወይኑ ግንድ ጋር አንድ በመሆናችን የእርሱን የመለኮት ባሕርይ (ክብሩን) ስለ ተካፈልን ነው፡፡ የእግዚአብሔር ክብር በሁለት መንገድ ይገለጣል፡፡ የመጀመሪያው አንጸባራቂ ክብሩ ማንም ሊያየው ሊደርስበት የማይችለው ነው (1ኛ ጢሞ 6÷16)፡፡

ሁለተኛው የመለኮታዊ ባሕርይው (ክብሩ) ደግሞ የአመነው ሰው በመንፈሱ የሚጋራው ባሕርይ (ከወይኑ ግንድ ጋር በመጣበቃችን ያገኘው ሕይወት) ሲሆን፣ የመንፈስ ቅዱስ ፍሬ በመባል የሚታወቀው ነው (ዮሐ. 1፥14)፡፡ እነዚህ በሞቱ እና በትንሣኤው የምንጋራቸው ባሕርይው በጸጋ የሚሰጡ (የጸጋው አሠራር የሚገለጥባቸው)፣ ማለትም የክርስቶስ ሕይወት ነው (ዮሐ. 1፥16)፡፡

እነዚህ የክርስቶስ ሕይወት /የመንፈስ ፍሬዎች እና የመለኮታዊ ባሕርይ የሚባሉት ሁሉ **የቅድስናው ክብር** ነው ማለት ሲሆን ሁሉም ከክብሩ የወጡ እና የሚገለጡ ናቸው፡፡ እነዚህ የመንፈስ ፍሬዎች (የመለኮታዊ ባሕርይ /የቅድስናው ክብር/ የክርስቶስ ሕይወት) በሕይወታችን፣ በዕለት ኑሮአችን እንዲገለጡና እንዲበዙ ፍሬንም እንዲያፈሩ ይፈልጋል፡፡ይህ ማለት የቅዱስናው ሕይወት በመንፈስ ቅዱስ እና በእምነት በኩል ይገለጥ ዘንድ ፈቃዱ ነው፡፡ ክርስቶስን በውስጣዊ ሰው እንደ ለበስነው ደግሞ በሕይወታችን ክርስቶስን መልበስ ይገባናል (ቈላስ. 2፥12፣ 14)፡፡

ይህ የሆነው ከክርስቶስ ጋር አብረን በመሞታችን፣ እንዲሁም ክርስቶስ ጋር ለአብ ክብር እንድንኖር እና ከበሩ ይገለጥብን ዘንድ ከሙታን ተነሥቶ በአብ ቀኝ ከተቀመጠው ጋር በክብር እንድንገኝ (እንድንጣበቅ) ነው፡፡ እኛም ከክርስቶስ ጋር በትንሣኤው በእምነት በኩል ስለ ተባበርን ወደዚያ የክብር ሕይወት (መለኮታዊ ባሕርይው /ተጋሪ የሆነው ክብሩ /የቅድስና ሕይወት/ የክርስቶስ ሕይወት) ስለ ተሰጠን ወደ ቅድስተ ቅዱሳን ለመግባት፣ በዚያም ለመኖርም ሆነ ለመመላለስ ብቃታችን ክርስቶስ ሆኖ ወራሽ እና ተካፋዮች ሆንን፡፡

ከወይኑ ግንድ ጋር አንድ በመሆናችን የእርሱን የመለኮት ባሕርይ (ተጋሪ የሆነውን ክብሩን / የክርስቶስ ሕይወት) ስለ ተካፈልን ነው፡፡ የእግዚአብሔር ክብር በሁለት መንገድ ይገለጣል፡፡ የመጀመሪያው አንጸባራቂ ክብሩ ማንም ሊያየውና ሊደርስበት የማይችለው ነው (1ኛ ጢሞ. 6፥16)፡፡

ሁለተኛው የመለኮታዊ ባሕርይው (ክብሩ) የአመነው የሚጋራው ባሕርይው የመንፈስ ቅዱስ ፍሬ (ከወይኑ ግንድ ጋር በመጣበቃችን) የሚገኘው ክብር ነው (ዮሐ. 1፥14)፡፡ እነዚህ የምንጋራቸው ባሕርይው በጸጋ የሚሰጡ (የጸጋው አሠራር) የሚሰጡ የክርስቶስ ሕይወት ነው (ዮሐ. 1፥16) ሲሆን፣ በሙላትም በሕይወታችን በዕለት ተዕለት ኑሮአችን እንዲገለጡና እንዲበዙ ይፈልጋል፡፡

ይህ ማለት የቅዱስናው ሕይወት በመንፈስ ቅዱስ አማካይነት በእምነት በኩል ይገለጥ ዘንድ ፈቃዱ ነው፡፡ ክርስቶስን በውስጣዊ ሰውነታችን እንደ ለበስን እንዲሁ በሕይወታችን ደግሞ ክርስቶስን መልበስ ይገባናል (ቈላስ. 2÷12)፡፡ ከክርስቶስ ጋር አብረን በመሞታችን፣ እንዲሁም ክርስቶስ ለአብ ክብር ይኖር ዘንድ ከሙታን ተነሥቶ በአብ ቀኝ እንደ ተቀመጠ፣ እንዲሁ እኛም ከክርስቶስ ጋር ተነሥተን የእግዚአብሔር ክብር የቅዱሳን ርስት ሆነን፡፡ የቅድስናው ሕይወት በመንፈስ ቅዱስ አማካይነት በእምነት በኩል ይገለጥ ዘንድ በእርሱ በኩል ፈፅሞታል፡፡ በክርስቶስ የአማኙ ሁለንተና የተቤዠ ነው፡፡

ዘፓሽን የሚባለው መጽሐፍ ቅዱስ፡- "ተመዝግቦብን የነበረውን የሕግ መተላለፍ ሁሉ ሰረዘው፤ የክስ ፋይላችንን እንዲሁም ወህኒ ቤት እንድንታሰር የተጻፈብንን ማዘዣም ቀደደው። ሁሉን ደምስሶ አጠፋው፤ ኃጥያታችንን፣ የቆሸሸ ነፍሳችንን፣(ሀ) ሁሉንም ነገር ተመልሶ እንዳይገኝ አድርጎ ደመሰሰው! በአዳም የነበርነው ነገር ሁሉ(ለ) መሰረዙ በሕዝብ ሁሉ ፊት ይታወቅ ዘንድ በጌታ መስቀል ላይ ለዘላለም ተቸንክሯል።
የግርጌ ማስታወሻ፡-
ሀ. ይህ "የቆሸሸ ነፍስ" ከቆሻሻው ጸድቷል። "ተሰረዘ' የሚለው ቃል በግልጽ የሚያሳየው ቆሻሻ ሙሉ በሙሉ ተፍቆ መነሳቱን ነው። ይህም ማለት የአዳም ባህሪ ተሰርዞ በውስጣችን የጌታ ባህሪ ተተክቷል ማለት ነው። በኢየሱስ ክርስቶስ ደም ኃይል ከማንኛውም የሐጥያት ሙሉ በሙሉ ጸድተናል።
ለ. አራማይኩ "ከውስጣችን" ተብሎ ሊተረጎም ይችላል። ይህም በውስጣችን የነበረውን ሁሉ ይወክላል፤ የቀድሞውን ሕይወታችንን ማዕከልና የውድቀትና የስርዓት አልበኝነት ትውስታችንን ሁሉ። በክርስቶስ መስቀልና ትንሳኤ አማካኝነት አዲስ ዘረ-መሰል በውስጣችን ተተክሏል" (ቈላስ. 2÷14)፡፡

የቅዱሳን ርስት የሆነው የክብር ሕይወት (የቅድስና ሕይወት) በእምነት በኩል ከቀን ወደ ቀን የምንለማመደው ሆነ፡፡ ይህን የቅዱሳን ውርስ መያዣ የሆነው የክርስቶስ መንፈስ (መንፈስ ቅዱስ) ነው፡፡ በእምነት በኩል የወረስነው ክርስቶስን ነው፡፡ ክርስቶስ ከሙታን ተነሥቶ የእግዚአብሔርን ክብር እንደ ወረሰ እኛንም ለመውረስ የሚያበቃን የመለኮት አሠራር መንፈስ ቅድስ የትንሣኤው ኃይል ነው (ገላ. 4÷6-7)፡፡

ይህ የመለኮት አሠራር (የቅድስናው መንፈስ) በእኛ ውስጥ በመኖር አዲሱን ሰው ፈጠረ፡፡ ይህ አዲሱ ሰው የፈጠረውን (ክርስቶስን) እንዲመስል ዕለት ዕለት በቅድስናው ክብር ይታደሳል፤ ይጠነክራል፤ ይበረታል፤ ያበራል፤ ይገዛል፡፡ በእምነት አሠራር በክርስቶስ የትንሣኤው ኃይል (ከክርስቶስ ጋር ትንሣኤውን ስለ ተባበርን) እንዲሁ የመንፈስ ቅዱስ ድርሻ በኑሮአችን ከፍተኛ እና ዋናው ነው፡፡

80
አ.ፊ.ቢ.አ. አገልግሎት ዕብራውያን መጽሐፍ ጥናት ክፍል 2

ዘ ሜሴጅ የተባለው መጽሐፍ ቅዱስ፡- "በጌታ እጅግ የተወደዳችሁ ወዳጆቻችን ሆይ ስለ እናንተ ዘወትር እግዚአብሔርን እናመሰግናለን። ገና ከመጀመሪያው ጀምሮ እግዚአብሔር ለራሱ መርጧችኋል። አስቡት፤ ሕያው በሆነው ዕውነት ውስጥ በእምነት ማሰሪያ የእግዚአብሔር የማዳን ዕቅድ ሲጀመር ጀምሮ ታስባችኋል። ይህም እኛ በሰበክንላችሁ **መልእክት አማካይነት እርሱ ያቀረበላችሁ የመንፈስ ሕይወት** ነው፤ **በዚህም ሕይወት** አማካይነት **የጌታችሁ የኢየሱስ ክርስቶስ ክብር ተካፋዮች ሆናችኋል**" (2ኛ ተሰ. 2÷13-14፤ ቆላስ. 2÷12)፡፡

ሐዋርያው ይህ የክብር ሕይወት ከክርስቶስ ጋር በትንሣኤው በእምነት በኩል በመተባበር የተገኘ ሲሆን፣ በውስጣቸው የሚሠራውም የክርስቶስ ጉልበት የሆነው ለቅዱሳኑ እንደ ጸጋ (ርስት ባለጠግነት) የተሰጠ መሆኑን ያሳያቸዋል፡፡ ስለሆነም በተሰጣቸው የክርስቶስ ሕይወት ለመመላለስ በውስጣቸው የክርስቶስ መንፈስ ይገኛል፡፡ "ይህም የልባችሁ ዐይኖች ሲበሩ የመጥራቱ ተስፋ ምን እንዲሆን በቅዱሳንም ዘንድ ያለው የርስት ክብር ባለ ጠግነት ምን እንዲሆን ለምናምን ከሁሉ የሚበልጥ የኃይሉ ታላቅነት ምን እንዲሆን ታውቁ ዘንድ ነው፡፡"

ዘሜሴጅ የተባለው መጽሐፍ ቅዱስ፡- "እኔ እለምናለው - የጌታችን የኢየሱስ ክርስቶስን አምላክ፤ የክብር አምላክ እርሱን በግል በማወቅ አስተዋይና ልባም እንዲያደርጋችሁ እለምናለው፤ ዐይኖቻችሁ አጥርተው እንዲያዩና በትኩረት እንዲመለከቱ፤ ከዚህም የተነሣ ምን እንድትሠሩ እንደ ጠራችሁ ታዩ ዘንድ፣ እንዲሁም ለተከታዮቹ ያዘጋጀላቸው ይህ የክብር ሕይወት ታላቅነቱ ምን ያህል እንደ ሆነ እንድታስተውሉ - ኦ በእኛ እርሱን በምናምን ሰዎች ሕይወት ውስጥ የሠራው ሥራ ብዛቱና ታላቅነቱ፤ መለኪያ የሌለው ጉልበቱ፣ ወደር የሌለው ብርታቱ!" (ኤፌ. 1÷18-19)፡፡

ይህ ሥራ የክርስቶስ ኢየሱስ ሥራ ነው፡፡ ክርስቶስ ቅድስናችን ሆነ (1ኛ ቆሮ. 1÷2)፡፡ በእምነት በእኛ ውስጥ ሥራውን ይሠራል፡፡ «የቅዱሳንም ዘንድ ያለው የርስት ክብር ባለጠግነት ምን እንደ ሆነ ለምናምን» (ኤፌ. 1÷19) ይህ ሥራ የክርስቶስ ኢየሱስ ሥራ ነው፡፡ ክርስቶስ ቅድስናችን ሆነ (1ኛ ቆሮ. 1÷2)፡፡ «በክርስቶስ ኢየሱስ ለተቀደሱት» (1ኛ ቆሮ. 1÷30) እንዲሁም «ክርስቶስ ቅድስናችን ሆነ» ይላል ቃሉ፡፡ እግዚአብሔር አብ በክርስቶስ የሚፈጽመው የመለኮት ሥራ በእምነት የሚሆን ነው፡፡ (1ኛ ተሰ. 4÷7፤ ዕብ. 2÷10)፡፡

ይህን የቅድስና ክብር ሙላት መጠን እና ልክ እንድንኖር ተጠርተናል፡፡ እግዚአብሔር ለቅድስና ጠራን ስንል መለኮታዊ ዐዋጅ የምሥራችን ደንግጐ ከአምላክነቱ እና ከአባትነቱ

ዙፋን ትእዛዝ ወጣ ማለት ነው (1ኛ ጴጥ. 1፥15-16)፡፡ ከመለኮታዊ አሠራሩ እንደምንረዳ ከእግዚአብሔር ዘንድ የተደነገገ የተፈጸመ ነው፡፡ በእግዚአብሔር ዐይን በልዑል ችሎቱ የተፈጸመ ነው (ዕብ. 10፥14፤ ቲቶ 3፥5፤ 1ኛ ቆሮ. 6፥11)፡፡

ይህ በእኛ ሕይወት እንዲፈጸም የሚያስችለንን የትንሣኤው መንፈስ የርስታችን መያዣ አድርጎ በመስጠት ያከናውነዋል፡፡ ሞቱን በሚመስል ሞት እንድንሞት አዲስ ሰው ፈጥሮ (አዲስ ፍጥረት) በትንሣኤው ኃይል በእምነት በኩል እንደ ሠራው እንደዚሁ ለእግዚአብሔር ሕያዋን ሆነን የቅድስናው ልክ (ክብር ሙላት) እንድንኖር መንፈስ ቅዱስ በእኛ ውስጥ ተግባራዊ የሚያደርገው የመለኮት አሠራር ነው (1ኛ ተሰ. 4፥3-4፣ 7)፡፡

አማኝ በወንጌል አማካይነት (ኤፌ. 5፥26) በቃሉ አማካይነት (ዮሐ. 17፥17)፣ እንዲሁም ትንሣኤውን በእምነት በኩል በመተባበራችን (ሮሜ 8፥23)፣ በእግዚአብሔር ዐይን እና ሁሉን በሚሠራው አሠራሩ ዓለም ሳይፈጠር (የሌለውን እንዳለ በሚጠራው አሠራሩ) በመለኮታዊ በመጥራት ተቀድሰናል ይህን ሕይወት (ርስት) ተቀብለናል፡፡ በኪዳን ደሙ የተገኘው ህይወት በተስፋ ቃሉ አማካኝነት የክርስቶስን ህይወት (ቅድስና) እንድንለማመድ ብቃታችን ሆነ፡፡ ዘ ሜሴጅ የሚባለው መጽሐፍ ቅዱስ፡- "ስለዚህ አሁን ወደ ድንቁ አምላካችን ወደ እግዚአብሔር አቀርባችኋለው፤ የእርሱም በጸጋ የተሞላ ቃል በእርሱ እንድትሆኑ የሚያስብላችሁን እንድትሆኑ ያደርጋችኋል፤ ደግሞም በዚህ በቅዱሳን ወዳጆች ማሕበር መካከል ስትኖሩ የሚያስፈልጋችሁን በሙሉ ይሰጣችኋል"። ቮይስ የሚባለው መጽሐፍ ቅዱስ፡- "ስለዚህ አሁን እናንተን በእግዚአብሔር እጅ አስረክባለው። ለእግዚአብሔር የጸጋ መልእክት አደራ እሰጣችኋላው፤ ይህም መልእክት እናንተን ለመገንባትና ለእግዚአብሔር ቅዱስ ዓላማ በተለዩ ሰዎች መካከል የበለጸገ ርስት ሊሰጣችሁ ኃይል አለው"።

ዘፓሽን የሚባለው መጽሐፍ ቅዱስ፡- ስለዚህ አሁን ለእግዚአብሔር እና ለጸጋው መልእክት አደራ አሳልፌ እሰጣችኋለው(ሀ) ብርቱ ለመሆን የሚያስፈልጋችሁም ይኸው ነው።(ለ) የእግዚአብሔር በረከቶች ሁሉ የሚተላለፉት በጸጋው መልእክት በኩል ነው፤ ይህንንም እግዚአብሔር ለቅዱሳኑ ሁሉ እንደ መንፈሳዊ ርስት አቅርቧል።(ሐ)

የግርጌ ማስታወሻ፡-

ሀ. አራማይኩ "የጸጋ መገለጥ ይላል"።

ለ. "የሚገነባችሁ" ማለት ሲሆን በግሪክ "ግንበኛ" ከሚል ስርወ ቃል የመጣ ነው። ሐ. "የተቀደሱ፤" ማለትም ለቅድስና የተለዩ (የሐዋ. 20፥32)፡፡ በእምነት በኩል በጸጋው (በቃሉ እና በመንፈስ ቅዱስ) በእኛ እየሠራ፣ በመጨረሻም የቅድስናው ክብር በሆነው ክርስቶስ በሙላት እንመስለዋለን (1ኛ ተሰ. 3፥13፤ 1ኛ ዮሐ. 3፥2)፡፡

ክርስቲያን ወደ ቅድስናውን ክብር ልክ ለመድረስ ተራራ መቧጠጥ፣ ቁልቁል መውረድና ላይ-ታች በማለት መድከም የለበትም፡፡ ክርስቶስን እንድንለብስ የሚያደርገን (የቅድስናውን ክብር) የሚገልጠው የትንሣኤው መንፈስ ነው፡፡ የምናደርጋቸው ሥራዎች ክርስቶስን በመልበስ የምናደርጋቸው ሊሆኑ ይገባል፡፡ ክርስቶስን በእምነት በኩል በመንፈስ ቅዱስ ኃይል በቃሉ እንለብሰዋለን፡፡

ስለዚህም ሐዋርያው ለቈላስያስ ሰዎች «ክርስቶስን ልብሱ» ካላቸው በኋላ ይህን ነገር አድርጉ የሚላቸው በቅድሚያ አሮጌው ሰው መሞቱን ከገለጸላቸው በኋላ ነው (ቈላስ. 3÷9)፡፡ በሁለተኛ ደረጃ አዲሱን ሰው ለብሳችኋል (አዲስ ፍጥረት) ሆናችኋል ይላቸዋል (ቈላስ. 3÷10-11)፡፡ የቀደመው ማንነት ከክርስቶስ ጋር እንደ ሞተ ከነገራቸው በኋላ በትንሣኤው ኃይል የቅድስናው ክብር እንዲገለጥ ይጋብዛቸዋል፡፡

ይህ ውስጠኛው ሰው (አዲስ ፍጥረት) የሆነው የፈጠረውን ክርስቶስን እንዲመስል መንፈሳዊ ዕውቀት ብርሃን የሚበራለት ነው (ቈላስ. 3÷16)፡፡ የልቦና ዐይኖቹ ሲበሩ የክብር ተስፋችን የክርስቶስ ታላቅነቱ ይበራልናል፡፡ ያን ጊዜ የቅድስናውን ክብር ቀምሰን ውስጣዊ ሰውነታችን ሲታደስ በፍቅሩ ሲጥለቀለቅ ክርስቶስን ለብሰናል ማለት ነው (ቈላስ. 3÷14)፡፡

በፍቅሩ የተቀጣጠለ የተነደፈ ሰው ፍቅር ትሕትናን ትዕግሥትን፣ ደግሞም ሰላምን ማድረግ ይችላል፡፡ ይህች ፍቅር እንደ ሞት የበረታችና የጨከነች ናት፡፡ "እንደ ማኅተም በልብህ፥ እንደ ማኅተም በክንድህ አኑረኝ፤ ፍቅር እንደ ሞት **የበረታች ናትና**፥ ቅንዓትም እንደ ሲዖል የጨከነች ናትና። ፍንጣሪዋ እንደ እሳት ፍንጣሪ፥ እንደ እግዚአብሔር ነበልባል ነው።

ብዙ ውኃ **ፍቅርን ያጠፉት ዘንድ አይችልም**፥ ፈሳሾችም አያስጥሙአትም..."። (መኃ. 8÷6-7) ላይ የፍቅሩ የዕውቀት ብርሃን በቃሉ እና በመንፈሱ (በትንሣኤው ኃይል) ሲገለጥ ፍቅሩ ይነዳናል (ግድ) ይለናል፡፡ ዘ ሜሴጅ የሚባለው መጽሐፍ ቅዱስ፡- "እንደ ዕብድ ብሆን ለእግዚአብሔር ብዬ ነው፤ አብዝቼ በአእምሮ እንደ በሰለ ሰው ብሆን ደግሞ ለእናንተ ብዬ ነው። የክርስቶስ ፍቅር ይህን ያህል ነው ራሴን እንድሰጥ ያደረገኝ" ይላል።

በምንሠራው ሥራ ሁሉ የመጀመሪያውን ፈቃድ የመጨረሻውንም ውሳኔ የሚያደርገው የእርሱ ፍቅር ነው" (2ኛ ቆሮ. 5÷14)፡፡ በቅዱሳት መጻሕፍት የታዘዝነው የቅድስና የጽድቅ ፍሬ ማፍራት ቀላል ይሆናል፡፡ በእኛ ውስጥ የሚሠራው የመለኮት አሠራረ በእምነት በኩል ይሆናል፡፡ ስለ እኛ የሞተውና የተነሣውን በማወቅ (ከፍቅር ልምምድ የሚወጣ

ዕውቀት / የተነደፈ ዕውቀት) በመረዳት በፍቅር ግለት የምንፈጽመው ይሆናል (ቈላስ. 3÷16-17፤ 1ኛ ዮሐ. 5÷3)፡፡

የምንሠራቸው ሥራ ሁሉ ክርስቶስን በመልበስ እና በትንሣኤው ኃይል (በመንፈስ ቅዱስ / በክርስቶስ መንፈስ) ስለሆነ የምናደርገው ዕንቅስቃሴአችን ሁሉ «በእምነት የሆነ ሥራ» ተብሎ ይታወቃል፡፡ «የእምነትንም ሥራ በኃይል ይፈጸም ዘንድ» (2ኛ ተሰ. 1÷11) ይላል፡፡ አዲሱ መደበኛ ትርጒም «መልካም ለማድረግ ያላችሁን ፍላጎትና ከእምነት የሆነውን ሥራችሁን ሁሉ በኃይሉ እንዲፈጽምላችሁ» ይላል፡፡

አማኝ አዲስ ፍጥረት (አዲስ ሰው) ስለሆነ በቅድስና ሕይወት ለመመላለስ እግዚአብሔርን ለማስደሰት (መልካም ማድረግ) በውስጥ ሰውነቱ ይመኛል፡፡ በእኛ ውስጥ ያደረው የክርስቶስ መንፈስ እግዚአብሔርን ለማስደሰት፣ የክርስቶስ እንድንሆን፣ ማለትም ለእግዚአብሔር የተቀደስን እንድንሆን በቀንዓት ከመመኘት አልፎ ጒልበት ወይም ብርታት ሆኖታል (ያዕ. 2÷5)፡፡

ልክ በፊተኛው አዳም ሳለን ኃጢአት ለማድረግ ምኞት እንዳለን አሁን በክርስቶስ ስንሆን ውስጣችን ለመቀደስ ይመኛል፤ ማለትም በእግዚአብሔር ሕግ ለክርስቶስ መኖር እንመኛለን (ሮማ 7÷15፣ 22)፡፡ መንፈስ ቅዱስ መልካም ነገር ለማድረግ ይመኛል፡፡ ጸጋን ሊሰጥ (ክርስቶስን እንድንለብሰው) ጸጋው በእምነት በኩል ብቃታችን ሆኖአል፡፡ ገና ከጅማሬው አዲስ ፍጥረት ያደረገን ክርስቶስን (ክብሩን) የሰጠን እግዚአብሔር ነው፡፡ አሁን ይህ ክብር ከውስጠኛው (ከአዲሱ ሰው) ተገልጦ ወደ ሕይወታችን በመፍሰስ እንዲገለጥ የእግዚአብሔር መንፈስ ቅዱስ አሠራር አስፈላጊ ነው፡፡ የመቀደሳችን ፍጹምና ልክ (ክርስቶስን በሙላት ወደ መምሰል) የሚያደርሰን እግዚአብሔር ነው፡፡ ክብሩ አዲስ ፍጥረት አደረገን፤ አሁንም የጸጋው ክብር የሆነው ክርስቶስን እንድንመስል ወይም እርሱን እንድንለብሰው የሚያደርገን ያው የክርስቶስ መንፈስ (የክርስቶስ ሕይወት ተካፋይ መሆናችን / ከወይኑ ግንድ መጣበቃችን / ሞቱን በሚመስል ሞት ከእርሱ ጋር እንደ ተባበርን እንዲሁ ትንሣኤውን በሚመስል ትንሣኤ በመተባበራችን) በእምነት በኩል የሚሆን ነው፡፡

ዘ ሜሴጅ የሚባለው መጽሐፍ ቅዱስ፡- "እስቲ አስቡት - አንዳችም የጐደላችሁ ነገር የለም፤ ሁሉም ነገር ሞልቷችኋል። የነገር ሁሉ ፍጻሜ የሚሆነውን የጌታችንን የኢየሱስን መምጣት በጉጉት ስትጠባበቁ የእግዚአብሔር ስጦታዎች ሁሉ በዕጃችሁ ናቸው። ደግሞ ይህም ብቻ አይደለም፤ ነገሮች ሁሉ በኢየሱስ እስኪጠቀለሉ ድረስ እግዚአብሔር ራሱ ከጎናችሁ ሆኖ ከመስመር ሳትወጡ እንድትኖሩ ያጸናችኋል። ይህንን መንፈሳዊ ጒዞ

ያስጀመራችሁ እግዚአብሔር የልጁንና የጌታችንን የኢየሱስን ሕይወት አብሮን ይካፈላል። እርሱም ፈጽሞ በእናንተ ተስፋ አይቈርጥም። ይህንን በፍጹም አትርሱ" (1ኛ ቆሮ. 1÷8-9፤ ፊልጵ. 1÷6) የሚል ቃል አስፍራል፡፡

ክርስቲያን መንፈሳዊ ጉዞውን በእምነት ጀምሮ ሳለ በሕግና በወግ በክርስቶስ ከቆመበት የጸጋ ንጉሣዊ አገዛዝ ከሚገኝበት ሥፍራው ሊንሸራተት አይገባውም (ገላ. 2÷2-3)፡፡ የእግዚአብሔር ቃል በመሞላትና በመንፈስ ቅዱስ እየተቀደሰ በክብር ሕይወት ሊኖርና ሊመላለስ ተጠርተናል፡፡

የእምነት ሥራ (በመንፈስ ቅዱስ ኃይል በቅድስና ሕይወት የሚገለጥ ሲሆን)፣ «የጌታ ሥራ» ተብሎም ይታወቃል፤ ማለትም በጸጋው ጉልበት በእምነት እርምጃ በቅዱሳኑ ሕይወት የሚገለጥ ነው፡፡ ክርስቶስን መልበስ በእምነት በኩል የሚደረግ በጸጋው አሠራር በአማኙ የዕለት ተዕለት ሕይወትና ኑሮ የሚታይ ስለሆነ ነው (1ኛ ቆሮ. 15÷58)፡፡

ይህ የጌታን ሥራ ለመሥራት (በሕይወታችን እንዲገለጥ) የእኛ ኀላፊነት ወሳኝነት አለው፡፡ ይህም በመንፈስ በመመላለስ የሥጋ ሥራ በመባል የሚታወቀውን በአሳባችን ወይም በአእምሮአችን (በነፍሳችን) ያለውን ጨለማ በክርስቶስ ሞት እና ትንሣኤ በተሰጠን በቅድስናው ክብር አማካይነት መግደል፣ መስቀል እና ማስለቀቅ ነው፡፡ (ሮማ 8÷13-16)፤ አሮጌውን ሰው በነፍሳችን መስቀል ማስወገድ ነው (ቈላስ. 3÷5-8)፡፡
የቅድስናው ክብር (የጸጋው ክብር)፣ የእግዚአብሔር ክብር ተስፋ፣ የቅዱሳን ርስት ክብር ባለጠግነት የሆነው ክርስቶስ ሊያገለግለንና ሊገለጥብን፣ ደግሞም በእኛ የጀመረውን ሊፈጽም አዲስ ፍጥረት ከሆንንበት ጊዜ ጀመረ፡፡ በእምነት በኩልም ደግሞ ሥራው ይቀጥላል፡፡ ይህንን ለማድረግ ካለማመን በስተቀር፣ ማለትም በክርስቶስ ካለመደገፍ ሌላ የሚያግደውም ሆነ የሚከለክለው ምንም ነገር የለም፡፡ በክርስቶስ በእግዚአብሔር ክብር እንመካለን (ሮሜ 5÷2)፡፡

የክርስቶስ መንፈስ የርስታችን መያዣ በመሆኑ እንመካለን፡፡ እርሱም ርስታችን የሆነውን ክርስቶስን በሕይወታችን ይገልጠዋል፡፡ *"ወደ ጌታ ግን ዘወር ባለ ጊዜ ሁሉ መጋረጃው ይወሰዳል። ጌታ ግን መንፈስ ነው፤ የጌታም መንፈስ ባለበት በዚያ አርነት አለ። እኛም ሁላችን በመጋረጃ በማይከደን ፊት የጌታን ክብር እንደ መስተዋት እያንጸባረቅን መንፈስ ከሚሆን ጌታ እንደሚደረግ ያን መልክ እንመስል ዘንድ ከክብር ወደ ክብር እንለወጣለን"።*

ዘ ሜሴጅ የተባለው መጽሐፍ ቅዱስ፡- "እኛ ነፃ ወጥተናል። ሁላችንም! በእግዚአብሔርና በእኛ መካከል አንዳችም ነገር የለም፤ ስለዚህ ፊታችን በፊቱ ፀዳል የተነሣ ደምቆ ያበራል። ስለዚህም ሕይወታችን እየደመቀ እና እግዚአብሔር በውስጣችን ገብቶ እርሱን በመምሰል ሕይወታችን እየተዋበ ሲሄድ መሢሑን ወደ መምሰሉ እንለወጣለን፡፡" (2ኛ ቆሮ. 3፥16-18)፡፡

ወደ ቅድስተ ቅዱሳን ለመግባት የሚከለክለን ኃጢአት፣ የዕዳ ጽሕፈት ተወገደ፤ አሮጌው ሰው ተወገደ፤ ኩነኔ እና ሞት ከመንገድ ሸሽተው በክርስቶስ መሥዋዕት በደሙ ነጽቶ አዲስ ሰው ሆኖ በሊቀ ካህናቱ አማካይነት በአብ ፊት ቅዱሳን ሆነን መቅረብ ወደምንችልበት ዕርከን (አዲስ እና ሕያው መንገድ) ተሸጋገርን፤ ፈለስን፡፡ የትንሣኤው አሠራር ከኢየሱስ ክርስቶስ ጋር ከሞት በክብር አስነሥቶን ልጁ በአብ ቀኝ ያለውን ሥፍራ ሰጠን፤ በዚህም የጸጋው ክብር በእኛ የሚገለጥ ሆኖአል፡፡

በእርግጥም ክርስቶስ ቅድስናችን (ሕይወታችን) ነው፡፡ "እንግዲህ በክርስቶስ ኢየሱስ ላሉት አሁን ኵነኔ የለባቸውም። በክርስቶስ ኢየሱስ ያለው የሕይወት መንፈስ ሕግ ከኃጢአትና ከሞት ሕግ አርነት አውጥቶኛልና፡፡" ዘ ሜሴጅ የሚባለው መጽሐፍ ቅዱስ፡- "ከኢየሱስ ክርስቶስ መምጣት ጋር ተያይዞ ይታይ የነበረ ግራ-የሚያጋባ ውጥረት ተፈትቷል።

አሁን ወደዚሁ ተጨባጭ ወደ ሆነው የክርስቶስ ሕይወት ዕውነታ የሚገቡ ሁሉ ከዚያ ዘወትር አስጨናቂ ከሆነው ጥቁር ደመና ወይም ኩነኔ ሥር ለመኖር አይገደዱም። አሁን በእነርሱ ውስጥ የሚሠራ አዲስ ኃይል አለ። የክርስቶስ የሕይወት መንፈስ እንደ ብርቱ ነፋስ አየሩን አጥርቶታል፤ ከአስጨናቂው የዕድሜ ልክ የኃጢአት እና የሞት ጭቆና ነፃ አውጥቶሃል" (ሮሜ 8፥1-2)፡፡

የቅድስናው ሕይወት በሙላት እንድንኖር ተጠርተናል፤ እንዲሁም ታዝዘናል፡፡ ይህ የቅድስና ሕይወት ጥሪ እንደ ክብር ተስፋ ሆኖ በግብዣ መልክ ቃል ኪዳን የተሰጠን ሲሆን፣ ይህን በጸጋው እና በትንሣኤ ኃይል ወደሚገኝበት የቅዱሳን ክብር ባለጠግነት መጥተን እንድንኖር ርስት ሆኖ ለእኛ የተሰጠበትን ጥሪ ደረሰን፡፡ ጥሪው ትእዛዝ ያለው ሲሆን፣ ይህም ደግሞ ሰማያዊ ትእዛዝ ነው፡፡

ምሥጢሩ እዚህ ጋ ነው፡፡ ሰማያዊ ትእዛዝ በሰማያዊ መረዳት፣ ሰማያዊ ዕውቀት፣ ሰማያዊ ማስተዋል፣ ጒልበት እና የማስቻል ኃይል አጋዥነት የሚፈጸም ነው፡፡ ክርስቶስ

የእግዚአብሔር ክብር የሆነው በእኛ የሚገለጥ የእግዚአብሔር ምሥጢር ነው፡፡ ጌታችን ኢየሱስ አባቱን በመታዘዝ መራራ ጽዋ ጠጥቶአል፡፡

በኃጢአተኛው እና የዘላለም ሞት በተፈረደበት ሰው ሥር-ነቀል የሆነ ሥራን ሊፈጽም የመስቀል ሞት እንዲሞት አድርጎታል፡፡ ከፍተኛ ዋጋ ከፈለ እንጂ፣ ያደረገው ነገር ተረት ተረት አይደለም፡፡ ህማማቱን ስናጠና ያለፈበት ሲቃ እንዲህና እንዲያ ተብሎ በቃላት ተነግሮ አያልቅም፡፡ መዝሙረኛው ዳዊት በሥላዊ አገላለጹ ብቻ የመከራውን ጥልቀት እንድናስተውለው አደርጎናል፡፡

"አንተ ግን ከሆድ አውጥተኸኛልና፥ በእናቴ ጡት ሳለሁም በአንተ ታመንሁ። ከማህፀን ጀምሮ በአንተ ላይ ተጣልሁ፤ ከእናቴ ሆድ ጀምረህ አንተ አምላኬ ነህ። ጭንቀት ቀርባለችና የሚረዳኝም የለምና ከእኔ አትራቅ። ብዙ በሬዎች ከበቡኝ፥ የሰቡትም ፍሪዳዎች ያዙኝ፤ እንደ ነጣቂና እንደሚጮኽ አንበሳ በላዬ አፋቸውን ከፈቱ። እንደ ውኃ ፈሰስሁ፤ አጥንቶቼም ሁሉ ተለያዩ፤ ልቤ እንደ ሰም ሆነ፥ በአንጀቴም መካከል ቀለጠ። ኃይሌ እንደ ገል ደረቀ፥ በጕሮሮዬም ምላሴ ተጣጋ፥ ወደ ሞትም አሸዋ አወረድኸኝ። ብዙ ውሾች ከብበውኛልና፤ የክፉተኞች ጉባኤም ያዘኝ፤ ዕጆቼንና ዕግሮቼን ቸነከሩኝ" (መዝ. 22÷9-19)፡፡

ምንም እንኳን ክብሩን ጥሎ ስለ እኛ «ኃጢአት» ሆኖ ለእኛ «ጽድቃችን ቅድስናችን» መሆኑ ብዙ ልጆቹን ወደ ክብሩ ይዞ ለመግባት ነበር፡፡ በእርግጥም የከፈለው ዋጋ ከአእምሮ በላይ ያለ ልክ ነበር፡፡ እንዲሁ ደግሞ የጸጋው ክብር እና የጽድቅ ስጦታው ያለ መጠን በዛ፡፡ ስለሆነም ያመነው ሰው በሊቀ ካህናቱ ባቀረበው ደም ከኃጢአት ነጽቶና ተቀድሶ በአብ ፊት ፍጹም ሰው ሆኖ እንዲቀርብ ብቃቱ ሆኖታል፡፡

ይህንን የክብር ሕይወት በእኛ ለያበራ ሊገልጠው መንፈስ ቅዱስ (ክርስቶስ መንፈስ) መንፈስ ቅዱስ ከአንዱ ልጁ መሰዋእት ያልተናነሰ ተመሳሳይ ሥራ ይሠራል፡፡ መንፈስ ቅዱስ የክርስቶስ መንፈስ ተብሎ የተጠራበት ምክንያት ለዚያ ነው፡፡ ጌታችንም «እንደ እኔ ነው፣ እርሱ ያከብረኛል አለ፡፡» በመቀጠልም «እኔ ብሄድ ይሻላችኋል» ብሎ ስለ መንፈስ ቅዱስ ተናግሮለታል፡፡

መንፈስ ቅዱስ የአብን ዕቅድና ወልድ ከፍተኛ ዋጋ የከፈለበትን ለመሥራት መጥቶአል ይህም ደግሞ የቅዱሳን ርስት ክብር ባለጠግነት የሆነውን የክርስቶስ ሕይወት በአማኙ ሕይወት ውስጥ መግለጥ ነው፡፡ ዘ ሜሴጅ የተባለው መጽሐፍ ቅዱስ፡- "መንፈስ ላይ

ላዩን በመሄድ ስለማይደሰት ወደ እግዚአብሔር ጥልቅ ነገር ውስጥ ገብቶ እግዚአብሔር ያለመውን ዓላማ ይዞ ይወጣል።

አንተ በልብህ የምታስበውንና የምታቅደውን ከአንተ ከራስህ በቀር ማን ያውቃል? በእግዚአብሔርም ዘንድ እንደዚሁ ነው፤ እግዚአብሔር ራሱ የሚያስበውን ከማወቁ አልፎ ለእኛም ያሳውቀናል። እግዚአብሔር ለእኛ ስለ ሰጠን የመዳን እና የሕይወት ስጦታዎች ሙሉውን ዕውቀት ያካፍለናል። ስለዚህ ዓለም በምታቀርብልን ግምትና መላ- ምት ላይ መደገፍ አያስፈልገንም ..." (1ኛ ቆሮ 2÷12-13)፡፡

የዕብራዊ ጸሐፊ ይህን ሕይወት (በተስፋ ቃሉ የሚገኝ ዕረፍት) በእምነት በኩል ለቅዱሳኑ የተዘጋጀ እንደ ሆነ ይገልጣል፡፡ ይህ የቅዱስን ክብር ባለጠግነት (ክቡር ተስፋችን የሆነው ክርስቶስ) በመስቀሉ ደም ወደ ቅድስተ ቅዱሳን ገብቶ በአብ ቀኝ ተቀምጧል፡፡

ወንጌል ማለት ኢየሱስ በመስቀል ሥራ የፈጸመውን እና በአብ ቀኝ ተቀምጦ በክርስቶስ ደም የተዋጁቱ በውስጥ ሰውነታቸው (አዲስ ፍጥረት / በአዲሱ ማንነታቸው) በእግዚአብሔር ክብር ተሞልተው ያለ ነውር ያለነቀፋ ያለፊት መጨማደድ ፍጹማን አድርጐ ማቅረብ የመቻሉ ጉልበት ሙላት በእነርሱ ሕይወት ለመግለጥ የመዳናቸው ምክንያትና ምንጭ መሆኑ ነው (ዕብ. 5÷9)፡፡

የቅድስናው ሕይወት መገለጫ ምንጭ ሆኖ ዘወትር በአኛ የሕይወት ዕንቅስቃሴ ሊገልጠው (የሚማልድ) በእምነት በኩል የሚመጡትን ፍጹማን ሊያደርጋቸው ይህም ማለት ክርስቶስ በክብሩ ሊገለጥባቸው ሊፈጽም መቻሉ ነው (ዕብ. 7÷25)፡፡ በእምነት የሚታዘዙትን ማለት በክርስቶስ ሥራ (በሞትና በትንሣኤው ለሚተባበሩ) ይህን የቅድስና ሕይወት እየገለጠ፣ እንዲሁም ክርስቶስን እየለበሱ እንደሚያኖራቸው በደሙ ኪዳን የገባበት ነው (ዕብ. 5÷10)፡፡

እንግዲህ የቅድስናው ክብር ሕይወት ጥሪ መታዘዛችን የሚፈጸመው መንገዱ ከኢየሱስ ክርስቶስ ጋር መሞታችን፣ እንዲሁም ከእርሱም ጋር መነሣታችን ሲሆን፣ ዛሬ እምነት በኩል የምንኖርበት (የክርስቶስ ሕይወት የሚገለጥበት) በአንድ ልጁ በሠራው እና በሚሠራው ሥራ ላይ የሚደረገው መደገፍ በእግዚአብሔር ኃይል ላይ መሆኑ ነው (ገላ 2÷20)፡፡

የክርስትና ሕይወት (በእግዚአብሔር የቅድስናው ክብር ልክ) ለመኖር የሚቻልበት መንገዱ አንድ እና አንድ ነው፡፡ በቅድሚያ ድንጋዩን ልብ ወደ ሥጋ ልብ ወደሚለውጠው

ወደ ጌታችን ኢየሱስ ክርስቶስ ሥራ፣ ማለትም በሞቱ እና በትንሣኤው መተባበር፣ በሌላ አገላለጽ ጌታን መቀበል እና አዲስ ፍጥረት መሆን ነው (ሕዝ. 36÷26)፡፡

ይህ ሲሆን የክብር ተስፋና የቅዱሳኑ ክብር ባለጠግነት የሆነው ጌታችን ኢየሱስን በውስጣዊ ሰውነታችን ለብሰነው እንገኛለን (ገላ. 3÷26-27)፡፡ እንግዲህ ይህ የቅድስናው ክብር ልክ የሆነው ጌታችን ኢየሱስ ክርስቶስ በእኛ ሕይወት በእምነት በኩል ይገልጥ ዘንድ እግዚአብሔር አስቀድሞ ዓለም ሳይፈጠር ወሰነ፤ ፈቀደ፡፡

ይህን የውሳኔ ላይ የተመሠረተ የመለኮት ትእዛዝን ጌታችን ኢየሱስ ከአብ ዘንድ ተቀበለ፡፡ ስለ እኛ በመሞት (ለኃጢአት መሞትን) በትንሣኤው ለእግዚአብሔር ክብር መኖርን ፈጸመ (ዮሐ. 17÷3፤ ፊልጵ. 2÷8)፡፡ እንዲሁ ያመኑት ደግሞ በእግዚአብሔር ክብር (የቅድስናው ክብር ሆነው ክርስቶስን) በመምሰል እንዲኖሩ በሕይወታቸው ክርስቶስን እንዲለብሱ ወይም ክርስቶስ በእምነት በሕይወታቸው ሊኖር ሊገለጥ ይህን ትእዛዝ ተቀብሎ የሊቀ ካህናትነቱን ሥራ በመንፈስ ቅዱስ አማካይነት እየሠራ ይገኛል፡፡ ይህም "ብዙ ልጆችን ወደ ክብር ሲያመጣ የመዳናቸውን ራስ በመከራ ይፈጽም ዘንድ" (ዕብ. 2÷10) በሚል ቃል ሰፍሯል፡፡ በመከራ ሲል በመስቀል ሞት ማለት ነው፡፡ በክርስቶስ መታዘዝ ላይ መታመን ያስፈልጋል፡፡ ሥጋ ዓለም እና ጠላት በክርስቶስ ላይ እንድንታመን ወይም እንድንደገፍ አይፈልጉም (2ኛ ቆሮ. 10÷5)፡፡

የክርስቶስ መታዘዝ ማለት በእኛ ውስጥ ሆኖ የእግዚአብሔር የቅድስና ክብር የሆነው ክርስቶስን እርሱ በሞቱ እና በትንሳኤው ታዝዞ እንደ ፈጸመ ሁሉ የእርሱ ክብር (የክርስቶስ ሕይወት በአማኙ ኑሮ ላይ ለመግለጥ) በጸጋው ዙፋን መቀመጡ እና ብዙ ልጆችን ወደ ክብር ሊያመጣ የሚችል እርሱ መሆኑን እንድንታመነው ይገባል ማለት ነው፡፡ ይህን ከአብ ተቀብሎ በክብር ተቀምጦ እያገለገለን ይገኛል (ዮሐ. 17÷10፤ ዕብ. 7÷25)፡፡

ጌታችን እየሱስ ከዓለም እንዳይደለ በክርስቶስ እየሱስ ሞት እና ትንሣኤ የተባበርነው ከዓለም ጉድፍ አይደለም፡፡ ይህ ማለት ከዓለም የተለየ (የተቀደሰ ማንነት) ማለት ነው፡፡ አማኝ የክርስቶስ ማንነት (መለኮታዊ ባሕርይው /የቅድስናው ክብር /የጸጋው ክብር / ክርስቶስ በአብ ዘንድ ተቀምጦ ባለበት ያለው ሕይወት) እንዲገለጥበት ክርስቶስ በውስጡ ይኖራል፡፡

አንድ አማኝ በውስጣዊ ሰውነቱ (አዲስ ፍጥረት በሆነው ማንነቱ) የክርስቶስ ህይወት እንደሚጠማ እንዲሁ ከልቡ (ከነፍሱ /አእምሮው) ይህ ምኞት ማለትም የክርስቶስ ፍቅር ሊፈስበትና ሊቆጣጠረው ያስፈልጋል (ቈላስ. 3÷1-2)፡፡ ይህን ደግሞ ሊፈጽም የክርስቶስ

መንፈስ በአማኙ ውስጥ ይኖራል፤ በእምነት በኩልም ይገለጣል፡፡ በዚያን ጊዜ ውስጡ በክርስቶስ ፍቅር እንደ ተነደፈ ነፍሱ ይነደፋል፡፡ በእርግጥም ነፍሱን በክርስቶስ የተነደፈ ሰው የእምነት ሥራ በሕይወቱ የትንሣኤው ኃይል በሆነው በመንፈስ ቅዱስ ይገለጣል፡፡

ከክርስቶስ (ከሕያው ቃል) ተወልደናል፤ ተቀድስናል፡፡ “በዕውነትህ ቀድሳቸው፤ ቃልህ ዕውነት ነው” (ዮሐ. 17÷17)፡፡ እኛ በዚህ የቅድስና (ለእግዚአብሔር ክብር) ለመኖር ኢየሱስ ክርስቶስ ራሱን ለእግዚአብሔር ለየ (ተቀደሰ)፡፡ ማለትም እኛን ወክሎ የኃጠአት ዋጋ ለመክፈል፣ እኛን ወክሎ በአብ ቀኝ ሊቀመጥ እና ሊቀ ካህናት በመሆን ዘወትር በመማለድ ፍጹማን አድርጎ ለያቀርበን ተለየ፡፡

“እነርሱም ደግሞ በእውነት የተቀደሱ እንዲሆኑ እኔ ራሴን ስለ እነርሱ እቀድሳለሁ” (ዮሐ. 17÷19)፡፡ ይህ የሚያስረዳን ነገር ደግሞ የቅድስናውን ባሕርይ ተካፋዮች የሆንነው በእምነት በኩል በክርስቶስ መታዘዝ ምክንያት እንደ ሆነ ነው፡፡ እንዲሁ ክርስቶስ በእኛ ሕይወት ይገለጥና እንድንመስለው አባቱን እንደ ታዘዘ፣ አሁንም የአባቱን ፈቃድ በእኛ እንዲፈጽም ያዘጋጀው መንገድ በደሙ በመቤዠት የሚሠራው የትንሣኤው ኃይል እንደ ሆነ በማወቅ በእምነት በመለኮት አሠራሩ በመደገፍ ስንቆም ብቻ ነው፡፡

“እግዚአብሔር አብ አስቀድሞ እንዳወቃቸው በመንፈስም እንደሚቀደሱ÷ ይታዘዙና በኢየሱስ ክርስቶስ ደም ይረጩ ዘንድ ለተመረጡት” (1ኛ ጴጥ. 1÷2)፡፡ ሐዋርያው ለሮሜ ሰዎች እንደ ጻፈው ይህ የክብር ሕይወት (የቅድስና ሕይወት / የክብር ሕይወት) በእምነት መታዘዝ የሚሆን እንደሆነ አስረግጦ ነገራቸው (ሮሜ 16÷25)፡፡

ይህም በክርስቶስ በኩል ያገኘነውን የቅዱሳን ርስት ድርሻ (ክርስቶስ ኢየሱስ) ሊቀ ካህናታችን ሆኖ ዘወትር በአብ ፊት በመታየቱ ምክንያት ባገኘነው የዘላለም መዳን ሊጠብቀልን በሚችለው የእምነታችን ጀማሪ፣ ሐዋርያና ፈጻሚ በሆነው በጌታችን ኢየሱስ ክርስቶስ ላይ ዘወትር በመታመን በምንራመድበት የጸጋ አሠራሩ ነው፡፡

በደሙ አጥቦን አዲስ ፍጥረት አድርጎን ራሱን በእኛ እንዲገልጥ፣ ወደ አብ ሊያቀርብን እና የቅዱሳን ርስት በሆነውን በክርስቶስ ላይ ዐይናችን እንዲሆን መጽሐፍ ቅዱሳችን አስረግጦ ይናገራል፡፡ በይበልጥም ሐዋርያው ይህንን ነገር በዝርዝር ጽፎልናል፡፡ “የኃጢአትንም ስርየት በእኔም በማመን በተቀደሱት መካከል ርስትን ያገኙ ዘንድ÷ ከጨለማ ወደ ብርሃን ከሰይጣንም ሥልጣን ወደ እግዚአብሔር ዘወር እንዲሉ ዐይናቸውን ትከፍት ዘንድ” (የሐዋ. 26÷18)፡፡

ይህን የቅድስናው ርስት በእምነት ተቀብለን በክብሩ (በልጅነት ሕይወት) እንዳንኖር የሚያደርገን የኃጢአት ኀይነቱ እና ሕጋዊ መብቱ ተገርስሶአል፡፡ በክርስቶስ ሥራ ኃጢአት ሥልጣኑ ተገፍፎ እና የቅድስና ፍሬ ማፍራት ወደሚቻልበት ወደ ፍቅሩ ልጅ መንግሥት በትንሣኤው ኃይል እንድንፈልስ አድርጐናል፡፡

ዘ ሜሴጅ የተባለው መጽሐፍ ቅዱስ ፡- "አሁን ግን ኃጢአት ሊቆጣጠራችሁ እንደማይችል ስላወቃችሁና እግዚአብሔር ሲናገራችሁ በመስማት ውስጥ ያለውን ደስታ ስለ ተለማመዳችሁ እግዚአብሔር ይመስገን! ሙሉ የሆነ፣ የተፈወሰ፣ የተስተካከለ ሕይወት አሁኑኑ መኖር ጀምራችኋል፤ ደግሞም እየኖራችሁ ሳለ ይህ ሕይወት እየበዛላችሁ ይሄዳል። ዕድሜያችሁን ሁሉ የኃጢአት መሥሪያ ቤት ውስጥ ተቀጥራችሁ በትጋት ብትሠሩ የጡረታ ክፍያችሁ የሚሆነው ሞት ነው።

የእግዚአብሔር ስጦታ ግን በጌታችን በኢየሱስ የመጣልን ዕውነተኛ ሕይወት፣ ዘላለማዊ ሕይወት ነው" (ሮሜ 6፥22-23)፡፡ ይህ ደግሞ (የቅድስናው ሂደት - ከክብር ወደ ክብር - ክርስቶስን ወደመምሰል) የሚሆነው የትንሣኤው አሠራር በእኛ ተጠናቅቆ ወደ ፍጻሚ እንዲደርስ ሊቀ ካህናቱ እኛን በመወከል ወደ ቅድስተ ቅዱሳን ገብቶአል፡፡

እኛም ይህን የቅድስና ክብር (የቅዱሳን ርስት) በመውረስ፣ ማለትም የዘላለም መዳን አግኝተን ይህም አዲስ ፍጥረት ሆነን፣ ርስታችንን የሆነው ክርስቶስ በእኛ ሕይወት እንዲገለጥ የተከፈተ በር በደሙ መርቆ በእምነት በኩል «ክብሬ እንዲገለጥባችሁ ኑ!» ይለናል (1ኛ ተሰ. 3፥13፤ ዕብ. 10፥19-20)፡፡ የመለኮቱ አሠራር በመታመን እንጂ፣ በሥጋ ለማንታመን የምንመካው ጌታችን ኢየሱስ ክርስቶስ ነው፡፡ (ፊልጵ. 3፥3)፡፡

አሁንም የኃጢአትን ኃይል በነፍሳችን (በአእምሮአችን ያልታደሰው አስተሳሰባችን /ለክርስቶስ ያለተገዛው ፈቃዳችን/ ያልተለወጠው ማንነታችንን፣ ማለትም የአእምሮ አሳባችን፣ ይህም የልባችን አሰብን/ በፊተኛው አዳም የወረስነው የኃጢአት ባሕርይ፣ ማለትም ኃጢአተኛ ሥጋ /አሮጌው ሰው ማንነት ማለት አዳማዊ ባሕርይ/ የሚገኘውን ፈጽሞ የኃጢአትን መገኘት ሊያጠፋ፣ አስቀድሞ በክርስቶስ መስቀል ምክንያት ኃጢአትን በሥጋው የኰነነበትን (የኃጢአትን ኀይነት የገረሰሰበትን) ዕውነት በእኛ የሚገልጠው የክርስቶስ መንፈስ ነው (1ኛ ተሰ. 5፥23)፡፡

የቅድስናው ክብር ትልቁ የአማኝ የርስት ባጠግነት ሲሆን፣ ከቍሳዊ ባለጠግነት ያለፈ ፈጽሞ የማይወዳደር ሀብት ነው፡፡ ከአንዱ ከአብርሃም የተወለዱት ቤተ እስራኤል ወተት እና ማር ወደምታፈስሰው ምድር መግባት ችለዋል፤ ነገር ግን በክብሩ በቅድስና መኖር ግን

ከፍተኛው የሕይወት ዕርከን ሆኖ ካመነው ከአባታቸው ጋር በእምነት የሚወርሱት ርስት ነበር (ዘጸ. 32÷1-3)፡፡

ይህን የተረዳ ትሑቱ ሙሴ እግዚአብሔር ክብሩን በሕዝቡ መካከል እንዲያኖር ለመነ (ዘጸ. 32÷13)፡፡ ልመናው ደግሞ ተገቢ ነበር (ዘጸ. 32÷15)፡፡ እግዚአብሔር ፀሎቱን ተለመነው (ዘጸ. 34÷6)፡፡ የሕዝቡ ልብ (ሸለፈት) ተገርዞ የእግዚአብሔር ክብር በሚገኝበት ዙሪያ ቤት ሠርተው ወይን ተክለው ይኖሩ ዘንድ ቀድሞውኑ የእግዚአብሔር አሳብ ነበር፡፡

ወደ አዲስ ኪዳን ስንመጣ እንደ ሙሴ የሆነ በቤቱ ታማኝ የሆነው አንድያ ልጁ ለኃጢአት መሥዋዕት እንዲሆን ብቻ ሳይሆን፣ በእርሱ የጽድቅ ሕይወት መታዘዝ እና ሕግጋቱን በመፈጸሙ ጽድቃችን ሆኖ ይቈጠርልን ዘንድ ወደ ምድር ላከው (1ኛ ጴጥ. 3÷18፤ ሮሜ 4÷3፣ 5)፡፡

ይህ መታዘዝ ያስገኘው ትልቅ ጥቅም አለ እርሱም፡- ከእግዚአብሔር ጋር ሰላም እንዲኖረን አደረገ (ሮሜ 5÷1)፡፡ በጽድቅ የተጀመረው የእግዚአብሔር ሥራ በልጁ ሞት እና ትንሣኤ ያለፈውን ያለውን የወደፊቱን ኃጢአታችንን በደሙ ዋጋ ይቅር ተብሎልንና ከባድ ዋጋ ከፍሎ ተከናወነ፤ ተፈጸመም፡፡

እንግዲህ ለዚህ ኃጢአተኛ ለነበረው ሰው በእምነት የሚገኝ «የጽድቅ ስጦታ» አግኝቶ ሕያውና አዲስ የሆነ የቅድስና የሕይወት ደረጃ ከፍ ብሎ ይኖር ዘንድ ብቃትና ሕጋዊ መብትን በክርስቶስ አገኘ፡፡ በክርስቶስ እስከ ታመነ እና እስከ ተደገፈ ድረስ ይህ የቅድስና ክብር (የቅዱስን ርስት) ለአማኙ የተሰጠው ነው፡፡ ይህም ደግሞ ክርስቶስ ቅድስናው ሆነ ማለት ነው፡፡

በእግዚአብሔር ዘንድ የክርስቶስ ጽድቅ ተቈጥሮለት ጽድቅን ስጦታ የወረሰው ሰው በሕይወት ዘመኑ የቅድስና ሕይወት (የክርስቶስ ሕይወት) እንደ ስጦታ ሆኖ ከእግዚአብሔር ዘንድ በክርስቶስ ሞት እና ትንሣኤ ተሰጥቶታል፡፡

ይህ ሕይወት በክርስቶስ በመታመን (በእምነት በኩል በመጣበቅ በመደገፍ) የሚያፈራው የትንሣኤ ሕይወት የሚገለጠው ፍሬ ነው፡፡ ክርስቶስ ሕይወታችን ሆነ ማለትም ደግሞ ይህ ነው (ቈላስ. 3÷4)፡፡ በክርስቶስ «የቅድስና ስጦታ»፣ ማለትም (የእግዚአብሔር ክብር) ተስፋ እየተመካ የመኖርን ብቃትን አገኘ፡፡ ማንም አማኝ ይህን በገንዘብ ወይም በራሱ መፍጨርጨር የሚያደርገው ሳይሆን፣ ይህን ክብር በእምነት መታዘዝ (ከክርስቶስ ጋር

በመጣበቅ) የሚያገኘው ነው፡፡ እናም ይህ ክብር አስቀድሞ የተዘጋጀ፣ የተወሰነ እና የተፈጸመ ስለሆነ፣ አማኙ በእምነት በኩል በክርስቶስ ብቃት ሊመካ ሊደገፍ ተሰጥቶታል (ሮሜ 5÷2፤ 1ኛ ቆሮ. 1÷30፣ 31፤ ኤፌ. 1÷6)፡፡

ሮሜ 5፡2 ስንመለከት ዘፓሽን የሚባለው መጽሐፍ ቅዱስ ፡- "እምነታችን ወደዚህ ድንቅ ቸርነት እንድንገባ ለሁልጊዜ ክፍት የሆነ በር ሰጥቶናል ይህም ቸርነት ከእግዚአብሔር ጋር ፍጹም የሆነ ሕብረትን ሰጥቶናል። በእግዚአብሔር ክብር ውስጥ የመኖራችንን ተስፋ ዘወትን ስናስበው በውስጣችን የሚፍለቀለቀው ጥልቅ ደስታና ሐሴት ከምንም ነገር ጋር ሊወዳደር አይችልም!" ሲል ያሰቀምጠዋል፡፡

ስለሆነም በመንፈስ ቅዱስ አማካይነት ወደዚህ የቅድስና ክብር ወደ ፍቅሩ ልጁ መንግሥት ስለ ተሸጋገረ እንዲሁ ከኃጢአት ግዛት ወጥቶ (ኃጢአት ከማፍራት ግዛት) የሞት ያህል ተለያይቶ ከጌታችን ኢየሱስ ጋር (ከወይኑ ግንድ) በሞቱ እና በትንሣኤው ተጣብቆ ስለሚገኝ የቅድስና ፍሬ እያፈራ ፍሬውም እየበዛ ይገኛል፡፡ ዘፓሽን የሚባለው መጽሐፍ ቅዱስ፡- "አሁን ግን እግዚአብሔርን እንደሚወዱ አገልጋዮች ከኃጥያት ሥልጣን ነጻ ሆናችሁ ሐሴትን በማድረግ ትኖራላችሁ። ስለዚህ አሁን የምትኖሩበትን ትሩፋት አስቡ፡- ወደ እውነተኛ ቅድስና ጠልቅ ብላችሁ በመግባት እንድትኖሩ ተሰጥቷችኋል፤ መጨረሻውም የዘላለም ሕይወት ነው!" (ሮሜ 6÷22)፡፡

የፀደቀው ሰው (የጽድቅ ስጦታ) የተቀበለው አማኝ በአብ ፊት በክርስቶስ በኩል ያለ ነውር መቅረቡ፣ ከአብ ጋር ሰላምን ማግኘቱ ለሚያምነው ሰው የቆመበት መሠረትነው፡፡ ዘፓሽን የሚባለው መጽሐፍ ቅዱስ፡- "በኢየሱስ ላይ ያለን እምነት የእግዚአብሔርን ጽድቅ ወደ እኛ ያስተላልፈዋል፤ ስለዚህ እግዚአብሔር አሁን በፊቱ እንከን የሌለን አድርጎ ቆጥሮናል።(ሀ) ይህም ጌታችን ኢየሱስ የተቀባው በሰራልን ሥራ አማካኝነት ከእግዚአብሔር ጋር በእውነተኛ እና ዘላቂ ሰላም መኖር እንችላለን ማለት ነው"።(ለ)
የግርጌ ማስታወሻ፡-
ሀ. ወይም "ጻድቅ ተብለናል።" እንዴት አይነት ታላቅ ደስታ ነው! ቅዱስ በሆነው አምላክ በእግዚአብሔር ፊት ጻድቅ መሆናችን ታውጆልናል። የጸጋ ታላቅነት ማለት ይህ ነው!
ለ. ወይም "ከእግዚአብሔር ጋር ያለንን ሰላም እናጣጥም።" ሰላም ተብሎ የተተረጎመው የግሪክ ቃል ኤይሬኔ ሲሆን "መጋጠም" ተብሎ ሊተረጎም ይችላል። ሕይወታችን ከእግዚአብሔር ሰላም ጋር ተጋጥሟል አንድ ሆኗል፤ ስለዚህ ከእግዚአብሔር ጋር በማይቋረጥ ወዳጅነት እየተደሰትን እንኖራለን። የእብራይስጡ ቃል ደግሞ ሻሎም ሲሆን የተትረፈረፈ ሰላም እና ደህንነት ማለት ነው (ሮሜ 5÷1)፡፡

ክርስቶስ ከሕግ በታች ሆኖ ጽድቅን በመታዘዝ በመስቀል በፈጸመው ሥራ ምክንያት የኃጢአትን (ያለፈውን ያለውን የወደፊቱን) ይቅርታ አገኘን፡፡ ስለሆነም ይቅር የተባለው በጸጋ ሥር በመሆን በተገኘው ብቃት (ክርስቶስ ብቃታችን / ክርስቶስ ቅድሳችን) በጽድቅ ስጦታ ምክንያት የጸጋው ክብር በእምነት በኩል እንዲገለጥብን ሆነ፡፡

አማኞች ለሆንን ሁሉ ክርስቶስ የጽድቅ ስጦታ እና ቅድስናችን ሆነ፡፡ አንድ አማኝ ከአብ እንደ ተሰጠው በልቦና ዐይኖቹ (በእምነት ዐይኖቹ ከተመለከተ) ወይም በሌላ አነጋገር የክብሩ ዕውቀት ብርሃን በሙላት ሲበራለት የኃጢአትን ይቅርታ እና በአብ ፊት ጻድቅ ሆኖ መቆም የሚችልበትን ብቃትን እንዳገኘ ሰው ዕለት ዕለት ወደ ቅድስተ ቅዱሳን በመግባት ከኃጢአቱ በደሙ ታጠቦ በጸጋው ክብር ይኖር ዘንድ በተሰጠው በእምነት በኩል መዘረጋት ይጀምራል፡፡

ክርስቶስ ይህን የቅድስና ክብር በአማኙ ሊገልጥ ሕጋዊ ያደረገው በሞቱ እና በትንሣኤው በጽድቅ ስጦታ እንዲያገኝ በማድረጉ ምክንያት ነው፡፡ ክርስቶስ በአማኙ ሕይወት ውስጥ የእግዚአብሔርን የቅድስናው ክብር ለመግለጥ በቅድሚያ ስለ እኛ መሞት፣ ስለ እኛም መነሣት እና በአብ ፊት ስለ እኛ ዘወትር መታየት ያስፈልገዋል፡፡ ይህ ወንጌል በእርግጥም የምሥራች ነው (ቈላስ. 2÷9-10፣ 13)፡፡

ክርስቶስ በአብ ክብር በአብ ፊት እንደሚታይ እንደሚኖር እኛም በዚህ ክብር እንድንኖር ሞቱን በሚመስል ሞት እንድንተባበር እንዲሁም ትንሣኤውን በሚመስል ትንሣኤ እንድንተባበር እግዚአብሔር ፈቅዶና ክርስቶስን ከሙታን በማንሣት አሳይቶአል (ሮሜ 6÷10፣ 11፤ ዕብ. 9÷24)፡፡

የክርስቶስ መሞት እና በእግዚአብሔር ክብር መነሣቱ፣ እንዲሁም በአብ ቀኝ መቀመጥ የቅድስናውና ክብር ተካፋዮች እንድንሆን ብቃታችን ሆነ፡፡ ጌታችን ኢየሱስ በሥጋ ሰውነቱ ሕግጋቱ የጠየቀወን ያለ ኃጢአት በመፈጸሙ የእግዚአብሔርን የክብሩን ሙላት በሥጋው ሰውነት ተቀበለ፡፡

ይህ በክርስቶስ ያረፈው **የአብ ክብር** (በቀኙ መቀመጡ) አማኝ በእምነት በኩል፣ ማለትም እርሱ እኛን ወክሎ እንደ ሞተና እኛንም ወክሎም እንደ ተነሣ ደግሞም በአብ ቀኝ መቀመጡ ለእኛ ይህ የአብን ቅድስና ለመቀበል የሚያስችለን ብቃት በክርስቶስ ሆነልን፡፡ ስለዚህ ይህ ለእኛ የጸጋው ክብር በመባል ይታወቃል፡፡

ምክንያቱም ይህንን አባቱን ያለ ኃጢአት የተቀበለው የቅድስና ክብር ከአብ ተቀብሎ እንዲያው ወድዶን ስለ ሰጠን ነው (ዮሐ. 17÷23፤ ኤፌ. 1÷6)። የጸጋ ክብር ለሚታመኑት ሁሉ በእምነት በኩል እንዲሰጣቸው የክርስቶስ ኢየሱስ ጽድቅ ብቃታቸው ሆነ። ገና ሲጀመር በአባታችን በአዳም ኃጢአት ምክንያት የተወሰደው ክብር በኋለኛው አዳም በኩል ተመለሰ (በሮሜ 3÷23 ክብሩ ከፊተኛው አዳም ተወሰደ)።

ቍጥር 24 ላይ ክርስቶስ እኛን በመወከል ሞቶ ተነሣ። ቍጥር 25 ላይ ከዚህ በፊት በእግዚአብሔር ፊት የቆመው ኃጢአተኛ ሰው በክርስቶስ ደም ስርየት በመታመኑ አሮጌው ሰው ተወገደ እና አዲስ ፍጥረት (በክርስቶስ አዲስ የሆነ ሰው) በእምነትና በጽድቅ በአብ ክብር ተሞልቶ ተገኘ።

የእግዚአብሔር ክብር የሆነው ክርስቶስ ሕግጋቶቹ ሁሉ ፈጽሞ በምድር ያለ ኃጢአት የተገኘ ቢሆንም እንኳ፣ በመስቀል ላይ የሰውን ልጆች ኃጢአትን ስለ ተቀበለ በመከራው ሰዓታት የእግዚአብሔርን የቅድስና ክብር መስጠት እንዳልቻለ እናስተውላለን። የሰውን ኃጢአት ሲሸከም አባቱ ከእርሱ መለየቱን ዕናውቃለን።

የኃጢአት ዋጋ የሆነውን ሥጋና ደሙን ይዞ ወደ አባቱ (ቅድስተ ቅዱሳን) መሄዱን እንረዳለን (ዮሐ. 20÷17)። የሰውን ልጆች ወክሎ ኃጢአትን ስለ ተሸከመ እንዲሁ ደግሞ የሰውን ልጅ በመወከል ከሙታን ተነሥቶ ወደ እግዚአብሔር ክብር እንዲገባ አስፈልጎታል።

በኢሳ. 53÷2-3 ላይ እንደ ተገለጠው «መልክና ውበት የለውም» ይለናል። በመከራው ወቅት ከእግዚአብሔር ዘንድ ክብር ሊቀበል የሚያስችለው ምንም ነገር እንደ ሌለ ያመለክተናል። በፈንታው ከእግዚአብሔር ዘንድ የሞትን ፍርድና የኃጢአት ተግሣጽን ተቀበለ።

የሐጢያትን ዋጋ ከከፈለ በኋላ ግን ክብሩ ተገብቶታል፣ ምክንያቱም ሕጉ የጠየቀውን ሁሉ በራሱ ሕይወት ስለ ፈጸመ እንዲሁም ሕጉ የጠየቀንን ባለመፈጸም ቅጣን መርገምን ስለ ተቀበለ ነው። ይህን በመፈጸም የአብን ክብር ተቀብሎ ሊሰጠን የሚችለው ጌታችን ኢየሱስ ክርስቶስ ብቻ ነው። ይህን እንድንቀበል ከእኛ ጋር ሞተ፤ ደግሞም ከእኛ ጋር ተነሣ፤ እኛንም ከእርሱ ጋር አስቀምጦ በእርሱ ውስጥ ሰወረን። በእርሱም ዘንድ የምንኖር ሆንን።

አሁን በእርሱ ውስጥ በመገኘት አብ አባቱ የሚደሰትበትን የልጁን ሕይወት እንድናንጸባርቅ ክርስቶስ በመንፈስ ቅዱስ አማካይነት በእምነት በኩል በእኛ ውስጥ መኖር ጀመረ፡፡ ዮሐንስ እንደ ነገረን፡- በመጀመሪያ «አንተ በእኔ እኔም በአንተ» ይህ የሚሳየው ክርስቶስ የአባቱን ፈቃድ ሙሉ በሙሉ በመታመን መፈጸሙ እና የአብን ሙሉ ክብር በመቀበል አባት እና ልጅ ሊለያዩ የማይችሉበት አንድነት ወይም ኅብረት መግባታቸው ነው፡፡

ሁለተኛው የተናገረው «እነርሱ በእኛ አንድ ይሆኑ ዘንድ እለምንሃለው» የሚለው ነው፡፡ ወደዚህ ኅብረት ለመግባት በራሱ ብቁ የሆነ ማንም የለም፤ ነገር ግን ክርስቶስ ብቃታችን ሆነ፡፡ በክርስቶስ ሥራ (ሞት) የኃጢአት ዋጋችን ቢከፍልም፣ የእግዚአብሔር ጸጋን (ክብሩን) ለመቀበል በክርስቶስ ያለ ኃጢአት ብንገኝ እና በፊቱ መቆም ብንችልም ክብሩ በዋጋ አይገዛም፡፡

ስለዚህ ጌታችን ኢየሱስ አባቱን ሲለምን እንመለከታለን፡፡ ሦስተኛው «እነርሱ በእኔ» የሚለው በክርስቶስ ውስጥ ሆነን መሞታችንን፣ በትንሣኤውም መነሣታችንንና በአብ ቀኝ መቀመጣችንን ያስተምረናል፡፡ አራተኛው ደግሞ «እኔ በእነርሱ» የሚለው ሲሆን፣ በእርሱ ሞት እና ትንሣኤ በአብ ቀኝ አማኙ ተሰውሮ የተቀመጠውን የትንሣኤ ሕይወት (የቅድስና ሕይወት/ ክርስቶስ በአብ ፊት ተገኝቶ የሚኖረውን የልጅነት ሕይወት) በአማኙ ሕይወት ለመግለጥ በዳነው ሰው በውስጠኛው ሕይወት በእምነት በመኖር እየሠራ እንደሆነ ያሳየናል፡፡

ይህ የዳነው ሰው ደግሞ እግዚአብሔር አብ «ኃጢአተኛውን በሚያጸድቅ» (ሮሜ 4÷5) ተብሎ እንደ ተጻፈ የእግዚአብሔር ጸጋ በክርስቶስ ተገለጠለት፡፡ አብ አንድያ ልጁን ሥጋ ለብሶ ፍጹም ሰውም ሆኖ አባቱን በማስደሰት ከአባቱ ጋር የፍቅር ኅብረት እንዳደረገ እንዲሁ እኛም ከክርስቶስ በኩል ተወድደን ወደ ተቀደሰው ክብሩ ኅብረት አስገባን፡፡

«በወደድኸኝ መጠን እንደ ወደድኻቸው» በተጨማሪም ይህ የፍቅር ኅብረት ደገሞ የክበሩ ኅብረት መሆኑን ሲገልጥ «የሰጠኸኝን ክብር እኔ ሰጡኋቸው» ሲል ይገልጠዋል፡፡ እነዚህ አምስቱ አሳቦች በዮሐ. 17 ላይ ይገኛሉ፡፡ እንግዲህ ወደዚህ ወደ እግዚአብሔር ሙላት ለመግባት (በአባት እና ልጅ መካከል ወዳለ ፍጹም የፍቅር ኅብረት /የትንሣኤ ሕይወት/ የቅድስናው ክብር / የክርስቶስ ሕይወት) ሙሉ ኅብረት እንዲኖረን ብቃታችን የሚሆነው ክርስቶስ ኢየሱስ ነው፡፡ በሌላ አገላለጽ ክርስቶስ ኢየሱስ **ለእኛ ሁሉ በሁሉ የሆነ ጌታ** ነው ወይም ጽድቃችን፣ ቅድስናችን እና ክብራችን ነው (ዕብ. 2÷10)፡፡

አብ ክርስቶስ ኢየሱስን ሲያስነሣ እኛንም አብሮ አስነሣን፡፡ የጸጋውን ክብር ሰጠን፡፡ ጌታችን ኢየሱስ የኃጢአታችን ዋጋ መክፈል ብቻ ሳይሆን፣ የእግዚአብሔርን ጽድቅ ስለ ፈጸመ የእርሱ መታዘዝ ለእኛም ታስቦልን «ጽድቅ ሆኖ ተቈጠረልን፡፡» በዚህ የጽድቅ ስጦታ ምክንያት የእግዚአብሔርን የቅድስናው ክብሩ (የባሕርይው ተካፋዮች) ሆኖ ለመኖር በክርስቶስ ኢየሱስ ሞት እና ትንሣኤ በእምነት በኩል ኅብረት (በመተባበራችን) ብቃትን አገኘን፡፡

አንድ ነገር ማወቅ እና ሁልጊዜም ማስተዋል ያለብን ዕውነት ቢኖር ጌታችን ኢየሱስ እግዚአብሔር ወልድ እንደ መሆኑ ይህ ክብር ያላስፈለገው መሆኑን ነው፡፡ እርሱ የማይታየው አምላክ ምሳሌና የክብሩ መንጸባረቅ ነው፡፡ ሆኖም ግን በእግዚአብሔር እና በሰው መካከል የሚገኝ መካከለኛ ካህን ሊሆን ግን ሥጋ ሲለብስ ፍጹም አምላክ፣ እንዲሁም ፍጹም ሰው ሆኖ በሰውነቱ መታዘዝን ተማረ፡፡

ፍጹም ሰው ሆኖ አምላክነቱ እንደ ተጠበቀ ለኃጢአት መሞትንና ለጽድቅ መኖርን በምድር ሕይወቱ አከናወነ፡፡ ይህም ብቻ አይደለም፤ ዳሩ ግን ከሙታን ሲነሣ ፍጹም አምላክ እንደ መሆኑ ፍጹም ሰው ሆኖ የሊቀ ካህናትነቱን ሥራ ይፈጽማል (ሮሜ 6፥10)፡፡

ጌታችን ኢየሱስ በትንሣኤው ኃይል (በጸጋው ክብር) አሁን በአብ ቀኝ ተቀምጦ ይኖራል፡፡ ክርስቶስ ሕይወታችን ነው ስንል መለኮት እንደ ሆነ ከአባቱ ጋር ተካክሎ እንደሚኖር ወደ ምድር ሲመጣ ፍጹም ሰውም ሆኖ ከሕግ በታች ተወልዶ ሕግን በመፈጸሙ፣ እንዲሁም በእግዚአብሔር ላይ ተደግፎ በመተማመን የታዘዘውን ሕይወት በተጨማሪም በትንሣኤው ኃይል በአብ ፊት የሚኖረውን ሕይወት መናገራችን ነው፡፡

ይህን ሕይወት ለእኛ በእምነት በኩል ያጋራን ነገር ነው እንጂ፣ ወልድ መለኮትነቱን አካፈለን ማለት አይደለም፡፡ ይልቁንም ከመለኮታዊ ባሕርይው የተወሰኑትን ለሰው ልጆች ማካፈል የሚችለውን የመንፈስ ፍሬ ተብለው የሚጠሩትን (ክርስቶስን የመምሰል ሕይወት / የልጅነት ሥልጣን / የልጅነት የክብር ሕይወት) ተካፈልን፡፡

ሁልጊዜም አብ እና ወልድ፣ እንዲሁም መንፈስ ቅዱስ አንድ አምላክ ምልዓተ አካል ያላቸው ዘወትር ተካክለው የሚኖሩ ናቸው፡፡ ጌታችን ኢየሱስ ክርስቶስ ወደ ምድር ሲመጣ ግን ክብሩን ጥሎ ይምጣ እንጂ፣ አምላክነቱን ጥሎ አልመጣም፡፡ ከመለኮት ባሕርያት አንዱ ሁልጊዜም ያው መሆኑ የማይለወጥ የማያረጅ መሆኑ ነው፡፡ ስለሆነም

ፍጹም አምላክ እንደ ሆነ ሁሉ እንዲሁ እርሱ ፍጹም ሰው ሆነ ወይም ሥጋ ለበሰ (ዮሐ 1÷14)፡፡

ፍጹም ሰው በመሆኑ በኃጢአት እና በዲያብሎስ ሊፈተን መከራን ሊቀበል በአባቱ ሥልጣን ትእዛዝ ሥር በመሆን ከአባቱ ጒልበት ኃይል በመታመን በምድር ላይ መመላለስ አስፈልጎታል፡፡ በአብ ፊት እኛን ወክሎ ሊታይ ሊቀ ካህናት ለሆን የቻለው የአብርሃምን (የሰው ዘር) በመያዙ ነው የሚለው የዕብራውያን ጸሐፊ የመልእክቱ ዕምብርት ነው (ዕብ. 2÷14-17፤ 5÷1፤ 7÷17፤ 12÷3)

በሞቱ እና በትንሣኤው በእምነት በኩል ከሕይወት ግንድ ጋር የተጣበቁ (የተባበሩ /ኅብረት ያላቸው) ሁሉ በዚህ የጸጋው ክብር ይኖሩ ዘንድ ከድቅድቅ ጨለማ የሚደነቅ ብርሃን ወደ ሆነው ወደፍቅሩ ልጅ መንግሥት ፈልሰዋል፡፡ ሕያዋን ሆነው (የክርስቶስ ሕይወት) በመካፈል ይኖራሉ፡፡

ዘወትር በኲነኔ በኃጢአት በመውደቅ፣ ዘወተር በኃጢአት ግዛት ሥር ሆነን በመውደቅ መሥዋዕት ለማቀረብ ወደ ካህኑ መቅረብ፣ ዕረፍት የሌለው ሕይወት እና ወደ ቅድስተ ቅዱሳን ሳይገባ ዘወትር በሕሊና ክስ መመላለስ ቀርቶ የልጁን መሥዋዕት አንድ ጊዜ ለዘላለም በማቅረቡ ወደ ቅድስተ ቅዱሳን መግባትን አገኘን፡፡

“እርሱ ከጨለማ ሥልጣን አዳነን፥ ቤዛነቱንም እርሱንም የኃጢአትን ስርየት ወዳገኘንበት ወደ ፍቅሩ ልጅ መንግሥት አፈለሰን፡፡” ዘ ሜሴጅ መጽሐፍ ቅዱስ፡- “እግዚአብሔር መልካም ፍጻሜ ከሌላቸው ከተዘጉ መንገዶችና ከጨለማ ወኅኒ ቤቶችና አወጣን። እጅግ በሚወደው ልጁ መንግሥት ውስጥ አቆመን፤ ይህም ልጁ ከወደቅንበት ጒድጓድ ውስጥ ጎትቶ አውጥቶን እየደጋገምን እንወድቅባቸው ከነበሩ ኃጢአቶቻችን አላቀቀን” (ቈላስ. 1÷13-14፤ ዮሐ. 6÷57)፡፡

ሐዋርያው ለሮሜ ሰዎች ሲጽፍላቸው የክርስቶስ መሞት የእኛን ኃጢአት እንዲደመስስ የማድረግ ችሎታ አለው (መሞቱ ይህን ካደረገ) ብሎ ከነገረን በኋላ በአብ ክብር ከሙታን ተነሥቶ በአብ ቀኝ መቀመጡ (ስለ እኛ መነሣቱ) ደግሞ በትንሣኤው የሕይወት ዕርከን እንድንኖር እንዴት ብቃታችን አይሆንም?” ይለናል (ሮሜ 5÷10፤ 8÷34)፡፡

እንግዲህ ክርስቶስ ኢየሱስ በእግዚአብሔር ክብር በአብ ፊት ስለ እኛ ዘወትር በመታየት ለመኖር፣ በትንሣኤው ክብር በአብ ቀኝ መቀመጡ «ክርስቶስ ቅድስናችን» እንዲሆን አድርጎታል፡፡ ክርስቶስ ጽድቃችን እንደ ሆነ ሁሉ እንዲሁ እርሱ የእኛ ቅድስናችን

ነው። ጌታችን ኢየሱስ ክርስቶስ የእግዚአብሔር ጽድቅ ብቻ ሳይሆን፣ የእግዚአብሔር ቅድስና ሆነልን (1ኛ ቆሮ. 1÷30-31)።

ይህ አዲስ ኪዳን በደሙ (በሞቱ እና በትንሣኤው) የተሰጠን የእግዚአብሔር ኃይል እና ክብር የሆነው ኢየሱስ ክርስቶስ ነው። በጽድቅ ምክንያት በአብ ፊት መቅረቡ፣ እንዲሁም በእግዚአብሔር ክብር በአብ ቀኝ መኖሩ የእኛ ሕይወት ምንጭ ሆነልን። የእርሱን የትንሣኤ ሕይወት በመካፈላችን በቅድስና በሕይወት መኖር ችለናል። የደሙ ኃይል፣ በሞቱ መካፈላችንና በአብ ቀኝ ዘወትር በትንሣኤው ተሰውረን ለመገኘታችን ምክንያት የሆነው ክርስቶስ ኢየሱስ ነው።

ይህ ሕይወት በክርስቶስ ኢየሱስ በኩል ለእኛ በመንፈስ ቅዱስ ተሰጠን ማለት ክርስቶስ በእኛ ውስጥ እንዲገለጥ የሚችልበት የመለኮት አሠራር። «የትንሣኤው ሕይወት» ተብሎ የሚታወቀው በዚህ ምክንያት ነው። ከአብ ዘንድ እንድንኖርበት የተሰጠን የልጅነት ሕይወት ሲባል ክርስቶስ በእኛ ውስጥ መኖሩ የመገለጡ ጉዳይ ነው። ከክርስቶስ ጋር መሞታችን ከክርስቶስ ጋር በመነሣታችን የትንሣኤው ሕይወት (የቅድስናው ሕይወት) መኖር የምንችልበት የሕይወት ዕርከን ሆነን።

ይህን ሕይወት (ክርስቶስ ሕይወታችን) እንዲሆን ከእኛ ምንም የተገኘ የጽድቅ ሥራ አልነበረም። በዐመፅ በበደል በመተላለፍ ውስጥ ሆነን የሞትን ፍሬ በምናፈራበት ጊዜ ይህን ሕይወት (የትንሣኤውን ሕይወት) በክርስቶስ ሞት እና ትንሣኤ በመተባበራችን ተሰጠን (ኤፌ. 2÷6-7፤ ቈላስ. 3÷2)።

ክርስቶስ ኢየሱስ ጽድቃችን እንደሆነ ቅድስናችንም (የጸጋው ክብር/ ሕይወታችን) ሆነ። ሰው ያለ እግዚአብሔር ክበር፣ መገኘት እና ህልወና ሙት እንደ ሆነ አባታችን አዳም ኃጢአት በሠራ ጊዜ የተረዳነው ዕውነት ነው። የእግዚአብሔር የቅድስናው ክብር በሁለት መንገድ ይገለጣል።

አንደኛው ኃጢአትን በመቅጣት ፍትሐዊ ባሕርይው (ጀስቲፊኬሽን) ሲሆን፣ ሁለተኛው ባሕርይው ቅድስናው፣ ክብሩ፣ ምሕረቱንና ፍቅሩን፣ ደግሞም ቸርነቱ ለመገለጥ የሚችልበት ሲሆን፣ በአብ ፊት ለሰው ልጅ የሚያካፍለው ባሕርይው (ራይቲየስነስ) በመባል የሚታወቀው ነው። የመጀመሪያው ፍትሕ የመፈጸሙ ባሕርይው (ጀስቲፊኬሽን)፡- እግዚአብሔር አብ ኃጢአትን መጸየፉ እና መቃወሙ በክርስቶስ ሥጋ ላይ ቍጣውን ሲገለጽ (ሥጋው ሲቈርስ)፣ እንዲሁም ደሙ ሲፈስስ ይህም የቅድስናው

ፍትሐዊ ባሕርይ መግለጫ ሆነ (አሞጽ 5÷21-22፤ ኢሳ. 5÷16፤ ራእይ 6÷10፤ ዘኍ. 20÷13፤ 1ኛ ሳሙ. 6÷20)።

ይህን ኃጢአተኛ ሰው ያድን ዘንድ የቅድስናው ቍጣ በክርስቶስ በመስቀል ላይ ገለጸው (ኢሳ. 53÷8)። የቅዱስናው ሌላው ባሕርያዊ ገጽታ ደግሞ ፍቅሩ፣ ምሕረቱ፣ ቸርነቱ እና በጐነቱ ነው። የጸጋው ባለጠግነት እንዲገለጥ አዲስ እና ሕያው የተዘጋጀ በር ከፈተ (ኤፌ. 1÷3፤ ዕብ. 10÷3)። ይህ የሥላሴዎች ጥምር ሥራ ነው። እግዚአብሔር አብ (1ኛ ተሰ. 5÷23)፣ እግዚአብሔር ወልድ (ኤፌ. 5÷26)፣ እግዚአብሔር መንፈስ ቅዱስ (2ኛ ተሰ. 2÷13) በአማኞች ሕይወት የሚሠሩት የእምነት ጕዞ ሆኖ ተዘጋጀ።

የቅድስናን ሕይወት በመለኮት አሰራር በአማኙ ውስጣዊ ማንነት (ባሕርይው) ላይ ሥር-ነቀል ለውጥ በማምጣት (አዲስ ፍጥረት) በማድረግ ነው። አሮጌው ሰው (በፊተኛው አዳም የሚገኘው ማንነት) ፈጽሞ ሊሽረው በመጀመሪያ የኃጢአትን የይገባኛል ጥያቄ በሥጋው በመስቀል ላይ ደመሰሰው።

በአሮጌው ሰው በክርስቶስ መስቀል እንዲሻር (የሞት ፍሬን እንዳያፈራ) ለአንዴ እና ለመጨረሻ የኃጢአትን ንግሥና በእንጨት ላይ በሥጋው በኲል ገረሰሰው። ይህ ማለት አንድ አማኝ ቀድሞ በሚኖረው የሕይወት ዘይቤ እንዲመላለስ የሚያደርገው ማንነቱ (ድንጋዩ ልብ) የሥጋ ልብ በመስጠት ወይም አዲስ ፍጥረት በማደረግ አስወገደለት።

በአሮጌው ሰው (አዲስ ፍጥረት ሳይሆን በነበረው ማንነት) በኲል ኃጢአት ነግሦ ሞትን ያፈራበት ነበር። አሮጌው ሰው እና ኃጢአት እነዚህ ሁለት ነገሮች የሰው ልጆች ትልቅ ዕዳና የሕይወት ዕንቅፋት ነበሩ። ስለዚህ ጌታችን ኢየሱስ ኃጢአት የባለቤትነቱን የክስ መዝገብ በመስቀል ላይ ከፍሎ የኃጢአትን ንግሥናና ሥልጣኑን በመግፈፍ፣ ደግሞም የአሮጌው ሰው ያረጀ ማነነት ሥራ-ዐልባ አድረጎ አስቀርቶታል።

ይህን በኃጢአት ግዛት የነበረውን ሰው የጽድቅ ስጦታ በእምነት (ክርስቶስን በማመን) ተቀብሎ በጸጋ ግዛት ተሸጋግሮ አዲሱን ሰው ለብሶ (አዲስ ፍጥረት ሆኖ/ ክርስቶስን ለብሶ /የክርስቶስን ሕይወት ተጋርቶ/ ከመለኮታዊ ባሕርይ ተካፋይ ሆኖ/ የትንሣኤውን ሕይወት ተካፍሎ /የልጅነት ሕይወት/ በእግዚአብሔር የጸጋው ክብር ተሞልቶ) እነዚህን የቅዱሳን ርስት ክብር ባለጠግነት የሆነውን እንደ ተስፋ ቃል ወራሽ አደረገው።

በዔድን ገነት ራቁት የነበረው (የቅዱሳን ርስት ክብር ባለጠግነት) የተወሰደበት አሮጌው ሰው ማነነት በክርስቶስ በኲል በጸጋው ክብር አዲስ ሰው ተፈጥሮለት የክርስቶስ

ሕይወትን ሰጠው፤ መጽሐፉም እንደሚል ጌታ ክርስቶስን አለበሰው (ቈላስ. 3÷10)፡፡ የኃጢአት ዋጋ ተከፈለ፤ የኃጢአት ሕግ እና ንግሥናው ተገረሰሰ፤ በጸጋ ንግሥና በኩል የጽድቅ ዐዋጅ (የጽድቅ ስጦታ) በክርስቶስ ሞት እና ትንሣኤ ለሚተማመን፣ ደግሞም በእርሱ ለሚደገፍና ከእርሱ ጋር ለተጣበቀ ለአዲሱ ሰው የእግዚአብሔርን ክብር መልበስን እንደ ተስፋ ቃሉ እንዲቀበል ዐዋጅ ወጣ፡፡ ይህ ዐዋጅ ከገናና የቅድስናው ዙፋን እንደ የምሥራች ሆኖ ሲወጣ፣ ያመኑትን ሁሉ ክርስቶስ ወደዚህ ክብር አመጣቸው (ዕብ. 2÷10፤ ኤፌ. 1÷3)፡፡

ይህ የእግዚአብሔር የጸጋው ክብር (የቅዱሳን ርስት ባለጠግነት) ምሥጢር የእግዚአብሔር አብ ዓለም ሳይፈጠር በመለኮት ምክር ቤት የታቀደ የተወሰነ ሲሆን፣ በክርስቶስ ሞት እና ትንሣኤ፣ እንዲሁም በአብ ፊት ሊቀ ካህናት በሆነው አሠራር የተፈጸመ ነው፡፡ ይህም ክርስቶስ ዓለም ሳይፈጠር እንደ ታረደ በግ መሥዋዕት መሆኑ ነው (ራእይ 13÷8)፡፡

እንደዚሁም አስቀድሞ ከዘላለም ዓለም በፊት ክርስቶስ እንደ ታረደ በግ ሆኖ መቅረቡ አስቀድሞ በመለኮት ምክር ቤት የታወቀ እንደ ሆነ ሁሉ፣ እንዲሁም ከሞት ተነሥቶ፣ ሊቀ ካህናት ሆኖ ደሙን ይዞ ወደ ቅድስተ ቅዱሳን መግባት፣ የሰውን ልጆች በእምነት በኩል መቤዠት የክርስቶስ ሕይወት (የእግዚአብሔር የቅድስናው ክብር የሆነው የጸጋው ክብር) መቀበል በእርሱም በእምነት በኩል የርስታችን ባለጠግነት መሆኑ የተወሰነ የታወጀ የተፈጸመ በሥላሴዎች መካከል የተተረከ ነው (1ኛ ጴጥ. 1÷2፣ 2፤ 1ኛ ዮሐ. 17÷24፤ 1ኛ ቆሮ. 2÷10፤ 1ኛ ጢሞ. 1÷9)፡፡

አማኝ አሮጌው ሰው ተሸሮና የኃጢአት ንግስና ቢገረሰስም፣ እንዲሁም አዲሱ ሰውነቱ (በክርስቶስ ያገኘው ማንነት / አዲሱ ሰው) በእግዚአብሔር ክብር ቢሞላም፤ ሆኖም ግን «ነፍሱ እና ሥጋው» ገና ከኃጢአት ህልውና አልተላቀቀም ነበር፡፡ ይህ የሆነው ግን ክርስቶስ ኢየሱስ በመስቀል ላይ ያከናወነው ሥራውና በአብ ቀኝ መቀመጡ የትንሣኤውን ሥራ ጐዶሎ አያደርግውም፡፡

ይልቁም የአማኙ ከክርስቶስ ጋር ተጣብቆ በዚህ ኃጢአተኛ ክፉ አመንዝራ ትውልድ መከከል በጸጋው ንግሥና ግዛት ሥር በመኖር ብርሃኑን ለማንጸባረቅ ትልቅ የሥራ በር ይከፍትለታል፡፡ በዚህም በእምነት በኩል በተሰጠው የቅዱሳን ርስት በሆነው በክርስቶስ ሕይወት ምክንያት ተዝቆ የማያልቅ የክብር ሽልማትን ያገኛል፡፡

አማኝ በተሰጠው የክርስቶስ ሕይወት ኅብረት በማድረግ (በመጣበቅ /በመደገፍ /በመተባበር) ምክንያት የክርስቶስ ሕይወት (ክርስቶስ ቅድስናው) ሆኖ ለዓለም ሁሉ

በሙላት የሚያንጸባረቅበትን ዐቅም ያገኘው በርስትነት መልኩ ሲሆን፣ ይህም ደግሞ የማይለካና ከቶም ቢሆን ሊወሰን የማይችል ነው። ስለዚህም ደግሞ በዚህ የክርስትና ጉዞ ውስጥ ጌታችን መድኃኒታችን ኢየሱስ ክርስቶስ ወላጆች እንደ ሌላቸው ልጆች አልተወንም።

ይልቁንም የመሥዋዕቱን ደም ይዞ ወደ ቅዱስተ ቅዱሳን በመግባት በስርየት መከደኛው ካስቀመጠው በኋላ ለዘላለም በእኛ ውስጥ ሊኖር በመንፈስ ቅዱስ ኃይል ተመልሶ መጥቶ በእኛ ውስጥ እና በእኛ መካከል ዐደረ። በመንፈስ ቅዱስ ኃይል እንደማረጉ ሁሉ በመንፈስ ቅዱስ ኃይል ተመልሶ መጥቶ በእኛ ውስጥ ዐደረ። ይህ ብቻ አይደለም፤ አብና መንፈስ ቅዱስም እንደዚሁ በእኛ ውስጥ ዐድረዋል (ዮሐ. 14፥18፣ 23፣ 26)።

ክርስትና በጸጋው ክብር ውስጥ እንድንኖር እንደ ርስት የተሰጠንና እንደ ተስፋ ቃል ክርስቶስ በእኛ አድሮ በእምነት በኩል የምንራመደው የሕይወት ጉዞ ነው (2ኛ ቆሮ. 2፥14)። በዚህች ዓለም አሸናፊ ያደረገን ከክርስቶስ ጋር መሞታችን፣ ከእርሱ ጋር ተነሥተን በጸጋው አገዛዝ ሥር መሆናችን ነው። ጸጋው በእምነት እንደ አዳነን በክርስቶስ ሞትና ትንሣኤ በመታመናችን አሁን በተሰጠን ሕይወት በአሸናፊነት እንኖራለን። ይህም ያሸነፍነው እምነታችን የሆነው ክርስቶስ ነው ማለት ነው።

ክርስቶስ ቅድስናችን ስለሆነ የቅድስናው ክብር የእኛ መሸሸጊያ መኖሪያችን ሕይወታችን ነው። የክርስቶስ ቅድስናችን መሆን (ክርስቶስ ሕይወታችን መሆኑ) የሕይወት ሕግ ሆኖ ይመራናል፤ ይገዛናልም። ይህ ማለት አዲሱ ሰው በዚህ ሕይወት አገዛዝ ሥር ሆኖ እናገኛለን። የክርስቶስ ሕይወት ሊገዛውና ሊቆጣጠረው በአዲሱ ሰውነት ውስጥ (በውስጣዊ ማንነቱ) ይኖራል።

በብሉይ ያሉ ቅዱሳን ወደ ቅድስተ ቅዱሳን የመግባት ዕድል ባያገኙም (አዲስ ፍጥረት) ባይሆኑም፣ የቅድስናውን ሕይወት ተዘልለው ለመኖር ከኃጢአታቸው በእንስሳ ደም ነጽተው ወደ ካህኑ ይሮጡ ነበር። ምንም እንኳ ከዓለም መከራ እና ዕድፈት ለመላቀቅ፣ በእግዚአብሔር ጸጋ ለመጽናናት የማይችሉበትን የቅድስተ ቅዱሳን መንገድ ገና እንዳልተከፈተላቸው ቢታወቅም፣ በቀደመችው ኪዳን መጽናናትን አግኝተው ነበር።

በእምነታቸው እግዚአብሔርን ሕይወት በመግለጥ ተመስክሮላቸው በእግዚአብሔር ክብር ኖረው ማለፋቸውን የዕብራውያን ጸሐፊ ጽፎልናል። ለእኛ ግን የእምነታችን ራስ ጀማሪ ፈጻሚ የሆነው ኢየሱስ ክርስቶስ ነው (ዕብ. 6፥18-19)። በክርስቶስ ሆነን እኛ እንዲኖር

ሳይሆን፣ ክርስቶስ በእኛ ውስጥ ቅድስናችን (የጸጋው ክብር) እንዲኖር ወይም እንዲገለጥ ክርስቶስ ሕይወታችን ሆነ፡፡

ሐዋርያው ጳውሎስ በእምነት በኩል ክርስቶስ የትንሣኤውን ሕይወት እንደሚገልጥ የተረዳ እና የልቦናው ዐይኖች የበሩለት ሰው ነበር (ገላ. 2÷20፤ ዮሐ. 5÷4)፡፡ ለክርስቶስ የተለየ ሆኖ የቅድስናው ክብር በሕይወቱ እንዲገለጥ ያስቻለው የእግዚአብሔርን መለኮታዊ አሠራር በማመኑ ብቻ ነበር፡፡ የታማኝነቱ ጥልቀት በራለት፡፡ ለገላትያ ሰዎች የተናገረው ይህ ነበር፡፡ ከብሉይ ስርአት ተሻግሮ በአዲስ ኪዳን በክርስቶስ የቅድስና ጉልበት አሰራር በእምነት በኩል ይኖር ነበር፡፡

ጄ.ፊ. ፊሊፕስ ኒው ቴስታመንት የሚባለው መጽሐፍ ቅዱስ፡- “ሕግን በተመለከተ እኔ ከክርስቶስ ጋር በመስቀል ላይ ሞቻለሁ እናም የአሁን ጊዜው ሕይወቴ አሮጌ የሆነው “እኔ” አይደለም፤ ነገር ግን በእኔ ውስጥ ያለው ሕያው የሆነው የክርስቶስ ነው፡፡ አሁን እኔ በአካል የምኖረው ሕይወት በወደደኝና ስለ እኔ ራሱን አሳልፎ በሰጠው በእግዚአብሔር ልጅ ላይ በማመን የምኖረው ነው”፡፡

ኤክስፓንድድ ባይብል. ኢ.ኤክስ.ቢ. የሚባለው መጽሐፍ ቅዱስ፡- “እኔ ለሞት በመስቀል ላይ ተሰቅያለሁ [ከክርስቶስ ጋር ተሰቅያለሁ እናም እኔ አልኖርም - በእኔ የሚኖረው ክርስቶስ ነው፡፡ አሁንም በአካል [በሥጋ] እኖራለሁ፤ ነገር ግን በወደደኝና ስለ እኔ እኔን ለማዳን [ለእኔ፤ በእኔ ምትክ በሰጠው በክርስቶስ ላይ ባለ እምነት [ወይም በእርሱ ታማኝነት] እኖራለሁ”፡፡

ስለ ቅድስናው ክብር አሠራር በወንጌላውያን መካከል አምስት የተለያዩ ዕይታዎች ይገኛሉ፡፡ ሁሉም ትምህርቶች አንዱ ከአንዱ የሚቃረኑ ሳይሆኑ፣ የመረዳት አድማሳችን በመንፈስ ቅድስ አማካይነት የልቦና ዐይኖቻችን በበሩልን መጠን የተገኙ ትምህርቶች ናቸው፡፡ ስለሆነም እነዚህን ማቅረብ ተገቢ ይሆናል፡፡ እነዚህን ትምህሮች ለመረዳት አንዳንድ ትምህርቱን የሚያንጸባርቁ የሥነ መለኮት አስተምህሮ ስያሜዎችን በቅድሚያ ማስቀመጥ ግድ ይሆንብናል፡፡

1. Positional Sanctification / ሥፍራዊ ቅድስና
2. Second work of grace / የጸጋው ዳግመኛ ግብር / ሁለተኛው የጸጋ ሥራ
3. Ultimate Sanctification / የመጨረሻው ቅድስና
4. Definitive Sanctification / ግልጽ የሆነ ቅድስና።
5. Progressive Sanctification / እየጎለበተ የሚሄድ ቅድስና።

6. Absolute Sanctification / ሙሉ የሆነ ቅድስና።

ፓውል ሺሚድት ብሊቸር

ለመንፈሳዊ ዕድገት ወይም ቅድስና 8 የተለያዩ ዐይነት ናሙናዎች (ሞዴሎች) ተለይተዋል፡፡ እነርሱም፡- ጥልቅ መረዳት የሚጠይቀው፣ ምሥጢራዊው፣ የክህነት፣ የሉተራውያን የተሐድሶ፣ የዌስሊ ቅድስና፣ የጴንጤቆስጤ፣ ኬስዊክ እና የአውግስጢኖስ - በልዩነት ተጠቃሽ የሆኑ ናሙናዎች (ሞዴሎች) ናቸው፡፡

የመጀመሪያዎቹ ሁለቱ በተለይ በሮም ካቶሊክ የሥነ መለኮት አስተምህሮ ላይ ነው የሚገኙት፤ ነገር ግን የተወሰኑቱ በፕሮቴስታንት አብያተ ክርስቲያናት ዕይታ ውስጥም ይገኛሉ፡፡ (Paul R. Schmidtbleicher)

ለዚህ ጽሑፍ ዓላማ 5 ናሙናዎች (ሞዴሎች) ጠቃሚ ናቸው፡፡ እነዚህም፡- የተሐድሶ፣ የዌስሊ-ቅድስና፣ ኬዊስክ፣ ቻፌሪያን እና ጴንጤቆስጤ ናቸው፡፡

የተሐድሶ (ሞዴል)

ይህ ናሙና (ሞዴል) ልክ እንደ ድነት በመቀደስ ላይ ያለውን የእግዚአብሔርን ሉዓላዊ ሥልጣን ያሳያል፡፡ የልምምድ ቅድስና ለተመረጡት የተሰጠ ሲሆን፣ ይህም በእግዚአብሔር ሉዓላዊ ሥልጣን በጊዜ የተሰጠ ነው፡፡ ናሙና (ሞዴሉ) የሰውን ድካምና ለኃጢአት ያለውን ተጋላጭነት ቀስ በቀስ በቅድስና የሚተካ ነው፡፡ የዚህ ናሙና (ሞዴል) ዋና ደጋፊዎች ዋር ፊልድ፣ አንቶኒ ሆከማ፣ ጀንመሪ፣ አንድሪውናሲል እና ቶማስ ሽሬይነር ናቸው፡፡

የዌስሊ- የቅድስና ናሙና (ሞዴል)

ይህ ሞዴል ሁለተኛው የለውጥ ቦታ ላይ ነው የሚያተኩረው፡፡ አንዳንዴም «የጸጋው ዳግመኛ ግብር /ሁለተኛው የጸጋ ሥራ» ይባላል፡፡ ይህም ከድነት በኋላ አማኝ በእግዚአብሔር ቅጽበታዊ ሥራ የሚቀደስበትን ሲሆን፣ ይህም የአማኙ ድነት አንድ አካል ተደርጎ የሚወሰድ ነው፡፡ ኃጢአተኛ ማንነት ተወግዷል፡፡ በዚህም ቅዱስ ኑሮን የሚቻል እንዲሆን አድርጎታል፡፡ ይህም የክርስቲያን ፍጽምና ተደርጎ ይታያል፡፡

ቻርልስ ዌስሊ ራሱ እንደ ተከታዮቹ ይህንን ኃጢአት-ዐልባ እንደ መሆን አድርጎ አይወስደውም፡፡ ዶ/ር ጆን ዋልቮርድ ሲናገር፡- ስለ ቻርልስ ዊስሊ ምንም እንኳን ዌስሊ በዚህ ምድር ላይ ኃጢአተኛ የሆነ ማንነት ሙሉ ለሙሉ ይራገፋል ብሎ ባያምንም፣ አንዳንድ የእርሱ ተከታዮች ግን መንፈሳዊ መሰጠት በምድር ሳለንም ወደዚያ ደረጃ ያደርሳል ብለው ያስተምራሉ፡፡ Walvoord, John F., "Response to Dieter" in Five Views on Sanctification, (Grand Rapids: Zondervan, 1987), 57.

የዚህ ትምህርት ዋና ደጋፊዎች ቻርልስ ዌስሊ፣ ሜልቪን ዴይተር፣ አሳመሃን፣ ጆን ፍሌቸር፣ ቻርልስ ፊኒ፣ ሚልድሬድ ዋይንኩፕ፣ ፎቤ እና ዋልተር ፓልመር ናቸው፡፡

የኪዌስኪ ወይም የድል ነሺ ሕይወት ሞዴል

ይህ ናሙና (ሞዴል) በአማኞች ዘንድ ከፍ ያለ የቅድስና ደረጃን ለማስተዋወቅ የሚሞከር ነው፡፡

ኃጢአተኛ ማንነት ኃይለኛ ነው፤ ነገር ግን በመንፈስ ቅዱስ እርዳታ በቁጥጥራችን ሥር ልናስገዛው እንችላለን፡፡ አማኝ የመንፈስ ቅዱስን የመቀደስ ሥራ ከእግዚአብሔር ዘንድ በእምነት ይቀበላል፡፡ ይህም እንተወው፤ ለእግዚአብሔርም እንፍቀድለት የሚል ዐይነቱ ነገር ነው፡፡ ይህ ሥራ ድነትን ተከትሎ የሚመጣ ሲሆን፣ ልክ ድነትን በእምነት እንደ ተቀበልን፣ ይህንንም ደግሞ በእምነት ነው የምንቀበለው የሚል ነው፡፡

አማኝ ለራሱ ሞቷል እና የመንፈስን ሙሉነት በመቀበል ራሱን ለእግዚአብሔር ሙሉ ለሙሉ አስገዝቷል፡፡ የዚህ ድርጊት ውጤት ለክርስቲያኖች አገልግሎት ድል ነው፡፡ የዚህ ትምህርት ዋና ደጋፊዎች ዊልያም ቦርድማን፣ ሮበርት ዊልሰን፣ ቶማስ ሃርትፎርድ ባተርስቢ፣ ኢቫንሆ ፐኪንስ፣ አንድሪው ሙሬይ፣ ሜየር፣ ቻርልስ ተርንቡል እና ሮበርት ሰን ማክ ዊሊንክ ናቸው፡፡

የቻፌሪያን ናሙና (ሞዴል)

ይህ ሞዴል የአማኞችን ሁለት ዐይነት ተፈጥሮ ያጎላል፡፡ በምድር ሕይወት በመንፈስና በሥጋ (በኃጢአተኛው ተፈጥሮ) መካከል ጦርነት አለ ወይም አዲሱ ተፈጥሮ ከአሮጌው ተፈጥሮ ጋር የሚጋጭ ነው፡፡ በመጀመሪያው አቀራረቡ በመሰጠት ነው የሚቀርበው፡፡ ከዚያ በኋላ የሰው ዕንቅስቃሴ ከክርቶስስ ጋር በኃጢአት መናዘዝ፣ በመንፈስ ቅዱስ ሙላት እና በእግዚአብሔር ቃል ውስጥ አማኝ በጸጋ ያድጋል፡፡

አዲሱ የቻፌሪያን ሞዴል የመጀመሪያውን የመስጠት ድርጊት ይቀንስና የአማኙን በክርስቶስ አብሮ መሆንና ከክርስቶስ ጋር መጣበቅ በመንፈስ መራመድ በመንፈስ ቅዱስ መሞላት በሚለው ሥር ያደርገዋል፡፡ የዚህ አሳብ ዋና ደጋፊዎች ሊዊስ ቻፈር፣ ጆን ዋልቮርድ፣ ቻርልስ ሬይር እና ዋይት ፔንቲኮስት ናቸው፡፡

የጴንጤቆስጤ ናሙና (ሞዴል)

ጴንጠቆስጤያውያን በቅድስና ላይ ያላቸው ዕይታ በጣም የተለያየ ነው፡፡ ጥንታዊው ጴንጤቆስጤያዊው የዌስሊ - የቅድስና ናሙና (ሞዴል) በመንፈስ ቅዱስ በመጠመቅና በልሳን መናገርን እንደ ጸጋ ሁለተኛ ሥራ ከሚያዩበት አተያይ አንጻር ይመሳሰላሉ፡፡

ይህ ኃጢአትን ያስወግድና በቅድስና መኖርን ቀላል ያደርጋል፡፡ ሌሎች ደግሞ በኬስዊክ ናሙና (ሞዴል) መሠረት በመጽሐፍ ቅዱስ ፈጽሞ የማይቻለውን ኃጢአተኛ ማንነትን በመስቀል ያምናሉ፡፡ ይህም የተሻለ ቅዱስ ሕይወትን እንዲኖሩ ያስችላቸዋል፡፡

ግልጽ ሞዴል የተገመጠው በጉባኤ እግዚአብሔር ቅርንጫፍ ሲሆን፣ እነርሱ 3 ደረጃ ባለው ቅድስና ሲያምኑ፣ "በእግዚአብሔር ዘንድ ሥፍራ የተገኘበት ቅድስና" ሁለተኛው ደግሞ ቀስ በቀስ የሚሆን ቅድስና "እየጐለበተ የሚሄድ ቅድስና" ይህ የልምምድ ገጽታ ሲሆን፣ ሦስተኛው ደግሞ የመጨረሻው ቅድስና ወይም የአማኝ መከበር "ፍጹሙ ቅድስና" የምንለው ነው፡፡

በመንፈስ ቅዱስ መጠመቅና በመንፈስ ቅዱስ መሞላት መካከል ያለው ውዝግብ በሂደት ስለሚመጣ በቅድስና ያላቸው ዕይታ ላይ ደመና አጥልቶበታል፡፡ የዚህ ትምህርት ዋና አስተማሪዎች ስታንሊ ሆርተን፣ ቲሞቲ ጄኒ፣ ሜየር ፒርልማን፣ እና ሬይመንድ ካርልሰን ናቸው፡፡

አማኝ ስለ ቅድስና ሲያስብ በራሱ ዐቅም እና ብቃት ላይ ተደግፎ የሚጨረጨርበት (የሚፍገመገምበት) ሳይሆን፣ በእግዚአብሔር ከንድ (ክርስቶስ ቅድስናው እንደሆነ) በማመን እና በመደገፍ የሚፈጽም መሆኑን በመረዳት፣ በእምነት ሐሤትን በማድረግ፣ በምስጋና ሕይወት በመኖር በትዕግሥት የሚመላለስበት «የክርስቶስ ቅድስና ሕይወት» ተካፋይ መሆኑን በመረዳት፣ ወደ ቅድስተ ቅዱሳን በመግባት፣ ወደ ምሕረቱ እና ወደ ጸጋው ዙፋን በእምነት በመቅረብ፣ በክርስቶስ በተመረቀለት አዲስ እና ሕያው መንገድ በደሙ በመረጨት፣ በትንሣኤው ሕይወት በእምነት በኩል የሚሆን ማንነቱ (አዲሱ ሰው) ከክብር ወደ ክብር ክርስቶስን በመምሰል የሚገለጥ ሂደት ነው፡፡ ሐዋርያው ዮሐንስ ከባድ

እና አስቸጋሪ ሕይወት ውስጥ በፍጥም ደሴት ሆኖ ሳለ የተረዳው ዕውነት ይህ ነበር (ራእይ 1÷6)፡፡

በዕለታዊ ሕይወታችን የሚመራን፣ በመግባት በመውጣታችን በውስጣችን ለዘላለም የሚኖረው ስለ እኛ በዐመፀኞች ዕጅ ተሰጥቶ የመስቀልን ሞት የሞተልን እረኛ አለን፡፡ ከአባቱ በተሰጠው ክብር የተነሣ በሚጠብቀው በረት እና ቤተ መቅደስ አንድ በር ብቻ አለ፡፡ ይህ በር የመግቢያ እና መመስማሪያ በር ብቻ ነው፡፡ በጐቹ ይገባሉ ወጥተው ተዘልለው ግጦሽ ጠግበው ተመልሰው በረቱ ውስጥ ይገባሉ፡፡ መውጫ (ኤግዚት ዶር - Exit Door) የሚባል የለውም፡፡ በሩም እርሱ ብቻ ነው፡፡ ወደ ዕጁም የገቡቱን ከቶ ወደ ውጭ አያወጣቸውም (ዮሐ 10÷4፣ 9፤ 6÷37)፡፡

የኖኅ መርከብም ሆነ የመገናኛው ድንኳን አንድ በር አለው፤ ነገር ግን የገቡት ወደ ውጭ የሚጣሉበት በር ግን አልነበረውም፡፡ ክርስቶስ ኢየሱስ የነፍሳችን እረኛ የሰው ዘር እንጂ፣ የመላእክት ዘርን ሳይዝ ስለ እኛ ሞትን ቀመሰ፤ ስለ እኛ ከሙታን ተነሣ፤ በአብ ቀኝ ታየ፡፡ በመስቀል ላይ ዕርቃኑን ሊታይ ነውርን የናቀው ቅድስናችን ሆኖ ክብሩን ሊያለብሰን ነው፡፡ በመስቀል ላይ የታየው አሁን በአብ ቀኝ ስለ እኛ ይታይልናል፡፡

"መሲሁ የገባው በሰዎች እጅ ወደተሰራው ምድራዊ ድንኳን አይደለምና፤ ምድራዊው ድንኳን የእውነተኛው መቅደስ ምሳሌ ነው። እርሱ ግን በእግዚአብሔር ፊት ስለ እኛ ይታይ ዘንድ ቀጥታ ወደ ሰማይ ነው የገባው"። ዕብ 9፡24 (ዘፓሽን ትራንስሌይሽን)

ይህ ጌታ ለሁለተኛ ጊዜ ይመጣል፡፡ በክብር ይታያል፡፡ እርሱን ስናየው እርሱን እንመስላለን (ዕብ. 9÷28፤ 1ኛ ዮሐ. 3÷2)፡፡ ስለሆነም ለመልካም ሥራና እርስ በርሳችሁ ለመተያየት መሰብሰባችሁን አትተው ሲል የዕብራውያን ጸሐፊ ይመክራል (ዕብ. 10÷24)፡፡ ቅዱሳን በቤት ወይም በቤተ እምነት ለመሰባሰባችን እረኛው አንድ ነው፤ በጐቹም የእርሱ ናቸው፡፡ በእምነት የደከመውን ልናበረታ፣ የላሉትን ዕጆች የሰለሉትንም ጕልበቶችን ልናቀና፣ ያነከሰው እንዲፈውስ እንጂ እንዳይናጋ፣ በክርስቶስ ወደ በረቱ የገቡት እንዲጸኑና እንዲጐለምሱ ልንሸከማቸው፣ እንደ ደጉ ሳምራዊ ባልንጀራቸው ልንሆን ተጠርተናል (ዕብ. 12÷12-13)፡፡ የእኛ በክርስቶስ ቆመን ለዓለም መብራታችን መልካም ነው፡፡

ዓለምን ያሸነፍንበት እምነታችን በክርስቶስ መሆኑን ተረድተን ወንድማችን በቅድስናው ክብር (በጸጋው ክብር) እንዲጸናና እንዲቆም ለመርዳት የፍቅር ሕግ ተሰጥቶናል፡፡ ብዙ ጊዜ እርስ በርሳችን እንደ አካል ተሰባስበን እንዳንተናነጽ እና ለጨለማው ዓለም ተጽዕኖ

የመስጠት ዐቅማችን (የትንሣኤው ኃይል) እንዳይገለጥ የሚያደርገው ለኃጢአት ምኞት አእምሮ ሲበከል (ቀዳዳ ስናበጅ) ነው (ገላ. 5÷12-15)፡፡

ምናልባት የቅዱሳን ኅብረት መውጫ በር በራሳችን አዘጋጅተን ያሰናበትናቸው ካሉ ራሳችንን መመልከት ተገቢ ይሆናል፡፡ የቅድስናው ክብር አድርግ አታድርግ በሚል በሙሴ ሕግ የተመሠረተ አይደለም፡፡ ይሁን እንጂ፣ የሕይወት መንፈስ ሕግ አለው፡፡ ክርስቶስ ቅድስናችን ነው ስንል በምንም መልኩ ልንገልጸው ከምንችለው መለኪያ ባሻገር ነው፡፡ እነዚህ ኃጢአቶች ዘወትር በፊታችን ይከብቡናል፡፡ ይህ ትምህረት በይበልጥ ምዕራፍ 12÷1-2 ላይ በስፋት በዝርዝር አስቀምጠነዋልና ተመልከቱ፡፡

ክርስቲያን ኃጢአትን የሚያይበት መነጽር ከሙሴ ሕግ በኩል እንደሚያየው መነጽር አይደለም፡፡ ለዚህ ነው ጌታችን ኢየሱስ «እኔ ግን እላችኋለሁ» እያለ በጥቂቱ ለሐዋርያቱ የገለጠላቸው፡፡

ሀ) አትግደል - በብሉይ - ይገደላል
   መሳደብ - በአዲስ ኪዳን የገሃነም ፍርድ
ለ) አታመንዝር - አብሮ ሲተኛ - በብሉይ አመነዘር
   - ሴትን ያየ - በልቡ ሲመኝ - በአዲስ ኪዳን - አመነዘረ፡፡ (ማቴ. 5÷22፣ 27)

የትንሣኤው ኃይል (ክርስቶስ ቅድስናችን) ሆኖ በእኛ ሊገለጥ በአጠገብህ በልብህ ሆኖ ቀርቦአል! በመንፈስ ቅዱስ መጽናናት፣ ኃይልንና ብቃትን በእምነት ተቀበልን፡፡ በኃጢአት መታለል ከቅድስናው ክብር መገለጥ ብንጐድል ከዐመፃ ሊቤዥን ጠበቃ ሆኖ በአብ ቀኝ ተቀመጠልን፡፡ ታላቅ ሊቀ ካህናት ወደ እርሱ የሚመጡትን ምሉዓን (ፍጹማን) አድርጎ በመዳን (በክብሩ ሕይወት) ሊያኖራቸው ችሎአል፡፡ በዚህም ደስታችን የላቀ ሆኖ ተገኘ! (ዕብ. 7÷25)፡፡

ከላይ ቀድም ሲል የተነጋገርናቸው የቅድስና አስተምህዎች የተለያዩ ሆነው፣ ነገር ግን የማይቃራኑ ናቸው፡፡ ክርስቶስን ለመምሰል የሚሄድበትን ሂደቶች በተረዱበት ዕይታ ለክርስቶስ አካል በተረዱበት የዕውቀት ደረጃ አቅርበውልናል፡፡ በጥቂቱ እነርሱ የተለያዩበትን የአመለካካት አድማስ ማቅረብ ተገቢ ይሆናል፡፡

እነዚህ ሁሉ የተሰጡን ወደ ክርስቶስ ዕውቀት በፍቅር ተባብረን ደጋፊ አካል ለመሆን እና ለማደግ እንጂ፣ አንዳችን ከሌላው ጋር በቃል ለመናቆርና አንዱ ከሌላው ራሱን የሚበልጥ አድርጎ በመውሰድ ለመኮፈስ አይደለም (ቈላስ. 2÷2-3)፡፡

መጽሐፍ ቅዱስ ሁላችን ከአንድ መንፈስ መጠጣታችን ሙሉ ያደርገናል እንጂ፣ አንዱን ጐደሎ ሌላውን የተሻለ አያደርገውም፡፡ እኔንም ሆነ እናንትን ብቁ የሚያደርገን ከሙታን የተነሣውና በአብ ቀኝ የተቀመጠው፣ ደግሞም ስለ እኛ ዘወትር በአብ ፊት የሚታየው «ጽድቃችን፣ ቅድስናችን - ሕይወታችን» የሆነው ክርስቶስ ነው፡፡ ስለሆነም እነዚህ ነገሮች ያላቸውን ልዩነት በጥቂቱ ለማሳየት እንጥራለን፡፡

«በእግዚአብሔር ዘንድ ሥፍራ የተገኘበት ቅድስና» እና «ፍጹም ቅድስናን» በተመለከተ አብዛኛዎቹ ናሙናዎች (ሞዴሎች) የሚስማሙ ናቸው፡፡ ምልከት በማድረግ ውስጥ የሚከሰት ልዩነት አብዛኛውን ጊዜ ዋና መለያያ አሳባቸውን ይይዛል፡፡ ምንም እንኳ አብዛኛው አለመስማማት የሚከሰተው በሂደት የሚገኝ ቅድስና «እየጎለበተ በሚሄድ ቅድስና» ላይ ቢሆንም፣ ከሥፍራ አንጻር የሚገኝ ቅድስና፣ ማለትም «በእግዚአብሔር ዘንድ ሥፍራ የተገኘበት ቅድስና» ላይም ግን በአንዳንድ አገላለጾች ረገድ አለመግባባቶች አሉ፡፡

በቦታ የሚገኝ ቅድስና «በእግዚአብሔር ዘንድ ካለን ሥፍራ የተነሣ የተገኘ ቅድስና» ላይ ዶ/ር ቻርልስ ሬይር ሲናገር፡- ይህ «በእግዚአብሔር ዘንድ ሥፍራ የተገኘበት ቅድስና" ማለትም እያንዳንዱ ክርስቲያን በእግዚአብሔር በኩል በጌታ ኢየሱስ ክርስቶስ ከማመኑ የተነሣ የእግዚአብሔር ቤተ ሰብ በመሆን የሚያገኘው ነው፡፡

ይህ በመንፈሳዊ የዕድገት ደረጃ የማይለያይ ተምሳሌታዊ ሳይሆን፣ ትክክለኛ ቦታ ነው፡፡ ለዚህ ነው ጳውሎስ ሥጋዊ የሆኑትን ክርስቲያኖች ብርቱ ትችት እየነቀፋቸውም ሳለ እንኳ በክርስቶስ ተቀድሳችሁ ቅዱሳን ተብላችሁ የምትጠሩ የሚላቸው (1ኛ ቆሮ. 1÷2፤ 6÷11)፡፡ [Ryrie, Charles C., "Contrasting Views on Sanctification," in Walvoord: a Tribute, ed. Donald K. Campbell (Chicago: Moody Press, 1982), 189]

ምንም እንኳ በሌላ ቦታ መቀደስ የሚለው ቃል ዋነኛ ትርጉሙ መለየት ነው ቢልም፣ ቅዱስ ከሚለውና የተቀደሰ ከሚለው ጋር ተመሳሳይ ሥር ያለው ቃል ነው፡፡ ለክርስቲያኖች መቀደስ ሦስት ገጽታን ያካትታል፡፡ የመጀመሪያው በቦታ የሆነ ቅደስና [«በእግዚአብሔር ዘንድ ሥፍራ የተገኘበት ቅድስና» (positional or definitive sanctification)] የሚባለው ሲሆን፣ ይህ እያንዳንዱ አማኝ በክርስቶስ ከማመኑ የተነሣ የእግዚአብሔር ቤተሰብ ውስጥ በመቀላቀሉ ብቻ የሚያገኘው ነው፡፡

እነርሱ ያሉበት የመንፈሳዊ ሕይወት ደረጃ የተለያየ ቢሆንም፣ ይህ ለሁሉም ክርስቲያኖች ዕውነትና የሚሠራ ነገር ነው፡፡ ጳውሎስ ሥጋዊ የሆኑ ክስቲያኖችን ከብዙ ኃጢአት የሆነ

ልምምዳቸው ጋር ተቀድሳችኋል ይላቸዋል (ቅዱሳን) ሲል ይጠራቸዋል (1ኛ ቆሮ. 1፥2፤ 6፥11)፡፡ እናም ደግሞ ግሱ **የተፈጸመን ነገር** ነው የሚያወራው እንጂ፣ **ገና ወደፊት የሚሆንን ነገር** አይደለም፡፡ [John Murray as quoted by Charles Caldwell Ryrie, Basic Theology: A Popular Systemic Guide to Understanding Biblical Truth (Chicago, Ill.: Moody Press, 1999), 442.]

ሬይር የሚጠቀመው የተረጋገጠ ቅድስና የሚለው አባባል በእስራኤል እና በቤተ ክርስቲያን መካከል ልዩነት አለ ብለው በሚያምኑት የሥነ መለኮት ሰዎች (dispensational theologians) ዘንድ ያልተለመደ ነገር ነው፡፡ በሌላ ቦታ ደግሞ ሬይር የዚህን ቃል አገልግሎት በተሐድሶው የሥነ መለኮት ሰው በጆን ሙሬ መጠቀሱን ያወሳል፡፡

በመቀደስና በመጽደቅ መካከል ያለው ግንኙነት ምንድን ነው? የተሐድሶም ሆነ በልዩነት የሚያምኑትም የሥነ መለኮት ሰዎች በቦታ የሚገኝ ቅድስና «በእግዚአብሔር ዘንድ ሥፍራ የተገኘበት ቅድስና» እና ጽድቅ በድነት ወቅት በጋራ አብረው የሚገኙ ነገሮች ናቸው ብለው ያምናሉ፡፡

የተሐድሶው ሥነ መለኮት ሰው ጆን ሙሪ በግልጽ እንደሚያስቀምጠው የኢየሱስ ክርስቶስ ሞትና ትንሣኤ ካስገኘው የድነት ውጤት ውስጥ የተረጋገጠ ድነት ማስገኘቱን በሚያህል መጠን የነካው ነገር የለም፡፡ እርሱ በቦታ የሚሆነው ቅድስና «በእግዚአብሔር ዘንድ ሥፍራ የተገኘበት ቅድስና» እና በሂደት የሚገኘው ቅድስናንም «እየጎለበተ የሚሄደው ቅድስናን» ለያይቷቸዋል፡፡

ለተረጋገጠው ቅድስና የተሰጠው ቦታ «የማይለወጥ መወሰን ቅድስና» ግን በሂደት የሚገኘው ቅድስናን «እየጎለበተ የሚሄድ ቅድስና» የሸፈነው ሊመስል ይችላል፡፡ እንዲህ ዐይነቱ ድምዳሜ ግን ዕኩል ጠቃሚ የሆነን የመጽሐፍ ቅዱስ አሳብ ሊቃረን ይችላል፡፡ [Charles Caldwell Ryrie, So Great Salvation: What It Means to Believe in Jesus Christ (Chicago: Moody Press, 1997), 140.]

በዚህ አንቀጽ ላይ ሬይር በግልጽ የሚያስቀምጠው ነገር በአብዛኛው የተሐድሶና የልዩነት ናሙና (ሞዴል) የሚስማሙበት በቦታ በሚገኘው የቅድስና ዐይነት ላይ ነው፡፡ ነገር ግን ሙሬይ የተረጋገጠ ቅድስና ዕይታው ላይ ያለውን ልዩነት ሬይር ነፃ የሆነ የጸጋ ወንጌል ቦታ ብሎ በታላቁ የድነት መልእክቱ ላይ ያስቀመጠውን አላየም፡፡

የተረጋገጠ ቅድስና «የማይለወጥ መወሰን ቅድስና» የሚለውን ስም መጀመሪያ የተጠቀመው ጆን ሙሪ ነው፡፡ በዚህ አገላለጽ ላይ የተካተተ ትንሽ ልዩነት አለ፡፡ ሞትን ከኃጢአት ገዝነት ጋር አካትተውታል፣ ትርጒሙም አማኝ በእግዚብሔር ሉዓላዊነት ኃጢአት የሕይወቱ የበላይ ሆኖ አይቀጥልም የሚል ነው፡፡

በቦታ የሚገኝ ቅድስና "Positional Sanctification" የሚለው አገላለጽ የሚያካትተው በክርስቶስ ሞት መጠመቅ (ሮሜ 6÷3፤ 6÷7) ይህም አማኙ ለኃጢአት የሞተ ተደርጎ እንዲቈጠር ያደርገዋል፡፡ ነገር ግን በተጨማሪም አማኝ ራሱን እንደ ሞተ ለመቍጠር መምረጡንም ያሳያል (ሮሜ 6÷11-13)፡፡

«የፍጹም ቅድስና» ገጽታ በአብዛኛዎቹ የቅድስና ናሙናች (ሞዴሎች) ዘንድ ስምምነት ያለው ሲሆን፣ ይህም አማኙ ሲሞትና የክብር አካል ሲለብስ የሚቀበለው ነው፡፡ ሬይርሲ ያጠቃልለው ፍጹም ቅድስና የአማኙን መክበር የሚጠብቅ ሲሆን፣ የትንሣኤውን አካልና የኃጢአተኛ ማምነቱን መወገድ ተከትሎ የሚመጣ ነው (1ኛ ዮሐ. 3÷1-3፤ ይሁዳ 24)፡፡ በቦታ ስለሚገኘው ቅድስና «በእግዚአብሔር ዘንድ ሥፍራ የተገኘበት ቅድስናን» በተመለከተ እያንዳንዱ አማኝ ሙሉ ለሙሉ ተቀድሷል፤ ወደ ፊትም ፍጹም በሆነ መልኩ ይቀደሳል፡፡

የልምምድ ቅድስና «እየጎበተ የሚሄድ ቅድስና» ነው አከራካሪውን አሳብ የያዘው፡፡ ሊወራባቸው የሚገባቸው ዋና አሳቦች 6 ሲሆኑ፡- እነርሱም 1. መለያው «እየጎለበተ የሚሄድ ቅድስና» (የልምምድ እና የሂደት መካከል ያለው ልዩነት) 2. መቀደስ እና መጽደቅ መካከል ያለው ግንኙነት፡፡ 3. ሉዓላዊነት ከሰው ልጅ ውሳኔና ተሳትፎ ጋር ያለው ግንኙነት፡፡ 4. በአማኙ ውስጥ የሚነሣው አንድ ወይስ ሁለት ተፈጥሮ የሚለው 5. የመንፈስ ቅዱስ ሚና እና በመንፈስ የመመላስ ሂደት እንዲሁም 6. የክርስቲያን ሕይወት የድል መንገድ ነው የሚሉት ናቸው፡፡

ሦስቱ ጒዳዮች ብቻ ከዚህ ሥር በደንብ ተብራርተው ይገኛሉ፡-

1. የመለየት /የመሰየም/ ጒዳይ

የተሐድሶ ናሙና (ሞዴል) የሚመርጠው መለያ በሂደት የሚሆን ቅድስና «እየጎለበተ የሚሄድ ቅድስና» የሚለውን ሲሆን፣ ምክንያቱም ኃጢአትን በማስወገድና ወደ ቅድስና በመውሰድ ያለውን የእግዚአብሔርን ጣልቃ-ገብነት ስለሚያዩ ምንም ዐይነት አለመለወጥ ወይም ቋሚ የሆነ ሥጋዊነት ይኖር ይሆናል የሚለውን አሳብ አይወዱትም፡፡

በተሐድሶ ክርስትና ሁልጊዜ የሚኖር ያለ መታዘዝ ሕይወት ወይም ሥጋዊ ክርስትና የተወገዘ ነገር ነው፡፡ ቻርልስ ሆጅ በቅድስና ላይ ያለውን ጽሑፍ የሚጀምረው በዌስት ሚንስተር የእምነት ኑዛዜ ላይ ባለው መነሻ ትርጉም ላይ በመመሥረት ነው፡፡ በዌስት ሚኒስተር ሃይማኖተ ትምህርት ላይ ቅድስና ነፃ የሆነ የእግዚአብሔር ጸጋ ሥራ ነው፡፡ በዚያም እንደ እግዚአብሔር ምሳሌ እንታደሳለን፤ እናም ለኃጢአት እየሞትን ለጽድቅ እንኖራለን፡፡

ከዚህ ትርጉም በተስማማ ጽድቅ ከቅድስና የሚለይባቸው ነገሮች አሉ 1. የመጀመሪያው ቅጽበታዊ ሁኔት ሲሆን፣ ሁለተኛው በሂደት የሚለዋወጥ ነገር ነው፡፡ 2. ጽድቅ ምሉዕ እና አንድ ዐይነት ሲሆን፣ ቅድስና ግን ሂደታዊ ነው፤ ደግሞም በአንዳንድ ሰዎች ላይ ከሌሎች ሰዎች በተለየ የተሟላ ሆኖ ሊገኝ ይችላል፡፡

ቅድስና ነፃ የሆነ የእግዚአብሔር ጸጋ ሥራ ነው፡፡ በዚህ ውስጥ ሁለት ነገሮች ይካተታሉ፡፡ በመጀመሪያ የተያዘበት ኃይል ልዕለ-ኃያል ከሆነው፣ ሁለተኛ ደግሞ ይህን ተጽዕኖ ከአንድ ኃጢአተኛ በተሻለ ለሌላ ኃጢአተኛ ሲጠቅመው ሊታይ ይችላል፡፡ ይህም ከሞገስ (ከጸጋ) የተነሣ ነው፡፡ ማንም በራሱ ካደረገው ድርጊት የተነሣ ይህንን መለኮታዊ ተጽዕኖ ላደረኩት ነገር የሚገባኝ ስለሆነ ያገኘሁት ነው ሊል አይችልም ወይም ይህ ፍትሐዊ የሆነ ውሳኔ ነው ሊል አይችልም፡፡ [Hodge, C. (1997). Vol. 3: Systematic theology (213). Oak Harbor, WA: Logos Research Systems, Inc.]

በሂደት የሆነ «እየጎለበተ የሚሄድ ቅድስና» የሚለው ስያሜ የሚያሳየው በእግዚአብሔር ኃይል ልምምዱ ቀስ በቀስ እየጨመረ የሚሄድ መሆኑን ነው፡፡ ለኃጢአትም ሆነ ለጽድቅ ለመኖር የሚደረግ ልምምድ የሚለው ስያሜ አማኙ የጌታን ትእዛዝ ካለመከተሉና አንዳንድ ኃጢአቶችን ካለማስወገዱ የተነሣ ወደ ላይ ለውጥ አለማድረግን ያሳያል (ቈላስ. 3÷5)፡፡ አማኙ በዚህ ሂደት ውስጥ ኃጢአት ከሕይወቱ ሲቀንስ ዐያታይም እናም ይበልጥ ወደ ቅድስና እንዳይጠጋ ያደርገዋል፡፡

2. የመጽደቅና የመቀደስ ግንኙነት

በተሐድሶው፣ በቻፈርያን እና በአንዳንድ የጴንጤቆስጤ ቅርንጫፎች መጽደቅና መቀደስ በአንድ ወቅት ዕኩል በድነት ጊዜ የሚከሰቱ ነገሮች ናቸው ብለው ያምኑ ነበር፡፡ የተሐድሶው ናሙናን (ሞዴልን) ሚላርድ ኤሪክሰን የክርስቲያን ሥነ መለኮት (Christian Theology) በሚለው መጽሐፉ ላይ በግልጽ ያስፈረው ሲሆን፣ ጴጥሮስ ለአንባቢዎቹ

"የተመረጠ ሕዝብ፣ የንጉሥ ካህናት፣ ቅዱስ ሕዝብ ለእግዚአብሔር የተለየ" (1ኛ ጴጥ. 2፥9) ይላቸዋል፡፡

በዚህ ቦታ መቀደስ ማለት "የጌታ መሆን" ማለት ነው፡፡ ልክ በዚህ አሳብ ስናየው መቀደስ ማለት በክርስቲያን ሕይወት ጅማሬ ላይ የሚመጣ ከዳግም ውልደትና ከመጽደቅ ጋር አብሮ የሚከሰት ነገር ነው፡፡ በዚህ ዕይታ ነው አዲስ ኪዳን በተደጋጋሚ ክርስቲያኖችን ከፍጽምና እጅግ ርቀው ሳሉ እንኳ ቅዱሳን እያለ የሚጠራቸው፡፡ [John Murray as quoted by Ryrie, So Great Salvation, 140.]

በቻፌሪያን ሞዴል በቦታ የሚሆን ቅድስና «በእግዚአብሔር ዘንድ ሥፍራ የተገኘበት ቅድስና» በክርስቶስ በምናምንበት ነጥብ ላይ የሚከሰት ነው፡፡ ይህ ልክ በምንጸድቅበት ቅጽበት በተመሳሳይ ሰዓት የሚከሰት ነው፡፡ ልክ ጽድቅ እግዚአብሔር በአማኞች ቦታ ሆኖ በውክልና ያደረገው ሕጋዊ ድርጊት እንደ ሆነ ሁሉ፣ በቦታ ያገኘነው ጽድቅም እንዲሁ ነው፡፡ አማኝ የሚለይበት መለያው በክርስቶስ መሞት፣ መቀበርና መነሣት ምክንያት በቦታ ለእግዚአብሔር አገልግሎት ሲለይ ያገኘው ቦታ ነው፡፡ ዶ/ር ቻፈር ይህንን አሳብ ነው በቦታ የሚገኝ ቅድስናን ሲተረጉም የሚያስቀምጠው፡፡

ይህ መቀደስ፣ ቅድስና ወይም ክህነት ነው ወደ አማኞች እግዚአብሔር የጌታ ኢየሱስ ክርስቶስን ሥጋ እና ደም በማቅረቡ ነው ዕውን ሊሆን የቻለው፡፡ የዳኑት እነርሱ በውድ ደሙ ታጥበዋል፤ መቤዡትንም አግኝተዋል፣ መተላለፋቸው ሁሉ ይቅር ተብሏል፤ እናም በእርሱ አዲስ ራስነት ታጥበዋል፤ እናም ደግሞ ጸድቀዋል፡፡

አሁን እነርሱ የእግዚአብሔር ልጆች ናቸው፡፡ እነዚህ ሁሉ የሚያሳዩት የተለየ ጥልቅና ዘላለማዊ የሆነ የሚያድን የክርስቶስ ጸጋን ያገኙበት መለያ ነው፡፡ ለሁሉም ክርስቲያኖች ይህ ዕውነት የሆነው ከቦታ (በእግዚአብሔር ዘንድ ሥፍራ የተገኘበት ቅድስና) የተነሣ ነው፡፡ አሁን ሁሉም አማኝ ከሥፍራ የተነሣ በሚገኘው ቅድስና ተቀድሷልና በእግዚአብሔር ፊትም ቅዱስ ሆኖ ይታያል፡፡ [Erickson, M. J. (1998). Christian theology (2nd ed.) (981). Grand Rapids, Mich.: Baker Book House]

ሬይር እዚህ ላይ ሲጨመር በዚህ በቅድስና ሂደት ውስጥ ሦስቱም የሥላሴ አካላት ተሳትፈዋል፤ አማኞችም ተሳትፈዋል፡፡ ስንድን በምናገኘው የቦታ ለውጥ (በእግዚአብሔር ዘንድ ሥፍራ የተገኘበት ቅድስና) ያመጣው ቅድስናን መንፈስ ቅዱስ ነው የሚያጎናጽፈን፡፡ የእኛ ኀላፊነት ደግሞ በዕውነቱ ማመን ነው (2ኛ ተሰ. 2፥13)፡፡ በቦታ (በእግዚአብሔር ዘንድ ሥፍራ የተገኘበት ቅድስና) ላገኘነው ለቅድስናችን መሠረት

የሆነው ደግሞ የክርስቶስ ሞት ነው (ዕብ. 10÷10)፡፡ [Ryrie, C. C. (1999). Basic Theology: A Popular Systemic Guide to Understanding Biblical Truth (442).]

በከዌስክ /የድል ሕይወት ናሙና (ሞዴል) መሠረት **መጽደቅና መቀደስ** የእምነት ሁለት የተለያዩ ድርጊቶች ተደረገው ሲታዩ የሚቀርቡትም እንደ ተለያዩ የእግዚአብሔር ስጦታዎች ነው፡፡ የከዌስክ ናሙና (ሞዴል) ደጋፊ የሆነው ቻርልስ ተርንቡልን ጠቅሶ ዋር ፊልድ ሲናገር፡- "ኢየሱስ ለሁሉም ሰዎች ሁለት ስጦታን አቅርቧል፣ ከኃጢአታችን ቅጣት ነፃ መውጫን ሰጥቶናል፤ እንዲሁም ከኃጢአት ኃይል ነፃ መውጣትን ሰጥቶናል፡፡

እነዚህን ሁለቱንም ስጦታዎች ያቀረበልን በአንድ ዐይነት መንገድ ነው፡፡ እኛ ይህን ነገር የተቀበልነውም እርሱ እንዲያደርግልን በመፍቀድ ነው፡፡" ከዚህ በመቀጠል ሲናገርም "ሁሉም ክርስቲያኞች የመጀመሪያውን ስጦታ የተቀበሉ ሲሆን፣ ነገር ግን ብዙ ክርስቲያኖች ሁለተኛውን አልተቀበሉም ይላል፡፡" [Turmbull, Charles G., "What is your Kind of Christianity?" cited by Warfield, Works, Vol 8 Perfectionism Vol 2, CD- ROM (Rio: Ages Software Edition, 2003), 336.]

በዌስሊ የቅደስና ናሙና (ሞዴል)፣ እንዲሁም በጴንጤቆስጤያዊው የቅድስና ቅርንጫፍ ጽድቅ ከቅድስና የተለየ ነገር ነው፡፡ ሁለተኛው የሚቈጠረው «የጸጋ ሁለተኛ ሥራ/ የጸጋው ዳግመኛ ግብር» በሚል መልኩ ነው፡፡ በቅድስና ላይ የሚጽፈው ሄንሪ ብሮኬት የቅድስናና የጽድቅን የተለያየ ተፈጥሮ ያስቀምጣል፡፡

ይህ ሙሉ ድነት ሁለት ገጽታ ያለው **መለኮታዊ መንጻትና መሞላትን** ያካትታል፤ ደግሞም ይህንን ነው **የውስጥ ቅድስና ወይም በእምነት የሆነ ሙሉ መቀደስ** ብዬ ያስቀመጥሁት፡፡ ከእግዚአብሔር አንጻር ይህ አዲስ በረከት ዳግም ስንወለድ ዕውን የማይሆንበት ምንም ምክንያት የለም፡፡ ነገር ግን የሚታየው ዕውነታ እንዲህ ያለው ዐይነቱ አይደለም፡፡

ጥልቅ በሆነ መልክ መንጻትና መሞላት እንዳለብን ለመረዳት በቅድሚያ ከመንፈስ መወለድ አለብን፤ ደግሞም መንፈስ የተሻለ እምነት እንዲኖረን እና ሙሉ በረከትን እንድናገኝ ያስለምደን ዘንድ ይገባል፡፡ በክርስቲያኖች ዘንድ ወደዚህ የበረከት ሙላት መግባት በትክክል የሚታየው እንደ የጸጋ ሁለተኛ ሥራ ተደርጎ ነው፡፡ [Brockett, Henry E., The Riches of Holiness, CD-ROM (Albany: Ages Software Edition, 1997), 62]

በጉባኤ እግዚአብሔር የጴንጤቆስጤ ልምምድ አሁን የሚታሰበው ቅድስና እና መጽደቅ ዕኩል በአንድ ዐይነት ጊዜ እንደሚጀምሩ ነው:: ለማጠቃለል የጴንጤቆስጤ ዕንቅስቃሴን አስመስለው የሚጽፉ ጸሐፍት እንደሚስማሙበት ቅድስና ከእግዚአብሔር የመቤዥት ዕቅድ ጋር የሚስማማ ነገር እያንዳንዱ ነው:: የጉባኤ እግዚአብሔር ጸሐፍት ጽድቅን እና የቅድስና ጅማሬን አንድ ላይ በዕኩል ሰዓት የሚከሰት አድርገው ነው የሚቈጥሩት:: ጽድቅ በእግዚአብሔር ፊት እንደገና መቆምን ሲያደርግ ቅድስና ደግሞ ራስን አዲስ የሆነ ማንነት ውስጥ መከተት ነው:: [Horton, Stanley M., "The Pentecostal Perspective" in Five Views on Sanctification (Grand Rapids: Zondervan, 1987), 134]

3. ሉዓላዊነት ከሰዎች ውሳኔና ጣልቃ-ገብነት ጋር ያለው ግንኙነት

የተሐድሶ፣ ቻፌርያን፣ እና ጴንጤቆስጤ ናሙናዎች (ሞዴሎች) ሁሉም የእግዚአብሔር ሉዓላዊነትና በሰብዓዊ ጣልቃ-ገብነት ላይ የበኩሉን አስተዋጽኦ ማድረጉንና በዚህም ተካፋይ መሆኑን ያሳያሉ:: ምንም እንኳ የቻፌርያን እና ጴንጤቆስጤ ናሙናዎች (ሞዴሎች) የተሻለ ትኩረት በሰው ጣልቃ-ገብነት ላይ ቢያደርጉም፣ የተሐድሰው ናሙና (ሞዴል) በበኩሉ ደግሞ ለእግዚአብሔር ሉዓላዊነት ትኩረትን ይሰጣል::

እንደ ሆጅ ያሉ የተሐድሶ ጸሐፍት የሰውና የእግዚአብሔር ትብብር ላይ ትኩረት ያደርጋሉ፤ ዳሩ ግን የእግዚአብሔር መለኮታዊ ሥራ ላይ የበለጠ ትኩረትን ያደርጋሉ:: ሆጅ ሲናገር ቅድስና የእግዚአብሔር ጸጋ ሥራ እንደ ሆነ ነው የሚታወጀው:: በዚህ ውስጥ ሁለት ነገሮች ይካተታሉ:: በመጀመሪያ የተከናወነበት ኃይል ልዕለ ኃያል የሆነ ኃይል ነው:: ሁለተኛ ይህንን ተጽዕኖ ለማንኛውም ኃጢአተኛ መስጠት እና አንድን ኃጢአተኛ ከሌላ ኃጢአተኛ በተሻለ መስጠት የሚሆነው የሞገስ (ጸጋ) ጉዳይ ነው:: [Hodge, C. (1997). Vol. 3: Systematic theology (213). Oak Harbor, WA: Logos Research Systems, Inc.]

ሆጅ በልምምድ የሚገኘው ቅድስና (እየጎለበተ የሚሄድ ቅድስና) ላይም የሰውን ትብብር ያስገባል:: የእግዚአብሔርን ታላቁን ጣልቃ-ገብነት አጽንቶ ከመጠበቅ አንጻር ሲናገር እንዲህ ይላል:- ቅድስና ምንም እንኳ የሚቀደሱትን ሰዎች ትብብር ሙሉ ለሙሉ ያስወገደ ባይሆንም፣ ይልቁንም ያልተገደበ ትብብራቸውን የሚጠይቅ ቢሆንም፣ ሙሉ ለሙሉ ሥራው ግን የእግዚአብሔር ነው:: [Ibid., 226.]

ስትሮውል ቅድስናችን «የትብብር ሥራ» ነው ሲል ጥሩ አድርጎ በእግዚአብሔር ድርሻ እና በእኛ ድርሻ መካከል ተገቢውን ሚዛን ያስቀምጣል:: በቅድስና እናድግ ዘንድ ከመንፈስ

ቅዱስ ጋር መሥራት አለብን፡፡ ጳውሎስ ይህን አሳብ ለፊልጵስዩስ ቤተ ክርስቲያን በላከው ደብዳቤ ላይ ያሰፍራል (ፊልጵ. 2፥12-13)፡፡ የትብብር ድርሻው ሥራ የሚጠይቅ ነው፤ እናም ሥራውን በትጋት መሥራት አለብን፡፡ [Sproul, R.C., Essential Truths of the Christian Faith, (Website Edition:Tyndale House, 2002), 43.]

ዋር ፊልድ በበኩሉ ሬይር የማይቋቋሙት ሉዓላዊነት ብሎ የሚጠራው ግንኙነትን ሲያይ፣ “መልካም ዛፍ ያለ ከልካይ መልካም ፍሬን ያፈራል፡፡ እግዚአብሔር አማኞች መልካም ይሆኑ ዘንድ በእነርሱ ውስጥ ይሠራል” ይላል፡፡ ዋር ፊልድ ሲናገር በሁለቱም ውስጥ ያለው መጽሐፍ ፍቅዱሳዊ አስተምህሮ፣ ማለትም የነፃ ፈቃድ አስተምህሮ እና የክርስቶስ በአማኝ ውስጥ የመኖሩ አስተምህሮ በአንድ መጽሐፍ ቅዱሳዊ ቃል ሊቀመጥ የሚችል ይሆናል፡፡

ደግሞም ለእኛ እንደ አርማ ሆኖ የሚቀመጥ ነገር ይሆናል፡፡ *“ዛፉን መልካም ኢድርጉት፥ ፍሬውም መልካም ይሆናል፡፡”* ክርስቶስ በእኛ ውስጥ የገባው የእኛን ማንነት በእርሱ ማንነት ሊውጥ አይደለም ወይም በዕንቅስቃሴዎቻችን እኛን ወክሎ የሚገባ ወኪል ሊሆን አይደለም፤ የእኛን ፈቃድ ሊቀንስና እንደ ልባችን ያለውን ዕንቅስቃሴ በተቃርኖ ሊያደርግ ነው፡፡ እናም ለእኛ እንዲሠሩልን፣ መልካም እንዲያደርጉን፣ ሥራችንንና ዕንቅስቃሴያችን በእርሱ ቀጣይ መሪነት ላይ ማድረግ ተገቢ ይሆናል፡፡

የልባችን መገለጫ የሆነው ፈቃዳችን ሁሌ በቀጣይነት ለኃጢአት እንዲሞትና የተሻለለ ቅድስና እንዲኖር ነው፡፡ ይህም በውስጣችን በሚኖረው በክርስቶስ መንፈስ የማደስ ኃይል ነው፤ ፈቃዳችን ክርስቶስን በብርቱ ከመቃወም፣ ቀስ በቀስ ወደ መለዘብ፣ ከዚያም መልካምን ወደ ማድረግ፣ በመጨረሻም ደግሞ ፈቃዳችን ጽድቅን ወደ ማድረጉ ይመጣል፡፡[Warfield as quoted by Ryrie, “Contrasting Views on Sanctification,” in Walvoord: a Tribute, ed. Donald K. Campbell (Chicago: Moody Press, 1982), 195.]

የእግዚአብሔር ሉዓላዊነት ከሰው ኀላፊነት ጋር ያለው ግንኙነት በቻፌርያን ናሙና (ሞዴል) እንደ ትብብር ሥራ ነው የሚታየው፡፡ በቦታ በሚገኝ ቅድስና (በእግዚአብሔር ዘንድ ሥፍራ የተገኘበት ቅድስና) እና በፍጹም ቅድስና ዕይታ የእግዚአብሔር ሉዓላዊነት የበላይ ነው፡፡ በልምምድ ቅድስና መሠረት በሰውና በመለኮት መካከል ትብብር አለ፡፡ ቻፌር በመለኮታዊ አስተምህሮ ማጠቃለያው ላይ በሥላሴ አካላት በእያንዳንዱ ሚና ላይ የሚያቀርበው አሳብ አለው፡፡ እግዚአብሔር ሰውን ይቀድሳል፤ እግዚአብሔር አብ፣ ወልድ እና መንፈስ ቅዱስ ሌላ ሰውን ይቀድሳሉ ማለት ነው፡፡ 1. አብ ይቀድሳል፡- “የሰላም

አምላክ ራሱ ሁለንተናችሁን ይቀድስ" (1ኛ ተሰ. 5÷23) 2. ወልድ ይቀድሳል፡- "በውኃ መታጠብና ከቃሉ ጋር አንጽቶ እንዲቀድሳት ስለ እርሱዋ ራሱን አሳልፎ ሰጠ (ኤፌ. 5÷26፤ ዕብ. 2÷11፤ 9÷13-14፤ 13÷12)፡፡ 3. መንፈስ ቅዱስ ይቀድሳል፡- "በመንፈስ ቅዱስ ተቀድሳቹኋል" (ሮሜ 15÷16፣ 2ኛ ተሰ. 2÷13)፡፡ [Chafer, L. S. (1993). Systematic Theology. Originally published: Dallas, Tex.: Dallas Seminary Press, 1947-1948. (7:277-278). Grand Rapids, MI: Kregel Publications.]

ቻፈር የአማኝ ቅድስና ከእግዚአብሔር ዘንድ እንደሚመጣ በማያሻማ መልክ ይናገራል፡፡ ከክርስቶስ ጋር ኅብረት በማድረግ፣ በእግዚአብሔር ቃል፣ በሞቱና በደሙ፣ በክርስቶስ ደም፣ በመንፈስ ቅዱስ እና በእኛ ምርጫ የሚሆን ነገር ነው፡፡ እግዚአብሔር ለአማኞች ቅድስና የሰጠውን የተለያየ ዐይነት ስጦታን ያወራል፣ የአማኞች ቅድስና ከእግዚአብሔር ዘንድ የመጣ ነው፡፡ ሀ. ከክርስቶስ ጋር ኅብረት በማድረግ "በክርስቶስ ኢየሱስ ለተቀደሱት" (1ኛ ቆሮ. 1÷2) ክርስቶስ ለአማኞች ቅድስናቸው ሆኗል (1ኛ ቆሮ. 1÷30) ፡፡ ለ. በእግዚአብሔር ቃል "በዕውነትህ ቀድሳቸው ቃልህ ዕውነት ነው" (ዮሐ. 17÷17፤ 1ኛ ጢሞ. 4÷5)፡፡ ሐ. በክርስቶስ ደም "ስለዚህ ኢየሱስ ሕዝቡን በገዛ ደሙ እንዲቀድስ ከበር ውጭ መከራን ተቀበለ" (ዕብ. 13÷12፤ 9÷13-14)፣ "የልጁ የኢየሱስ ክርስቶስ ደም ከኃጢአት ሁሉ ያነጻልና" (1ኛ ዮሐ. 1÷7)፡፡ መ. በክርስቶስ ሥጋ "በዚህም ፈቃድ የኢየሱስ ክርስቶስን ሥጋ አንድ ጊዜ ፈጽሞ በማቅረብ ተቀድሰናል" (ዕብ. 10÷10)፡፡

መስቀሉ አማኞችን ከዓለም ለይቷቸዋል፡፡ "ነገር ግን ዓለም ለእኔ የተሰቀለበት እኔም ለዓለም የተሰቀልኩበት ሀብት ከጌታችን ከኢየሱስ ክርስቶስ መስቀል በቀር ሌላ ትምክህት ከእኔ ይራቅ" (ገላ 6÷14)፡፡ ሠ. በመንፈስ ቅዱስ "እግዚአብሔር በመንፈስ መቀደስ ዕውነትንም በማመን ለመዳን እንደ በኩራት መርጧችኋልና" (2ኛ ተሰ. 2÷13፤ 1ኛ ጴጥ. 1÷2)፡፡ ረ. በፈቃድ "ከሰው ሁሉ ጋር ሰላምን ተከታተሉ ትቀደሱም ዘንድ ፈልጉ ያለ እርሱ ጌታን ሊያይ የሚችል የለምና" (ዕብ. 12÷14፤ 2ኛ ጢሞ. 2÷21-22)፡፡ ሰ. በእምነት "በእኔም በማመን በተቀደሱት" (የሐዋ. 26÷18)፡፡ [Ibid., 7÷277-278.]

በቻፌርያን ሞዴል የአማኙ በልምምድ ቅድስና ላይ ተሳታፊ መሆን የማይቀር ነገር ነው፡፡ ከተሐድሶ ወገን የሆነው ጸሐፊ ዋር ፊልድ የቻፈርን ነጥብ ይቃወማል፤ ምክንያቱም ይህን እንደ የአርሚናውያን እና ካልቪናውያን ሥነ መለኮታዊ አስተምህሮ ቅልቅል አድርጎ የሚያየው በመሆኑ ነው፡፡ [Walvoord, John F., "The Augustinian-Dispensational Perspective" in Five Views on Sanctification (Grand Rapids: Zondervan, 1987), 224.]

ለዋር ፊልድ በሁለቱ መካከል መካከለኛ ዕይታን ማምጣት በፍጹም የማይታሰብ ነው:: ምንም እንኳ ዋልቮርድ በድምዳሜው "የቻፈር የቅድስናና መንፈሳዊ ሕይወት ዕይታ፣ ቅዠት የሞላበትና እርስ በርስ የሚጋጭ ከመሆን ይልቅ የእግዚአብሔር ሉዓላዊነትንና የሰውን ኀላፊነትን በጋራ ያመጣ ነው:: ይህም በመጽሐፍ ቅዱስ በእያንዳንዱ ትንታኔ ላይ የምናየው ነገር ነው::" [Ibid., 224.]

በቻፌር ዕይታ የአማኝ በልምምድ የሚመጣ ቅድስና (እየጎለበተ የሚሄድ ቅድስና) ውስጥ የሚኖረው ተሳትፎ የሚጀምረው በሮሜ 12÷1 ላይ በሚገኘው መነሻ ግላዊ መሰጠት ነው:: ግላዊ መሰጠትን ይህም የአማኝ ተግባር የሆነውን የአግዚአብሔር ሥራ ከሆነው ለቅዱስ ሥራ መለየት ከሚለው ጋር በግልጽ ለያይቶ ነው የሚያስቀምጠው::

ሮሜ 12፥1ን በተመለከተ ቻፌር ሲናገር ይህ ገለጻ ስለ ግለ-መሰጠት (dedication) የሚያወራው ነው እንጂ፣ ብዙዎች እንደሚያስቡት ስለ መለየት (consecration) የሚናገር አይደለም:: መለየት እግዚአብሔር ራሳቸውን በመሰጠት ውስጥ ያሉትን ሰዎች የሚመርጥበት ተግባር ነው::

ክርስቲያን ይገዛል፣ ፍሬ ያፈራል ደግሞም ራሱን በመስጠት ይኖራል፤ ከእግዚአብሔር የቀረበለትን ነገርም ይሠራበታል:: ዳግም መለየት (reconsecration) የሚለው ቃል ምንም እንኳ በተደጋጋሚ አገልግሎት ላይ ሲውል ቢስተዋልም፣ በራሱ ግን ብዙ ጥያቄዎችን የሚያስነሣ ነው:: ግለ-መሰጠት እግዚአብሔር በሚፈልገው መልክ ከተደረገ መደገም የማያስፈልገው ድርጊት ነው፤ በሌላ አባባል ግለ-መሰጠት ሁሉንም ነገር የሚወስን ድርጊት ነው እንጂ፣ የተራዘመ ሂደት አይደለም:: [Chafer, L. S. (1993), Systematic theology. Originally published: Dallas, Tex.: Dallas Seminary Press, 1947-1948. (6:254-255). Grand Rapids, MI: Kregel Publications.]

ሁሉም የቻፌርያን ናሙና (ሞዴል) ደጋፊዎች ግን በሮሜ 12÷1 ላይ ያለውን አሳብ ከድነት በኋላ አንድ ጊዜ ብቻ የሚከወን ግለ-መሰጠት ነው ብለው ያምናሉ ማለት ግን አይደለም:: አንዳንዶች ይህንን ነጥብ አማኞች ከጌታ ጋር ያላቸው ግንኙነት በተገቢው መልክ መጀመሩን የሚረዱበትና ልክ የግሪኩ ግስ እንደሚያሳየው **በመንፈሳዊ ሕይወት ውስጥ የሚቀጥል ድርጊት** ነው ብለው ያምናሉ:: ጸሐፊው ጆርጅ ኮውን ሲናገር ሮሜ 12÷1ንም አጠቃልሎ የዚህ ሕይወት ቀጣይነት ሳይሰበር የሚዘልቅበትን ሁኔታ መከታተል የአማኙ ኀላፊነት ነው::

“በመንፈስ ተመላለሱ” እና “መንፈስ ይሙላባችሁ” (ገላ. 5፥16፤ ኤፌ. 5፥18)። የአማኝ ሕይወት የደከመና ግንኙነቱን ያልተቋረጠ ሊሆን ይችላል እናም የመንፈስ አገልግሎት ይህንን በመሙላት ለአንድነት ማዘጋጀት ነው። ጠንካራ መንፈሳዊ ሕይወት አላቸው የሚባሉ ክርስቲያኖች እንኳ ጸጋን አትከልክሉ የሚል ማስጠንቀቂያ ደርሷቸዋል። ይህም ደግሞ “የእግዚአብሔርን መንፈስ አታሳዝኑ” እና “መንፈስን አታጥፉ” (ኤፌ. 4፥30፤ 1ኛ ተሰ. 5፥19) በሚል መልኩ ቀርቧል። [Cowen, George W., Vol. 103: Bibliotheca Sacra Volume 103. 1946 (412) (471). Dallas, TX: Dallas Theological Seminary.]

ዋልቮርድ እያንዳንዱ አማኝ ካህን ነው (1ኛ ጴጥ. 2፥5፣ 9) የሚለውን መጽሐፍ ቅዱሳዊ ዕውነት ይጠቀማል። የዚህ ነገር መጀመሪያ ደግሞ በሮሜ 12፥1 ላይ የተጠቀሰው ሥጋችንን ሕያው የሆነ መሥዋዕት አድርጎ ማቅረብ ነው። የዚህ መሥዋዕት መጀመሪያ የሚሆነው ራስን እንደ ሕያው መሥዋዕት አድርጎ ማቅረብ ነው።

አማኝ-ካህን የሆነ ሰው ቢያንስ አራት መሥዋዕቶች አሉት፣ እነዚህም የሚከተሉት ሲሆኑ፣ በሮሜ 12፥1 ላይ የተገለጸ መሥዋዕት ነው። በብሉይ ኪዳን ላይ ካለው የእንስሳትን ሕይወት መሥዋዕት በማድረግ ከሚቀርብ መሥዋዕት በተቃራኒ አማኞች መሥዋዕት አድርገው የሚያቀርቡት ሕያው የሆነውን ማንነታቸውን ነው።

እንዲህ ዐይነቱ መሥዋዕት በእግዚአብሔር ፊት ሕያውና ተቀባይነት ያለው ሲሆን፣ የዚህም ምክንያት ደግሞ አማኝ በክርስቶስ ደም መንጻቱ ነው። ከዚህ በተጨማሪም ይህ ተገቢ የሆነ መሥዋዕት የሚሆነው እግዚአብሔር በአማኞች ቦታ ሆኖ የሠራው ሥራ ሲታሰብ ነው። [Walvoord, John F., Vol. 122: Bibliotheca Sacra Volume 122. 1965 (486) (105-106). Dallas, TX: Dallas Theological Seminary.]

የብሉይ ኪዳን የመሥዋዕት ሥርዓት ከግምት አስገብተን ስንመለከት የብሉይ ኪዳን መሥዋዕት አንድ ጊዜ ብቻ የሚቀርብ አይደለም፤ ስለዚህ ራሳችንን ለእግዚአብሔር የምንሰጥበት መሥዋዕት በሮሜ 6፥13 ያለው፣ እንዲሁም የመሥዋዕት ውሳኔ በሮሜ 12፥1 ቀጣይነት ያለው ራሳችንን ለጌታ የምናስገዛበት ሂደት መጀመሪያ ነው። በዳላስ ሥነ መለኮት ትምህርት ቤት ውስጥ የተማረውና የዶ/ር ቻፌር እና የፓስተር አር. ቢ. ተማሪ የነበረው ቴይም በዚህ በጥንታዊው ቻፌሪያን ናሙና (ሞዴል) ላይ ያለውን ልዩነት የሮሜ 12፥1ን ክፍል ሲናገር እንዲህ ይላል፡-

ሥጋህን /ሰውነትህን በትእዛዙ ሥር እንደ ሕያው እና ቅዱስ መሥዋዕት አድርጎ ማቅረብ የሚጠይቀው አንድ ጊዜ የሚደረግ ውሳኔን ወይም የመስጠት ውሳኔ የምንለውን ነገር

አይደለም፡፡ በዕውነታው ይህ የውሳኔ ሂደት ሲሆን፣ በየዕለቱም መፈተሽ የሚጠይቅ ነው፡፡ ስለዚህ የመንፈስ ሙላትን መጠበቅ ቀጣይ የሆነ የመጽሐፍ ቅዱስ አስተምህሮን መማርን ያካትታል፡፡ [Thieme, Robert B., Jr., Sermon Notes on Romans 12:1,(Houston: Berachah Church, 1977).]

በቻፌርያን ናሙና (ሞዴል) መሠረት በልምምድ ቅድስና (እየጎለበተ የሚሄድ ቅድስና) ውስጥ የአማኞች መካፈል የሚወሰነው አማኞቹ በመንፈስ ለመሞላት መወሰንና በመንፈስ ሙላት ውስጥ መቆየትን ምርጫቸው ባደረጉበት መሠረት ነው፡፡ ቻፌር "He that is Spiritual" በመጽሐፉ ይህን አሳብ በጥልቀት ዘርዝሯል፡፡ የቻፌርያውያን ናሙና (ሞዴል) መንፈሳዊነትን እንደ ፍጹምና ከመንፈሳዊ ዕድገት የተለየ አድርጎ ነው የሚያየው፡፡

አንዱ "በመንፈስ መመላለስ" ሊሆን ሲችል ወይም ደግሞ ከዚያ ዕኩል በሆነ መልኩ "በዕውነት፣ በፍቅርና በአዲስ ሕይወት ከእርሱ ጋር መራመድ ነው፡፡" ወይም ደግሞ በመንፈስ ሳይሞሉ እንደ *ሥጋ* ፈቃድና ኃጢአተኛ በሆነ ማንነት መመላለስ ነው፡፡ እንግዲህ ሊሆን የሚችለው ከብዙው አንዱ ብቻ ነው፡፡

ቻፌር ለሙላት 3 ቅድመ-ሁኔታዎችን ያስቀምጣል፡፡ ሁለቱ የኃጢአትን መወገድ ሲያካትት "የእግዚአብሔርን መንፈስ አታሳዝኑ" (ኤፌ. 4÷30) እና "መንፈስን አታጥፉ" (1ኛ ተሰ. 5÷19)፤ ሦስተኛው ግን "በመንፈስ ተመላለሱ" (ገላ. 5÷16) የሚል መልካም የትእዛዝ ሁኔታ ነው፡፡ ይህ አማኝ በመንፈስ ቅዱስ ላይ የሚኖረው ቋሚ ጥገኝነት ነው፡፡ እነዚህን እውነቶች መተላለፍ በእግዚአብሔር ምሕረት ኃጢአትን ማንጻትን ከሚፈልገው ኅብረት ያሳሳል ወይም ከዚያ ኅብረት ሊያወጣ ይችላል፡፡ ኃጢአትን መናዘዝ ለኅብረቱ መኖር፣ ለምሕረትና ለመንጻት አንዱ መስፈርት ነው፡፡ [The details of this paragraph are derived from Chafer; Chafer, Lewis S., He that is Spiritual,(Grand Rapids: Dunham, 1967).]

ቻፌር የእግዚአብሔርን የመቀደስ ኃይል ከሰው ጣልቃ-ገብነት ጋር ሚዛን ይሠራለትና **እንዲህ ብሎ ይደመድማል** ፈቃድ ሁሉን ማድረግ በሚችለው በእግዚአብሔር ኃይል መንፈሳዊነት ቢንቀሳቀስም፣ እንደ እግዚአብሄር ቃል መሠረት የሚወሰነው መለኮታዊ እርዳታ ባለው የሰው ምርጫ ላይ ነው (ሮሜ 12÷1፤ ገላትያ 5÷16፤ ኤፌሶን 4÷30፤ 1ኛ ተሰሎንቄ 5÷19 እና 1ኛ ዮሐ. 1÷9)፡፡ ለዚህም ደግሞ በቂ መስረጃ ነበር፡፡ [Chafer, L. S. He That is Spiritual. (Grand Rapids: Dunham, 1967), 67 note 1.]

የከዌስኪ /ድል ነሺ የሕይወት ናሙና (ሞዴልም) የዌስሊ /የቅድስ ናሙና (ሞዴልም) **የሚያብራሩት** ቅድስና ሙሉ ለሙሉ የእግዚአብሔር ሥራ ነው። የዌስሊ ቅድስና ተሟጋች ሜልቪን ዴይተር ሲናገር፡- ቅድስና ሙሉውን የእግዚአብሔር ሥራ ነው፤ ሙሉ ማንነትን ለያዘ ኃጢአት መድኃኒት ተገኝቶለታል፤ ይህም ሙሉ ቅድስና ነው። በግል የሆነ ሙሉ የእግዚአብሔር የመቀደስ ጸጋ በራስ ውስጥ ባለ ጦርነት ግን ሊቋረጥ የሚችል ሲሆን፣ ይሁንና ልብ ሙሉ ለሙሉ በሚሰጥበት ሁኔታ እግዚአብሔርን እና ሌሎችን በሙሉ ልብ መውደድ የሚያስችል ነው። [Dieter, Melvin E. "The Wesleyan Perspective" in Five Views on Sanctification (Grand Rapids: Zondervan, 1987), 17.]

የከዌስኪ ናሙና (ሞዴልም) ቅድስና ሙሉ ለሙሉ የእግዚአብሔር ሥራ ነው በሚለው ያምናል። "ራስህን ስጥ! ለእግዚአብሔርም እንዲሠራም ፍቀድለት!" - "Let go and Let God" የሚለው መርኅቸው የሚያሳየው ለድል ሕይወት ቍልፉ ነገር የራስ አነስተኛ ተሳትፎና የእግዚአብሔር ከፍተኛ ሚና መሆኑን ነው። **ሬይር የእነርሱን** ዕይታ **በዚህ መልክ ይጠቀልለዋል**፤ ለቅድስና የሚሆን ግለ-መስጠት የመንፈስ ቅዱስ ሥራ ነው። ይህም ሙሉ ለሙሉ መሠረት ያደረገው ክርስቶስ በሥጋ ሆኖ በሠራው ሥራ ላይ ነው። አማኝ ቅድስናን የሚቀበለው በእምነትና ራስን ለእግዚአብሔር ለይቶ በማቅረብ ነው። [Ryrie, Charles C., "Contrasting Views on Sanctification," in Walvoord: a Tribute, ed. Donald K. Campbell (Chicago: Moody Press, 1982), 192.]

የጴንጤቆስጤው ናሙና (ሞዴልም) ለቅድስና የሰውንና የእግዚአብሔርን የትብብር ሥራ ይቀበላል። በጉባኤ እግዚአብሔር በስታንሊ ሆርተን እና ቲሞቲ ጄኒ ተገምግሞ የቀረበው ሥነ መለኮታዊ መጽሐፍ (systematic theology) ሲጽፍ፣ "ክርስቲያኖች በመንፈስ ለመቀደስ መርጠዋል፤ ይህም የግለሰቡን ቀጣይነት ያለው ትብብር የሚጠይቅ ነው" ይላል (1ኛ ዮሐ. 3፥3፤ ራእይ 22፥11)። [Jenney, Timothy P. Systematic Theology, ed. Stanley M. Horton, (Springfield: Logion, 1973), 412.

ብሉይ እና አዲስ ኪዳን

በብዙዎቻችን ዘንድ ግልጽ ሳይሆን፣ በቂ ዕውቀት እና መረዳት ሳይኖረን የምናስተምራቸው በየመድረኮቻችን የሚነገረው ብሉይ ኪዳን ተሽሯል የሚለውን ነው። በወንጌላውያን እምነት ተከታዮች ዘንድ የምናስተጋባው የብሉይ ኪዳን አላስፈላጊነት በአዲሱ ኪዳን ተተክቶ እንደ ሆነ ነው ብንል ማጋነን አይሆንም።

በእርግጥ ብዙዎች ሳይሆን፣ በጥቂቶች አስተማሪዎች ዘንድ የብሉይ ኪዳን መጻሕፍት በሚገባ የሚያስተላልፉትን መልእክት አስረግጠው የሚያስተምሩ ይገኛሉ፡፡ የዕብራውያን መጽሐፈ የብሉይን እየጣለና አዲስን ኪዳን እየመሠረተ የመጣ እንዳልሆነ ገና ሲጀምር ይናገራል፡፡

እግዚአብሔር በብሉይ ኪዳን ስለ ጌታችን ኢየሱስ መወለድ፣ ስለ ኃጢአት መሞት፣ ከዚያም በስሙ የኃጢአትን ስርየት አግኝቶ በእምነት በኩል የእግዚአብሔር ልጅ መሆን አስረግጦ እንደሚገልጽ፣ ይህም የብርሃን ሥራ እየፈነጠቀ መጥቶ በመጨረሻ የመገለጡ ሙሉ ብርሃን የሆነው ክርስቶስ ዘመኑ ሲደርስ ስለ እርሱ «መወለድ፣ መሞት እና ከሙታን መነሣት፣ ደግሞም በአብ ቀኝ መቀመጥ» የተነገረው እንደ ተፈጸመ ይናገራል (ዕብ. 1÷3)፡፡ ጌታችን ኢየሱስ ክርስቶስ ሲመጣ በብሉይ ኪዳን ስለ እርሱ የተነገሩትን ነገሮች በማስተማርም ሆነ የሙሴን ሕግ በመግለጥ የታወቀ መምህር ነበር (ሉቃስ 24÷27፤ ማቴ. 5÷17-18)፡፡

የብሉይ መጻሕፍት በእግዚአብሔር መንፈስ መሪነት የጻፉት መሆኑን ልናስተውልም ይገባል (2ኛ ጢሞ. 3፡16-17)፡፡ ስለዚህ የብሉይ ኪዳን ትምህርት የሚሰጠንን መንፈሳዊ መና ለመመገብ ልባችን መከፈት ያስፈለገዋል፡፡ በብሉይ የእግዚአብሔርን ድምፅ ሰምተው ልባቸውን እንዳደነደኑት ሰዎች እንዳንሆን፣ የብሉይ ኪዳን ትምህርትን በጥንቃቄ ማወቅ ይገባናል፡፡ "እርሱም እናንተ የማታስተውሉ÷ ነቢያትም የተናገሩትን ሁሉ ልባችሁ ከማመን የዘገየ፤ ክርስቶስ ይህን መከራ ይቀበል ዘንድና ወደ ክብሩ ይገባ ዘንድ ይገባው የለምን? አላቸው። ከሙሴና ከነቢያት ሁሉ ጀምሮ ስለ እርሱ በመጻሕፍት ሁሉ የተጻፈውን ተረጐመላቸው" (ሉቃስ 24÷25)፡፡

የብሉይ ኪዳን ዕውነት ካለማወቃቸው እና ተግተው መርምረው በልባቸው ጽላት ካለማኖራቸው፣ እንዲሁም በዐይናቸው መካከል ካለመገኘቱ የተነሣና በአንገታቸውም ላይ እንደ ክታብ አለመሆኑ መጨረሻው የእግዚአብሔር ክብር (በብሉይ የተገለጠውን ክብር) እንዳይቀበሉ ግርዶሽ ሆነባቸው፡፡ በብሉይ ኪዳን ክብሩ ነበር፤ አለማመን ግን ያንን ክብር ጋረደው (ኢሳ. 25÷7)፡፡

ለእኛም በብሉይ ያለውን የኪዳኑን ዕውነት አለማወቅ በተመሳሳይ ችግር ክብሩ በእኛ እንዳይገለጥ መጋረጃ ይሆንብናል (2 ቆሮ. 3÷14-15)፡፡ መንፈስ ቅዱስ ግን ይህን ግርዶሽ ከእኛ አንሥቶ ታላቅ የሆነው መዳን ሊያበራልን መጻሕፍት የሚሉትን ለማስተዋል ልባችንን ሊከፍት ከእኛ ጋር ይገኛል (2ኛ ቆሮ. 3÷16-17)፡፡

በብሉይ ኪዳን ኃጢአት ቢኖርም ማለት በፊተኛው አዳም መተላለፍ ኃጢአት ሰውን ከእግዚአብሔር ክብር ቢያጐድለው እና ዕራቁቱን ቢያስቀረውም፣ በብሉይ የሚኖረው የእግዚአብሔር ሕዝብ ግን በመጠኑም የክብሩን ዕውቀት ብርሃን አንጸባራቂው ደመና እንዲለማመድ የእግዚአብሔር ፈቃድ ነበር፡፡

የመጀመሪያው ዐፈር በዔድን ገነት በመተላለፉ መርገም ቢመጣም፣ ከመርገሙ ጋር ግን እግዚአብሔር የተስፋ ቃል ሰጠ እንጂ፣ ብቻውን አልተወውም (ዘፍ. 3፥15፣ 21)፡፡ የመሥዋዕቱን በግ አዘጋጅቶ በመሠዊያው ላይ አጋድሞ ደሙ ከፈሰሰ በኋላ ለአዳም የቀረበለትን ልብስ አለበሰው፡፡

የእግዚአብሔር ጸጋና ምሕረት እንዳልተለያቸው፣ ይልቁንም መሢሑ መጥቶ እስኪያድናቸው ድረስ የሰዎች መተላለፍ በበጐች እና በፍየሎች ደም ተከድኖ እንደሚቆይና ጌታችን ኢየሱስ መጥቶ የኃጢአትን ዋጋ እስኪከፍል ድረስ ኃጢአትን ሳይመለከት በማለፍ በሕዝቡ ላይ ክብሩ እንዲገለጥ የሚችል የመለኮት አሠራር በብሉይ ኪዳን አሳየ (ሮሜ 3፥25፤ 4፥7) ብሉይ ኪዳን ትምህርት በሁለት የተከፈሉ ሲሆን፣ የኪዳን ሥነ መለኮት (Covenant theology) እና (dispensationalizm) የተለያየ መንገድ ከፍለው ያስተምራሉ፡፡ ስለ እነርሱ ለመነጋገር አያመችንም፡፡

ሆኖም ግን ብሉይ ኪዳን ውስጥ በሁለቱ አስተምህሮ መካከል የሚስማሙበትን ዋና ዋና ነጥብ (ኪዳኖች) ማወቁ ተገቢ ይሆናል፡፡ የመጀመሪያው እግዚአብሔር ከአዳም ጋር የገባው ኪዳን (ዘፍ. 3፥15) የተመለከትነው ነው፡፡ ሌላው ኪዳኖች ግን ጌታችን ኢየሱስ ክርስቶስ ከመወለዱ በፊት የሆኑ ኪዳኖች ናቸው፡፡

ከኖኅ ጋር የገባው ኪዳን የሚቀጥለው ነው፡፡ ሰውን ዳግመኛ በውኃ ጥፋት መቅጣት እንደማይሆን ኪዳኑን ከኖኅ ጋር በቀስተ ደመና ምልክት አደረገ (ዘፍ. 9፥8-17) እንዲዚህ ዐይነት ቅጣት (የውኃ ጥፋት) ባይሆንም፣ ዳግመኛ ግን ምድርን ሊያጸናት በእሳት ትጠራለች ወይም በእሳት ትቃጠላለች፡፡

በእርግጥ ምድር እንደ ኖኅ በእሳት ታጥባ ኃጢአትን ያጠራል ወይስ ፈጽሞ ምድር በእሳት ተቃጥላ ጠፍታ ሌላ ሰማይ እና ምድር ይፈጠራሉ? የሚለው በወንጌላውያን አማኞች መካከል የተለያ የአመለካከት አለ፡፡

በዚህ ዘመን በወንጌላውያኑ አስተማሪዎች ዘንድ በይበልጥም በአንዳንድ ፕሮቴስታንት ባብቲስት እና ኢቫንጄሊካል አማኞች ዘንድ ምድር በእሳት ትጠራለች፤ ተነጻለች የሚለው

አስተምህሮ እየበዛ መጥቶአል፡፡ ይህን በጥቂቱ ዕብ. 1፥11 ላይ መመልከት ይቻላል፡፡ ሦስተኛው ኪዳን የአብርሃም ኪዳን ተብሎ የሚታወቀው ነው፡፡ ወንጌል የተገለጠበት ክርስቶስ በይበልጥ የታየበት ኪዳን ነው (ዘፍ. 12-17፤ ገላ 3፥8)፡፡

በዚህ ኪዳን የመገረዝ ሥርዓት እንደ ምልክት ሆኖ ተሰጠ (ሮሜ 4፥11)፡፡ ከዚያ በመቀጠል ከሙሴ ጋር የገባው ኪዳን ነው፡፡ በዚህ ኪዳን ውስጥ አሥርቱ ትእዛዛትን በመጠበቅ የሚገኘው በረከት አለዚያ ሕግጋቱን ባለመጠበቅ የሚመጣው መርገም እንደ ሆነ ነው፡፡

እንዲሁም ንስሐ በመግባት ኃጢአት የሠራው ሰው የመቅደስን ሥርዓት በመፈጸም ወደ መማፀኛ ከተማ በመግባት ከሕግ እርግማን ፍርድ መሸሽ መቻሉን የሚገልጥ ነው፡፡ በዚህኛው ኪዳን ላይ በጥቂቱም ትኩረት ሰጥተን እንመለከታለን፡፡ አሁን ግን በብሉይ ያሉትን ኪዳኖች ለመዘርዘር ስንል እናልፈዋለን፡፡

ይሁን እንጂ፣ ተመልሰን እንመጣበታለን፡፡ቀጥሎ ያለው ኪዳን እግዚአብሔር ከበግ እረኛው ከነበረው ከዳዊት ጋር ኪዳን የገባው ሲሆን ይህ ኪዳን ደግሞ ሁለት ገጽታ አለው፡፡ አንደኛው የዳዊት ዙፋን መንግሥቱ የዘላለም እንደሆነ ነው (መዝ. 89፥29-37)፡፡

እግዚአብሔር የእስራኤልን ሕዝብ እንደሚታደግ እና ወደምድራቸው እንደሚሰበስባቸው በመጨረሻም ከዳዊት ዘር የተወለደው ሺህ ዓመት እንደሚነግሥ ለእስራኤል መንግሥት እንደሚመለስ እስከዚያው ድረስ ግን ይህ ከዳዊት ዘር የተወለደው በአብ ቀኝ እንደሚቀመጥ የሚያሳይ ነው (የሐዋ. 1፥6-8፤ ራእይ 22፥16)፡፡ ሁለተኛው ገጽታ ደግሞ ጌታችን ኢየሱስ የዘላለም ንጉሥ እና የዘላለም አባት መሆኑ ነው (ኢሳ. 9፡6-7 ኤር. 23፥5፤ ኢሳ. 7፥13፣ 14፤ የሐዋ. 3፥23 ማቴ. 1፥1)፡፡

የዕብራውያን ፀሐፊ በይበልጥ ከብሉይ ኪዳን ውስጥ እግዚአብሔር ከአብርሃም ጋር የገባውን ኪዳን እና ከሙሴ ጋር የገባውን ኪዳን ላይ በማስተያየት ትኩረት ይሰጥበታል፡፡ (ዕብ. 3፥5፤ 10፥1፤ 9፥19፤ 6፥13-14፤ 7፥5፣ 9)፡፡ የአብርሃም ኪዳን በረከትን ላይ ብቻ ተኮር ነው፡፡

በእግዚአብሔር ቸሎታም ኃጢአተኛ የሆነው ሰው በእግዚአብሔር በማመኑ ብቻ እግዚአብሔርን በማስደሰቱ እንደሚጸድቅ (ጽድቅ ሆኖ እንደሚቈጠርለት) የሚያሳይ ሲሆን፣ እግዚአብሔር የአብርሃምን ድካም ሳይመለከት ኪዳኑን ያጸናበት ነው፡፡

አብርሃም የተወለደው 1948 ዓመተ ዓለም፣ ማለትም ክርስቶስ ከመወለዱ በፊት ነው። ባለቤቱ ሣራ 1958 ዓመተ ዓለም ተወልዳለች። እግዚአብሔር አብርሃም ጋር ቃል ኪዳን ሲገባ ኖኅ በሕይወት ነበር። ኖኅ የሞተው 2006 ዓመተ ዓለም ነው። ኖኅ 950 ዓመት ኖሮ ሲሞት አብርሃም ግን ከኖኅ ጥፋት በኋላ የተወለደ ስለሆነ፣ የዕድሜ ዘመን በእግዚአብሔር እንዲያጥር ተደርጎ (ሰው የሚኖርበት የዕድሜ ዘመን እየቀነሰ መጥቶ) 175 ዓመት ሆኖት ነው የሞተው።

አብርሃም የበረከትን ኪዳን ተቀብሎ ረጅም ዓመት በእምነት ተመላለሰ። በእግዚአብሔር ማመኑ ጽድቅ ሆኖ ተቈጠረለት። የአብርሃም በረከት ወሰን የለውም። «እባርክሃለሁ» የሚል ነበር (ዘፍ. 12÷2)። የዕብራዊ ፀሐፊ ሲተነትነው «እየባረክሁ እባርክሃለሁ» የሚል ትርጒም ፍቺ ይዞ እንመለከተዋለን (ዕብ. 6÷13-14)።

ይህ የአብርሃም ኪዳን ደግሞ ወንጌል እንደሆነ ሐዋርያው ቅዱስ ጳውሎስ በአዲስ ኪዳን ለሚያምኑ ሁሉ በእምነት በኩል ውርስ መሆኑንም አስረግጦ አስተምሮታል (ገላ. 3÷8፣ 29)። በክርስቶስ ኢየሱስ በኩል የአብርሃም በረከት ለእኛ የተሰጠ ነው። አማኝ ይህን በረከት የሚያገኘው በክርስቶስ በመታመኑ ነው (ገላ. 3÷14፣ 16)።

ጌታችን ኢየሱስ የመጣው ሰዎች ከኃጢአታቸው መንገድ እየመለሰ ከእግዚአብሔር ጋር በማስታረቅ የእግዚአብሔር ልጆች እንዲሆኑ የአብርሃም በረከት በክርስቶስ ኢየሱስ ይፈጸም ዘንድ ነው (የሐዋ. 3÷25-26፤ 1ኛ ጢሞ. 2÷4-6)። የአብርሃም ልጆች ከሆንን፣ ማለትም አብርሃም በጌታ እንደ ተማመነ እኛም ካመንን በዕውነት ጸድቀናል።

ከጸደቅን ደግሞ የክርስቶስ ሞት እና ትንሣኤ ተባባሪዎች (ተካፋዮች) ሆነናል። ክርስቶስ የአብን ክብር እንደ ወረሰ እኛም እግዚአብሔርን ወርሰነዋል። በእግዚአብሔር ክብር ተስፋ እንመካለን (ገላ. 4÷7፤ ሮሜ 5÷2፤ 2ኛ ተሰ. 2÷14 ሮሜ 8÷17)። የእግዚአብሔርን ክብር በጥቂቱ ቀምሰነዋል (ተለማምደነዋል)፤ ይህም ክርስቶስ በውስጣችን በመኖሩ ነው።

ክርስቶስ የአባቱ ሙሉ ክብር ይዞ በእኛ ውስጥ ይኖራል፤ ሆኖም ግን የበለጠው ክብር ይጠብቀናል፤ ይህም የእግዚአብሔር ልጅነት ክበር የሚገለጥበት ነው። መንፈስ ቅዱስ መያዣችን ሆነ (ኤፌ. 1÷14)። በብሉይ ያሉ አማኞች ይህን ታላቅ መዳን ችላ እንዳሉ የዕብራውያን ጸሐፊ ይነግረናል። ይህ የመዳን ወንጌል በብሉይ አስቀድሞ ነበር። ስለ ክርስቶስ ኢየሱስ በብሉይ ኪዳናት የተነገረ ነበር። እንዲያውም በመላእክት መካከለኛነት የተሰጡ ትንቢቶች ይገኙበታል (ዕብ. 2÷2-3)።

ይህን የብሉይ ኪዳን የነቢያቶች መጽሐፍትና የሙሴ ሕግ ልናጠናው ልንረዳው ይገባል፡፡ የአሪት መጽሐፍ ጥልቅ ምሥጢር የያዙ ናቸው፡፡ እነርሱን ስናጠና የተሰፋ ቃሎቹ በክርስቶስ በኩል የእኛ እንደ ሆኑ በማወቅና ሕግጋቶቹ የቅድስናውን ልክ የሚያመላክቱ ናቸው፡፡

ዘወትር ልባችን ከፍተን ጊዜአችንን ሰጥተን ልናነብበውና ቃሉን ልንበላው ይገባል፡፡ የተሰሎንቄ ሰዎች መጻሕፍትን ሲመረምሩ ብዙ የአዲስ ኪዳን መጻሕፍት አልተጻፉም ነበር፡፡ "እነዚህም በተሰሎንቄ ከሚኖሩት ይልቅ ልበ-ሰፊዎች ነበሩና። ነገሩ እንደዚሁ ይሆንን? ብለው ዕለት ዕለት መጻሕፍትን እየመረመሩ ቃሉን በሙሉ ፈቃድ ተቀበሉ" (የሐዋ. 17÷11)፡፡

እንዲሁም የመጀመሪያው የያዕቆብ መልእክት መጽሐፍ በ45 ዓመተ ምሕረት ተጻፈ፤ ሲቀጥል የተጻፈው የተሰሎንቄ መጽሐፍ በ51 ዓመተ ምሕረት ሲሆን፣ የተሰሎንቄ ሰዎች መጻሕፍትን የመረመሩት በ49 ዓመተ ምሕረት ነበር፡፡ ከዚያ በመቀጠል ሁለተኛውን የተሰሎንቄ መጽሐፍ በ51 ዓመተ ምሕረት ሲሆን፣ 1ኛ ቆሮንቶስ እና ገላትያ በ54 ዓመተ ምሕረት እንደ ሆነ ይነገራል፡፡

የሮሜ መጽሐፈ 57 ዓመተ ምሕረት አካባቢ እንደሆነ ይታመናል፡፡ ሐዋርያው ሦስቱን መልእክቱን (ኤፌሶን ፊልጵስዮስ እና ቈላስያስን) በ62 ዓመተ ምሕረት እንደ ጻፈው ነው የሚታመነው፡፡ ስለሆነም የመጀመሪያ ቤተ ክርስቲያን ከአንዳንድ የአዲስ ኪዳን መጻሕፍት በስተቀር በዕጃቸው ያለው ብሉይ ኪዳን መጻሕፍት ብቻ ነበር፡፡ ዘወትር የሚመረምሩት ምን እንደሆነ መረዳት አያስቸግርም፡፡

በቅድሚያ መረዳት የሚገባን የሙሴ ኪዳን በሦስት ይከፈላል፡፡ የሥነ-ምግባር ሕግ፣ የመቅደስ ሥርዓት እና የሲቪል (Civil Law) የሚባሉት ናቸው፡፡ በሥነ-ምግባር ሕግ ውስጥ አሥርቱ ትእዛዛት ይገኙበታል፡፡ የቀሩት ሁለቱ ግን በብሉይ ኪዳን ብቻ በሥርዓት ይታያሉ፡፡

በሥነ-ምግባር ሕግ ውስጥ ደግሞ የተለያዩ የወንጌላውያን ትምህርት ይገኛሉ፡፡ ለምሳሌ፡- «አትመኝ» የሚለው «የሥነ-ምግባር ሕግ» ሲሆን፣ ወንድ ልጅህን ሁሉ ግርዝ የሚለውን ግን «የምልክት ሕግ» በማለት አውግስጢኖስ ከፍሎታል፡፡ አንዳንዶች ይህን ግርዘት «ከመቅደስ ሥርዓት» ጋር ጨምረውት ይገኛል፡፡

የሲቪል ሕጉ የሥነ-ምግባሩን ሕግ ለማብራራት የተጻፈ ነው የሚሉም ይገኛሉ፡፡ (Edgar Andrems)፡፡ ስመ ጥሩው እና ጽድቅን በእምነት ጮራ አብሪው ሉተር ስለዚህ ነገር ሲናገር የሥነ-ምግባር ሕግ ለሰዎች ኃጢአትን ለማሳወቅ የተሰጠ ነው ይላል፡፡ ሐዋርያው ጳውሎስ «ኃጢአት በሕግ ይታወቃል» (ሮሜ 7÷7) ይላል፡፡

ስለዚህ ሉተር ጽድቅ በእምነት ከማወጃችን ሆነ ከመስበካችን በፊት ሰዎች ወደ ንስሐ ይመጡ ዘንድ በቅድሚያ የሙሴን ሕግ፣ በሕጉም መስታወትነት በኩል ሰዎች ኃጢአተኛነታቸውን ዐይተው ንስሐ እንዲገቡ ማድረግ አለብን ይላል፡፡ ሉተር «ሕጉ እና ወንጌሉ» የሚል እምነት ነበረው፡፡

ካልቪን ደግሞ ሰዎችን ወደ ንስሐ ለማምጣት ኃጢአታቸውን የሚያሳይ ብቻ ሳይሆን፣ ሕጉ አብሮ ጐን ለጐን ከወንጌል ጋር መሄድ አለበት ይላል፡፡ ካልቪን በተጨማሪም ለአማኙ መንፈሳዊ ዕድገት የሚያስፈልገው እና ሊተገበረው ይገባል የሚል የጸና ዐቋም አለው፡፡ ለካልቪንም ሆነ ለሉተር የሙሴ ሕግ መንግሥታት ለማስተዳደር የሚገባ ናቸው የሚለው አስታራቂው ክፍል ሆኗል፡፡ ምንም እንኳ ሉተር ሕጉ ለክርስቲያኖች ዕድገት አያስፈልግም የሚለው ዐቋም ቢኖረው እንኳ፣ የሙሴ ሕግ አስፈላጊነቱን ይገልጣል (1ኛ ጢሞ. 1÷8-9)፡፡

አማኝ ከሙሴ ሕግ በሞት ያህል ተፈትቶ በአዲሱ ሕግ (በክርስቶስ) ይገኛል (ሮሜ 7÷4)፡፡ በሕግ ሥር ባንሆንም፣ ነገር ግን ሊያገለግለን አይችልም አላለንም፡፡ ሕግ ካለመፈጸም ከሚያስገኘው ዕርግማን ተላቀናል (ገላ. 3÷13)፡፡ ይህ ማለት ግን ሕጉ ዛሬ የእግዚአብሔርን ጽድቅ ቅድስና በማሳየት አያገለግለንም ማለት አይደለም፡፡

ሐዋርያው ጳውሎስ በሚቀጥለው ምዕራፍ (ሮሜ 8÷4) እንዲህ ይላል፡-«በእኛ የሕግ ትእዛዝ **ይፈጸም** ዘንድ» ሲል የሙሴ ሕግ በውጫዊ ማንነታችን (ፍሬ ማፍራታችንን) እና ራሳችንን የምንመለከትበትና የምንፈትንበት የሚያገለግልን ነው፡፡ «ይፈጸም» የሚለው አሁንም አገልግሎት እንደሚሰጥ ነው፡፡ በውስጡ ሰውነታችን ግን መንፈስ ቅዱስ ይህን ሕግ አስቀምጦታል፡፡ ክርስቶስ የሕግ ፍጻሜ እና ሕጋችን የሆነው «የክርስቶስ ሕይወት» ነው፡፡

ይህ «በፊደላት በጽላቱ ላይ የተጻፈው» እና ቅድስቲቱ ሕግ 2ኛ ቆሮ. 3÷7፤ ሮሜ 7÷12 ይህ የሙሴ ሕግ ለክርስቲያኖች አሁንም እንደ ቀደሙት አባቶች የእግዚአብሔርን ክብር የሚያመጣ መንፈሳዊ (መልካም በጎ) ሕግ ነው (ሮሜ 7÷14)፡፡ የብሉይ ኪዳን በክብር ከሆነ፣ ማለትም ሕጉ መንፈሳዊ እንደ መሆኑ የእግዚአብሔርን ክብር በመገናኛው ድንኳን

እና በሰሎሞን መቅደስ አምጥቶ ሕዝቡን እንደ ባረከ ሁሉ አዲሱ ኪዳን የሚልቅ ክብር አምጥቷል፡፡

አዲስ ኪዳን ክብር የላቀበት ምክንያቱ የአብርሃም በረከት በክርስቶስ መካከለኛነት (ሊቀ ካህንነት) እና በክቡር (ያለ ኃጢአት በፈሰሰው ደም - ቅዱስ ደም) በመሥዋዕት ደሙ የሆነ ኪዳን ኃጢአትን በመደምሰስ ይህ የእግዚአብሔር ክብር የሆነው ክርስቶስ በልባችን ውስጥ መሆኑ ነው (2ኛ ቆሮ. 3፡10፤ ቈላስ. 1÷27፤ 2÷9-10)፡፡ የሙሴ ሕግ መንፈሳዊ ያደረገው «እግዚአብሔርን ውደድ እንዲሁም ባልንጀራህን እንደራስህ ውደድ» የሚለው በየትኛው ሕግ ኪዳን ውስጥ የተገኘው ታላቁ እና ዋና መሆኑ ነው (ማቴ. 22÷37-40)፡፡

እግዚአብሔር በሙሴ በኩል ስሙን (ያህዌ «እኔ እኔ ነኝ») ብሎ ራሱን የገለጠለት የኪዳን ስም እና የሙሴ ሕግን ሰናጠና ሕዝቡን ከምድረ ግብፅ አውጥቶ ወደ ዕረፍት አገር ወደ ሆነችው ወደ ከነዓን ለማስገባት ነበር፡፡ የሕዝቤን ጩኸት ሰምቼ አድናቸው ዘንድ ወረድሁ በማለት በጸናች ክንዱና በተዘረጋች ዕጁ ሊያድናቸው (መዳን - ጸጋ) ለመግለጥ የእስራኤል ንጉሥ ከዙፋኑ ወርዶ መጣላቸው፡፡ የእግዚአብሔር ጸጋ ተገልጦ ከነዓን ገቡ እንጂ፣ የእግዚአብሔር ሕዝብ ዕረፍት ቀርቶላቸዋል፡፡

ጸጋ (ክብር) ተገልጧል፤ ሆኖም የላቀው ክብር የሆነው ክርስቶስ በአዲስ ኪዳን ለሰው ልጆች ለማዳን ከሙታን በመነሣቱ «የሕይወት ሕግ» ሆኖ ብዙ ልጆቹን ይዞ በአብ ቀኝ ተቀመጠ (ዘጸ. 1÷7-8፤ ዕብ. 4÷9፤ 2÷10)፡፡ በሙሴ ኪዳን የተገለጠው ሕግ ሕዝቡን ፍጹም ወደ ዕረፍት አላስገባቸውም፡፡

ከሙሴ ዕጅ የተቀበለው ኢያሱ የጽላቱን ሕግ እና ታቦት ይዞ ዮርዳኖስ የተሻገሩት ሕዝብም ጨምሮ ጸጋን ክብርን ተለማምደዋል፤ ሆኖም ግን ፍጹም የሚልቀው ክብር አልተገለጠም (ዮሐ. 1÷17፣ ዕብ. 4÷8)፡፡ የእግዚአብሔር ምሕረት የተነሣ ጸጋና ክብር ተገለጠ እንጂ፣ ሕግጋቱን ሁሉ ስለ ፈጽሙ አይደለም፡፡

የሙሴ ሕግ በመፈጸም የተገኙ ስላልነበሩ የሙሴ ኪዳን ከመጥቀሙ (በረከት) ከመሆኑ ይልቅ የአብርሃም ኪዳን ጠቀማቸው፡፡ የሙሴ ኪዳን እርግማንን አመጣባቸው፤ ወደ ዕረፍትም አልገቡም፡፡ ምክንያቱም በማይታዘዘው ላይ ሕጉ መቅሰፍትን ያደርጋልና፡፡ (ሮሜ 4÷15፤ ዘዳ. 9÷6-7፣ 24)፡፡

በብዙዎች ዘንድ «የሞት አገልግሎት» ወይም «የኵነኔ አገልግሎት» ተብሎ የሚታወቀው ለዚህ ነው፡፡ በእግዚአብሔር ዕጅ በጽላቱ ላይ የተጻፉት ፊደላት እንደ ሆኑ ከነዓን

አስገባቸው፤ ዳሩ ግን ወደ እግዚአብሔር ዕረፍት ያልገቡ በመሆናቸው ነው። ይህ አገልግሎት «የሞት አገልግሎት ያደረገበት ምክንያት «ሕጉን ባለመፈጸማቸው» ኃጢአት በሕግ በኩል ምክንያት አግኝቶ ሞትን እንዲያፈሩ ስላደረገ ብቻ ነው።

ሕጉ ያፈረው ኃጢአት ነው እንጂ፣ ሞትን አላፈራም። ይህ የሆነው ሕጉ ቅድስና መንፈሳዊ ስላልሆነ ሳይሆን፣ ሕግን የሚፈጸመው ሕዝብ ግን በኃጢአት ገዥነት (ንግሥና) ውስጥ ስለ ተገኘ እና በብልቶቹ ኃጢአት ስለሚሠራ ነው (ሮሜ 7÷5፣ 11)።

ሕግ የተሰጠን ለሕይወት ነው ለበረከት ነው። እግዚአብሔርም ከዙፋኑ ወርዶ እነዚያን ታላላቅ ክብር (ጸጋ) የተሞላውን የገለጠላቸው ሕዝቡን ስለ ወደዳቸው ነው። ሆኖም ግን «ይህን ባታደርግ ኃጢአተኛ ነህ መርገም ያገኝሃል» የሚለው የሕግ ክፍል ኃጢአት እንዲያንሰራራ ሕያው መሆኑን ሊያሳይ ቀዳዳ ምክንያት አገኘ።

የሙሴ ህግ «ይህን ብታደርግ በረከት ያገኝሐል» የሚለው ለጽድቅና ለእግዚአብሔር ክብር መገለጫ እንደ ሆነ ሁሉ ሕግን አለመፈጸም ደግሞ ለኃጢአት ገናናነት መገለጫ ምክንያት ሆነ። ትእዛዛቱ ሲሰጣቸው ለበረከት ሆኖ ሳለ ኃጢአት ግን የእነርሱን ኃጢአተኛነት አጉልቶ ለኩነኔ አሳያቸው። ሕጉ እንደ መስታወት ራሳቸውን ለማሳየት ተሰጣቸው። ለምሳሌ «አትመኝ» አለ። እነርሱ ግን የግብፅን ሽንኩርት ተመኙ (ሮሜ 7÷7)።

ስለሆነም ሕጉ የፈለገው «እንደ ተመኙ» ዐውቀው በመቅደስ ሥርዓት እና በክህነቱ አገልግሎት ወደ መቅደሱ ሊሮጡ ኃጢአታቸው በእንስሳት ደም ተሸፍኖ ምሕረትንና ጸጋን እንዲቀበሉ ነበር። ነገር ግን ኃጢአት በመካከል ገብቶ ኩነኔን በሕሊናቸው መደወል ጀመር።

ከኩነኔ የተነሣ እና የኃጢአት ምኞት በብልቶቻቸው ሕያውነት አግኝቶ የእግዚአብሔርን ምክር እንዳይሰሙ አደረጋቸው። በዚህ ሂደት በተለያየ መንገድ ወደ እግዚአብሔር እንዲመለሱ ቢጣራም፣ እነርሱ ግን ልባቸው ደነደነ። ስለሆነም በኩነኔ በኩል የኃጢአት ባሪያ ሆነው ኖሩ። ለበረከት እና ነፃ ሊያወጣቸው፣ እንዲሁም ኃጢአታቸውን ሊሸፍንላቸው የሚችለውን ሕግ አልተከተሉም።

በሊቀ ካህናቱ አገልግሎት በኮርማዎች ደም ሊረጩ ሲገባ ፊታቸውን አዞሩ። ኃጢአት ምክንያት አግኝቶ እግዚአብሔርን ከመታመን ይልቅ «በምክንያት አታልሏቸው» በኃጢአት እንዲቀጥሉ ልባቸው ባለማመን እንዲሰቱ ሆነ። ስለዚህ ብዙዎች በኃጢአት

ኩነኔ ሥር ሆነው ይኖሩ ነበር፡፡ "ኃጢአት ግን ምክንያት አግኝቶ ምኞትን ሁሉ በትእዛዝ ሠራብኝ፤ ኃጢአት ያለ ሕግ ምውት ነውና" (ሮሜ 7÷8)፡፡

ሕጉ ቅዱስ መልካም ነው፡፡ ሕግ የሰጠው ቅዱስ ነው፡፡ ታዲያ በሕግ በኩል ያለው ሰው የተላለፈው ምንድን ነው? ይህ ሰው በጸጋ ሥር ሆኖ ያገኘው መታለል አይደልም (ያዕ. 1÷14)፡፡ በሁለቱም (በኃጢአት ባርነት አስተዳደር እና በጸጋ በንጉሣዊ አገዛዝ) ግዛት የሚያታልል እና የሚያደናቅፈን ጉዳይ አለ፡፡ የኃጢአት ምኞት ነው፡፡

አሁን የምንመለከተው በሙሴ ሕግ የሆነው የኃጢአት ባርያ የሆነው እንዴት መታለሉን እንመለከታለን (ሮሜ 7÷8-11)፤ ባለው በሰፊው ተቀምጦአል፡፡ የሮሜ መጽሐፍ ጥናት ላይ ይገኛል፡፡ የእንግሊዘኛው የመጽሐፍ ቀለል አድረጎ በሚገባን የአነጋገር ዘይቤ ያቀርበዋል፡፡

ዘ ሜሴጅ የተባለው መጽሐፍ ቅዱስ፡- "የሕጉ መመሪያ ድንቅ መጽሐፍ ነበረ። ግን ምን ተፈጠረ መሰላችሁ? ኃጢአት ትእዛዙን አጣምሞ ወደ አማላይ ፈተና የሚለውጥበት መንገድ አግኝቶ ሕጉን "ለዐይን ያማረ ለመብላትም ደስ የሚያሰኝ ፍሬ" አድርጎ አቀረበው። የሕጉ መመሪያ እኔን እንዲመራኝ ማገልገሉ ቀረና አገልግሎቱ እኔን በኃጢአት ማማለል ሆነ።

የሕጉ መመሪያ ሳይጫንበትና ሳይጎዘጎዝበት በፊት ኃጢአት የማንንም ዐይን የማይማርከ ፈዛዛ ነገር ነበር፤ እኔም ከቁብ ሳልቈጥረው ትኩረትም ሳልሰጠው መንገዴን እሄድ ነበር። ነገር ግን ኃጢአት ሕጉን ካገኘና ራሱን በሕጉ መመሪያዎች ካስጌጠ ካሰዋበ በኋላ እኔ ተታለልኩበትና ተማረክሁለት" (ሮሜ 7÷8-11)፡፡ ምንም እንኳ በቀደመው የሙሴ ሕግ ብዙ ክብር ቢገለጥም፣ ክብሩ ከሙሴ ፊት ላይ በጊዜ ታይቶ ጠፋ፡፡

መጋረጃው (የኃጢአት ኩነኔው) በልባቸው ስለሚኖር ነው (2ኛ ቆሮ. 3÷14)፡፡ የክርስቶስ ሕግ (አዲስ ኪዳን) ያደረገው ግን የሙሴን የግብረ-ገብ ሥርዓትን ጨምሮ በልቦናቸው ጻፈው፡፡ ዛሬም "አታመንዝር! አትስረቅ! አተዋሽ!" ከሚለው ጋር "ባልንጀራህን እንደ ራስህ ውደድ የሚለው ... ወዘተ" የሚሉት ትእዛዛት በቅዱሳን ልብ ውስጥ ሕያው ሆኖ ይኖራል (ዕብ. 8÷10)፡፡

ትእዛዛቱን (የሙሴን አሥርቱን ትእዛዛት) ኃጢአት ይህንን ምክንያት በማድረግ በማታለል ኩነኔ ተገኘ ያደረገውን የዕዳ ጽሕፈት በመስቀሉ ጠርቆ አስወገደው፡፡ የጌታችን ሰው ሆኖ በመስቀል ላይ መሞት የኃጢአትን ንግሥና ገርሰሶ ንጉሣዊ ግዛቱን ዋጋ-ቢስ አደረገው፡፡

እግዚአብሔር የትኛውንም ኪዳን ከሕዝቡ ጋር ሲገባ ሕዝቡን ስለ ወደደ ሊባርካቸው እንደ ሆነ እናስተውላለን፡፡ ለበረከቱ ግን በቂ እንደ ሆኑ በሙሴ ሕግ በኩል ማድረግ ያለባቸውን አብሮ በማሳየት ሕይወት ያለባቸውን መንፈሳዊ ሕጐችን ሰጥቶታል፡፡ ሲጀምር የእስራኤል ሕዝብ ተቀድሰው ክብሩን እንዲለማመዱ ፈቃዱ ነበር፡፡

የሕዝቡ ልብ ፈቃደኛ አለመሆን አለማመን ግን ተራራው አጠገብ ቀርበው ሳለ ክብሩን እንዲቀበሉ አላደረጋቸውም፡፡ ለእስራኤል በመጠኑም ቢሆን እግዚአብሔር ክብሩን ሞገሱን (ጸጋውን) እንደ ሙሴ አለማምዶአቸው አሳይቷቸው ነበር፡፡ የጌታ መልአክ በፊታቸው እና በኋላቸው ተከትሎአቸው በደመና እና በእሳት ተከብበው ቀይ ባሕርን ተሻገሩ (ዘጸ. 1÷19፣ 24)፡፡

ሲና ተራራ ሲደርሱ ግን በክብሩ ውስጥ ማደርን ዕንቢ አሉ፡፡ ምክንያታቸውን ስናጠና እግዚአብሔር አምላካቸው ክብሩን እንዲለማመዱ ባለመፈለጉ አልነበረም፡፡ ሕዝቡ መቀደስን እንዲሁም በምሕረቱ እና በቸርነቱ (በአብርሃም ኪዳን) ስላልታመኑ ነበር፡፡ ቀድሞውኑ ለሙሴ እንደ ተናገረው አባታቸው የሆነው አብርሃምን እንዲሁም ከእርሱ ጋር የገባውን ኪዳን በማሰብ ሊድናቸው እንደ ወረደ ነበር፡፡

ከዚህ የምናስተውለው የሕዝቡ አለማመን ባደረጉት ድርጊት ነው፡፡ በተራራው ከፍታ ወጥቶ ሙሴ ጽላቱን መቀበል፣ ነገር ግን ሕዝቡ እና አሮን የወርቅ ጥጃ ሠርተው ማምለካቸውን ያስረዳናል፡፡ ልባቸው በክፋት እንደ ተያዘ ስላወቁ፣ ሕዝቡ ሙሴን «አንተ ተናገረን! እግዚአብሔር ግን አይናገረን!» ማለታቸው ሌላው የልባቸው አለመዘጋጀት ነው፡፡

የእግዚአብሔርን ክንድ ዐዩ እንጂ፣ የእግዚአብሔርን መንገድ (ፍቅሩን ጸጋው ይቅር-ባይነቱን እና ቸርነቱን - የአብርሃምን ኪዳን የተገለጠበትን የእግዚአብሔርን ማንነት) ሊያውቁ አልቻሉም (መዝ. 103÷7)፤ ሙሴ የእግዚአብሔርን ሞገስን (ጸጋ) አገኘ፡፡ ስለሆነም የእግዚአብሔርን ማንነት ተረዳ (ዘጸ. 33÷12-13፣ 18፣ 19፤ 34÷5-6)፡፡

የእግዚአብሔር ስም (ጸጋ-ምሕረት ይቅር-ባይነት) መረዳት ነበረው፡፡ በአዲስ ኪዳን ይህ ጸጋና ምሕረት ያለ ልክ ተገለጠ፡፡ ሕያው አንድያ ልጁን ወደ ምድር ላከው፡፡ በገዛ ወንድሞቹ መካከል የመለኮት ክብሩን ይዞ ድንኳኑን በሰው ልጆች መካከል ተከለ፡፡ በሎጋው ዕድሜ ሳለ በሕያዋን ምድር ሊኖር ሲችል ስለ ሰው ልጆች ኃጢአት ተፈርዶበት ኃጢአታችንን በመስቀል ከፍሎ (ያለፈውን የአሁን የወደ ፊቱን ኃጢአት ዋጋ ከፈለ) በእርሱ የሚያምኑትን ከዘላለም ሞት ወደ ፍቅሩ ልጅ መንግሥት በማፍለስ በአብ ቀኝ

ተቀመጠ፡፡ በሕግ በኩል ክብሩ ሞገስ **(ጸጋ)** ተገልጦ ነበር በክርስቶስ ግን የበለጠ የሚሻል ክብር **በጸጋ ላይ ጸጋ** ተሰጠን (ዮሐ. 1÷16፣ 17)፡፡

እግዚአብሔር በአዲስ ምዕራፍ ለሙሴ እና ለሕዝቡ ክብር የተሞላበትን ሕግ ሰጥቶአቸው ነበር (ዘጸ. 34÷6-7፣ 28)፡፡ ሕዝቡ ለእግዚአብሔር የተለየ የበኵር ልጅ እንዲሆኑና የቅዱስ ካህናት ሕዝብ ይሆኑ ዘንድ ነው፡፡ ከግብፃውያን አስከፊ አገዛዝ ጭቆና ወጥተው በመቅደሱ የልዑል እግዚአብሔርን ክብር እንዲለማመዱ ነበር፡፡ ዘ ሜሴጅ የሚባለው መጽሐፍ ቅዱስ፡- "እኔ የምላችሁን በታዛዥነት ብትሰሙ ቃል ኪዳኔንም ብትጠብቁ ከአሕዛብ ሁሉ እናንተ ልዩ ርስቴ ትሆናላችሁ። ምድር ሁሉ የእኔ ስለሆነች የፈለግሁትን መምረጥ ይቻለኛል፤ እናንተ ግን ልዩ ናችሁ፤ ነገስታትና ካህናት፣ ቅዱስ ሕዝብ ናችሁ" (ዘጸ. 19÷6)፡፡

ይሁን እንጂ፣ ቃል ኪዳን በገባላቸው የእስራኤል ሕዝብ መቀደስ ላይ የተመሠረተ ነበር፡፡ ሁሉም ይህን አልፈጸሙም፤ ሕግን ተላልፈዋል፡፡ እንደ ቤተ ክህንነቱ አሠራር ሕዝቡ ኃጢአት በመሥራታቸው በሙሴ በኩል የዕዳ ጽሕፈት በሕዝቡ ላይ ተጽፎ በሕዝቡ ከተነበበ በኋላ በካህኑ ዕጅ በእግዚአብሔር ፊት ሊታይ ተቀመጠ፡፡ የኃጢአት ተገዥ እንደ ሆኑ የመለኮት ፍትሕ ፍርድ ቤት አመነ፤ ደነገገ፡፡

የእግዚአብሔር ክብር በቅድስተ ቅዱሳን ቢኖርም፣ ወደዚያ የሚወስደው እና ክብሩን የሚለማመድ ብቁ የሆነ ሰው አልተገኘም፡፡ ከሰዎች ተመርጦ ለእግዚአብሔር ፊት የሚቀርበው ካህኑም በኃጢአት እና በሞት ተገኘ፡፡ እግዚአብሔር ይህን የዕዳ ጽሕፈት አስወግዶ የኪዳኑ በረከት የሚያልፍበትን ሰው አስቀድሞ ዓለም ከመፈጠሩ በፊት አዘጋጅቶ ነበር፡፡

ከካህኑ ጋር የሚቀርበው መሥዋዕት ደም ከዘላለም ዓለም በፊት እንዲሠዋ አደረገ (በመለኮት ችሎቱ ተወሰነ)፡፡ ይህ የዕውቀት ብርሃን ግን በብሉይ ዘመን በሙላት ገና አልተገለጠም ነበር (ዕብ. 9÷8፤ ዘሌ. 5÷23)፡፡ ጌታችን ኢየሱስ እስኪወለድ ድረስ ይህ ሕግ ለእስራኤል ሕዝብ እንደ ሞግዚት ሆኖ ይጠብቃቸው ነበር፡፡ «ሞግዚት» ማለት በግሪኩ «Paidagogos» የሚለው ሕፃን ልጅን የሚጠብቅ ማለት ነው፡፡

ግሪኮች ልጅ የመጣበቅ ጥበብ እና ዕውቀት ስልት የተማሩ ባሪያዎች ነበራቸው፡፡ ሮማውያን ከግሪኮች ይህን የማሳደግ ስልት ወስደው ሮማውያኑ ባሪያዎችን ለብቻቸው ወስደው በጕልበት ብቻ ሳይሆን፣ በአእምሮም ጭምር እንዲያገለግሉ ያደርጉአቸው ነበር፡፡ ትላልቅ ኀላፊነትን እስከ መንግሥት ባለ ሥልጣንነትና አማካሪነት የደረሱ ባሮችም

ይገኙ ነበር፡፡ ለሚወድዱአቸው ልጆች ታማኝ ከሆኑ፣ ለሌላም ሥራ እንዲሁ ታማኝ እንደሚሆኑም ተረድተዋል፡፡

ይልቁንም ሕዝቡን እንዲያገለግል በሲና ተራራ በክብር የሰጠው ሕግ ሕዝቡን በሚገባ አገልግሎ ለክርስቶስ እንደሚያስረክብ ያውቅ ነበር፡፡ እግዚአብሔር የማይሠራ ከንቱ የሆነ ስሙ የሚጠራበትን ላይ በሺህ ዓመታት መባከንን አያደርግም (ኢሳ. 55÷10፣ 11)፡፡

ስለሆነም የሙሴ ሕግ ሥራውን እየሠራ ኢየሱስ ክርስቶስ (የሕይወት መንፈስ ሕግ - ሕይወትን የሚሰጥ - ሕይወታችን) የሆነው ሲመጣ የሙሴ ሕግ አስተዳዳሪነቱን ሞግዚትነቱን ጨረሰ፡፡ ይህ ሕይወታችን የሆነው (በእኛ ውስጥ ሆኖ ክብሩን የሚገልጠው ጌታ ኢየሱስ) የኃጢአትን ዕድፈት በደሙ አስወገደው ቅድስናውን አካፈለን ይህም ክብሩን ወይንም ህይወቱን (ቈላስ. 2÷14፤ ሮሜ 8÷2፤ ቈላስ. 3÷4፤ የሐዋ. 3÷15)፡፡ ቈላስ. 3÷4 ን ብንመለከት ዘገሸን የሚባለው መጽሐፍ ቅዱስ፡- "ክርስቶስም በእውነተኛ ማንነቱ እንደሚታይ ሁሉ የእናንተም እውነተኛ ማንነት እንዲሁ ይገለጣል፤ እናንተ ከእርሱ ጋር በክብሩ አንድ ሆናችኋልና"።

በእርግጥም እንደ ሙሴ ያለ ነቢይ ተነሥቶ ወደ ቅድስተ ቅዱሳን ለመግባት እንድንችል የቤተ መቅደስ መጋረጃውን ከላይ እስከ ታች በመስቀል በሥጋው ቀድዶት ሕያውና አዲስ መንገድ ከፈተልን፡፡ በዚህም ሕዝቡ ከሕግ ዕርግማን ወጥተው በሙሴ ኪዳን በተዘጋጀው ኪዳን መሠረት ወደ ቅድስተ ቅዱሳን የሚወስደውን መንገድ ገልጠው (አሳወቀው) ሕዝቡን በረካቸው (የሐዋ. 3÷22፣ 24፣ 25፤ ዕብ. 10÷19-20)፡፡

ሕጉ እንደ ጸጋ ተሰጠን እንጂ፣ እኛም ወደ ሲና ተራራ በክብር አላመጣነውም፡፡ እግዚአብሔር ሕዝቡን ስለ ወደዳቸው ራሱ ወርዶ የሰጣቸው ነበር፡፡ ከሕግ በታች ሞግዚት ሆነው ዕንክብካቤ ሰጥቶአቸው ለዐቅመ-አዳም እስኪደርሱ ድረስ በሕግ ሥር የመሆን በረከት አግኝተዋል፡፡

ትእዛዛቱ ለበረከት ተሰጥቶአቸዋል (ሮሜ 7÷7፣ 9፤ ገላ. 4÷1-3፤ መዝ. 147÷19-20፤ 74÷12፤ ዘዳ. 4÷1፤ 61÷24)፡፡ የእግዚአብሔር ሕግ በራሱ ፈቃድ እንደተሰጣቸው ሕጉን በሲና በክብር ገለጠው፡፡ እግዚአብሔር ንጉሣቸው ስለሆነ፣ ሕግን ሰጣቸው (ኢሳ. 33÷22)፡፡

መልካም ንጉሥ በሚያስተዳድረው አገዛዝ ሥር ሞገስ (ጸጋን) ይገልጥ ዘንድ ሕግ ይሰጣል፡፡ ዕውነተኛው የሕይወት ሕግ የሆነው እስኪመጣ በሙሴ ሕግ ሞግዚትነት ሕፃኑ

ዐደገ፡፡ እርሱም ክርስቶስ ነው (ዘካ. 9፡9፤ ማቴ. 21÷25)፡፡ የንጉሥ ባሕርይ ሁልጊዜ ሕዝቡን ለመባረክ ነው፡፡

ይሁን እንጂ፣ ባለማመን ምክንያት ለበረከት የሆነውን ያልተቀበሉ እንዲሁ «የሞት ሽታ» ይሆንባቸዋል፡፡ ይህ ሞት ለሰይጣን እና ለመላእክቱ የተዘጋጀ ነበር እንጂ፣ ለሰው የተመደበ ወይም የታሰበ አልነበረም፡፡ ጌታችን ኢየሱስ ክርስቶስ ሰው ሁሉ የኃጢአት ስርየት እንዲቀበሉ የቤተ መቅደሱን መጋረጃ በመስቀሉ በሥጋው ቀደደው (ማቴ. 25÷34 2ኛ ቆሮ. 2÷15)፡፡

የሙሴ ሕግ መቅሰፍትን ያመጣ ነበር (ሮሜ 4÷15)፡፡ ይህ ግን የሚሆን የእግዚአብሔር ቍጣ በነደደ ጊዜ ሊቀ ካህናቱ መሥዋዕትን ባለማቅረቡ ነበር (ዘጸ. 16÷45-47፤ ዘሌ. 16÷11-16)፡፡

በእርግጥም ካህኑ ዕለት ዕለት ማስተሰሪያውን ይዞ ይቀርባል፡፡ ሌላው ደግሞ በየቀኑ የሚደረግ የኃጢአት ማስተሰሪያ ነው (ዘጸ. 29÷38-46)፡፡ በአዲሱ ኪዳን ደግሞ ጌታችን ኢየሱስ ዘወትር የሚቀርበው ሆነ በዓመት አንድ ጊዜ በሚደረገው መሥዋዕትነትን ይዞ በየግዜው ማቅረብ አላስፈለገውም (ዕብ. 7÷27)፡፡

ዘ ሜሴጅ የሚባለው መጽሐፍ ቅዱስ :- "ስለዚህ አሁን ፍላጎታችንን የሚሞላ ሊቀካህናት አለን --- ፍጹም ቅዱስ የሆነ፣ ከኃጢያት ጋር ያልተደራደረ፣ የስልጣኑ ከፍታ በሰማያት እስከ እግዚአብሔር ፊት ድረስ የሚደርስ፡፡ እርሱ ሌሎቹ ሊቀካህናት ያደርጉ እንደ ነበረው ወደ እኛና ወደ ሐጢያታችን ከመመልከቱ በፊት ለራሱ ኃጢያት እለት በእለት መስዋትን ማቅረብ አያስፈልገውም፡፡ ያን ለአንዴና ለመጨረሻ ጊዜ ራሱን መስዋእት አድርጎ በማቅረቡ ፈጽሞታል"፡፡

ይሁን እንጂ፣ የእግዚአብሔር ቍጣ በኢየሱስ ክርስቶስ በመስቀል ላይ ተገልጦ ከዚህም የተነሣ እግዚአብሔር የዕርቅን ግብዣ (የዘላለምን ሕይወት) ቢያቀርብም፣ በእምነት በኩል ለሆኑት **የዘላለም መዳን ምክንያት** ሆኖላቸዋል፡፡ ዘፓሽን የሚባለው መጽሐፍ ቅዱስ :- "በዚህ መንገድ ተፈትኖ ፍጹም ሆኖ ካለፈ በኋላ ለሚሰሙትና ለሚታዘዙለት ሁሉ የዘላለም ሕይወት ምንጭ ሆነላቸው" (ዕብ. 5÷9)፡፡

ወደ እርሱ የሚመጡትን ፈጽሞ ሊያድናቸው ይችላል (ዕብ. 7÷25)፡፡ ይህን ታላቅ መዳን ግን ችላ በማለት የሕይወት ራስን የሆነውን ክርስቶስ ኢየሱስን የማያምን ሰውም ሆነ ወገን

ከብሉዩ ከሙሴ ሕግ የላቀ የእግዚአብሔር ቁጣ ይወርድበታል (ዕብ. 2÷3፤ ዮሐ. 15÷2)፡፡

ጌታችን ኢየሱስ ክርስቶስን ያልለበሰ፣ (በክርስቶስ መሥዋዕት እና በካህንነቱ ሥራ ያልታመነ) ዕርቃኑን እንዳለ ሰው ነው፡፡ ለዚያ ሰው የመዳንን ስጦታ ችላ ብሏልና አሁንም በአዲሱ ኪዳን ከሙሴ ሕግ የበለጠ የእግዚአብሔር ቁጣ ይወርድበታል (ማቴ. 22÷13)፡፡ ጌታችን ኢየሱስ በምሳሌ ያስተማረው በጥንቃቄ ማጥናት ያስፈልጋል፡፡

እርሱም አፉን ከፍቶ በምሳሌ ያስተምራቸው ነበር፡፡ በተመሳሳዩም የዕብራውያን ጸሐፊ ብዙ ሊነግራቸው ይመኝ ነበር፤ ነገር ግን የመቀበል የማስተዋል ዐቅማቸው ሆነ ለቃሉ ያላቸው መሻት አናሳ ነበር፡፡ ስለሆነም እነዚህን ሰዎች ሲያስጠነቅቃቸው "የእግዚአብሔር ቃል ሕያው ነውና በእምነት ከእናንተ ጋር ሊዋሐድ ያስፈልጋል ሲል መንፈስ ቅዱስ ዛሬ ድምፁን ያሰማል" ይላቸው ነበር (ዕብ. 5÷12)፡፡

የዕብራውያን ጸሐፍ እንደሚመከራቸው እንደሚያስጠነቅቃቸው ምዕራፍ ሁለት ሦስት እና አራት ላይ እንመለከታለን፡፡ ቸል አንበል (ዕብ. 2÷3)፤ እንጠንቀቅ (ዕብ. 3÷12)፤ እንፍራ (ዕብ. 4÷1) እና እንትጋ (ዕብ. 4÷11) ይላቸዋል፡፡ ለቃሉ መንቀጥቀጥ፣ ማለትም ከጸጋው ቃል በታች መሆን እና የቃሉ ብርሃን በልባችን እንዲበራ መትጋት አስፈላጊ ነው፡፡

ጌታችን ኢየሱስ ምንም እንኳ የዓለምን ኃጢአት ለማስወገድ የእግዚአብሔር በግ ሆኖ ተገልጧል (ዕብ. 9÷26)፡፡ ለሚያድናቸው ግን «ያለ ኃጢአት» ማለትም በኃጢአታቸው ላይ ሊፈርድ አይመጣም፡፡ እነርሱ በክርስቶስ ሆነው የእግዚአብሔርን የጽድቅ ልብስ ለብሰዋል፡፡ ለአመኑትም የሕይወት ሽታ ነው፡፡ ለማያምኑት ሰዎች ማለትም ዕውነተኛ ደኅንነትን በእምነት በኩል ላልተቀበሉ ግን የእግዚአብሔር ቁጣ ይወርድባቸዋል፡፡

በክርስቶስ ያሉት የአብርሃም በረከት ሲጠብቃቸው በሌላ በኩል ደግሞ ላላመኑት የእግዚአብሔር ቁጣ ማምለጫያ መሸሸጊያ የሚሆን የመሥዋዕት ደም በመቃኑ የላቸውም፡፡ በወንጌላውያን አማኞች ዘንድ መካከል የተሳሳተ አመለካከት ይታያል፡፡ ለመንፈስ ቅዱስ ለጸሎት እና ለቃሉ በቂ ጊዜ እና አክብሮት ሳንሰጥ ስንቀር፣ የክብሩ ዕውቀት ብርሃን በልባችን ቦግ ብሎ ባለመብራቱ እግዚአብሔር በብሉይ እና በአዲስ ኪዳን እንዴት እንደሚሠራ ባለማወቃችን በርከት ያሉ በትምህርት ነፋስ የመፍገምገም ሁኔታዎች ያጋጥማል፡፡ አማኝ በክርስቶስ መሥዋዕትነት አምኖ እና በካህንነቱ ተደግፎ

የእግዚአብሔር ቍጣ ላያገኘው ይችላል (አባት ልጁን ይቀጣል) የሚል የተሳሳተ መረዳት በወንጌላውያን አማኞች ዘንድ በአንዳንድ መድረኮች ይሰበካል፡፡

ይህ መጽሐፍ በጥልቀት ገብቶ ስለ እነዚያ ለመናገር የተዘጋጀ ስላልሆነ በስፋት ለመመልከት አንችልም፤ ሆኖም ግን አንዳንድ አሳቦችን እግረ-መንገዳችን ዳስሰን ማለፍ ግዴታችን ይሆናል፡፡ ሆኖም ግን ምዕራፍ አሥራ ሁለት ላይ በሚገባ ተዘርዝሮ ይገኛል ይመልከቱ፡፡ በክርስቶስ ኢየሱስ፣ ክርስቶስ ሕይወታቸው የሆነ ወይንም ክርስቶስን የለበሱ እግዚአብሔር ለክብር እንጂ፣ ለቍጣ (ለዘላለም ቅጣት) አልጠራቸውም፡፡

እነዚህንም በእምነት በኩል የጠራቸው በደሙ ጸድቀው «ዐይን ያላያቸው ጆሮ ያልሰማው እግዚአብሔር ለሚወድዱት ያዘጋጀ» ተብሎ እንደ ተጻፈ ለሚያምኑት መዳን በእግዚአብሔር ኃይል ተዘጋጅቶ ይጠብቃቸዋል (1ኛ ተሰ. 5÷9፤ 1ኛ ጴጥ. 1÷3-5)፡፡

ለሚያምነው ሰው ይህ ትልቅ እረፍት ነው፡፡ ከእግዚአብሔር ጋር ዕርቅ አድርጓል ሰላምንም አግኝቶአል (ዕብ. 4÷10፤ ሮሜ 5÷1፣ 2)፡፡ አሁን በክርስቶስ ሰላም እና ሕይወት እንዲኖር ያደገው ክርስቶስ ጽድቁ እና ቅድስናው ቤዛነቱ ስለሆነ ነው (1ኛ ቆሮ 1÷31)፡፡ወደ ፊትም በአብ ፊት የሚያቀርበው የክርስቶስ ክህነት ነው፡፡ ለሚያምነው ሰው ትልቁ ጉልበት የክርስቶስ መሞት ደሙ በቅድስተ ቅዱሳን በስርየት መከደኛ መሆኑ እና ክርስቶስ እኛን ወክሎ በአብ ፊት መቅረቡ ነው (ሮሜ 5÷10፤ ዕብ. 6÷19-20፤ 9÷24)፡፡

ዘ ሜሴጅ የሚባለው መጽሐፍ ቅዱስ ዕብ. 6÷19-20ን በሚገርም አገላለፅ አስቀምጦታል እንዲህ ሲል ፡- "ነፍሳችንን ለማዳን ብለን ወደ እግዚአብሔር የሮጥን እኛ የተሰጠንን ተስፋ በሁለት እጃችን የሙጥኝ ብለን እንድንይዝና እንዳንለቀው በቂ ምክንያት አለን፡፡ ምክንያቱም ይህ ተስፋ ከሚታዩ ነገሮች ሁሉ አልፎ የሚሄድ፣ ስለ እኛ ቀድሞ ሄዶ በእግዚአብሔር ፊት ወደገባውና ስለ እኛ በመልከጼዴቅ ሹመት ሊቀካሕናት ለመሆን በቋሚነት ሥፍራውን ወደ ያዘው ወደ ኢየሱስ ክርስቶስ ድረስ የተዘረጋ ሊቆረጥ የማይችል መንፈሳዊ የሕይወት ገመድ ነው"።

ውድ ልጁ በመሥዋዕት እንደሚታረድ በግ ተቈጥሮ ለኃጢአት ስርየት እና ለእግዚአብሔር ክብር (የዘላለም መዳን ምክንያት - ወደ ክበሩ አስገብቶ በሕይወት ሊያኖራቸው) እንዲሆን የመሥዋዕቱን በግ ያዘጋጀ እና አስቀድሞ የወሰነው እግዚአብሔር አብ ነው፡፡

ስለሆነም በክርስቶስ በኩል እግዚአብሔር ቍጣውን የሚገልጥብን እንደ ፊተኛው አዳም የምንሸሽ ሆነ ወይም ሙሴ በሲና ተራራ "እጅግ እፈራለሁ እንቀጠቀጣለሁ" ብሎ እንደ

ተናገረው ሳይሆን፣ በክርስቶስ ኢየሱስ በጽዮን ተራራ ተገኝተን የእግዚአብሔር ክብር ድፍረታችንና ትምክህታችን ሆነ (ሮሜ 5÷2፣ 11፤ ዕብ. 12÷2፣ 22፤ 1ኛ ቆሮ. 1÷8)፡፡በክርስቶስ ሥራ (አብረን በሞታችን እና መነሣታችን) ካመንን ደግሞ በእግዚአብሔር ክብር እንታመናለን (ፊልጵ. 3÷3፤ 1ኛ ቆሮ. 1÷30)፡፡ ወደ ጌታ ኢየሱስ ምሳሌዎች እንመልከት፡፡ በመጀመሪያ የምንመለከተው ምሳሌ (ማቴ. 22÷3) ነው፡፡

“የታደሙትንም ወደ ሰርጉ ይጠሩ ዘንድ ባሮቹን ላከ ሊመጡም አልወደዱም” የተባሉት ወደ ልጁ ሰርግ የተጠሩትን ነው፡፡ በሙሴ ሕግ ለነበሩ የአይሁድ ሕዝብ እና እረኞቻቸውን የሚያመለክት ነው፡፡ ለእነርሱ ዕብራውያን ጸሐፊ (ዕብ. 2÷3) ይህን ጥሪ ችላ አሉ ይላል (ማቴ. 22÷5)፡፡

“እነርሱ ግን ቸል ብለው አንዱ ወደ እርሻው÷ ሌላውም ወደ ንግዱ ሄደ” ሕዝቡ እና አገልጋዮች ሁሉ ሙሴ «እንደ እኔ ያለ ነቢይ ያስነሣላችኋል ያንን ነቢይ የማትሰማ ከሕዝብ ተለይታ ትጥፋ» ብሎ እንደ ተናገረው (የልጁን ግብዣ፡- የሰርግ የምሥራች ድምፅ) ያልሰሙ፣ ማለትም ወንጌልን ያለተቀበሉ ከሙሴ ሕግ በላቀ የከፋ ፍርድ እንደሚያገኛቸው ይናገራል (ማቴ. 22÷7)፡፡

ሁለተኛው ምሳሌ ለአይሁድ አስተማሪዎች የተሰጠው ነው፡፡ በሙሴ ወንበር ሆነው የወንጌል ዕንቅፋት የሆኑትን የሕግ አስተማሪዎች ናቸው፡፡ ለራሳቸው ጥቅም ያጣመሙትን፣ ሕጉ ሞግዚት ሆኖ ወደ ኢየሱስ የሚያመለክተውንና የሚያደርሰውን የክብር አገልግሎት ላይ የራሳቸውን ወግ ጨምረው የሚገኙትን ነው፡፡ ወይ ራሳቸው አልዳኑ ወይም ሌሎችን እንዲድኑ የሚከለክሉ ናቸው ሲል ምሳሌ ሰጠ፡፡

በመጨረሻም ልጅ ሥጋ ለብሶ በመካከላቸው ድንኳኑን ተክሎ ቢያድርም፣ የእርሱን ሀብት ለመውረስ በእንጨት ላይ ሰቀሉት፡፡ “... እንግዲህ የወይኑ አትክልት ጌታ በሚመጣ ጊዜ በእነዚህ ገበሬዎች ምን ያደርግባቸዋል? እነርሱም ክፉዎችን በክፉ ያጠፋቸዋል÷ የወይኑንም አትክልት ፍሬውን በየጊዜው ለሚያስረክቡ ለሌሎች ገበሬዎች ይሰጠዋል አሉት” (ማቴ. 21÷33-41)፡፡

ሦስተኛውና አራተኛው ምሳሌዎች ብዙ ግራ-መጋባት በወንጌላውያን አማኞች ላይ ያመጣ ከመሆኑ ባሻገር የክርስቶስን መሥዋዕት እና የደኅንነት አገልግሎት የማያጨልም ግርዶሽ ሆኖ ያለ ስለ ሆነ፣ አብረን ቃሉን ከዐውዱ ጋር መርምረን ማየት ይገባናል፡፡ ሀ) ስሙ ይጠራሉ፤ ይሁን እንጂ፣ በአጋንንት አለቃ አጋንንትን የሚያወጡ ናቸው፡፡ ጌታ ሆይ ይሉታል፡፡ “በሰማያት ያለውን የአባቴን ፈቃድ የሚያደርግ እንጂ÷ ጌታ ሆይ÷ ጌታ ሆይ÷

የሚለኝ ሁሉ መንግሥተ ሰማያት የሚገባ አይደለም። በዚያ ቀን ብዙዎ ጌታ ሆይ፥ ጌታ ሆይ፥ በስምህ ትንቢት አልተናገርንምን፥ በስምህስ አጋንንትን አላወጣንምን፥ በስምህስ ብዙ ተአምራትን አላደረግንምን? ይሉኛል። የዚያን ጊዜም። ከቶ አላወቅኋችሁም፤ እናንተ ዓመፀኞች፥ ከእኔ ራቁ ብዬ እመሰክርባቸዋለሁ" (ማቴ 7፡21-23)፡፡ እነዚህ የአምልኮ መልክ አላቸው፤ ነገር አልዳኑም፤ ሊመጣ ያለውን የመዳን ኃይል (የትንሣኤውን መንፈስ ቅዱስን) አልቀመሱም - አልዳኑም (2ኛ ጢሞ. 3፥5)፡፡

በአንደበታቸው ጌታ ብለው ቢጠሩትም፣ ጌትነቱ (የክርስቶስ ሞት እና ትንሣኤ ተካፋዮች አይደሉም /የክርስቶስ ሕይወት የላቸውም) ሕይወታቸው የሆነው ጌታ በእምነት በልባቸው አልተደባለቀም፡፡ ፈሪሳውያኑ በዐደባባይ ክርስቶስን (መሢሑን /አዳኙን) እንጠብቃለን ብለው ነጭና ዘርፋፋ ቀሚስ ለብሰው ጎምለል ጎምለል ይሉ ነበር፡፡ የመጻሕፍቱ ሊቆች እንደሚነግሩን በዚያን ዘመን በአጋንንት አለቃ አጋንንትን የሚያወጡ ሰዎች ነበሩ (Against Celsus, book 4)፡፡

ዳሩ ግን ይህ ልምምድ ሰዎቹን በውስጣቸው ካለ ክፉ መንፈስ ጋር በማደራደር እንዲገዙለትና እንዲገብሩት የሚያደርግ በአገራችን ያለው የአሠራር ዐይነት እንጂ፣ ፍጹም በሆነ መልኩ መናፍስቱን ከሰዎቹ የሚያስወጣ ዕውነተኛ አሠራር አይደለም፡፡ ለዚህ ነው ጌታችን መድኃኒታችን ኢየሱስ ክርስቶስ ይህ አስተሳሰብ ልክም ሆነ ዕውነት እንዳልሆነ ሲገልጽ "ሰይጣን እርስ በርሱ የሚለያይ ከሆነ (አንዱ የአጋንንት አለቃ ሌላውን ማለትም አንድን በሥሩ ያለ አጋንንት የሚቃረንና በዚህ አንዱ ሌላውን ከሰዎች የሚያስወጣው ከሆነ) መንግሥቱ እንዴት ትጸናለች? ሲል በዘመኑ የነበረ አስተሳሰብ ትክክል እንዳልሆነ ገሃድ አውጥቷል፡፡

የአይሁድ ኢንሳይክሎፒዲያ እንደ መዘገበው መጀመሪያው ክፍለ ዘመን አጋንንት ማውጣት በአይሁድ እና በመጀመሪያ ክፍለ ዘመን ይደረግ ነበር፡፡ ሲቀጥልም በሐዋርያት ዘመን ይደረግ ነበር፡፡ ፈሪሳውያን ጠንቅቀው የሚያውቁት ነበር፡፡ ጌታችን ኢየሱስ ክርስቶስን ሲጠሩት ትልቁ የአጋንንት አለቃ ወይም በገኘው (በብዔል ዜቡል) መንፈስ ነው አጋንንትን የሚያወጣው ብለው ይሉት ነበር (ማቴ. 9፥34፤ 12፥27፤ የሐዋ. 19፥13-14)፡፡ EXORCISM: 1906 Jewish Encyclopedia By: Kaufmann Kohler, Ludwig Blau በተጨማሪም በአይሁድ መምህር Rabbi Yehuda Fetaya (1859-1942) የተጻፈውን Minchat Yahuda ይመልከቱ፡፡

የእግዚአብሔር ስም ጠርተው የገኘው አለቃ መንፈስ (ብዔል ዜቡል) አነሥተኛውን የዲዳው መንፈስ አስወጥቶ ከዚያ የነፍስ ገዳይ መንፈስ እንደ ማስገባት ያለው ነገር

ነው፡፡ ከዲዳ መንፈስ የተላቀቀው ሰው ቆይቶ ነፍስ ባይገድልም፣ ወንድሙን የማይወድ የእግዚአብሔር ፍቅር የሌለው ይሆናል (1ኛ ዮሐ. 3÷15)፡፡ አጋንንት እርስ በራሳቸው ተቀዋወሙ ወይም ተጣሉ ማለት ሳይሆን፣ የሥራ ሽግሽግ አደረጉ እንደ ማለት ነው (ማቴ. 12÷25)፡፡

ይህም ገዥው መንፈስ አሠራሩን ቀይሮ አጋንንት በወጣለት ሰው እጥፍ ድርብ ገባበት እንጂ፣ ከጨለማው ግዛት ነፃ ወጣ ማለት አይደለም፡፡ ለዚህም ነው ጌታችን ኢየሱስ ለአይሁድ **ዕውነተኛ ይቅርታ** በደሙ ከኃጢአት መንጻት፣ እንዲሁም **ዕውነተኛ ነፃ መውጣት** በልጁ ብቻ የሚደረግ እንደ ሆነ ተናገራቸው፡፡

«እንግዲህ **ልጁ** አርነት ቢያወጣችሁ **በዕውነት** አርነት ትወጣላችሁ» (ዮሐ. 8÷36)፡፡ በዕውነተኛ አማኞች እጅ የተሰጠ ቍልፍ ነው፡፡ በመንፈሳዊ ዓለም በክርስቶስ ዕውቅና ያላቸው (የልጅነት ሥልጣንን) ያገኙ በዕውነት የጌታን ስም ጠርተው አጋንንትን ያስውጣሉ፡፡ ይህ ብቻ አይደለም፤ ከጨለማው ዓለም ወደ ሚደነቀው ወደ ፍቅሩ ልጅ መንግሥት ለማፍለስ ሥልጣን መልእክተኞች (ልዑካን / ተጠሪ / አንምባሳደር) ናቸው፡፡

በእነርሱ የእምነት መታዘዝ ምክንያት እግዚአብሔር ይከብራል፡፡ እነዚህ ሰዎች የእረኛቸውን ድምፅ የሚሰሙ እና ጤናማ ትምህርት የሚከተሉ የሚያስተምሩ ናቸው፡፡ በይበልጥ ጸጋ ስጦታ ያላቸው ለቆሮንቶስ ከጻፈላቸው መረዳት እንችላለን፡፡

በቅድሚ የዳነ ሰው (ወስጣዊ ሰው) በውስጣዊ ሰውነቱ ከክርስቶስ ጋር ህብረት ያለው አዲስ ፍጥረት መሆን አለበት ከዚያም ሲቀጥል በወንጌል የተመሠረተ መሆኑ ሲሆን፣ በመጨረሻ የወንጌል መልእክተኛ ሊሆን ይገባዋል፣ ማለትም ፍቅር (የማስታረቅ) አገልግሎት የሚሰጥ መሆን አለበት፡፡ ሥልጣኑን ሰዎች ከጌታ ጋር እንዲታረቁ የሚጥር ሊሆን ይገባል፡፡

ዘ ሜሴጅ የሚባለው መጽሐፍ ቅዱስ፡- "ከዚህ ውሳኔ የተነሣ ሰዎችን በቁመናቸው ወይም ባላቸው ነገር አንመዝንም። እንደምታውቁት አንድ ጊዜ መሢሑን ልክ እንደዚሁ ላይ ላዩን በማየት ተሳስተናል። ከእንግዲህ ግን እንደዚያ ዐናየውም። አሁን ወደ ውስጥ ነው የምንመለከተው፤ የምናየውም ከመሢሑ ጋር አንድ የሆነ ሁሉ አዲስ ጅማሬ እንደሚኖረውና አዲስ ሆኖ እንደሚፈጠር ነው። አሮጌው ሕይወት አልፏል፤ አሁን አዲስ ሕይወት እየፈካ ነው።

አያችሁ! ይህ ሁሉ የሆነው በእኛ እና በራሱ መካከል የነበረውን ግንኙነት በራሱ ባስተካከለውና እርስ በርሳችን ግንኙነታችንን እንድናስተካከል በጠራን በእግዚአብሔር ነው። እግዚአብሔር በመሢሑ በኩል ዓለምን ከራሱ ጋር አስታርቆ የዓለምን ኃጢአት ይቅር በማለት ለዓለም አዲስ የሕይወት ጅማሬ ከፈተላት።ለእኛም ደግሞ እግዚአብሔር እየሠራ ያለውን ሥራ ለሰዎች ሁሉ የመናገርን ኀላፊነት ሰጥቶናል። የክርስቶስ እንደ ራሴዎች ነን። ሰዎች በመካከላቸው ያለውን ልዩነት እርግፍ አድርገው ጥለው ወደ እግዚአብሔር የዕርቅ ሥራ ውስጥ እንዲገቡና እርስ በርሳቸው ሰላም እንዲሆኑ ያሳምናቸው ዘንድ እግዚአብሔር በእኛ ይጠቀማል።አሁን ክርስቶስን ወክለን ነው እንዲህ በማለት የምንናገረው:- ከእግዚአብሔር ጋር ወዳጆች ሁኑ፤ እርሱ አስቀድሞ ወዳጃችሁ ሆኗል"። (2ኛ ቆሮ. 5÷16-20፤ ማቴ 16÷19፤ የሐዋ. 26÷17-18፤ ዮሐ. 10÷14-15)፡፡

በዘመናችን ብዙ ክርስቲያን ነን ብለው የሚጠሩ ጽድቅ በእምነት መዳን የማይቀበሉ ማለት አዲስ ፍጥረት ያልሆኑ እንደ ሞርሞን የመሳሰሱ ቤተ እምነት አጋንት የማስወጣት ልምምድን በኢየሱስ ስም ያደርጋሉ፡፡

ይህም በኢየሱስ ክርስቶስ ዘመን ይኖሩ ነበር፡፡ እነዚህ የእግዚአብሔር ኃይል የሆነውን በክርስቶስ ትንሣኤ የማይታመኑ ክርስቶስን የማያውቁ (በሕይወታቸው ያላወቁት) ክርስቶስ ከልባቸው የማይገኝ (አዲስ ፍጥረት) ያልሆኑ ሰዎች ናቸው፡፡ ጌትነትን የመቀበሉ ነገር በአንደበታቸው ላይ እንጂ፣ በልባቸው ውስጥ አይገኝም (ሮሜ 10÷8-9፤ ዮሐ. 10÷14-15)፡፡

«ማወቅ» የሚለው ቃል ከትዳር ውስጥ ባል ሚስት ጋር በግብረ ሥጋ ግንኙነት እንደሚያውቃት እና ሁለቱ አንድ አካል እንደ መሆን (ዘፍ 4÷1) ወይም ከወይኑ ግንድ ጋር እንደ መጣበቅ (ዮሐ. 15÷5) መተባበር መካፈል (ሮሜ 6÷5) አንድ መሆን (ዮሐ. 17÷22) 1ኛ ቆሮ. 6÷17) ያለው ነገር ማለት ነው፡፡ ለምሳሌ ሮሜ 6÷5 ብልመለከት :- "ክርስቶስ ሞቷል፣ ደግሞም ከእርሱ ጋር እኛም እንዲሁ በሞቱ አንድ ብንሆን [አንድነት ብናደርግ / ወደዚህ ነገር ዘልቀን ብንገባ (ሌላ ተክልን ለማዳቀል በግርዘት ማጣበቅ)]፣ [ወይም በሞቱ ውስጥ ተሳታፊዎች ብንሆን፤ በሞቱ አምሳያነት ውስጥ ብናልፍ]፣ እንዲሁ ልክ እርሱ እንዳደረገው ከሙታን ከመነሣቱ ጋር አንድ እንሆናለን (አንድነት እናደርጋለን፤ ወደዚህ ነገር ዘልቀን እንገባለን)"፡፡ *(ሮሜ 6÷5ኤክስፓንድድ ባይብል. ኢ.ኤክስ.ቢ)*

ይህ ዐይነቱ ዕውቀት «መተዋወቅ» የሌላቸው ናቸው፡፡ ጌታችን እንደሚያስተምረን እርሱ አብን እንዳወቀው አዲስ ፍጥረት የሆኑት ይህ ዐይነቱ የልጁ ሕይወት በልባቸው የፈሰሰ ፍቅሩን የቀመሱ መሆናቸው ነው፡፡ መዳንን ሳያገኙ በምላስ አምልኮ የሚያደርጉ

ከልባቸው ጌትንቱን የማያውቁት ናቸው፡፡ የሚያውቁት ግን ክርስቶስ በውስጣቸው በእምነት ይኖራል፡፡ ድንጋዩ ልቡ ተለውጦ የእግዚአብሔርን ዕውነት መንፈስ በውስጣቸው ይኖራል ከዕውነት ቃል የተወለዱ ናቸው፡፡

በምላሳቸው ሳይሆን በመንፈስ ቅዱስ አማካይነት ክርስቶስ ኢየሱስ ጌታ እንደሆነ በልባቸው የሚያውቁ፣ የሚመሰክሩና የክርስቶስ ሕይወትና ፍሬ ያላቸው በፍቅር የሚመላለሱ ናቸው፡፡ ከትናንት ዛሬ በበጉ ደም እየነጹ ወደ ቅድስናው ክብር የሚሸጋገሩ ናቸው (ኤር. 24÷7፤ ዕብ. 8÷11፤ 1ኛ ቆሮ. 12÷3፤ ሮሜ 8÷9)፡፡

በዚሁ ምሳሌው ጌታችን ኢየሱስ «የእግዚአብሔር ፈቃድ እንጂ፣ ጌታ ሆይ ጌታ ሆይ የሚሉኝ መንግሥተ ሰማይ አይገቡም» ሲል ምን ማለቱ ይሆን? በመጀመሪያ በልጁ በኢየሱስ ማመን ሲሆን፣ ሁለተኛው በውስጡ በፈሰሰው በእግዚአብሔር ልጅ ፍቅር መኖርን የሚያመለክት ነው (ዮሐ. 6÷4፤ 1ኛ ዮሐ. 6÷40)፡፡

መዳናቸውን የምናውቀው የክርስቶስ ፍቅር በውስጣችን ፈስሶ በፍቅር (በመንፈስ መመላለሳችን) የፍቅር ሥራ ፍሬ ሲታይ ብቻ ነው (ዮሐ. 13÷35)፡፡ በበጐቹ እና በፍየሎች ምሳሌ ያቀረበውን ዋና ቁም-ነገሩን ስናጠና የክርስቶስ የሆኑ የፍቅር ባሕርያት በእነርሱም ላይ ይታዩባቸዋል፡፡

በጐቹ በፍቅሩ ያውቁታል፡፡ በመንፈስ ቅዱስ የፈሰሰውን የእግዚአብሔርን ፍቅርን ማንጸባረቅ (ክርስቶስ ሕይወታቸው ሆኖ በእምነት በኩል ሲገለጥ/ የቅድስናው ክብር ሲገለጥ / ክርስቶስ ቅድስናቸው ሆኖ ሲታይ) በአመነው ልብ ውስጥ ክርስቶስ በእምነት ሲኖር በሌላ አነጋገር የዕለተ ተዕለት እንጀራቸው (ተግባራቸው) የጽድቅ ፍሬ ነው፡፡ከአባታቸው የወሰዱት ባሕርይ ስለሆነ፣ ፍቅር ከውስጣቸው ፈንቅሎ እየወጣ (የትንሣኤው ጕልበት) ለጨለማው ዓለም ብርሃን ያበራሉ፡፡ እናድርግ አናድርግ ከሚለው ሕግ ወጥተው በክርስቶስ አእምሮ (በመንፈስ ቅዱስ፣ ከውስጣዊ ሰው) ከሆዳቸው እንደ ወንዝ እየፈሰሰ ለብዙዎች የበረከት ፍሬ ይሆናል (ማቴ. 25÷34-40፤ ማቴ. 7÷17)፡፡

በግራው ያሉት ፍየሎች ግን ከልባቸው የጌትነቱን ፍቅር ያልቀመሱ ናቸው የፍቅር ሕይወት የላቸውም፡፡ በጐቹ በፍቅር መመላለሳቸው የክርስቶስ መሆናቸው መለኪያቸው ነው፡፡ በእርግጥም ክርስቶስ ቅድስናቸው ሆኖ ዳግም ስለተወለዱ የፍቅር ሕይወት ፍሬ (የዘላለም ሕይወት) አላቸው በሌላ አነጋገር ህያዋን ናቸው ወይንም ቅርንጫፍ ሆነው ፍሬ ይገኝባቸዋል፡፡ "አሁን ግን እግዚአብሔርን እንደሚወዱ አገልጋዮች ከኃጥያት ሥልጣን ነጻ ሆናችሁ ሐሴትን በማድረግ ትኖራላችሁ። ስለዚህ አሁን የምትኖሩበትን ትሩፋት

አስቡ፡- ወደ እውነተኛ ቅድስና ጠለቅ (በጥልቀት በመገኘት) ብላችሁ በመግባት እንድትኖሩ ተሰጥቷችኋል፤ መጨረሻውም የዘላለም ሕይወት ነው!" ሮሜ 6፡22 (ዘፓሽን ትራንስሌይሽን)።

በተመሳሰዩም ኤክስፓንድድ ባይብል የሚባለው መጽሐፍ ቅዱስ ፡- "ነገር ግን አሁን እናንተ ከኃጢአት ነፃ ናችሁ፤ ደግሞም የእግዚአብሔር ባሪያዎች ሆናችኋል። ይህም የእግዚአብሔር ብቻ የሆነ ሕይወትን [መቀደስ / ቅድስና] ያመጣላችኋል [ጥቅሞቹን / ፍሬዎቹን] ታጭዳላችሁ። ይህ ደግሞ የዘላለም ሕይወት ይሰጣችኋል። [የመጨረሻው / ውጤቱ ዘላለማዊ ሕይወት ነው]"። እነዚህ የአብን ፈቃድን የፈጸሙ (ክርስቶስን በልባቸው ያመኑ የካህንነቱን ሥራ የታመኑ) ክርስቶስ ሊቀድሳቸው፣ በመጨረሻም ለአብ ክብር ይውላል።

በበጎቹ እረኛው ያለፈት መጨማደድ ንጽሕት ድንግል አድርጎ ሊያቆማቸው በእነርሱ ውስጥ በመንፈስ ቅዱስ ሕይወቱን በእምነት በኩል በመግለጥ ሥራ ጀምሯል። ሊቀ ካህናቱ በአብ ቀኝ ይገኛል። በዘላለም ሕይወት በመዳን ሊጠብቃቸው ደሙን አፈሰሰ። እነዚህ ዕውነተኛ በጎች መልክተኞች እና ልጆቹ ሆነው አጋንንትን በስሙ ሊያወጡ ትእዛዝን ተቀብለው የአጋንንትን ኃይል የኃይለኛውን ቤት የሚበዘብዙ ናቸው።

ከክርስቶስ ጋር በጥምቀት ሞተው በእግዚአብሔር የትንሣኤ ኃይል ያመኑ በእምነት በኩል በሞቱ እና በትንሣኤው የተባበሩ የክርስቶስ መንፈስ የሆነው መንፈስ ቅዱስ በውስጣቸው ሆኖ ለጨለማው ዓለም ፍቅርን ፍሬ ብቻ ሳይሆን፣ የትንሣኤው ኃይል ይገለጣሉ።የትንሣኤው ኃይል መገለጥ ግን **ለአማኝ ምልክት** ሲሆን፣ ነገር ግን በፍቅር መመላለሳቸው ደግሞ መታወቂያቸው (ዓለም በፍቅር ተግባራቸው ልምምዳቸው የሚቀምሳቸው) **ለአማኝ መታወቂያው** ነው (ማር. 15÷15-17፤ የሐዋ. 4÷33-34)።

ክርስቶስን በልብህ ካለህ ክርስቶስን ለአልዳነው ስትመሰክር የትንሣኤው ኃይል መገለጡ አይቀሬ ነው (3÷6)። አማኝ ሆነ አገልጋይ ጌታን ዐወቀ (ጌታን ተቀብሎ አዲስ ፍጥረት) ሆኖ ካመነበት ጀምሮ በዕጁ ብዙ ምልክቶች ሊያደርግ ይችላል። ሆኖም ግን በክርስቶስ ፍቅር ማደግ ግን ብስለት ላይኖረው ይችላል።

ለዚህ ምሳሌ የሚሆኑን የቆሮንቶስ አማኞች ናቸው። ከአመኑ ጀምሮ የእግዚአብሔር ጸጋ (የመንፈስ ቅዱስ ስጦታ) ተገልጦባቸው ነበር (1ኛ ቆሮ. 1÷7)። ሆኖም በመካከላቸው ዓለማዊት ይታይባቸው ነበር። የአባቱን ሚስት ካገባው ጀምሮ ሴሰኞች አመንዝሮች ከወንዶች ጋር የሚተኙ ነበሩባት።ስለሆነም አትሳቱ እያለ ያስጠነቅቃቸው ነበር (1ኛ ቆሮ

5፥1፤ 6፥9)። ይህ ብቻ አይደለም፤ የጌታ እንጀራና ደሙን ለፍስሐ (ለግብዣ) ይጠቀሙበት ነበር (1ኛ ቆሮ. 11፥20-22)። ይህም ሆኖ የመንፈስ ቅዱስ ስጦታ ተገልጦም የክርስቶስን ጌትነት ሳያስተውሉ፣ ነገር ግን ታላቅ የመንፈስ ኃይል ይገለጥባቸው ነበር (1ኛ ቆሮ. 12፥1)።

ይህ ሥጋዊነት ታይቶባቸዋል ሆኖም ይህ ቅጣት እንደሚያመጣ እና የቅድስናው ባሕርይ ጋር የማይስማማ መሆኑን አጥብቆ ከነገራቸው በኋላ ግን በእነርሱ የጀመረው የቅድስና ፍሬ እየጨመረ እንደሚመጣ አስረግጦ ይነግራቸው ነበር (1ኛ ቆሮ. 1፥8-9)።በእርግጥም ጉዳዩን እንደ ዐውዱ መረዳት አስፈላጊ ይሆናል። ጌታ ኢየሱስ የሚናገረው ያልዳኑትን፣ አይሁድ ነገር ግን የአብርሃም ልጅ ነን የሚሉትን እና አሁንም አዲስ ፍጥረት ሳይሆኑ፣ አጋንንት ለማውጣት ብለው፣ ነገር ግን ዕውነተኛ በሆነ መልኩ አጋንንትን ማውጣት ያልሆነውን ልምምዳቸውን ያመለክታል።

ይህ የዕብራውያን መጽሐፍ ትምህርት በክርስቶስ መሥዋዕትነት የተመሠረተ የዘላለም ክህነትን ይዞ አማኝ የዘላለም ሕይወትን በማግኘት ተቀድሶ በአብ ፊት መቅረቡን፣ ይህም ደግሞ ጌታችን ኢየሱስ ክርስቶስ ወደ ቅድስተ ቅዱሳን የገዛ ደሙን ይዞ ስለ እኛ ይታይ ዘንድ በሰማይ ወዳለችው መቅደስ እንደ ገባ የሚያስረግጥ ይሆናል።ስለሆነም እኛ ልባችን ተረጭቶ (አዲስ ፍጥረት ሆነን) በአዲስ እና በሕያው መንገድ ወደ አብ መግባትን ማግኘታችን፣ ይህ የአብርሃም በረከትን በክርስቶስ ኢየሱስ እንድናገኝ፣ እግዚአብሔር በራሱ እንደ ማለ፣ እንዲሁም የመዳናችን ተስፋ የማይነቃነቅ እንደ ሆነም ያስተምራል።

በእርግጥ ከዚህ ባሻገር ስለ እምነት ወደ ቅድስናው ለመግባት አባት ልጁን እንደሚቀጣ እያስተማረና እየገሠጸ ቢያስፈልግ በከባድ ቅጣት (በመከራ) እያሳለፈ መጨረሻ ወደ ክብሩ እንደሚያወጣቸው ያስረዳናል። ይህን አያይዞ የዳነው ሰው የዘላለም መዳን አግኝቶአል፤ ሆኖም ግን ከሰው ፈቃድ ጋር አይጣረስም (አርሚኒያን) እንደ ማለት እና ሌላው ወገን ደግሞ አንድ የዳነ ሰው ኃጢአት ሊሠራ ይችላል፤ ነገር ግን ፈቃዱን በክርስቶስ ፈቃድ የተዋጠ ስለሆነ፣ ደኅንነቱን አያጣም (ካልቪን) የማለት የሁለቱ ጐራ የሚለያዩበትን አከራካሪ ትምህርት ያዘለ እንደ ሆነ እናስተውላለን። ስለሆነም ያ ትምህርት ትንታኔ በሚያስፈልግበት ቦታ ላይ የሁለቱንም ትምህርቶች አስቀምጠናል (ዕብ. 6 እና 10፥26-31) ይመልከቱ።

ይህ መጽሐፍ የየትኛውን ትምህርት ጐራ ላይ ሳያተኩር ነገር ግን አማኝ በክርስቶስ ያገኘውን በደሙ የተፈጸመውን መዳን፣ ተስፋው የታመነ እንደሆነ፣ የጌታችን የእየሱስ ክርስቶስ የጌታ ኢየሱስ ሊቀ ካህናትነትን ማዕከላዊ ያደረገ በመሞቱ እና በመነሣቱ

የማያወላውል የማያዳግም ሥራ በአማኙ ሕይወት ፈጽሞ እና አሁንም በቃል ኪዳኑ መሐላ መካከል የታመነ የአዲስ ኪዳን የዕውነተኛይቱ ድንኳን አገልጋይ እንደ ሆነ በመግለጽ በዚያ ላይ ትኩረት ሰጥቶ የተዘጋጀ መጽሐፍ ነው።

በእርግጥም መጽሐፉ አስቀድሞ እንደተረከው ጌታችን እየሱስ የባሕርይው ምሳሌ እና የክብሩ መንጸባረቅ ሆኖ ኃጢአታችንን በደሙ ካጠበ በኋላ በአብ ቀኝ ይታያል። ሲቀጥልም የአዲስ ኪዳን ዋስ፣ የመዳናቸው ምክንያት፣ ወደ እርሱም የሚመጡትን ፈጽሞ በማዳን ሊጠብቃቸው ዘወትር በአብ ፊት ይታያል (ይማልዳል) የሚለው ቃል የታመነ ነው። ስለዚህ በዚህ መነጽር ተመልከተን ይህ የተዘጋጀው «መግቢያ» የኢየሱስ ክርስቶስን ምሳሌዎችን በጥቂቱ እያመሳከረ ለማሳየት ጥረትን ያደርጋል።

ለምሳሌ ጌታችን ኢየሱስ በዮሐ. 15፥1-2፣ 6 ላይ ስናጠና የክርስቶስ ፍቅር በውስጣቸው ሳይኖር (አዲስ ፍጥረት) ሳይሆን፣ ፍሬ ማፍራት እንደማይቻል ነው። አይሁድ በክርስቶስ ፍቅር አዲስ ፍጥረት ሳይሆኑ፣ ሳይወለዱ ከወይኑ ግንድ ጋር የመቆየት ዕድል እንደ ሌላቸው ይነገራል።እስከ ዛሬ ድረስ በሙሴ ሕግ ወደ እምነት ሳይመጡ በሥጋ በአብርሃም ኪዳን ሆነው ቆይተዋል። አሁን ግን እምነት (ክርስቶስ) መጥቶአል። የወይን ተክሉን ተክሎ ግንዱ ኢየሱስ እስከሚመጣ ድረስ አይሁድ በሙሴ ሕግ ሞግዚትነት ይኖሩ ነበርና (ኢሳ. 27፥2-3፤ ገላ. 3፥23-25)። አይሁድ በክርስቶስ በአዲሱ ኪዳን አምነው የዘላለም ሕይወት ፍሬ ማፍራት ይችሉ ዘንድ ዕድሉ በቅድሚያ ተሰጥቶአቸው ነበር። ሆኖም አይሁድ በአለማመናቸው ምክንያት (እንደ ሕዝበ-እግዚአብሔር) ከወይኑ ግንድ ተቈርጠዋል።

አሕዛቦች ደግሞ ከእምነት የተነሣ ከወይኑ ግንድ ተጣብቀው የዘላለም ሕይወት ፍሬ አፍርተዋል (ሮሜ 11፥20)። እንደ ግለሰብ ደግሞ ከወይኑ ግንድ ጋር በእምነት የተጣበቁ ጥቂቶች (ቅሬታዎች) በጸጋው የዳኑ ይገኛሉ።ከእነርሱ ውስጥ እየሩሳሌም የሚገኙት የዕብራውያን አማኞች ናቸው (ሮሜ 11፥5)። ስለሆነም ዮሐ. 15 አሁንም ከእምነት የክርስቶስን አዳኝነት ያላገኘ አሕዛብን የሚያመለክት አውድ የለውም ሆኖም ግን በእምነት በክርስቶስ ያልተደገፈ ሰው ከወይኑ ግንድ ጋር ተጣብቆ ፍሬ የማፍራት ዕድል እንደ ሌለው ነው።

ደግሞ በክርስቶስ መሥዋዕትነት እና ክህነት ያልተደገፈ እና ቸርነቱን ምሕረቱን የሚንቅ አይሁዳዊ (ሮሜ 2፥4) የክርስቶስን ጽድቅ በእምነት ከመቀበል ይልቅ የራሱን ጽድቅ የሚያቆሙ ምንም እንኳን የአብርሃም ልጅ ሆነው ከወይን ግንድ ጋር የመጣበቅ ቅድሚያ እድሉ ቢያገኙም፣ ካለማመን የተነሣ ተቈርጠው ለእሳት እንደሚጣሉ ያስረዳቸዋል (ሮሜ

11÷20)፡፡ የዐለቱን ድንጋይ መቃወም ሆነ የወይኑን ግንድ ጋር ያለጣበቅ ለአይሁድ የዘላለም ሞት እንደሚያመጣ ይነግራቸዋል፡፡

ጌታ ኢየሱስም እንደ የመቈረጥ ያህል መጨረሻቸው መቃጠል እንደ ሆነ ለአይሁድ ሆነ ለፈሪሳውያኑ ይነግራቸዋል፡፡ ሌላው ክፍል የሚናገረው የተዋጀበትን ደሙን እና መንፈስ ቅዱስን ከማስመረር አልፎ እንዲቈጣ የሚያደርግ ክርስቲያን የዘላለም ሕይወት ያስገኘውን የክርስቶስን የአዲስ ኪዳን ዋስነትን ከሻረ፣ መዳኑና ፍሬ ማፍራቱ አጠራጣሪ ከመሆኑም ባሻገር በእሳት እንደ መጫወት ያለው ነገር ይሆናል፡፡

እግዚአብሔርን በፈቃዱ በእምነት በኩል የልጁን ከህንነት ለተቀበለ የኃጢአት ይቅርታ ዘወትር አለው፡፡ ይሁን እንጂ፣ ደሙን እና ከህንነቱን የረገጠ፣ መዳንን ከየት ያገኛል? ይ ክርስቶስ ደግመኛ ሊሰቀል ያስፈልገዋል እንደ ማለት ነው፡፡ይህ የሚያሳየን በክርስቶስ ማመን በደሙ ዘወትር የኃጢአትን መንጻት ማገኘት በመዳን ሕይወት ለክብር ማዘገጀት ለሰው ልጆች የከበደውን ሥራ በእኛ ውስጥ ሆኖ ሊሠራ ይችላል፡፡ ይህ የቀረበለት ግብዣ ያልጣፈጠው ሰው ሌላ ግብዣ የለውም፡፡ ንጉሥ ካዘጋጀው ግብዣ ከገበታው ረግጦ የወጣ ከግዛቱ መፍለስ ብቻ መፍትሔው ይሆናል አይደል? ንጉሡ ከልጁ ጋር ኅብረት በማድረግ (በሞቱ እና በትንሣኤው በመተባበር) ወደ ክብር ሕይወት ዕርከን ጠራቸው፡፡

እግዚአብሔር ለአይሁድ ካልራራ ለእኛም ሊራራ የማይችለው አማኝ የክርስቶስን ደም በመርገጡ ነው ሲል የዕብራውያን ጸሐፊ ያስተምራል (ዕብ. 9÷29፤ 12÷29፤ ሮሜ 11÷22-23)፡፡ አማኝ ኃጢአት ቢሠራ ግን በክርስቶስ ደም እስከ ተደገፈ ድረስ ታላቁ ሊቀ ካህን እየቀደሰው ደኅንነቱን ወደ ሙላት እና ፍጻሜ ድረስ ሊያመጣ ዋስና መካከለኛ እንደሆነው አስረግጦ ያስተምረናል (ዕብ. 7÷22፣ 25)፡፡

ጌታችን ኢየሱስ ክርስቶስ በመጀመሪያ ለአይሁድ እንደ መጣ መረዳት አስፈላጊ ነው፡፡ ይህ ማለት ግን አሕዛብ ዕድል የላቸውም ማለት ሳይሆን፣ በቅድሚያ የተስፋ ቃሉ ለአብርሃም ዘር ሲሆን፣ ከዚያ በእምነት የአብርሃም ልጆች ለሆንን ነው ማለት ነው፡፡ዕውነታው ይህ ቢሆንም እንኳ፣ አሕዛብም ሆነ አይሁድ ከሙተላለፍ ከበደል እና ከኃጢአት ስለ ተገኘብን ክርስቶስ ኢየሱስ ለአይሁድም ሆነ ለአሕዛብም የእግዚአብሔር በግ ሆነ (ዮሐ. 1÷11፤ የሐዋ. 2÷39)፡፡ ጌታችን ኢየሱስ ክርስቶስ አይሁድን በሚገባ ማስተማር ብቻ ሳይሆን፣ በሙሴ ሕግ ሥር ሆኖ በሕይወቱ ሕግጋቱን በመፈጸም በእግዚአብሔር ፍቅር አገልግሎአል (ማቴ. 15÷24፤ ሮሜ 9÷4-5፤ 15÷8፤ ገላ. 4÷4)፡፡

በሙሴ ወንበር ተቀምጠው የነበሩ ፈሪሳውያኑ ራሳቸውን እንጂ ሕዝቡን አላገለገሉም እናም ለበጎቹ ግድ ያለው እግዚአብሔር እንደ ልቡ የሆነ እረኛ ላከላቸው (ኤር. 50÷6-7፤ ሕዝ. 34÷5-6፣ 16፣ 23፤ ማር. 9÷36)፡፡ ይህም ሆኖ የገዛ ወገኖቹ አልተቀበሉትም እንዲያውም የመስቀል ሞት እንዲሞት ፈረዱበት፡፡ የገዛ ወገኖቹ ከመንገድ አውጥተው (ከመቅደስ አውጥተው) የተረገሙ እና በእግዚአብሔር ለዘላለም የሚቀጡ ሰዎች የሚገኙበት ሥፍራ ወስደው ሰቀሉት (ዕብ. 13÷11-12)፡፡

በዚህም ምክንያት ዕድሉን ሳይጠቀሙበት ቀረ እግዚአብሔር የድንዛዜ ዘመን ሰጣቸው፡፡ ልጁንም ስለተቃወሙት እና በዐደባባይ «ደሙ በእኛ እና በልጆቻችን ይሁን እንዳሉት» ይህኛው ለ2 ሺህ ዓመት እስራኤል በውጭም በውስጥም በምጥ ትገኛለች፡፡ ምንም እንኳ በአዲስ ኪዳን ዘመን ብንገኝም፣ እግዚአብሔር ጻድቅ ፈራጅ ነውና፣ እስራኤል የዘራችውን እያጨደች ትገኛለች (ሮሜ 11÷8-10፤ ሉቃስ 23÷28)፡፡

ዶሮ ጫጩትዋን እንደምትሰበስብ ሊሰበስባት እና ሕዝቡ ከታላቁ ቍጣ ወደ በረቱ እንዲገቡ ቢፈልግም፣ እነርሱ ግን ክርስቶስን ከማወቅ፣ ድምፁን ከመስማት ዕንቢ አሉ፡፡ ሙሴንም ኪዳኑንም ሆነ የአዲስ ኪዳን ሕግ የሆነውን ክርስቶስን ሊያውቁት አልፈለጉም (ኤር. 8÷7 ኢሳ. 1÷3)፡፡ ለዚህ ትልቁ እና ዋነኛ ምክንያት የሆኑት የሙሴ ሕግ መምህራን ነበሩ፡፡

የተሰጣቸውን ኀላፊነት «የእግዚአብሔር መንግሥት» ከሚለው አጀንዳ ወጥተው «የእስራኤል መንግሥት በሚል ወገናዊነት ውስጥ ገብተው ስለ ነበረ ነው፡፡ ይህም ወገናዊነት (Nationalism) የተጠቀሙበት ለራሳቸው ሥልጣን ወንበር እና ድሎት ነበር፡፡ ሕዝቡን እንደ እረኛ ሊመሩት ሊያገለግሉት ሲገባ, እነርሱ ግን ወንበሩን እንደ አሕዛብ የሥልጣን ወንበር አደረጉት፡፡ኢየሱስ ስለ እነዚህ መሪዎች በምሳሌው የተናገረው እስቲ እንመልከት (በማቴ. 24፡48-51)፡፡ የአይሁድ አለቆችም ያደረጉት ይህ ነበር፡፡ አንዳንድ ደጋግ መሪዎች ቢኖሩም፣ እነርሱ ስለ እግዚአብሔር መንግሥት ያላቸው መረዳት አናሳ ነበር፡፡ ይህም የሆነው በፈሪሳውያን ወግ እና ሥርዓት ተጽዕኖ ሥር ስለ ነበሩ ነበር (ዮሐ. 3÷9)፡፡

ጌታችን መድኃኒታችን ኢየሱስ ክርስቶስም ይህን የብሔራዊ ወገንታዊነት ድባብ የያዘው በሕዝብ መካከል ለነበሩ ደቀ መዛምርቱ «የእግዚአብሔር መንግሥት» አጀንዳ ይዘው እንዲወጡ የእስራኤል ተወላጅ የአብርሃም ዘር ለነበሩት ሐዋርያት ያስጠነቅቃቸዋል (የሐዋ. 1÷6-7)፡፡በእርግጥም የእግዚአብሔርን መንግሥት ለአብርሃም አስቀድሞ የተሰበከለት ነበር፡፡ ይህም በአብርሃም በኩል «የብዙ አሕዛብ አባት አድርጌሃለሁ»

ያለውን ኪዳን ተቀብለው መሄድ ይገባቸው ነበር (ዘፍ. 17÷5-6፤ ገላ. 3÷8)፡፡ አይሁድ ይህን ባለማድረጋቸው የመንግሥቱ ወንጌል ከእነርሱ ተወስዶ ለሌሎች (አሕዛብ) ተሰጠ፡፡

እግዚአብሔር ከአብርሃም ዘር ጋር ቃል ኪዳን እንደሚገባ ነግሮአቸው መሢሑን ተግተው ሊጠባበቁ ይገባቸው ነበር፤ ነገር ግን የአይሁድ አስተማሪዎች ዘይታቸውን አብርተው (ከመንፈስ ቅዱስ ጋር) ድምፁን በመስማት፣ ቃሉ በእምነት በልባቸው ሊዋሐድ ይገባ ነበር (ዕብ. 2÷16-17)፡፡እስራኤል ለእግዚአብሔር የታጨች ድንግል ሙሽራ ነበረች፡፡ መሢሑን ለማብራት የተጠራች ነበረች፡፡ ያለ መንፈስ ቅዱስ ድምፅ ልባቸውን ዕልከኛ አድርገው እየተቃወሙት የአብርሃም ልጆች ነን በሚል ብሔራዊ ኩራት እንጂ፣ በእግዚአብሔር አልተመኩም (ኤር. 9÷23-24)፡፡ የአይሁድ ኩራት እግዚአብሔር የሚቀበለው አልነበረም፡፡ ሐዋርያውም ይህን «ዓለማዊ መመካት» ብሎ ጠራው (2ኛ ቆሮ. 11÷18)፡፡

አይሁድ አብርሃምን ሙሴን ሆነ ኢየሱስን ሊያውቁት ያልቻሉት ምክንያት ዕውነት ስርገ እንዳይገባ አእምሮአቸውን ጨፍግገ የያዛቸው በባህል፣ በወግና በሥርዓት የተሸፈነ ውስጡ ኃጢአት የሞላበት ግብዝነት ስለነበረ ነው፡፡ ለዚህም ነው ጌታችን ኢየሱስ ‹ዕውነትን አታውቁም፣ አብርሃምንም አታውቁትም፣ አባቴንም ሆነ እኔንም አታውቁም የሚላቸው፡፡ ዓለማዊ ኩራት እና መመካት በእነርሱ እና በሕዝቡ መካከል ነግሦ ነበር፡፡ ጌታችን ኢየሱስ ሲወለድ እንኳ ይህን «የሚያውቅ» የእስራኤል መምህር ወይም «ዐይኑ የበራለት» አንድ የሕግ አስተማሪ በመካከላቸው ከመገኘት ጠፋ፡፡ በዚህ ወቅት እስራኤል ሰብዓ-ሰገል በኮከብ ተመርተውና ወሬው ለሄሮድስ እስኪደርስለት ድረስ ሕዝቦችዋ በጨለማ የሚኖሩ መሪዎችዋም ልቦናቸው በዕልከኝነት፣ በዓለማዊ ወኔና በድንዳኔ ጨልሞ የሚገኝባት ነበረች (ኢሳ. 9፡2)፡፡

ለእመቤታችን ቅድስት ማርያም መልአክ ሊገልጥላት «ደስ ይበልሽ ጸጋ የሞላብሽ...» ብሎ የምሥራችን (ወንጌልን) ሲያበስራት ከንግግሩ የተነሣ ተገረመች፤ እንዲህም አለች «ይህ እንዴት ያለ ሰላምታ ነው!» አለች፡፡ በእርግጥም የአብርሃም በረከት በእግዚአብሔር የተሰጠ ጸጋ፣ ይህም «ሰላም» የሆነው ክርስቶስ እንደ ሆነ ዐውቃው (በልምምድ ተረድታው) ነበር (ሉቃስ 1÷28፣ 29)፡፡

ሐኪሙ ሉቃስ በዚያው ሲጽፍ ማርያምን በመንፈስ ቅዱስ ተነድታ የተናገረችውን በመጽሐፉ ላይ አስፍሮታል፡፡ የአይሁድ «ዓለማዊ ትምክህትን ወይም ኩራት» አዋርዶ

እግዚአብሔር የትዕቢተኞችን ቀንድ ሰብሮ፣ ለትሑታን ጸጋና ሞገስ፣ እንዲሁም ክብር እንደ ሰጠ በመንፈስ ተነድታ ዐወጀች (ሉቃስ 1÷51-55)፡፡

ነጭ ልብስ ሳይለብሱ ወደ ልጁ ሰርግ መግባት እንደማይቻል መንፈስ ቅዱስን ተቃውሞ (መሢሑን ተቃውሞ) ወደ እግዚአብሔር መንግሥት መግባት እንደማይኖርም ጌታችንም በምሳሌ አስተምሮአቸዋል፡፡ የአይሁድ ሕዝብ መሪዎችም መንፈሳዊ ዕንቅልፍ ድንዛዜ አሸልበአቸው ነበር፡፡ ተቃውሞን ቀጠሉ፤ ጌታቸው ሲመጣ ሊሰቅሉት ዝግጁዎች ነበሩ፤ ዕኩይ ተግባርን ለመፈጸም አላንገራገሩም፡፡

በዓሣ አጥማጆች እና በቀረጥ ሰብሳቢዎች የተሰበከው የእግዚአብሔር መንግሥት ወንጌል፣ እንዲሁም የአብርሃም ዘር የሆነው ኢየሱስ ሲሰበክ በከተማቸው ሁካታ ሆነ፡፡ ጌታችን ኢየሱስ ክርስቶስ ለአይሁድ የሰጠው ሌላው ምሳሌ «በአይሁድ እና በመንግሥት ልጆች» መካከል ወንጌል ከመቀበል የተነሣ በአሕዛብ እና የሙሴን ሕግ ይዘው ወንጌልን በማያምኑ የአብርሃም የተሰፋው ዘሮች መካከል ያስተማረው ነው፡፡"በዚያን ጊዜ መንግሥተ ሰማያት መብራታቸውን ይዘው ሙሽራውን ሊቀበሉ የወጡ አሥር ቆነጃጅትን ትመስላለች። ከእነርሱም አምስቱ ሰነፎች አምስቱም ልባሞች ነበሩ። ሰነፎቹ መብራታቸውን ይዘው ከእነርሱ ጋር ዘይት አልያዙምና፤ ልባሞቹ ግን ከመብራታቸው ጋር በማሰሮአቸው ዘይት ያዙ" (ማቴ. 25÷5)፡፡

በጸጋ የተሰጠውን ያለዋጋ የሆነውን (ሥራ ሳይሆን የክርስቶስን ሕይወት በመካፈል) መዳን በእምነት የመንፈስ ቅዱስ በኩል የሚሆነውን መዳን የያዙ የእስራኤል ደናግልት ነበሩ፡፡ በሌላው ወገን ደግሞ የወንጌልን የምሥራች የተቃውሙ ነበሩ፡፡ደኅንነትን በእምነት በመቅረዛቸው ዘይትን የያዙትን ሌሎቹ ደግሞ መዳን ሳይቀበሉ የአብርሃም ልጅ ነን ብለው መዳንን እንዲሰጡአቸው እንዲካፍሉአቸው ጠየቁ፡፡ መዳን ግን በሌላ በማንም የለም፡፡ እነርሱም ድነት ወደ ጌታ ዘወር በማለት እንጂ፣ ከአብርሃም በሥጋ በመወለድ የሚገኝ እንዳልሆነ ነገሩአቸው፡፡ ያለ ዋጋ መግዛት ይቻላል አሉአቸው (ማቴ. 25÷9፤ ኢሳ. 55÷1-3)፡፡

የመጀመሪያው ዕድል ለአይሁድ እንዳያልፉቸው በመስቀሉ እንዲታመኑ ነቢያቱን ሐዋርያቱን አስቀድሞ ልኮ አስጠነቀቃቸው፡፡ አይሁድ ያመኑት ክርስቶስ ብርሃን ሲያበራላቸው አይሁድ ሆነው መዳን የሌላቸው በጨለማ እንዳሉ ጌታም ኢየሱስ ክርስቶስ በምሳሌው ብዙ አስተማራቸው፡፡ የዕብራዊ ጸሐፊም አሁንም ለአይሁድ ክርቲያኖች በተመሳሳይ ይነግራቸዋል (ዕብ. 2÷17-19፤ 3÷1-2)፡፡

ጌታችን ኢየሱስ ለማያምኑት ግን (መቅረዛቸው- በዘይት በመቅረዛቸው መሞላቱ - መንፈስ ቅዱስ የርስታቸው መያዣ ለሆኑት) እንደ ሆነ በምሳሌ እንዳስረዳቸው የዕብራውያን ጸሐፊ ደግሞ ክርስቶስ ሊያድናቸውና ወደ ክብር ሊያስገባቸው ተመልሶ ይገለጣል እያለ ሊያሳያቸው ይፈልጋል (ዕብ. 9÷28)፡፡ መንፈስ ቅዱስን እስከመጨረሻ በመቃወም ከዕልከኝነት ወደ ድንዳኔ ልብ የተሸጋገሩትን ዳግም የጌታችን እና የመድኃኒታችን የኢየሱስን የኪዳኑን ደም መርገጥ ያህል ነው፡፡

ክርስቶስ ኢየሱስ የመዳናቸው ምክንያት፣ እንዲሁም ሕይወታቸው ቅድስናቸው አድርገው በክህንነቱ የታመኑ እርሱ ዳግመኛ ያለ ኃጢአት (ወደ ክብሩ ሊያስገባቸው) ይገለጥላቸዋል (ዕብ. 9÷28)፡፡ ጌታም እንዳለው በምሳሌው አምስቱ ደናግለት ክርስቶስ ሕይወት ያለበት መቅረዛቸው የሚያበራ ሲሆኑ በክብሩ ሲገለጥ ተግተው በእምነት የፈለጉት ያገኙታል፡፡

የእግዚአብሔር የበኲር ልጅ እና ድናግል ናችሁ፤ ደግሞም በረከቱን (መንፈስ ቅዱስን / የመሢሑ ደም) አለ፡፡ ይህን የክህንነት አገልግሎቱን እንቢ ካሉ የአብርሃም ልጅ ነን በማለት ባለማመን መዳንን ሳያገኙ ቆይተው ጌታ ሲመጣ ግን አካኪ ዘራፍ ለማትን እና ሰርገኛ መጣ በርበሬ ቀንጥሱ ዐይነቱን የግርግርና የጥድፊያ ተግባር ለመፈጸም እንደ መሞከር ማለት ነው ይላቸዋል (ዕብ. 12÷16-17)፡፡

ዕድሉ ስለላችሁ አሁን የመዳን ቀን ነውና ሕያው እና ቅዱስ ደሙ ከኃጢአት እንደሚያነጻና በሊቀ ካህናትነቱ ሥራም እመኑ ይላቸዋል፡፡ አለዚያ ግን ከአብርሃም በረከት ዕድል የላችሁም ሲል አይሁድን ከወዲሁ አስጠንቅቆአቸዋል (ሉቃስ 13÷25)፡፡ አይሁድ የአብርሃምን በሥጋ መባረክ መከራከሪያ አድርገው ለኢየሱስ ክርስቶስ እንዳቀረቡለት ወደ ፊትም ይህን እንደሚያቀርቡ ያሳየናል፡፡ ይህንንም የሀብታሙ ሰው እና አልዓዛር ታሪክ ያስታውሰናል (ሉቃስ 13÷26፣ 28)፡፡

ኢየሱስ ግን «እኔ ዐላወቃችሁም» ይላቸዋል፡፡ ምክንያቱም አብርሃምን ዐላወቁትም፡፡ አብርሃም በእግዚአብሔር ፊት የሚመካበት ነገር አልነበረውም፤ ከእግዚአብሔር በስተቀር፡፡ መጽሐፍ "አብርሃም በእግዚአብሔር አመነ÷ ጽድቅ ሆኖ ተቈጠረለት" ይላል እንጂ፣ የሚመካበት ነገር እንዳለው ከቶም አይናገርም (ሮሜ 4÷2፣ 5)፡፡

አብርሃም በመሢሑ ሥራ የሚመካ፣ (ክርስቶስን ዐይቶ ተረድቶ) ይስሐቅን በእምነት ያቀረበ፣ በተሰበከለት ወንጌል የታመነ ሰው ነበር፡፡ አብርሃም እነርሱ እንደሚያደርጉት በሥጋ የሚመካ ወይም የሚመላለስ አልነበረም፡፡ እርሱ ትሑት አገልጋይ ነበር (ዮሐ.

8÷40፤ ሮሜ 4÷12)፡፡ እንዲሁ ሙሴ በተመሳሳዩ በእግዚአብሔር ምሕረትና ሞገስ የታመነ ትሑት አገልጋይ ነበር፡፡

የቀደሙት ነቢያትንም ጨምሮ በእምነት እግዚአብሔር ተስፋ ቃል የሚጠባበቁ በመሢሑ ደም እና በካህናቱ የሚደገፉ እንደ ሆኑ የዕብራውያን ጸሐፊ ጽፎአል፡፡ ይህን ከተናገረ በኋላ በእምነት ከጸደቅን፣ አሁንም በክርስቶስ በአብ ቀኝ በሚሠራው የክህነት ሥራ በመታመን በተከፈተው ሕያው እና አዲስ መንገድ ልባችን በደሙ ስለ ተረጨ (አዲስ ፍጥረት ስለ ሆንን) ወደ ጸጋው ዙፋን በክርስቶስ ሆነን መቅረብ ተሰጥቶናል፡፡

ክርስቶስ ቅድስናችን በመሆን ባገኘነው ዕርከን፣ ማለትም ቅድስተ ቅዱሳን በእምነት በኲል በመግባት (በክርስቶስ በሕይወቱ / በጸጋው ክብር / ከሙታን ተነሥቶ ስለ እኛ በአብ ፊት በመገኘት ያካፈለን ሕይወት)፣ ሕይወታችን በክርስቶስ ተሰውሮ በአብ ዘንድ እንዳለ፣ በክርስቶስ አገልግሎት እንደ ውርስ ሆኖ ወደ ተሰጠን የቅዱሳን ርስት ክብር ባለጠግነት (መገኛ ሥፍራችን) ወደ ሆነው ወደ ጽዮን ተራራ የእናንተ በሆነው በክርስቶስ ሕይወት አብን እያመሰገናችሁ ኑሩ ይለናል (ዕብ. 12÷22፣ 24፤ ቈላስ. 3÷1፣ 2፣3)፡፡ አስቀድመው በሙሴ በሲና ተራራ ሕዝቡ ማደሪያውን አድርጎ ነበረ፡፡ በክርስቶስ የአብርሃም የእምነት ልጆቹ ማደሪያቸውን ደግሞ ለዘላለም በጽዮን ተራራ አደረጉ፡፡

እነ አብርሃም በራሳቸው ሳይመኩ በመሢሑ ታምነው እንደ ኖሩ፣ በመጨረሻም የእግዚአብሔርን መንግሥት እንዲወርሱ እና እንደ ደመና ምስክሮች ሆነው ወደ በኲራት ማኅበር እንደ ተቀላቀሉ፣ በእምነት በኲል በክርስቶስ ወደ ቅድስተ ቅዱሳን መግባት (የዕረፍት ቀን) አሁንም አለ ይላል (ዕብ. 11÷13፤ 39-40፤ 12÷1)፡፡

ዕውነተኛ ክርስቲያን ክርስቶስ በውስጡ የነገሠ ነው፡፡ የእግዚአብሔር ሕግ የመወደድ ባሕርይ ይታይበታል፡፡ የሙሴን ሕግ በመንፈስ ቅዱስ አማካይነት በውስጠኛው ሰውነቱ ለመፈጸም ደስተኛ የሆነ እና ዐቅም ያለው ነው (ሮሜ 8÷3-4)፡፡

የሮሜን መጽሐፍ ምዕራፍ ስናጠና ብዙ የምናስተውላቸው ዕውነቶች አሉ፡፡ በይበልጥም ምዕራፍ 8 ስንመጣ በክርስቶስ ድል-ነሺ በሆነው የትንሣኤ ኃይል ተውጦና ከኲነኔ ነፃ ወጥቶ የክብር ተስፋ የሆነውን ክርስቶስን በማሳየት ይመላለሳል (ሮሜ 8÷9)፡፡ይህ የዳነ ሰው ክርስቶስ በእርሱ የበለጠ እንዲገለጥ (በእምነት እንዲኖር) እንዲታይ፣ የሕይወት መንፈስ ሕግ የሆነው ክርስቶስ ኢየሱስ በካፈለው የክብር ሕይወት፣ ማለትም ጌታችን ከሙታን ተነሥቶ በእግዚአብሔር ኃይል በአብ ቀኝ የተቀመጠበት የክብር ሕይወት

ሲሆን፣ የቅዱሳን ርስት እንደ ተስፋ ቃል በእምነት ተቀብሎ ማደግና ይህን ሊፈጽም ሊቀ ካህናት የታመነ እንደ ሆነ መረዳት ማወቅ ይኖርበታል፡፡

በእምነት በኩል «ጽድቅ በእምነት» ምክንያት ወይም **ክርስቶስ ጽድቁ የሆነለት** ሰው በመንፈስ ቅዱስ አማካኝነት የክርስቶስ ፍቅር ፈሰሰበት ደንጋዩ ልብ ተወግዶ አዲስ ልብ (አዲስ ፍጥረት) የሆነው አማኝ እንዲሁ ደግሞ **ክርስቶስ ቅድስናው ስለሆነ** በውስጡ ሰውነቱ የፈሰሰው የክርስቶስ ሕይወት በእምነት በኩል ሕያው ሆኖ እያጸናውና እያጠነከረው ከውስጡ ወደ ውጭ በክርስቶስ ይገለጣል፤ ያበራል (ኤፌ. 3÷16-19)፡፡ ሮሜን ስናጠና በውስጥ ሰውነቱ ደስ የሚለውን ሰው እናገኛለን፡፡

በእርግጥ ይህ በሮሜ 7 ላይ ያለው፡- የዳነ ሰው ወይስ ያልዳነ ሰው ነው? የሚለው በይበልጥም ከቍጥር 13-14 የተለያየ መረዳት ቢኖርም፣ ነገር ግን ሁላችንንም አንድ የሚያደርገንን ዕውነት እናገኛለን፡፡ ይህ ሰው በውስጡ ሰውነቱ ሕጉን የመውደድ ባሕርይ ይታይበታል፡፡ ሆኖም ግን የኃጢአት ምኞት በአዳማዊ ባሕርይ (ኃጢአተኛ ሥጋ - አሮጌው ሰው) አለው፡፡

የማይወድደውን ሲያደርግ ራሱን ያገኘዋል፡፡ ሀ) ፈቃድ ለ) ሕጉን መውደዱ አለው፡፡ ያለ ፈቃዱ ግን የሚነዳው በውስጡ ያለ ኃጢአት መሻት በብልቶቹ መሰጠት አሸንፎት የሞት ፍሬ እያፈራበት ይገኛል (ሮሜ 7÷5፣ 18፣ 19)፡፡ ይህ ሰው በውስጡ ሰውነቱ ሕጉን ይወዳል፡፡ ፈቃዱን ሕጉን (የሙሴን ሕግ) ጨምሮ ለፈጸም ፈቃዱም ነው፡፡

ሕግጋቱን እንዲወደድ የሚያደርገው ፍቅር ቢገለጥም (የብሉይ አባቶች እግዚአብሔር ሲወድዱ ቢታዩም)፣ ይህ የእግዚአብሔር ፍቅር ግን በልቦናቸው አድሮ ለውጦአቸውና ፍቅሩ ግድ ሲላቸው ሲነዳቸው፣ ደግሞም ሲለብሱት አይታይም (ሮሜ 5÷5፤ 2ኛ ቆሮ. 5÷14)፡፡ በመስቀሉ የተገለጠው የክርስቶስ ፍቅር ውስጣቸው ገርዞ በፍቅሩ ተነድፈው የሙሴን ሕግጋት በደስታ ለመፈጸም የሙሴ ሕግ ሳይሆን፣ የሕይወት መንፈስ ሕግ (የፍቅር ሕግ) ተሰጠን፡፡

በዚህ ፍቅር የተነካ (ስፋቱ ርዝመቱ ጥልቀቱ የማይለካው ፍቅሩ) የተነደፈ ሰው የሙሴን ሕግ እንኳ ሳይቀር በጨለማ ዓለም ፍቅርን ሊገልጥ ሊያበራ ፈቃደኛ ብቻ ሳይሆን፣ ፈቃዱም በውስጡ ሰውነቱ የጨከነና የጸና ነው (የሐዋ. 4÷20፤ ዘጸ. 21÷5፤ መዝ. 26÷3)፡፡ ምክንያቱም አሁን በክርስቶስ ሆኖ የሙሴን ሕግ ለመፈጸም ዕዳ ያለበት ፍቅር ብቻ ስለሆነ ነው (ሮሜ 13÷8፤ ገላ. 5÷14)፡፡

ክርስቶስ ያደረገለትን፣ ማለትም በሞቱ ኃጢአቱን ማስወገዱ፣ በትንሣኤው የጽድቁን ስጦታና የቅድስናውን ክብር ስጦታ ተቀብሎ በጸጋው አሠራር እየኖረ፣ ዘወትር የፍቅር ባለ ዕዳ ነው (መዝ. 116÷12፤ 2ኛ ቆሮ. 5÷15)፡፡ የክርስቶስን ፍቅር (የእግዚአብሔርን መልካምነት) እንዳይረሳ መጠንቀቅ ይኖርበታል፡፡

እንደ ብሉይ ኪዳን ሰዎች በጽላት ላይ የተጻፈ ሳይሆን፣ በመንፈስ ቅዱስ በልባችን የተቀረጸ የፈሰሰ የተዋሐደ የክርስቶስ ሕይወት ነው (መዝ. 103÷2)፡፡ ከክርስቶስ ጋር ሞተው የተነሡ የቅድስና ፍሬ የማፍራት ዐቅም ሆኖላቸዋል (ሉቃስ 17÷15)፡፡ በአዲሱ ኪዳን ይህ ፍቅር በልባችን የፈሰሰ እና የዳሰስነው፣ የጨበጥነውም ስለሆነ በአንደበታችን እና በሥራ የሚገለጥ ፍቅር በውስጣችን አድሮ አሁን ፍሬ ያለን ሆነናል (ዕብ. 2÷18፤ ማቴ. 21÷16፤ 1ኛ ተሰ. 1÷2-3፤ ዕብ. 6÷10፤ መዝ. 107÷22)፡፡

የዕብራውያን ጸሐፊ እንደ ገለጠው የአመኑት አይሁድ የጌታችን የኢየሱስ ፍቅር ሕግ አሸንፎአቸው ደግሞም በውስጣቸው ጠልቆና አጥለቅልቆ ስለ ወረሳቸው ታላቅ መከራ በነበረበት በኔሮ ዘመነ መንግሥት ካልሲየም ውስጥ ለዱር አራዊት መጫወቻ በሆኑበት ጊዜ፣ ባልተገረዙ አረማውያን ዘንድ መዘበቻ ሆነው ሳለ፣ ታላቅ ደስታና ምስጋና ከአፋቸው ሳይለይ፣ ፍቅሩ እንደ ወንዝ ጅረት በውስጣቸው እየፈሰሰ፣ አሳልፈው ለሰጡአቸው ሰዎች እየጸለዩ ሕይወታቸው አለፈ፡፡

መንፈሳቸው ወደ ጽዮን ተራራ ዐረገ፡፡ ወደ በኵራት ማኅበር ገቡ (ዕብ. 10÷32-33፤ 12÷23)፡፡ የፍቅሩ ጉልበት የቅድስናው ኃይል ሊሠራ ክርስቶስ ውስጣችንን እምነት በኩል ገዝው (አዲስ ፍጥረት) አደረገን፡፡ በእኛ የጀመረውን ሊፈጽመው በአብ ቀኝ ተቀምጦ በሊቀ ካህንነቱ ለዘላለም ይኖራል፡፡

ምዕራፍ አምስት

ባለፉት ምዕራፎች ላይ በተደጋጋሚ እንደ ተመለከትነው ኢየሱስ ከነቢያት፣ ከካህናቱ ከመላእክቱም ይበልጣል በሚለው ነጥብ ላይ በስፋት ማብራሪያ ተሰጥቶበታል፡፡ የካህኑም ሆነ የሊቀ ካህናቱ ተግባር በኃጢአት ምክንያት የተፈጠረውን ክፍተት በማስወገድ ሰው ከአምላኩ ጋር እንዲገናኝ ማድረግ ነው፡፡

ከአዳም ጀምሮ ስንመለከት ኃጢአት እግዚአብሔርንና ሰውን በመለየት እንደ ግድግዳ ሆኖ ቆሟል፡፡ እግዚአብሔር ኃጢአት የሌለበት ፍጹም ቅዱስ አምላክ ሲሆን፣ እግዚአብሔር ወልድ የሆነው ኢየሱስ ክርስቶስም ወደ ምድር መጥቶ ስለ ሰው ልጆች ኃጢአት በመስቀል ላይ ሲሞት የሰዎችን ኃጢአት ተሸከመ እንጂ፣ እርሱ በራሱ ፍጹም ቅዱስ ነው፡፡

እግዚአብሔር ለሰው ካለው ትልቅ ፍቅር የተነሣ፣ የሰው ልጆችን ከኃጢአት እስራት ለማዳንና ከአምላኩ ጋር ያለውን ግንኙነት ለማስተካከል በብሉይ ኪዳን ጊዜ የኃጢአት መሥዋዕት እንዲቀርብ አደረገ (ዘሌ. 4)፡፡ በብሉይ ኪዳን ጊዜ የሚቀርበው መሥዋዕትም በአዲስ ኪዳን ለተገለጠው መሢሕ፣ ለክርስቶስ ኢየሱስም ምሳሌ በመሆን አገልግሏል፡፡ ዋና ዋናዎቹ የብሉይ ኪዳን መሥዋዕቶችም፡-

1ኛ የሚቃጠል መሥዋዕት፣ **2ኛ** የእህል ቍርባን፣ **3ኛ** የኅብስት መሥዋዕት፣ **4ኛ** የኃጢአት መሥዋዕት፣ እንዲሁም **5ኛ** የበደል መሥዋዕት ናቸው:: ካህኑ እነዚህን መሥዋዕቶች ስለ ራሱና ስለ ሕዝቡም በብሉይ ኪዳን ዘመን ያቀርብ ነበር:: እያንዳንዳቸው የተለየ ዓላማና ሥርዓት ያላቸው ሲሆኑ፣ የበደል መሥዋዕት ዓላማው ለእግዚአብሔር አምልኮ የሚቀርብበትና በስሕተት ለተሠራ ኃጢአትም የሚቀርብ መሥዋዕት ነው (ዘሌ. 8÷13)::

የእህል ቍርባን መሥዋዕትም የእህል ዘሮች የሚቀርቡበት መሥዋዕት ሲሆን፣ ዓላማውም የእግዚአብሔርን መልካምነቱን፣ ቸርነቱን ለመግለጽ የሚቀርብ ነው (ዘሌ. 6÷14-23):: ሦስተኛው የህብስት መሥዋዕትም ኅብረትና አንድነትን ላይ ትኵረት ያደረገ የእንስሳት መሥዋዕት ነው:: ይህ የኃጢአት ዐይነት ምንም እንኳ የተገለጠ ቢሆንም፣ ሰው ሆን ብሎ ሳይሆን፣ ባለማወቅ ስሕተት የሚሠራበት ኃጢአት ነው (ዘሌ. 4÷1-5):: አምስተኛው የበደል መሥዋዕት ሲሆን፣ በካሳ ክፍያ መልክ ባለ ማወቅ ለተሠራ ኃጢአት የሚቀርብ የእንስሳት መሥዋዕት ነው (ዘሌ. 7÷1-6)::

ሆን ተብሎ በማወቅና በዐመፅ ለሚፈጸም ኃጢአት የሚቀርብ ምንም ዐይነት መሥዋዕት የለም (ዘኁ. 15÷28):: ዋና ዋናዎቹ የመሥዋዕት አይነቶች እነኚህ ቢሆኑም በውስጣቸው ሌሎችም የተለያዩ የአፈጻጸም ሥርዓቶች አሉዋቸው:: የዚህ መጽሐፍ ዓላማ እያንዳንዱ የመሥዋዕት ዐይነት መዘርዘር ባለመሆኑ ዋና ዋናዎቹን ብቻ ይህን ያህል ከተመለከትን በተለይ ለዚህ ማብራሪያ ዋና ትኵረት ወደ ሆነው ወደ ሊቀ ካህናቱ ነጥብ እንለፍ:: ቀደም ብለን እንደ ተመለከትነው ሊቀ ካህናቱ የሕዝቡን ኃጢአት ለማስተሰረይ እንደሚቆም ሁሉ፣ ራሱም በደል ቢገኝበት በመጀመሪያ የራሱን መሥዋዕት ያቀርባል (ዘሌ. 4÷3):: ሊቀ ካህናቱ በደል ፈጽሞ በድፍረት የሕዝቡን ኃጢአት ለማስተሰረይ መሥዋዕት ሊያቀርብ አይችልም:: እንኳንስ መሥዋዕትን ሊያቀርብ ቀርቶ በደልን ከፈጸመ በኋላ የግሉን መሥዋዕት ከማቅረብ ቸል ብሎ ቢገኝ በእርሱ በደል የተነሣ እግዚአብሔር ሕዝቡንም ከመቅጣት እንደማይመለስ ከብሉይ ኪዳን ታሪክ እናስተውላለን::

ይህ ሊቀ ካህናት ራሱም ኃጢአትን ሊፈጽም በመቻሉ ደካማ ሰው ነው:: ይህ ድካሙም ለሌሎችም እንዲራራ፣ ምሕረት እንዲያደርግ፣ እኔም ነገ በተራዬ እንደ እነርሱ ልሳሳት እችላለሁ ወይም ከዚህ ቀደም እኔም እንደ እነርሱ ተሳስቼ ነበር ብሎ እንዲያስብ፣ ከትዕቢት ይልቅ በትሕትና እንዲመላለስ ያደርገዋል:: ካህኑ ወይም ሊቀ ካህናቱ ሰው

ነውና የሰው ድካም፣ የሰው ውድቀት እርሱም ያጋጥመዋል፡፡ በዚህ ዘመን ባለው አስተምህሮ ውስጥ ያለው አንዱ ስሕተት አገልጋይን እንደ ሰው አለመቊጠር ነው፡፡ በተለይም በጸጋ ስጦታዎች የሚያገለግል ከፍ ያለ አገልጋይ ከሆነ ሰዎችም ሆኑ ራሱም አገልጋዩ በአብዛኛው ይህ ሰው እንደ ማንኛችንም ተራ ሰው እንዳልሆነ የማሰብ የተሳሳተ ግንዛቤ ይንጸባረቅብናል፡፡

ይህ ሊቀ ካህናት ግን በብሉይ ኪዳን አገልግሎት ከሰው መካከል ተመርጦ ስለ ሰው የሚሾም ነው፡፡ በእስራኤላውያን መካከል እንዲህ ያለው ሰው የሚመረጠው ከሌዋውያን ወገን ሲሆን፣ ለምሳሌ ካህኑ አሮን ከሌዋውያን መካከል ተመርጦ አገልግሎቱን ሰጥቷል፡፡ በአዲስ ኪዳን አገልግሎት ውስጥ የተገለጸው መሢሕ ግን ከይሁዳ ነገድ በመሆኑ ምክንያት በአይሁድ ዘንድ ኢየሱስን ካህን ነው ብሎ ለመቀበል ትልቅ ምጥ ነበር፡፡ ኢየሱስ ግን በአብ ዘንድ የተመረጠ ነው፡፡ በመንፈሳዊው አገልግሎት ውስጥ ዛሬም አገልጋዮችን ለቤ/ክ የሚሾመው መንፈስ ቅዱስ እንደ ሆነ ሁልጊዜ መዘንጋት አይኖርብንም፡፡

የዕብራውያን ክርስቲያኖች በሁለት መንገድ ግራ የተጋቡ ይመስላሉ፡፡ የመጀመሪያው ግራ መጋባት ሊቀ ካህናቱ ከሌዊ ነገድ ብቻ ይመጣል ብለው ማሰባቸው ሲሆን፣ ሁለተኛው ግራ-መጋባት ደግሞ ሊቀ ካህናቱ የሚመረጠው በሰው ሳይሆን፣ በእግዚአብሔር እንደ ሆነም አለመረዳታቸው ነው፡፡ ከዚህ የተነሣ ጸሐፊው ሊቀ- ካህናት ከሰዎች መካከል ይመረጣል ይላቸዋል፡፡

በብሉይ ኪዳን የሆነው የእግዚአብሔር መለኮታዊ አሠራር እርሱን ማምለክን እና ማገልገልን ታሳቢ ያደረገ ነው፡፡ ስለዚህም ሙሴን ጡብ ወደሚሠራው የኪዳኑ ሕዝብ እግዚአብሔር ሲልከው “ያገለግለኝ ዘንድ ሕዝቤን ለቀቅ!” የሚል መልእክት አስይዞት ሲሆን፣ በዚህም የኪዳኑን ሕዝብ ቅዱስ ሕዝብና የንጉሥ ካህናት ይሆኑት ዘንድ ጌታ እግዚአብሔር አምላክ መረጣቸው (ዘጸ. 5፥1፤ 8፥1፤ 19፥6)፡፡

በሕዝቡ መካከል ለማደርና ለመመለክ ቅዱስ የሆነውን የአምልኮተ-እግዚአብሔር ሥርዓት ደንግጎ፣ በሊቀ ካህናቱ አማካይነት ሕዝቡ ወደ እርሱ እንዲመጡ የፈቀደበትን ቅዱስ ሥርዓት አበጀ፡፡ ይሁንና ሊቀ ካህናቱ ከሕዝቡ መካከል በእግዚአብሔር ተመርጦና ተሾሞ፣ ደግሞም የእግዚአብሔር በሆነው ነገር የሕዝቡ አገልጋይ ሆኖ ኃጢአታቸውን

ሊያስተሰርይ የተመደበ ቢሆንም፣ ሰው እንደ መሆኑ መጠን የገዛ ራሱ ብዙ ድካሞች ይታዩበት ነበር፡፡

ዳሩ ግን ከአብርሃም ዘር የሆነውና ከእነርሱም ጋር በሥጋና በደም ተካፋይ የሆነው ሌላው ሊቀ ካህን የሊቀ ካህናትን ሥራ ያለ ምንም ኃጢአትና በደል መሥራትም ሆነ መፈጸም ችሏል፡፡ ስለ እርሱም "በኃጢአተኛ ሥጋ ምሳሌ መምጣቱ" (ሮሜ 8÷3-4) ተነግሮለታል፡፡ ደግሞም የአብርሃምን ዘር ይዟል እንጂ፣ የመላእክትን አይደለም ተብሎለታል (ዕብ. 2÷16)፡፡

ምንም እንኳን እርሱ በሥጋና በደም ከአብርሃም ዘር ተካፋይ ቢሆንም፣ እርሱ የአባቱን ፈቃድ ፍጹም በሆነ መንገድ ያከናወነ ሊቀ ካህናት ሆኖአል፡፡ በእርሱም በኩል የተፈጸመ የአብ ፈቃድ እኛን በመወከልና ስለ እኛ የመሥዋዕት በግ የሆነበት ሲሆን፣ ዳሩ ግን ጉዳዩ ወይም የእርሱ ተግባር በዚህ ብቻ የሚያበቃ አይደለም፡፡ ስለ እነርሱ ሊያማድ ዘወትር በአብ ፊት የሚታይበት ቀጣይነት ያለው ሥራ አለው፡፡

ለእግዚአብሔር በሆነው ነገር ሁሉ ሲል በእርሱ በኩል ወደ እግዚአብሔር ለሚመጡት ሰዎች ፍጹምናን ወይም ዘላለማዊ ድነትን እንደሚሰጣቸው ያመለክታል (ዕብ. 7÷25)፡፡ ይህም ሕዝቡ ነውር-ዐልባ፣ እና ፍጹማን ሆነው እንዲገኙ ለማድረግና በዚህም ደግሞ የንጉሥ ካህናትና ቅዱስ ሕዝብ፣ ብሎም ለርስቱ የተለዩ ወገን እንዲሆኑ ማብቃት ነው (ኤፌ. 1÷4፤ 1ኛ ጴጥ.1÷9)፡፡

የእግዚአብሔር የሆነው የመቤዠት ሥራ ነው፤ ይህም ርስቱ የሆነው ሕዝብ ከታሰሩበት የኃጢአት ግዛት አውጥቶ እና ቀድሶ በአብ ፊት ማቅረብ ነው፡፡ እነርሱም የእግዚአብሔርን የቅድስና ልብስ በመልበስ በደኅንነት ያገለግሉታል፡፡ ሕዝቡ ከእግዚአብሔር ቅድስና እንዲካፈሉ፣ ማለትም የከበረውን ርስት ይወርሱ ዘንድም ማንነታቸው የሚለይበት ሥራ ይሠራል፡፡

የአብ ፈቃድ "ታላቅ መዳን" የሆነውን እንዲወርሱ እና ወደ እግዚአብሔርም መንግሥት እንዲገቡ ነው (ዕብ. 2÷3፤ 3÷6፤ 4÷9)፡፡ ቅዱሳኑ የሚወርሱት ዋናው ነገር ታላቅ መዳን ተብሎ የሚጠራው የእግዚአብሔር ክብርን በክርስቶስ በኩል መቀበል፣ ይህም

እኛነታችንን ለውጦ በባሕርይ እግዚአብሔርን እንድንመስል የሚያደርግ ነው (1ኛ ጴጥ. 3÷1-5)፡፡

ሊቀ ካህናቱ፡- ዘርፈ-ብዙ የሆነ አገልግሎት ያለው ሲሆን፣ ከዚያም ውስጥ ጥቂቶችን ማየት አስፈላጊ ነው፡፡ ዋነኛው የሕዝቡን ኃጢአት ማስተሰረይ ነው፡፡ ይህም አምላኪውን ሰው ከሐሊና ክስ ወጥቶ ኃጢአቱ ተደምስሶ በአብ ፊት ያለ ነውር ማቆም (ማጽደቅ) ነው፡፡ ከዚያም በቀጣይነት በኃጢአት ምክንያት የሚያገኘውን መርገም (ሕመም፣ ደዌ፣ የግብፅን መቅሰፍት) ማላቀቅ ነው፡፡

እነዚህ በኃጢአት ምክንያት የመጡትን ቀንበሮች ከጫንቃቸው ማላቀቅ ብቻ ሳይሆን፣ ከጠላታቸውም ማዳን ነው፡፡ የሞት ፍርሃት አብሯቸው የነበሩትን (የሞት ምርኮኛ የሆኑትን) በነፃነት በልጅነት ሕይወት እንዲመላለሱ ማድረግ ሌላው የሊቀ ካህናቱ ተግባር ነው፡፡ ዋነኛው ተግባሩ ግን ከኃጢአት የነጻው ሰው በኃጢአት ከመጣበት የግብፅ መቅሰፍት (መርገም) ተላቅቆ በክብሩ ውስጥ ተሰውሮ መኖር ይችል ዘንድ ብቃትን መስጠት ነው፡፡ ይህም በቅድስተ ቅዱሳን ውስጥ ይኖር ዘንድ ደሙ ያስገኘለትን የከበረ ሕይወት በመቀበል የሚሆን ነው፡፡

እርሱም እያንዳንዱ ሌዋዊ ካህን ከሰዎች መካከል የሚወሰድ በመሆኑ፣ ሰዎችን በመወከል የክህነት ተግባርን ይፈጽማል፡፡ እዚህ ላይ የምናገኘው ነጥብ አንድ ካህን ሰዎችን ወክሎ ለማቅረብ፣ እርሱ ከሰዎች መካከል የተወሰደ ሊሆን ይገባል የሚለው ነው፡፡ አንድ ካህን የሚያገለግለውን ሰው ተፈጥሮአዊ ባሕርይ ተካፋይ ሊሆን ይገባል፡፡ የእርሱ ሥራ የሰዎችን ከእግዚአብሔር ጋር ያለ ግንኙነት በሚያካትቱ ነገሮች ላይ ሰዎችን ማገልገል ነው፡፡(የዌስት ቃላቶች ከግሪኩ አዲስ ኪዳን, 1940-55 ደብሊው ኤም . ቢ. ኤድማንስ ህትመት)

ጌታችን ኢየሱስ ክርስቶስ ይህን ሥልጣን ተቀብሎ በሊቀ ክህነት ሊያገለግል ደመና ተቀብላ ከደቀ መዛሙርቱ ዕይታ ሰወረችው (ዕብ. 5÷6፤ 6÷20፤ 7÷17፣ 21፣ 24፣ 28)፡፡

“ማቅረብ” የሚለው ቃል *ፕሮስፌሮ* የሚለው ቃል ትርጉም ሲሆን፣ ፍቺውም ወደ ፊት ተሸክሞ መዝለቅ የሚል ነው፡፡ ዘወትርም በሰብዓ-ሊቃናት (LXX) ካህኑ ወደ መሠዊያው መሥዋዕትን ማምጣቱ በሚል ጥቅም ላይ ውሏል፡፡ ስጦታዎች የሚለው ቃል በአጠቃላይ ስጦታዎችን ያመለክታል፡፡ ይህ ግለሰቦች ስለሚሠሩዋቸው ኃጢአቶች የሚቀርብ ነው፡፡

ካህኑ ተግባሩን ውጤታማ በሆነ መልኩ እንዲፈጽም ካስፈለገ፣ ለኃጢአተኛው ሰውዬ ዕውነተኛ የሆነ ርኅራኄ ሊኖረው ይገባል:: ይህንንም ጸሐፊው በቀጣዩ ቍጥር ገሃድ ያደርገዋል::

እዚህ ላይ መሢሑ ከአሮን የበለጠ ሊሆን ይገባል፤ ይህም እርሱ እንደ ሊቀ ካህናት ከሰዎች መካከል የሚወሰድ አይሆንም፤ ነገር ግን ከከበበ-ሥላሴ የሚወሰድ በመሆኑ ነው:: በ1ኛ ጴጥሮስ 1፥20 እርሱን የታረደው በግ ሊሆን አስቀድሞ መወሰኑን እንመለከታለን:: ደግሞም በዕብራውያን 10፥7 ለጥሪው ምላሽ ይሰጣል::*(የዌስት ቃላቶች ከግሪኩ አዲስ ኪዳን, 1940-55 ደብሊው ኤም . ቢ. ኤድማንስ ህትመት)*

ስለ ሰው ይሾማል፡- የእግዚአብሔር ሥራ የሰውን ልጆች ማዳን ነው:: ይህም የሰው ልጅ በእግዚአብሔር ፊት ለመንብኘት የሚያበቃው መልካም ነገር ስለ ተገኘበት የሆነ ወይም የሚሆን ነገር አይደለም (ዕብ. 2፥6):: ዳሩ ግን እግዚአብሔር ሰው የጐደለውን መለኮታዊ ክብር በክርስቶስ አማካይነት ሊሰጠው የወሰነበት ነው::

የመሥዋዕቱ በግም በእግዚአብሔር ኃይል ተዘጋጀ:: የክህነቱን አሠራር አዘጋጅቶ ያለ ኃጢአት የሆነውን ልጁን ለሰው ልጆች መልካም ይሆንላቸው ዘንድ ሾመው:: ይህም ሹመት ለሚያምኑ ሁሉ የሚሠራና ዕውነት ሆነላቸው:: እግዚአብሔር አምላክ ከዚህ በረከት እንዳንጎድል ወይም ይህንን በረከት እንዳናጣው ሁሉን በጥንቃቄ እንደ ሠራ ከዕብራውያን መጽሐፍ እንረዳለን::

ሁሉንም ነገር በጥንቃቄ በማሰብና ውድ ልጁንም ወደ ምድር በመላክ ስለ ሰው ልጆች ኃጢአት በመስቀል ላይ እንዲሞት ማድረጉ፣ በእርግጥም እርሱ ለዓላማው የሚጨክን መሆኑን ያመለክተናል:: ይህ መለኮታዊ አሠራር በብሉይ ሲሠራ ቆይቶ፣ ከዚያም በክርስቶስ ተፈጽሞ፣ ማለትም ፍጻሜን አግኝቶ በድልና በስኬት ተጠናቀቀ:: በዚህም ደግሞ አዲስ እና ሕያው የሆነ መንገድ ተከፈተ::

ከብሉይ ኪዳን እንደምንረዳው ሰው በገዛ ፈቃዱ ይህን ክህነት እንዳይፈጽም እግዚአብሔር አምላክ ጣልቃ እየገባ ሰዎችን ወይም ተላላፊዎችን በሞት የሚቀጣበት ጊዜም ነበር:: ለምሳሌ ያህል ንጉሥ ሳኦልን ብንወስድ፣ እርሱ ክህነትን በገዛ ዕጁ ሲወስድና

ሲለማመድ፣ ጌታ እግዚአብሔር አምላክ እንዳልክ በሚል ሲተወዉ እንመለከትም፡፡ ይልቁንም መንግሥቱን ከእርሱ በመውሰድ ሲቀጣው እንመለከታለን (1ኛ ሳሙ. 13)፡፡

በተመሳሳይም ንጉሥ ዖዝያን ቤተ መቅደስ ገብቶ የሚቃጠል መሥዋዕትን ሊያሳርግ ሲሞክር ጌታ እግዚአብሔር አምላክ በለምጽ ዕጁን ሲመታው እንመለከታለን (2ኛ ዜና 26÷16-21)፡፡ የጌታችን የመድኃኒታችን የኢየሱስ ክርስቶስ ሹመት ከእግዚአብሔር ዘንድ የመጣ ሲሆን፣ ክህነቱም ዘላለማዊ ነው፡፡ በመሆኑም ስለ ሰው ልጆች ሊማልድ ዘወትር በሕይወት ይኖራል፡፡

ቍጥር 1 ሊቀ ካህናት ሁሉ ስለ ኃጢአት መባንና መሥዋዕትን ሊያቀርብ ከሰው ተመርጦ ለእግዚአብሔር በሆነው ነገር ሁሉ ስለ ሰው ይሾማልና፤
ሊቀ ካህናት ሁሉ ዕብ. 10÷11፤ ዘጸ. 28÷1-14; 29÷1-37፤ ዘሌ. 8÷2
ከሰው ተመርጦ ይሾማልና ዕብ. 8÷3
ስለ ሰው ዕብ. 2÷17፤ ዘኁ. 16÷46-48፤ 18÷1-3
ስለ ኃጢአት መባንና መሥዋዕትን ሊያቀርብ ዕብ. 8÷3፤ 9÷9; 10÷11፤ 11÷4፤ ዘሌ. 9÷7,15-21

ቍጥር 2 እርሱ ራሱም ደግሞ ድካምን ስለሚለብስ፥ ላልተማሩትና ለሚስቱት ሊራራላቸው ይችላል፤

ሊቀ ካህናት ከሕዝብ መካከል የተመረጠበት ዐብይ ዓላማ በዚህ በቍጥር ሁለት ላይ የተገለጸ ነው ቢባል ትርጉም ይሰጣል፡፡ እርሱ ራሱ ድካምን የለበሰ ነው፡፡ የሚሳሳትባቸው፣ በኃጢአት ባለማወቅ የሚወድቅባቸው በርካታ አጋጣሚዎች ስላሉት የሌሎችን ድካምና ውድቀት ሲመለከት፣ ለፍርድና ለቅጣት ከመቸኮል ይልቅ የእነርሱን ድካም የራሱ ድካም እንደ ሆነ ተረድቶ መንገዳቸውን የሚያስተካክሉበትን መንገድ ያስባል፡፡ በቍጥር አንድ ማብራሪያ ላይ እንደ ተመለከትነው ሊቀ ካህናቱ ስለራሱም ድካም መሥዋዕት የሚያቀርብ በመሆኑ ለሌሎች የሚራራ እንዲሆን አድርጎታል፡፡ በማወቅ ለሚደረግ ውድቀትም መሥዋዕትን ማቅረብ ቢቻልም ሆን ተብሎ የሚፈጸም ኃጢአት ግን ምሕረትን አያስገኝም፡፡

ድካም (አስቴንያ) as-then'-i-ah/astheneia፡- ከa/ኤ = ውጭ + sthénos/ስቴኖስ = ጥንካሬ) ማለት፡- ጥንካሬ-ዐልባ መሆን ማለት ነው፡፡ አስቴንያ አካላዊ ህመምን የሚወክል

ነው (ሉቃስ 5÷15፤ 13÷11፣ 12፤ ዮሐ. 5÷5፤ 11÷4፤ 28÷9)፡፡ በሥዕላዊ አገላለጽ አስቴንያ ማለት አንድን ነገር ለማድረግ አለመቻል ማለት ነው፤ የድካም ወይም ጉድለት መገለጫ ነው (1ኛ ቆሮ. 15÷43፤ 2ኛ ቆሮ. 11÷30፤ 12÷5፣ 9፣ 10፤ 13÷4፤ ሮሜ 8÷27፤ ዕብ. 4÷15፤ 5÷2፤ 7÷28፤ 11÷34)፡፡ ጳውሎስ በ1ኛ ቆሮ. 2÷3 ላይ ብርታት በማጣት ያለውን ድክመት ያወራል፡፡ *(መጽሐፍ ቅዱስ ጥቅሶች የብሉይና / የአዲስ ኪዳን ግሪክ መዝገበ ቃላት፣ የቲየር ትርጉም፣ አስቴን)*

ሊቀ-ካህናቱ እርሱ ራሱ በድካም ሊገኝ ስለሚችል ለሌሎች በሚሰጠው ፍርድና ውሳኔ አዛኝ ሊሆን ይችላል፡፡ ሊቀ ካህናቱ በዙርያው ድካም፣ የኃጢአት ዝንባሌና ጉድለት ያንዣበበበት ነው፡፡ ኃጢአት የሚሠራ ማንነትን ስለ ያዘ ዙርያውንም የተከበበው በኃጢአተኛ ማንነት ነው፡፡ ይህንን ተመሳሳይ ቃል ነው ጸሐፊው በምዕራፍ 12 ላይ እንደ ደመና የከበቡንን ምስክሮች ሲገልጽ የተጠቀመው፡፡ ይህ ግን በመሢሑ ላይ አልተገለጸም፡፡ ይህም ከአሮን የተሻለ መሆኑን ያሳየናል፡፡ **ጉድለ**ት የሚለው ቃል **አስቴንያ (astheneia)** የሚል ቃል ትርጓሜ ሲሆን፣ ሰዎች ኃጢአትን እንዲያደርጉ የሚያስችል የሞራል ድካምን ገላጭ ሲሆን፣ ደካማ የሆነውን ማንነትን አመልካች ነው፡፡ *(ዌስት፣ ኬ. ኤስ. የግሪክ አዲስ ኪዳን ቃል ጥናት፡- ኢርድማንስ)*

የጌታችን የኢየሱስ ክርስቶስ ድካም ደካማ ሥጋ መልበስ እና መፈተን፣ እንዲሁም ሰው በመሆን መካፈሉ የተለየ አስተምህሮ እና ልዩነት ያመጣ የክርስትና ቊልፍ አስተምህሮ ነው፡፡ በአንዳንዳችን ዘንድ ትልቅ ክርክር አስነሥቶ የክርስትና አስተምህሮን በሚከተሉ መካከል መለያየት፣ መከፋፍል እና ጥልን ያመጣ ጉዳይ ሆኖ ኖሯል፡፡ በዚህም መክንያት አንዱ ሌላውን መናፍቅ በማለት ጎራ ለይተው ይገኛሉ፡፡ በክርስቶስ ደም የተዋጀን የልጁን ሕይወት የተካፈለን ከሆንን የሚያለያዩን ጉዳዮች ላይ ከንቹር ከማለት ይለቅ ሕይወት የሚሆነውን የቃሉን ወተት መጠጣት ለሌሎችም ብርሃን መሆን ይገባል (1ኛ ጴጥ. 2÷2-3)፡፡

ለሚሰማው ሕይወት የሚሰጠው እና የሚያንጸው ግን በቃላት ከመዋጋት ይልቅ ቃልን በቅን ልብ ተቀብሎ መመገብ ነው፡፡ ኢየሱስ ጣፋጭ ነውና (መኃ. 2÷3፤ መዝ. 34÷8) ስለሆነም ከአከራካሪ ጉዳዮች ላይ ይልቅ የጋራ የሚያደርጉን ላይ አተኩረን የሚጠቅመውን በመቅሰም አስፈላጊውን ለማቅረብ እንሞክራለን፡፡ በአስተማሪዎቹ ዘንድ “peccability of chost እና Impeccability of Christ” በመባል የሚታወቅ ነገር አለ፡፡

ጌታችን ኢየሱስ የሥጋውን ድካም በማሰብ ኃጢአት ሊያረግ ይችላል ወይም አይችልም፤ ከቻለ እንዴት ተፈተነ እንላለን፡፡ ተፈትኖ የመውደቅ ሁኔታ ካላጋጠመው መፈተኑ ተቀባይነት አይኖረውም የሚሉ ያሉ ሲሆን፣ በአንጻሩ ደግሞ ድካምን ለበሰ ማለት እንደ ተናገረው አባታችን አዳም በዔድን ገነት ፍጹም ሰው ሆኖ ያለ ኃጢአት የሚኖረው በእግዚአብሔር ክብር ስለ ነበር፣ ኋለኛው አዳምም እንዲሁ ነው የሚል ነው፡፡

ኃጢአት አያደርግም የሚሉ (Impeccability) የሚያቀርቡት ዋና አሳብ በምድር ላይ ወልድ ሲመላለስ መለኮታዊ ባሕርይው ተገልጦ ነበር፡፡ መለኮት ደግሞ ኃጢአት ሊያደርግ አይችልም የሚል አሳብ ያቀርባሉ (1ኛ ጢሞ. 1÷17፤ 1ኛ ዮሐ. 5÷11፤ ዮሐ. 2÷24-25፣ ማቴ. 18÷20፤ ዮሐ. 5÷21፤ 6÷40)፡፡

ሌለኛው ወገን (peccability) ኃጢአትን ሊያደርግ ይችላል የሚሉት በክርስቶስ መለኮትነት የሚስማሙ ሲሆን፣ በዚህ አስተምህሮ መሠረት ክርስቶስ የሰው ተፈጥሮ ባሕርይ ስላለው፣ ማለትም መራብን፣ መጠማትን፣ መድከም ... ወዘተ እንደ አዳም ሰው የሆነ በመሆኑ ኃጢአትን ሊያደርግ ይችላል የሚሉ ናቸው፡፡

ኢየሱስ ኃጢአት የሌለው የሆነው ፍጹም ሰው በመሆኑ ነው (ዮሐ. 8÷46፤ 2ኛ ቆሮ 5÷21፤ ዕብ. 7÷26፤ 1ኛ ጴጥ. 2÷22፤ 1ኛ ዮሐ. 3÷5) ሰው በመሆኑ በሁሉ ነገር ተፈትኗል (ዕብ. 4÷15) የመጣበትን ፈተና ሁሉ ተቀብሎ እንደ ሰው ተፈትኖ አሸንፏል (ሉቃስ 4÷1-4፤ ማቴ. 16÷21-23)፡፡ በስተመጨረሻም በመስቀል ላይ ተፈትኖ የነበረው ፍጹም ሰው ሆኖ ፍጽምናውን እንደ ሰው ጠብቆ መከራን ተቀበለ (ሉቃስ 22÷39-44)፡፡

ሂዩስ፡- ሲያብራራ ከሰው የማንነት አፈጣጠር ውጭ የሆነ ድካም ነው፡፡ ይህ ድካም ከሰው ልጅ ውድቀት የመጣ በመሆኑ የሌዋውያን የሊቀ ክህነት አገልግሎት አስፈላጊነትን ያሳያል፡፡ የራሱንና ቀጥሎም የሌሎችን መሥዋዕት ያቀርባል፡፡ ይህ ግን ክርስቶስ የማይጋራው ድካም ነው፡፡ ቀድመን እንዳየነው (ዕብ. 4÷15) እርሱ ያለ ኃጢአት ነው፡፡ በዚህም ምንም ዐይነት መሥዋዕት ማቅረብ አያስፈልገውም፡፡ *(ሂዊስ፣ አር. ኬ፡ የዕብራውያን ማብራሪያ)* በዚህም ምክንያት ስለ ሕዝብ እንደሚያቀርብ እንዲሁ ስለ ራሱ ደግሞ መሥዋዕትን ሊያቀርብ ይገባዋል፡፡

በቀድሞው ትርጉም ላይ **"ላልተማሩት"** የሚለውን ቃል አዲሱ መደበኛ ትርጉም "አላዋቂ ለሆኑት" ይለዋል፡፡ አላዋቂነት በምድራዊው ሕግ ከቅጣት አያስጥልም ይባላል፡፡ አንድ ሰው ሕግን በመተላለፍ ጥፋት ቢያጠፋና ቢያዝ፣ እናም እርሱ ይህን ያደረግሁት "ባለማወቄ ነው" ብሎ ቢናገር ሕጉ የሚመድብበትን ቅጣት ከመክፈል አያመልጥም፡፡ ይሁንና ግን ሕጉን የሚያስጠብቁ ሰዎች ከሚያደርጉት ርኅራኄ የተነሣ አስተያየት ሊደረግለት ይችላል፡፡

በመንፈሳዊውም አገልግሎት ውስጥ ተመሳሳይ ሁኔታ አለ፡፡ መጽሐፍ ቅዱስ የኃጢአት ደመወዝ ሞት እንደሆነ ይነግረናል፡፡ አንድ ሰው ኃጢአትን ከሠራ ሞት እንደሚበየንበት የሙሴ ሕግም ይደነግጋል፡፡ ከዚህ የሞት ቀንበር ነፃ ለመውጣት ጌታ ኢየሱስ ክርስቶስ ስለ ሁላችንም ኃጢአት በመስቀል ላይ ለአንዴና ለመጨረሻ ጊዜ መሞት አስፈልጎታል፡፡ እርሱ በመስቀል ላይ በመሞቱ በፊት የኮርማዎችና የፍየሎች የጠቦቶች ዳግም ስለ ሰው ኃጢአት ሲባል በመሠዊያው ላይ መፍሰስ ነበረበት፡፡

ዘኁ. 15፥30-31 የቀደመው ትርጉም ላይ **ለሚስቱት** የሚለውን አዲሱ መደበኛ ትርጉም "ለሚባዝኑት" ብሎ ይተረጉመዋል፡፡ መሳት አለማወቅን ያመለክታል፡፡ መባዘን ደግሞ ከዐቅም በላይ በሆነ ተጽዕኖና መጎዳት መንከራተትን ያመለክታል (ኢሳ. 53፥6)፡፡ ባዘነ ብለን ስንል እዚያም እዚያም፣ ከወዲያ ወዲህ ተንቀዠቀዠ፣ ተንከራተተ፣ ናወዘ የሚል ትርጉም ይኖረዋል፡፡ ሊቀ ካህናቱ ለእነዚህ ሰዎች የሚራራ ልብ አለው፡፡ ስለሚያዝንላቸው ለእነርሱ የሚሆነውን መሥዋዕት ሲያቀርብ እንደ እነርሱ ሆኖ፣ ስቃያቸውም ሆነ የውስጥ ጭንቀታቸውም እየተሰማው ጭምር ነው፡፡

ላልተማሩት - አዳም ኃጢአትን ከሠራ በኋላ መንፈሳዊ ዐይኑ ጨለመ፣ ማለትም የእግዚአብሔርን የዕውቀት ብርሃን እንዳያገኝ በኃጢአት ግዛት ሥር ውሎ የዲያብሎስ ተገዥ ሆነ፡፡ እግዚአብሔርን የማወቅ ብቃቱ ከእርሱ ተወስዶበታል፡፡ አሕዛብ በፊተኛው አዳም በአእምሮዋቸው ከንቱን መመላለስ ወደሚችሉበት ዕርከን ተሸጋግሮአል (ኤፌ. 4፥17)፡፡

ለፍጥረታዊ ሰው፣ ማለትም ከሥጋ ለተወለደ ሰው፣ ከፊተኛው አዳም በሥጋ የተወለደ ሁሉ መንፈሳዊ ነገሮችን የመረዳት ዐቅም የለውም (1ኛ ቆሮ. 2፥14)፡፡ የሰው ልጅ እንዲህ ከወደቀበት መንፈሳዊ አዘቅት ለመዳን የሚቤዠው አዳኝ ያስፈልገዋል፡፡ ግራ-ቀኙን

162
ኢ.ፌ.ቢ.አ. አገልግሎት ዕብራውያን መጽሐፍ ጥናት ክፍል 2

ለማያውቅና ወዴት መሄድ እንዳለበት ላልተረዳ ሕዝብ መድኃኒቱ የሚሆንለት ካህንም ሆነ አባት ያስፈልገዋል። በዚህም ምሕረት የማይገባው ምሕረትን አገኘ (1ኛ ጴጥ. 2÷10)።

ወደዚህ መረዳትና ማስተዋል እንዲመጡ ጸሐፊው ዕብራውያን የሆኑ ክርስቲያኖችን ያሳስባቸዋል። በአንድ ወቅት የእግዚአብሔር ሰው ኢዮብ ሙግቱን በእግዚአብሔር ፊት ይዞ ቀርቦ ነበር። በአንድ በኩል የባላጋራውን የዕዳ ጽሕፈት ይዞና በሌላ በኩል ደግሞ የራሱን ጽድቅና ቅድስና ይዞ በመምጣት ሊሞግት አለቃና የሁሉ ዳኛ በሆነው በእግዚአብሔር ፊት ለመቅረብ ገሰገሰ።

ሆኖም በስተመጨረሻ ከእግዚአብሔር ጋር ባደረገው ንግግር መረታቱን ሲያምን ዕጁን በአፉ ላይ ጭኖ "እኔ በዕውነት የማላውቀውን ነገር ተናገርሁ" ማለቱ በቅዱሳት መጻሕፍት ውስጥ ተዘግቦ ይገኛል (ኢዮብ 31÷35-37፤ 42÷2)። መንፈሳዊ ሰው ግን ምሕረት የተደረገለት፣ በእግዚአብሔር ጸጋ ላይ የቆመ፣ እንዲሁም በልጁ በክርስቶስ መሥዋዕት ወደ አብ መምጣቱን በማወቅ በእምነት በኩል በትሕትና ይቀርባል (መዝ. 5÷7፤ ሮሜ 5÷2፤ ቈላስ. 2÷13-14)።

"እግዚአብሔር ቀርቦ ሳለ ፈልጉት" እና "በዐለት ንቃቃትና በገደል መሸሸጊያ ያለሽ ዕርግብ ሆይ ቃልሽን አሰሚኝ፤ ፊትሽ ያማረ ነውና መልክሽን አሳይኝ÷ ድምፅሽንም አሰሚኝ" ብሎ ሲናገረን በጸጋው የተከፈተልንን ሕያው እና አዲስ መንገድ እንድንገባበት በሥጋው፣ ማለትም በመጋረጃው በኩል የተከፈተልን ብቻ ሳይሆን፣ ሰውነታችንንም በጥሩ ውኃ መታጠብ ስለሆነልን ጭምር በማስተዋል ወደ ጸጋው ዙፋን በትሕትናና በተሰበረ ልብ፣ እንዲሁም በተዋረደ መንፈስ ልንቀርብ ይገባናል (መኃ. 2÷14፤ 7÷12፤ ኢሳ. 65÷2፤ 55÷6)።

የክርስቶስ አእምሮ (ልብ)፣ የዕውቀቱ ብርሃን ባለጠግነት በአማኝ ውስጥ ሲበራ ወደ ጸጋው ዙፋን የመግባትን ድፍረት በሊቀ ካህናቱ አገልግሎት አማካይነት እንዳገኘ በማወቅ አንድ ክርስቲያን በእምነት ይቀርባል። ይህ አማኝ እምነትንና በእርሱ የሚሆን መደገፍን፣ ደግሞም ትሕትናን እንጂ፣ ትዕቢትን ሊያሳይ አይገባም። ምክንያቱም ይህ የእርሱ ማንነት ወይም መንፈሳዊ የሆነ ተፈጥሮአዊ ባሕርይ አይደለም። እናም ይህ ማንነቱ እንዲህ ያለውን ነገር ከቶም አይፈቅድለትም። እግዚአብሔር ላልተማሩትም ሆነ ዘወትር ለሚስቱት ሰዎች ምሕረቱ ማለዳ ማለዳ አዲስ ነው።

ለሚስቱት መሳት (ፕላኖ)፡- Misguided / plan-ah'-o /planao፡- ከ plane/ፕሌን የሚያብራራው "መንቀሳቀስ" የሚልን አሳብ ነው፡፡) ማለት የሚንቀሳቀስ ማድረግ እና ከትክክለኛው መንገድ እንዲወጣ ማድረግ ነው፡፡ ከዕውነትና ከቅድስና መንገድ መውጣት፡፡ *(መጽሐፍ ቅዱስ ጥቅሶች የብሉይና / የአዲስ ኪዳን ግሪክ መዝገበ ቃላት፣ የቲየር ትርጉም፣ አስቲን)*

ይራራል (ሜትሪዮፓቲኦ) Deal gently met-ree-op-ath-eh'-o / metriopatheo፡- ከmétrios /ሜትሪዮስ= መካከለኛ +pathos /ፓቶስ= ጥልቅ ስሜት) ማለት በመካከለኛ ስሜት መገኘት እና አንዱ ስለ ሌላው ስላለው አመለካከት ረጋ ያለ መሆንን ያሳያል፣ በትሕትናና በአክብሮት ማነጋገር፡፡ አንድን ስሜት በገደብ መያዝ ማለት ነው፡፡ የሚያዝን ወይም የሚሰማው ልብ መያዝ ማለት ነው፡፡ ዕብራውያን 5÷2 የዚህ ቃል የመጽሐፍ ቅዱስ አገልግሎት ብቸኛ ቦታ ነው፡፡ *(መጽሐፍ ቅዱስ ጥቅሶች የብሉይና / የአዲስ ኪዳን ግሪክ መዝገበ ቃላት፣ የቲየር ትርጉም፣ አስቲን)*

ሊቀ ካህኑ የሚመረጠው ከሰዎች መካከል ስለ ነበር እርሱም እንደ ሌሎች ኃጢአተኞች ኃጢአት የነበረበትና ከእነርሱም ጋር የሚነጻጸር ነበር፡፡ በዚህ ክፍል ላይ **ይራራላቸዋል** ተብሎ የተተረጐመው የግሪክ ቃል **ሱንፓቲዮ (sunpatheo)** ወይም **አንድ ዐይነት ስሜት ይጋራል** የሚለው ቃል ሳይሆን፣ **ሜትሪፓትዮ (metripatheo)** የሚለው ሲሆን፣ አሳቡም **አብሮ መከራን መቀበል** የሚል ነው፡፡ ይህ **ሜትሪፓቲዮ** የሚለው ቃል ኃጢአትን ለሚሠሩ ለሌሎች ማዘንንና ርኅራኄ የተሞላ ቅጣትን ብቻ ማስተላለፍን አመልካች ነው፡፡ *(ዌስት፣ ኬ. ኤስ. የግሪክ አዲስ ኪዳን ቃል ጥናት፡- ኢርድማንስ)*

መራራት፡- በክርስቶስ ኢየሱስ የተጋለጠውን ይህን መራራት ከመናገራችን በፊት መራራት ምን መሆኑን ማስተዋል ይገባናል፡፡ የሰውዬው ጉዳት፣ ሕመም፣ ቊስል፣ ችግር፣ ማጣት ... ወዘተ ስሜቱ ተሰምቶን በመረዳት እንደ ሰውዬው በሁኔታው ውስጥ በማለፍ ለማጽናናት ለመታደግ አጠገቡ በመገኘት አስፈላጊውን እርዳታ ማድረግ ነው፡፡

ይህን ካለን ዘንዳ የሰዎችን መራራት እና የፈጣሪ ሰው ሆኖ መጥቶ መራራት ለይተን ማየት ይኖርብናል፡፡ የሰው መራራት ለሌላው ወንድሙ ባለው ቅርበት መሠረት ወሰን አለው፡፡ ርኅራኄው ወሰን እና ገደብ ያው ስለሚሆን የወድሙን ችግር እስከ መጨረሻ ለመሸከም ዐቅም የለውም የዚህ ምክንያቱ ሁላችንም በቀንበር ስር ስለምንገኝ ነው፡፡

ኢ.ፌ.ቢ.አ. አገልግሎት ዕብራውያን መጽሐፍ ጥናት ክፍል 2

የወንድሙን መከራ ተካፋይ ለመሆን መሥዋዕት መሆን ይጠይቃል፡፡ ይህን መሥዋትነት ለመከፈል ቢፈልግም እንኳ ከሰውዬው ጋር መሄድ መራመድ የሚችለው እስከ ተወሰነ ድረስ ነው፡፡ ጌታችን ኢየሱስ "ማንም ሰው አንድ ምዕራፍ ትሄድ ዘንድ ቢያስገድድህ ሁለኛውን ከእርሱ ጋር ሂድ" በማለት አስተምሯል (ማቴ. 5÷41)፡፡ ጌታችን ሁለት ምዕራፎች ሲል በጣም ትንሹን መጠየቁ እንጂ፣ ሰውዬው ከሁለት ምዕራፍ በላይ በመሄድ ለመርዳት ዝግጁ ይሆንን?፡፡

ይህ በአጠቃላይ ዕርዳታ ለሚስፈልገው ግለሰብም ሆነ የመንግሥት አካል ወይም የኅብረተብ ክፍል ማድረግ የምንችለው ድጋፍ እና ዕርዳታ መስጠትን ይመለከታል፡፡ ሰዎች ደግ ለሆነው እና ዞሮ ራሳቸውን ለሚጠቅም ነገር እንኳን ዋጋ መከፈል አይፈልጉም፡፡ የኢዮብ ወዳጆች እንደ ኢዮብ ዐመድ ለብሰው አብረውት ተቀምጠው ነበር፤ ይሁን እንጂ፣ የነፍሱን ቊስል ሊጋሩት አልቻሉም (ኢዮብ 2÷13)፡፡

ይልቁንም ያዋከቡት ጀመር፤ እጅግም የሚጐዳውን ንግግር ተናገሩ፡፡ ማንም አባት የልጅ መሞት ያሳዝነዋል፤ እነርሱ ግን የልጆችህ መሞት በአንተ ምክንያት ነው በማት ኀዘኑን አበዙበት (ኢዮብ 5÷4፤ 8÷4፤ 20÷10፤ 21÷19)፡፡ በዚህ ሁኔታ ላይ የንብረት ማጣት ሳይሆን፣ ልጆቹን ማጣት ከፉኛ ይጐዳል፡፡ ወዳጆቹ ሊራሩለት ሲገባ በዐመድ ላይ ተቀምጠው በመነዝነዝ የነፍሱን ጒዳይ አባባሱበት፡፡

ርኅራኄ ለማድረግ በስሜት ተገፋፍቶ በዐመድ ላይ መቀመጥ ብቻ በቂ አይደለም፤ በችግር ውስጥ ያለን ሰው ስሜት በሚገባ ተረድቶ ለማገዝ ራስን መስጠት ተገቢ ነው፡፡ መራራት (campassion) መጀመሪያ ችግሩን ከመረዳት ይጀምራል፡፡ ይህም የሰውን ችግር እንደ ራስ ማየት (empathy) ይባላል፡፡

ይህ ማለት የሰዎች ችግር በጥልቅ ስሜት ሲሰማን እና ሲያስጨንቀን ወይም ልባችን ሲታወክ ማለት ነው፡፡ ስለ ሰዎች ችግር ሙሉ ዕውቀትና መረዳት የሚኖረን ባሉበት ሁኔታ ውስጥ አብረን ስናልፍ ነው፡፡ ሰው ያለንበት ሁኔታ እና የምናልፍበት ችግር በጥቂቱ ሊሰማው ይችላል፤ እግዚአብሔር ግን ከዚያ በላይ ነው፡፡ እርሱ ይራራል፤ ማለትም በችግራችን ሁሉ ከእኛ ጋር ይሆናል፡፡

“በጭንቀታቸው ከእነርሱ ጋር ተጨነቀ የፊቱን መልአክት ልኮ አዳናቸው...”(ኢሳ. 63÷9) ሌላው “በእሳት ውስጥ ባለፍህ ጊዜ እኔ ከአንተ ጋር ነኝ፥ በውኃ ውስጥ ባለፍህ ጊዜ እኔ ከአንተ ጋር ነኝ” (ኢሳ. 43÷2)” ጌታችን ኢየሱስ ክርስቶስ “... እኔ ከእናንተ ጋር ነኝ” (ዮሐ. 16÷33) ብሎ ሲናገር የሰው ልጅ በአዳም ኃጢአት ከመጣበት የነፍስ እና የመንፈስ ስብራት ለመውጣት ሥጋ ለብሶ መገኘት ብቻ ሳይሆን፣ መከራን ተቀበለ፤ ሞትን ቀመሰ (ያውም የመስቀል ሞት)፤ የእኛን ቍስል ቈሰለ፤ ደዌያችንን ተቀበለ፣ ለመዳናችን የሚሆነው ተግሣጻችን በእርሱ ላይ ወደቀ፤ በሁሉ የእኛን ውድቀት ተቀበለ፡፡

ቁስት ፡- በእኛ ፈንታ ገብቶ ተሰቃየ፤ ስለዚህም ከሞት እና ከዘላለም ጥፋት አዳነን፤፡ ይህ ርኅራኄውን ያሳየናል፡፡ ዕውነተኛ ፍቅር ያለ ምንም ጥቅም እና የሰው ግፊት ራስን መስጠትን ሲያመለክት መራራት ግን በሰውዬው በጠለቀው ውስጠኛው ማንነቱ ያለውን ቍስሉን በረከቱን ተረድቶ አብሮ በመካፈል እና ሰውዬውን ነፃ ማውጣት ነው፡፡ ጌታችን ኢየሱስ በእርግጥ ራራልን፤ ይራራልናልም፡፡ ርኅራኄውን በቃልም በድርጊት አሳየ፡፡ሊቀ ካህናት ከሰዎች መካከል የሚወሰድ በመሆኑ ምክንያት እንደ እርሱ ሰዎች ለሆኑቱ ኃጢአተኞች ርኅራኄ ሊኖረው ይችላል፤ እርሱም ራሱ ኃጢአተኛ ነውና፡፡ ርኅራኄ የሚለው ቃል የተተረጐመበት የግሪኩ ቃል በ4÷15 ላይ “ስሜቱ ይገባዋል” በሚል የተወሰደ አይደለም፡፡ *ሱንፓቴኦ*፣ ማለትም “ተመሳሳይ ስሜት ያለው” በሚል የተረጐምነው አይደለም፡፡ እዚህ ላይ ያሉ *ሜትሪፔቴኦ* የሚሰኘ ነው፡፡

ቃላቶቹ ከቅድመ-ቅጥያው በቀር አንድ ዐይነት እንደሆኑ አንባቢው የሚመለከተው ይሆናል፡፡ ሱን ማለት ከ - ጋር ማለት ነው፤ ደግሞም ጥምር ቃሉን ከሌላው ሰው ጋር “አብሮ መሰቃየት” የሚል ትርጒምን ያላብሰዋል፡፡ *ሜትሪ* የሚለው ቅድመ-ቅጥያ ሜትሮን ከሚለው ቃል ጋር አንድ ዐይነት ሥር ያለው ቃል ሲሆን፣ ትርጓሚያቸውም “መለኪያ” ማለት ነው፡፡ ኋለኛው ቃል አንድን ነገር ለመለካት የሚሆንን መሣሪያ ለማመልከት ጥቅም ላይ ይውላል፡፡ስለሆነም ጥምር ቃሉ ቃል በቃል የሚሰጠው ፍቺ “በልኬቱ ወሰን መሠረት መሰቃየት” የሚል ነው፡፡ ይህ ቃል በመጀመሪያ በግሪካውያኑ ጥቅም ላይ ይውል የነበረው የተፈጥሮአዊ ስቃይ አሳባዊ የሆነ ቁጥጥርን የሚያሳይ ሲሆን፣ ይህም *ስቶይኮች አፓቲያ* ብለው ከሚጠሩት፣ ስቃዮች ድምጥማጣቸው ከሚጠፋበት ዕሳቤ ጋር የሚቃረን ነው፡፡ ሜትሪዖፓታዮ መሐል-ሰፋሪ መሆን ወይም በሌሎች ስሕተት ላይ ፍርድን የሚሰጡ መሆን ማለት ነው፡፡ ይህም እጅግ ከፉም ሆነ ቸልተኛ ወደማይሆንበት ስሜታዊ ሁኔታ ላይ

መገኘት ማለት ነው፡፡(የዌስት ቃላቶች ከግሪኩ አዲስ ኪዳን, 1940-55 ደብሊው ኤም . ቢ. ኤድማንስ ህትመት)

ኒው አሜሪካን ባይብል፡- ሜትሪዮፓቲዮ ላይ አስተያየት ሲሰጥ፣ በተረጋጋ ስሜት መቅረብ ይለዋል፡፡ የግሪኮ ሜትሮፓቲዮን የሚለው ቃል በመጽሐፍ ቅዱስ እዚህ ቦታ ላይ ብቻ ነው የሚገኘው፡፡ ይህ ቃል ነው ገለጻቸውን ከስሜታዊነት ነፃ በሆነ መልክ ለሚያቀርቡ ሰዎች የሚያገለግለው፡፡ እዚህ ጋር ደግሞ ለማዘን መቻልን ለመግለጽ ነው የተቀመጠው፡፡

ሊቀ ካህናቱ በኃጢአት እና ባለማወቅ ላይ እጅግ ተበሳጭ እንዳንሆን መጠንቀቅ አለበት፡፡ በተጨማሪም ደካማ በሆነ መልኩ ሁሉንም ነገር ለመቀበል መጠንቀቅ አለበት፡፡

ሊቀ ካህናቱ ዐላዋቂ የሆነውን ሰው በተመለከተ ለስለስ ያለና በመልካም የሚቀበል መሆን ይኖርበታል፡፡ ቃሉ በታሪካዊ ዳራው ተገልጿል፡፡ በዘኁ. 15÷22-31 የእግዚአብሔርን ትእዛዛት ባለማወቅ የሚሠራ ኃጢአት እንኳ ማስተሰሪያ ሊደረግለት እንደሚገባ እንማራለን፡፡ (በተጨማሪም ዕብ. 9÷7 ይመልከቱ)፡፡

ይህ በሌዋውያን ሕግ ላይ ምግባራዊ ዕሳቤዎችን የማስተማሪያ መንገድ በሆኑበት መልኩ ከሰዎች የሚጠብቅ ነገር ሆኖ ቀርቧል፤ በተጨማሪም ይህ ኃጢአት እና መርከስ በማይጠረጠር መልኩ ሊገኝ የሚችል መሆኑን ማሳያ ሆኖ ቀርቧል፡፡ ይህም ሰዎች በማያዩት ጊዜ፣ እግዚአብሔር ከፉን የማያይ መሆኑን፣ ስለዚህም ደግሞ የእርሱ የንጽሕና መፈተኛ ከእነርሱ ይልቅ ጥብቅ መሆኑን ያሳያል፡፡

ሊቀ ካህናት በሌሎች ኃጢአት ላይ አሳብ በሚሰጥበት ጊዜ ለስለስ ያለና እነርሱን በመልካም የሚቀበል ሊሆን ይገባዋል፤ ምክንያቱም እርሱ ራሱ በበደል ውስጥ የሚገኝ ነውና፡፡ የተተረጐመው ቃል የተለካ የሚለው ሲሆን፣ እዚህ ላይ ሰንጠረዣዊ ሥዕልን ያቀርባል፡፡ ቃሉ *ፔሪኬሚይ* የሚሰኝ ሲሆን፣ የቃል በቃል ትርጓሜው "በየሥፍራው መዋሸት" ማለት ነው፡፡

ሊቀ ካህናቱ በደል አለበት፤ ኃጢአትን የመሥራት ዝንባሌ አለው፤ ይዋሻል፡፡ ይህም ማለት እርሱ ሙሉ በሙሉ በኃጢአት የተከበበ ነው፡፡ ይህም ሊጨቁን የማይችል ኃጢአተኛ ባሕርይ ስላለው፣ ይህ መላው እርሱነቱን የሚቆጣጠረው በመሆኑ ነው፡፡ በ12÷1 ላይ

ጸሐፊው ይህንኑ ቃል ይጠቀማል፡፡ ይህም እንደ ደመና የሆኑ ምስክሮች በዙሪያችን ካሉልን በሚለው ቃል ውስጥ ነው፡፡ ይህ ነገር በመሢሑ ጕዳይ ላይ የማይገኝ ሲሆን፣ ይህም እርሱን ከአሮን የተሻለ እንዲሆን አድርጎታል፡፡ "በደለኝነት" የሚለው ቃል ኢሶቴንያ ይሰኛል፤ ትርጓሜውም ኃጢአትን ማድረግ የሚችሉ ሰዎች ማለት ነው፤ በሌላ አነጋገር ሙሉ በሙሉ የተበላሸ ባሕርይ ማለት ነው፡፡*(የቄስት ቃላቶች ከግሪኩ አዲስ ኪዳን, 1940-55 ደብሊው ኤም . ቢ. ኤድማንስ ህትመት)*

> ቍጥር 3 *በዚህም ምክንያት ስለ ሕዝብ እንደሚያቀርብ እንዲሁ ስለ ራሱ ደግሞ መሥዋዕትን ስለ ኃጢአት ሊያቀርብ ይገባዋል።*

ይገባዋል (ኦፌይሎ) of-i'-lo, of-i-leh'-o/opheilo፡- ማለት አንደን ነገር ለአንድ ግለሰብ መስጠት ነው፡፡ በሥዕላዊ አገላለጽ ኦፌይሎ የሚያብራራው አንድ ሰው የሚገባውን ነገር ያለ ምንም ጥርጣሬ መቀበል ማለት ነው፡፡ ኦፌልዮ በዚህ ምዕራፍ ባለው ገለጻ የአንድ ነገር ኀላፊነት መውሰድን አስፈላጊነት የሚያመላክት ነው፡፡ አሳቡም ሌዋውያን ሊቀ ካህናት ለራሱና ለሌሎች መሥዋዕትን የማቅረብ ኀላፊነት ተቀብለዋል፤ ምክንያቱም ሁሉም ኃጢአተኞች ስለሆኑ ነው፡፡

ይገባዋል፡- ሊቀ ካህናቱ የሚያቀርበው መሥዋዕት በእግዚአብሔር ዘንድ ተቀባይነት እንዲኖረው አስቀድሞ እንደ ተሾመ ወይም ሥልጣንን እንደ ተሰጠው ተመልከተናል፡፡ በተጨማሪም ጌታችን ይህን መሥዋዕት የሆነውን አካሉን በአብ ቀኝ ስላቀረበ ብቃትን አግኝቷል፡፡ የመስቀል ሞትን በመሞቱ እና ራሱንም በማዋረዱ ይህ ነገር ተረጋግጧል፡፡ በመስቀል ላይ ተፈጸመ ሲል መታዘዝን (ራስን ለአገልግሎት መቀደስን)፣ እንዲሁም መሥዋዕቱ ያለ ኃጢአት መቅረቡ ለእርሱ ብቃትን አስገኝቶለታል (ዕብ. 2÷9)፡፡ ሊቀ ካህናቱ አሮንና ጌታችን ኢየሱስ ክርስቶስ፣ ሁለቱም በእግዚአብሔር የተሾሙ ናቸው (ዕብ. 5÷1፣ 4)፡፡ ሁለቱም ቢሆኑ በየፊናቸው ስለ ሕዝቡ ጸልየው መሥዋዕትን አቅርበዋል፡፡ ሁለቱም ቢሆኑ ለሕዝቡ ርኅራኄን አሳይተዋል፡፡ ይሁንና የክርስቶስ መሥዋዕትና ርኅራኄ ራስን በሙላት ከመስጠት የሚመነጭ ነበር፡፡ በእርግጥም ከዚህ የሚበልጥ ፍቅር እንደ ሌላ ሁላችን እናስተውላለን፡፡ እግዚአብሔርን እና ሕዝቡን ፈጽሞ መውደዱ በመስቀሉ ላይ በሠራው ሥራ ተገልጿል (ሮሜ 5÷7-8)፡፡

ዌስት፡- ይገባዋል የሚለው ቃል ኦፌልዮ የሚባል ሲሆን፣ በሕግ ወይም በኀላፊነት ወይም በጊዜ ውስጥ የሚሰጥን ኀላፊነት የሚያመላክት ነው፡፡ እዚህ ጋር ያለው የሞራል ግዴታ ነው፡፡ ለራሱም ለሚዳኛቸውም ለሕዝቡም ኃጢአት መሥዋዕት ማቅረብ የሊቀ ካህናቱ የሞራል ግዴታ ነው፡፡ እርሱም በሞራል ድካም ውስጥ ይከሰሳልና፡፡ *(ዌስት፣ ኬ. ኤስ. የግሪክ አዲስ ኪዳን ጥናት)*

የሊቀ ካህኑ ውድቀትና የሕዝቡ ውድቀት ተመሳሳይ እንደሆነ ያሳየናል፡፡ ብዙ ሰዎች መንፈሳውያን አገልጋዮችን ፍጹም የሆኑ ጻድቃን አድርገው ይቈጥሯቸዋል፡፡ አክብሮታቸውም የሚመነጨው መንፈሳዊ ሥልጣናቸውን በማክበር ሳይሆን፣ እነርሱን እንደ አምላክ ከመቍጠር በመነጨ አስተሳሰብ ነው፡፡ በተለይም አገልጋዩ የነቢይነት፣ የመገለጥ፣ የፈውስ ስጦታ ካለው አክብሮቱና ለእርሱ ያለው ግምት ውስጥ ዋጋው የተሰቀለው አገልጋይ አንድ ቀን ውድቀት ቢገኝበት ብዙዎች አብረውት ይወድቃሉ፡፡ አገልጋዮችን ማክበርና በእነርሱ ሥልጣን ሥር ታዝዞ መኖር አስፈላጊ ቢሆንም፣ እነርሱ እርሱን እንደ ፍጹም ሰው አድርገው መቍጠራቸው ግን ተገቢ አይደለም፡፡ ሌላው ቀርቶ በሰው የአሠራር ሥርዓት የምድራዊው ሕግም ቤ/ክ ልትተዳደር ይገባታልና፡፡ በቤ/ክ ውስጥ የሚዘጋጅ የመተዳደሪያ ደንብ፣ ፖሊሲም ከአገልጋዩ ይልቅ የአሠራር ግልጽነትንና ታማኝነት ያከበረ ሊሆን ይገባል፡፡ ለምሳሌ ያህል አንድ መጋቢ (ፓስተር) የራሱን ደመወዝ ራሱ መወሰን አይገባውም፡፡ ገንዘብንም ራሱ በፈቀደው መንገድ ይውጣ፤ ለዚህ ሥራ ይዋል ማለት የለበትም፡፡ አንድን የቤ/ክ ንብረት ሲረከብም እንደ ማንኛውም ሠራተኛ ፈርሞ መረከብ፣ ፈርሞ ማስረከብ፣ ዕጁ ላይ ያለ የሚወራረድ የቤ/ክ ገንዘብም ካለም በአሠራር ሥርዓቱ መሠረት ማወራረድ ይገባዋል፡፡

በወጣቶች የፈሰሰው ጸጋ ይህ ነው አይባልም፡፡ በዐይናችን እያየን ልባችን ከክብሩ የተነሣ ፈዝዟል፡፡ የአባቶች ጸሎትን ጌታ መስማቱ ደስ ይለናል፡፡ ሆኖም ግን በአንዳንዶች ዘንድ በአገራችን በርካታ የወጣቶች ቤ/ክ ውስጥ ባለ ራእይ፣ መሥራች፣ የተቀባው የሚባለው አገልጋይ በአብዛኛው ሥልጣኑን መጠቀሚያ ሲያደርገው ይታያል፡፡ በገንዘብ ቼክ ላይ ለመፈረም የግድ ሌሎችን ማማከር የለበትም፡፡ ንብረትንም ራሱ በፈቀደው መንገድ ማንቀሳቀስ ይችላል፡፡ ፈርሞ መረካከብ የሚባለው ኀላፊነትና ተጠያቂነት ያለበት አሠራር ፈጽሞ አይታሰብም፡፡ ይህን መሰሉ ዋልጌነት መንፈሳውያን ነን በምንል ሰዎች መካከል መኖር አልነበረበትም፡፡ ለዚህ ችግር የሚዳርገን ትልቁ ምክንያት አገልጋዩን እንደ አምላክ መቍጠር ነው፡፡

ሊቃ ካህናቱ ስለ ሌሎች ኃጢአት መሥዋዕትን ማቅረብ ያስፈለገበት ሌላው ምክንያት እርሱ ለሌሎችም ማዘንና መራራት እንድንችል መሆኑን በቍጥር 2 ማብራሪያ ላይ ተመልክተናል፡፡ ብዙዎቻችን ሰዎች በሌሎች ላይ ለመፍረድ ፈጣኖች ነን፡፡ በተለይም እኛ የመጠቅን መንፈሳውያን እንደ ሆንን ከተሰማን ሌሎችን ለመንቀፍ፣ ለመተቸት ቀዳሚ እንሆናለን፡፡ ፈሪሳውያን ይህ ባሕርይ ነበራቸውና ጌታ በምንዝርና የተያዘችውን ሴት ወደ እርሱ አምጥተው በድንጋይ ሊወግሯት ሲሉ "ከእናንተ ኃጢአት የሌለበት ይውገራት" አላቸው፡፡ ፈሪሳውያኑ እዚህ ቦታ ላይ ዕውነተኞች መሆናቸውን ሁልጊዜም ይገርመኛል፡፡ እነዚህ ፈሪሳውያን በዚህ በእኛ ዘመን ቢኖሩ ኖሮ ምናልባት ልበ-ደንዳንነታቸው ስለሚጨምር ኃጢአት የለብንም ብለው ሴቲቱን ለመውገር ይነሡ ነበር፡፡ በዚያን ወቅት ግን በጌታ ጥያቄ ግራ ተጋቡና እየተንጠባጠቡ ከአጠገቡ ጠፉ፡፡ በሙሴ ዘመን ወይም በብሉይ ኪዳን አሠራር ካህኑም ጭምር ኃጢአት ይሠራል ተብሎ ስለሚታመን የዕብራውያንም ጸሐፊ የሚያስታውሳቸው ይህንኑ ድርጊት ነው፡፡

ቍጥር 3 በዚህም ምክንያት ስለ ሕዝብ እንደሚያቀርብ እንዲሁ ስለ ራሱ ደግሞ መሥዋዕትን ስለ ኃጢአት ሊያቀርብ ይገባዋል።

ስለ ሕዝብ እንደሚያቀርብ 7፥27፤ 9፥7፤ ዘጸ. 29፥12-19፤ ዘሌ. 4፥3-12፤ 8፥14-21፤ 9፥7፤ 16፥6፤ 15

ቍጥር 4 *እንደ አሮንም በእግዚአብሔር ከተጠራ በቀር ማንም ክብሩን ለራሱ የሚወስድ የለም።*

አሮን ሊቀ ካህናት ለመሆን የበቃው በመለኮታዊ ጥሪ እንጂ፣ ራሱ ስለ ወደደ ወይም ሰዎች ስለ መረጡት አለዚያም ደግሞ በአጋጣሚ በተገኘ የሥራ ዕድል አይደለም (ዘጸ. 28፥1-3)፡፡ አሮንና ቤተ ሰቡ የልጅ ልጆቹም ለዚህ የሊቀ ካህናትነት አገልግሎት በእግዚአብሔር የተመረጡ ናቸው፡፡ የካህናት ዋና ዋና ሥራዎች ሕዝቡ ሙሴ በሰጣቸው የሕጉ ቃል መሠረት እንዲተዳደሩ የሕጉን ቃል ማንበብና ሕዝቡን ማስተማር፣ ደግሞም ሕጉን በመተላለፍ የሚወድቁትን የኃጢአታቸውን መሥዋዕት በማቅረብ ከእግዚአብሔር አምላካቸው ጋር እንዲታረቁ ማድረግ ነው (ዘዳ. 31፥9-13)፡፡

ይህ የሊቀ ካህናትነት አገልግሎት ክቡር እንደ ሆነ ከዚህ ክፍል እንረዳለን፡፡ ሰዎች ደግሞ በአብዛኛው ክብር ያለበትን ቦታ ተሻምተን እንይዘዋለን፡፡ ሰዎች የከበረውን ሥፍራ ለማግኘት እስከ ሞት ድረስ ይዋደቃሉ፡፡ በዚሁ ቍ. 16 ላይ የምንመለከተው የቆሬ፣ የዳታንና የአቤሮን ታሪክና እነርሱ አስተባብረው በዐመፅ ያስነሡዋቸው የ250 ሰዎች ታሪክ የሚያስተምረን ሰዎች ለክብር በመሟሟት እንዴት እግዚአብሔርን እንደሚያስቈጡ፣ እግዚአብሔር በኀላፊነት ያስቀመጣቸውን የተመረጡትን አገልጋዮች እንደሚያሳዝኑና በመጨረሻም በዚህ ድርጊታቸው እንደሚጠፉ ነው (ዘኍ. 16÷1-3)፡፡ የእነዚህ ሰዎች ዋነኛ ጥያቄ ሥልጣን ነው፡፡ ሙሴና አሮን እስከ አሁን በክህነት ሲያገለግሉ ነበረ፤ አሁን እነርሱ ይብቃቸውና እኛ ደግሞ ተራ ይሰጠን ብለው እግዚአብሔርን አሳዘኑ፡፡

በቤቱ እንደ ልጅ ሆነ - እንደ ሎሌ መሾም የሚችለው የቤቱ ባለቤት የሆነው እግዚአብሔር ነው፡፡ ቀደም ሲል የተመለከትነው በሙሴና በጌታ በኢየሱስ ክርስቶስ መካከል ያለውን የሹመት ክብር ነው (ዕብ. 3÷2-5)፡፡ ይህ ምዕራፍ ደግሞ ስለ አሮን እና ጌታችን ኢየሱስ ክርስቶስን ያስረዳናል፡፡

የክህነት አገልግሎት በእግዚአብሔር ቤት ውስጥ ያለ ወይም የሚገኝ ትልቁ የአገልግሎት ቢሮ ሲሆን፣ ዳሩ ግን የትኛውም አገልግሎት ቢሆን በእግዚአብሔር ካልተሾሙ ወይም ካልተሰጠ በቀር የማይሆን መሆኑን ማወቅ ያስፈልጋል፡፡ ዕጅ መጫንም ሆነ የውኃ ጥምቀት አገልግሎት ሰጭ መሆን፣ አሊያም የክትትልና የደኅንነት (የእምነት ማጽኛ) ትምህርት መስጠት ሁሉ ከላይ በእግዚአብሔር ካልተሰጡን በቀር እንዲሁ በዘፈቀደ የሚፈጸሙ አይደሉም (የሐ. 3÷27፤ ዕብ. 6÷1-2፤ ዘኍ. 18÷7)፡፡ ከሰማያዊ ሹመት ጋር ደግሞ ሰማያዊ የሆነ ብቃትን እና ጥበብን የሚሰጠው እግዚአብሔር አምላክ ነው (ያዕ. 3÷17-18)፡፡

እንደ ዕውነቱ ከሆነ፣ የፈሪሳውያን ችግር ይህ ነበር፤ እነርሱ በቤተ መቅደሱ ውስጥ ያገለግሉ ነበር፡፡ ምንም እንኳ በሙሴ ወንበር ላይ የተቀመጡ ቢሆኑም፣ እነርሱ ግን ሹመቱን በሰው ክብር በኩል ሊያገለግሉበት ተመኙ፡፡ የመጥመቁ ዮሐንስ የንስሐ ጩኸት በጆሮዎቻቸው ላይ ይደውል ነበር፡፡ ሆኖም እነርሱ ከእግዚአብሔር የተሰጣቸውን ሹመት ከሰው ክብር ለማግኛነት ተጠቀሙበት፡፡ ስለዚህም ይህ የክብር ወንበር ከእነርሱ ተወሰደባቸው (ማር. 11÷30-31፤ ሉቃስ 1÷52-53፤ ማቴ. 21÷43፣ 45)፡፡

እንዲሁ ክርስቶስ ደግሞ ሊቀ ካህናት ሊሆን ራሱን አላከበረም

ማክበር (ዶክሳዞ) dox-ad'-zo/doxazo፡- ማለት ክርስቶስ ለራሱ ምስጋናን አልወሰደም ወይም በሊቀ ካህናትነት የክብር ስፍራ እራሱን በማስቀመጥ ክብርን አልወሰደም፡፡ *(መጽሐፍ ቅዱስ ጥቅሶች የብሉይና / የአዲስ ኪዳን ግሪክ መዝገበ ቃላት፣ የቲየር ትርጉም፣ አስቲን)*

ለአገልጋይነት መመረጥ እግዚአብሔር መንፈስ ቅዱስ በጎ ፈቃድ ነው እንጂ፣ በውድድር መንገድ የሚፈጽም ወይም ለእኛም ተራው ይድረሰን ብለው ስለ መብታቸው በመከራከር የሚገኝ ነገር አይደለም፡፡ በዚህ ባለንበት ዘመን ከሰው አስቸጋሪነት የተነሣ መንግሥት ቤ/ክ የመተዳደሪያ ደንብ እንዲኖራትና አስተዳደሩን የሚመሩት መሪዎችም የምርጫ ዘመን ኖሯቸው አመራሩን እንዲይዙ፣ ዘመናቸውንም ሲያበቁ ለሌሎች ተረኞች ወንበራቸውን እንዲያስረክቡ አድርጓል፡፡ ይህ እንዲሆን ያስፈለገበት ምክንያት ቤ/ክ የምድራዊውን አሠራር ሕግና ደንብ አክብራ እንድትሠራ በማሰብ ነው፡፡

ይህ አሠራር የመንፈሳዊውን የቤ/ክ አሠራር ግን የሚመለከት አይደለም፡፡ መንፈሳዊው አሠራር የሚመራው እንደ እግዚአብሔር ቃልና በመንፈስ ቅዱስና በጸሎት ነው፡፡ በቤ/ክ ውስጥ የሚፈጠሩ ግጭቶች በዚህ ዘመን በአብዛኛው የሚከሰቱት በአስተዳደራዊ ሥራው ላይ ነው፡፡ በዚህ ቦታ ላይ ጥቅምም ስላለ ሰዎች ይህን ጥቅማ-ጥቅማቸውን ለማስጠበቅ ሲሉ ግጭት ውስጥ ይገባሉ፡፡ አንዳንዶች ሲብሰባቸውም የእግዚአብሔርን ቃልም በመተላለፍ ሙሴና አሮንን ከሥልጣናቸው በማስነሣት እነርሱ ወንበራቸውን ለመያዝ ይጋደላሉ፡፡ ይህም የእግዚአብሔርን ቍጣ ያስነሣል፡፡

በዘመናችን ያለችው ቤ/ክ እጅግ ከመበላሸቷ የተነሣ እግዚአብሔር በኀላፊነት ያስቀመጣቸውም ሰዎች መንጋውን ለግል ኑሯቸው ማበልጸጊያ፣ መጠቀሚያ ሲያደርጉት እያየን ነው፡፡ እነዚህ መንፈውያን አገልጋዮች ምንም እንኳ በእግዚአብሔር ቢመረጡም፣ አምላካቸውን በሚያሳዝን መንገድ በመጓዝ፣ በልበ-ደንዳናነት የዐመፅን ሥራ ሲሠሩ ይታያሉ፡፡ ለማደናገሪያም እንዲመቻቸው "በተቀባው ላይ ዕጃችሁን አታንሡ፤ ቆሬ፣ ዳታንና አቢሮን በሙሴና በአሮን ላይ ዕጃቸውን በማንሣታቸው ተቀስፈዋል፡፡ ዛሬም በተቀቡ የእግዚአብሔር አገልጋዮች ላይ ዕጃቸውን የሚያነሡ ሰዎች ይቀሰፋሉ እያሉ" ሕዝቡ ጸጥ-ለጥ ብሎ እንዲገዛ በዘዴ ይይዙታል፡፡ በእርግጥ መንፈሳዊ የሥልጣን ተዋረድ

አለ፡፡ ይህ ቅባት ሆነ የተቀባውን ሰው መታዘዝ እና እንድናከብር መጽሐፍ ቅዱሳችን አስረግጦ ያዝዘናል፡፡

የቀኖቻችንን የእምነታቸውን ዱካም እንድንከተል ጭምር ያዝዘናል፡፡ አለዚያ ከመንፈሳዊ በረከት ጐድለን እንዳንገኝ በአባቶች አገልግሎት ሥር መሆን ይገባል፡፡ እኛ አያልን ያለነው የጌታ ልብ ሳይታይባቸው የመነጋው አለቃ ለሆኑት ነው፡፡ ሙሴ የእግዚአብሔርን ሕዝብ ሲመራ ከፈርዖን ቤት ምቾትና ጮማ ይልቅ ከእግዚአብሔር ሕዝብ ጋር መከራ ለመቀበል ወስኖ በምድረ በዳ ውስጥ በመንከራተት የኖረ ሲሆን፣ እነዚህ ሰዎች ግን የቅምጥልነትና የድሎት ኑሮን እየኖሩ ሕዝቡን ጸጥ- ለጥ ብለህ ተገዛልን ሲሉት አያፍሩም፡፡ የሚኖሩበት ውድ የሆነ ቪላ ቤት፣ መኪና፣ ብር፣ አልማዝ ማንነታቸው በምድራዊ ቊሳቊስ የተሞላ፣ ልባቸው በዓለም ፍቅር የተነደፈ ለመሆኑ ይመሰክርላቸዋል፡፡ ሕዝቡና እነርሱም በኑሮ አይመጣጠኑም፡፡ እነርሱ ሲያምርባቸው ሕዝቡ ግን ለእነርሱ ገንዘቡን እየሰጠ የጉስቁልና ኑሮን ይኖራል፡፡ የዕብራውያን ጸሐፊ፡- "ይህን ክብር ለራሱ የሚወስድ ማንም የለም" ይላል፡፡ የመሢሑን አገልግሎትም ስንመለከት ራሱን ዝቅ አድርጎ በብዙ መዋረድ እንዳገለገለ እንረዳለን (ፊልጵ. 2÷6-7፤ 2ኛ ቆሮ. 4÷16-18)፡፡

በሌላው ወገን ደግሞ አገልጋይን የማያከብሩ፣ ጸጋን ሆነ የአገልግሎት ቢሮ የማያከብሩ በተቀባው ዕጃቸውን የሚጠነቁሉ፣ በዓለም እንዳለው ዲሞክራሲ እና ዕኩልነት ለማራመድ የሚሹ፣ የእኔ ተራ ይድረሰኝ ብለው ሕዝቡንም ሆነ አገልጋዮችን የሚያውኩ ለመንፈሳዊ ሥልጣን የማለሉ ራሳቸውን በፈቃደኛነት የማያቀርቡ አሉ፡፡ በእነርሱም ምክንያት ክብሩም ሆነ ጸጋው ይከለከላል፡፡ ለመገሠጽ የማይሹ ሆነው የልጅነት ሥልጣን አለኝ እያሉ ከመንጋው አፈንግጠው በመውጣት ቤተ ክርስቲያን ከፍለው ለራሳቸው የከበሩ፣ እንደ እነርሱ ያሉትን በርካቶች ሰዎች ያፈሩ ይገኛሉ፡፡ የወንድማማች ፍቅር የሌላቸው በቡድን የተዋቀረ መሰብሰቢያ አድራሻ አላቸው፡፡ በነዋይ ፈቅር የተጠመዱ ሆነዋል፡፡ እነዚያን ሆነ እነርሱን ሊታደግ ሊቀ ካህናቱ በደጅ ቆሞ ልግባ እያለ ይገኛል፤ እርሱ ለእኛ ለሁላችን ዋጋ ከፍሎአልና፡፡

ጌታን ኢየሱስ ክብሩን ጥሎ ወደዚህች ምድር መጥቶ በግርግም ተወልዶ፣ በጸጋ እና በሞገስ ዐድጎ፣ በመጥምቁ ዮሐንስ ዕጅ በዮርዳኖስ ተጠምቆ፣ በመፈስ ቅዱስ እና በኃይል ተቀብቶ ቢያገለግልም፣ ዘወትር የተሰጠውን ሥራ ፈጽም አባቱን ሁልጊዜ ሲያከብር እንደ መጣ ይናገር ነበር፡፡ ከአባቱ ያየውን የሰማውን ብቻ እንደሚናገር በተለያየ ጊዜ ተናግሮአል፡፡

ጌታችን በመስቀል ሞት ለመታዘዝ ራሱን አሳልፎ ለአባቱ ፈቃድ ሰጠ፡፡ የሚታዘዙ መጨረሻ "አባቴ ሆይ ነፍሴን በዕጅህ ዐደራ እሰጣለሁ" ብሎ በመስቀል ላይ መናገር ነው (ሉቃስ 23÷46)፡፡ ጌታችን ኢየሱስ በየትኛውም ጊዜ ራሱን አላከበረም፤ አልሾመም፡፡ አባቱ "ይህ የምወደው ልጄ ነው" አለ (ዕብ. 8÷3፤ 1÷5)፡፡

ቊጥር 4 እንደ አሮንም በእግዚአብሔር ከተጠራ በቀር ማንም ክብሩን ለራሱ የሚወስድ የለም።
ዘጸ. 28÷1፤ ዘሌ. 8÷2፤ ዘኍ. 3÷3፤ 16÷5፣ 7፣ 10፣ 35፣ 40፣ 46-48፤ 17÷3-11፤ 18÷1-5፤ 1ኛ ዜና 23÷13፤ 2ኛ ዜና 26÷18፤ ዮሐ. 3÷27

ቊጥር 5-6 እንዲሁ ክርስቶስ ደግሞ ሊቀ ካህናት ሲሆን ራሱን አላከበረም ነገር ግን አንተ ልጄ ነህ እኔ ዛሬ ወልጄሃለሁ ያለው እርሱ ነው፤ እንደዚህም በሌላ ሥፍራ ደግሞ አንተ እንደ መልከ ጼዴቅ ሹመት ለዘላለም ካህን ነህ ይላል።

ጌታ ኢየሱስ እርሱ የእግዚአብሔር ልጅ ሆኖ ሳለ "ሊቀ ካህናት የመሆንን ክብር ለራሱ አልወሰደም፡፡"

ከቊጥር 5-11 ባለው ክፍል ውስጥ ጌታ ኢየሱስ ሊቀ ካህናት እንደ ሆነ ይተርክልናል፡፡ ጌታ ኢየሱስ ወደ ክህነት አገልግሎቱ ሲመጣ ልጅ ነኝና ይገባኛል በማለት አልነበረም፤ ወይም ራሱን በራሱ አልሾመም፡፡ ይህን የአገልግሎት ክብር ያገኘው በእግዚአብሔር አብ ምርጫ ነው፡፡ አንዳንድ የአይሁድ አስተማሪዎች አሮንና ዳዊትን የአይሁድ መሢሕ እንደ ሆኑና ከእነርሱ ሌላ መሢሕ እንደ ሌለ ጽፈዋል፡፡ ጌታ ኢየሱስ ግን ካህንና ንጉሥም በመሆን በሁለቱም መንገድ ተገልጿል፡፡ በክህነት አገልግሎቱም የመሢሕነት ተግባሩን ፈጽሞአል፡፡ እነዚህ የአይሁድ መምህራን በመሢሕነት የሚያስቀምጧቸው የብሉይ ኪዳኖቹን አሮንንና ዳዊትን ሲሆን፣ ከእነርሱ በቀር አዲስ ኪዳን የሚባል አገልግሎት እንደ ሌለና ኢየሱስም መሢሕ መሆኑን እንደማይቀበሉት ያስረዳሉ፡፡

ጌታ ኢየሱስ ለዚህ የሊቀ ካህናትነት አገልግሎት የተጠራው በእግዚአብሔር ሲሆን በመዝ. 2÷7 እንዲሁም በመዝ. 110÷4 ስለ ሊቀ ካህናትነቱ ተተንብዮለታል፡፡ በሁለተኛው ጥቅስ ላይም እንደ መልከ ጼዴቅ ነህ ይለዋል፡፡ መልከ ጼዴቅ ካህንም ንጉሥም ሆኖ ለዘላለም የሚያገለግል ነው (ዘፍ. 14÷18-20)፡፡ በጥንታዊው ታሪክ ውስጥ እንደምንመለከተው

የክህነትና የንጉሥነት አገልግሎት የሚከናወነው በራሳቸው በካህናቱ ነበር፡፡ መልከ-ጼዴቅ ማለት የቃሉ ትርጉም የጽድቅ ንጉሥ ወይም የእኔ ንጉሥ ጻድቅ ነው ማለት ነው፡፡ ይህንን አሳብ በዕብራውያን 7 ላይ በተጨማሪ እናገኘዋለን፡፡ ይህ መልከ-ጼዴቅ ከአሕዛብ ወገን ከሆኑት ወይም እስራኤላውያን ያልሆኑት ከነዓናውያን ንጉሥና ካህን ሳይሆን፣ አይቀርም የሚል ግምት አለ፡፡

የጌታችን የኢየሱስ ክርስቶስ የሊቀ ካህናትነት አገልግሎትንም ሆነ የምድር ላይ ሕይወቱን በምናጠናበት ጊዜ እርሱ አባቱ ሲያደርግ ያየውን ነገር እንደሚያደርግ፣ ደግሞም አባቱ ዘወትር ከእርሱ ጋር እንደ ሆነ እንመለከታለን፡፡ የሚያገለግላቸውንም ሕዝብ አባቱ ወደ እርሱ አምጥቶለት ነበር (ኢሳ. 5÷55፤ ዮሐ. 5÷43፤ 13÷31፤ 6÷37፤ 17÷11)፡፡

የጌታችን የኢየሱስ ክርስቶስ መሞት፣ መከበርም ሆነ በአብ ቀኝ መቀመጥ በአብ ፈቃድና የትንሣኤው ኃይል በሆነው በመንፈስ ቅዱስ አሠራር የተከናወነ ነገር ነው፡፡ ይህን ክብር ጠላት የሆነው ሰይጣንም ሆነ በጊዜው የሃይማኖት መሪዎች የነበሩት ፈሪሳውያን እና ሰዱቃውያን ለማግኘት ብዙ ሞክረው ነበር፡፡ ይህ ክብር የዳዊት ነውም ሲሉ ይከራከሩበት ነበር፡፡ በሌላ ጊዜም የአጋንንት አለቃ ወይም ብዔል-ዜቡል ነው ሲሉ እርሱን ይቃወሙት ነበር፡፡

ሐዋርያው ጴጥሮስ ግን በበዓለ ኀምሳ ቀን ላይ እነርሱን "የሕይወትን ራስ ገደላችሁት!" ብሎ መናገሩ ይታወቃል፡፡ እግዚአብሔር ግን ለክርስቶስ በድንቅ እና በተአምር ስለ እርሱ ምስክርነቱን መስጠቱን የዕብራውያን ጸሐፊ አስረግጦ ተናግሯል፡፡ እግዚአብሔርም ስለ ክርስቶስ በሕዝቡ መካከል "አንተ እንደ መልከ-ጼዴቅ ሹመት ለዘላለም ካህን ነህ" ብሎ እንደ መሰከረለት ሥጋው መበስበስን ሳያይ ከሙታን አስነሥቶት በኃይል ቀኝ በሕይወት ኃይል ተቀምጦ ይገኛል (ዕብ. 7÷15-17)፡፡

ነገር ግን አንተ ልጄ ነህ እኔ ዛሬ ወልጄሃለሁ ያለው እርሱ ነው

ፊል ነውተን፦ ሲጨምር አንዱም መልአክ የእግዚአብሔር ልጅ ተብሎ ዐዋጅ አልተነገረለትም፡፡ ለሊቀ ካህናቱም እንዲሁ፤ እነርሱ የመጀመሪያው ሊቀ ካህናት የሆነው ከአባቶቻቸው ከሌዊ ነገድ የሆነው የአሮን ልጆች ነበሩ፡፡ መዝሙር ሁለትን በመጥቀስ ምዕራፉ ቀድሞ በዕብራውያን 1÷5 ላይ የኢየሱስ ክርስቶስን የተለየ ልጅነት አስቀምጧል፡፡

በመዝሙር ላይ መዝሙረኛው በገለጸው ሲያብራራ ሕዝቡ ፈጣሪን በሉዐላዊነቱ ላይ እንዲመቱበት ያስቀምጣል፡፡ እዚህ ጋር ፈጣሪ ሆነው እግዚአብሔር ንጉሡን ኢየሱስን ሕዝብን እንዲመራ ሲያስቀምጠው እናያለን፡፡ እንዴት ነው ንጉሡን የሚለየው? “አንተ ልጄ ነህ እኔ ዛሬ ወልጄሃለሁ”፡፡

በኔሮ የስደት ወቅት እንኳ እነዚህ በመከራ ውስጥ የነበሩ አማኞች የእግዚአብሔር ልጅ እንደሚገዛ ያምኑ ነበር፡፡ በፍርሃት ሳይሆን፣ እርሱ ስለሚገዛ ዓላማው በሕዝብ ላይ ይፈጸማል የሚል ድፍረትን የያዘ ነው፡፡ “አንተ ልጄ ነህ“ የሚለው ቃል አሳቡ የወልድ ሥጋ መልበስን የሚያሳየን ነው፡፡ እርሱ ያለ ጅማሬና ፍጻሜ የእግዚአብሔር ዘላለማዊ ልጅ ነው፤ ነገር ግን እርሱ በአንድ ወቅት ከሴት የተወለደ የሰውን ተፈጥሮ ለዘላለም የያዘ የሰው ልጅም ነው፤ ነገር ግን እርሱ እንደ እኛ ሳይሆን፣ እንደ ሊቀ ካህናታችን ሊያገለግለን የመጣ ብቻ አድርገን ልናስበው አንችልም፡፡ ስለዚህ ሥጋ መልበሱ የእግዚአብሔር ልጅ የሰው ልጅ ለመሆን መምጣቱን የሚያሳይ ዐዋጅ ነው ስለዚህ እንደ ሊቀ ካህን ስለ እኛ መካከለኛ ይሆናል እኛ የእግዚአብሔር ልጆች እንድንሆን፡፡ *(ሳውዝ ውድስ ባብቲስት ቤተ ክርስቲያን ድኅረ)*

የጌታችን ኢየሱስ ወደ ምድር መምጣቱ የበጎች እረኛ ብቻ ለመሆን ሳይሆን፣ የመሥዋዕት በግ ለመሆን ነው፡፡ እነዚህን ለማከናወን አብ ሥጋን አዘጋጀለት ወይም ሥጋ ለብሶ በእኛ መካከል አደረ፡፡ ገና በለጋ ዕድሜው የአገልግሎት ኀላፊነት በጫንቃው ላይ ሆኖ በቀን በሌሊት፣ በየብስ በውኃ፣ በሸለቆ፣ በተራራ እየተንከራተተ፣ ወንድሞቹን እየፈወሰ፣ ለምጻም እያነጻ፣ ዕውር እያበራ፣ የተራቡትን እየመገበ፣ ያለቀሱትን እያጽናና ... ከአብ የተሰጠውን ተልእኮ 3 ዓመት 1/2 ፈጽሞ በመጨረሻም በሸላቶቹ ፊት እንደሚታረድ በግ ሆኖ የኃጢአት ዕንከን ሳይገኝበት ተከብቦ በግፍ ተፈርዶበት በቀራንዮ ተራራ ተሠዋ፤ ሰቅለው ገደሉት፡፡ ይህ ብቻ አልበቃም፤ በእርሱ ለሚያምኑ ሰዎች ዘወትር ሊማድላቸው በአብ ቀኝ ተቀምጦአል፡፡ አባቴ ይሠራል እኔም እሠራለው ብሎ እንደ ተናገረ ሥራውን አላቋረጠም፡፡

ሂዩስ፡- ሲናገር ሜልኮት እንዲህ ብሎ ሲናገር “መልከ-ጼዴቅ የሚወክለው አይሁዳዊ ያልሆኑትን ዓለም አቀፋዊ ካህናትን ነው“ እናም “ከክህነት ጋር በተያያዘ እርሱ አብርሃም በቃል ኪዳኑ እንደ ያዘው ቦታ ያለውን ዐይነት ሥፍራ ይይዛል” ይላል፡፡ ዳሩ ግን እዚህ ጋር ከመዝሙር ተወስደው የተጠቀሱት ሁለት ጥቅሶች የክርስቶስ ሊቀ ካህናትነት ከራሱ

ሳይሆን፣ ከእግዚአብሔር ዘንድ እንደሆኑ የሚያሳየውን አስተምህሮ ለማጠናከር የተቀመጡ ናቸው፡፡ *(ሂዊስ፣ አር. ኬ፣ የዕብራውያን ኮሜንተሪ)*

ይገባዋል፡- ሊቀ ካህናቱ የሚያቀርበው መሥዋዕት በእግዚአብሔር ዘንድ ተቀባይነት እንዲኖረው አስቀድሞ እንደ ተሾመ ወይም ሥልጣንን እንደ ተሰጠው ተመልክተናል፡፡ በተጨማሪም ጌታችን ይህን መሥዋዕት የሆነውን አካሉን በአብ ቀኝ ስላቀረበ ብቃትን አግኝቷል፡፡ የመስቀል ሞትን በመሞቱ እና ራሱንም በማዋረዱ ይህ ነገር ተረጋግጧል፡፡ በመስቀል ላይ ተፈጸመ ሲል መታዘዝን (ራስን ለአገልግሎት መቀደስን)፣ እንዲሁም መሥዋዕቱ ያለ ኃጢአት መቅረቡ ለእርሱ ብቃትን አስገኝቶለታል (ዕብ. 2፥9)፡፡ ሊቀ ካህናቱ አሮንና ጌታችን ኢየሱስ ክርስቶስ፣ ሁለቱም በእግዚአብሔር የተሾሙ ናቸው (ዕብ. 5፥1፣ 4)፡፡ ሁለቱም ቢሆኑ በየፊናቸው ስለ ሕዝቡ ጸልየው መሥዋዕትን አቅርበዋል፡፡ ሁለቱም ቢሆኑ ለሕዝቡ ርኅራኄን አሳይተዋል፡፡ ይሁንና የክርስቶስ መሥዋዕትና ርኅራኄ ራስን በሙላት ከመስጠት የሚመነጭ ነበር፡፡ በእርግጥም ከዚህ የሚበልጥ ፍቅር እንደ ሌላ ሁላችን እናስተውላለን፡፡ እግዚአብሔርን እና ሕዝቡን ፈጽሞ መውደዱ በመስቀሉ ላይ በሠራው ሥራ ተገልጿል (ሮሜ 5፥7-8)፡፡

<u>ቁጥር 5</u> እንዲሁ ክርስቶስ ደግሞ ሊቀ ካህናት ሊሆን ራሱን አላከበረም ነገር ግን፡-አንተ ልጄ ነህ እኔ ዛሬ ወልጄሃለሁ ያለው እርሱ ነው፤

ክርስቶስ ደግሞ ሊቀ ካህናት ሊሆን ራሱን አላከበረም የሐ. 7፥18፤ 8፥54

አንተ ልጄ ነህ ዕብ. 1፥5፤ መዝ. 2፥7፤ ሚክ. 5፥2፤ የሐ. 3፥16፤ የሐዋ. 13፥33፤ ሮሜ 8፥3

<u>ቁጥር 6</u> እንደዚሁም በሌላ ሥፍራ ደግሞ፡- አንተ እንደ መልከ ጼዴቅ ሹመት ለዘላለም ካህን ነህ ይላል

አንተ ለዘላለም ካህን ነህ ዕብ. 5፥10፤ 6፥20፤ 7፥3፣ 15፣ 17፣ 21፤ መዝ. 110፥4

እንደ መልከ ጼዴቅ ሹመት ዘፍ. 14፥18፣ 19

ቁጥር 7 እርሱም በሥጋው ወራት ከሞት ሊያድነው ወደሚችል ከብርቱ ጩኸትና ከዕንባ ጋር ጸሎትንና ምልጃን አቀረበ፥ እግዚአብሔርንም ስለ መፍራቱ ተሰማለት፤

ጌታ ኢየሱስ መለኮት ብቻ ሳይሆን፣ እንደ እኛ ሰው በመሆኑ ወደ አባቱ ብርቱ ጸሎት አደረገ፡፡ በኢየሱስ የሦስት ዓመት ተኩል ዓመታት የአገልግሎት ዘመናት እርሱ በጸሎት

እንዴት ይጋደል እንደ ነበረ በተደጋጋሚ እናነብባለን፡፡ ገና አገልግሎቱንም ሲጀምር ለ40 ቀንና ሌሊት በፆም በማሳለፍ የከበደ ተጋድሎ አድርጓል፡፡ ከዚያም በኋላ ሌሊቱን በጸሎት እንደሚያሳልፍ በወንጌላት ውስጥ ተጽፎ እናነብባለን፡፡

በብዙ ትንቅንቅ ካሳለፈባቸው የጸሎት ተጋድሎዎቹ ውስጥ በጌቴሴማኒ የአትክልት ሥፍራ የጸለየው ጸሎት በዋነኛነት የሚነሣ ነው፡፡ የጌቴሴማኒው ጸሎት ከፍተኛ ኀዘን የነበረበት፣ ለእርሱም ሆነ ለደቀ መዛሙርቱም ትንቅንቅ የነበረበት የፈተና ወቅት ነበር፡፡ ጌታ ለደቀ መዛሙርቱም "ወደ ፈተና እንዳትገቡ ትጉና ጸልዩ" ብሎ ያስተማራቸው በዚህ ወቅት ነው፡፡ እነርሱ ግን ኀዘን ከብዶባቸው ስለ ነበር ዕንቅልፍ እንዳሸነፋቸው ከወንጌላት እናነብባለን፡፡

ይህን የስቃይ ሰዓት The Passion of Christ የሚለው ፊልም እንደሚገባ የተረከው ይመስላል፡፡ የስቃዩ ልክ ወደር አልነበረውም፡፡ የመናፍስት ኃይላት ሁሉ ተረባርበው በጌታ ላይ በጠላትነት የቆመበትም ጊዜ ነበረ (ሉቃስ 22÷39-45)፡፡ መጽሐፍ ቅዱስ እንደሚያስረዳ ከዚህ የጭንቅ ጊዜ የተነሣ ጌታ የደም ላብም አላበው፡፡ ይህ ወቅት ከፍተኛ የሆነ መከራ፣ ጭንቀትና መንፈሳዊ ጦርነትም የተደረገበት ወቅት ነው፡፡ ጌታ ኢየሱስ ምንም እንኳ በሰማያዊው ጸጋ ይህን ሰዓት ለመቋቋም ቢችልም፣ መላእክትም ቢያበረታቱትም፣ የሰው አካልን የለበሰ፣ ሰው የሆነ፣ የሰው ልጆችን ኃጢአት ሁሉ የተሸከመም በመሆኑ ስቃዩን የበለጠ የከፋ ያደርገዋል፡፡ ይህም ብቻ ሳይሆን፣ ከኃጢአት ጋር ኅብረት የሌለው እግዚአብሔር አብ አባት ፊቱን ያዞረበትና በልጁ ላይ የጨከነበት ሰዓት ስለሆነ፣ "አባት ሆይ ለምን ተውኸኝ?" ብሎም ጸልዮአል፡፡

ለዚህም ነው የዕብራውያን ጸሐፊ ጸሎትና ልመናን ከታላቅ ጩኸትና ከዕንባ ጋር አቀረበ የሚለን፡፡ እነዚህ ነጥቦች የጸሎት የጀርባ አጥንቶችም ናቸው፡፡ እነዚህም ጸሎት፣ ልመና፣ ታላቅ ጩኸት፣ ዕንባ፣ ትሕትና፣ መታዘዝ ናቸው፡፡ እነዚህ ባሉበት ጸሎት በድል ይጠናቀቃል፡፡ በዚህን ወቅት የኢየሱስን ጸሎት ሊያደናቅፉ የሚችሉ ዋና ዋና ነገሮች ነበሩ፡፡ የመጀመሪያው ፍርሃትና ጭንቀት ነው፡፡ ጌታ የተጨነቀና የተሰቃየበት ጊዜ መኖሩ ሰብዓዊነቱን የሚያሳይ ሲሆን፣ በሌላ በኩል የነበረበት ምጥ የቱን ያህል ከፍተኛ እንደ ነበረም ይህ ያሳየናል፡፡

ሁለተኛው የጸሎቱ ዕንቅፋት የአባቱ ቊጣ መንደዱና በእርሱ ላይ ፊቱን ማዞሩ ነው፡፡ አባቱ አልሰማህም ብሎት የሰማይ መስኮቶች የተዘጉበት፣ ፍቅርና ርኅራኄ ሳይሆን፣ ጭካኔ የተፈጸመበት ሰዓት ነበር፡፡ ከዚህም የተነሣ ነው ጌታ "አባት ሆይ ለምን ተውኸኝ?" ብሎ የተማጸነው (ኢሳ. 53)፡፡

የመጨረሻው የጸሎቱ ዕንቅፋት ደግሞ የክፋት መንፈሳውያን ሠራዊት በእርሱ ላይ የከፈቱት ጦርነት ነው፡፡ ይህ የጸሎት ግንኙነት እንዳይከናወን ጦርነቱ ተፋፋመ፡፡ እርሱ ግን ጸሎቱን በብርቱ ጩኸት፣ ዕንባ፣ ትሕትና፣ መታዘዝ ቀጠለ፡፡ በመጨረሻ ጸሎቱ ተሰማለት፡፡

በሥጋው ወራት - የመጀመሪያው አዳም ሥጋ የለበሰ እንደ መሆኑ፣ እንዲሁ ጌታችን ኢየሱስ ክርስቶስ ሥጋ ለብሶ የጠላት ዲያብሎስን ራስ መቀጥቀጥ አስፈልጎታል፡፡ ዳሩ ግን እርሱ በዚህ ብቻ አያበቃም፡፡ እንዲሁ በአንድ ሰው አለመታዘዝ ኃጢአት እና ሞት ወደ ዓለም የሰውን ልጅ በሞት ፍርሃት እንዲገዛ ያደረገውን በሞቱ ሊሽር ክርስቶስ ኢየሱስ በሥጋ በመገለጥ ሊገጥመው የተገባ ነበር (ዘፍ. 3÷15፤ ሮሜ 5÷12-19፤ ዕብ. 2÷18፤ 2ኛ ቆሮ. 13÷4)፡፡ መጽሐፍ ቅዱሳችን በህማማቱ ጊዜ ከሥጋው ድካም ይረዳው ዘንድ መልአክ እንደ ተላከለት አስረግጦ ይነግረናል (ሉቃስ 23÷43-44)፡፡ በድካም ውስጥ አልፎ መስቀልን በመቀበሉ የኃጢአትን ኃይል በሥጋው ኰነነ (ሮሜ 8÷4፤ ፊልጵ. 2÷7-8)፡፡

በድካም ተሰቅሎ በእግዚአብሔር ክብር ከሙታን እንደ ተነሣ ዕናውቃለን (1ኛ ቆሮ. 15÷43)፡፡ በዚህም እኛን ከኃጢአት ባርነት እና ከዲያብሎስ እስረኝነት ነፃ አወጣን፡፡ በዚህም ወደ ዘላለም ሕይወት አፍልሶን እኛን ጻድቃን እና ቅዱሳን አደረገን (1ኛ ቆሮ. 3÷18)፡፡ ይህም ዘማሪው "ወደ ጕድጓድ ከሚወርዱ ጋር ተቈጠርሁ፥ ረዳት እንደ ሌለው ሰውም ሆንሁ" እንዳለው ጌታን ከመስቀል ሊቤዠው የሚችልበት ዐቅም ያለው ከሰው ልጆች መካከል ማንም አለመገኘቱን ያመለክታል (መዝ. (88)÷4)፡፡

ጠቢቡ ሰሎሞን ሞትን የሚያሸንፍ እንደ ሌለ ሲናገር "ሰው መንፈስን ሊያቆም አይችልም፤ በዕለት ሞቱም ላይ ሥልጣን ያለው ማንም የለም" ይላል፡፡ በፊተኛው ዓለም ከኃጢአት የተነሣ የተፈረደበትን ፍርድ ኋለኛው አዳም ፍጹም ሰው ሆኖ በመምጣትና የድነቱን ሥራ በመሥራት አሸነፈለት (መክ. 8÷8)፡፡

በዚህ ክፍል ላይ ያለው **ጸሎት** የሚለው ቃል **ዴሲስ (deesis)** የሚል ቃል ትርጓሜ ሲሆን፣ የሚናገረውም **የተለየ ጥያቄን** ነው:: ቃሉ የመጣው **ዲዮ (deo)** ከሚለው እና **አፈልጋለው** የሚል ትርጓሜ ካለው ቃል ነው:: የጥያቄው ባሕርይ የሚያሳየን ነገር ቢኖር አቅራቢው **አንድ የሚፈልገው ነገር** እንዳለው ነው:: የሌዋውያን ካህናት የደም መሥዋዕት ያቀርቡ ነበር:: ካህኑ እንደ መልከ-ጼዴቅ ትእዛዝ ራሱን የደም መሥዋዕት አድርጎ ያቀርባል፤ ነገር ግን ይህንን ከማድረጉ በፊት ሌላ መሥዋዕትን ለእግዚአብሔር ያቀርባል:: ይህም በመከራ የተወጋ ልብ፣ እግዚአብሔር ወልድ የተፈተነበት ፈተና፣ እንዲሁም ለሚጠፋው ዘር መዋጋት ይህም ሞትን ያሸነፈበት ትግል ነው ይህም ከሰይጣን ጋር መዋጋት ነው:: *(ዌስት፣ ኬ. ኤስ. የግሪክ አዲስ ኪዳን ቃል ጥናት:- ኢርድማንስ)*

ሥጋ (ሳርክስ) sarx፡- እዚህ ጋር የሚያመላክተው የወደቀውን የሰውን ልጅ ማንነት ሳይሆን፣ ገና ያልከበረውን የክርስቶስን ሰብዓዊ ማንነት ነው:: ጉድለት ያለበትን የተፈጥሮ ማንነት ያሳያል:- ይህም ለረሃብ፣ መጠማት፣ ድካም፣ ኀዘን፣ ፍርሃት፣ ህመም፣ እና ሞት የተጋለጠው ማንነት ነው:: *(መጽሐፍ ቅዱስ ጥቅሶች የብሉይና / የአዲስ ኪዳን ግሪክ መዝገበ ቃላት፣ የቲየር ትርጉም፣ አስቲን)*

ኀዘኑ፡- ቃላቶች ሊገልጡት ከሚችሉት በላይ የሆነ ክብደት ያለው ወዮታ ነው:: አሁን በተለዩ መግለጫዎች ላይ አንዳንድ ምልከታዎች አደርጋለሁ፤ ደግሞም ቃላቶች ተለምዷአዊ ከሆኑ የመቀበል ሁኔታዎች የተለየ መረዳትን እንደሚሰጡ ለማሳየት ጥረት አደርጋለሁ::(የአደም ክላርክ ኮሜንታሪ, 1996, 2003, 2005)

መቻል (ዱናሚ)doo'-nam-ahee/dunamai፡- ማለት አንድን ነገር ማድረግ መቻል፣ እርሱን ከሞት ለማዳን የሚችል ዐቅም መኖር:: *(መጽሐፍ ቅዱስ ጥቅሶች የብሉይና / የአዲስ ኪዳን ግሪክ መዝገበ ቃላት፣ የቲየር ትርጉም፣ አስቲን)*

ማዳን (ሶዞ) sode'-zo/sozo፡- ማለት አብ ኢየሱስን የሰው ልጅ ትልቅ ጠላት ከሆነው ከሞት ሊያድነው ይችላል (1ኛ ቆሮ. 15÷26፤ 54-57):: ሶዞ የሚለው ቃል ተጨማሪ ትርጉሙ መጠበቅ፣ በህይወት ማቆየት፣ ሕይወትን ማዳን፣ ነፃ ማውጣት፣ መፈወስ የሚል ያካትታል:: "**ከሞት ሊያድነው**" ይህ በተለይ ሲነበብ "ከሞት ነጥቆ ሊያወጣው" የሚል ይሆናል ዕብ. 5÷7:: ዋናው አሳቡ ኢየሱስ እየጠየቀ የነበረው ላለመሞት ሳይሆን ወይም እንዳይሞት ሳይሆን፣ ሞቶ እንዳይቀር ነበር ሲጠይቅ የነበረው:: መስቀሉ እንዲቀርለት

አልነበረም እየጠየቀ የነበረው፡፡ ዳሩ ግን ትንሣኤው እንዲረጋገጥ ነበር የጠየቀው (መዝ 16÷8-11)፡፡ *(መጽሐፍ ቅዱስ ጥቅሶች የብሉይና / የአዲስ ኪዳን ግሪክ መዝገበ ቃላት፣ የቲየር ትርጉም፣ አስቲን)*

"ከሞት ሊያድነው ይችላል" - ማርቆስ 14÷36፣ "ለአንተ ሁሉን ማድረግ ይቻልሃል" (ዮሐ. 12÷27)፡፡ የእርሱ ጩኸት የሰው ድካም ያለውን መላውን ተሳትፎ ያሳያል፡፡ - ይህም የእግዚአብሔርን ፈቃድ በተመለከተ ያለው ፍላጎት የተጠቀሰበት ኃጢአት-የለሽ እምነት እና መታዘዝ ነው፡፡*(ጃሚሰን, ፋሳቴ እና ብራውን ኮሜንተሪ)*

ማክዶናልድ፡- የኢየሱስ ጸሎት ከሞት ይድን ዘንድ አልነበረም ለኃጢአተኞች መሞት መጀመሪያም ወደዚህ ምድር የመጣበት ዓላማ ነበር (ዮሐ. 12÷27)፡፡ ጸሎቱ የነበረው ከሞት እንዲነሣና በስብሶ እንዳይቀር ነበር፡፡ ይህ ጸሎት እግዚአብሔር ከሞት ሲያስነሣው ተመለሰ፡፡ *(ዊልያም ማክዶናልድ፣ ደብሊው እና ፋርሳታድ፣ ቢሊቨርስ ባይብል ኮሜንተሪ፡- ቶማስ ኔልሰን)*

"ጸሎቶች" የሚለው ቃል *ዴ ሲስ* የሚለው ቃል ትርጉም ሲሆን፣ ልዩ የሆነ ጥያቄን ያመለክታል፡፡ ቃሉ *ዴዎ* ከሚል ቃል የመጣ ሲሆን፣ ትርጓሜውም "እኔ እፈልጋለሁ"፣ "እኔ እሻለሁ" ማለት ነው፡፡ ስለሆነም ጥያቄውን የሚያቀርበው ሰው በዚያ ነገር ላይ ላለው ፍላጎት አጽንኦትን ይሰጣል፡፡ "ልመናዎች" የሚለው ቃል *ሃይኬቴሪዮስ* የሚለው ቃል ትርጉም ነው፡፡

"አቀረበ" በሚል የተተረጐመው ቃል *ፕሮፎሮስ* የሚሰኝ ሲሆን፣ በሰብዓ-ሊቃናት (LXX) ውስጥ መሥዋዕትን ወደ እግዚአብሔር መሠዊያ የሚያቀርብ ካህንን አስመልክቶ ጥቅም ላይ የዋለ ነው፡፡ ሌዋውያን ካህናት የደም መሥዋዕቶችን ያቀርባሉ፡፡ ይህ በመልከ-ጼዴቅ ሹመት የመጣው ሊቀ ካህናት ራሱን የደም መሥዋዕት አድርጎ አቀረበ፤ ዳሩ ግን ይህን ከማድረጉ በፊት ሌላ መሥዋዕትን ለእግዚአብሔር አቀረበ፡፡

ይህም በኀዘን እና በመከራ የተቀደደ ልብን፣ የዘመኑ ግጭት ከፍ እያለ መሄዱን የሚያሳይ ነፍስን፣ የእግዚአብሔር ልጅ የጨለማው ኃይላት የተጋፈጡትን ኮንቴስት፣ ለጠፋው ዘር የሚያደርገው ትግል፣ በእርሱ መሞት ላይ ድል አድራጊ የሆነበት ጦርነትን፣ እናም ደግሞ

በሞት ላይ ሥልጣን ያለውን ዲያብሎስን ያሸነፈበትን ጦርነት መሥዋዕት አድርጎ ያቀረበበት የኑሮ መሥዋዕቱ ነው፡፡

እነዚህ ጸሎቶች ከብርቱ ጩኸትና ከዕንባ ጋር የተደረጉ ናቸው፡፡ በመስቀሉ ዕግሮች ሥር ያሉ ሰዎች ይህን ጸሎት እየሞተ ያለ ሰው ብርቱ ጩኸቶችን ሊሰሙ ግድ ነው፡፡ ዳሩ ግን እነርሱ ፊቱን የሞሉትን ዕንባዎች ከቶ ሊመለከቱ አይችሉም፡፡ ምክንያቱም በኃጢአተኞች ቡጢ የተደበደበ ከእሾህ አክሊሉ በፊቱ ላይ በሚወርደው ደም የተሸፈነ ነበርና፡፡ ጨለማ ምድርን እንደሚሸፍን፣ እንዲሁ መከራዎቹ እርሱን ሸፍነውት ነበርና፡፡ በፈራው ነገር ምክንያት ጸሎቱ ተሰማለት፡፡ "ፍርሃት" ለሚለው የገባው ቃል በግሪኩ ምንባብ ፎቦስ የተባለው የተለመደ ፍርሃት ሳይሆን፣ ዩሌቢያ የሚለው ቃል ነው፡፡ የሁለቱም ቃላት ሥርወ-ቃል ግሱ "ነገሮችን በሚያውቁበት መልኩ መመላለስ፣ ማወቅ፣ መፍራት" ማለት ነው፡፡ በቃሉ ውስጥ የምናገኘው ምስል በማወቅ፣ በመጠንቀቅ ነገሮች በአክብሮት መያዝ የሚል ትርጕምን የሚሰጠን ነው፡፡ ስለሆነም ስለ አንዱ ጻድቅ - ራሱን የሰጠ እና በጸሎት ላይ ያለ፣ በጸሎቱ የገዛ ራሱን ፍላጎት ብቻ ሳይሆን፣ ዳሩ ግን የእግዚአብሔርን ፈቃድ የያዙ፣ ሁሉንም ነገሮች ከግምት ያስገባ ገጸ-ባሕርይ አስመልክቶ የሚናገር ነው፡፡*(የዌስት ቃላቶች ከግሪኩ አዲስ ኪዳን, 1940-55 ደብሊው ኤም . ቢ. ኤድማንስ ህትመት)*

ልመና፡- *ሂኬቴሪያስ* የሚለው ልመናዎች በሚል የተረጐምነው ቃል በየትኞቹም ሌሎች የአዲስ ኪዳን ክፍሎች ውስጥ አይገኝም፡፡ *ሂኬቲስ፣ ሂኮማይ* ከሚለው የተገኘ ሲሆን፣ የሚለምንን ሰው ያመለክታል፡፡ *ሂኮማይ* መጣሁ ወይም ቀረብሁ የሚል ፍቺ ነው ያለው፡፡ በትክክለኞቹ የግሪክ ጸሐፊያን ጥቅም ላይ የዋለውም ከዚህ ጋር በተያያዘ ነው፡፡ *ኢሶክሬተስ ዴፖስ* በተባለውም ጸሐፊ በዚህ መልኩ ነው ጥቅም ላይ የዋለው (ሂኬታሪያስ ፖላስ ካይ ዴሲስ ፖዩሜኖይ)፡፡ ብዙ ልመናዎችንና ጸሎቶችን ማቅረብ ማለት ነው፡፡ ሂኬቴሪያ ይላል፡- *ሱይዳስ፣ ካሌይታይ ኢሊያስ ክላዶስ ስቴማይኤስታይምኖስ - ኤስቲን- ሄን ሆይ ዲዎምኖይ ካታ ታይቴንታይሩ፣ ኤሜታ ቻይራስ ኤኩሲን)፡፡ -* *ሂኬቴሪያ* የወይራ ቅርንጫፍ ነው፡፡ በሱፍ መጠቅለሉ ምን ዐይነት ልመና ነው፡፡ በአንዳንድ ሥፍራዎች የተለመደው፣ ወይም በዕጃቸው የሚይዙት ምንድን ነው? ደግሞም ሂኬቴስ የሚለውን መሆን በሚል ይገልጸዋል - *(ሆ ዱለፕሮፖስ ፓራካሎን ካይ ዲዎሜኖስ ፔሪ ቲኖስ ሆቶውን)* - "እጅግ ትሑትና ዐድር-ባይ ሁኔታ ከሌለው ሰው የቱንም ነገር የሚጠይቅ እና የሚለምን ሰው ማለት ነው፡፡

ይህን ልማድ በመጥቀሱ ረገድ የላቲን እትሞች ቬላሜንታ ፕሪቴንድራ የሚለውን ሐረግ ይጠቀማሉ። እነዚህን የተሸፈኑ ቅርንጫፎች ገሃድ ማውጣት ማለት ነው። ልመናዎችን በሚያቀርቡ ጊዜ ሄሮዳውያን ሂኬቴሪያስ ታሉስ ብለው ይጠሩዋቸዋል፤ "የልመና ቅርንጫፎች" ማለት ነው። ሊቪ (Livy) ልማድን በተደጋጋሚ ይጠቅሰዋል። *(see lib. 25 cap. 25; lib. 29 c. 16; lib. 35 c. 34; lib. 36 c. 20.)*

በ lib 29 c. 16 ውስጥ ያለው ሥፍራ በብዛት ይህንን ነጥብ የሚያመለክት ነው። ደግሞም የቃሉን ሙሉ ኃይል፣ እንዲሁም የልማዱን ባሕርይ ያመለክታል።

- "ከሎክሪያውያን መካከል አሥር ተወካዮች የቆሸሸ ልብስ ለብሰውና በጨርቅ ተሸፍነው ቆንሲሎች ተቀምጠውበት ወደ ነበረው አዳራሽ መጡ፤ በዕጆቻቸውም በሱፍ የተለበጡ የወይራ ቅርንጫፎችን እንደ ግሪካውያን ወግ ይዘው ነበር። ደግሞም ከችሎት ፊት ራሳቸውን በመሬት ላይ አድርገው በልቅሶ እና ጮኸ ባለ ሰቆቃ አቀረቡ" የሚል ነው። ይህ ልብ ሊባል የሚገባ ጉዳይ ነው። ምናልባትም ደግሞ ይህ የጌታችንን ሁኔታ እና ጠባይ ማለፊያ በሆነ መልኩ በምሳሌነት ሊገልጽ ይችላል።

በቆንሲል ኤ. ኪው ፕሊሚየስ የተበዘበዙ የተጨቆኑ እና ሕይወታቸው አዘቅት ውስጥ የገባባቸው ሎክሪያውያን ጥበቃ እና ሁኔታዎች እንዲታረሙላቸው በመፈለግ መልእክተኞቻቸውን ወደ ሮማ መንግሥት ላኩ። እነዚህም ያሉበትን ሁኔታ በተሻለ መልኩ የሚያቀርቡላቸው ሰዎች ናቸው። እናም ሂኬቴሪያንን ወሰዱ፤ ወይም በሱፍ የተጠቀለለ የወይራ ቅርንጫፍን ወሰዱ እናም ግልጽ በሆነው ችሎት በቆንሲሎች ፊት አቀረቡ። እንዲሁም በጩኸትና ጮኸ ባለ ልቅሶ ያሉበት ሁኔታቸው እንዲታወቅ ያደርጋሉ። ጉባኤውም ይህን ሰማ እና ፕሌሚየስን አሰረው፤ በሰንሰለትም ጠፈረቀው። ደግሞም ዘመኑን በደንገን ውስጥ እንዲያሳልፍ ተደረገ።

በኃጢአት እና በሰይጣን የተጨቆ እና የተበዘበዘ የሰው ዘር ሁሉ መልእክተኛ የሆነው ኢየሱስ ክርስቶስ ከሂከቴሪያ ጋር ወይም እጅግ የተጨቆነው ልመናውን አቅራቢ ሰው ሆኖ ከብርቱ ጩኸት እና ከዕንባ ጋር ራሱን በእግዚአብሔር ዙፋን ፊት አቀረበ። ደግሞም እርሱ መልእክተኛ የሆነላቸው ሰዎችን በመወከል ሞትን እና የእርሱን ጥፋት በመቃወም ጸለየ። እናም ደግሞ እግዚአብሔርን ስለ መፍራቱ ተሰማለት - ከፉዎቹ ነገሮች ሁሉ ተወገዱ፤ እናም ደግሞ ጨቋኙ ተጣለ። ሰይጣን ታሰረ፤ ከግዛቱ ተወገደ፤ ደግሞም እስከ ታላቁ ቀን ድረስ በጨለማው ውስጥ ታስሮ ለፍርድ ተጠብቆ እንዲቆይ ተደረገ።

ምሁር የሆነ እያንዳንዱ የሮማ ታሪክ ጸሐፊ ቃል ለሐዋርያው ቃል በትክክል መልስ የሚሰጥ መሆኑን ይመለከታል። ደግሞም እንድምታዊ አሳቡ ሁለቱም አንድ ዐይነት የሆነ ወግ ያላቸው መሆኑ ነው። ውስጠ-ወይራዊ ለሆነ ወይም መንፈሳዊ ትርጓሜ ለሚሰጥበት ሁኔታ ማረጋገጫን አልሰጥም። ዳሩ ግን እንድምታዊ አሳቦችና የመግለጫዎች ተመሳሳይነት ይህን ተዛምዶ ወደ ማድረጉ መራኝ።

ብዙዎቹ ይህን ነባራዊ ሁኔታ በተመለከተ የበለጠ ነገር ያደርጋሉ። ይህም በምንባቡ ውስጥ ያሉ ብዙዎቹ እንድምታዊ አሳቦች ይህን ወግ የሚያሳዩ እስከ ሆነ ድረስ የሚሠራበት አግባብ ነው። እኔን የታዩኝ ነገሮች ለብዙዎቹ አንባቢዎቹ ሊታዩዋቸው ይገባል። ትላልቅ ስሞችን በመከተል፣ ወደዚህ ወደ ራይሞን ቤት በሄዱበት ሁኔታ፣ ደግሞም በዚያ ራሴን ዝቅ በማድረግ፣ በዚህ ነገር ላይ አገልግሎታቸውን ይምሩዋቸዋል።(የአደም ክላርክ ኮሜንታሪ, 1996, 2003, 2005)

እግዚአብሔርንም ስለ መፍራቱ ተሰማለት ሲለን **ፍርሃት** ለሚለው ቃል የገባው የግሪክ ቃል የተለመደው **ፎቦስ (phobos)** የሚለው ቃል ሳይሆን፣ **ኢውላቤያ (eulabeia)** የሚለው ቃል ነው። ይህ ቃል አሳቡ በጥንቃቄ እና በፍርሃት አንድን ነገር በማወቅ ማድረግ ነው። ይህም ቃል የራሱን ፍላጎት ብቻ ሳይሆን፣ በሚያደርገው ነገር ሁሉ የአባቱንም ፍላጎት ከግምት ያስገባ እንደ ነበር የሚያሳየን ነው። *(ዌስት፣ ኬ. ኤስ. የግሪክ አዲስ ኪዳን ቃል. ጥናት፡- ኢርድማንስ)*

"እግዚአብሔርን ስለ መፍራቱ ተሰማለት" - በመዝ. 22፣ ወይም በወንጌሉ ውስጥ ክርስቶስ ከመሞት ለመዳን ስለ መጸለዩ የሚናገር ነገር የለም። እርሱ የፈራው ነገር የአባቱ ፊት ከእርሱ የመራቁን ጉዳይ ነው። ቅዱስ የሆነ የዝምድና ፍቅር ከዚህ ዕንግዳ የሆነና ምሬትን የተሞላ መከራ ያለ ምንም ትዕግሥት ሊወገድ ግድ ነው። እንደዚህ ያለን የደመነ ነገር በዝምታ ለመጋፈጥ የሚያስችል እምነት ሳይሆን፣ ኃጢአት ነው። ከእርሱ ነፃ ለመሆን የጸለየበት የሞት ጽዋ ኮርፖሪያል ሳይሆን፣ መንፈሳዊ ነው - ይህም ማለት ሰብዓዊ ነፍሱ በጊዜያዊነት ከእግዚአብሔር ብርሃን መገኛ መለየትዋን የሚያመለክት ነው። ጸሎቱም ተሰምቷል። ይህም በመከራ ውስጥ የማይዋዥቅ እምነትን እንዲይዝ አባቱ እርሱን ባበረታታበት መልኩ የሆነ ነው።

ይህም ምንም እንኳ እግዚአብሔር በእርሱ ላይ ፈቱን የሰወረበት ቢሆንም፣ እግዚአብሔር በእርግጥም የእርሱ መሆኑን የተናገረበት ነው፡፡ ደግሞም ለጩኸቱ በሚሆን ምላሽ በጨለማው ጊዜ "አምላኬ አምላኬ" ላለበት ጩኸቱ መልሱን ሰጥቶታል ... ወዘተ፡፡ ዳሩ ግን ከዚህ በታች ተጨማሪ ማብራሪያን ተመልከቱ፡፡ [Eisakoustheis apo tees eulabeias] "እግዚአብሔርን ስለ መፍራቱ ተሰማለት" - ማለትም ከሚፈራው ነገር እንዲድን ማለት ነው፡፡

ከመዝሙር 22÷21 ጋር አመሳክሩ፣ "ከአንበሶች አፍ አድነኝ (የእርሱ ጸሎት)፡- ብቸኝነቴንም አንድ ቀንድ ካለቸው አድን፡፡" ወይም ጥብቅ ከሆን ግሪክ የተሻለ ምን ይኖራል? ይህም "አክብሮታዊ በሆነ ፍቅሩ ውጤትነት" የሚል ነው፡፡ - ማለትም ብሩህ ከሆነው የአባቱ መገኘት /ሀልዎት/ መለየቱ እርሱን አሸማቅቆታል፡፡ ይሁንና አክብሮታዊ በሆነ መልኩ የኀዘን ጥላን እንደ ሙጃ ላለማብቀል በመጠንቀቅ ወይም ፍጹም የሆነን የዝምድና ፍቅር በመፈለግ የተደረገ ነው፡፡ በተመሳሳይ ስሜቱ ዕብ. 12÷28 እና ዕብ. 11÷7 ያለን ግስ ይዟል፡፡

ከዚህ የተገኘው የሚሰጠው ትርጓም የአንዳንድ ውድ የሆኑ፣ ይሁንና ለስላሳ የሆኑ ዕቃዎች ጥንቃቄ በጐደለው አያያዝ ምናልባትም በቀላሉ ሊሰበሩ የሚችሉ ይሆናሉ (Trench).

ከኢየሱስ መንፈስ ጋር አመሳክሩ፡፡ "የሚቻልስ ከሆነ፣ ... ይሁንና የእኔ ፈቃድ አይሁን፤ ዳሩ ግን የአንተ ፈቃድ ይፈጸም፡፡" ደግሞም ከዕብራውያን 5÷5 ጋር አክብሮታዊ ፍርሃት በእንድምታዊ መልኩ አለ፡፡ በዚህም ውስጥ እርሱ ለተለየበት አገልግሎት ልመና ማቅረቡን አሳይቷል (ዕብ. 5÷4)፡፡ አልፎርድ፣ "ክርስቲያን በሆነ ሰው ሕይወት ውስጥ ዕውነተኛ የሆነው ነገር፣ ምንም እንኳ እኛ በምንፈልገው መልኩ የሚሰጠን ባይሆንም፣ እርሱ በገዛ ራሱ ይሰጠናል፤ ያም ደግሞ የተሻለ ነው የሚሆነው፤ ይህ አልተያዘም፤ በክርስቶስ ጉዳይ ላይ መልካም ነበር፤ ምክንያቱም ዕውነተኛ የሆነው የክርስቶስ ጸሎት ነው፡፡ ይህም "የእኔ ፈቃድ ሳይሆን፣ የአንተ ፈቃድ ይሁን የሚለው ነው፡፡ ይህ ጸሎት ቀጣይነት ካለው ለአባቱ ካለው አክብሮታዊ ፍርሃት ጋር አብሮ የሚሄድ ሲሆን፣ በተገለጠበቱ በመጀመሪያው መልኩ የቀረበ እንጂ፣ በሌላ መልኩ የቀረበ አይደለም፡፡
(ጃሚሰን, ፋሳቴ እና ብራውን ኮሜንተሪ)

ይህ የሞት ፍርሃት በክርስቶስ ለሆኑቱ በሰዎች ሁሉ ውስጥ ካለ ፍርሃት ሰፊ በሆነ መልኩ የተለየ ነው። እነርሱ ሞትን የሚፈሩት ከመቃብር ባለ ነገር ምክንያት ነው። በክርስቶስ ያልሁኑቱ ሰዎች ኃጢአትን ሠርተዋል፤ እናም የሚፈርድባቸውን ዳኛ ለመገናኘት ይፈራሉ። ኢየሱስ በእነዚህ ነገሮች መሠረትነት ምንም ፍርሃት የለበትም። በዚህ ተጨባጭ ወቅት እርሱ ለሰዎች እየተሰቃየ ነበር። ደግሞም እርሱ ምትካዊ ተጠቂያቸው በሆነበት መልኩ ተትቷል።

ይሁንና ይህን መናገር የሚችል እግዚአብሔር ብቻ ነው። ይህን ማስታረቅ ዕውን ለማድረግ ወሰን በሌለው ፍትሕ ፊት የሚጠየቀው መከራና ሰቆቃ ምን ያህል ታላቅ ነው! ጊዜያዊም ሆነ ዘላለማዊ ሞት የሰው ዕጣ-ፈንታው ነው፤ ደግሞም በዚህ ጊዜ ክርስቶስ በሰቆቃ ውስጥ በማለፍ እና በመሞት ሊያስወግደው ነው! ግርፋቱና ቍስሎቹ ኢየሱስ ክርስቶስ ብቻ ሊሰማው በሚችል መልኩ ይህን ውድቀት ዕውን ለማድረግ አስፈላጊዎቹ ነገሮች ናቸው።

ይህ ኢየሱስ ክርስቶስ ብቻ ሊረዳው የሚችል ነገር ነው። እኛ በዚህ ብቸኛ በሆነ (ሶልምን) ቍጥር ላይ እነርሱን ጠቅሰናቸዋል። ነገር ግን ሐዋርያው ራሱ እንኳ ፍንጭን ብቻ ነው የሰጠው። እነርሱን በተብራራ መልኩ ሊገልፀው አልሞከረም፡- ጸልዮአል፤ በብርቱ ጩኸትና በዕንባ ልመናን አቅርቧል። ደግሞም እርሱ ከፈራው ነገር የተነሣ ጸሎቱ ተሰምቶለታል። የእኛ መካከለኛ እንደ መሆኑ ያቀረባቸው ጸሎቶች ተመልሰዋል። ደግሞም መከራዎቹ እና ሞቱ የእኛ መሥዋዕት በመሆን ረገድ ሙሉ እና ውጤታማ ናቸው።

ይህ ሐዋርያው እዚህ የሚጠቅሰው የደመቀው ድምርን ነው። ደግሞም ይህ በቂ ነው። ፍርሃት ባለበት አክብሮት እርሱን ልንሰማው ይገባል። ደግሞም የእርሱ ኀዘን ከሌሎች ሰዎች ጋር የማይገጥመውን እርሱን በጸጥታ ልናደንቀው ይገባል። ደግሞም የእርሱ ኀዘን በሰዎች ኀዘን መልኩ ሊለካ አይችልም።(የአደም ክላርክ ኮሜንታሪ, 1996, 2003, 2005)

ቍጥር 7 እርሱም በሥጋው ወራት ከሞት ሊያድነው ወደሚችል ከብርቱ ጩኸትና ከዕንባ ጋር ጸሎትንና ምልጃን አቀረበ፥ እግዚአብሔርንም ስለ መፍራቱ ተሰማለት፤

እርሱም በሥጋው ወራት ዕብ. 2፥14፤ ዮሐ. 1፥14፤ ሮሜ 8፥3፤ ገላ. 4፥4፤ 1ኛ ጢሞ. 3፥16፤ 1ኛ ዮሐ. 4፥3፤ 2ኛ ዮሐ. 1፥7

ጸሎትንና ምልጃን አቀረበ መዝ. 22፥1-21፤ 69፥1፤ 88፥1፤ ማቴ. 26፥28-44፤ ማር. 14፥32-39፤

ዘሌ. 2፥2፤ 4፥4-14፤ ዮሐ. 17፥1

ከብርቱ ማቴ. 27፥46፣ 50፤ ማር. 15፥34፣ 37

ጩኸትና ከዕንባ ጋር ማቴ. 26፥52፣ 53፤ ማር. 14፥36

ከሞት ሊያድነው ወደሚችል 13፥20፤ መዝ. 18፥19፣ 20፤ 22፥21፣ 24፤ 40፥1-3፤ 69፥13-16፤ ኢሳ. 49፥8፤ ዮሐ. 11፥42፤ ዮሐ. 17፥4፣ 5

እግዚአብሔርንም ስለ መፍራቱ ተሰማለት ዕብ. 12፥28፤ ማቴ. 26፥37፣ 38፤ ማር. 14፥33፣ 34፤ ሉቃስ 22፥42-44፤ ዮሐ. 12፥27፣ 28

ቍጥር 8 *ምንም ልጅ ቢሆን፥ ከተቀበለው መከራ መታዘዝን ተማረ*

እርሱ የእግዚአብሔር ልጅ በመሆኑ ምክንያት መከራው አልቀረለትም፡፡ በሰው አሠራር ባለሥልጣን አባት ያላቸው ልጆች፣ የፕሬዘዳንት ልጆች ልዩ ጥቅምን ያገኛሉ፡፡ ሌሎች ልጆች በተርታው ሕዝብ ደረጃ ሲኖሩ የፕሬዘዳንት ልጆች ግን በልዩ ማዕረግ ይንፈላሰሳሉ፡፡ እዚህ ቦታ ግን ጌታ የመጨረሻውን የድህነትና የመከራ ኑሮን ኖሮ የኃጢአትን ቀንበር አነሣልን፡፡

ኢየሱስ የአባቱ ቀኝ እየኖረም ሳለ የመጨረሻውን የክብር ሕይወት ትቶ ወደ ምድር ሲወርድ የቱን ያህል ታዛዥ እንደ ነበርና ክብሩን ሁሉ ሲሣዋ የቱን ያህል ትሑት እንደ ነበረም እንድንገነዘብ ያስችለናል፡፡ ይህ ክብር የሚሳሳለትና የሚጣፍጥ በመሆኑ ሰይጣን እንኳ የተፈተነበትና የወደቀበት ነው፡፡ ጌታ ግን ክብሩን ትቶት ወረደ፤ ዝቅ አለ፤ እንደዚያም ሆኖ እያለ ተጨማሪ ትምህርት ያስፈለገው ነበርና ተጨማሪ መከራን ተቀበለ፡፡ ይህም የሊቀ ካህናትነቱን አገልግሎት ያሳየናል፡፡ ሊቀ ካህናቱ እንደ ሰው የተፈተነ በመሆኑ ስለ እያንዳንዳችን ይራራልናል፡፡ ጌታ በሰማይም በአባቱ ቀኝ ሆኖ ሳለ እርሱን ወደ ምድር እንዲመጣ ያደረገው አንዱ ምክንያት ለእኛ ለሰው ልጆች ያለው ፍቅር ነው፡፡ ይህ ፍቅር ዋጋ አስከፈለው፡፡ በመከራና በምጥ ውስጥ እንዲያልፍ፣ እንዲያነባ፣ እንዲጮኽ፣ አባቱን በጸሎት እንዲማጸን አደረገው፡፡ እኛም የዚህ መከራ ውጤት ሆነን አዲስ ኪዳን ተመሠረተ፡፡ የዚህ ታላቅ ሊቀ ካህናት መከራና ዕንግልት የብሉይ ኪዳን ፍጻሜን አስገኘ፡፡ በብሉይ ኪዳን ሊቀ ካህናቱ ለራሱና ለሕዝቡ በየጊዜው መሥዋዕትን ያቀርብ ነበር፡፡ ኢየሱስ ግን ራሱን መሥዋዕት አደረገና ይህን አድካሚና አታካች ሥርዓት ለአንዴና ለመጨረሻ ጊዜ ዘጋው፡፡ ከእንግዲህ የጠቦቶችን ደም ማፍሰስ አያስፈልገንም፡፡

የሚያስፈልገን አንድ ነገር ወደዚህ አዳኛችን ፊታችንን በማቅናት፣ በእምነት በፊቱ መቅረብ ነው (1ኛ ዮሐ. 2) ወደ ጸጋው ዙፋን ፊት መቅረብ ነው፡፡

አስተዋይ ሁልጊዜ በሚያልፍባቸው የሕይወት ክስተቶች ሁሉ ትምህርትን ይማራል፤ ሰነፍ ግን የሆነውን ሁሉ ለምን እንደ ሆነ እንኳ አያስተውለውም፤ የተደረገውንም ፈጥኖ ይረሳል፡፡ *"ልጄ ሆይ፣ እነዚህ ከዐይኖችህ አይራቁ፤ መልካም ጥበብና ጥንቃቄን ጠብቅ"* (ምሳሌ 3÷21)

መከራ (ፓስኮ) pas'-kho /path'-o/ pen'-tho /pascho፡- ማለት በሰው ላይ ምን ተከሰተ ወይም ምን ዐይነት ነገር አጋጠመው ማለት ነው፡፡ ይህም ማለት በአንድ ነገር ውስጥ ማለፍ፣ አንድን ስሜትን የሚነካ ነገር ወስጥ ማለፍ፣ ከሌላ አካል አንድን ተጽዕኖ መቀበል፣ በአንድ ነገር ውስጥ ማለፍ ብዙውን ጊዜ በከባድ ነገር ውስጥ እና አካላዊና ሥነ ነልቦናዊ መከራን የሚያመለክት ነው፡፡ ፓስኮ አንድ መልካም ነገር ውስጥ ማለፍ ሲሆን፣ በዚህ ቦታ ላይና በአብዛኛው የአዲስ ኪዳን ክፍሎች ላይ ግን አንድ ከባድ አስጨናቂና ህመም የሚፈጥር ነገርን ነው፡፡ *(መጽሐፍ ቅዱስ ጥቅሶች የብሉይና / የአዲስ ኪዳን ግሪክ መዝገበ ቃላት፣ የቲየር ትርጉም፣ አስቲን)*

ጌታችን ኢየሱስ ክርስቶስ መሥዋዕትነትን መክፈል ብቻ ሳይሆን፣ መታዘዝንም ደግሞ ፈጸመ፡፡ መሥዋዕትነት መክፈል ግዴታን መውጣትን ሊሆን ይችላል፤ መታዘዝ ግን ከዚያ እጅግ የላቀ ነው፡፡ ምክንያቱም መታዘዝ በልብ በፈቃደኝነት የሚደረግ ሲሆን፣ ከድርጊቱ ጋር ብቻ ሳይሆን፣ ከአሳቡ ጋርም መስማማታችንን በድርጊት የሚገለጥ በመሆኑ የሰውዬውን ማንነት፣ ሕልም፣ አሳቡንና ኃይሉን፣ በመደገፍ ባለው ነገር ሁሉ መተባበርን ይጠይቃል፡፡

ሕግ "አድርግና አታድርግ!" በሚል የተወሰነ ሲሆን፣ በክርስቶስ የሆነው ኪዳን ግን አድርግ አታድርግ ከማለት ባለፈ ሕይወታችን መሆኑን ተረድተን ሁለንተናችንን ሰጥተን የምናደርገው ነው፡፡ የጌታችን ኢየሱስ መታዘዝም ለእኛ አርአያ ይሆናል፡፡ የመታዘዙ ልክ ከፍቅሩ ጥልቀት የተነሣ ወደር የሌለው ነበር፡፡

ዋይን ግሩደም፡- ኢየሱስ መታዘዝን እንዴት እንደተማረ ሲያብራራ ኢየሱስ ወደ ብስለት እያደገ ሲመጣ ልክ እንደ ሌላው ሰው ማለት ነው የተለያዩ ኀላፊነቶችን መቀበል ጀመረ፡፡ እያደገ በመጣ ቍጥር እናትና አባቱ እርሱ ላይ የሚጥሉት የኀላፊነት መጠን ከመታዘዝ

አንጻር እየጨመረ ይመጣል የሰማይ አባቱም የሚሰጠው ከባድ ስራ በሰው ጥንካሬውም መጨመር ይወጣል፡፡ በሚጨምረው ከባድ ኀላፊነት ሁሉ አንዳንዴም የተወሰነ መከራ ሲታከልበት (ዕብ. 5÷8 ላይ እንዳለው) የኢየሱስ እንደ ሰው ያለው መከራን የመቀበል ዐቅሙ እየጨመረ ይመጣል፡፡ የጀርባ ጥንካሬው በከባድ ዕንቅስቃሴና ኀላፊነት እየጠነከረ መጥቷል ማለትም እንችላለን፡፡ ነገር ግን በእነዚህ ነገሮች ውስጥ ሁሉ አንድ ጊዜም ኃጢአትን ሠርቶ አያውቅም፡፡ *(ስልታዊ ሥነ-መለኮት - ሲስተማቲክ ቲዎሎጂ፡- ዋይን ግሩደም)*

ዌስት፡- ሕጋዊ ትርጕሙ "እርሱ (ዕብ. 5÷7) ምንም ልጅ ቢሆን መታዘዝን ተማረ" ይለዋል፡፡ ዳሩ ግን "ምንም ልጅ ቢሆን መታዘዝን ተማረ" ብለን ልንናገር አንችልም፡፡ ሁሉም አማኞች የእግዚአብሔር ልጆች ናቸው፤ በመከራቸውም ውስጥ መታዘዝን ይማራሉ፡፡ እዚህ ጋር ያለው የግሪክ ቃል የሚያስተላልፈው እርሱን እንደ ፍጹም አምላክ ፍጹም ሰውም እንድናስበው አድርጎ ነው፡፡ "ምንም የእግዚአብሔር ልጅ ቢሆን ሰው የሆነው እግዚአብሔር፣ የዕውነተኛው አምላክ ዕውነተኛ ገጽታ ቢሆንም፣ ነገር ግን ከመከራው መታዘዝን ተማረ፡፡" ሁሉን ዐዋቂው እግዚአብሔር መታዘዝ ምን እንደሆነ ያውቃል፤ ነገር ግን በሥጋ አካል እስኪገለጥ ድረስ ተለማምዶት ወይም አልፎበት አያውቅም፡፡ ሥጋ ከመልበሱ በፊት ለማንም ታዝዞ አያውቅም ነበር፡፡ ከእርሱ በልጦ ሊታዘዘው የሚችል ማንም አልነበረምና፡፡ *(ዌስት፣ ኬ. ኤስ. የግሪክ አዲስ ኪዳን ጥናት)*

ዌስት፡- ነገር ግን አሁን ስጋ ሲለብስ እግዚአብሔር ወልድ ለእግዚአብሔር አብ ታዛዥ ሆነ፡፡ መታዘዝ ምን እንደሆነ በመለማመድ ተማረው፡፡ መታዘዝን አይደለም መማር ያለበት "እኔ ደስ የሚያሰኘውን ዘወትር አደርጋለሁና" (ዮሐ. 8÷29) ብሏልና፡፡ ቪንሰንት ሲናገር እንደ ሊቀ ካህናት እንዲያገለግልና በሰዎች ስቃይ ውስጥ ስሜቱ እንዲገባው በእንደዚህ ዐይነት የመከራ ልምምድ ውስጥ ማለፍ ነበረበት፡፡ ያለ መታዘዝ ባሕርይ ከማሳየት የተነሣ አይደለም፡፡ መታዘዝን መማር ያለበት፤ ነገር ግን አልፎርድ እንደሚያስቀምጠው ፍጹም የሆነ ሊቀ ካህናት የሆነበት ሂደት በጊዜ ውስጥ የመጣ ሲሆን፣ በልምምድም ወደ ዚህ ሙሉ ማንነት ይደርሳል፡፡ በጥበብ ከማደግ የበለጠ ያልተጠበቀ ነገር የለም (ሉቃስ 2÷52)፡፡ በልምድ ማደግ የሰውነቱ አስፈላጊ የሆነ አካል ነው፡፡ *(ዌስት፣ ኬ. ኤስ. የግሪክ አዲስ ኪዳን ጥናት)*

ሄነሪ ሞሪስ፦ የጌታችንን መታዘዝ በዚህ መንገድ ያብራራዋል፦ ኢየሱስ በሁለንተናዊ ማንነቱ የሚያውቀውን ነገር (ፍጹም አምላክ ነበረና) በተግባር ልምምድ ደግሞ ተማረው (ፍጹም ሰውም ነበረና)። ደግሞም እንደ ሰው በዚህ ሂደት ፍጹም ሆነ። *(ዊሊያም ባርክሌይኮሜንተሪ)*

ጉዚክም፦ እንደሚያስቀምጠው ኢየሱስ ካለመታዘዝ ወደ መታዘዝ አይደለም የመጣው፤መታዘዝን የተማረው በተግባር እየታዘዘ ነው። ኢየሱስ እንዴት መታዘዝ እንዳለበት አይደለም የተማረው፤ ነገር ግን በመታዘዝ ውስጥ ያሉትን ነገሮች ነው የተማረው። (ዕብራውያን 5)

ዊልያም በርክሌይ፦ እዚህ ላይ ጥሩ አሳብ ያነሣል። እግዚአብሔር በተለያየ የሕይወት ልምምድ ለሰው ልጆች ይናገራል። ነፍስን እና ልብን በሚፈታተን መንገድ ግን አይደለም። ግን ድምፁን የምንሰማው ለእኛ ለሚመጣው ድምፅ አክብሮት ስንሰጥ ነው (ያዕ. 1፥2፤ 1ኛ ተሰ. 5፥18፤ ፊልጵ. 4፥11-12)። የምንቀበለው ግን ባለመታዘዝ ስሜት ከሆነ በዐመፅ ድምፅ የተሞላው ልባችን ለእግዚአብሔር ድምፅ ዝግ ያደርገናል።

ስቲቨን ኮል ከዚህ የዕብራውያን ክፍል ብዙ ትምህርቶችን አውጥቷል፤ ለምሳሌ ስለሚጠበቀው መከራ የእግዚአብሔር ለእኛ ያለው ፍቅር በመከራ ውስጥ እንዳናልፍ የሚያደርገን አይደለም። አብ ልጁን ይወደዋል፤ መስቀሉ ግን ፍጻሜው ነበር። አብ እኛን ይወደናል፤ ዳሩ ግን በብዙ መከራ ውስጥ እኛን ወደ ክብር ያመጣናል።

ጆን ፓይፐር፦ ማንም በብሩህ የሕይወት ቀኑ ከእግዚአብሔር ጋር ጥልቅ ነገርን ተማርሁ ወይም ጣፋጭ ጊዜን አሳለፍሁ ሲል አልተሰማም፤ ሰዎች ከእግዚአብሔር ጋር ባላቸው ግንኙነት ጥልቀት የሚፈጥሩት በደረቅ ወራት ነው። (ጆን ፓይፐር፣ ጊዜህን አታቃጥል)

ጌታ ኢየሱስ ምንም ልጅ ቢሆን፣ ምንም መለኮታዊ መረዳቱ ከልጅነቱ ጀምሮ ብዙዎችን ያስደመመ ቢሆንም፣ አገልግሎቱም የእስራኤልን ሕዝብ በሙሉ አፍ ቢያዘጋም፣ ለእኛ ኃጢአት ብሎ በተቀበለው መከራ ውስጥም መታዘዝን ተማረ። ይህ ልምምድ ለጌታ አዲስ ልምምድ ነበር። እርሱ ጻድቅ ሲሆን፣ ኃጢአትን ተሸክሞ አያውቅም። አሁን ግን በሰው ልጆች ላይ የተከመረው ኃጢአት ሁሉ በእርሱ ላይ ወደቀ። ይህንን ፍዳ ለመቀበል ካባድ

ቢሆንበትም፣ "አባት ሆይ፥ ቢቻልህስ ይህቺ ጽዋ ከእኔ ትለፍ" ብሎ እስከ መማጸን ቢያደርሰውም፣ እርሱ ግን እስከ መጨረሻ ድረስ ታዘዘ፡፡

መታዘዝ (ሁፓኮይ) hoop-ak-o-ay' / hupakoe፡-ከ hupó/ሁፖ = ስር/በታች + akouo/አኮዉ = መስማት)፡- ማለት ከመስማት በታች ይህም ከበታች ሆኖ ከሚባለው ወይም ከሚነገረው ነገር ጋር መስማማት ማለት ነው፡፡ *(መጽሐፍ ቅዱስ ጥቅሶች የብሉይና / የአዲስ ኪዳን ግሪክ መዝገበ ቃላት፣ የቲየር ትርጉም፣ እስቲን)*

ኋለኛው አዳም (ጌታችን ኢየሱስ ክርስቶስ) እንደ ፊተኛው አዳም በእግዚአብሔር ሉዑላዊ አገዛዝ ሥር ይገኛል፡፡ በዔድን ገነት ለአዳም የተሰጠው ትእዛዝ ምድርን መጠበቅ እና መንከባከብ፣ መባዛት እና ክፉና ደጉን ከሚያስታውቀው ዛፍ እንዳይበሉ ነበር፡፡ ከእነዚህ ሦስት ትእዛዛት ውስጥ ለእንስሳትም ሆነ ለፍጥረታት ስም በማውጣት ኃላፊነቱን ፈጽሟል፡፡

ጌታችን ግን የአብን ፈቃድ ሁሉ ፈጽሞ አባቱን አከበረ፡፡ ይህን ጌታችች ወደ አባቱ ካደረገው ጸሎት መረዳት እንችላለን (ዮሐ. 17፥14)፡፡ አብ የሰጠውን ሥራ በሙሉ አንድም ሳያቀር ያለ ኃጢአት ፈጸመው፡፡ የሥራው መብዛት ብቻ ሳይሆን፣ ሥራው አንደ አብ ፈቃድ በጥራት የተፈጸመ ነበር፡፡ ጌታችን ኢየሱስ በዘመኑ እና በትውልዱ የአባቱን ፈቃድ ፈጸመ፡፡

በመስቀል ሞቱ የአባቱ ትእዛዝ በደስታ ፈጽሞታል፡፡ "ለምን ተወኸኝ!" ብሎ ሲጮኽ ከመስቀል የተሰማው ድምፅ የማጉረምረም ሳይሆን፣ በልብ ፈቃደኝነት ነበር፡፡ ይህም የእስራኤል ሕዝብ በምድረ በዳ እንዳጉረመረሙት አልነበረም፡፡ "ለምን ተውኸኝ" የሚለው ቃል "ፈቃድህ ተፈጸመ ብዬ እናገር ዘንድ ዝግጁ ነኝ" የሚል ነበር፡፡ በመጨረሻም ተፈጸመ ብሎ መናገሩን ያስተምረናል፡፡

ተማረ (ማንታኖ) man-than'-o / manthano፡- ከmathetes (ማቴቴስ) ጋር የተያያዘ ሲሆን = ደቀ መዝሙር - ወይም ተማሪ ሆኖ ወደ ደቀ መዝሙርነት የሚቀየር ማለት ነው)፡፡ ይህ ቃል ዋናው አሳቡ አንድን አእምሮ ወደ አንድ ነገር መምራትና በዚያ ነገር የውጭ ተጽዕኖ መፍጠር ማለት ነው፡፡ ማናታኖ የሚወከለው ማስተማር፣ መማር፣ መምራት እና ደቀ መዝሙር ማድረግን ነው፡፡ ማንታኖ ማለት አንድን ትምህርት ትክክል

መሆኑን የዕውነት አምኖና ተቀብሎ በሕይወት ላይ መተግበር መቻል ነው፡፡ አንዳንድ ጊዜ በሕይወት ላይ ዘላቂ ልምድ ማምጣትም ነው፡፡ ይህ ቃል በግልጽ የሚያሳየው በጭንቅላት ማወቅን ብቻ ሳይሆን፣ የሕይወትንም ለውጥ ያካትታል፣ ይህ በሁሉም ደቀ መዝሙርነት ሕይወት ውስጥ ዕውነት ሊሆን ይገባል፡፡ *(መጽሐፍ ቅዱስ ጥቅሶች የብሉይና / የአዲስ ኪዳን ግሪክ መዝገበ ቃላት፣ የቲየር ትርጉም፣ አስቲን)*

ቍጥር 8 ምንም ልጅ ቢሆን፥ ከተቀበለው መከራ መታዘዝን ተማረ፤

ምንም ልጅ ቢሆን፥ ዕብ 1፥5፣ 8፤ 3፥6

ከተቀበለው መከራ መታዘዝን ተማረ ዕብ. 10፥5-9፤ 50፥5፣ 6፤ ማቴ. 3፥15፤ ዮሐ. 4፥34፤ 6፥38፤ 15፥10፤ ፊልጵ. 2፥8

ቍጥር 9-10 *ከተፈጸመም በኋላ በእግዚአብሔር እንደ መልከ ጼዴቅ ሹመት ሊቀ ካህናት ተብሎ ስለ ተጠራ፥ ለሚታዘዙለት ሁሉ የዘላለም መዳን ምክንያት ሆነላቸው።*

የሚጠበቅበትን ተልእኮ ካጠናቀቀ በኋላ እርሱ ለሰው ልጆች ወይም በእርሱ በመታመን ታዝዘውት ሊኖሩ ለወደዱ ሁሉ የዘላለምን ሕይወት የሚያወርሳቸው ሆነ፡፡ የእኛ ድነት የተገኘው ከዚህ የእርሱ ከፍተኛ ዋጋ መክፈል በኋላ ነው፡፡ የእርሱ ማንነትም የተጠናቀቀው በፍጹምና ነው፡፡ እርሱ ፍጹም ጻድቅ ነው፡፡

ከብዙ ውጣ-ውረድ በኋላ የክብር ሕይወትን መልሶ አገኘው፡፡ የመልከ-ጼዴቅ ሹመት እንዲሁ በዋዛ የተገኘ ሳይሆን፣ የሕይወት መሥዋዕትነት ዋጋን አስከፍሎታል፡፡ የመጨረሻው ፍጽምና ቀድሞ ፍጹም እንዳልነበረ ለማሳየት አይደለም፡፡ እርሱ ከጥንትም ቢሆን ፍጹም የሆነ አምላክ ነው፡፡ ይህኛው ፍጽምና የተገኘው ግን በስቃይና በመከራ ውስጥ መሆኑን ለማመልከት ነው፡፡

እግዚአብሔር አምላክ ለእኛ ሕግን ሰጭያችን ነው፡፡ ስለሆነም የኪዳኑ ትእዛዝ ጸጋን እና ጉልበትን በመስጠት ወደ ፍጻሜ የሚያመጣ ነው፡፡ ደግሞም ይህ የሕይወት መንፈስ ሕግ በመባል ይታወቃል (ሮሜ 8፥2)፡፡ ስለዚህ በዚህ የሕይወት መንፈስ ሕግ አማካይነት አምላካችን እግዚአብሔርን ወይም ሕጉ የሚጠይቀንን ነገር ለመታዘዝ ዐቅምን አግኝተናል፡፡

ይህ የሆነው በመሥዋዕቱ ደም ከኃጢአት ግዛት ወደ በጸጋ ላይ በተመሠረተው ንጉሣዊ አገልግሎት በሊቀ ካህናቱ አገልግሎት በመሻገራችን ነው፡፡ ስለዚህም እግዚአብሔር እንደ ምድራዊ ገዥዎች ሳይሆን፣ በእርግጥም እግዚአብሔር ሕግ-ሰጭያችንም ሆነ ዳኛችን፣ ደግሞም ንጉሣችን ሆኖአል (ኢሳ. 33÷22)፡፡

እርሱ የሕያዋን ገዥ ሆኖ በሕዝቡ መካከል በክብሩ እንዲያድር የመሢሑ በሥጋ መሞት እና በዘላለማዊ ክህነት አገልግሎት ውስጥ መግባቱ አስፈላጊ ነገር ሆኖአል፡፡ ይህ ሲሆን በእምነት በኩል ወደ እርሱ የሚመጡትን ሕያዋን ሆነው በፍቅር ሕግ በመፈጸም በእርሱ እንዲኖሩ የሚያደርገውን ብቃት ያለው ደም በሰማያት በቅድስተ ቅዱሳን በስርየት መክደኛው ዘንድ ተገኝቷል፡፡ የእኛ ትልቁ ኀላፊነት መታዘዝ ተብሎ የሚቈጠረው ወደ ሊቀ ካህናታችን በመቅረብ አገልግሎቱን ከእርሱ መቀበል ነው፡፡ የገላትያ አማኞች የዘላለም ሕይወትን የሰጣቸው ይህ ምንጭን ሳይቋረጥ በሕይወታቸው እንዲፈስስ ሊያደርግ የሚችለው መስቀሉ ከዐይናቸው ተሰውሮባቸው ነበር (ገላ. 3÷1፤5÷7)፡፡

በእርግጥም ወደ ኋላ እያፈገፈጉ ከመሄድ ልክ አብርሃም በእምነቱ እየጸና እንደ ሄደው ሁሉ፣ እኛም በእምነት (በሕይወት) በክብሩ መኖር ይቻለን ዘንድ ክርስቶስ በክብሩ በአብ ቀኝ ስለ እኛ ይታያል (ዕብ. 10÷37-39፤ ሮሜ 4÷20-21)፡፡ ለዕብራውያን ሰዎች ችግር ወይም ኃጢአት የሆነባቸው የተስፋውን ቃል መጠራጠራቸው ነው፡፡ እግዚአብሔር ወዳዘጋጀው ዘላለማዊ ዕረፍት እንዳይገቡ የሚያደርጋቸው የሊቀ ካህናቱን አገልግሎት አለማወቅም ሆነ አለማመን ነው፡፡

ልባቸውን ዕልከኛ እንዳያደርጉት ያስጠነቅቃቸው ነበር፡፡ በተጨማሪም የተሰጣቸውን ታላቅ መዳን ቸል እንዳይሉ፣ ደግሞም የማያምን ልብ እንዳይኖራቸው ጭምር አስቀድሞም ሆነ አበክሮ ያሳሰባቸው ነበር፡፡ ጌታችን መድኃኒታችን ኢየሱስ ክርስቶስ የኃጢአትን ዋጋ ከፍሎ በደሙ ካነጻን በኋላ፣ በሰማያት በግርማው ቀኝ ተቀምጧል፤ ደግሞም በዚህ ያመነ እርሱ እንዳረፈ፣ እንዲሁ ከልጁ ሞት እና ትንሣኤ ጋር በእምነት ስለ ተባበረ፣ ከየትኛውም ግላዊ ሥራው ዐርፎ በእምነት ሊመላለስ ተጠርቷል፡፡ መታዘዝ ማለት በሥጋ ሥራ ሳይሆን ከእምነት በሚሆን መታዘዝ የሚወጣ የትንሣኤ ሕይወት ነው፡፡ ምንጩም ደግሞ ጌታችን መድኃኒታችን ኢየሱስ ክርስቶስ ነው (ዕብ. 2÷3፤ 3÷8-9፣ 15፤ 4÷10፤ 1ኛ ዮሐ. 2÷3-6፤ ዕብ. 5÷3)፡፡

ክላርክ ሲናገር፡- እርሱ የእያንዳንዱን ሰው ሞት ቀምሶታል፡፡ ነገር ግን የዘላለም መዳን ራስም ሆነ ምክንያት የሚሆንላቸው እርሱን ለሚታዘዙት ሰዎች ነው፡፡ ይህ የአማኝነት ጉዳይ ብቻ አይደለም፤ ነገር ግን የታዛዥ አማኝነት ጉዳይ ነው፡፡ እነርሱ በመጨረሻ ይድናሉ፤ ስለዚህም ይህ ምንባብ ፍጹም የሆነ፣ የማያስከስስ ማስረጃ ነው፤ ይህም የቱንም ሰው ያዳነው የክርስቶስ በስሕተት መወንጀል መታዘዝ ላላመኑ የሚሆን ማስረጃ ነው፡፡

ክርስቶስ ሰዎችን በደሙ ገዝቶአቸዋል፤ ደግሞም ማብቂያ በሌለው የሞቱ ጥቅሞች ማብቂያ የሌለውን ክብር አስገኝቶላቸዋል፡፡ ዳሩ ግን እነርሱ ለእርሱ የተዘጋጁ ለመሆን፣ ኃጢአተኛው ሰው እግዚአብሔር ከየትኛውም ሰው ባላሸሸው ጸጋ በኩል ንስሐ ሊገባ፣ ከኃጢአት ሊመለስ እና ኢየሱስ ክርስቶስ ለእርሱ በቂ የሆነ ቤዛ እና ለነፍሱም መሥዋዕት እንደ ሆነ ማመን፣ የመንፈስ ቅዱስንም ስጦታ ሊቀበልና፣ ከእርሱም ጋር አብሮ ሠራተኛ ሊሆን፣ በዚህ መለኮታዊ ዕገዛም አማካይነት የእግዚአብሔርን ፈቃድ በሚያደርግበት መልኩ ሊመላለስ፣ እንዲሁም በእርሱ አማካይነት ከታማኝነቱ የተነሣ በጸጋ ላይ ጸጋን በተቀበለበት እስከ ሞት ድረስ ታማኝ ሆኖ ሊቀጥል ይገባል፡፡ *(የኢደም ክላርክ ኮሜንታሪ, 1996, 2003, 2005)*

በቍጥር 6 ማብራሪያ ላይ እንደ ተመለከትነው መልከ-ጼዴቅ ካህንም ንጉሥም ሆኖ ለዘላለም በሹመቱ ላይ የሚጸና እንደ ሆነ ተመልክተናል፡፡ ኢየሱስ ከብዙ መንገላታት በኋላ ይህን ታላቅ የአገልግሎት ሹመት አገኘ፡፡ በክህነት አገልግሎቱ በአብ ቀኝ ተቀምጦ ስለ እኛ ይማልዳል፤ በንጉሥነት ሥልጣኑም የፍጥረት ሁሉ ገዥ ሆኖ በዙፋኑ ላይ ነግሧል፡፡ ይህ ንግሥናው አይሁድ በጠበቁት መንገድ ላይ የተከሰተ አይደለም፡፡ አይሁድ ይጠብቁ የነበረው በታላቅ ክብር፣ በመላእክቱ ታጅቦ ወደ ምድር በመምጣት ዙፋኑን እንደሚያንሠራፋና ከጠላቶቻቸው ቅኝ ገዥነት ነፃ አውጥቶአቸው ንጉሣቸው ሆኖ እንደሚኖር ነበር፡፡ ይህ አጠባበቃቸው ሙሴ ከግብፃውያን ጭቆና ነፃ አውጥቶ ወደ ከነዓን ከመራቸው አስደናቂና ተአምራታዊ አመራርም የላቀ ነው፡፡ መሢሑ በታላቅ ግርማ ሞገስ እስራኤልን የሚቤዥ ንጉሥና ካህን እንደሚሆናቸው ጠብቀው ነበር፡፡

እርሱ ግን ባልተጠበቀ መንገድ በመካከላቸው አደረ፡፡ እነርሱ ዘውድና የወርቅ ዙፋንን ሲጠብቁ እርሱ በከብቶች በረት ውስጥ ተወለደ፡፡ እነርሱ የንጉሥ ዘርን ሲጠብቁ እርሱ ከአንድ የይሁዳ ነገድ በሆነ የተናቀ አናጺ ቤት ሰብ ውስጥ አልፎ መጣ፡፡ እነርሱ ታላቅ

የሆነ የመላእክት አጀብን ሲጠብቁ እርሱ ዓሣ አጥማጆችንና የከብት እረኞችን ተከታዮቹ አደረገ፡፡ በየትኛውም የእነርሱ መስፈርት ኢየሱስ የጠበቁት መሢሕ አልሆነላቸውም፡፡ የዕብራውያንን ክርስቲያኖችም እምነት ያናጋው ይህ የተዛባ መረዳታቸው ነው፡፡ ንጉሥ ነው ያሉት ሰው በመስቀል ላይ ሞተ፤ ተቀበረ፡፡ ትንሣዔን አግኝቷል ቢባልም እንደገና ተለይቷቸው በማረጉ መልሰው በሮማውያን ቅኝ ተገዥነት ቀንበር ሥር ወደቁ፡፡

እርሱ የሄደበትን መንገድ ለመረዳት መንፈሳዊ ዐይኖቻቸው መብራት ነበረባቸው፡፡ በዕብ. 3÷12-15 እንደ ተገለጸውም *"ክፉና የማያምን ልብ"* … *"እልከኝነት"* *"የመጀመሪያውን እምነት እስከ መጨረሻ ጸንቶ"* አለመጠበቅ የዕብራውያን አማኞች ችግር ሆነ፡፡

መሢሑ ግን ከመከራ በኋላ ለአባቱ እስከ መጨረሻ በመታዘዙና በዓላማው ላይ በመጽናቱ የክብር ሹመቱን ተቀበለ፡፡ ለሚታዘዙት ሁሉም ደግሞ የዘላለም መዳን ምክንያት ሆነላቸው፡፡

ከተፈጸመም በኋላ

ከተፈጸመም በኋላ (ቴሊዮ) tel-i-o'-o/teleioo :- ከteleios /ቴሊዮስ ከ **teleo /ቴልዮ** = ፍጻሜ፣ ዓላማ፣ ግብ፣ሙሉ ስኬት፣ ምሉዕነት) ማለት መፈጸም ወይም የሆነ ዓላማን ወደ ግብ ማድረስ የሚል አሳብ አለው፡፡ ቴሊዮ ማለት አንድን ነገር ጀምሮ ማቋረጥን ሳይሆን፣ የሚገልጸው ወደ ሙሉ ፍጻሜው ማድረስና ፍጹም ማድረግን ነው፡፡ ቴልዮ ሙሉ ስኬትና መከናወንን የሚያመለክት ቃል ነው፡፡ ቴሊዮ በሚለው ቃል ውስጥ ያለው ዋና አሳብ አንድን ሰው እግዚአብሔር ወዳቀደለት ግብ ማድረስን ነው፡፡ *(መጽሐፍ ቅዱስ ጥቅሶች የብሉይና / የአዲስ ኪዳን ግሪክ መዝገበ ቃላት፣ የቲየር ትርጒም፣ አስቲን)*

"ፍጹም" ከተፈፀመ የሚለው ቃል *ቴሊዮስ* የሚለው ቃል ትርጓሜ ነው፡፡ በዚህ ቃል ውስጥ ያለው ዋነኛ አሳብ አንድ ሰው ወይም ነገር በእግዚአብሔር ወደ ተወሰነ ግብ ማምጣት ነው፡፡ እዚህ ላይ ቃሉ ለክህነት በመለኮታዊ ምርጫ ውስጥ ራሱን በማስገባት ያለፈው መሢሑ ወደ ፍጻሜ መድረሱን ያመለክታል፡፡ ይህ ፍጻሜውም በመስቀል ላይ በምትካዊ ሞቱ የሚደረስበት ይሆናል፡፡ *(የዌስት ቃላቶች ከግሪኩ አዲስ ኪዳን, 1940-55 ደብሊው ኤም . ቢ. ኤድማንስ ህትመት)*

ኋለኛው አዳም ኃጢአት የሌለበት ሲሆን፣ መታዘዙ ከተፈጸመ በኋላ ለክህነት አገልግሎት በቂ (ፍጹም) ሆኖ ተሸጋገረ:: ፍጽምና ስንል በመስቀል ሞት መታዘዙን ያመለክታል:: ይህን በአባቱ ላይ በመታመንና በመደገፍ የፈጸመው ነው:: መታዘዝ ከእምነት ጋር የሚያያይዝ ጉዳይ ነው:: ጻደቅ በጻምነት በሕይወት ይኖራል ተብሎ እንደ ተጻፈ ጽድቁን መፈጸሙ በአባቱ ላይ በመደገፍ በመታመኑ የሆነ ነበር::

ከሰማይ ወርዶ ወደ ምድር መምጣቱ ለአብ ራሱን ማስገዛቱን ያመለክታል:: ክብሩን ትቶ ከመለኮት ጋር መተካከልን መቀማት እንደሚገባ አልቈጠረም፤ ነገር ግን የአባቱን ፈቃድ ለመፈጸም ታዘዘ:: ሥጋ መልበሱ የኋለኛው አዳም ሆኖ የአባቱን ዘላለማዊ አሳብ የልቡን መሻት ለመፈጸም የዕለት እንጀራው፣ የቀን ቀለቡ፣ እህል ውኃው የአባቱ ፈቃድ ሆነ (ዮሐ. 4÷31-34፤ ዕብ. 10÷17፤ ዮሐ 14÷31፤ 12÷49) በመስቀል ላይ መሞቱ የመሥዋት በግ መሆኑን ያመለክታል:: ወደ አባቱ ሲያርግ ደግሞ የሊቀ ካህናትነቱን ሥራ ሊሠራ መግባቱን ያሳያል::

ቪንሰንት:- ሲጽፍ ቴሊዮ እዚህ ጋር የሚያገለግለው ለክህነት አገልግሎቱ ከመለኮት ዘንድ የተወሰነውን የባሕርይ ልምምድ መፈጸሙን ለመግለጽ ነው:: ፍጻሜን ያገኘውን በሞቱ ነው (ፊልጵ. 2÷8):: መታዘዙ እስከ ሞት ድረስ የደረሰ ነበር:: *(ማርቪ ን. አር. ቪንሰንት:- በአዲስ ኪዳን ውስጥ ቃል ጥናቶች ኮሜንተሪ)*

በርክሌይ:- ሲያብራራ ቴልዮስ ትክክል በሆነው መልክ ሲተረጐም ፍጹም የሚል ትርጉም ይኖረዋል:: እርሱ አንድን ተግባር እንደ ታቀደው በትክክል ተግብሮ ሲጨርስ ቴልዮስ ይባላል:: ይህን ቃል ሲጠቀምበት ረቂቅና ምናባዊ ፍጽምናን እያሰበ አልነበረም፤ እያሰበ የነበረው ከተግባር አንጻር ነው:: የዕብራውያን ጸሐፊ እያለ ያለው ኢየሱስ ያለፈባቸው ሁሉም መከራና ልምምዶች የሰው አዳኝ እንዲሆን ፍጹም ብቁ የሚያደርጉት ነበሩ:: *(ዊሊያም ባርክሌይ ኮሜንተሪ)*

ዌስት:- ፍጹም የሚለው ቃል ቴሊዮስ የሚለው ቃል ትርጓሜ ነው:: ዋናው አሳቡ አንድን ሰው እግዚአብሔር ወዳየለት ግብ ማድረስ ነው:: እዚህ ጋር መሢሑ የሊቀ ካህናትነት ባሕርይን እንዲላበስ በመለኮት የታቀደለትን ዕቅድ መፈጸም ማለት ነው:: ይህ የመለኮት ዕቅድ ፍጻሜን ያገኘው በመስቀል ላይ ሲውልና የድነትን መሠረት ሲጥል ነው:: (ዌስት፣ ኬ. ኤስ. የግሪክ አዲስ ኪዳን ጥናት)

ለሚታዘዙት / መታዘዝ (ሁፓኮዬ)hoop-ak-o-ay'/hupakouo፡- ከ hupó /ሁፖ= ሥር +akoúo /አኮዎ= በአካል መስማትና የሰሙትን ነገር በአእምሮ በማስቀመጥ መያዝ - አኮዎ በሳይንሱ ዓለም መስማትን ለማገዝ ከሚጠቅመው ፍልስፍናን ከሚገልጸው የእንግሊዝኛ ቃል ጋር ይመሳሰላል) ይህም ማለት፡- በትኩረት መስማትና ለሰሙት ነገር ፈጣን የሆነን ምላሽ መስጠት መቻል ማለት ነው፡፡ (መጽሐፍ ቅዱስ ጥቅሶች የብሉይና / የአዲስ ኪዳን ግሪክ መዝገበ ቃላት፣ የቲየር ትርጉም፣ አስቲን)

መታዘዝን በተመለከተ ሁለት ዐይነት አስተምሮ በወጌላውያን ዘንድ ይገኛል፡፡ አንደኛው ወገን በእምነት የሚወጣ የመታዘዝ ሕይወት ብለው ትንታኔ ሲሰጡት ሁለተኛው ወገን ደግሞ በመታዘዝ ውስጥ ያለ እምነት ነው፡፡ በእግዚአብሔር በመታመንና በመደገፍ ወይም የወንጌሉ ቃል ላይ በመታመን ወደሚገኘው መታዘዝ ይህም ወንጌልን በመስማት ማመን ከዚያም የሚገኘውን መዳን መያዝ፣ በማዳኑም ጸጋና ኃይል የተነሣ የመታዘዝ ሕይወትን ብቃት በማግኘት የመኖር ዐቅም ለአማኙ ይሆንለታል የሚለው አስተምህሮ ሲሆን፣ ሌላው ወገን ግን በታዘዝን መጠን የእምነት ሕይወት ከፍታ ላይ እንወጣለን፡፡

የመጀመሪያው አስተምህሮ እምነትን እንደ መታዘዝ ሲገልጥ፣ ሌላኛው ወገን ደግሞ ከእምነት የተነሣ መታዘዝን አስተምህሮን የሚያመለክት ነው ይላል፡፡ በይበልጥም ጌታ ኢየሱስ መታዘዙን ለአባቱ በማሳየት በእርሱ ላይ እንድንደገፍ (እንድንታመን) ነው ያዘዘን፡፡ ስለዚህም በእኔ እመኑ የሚለው የጌታ ኢየሱስ ትእዛዝ የማመናችንን ልክ ነው ወይም በእርሱ መታመናችን እንደ መታዘዝ ተቈጠረልን፤ መታዘዝ ሆነልን፡፡ዘፓሽን የሚባለው መጽሐፍ ቅዱስ ፡- "በዚህ መንገድ ተፈትኖ ፍጹም ሆኖ ካለፈ በኋላ ለሚሰሙትና ለሚታዘዙለት ሁሉ የዘላለም ሕይወት ምንጭ ሆነላቸው"። ዕብ 5፡9 **ሮበርትሰን**፡- ሲጽፍ በሮሜ 1÷5 ላይ ያለው የእምነት መታዘዝ በመጀመሪያው የግሪክ ጽሑፍ በሮሜ 16÷26 ላይ ያለው አሳብ ነጸብራቅ ነው፤ ማለትም ከእምነት የሚመነጭ መታዘዝ፡፡

ማርቪን ቪንሰንት፡- ሌላ ታዋቂ የግሪክ ምሁር ሲናገር የእምነት መታዘዝ ከእምነት ቀድሞ የሚመጣና እምነትን የሚገልጽ ነው ይላል፡፡ *(ኤ.ቲ. ሮበርትሰን፡- በአዲሱ ኪዳን ውስጥ የቃላት ስዕላዊ መግለጫ-ሐተታ ጥራዝ 3 ገጽ 1-5)*

ኤክስፖሲተር ባይብል ማብራሪያ፡- የእምነት መታዘዝን ሲያብራራ ለወንጌል መልእክት መስጠት የሚገባው መልስ "ከእምነት የሚወጣ መታዘዝ ነው ይላል፡፡" (ኤክስፖዚተርስ የመጽሐፍ ቅዱስ ኮሜንተሪ፡- ጌብልን ኤፍ. ዞንደርቫን ኅትመት)

ሮበርት ሃልዳን፡- የእምነት መታዘዝ ላይ አስተያየቱን ሲያስቀምጥ የሚጽፈው አንዳንዶች እምነት የሚያመጣውን መታዘዝ ነው ብለው ያስባሉ፡፡ ነገር ግን የዚህ ቦታ አገላለጽ ፍላጎት የሚያሳየን በወንጌሉ ላይ ወዳለ እምነት ነው፡፡ መታዘዝ ያለ ምንም ጥርጥር ከእምነት የተነሣ የሚመጣ ውጤት መሆኑን ግን የሐዋርያቱ አገልግሎት በመጀመሪያ ሰዎች በወንጌሉ እንዲያምኑ ማድረግ ከነበረበት ሁኔታ መመልከት ይቻላል፡፡ ይህ ነው ትልቁ ዕቅድ፤ ደግሞም ይህ ዕቅድ በውስጡም ሌሎች ዕቅዶችን የሚያቅፍ ነው፡፡ ወንጌል ያመኑትን ሰዎች ይለውጣል፡፡ ይሁን እንጂ፣ ዓለምን ለመለወጥ የተሰጠ ነው ብንል ፍጹም ያልሆነ ዕይታ ይሆንብናል፡፡ ሰዎች አምነው ሊድኑ እንዲችሉ የተቀመጠ ነው፤ ስለዚህ እዚህ ጋር ያለው መታዘዝ ለወንጌል ትምህርት ያለን መገዛት የሚያሳይ ነው፡፡ *(ሃልዴን፣ አር. ሮማውያን ትርጉሞች ማብራርያ)*

የዩ. ቢ. ኤስ. የአስተርጓሚዎች መጽሐፍ ሲናገር "አምኖ መታዘዝ የእምነት መታዘዝን ይተረጕማል፤ ይህ ወደ እምነት ለመጓዝ መታዘዝ አይደለም፤ ነገር ግን በእምነት ምክንያት የመጣ መታዘዝ እንጂ፡፡ ይህ መልእክት ለሁሉም የአለም ሕዝብን ታሳቢ የሚያደርግ ስለሆነ፣ የግስ አቀማመጡ ማመንን ከዚያም ደግሞ መታዘዝን በግልጽ በሚያስቀምጥ መልክ መሆን አለበት የሚቀርበው፡፡ በዚያ ውስጥ ጳውሎስ የነበረውንም ሚና መገንዘብ ተገቢ ነው፡፡ ይህም ዓለምን ወደ እምነት ብሎም መታዘዝ በመምራት ነው፡፡"*(ኒውማን፣ ቢ. ኤም. እና ኒዳ፣ ኢ. ኤም. ጳውሎስ ለሮሜ ሰዎች በላከው ደብዳቤ ላይ የዕጅ መጽሐፍ፤ የዩኤስቢ መጽሐፍ ተከታታይ፤ ገጽ 12 ኒው ዮርክ - የተባበሩት የመጽሐፍ ቅዱስ ሶሳይቲ)*

የሕይወት ትግበራ መጽሐፍ ቅዱስ ማብራሪያ (Life Application Bible Commentary)፡- ሲጽፍ የእምነት መታዘዝ ማለት ከእምነት የተነሣ የሚመጣ መታዘዝ ማለት ነው፡፡ ይህ ለወንጌሉ መልእክት ሊሰጥ የሚገባ ተገቢ ምላሽና የጳውሎስ በሮሜ ሕዝብ ላይ ያለው አገልግሎት ዓላማ ነው፡፡ ለዚህ ዐይነቱ መታዘዝ የሚሆን ምንጭ ያለው ብቸኛ ቦታ በአንድና ዕውነተኛ በሆነው አምላክ በእግዚአብሔርና በልጁ ኢየሱስ ክርስቶስ በማመን ነው፡፡

የዘላለም መዳን ምክንያት /ምንጭ ሆነላቸው

ምንጭ (ኤይቲዮስ) ah'ee-tee-os aitios:- ከaitéo /ኤይቲዮ = መጠየቅ) የሚያብራራው በሁለት ወይም ከዚያ በላይ በሆኑ ነገሮች ወይም ሁኔታዎች መካከል ስላለ ግንኙነት ነው፡፡ በተለይ ደግሞ አንድ ነገር የጀመረበትን ምክንያቱን ወይም ምንጩን ለመጥቀስ ይረዳል፡፡ ኤይቲዮ ማለት የአንድ ነገር ምክንያት የሚኖርበት ቦታ ማለት ነው፡፡ መሢሑ በመስቀል ላይ ምንጭ ሆኗል፤ የድነታችን ደራሲና ምንጭ፡፡ ሞቱ ድነታችን የመነጨበት ቦታ ነው፡፡ *(መጽሐፍ ቅዱስ ጥቅሶች የብሉይና / የአዲስ ኪዳን ግሪክ መዝገበ ቃላት፣ የቲየር ትርጉም፣ አስቲን)*

የእግዚአብሔር መዳን ለጠፋው የሰው ልጅ በነጻ ስጦታ ይሰጠው ዘንድ የመስቀል ዕንቅፋት እና የጥል ግድግዳ መነሣት ነበረበት፡፡ በፊተኛው አዳም ሞት እንደ ነገሠ አሁን በእርሱ መሥዋዕትነትና የደኅንነት አገልግሎት (የዘላለም መዳን) በኋለኛው አዳም ይነግሥ ዘንድ መስቀሉ ምክንያት ሆነ፡፡

መስቀሉ ለዚህ መዳን ምንጭ የሆነበት ምክንያት ደም “ሳይፈስ ስርየት የለም” እንደሚል ኃጢአተኛው ሰው በደለኝነቱ ተደምስሶ በሕይወት መኖር ይችል ዘንድ ብቃትን ይሰጠዋል፡፡ የኃጢአት ዋጋ እንዲከፈል የክርስቶስ ኢየሱስ ንጹሕ ደም መፍሰሱ የመጀመሪያ ምክንያት ሲሆን፣ ሁለተኛው ደግሞ “በደሙ ውስጥ ሕይወት አለ” ተብሎ እንደ ተጻፈ የእግዚአብሔር የማዳን ሕይወት በክርስቶስ ደም አማካይነት ተገኘ፡፡

ስቲቨን ኮል፡- የዘላለም መዳን ከብሉይ ኪዳን ጊዜያዊ መሥዋዕት በተቃራኒ የሚቀመጥ ነው፤ መሥዋዕት የሚያቀርቡትን እርሱ ፍጹም ማድረግ አይችልምና (ዕብ. 10፥1-4)፡፡ የዘላለም መዳን ምንጭ ተብሎ የተቀመጠው ቃል ሲተረጐም የዘላለም መዳን ምክንያት በሚል ነው፡፡ የመዳናችን ምክንያት እግዚአብሔር እኛ እንደምንድን አስቀድሞ ማየቱ አይደለም፡፡ በእርግጥም የመዳናችን ምክንያት እግዚአብሔር (ሥላሴ) ዓለም ሳይፈጠር በፊት በፊቱ እኛን ስለ መረጠን ነው (ኤፌ. 1፥4)፡፡ *(ዕብራውያን፣ ስቲቨን ኮል. ፍላግስታፍ ክርስቲያን ኅብረት)*

ዘላለም (ኤዮኒዮስ) ahee-o'-nee-os/aionios ከ **aion /ኤዮን**):- ማለት የማያቋርጥ ዘላለማዊነት፣ ጅማሬና ፍጻሜ የሌለው (እንደ እግዚአብሔር) ሁሌም የሚኖር፡፡ ዘላለም በዕብራውያን ላይ ቊልፍ ቃል ነው፤ የዘላለም ኪዳን ደም (ዕብ. 13÷20)፡፡ በዘላለም መንፈሱ ውስጥ (ዕብ. 9÷14) እናም የዘላለም መዳናችን ደራሲና ምንጭ ሆነ (ዕብ. 5÷9) ሰዎችም የዘላለም ርስት ወራሽ እንዲሆኑ አስቻላቸው (ዕብ. 9÷15፤ 13÷20)፡፡ *(መጽሐፍ ቅዱስ ጥቅሶች የብሉይና / የአዲስ ኪዳን ግሪክ መዝገበ ቃላት፣ የቲየር ትርጒም፣ አስቲን)*

ቪንሰንት፡- አስተያየት ሲሰጥ የዘላለም መዳን ማለት የጊዜን ውስንነት የሚያልፍ በሁሉም ሁኔታ ወስጥ፣ በሁሉም ዕድል ውስጥ የሚያልፍ መዳን *ነው፡፡ (ማርቪን. አር. ቪንሰንት፡- በአዲስ ኪዳን ውስጥ ቃል ጥናቶች ኮሜንተሪ)*

ፊልፕ ሂዩስ፡- በዚህ ማረጋገጫ ውስጥም በዕብራውያን 2÷10 ላይ ያለው አሳብ እንደ ገና ይታወሳል፡፡ ኢየሱስ ክርስቶስን የዘላለም መዳን ምንጭ አድርጎ በመግለጽ የመዳናችን ራስነቱን ይገልጽልናል፡፡ ከእርሱ ውጭ ማንም የመቤዠታችን ምክንያት አይደለም፡፡ ከእርሱ ነው ወደ እኛ የፈሰሰው፡፡ የእኛን ጒድለት ተሸክሞ መቀጣቱ እና መጽናቱ ለሰው ልጅ የእርሱን ፍጹምነትና መታደስ እንዲሰጥ አስችሎታል፡፡ ይህም መዳን የሚቀርበውና የሚሰጠው ግን በእርሱ ላመኑትና ለታዘዙት ነው፡፡ ዌስኮት ትዝብቱን ሲያስቀምጠው "የማያቋርጥ መታዘዝ የዕውነተኛ እምነት ምልክት ነው" ብሏል፡፡ ይህ መልእክት ደግሞ የዚህ ደብዳቤ ቀጥታ ተደራሽ ለነበሩትና እምነታቸው መዋዠቅ ጀምሮ ለነበሩት አማኞችም የሚያገለግል ነው፡፡ ከዚህ በፊት ያስታውሳቸው እንደ ነበረው እዚህ ጋር ደግሞ በይበልጥ ትኲረት ሰጥቶ ያሳስባቸዋል (ዕብ. 2÷3፤ 3÷12-19፤ 4÷11)፡፡ ይህ ትልቅ መዳን ለክርስቶስ በመታዘዝ ለሚጸኑት ብቻ የሚሰጥ ነው፡፡ *(አር. ኬንት፣ ሂዩዝ፡- ዕብራውያን ኮሜንተሪ)*

መዳን (ሶቴርያ) so-tay-ree'-ah soteria/ soter:- ከሶተር = አዳኝ sozo /ሶዞ = መዳን፣ መታደግ)፡ የሚያብራራው ከዐደጋ ወይም ከጥፋት መዳን ወይም መታደግ ነው፡፡ መዳን በግሪክ ትርጒሙ በእንግሊዝኛው ካለው ትርጒም ይልቅ ሰፊ ትርጒም የያዘ ነው፡፡ የሶቴርያ ሌላው ትርጒም ወደ ደህንነት፣ መልካም ሁኔታ እና ጤንነት መመለስ እና ከጥፋትና ዐደጋ መከለል ነው፡፡ *(መጽሐፍ ቅዱስ ጥቅሶች የብሉይና / የአዲስ ኪዳን ግሪክ መዝገበ ቃላት፣ የቲየር ትርጒም፣ አስቲን)*

የጄሲ ፊሊፖትስ የጥሞና ጥናት፡- በዕብራውያን 5፥9 ላይ ሲያነሣ በመናፈሻውና በመስቀሉ ላይ በተቀበለው መከራ ኢየሱስ ፍጹም ሆነ፡፡ ግን ይህ ፍጹምነት ምን ዐይነት ነበር? ይህ ኢየሱስ ከተቀበለው መካራ የተነሣ የእግዚአብሔር ልጅነትን ፍጽምና ተቀበለ ማለት አይደለም፡፡ በተመሳሳይም የፍጹም ሰውነት ፍጽምናንም አይደለም የተቀበለው፡፡ ምክንያቱም እነዚህ ነገሮች በዘላለም የአምላክነት ባሕርይ ውስጥ ያለ ነውና ፍጹም ሰው የሚያደርገው፤ ባሕርይውንም የሚያስችል ማንነት በውስጡ ያለ ነውና፡፡ የፍጹም አምላክነት ባሕርይው ላይም የፍጹም ሰውነት ባሕርይው ላይም ተጨማሪ የሚያስፈልገው ፍጹምነት የለም፡፡ እርሱ ከዘላለም አምላክ ውሕደት ጋር ቅዱስ ነውና፡፡

"ራስ" የሚለው *ኢይቲዮስ* የሚለው ቃል ትርጓሜ ነው፡፡ ፍቺውም ለየቱም ነገር **ምክንያት** የሆነ ማለት ነው፡፡ መሢሑ ባደረገው ሞቱ የድነታችን ምክንያት ነው፡፡ ሞቱ ድነታችንን ያስገኘ ነው፡፡ "እርሱን የሚታዘዙ" የሚሉት ቃላት የዳኑት ሰዎች መግለጫ ነው፡፡ እነርሱ ለድነታቸው ምክንያት ማቅረብ አይችሉም፡፡ *(የዌስት ቃላቶች ከግሪኩ አዲስ ኪዳን, 1940-55 ደብሊው ኤም . ቢ. ኤድማንስ ህትመት)*

ሆነላቸው

ሆነላቸው (ጊኖማይ)ghin'-om-aheeginomai፡- ማለት ወደ መኖር ማምጣት እና ተፈጽሞ ያለቀን ግስ ያሳያል፡፡ ለሚታዘዙት ሁሉ የሚለው የዳኑትንና ፍሬ የሚያፈሩትን እንጂ፣ ገና የመዳናቸውን መሰረት አይደለም የሚያነሳው፡፡ በሮሜ 1፥5 ላይ ያለውን የእምነት መታዘዝ እና በ2ኛ ተሰሎንቄ 1፥8 ላይ ያለውን ተቃርኖ ማጥናትም ይህን ለመረዳት ይጠቅማል፡፡ አንድ ሰው ታዛዥ ከሆነ በ2ኛ ቆሮ. 13፥5 ላይ ያለውን የጳውሎስን ቃል ማሰብ አለበት፡፡ *(መጽሐፍ ቅዱስ ጥቅሶች የብሉይና / የአዲስ ኪዳን ግሪክ መዝገበ ቃላት፣ የቲየር ትርጉም፣ አስቲን)*

ፊል ኒውተን፡- ነገሮችን ሲጽፍ ቃላትን እየዘለለ አያልፋቸውም፤ ዕውነታውን እንነጋገር፤ አብዛኛው ክርስቲያን በአሁኑ ወቅት ላይ የሞራል መርኅን የሚተላለፍ ነው፡፡ ይህም ማለት የአሁኑን ዓለም የክርስትና ሕይወት የመታዘዝ የሕይወት እርምጃ ሳይጓዙ በመጨረሻ ግን የክርስትና ሕይወት ፍጻሜ የሆነውን ዘላለማዊ ትርፍ ማግኘት የሚፈልጉ ብዙ አሉ፡፡ እነርሱ ያለ ክርስቶስ ሕግ-ዐልባ ናቸው፡፡ ጥያቄው ይህ አንተን ይወከላል ወይም ይገልጽሃል? ከሆነ፣ ተነሣና ወደ ዕውነተኛ የክርስትና መንገድ ጉዞ አድርግ፡፡ ከግብዝነት

ሕይወትህ ውጣና አንተን ወክሎ በአብ ፊት መካከለኛ ሆኖ ወደ ቀረበው ሊቀ ካህናት ፊትህን አዙር፡፡ *(ፊል ኒውተን፣ ሳውዝ ውድስ ባብቲስት ቤተክርስቲያን ድኅረ)*

ቁጥር 9 ከተፈጸመም በኋላ ለሚታዘዙለት ሁሉ የዘላለም መዳን ምክንያት ሆነላቸው።

ከተፈጸመ በኋላ ዕብ 2÷10; 11÷40; ዳን 9÷24; ሉቃ 13÷32; ዮሐ 19÷30;

መዳን ምክንያት ሆነላቸው ዕብ 12 ÷2; መዝ 68÷18-20; ኢሳ 45÷22; 49÷6; ሥራ 3÷15; ሥራ 4÷12

የዘላለም ዕብ 2÷3; 9÷12,15; መዝ 45÷17; 51÷6,8; 2ኛ ተሰ2÷16; 2ኛ ጢሞ 2÷10; 1ኛ ዮሐ 5÷20; ይሁ 1÷21

ለሚታዘዙለት ሁሉ ዕብ 11÷8; ኢሳ 50÷10; 55÷3; ዘካ 6÷15; ማቴ 7÷24-27; 17÷5; ሥራ 5÷32; ሮሜ 1÷5; ሮሜ 2÷8; 6÷17; 10÷16; 15÷18; 2ኛ ቆሮ 10÷5; 2ኛ ተሰ1÷8; 1ኛ ጴጥ 1÷22

ቁጥር 10 በእግዚአብሔር እንደ መልከ ጼዴቅ ሹመት ሊቀ ካህናት ተብሎ ስለተጠራ፥

ዕብ 5,6; 6÷20

ቍጥር 11 ለእርሱም የምንናገረው ብዙ ነገር አለን፥ ጆሮቻችሁም ስለ ፈዘዙ በቃል ልንተረጕመው ጭንቅ ነው።

በቍጥር 11 ላይ ጸሐፊው ጠንካራ አገላለጽን ተጠቅሟል፡፡ በአንድ በኩል ስለ ጌታ ማንነት ሊገልጽ የፈለገው ብዙ ጥልቅ መረዳትን አግኝቶአል፡፡ በመንፈሳዊ ሕይወታቸው የበሰሉ ሰዎች አንዱ የማንነታቸው መገለጫ የተከማቸ ዕውቀትን መያዛቸው ነው፡፡ የኢየሱስን ማንነት፣ ዶክትሪንን በተመለከተም ጥልቅ መረዳት ያላቸው መምህራን ወይም ሊቃውንት ብለን እንጠራቸዋለን፡፡ እነዚህ ሊቃውንት በቤ/ክ ከቃሉ መስመር ስትወጣ፣ የሐሰት ትምህርትም ሊያፈራርሳት ሲሞክር እነዚህ ሊቃውንት የሚኖራቸው አስተዋጽኦ ከፍተኛ ነው፡፡ የሐሰት ትምህርትን በመከላከል በኩል አትኩረት አድርገው የሚሠሩት ሊቃውንትም ዐቃቤ እምነት (Apologetics) በመባል የሚታወቁ ሲሆኑ፣ በአዲስና በብሉይ መጻሕፍት፣ በሥላሴ ላይ በተለይም በክርስቶስ ማንነት ላይና በሌሎች በመሳሰሉት መሠረታውያን አስተምህሮዎች (ዶክትሪን) ላይና በቃሉ ክፍሎች ትኩረት አድርገው የሚያጠኑ ሊቃውንትም በቤ/ክ ውስጥ በርካቶች ናቸው፡፡ ዘፓሽን የሚባለው መጽሐፍ ቅዱስ ፡- "በዚህ ርዕስ ላይ ብዙ የምንናገረው አለን ነገር ግን አእምሮዋችሁ ለማስተዋል የዘገየ በመሆኑ ምክንያት ልናብራራላችሁ በጣም አስቸጋሪ ሆኖብናል"። ዕብ 5፡11

ብዙውን ጊዜ በሕዝቡ የተከበሩ እና የተፈሩ ሊቆች የተባሉት በመንፈሳዊ ጥበብ ዙሪያ ሥር የሰደዱና ዐዋቂዎች ናቸው ብለን እንገምታቸው ይሆናል፡፡ ይሁንና ያላቸው የመረዳት ባለጠግነት በአንዳንድ ሁኔታዎችና ጉዳዮች ላይ ኢምንት ሆኖ ይስተዋላል፡፡ ለአብነት ኒቆዲሞስን ብንወስድ፣ በሕዝቡ ሁሉ ዘንድ በተለይም ፈሪሳዊ እንደ መሆኑ ሁሉንም ነገር ያውቃል ተብሎ የሚገመት ነው፡፡ ነገር ግን ኢየሱስ ስለ ዳግም ልደት ባስተማረ ጊዜ ስለ ዳግም ልደት ምንነትም ሆነ የሚገኝበትንም መንገድ በተመለከተ ምንም የማያውቅ ሆኖ ነበር የተገኘው፡፡ ይህ ነገር በነቢያት የተነገረ ቢሆንም፣ ኒቆዲሞስ ግን በዘመኑ ልብ እንዳላለው ወይም ከቶም ቢሆን እንዳላስተዋለው እንመለከታለን፡፡

ምንም እንኳ ሐዋርያቱ ከጌታ ዕግሮች ሥር ተቀምጠው እርሱ የሚናገራቸውን ነገሮች የሚሰሙ ቢሆኑም፣ በተለይ ምሳሌዎቹን ለመረዳት አብዝተው ይቸገሩ ነበር፡፡ የኤማሁስ መንገደኞችም እንደዚሁ ክርስቶስ ሞቶ የሚነሣ መሆኑ የቱንም ያህል በመጻሕፍት የተጻፈ ዕውነት ቢሆንና ይህን የሚያውቁት ቢሆንም፣ ጉዳዩ በጊዜው ከእነርሱ ተሰውሮባቸው ነበር፡፡

በመንፈስ ቅዱስ መውረድ ምክንያት በበርካታ ጸጋዎች የተጥለቀለቀችው የቆሮንቶስ ቤተ ክርስቲያንን ሐዋርያው እንደ ሕፃን ልጅ ወተት መጋት ግድ ሆኖበት ነበር (ዮሐ. 3፥12፤ ማር. 4፥33፤ የሐዋ. 17፥20፤ 1ኛ ቆሮ. 3፥2፤ ሉቃስ 24፥25)፡፡ የሚያሳዝነው ግን በአለማመን ምክንያት ልባቸው ደንድኖ ወደ ዕልከኝነት ከመጣ፣ የሚገኙት ዐደገኛ በሆነው ቀይ መስመር ላይ ነው የሚሆነው፡፡

ሐዋርያው ጳውሎስ ለጢሞቴዎስ እንደ ጻፈለት "ሁልጊዜም እየተማሩ ዕውነትን ወደ ማወቅ የማይደርሱትን" ያለው ዐይነቱ ነገር በእነርሱ ላይ እንዳይደርስባቸው፣ በእምነት ወደ ሊቀ ካህናቱ አገልግሎት እንዲመጡ (እንዲታዘዙ) ይመክራቸዋል (2ኛ ጢሞ. 3፥7)፡፡ ማንንም እንዲጠፉ የማይወድድ እግዚአብሔር አስቀድሞ መሢሑ መሥዋዕት እንዲከፍል አድርጓል፡፡ በዚህም የቱንም ያህል ለንስሐ ዕጁ የተዘረጋ ቢሆንም፣ ልብ ወደ ዕልከኛ ደረጃ ከመጣ ግን አስቸጋሪ እንደ ሆነ እናስተውላለን (2ኛ ጢሞ. 2፥25)፡፡

በአገራችን በኦርቶዶክስና በካቶሊክ አብያተ ክርስቲያናት እነኚህ የነገረ መለኮት ሊቃውንት ከጥንት ጀምሮ የነበሩ ሲሆን፣ በወንጌላውያን አብያተ ክርስቲያናትም በተለይ ባለፉት ሃያ ዓመታት የጠለቀ የነገረ መለኮት ዕውቀት እያደገ መጥቶአል፡፡ አንዳንዶችም

ከአገር ውስጥ አልፈው በዓለም አቀፍ ደረጃ የጥናት ወረቀቶቻቸውን እያቀረቡ አስመስጋኝ ውጤትን አስመዝግበዋል፡፡

በአገራችን ቤ/ክ የነገረ መለኮት ጥናት ውግዘትም ሲገጥመው በተደጋጋሚ ታይቶአል፡፡ የነገረ መለኮት ትምህርት መንፈሳዊ ድንዛዜን ያመጣል፤ ዕውቀት ያስታብያል እንጂ፣ አይጠቅምም፤ የሚያስፈልገው መንፈስ ቅዱስ ብቻ ነው፤ መንፈሱ ሲሠራ ቃሉን ይተረትርልናል ብለው የሚያስተምሩም ብዙዎች የዋሐን ታይተዋል፡፡ በዘመናት ሁሉ እንደ ታየው ዕውቀት ሲያሳድግና ከፍ ሲያደርግ እንጂ፣ ሲገድል አልታየም፡፡ ሰዎች ግን ለመንፈሳዊ ትጋታቸው ደንታ-ቢሶች ከሆኑ፣ ቢማሩም ባይማሩም መውደቃቸው አይቀርም፡፡ የሚጥላቸው ዕውቀታቸው ሳይሆን፣ በመንፈሳዊ ነገሮች ረገድ ያለባቸው ድኅነታቸው እና ለዕውቀት ያላቸው ዝንባሌ ነው፡፡ አንድ ሰው መንፈሳዊ ድንዛዜ ውስጥ የሚገባው የክርስትና መሠረታውያን የሆኑትን ነገሮች ለምሳሌም ያህል፦ ጸሎትን፣ በፍቅር መመላለስን፣ የግል የቃሉን ጥናት፣ በእምነት መታዘዝን ሲጥል ነው፡፡ የሊቃውንቱ ተግባርና የግል የቃለ-እግዚአብሔር ጥናትም የተለያዩ ጉዳዮች ናቸው፡፡ አንድ ሰው በቃ ሊቅም ሆኖ በየቀኑ ሕይወቱ የግል የቃሉ ጥናት ሊኖረው ይገባል፡፡

መፍዘዝ የሚለው ቃል **ኖትሮስ (nothros)** ከሚለው ቃል የመጣ ሲሆን፣ **ቀስ ማለትንና መንቀርፈፍና** አመልካች ነው፡፡ ይህ ዕግሩ በደንብ የማይታዘዝለትን የታመምን አንበሳ የሚያመላክትም ነው፡፡ የታመመ እግር፣ የፈዘዘ፣ የደነዘዘ የሚሉ ትርጉሞች ሲኖሩት ይህም ነው እነርሱን ለማስተማር አስቸጋሪ ያረገው፡፡ ስለዚህ ችግሩ ያለው ጸሐፊው ጋር ሳይሆን፣ እነርሱ ጋር ነው፡፡ (ዌስት፣ ኬ. ኤስ. የግሪክ አዲስ ኪዳን ቃል. ጥናት፦ ኢርድማንስ)

የዕብራውያን ክርስቲያኖች ግን ከዚህ መሠሉ የቃሉ መረዳት በጣም የራቁ ነበሩ፡፡ ጸሐፊው ጆሮዎቻችሁ ፈዝዘዋል ይላቸዋል፡፡ ፍዝዘት ወደ ድንዛዜ፣ ስሜት-ዐልባ ወደ መሆን፣ ወደ በድንነት ይጠጋል፡፡ ዐይኑ የፈዘዘ ሰው የሚያይ ቢመስልም፣ ከቶ አያይም፤ ጆሮውም እንደዚያው ነው፡፡ እየሰማ አይሰማም፡፡ ጸሐፊው እኛ የገባንን ለእናንተ በሚገባችሁ መንገድ ተርጉሞ ለማስረዳት ጭንቅ ሆኖብን እያላቸው ነው፡፡ ሊረዱት እንደማይችሉ፣ በመካከላቸው ከፍተኛ ክፍተት እንደ ተፈጠረ ተረድቶአል፡፡ የነበራቸው ልዩነት የሰማይና የምድር ያህል ተራርቋል፡፡ በጸሐፊው በኩል የሚናገረው ብዙ ነገር አለ፡፡ በዕብራውያን አማኞች በኩል ደግሞ ድንዛዜ ወድቆባቸዋል፡፡ ስለዚህ እነርሱ በሚገባቸው

204
ኢ.ፈ.ቢ.አ. አገልግሎት ዕብራውያን መጽሐፍ ጥናት ክፍል 2

መንገድ ለማስረዳትም ጸሐፊው ቃላትንም ተጠቅሞ ለእርሱ የገባውን ነገር ለእነርሱ ለማስረዳት ሲጨነቅ እናያለን፡፡

"ዱል/ደል" የሚለው ቃል ኖትረስ ከሚለው ቃል የተገኘ ነው፤ ትርጓሜውም "ዝግተኛ፣ ስለጊሽ" የሚሰኝ ነው፡፡ የታመመ አንበሳን የደነዘዙ፣ ዕጅና ዕግሮች አስመልክቶ ጥቅም ላይ ይውላል፡፡ ደግሞም ለቀበሮዎች ሕፃን ልጅዋን ከፍርሃት የተነሣ ልትጥል ያላች ሴትን ተስፋ የሚያደርግ የቀበሮን ከንቱ ተስፋ ያመለክታል፡፡ ከሁለቱ የግሪክ ቃላት የተገኘ ጥምር ቃል ነው፡፡ አንደኛው የሚል ሲሆን፣ ሌላኛው ደገሞ መግፋት የሚል ነው፡፡

ስለሆነም መግፋት የለም የሚል ሲሆን፣ እናም "ዝግተኛ የሆነ ሰነፍ" የሚል ትርጓሜን ይዟል፡፡ እነዚህ ዕብራውያን ሰዎች ዝግተኛ ሰነፍ ናቸው፤ ከንቱ ናቸው፤ የደነዘዙ ናቸው፡፡ ይህም የአዲስ ኪዳን ዕውነትን በመያዝ ረገድ የተላበሱት ማንነታቸው ነው፡፡ ይህም ደግሞ እነርሱን ማስተማርን አስቸጋሪ ነገር አደረገው፡፡ ስለዚህም አስቸጋሪው ነገር የጸሐፊው ሳይሆን የእነርሱ ነባራዊ ሁኔታ ወይም ማንነት ነው፡፡

ዳሩ ግን እነርሱ በዚያ ሁኔታ ውስጥ ሁልጊዜ የሚገኙ አይደሉም፡፡ ይህም "ናቸው" በሚለው ቃል ትርጒም እንዲታይ እንደ ተደረገው ማለት ነው፡፡ ቃሉ "መሆን" ማለት ነው፡፡ የቀረበውም ደግሞ በሩቅ ኀላፊ ጊዜ ነው፡፡ ይህ የጊዜ አመልካች ባፈለው ጊዜ የተፈጸመን፣ ነገር ግን ውጤቱ በአሁን ጊዜም ጭምር ያለን ድርጊት የሚያመለክት ነው፡፡ እነዚህ ዕብራውያን ሰዎች በአንድ ወቅት የአዲስ ኪዳን መሥዋዕት የመጀመሪያው ኪዳን መሥዋዕቶችን ሥፍራ ያስለቀቀ መሆኑን በግልጽ የሚረዱና ይህንንም በተመለከተ የአዲስ ኪዳን ዕውነትን በቂነት የሚረዱበት መንፈሳዊ ግንዛቤ ነበራቸው፡፡

ጸሐፊው ይህን አስመልክቶ "አንድ ጊዜ ብርሃን የበራላቸውን" (6፥4) በሚል ይነግረናል፡፡ ይህን መረዳት በመያዝ ረገድ ያለ ችሎታ ማጣት የተፈጥሮአዊ፣ ባሕርያዊ ድካም ጉዳይ አይደለም፤ ዳሩ ግን ያለፈውን ነገር ቸል የማለት እና ቀስ በቀስ ከአዲስ ኪዳን ዕውነት የመንሸራተት ውጤት የመጣ ዐቅመ-ቢስነት ነው (2፥1-3)፡፡

ይህ ቀስ በቀስ ወደ አዲስ ኪዳን መሥዋዕት ወደ መሢሑ የሚመራቸውን የመንፈስ ቅዱስን ነገሮች በመገንዘብ ረገድ ያለ ኋላ ቀርነት ነው፡፡ እዚህ ላይ የሩቅ ኀላፊ ጥቅም ላይ መዋሉ ሂደቱ መካሄዱንና ያለቀ ውጤትን ማስመዝገቡን ያመለክተናል፡፡ ቸልተኝነታችን

ሥራውን ሠርቷል፤ እናም ደግሞ እነርሱ የአዲስ ኪዳንን ዕውነት በመያዝ ረገድ በመንፈሳዊ ከንቱነት ውስጥ ያሉ ናቸው፡፡*(የዌስት ቃላቶች ከግሪኩ አዲስ ኪዳን, 1940-55 ደብሊው ኤም . ቢ. ኤድማንስ ህትመት)*

በዚህ ዘመን ባለችው ቤተ ክርስቲያን ውስጥም ተጠቅሞ ተመሳሳይ ሁኔታ ይታያል፡፡ ብዙ ሰዎች መሠረታዊውን የቃሉን አስተምህሮ (ዶክትሪን) መማር አይፈልጉም፡፡ እንዲህ ያለውን ትምህርት የሚያስተምሩ ሰዎችም ብዙ አድማጭ አይኖራቸውም፡፡ ከዚህ ይልቅ የሥነ ልቦና ሳይንስ ቀመስ የሆኑ፣ የሚያመራምሩ እየመሰሉ ጣፍጠው የሚቀርቡ ስሜት ቀስቃሽ ትምህርቶች የብዙ ሺህዎችን ቀልብ የሚስቡ ሆነዋል፡፡ በእነዚህ ትምህርቶች መስቀል-ዐልባ ከመሆናቸው ባሻገር ልዩ ወንጌልነት ይታይባቸዋል፡፡ የወንጌል ማዕከላዊ መልእክት የሆነው ኢየሱስም በእነዚህ ትምህርቶች ውስጥ ድምቀት አይሰጠውም፡፡ ስሜት ኮርኳሪ በመሆናቸው ብዙዎችን ከመቀመጫ አስነሥተው ያስጨበጭባሉ (2ኛ ጴጥ. 2)፡፡ በርካታ ተከታዮችንም አሰልፈዋል፡፡

የዕብራውያን ክርስቲያኖች አስተምህሮን በተመለከተ በስሕተት መንገድ ላይ ነበሩ፡፡ ከዚህ የተሳሳተ አስተምህሮ የተነሣ ክፉና የማያምን ልብ፣ ድንዛዜ እየወረሳቸው ለመምጣቱ ጸሐፊው ስጋቱን ይገልጻል፡፡ ዕውነቱ ምን እንደ ሆነ ጠለቅ አድርጎ በማስተማር ሊያብራራላቸው ቢያስብም፣ የወደቀባቸው ድንዛዜ እንደ አጥር ዕንቅፋት ሆኗል፡፡

በክርስትና ሕይወት መስማት ዋነኛ ነገር ነው፡፡ የእግዚአብሔር ክብር እና ባሕርይ ለጠፋው የሰው ዘር እንዲገለጥ ካስፈለገ የምሥራቹ (የማዳኑ) ቃል መስበክ ግድ ነው፡፡ ይህ መዳን በክርስቶስ ኢየሱስ ቢገኝም፣ ይህን ትልቅ ስጦታ ለመቀበል እና በሕይወታችን እንዲሠራ በመጀመሪያ መነገር ወይም መታወጅ ይኖርበታል፡፡

ሐዋርያው ለሮሜ ሰዎች ከነቢዩ ኢሳይያስ ገልብጦ የሚነግራቸው ይህን ነበር፡- “ያላመኑትን እንዴት አድርገው ይጠሩታል? ባልሰሙትስ እንዴት ያምናሉ? ያለ ሰባኪስ እንዴት ይሰማሉ?” ይላል (ሮሜ 10÷14)፡፡ ኢየሱስ የእግዚአብሔር ልጅ እንደ ሆነ በአፍ ለመመስከር (ለማወጅ) በልብ ማመን፣ ለማመን ደግሞ መስማት ይኖርባቸዋል (ሮሜ 10÷14)፡፡

ከዚህ ቀደም ወንጌልን ያልሰማ እና ጌታን ያልተቀበለ ሰው ሲሰማ ይድናል ማለት ሳይሆን የሰማውን ማመን እና መቀበለ አለበት፡፡ በፊተኛው አዳም ያለ ሰው ሁሉ በአዳም መተላለፍ ሙታን ብቻ ሳይሆን በሐሳባችን ጠላቶች ነበርን (ቈላስ. 1፥21-22፤ ኤፌ. 2፥1)፡፡ ስለሆነም ፍጥረታዊ ሰው ዕውነትን ለመቀበል፣ ማለትም ልቡ ተከፍቶ ወንጌልን ለመስማት ዐቅም የለውም (1ኛ ቆሮ. 2፥14)፡፡

ስለዚህ የልቡን ጆሮ የሚከፍትለት መንፈስ ቅዱስ ብቻ ነው፡፡ ይህ እንዲሆን የሚሰማው ሰው ልብ በጸጋው መነካት ያስፈልጋዋል (የሐዋ. 2፥37) የልባቸውን በር የሚያንኳኳው የሰሙት ቃል ነው፡፡ እነዚህ በሮች ሲንኳኳ እሺ ብለው ለሚከፍቱት ቃሉ ውስጣቸውን ቀይሮ እምነት ሰጥቶ አዲስ ፍጥረት (ሕያዋን) ያደርጋቸዋል፡፡ ስለሆነም መንፈሳዊ ጆሮአቸው ከዚህ በኋላ መንፈሳዊ ነገር የመስማት (የማዳመጥ) ዐቅም ይኖረዋል፡፡

የሰሙት ቃል በመጀመሪያ ለጆሮ አዲስ ነው (የሐዋ. 17፥20) ነገር ግን ከተቀበሉት ሕይወት ይሆናል፡፡ የፈሪሳውያን ችግርም ይህ ነው፤ እርሱን ሊቀበሉት አልወደዱም፡፡ የአይሁድ መምህር የነበረው ኒቅዲሞስ በሌሊታ ወደ ጌታ መጥቶ ሊሰማ ፈለገ (ዮሐ 3፥16፤ 6፥20) በግልጽ አምኖ የዳነ ሰው ግን እንዲህ አይደለም፤ በጎቹ ድምፁን ይሰማሉ፡፡

ይሁን እንጂ፣ አንዳንድ ጊዜ ክርስቲያኖች በእምነት ያልጠነከሩ ሊሆኑ ይችላሉ (1ኛ ቆሮ. 3፥2)፡፡ ይህ የሚሆነው ቃሉን ከመብላት ዘወር ሲሉ ነው፡፡ የቆሮንቶስ ቤተ ክርስቲያን በጸጋ ስጦታ የተጥለቀለች ነበረች፤ ነገር ግን የቃሉን ዕውነት ምሥጢር በመስማት ለማደግ አይወዱም፡፡ ስለ ሰማያዊው ምሥጢር ስለ ጌታ መምጣት ... ወዘተ የነበራቸው መንፈሳዊ መረዳት አናሳ ነበር (1ኛ ቆሮ. 15፥34)፡፡

ከማመን ሕይወት ወደ ኋላ ያፈገጉበት ትልቅ ችግር ከኢየሱስ ክርስቶስ ጋር ኅብረት በማድረግ ማደግ አለመቻላው ነበር፡፡ ዛሬ እንብላ እንጠጣ፤ እንደሰት የሚል አሳብ ልቦናቸው ውስጥ ገብቶ ሥር ሰድዶ ነበር፡፡ ስለዚህም በክርስቶስ ማደግን እንደ ኋላ ቀርነት ተመልከተው ነበረ፡፡ የዕብራውያን አማኞችም ችግር ተመሳሳይ ነው፤ የወንጌል ማዕከል የሆነውን ነገር ችላ ብለው ነበር (ዕብ. 2፥3)፤ ሲቀጥል አለማመን በልባቸው ሆነ (ዕብ. 3፥12)፡፡ መጨረሻቸው ቃሉን በማይታዘዝ ሕይወት መመላለስ ነው (ዕብ. 4፥11)፡፡ ሌላው አዳጋች ነገር ተቃዋሚ ወደ መሆን እንዳይመጡ ሲሆን፣ ይህም የልጁን የኢየሱስ

ክርስቶስን መስቀል ወደ መርገጥ ያመጣቸዋል፡፡ ስለዚህም ጸሐፊው ትልቅ ማስጠንቀቂያ ይሰጣቸዋል (ዕብ. 10፥29)፡፡

ይህ ሁሉ የሚጀምረው ከቸልተኝነት ወይም ከሚሰሙት ነገር መጠበቅ ባለመቻላቸው ነው፡፡ መጠብቅ ሲል ቃሉን ለመስማት ራስን በማዘጋጀት የተመቻቸ ሁኔታ መፍጠር ማለት ነው፡፡ ከተለያየ እንቅስቃሴዎች ታቅቦ ቃሉን ለመስማት ግዜንና ስፍራን ወስኖ ራስን ማቅረብ ተገቢም አስፈላጊ ነው፡፡ ማርያም ቃሉን ለመስማት ከኢየሱስ እግር ስር ቁጭ ብላ ትሰማ ነበር (ሉቃስ 10፥39)፡፡

የእስራኤል ሕዝብ በግብፅ ምድር ከነበረባቸው የሥራ ጫና (ከጡቡ ሥራ) የተነሣ የእግዚአብሔርን ቃል በቅጡ ሊሰሙ አልቻሉም፤ ስለዚህ እግዚአብሔር ወርዶ በሙሴ በኩል ሲያናግራቸው ለመስማት ዘግይተው ነበር (ዘጸ. 6፥9)፡፡ ዛሬም ይህ ችግር በወንጌላውያን አማኞች ዘንድ ይታያል፡፡ ምዕራባውያን በዚህ ክፉ ወረርሽን መጐዳታቸውን እናስተውላለን፡፡ ብር ማካበት ዋናው ተልእኮ በሆነበት በካፒታሊዝም ርዕዮተ-ዓለም ሥርዓት ውስጥ የምዕራባውያን አብያተ ክርስቲያናት በብር ለመብለጸግ በውጫዊ ነገሮች ለማሸብረቅ ትልቅ ሩጫ ላይ ትገኛለች፡፡

እንደ ሎዶቅያ አብያተ ክርስቲያናት በራድ ወይም ትኩስ ሳይሆኑ፣ በውጫዊ ነገሮች ላይ ብቻ በማተኰር አዳራሽ ለመሥራት ሲባል አንድ ልጅ ተወልዶ ዐድጎ ለዐቅመ-አዳም እስከሚደርስ ድረስ በዕዳ ቀንበር ተይዘው የወንጌሉ ቃል ግን ችላ ተብሏል፡፡ ሕዝቡም የሰንበት ክርስቲያን ሆኖ የወንጌል ሥራ ቀርቶ ቃሉን በግል ለማንበብ ጥማት ያለው አማኝ ብርቅ የሆነበት ጊዜ ላይ ደርሰናል፡፡

የምዕራባውያን ህልም አካላዊ ፍላጎት (Physiolocical need) ላይ ብቻ በማተኰር እንጀራ ለመብላት እና ለኑሮ ሁለት ሥራ ሠርቶ እሑድ ቀን ብቻ መጽሐፍ ቅዱስን የሚያነብብ ደቀ መዝሙር ሳይሆን፣ መንጋ ሆኖ ይገኛል፡፡ ምክንያቱም ቅዳሜ መጠጥ ቤቱ እና በየጫት ቤቱ ሲጨፍር ውሎ እሑድ ሊያስቀድሱ የሚመጡ ስፍር-ቍጥር የላቸውም፡፡ በአንድ ወቅት አንድ የቤተ ክርስቲያን ውስጥ ለአንድ ወንድም (የቤተ ክርስቲያን ሽማግሌ) መጽሐፍ አንብብ ብዬ ሰጠሁት፡፡ እርሱም መጽሐፉን ወሰድው፡፡ ከወራት በኋላ እንዴት ነው ብዬ ጠየቅሁት እርሱም አላነበብሁትም፡፡ እኔ ድሮም ከሁለተኛ ደረጃ ትምህርት

ጀምሮ ማንበብና ማጥናት አልወድም፤ አይደለም ሌላ መጽሐፍ መጽሐፍ ቅዱስ እንኳን ማንበብ አልቻልሁም አለ፡፡

የዚያ ቤተ ክርስቲያን እረኛም እንደ እርሱ ያለ ነው፤ በአንድ ወቅት መሪውን ስለ እግዚአብሔር መንግሥት አጀንዳ ሳወራው ተኮፍሶ ነበር፡፡ አንድ አባት ሲናገሩ፣ እርሱም ሆነ አብረውት ያሉትም ጋንግስተርስ ናቸው አሉኝ፡፡ ይህ በጣም ያስደነግጣል፡፡ ይህ ማለት የቤተ ክርስቲያኒቱ አባላት ሁሉም ችግር አለባቸው ማለት አይደለም፡፡ የዘመኑ የክርስትና ሕይወት በብርና በወርቅ በልዩ ልዩ ምኞችም በሚያስጥም እስራት ውስጥ ገብተው ክርስቶስን ከመምሰል ይልቅ የዘይት፣ የጨው እና የውኃ ሽያጭ አስፈላጊነቱ የላቀ ሆኖ ተገኝቶአል፡፡

እያዋዙ ለማስተማሪያ የሚጠቅም አንድ ቁምነገር አዘል ቀልድን እዚህ ጋ እንጠቀም፡፡ በአንድ ወቅት አንድ ሰው የቤተ ክርስቲያኑ አገልጋይ እንዲጸልይት ይንበረከካል፡፡ በዚህ ጊዜ አገልጋዩ ዲያቆኑን በመጀመሪያ ዘይቱን አምጣልኝ አለው፡፡ ከዚያም በሰውዬው ላይ አንጠባጠበው፡፡ ቀጠለና "ውኃው ላይ ጨው ጨምረህ አምጣልኝ" ብሎ ዲያቆኑን አዘዘው፤ አስቸኮለውም፤ ውኃውንና ጨውንም በሰውዬው እራስ ላይ አንደቀደቀው፡፡

ከብዙ እንግልት በኋላ ለአገልጋዩ የሚጸለይለት ሰው፣ 'ጋሼ አሁንስ ይበቃል÷ ሽንኩርት ቀረ እንጂ ተቁላልቼ በስዬ እወጣ' ነበር አላቸው ይባላል፡፡ በራሱ ላይ ዘይት የተጠባጠበበት ውቡ ኢየሱስ ክርስቶስ በደጃችን አጠገብ አለ፤ በሩን ብቻ ከፍቶ ማስገባት (ጊዜ መስጠት) ነው፡፡ ጌታም አይፈርድም፤ ነገር ግን "እኅቴ ወዳጄ ርግቤ መደምደሚያዬ ሆይ በራሴ ጠል በቁንዳላዬ የሌሊት ነጠብጣብ ሞልቶብኛልና ክፈችልኝ" (መኃ. 5÷2) ይላል፡፡

ይህን የምንለው ማንም ከማንም የተሻለ ሆኖ ስለ ተገኘ ሳይሆን፣ አንድ ሰው ግን ጌታ ረድቶት "ደካማው ሰው እኔ ብርቱ ነኝ ይበል" ስለሚል ነው (ኢዩ. 3÷10)፡፡ የደከመው ከታላቁ ሊቀ ካህናቱ መሥዋዕት ደም የተነካ ወደ ጸጋው ዙፋን የመግባት ጸጋ (ብቃት) ከአምላኩ ስላገኘ እንጂ፣ መዳናችን በእግዚአብሔር ኃይል ተጠብቆልን ስላለ (1ኛ ጴጥ. 1÷4) ሊቀ ካህናቱ የአዲስ ኪዳን ክብሩን እንድንኖር ዋሳችን ስለሆነ ነው፡፡

በተጨማሪም ወደ እርሱ የሚመጡትን ፈጽም ሊያድናቸው ስለቻለ እንጂ በራሳችን ስራ አይደለም (ዕብ.7፥22፤ 25)፡፡ ስለሆነም ከውርደት ሕይወት፣ ከእርያዎች ጋር ከመብላት፣ እንዲሁም ከመራብ ወጥተን የእምነታችን ራስ እና ፈጻሚ የሆነውን ኢየሱስን እያየን በዙሪያችን ከብበው እና አጠላልፈው ከሚይዙን ኃጢአቶች እስከ ደም ማፍሰስ ድረስ እየተዋጋን በድል እንኑር፡፡

የዕብራውያን ጸሐፊ መልእክቱ መጨረሻ እንደዚህ የመሰሉ ከባቢድ የጦር ሜዳ ቃላትን የሚጠቀመው የጦርነቱን ጽኑነት ለማሳሰብ ነው (ዕብ. 12፥1-2)፡፡ በዚህ የጦር ሜዳ ስንዋጋ ደግሞ የዕረፍት ሥፍራ አለ፡፡ እርሱም በክርስቶስ ኢየሱስ እግር ሥር መቀመጥ ነው (ማር. 6፡31፤ 37፣ 41)

የጆሮ ለመስማት መደንዘዝ ማለት የሚገፉ ወደፊት የሚሄድ ሳይሆን እንደ ኩሬ ውሃ በአንድ ቦታ ተወዝፎ የተቀመጠ ወይም ዘገምተኛና ቀስ ብሎ የሚሄድ፣ ለመራመድ ሆነ ለመኖር ኃይል ያጣ ማለት ነው፡፡ አማኝ የነቃ፣ በዕምነት የጸና፣ የጌታ ስራ ሁልጊዜ የሚበዛለት፣ በፍቅር የሚጠነከር ሊሆንልን ይገባል (1ኛ ቆሮ. 1፥8-9 ፤ 16፥13) ዘሜሴጀ የተሰኘው የመጽሐፍ ትርጉም እንዲህ ይለዋል፡- “እስቲ አስቡት - አንዳችም የጎደላችሁ ነገር የለም፤ ሁሉም ነገር ሞልቷችኋል። የነገር ሁሉ ፍጻሜ የሚሆነውን የጌታችንን የኢየሱስን መምጣት በጉጉት ስትጠባበቁ የእግዚአብሔር ስጦታዎች ሁሉ በእጃችሁ ናቸው። ደግሞ ይህም ብቻ አይደለም፤ ነገሮች ሁሉ በኢየሱስ እስኪጠቀለሉ ድረስ እግዚአብሔር እራሱ ከጎናችሁ ሆኖ ከመስመር ሳትወጡ እንድትኖሩ ያጸናችኋል። ይህንን መንፈሳዊ ጎዞ ያስጀመራችሁ እግዚአብሔር የልጁንና የጌታችንን የኢየሱስን ሕይወት አብሮን ይካፈላል። እርሱም ፈጽሞ በእናንተ ተስፋ አይቆርጥም። ይህንን በፍጹም አትርሱ”።

ቁጥር 11 ስለ እርሱም የምንናገረው ብዙ ነገር አለን፥ ጆሮቻችሁም ስለ ፈዘዙ በቃል ልንተረጕመው ጭንቅ ነው

ስለ እርሱም የምንናገረው ብዙ ነገር አለን፥ 1ኛ ነገ 10፥1; ዮሐ 6፥6; 16፥12; 2ኛ ጴጥ 3፥16

ጆሮቻችሁም ስለ ፈዘዙ ኢሳ 6፥10; ማቴ 13፥15; ማር 8፥17,18,21; ሉቃ 24 25; ሥራ 28፥27

ቊጥር 12 ከጊዜው የተነሣ አስተማሪዎች ልትሆኑ ሲገባችሁ፥ አንድ ሰው ስለ እግዚአብሔር ቃላት መጀመሪያ ያለውን የሕፃንነትን ትምህርት እንዲያስተምራችሁ እንደ ገና ያስፈልጋችኋልና፤ የሚያስፈልጋችሁም ወተት ነው እንጂ፣ ጠንካራ ምግብ አይደለም።

የዕብራውያን ክርስቲያኖች በክርስትናቸው እድሜ የቈጠሩ ናቸው:: ምናልባትም ሃያና ሰላሳ ዓመታትን አሳልፈው ሊሆን ይችላል:: ጸሐፊው ከዕድሜያችሁ ትልቅነት አንጻር እናንተ አስተማሪ መሆን ይገባችሁ ነበር (1ኛ ጴጥ. 3፥15፤ ሮሜ 2፥21):: ይሁንና ግን ጆሮቻችሁ ስለፈዘዙ የመጀመሪያው የሕፃናት ትምህርት ሀሁ ያስፈልጋችኋል ይላቸዋል:: በዕድሜና በአካል ቢያድጉም በመንፈሳዊ ሕይወታቸው ግን አላደጉም:: ከዚህ የተነሣ ጥልቀት ያለው ትምህርት ቢሰጣቸው ከንቱ ድካም ነው:: ከዐቅማቸው በላይ ስለሚሆን መምህሩ ይደክማል እንጂ፣ እነርሱ የሚረዱት አይሆኑም:: ለሕፃናት ጠንካራ ምግብ ልንሰጣቸው አንችልም:: አንጀታቸውም ሆነ ጥርሳቸው ምግብን አድቅቆ፣ አላምጦ ከሰውነት ጋር እንዲዋሃድ ሊያደርገው ስለማይችል ቢበሉ እንኳ ተመልሶ ይወጣል እንጂ፣ ጠቀሜታው የለውም::

የዕብራውያን ክርስቲያኖች ትልቁ ችግር ድንዛዜ ነው:: ከዚህ ቀደም የተማሩትን፣ ያወቁትን እውነት ለማስተዋል የማይችሉበትን ከፍተኛ ድንዛዜ ውስጥ ገብተዋል:: ከዚህም የተነሣ ወደ ኋላ በመንሸራተት የተማሩትን ትምህርት ሁሉ ረስተው አዳኛቸው የሆነውን ኢየሱስ ከመላእክትና ከሰዎች ጋር ያወዳድሩት ጀመር:: በአዲስ ኪዳን የተካውን የብሉይ ኪዳን ሥርዓት መልሰው በላያቸው ላይ በመጫን ቀንበርን መሸከም ፈለጉ::

በዕውቀት እንዲያድጉና ሌሎችን አስተማሪዎች እንዲሆኑ ቢደከምባቸውም ወደ ኋላ ተንሸራትተው የመጀመሪያውን የክትትል፣ የደኅንነት፣ የእምነት ማጽኛ ትምህርት እንደገና መማር ግድ ሆነባቸው ነበር:: ሌሎች ከኋላቸው እየተነሡ ሲቀድሟቸው እነርሱ ግን ወደ ኋላ መንሸራተት ብቻ ሆነባቸው:: ሌሎችን መምራትና ማስተማር ሲገባቸው እነርሱ አንዳችም ዕድገት የማይታይባቸው ሕፃናት ሆኑ::

ጊዜ፡- *ክሮኖስ* ከሚለው የመጣ ነው፡፡ ጊዜን በተመለከተ የቅጽበቶች መፈራረቅን አስመልክቶ የሚናገር እንጂ፣ ወሰን ያለውን አንድን የጊዜ ክፍል አስመልክቶ የሚናገር አይደለም፡፡ ቃሉ በግምታዊ ሂደት ላይ ያለ ነው፤ እናም ደግሞ ቀጣይነትን ያመለክታል፡፡ ስለሆነም የአዲስ ኪዳን ዕውነትን ለእነርሱ ካቀረቡላቸው መምህራን በታች ሆነው ያሳለፉት ጊዜ ረጅም በመሆኑ ምክንያት፣ የተማሩትን ነገር ለሌሎች ማስተማር ግዴታቸው ነበር፡፡

"ግዴታ" ሲባል የምግባር ግዴታ ነው፡፡ የግሪኩ ቃል ወይ በሕግ አሊያም በተግር፣ አለዚያም ደግሞ ከግምት ሊገባ በሚገባ ጉዳይ የግዴታ ውስጥ መግባትን እንድምታዊ በሆነ መልኩ ያመልክታል፡፡ "እንደገና" በግሪኩ አጽንኦታዊ *ሥ*ፍራ ያለው ነው፤ ደግሞም ከማስተማር ጋር ሳይሆን፣ ከፍላጎት ጋር የተያያዘ ነው፡፡ እነርሱ እንደገና አንድ ሰው እንዲያስተምራቸው የሚፈልጉ ናቸው፡፡

"ማስተማር" የሚለው ቃል ቀጣይነት ያለውን ሂደት ያሳያል፡፡ እነዚህ ዕብራውያን የአዲስ ኪዳንን ትምህርት በመያዝ ረገድ ቸልተኞች የነበሩ ናቸው እናም ከእነርሱ ጋር አብሮ ለመሄድ ብዙ ትምህርቶች ሊሰጡዋቸው ያስፈልጋቸዋል፡፡

"መርኆች" የሚለው *ኮስቶይኮዎን* የተገኘ ነው፣ መጠነኛ አሳቦችንም ያመለክታል፡፡ በመጀመሪያ የሚለው ቃል በግሪኩ ምንባብ ተከታታይነት ካላቸው ነገሮች ቀዳሚው የሚለውን ያመለክታል፡፡ የነገሮች መጀመሪያ ነው፡፡ ንግግሮች በሮሜ 3÷2 እና የሐዋ. 7÷38 ላይ ጥቅም ላይ ከዋለ የግሪክ ቃል የተገኘ ነው፡፡ ደግሞም መለኮታዊ ችግርን ያመለክታል፡፡

ስለሆነም ለእነዚህ ለዕብራውያን ሰዎች የሚያስተምራቸው አንድ ሰው ያስፈልጋቸዋል፡፡ ጅማሬው ደግሞ በአዲስ ኪዳን ካለ የመለኮት የመጀመሪያ ንግግር የሚደረግ ሊሆን ይገባል፡፡ "*ሥጋ*" በአጠቃላይ ምግብ ከሚለው የግሪክ ቃል የተወሰደ ነው፡፡ ዛሬ *ሥጋ* የሚለው ቃል የሚበላ የእንስሳትን *ሥጋ* ያመልክታል፡፡ *ኦቶራይዝድ ቨርሽን* የሚባለው ትርጓሜ በተተረጐመ ጊዜ፣ *ሥጋ* የሚለው ቃል በአጠቃላይ ምግብ በሚል ነው የተወሰደው፡፡ ጌታችን እንዲህ አለ፡- "የእኔ ሙብል የላከኝን ፈቃድ አደርግ እና *ሥ*ራውንም እፈጽም ዘንድ ነው" (ዮሐ. 4÷34)፡፡

"ሆነዋል" የሚለው በሩቅ ኀላፊ ጊዜ ተቀምጧል፡፡ የሚሰጠውም ፍቺ አንድ ጊዜ ባለፈ የተፈጸመ/ የተጨረሰ እና ውጤቱ አሁናዊነት ያለው ሂደትን አስመልክቶ የተነገረ ነው፡፡ እነዚህ ዕብራውያን እያለፉበት ከነበረ ስደት የተነሣ የአዲስ ኪዳን ዕውነትን ቸል በማለታቸው እንዲሁም ቀስ በቀስ ፊታቸውን ከእግዚአብሔር በመመለሳቸው በዚህ ጊዜ ወተትን ብቻ ሊጋቱ በሚችሉበት መንፈሳዊ ሥፍራ ላይ ነበሩ፡፡

"ጠንካራ" የሚለው ቃል ቃል በቃል ሲተረጎም ጠጣር ማለት ነው፡፡ ስለሆነም ፈሳሽነት ያለው ምግብ፣ ወተተ ብቻ የአዲስ ኪዳን የጅማሮ ትምህርቶችን የሚይዝ ነው፡፡ ጠጣር ምግብ የቃሉን ጥልቅ የሆኑ ትምህርቶችን አይዝም፡፡*(የዌስት ቃላቶች ከግሪኩ አዲስ ኪዳን, 1940-55 ደብሊው ኤም . ቢ. ኤድማንስ ህትመት)*

ጌታ ኢየሱስ በወንጌላት መጽሐፍት ውስጥ ካልተመለሳችሁ እንደ ሕፃናትም ካልሆናችሁ ወደ መንግሥተ ሰማያት አትገቡም ብሎ ያስተማረበትን፣ ሕፃናትን ለመልካም መንፈሳዊ ሕይወት ትምህርት ጋር ይህ የዕብራውያን መጽሐፍ ዐውድ የተለያየ ነው፡፡ በወንጌላት ጌታ ኢየሱስ የሕፃናትን ቅንነት ከመንፈሳዊ ዕድገት አንጻር እንደ ታየ ልብ ማለት ይገባል፡፡ አንድ አማኝ በመንፈሳዊ ሕይወቱ ዐደገ ብለን ስንል፣ በቃሉ ላይ ያለው ጠንካራ መረዳት፣ በአጥንት የተመሰለውን ጠንካራ የቃሉን ክፍል መመገቡ፣ በጸሎት ዘወትር መትጋቱ፣ በአገልግሎትም ሌሎችን ወደ ዕውነት የሚመራ መሆኑ፣ የቅድስና ሕይወቱን ጠብቆ በጽድቅ መመላለሱ፣ ትሕትናው ቃሉና አንደበቱ የታረቀ መሆኑ ዋና ዋናዎቹ ናቸው፡፡ ሕፃናት እነዚህ የዕድገት መለኪያዎች በሕይወታቸው አይኖሩም፡፡ ጌታ ኢየሱስን ስንመለከት ግን በሕፃንነት ዘመኑም ወደ ሙክራብ እየሄደ ከሃይማኖት ሰዎች ጋር ሲከራከር ሰዎች ይደነቁበት ነበር፡፡

በቍጥር 11 ላይ ጠንከር ያለውን ትምህርት ለማስተማር አስበን እንደማትረዱን ስላወቅን እንዴት ባለ ቀላል አገላለጽ እንዲገባችሁ ለማድረግ ተጨነቅን የሚል ሲሆን ቍጥር 12 ላይ ደግሞ ወደ ኋላ ተመልሶ እንደገና የድሮውን የመጀመሪያ ትምህርት መማር ያስፈልጋችኋል ይላቸዋል፡፡ እስራኤላውያን በምድረ በዳ በነበሩበት ወቅትም ተመሳሳይ ሁኔታ ውስጥ የነበሩ ሲሆን፣ ከቃዴስ ወደ ቃዴስ የተሽከረከሩባቸው አርባ ዓመታት ከንቱ ድካም ብቻ ነበር፡፡ እግዚአብሔርን ካለመስማትና ካለመታዘዝ የተነሣ በአንድ ቦታ የመሽከርከር የአዙሪት ሕይወት ታየባቸው፡፡ የዕብራውያን ክርስቲያኖችም የሆኑት ልክ

እንደ ጥንቷ እስራኤል ነው። ዛሬም በእኛ ዘመን ያለን ክርስቲያኖች በተመሳሳይ ሁኔታ ውስጥ እንገኛለን።

ዕውነተኛውን አምልኮ የሚመስል ውጫው ሥርዓት በዚህ ዘመን ቢታይም፣ ጠለቅ አድርገን ስንፈትሸው ግን ይህን መሰል መረዳት ግን አንመለከትም። ግርግሩ ብዙ ቢሆንም ዝማሬው፣ ሙዚቃው፣ ሽብሸባው፣ የድምፅ ማጉያው መሣሪያው ብዛት ግድግዳና መሬቱን እየነዘረ መድረኩን ቢያንቀጠቅጠውም፣ "ሃሌሉያ!" የሚለው ድምፅ ቢያስተጋባም፣ በአብዛኛው መንፈሳዊ ብስለት የጐደለው ያልበሰለ ሕይወት ይንጸባረቃል።

በዚህ ዘመን ባለው መንፈሳዊነት ውስጥ በተለይም በወንጌላውያን አብያተ ክርስቲያናት ውስጥ እንደ ዕብራውያን ክርስቲያኖች ወደ ብሉይ ሥርዓት እንመለስ የሚል ጥያቄ ባይታይም፣ የዘመኑዋ ቤተ ክርስቲያን ዋነኛ ችግር ግን በድኅረ ዘመናዊነት (Post Modernism) አመለካከት የመወሰድ ጉዳይ ነው። በዚህ አመለካከት ውስጥ ዓለማዊነት፣ ምድራዊ አስተሳሰብ፣ ሳይንሳዊና ፍልስፍና ቀመስ የሆኑ መላምቶች፣ የብልጽግና ወንጌል፣ ሰውን እንደ አምላክ የመቊጠር አስተሳሰቦች የሚንጸባረቁ በመሆኑ ከምድራዊው ንጽረተ-ዓለም (World View) አስተሳሰብ ጋር አብሮ መንጐድ ይታያል። የክርስትና ሥረ መሠረትና ዋነኛ ማዕከል የሆነውም ክርስቶስ ኢየሱስ በረቀቀ ዘዴ ከሰዎች ሕይወት ውስጥ ተሠርቋል። ብዙዎች የሃይማኖት መልክ ቢኖራቸውም፣ ዐውቀውም ሆነ ሳያውቁት የእምነታቸውን ኃይል ክደውታል።

አንድ አማኝ በጌታ ቤት ዕድሜውን እያሳለፈ በሄደ መጠን፣ በቃልና በሥራ እንደ ጌታው ብርቱ እየሆነ ሊሄድ ይገባል (ሉቃስ 24÷19)። እርሱ ወንድማችን እንደ መሆኑ፣ እኛ የእርሱን ዱካ ልንከተል ይገባል። የእምነታችን ሐዋርያ እና ሊቀ ካህናት ስለሆነ፣ በእምነት ለእርሱ ራሳችንን በመስጠት በፍጹም ልባችን ልንታዘዘው ይገባል (ዘዳ. 18÷15፣ 18)።

የክርስቶስ ኢየሱስ ሕይወት ለእኛ ምሳሌ ነው። እርሱ ከአባቱ ጸጋና ጥበብ ሞገስንም ጭምር እንዳገኘ ሁሉ፣ እንዲሁ እኛም በጸጋው ልንጎለምስና ልንበረታ፣ በመጨረሻም በእኛ ውስጥ እርሱ ተገልጦ እንዲታይና እኛም እርሱን እንድንመስለው ተጠርተናል። የአገልግሎት ምሳሌነቱን መከተል አስፈላጊ ነው። እርሱ ወገቡን ታጥቆና ጎንበስ ብሎ በትሕትና የደቀ መዛሙርቱን ዕግሮች አጠበ።

እርሱ ለእነርሱ ሞተ፤ በመጨረሻም እነርሱ ለሞተላቸው ለእርሱ ራሳቸውን ሰጡ፡፡ ስለዚህም ጉዳይ እንዲህ ተብሎ ተጽፎአል፡- *"አንድ ስለ ሁሉ ሞተ፤ እንግዲያውስ ሁሉም ሞቱ፤ በሕይወት ያሉቱ ከእንግዲህ ወዲህ ስለ እነርሱ ለሞተውና ለተነሣው ለእርሱ እንዲኖሩ አንዱ ስለ ሁሉ ሞተ" (2ኛ ቆሮ. 5÷14-15)፡፡*

ይህ ከጌታችን ከኢየሱስ ክርስቶስ የምንማረው ነገር ነው፡፡ እርሱ በእኛ ሕይወት ይነግሥ ዘንድ በመጀመሪያ አገልጋይ ሆነ፡፡ በእስራኤል ላይ የነገሠ አንድ ሮብዓም የተባለ ንጉሥ የሽማግሌዎችን ምክር መጠየቁ የሚታወስ ነው፡፡ እነዚህ ሽማግሌዎች ሮብዓም ለጠየቃቸው ጥያቄ መልስ ሲሰጡት እንዲህ አሉ፡- ለዚህ ሕዝብ ባሪያ ብትሆን፣ ብትገዛላቸውም፣ በዘመናቸው ሁሉ ባሪያ ይሆኑልሃል፤ ይገዙልሃልም (1ኛ ነገሥት 12÷6)፡፡

ይህ በሕይወት ዘመናቸው የተለማመዱት ነገር ነበር፡፡ በእርግጥም በዕድሜ ብዛት ባገኙት ተሞክሮ የተማሩ ሽምግሌዎች ወይም ሰዎች በራሱ ላይ ዘውድን ከጫኑ ወጣት ይበልጣሉ (ኢዮብ 32÷7፤ ምሳሌ 16÷31፤ ኢዮብ 12÷12)፡፡

ቁጥር 12 ከጊዜው የተነሳ አስተማሪዎች ልትሆኑ ሲገባችሁ፥ አንድ ሰው ስለ እግዚአብሔር ቃላት መጀመሪያ ያለውን የሕፃንነትን ትምህርት እንዲያስተምራችሁ እንደ ገና ያስፈልጋችኋልና፤ የሚያስፈልጋችሁም ወተት ነው እንጂ ጠንካራ ምግብ አይደለም።

ከጊዜው የተነሳ ማቴ 17÷17; ማር 9÷19

አስተማሪዎች ልትሆኑ ሲገባችሁ ዕዝራ 7÷10; መዝ 34÷11; 1ኛ ቆሮ 14÷19; ቆላ 3÷16; ቲቶ 2÷3,4

የሕፃንነትን ትምህርት ኢሳ 28÷9, 10, 13; ፊል 3÷1

መጀመሪያ ያለውን ዕብ 6፡1

ስለ እግዚአብሔር ቃላት 2ኛ ሳሙ 16÷23; ሥራ 7÷38; ሮሜ 3÷2; 1ኛ ጴጥ 4÷11

የሚያስፈልጋችሁም ወተት ነው እንጂ ጠንካራ ምግብ አይደለም ዕብ 5፡13; ኢሳ 55÷1; 1ኛ ቆሮ 3÷1-3; 1ኛ ጴጥ 2÷2

ቁጥር 13-14 ወተት የሚጋት ሁሉ ሕፃን ስለ ሆነ የጽድቅን ቃል ሊያውቅምና፤ ጠንካራ ምግብ ግን መልካሙንና ክፉውን ለመለየት በስራቸው የለመደ ልቡና ላላቸው ለፍጹማን ሰዎች ነው።

መጋት ለሕፃናት የምንጠቀምበት የአመጋገብ መንገድ ነው፡፡ ሕፃናቱ እንዴት እንደሚመገቡ እንኳ ስለማያውቁ፣ የምግብ ፍላጎት በማይኖራቸው ጊዜ ወተቱንም ላለመመገብ አፋቸውን ስለሚዘጉ፣ በምግብ ዕጦት እንዳይጐዱ ሲባል የግዴታ መጋት ያስፈልጋል፡፡ በመንፈሳዊ ሕይወታቸው ያልበሰሉ ሕፃናትም ተመሳሳይ ሁኔታ አለባቸው፡፡ በቃሉ መሠረት ላይ እንዲቆሙ የግዴታቸውን እንዲማሩ ማስገደድም አስፈላጊ ነው፡፡ መሠረታዊውን የክርስትና ትምህርት እንዳይስቱት፣ አጠንክረውም እንዲይዙትና እንዲኖሩበትም እያንዳንዱን የእምነት ማጽኛ ትምህርት የመጋት ያህል የምታስተምር ቤ/ክ ጠንካራ ደቀ መዝሙርትን ታፈራለች፡፡

በመንፈሳዊው አገላለጽ ወተትን የሚጋት ሁሉ ሕፃን ነው ይለናል፡፡ ዛሬ በቤ/ክ ውስጥ በብዛት የሚሰጠው የወተት ትምህርት ነው፡፡ ለምሳሌ ስለ አንድነት፣ ስለ ፍቅር፣ ስለ ትሕትና፣ ስለ ቅድስና ብዙ ጊዜ ትምህርት ይሰጣል፡፡ እነዚህ ትምህርቶች በመንፈሳዊ ሕይወታቸው ሕፃናት ለሆኑት የሚሰጡ ናቸው፡፡ በሌላ አገላለጽ ወተትን የመጋት ትምህርቶች ናቸው፡፡ ዛሬ ግን በቤ/ክ ውስጥ ትላልቅ ኮንፍራንሶች ተዘጋጅተውም እነዚህ ትምህርቶች ይሰጣሉ፡፡ ለምን ቢባል፣ ይህ ዘመን በቅዱሳኖች መካከል ፍቅር፣ አንድነትና ትሕትና የጠፉበት ዘመን በመሆኑ ነው፡፡ ጸሐፊው ወተት የሚጋቱት ሕፃናት የጽድቅን ቃል አያውቁም ይላቸዋል፡፡ የጽድቅ ቃል የሚባለው ከላይ የተመለከትናቸውን የመሳሰሉት ናቸው፡፡ በሌላ አገላለጽ የመንፈስ ቅዱስ ፍሬዎች የተባሉት ናቸው፡፡ በዚህ ዘመን ብዙዎቻችን የመንፈስ ቅዱስ ስጦታን ብንፈልግም፣ የመንፈስ ፍሬ ግን የሚታይብን አልሆንም፡፡ የበሰሉ ሰዎች የጽድቅ ቃል ምን እንደ ሆነ ያውቁታል፤ ይኖሩበታልም፡፡ ከዚህ የጽድቅ ሕይወት ተንሸራተው ቢወድቁ እንኳ፣ ፈጥነው ራሳቸውን በማየት ይፈትሹታል፡፡ ለመታረምም ፈጣኖች ይሆናሉ፡፡ በንስሐ ራሳቸውን ያስተካክላሉ እንጂ፣ በባርነት የክፋትን መንገድ አይከተሉም፡፡

እንደ ዕብራውያን መጽሐፍ አገላለጽ ሕፃናት የጽድቅን መንገድ ስለማያውቁ እንደገና መልሶ ስለ ጽድቅ ማስተማር ወይም መጋት ያስፈልጋል እያለን ነው፡፡ እነዚህ ክርስቲያኖች

በቤተ ክርስቲያን ውስጥ ዕድሜም የቈጠሩ ስለሆኑ፣ ወተቱንም ለመመገብ ዕንቢተኝነቱ ይኖርባቸዋል፡፡ እነርሱን ለመመገብ መጋት ግድ ይሆናል፡፡ የበሰሉ ሰዎች ጥበበኞች፣ አመዛዛኞችን፣ የነገን አርቀው የሚመለከቱ ናቸው፡፡ የሚፈጠሩ ችግሮችን፣ ግጭቶችን እንዴት አድርገው በፍጥነት እንደሚያርሙም ጠንቅቀው ያውቃሉ፡፡

ሕፃናት፡- አንዳንድ እንደ ፓይታጎረስ ያሉ ፈላስፋዎች ተማሪዎቻቸውን ዝቅተኛ እና የላቀ ችሎታ ያላቸው ብለው ይከፍሉዋቸውና ልክ በዕብራውያን መጽሐፍ ላይ እንደምናየው "ሕፃናት" እና "የበሰሉ" ብለው ይጠሩዋቸዋል፡፡*(ኢይ. ቪ. ፒ. ባይብል ባግራውንድ ኮሜንተሪ)*

በዚህ ዘመን በኢትዮጵያ ውስጥ በርካታ የወንጌላውያን አዳዲስ ቤተ እምነቶች እየተከፈቱ ሲሆን፣ በአንድ በኩል አብያተ ክርስቲያናት መብዛታቸው የሚያስደስት ቢሆንም፣ በሌላ በኩል ደግሞ እነዚህ አብያተ ክርስቲያናት እንደ አሸን የፈሉበት ዋነኛው ሰበብ የወንገሉ ሥራ ሸክም ሳይሆን፣ የእርስ በርስ ግጭት መሆኑ እጅጉን ያሳዝናል፡፡ አንዲት አጥቢያ ተመሥርታ አሥር ዓመት ሳይሞላት በግጭት የተነሣ ሦስትና አራት ቦታ ትከፋፈላለች፡፡ እነዚያ አራት ቡድኖችም ተገንጥለው በመውጣት የራሳቸውን አጥቢያ ይከፍታሉ፡፡

እንዲህ ያለውን ጸያፍ ተግባር የሚፈጽሙት ብዙ ያውቃሉ፤ በሚገባ የበሰሉ ናቸው የሚባሉ አገልጋዮች መሆናቸው ደግሞ የኢትዮጵያ ቤ/ክ ከባድ ችግር ውስጥ እንዳለች የሚጠቁመን ነው፡፡ አንዳንዶቹ መሪ አገልጋዮች ለአስታራቂም እንኳ የማይመቹ፣ ራሳቸውን የሚወዱ፣ ጠቡ የቱንም ያህል ለወንጌል አገልግሎት ዕንቅፋት እንደ ሆነ የማያሳስባቸው፣ ቤ/ክ በዚህ መልክ መቀጠሏ ግድ እንደ ሆነ በድፍረት የሚያስተምሩ ናቸው፡፡ እንደ ዕብራውያን ጸሐፊ አገላለጽ እነዚህን ሰዎች የግዴታ ወተት መጋት የሚያስፈልጋቸው ናቸው፡፡

አንድን ሰው የበሰለና አስተዋይ ነው ለማለት ከምንም በላይ እንደ እግዚአብሔር ቃል መኖሩ ቅድሚያ ሊሰጠው ይገባል፡፡ አብርሃም ከወንድሙ ሎጥ ጋር ምድሪቱን ሲከፋፈሉ በእግዚአብሔር በመታመን ሎጥ የወደደውን እንዲመርጥ ዕድሉን ሰጠው፡፡ እርሱም ምራጩን፣ የተናቀውን ወሰደ፡፡ በእግዚአብሔር ታምኗልና እግዚአብሔር የተስፋ ቃሉን አጸናለት፡፡ ትውልዱንም ባረከለት፡፡ የሎጥ ታሪክ ግን ከዚያ በኋላ ፍጻሜው አላማረም፡፡

በእግዚአብሔር የሚታመኑና እንደ ቃሉ የሚኖሩ ሰዎች ፍጻሜያቸው የለመለመ ይሆናል፡፡ መንፈሳዊ ብስለት ብለን ስንል እነዚህን ሁሉ ነገሮች ያጠቃልላል፡፡

ጠንካራ ምግብን የሚመገቡ በእምነት ከወይኑ ግንድ አስፈላጊ የሆነውን አጥንት ምግብ የሚበሉ **(ተካፈይ)** ሰዎች በሥራቸው ላይ በርካታ ልምድ ያላቸው፣ ብዙ የሕይወት ተሞክሮ ያላቸው በብዙ ውጣ-ውረድ ውስጥ ያሳለፉ፣ መልካሙንና ክፉውን ለመለየት የሚችሉ፣ ፍጹማን ሰዎች ናቸው፡፡ ይህን ባሕርይ ባልበሰሉ ሰዎች መካከል አንመለከተውም፡፡ በውጣ-ውረድ ውስጥ መጽናት፣ ትዕግሥትን፣ ታማኝነትን፣ ትሕትናን ይጠይቃል፡፡ እነዚህን ባሕርያት በጥልቀት ስንፈትሻቸው ከብስለት ጋር በውስጣችን የሚያድጉ ናቸው፡፡ መታገሥ ነገሮችን በስፋት ከማየት፣ ለስሜታዊነት ካለመገዛት በውስጣችን የሚዳብር ባሕርይ ነው፡፡ በትዕግሥት በመቆየት ብዙ ምርኩን እንሰበስባለን፡፡ ልበ-ሰፊነት አንዱ የትዕግሥተኛነት መገለጫ ሲሆን፣ በመታገሥ ቀን የሚለወጣቸው ብዙ ክስተቶች አሉ፡፡

ተካፋይ (ሜትኮ)met-ekh'-o / metecho/፡-ከmetá ሜታ = አብሮ፣ በአንድ ላይ + echo/ኢኮ = ማግኘት)፡ ማለት የራስ ባልሆነ ነገር ላይ ተካፋይ መሆን መቻል ማለት ነው፡፡ አንድን ነገር በመካፈል መጋራት ማለት ነው፡፡ ከአንድ ሰው ጋር አንድን ነገር በጋራ መጋራት የሚል አሳብ አለው፡፡

ወተት gal'-ah/gala/ጋላህ፡- ማለት በአጭሩ ወተትን የሚጠቁም ነው ግን በዚህ ቦታ ላይ ባለው አጠቃቀም የእግዚአብሔርን ቃል ለመግለጽ የተቀመጠ ነው፡፡ በአዲስ ኪዳን የዚህ ቃል አገልግሎት 5 ቦታ ላይ አለ (1ኛ ቆሮ. 3፥2፤ 9፥7፣ ዕብ. 5፥12-13፤ 1ኛ ጴጥ. 2፥2*)፡፡ (መጽሐፍ ቅዱስ ጥቅሶች የብሉይና / የአዲስ ኪዳን ግሪክ መዝገበ ቃላት፣ የቲየር ትርጉም፣ ኦስቲን)*

የቃሉ ወተት፡- የሚወክለው ክርስቶስ በምድር ሆኖ ያደረገውን ድርጊት ነው፡፡ መወለዱ፣ ሕይወቱ፣ ትምህርቱ፣ ሞቱ፣ መቀበሩ እና ትንሣኤው፡፡ የቃሉ ሥጋ ደግሞ ክርስቶስ አሁን በሰማይ ሆኖ እያደረገው ያለው ድርጊት ነው፡፡ የክርስትናን ሕይወት የምንጀምረው እርሱ በምድር ሠርቶ ያጠናቀቀውን ሥራ መሠረት በማድረግ ነው፡፡ በክርስትና ሕይወት የምናድገው ደግሞ ባላለቀው በሰማይ ያለውን ሥራ መሠረት በማድረግ ነው፡፡

እርግጥ ነው የበሰለ ክርስቲያን የምንለው ሰው እንኳ የወተት ሂደቱን አያልፍም፡፡ እንደ አማኝ አሁንም ክርስቶስ በምድር ካደረገው ሥራ ብዙ ነገርን እንማራለን፤ እዚያ ጋር መቆም ግን የለብንም፣ መንፈሳዊ ዕድገትን ማሳየት አለብን፣ ይህንን ማድረግ የምንችለው ደግሞ የክርስቶስን ለእኛ በሰማይ የሚሠራውን ክህነት አገልግሎት ከተማርን ነው፡፡ (ዕብ. 13፥20-21 ባለው ክፍል ላይ ጌታ አሁን ለሕዝቡ ማድረግ የሚፈልገውን ነገር ተመልከቱ) *(ዘ. ባይብል. ኤክስፖዚሽን ኮሜንተሪ 1989. በ. ቻሪዬት ቪክቶር)*

ዌስት - የወተት ተካፋይ በመሆን አሳብ ላይ ሲናገር፣ ይህ የወተት ብቻ ተመጋቢነትን የሚያሳይ ነው፡፡ ዐዋቂዎች ወተት ይጠጣሉ፤ ዳሩ ግን እርሱ ብቸኛ ምግባቸው አይደለም ይላል፡፡ *(ዌስት፣ ኬ. ኤስ. የግሪክ አዲስ ኪዳን ጥናት)*

የበሰሉ ሰዎች በብዙ ጎዳናዎች ውስጥ አልፈው በመጨረሻም ወደ ፍጹምነት ደረጃ እንደሚርሱም ከዚህ አሳብ እንረዳለን፡፡ በአማኝ ሕይወት ውስጥ የሚፈራረቁት ፈተናዎች ወደ ፍጹምነት እንዲያድግ የሚያደርገን ነው፡፡ ጌታ ኢየሱስ በፈተና ውስጥ ታገሦ ፍጹም አምላክነቱን፣ ኃጢአትም የሌለበት መሆኑን በተግባር አሳየ፡፡ ብዙዎች ፍጹም እግዚአብሔር ብቻ ነው ይላሉ፡፡ እርግጥ ሰው ከእግዚአብሔር ፍጹምነት ጋር ሊወዳደር አይችልም፤ እንደዚያም ሆኖ ግን አንድ አምኖ የዳነ ክርስቲያን ወደ ፍጽምና ሊያድግ ይገባዋል፡፡ ዘወትር በውጣ-ውረድ ውስጥ ከሚያደርገው ትግል በኋላ ፍጹምነቱን ይይዛል፡፡ ይህ ፍጹምነትም በእኛ ጥረት ብቻ የተገኘ ሳይሆን፣ "ለአገልግሎቱ ሾሞኝ ፍጹም አድርጎ ስለ ቈጠረኝ" እንደሚል በጌታ ምሕረትና ቸርነትም የምንቀበለው ነው፡፡

[የጽድቅ ቃል] [Logou dikaiosunees] (ሎጎስ ዲካዮሱንስ) የጽድቅ አስተምህሮ፡፡ የሐዋርያው ትርጒም ይህ ይሆናል ብዬ አምናለሁ፡፡ ወተትን የሚጠጣ እርሱ በሕግ ሥርዓትና ትምህርት ውስጥ ይቆያል፣ የጽድቅንም ትምህርት ያልተማረ ነው፡፡ ይህ ጽድቅ በመሢሑ የመሥዋዕት ሞት ማመን ይጠይቃልና፡፡ *(የአደም ክላርክ ኮሜንታሪ፡- 1996፣ 2003፣ 2005፡፡)*

የጽድቅ ቃል፡- ወንጌል "የእግዚአብሔር ጽድቅ ከእምነት ወደ እምነት የተገለጠበት ነው" (ሮሜ 1፥17)፣ የጽድቅ አገልግሎት ነው (2ኛ ቆሮ. 3፥9)፡፡ ይህ ማንጻትና መቀደስን ያካትታል፤ የመጀመሪያውን መርኅ፣ እንዲሁም ፍጻሜ የሆነውን የክርስቶስን ትምህርት፤ የአገልግሎት ቢሮውን ባሕርይ፣ እንዲሁም ክርስቶስ እንደ ዕውነተኛው መልከ-ጸዴቅ

ያለውን ማንነት ይህም "የጽድቅ ንጉሥ" የሚለውን ማንነት ያመለክታል (ማቴ. 3÷15)፡፡ *(ጄሚሰን፣ ፋሳቴ እና ብራውን ኮሜንተሪ)*

የጽድቅ ቃል - ወንጌል ሲሆን፣ በእርሱም "የእግዚአብሔር ጽድቅ ከእምነት ወደ እምነት ይገለጣል" (ሮሜ 1÷17)፤ የጽድቅ አገልግሎት (2ኛ ቆሮ. 3÷9)፡፡ ይህ መጽደቅንና ቅድስናን ያካትታል፡፡ የመጀመሪያው መርኅ፣ እንዲሁም ደግሞ ፍጹምናን፣ ነገረ ክርስቶስን፤ እንደ ዕውነተኛ መልከ-ጼዴቅ የክርስቶስን ማንነት እና አገልግሎት - ማለትም የጽድቅ ንጉሥ የሚለውን ያመለክታል (ከማቴ. 3÷15 ጋር አመሳክሩ)፡፡ *(ጃሚሰን, ፋሳቴ እና ብራውን ኮሜንተሪ)*

መልካም እና ክፉ የሆነ ልቦና

ሁለቱንም፣ መልካሙንና ክፉውን መለየት - ከቶ ሕፃን እንዳልሆነ እንደ ልጅ (ኢሳ. 7÷16) - ጤናማ የሆኑ እና ጤናማ ያልሆኑ ትምህርቶችን መለየት መቻል ነው፡፡ ሕፃን ልጅ ጎጅ የሆኑ ነገሮችንም ሆነ ምግብነት ያላቸውን ነገሮች ምንም ልዩነት ሳያደርግ ወደ አፉ ይከትታቸዋል፡፡ ትልቅ ሰው ግን እንዲህ አይደለም፡፡ ጳውሎስ የቱንም የመለየት ተግባር ሳያከናውኑ በዕንግዳ ትምህርት ከመወሰድ ያስጠነቅቃቸዋል (ዕብ. 13÷9)፡፡*(ጃሚሰን, ፋሳቴ እና ብራውን ኮሜንተሪ)*

መልካም (ካሎስ) kal-os'/kalos፡- የሚያብራራው ውስጡ ጥሩ ወይም መልካም የሆነ ነገርን ነው፤ የተለየ ጥሩ ትርፍ የሚኖረው፡፡ ካሎስ ቆንጆ፣ የሚያምር፣ በጣም ጥሩ፣ የተለየ፣ ውድ እና የሚደነቅ ነገርን የሚያጎላ የመልካም ነገር መግለጫ ቃል ነው፡፡ በመጀመሪያው የግሪክ ቃል ካሎስ በውጭው ቆንጆ መሆንና ማማርን የሚገልጽ ቃል ነው፡፡ *(መጽሐፍ ቅዱስ ጥቅሶች የብሉይና / የአዲስ ኪዳን ግሪክ መዝገበ ቃላት፣ የቲየር ትርጉም፣ አስቲን)*

ክፉ (ካኮስ) kak-os'/kakos፡- ክፉ፣ መጥፎ፣ አፍራሽ፣ የሚጎዳና ፍትሐዊ ያልሆነ ነገርን የሚገልጽ ቃል ነው፡፡ ካኮስ በመጀመሪያ አሳቡ አንድ ነገር መሆን ከሚገባው ነገር የሚጎድለው ነገር ሲኖር የሚገልጸው ቃል ነው፡፡ *(መጽሐፍ ቅዱስ ጥቅሶች የብሉይና / የአዲስ ኪዳን ግሪክ መዝገበ ቃላት፣የቲየር ትርጉም፣ አስቲን)*

ፊልፕ ሂዩስ አስተያየት ሲሰጥ መልካም እና ክፉ የሚሉት እዚህ ጋር የተቀመጡት መግለጫዎች የሥነ ምግባር ሁኔታን ብቻ የሚገልጹ ቃላት ብቻ አይደሉም፤ ነገር ግን በቦታው ላይ ለመግለጽ የተፈለገው አሳብ ሥነ መለኮታዊ አሳብ ያለው ነው፡፡ እነርሱም መልካም እና ክፉ፣ ዕውነት ወይም ሐሰት፣ አስተምህሮ ይህም የሞራል ትምህርትን የሚያጠቃልል ይገኝበታል፡፡ የመለየት ዐቅም አስተማሪዎች ለመሆን የሚያበቃ ብስለት ካላቸው የሚጠበቅ ነው፡፡ በተጨማሪም ልክ እንደዚህ ደብዳቤ ቀጥተኛ ተደራሾች በቤተ ክርስቲያን ውስጥ ረጅም ዓመት ካሳለፉ አማኞችም የሚጠበቅ ነገር ነው፡፡ *(ዕብራውያን መልእክት ላይ ሐተታ፡- ፊሊፕ ኤድካምሙ ሂዩዝ)*

የሆልማን አዲስ ኪዳን ማብራርያ፡- ክርስቲያኖች መልካምና ክፉን መለየት ይችላሉ፡፡ ይህ መልካም እና ክፉ የሚለው ቃል የሥነ ምግባርም የሥነ መለኮትም ገጽታ አለው፡፡ ክርስቲያን ማለት ክፉ ሥነ ምግባርን የሚለይና የሚርቅ ነው፡፡ መልካም ሥነ ምግባርንም ያውቃሉ፤ ወደ እርሱም ይጠጋሉ፡፡ ክርስቲያኖች ዕውነተኛ እና ሐሰተኛ አስተምህሮም መለየት የሚችሉ ናቸው፡፡ ሐሰተኛ ትምህርትን ይርቃሉ ወደ ዕውነተኛውም በታማኝነት ይቀርባሉ፡፡ የክርስትና ሕይወት እንደ ረጅም ርቀት ሩጫ ተወዳዳሪ የመንፈሳዊ ሕይወት ጥንካሬና ድፍረት ይጠይቃል፡፡ ጠንካራና ያልተቋረጠ የክርስትና ዕውነት እና ልምምድ ለሕይወት ዘመን የሚሆን ጥቅምና ወደ ዘላለም ሕይወት የሚያመራን መንገድ ይሆናል፡፡ *(ሆልማን አዲስ ኪዳን ኮሜንተሪ)*

ወተት እና አጥንት የሚመግብ ልቦና (አጥንት የሚበላ የለመደ እና ያልለመደ ልብ)

ያልለመደ ልብ (አፒዮሮስ) ap'-i-ros/apeiros:-ከ a/ኤ = ውጭ + peira/ፔየራ = ልምድ፣ ከ peiro /ፔየሮ = መበሳት፣ ለአንድ ልናልፍበት በተገባው ነገር ላይ ክፍተት ማሳየት) ማለት፡- ያልተፈተነ እና ልምድ-ዐልባ የሆነ ማለት ነው፡፡ አፒዬሮስ አንድን ነገር ለማድረግ ዕውቀት ወይም ዐቅም ማጣትን ያመለክታል፡፡ *(መጽሐፍ ቅዱስ ጥቅሶች የብሉይና / የአዲስ ኪዳን ግሪክ መዝገበ ቃላት፣ የቲየር ትርጒም፣ አስቲን)*

የበሰለ /የለመደ ልብ (ቴልዩስ) tel'-i-os /teleios:- ከ telos/ቴሎስ = መፈጸም፣ አላማን፣ እቅድን፣ ግብን) ማለት፡- ሙሉ፣ በደንብ ያደገ እና የበሰለ፣ ወደ ፍጻሜ የመጣ፣ ያለቀ፣ ምንም የማይቀረው እና የተስተካከለ የሚሉ አሳቦች አሉት፡፡ ቴሎዮስ በጥንታዊው የግሪክ

የመጽሐፍ ቅዱስ ቃል ቴፒዮስ የሚለው ቃል ተቃራኒ አሳብ የያዘ ነው፡፡ *(መጽሐፍ ቅዱስ ጥቅሶች የብሉይና / የአዲስ ኪዳን ግሪክ መዝገበ ቃላት፣ የቲየር ትርጉም፣ አስቲን)*

ባርክሌይ ሲጽፍ፡- አንድ ነገር ቴልዮስ የሚባለው የታቀደለትን ዓላማ ከተረዳ ነው፡፡ አንድ ሰው ፍጹም የሚባለው ወደ ምድር የመጣበትን ዓላማ ከተረዳ ነው፡፡ ሰው ለምን ዓላማ ነው የተፈጠረው? መጽሐፍ ቅዱስ ይህን አሳብ እንዳንጠራጠረው አድርጎ ያስቀምጠዋል፡፡ በጥንት የፍጥረት ታሪክ እግዚአብሔርን እንዲህ ሲል እናገኘዋለን፡- "ሰውን በመልካችን እንደ ምሳሌያችን እንፍጠር (ዘፍ. 1÷26)፡፡" ሰው የተፈጠረው እግዚአብሔርን እንዲመስል ነው፡፡ የእግዚአብሔር ባሕርይ ልዑላዊ መልካምነት ነው፡፡ የሁሉንም ሰው መልካምነት መፈለግ ነው፡፡ የእግዚአብሔር ልዩ ባሕርይው ለቅዱሳኑም ለኃጢአተኛውም ያለው ዕኩል ፍቅር ነው፡፡ ሰው በእርሱ ላይ ምንም ቢያደርግ እግዚአብሔር ግን ከመልካምነት ውጭ ለሰው ሌላ ነገር አይመኝም፡፡ *(ዊሊያም ባርክሌይ ኮሜንተሪ)*

ሪቻርድስ፡- በትክክል የመንፈሳዊ ሕይወታችንን እየኖርን ባለን ሰዎች ውስጥ ብስለት የግድ መምጣት ያለበት ነገር ነው (ኤፌ. 4÷13)፡፡ መከራና ፈተናን ስንጋፈጥ "ትዕግሥት ምንም የሚጐድላችሁ ሳይኖር ፍጹማንና ምሉዓን ትሆኑ ዘንድ ሥራውን ይፈጽም" (ያዕ. 1÷4)፡፡ ያዕቆብ እያወራ ያለው የጽናትና የመከራ መታገሥ ግብ የሆነውን ክርስቶስን በመምሰል የምናደርገውን የመንፈሳዊ ሕይወት ብስለት ነው፡፡ እናም ሕይወታችንን በእግዚአብሔር ቃል ያልተቋረጠ ጥናትና ምገባ እንመራለን (ዕብ. 5÷14)፡፡ ለምንድን ነው ብስለት አስፈላጊ የሆነው? ምክንያቱም የበሰሉ ክርስቲያን የሆኑ ሰዎች እነርሱ መንፈሳዊ ዕውነትን መውሰድና መጠቀም ይችላሉ (1ኛ ቆሮ. 2÷6)፣ በሕይወታቸው ትክክለኛ ቅደም ተከተልን ያስቀምጣሉ (ፊልጵ. 3÷15) እና በእግዚአብሔር ፈቃድ ይታመናሉ ጸንተውም ይኖራሉ (ቈላስ. 4÷12)፡፡ *(ሎውረንስ ሪቻርድስ፣ የመጽሐፍ ቅዱስ ቃላት ትርጓሜ መዝገበ ቃላት)*

ጠንካራ ምግብ ግን መልካሙንና ክፉውን ለመለየት በሥራቸው የለመደ ልቡና ላላቸው ነው

[**ዳሩ ግን ጠንካራ ሥጋ**] ከፍ ያለና ጠንካራ የሆነ የክርስትና አስተምህሮ፡- ማስተስሪያ፣ ጽድቅ በእምነት፣ የመንፈስ ቅዱስ ስጦታ፣ በሰዎች ነፍስ ውስጥ የሚገኝ የክርስቶስ ሙላት፣ በሞት ላይ ድል ማድረግ፣ የሥጋ ትንሣኤ እና በበረከት ዓለማት ውስጥ የሥጋችን እና የነፍሳችን መከበር፣ እንዲሁም በክብሩ ዙፋን ላይ ከክርስቶስ ጋር ማበቂያ የሌለው

አንድነት ማድረግ ናቸው። ይህ ዕውነተኛ የሆነ ክርስቲያን ሊረዳቸው፣ ሊቀበላቸው፣ ሊያላምጣቸው የሚገባ እና በዚህ ሊያድግበት የሚገባው ምግብ ነው።(የአደም ክላርክ ኮሜንታሪ, 1996, 2003, 2005)

በሥራቸው የለመደ ልቦና

[**በምክንያታዊ አጠቃቀም**] ቋሚነት ባለው መስማት፣ ማመን፣ መጸለይና መታዘዝ፣ የእግዚአብሔርን መንፈስ ጸጋ ሁሉ የሚጠቀም፤ ደግሞም በታማኝነት እነርሱን በመጠቀም እያንዳንዱ ሰው ተሻሽሎ ይገኛል። ስለዚህም እነርሱ በየዕለቱ በጸጋ፣ ደግሞም በጌታችን በኢየሱስ ክርስቶስ ዕውቀት የሚያድጉ ይሆናሉ።(የአደም ክላርክ ኮሜንታሪ, 1996, 2003, 2005)

መልመድ (ሄክሲስ) Practice/hex'-is /hexis፡-héchō/ኢኮ = መኖር)፡- ይህ የአካልን ወይም የአእምሮን ልምድ የሚያሳይ ነው። የሰውነትን ወይም የአእምሮን አንድ ነገርን በድርጊት ወይም በመሆን የሚደርስበትን ሁኔታ ነው። አሳቡ አንድን ነገር ደጋግሞ ማድረግ ነው። ይህ ሂደቱን ሳይሆን፣ ውጤቱን የሚያመላክት ነው። ካለፈ ልምድ አንጻር የሚመጣ ውጤትን የሚያሳይ ነው። ይህ የመልካም ልምምድ ውጤት ነው። *(መጽሐፍ ቅዱስ ጥቅሶች የብሉይና / የአዲስ ኪዳን ግሪክ መዝገበ ቃላት፣ የቲየር ትርጉም፣ አስቲን)*

ዶድስ፡- ሄክሲስ የመደበኛ ልምምድ ውጤት ነው የባሕርይ ዐይነት ነው። በጽሑፉ ላይ ያለውም አገላለጽ በዚህ ብስለት ውስጥ ያለፉ ሰዎች ልባቸውን ያስለመዱ ናቸው። (ኒኮል፣ ሮበርትሰን፣ ኤ. ኤ. ኤል፣ ኤል. ዲ. "በዕብራውያን 5÷4 ላይ ያለው ትችት"፣ ዘ ኤክስፖዚተርስ ግሪክ ኪዳን)

ዌስት፡- ሄክሲስ የአካልን ወይም የአእምሮን ልምድ የሚያሳይ ነው። ይህ የሚያስረዳው በስፋት የምንተገብረውን የልብ አስተምህሮ ልምምድ ነው። ይህ ደግሞ በመልካምና በክፉ መካከል የመለየት ዐቅም እና ችሎታ ያስከስታል። በዚህ ክፍል ደግሞ መልካምና ክፉ አስተምህሮን እንድንለይ ያደርጋል። እነዚህ ዕብራውያን ግን የበራላቸውን የብርሃንና ልምምድ ብስለት ወደ መጀመሪያው ኪዳን አስተምህሮ በመመለስ ያለ አግባብ ሲጠቀሙበት ነበር። *(ዌስት፣ ኬ. ኤስ. የግሪክ አዲስ ኪዳን ጥናት)*

[**ስሜቶቻቸውን ይለማመዱታል**] አስቴሪያ የሚለው ቃል ልክ እንደ ዐይኖች፣ ጆሮዎችና ምላስ እንዲሁም ፓላቴ፣ አፍንጫ፣ እንዲሁም የጣቶች ጫፍ፣ ደግሞም በአጠቃላይ ሄርቨስ ሥፍራ ያሉ ልዩ ልዩ የሰውነት ክፍሎችን ያመለክታል:: በእነርሱ አማካይነት የማየት፣ የመስማት፣ የመቅመስ፣ የማሽተት፣ እንዲሁም ነገሮች የሚሰሙን መሆንን አግኝተናል:: እነዚህን የስሜት አካላት በተለያዩ ርእሰ-ጉዳዮች ላይ በተደጋጋሚ ተለማምደናቸዋል ወይም ጥቅም ላይ አውለናቸዋል:: የተለያዩ የስሜት ሁኔታዎችን የምንለይበትን ኃይልም አግኝተናል:: - እነዚህም ሁሉም የብርሃን ቁሳቁሶች፣ የተለያዩ ድምፆች፣ የተለያዩ ጣዕሞች፣ ሽታዎች ወይም መዓዛዎች፣ ደግሞም ጠንካራና ለስላሳ፣ እርጥብ፣ ደረቅ፣ ቀዝቃዛ፣ ሙቅ፣ ሻካራ እና ለስላሳ፣ እንዲሁም ሌሎች ሁሉም ተጨባጭ የሆኑ ዐይቶች ናቸው::

በአካል ውስጥ ላሉ ለእነዚህ ስሜቶች ሁሉ መልሶችን የሚሰጥ አንድ ነገር በነፍስ ውስጥ አለ፤ ደግሞም አጠቃላዩ ተፈጥሮ ስለ ልዩነታቸው እና ተገቢነት ስላለው ቁሳቁሶች ለሌሎች ስሜቶች እንደሚያቀርብ፣ እንዲሁ ሃይማኖቶች ለእነርሱ የሚሆኑዋቸውን ቁሳዊ ነገሮች ለእነዚህ ውስጣዊ ስሜቶች ያቀርባል:: በመሆኑም በእግዚአብሔር ቃል በመንፈሳዊ ነገሮች ውስጥ እንኳ እንደምናይ፣ እንደምንሰማ፣ እንደምንቀምስ፣ እንደምናሸትት እንዲሁም እንደምንዳስስ ተነግሮናል:: እነዚህ ነፍስ ምቾትን የምታገኝባቸው ነገሮች ናቸው፤ ደግሞም ደስታዋን እና ፍጹምነትዋን የምታገኝባቸው ናቸው::

ዐዋቂ በሆኑ ክርስቲያኖች ዘንድ እነዚህ የስሜት ሕዋሳቶች ጌጉምናሰማና ተብለው ይጠራሉ፤ ይተገበራሉ:: ይህም ከአትሌቲክስ ወይም በግሪኮች ጫወታ ተቀናቃኞች ተምሳሌታዊ መግጫ የተወሰደ ሲሆን፣ እነርሱ ያላቸውን ኃይል፣ ክህሎት፣ እንዲሁም በሹፈት በሚደረግ ትግል ውስጥ ያለ ቅልጥፍና፣ ሩጫ ትግል ... ወዘተ፣ ይህም ዕውነተኛ ትግል በሚደረግበት ጊዜ እነርሱን የተሻሉ እንዲሆኑ የሚያደርጉበት ናቸው:: ስለዚህም እነዚህ ጸጋን በመጠቀም ይበልጥ ሌላ ጸጋን ያገኛሉ::

ስለሆነም ደግሞ መልካምን ከክፉ ለመለየት የሚችሉ በመሆን፣ በተሳሳተ አስተምህሮ ተጽዕኖ ሥር በሚገቡበት አነስተኛ የሆነ ለዐደጋ ተጋላጭነት ውስጥ ይገኛሉ:: ወይም በግብዝነት ማስመሰል፣ አሊያም በሰይጣን አሳሳችነት በመታለል ኃይላቸውን ሁሉ ጥቅም ላይ ያውሉታል:: ያሻሽላሉም:: ዋስትናቸው በእግዚአብሔር ላይ የተመሠረተ እንደ ሆነ

ይሰማቸዋል - ይህንን በመለማመድ - ማለትም ይህ ነገር ተገቢነት ባለው መልኩ ቀድሞውኑ የተሰጣቸውን የእግዚአብሔርን ጸጋ በመጠቀም የሚሆን ነው፡፡ ለመሆኑ የቱስ አንባቢ ቢሆን ይህን ለመረዳት የማይችል ደደብ ሊሆን ይችላል ወይ?(የአደም ክላርክ ኮሜንታሪ, 1996, 2003, 2005)

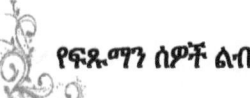

የፍጹማን ሰዎች ልብ

ልቡና (ኤይስተትሪዮን) ahee-sthay-tay'-ree-on / aistheterionhaisthanomai / ኤይስታኖማይ = በልብ እውቅና ያገኘ ከ aio/ኤዮ = መረዳት)፡- ይህ በመጀመሪያ በውጫዊ የስሜት ህዋሳቶቻችን ለመረዳት መቻል ነው፡፡ በዚህ ጥቅስ ላይ ሥዕላዊ በሆነ መልክ ለመግለጽ እንደ ተሞከረው መንፈሳዊ ነገርን በግልጽ የመረዳት ዐቅምን የሚያሳይ ነው፡፡ የአንድን ነገር ትክክለኛ ማንነት ለመረዳት መቻል ነው፡፡ መንፈሳዊ ነገርን በመረዳት ዐቅም ላይ ተመሥርቶ የሞራል ውሳኔ የመስጠት ዐቅምን ያሳያል፡፡ አንድ ክርስቲያን አንድ ነገር ልክ መሆኑን ወይንም አለ መሆኑን ሊረዳ የሚችልበት የመንፈሳዊ ዐቅም ጥልቀት ነው፡፡ ይሁን እንጂ፣ ይህ ልቡና የሚመጣው በቃሉ ላይ ባለ ትክክለኛ ብስለት ነው፡፡ *(መጽሐፍ ቅዱስ ጥቅሶች የብሉይና / የአዲስ ኪዳን ግሪክ መዝገበ ቃላት፣ የቲየር ትርጉም፣ አስቲን)*

የለመደ (ጉምናድዞ) trained/goom-nad'-zo/gumnazo: ከ gumnós/ ጉምኖስ = ዕርቃን ወይም በከፊል የለበሰን ሲገልጽ በግሪካውያን ዕንቅስቃሴ ላይ ግማሽ ልብስ የለበሰን ወንድ ዕንቅስቃሴ ማድረግን ያሳያል) ማለት፡- የስሙ ትርጉም በግሪኮ ሮማን ታሪክ ዕርቃኑን ስፖርት የሚሠራን ሰው ይወክላል፡፡ ጉምናዞ በሰውነት እንቅስቃሴ መሥራትና በጂምናስየም ውስጥ የሚደረግ ዕንቅስቃሴን ነው፡፡ *(መጽሐፍ ቅዱስ ጥቅሶች የብሉይና / የአዲስ ኪዳን ግሪክ መዝገበ ቃላት፣ የቲየር ትርጉም፣ አስቲን)*

ኬነት ዌስት ጂምናዞ ላይ ከባሕርይ አንጻር አስተያየት ሲሰጥ፣ እዚህ ጋር ጂምናዞ ማለት አንድ አማኝ በስደትና በመከራ ውስጥ ሲያልፍ የሚለማመደውን መንፈሳዊ ልምምድ የሚያመላክት ቃል ነው፡፡ ይህ መንፈሳዊ ልምምድ ስደትን፣ የነፍስ ትግልን፣ ወደ አይሁድ መቅደስ የመመለስና መከራውን የማምለጥ ወይም ያለመመለስና በአዲስ ኪዳኑ ለቀ

ካህናት ጸንቶ በከባድ ሁኔታ ውስጥ የማለፍ ትግልን የሚያካትት ነው፡፡ *(ዴሰት፣ ኬ. ኤስ. የግሪክ አዲስ ኪዳን ጥናት)*

ቁጥር 13 ወተት የሚጋት ሁሉ ሕፃን ስለሆነ የጽድቅን ቃል አያውቅምና፤

የጽድቅን ቃል አያውቅምና መዝ 119÷123; ሮሜ 1÷17,18; 10÷5,6; 2ኛ ቆሮ 3÷9; 2ኛ ጢሞ 3÷16

ሕፃን ስለሆነ ኢሳ 28÷9; ማቴ 11÷25; ማር 10÷15; ሮሜ 2 ÷20; 1ኛ ቆሮ 13÷11; 14÷20; ኤፌ 4÷14; 1ኛ ጴጥ 2÷2

ቁጥር 14 ጠንካራ ምግብ ግን መልካሙንና ክፉውን ለመለየት በስራቸው የለመደ ልቡና ላላቸው ለፍጹማን ሰዎች ነው።

የለመደ ልቡና ላላቸው ማቴ 5÷48; 1ኛ ቆሮ 2÷6; ኤፌ 4÷13; ፊል 3÷15; ያዕ 3÷2;

ለፍጹማን ሰዎች ነውኢዮብ 6÷30; 12÷11; 34÷3; መዝ 119÷103; መሓልይ 1÷3; 2÷3; ማቴ 6÷22,23; ኤፌ 1÷18

መልካሙንና ክፉውን ለመለየት ዘፍ 3፡5; 2ኛ ሳሙ 14፡ 17; 1ኛ ነገ 3÷9,11; ኢሳ 7÷15; ሮሜ 14÷1; 1ኛ ቆሮ 2÷14,15; ፊል 1÷9,10; 1ኛ ተሰ 5÷21

ምዕራፍ ስድስት

የምዕራፍ ስድስት አሳብ በአብዛኛው ከምዕራፍ አምስት ጋር ተያያዥነት አለው፡፡ ቁጥር 1 ላይ የመጀመሪያ ትምህርት የሚለውን ምዕራፍ 5 ቁጥር 12 ላይ "የመጀመሪያው ትምህርት የሚያስተምራችሁ ያስፈልጋችኋል" ብሏቸዋል፡፡ በምዕራፍ አምስት ማብራሪያ ላይ እንደ ተመለከትነው ይህ የመጀመሪያ ትምህርት ለሕፃናት የሚሆን፣ በወተት የተመሰለ የክርስትና እምነት የሀሁ ትምህርት ነው፡፡

> ቁጥር 1-2 *ስለዚህ የክርስቶስን ነገር መጀመሪያ የሚናገረውን ቃል ትተን ወደ ፍጻሜ እንሂድ፤ መሠረትን ደግመን አንመሥርት፥ እርሱም ከሞተ ሥራ ንስሐና በእግዚአብሔር እምነት፥ ስለ ጥምቀቶችና ዕጆችንም ስለ መጫን ስለ ሙታንም ትንሣኤ ስለ ዘላለም ፍርድም ትምህርት ነው።*

በእነኚህ ሁለት ቁጥሮች የመጀመሪያውን ትምህርት ስድስት የትምህርት ዐይነቶች ያብራራልናል፡፡ እነዚህ ስድስት ትምህርቶች በአብዛኛው ተመሳሳይነት ያላቸው በድነት ትምህርት ክፍል ውስጥ የሚካተቱ ናቸው፡፡ በክርስትና አስተምህሮ ውስጥ ድነት፣ ንስሐ፣ የዘላለም ሞትና ሕይወት ዋና የሆኑ አስፈላጊ ጉዳዮች ቢሆኑም፣ በትምህርት ደረጃ ግን ስንመለከታቸው የእምነት ማጽኛ ትምህርቶች ናቸው፡፡ ስለ ዋናነታቸው ስንመለከት ነው ከድነት ውጭ የእግዚአብሔር መንግሥት ዜጎች ልንሆን አለመቻላችንን፣ ማገልገል

አለመቻላችንን፣ ጸሎት መጸለይ አለመቻላችን፣ መንፈስ ቅዱስ በእኛ ውስጥ አድሮ በእርሱ መመራት አለመቻላችንን ስንመለከት ድነት፣ ንስሐ ዋና የሕይወታችን ቊልፍ ጉዳዮች እንደ ሆኑ እንረዳለን፡፡ እነዚህን ጒልፍ ጉዳዮች እግዚአብሔር ቀላል አድርጎ አቀረበልን፡፡ አንድ ሰው ለመዳን ድነት በክርስቶስ እንደ ሆነ ዐውቆ ማመን ብቻ ያስፈልገዋል እንጂ፣ በዚህ ጉዳይ ላይ ጥልቅ ምርምር ማድረግ አያስፈልገውም፡፡ ይህ ማለት ግን ድነት ተራና ቀላል ጉዳይ ነው ማለት አይደለም፡፡

ትተን(af-ee'-ay-mee/aphiemi/አፊኤሚ ከ apo/አፖ = መተው + hiemi/ሄይሚ = ዕንቅስቃሴ)፡- ከአንድ ነገር መለየትን የሚያሳይ ዋና አሳብን የያዘ ሲሆን፣ መተውን ማውጣትን ወይም መልቀቅን የሚያሳይ አሳብ ነው፡፡ ቀድሞ ከነበሩበት ቦታና ሁኔታ ሙሉ ለሙሉ መለየትን የሚያመለክት አሳብ አለው፡፡ ከአንድ ነገር ራስን ማራቅን የሚያሳይ ነው፡፡ ዓለማዊው በግሪክ አጠቃቀም አፌሚ የሚያሳየው መወርወርን ነው፤ መተውንና መጣልን ያመለክታል፡፡ *(መጽሐፍ ቅዱስ ጥቅሶች የብሉይና / የአዲስ ኪዳን ግሪክ መዝገበ ቃላት፣ የቲየር ትርጒም፣ አስቲን)*

መተው / ትተን፡- በምዕራፍ አምስት ላይ እንደ ተመለከትነው የአይሁድ አማኞች ወደ መቅደስ ሥርዓት ማፈግፈግ እየቃጣቸው እንደ ነበረ ነው፡፡ የእግዚአብሔርን ቃል ከመስማትና ከማመን ልባቸው እየዘገየ ነው፡፡ ደግሞ ክርስቶስ በክብሩ ተገልጦ ከሞተ ሕሊና ሊያነጻቸውና ኃጢአታቸውን ሊያስግወድ ይችላል፡፡

ጌታችን እንደ ተናረው ሕዝቡ ሊፈወስ የሚችለው በክርስቶስ ሕይወት አገልግሎት አማካኝነት ልባቸው ቃሉን ለመስማት ሲፈጥን ነው (ማቴ 13÷15፤ ሉቃስ 24÷25)፡፡ ጆሮዋቸውን ከድንዛዜ ዝገት ለማውጣት ወደ መሢሑ ዘወር ለማለት የቀደመውን ነገር፣ በተለይም አሉታዊነት ያለውን ሁሉ መተው ያስፈልጋቸዋል፡፡ ለእስራኤላውያን የመቅደሱ ውበት እና ሥርዓት በደም በሥራቸው ውስጥ ዘልቆ የገባ ብሔራዊ ኵራታቸው ነው፡፡

ቤተ መቅድሱ ብዙ ጊዜ በጠላት ቢፈርስም ደማቸውን ከፍለው መልሰው መላልሰው ገንብተውት ነበር፡፡ ባይበሉና ባይጠጡም የቤተ መቅደሱ ጉዳይ ዐይናቸው ነበረ፡፡ እጅግ መልካም አያደረገ የሰላምን የምሥራች ይዞ በኃይልና በሥልጣን የልጆቻቸውን ዐይነ-ስውርነትን፣ ለምጽን፣ አንካሳነትን፣ ድውይነትን የፈወሰው አብሯቸው ቢሆንም፣ ኢየሱስ ክርስቶስን የገዛ ወገኖቹ አሳልፈው እንደ ሰጡት ያደረገው መልካም ሥራ ሳይሆን፣ “ይህን

ቤተ መቅደስ አፍርሱት እኔ በሦስተኛው ቀን እሠራዋለሁ" ማለቱ ቀይ መብራት ሆነባቸው፡፡

አሁን ገና በዐይናችን መጣብህን አሉት፤ በሊቀ ካህናቱ ቀያፋ ዘንድ የመጨረሻው ብሔራዊ አቃቢ ህግ ይዞት ቀረበ (ማር. 14÷58) በሮም ቀኝ ግዛት ሥር የነበሩትን የእስራኤልን ጀግኖች እና ሕዝቡን ሄሮድስ አፋቸውን አዘግቶ ጸጥ ለጥ ብለው እንዲገዙለት ያደረገው ይህን የቤተ መቅደስ አድሶ ስለ ሰጣቸው ብቻ ነበር፡፡ ይህ የሆነው ጌታችን ኢየሱስ ክርስቶስ ከመወለዱ ከ20 ዓመታት በፊት ነበር፡፡

ፈሪሳውያን በዚህ ተስማምተው አይናቸውን በጨው አጥበው የሮምን ንጉሥ በቤተ መቅደሱ አጠገብ ረሱት፡፡ ጣዖት የሚያመልክበትን እንኳ ዕጀቸውን አጣምረው ተቀምጠው ነበር፡፡ ታቦቱ ከብዙ ዓመታት በፊት ጠፍቶ ስለ ነበረም ሄሮድስ ቅድስተ ቅድሳኑ በመጋረጃ እንዲሸፈን ቢያደርገውም፣ አላስዋበውም ነበር፡፡ ታቦቱ ተፈልጎ ወደ ማረፊያው እንዲገባ አላደረገም፡፡ ይልቁንም በቤተ መቅደሱ የሸያጭ ገበያ እንዲደራ አደረገ፡፡

እንግዲህ በብሔራዊ ኵራት ከሌሎች እንበልጣለን የሚለው መኮፈስ ግን አፍንጫቸው ድረስ ጢም ብሎ ስለ ነበረ የመሢሑን ድምፅ ለመስማት ልባቸው ዕልከኛ ከመሆኑ ባሻገር ተቃዋሚና ደንዳና ልብ አደረጉ፡፡ የቤተ መቅደስ ሥርዓት በሙሴ፣ በንጉሥ ዳዊት፣ በዘሩባቤል ዘመን ድሮ ቀረ፡፡ አሁን በሺህ የሚቈጠሩ እንስሳት ይታረዳሉ፤ ሆኖም የእግዚአብሔር ክብር ከሕዝቅኤል ዘመን ጀምሮ አልታየም፡፡ ክብር በግልጽ ከመቅደሱ የተለየው በካህኑ በዔሊ ዘመን ነበር፡፡

በኋላም እነርሱ ሳያቁት መሄዱን የተረዳው ነቢዩ ሕዝቅኤል ነበር (ሕዝ. 10÷15-29)፡፡ ንጉሥ ሰሎሞን የሠራውን እጅግ የከበረ ቤተ መቅደስ ሲመርቅ መሥዋዕት ያቀረበው 22 ሺህ በሬዎች እና 120 ሺህ በጎችን ነበር፡፡ የከርሰ-ምድር ተመራማሪው ጌዲዮን ሀርትማን እ.አ.አ ሴፕቴምበር 2013 በኤ.ቢ.ሲ. ዜና ማሰረጫ ላይ ሲናገር በኢየሱስ ዘመን የእንሰሳዎቹ መሥዋዕት ደም ከመሠዊያው ወጥቶ የካህናቱ ጒልበት ድረስ የሚደርሰበት ጊዜ ነበር፡፡ ከ1.2 ማሊዮን በላይ እንስሳት በቀን ይታረዱ ነበር ሲል የጥናቱን ውጤት አቅርቧል፡፡ የሚያሳዝነው የእግዚአብሔር ክብር ከመቅደስ ወጥቶ ከሄደ ቆየ ከዚያ ተመልሶ አልመጣም፡፡ በመጨረሻም እግዚአብሐር ለአብርሃም አስቀድሞ የሰበከው የምሥራች

ኪዳኑን አሰበ፡፡ ማርያም "የባሪያይቱን ወርደት ተመልክቶአል፥ በክንዱ ኃይል አድርጎአል፤ የተራቡትን በበጎ ነገር አጥግቦአል፥ ባለ ጠጎችንም ባዶአቸውን ሰድዶአቸዋል" አለች (ሉቃስ 1፥48፣ 52)፡፡ ማርያም እያለች ያለውን እናስተውለው ይሆን? ለበርካታ ዓመታት፣ ለብዙ ሰንበቶች፣ ሰዎች እንስሳትን ወደ መቅደስ ይዘው ይመጡ ነበር፡፡ የሰባው ፍሪዳ ታርዶ ደሙ በቤተ መቅደስ ይፈስስ ነበር፡፡

ፈሪሳውያኑም ጮማውን እና ስቡን ለራሳቸው ያስቀራሉ፡፡ በእነርሱ ቤት ሁልጊዜ ግብዣ ነው፤ ሀብታሞች ሆነዋል፡፡ ነገር ግን ሰማይ ናስ ነበር፤ እንደ ጠብታ ምላስን ከጥማት የማያረካ አንድም የእግዚአብሔር ክብር የለም፡፡ ሕዝቡ እና ተቃዋሚዎች ጮማ እየቈረጡ፣ እየበሉ እና እየጠጡ ሳለ የእግዚአብሔር ክብር ሕፃናት፣ ቀራጮች፣ ምናምንቴዎች በሚባሉት ላይ ዐረፈባቸው፡፡

መሢሑን ሆሳዕና ብለው የዘንባባ ዝንጣፊ አንጥፈው በቤተ መቅደሱ በአህያቱ ውርጭላ ተቀምጦ ሲመጣ ዐይናቸው ዐየች፡፡ ገዥዎች ግን ጆሮአቸው ድምፅ ከመስማት የዘገየ ብቻ ሳይሆን፣ ተቀዋሚ ሆነው ልባቸው ደነደነ፡፡ መሢሑ የእግዚአብሔርን ክብር ይዞ የመጣ ለዘመናት የተዘጋውን የሰማይ ደጅ የማስከፍት ቢሆንም፣ ሊሰሙት አልቻሉም፡፡ ስቡ የሚቃጠል መሥዋዕት ይሆን ዘንድ እግዚአብሔር የደነገገው ለጥቅማማቸው ነበር፤ እነርሱ ግን ዐይናቸው ስብ ሞልቶ ታወረ (1ኛ ሳሙ. 2፥15-17)፡፡

ሐዋርያው ሲጽፍ "ሆዳቸው አምላካቸው" ሆነ አለ (ፊልጵ. 3፥9፤ ሮሜ 16፥18) ሕዝቡ የሰባውን እንስሳ መውሰድን ቢያውቁም፣ መሥዋዕት ማቅረብን ግን ያቃልሉት ነበር፡፡ ለእግዚአብሔር ክብር የሆነው ክርስቶስ ኢየሱስ ከፊታቸው እንዲሰወር የድንዛዜ አሠራር ተሰጣቸው፡፡

አይሁድ አጅግ ብዙ ምልክት ፈልገው ነበር፤ ነገር አንዲት ምልክት ብቻ ተሰጣቸው (ዮሐ 6፥30)፡፡ ዮናስ በዓሣ አንበሪ ሆድ ሦስት ቀንና ሦስት ሌሊት እንደ ነበረ ክርስቶስ በምድር ልብ ለሦስት ቀን መቆየቱ ብቻ እንደ ምልክት ተሰጣቸው (ማቴ. 12፥39)፡፡ ይህ የመጨረሻው እና ዋነኛው ምልክት ብቻ የተሰጠበት ምክንያት "ማንም የተጠማ ቢኖር ወደ እኔ ይምጣ፥ የሕይወት ወንዝ ከሆዱ ይፈልቃል" ብሎ የጮኸውን ጩኸት ስላልሰሙ ነው (ዮሐ. 7፥37-39)፡፡

ሊቀ ካህናቱ ሊያሳርፏቸው ሲጮኽ ድምፁን ከመስማት ወደ ኋላ ያሉ ይመስላሉ:: በእርግጥ ማርያም እንዳለችው ባለ ጠጎችን ባዶ ሰደዳቸው:: የዕብራውያን አማኞች ከእግዚአብሔር ክብር ጸጋ ወደ ኋላ እንዳይጐድሉ ከወዲሁ ያስጠነቅቃል::

በእኛም ሕይወት ቀድመን የተለማመድንባቸው ሥርዓቶች ይወስዱናል፤ በይበልጥ ሥርዓተ - ቅዳሴውን ከመንጸት ሥርዓት ጋር በጥልቀት ስናጠናው በብሉይ ኪዳን የነበረው በሊቀ ካህናት የሚደረገው አገልግሎት ለአዲስ ኪዳን ጥላ ሆኖ እናገኘዋለን:: በአዲስ ኪዳን የተገለጠው የመንፈስ አገልግሎት፣ የጸጋ ሙላት፣ የጽድቅ ሕይወት፣ በእምነት መዳን፣ በክርስቶስ ደም መታጠብ ... ወዘተ ዋነኛው የአዲስ ኪዳን አስተምህሮ ነው::

ነገር ግን የብሉይን ሥርዓት ከአዲስ ኪዳን ጋር አጋምዶ መያዝ አዲሱን ኪዳን አከፋፍቶ በጸጋ የተገኘውን ማጣት ይሆናል:: ይህን የምንለው የኢትዮጵያ የቤተ ክርስቲያንን አገልግሎት ለማጣጣልና ለመንቀፍ አይደለም:: አሊያም የአይሁድን አምልኮ፣ ቤተ መቅደሱን፣ ታቦቱን፣ መክሊቱን፣ ያቆጠቆጠችውን የአሮን በትር፣ የእግዚአብሔር ክንድ እንዳልተገለጠ ለመካድ ሳይሆን፣ እነዚህ ሁሉ ለአዲሱ ኪዳን ጥላ መሆናቸውን ለማሳሰብ ነው::

ብዙ ጊዜ በአንዳንድ ሥፍራ በይበልጥም በወንጌላውያን አማኞች ዘንድ ጽንፍ የያዘ ንግግር ይሰማል፤ መጽሐፍ ቅዱሳችንን በልበ-ሰፊነት ስንመረመር፣ ይህን የመሰለው የመቅደስ ሥርዓት አብቅቶአል ወይም አቁሞአል አለ እንጂ፣ መንፈሳዊ አልነበረም አላለም:: ይህ ሥርዓት ከተሰጣቸው የኪዳን ሕዝብ ከተባሉት ወገኖች ክርስቶስ መጣ (ሮሜ 9÷4-5)::

በብሉይ ኪዳን ሥርዓት ላይ መሳለቅ መጽሐፍ ቅዱሳዊ አይደለም:: እንዲህ የሚያደርግ ሰው በትዕቢት ተነፍቶአል፤ ያወቀ ቢመስለውም ዕውቀቱ ሥጋዊና ከፉ ነው፤ ረብ የሌለው ጨዋታ እንጂ፣ ወንጌል አይደለም:: እንዲሁም ወንድሞቻችን ወደ ዕውነት ዕውቀት ብርሃን ዘወር እንዳይደሉ ዕንቅፋት ጋሬጣ ስለሆነ፣ ከሆነ ግን መወገድ ይኖርበታል::

ይሁን እንጂ፣ የወንጌላውያን አማኞች እንደ ዕብራውያን ክርስቲያኖች ወደ ክርስቶስ ዘወር እንዳንል በአባቶች ሃይማኖት፣ የመቅደስ አሠራር፣ የሰንበቴ አምልኮ መሰል ሥርዓቶች ስንደነዝዝ መንፈስ ቅዱስ በእኛ መካከል ከመሥራት ዕጁን እንዲሰበስብ ያደርገዋል::

በአንዳንድ የቤተ ክርስቲያን ኅብረቶች ክርስቶስ ከሥፍራው ወጥቶ በደጅ የቆመበት ሁኔታነን እናስተውላለን፡፡

የውጭውን ማስዋብ፣ የወንድማማች ፍቅር መቀዝቀዝ፣ በመካከላቸው የእግዚአብሔር ክብር አለመገለጥ፣ ክርስቶስን የሚመስል ሕይወት መጥፋት፣ ዝማሪዎች፣ ስብከቶች እና ትምህርቶች ክርስቶስን ሳይሆን፣ ሰው ተኮር መሆናቸውን ብቻ መጥቀሱ በቂ ማስረጃ ነው፡፡ በመካከላቸው በየጎጡ እና በየጋጡ የሚታየው መከፋፈል፣ ሁሉም አትድረሱብኝ አትንኩኝ-ባይ መሆኑ ከክርስቶስ ሕይወት ለመራቃችን አንዱ መሳያ ነው፡፡ አንድ አባት በየሰፈሩ የተከፈቱትን ሥጋ ቤቶች ዐይተው "ሥጋ ቤት በዛ እንጂ፣ የታረደው አንድ በግ ነው" አሉ፡፡

መጀመሪያ (አርኬህ) (ar-khay'/arche)፡- ማለት የመጀመሪያ፣ ቀዳሚ (በጊዜ ሂደት ውስጥ ቀድሞ የተከሰተ) ማለት ነው፡፡ በደረጃ የተሸለ የሚልም አሳብ አለው በዚህ ምዕራፍ ላይ ግን ሃሳቡ እንደ እርሱ አይደለም፡፡ ከጊዜ አንጻር አርከ የአንድ ነገርን መጀመሪያ የሚያሳይ ነው፡፡ ዕቃን በመደርደር ከመጫወት ወደ ብስከሌት ወደ መንዳት እንደሚያድግ ያለው ዐይነቱ ነው፡፡ ጸሐፊው አንባቢዎቹን እየተናገረው ያለው የቀደመው የሃይማኖታዊ ልምምዳቸው የተመሠረተበትን የመጀመሪያ አስተምህር እንዲለቅቁ ነው፡፡ ወተቱን ተዉት፡፡ የመጀመሪያ የተባለው አስተምህሮ ክርስትና ከአይሁድ እምነት ጋር የሚጋራቸው አስተምህሮዎች ናቸው፡፡ ከብሉይ ኪዳን የተቀበሉት ትምህርት ነው፡፡ አይሁድ ከክርስትና ከሚጋራቸው አስተምህሮዎች መውጣት አለባቸው፡፡ እርሱን ትምህርት አልፈው መሄድ አለባቸው፡፡ ይህም ደግሞ እንደዚያ ካልሆነ ወደ ብስለት አይመጡም የሚለውን ያመለክታል፡፡ *(መጽሐፍ ቅዱስ ጥቅሶች የብሉይና / የአዲስ ኪዳን ግሪክ መዝገበ ቃላትጉ የቲየር ትርጉም፣ አስቲን)*

ትምህርት/ቃል(logos/ሎጎስ lego/ሌጎ = አንድን ነገር በጥበብ መናገር) ማለት፦ ለአእምሮ ትርጉም የሚሰጥ ነገርን መናገር ነው፡፡ በግሪክ አነጋገር በግሪክ ፈላስፋዎች አጠቃቀም ሎጎስ የአንድን ነገር ስም ብቻ የሚያመለክት ሳይሆን፣ ከዚያ ስም ጀርባ ያለውን ገለጻም ጭምር ከግምት የሚያስገባ አጠቃቀም ነው፡፡ *(መጽሐፍ ቅዱስ ጥቅሶች የብሉይና / የአዲስ ኪዳን ግሪክ መዝገበ ቃላት፣ የቲየር ትርጉም፣ አስቲን)*

ዌስት፦ ሲጠይቅ "አሁን ጸሐፊውን እነዚህን ነገሮች ዕብራውያን እንዲተዉአቸው የሚያሳስባቸው ለምንድን ነው? በሌላ በኩል ደግሞ እንዲከተሉስ የሚያመለክታቸው ምንን ነው? እሺ አንድ መርከበኛ ያለበት ቦታ ቢጠፋበት ምንድን ነው የሚያደርገው? ያለበትን ቦታ መሣርያዎችን በመጠቀም ያረጋግጣል:: የአውሮፕላን አቅጣጫ ተቆጣጣሪም እንደዚሁ ያለበትን ቦታ የሚያጣራው በተመሳሳይ የሬድዮ መቆጣጠሪያ ነው:: የአንድ መጻሕፍን ትንታኔ የሚሰጥም ሰው በተመሳሳይ መልክ የመጽሃፉን ታሪካዊ ዳራ እያገላበጠ ያያል፤ እኛም የምናደርገው ልክ እንደዚሁ ነው:: ጸሃፊው ሁለት ጊዜ ያህል የአዲስ ኪዳኑ የኢየሱስ ክርስቶስ ደም ከመጀመሪያው ኪዳን ከእንስሳት ደም የተሻለና የመጀመሪያውን ኪዳን ቦታ የሚይዝ ነው ይላል::

ይህንን ካረጋገጠላቸው በኋላ ይህንን መዳን የምንቀበልበት ብቸኛው መንገድ ሊቀ ካህኑ በመስቀል ላይ ለኃጢአተኞች በፈጸመው ተግባር ላይ ባለ እምነት ነው ይላቸዋል:: በዚህም ትምህርት ላይ እንዳይስቱና እንዳይወድቁ ያስጠነቅቃቸዋል:: ወደ አዲስ ኪዳን መሥዋዕት ላይ ወዳለ እምነት እንዲመለሱ ያሳስባቸዋል:: ከመቅደሱ መሥዋዕት ተለይተው ራሳቸውን ወደ ገሃዱ ቤተ ክርስቲያን አባልነት ካሸጋገሩ በኋላ ወደ የት ነው የሚመለሱት? በሊቀ ካህናቱ ላይ ካላቸው እምነት ወደ የመጀመሪያው ኪዳን መሥዋዕት ይመለሱ ይሆን? ስለዚህ "የክርስቶስን ነገር መጀመሪያ" የሚለው የሚወክለው አይሁዳውያን እንዲተዉት የሚያሳስባቸውን የመጀመሪያውን ኪዳን መሥዋዕት የሚገልጽ መሆን ነው ያለበት:: በተመሳሳይ ፍጻሜ የሚለውም ቃል የሚያመላክተው እንዲከተሉት የሚመከሩትን የአዲስ ኪዳንን መሥዋዕት ነው:: ትንታኔውን ማየታችን ወደ ትክክለኛው ትርጉም ይወስደናል:: *(ዌስት፣ ኬ. ኤስ. የግሪክ አዲስ ኪዳን ጥናት)*

ወደ ፍጻሜ እንሂድ

ጌታችን ከድንግል ማርያም ተወልዶ የመሥዋዕት በግ ሆኖ ራሱን ማቅረብ ነበረበት፤ ስለዚህ በሸላቾቹ ፊት ዝም እንደሚል በግ ተሠዋ:: አስቀድሞ በአብ የተወሰነው ምክሩ ይፈጽ ዘንድ በዕጅ ወዳልተሠራችው ቤተ መቅደስ ሊቀ ካህናቱ መሥዋዕቱን ይዞ ቀረበ:: አብ ይህን መሥዋዕቱ ተቀበሎ በስርየት መከደኛው በተወሰነለት የክብር ሥፍራ ተቀመጠ:: በዚያን ጊዜ የሕይወት መንፈስ ሕግን በአማኙ እና በፍጥረቱ ዘንድ በይፋ ለማስፈጸም የእግዚአብሔር ክንድ የሆነው መንፈስ ቅዱስ ወረደ::

እኛም ወደ ቅድስተ ቅዱሳን ገብተን ያለ ነውር እና ያለፊት መጨማደድ እናመልከው ዘንድ የእግዚአብሔር ምሕረት ገነነች፡፡ በዕውነትና በመንፈስ የሁሉ ዳኛ የሆነውን ጌታ እናመልከው ዘንድ የተከፈተ የምሕረት በር የሆነው ኢየሱስ ክርስቶስ ሥጋውን ቈረሰ፡፡ የመንፈስ ቅዱስን ድምፅ ለመስማት እና የልባችን ዐይን ይበራልን ዘንድ እንዲመራን ፈቃደኛ መሆን ይገባናል፡፡

ወደ ብስለት ለመሄድ መንፈስ ቅዱስን መስማት ይገባናል፡፡ በብሉይ ሌዋውያኑ ሕዝቡ በተሰበሰቡት የመሠዋት በግ ይቀርባል፤ ደግሞም የምስጋና መሥዋዕት ይቀርብ ነበር፡፡ በስርየት በመከደኛው ላይ ያለው የመለኮት ሙላት የቀረበውን መልካሙን መዓዛ ይቀበል ዘንድ ይገባል፡፡ አብ በክርስቶስ ኢየሱስ መሥዋዕትነት ምክንያት ይሠራ ዘንድ ከእርሱ ጋር መስማማትና ማመን ይገባናል፤ እርሱም በአመንነው መጠን ይሠራል፡፡

የልቦና ዐይኖቻችን ሲከፈቱ በክርስቶስ መሥዋዕነትት በሊቀ ካህናቱ አገልግሎት ልክ ሊሠራ ያለውን ከልባችን በማወቅ የመረዳት ባለ ጠግነት እንሻገራለን፡፡ ዕውነት በበራልን መጠን የእግዚአብሔርን ሥራ በሕይወታችን መለማመድ እንጀምራለን እንጂ፣ የቀደመውን የመቅደሱን ሥርዓት፣ ማለትም ሕገኝነትና ወግ አጥባቂነት ከእኛ በማወስጣት ወደ ብስለት ከመምጣት ሌላ መንገድ የለም (መዝ 24÷7)

እንሂድ(fer'-o /phero/ፌሮ)፡- ይህ ልክ መርከብ በነፋስ እንደሚገፋ እርሱን ዐይነት መንቀሳቀስን የሚያሳየን ነው፡፡ በዚህ ቃል ላይ ጸሐፊው የተጠቀመበት አገላለጽ የሚመጣው ኃይል በግለሰቡ ላይ ከውስጥ የሚመጣ ሳይሆን፣ ከውጭ የሚመጣ ኃይልን ነው፡፡ የዚህ ቃል ሌላው ገለጻ ደግሞ የዚህን ተግባር ቀጣይ የሆነ ተግባራዊነት አስፈላጊነት ነው፡፡ ጸሐፊው እዚህ ጋር ያለማቋረጥ የመከተልን አስፈላጊነት ይገልጻል፤ ዋናው አሳብ በእግዚአብር መንፈስ እንመራ፡፡ ስለዚህ ጸሐፊው ክርስቶስን በመምሰል ሂደት ውስጥ ያለውን የመንፈስ ቅዱስን የማንጻት ሥራ ያመለክታል እናም ለመንፈስ ቅዱስ ምሪት እሺ የምንልበትን ልምምድ እና ለክፉ የሥጋ አሳብ ዕምቢ የምንልበትን ልምምድ ይጠቅሳል፡፡

መንፈሳዊ ብስለት በግል ዐቅማችን ላይ በተመሠረተ ጥረት አይመጣም፡፡ ይልቁንም ፈቃዱን በማድረግ ከእግዚአብሔር ጋር በመሆን በእርሱ እርዳታ የሚመጣ ነው እንጂ፡፡ የሚመራንን መንፈስ ቅዱስ ስንከተለው የሚመጣ ነገር ነው፡፡ (1ኛ ጴጥ. 1÷2፤ ገላ. 5÷16፤

ፊልጵ. 3፥12፤ ሮሜ 8፥13) *(መጽሐፍ ቅዱስ ጥቅሶች የብሉይና / የአዲስ ኪዳን ግሪክ መዝገበ ቃላት፣የቲየር ትርጉም፣ አስቲን)*

ብስለት /ፍጻሜ(tel-i-ot'-ace/teleiotes/ቴሌዮቴስ ከ teleios/ቴልዮስ ከ telos = ፍጻሜ፣ ዓላማ፣ ግብ) ፦ የሚያብራራው በአንድ ነገር ላይ ባለ ብስለት ወደ ፍጻሜ ወይም ወደ ግብ መድረስን ነው፡፡ ይህ ከጅማሬ ወይም ከመነሻ በተቃራኒ ያለውን ደረጃ የሚያሳየን ነው፡፡ ከቴልዮስ ጋር ተያያዥ የሆኑ ቃላት ፍጻሜ፣ የበሰለ፣ ሙሉ የሆነ፣ እስከ መጨረሻው ያደገ፣ ያለቀ እና ለመጨረስ ምንም የማይቀረው የሚሉ አሳቦችን ይይዛል፡፡

ቴሊዮስ ሙሉነትን የሚያጎላ ቃል ነው፡፡ *የኖስቲዝም* ትምህርት አራማጆች ይህንን ቃል በሚገርም ሁኔታ በትምህርታቸው ውስጥ ወደ ሙሉ ዕድገት ደረጃ የደረሰን የሚያመለክት ቃል ነው ብለው ይጠቀሙበታል፡፡ ዳግሞም ለዚያ ይመስላል ጳውሎስ በመልእክቱ ላይ ይህንን ቃል የሚጠቀምበት፡፡ *(መጽሐፍ ቅዱስ ጥቅሶች የብሉይና / የአዲስ ኪዳን ግሪክ መዝገበ ቃላት፣ የቲየር ትርጉም፣ አስቲን)*

የመንፈስ ቅዱስን ትእዛዝ መፈጸም እንዳለባቸው ለዕብራውያን አማኞች ከነገራቸው በኋላ የፍጻሜው ራስ የሆነውን ክርስቶስ ኢየሱስን እንድንመስለው ይጋብዘናል፡፡

“ዛሬ ድምፁን ብትሰሙ ልባችሁን ዕልከኛ አታድርጉ” ብሎ ሙሴ እንደ ነገራቸው፣ ጌታችን ኢየሱስ የአብን ድምፅ ሰምቶ በሕይወቱ ተግብሯል፡፡ አባቱ “በእርሱ ደስ የሚለኝ የወድደው ልጄ ... ” ሲል መሰከረለት፡፡ ከሞት ሲያስነሣው (የሐዋ. 2፥24)፣ ከስም ሁሉ በላይ የሆነውን ስም ሲሰጠው (ፊልጵ. 2፥9)፣ በኩርን ወደ ዓለም ሲያስገባ (ዕብ. 1፥6) እንመለከታለን፡፡

እርሱ ደግሞ በምድር ያለውን *ሥራ* ፈጽሞ አከበረው (ዮሐ. 17፥3) የኋለኛው አዳም በመንፈስ ቅዱስ ኃይል ተቀብቶ ከአባቱ ያየውንና የሰማውን በደስታ ፈጸመው፡፡ የዕብራውያን ጸሐፊ “እግዚአብሔርን ስለ መፍራቱ ተሰማለት” ይለናል (ዕብ. 5፥7)፡፡ ብዙዎች በመስቀል ላይ በታላቅ ፈተና ሳለ “አምላኬ አምላኬ ለምን ተውኸኝ” ያለው በመከራው ውስጥ ለመታዘዝ እየተፈተነ መሆኑን ያሳያል ይላሉ፡፡

ይሁን እንጂ፣ "... አብ የሰጠኝን የሰጠኝን ጽዋ አልጠጣትምን?" (ዮሐ. 18÷11) ብሎ በመታመን፣ በጽናት እና በትዕግሥት መፈጸሙን እናስተውላለን፡፡ እንደኛ ሰው ሆኖ ይፈተን እንጂ፣ ለአብ ፈቃድ ጨክኖ ስለ ነበር የመሥዋዕት በግ መሆኑን በአሳቡም በልቡ ያለማወላወል የፈጸመው ነው፡፡

ዌስት፡- ጌታችን በምድር ላይ ባለው ሕይወቱ የእምነት ኑሮ ሙሉና ፍጹም ምሳሌ ሆኖ ነው ያለፈው፡፡ ቴየር ስለ ጌታችን ሲናገር፡- "እንደ ሰው ባሳለፈው ሕይወት እምነትን ወደ ፍጻሜ ደረጃ ከፍ ያደረገና ለእኛም የእምነት ከፍተኛ ምሳሌ ሆኖ ያለፈ ነው" ይላል፡፡ *(ዌስት፣ ኬ. ኤስ. የግሪክ አዲስ ኪዳን ጥናት)*

ላሪ ሪቻርድስ፡- ሩጫችንን ስንሮጥ ወደ ኋላ ተመልክተን ኢየሱስ እንዴት ሩጫውን እንደ ሮጠ መመልከት አለብን፡፡ ወደ ፊት ስንመለከት መከበሩን እናያለን፡፡ እርሱ የመጀመርና የመጨረስ ምሳሌያችን ነው፡፡ *(ሎውረንስ ሪቻርድስ፡- ባይብል ሪደርስ ኮፓኒየን ኮሜንተሪ)*

መሠረትን ደግመን አንመሥርት፤ እርሱም፡- ከሞተ ሥራ ንስሐና በእግዚአብሔርም እምነት **የ**ብሉይ አገልግሎት የከህንነቱ ሥርዓት ዛሬም ይጠቅማል፡፡ ሕግጋቱ ሁሉ አሥርቱም ትእዛዛት እንደሚያስፈልግ ይህ የመቅደስ ሥርዓት በራሱ ድርሻ ያለው በመሆኑ ጠቀሜታው የላቀ ነው፡፡ የአሪትን መጻሕፍትን ስናጠና እጅግ ብዙ ጥበብና ጥልቅ የሆነውን የሕይወት ውኃ የምንቀዳበት ነው፡፡ በእርግጥ ጸሐፊው እንደሚለው የነገር ጥላ ያላቸው ቢሆኑንም፣ ዛሬም መቅደሱ፣ ህብስቱ፣ መቅረዞቹ፣ ሙበራቶቹ፣ ታቦቱ ... ወዘተ መሢሑን እና የከህነቱን አገልግሎት ይወክላሉ፡፡

መመሥረት (ካታባሎ) kat-ab-al'-lo (kataballo/ካታባሎ ከ katá/ካታ = ከሥር + bállo/ባሎ = ማደላደል)፡- ወደ መሬት ማውረድ ሲሆን፣ እዚህ ጋር ደግሞ ሥዕላዊ በሆነ መልክ መሠረት የሚጣል ወይም የሚመሠረት መንፈሳዊ መሠረት መመሥረትን የሚያሳይ ነው፡፡ አሳቡ አንድን ነገር ቋሚ በሆነ መልክ መሠረት ማስያዝ ነው፡፡ የአሁን አገላለጹ የሚያሳየን የአንድን ግለሰብ ህይወት ባህርይ የሚገልጽ ነው፡፡ *(መጽሐፍ ቅዱስ ጥቅሶች የብሉይና / የአዲስ ኪዳን ግሪክ መዝገበ ቃላትጒየቲየር ትርጒም፣ አስቲን)*

ደግመን (pal'-in/palin/ፓሊን)፦ ወደ ቦታ መመለስ እዚህ ቦታ ላይ እንዳለው ደግሞ ቀድሞ ወደነበረው ስራና ተግባር መመለስን የሚያሳይ ነው። *(መጽሐፍ ቅዱስ ጥቅሶች የብሉይና / የአዲስ ኪዳን ግሪክ መዝገበ ቃላት፣ የቲየር ትርጉም፣ እስቲን)*

ይህ መሠረት የሆነው የቀድሞው አገልግሎት ሊያመለክተን የፈለገውን በውስጡ ያለውን ምሥጢር ከመረዳት ይልቅ በዚያ በተሻረ አገልግሎት ሥር መኖር፣ ማስቀደስ፣ አሁንም የመሥዋዕት ደም ማፍሰስ የነገር ጥላ የሆነውን የሞተ ሥራ ያደርግብናል። ጥላ በራሱ ክፋት የለውም፤ ነገር ግን ዋናውን ምስሉን ማለትም የባሕርይው መንጸባረቅ የሆነውን ያመለክታል እንጂ፣ ጥላ ቋሚ ሆኖ ሊያገለግለን አይችልም።

ይልቁንም አካሉ በሙሉ ብርሃን የሃይማኖታችን መሪ ሊሆን ይገባል። ብሉይ ኪዳንን በአዲስ ኪዳን መነጽር ካየነው ሕይወት በረከት ይሆንልናል። ነገር ግን በብሉይ ኪዳን የመቅደስ ሥርዓት ውስጥ መኖርና መመላለስ የሞተ ሥራ ይሆናል እንጂ፣ ፍሬ የለውም። ምክንያቱም መጻሕፍትና ነቢያት የሚመሰክሩለት ስለ ክርስቶስ በመሆኑ ወደ እርሱ ያመጡናል እንጂ፣ ከክርስቶስ ውጭ በራሳቸው ሕይወት የላቸውም (ዮሐ 5÷39)።

የገላትያ ሰዎች በራሳቸው ጽድቅን ለማግኘት ከሚለፉበት ከሥራ ወጥተው ጽድቅን በክርስቶስ ለማግኘት በእምነት ሕይወት በመንፈስ ሕግ መኖር ይገባቸው ነበር። ሐዋርያው ጳውሎስ ለገላትያ ሰዎች ሲነገራቸው፡- "እኔ አሁን ህያው ሆኜ አልኖርም÷ ክርስቶስ ግን በእኔ ይኖራል። አሁንም በሥጋ የምንኖርበት ኑሮ በወደደኝ እና ስለ እኔ ራሱን በሰጠው በእግዚአብሔር ልጅ ላይ ባለ እምነት የምኖረው ነው" ብሏል (ገላ. 2÷20)።

ይህም ማለት ክርስቶስ በሰውዬው ተገልጦ ቦግ ብሎ ለሙብራት በክርስቶስ ደም አማካይነት የሚመጣ አገልግሎት ነው። በታላቁ ሊቀ ካህናት ሥራ እና ራሱን ስለ እኛ በመስጠት የተሠዋውን፣ ደሙ በአብ ፊት በስርየት በመክደኛው ላይ ቀርቦ ባገኘነው የጸጋው ክብር ወደ አብ መቅረብ ቻልን። የትንሣኤው ኃይል በመባል በሚታወቀው የእግዚአብሔር አዲስና ሕያው የሆነ አሠራር በአማኝ ሕይወት ውስጥ ብርሃኑ እየጨመረ የሚመጣ ነው። የእግዚአብሔር ችሎታ የቀደመውን፣ የዛሬውንና የወደፊቱን ኃጢአት ሽሮ ከመንገድ አስወግዶታል።

በኋለኛው አዳም በክርስቶስ በኩል አዲሱን ህይወት ገልጦታል:: የቀደመው ብሎ የጠራውን ከፊተኛው ጋር ተሰቀሉ (ሮሜ 3÷25፤ ገላ. 5÷24፤ ሮሜ 6÷11):: በዕምነት በኩል የሆነው፤ በደሙ የተገኘው ሕይወት በክርስቶስ አማኝ በሆነ ሰው ሕይወት እንደ ንጋት ኮከብ እንዲያበራ የጸጋው ክብር ተሰጥቶታል:: ይህም ማለት ወደ ዕረፍቱ መግባት፣ በጸጋው በእምነት መቅረብ፣ በዚያ መኖርና መመላለስ፣ ለቅዱሳን ርስት ባለጠግነት ሆኗል::

ይህም ዐይን ያላየው፣ ጆሮ ያልሰማው፣ በሰውም ልብ ከቶ ያልታሰበ የጸጋው አሠራር ነው:: ለዐይኖቻችን ድንቅ የሆነች ይህች ዕረፍት በሙላት እንኖራት ዘንድ በክርስቶስ ሥጋ መቄረስ መጋረጃው ተቀደደ:: ሐዋርያው ጳውሎስ “ይህን እናደርጋለን” ሲል ወደዚህ ክብር እንዲገቡ እናደርጋለን ማለቱ ነው:: አስቀድሞ ለአብርሃም የተሰበከለትን የምሥራች ወንጌል እንሰብካለን፤ ለአይሁድ፣ ለአሕዛብ፣ ለጨዋ፣ ለባሪያ፣ ለተማረ፣ ላልተማረ፣ ለሰውን ዘር በሙሉ ወንጌል ሊሰበክ ይገባል:: ሐዋርያው ይህን ወንጌል ይዞ ሲወጣ በቅድሚያ በደማስቆ መንገድ በብርሃን ተገናኘው፤ ከዚያች ሰዓት ጀምሮም ክርስቶስ በልቡ ውስጥ ያበራ ጀመር:: የቀመሰውን፣ በዕጆቹ የዳሰሰውን፣ በዐይኑ ያየውን፣ በጆሮው የሰማውን ይዞ ስሙን ተሸክሞ ብዙ ዓመታትን በዱር በገደል፣ በከተማ በገጠር፣ በየገበያ ሥፍራው ዐወጀው፤ በስተመጨረሻም የነገሥታትን ደጅ አንኳኳ::

በሮም ገዥ በሌሎችም ታላላቅ ዙፋናት መካከል በእግሩ እና በዕጁ ብረት ታስሮ ቀረበ:: ከእስራቱ በስተቀር የወንጌልን የምሥራች ሊሰጥ አፉን ከፈተ፤ በእነርሱም መካከል ሳይፈራ ሳያወላውል ሳያመቻምች ሰበከ፤ አስተማረም:: የእስራኤል ካህናት ለቄሣር ወንበር ወግነው ይሰሙት ነበር፤ ቢያድላቸው ኖሮ ከሐዋርያው ጳውሎስ አጠገብ በቆሙ ነበር፤ ምክንያቱም አስቀድሞ ይህ ወንጌል ለአባቶቻቸው ተሰብኮ ነበር:: የመቅደሱ ሥርዓት ሲሰጣቸው ይህ ወንጌል በምሳሌነት ተሰጥቶአቸው ነበር::

መሠረት (them-el'-ee-os/themelios /**ቴሜሊዮስ** ከthéma /**ቴማ = መሬት ላይ የተመሠረተ**) ማለት አንድ ነገር ወይም የግንባታ ድንጋይ የሚመሠረትበትን መሠረት የሚወክል ነው:: ቃሉ የሕንጻ መሠረትን ለመግለጽ የሚያገለግል ነው:: **ቴየር** ሲጨምር "በሥዕላዊ አገላለጽ መሠረት፣ መጀመሪያ፣ ቀዳሚ መመሪያ፣ የዕውነት ተቋም ለእምነት አስፈላጊ የሆነ ነው:: 1ኛ ቆሮ. 3÷11-12 የክርስትና ሕይወትና ዕውቀት መመሪያ ዕብ. 6÷1

በአስተማሪ የሚጀመር መመሪያ ሮሜ 15÷20" *(መጽሐፍ ቅዱስ ጥቅሶች የብሉይና / የአዲስ ኪዳን ግሪክ መዝገበ ቃላት፣ የቲየር ትርጉም፣ አስቲን)*

የዕብራውያን ጸሐፊ የመጀመሪያ ትምህርት ብሎ የዘረዘራቸው ስድስት ትምህርቶች የሚከተሉት ናቸው፡-

1. ከሞተ ሥራ ንስሐ
2. በእግዚአብሔር እምነት
3. ጥምቀቶች
4. ዕጆችንን ስለ መጫን
5. ስለ ሙታን ትንሣኤ
6. በዓለም ላይ ሊመጣ ያለ ፍርድ የሚሉት ናቸው፡፡

እነዚህ ትምህርቶች በእሑድ ትምህርት ቤት ውስጥ በጣም የተዘወተሩ እንደ ሆኑም ይታወቃል፡፡ የዕብራውያን ክርስቲያኖች ወደ አይሁድ ትምህርት ዘንበል እንዳሉ ከምናረጋግጣቸው ነጥቦች ውስጥ አንዱ ይህ የጸሐፊው በእነዚህ ትምህርቶች ላይ በማተኮር ከመጀመሪያው ትምህርት አለፍ በማለት ጠንካራ ትምህርቶችን እንዲማሩ መምከሩ ሊሆን ይችላል፡፡ በሌላ አባባል አይሁድ ከሚያተኩሩባቸውና ዘወትር ከሚከራከሩባቸው ከእነዚህ ትምህርቶች አለፍ በማለት ጠንካራ ትምህርቶች ላይ አተኩሩ ማለቱም በአይሁድ አስተምህሮና በዕብራውያን ክርስቲያኖች መካከል ያለውን መቀራረብ ያመለክተናል፡፡ የተነሡትን ትምህርቶች አንድ በአንድ አፍታተን እንቃኛቸው፡፡

❖ 1ኛ - ከሞተ ሥራ ንስሐ

ማንኛውም የኃጢአት ውጤት ወደ ሞት የሚያመራ ነው፡፡ ኃጢአትና ሞት ሁልጊዜም ጎረቤታሞች ሆነው ሳሉ፣ ሞት የኃጢአት ውጤት ነው፡፡ ኃጢአት ነፍስንም ሥጋንም የሚገድል ነው፡፡ ሰዎች ከርኩሰት የተነሣ በሥጋቸው ላይ በርካታ መቅሰፍቶችን ያመጣሉ፡፡ የመጠጥ ብዛት የጉበት፣ የልብ፣ የአንጀት ... ወዘተ በሽታን በማምጣት ሰውን ይገድለዋል፡፡ የዝሙት በሽታም፣ እንዲሁም ለብዙ ዐደገኛ በሽታዎች ያጋልጣል፡፡ ከእነዚህ ዝሙት ወለድ በሽታዎች ውስጥ ዋና ዋናዎቹ የሥጋ ደዌ፣ የካንሰር፣ ኤች አይ ቪ ይጠቀሳሉ፡፡ ትንባሆ ሳንባንና ልብን ለጉዳት ያጋልጣል፡፡ ኃጢአት ነፍሳችንን ለዘላለማዊ

ሞትም እንድትሰጥ ያደርጋል፡፡ ከዚህ ዐደጋ ለማምለጥ ያለው አንድ ብቸኛ አማራጭ ዕውነተኛ ንስሐ አድርጎ ወደ እግዚአብሔር መመለስ ነው፡፡ ንስሐ ከክርስትና ጎዳና ውስጥ ቍልፍ ጕዳይ ቢሆንም፣ በአስተምህሮ ደረጃ ስንመለከተው ግን መሠረት ለመጣል በጅማሮ ላይ የሚሰጥ ትምህርት ነው፡፡

ንስሐ (met-an'-oy-ah/metanoia /**ሜታኖያ ከ** meta /**ሜታ = በኋላ** + noéo /**ኖይ = መረዳት**) የሚለው ቃል ትርጕም በትክክል ከማሰብ በኋላ የሚል ቀጥተኛ ትርጕም ሲሆን፣ የአእምሮ ውሳኔ መቀየርን የሚያመለክት ነው፡፡ በአዲስ ኪዳን አጠቃቀም ሜታኖያ የአሳብን መቀየር የሚል ትርጕም ያለው ብቻ ሳይሆን፣ ሙሉ የሆነ የልብ፣ የአመለካከት፣ የፍላጎትና የአቅጣጫ መቀየርን ጭምር የሚያካትት ቃል ነው፡፡ በሁሉም የቃሉ አቅጣጫ ያለ መለወጥን የሚያሳይ ነው፡፡ የኢየሱስ ትምህርት ይህንን ያጠናክርልናል፡፡ ጌታችን ሲናገር "እላችኋለሁ እንዲሁ ንስሐ (ሜታኖያ) ከማያስፈልጋቸው ከዘጠና ዘጠኝ ጻድቃን ይልቅ ንስሐ (ሜታኖያ) በሚገባ በአንድ ኃጢአተኛ በሰማይ ደስታ ይሆናል" ሉቃስ 15፥7 *(መጽሐፍ ቅዱስ ጥቅሶች የብሉይና / የአዲስ ኪዳን ግሪክ መዝገበ ቃላት፣ የቲየር ትርጕም፣ አስቲን)*

ጄ. አር. ሚለር ሲጽፍ ዕውነተኛ ንስሐ ትንሽ ዕምባና፣ የመጸጸት ስሜትና ትንሽ ፍርሃት ብቻ የያዘ ከሆነ ባዶ ነው የሚሆነው፤ በውስጡ ንስሐ የገባንበትን ኃጢአት መተውና በአዲስ፣ ንጹሕና የቅድስና መንገድ መጓዝ አለብን፡፡

ማርቪን ቪንሰንት ሜታኖያ በሚለው ቃል ላይ አስተያየቱን ሲጽፍ ይህ ቃል ሜታ፣ በኋላ ከሚል ቀዳሚ ገላጭ እና ኒዮ ማሰብ፣ መረዳት ከሚል ግስ ጋር የተዋሐደ ቃል ሲሆን፣ በዚህ ገላጭ ግስ የጊዜንና ለውጥን የጋራ ትርጕም የያዘ ነው፣ ይህም በኋላና የተለየ የሚል ሲሆን፣ ሙሉ ይዘቱ በተለየ መንገድ ማሰብን የሚያሳየን ነው፡፡ ስለዚህ ሜታኖያ (ንስሐ) በዋናነት ከመጀመሪያው ሐሳብ የተለየ ሁለተኛ ሐሳብ ነው፡፡ የአእምሮ አሳብ ለውጥና የባሕርይ ለውጥ ነው፡፡

ይህ በኋላ ያለው አሳብ በመጽሐፍ ቅዱሳዊው የዚህ ቃል አጠቃቀም የተጨመረ እንጂ፣ በቃሉ ቀዳሚ ትርጕም ላይ የተካተተ አይደለም፡፡ ስለዚህ ንስሐ በትክክል ሲተረጐም፡- “መልካም የሆነና መልካም የሕይወት ለውጥንና ልምምድን የሚያመጣ የአእምሮ ለውጥ ውሳኔ ነው፡፡” በብዙዎች ዘንድ እንደሚታሰበው ኀዘን የቃሉ ዋና መሪም ትርጕም

አይደለም፡፡ ጳውሎስ በኀዘን እና በንስሐ መካከል ስላለው ልዩነት ሲናገር አንዱ የአንዱ ውጤት አድርጎ ያስቀምጣቸዋል "እንደ እግዚአብሄር ፈቃድ የሆነ ኀዘን ንስሐን ያመጣል" 2ኛ ቆሮ. 7፥10 *(ማርቪን. አር. ቪንሰንት፡ በአዲስ ኪዳን ውስጥ ቃል ጥናቶች ኮሜንተሪ)*

ኬኔት ዌስት፡- ንስሐ የሜታንዮ ትርጓሜ ሲሆን፣ በጥንታዊ ግሪክ አእምሮን ወይም አሳብን መቀየርን የሚያሳይ አሳብ ነው፡፡ ሜታኖያ የሚለውም ቃል የዕይታ ወይም አሳብን መለወጥ የሚያሳይ ሲሆን፣ እነዚህ ሁለት ቃላት በአዲስ ኪዳን አገልግሎታቸው ከእምነት አንጻር ብቻ ወዳለ የአእምሮ ወይም አሳብ ለውጥ ጠብቧል፡፡ እነዚህ ቃላት የሞራል አስተሳሰብ ዝቅጠትን ወይም ስሕተትን ተከትሎ የሚመጣ የአስተሳሰብ ለውጥን የሚያሳዩ ናቸው፡፡

ይህ ስለዚህ ኃጢአት ስለሆነው ነገር ያለንን አመለካከት መቀየር ብቻ ሳይሆን፣ ይህንን ተግባር መተውንም ያካትታል፡፡ ከኃጢአት አንጻር ማዘንና መጸጸት በመጽሐፍ ቅዱስ የንስሐ አሳብ ውስጥ የሚካተት ቢሆንም፣ ነገር ግን እነዚህ ነገሮች የኃጢአተኛው በዚያ ነገር ላይ ያለውን የአእምሮ አሳብን መለወጥን ተከትሎ የሚመጣ ነው፡፡ *(ዌስት፣ ኬ. ኤስ. የግሪክ አዲስ ኪዳን ጥናት)*

ቪንሰንት፡- ተምሳሌታዊ ገለጻው የሚያሳየው ሕንጻ መሠረቱ ላይ ረጅም ጊዜ በመቆየት አይጠናቀቅም፡፡ በተመሳሳይ የክርስትና ብስለትም ወደ መጀመሪያው የክርስትና መመሪያ በመመለስ አይገኝም፡፡ ጸሐፊው ሆነ ብሎ ነው የክርስትናን የመጀመሪያ ነገሮች ለገለጻው መጠቀም የፈለገው፡፡ *(ማርቪን. አር. ቪንሰንት፡- በአዲስ ኪዳን ውስጥ ቃል ጥናቶች ኮሜንተሪ)*

የሞተ (nek-ros'/nekros /ኔክሮስ ከ nékus /ኒከስ = የሞተ አካል) የሚወከለው ሕይወት የሌለውን ነገር ሲሆን፣ በመንፈሳዊ ገለጻ ደግሞ ሕይወት የሌለበትን ሥራ የሚገልጽ ነው፡፡ ይህም የእግዚአብሔርን የፈተና እሳት ማለፍ የማይችል ነው፡፡ እነዚህ በእምነት ሳይሆን በሥጋ የሚደረጉ ተግባራት ናቸው፡፡ *(መጽሐፍ ቅዱስ ጥቅሶች የብሉይና / የአዲስ ኪዳን ግሪክ መዝገበ ቃላት፣ የቲየር ትርጉም፣ አስቲን)*

***ሥራ* (er'-gon/ergon /ኢርጎን)** ማለት፡- ጉልበትን ወይም ተግባር ነው፡፡ *(መጽሐፍ ቅዱስ ጥቅሶች የብሉይና / የአዲስ ኪዳን ግሪክ መዝገበ ቃላት፣ የቲየር ትርጉም፣ አስቲን)*

የሞተ *ሥራ* ምንድን ነው? *ሬይ ስቲድማን* ሲጽፍ የሚያስፈልጋቸው ለውጥ ወደ ሞት ከሚመራ ተግባር ወይም ጥቅም-ዐልባ ልምምድ ላይ ካላቸው መታመን እንዲያቆሙ ነው (ዕብ. 9÷14 ላይ የተደገመው ሐረግ)፡፡ *ር. ታስከር* ውጤቱን ሲያብራራ "ሕይወት-ዐልባን የሞራል/ *ሥነ* ምግባር መመሪያን በመከተል ጽድቅን ለማግኘት ከሚደረግ ተግባር መከልከል ነው፡፡" ሕይወት ከሌለው ተግባር ከተመለሱ በኋላ (ንስሐ) በእግዚአብሔር ላይ ያለ መልካም የሆነ የእምነት ተግባር መፈጸም አለበት፡፡

ይህ ጳውሎስ ለተሰሎንቄ ሰዎች የሚላቸውን ያስታውሰናል፡- "ሕያውና ዕውነተኛውን አምላክ ልታገለግሉ ከጣኦታት ወደ እግዚአብሔር እንዴት ዘወር እንዳላችሁ" 1ኛ ተሰ. 1÷9፡፡ ንስሐና እምነት የአንድ ሳንቲም ሁለት ገጽታዎች ናቸው፡፡ እነዚህ አንድ ሰው ወደ ክርስትና ሕይወት የሚገባባቸውን መሠረት የሚመሠርቱ ናቸው፡፡ *(ቅድመ አስቲን)*

የሞተ *ሥራ* ያልዳነ ሰው የሚፈጽማቸው ተግባራት ናቸው፤ መልካምም ይምሰሉ ክፉ በኃጢአት የሞተ የሞተ ተግባርን ብቻ ስለሆነ፣ ሊፈጽም የሚችለው እነርሱ በምንም መንገድ በእግዚአብሔር ፊት የሚያድንን ትርፍ አያመጡም፡፡ የሞተ ያልሆነን ተግባር ለማየት መልካም ተግባራት የተባሉትን መመልከት ተገቢ ነው (ዕብ 6÷1)፡፡ *(ቶሪስ ቶፒካል ቴክስት ቡክ፡- ባይብል ኮንኮርዳስ)*

ስቴቨን ቻርኖክ ሲጽፍ፡- ከንስሐ በፊት የምናደርገቻው ተግባራት በሙሉ የሞቱ *ሥራዎች* ናቸው (ዕብ. 6÷1) እናም እነዚህ ተግባራት ምንም በ*ሥጋ*ዊ ዐይን አብበው ቢታዩ፣ በውስጣቸው ዕውነተኛ ውበት የለም፡፡ የሞተ አካል የሕያው አካል ገጽታና ውበት ሊኖረው ይችል ይሆናል፣ ዳሩ ግን ይህ የሰው ሳይሆን፣ የሞተ ነገር አካል ነው፡፡ ስለዚህ ሰው በመንፈስ ሙት ስለሆነ፣ ሕያው ተግባርን ሊፈጽም አይችልም፡፡ ተፈጥሮአዊ ሞት ተፈጥሮአዊ ተግባርን መፈጸም እንዳንችል እንደሚያደርገን ሁሉ እንደዚሁ መንፈሳዊ ሞት መንፈሳዊ ተግባርን እንዳንፈጽም ያደርገናል፡፡

ቪንሰንት - ዕይታውን ሲያስቀምጥ፡- የሞተ *ሥራ* የሚለው ቃል በዕብራውያን ላይ ብቻ ነው የሚገኘው፡፡ በመደበኛ የቃሉ ትርጉም ኃጢአት የሆኑ ተግባራትን ሳይሆን፣ በእግዚአብሔር ላይ ካለ እምነት እና ሕይወት ያልሆነ *ሥራ*ን የሚያሳይ ነው፡፡ ስለዚህ የሞተ *ሥራ*ና እምነት መካከል ስል የሆነ ተቃርኖ አለ፤ አይሁድ ሆነው ክርስትናን

ለተቀበሉትም መገለጥ ካለበት ዕውነት መካከል አንዱ ይህ ዕውነት ነው፡፡ *(ማርቪን. አር. ቪንሰንት፡- በአዲስ ኪዳን ውስጥ ቃል ጥናቶች ኮሜንተሪ)*

ንስሐን በተመለከተ ተጨማሪ ትምህርቶች እና አሳቦች ከዚህ በታች ቀርበዋል፡-

ንስሐ

የንስሐ ዐበይት ገጽታዎቹ

መግቢያ፡- መጽሐፍ ቅዱስ ስለ ኃጢአት /Hamartia/ እና ስለ ንስሐ /Methanoia/ የሚያስተምረው ትምህርት ስፋትም ሆነ ጥልቀት ብሎም ዐበይት ገጽታዎች ያሉት ነው፡፡ ይሁንና እኛ የሰው ልጆች እነዚህን አስተምህሮዎች መጽሐፍ ቅደስ ምሉዕነት ባለው መልኩ በሚያስተምረው መልኩ ሳይሆን ቀናንሰንና ሸንሽነን ወደ መመልከቱ ስናመራ እንታያለን፡፡ በዚህ የዕብራውያን ማብራሪያ ውስጥ ንስሐም እንዲሁ ሥፍራ የተሰጠውና ስለ ኃጢአትም የተነገሩ በርካታ ነገሮች ስላሉ፣ የዕብራውያን መልእክትን መነሻ በማድረግ ዕግረ-መንገዳችንን ተዛማጅ የብሉይና የአዲስ ኪዳን ምንባቦችን በማከል ርእሰ-ጉዳዩን በተገቢው ስፋትም ሆነ ጥልቀት የምንመለከተው ይሆናል፡፡

ኃጢአት

ዞንርቫን ሀንድ ቡክ ቱ ዘ ባይብል የተሰኘው ስለ መጽሐፍ ቅዱስ ሰፊ የሆኑ ዳሰሳዎችን የሚያቀርብ መጽሐፍ “ኃጢአት” የሚለውን ቃል “ክፉ” ከሚለው ቃል ጋር አስተሳስሮና ጎን ለጎን አድርጎ በማስቀመጥ በአንድነት ሊፈታቸው ሲሞክር ይታያል፡፡ በዚህም “ክፉ-ድርጊት፣ አለመታዘዝ እና በእግዚአብሔር ላይ ማመፅ” የሚል ፍቺን ይሰጣል፡፡*(Zondervan Hand Book to the Bible, Pat and David Alexander, 1999, Page 809.)*

ተንተን አድርገን ስንመለከተው ኃጢአት ማለት በቃሉ የታዘዙ ትእዛዛትን መጣስ፣ የሚጠበቅብንን አለማድረግ፣ ከፈቃደ-እግዚአብሔር ውጭ መሆን፣ የመንፈስ ቅዱስን ምሪት ቸል ማለት ከእግዚአብሔርም ሆነ ከሰዎች ጋር ያለንን ግንኙነት ማበላሸት (ሰውንም ሆነ እግዚአብሔርን መበደል ወይም ማሳዘን) በሚል ሊገለጽ ይችላል፡፡ ኃጢአት የተገለጸም ሆነ የተሰወረ በሚሉት በሁለቱ አቅጣጫዎችም ሊታይ ይችላል፡፡

ይህን የተገለጸ ኃጢአት አንዳንዶች በየማኅበረሰቡ ውስጥ በውል የሚታወቅ ከመሆኑ አንጻር ባህላዊ ኃጢአት /cultural sin/ በሚል ይጠሩዋቸዋል:: የተሰወረ ኃጢአት የሚባለው ብዙውን ጊዜ ሰዎች ኃጢአት እንደ ሆነ አድርገው የማያስቡዋቸው ደግሞም በሰዎች ዘንድ ልብ የማይባሉ ኃጢአቶች ናቸው::

የገቡትን ቃል አለመጠበቅ፣ ያለብንን የትኞቹንም ኀላፊነቶች አለመወጣት፣ የእግዚአብሔርን ሥራ በቸልታ መሥራት፣ ለእግዚአብሔር ክብር የማይመጥን መሥዋዕት ማቅረብ፣ መጽሐፍ ቅዱሳዊ የሆነ መሪነትን አለመስፈንም ሆነ ለምእመናን አለመስጠት፣ የትኞቹንም ለእግዚአብሔር ክብር የማይመጥኑ ድርጊቶችን መፈጸምም ሆነ ንግግሮችን መናገር፣ መልካም የሕይወት ምስክርነት የሌለው መሆን፣ የተሰጠንን መክሊት ወይም ምናን በመቅበር ጌታን በተሰጠን ጸጋ አለማገልገል፣ መጽሐፍ ቅዱሳዊ በሆነ አስተምህሮ እና መንገድ ሁሉንም የቤተ ክርስቲያን አገልግሎቶች አለማከናወን፣ ሕዝበ-እግዚአብሔር በክርስቶስ አካል በቤተ ክርስቲያን ውስጥ ያላቸውን የብልትነት ሚና እንዳይጫወቱ የዘመኑ ግለ-ሰብ መር አብያተ ክርስቲያናት መድረኩን በጥቂት ሰዎች ብቻ እንዲያዝ የሚያደርጉበት ሁኔታ፣ በቤተ ክርስቲያን ውስጥ እንደ የትንቢትና የሐዋርያነት ስጦታዎች ብቻ ላሉ ለጥቂት ስጦታዎች ብቻ ሥፍራ መስጠት፣ ዕውነተኛ ክርስቲያናዊ ኅብረት መታጣቱ፣ መለያየት እና መከፋፈል፣ ለግል ጥቅምም ሆነ ፍላጎት ሲባል በቤተ ክርስቲያን መሻኮት፣ በዘረኝነት መንፈስ መመላለስ፣ መንፈሳዊ ፍሬዎችን አለማፍራት፣ ሥጋዊ በሆነ አስተሳሰብ ውስጥ መመላለስ፣ የመንግሥትን ሕግ አለማክበር፣ ግብር አለመክፈል ወይም በግብር ማጭበርበር፣ በዜጎች መካከል ዐድልዎን መፈጸም ... ወዘተ ኃጢአት መስለው አይታዩንም:: ስለዚህም እነዚህን ነገሮች ዘወትር እያደረግን እንመላለሳለን::

የቱንም ያህል እነዚያን ባህላዊ ኃጢአቶች ላለመፈጸም ጥንቃቄ ብናደርግ እና ንስሐ ብንገባ፣ ብዙ ሥፍራ ቍጥር የሌላቸው የተሰወሩ ኃጢአቶች ወይም ብናውቃቸውም ትኩረት የምንነፍጋቸው ኃጢአቶች ስላሉም ሆነ በእነርሱ ረገድ እምብዛም ሥራ ስላልሠራን ንስሐችን የተሟላ ከመሆን ይልቅ ሁልጊዜም በተደጋሚና በድፍረት በምንሠራቸው ኃጢአቶች ውስጥ እየተመላለስን እንገኛለን::

እናም በጥንቃቄ እና በማስተዋል እግዚአብሔርን ከማገልገልና ከማምለክ ይልቅ እኛኑ በመሰለን መንገድ ታላቁንና የተፈራውን ጌታ እግዚአብሔር አምላክን ለማምለክም ሆነ ለማገልገል የምንሞክርበት፣ በዚህም በመንፈስ መመላለስን ትተን የገዛ ራሳችንን ወይም

244
ኢ.ፌ.ቢ.ኢ. አገልግሎት ዕብራውያን መጽሐፍ ጥናት ክፍል 2

የሥጋችንን ምኞት የምንፈጽምበትን መስመር ስለምንከተል የምንገኝበት ነባራዊ ሁኔታ በውል ሲጤን የንስሐ ሕይወት ሞቶ ከተቀበረበት ዘመን ላይ ያለን ይመስላል፡፡

ንስሐ

ዞንደርቫን ሀንድ ቡክ ቱ ዘ ባይብል የተባለው መጽሐፍ ቅዱስን በተመለከተ በርካታ ቁምነገሮችን የሚያስጨብጠንና በርካት የመጽሐፍ ቅዱስ ምሁራን የተሳተፉበት ማብራሪያዊ ገጽታ ያለው መጽሐፍ ንስሐን "ከኃጢአትና ከራስ ወዳድነት ወደ እግዚአብሔር መመለስ" በሚል እጥርና ምጥን ባለ መልኩ ሲፈታው እንመለከታለን፡፡ (የዞንደርቫን የእጅ መጽሐፍ ወደ መጽሐፍ ቅዱስ ፣ ፓት እና ዴቪድ አሌክሳንደር ፣ 1999 ፣ ገጽ 806)

ሰፋ አድርገን ስንመለከተው ለኃጢአት መግለጫነት የተሰጠው ሜታኖያ የሚለው የግሪኩ ቃል ትርጒም ወደ ኋላ መመለስ ነው፡፡ ኃጢአት ሕግን መጣስ ማለት ሲሆን፣ ንስሐ ደግሞ ሕጉን ከመጣሳችን በፊት እንመላለስበት ወደ ነበረው ትክክለኛ የቅድስና ሕይወት ተመልሰን መምጣት ማለት ነው፡፡ ይሁንና ንስሐ አልፎ አልፎ ካልሆነ በቀር ብዙውን ጊዜ ከድንገተኛ ክስተትነት ይልቅ ሂዳታዊነት ያለው ነገር ሆኖ ይስተዋላል፡፡

ስለሆነም ከዚህ ክስተታዊ ገላጭ ባሕርይው ተነሥተን ስንመለከተው ንስሐ በውስጡ ቅደም ተከተላዊነት ያላቸው ደረጃዎችን የሚይዝ እንደ ሆነ በቀላሉ መረዳት እንችላለን፡፡ የመጀመሪያው የሠሩትን ኃጢአት በውል ማወቅ ወይም የሠሩት ነገር በእርግጥም ኃጢአት እንደ ሆነ መረዳት ሲሆን፣ እርሱን ተከትሎ የሚመጣው ደግሞ በሠሩት ኃጢአት ከልብ ማዘንና መጸጸት ነው፡፡

ቀጣዩ ደረጃ ደግሞ በጌታ ፊት መቅረብና ኃጢአትን መናዘዝ ነው፡፡ ይህ ደረጃ የጌታን ምሕረትና ጸጋ መለመኛም ጭምር መሆኑን ልብ ማለት ያስፈልጋል፡፡ በጌታ ፊት ራሳችንን የምናዋርድበትና ከልባችን ጌታን ይቅር እንዲለንና እርሱን ደስ በምናሰኝበት የቅድስና ሕይወት ውስጥ የምንመላለስበትን ዐቅም ሁሉ እንዲሰጠን መማፀን ይኖርብናል፡፡

እዚህ ላይ ገጣሚ አለማየሁ ዘውዴ ንስሐ እና ሌሎች ግጥሞች በሚለው መጽሐፉ የመናዘዝን አስፈላጊነት በግጥም ያቀረበበትን ሁኔታ ብንመለከት መልካም ነው፡፡

"እግዚኦ ... ልበል እኔስ፣
ጌታ ፊትከን መልስ፤
ከብዶኛል ኃጢአቴ፣
ያየኸው በሕይወቴ፤
ሌላ ሆኜ የኖርሁት ጠፍቶኝ ማንነቴ።።"
(ዓለማየሁ ዘውዴ፣ ንስሐ እና ሌሎች ግጥሞች፣ አርቲስቲክ ማተሚያ፣ 1972-1973)

አራተኛውና የመጨረሻው በንስሐ ውስጥ ያለ ቅደም ተከተላዊ ደረጃ ደግሞ ኃጢአትን መተው፣ ማለትም ፊታችንን ከኃጢአት መመለስ ነው።። በስተመጨረሻ ላይ የምናገኘው የንስሐ ደረጃ ደግሞ የንስሐ ፍሬን ማፍራት ነው።። እንግዲህ እነዚህ አምስት ነገሮች በንስሐ ውስጥ የሚካተቱ መሠረታውያን የንስሐ ግብዓቶች እንደ ሆኑ ልንመለከት ያስፈልጋል።።

ይሁንና በንስሐ ውስጥ የእግዚአብሔር መንፈስ ቅዱስ ተግባር ትልቅ ሥፍራ የሚሰጠው ነው።። *ናንሲ ሌይ ዲሞስ የተሰበረ ልብ፡- እግዚአብሔር የሚያነቃቃው ልብ* በሚል በጸፉትና *ቁምላቸው ፋንታሁን* ወደ አማርኛ በመለሰው መጽሐፍ ላይ የመንፈስ በንስሐ ላይ መንፈስ ቅዱስ ያለው ድርሻ በግልም ሆነ በኅብረት ሕይወት ውስጥ ታላቅም ሆነ ልዩ መሆኑ እንዲህ ባለው መልኩ ሰፍሮ ይገኛል፡- "መንፈስ ቅዱስ በልቦናቸው ባመጣው የኃጢአት ወቀሳ ብዙ ወንዶችና ሴቶች ወደ መድረኩ እየመጡ በእግዚአብሔር እና በሥራ ባልደረቦቻቸው ፊት የፈጸሙዋቸውን ኃጢአቶች አንድ በአንድ ይናዘዙ ነበር።። በእግዚአብሔር መገኘት (ህልዎት) ፊት ማስመሰልና ጭምብልን ማድረግ ከቶውንም ሥፍራ አልነበራቸውም።።" *(ናንሲ ሌይ ዲሞስ፣ የተሰበረ ልብ፡- እግዚአብሔር የሚያነቃቃው ልብ፣ ትርጉም ቁምላቸው ፋንታሁን፣ የኢትዮጵያ ቃል ሕይወት ቤተ ክርስቲያን፣ አዲስ አበባ፣ 1996፣ ገጽ 8)*

በእርግጥም የንስሐ ግቡ ወደ ቀደመው ሕይወት መመለስና የንስሐን ፍሬ ማፍራት እንደ ሆነ ልብ ማለት ያስፈልጋል።። ይህን ጉዳይ ያደመቀበት ሐዋርያ ጳውሎስ ነው።። እንግዲህ የሰረቀ ከእንግዲህ ወዲህ አይስረቅ።። ይልቁንም ለሌላው የሚያካፍለውን እንዲያገኝ በገዛ ራሱ ዕጆች እየሠራ ይድከም ይላል።። ይህም በሌብነት ኃጢአት ወድቆ የተገኘው ሰው በተቃራኒው መስመር ላይ ማለትም ሰርቆ በመውሰድ ፈንታ ለፍቶና ሠርቶ ያገኘውን በማካፈል ጎዳና ላይ እንዲገኝ ማለትም ሥር-ነቀል በሆነ ለውጥ ውስጥ መገኘት

የዕውነተኛ ንስሐ ፍቺ መሆኑን ሐዋርያው በድምቀት ያመረበት ጉዳይ እንደ ሆነ ልንረዳ ያስፈልጋል፡፡

ይሁን እንጂ፣ ልክ የኃጢአትን ምንነት በውል ወይም ምሉዕ በሆነ መልኩ እንዳልተረዳነው ሁሉ፣ እንዲሁ የንስሐንም ምንነት በቅጡ አለመረዳታችን በጉልህ የሚታይ ነገር ነው፡፡ ይህም ደግሞ ኃጢአትንም ሆነ ንስሐን በተሸነሸነ ወይም ሙሉ ከሆነው ገጽታው እና ይዘቱ በተቀናነሰ መልኩ /Reductionsim/ ከምንመለከትበት ሁኔታ ውስጥ እንድንገኝ አድርጎናል፡፡

እንዲህ ያለው ዕውነትን የመሸንሸንና የመቀናነስ ነገር ደግሞ በእግዚአብሔር በአምላካችን ፊት ተቀባይነት የሌለው ነገር መሆኑ ሊታወቀን ይገባል፡፡ አምላካችን እግዚአብሔር በአዲስ ኪዳኑ የመጨረሻ መጽሐፍ፣ ማለትም በዮሐንስ ራእይ መጽሐፍ ማንም በተገለጠው ዕውነት ላይ አንዳች ቢጨምርም ሆነ ከዚህ አንዳች ቢቀንስ ከሕይወት የሚጐድልም ሆነ ከመቅሰፍቶች የሚጨመርበት መሆኑን አመልክቷል፡፡ ስለዚህም ይህ የመሸንሸንም ሆነ የመቀናነስ ልምምድ በእግዚአብሔር ፊት ተቀባይነትን እንደሚያሳጣንም ሆነ ከሕይወት እንደሚያጎድለን በውል ማወቅ ያስፈልጋል፡፡

ጌታ እግዚአብሔር አምላከንም እርሱ በቅዱስ ቃሉ ውስጥ በሰጠን መመሪያዎች በራሱ መንገድ እንጂ፣ እኛ ከተሰጡን ትእዛዛትም ሆነ መመሪያዎች ደስ ያሉንን እና የተመቹንን መርጠን በመውሰድ፣ ብሎም ሌሎች ሥረ-መሠረታቸው ዓለም የሆነች አስተሳሰቦችንና የአሠራር መንገዶችን በእነዚህ ላይ በማከል እርሱን ልናገለግለውም ሆነ ልናመልከው ከቶ አንችልም፡፡ እንዲህ ያለው ነገር እግዚአብሔር አስቀድሞ ዐይቶት እርም ነው ያለውን ነገር፣ የለም! ጌታ እግዚአብሔር ለአንተ የሚገባውን መሥዋዕት የምናውቅልህ እኛ ነን፡፡ እናም ይህ በጣም የሰባና ለአንተ የሚስማማ ስለሆነ ልንሠዋልህ ይገባል (እርሙን እሠዋልሃለሁ - ነፍስህ የተጸየፈችውን ነገር እንደ ተወደደና የመዓዛ ሽታ ያለው መሥዋዕት አድርጌ አቀርብልሃለሁ) ብሎ ንጉሥ ሳኦል በዕብሪትና በዓመፅ የእግዚአብሔርን አሳብ በመናቅና ከፍ ባለውም በእግዚአብሔር ዕውቀት ላይ በመነሣት ጌታ እግዚአብሔር አምላከን ያስቀጠበት ዐይነቱን ተግባር በዕቅድና በዓላማ እንደ መጸፈም ያለው የክህደት ተግባር ነው፡፡

የጌታችን የመድኃኒታችን ኢየሱስ ክርስቶስ ደም እንደ ኮርማዎችና ፍየሎች ደም ሥጋን ብቻ የሚቀድስ ሳይሆን፣ ከኃጢአት ሁሉ የሚያነጻ ነው፡፡ ሕሊናችንን ከሞተ ሥራ ፈጽሞ በማንጻት በአብ ፊት በምንም መልኩ በኃጢአት እንዳንከሰስ እና ዕንከን-የለሽ አድርጎ የሚያቀርበን ነው፡፡ ይሁንና በንስሐ ወደ ሕይወታችን ሊመጣና ሁለንተናችንን ሊያነጻ የሆነውን ይህን ክቡር ደሙን አግባብነት በሌለው መልኩ መጠቀም እንደማንችል ማወቅ ያስፈልጋል፡፡

ኃጢአትን ኃጢአት ካልሆነ ነገር መለየት ካልቻልን፣ እንዴት አድርገን ዕውነተኛ ንስሐ ልንገባ እንችላለን? ይህ በእርግጥም ከቶ የማይቻል ነገር ነው፡፡ ስለዚህ በቅድሚያ የተገለጡትን ወይም ባህላዊ የሚባሉትን ኃጢአቶችንም ሆነ የተሰወሩ ወይም ብዙም እንደ ኃጢአት አድርገን የማንቈጥራቸው ኃጢአቶችን እንለይ፣ ዕንወቅ፡፡ ከዚያም የጥንቃቄና የማስተዋል ኑሮን እንኑር፡፡ ይህ ደግሞ የምንሠራቸውን ኃጢአቶች የሚቀንስና በድፍረት ኃጢአት ውስጥም እንዳንገኝ የሚያደርግ ነው፡፡

የሠራናቸውን ኃጢአቶች ማወቅ፣ በሠራነው ኃጢአት ማዘንና መጸጸት፣ ከልባችንም በጌታ ፊት ኃጢአታችንን መናዘዝና የጌታን ይቅርታ መጠየቅ፣ ከምንሠራው ኃጢአት መመለስና ወደ ጣልነው የቅድስና ሕይወት መምጣት ያስፈልገናል፡፡ ለዚህም በተሰበረ ልብና በተዋረደ መንፈስ ወደ ጌታ ፈጽሞ ልባችን ሊያዘነብል ይገባል፡፡ በዚህ ጊዜ ነው ኃጢአቶቻችን ሁሉ በዕውተኛው መልኩ በጌታችን በኢየሱስ ክርስቶስ ደም ፍጹም ከእኛ ላይ የሚታጠቡትም ሆነ ለዘላለም የሚወገዱት፡፡ እኛም ደግሞ በአምላካችን በእግዚአብሔር ፊት ፈጽሞ ንጹሕ ሆነን መገለጥ የምንችለው፡፡

ንስሐን በተመለከተ ተጨማሪ አሳቦችን እንመልከት

1. **የንስሐ ፍቺ፡-** ኃጢአትን፣ አለማመንን፣ እግዚአብሔርን፣ እምነትን፣ እንዲሁም ወንጌልን በተመለከተ የልብና የአሳብ ለውጥ ማድረግ ማለት ጭምር ነው፡፡

2. **የግሪኩ ቃል፡-** ሜታኖያ የሚሰኝ ሲሆን፣ ይህ ቃል የተገኘው ከሁለት የግሪክ ቃላት የተገኘ ነው፡፡ እነዚህም ሜታ እና ኖያ ናቸው፡፡ ሜታ ማለት አፍተር - በኋላ ማለት ሲሆን፣ ለውጥን በእንድምታ ያሳያል፡፡ ኖያ ደግሞ ኑዎስ ማለት

ሲሆን፣ አእምሮ ወይም አሳብ ማለት ነው። በአንድነትም የአስተሳሰብ ለውጥ ማለት ነው።

3. **በአዲስ ኪዳን ውስጥ፡-** ቃሉ 33 ጊዜ ተቀምጦ እንመለከተዋለን።

4. **የንስሐ ዐይነቶች፡-** ንስሐ የሚለውን ቃል በሁለት መልኩ መመልከት ይቻላል። አንደኛው ከድነት ጋር የተያያዘ ሲሆን፣ አጠቃላይ ንስሐ ልንለው እንችላለን። ሁለተኛው ደግሞ ለተለየ ኃጢአት የሚደረግ ንስሐ ይባላል። አጠቃላይ ንስሐ ከአለማመን፣ በራስ ላይ ከመተማመን፣ የራስ ጌታ ከመሆን እና ከዓመፀኝነት መመለስ የሚባለው ከድነት ጋር የሚያያዘው ንስሐ ነው። ለተለየ ኃጢአት የሚደረገው ንስሐ ለምሳሌ እንደ መሳደብ፣ እምነት ማጉደል ... ወዘተ ያሉትን ሰዎች በተግባር በግላቸው የሚሠሩዋቸውን ኃጢአቶች የሚመለከት ነው። *(Repentance Pdf Document, Page 1-3.)*

5. የሂብሩ ሩት ቲዮሎጂ አቀንቃኞች ንስሐን በተሳሳተ መንገድ ሲተረጉሙት ይስተዋላሉ። ንስሐ ማለት ወደ ቀደመው ኪዳን መመለስ ነው ብለው ይናገራሉ። ጌታ ኢየሱስ የመጣው የተጣለውን የብሉይ ኪዳን አስተምህሮ አንሡ ለማለትና ወደ ሙሴ ሕግ ሰዎችን ሊመልስ ነው ብለው ያምናሉ። ዳሩ ግን ክርስቶስ የመጣው የብሉይ ኪዳን ትንቢቶች ፍጻሜ ለመሆንና አዲስ ኪዳንን ለመመሥረት መሆኑ በምድር ላይ ሳለ ካስተማራቸውና ከተናገራቸው ነገሮች የሚታወቅ ነው። ይህ ዕውነታም በመላው የአዲስ ኪዳን መጻሕፍት ውስጥ ተገልጾ የሚገኝ ነው። (የዕብራይስጥ ሥሮች መናፍቅ (ክፍል 1) ፣ ‹የንስሐ› ጠማማነት ፣ በቲም ዋርነር © www.4windsfellowships.net ፣ ገጽ 1-3 ።)

6. አንዳንዶች ንስሐን ወደ ንስሐ አባት ሄዶ ኃጢአትን መናዘዝ እና በንስሐ አባት የተጣለን ቅጣት መፈጸም አድርገው ይመለከቱታል። ንስሐ ማለት ግን ወደ እግዚአብሔር አሳብ መመለስ ማለት ነው። በቅድሚያ በልጁ በኢየሱስ ክርስቶስ በተሠራው የደኅንነት ሥራ በማመን ወደ እግዚአብሔር መምጣት ሲሆን፣ በመቀጠል ደግሞ የቀደመውን የኃጢአት ሕይወት መተውና በአዲሱ መንገድ በኢየሱስ ክርስቶስ መመላለስ ነው። በአዲስ ኪዳን ዕውነትና ሕይወት

ውስጥ መኖር ማለት ነው፡፡ በመጨረሻም በዚህ በአዲሱ መንገድ ውስጥ ስንኖር በስሕተት ኃጢአትን ብንሠራ ንስሐ መግባት ይጠበቅብናል፡፡ ይህም ያንን ኃጢአት ከመሥራታችን በፊት ወደ ነበርንበት አስተሳሰብና ሕይወት መመለስ ማለት ነው፡፡ ("ንስሐ" የቃል ጥናት ፤ ቢል ፋሎን - Free@FreeGraceResources.org ፤ ገጽ 1-2 ፡፡)

7. ***ኖ ሎርድሺፕ ቲዮሎጂን*** የሚከተሉ ወገኖች በዮሐንስ ወንጌል ውስጥ ንስሐ የሚለው ቃል ስለ ሌላ፣ ንስሐ ከድነት ጋር ምንም ዐይነት ተያያዥነት የለውም ይላሉ፡፡ ይሁን እንጂ፣ በአንድ መጽሐፍ ቅዱሳዊ የሆነ መጽሐፍ ውስጥ አንድ ቃል ለምሳሌም ያህል ንስሐ የሚለው ቃል ስለ ሌለ፣ ንስሐ ለአንድ ኃጢአተኛ ለድነቱ አያስፈልገውም ማለት አይደለም፡፡ በተመሳሳይም የንስሐ ፅንሰ-አሳብ ከቶ በመጽሐፉ ውስጥ የለም ወደሚል መደምደሚያ ሊሄድ የሚገባ አለመሆኑ ሊታወቅ ይገባል፡፡ (ንሰሃ ተገኝቷል? የንስሐ ፅንሰ-ሀሳብ በአራተኛው ወንጌል ፤ ዴቪድ ኤ. ክሮቶው ፤ ፒ.ኤች.ዲ.)

❖ 2ኛ - እምነት

መጽሐፍ ቅዱስ ያለ እምነት እግዚአብሔርን ደስ ማሰኘት አይቻልም ይለናል፡፡ እምነታችን በመንፈሳዊ ሕይወታችን ውስጥ መሠረታዊ ጉዳይ ነው፡፡ በእምነት ድነትን እንቀበላለን፤ በእምነት ቃሉ በእኛ ላይ ይሠራል፤ በእምነት ጸሎታችን ይሰማል፤ በእምነት ድውዩን እናስነሣለን፤ በእምነት ሥልጣናትን ሁሉ ድል እንነሣለን፡፡ አማኝ ከእምነት ውጭ ሙት የሆነ ሕይወት ይኖረዋል፡፡ ላልበሰሉ ክርስቲያኖች እምነት ማለት ውስብስብና ከባድ የሆነ ጉዳይ ነው፡፡ ምክንያቱም ከቃሉ ጋር ዘወትር የተጣበቀ ሕይወት ስለ ሌላቸው የክርስትናን ኑሮ እንዴት አድርገው እንደሚኖሩት ዐያውቁም፡፡

በዚህ ዘመን ሰዎች በእምነት መኖር ስላቃታቸው ተኣምራትን ማየት ይፈልጋሉ፡፡ አገልጋይ መጥቶ በመገለጥ ምሥጢርን እንዲነግራቸው ሁልጊዜ ይፈልጋሉ፡፡ እግዚአብሔር ይህን የጸጋ ስጦታ ለቤ/ክ ሲሰጥ በተለይ የማያምኑና ያልበሰሉ ሰዎች፣ አንዳንዴም ፈጽሞ ግራ የሚያጋባ ሁኔታ ውስጥ ስንገባ እንድንታነጽበት እንጂ፣ ቃሉን እርግፍ አድርገን ትተን በየቀኑ ሕይወታችን የመገለጥ ስጦታ ባላቸው ሰዎች ላይ አኑረን እንድንመላለስ አልታዘዝንም፡፡ ይህ ቢሆን ኖሮ እግዚአብሔር መጽሐፍ ቅዱስንም ለእኛ መስጠት

ባላስፈለገው ነበር፡፡ መጽሐፍ ቅዱስ የተዘጋጀልን በየቀኑ ቃሉን በመንፈስ ቅዱስ አማካይነት እንድናጠናው፣ በልባችንም ውስጥ ሰውረነው የሕይወታችን መመሪያ በማድረግ እግዚአብሔርን ሳንበድል እንድንመላለስ ነው፡፡

ቃሉ ለመንገዳችን መብራት ለዕግራችንም ብርሃን ነው፡፡ ያለንበትን ቦታ ወለል አድርጎ ያሳየናል፡፡ ድነትን የተቀበሉ አማኞች የመገለጥ ስጦታ ባለበት ሁሉ እያሳደዱ፣ ቅባት ያለው አገልጋይ እያሉ እንዲጓዙ የእግዚአብሔር ቃል አያዝዝም፡፡ ሁልጊዜ በአገልጋዮች ብቻ እየተገለገሉ መኖር እንኳ ተገቢ አይደለም፡፡ እያንዳንዱ አማኝ በግሉ የእግዚአብሔርን ቃል የሚያጠና፣ አጥንትን የሚቆረጥም፣ የሚጸልይና ለሌሎችም ቃሉን የሚያካፍል፣ በየዕለት ሕይወቱ ውስጥ በሚያጋጥሙት የተለያዩ ሁኔታዎች ቃሉን መመሪያ አድርጎ የሚይዝ ሊሆን ይገባዋል፡፡ የየቀኑ ሕይወቱንም በመገለጥ ላይ የሚያቆም ሳይሆን፣ በቃሉ ላይ በተሰጠው ተስፋና መመሪያ መሠረት በእምነት የሚመላለስ ሊሆን ይገባዋል፡፡

❖ **3ኛ - ሦስተኛው የዕብራውያን ትኩረት ጥምቀቶች ላይ ነው**

በብዙ ቍጥር መናገሩ የተለያዩ የጥምቀት ዐይነቶች እንዳሉም እንድንገነዘብ ያደርገናል፡፡ የብሉይ ኪዳን የአይሁድ የጥምቀት ሥነ ሥርዓት፣ የመጥምቁ ዮሐንስ የጥምቀት ሥርዓት የአዲስ ኪዳን የጥምቀት ሥርዓት ዋና ዋናዎቹ ናቸው፡፡ በዘመናችን ያሉ አብያተ ክርስቲያናትም ጥምቀትን በተለያየ መንገድ ይፈጽሙታል፡፡ ውኃ በመርጨት፣ ገንዳ ወይም ወንዝ ውስጥ አጥልቆ በማውጣት ... ወዘተ ሥርዓቱ ይፈጸማል፡፡ ጥምቀት ከድነት ጋር ባይገናኝም፣ ሃይማኖታዊ ሥርዓትና በቃሉ ላይ የተቀመጠ ሥርዓትም በመሆኑ ሊፈጸም ይገባዋል፡፡ ይሁንና ግን ይህ ልክ እንደ አንድ ትልቅ ትምህርት ተወስዶ ዘወትር የምንከራከርበትና፣ በየቀኑም ትምህርት የሚሰጥበትም ሊሆን አይገባውም፡፡

ትምህርት/መመሪያ (did-akh-ay'/didache/ዲዳኬ ከ didasko/ዲዳስኮ = መደበኛ በሆነም መደበኛ ባልሆነም መንገድ መመሪያን መስጠት እና መመሪያው የሚሰጠውን ሰው ማበልጸግን ታሳቢ ያደረገ መመሪያ ነው) ማለት የመስተማር ሂደትን የሚገልጽ ግስ ነው፡፡ *(መጽሐፍ ቅዱስ ጥቅሶች የብሉይና / የአዲስ ኪዳን ግሪክ መዝገበ ቃላት፣ የቲየር ትርጉም፣ አስቲን)*

መታጠብ/ጥምቀት (**bap-tis-mos'/baptismos/ባፕቲስሞስ ከ baptizo/ባፕቲዞ = መጠመቅ**)፡- የሚወክለው ወደ ውኃ ማጥለቅንና ሥርዓት ባለው ሂደት የሚካሄድ መታጠብን ነው። በመንፈሳዊ ልምምድ ውስጥ አንድን አካል ወይም የሰውነት ክፍል መታጠብን የሚወክል ቃል ነው። ከክርስትናው የጥምቀት ሥርዓት በተጨማሪ በአብዛኛው የማንጻት በዓልን የሚያሳይ ነው። *(መጽሐፍ ቅዱስ ጥቅሶች የብሉይና / የአዲስ ኪዳን ግሪክ መዝገበ ቃላት፣ የቲየር ትርጉም፣ አስቲን)*

ሬይሪ፡- ባፕቲስሞስ የሚለው ቃል መታጠብ ተደርጎ የሚወሰደውን ትርጉም ባይስማማም ባፕቲስሞስ የሚወክለው መጠመቅን ነው እያለ ሲጽፍ የክርስትና አስተምህሮ መሠረት ከሆኑት ውስጥ የተለያዩ ዐይነት የጥምቀት ዐይነቶች መኖራቸው አንዱ ነው (ለምሳሌ የአዲስ አማኝ ጥምቀት፣ የመጥምቁ ዮሐንስ ጥምቀት፣ የክርስትና ጥምቀት) *(ቻርልስ፣ ሪይሪ፣ የመጽሐፍ ቅዱስ ጥናት ትንታኔ 1995)*

እኔ በዚህ አተረጓጎም አልስማማም ይላል። ቅድመ አስቲን፡- ከሌሎቹ ከሦስቱ የዚህ ቃል የአዲስ ኪዳን አገልግሎቶች ሁለቱ መታጠብ ለሚለው ትርጉም የሚያደሉ ናቸው። ግን በቈላስያስ 2፥12 ላይ ያለው አሳብ ጥምቀት ለሚለው ትርጉም የተመቸ መሆኑ ይታያል)። ከዚህም በተጨማሪ የተለየ አስተምህሮ እንዳለ ይታወቃል። በወንጌላውያን መካከል የሉተርን አስተምህሮዎች ማስቀመጥ እንገደዳለን ይሁን እንጂ አንባቢው በተረዳው እውነት ይገነዘበዋል።

ቬርኖን ማክ ጊ፡- በሌላ በኩል ሲጽፍ "የጥምቀት/ መታጠብ አስተምህሮ" ከአዲስ ኪዳን ጥምቀት ጋር የሚያገናኘው ነገር የለም። እነርሱ የሚወክሉት የብሉይ ኪዳኑን የመታጠብ ሥርዓት ነው። የዕብራውያን አማኞች ጥላ ወደ ሆኑት ወደነዚህ ልምምዶች መመለስ ፈልገው ነበር። ነገር ግን እነዚህ መንፈሳዊ ሥዕል የሚገነባበት ተቃርኗዊ ሥዕሎች ናቸው። ዕውነት ከሆነው ከክርስቶስ ቀድመው የመጡ መገለጫዎች ነው። *(ጄ. ቬርነን ማክ ጊ. ኮሜንተሪ)*

❖ 4ኛ - ዕጆችን መጫን

ይህም መንፈሳዊ ሥርዓት እንደ ዋና የመንፈሳዊ ትምህርት ተደርጎ ሊወሰድ አይገባውም። ጳውሎስ ጢሞቴዎስን ሲያስጠነቅቀው በማንም ላይ ፈጥነህ ዕጅህን አትጫን ብሎ

ጽፎለታል፡፡ አንዳንድ ሰዎች ማንም ተነሥቶ ዕጁን እንዲጭንባቸው ይፈቅዳሉ፡፡ ዕጅ መጫን የጸጋ፣ የኃይል፣ የሥልጣን መተላለፍንም የሚያሳይ ነው፡፡ አንዳንዶች በአጋንነት ኃይል ተይዘው በሌሎች ላይ ዕጃቸውን ሊጭኑ ይችላሉና ጥንቃቄ ማድረግ ተገቢ ነው፡፡ ይህ ትምህርት ቢሆን እንደ ዋና ርእስ ተደርጎ ዘወትር ትምህርት የሚሰጥበት ሊሆን አይገባም፡፡

❖ 5ኛ - የሙታን ትንሣኤ

ይህንን በተመለከተ መጽሐፍ ቅዱስ በግልጽ የሚያስተምረው አንድ ዕውነት አለ፡፡ በአይሁድ ወግ ግን ይህም ርእስ በሰፋት የሚያከራከር ነው፡፡ የሙታን ትንሣኤ በጌታ ምጽዓት ጊዜ እንደሚሆነን የሞቱ ሁሉ ተነሥተው በፍርድ ወንበር ፊት እንደሚቆሙ መጽሐፍ ቅዱስ ያስተምረናል፡፡

❖ 6ኛ - የዘላለም ፍርድ

ይህም ርእስ ቢሆን አንድ ግለጽ የሆነ ክስተት ነው፡፡ ከዳግም ምጽዓት በኋላ ፍርድ ይሰጣል፡፡ ይህም ፍርድ ዘላለማዊ ቅጣትን ወይም እረፍትን ከሁለት አንዱን ያስገኛል፡፡ የዳግም ምጽአት ትምህርት ሙሉውን በጥልቀት መማር ለአንድ አማኝ አስፈላጊ ጉዳይ ሲሆን፣ የዘላለም ፍርድ ግን በብቻው አንዳችም ክርክር የማያስነሣ በእምነት ማጽኛ የመጀመሪያ የአማኞች የክትትል ትምህትር ላይ የሚሰጥ ትምህርት ነው፡፡

በአጠቃላይ እነዚህ ስድስቱም ትምህርቶች በመንፈሳዊ ሕይወታቸው ብስለት ለማይታይባቸውና ጠንካራ ምግብን መመገብ ለማይችሉ ሕፃናት ክርስቲያኖች የሚሰጡ ትምህርቶች ናቸው፡፡ ጠንካራ ትምህርት ናቸው ብለን ከምናስቀምጣቸው መካከል የክርስቶስ ማንነትና ግብሩ (እግዚአብሔር ወልድ) መንፈስ ቅዱስ፣ ዳግም ምጽዓትና ነገረ-ፍጻሜ የአዲስ ኪዳን ትምህርቶች የነቢያት መጻሕፍት፣ ቤተ ክርስቲያን፣ ዘላለማዊ ድነት፣ የሚሉትን መጥቀስ ይቻላል፡፡

ቁጥር 1 ስለዚህ የክርስቶስን ነገር መጀመሪያ የሚናገረውን ቃል ትተን ወደ ፍጻሜ እንሂድ፤ መሠረትን ደግመን አንመሥርት፥ እርሱም ከሞት ሥራ ንስሐና በእግዚአብሔር እምነት፥

ትተን ዕብ 5÷12-14

መጀመሪያ የሚናገረውን ቃል ማር 1÷1; ዮሐ 1÷1-3; 1ኛ ጢሞ 3÷16

ወደ ፍጻሜ እንሂድ ዕብ 7÷11; 12÷13; ምሳ 4÷18; ማቴ 5÷48; 1ኛ ቆሮ 13÷10; 2ኛ ቆሮ 7÷1; ኤፌ 4÷12; ፊል 3÷12-15; ቆላ 1÷28; 4÷12; ያዕ 1÷4; 1ኛ ጴጥ 5÷10; 1ኛ ዮሐ 4÷12

መሠረትን ደግመን አንመሥርት ማቴ 7÷25; ሉቃ 6 48; 1ኛ ቆሮ 3÷10-12; 1ኛ ጢሞ 6÷19; 2ኛ ጢሞ 2÷19

ንስሐና ኢሳ. 55÷6,7; ሕዝ 18÷30-32; ዘካ 12፥10; ማቴ 3÷2; 4÷17; 21÷29,32; ማር 6÷12; ሥራ 2÷38; 3÷19; 11÷18; 17÷30; 20÷21; 26 20; 2ኛ ቆሮ 7÷10; 2ኛ ጢሞ 2÷25,26

ከሞተ ዕብ 9÷14; ገላ 5÷19-21; ኤፌ 2÷1,5

በእግዚአብሔር እምነት ዕብ 11÷6; ዮሐ 5፥24; 12÷44; ገላ. 14÷1; 1ኛ ጴጥ 1÷21; 1ኛ ዮሐ 5÷10-13

<u>ቁጥር 2</u> ስለ ጥምቀቶችና እጆችንም ስለመጫን ስለሙታንም ትንሣኤ ስለዘላለም ፍርድም ትምህርት ነው።

ስለጥምቀቶች ትምህርት ዕብ 9÷10; ማር 7÷4, 8; ሉቃ 11፥38; ማቴ 3÷14; 20÷22,23; 28÷19; ማር 16÷16; ሉቃ 3÷16; 12÷50; ዮሐ 1÷33; 3÷25,26; ዮሐ 4÷1,2; ሥራ 2÷38,41

እጆችንም ስለ መጫን ሥራ 6÷6; 8÷14-18; 13÷3; 19÷6

ስለ ሙታንም ትንሣኤ ዕብ 11÷35; ኢሳ 26÷19; ሕዝ 37÷1-14; ዳን 12÷2; ማቴ 22÷23-32; ሉቃ 14 ፥14; ዮሐ 5÷29; 11÷24,25; ሥራ 4÷2; 17 18,31,32; 23÷6; 24 15,21; 26÷8; ሮሜ 6÷5; 1ኛ ቆሮ 15÷13-57; ፊል 3÷21; 1ኛ ተሰ 4÷14-18; 2ኛ ጢሞ 2÷18

ስለ ዘላለም ፍርድም

መክ 12÷14; ማቴ 25÷31-46; ሥራ 17÷31; 24÷25; ሮሜ 2÷5-10, 16; 2ኛ ቆሮ 5÷10; 2ኛ ጴጥ 3÷7; ይሁ 1÷14,15; ራዕ 20÷10-15

እግዚአብሔርም ቢፈቅድ

ሥራ 18÷21; ሮሜ 15÷32; 1ኛ ቆሮ 4÷19; 16÷7; ያዕ 4÷15

ቍጥር 3 *እግዚአብሔርም ቢፈቅድ ይህን እናደርጋለን።*

ለአንድ አማኝ የየደቂቃው ዕንቅስቃሴ በእግዚአብሔር ፈቃድ ላይ የተመሠረተ ነው፡፡ እግዚአብሔር ቢፈቅድ በሚል የወደፊቱን ሁኔታ ሁሉ እናመለከታለን እንጂ፣ በዛሬው ጒልበታችንም ሆነ በጭንቅላታችን ብቃት አንታመንም፡፡ የእግዚአብሔር ፈቃድ ዕረፍትን ያስገኝልናል፤ በሕይወታችን መረጋጋት ይመጣል፡፡ ጳውሎስ በ1ኛ ቆሮ. 16÷17 ከቅዱሳኖች

ታማኝነትና እርስ በርስ መተሳሰብ የተነሣ መረጋጋትንና ዕረፍትን እንዳገኙ ይናገራል፡፡ በያዕቆብ መጽሐፍም በእግዚአብሔር ፈቃድ ላይ ስለ መታመን እንማራለን (ያዕ. 4÷13-17)፡፡ ጸሐፊው ይህንን አሳብ በድንገት በመሐል ሲያስገባ ወደ ፍጻሜ እንሂድ ከሚለው ከቊጥር አንድ አሳብ ጋር በማያያዝ ቅዱሳኖችን ወደ ፊት እንዲዘረጉ በማሰብ ሊሆን ይችላል፡፡

ሬይ ስቴድማን እግዚአብሔር ቢፈቅድ የሚለውን ሲያብራራ ይህ መሠረትና ተያይዞ ያለው መመሪያ በእምነት በትክክል ተግባር ላይ ከዋለ፣ አይሁዳውያንን በክርስቶስ ወዳለ ወደ አዲስ ሕይወት ያመጣል፡፡ ይህን ለመቀበል አስቸጋሪ የሚሆን አይደለም፡፡ ቀደም ብሎ በነቢያትና በሕግ በተነገረ ዕውነት ላይ የተመሠረተ ነውና፡፡ ምንም እንኳ ከእነዚህ ዕብራውያን መካከል አንዳንዶቹ ይህንን ዕውቀት የተረዱት ቢሆንም፣ በእምነት ከራሳቸው ጋር እንዳያዋህዱት የሚያሳይ ባሕርይን ግን አያሳዩም ነበር (ዕብ. 4÷2)፡፡

ስለ ክርስቶስ የተነገረው ቃልና የግል እምነት ያላቸው መዋሐድ በመንፈስ የሆነን መነቃቃትን ሊያመጣና በካህኑ በመልከ-ጼዴቅ በኩል የመጣውን ድንቅ ነገር በደስታ ለመቀበል ዝግጁ ሊያደርጋቸው ይገባል፡፡ ነገር ግን ይህ በመንፈስ የሆነ መነቃቃት በሚታይ መልኩ አለመኖሩ ስለሚያስታውቅ ጸሐፊው የሆነ ነገር እንደ ጐደለ ያስጠነቅቃቸዋል፡፡ በመሠረቱ ላይ ዘላለም መቆየት ዐደገኛ ነገር ነው፤ ደግሞም፤ ይህ የሚቻልም አይደለም፡፡ ወደ በሰለ መረዳት ለመሻገር ፈቃደኛ የማይሆኑ ከሆነ በዕጃቸው ያለውንም ለመጣል ዐደጋ ውስጥ ናቸው፡፡ በዕውነት ማደግ እንደ እግዚአብሔር ፈቃድ ሁሉም ክርስቲያን የሆነ ሁሉ ሊያደርገው የሚገባ ነገር ነው፤ ደግሞ እግዚአብሔር ማናችንም ክርስቲያን የሆንን ሁሉ ወደ ብስለት እንድናድግ ይህንን ይፈቅዳል፤ ይህ አሳብ በዕብራውያን 3÷11 ላይ ካለው አሳብ ጋርም ተያያዥነት ያለው አሳብ ይመስላል፡፡ *(ሬይመን ቻርልስ ስቴድማን ኮሜንተሪ)*

ቪንሰንት፡- ሲያብራራ አንድ መልካም ያልሆነው ጥቆማም እዚህ ክፍል ላይ የአንባቢዎቹ መንፈሳዊ ድንዛዜ ጸሐፊውን ትልቁን መልእክቱን እንዳያስተላልፍና ትልቁን መመሪያ እንዳይቀበሉ ዕንቅፋት ሆኖባቸው ነበር፡፡ ጉዳዩ እግዚአብሔር በትምህርቱ ላይ የሚኖረው ቀጥተኛ ተሳትፎ ላይ የሚወሰን ቢሆንም፣ ግን የእርሱ መልእክት የማስተላለፍ ጥረቱ በእነርሱ ንስሐ የመግባትን ሚና ባለመጫወት የተነሣ ይከለከላል፡፡ እንደዚህ ዐይነት አለመቻሎች (አቅም የሌሽ መሆን) ከእግዚአብሔር ዘንድ የመጡ አይደሉም፤ ነገር ግን

ለንስሐ የሚሠራውን አካል እንዳይሠራ ከሚያደርግ የሞራል /ሥነ ምግባር ሁኔታዎች አንጻር የሚከሰት ነው እንጂ፡፡ በዚህም ምክንያት እግዚአብሔር የትምህርቱን ቃል ተከትሎ ሊሢራ የሚፈልገውን ነገር እንዳይሠራ ይሆናል፡፡"

ሀሉም እንደሚለው ሉዓላዊ የሆነ የእግዚአብሔር ጸጋ የተገለጠ ቢሆንም፣ ደግሞ የሰው ልጅ ነፃ-ፈቃድ የሚባልም ነገር አለ፡፡ እግዚአብሔር በምንም መልክ በመዳን ሂደት ውስጥ የሰውን ልጅ ነፃ ፈቃድ አይጥስም፡፡ ምርጫው በእነዚህ በዕብራውያን አማኞች መካከል መካሄድ አለበት ወደ መሥዋዕቱ ሥርዓት መመለስ ወይም በእምነት የክርስቶስን ሊቀ ካህናትነት መቀበል፡፡ ነገር ግን መንፈሳዊ መንሸራተታቸው የሚቀጥል ከሆነ፣ ከመንፈስ ቅዱስ ጋር ከሚኖራቸው ኅብረት ያርቃቸዋል፡፡ ይህም በዕብራውያን 3÷7-8 ላይ እንዳሳሰባቸው የመንፈስ ቅዱስን ድምፅ መስማት ከፈለጉ፣ ልባቸውን ማደንደን የለባቸውም፡፡ ይህ ንግግር የሚሰጠን ሌላው ትርጉም ልባቸውን ማደንደን ከቀጠሉ፣ የመንፈስ ቅዱስን ድምፅ ለመስማት እስከማይፈልጉበት ደረጃ ድረስ ሊደርሱ ይችላሉ፡፡ ይህ የሚያሳየን በዕብራውያን 6÷4-6 ያለው አለመቻል በልባቸው ሁኔታ ላይ የሚመሠረት እንጂ፣ በእግዚአብሔር ጸጋ ላይ የሚመሠረት አለመሆኑን ነው፡፡ *(ማርቪን. አር. ቪንሰንት፡- በአዲስ ኪዳን ውስጥ ቃል ጥናቶች ኮሜንተሪ)*

ልጆች ስንሆን አባት ልጁን እንደሚቀጣ በዚያ ልምምድ እናልፋለን፡፡ ይህንም በምዕራፍ 12 ላይ እናገኘዋለን፡፡ በምዕራፍ 12 ያለውን የቅጣት አይነት በጥቂቱ መዳሰሱ ልዩነቱንም በደንብ እንድንረዳ ያግዘናል፡፡

የእግዚአብሔር ቅጣት ለማስተማር ነው ወይንስ ለማሳዘን? ቢል **ማውንስ ፓይዴያ** (paideia) **ቅጣት** ስለሚለው ቃል የዕብራውያን መጽሃፍ ምእራፍ 12፡1-5 ያለውን ክፍል እያነበብኩ በነበረበት ቀንና እየተበረታታሁ በነበረበት ቀን ነበር አንድ ነገር የነካኝ፤ ከእኛ በፊት ብዙ ቅዱሳን አልፈዋል እስከ መጨረሻው ጎዳና ጥግ ድረስ ታማኝ ሆነው የተጓዙና እኛ የምናደርገውን ተመሳሳይ ጉዞ እያዩ ያሉ፡፡ እኛም በመስቀል ታግሶ ያለፈው ኢየሱስ ላይ አይኖቻችንን ማድረግ አለብን፣ እርሱ የሚጠብቀውን ደስታ በመመልከት ታግሷልና፡፡ የዕብራውያን ተደራሾች ገና መስዋእት ሆነው አላለፉም ነበር ገና በእግዚአብሔር ፊትም ልጆች ነበሩ እና በፍርሃት ማደግ የለባቸውም፡፡

በቁጥር 5 ላይ ግን ሁሌ አባት ልጆቹን እንደሚቀጣ እንዲሁ ጌታ ይቀጣል የሚለውን ሃሳብ ሳነበው የተለየ ስሜትን ይፈጥርብኛል፡፡ እንዴት ቢሆን ነው የኃጢያት ቅጣት መልካም ማበረታቻ የሚሆነው?

በእርግጥ ኃጢያትን መጋፈጥ መልካም ችላ ማለት ደግሞ የሚጠላ ነገር ነው የሚለውን ሃሳብ እስማማበታለሁ፡፡ ልጆች አባቶቻቸውን ማክበር የሚጀምሩት ቅጣቱ ካቆመ ከአመታት በሁዋላ መሆኑን እረዳለሁ፡፡ ነገር ግን አሁንም ቁጥር 5 ከላይ ካለው ሃሳብ ይለይብኛል፡፡

በዚህ ሳምንት ግን አንድ ነገር ገባኝ፤ ቅጣት ምንድን ነው? በመቅጣት ማሳዘን የሚለው ሃሳብ መረዳቴን እንዲቆጣጠረው ፈቅጄለት ነበር እና ቅጣት የሚለውን በአንድ መልኩ ይህም በመድሃኒትነት ብቻ ነው የተረዳሁት የነበረው፡፡ አዎ ይህ እርግጥ ሃቅ ነው፤ ኃጢያት ስንሰራ የሚወደን አባታችን ኃጢያታችንን ያሳየንና ለማረም የሚሆን ቅጣትን ይቀጣናል፡፡ እንደዛ አለማድረግ ፍቅር አይሆንምና፡፡ ነገር ግን ታዲያ ቅጣት ይህ ብቻ ነው እንዴ? ይህ ምእራፍ የእግዚአብሔር ልጆች ኃጢያት ስንሰራ ምን እንደሚሆን የሚያሳየን ብቻ ነው?

ቅጣት ፓዬዲዮ (paideuo) የሚለው ቃል ትርጉም ሲሆን የትኛውንም አይነት ማብራርያ ብትጠቀሙ 2 አይነት ትርጉም እንዳለው ማየት ትችላላችሁ፤ እኔ የራሴን መዝገበ ቃላት እጠቀማለሁ፡፡

1. ትክክለኛውን ቅጣት ሊያመለክት ይችላል (ሉቃ 23፡16፣22) ፤ ጳውሎስ የተቀጣን ስንሆን አንገደልም (2 ቆሮ 6፡9) ይላል፡፡ በዚህ ትርጉሙ ጠንካራ የሆነን ቅጣትን ወይንም ተግሳጽን ያሳየናል፡፡ (ቲቶ 1፡9) (1ጢሞ 5፡20)
2. ፓዬዲዮ (paideuo) ሌላ ከቅጣት ጋር የማይገናኝ ትርጉምም አለው፡፡ ልጆችን ከማሳደግ ጋር የተያያዘ ቃልም ነው ይህም ማስተማርን ሊያሳይ ይችላል፣ በግስ መልኩ አስተማሪ የሚል እሳቤን የያዘ ነው፡፡

ይህ ሁሉ ግን ምን ማለት ነው? ዕብራውያን 12 ኃጢያትን እያደረጉ ለሚገኙ ሰዎች ብቻ የሚሆን ሃሳብ አይደለም፡፡ በኃጢያት ውስጥ ብቻ ሳይሆን በአስቸጋሪ የመከራ ሁኔታ ውስጥ እያለፉ ላሉ አማኞች ማበረታቻ የሚሰጥ ክፍል ነው፡፡ ልክ ምድራዊ አባት ሁሌ

ልጆቹ በቀላል መንገድ ብቻ እንዲሄዱ እንደማያደርግ እንዲያድጉለት ሲልም በከባድ መንገድ ውስጥ እንዲያልፉ እንደሚፈቅድም እንዲሁ **ሰማያዊው አባታችንም በኃጢያት ምክንያት በሚመጣ ከባድ ሁኔታ ሊሆን ይችላል ወይንም በህይወት አጋጣሚ በሚከሰት ከባድ መንገድ ውስጥ እንድናልፍ ሊፈቅድ ይችላል፡፡** ህይወትን እየተለማመድን በመጣን ቁጥር ሁሌ የሚያሳስበን ነገር እንዳንፈራ እና እንዳንጨነቅ ነው፡፡ ከእኛ በፊት የነበሩት ቅዱሳን በተመሳሳይ መንገድ አልፈዋል በዛም ውስጥ ግን እምነታቸውን ሳይጥሉ ጸንተው ነበር ያለፉት፡፡ ኢየሱስ ኃጢያት ሰርቶ ባይሆንም በመከራ ውስጥ አልፏል በዛ ውስጥ ግን ከፊቱ ያለውን ደስታ እያሰበ በመስቀል ታግሷል፡፡ እንደዚህ ምዕራፍ ከሆነ ከእነዚህ እምነት አባቶች የተወሰኑት የእኛን መንገድና ኑሮ ያያሉ፣ ይገረማሉ ፣ ህመማችንን ይረዳሉ በእግዚአብሔርም ድል አድራጊነት ይደነቃሉ፡፡ እንደ ኢየሱስ ግን የሚረዳን የለም፡፡ በእኔ በግል ትግሌ ገና ደምን እስከማፍሰስ አልደረስኩም ነገር ግን እኔ የንጉስ ልጅ ነኝ፣ ታማኝ እና የሚወደኝ አባት ያለኝ በሁሉም የህይወት አቅጣጫዬ የሚሰራ፣ የሚያስተምረኝ፣ የሚሰራኝ እና ከባድ ነገሮች ሲገጥሙኝ በዛ ውስጥ በእኔና በቤተሰቤ ውስጥ መልካምነቱን የሚያሳይ፡፡ መልካምነቱም ብቸኛ ልጁን ኢየሱስ ክርስቶስን በማየት ውስጥ ነው (ሮሜ 8፡29) ፡፡ ሁላችንም ታማኝ ሆነን እንገኝ ዘንድ ምኞቴ ነው፡፡ (ጉዊንፊልድ. የመጽሐፍ ቅዱስ ትርጉም ኮሚቴ ለአዲሱ መደበኛ የመጽሐፍ ቅዱስ ትርጉም ኃላፊ)

ቅጣት/ስርአት

በመጽሐፍ ቅዱስ ውስጥ ቅጣት/ስርአት በእግዚአብሔር ህዝብ ህይወት ውስጥ መልካም የሆነና አስፈላጊ ቦታ አለው፡፡ እግዚአብሔር ለህዝቡ የህይወትን መንገድ ሰቷል፡፡ እንዴት ታዛዥ መሆን እንዳለባቸው መማር አለባቸው፡፡ የእግዚአብሔር ህዝብ የተማሩት መታዘዝ "የእግዚአብሔር ቅጣት/ማስተማር ነበር" (ዘዳ 11፡2)

ቅጣት/ስርአት በእንግሊዝኛው ዲስፕሊን (Discipline) የሚል ቃል ሲሆን ይህም ቃል መነሻው ዲስኮ (disco)ከሚል የላቲን ቃል ነው፣ ትርጉሙም መማር፣ ለማወቅ መሄድ እና ከአንድ አካል ስር ሆኖ መለማመድ ነው፡፡ ዲስፕሊን/ስርአት አንድ አካል የህይወትን ሂደት የሚማርበት መንገድ ነው፡፡ ዲስፕሊን/ስርአት አንድ ቅርጽን የሚሰራ ሰው ከአስተማሪው የሚማረው የትምህርት ሂደት ነው፡፡ ደቀመዝሙር/ዲሳይፕል የሚለው ቃልም የመጣው ከዚህ ነው፡፡

በብሉይ ኪዳን ወቅት በእግዚአብሔርና በህዝቡ መካከል የነበረው የኪዳን ትስስር ያህዌን ጌታ አድርጎት ነበር፡፡ እግዚአብሔር ህዝቡን በማበረታታት በማረምም ይመራቸው ነበር፡፡ ዋናው ግብ ህዝቡን መታዘዝ መርህ እንጂ አንዳንዴ የሚያስቡት ነገር እንዳልሆነ ወደሚረዱበት ብስለት ማሳደግ ነው፡፡ ወላጆች፣ ፈራጆች፣ ነቢያት እና ጠቢባን ህዝቡን በማስተማር ከእግዚአብሔር ጋር ይሰሩ ነበር፡፡ ውጤታማ ስርአት የሚመጣው እግዚአብሔርን በሚያስደስት ህይት ውስጥ ነው፡፡ ስርአትን ለመማር ቀዳሚው ቦታ ደግሞ ቤተሰብ ነው (ዘዳ 6፡20-25) ፡፡

ነቢያቶች የነቢያት ትምህርት ቤትን ከፍተው ነበር፡፡ ኤልያስ ለኤልሳዕ አለቃው ሆኖ ነበር፡፡ ኢሳያስ ከእርሱ ጋር በመኖር መልእክቱን የሚማሩ አይሁዳውያን ነበሩት (ኢሳ 8፡16)፡፡ ይህ ልምድ በአይሁድ መምህራን/ረቢዎችም ተወስዶ ነበር፡፡ ረቢ ደቀመዛሙርቱን በሚያርም ቅጣት ስርአት ያስተምራቸው ነበር፡፡ ይህ ሂደትም ደቀመዛሙርቱን ህጉን ለመማር ያስችላቸዋል፡፡ ቅጣት/ስርአት በባህርይው አካላዊ የሚሆነው አንዳንድ ጊዜ ብቻ ነው፣ በአብዛኛው ቅጣት በቁጣ ነው የሚገለጸው፡፡ የቅጣት ግቡም የሚያረገውንና እግዚአብሔር የሚወደውን ነገር የሚያውቅ ታዛዥ የእግዚአብሔር አገልጋይን ማፍራት ነው፡፡

ኢየሱስ 12 ወንዶችን ደቀመዛሙርቱ እንዲሆኑ ጠራቸው፡፡ በዚህ ጥሪ ውስጥ እርሱ ከእነርሱ ጋር የአስተማሪና ተማሪ ግንኙነትን መሰረተ፡፡ ከእርሱ ጋር በኖሩበትና በሰሩበት ወቅት ኢየሱስ እርሱ እግዚአብሄር ይፈልገዋል ብሎ ባሰበው መልከ ይቀጣቸው ነበር፡፡ ይህ ቅጣት/ስርአት ማበረታቻም ትችትም ነበረው ማር 8፡1 እና ዮሐ 21፡1ን አነጻጽሩ፡፡ የእርሱ አላማ ስኬትም የሚወሰነው እነዚህን ትንሽ ቡድኖች በሚያሰለጥናቸው ነገር ላይ ነው፡፡ እነርሱ ከእርሱ ሞትና ትንሳኤ በሁዋላ ስራውን ያስቀጥላሉ፡፡ 12ቱ እግዚአብሔር እንዲፈጽው በሰጠው ስራ ላይ የኢየሱስ ተማሪዎች ነበሩ፡፡

ከወንጌላቱ ውጪ የዚህ ቅጣት/ስርአት የሚለው ሃሳብ በዋናነት የሚታየው የጳውሎስ የስርአት አስተምህሮዎችና በዕብራውያን ደብዳቤ ላይ ነው፡፡ ጳውሎስ ለኤፌሶን ሰዎች ልጆቻቸውን በጌታ ትእዛዝና ስርአት መሰረተ እንዲያሳድጓቸው ያዝዝ ነበር (ኤፌ 6፡4) ፡፡ ይህ ትምህርት ግን ጣኦትን ያመልኩ በነበሩት ህዝብ ዘንድ እንደተለመደው በልጆቹ ላይ **ቀንበርን በማከበድና በማሰቃየት** መሆን የለበትም ይላል፡፡ ቅጣት ልጆችን ማስቆጣት አይደለም አላማው (ኤፌ 6፡4) ፡፡ የዕብራውያን ጸሃፊ እግዚአብሔር

ታማኞቹን እንደ ልጅ እንደሚያደርግላቸው ያሳያል (ዕብ 12፡7) ፡፡ ልጆቹን እንደሚወድ አባት እግዚአብሔር የሚያምኑትን ማህበር ይቀጣል ፡፡ እንዲህ አይነቱ ቅጣት/ስርአት የፍቅሩ ማሳያ ነው እና ፍጻሜውም በረከት ነው (ዕብ 12፡10) ፡፡

ቅጣት በመጽሃፍ ቅዱሳዊው መረዳት ውጤቱ በረከት ነው፡፡ የእግዚአብሄር ህዝብ እርሱን እንዴት ማገልገል እንዳለባቸው ያውቃሉ፡፡ በቅጣትና በማበረታታት ህይወታቸው ቀጥ ወዳለ የመታዝና የፍቅር ህይወት አድጓል፡፡ በኢየሱስ ክርስቶስ ውስጥ በተገለጸው በጌታ ቅጣት/ስርአት ውስጥ አንድ ሰው ለእግዚአብሔር ደስ የሚያሰኝና ሌሎችን የሚጠቅም ህይወት መኖር ይጀምራል፡፡ (ከሆልማን መጽሐፍ ቅዱስ መዝገበ-ቃላት የተገኙ ናቸው ፣ በብሮድማን እና ሆልማን የታተመው እ.ኤ.አ. 1991.)

በመለኮታዊ ቅጣትና punishment በመለኮታዊ ፈተና chastisement መሃል ሶስትዮሽ መለያ አለ፡፡ አንደኛ ከእግዚአብሄር ባህርይ አንጻር ቀዳሚው እግዚአብሄር ዳኛ የሚሆንበት ሲሆን በሁለተኛው ላይ ደግሞ እንደ አባት፡፡ ሁለተኛው ልዩነት ደግሞ በሁለቱም ተቀባዮች ላይ ነው፡፡ የፊተኛው የሚያመላክተው ስለ ጠላቶቹ ነው የሁለተኛው ደግሞ ለልጆቹ ነው፡፡ ሶስተኛው ልዩነት ግን በሁለቱም አይነት ላይ ነው አንደኛው ፍትህ/ካሳ የሚሰጥ ሲሆን ሁለተኛው መድሃኒትን የሚያደርግ ነው፤ አንዱ ከቁጣው ሲወጣ አንዱ ከፍቅሩ የሚወጣ ነው፡፡ (ማጣቀሻ-ለክርስቲያኖች ምቾት ፣ ምዕራፍ 7፣ ደራሲ-ኤ.ደብሊው. ፒንክ ርዕስ - የእግዚአብሔር ተግሣጽ)

እግዚአብሄር እኛን በመጉዳት ውስጥ የሚደሰት አይደለም ነገር ግን ወደ ልጁ ወደ ኢየሱስ ክርስቶስ ያስጠጋቸዋል ብሎ ያመነበትን የትኛውንም ያህል ፈተና ወደ እነርሱ ከመምጣት አያግደውም፡፡ (አንድሪው ሙራይ - እግዚአብሔር ተግሣፅ)

የቅጣት ግቡ ማረም ወይም ማስተካከል ነው እንጂ አንድን ሰው በማሰቃየት እልህን የመወጣት ሂደት አይደለም፡፡ .... የእግዚአብሔር ቅጣት ሁልጊዜ በባህርይው ፍቅር ነው፡፡ የቅጣት የፍቅር ግቡ ጸጋ ሲሆን ይህን ግን ህመም ሲኖርበት መረዳት ቀላል አይደለም፡፡........... የእግዚአብሄር ፍትህ ሙሉ እርካታ ከማግኘቱ አንጻር የቅጣቱ ቀሪ አላማ ይበልጥ እርሱን እንዲያውቁት እና ወደ እርሱ እንዲጠጉት ማድረግ ነው፡፡ መለኮታዊ ቅጣት የወደፊት ነገርን ማስተካከል ነው አላማው እንጂ ስላለፈው ነገር በመቅጣት ፍትህ ማስፈን አይደለም፡፡.....መለኮታዊ ቅጣት እግዚአብሔር የቁጣው በትር

ይገባቸው ለነበሩ ልጆቹ ካለው ፍቅር አንጻር የሚገናኝበት የምህረት መንገዱ ነው:: (እግዚአብሔር ከዲሲፕሊን ጋር ምን አገናኘው? በብራያን ቻፔል ከቅዱስነት ከፀጋ 2001 ፣ ክሮስዌይ ቡክስ ገጽ 162-194.)

የእግዚአብሔር ህዝብ በምንም ሁኔታ በሃጢያታቸው ጥፋት አይደርስባቸውም እግዚአብሄር ቀድሞ በእነርሱ ምትክ ለኃጢያታቸው ክርስቶስን ቀቶታል:: ክርስቲያን ስለዚህ ባይከሰስም ይወቀሳል:: የጥፋት ቅጣት በትር በቁጣ ባለ ሰው ላይ አርፏል እግዚአብርም በቁጣው መቶታል:: ነገር ግን ልጁ ሲሆን ግን በፍቅር ይወቅሰዋል:: በትሩ በጥልቅ የፍቅር ስሜት ይጠመቃል በአማኝ ጀርባ ላይ ከማረፉ በፊት:: (ሲ. ኤች. ስፐርጀን፣ የእግዚአብሔር-ተግሣጽ፡ትምህርት, 1.363.)

ብዙ ሰው **በቅጣት በትር punishment** እና **በቅጣት/ስርአት discipline** መሃል ያለውን ልዩነት አይረዳውም ነገር ግን በመካከላቸው በጣም ሰፊ የሆነ ልዩነት አለ:: የቅጣት በትር አንድ የተሰራን ስህተት ለመካስ የሚደረግ ቅጣት ነው በሌላ በኩል ግን ቅጣት/ስርአት ያጠፋውን ሰው ለማረም የሚደረግ ሂደት ነው:: የቅጣት በትር የተሰራውን ስህተት ለመበቀልና ፍትህ ለማስፈን ያለመ ሲሆን ቅጣት/ስርአት ግን ያጠፋው ሰውን ወደ ዋና መለኪያው ለመመለስ እርሱን ታሳቢ ያደረገ ሂደት ነው:: (ካርል ላኔ. ማጣቀሻ-ለቤተክርስቲያን ተግሣጽ መመሪያ ፣ ቢታንያ ፣ 1985 ፣ ገጽ. 79.)

እግዚአብሔር በስህተት ልጆቹን ለመከራ አይሰጥም:: በልጆቹ ውስጥ እምባን ወይም ማጉረምረምን በማየት የሚደሰት አምላክም አይደለም ነገር ግን እኛን በመልካም መንገድ በማየት፣ በቅድስና ውስጥ በማየት፣ የእርሱን መልክ ይዘን በማየት እና በመገኘቱ ውስጥ ስንበረታ በማየት የሚደሰት አምላክ ነው:: *ለጥቅማችን በመከራ እናልፋለን.* (ጆን አንጄል ጄምስ. ማጣቀሻ-መበለት ወደ መበለት አምላክ ተመራ ፣ 1841)

ማርቲን ሉተር እንደሚለው እግዚአብሄር 2 በትር ይይዛል፤ አንዱ የአባትነት ትህትና ያለበት በትር ሲሆን ይህም የፍቅር እና ለልጆቹ የምህረት በትር ነው፤ ሁለተኛው በትር ደግሞ በጠላቶቹ ላይ የሚገለጥ የፍትህና የቁጣ በትር ነው:: ለእኛ ክርስቲያኖች ክርስቶስ በእኛ ቦታ ሆኖ የቁጣውን በትር ወስዶልናል:: ኃጢያታችንን በራሱ ላይ በወሰደ ወቅት ፍትህ ሆኗል:: የእግዚአብሄር ቁጣም ሙሉ ለሙሉ እርሱ ላይ ተገልጧል:: እኛም ምህረት አግኝተን ወደ እግዚአብሔር ቤተሰብ ተቀላቅለናል:: በዛ ቤተሰብ ውስጥ ደግሞ

ኃጢያትን ስንሰራ የሚያርመን የእርምት በትርን እንቀበላለን፣ ይህንንም የሚያደርገው እርሱ ከእኛ በላይ የሃጢያትን ውጤት ስለሚረዳው ነው፡፡ እርሱ ስለሚወደን ነው፡፡ ቅጣት/ስርአት ሁሌ የፍቅር መገለጫ ምልክት ነው፡፡(ራንዲ ስሚዝ. ዋቢ-ስብከት ፣ እግዚአብሔር ሩቅ ሆኖ ሲታይ ፣ መዝሙር 6 1-10 ፣ ነሐሴ 28 ቀን 2016)

ቁጥር 4-6 *"አንድ ጊዜ ብርሃን የበራላቸውን ሰማያዊውንም ስጦታ የቀመሱትን ከመንፈስ ቅዱስም ተካፋዮች ሆነው የነበሩትን መልካሙንም የእግዚአብሔርን ቃልና ሊመጣ ያለውን የዓለም ኃይል የቀመሱትን በኋላም የካዱትን እንደገና ለንስሐ እነርሱን ማደስ የማይቻል ነው፤ ለራሳቸው የእግዚአብሔርን ልጅ ይሰቅሉታልና ያዋርዱትማልና"*

ይህ ክፍል ዘላለማዊ ድነት ከሚለው አመለካከት ጋር ስንመለከተው አከራካሪ ሆኖ እናገኘዋለን፡፡ ዘላለማዊ ድነትን በተመለከተ በመጽሐፍ ቅዱስ መምህራን ዘንድ ሁለት ዐይነት አመለካከት አለ፡፡ እነዚህ ሁለት አመለካከቶች በካልቪን እና በአርሚን አስተምህሮዎች ላይ ቆመዋል፡፡ የመጀመሪያው አመለካከት በ1ኛ ጴጥ. 1÷1-2 መሠረት ላይ የቆመው የካልቪን አመለካከት እኛ የተመረጥነው በእግዚአብሔር እንጂ፣ በራሳችን ተነሻሽነት እግዚአብሔርን አልመረጥነውም፡፡ እርሱ ሳናውቀው በፊት በማህፀን ውስጥ ሳለንም ያወቀንና የመረጠን አምላክ ነው፡፡

እኛ የእርሱ ልጆች ነን፡፡ ልጆቹ እንደ መሆናችን እግዚአብሔር በማንኛውም ሁኔታ ውስጥ ብንሆን የሚተወን አይደለም፡፡ ኃጢአት ስንሠራ ልጅነታችን የሚሻር፤ ንስሐ ስንገባ ደግሞ መልሰን ልጆቹ የምንሆን አይደለንም፡፡ የጠፋው ልጅ ከአባቱ ዘንድ ቢኮበልልም፣ ልጅነቱ ግን አልተሻረም የሚለው ጠንካራ አመለካከት አንደኛው ዕይታ ነው፡፡

ሁለተኛው አስተምሮ በይበልጥ በብዙ የወንጌላውያን አማኞች ቅቡል የሆነው የአርሜንያኑ የዌስሊያን አስተምህሮ ነው፡፡ እግዚአብሔር ሉዐላዊ አምላክ ስለሆነ የመለኮቱ አሠራር በዘላለም ዕቅዱ እና በመለኮት ምክሩ ዘላለማዊ መዳንን ለሰው ልጆች አዘጋጅቷል፡፡ በመልኩና በአምሳያው የተፈጠረው የሰው ዘር እግዚአብሔርን ለመከተልም ሆነ ለመታዘዝ አሊያም ላለመታዘዝ በራሳቸው መንገድ በመሄድ ሊያምፁ ይችላሉ ይላል ይህ አስተምህሮ፡፡

ስለሆነም እግዚአብሔር የሌለውን ነገር እንደ አለ አድሮጎ መጥራት እና ለሙታን ሕይወትን መስጠት ይችላል፡፡ ይህ ማለት የሌለን ነገር ማብጀትና መፍጠር ብቻ ሳይሆን፣ የተፈጠረውም ቢበላሽ የተበላሸውን አስወግዶ ወደ ቀደመው ሊመልሰው ሥልጣን፣ ኃይል እና ችሎታ አለው፡፡ እግዚአብሔር ሉዑላዊ ኃይል ቢኖረውም፣ ለሰው ልጅ ነፃ ፈቃድ የሰጠ እርሱ ስለሆነ፣ የሰውዬውን (የሴትዮዋን) የግል ፈቃድ ጥሶ ምንም አያደርግም በማለት ያስተምራሉ፡፡

ሁለቱም አሳቦች (ካልቪን እና አርሚኒያን) አስተምህሮታቸውን በመጽሐፍ ቅዱስ ስለሚያስደግፉ በአከራካሪ ነጥቦች ላይ ሕይወት የሚገኝበትን ዕውነት በጥንቃቄ ልንመረምር ይገባል፡፡ የካልቪን እና የአርሚኒያኑ አስተምህሮ በወንጌላውያኑ ዘንድ ለበርካታ መቶ ዓመታት የቆየ ሲሆን፣ እዚህ ጋ አሳቡን ዕውቀት ለማስጨበጥ ያህል መጥቀሱ ተገቢ ቢሆንም፣ ሁለቱን ሥነ መለኮታዊ ጽንፎች በጥልቀት ማንሣት እና ማብራራት የዚህ መጽሐፍ ዓላማ ባለመሆኑ ምክንያት አሳቡን በአጭሩ በንጽጽር በማውሳት ርእሰ-ጉዳዩን በስፋት የማየቱን ነገር ለወደፊት ቀጠሮ ይዘንለት ለማለፍ እንገደዳለን፡፡

በዕብራውያን መጽሐፍ ላይ የተዘረዘሩት ሰዎች ለንስሐ እነርሱን ማደስ የማይቻል ነው የተባለላቸው ናቸው፡፡ አንድ ሰው ንስሐ ገብቻለሁ ብሎ ተጸጽቶ ወደ እግዚአብሔር ፊቱን ቢመልስ እግዚአብሔር ንስሐውን አልቀበልም የሚልበት ምንም ምክንያት አይኖርም፡፡ በ1ኛ ዮሐ. ኃጢአታችንን ይቅር ሊለን የታመነና ጻድቅ መሆኑን ይነግረናል፡፡ በዚህ ክፍል ላይ የተጠቀሱትን ሰዎች ስንመለከት ግን እነርሱን ለንስሐ ማደስ የማይቻል ነው ብሎ ዘግቶታል፡፡ ለምን ይሆን? እነዚህ ሰዎች አምስት ጠባያት እንዳሉአቸው ተቀምጧል፡፡ እነዚህም፡-

1ኛ - አንድ ጊዜ ብርሃን የበራላቸው ናቸው፤

2ኛ - ሰማያዊውን ስጦታ የቀመሱ ናቸው፤

3ኛ - ከመንፈስ ቅዱስም ተካፋዮች ናቸው፤

4ኛ - መልካሙንም የእግዚአብሔር ቃልና ሊመጣ ያለውን የዓለም ኃይል የቀመሱ ናቸው፤

5ኛ- በመጨረሻ ላይም ይህን ያወቁትን አምላካቸውን የካዱት ናቸው፡፡ እያንዳንዳቸውን በጥቂቱ እንመልከታቸው፡፡

ድዋይት ፔንቲኮስት፦ በዚህ በብዙ አማኞች ዘንድ አወዛጋቢ በሆነውና ብዙዎች ላይ ጭንቀት እየፈጠረ ያለው ክፍል ላይ ጥሩ የሆነ አስተያየት ይሰጣል፦ እንደ አለመታደል ሆነ አንዳንድ አማኞች እንዲህ ባለ የተሳሳተ አስተሰሰብ ከመጠን በላይ ይጨነቃሉ፡፡ ይህም ምንም እንኳ እነርሱ ከእግዚአብሔር ጋር መጓዝ ቢፈልጉም፣ መመለስ ከሚቻልበት የመጠን ገደብ ስላለፉ ተመልሰው እንደ ገና ከእርሱ ጋር ኅብረት ማድረግ እንደማይችሉ የሚያሳስብ ነው፡፡ ከልብ በሆነ መልኩ ኢየሱስን የሚናፍቅ ልብ አሁንም ከአንተ ጋር አብሮ የሚኖር ከሆነ፣ ይህ ብቻውን ልብህን በእርሱ ላይ እንዳላደነደንከ ማሳያ ይሆናል፡፡ የሚቀረው ነገር የአንተ በቊርጠኝነት ወደ እርሱ ለመመለስ መጣርና ወደ ብስለት የምታደርገውን ጉዞ እንደገና መቀጠል፡፡ *(ፔንቲኮስት፣ ጄ. ዲ፣ እና ደርሃም, ኬ እምነት ለሚኖር፦ በዕብራውያን መጽሐፍ ላይ አንድ ተግባራዊ ሐተታ፣ ግራንድ ራፒድስ፡፡)*

አር ብሩስ ኮምፕተን በዕብራውያን 6፥4-6 ላይ ባለው ዳሰሳ በትክክል እንደሚያስቀምጠው በዚህ ክፍል ላይ ያለው የማስጠንቀቂያ ምዕራፍ ለአዲስ ኪዳን አተረጓጎም የተለመደ ከባድ ፈተና መሆኑን ቀጥሏል፡፡ ፈተናው የመጣው በዕብራውያን 6፥4-5 ላይ ያለውን አሳብ ቀጥሎ ካለው ከዕብራውያን 6፥6 ጋር ላይ ማጣጣም ላይ ነው፡፡ የእነዚህ አሳቦች አጠገብ ለአጠገብ መምጣት ብዙ ጥያቄ ያስነሳል፡፡ በቊጥር 4 እና 5 ላይ የተገለጹት ልምምዶች ከድነት ጋር ዕኩል ትርጉም ያላቸው ናቸው ወይስ ለመዳን የሚጠጋጉ ናቸው? ዳሩ ግን ከመዳን ዕኩል ያልሆኑ መገለጫዎች ናቸው? ዕብራውያን 6፥4-5 መዳንን የሚያብራራ ከሆነ፣ ቊጥር 6 ድነትን ማጣትን የሚያሳይ ነው? በተጨማሪም ቊጥር 6 ለምንድን ነው የካዱትን ለማደስ የማይቻል ነው የሚለው ወይስ እንደገና መታደስ ይቻላል? በመጨረሻም በዚህ ቦታ ላይ ማስጠንቀቂያ እየተሰጠበት ያለው ዐደጋ ምንድን ነው? እዚህ ጋር ማስጠንቀቂያ እየተሰጣቸው ያሉት አማኞች ሽልማት የማጣት ዐደጋ ውስጥ ነው ያሉት ወይስ ሙሉ ለሙሉ ዘላለማዊ ኵነኔ እና ገሃነም ሊጠብቃችሁ ይችላል እየተባሉ ያሉት? የዚህ ጽሑፍ አሳብም በዚህ ምዕራፍ ላይ ማብራሪያ መጻሕፍት የሰጡትን ገለጻ መዳሰስና ለአማኞች ዘላለማዊ ደህንነትን እና አማኞቹ ጸንተው መቆየት እንዳለባቸው የሚደግፈውን አሳብ ማጠናከር ነው፡፡

በዚህ ምዕራፍ ዙርያ የተጻፉት የተለያዩ ጽሑፎች በአራት መደብ ውስጥ መቀመጥ ይችላሉ፡፡ ዕይታዎቹም በራሳቸው የተደራሾቹን መንፈሳዊ ሁኔታና የተሰጣቸውን የማስጠንቀቂያ ዐይነት ከግምት በማስገባት የሚከፈሉ ናቸው፡፡

አራቱ የዕይታ ዐይነቶችም ከዚህ በታች የተቀመጡት ናቸው፡-

i. ዕውነተኛ አማኝ፡- እምነታቸውን የካዱ/ ድነትን ማጣት
ii. ዕውነተኛ አማኝ፡- እምነታቸውን የካዱ/ ሽልማትን ማጣት
iii. ዕውነተኛ አማኝ፡- ምናባዊ እምነትን መካድ/ድነትን ማጣት
iv. ሐሰተኛ አማኝ፡- እምነታቸውን የካዱ/ ዘላለማዊ ቅጣት

እነዚህ ዕይታዎች ... (አር ብሩስ ኮምፕተን፣ በጽናት እና በመውደቅ፡- ጆርናል 1 ፀደይ 1996 ገጽ፣ 136)

የኪንግ ጀምስ ቨርሽን መጽሐፍ ቅዱስ ማብራርያ፡- ለዘመናት ዕብራውያን 6 የጦርነት ሜዳ ሆኖ ነበር፡፡ ይህ ዕውነታ ብቻ ይህንን ጥቅስ በጥንቃቄ እንድናጠናና ተረጋግተን ድምዳሜያችንን እንድናስቀምጥ ያስገድደናል፡፡ የዚህ ጉዳይ አሳሳቢ ጥያቄ ዳግም የተወለደ አማኝ ድነቱን ሊያጣ ይችላል ወይስ አይድንም የሚል ነው፡፡ ምንም እንኳ ለዚህ ጥያቄ ብዙ ትርጉሞች ቢሰጡም፣ ከእነዚህ ውስጥ ግን 4ቱ ናቸው ለመስማት የሚሆን ጥራት ይዘው የተገኙት፡፡ *(ዶብሰን፣ ኤ. ጂ. ቻርለስ ፌይንበርግ፣ ኢ ሂንሰን, ውድሮው ኪልለር, ኤች. ኤል. ዊሊንግተን: ኪንግጀምስ የመጽሐፍ ቅዱስ ሐተታ፡- ኔልሰን)*

ቬርኖን ማክ ጊ፡- ይህንን ክፍል ስናጠና የምንጋፈጠው አንድ ነገር ቢኖር ማብራርያ መጻሕፍት ይህንን ክፍል ችላ ካሉት ዕውነታ ጋር ነው፡፡ እንደ ዶ/ር ካምፕቤል ሞርጋን ያሉ የማብራርያ ልዑላን ሰዎች እንኳ በዕብራውያን ላይ በጻፈው መጽሐፉ ላይ ይህን ጉዳይ ዘልሎታል፡፡ ይሁን እንጂ፣ የተሰጡ ማብራርያዎችን በምናይበትና እያንዳንዱ ላይ ማጠቃለያ ስንሰጥ ለምን ሰዎች ከዚህ ዐይነት ውዝግብ መራቅ እንደ ፈለጉ እንረዳለን፤ ምክንያቱም ብዙ ዐይነት አተረጓጎሞች ያሉ በመሆናቸው ነው፡፡ *(ጄ. ቬርነን ማክ ጊ. ኮሜንተሪ)*

ዶ/ር ቻርልስ ሬይሪ፡- በዕብራውያን 6፥4-6 ላይ ያሉ ክፍሎችን ሲጠቀልሉ እንዲህ ብለው ይጽፉሉ፡-
ይህ በጣም አከራካሪ የሆነውን ምዕራፍ በብዙ መንገድ መረዳት ይቻላል፡-

1. አርመናውያን እንደሚሉት እዚህ ጋር የሚገለጹት ሰዎች ድነታቸውን ያጡ ክርስቲያኖች ናቸው። ይህ ከሆነ ግን ምዕራፉ ድጋሚ መዳንን ማግኘት እንደማይቻል እንደሚያስተምርም እናስተውል።

2. አንዳንዶች ደግሞ ምዕራፉ የሚያወራው ስለ ዕውነተኛ አማኞች ሳይሆን፣ በአፋቸው ብቻ አማኝ እንደ ሆኑ ስለሚያወሩት ሰዎች ነው ይላሉ። እንደዚህ መረዳት ከሆነ ደግሞ በቍጥር 4-5 ያለው አሳብ ለመዳን ጥቂት የሚቀራቸው ልምምዶች ናቸው ማለት ነው። መካዱም ዕውነቱን ከማወቅ ነው እንጂ፣ እርሱን ከመያዝና የራስ ከማድረግ በኋላ አይደለም።

3. ሌሎች ደግሞ ምዕራፉን ለዕውነተኛ ክርስቲያኖች በክርስትና ዕድገትና ብስለት እንዲያድጉ ለማሳሰብ የተጻፈ ነው ብለው ይረዳሉ። መካድ የማይቻል ነው (በዚህ ዕይታ አንጻር ዕውነተኛ አማኞች ዘላለማዊ ደህንነታቸው የተጠበቀ ስለሆነ)፤ ዳሩ ግን ይህ ሐረግ እዚህ ቦታ የተጠቀሰው ለማስጠንቀቂያው ጥንካሬና ኍልበት ለመስጠት ነው። ልክ እንዲህ እንደማለት ነው "ለአንድ ተማሪ ይህን ትምህርት ከጀመረ በኋላ ሊመለስ የማይችለውን ሰዓት ወደ ኋላ መልሶ ትምህርቱን እንደገና መጀመር መቻል ማለት ነው። በዚህም ምክንያት ሁሉም ተማሪዎች የጠለቀ ዕውቀት እንዲያገኙ ያደርጋል።" በዚህ ዕይታ በቍጥር 4 እና 5 ያለው የመለወጥ ሂደት ልምምድን የሚያሳይ ነው። *(ቻርልስ፣ ካልድዌል፣ ሬይሪ:- የመጽሐፍ ቅዱስ ጥናት ማብራሪያ)*

የማይቻል(ad-oo'-nat-os/adunatos/አዱናቶስ ከ a/ኤ = ውጭ + dunatós/ዱናቶስ = የሚቻል፣መቻል ወይም፣ ዐቅም ያለው መሆን) ማለት:- የማይቻል፣ ሊሆን የማይችል ወይም ሊፈጸም የማይችል የሚልን ትርጕም የያዘ ነው። አዱናቶስ ያለመቻልን፣ አቅም ማጣትንና በትክክል መስራት ያለመቻልን ለመግለጽ ሁለት ጊዜ ያህል ተጠቅሷል። (የሐዋ. 14÷8 እና ሮሜ 15÷1) *(መጽሐፍ ቅዱስ ጥቅሶች የብሉይና / የአዲስ ኪዳን ግሪክ መዝገበ ቃላት፣ የቲየር ትርጕም፣ አስቲን)*

1ኛ - አንድ ጊዜ ብርሃን የበራላቸው፤

እነዚህ ሰዎች በአንድ ወቅት ለሰው ሁሉ የሚያበራው ብርሃን በርቶላቸዋል፡፡ በላያቸው ላይ የነበረው ጨለማ ተወግዶ በብርሃን ውስጥ ተመላልሰዋል፡፡ ኢየሱስ እኔ የዓለም ብርሃን ነኝ እንዳለ እነዚህ ሰዎች ይህ የዓለም ብርሃን ብርሃንን አብርቶላቸዋል፡፡ እግርጥ አስቸጋሪ የሚሆነው የበራላቸው ብርሃን በምን ያህል ጊዜ በሕይወታቸው ቆየ? የሚለው ግልጽ ሆኖ አልተቀመጠም፡፡ ለ30 ደቂቃም ይሁን ለሦስት ዓመታት የኢየሱስን አምላካዊ ክብር ዕውነቱን ግን ዐይተውታል፡፡ ምናልባት እነዚህ ሰዎች ቃሉ በሕይወታቸው ሲሠራ ደስ ብሏቸው የተቀበሉ ሰዎች ሊሆኑ ይችላሉ፡፡ ከጥቂት ጊዜ በኋላ ግን ጠላት መጥቶ የተዘራባቸውን ዘር በጭንጫ ላይ የተዘራ በመሆኑ ለቅሞ ወስዶት ሊሆን ይችላል (ማቴ. 13÷20)፡፡

"አንድ ጊዜ ብርሃን የበራላቸውን ሰማያዊውንም ስጦታ የቀመሱትን ከመንፈስ ቅዱስም ተካፋዮች ሆነው የነበሩትን መልካሙንም የእግዚአብሔርን ቃልና ሊመጣ ያለውን የዓለም ኃይል የቀመሱትን በኋላም የካዱትን እንደገና ለንስሐ እነርሱን ማደስ የማይቻል ነው፤ ለራሳቸው የእግዚአብሔርን ልጅ ይሰቅሉታልና ያዋርዱትማልና።" (የስፐርጅን ገላጭ ማስታወሻዎች 2014)

ጳውሎስ "የሚወድቁ ከሆኑ" እንዳላለ፣ ነገር ግን "ከመስመር ወጥተው የሚወድቁ ከሆኑ" ማለቱን ልብ በሉ - በእርሱ እንደሚታመኑበት የሚናገሩለት እምነታቸው በእነርሱ ላይ ሥልጣን ያለው መሆኑን ሲያቆም፡- እንግዲያውስ ይህ የማይቻል ነው ማለቱን ልብ በሉ! **እነርሱን (ሆ/ho, hay)** የሚያብራራው፡- ለመንፈሳዊ ዕውነትና ለመንፈሳዊ ፍሬ ከፍተኛ ተጋላጭ የሆነን የሰዎች ስብስብ ቡድን ነው፡፡ *(መጽሐፍ ቅዱስ ጥቅሶች የብሉይና / የአዲስ ኪዳን ግሪክ መዝገበ ቃላት፣ የቲየር ትርጉም፣ እስቲን)*

አንዴ ከበራላቸው በኋላ፡- ምን ማለቱ ነው? ዌስት ሲያብራራ፡- "አንዴ ማለት ለአንዴና ለመጨረሻ ጊዜ ማለት ነው እናም ሁልጊዜ ዕውቅና ያለውና መደገም የማያስፈልገው ነው፡፡ ይህ ማለት እነዚህ ዕብራውያን የአዲስ ኪዳንን መልእክት በሚሰሙበት ወቅት መንፈስ ቅዱስ አእምሮዋቸውንና ልባቸውን መልእክቱን እንዲረዱት ያበራላቸው ነበር፡፡ በአዲስ ኪዳን ላይ ባላቸው መረዳት ላይ ያለው የመንፈስ ቅዱስ ሚና ጥልቅ የነበረና እንደ

ገና ግልጽ ለማድረግ መደገም የማያስፈልገው ነው:: እነዚህ ዕብራውያን ጉዳዩን በደንብ ተረድተውታል:: ይህ የመጀመሪያው ኪዳን ለአዲሱ ኪዳን ቦታ መልቀቁን የሚያሳያቸው ነው:: እነርሱ ማንም ኃጢአተኛ ሰው የእግዚአብሔርን ቃል ቀርቦ ሲሰማ እንደሚበራለት ነው የበራላቸው:: ግን ልክ በአሁኑ ወቅት በወንጌላውያን ጉባኤዎቻችን ላይ ያልዳኑ ሰዎች የወንጌሉን መልእክት በትክክል ተረድተውትም ብርሃኑን ዕምቢ ብለው ወደ ኃጢአት ጨለማ ፊታቸውን እንደሚመልሱትና ያለማመናቸውን እንደሚቀጥሉት እነዚህም ዕብራውያን አማኞች እንዲህ ዐይነት ተግባርን የመፈጸም ዐደጋ ተጋርጦባቸዋል" *(ዌስት፣ ኬ. ኤስ. የግሪክ አዲስ ኪዳን ጥናት)*

ይህ አስተምህሮ አርመናውያን ተከታዮች ዘንድ ተቀባይነት የለውም:: የሰውን ፈቃደኝነት የማይጣረስ እና አልፎ የማየሄድ እግዚአብሔር የተሰጣቸውን ጸጋ አምነው በትዕግሥት እና በጽናት መቆም ይገባቸዋል:: ሆኖም እነዚህ ሰዎች የዳኑ ሲሆኑ፣ "በፈቃዳቸው ወደ ኋላ የተመለሱ ድነታቸውን ያጡ ናቸው!" የሚለው በፕሮቴስታንቱ አማኞች ጎልቶ ይንጸባረቃል::

አንዴ(hap'-ax / hapax/ሃፓክስ) ማለት:- አንዴ ወይም አንድ ጊዜ የሚል ትርጒም ያለው ነው:: የሚያብራራው በቍጥር አንድ ጊዜ ብቻ መሆንን ነው (2ኛ ቆሮ. ፲፩÷25):: በተለየ መልክ አንድ ጊዜ ብቻ የተከወነን ነገር የሚጠቁምም እና የማይደገም ነገር:: ዘላቂ የሆነ ተቀባይነት ያለው ስለሆነ፣ መደጋገም የማያስፈልገው ነው:: *(መጽሐፍ ቅዱስ ጥቅሶች የብሉይና / የአዲስ ኪዳን ግሪክ መዝገበ ቃላት፣ የቲየር ትርጒም፣ አስቲን)*

የበራላቸውን (fo-tid'-zo/photizo/ፎቲዞ ከ phos/ፎስ = ብርሃን) ማለት:- ወደ ብርሃን ማምጣት፣ አንድ ነገር ላይ ብርሃን እንዲበራበት ማድረግ ወይም በአንድ ነገር ላይ ማንጸባረቅ የሚል ትርጒም አለው:: በሥዕላዊ መገለጫ *ፎቲዞ* ማለት ምሪት ወይም መረዳትን መስጠት፣ አንድን ነገር በማብራራት ግልጽ እንዲሆን ማድረግ መቻል ማለት ነው:: ከውስጥ ሕይወት አንጻርም የታወቀ ማድረግ ነው:: *(መጽሐፍ ቅዱስ ጥቅሶች የብሉይና / የአዲስ ኪዳን ግሪክ መዝገበ ቃላት፣ የቲየር ትርጒም፣ አስቲን)*

2ኛ - ሰዎች ሰማያዊውን ስጦታ የቀመሱት ናቸው፤

ይህ ስጦታ የሚለው ከመንፈስ ቅዱስ የጸጋ ስጦታዎች አንዱ ሊሆን ይችላል፡፡ እግዚአብሔር የከበረ ነገርን በእነርሱ ውስጥ አስቀምጦ ሳለ እነርሱ ግን ይከዱታል፤ ያዩትንና የቀመሱትን እንዳላዩ አድርገው፤ እንዳልኖሩበት ሆነው ይክዱታል፡፡ እነዚህ ሰዎች ልባቸው ጠንካራ ነው፡፡ በዘመናችን ይህን መሰል ሕይወት የሚገፉ ብዙዎችን ሰዎች ዐይተናል፡፡ በአንድ ወቅት የተዋጣላቸው የጸሎት ሰው፣ ሰባኪ፣ ዘማሪ የነበሩ፣ በዕጃቸው ላይ ተአምራት የሚከናወን ሰዎች ነበሩ፡፡ በኋላ ግን ክርስቲያኖችን ሳይቀር እስከማሳደድ የውስጥ ጥላቻ ያለባቸው ብዙዎችን ዐይተናል፡፡ ሰማያዊ ስጦታ ብለን ስንል ይህ ድነትም ጭምር የሚያካትት ሊሆን ይችላል፡፡

የቀመሱትን (ghyoo'-om-ahee/geuomai/ጊኦማይ) ማለት፡- በአፍ መመስከር ማለት ነው፡፡ በተምሳሌታዊ መልኩ ጇኦማይ ማለት አንድን ነገር መለማመድ፣ ማረጋገጥ፣ ተካፋይ መሆንና ማወቅ ማለት ነው፡፡ በምሳሌያዊ አነጋገርም ላይ የሚያገለግል ሆነ እናገኘዋለን ለምሳሌ "ሞትን ቀመሰ" የሚል ይህም "ሞተ" የሚል ትርጉም ያለው ነው፡፡ *(መጽሐፍ ቅዱስ ጥቅሶች የብሉይና / የአዲስ ኪዳን ግሪክ መዝገበ ቃላት፣ የቲየር ትርጉም፣ አስቲን)*

ስጦታ(dorea/<u>ዶሬአ</u> ከ didomi/ዲዶማይ/ዶሮን/dōron = መስጠት)፡- የሚወክለው ነፃ ስጦታን ሲሆን፣ የስጦታውን የማይገባ መሆንን ባሕርይም የሚያሳይ ነው፡፡ *ዶርያ* የሚያብራራው ከአንድ ግለሰብ ወደ ሌላ ግለሰብ በነጻ የተዘዋወረን ነገር የሚያሳይ ነው፡፡ ያለ ክፍያ ወይም ካሳ የሚሰጥ ነገር ነው፡፡ በጥንታዊ ሮም *ዶርያ*የሚለው ቃል የንጉሣዊው አገዛዝ ለወታደሮች የሚሰጠውን ስጦታ ለመወከል ጥቅም ላይ የሚውል ቃል ነው፡፡

ዶሬአ በአዲስ ኪዳን የሚያጕላው የእግዚአብሔርን ጸጋና ስጦታ ነፃ መሆንን ነው፡፡ *ካሪዝማ* ግን የሚወክለው እግዚአብሔር የሠራው *ሥራ* ያለውን በጎ ገጽታ ነው፡፡ ***ዶርያ*** እንደ *ካሪዝማታ* ለዚያ ስጦታ የተገባ አለመሆንን (1ኛ ቆሮ. 12፥4) የሚያሳይ አይደለም፡፡ የስጦታውንም መንፈሳዊ ምንጭ ያለው (1ኛ ቆሮ. 12፥1) መሆኑን የሚያሳይም አይደለም፡፡ *(መጽሐፍ ቅዱስ ጥቅሶች የብሉይና / የአዲስ ኪዳን ግሪክ መዝገበ ቃላት፣ የቲየር ትርጉም፣ አስቲን)*

በሦስተኛ ደረጃም ከመንፈስ ቅዱስም ተካፋዮች ነበሩ፡፡ ይህም የመንፈስ ስጦታን፣ የመንፈስ ቅዱስ አሠራር ልምምድን፣ የመንፈስ ፍሬንም ያካትታል፡፡ ነቢያት፣ የመገለጥና የፈውስ አገልግሎትን በመንፈስ ቅዱስ አማካይነት የሚለማመዱ ነበሩ፡፡ በዕጃቸው ላይ ተኣምራትን ይፈፅማል፤ ለብዙዎች ትንቢታዊ መልእክት ይመጣል፤ በልዩ ልሳን ይናገራሉ፡፡ ሆኖም በመጨረሻ ላይ ይህን ሁሉ እንዳላዩ ዐይተው ከደውታል፡፡

ሆነው(ghin'-om-ahee/ginomai/ጊኖማይ) ማለት፡- መሆን ወይም ወደ መኖር መምጣት ማለት ነው፡፡ *(መጽሐፍ ቅዱስ ጥቅሶች የብሉይና / የአዲስ ኪዳን ግሪክ መዝገበ ቃላት፣ የቲየር ትርጕም፣አስቲን)*

ተካፋይ (met'-okh-os/metochos/ሜቶኮስ ከ metecho/ሜቶኮ = መጋራት፣ በአንድ የጋራ በረከት ከሌላው ጋር ተካፋይ መሆን ነው፡፡) *(መጽሐፍ ቅዱስ ጥቅሶች የብሉይና / የአዲስ ኪዳን ግሪክ መዝገበ ቃላት፣ የቲየር ትርጕም፣ አስቲን)*

❖ የአረሚኒያን አስተምህሮ ውስጥ ዕብረውያን ምዕራፍ 6፥4-8 ትንታኔ ከሰጡት ስመ ጥር አስተማሪዎች የቀረቡትን አስተምህሮአዊ ሐተታ እንደሚከተለው በቅድሚያ እናቀርባለን፡- ከእነርሱም መካከል *ኢደም ከላርክ ኮሜንተሪ፣ ዘ ባይብል ኤክስፖዚሽን ኮሜንተሪ፣ አይ. ቪ. ፒ. ባይብል ባግራውንድ ኮሜንተሪ እና ጂዊሽ ኒው ቴስታመንት ኮሜንተሪ፣ ዴቪድ. ኤች. ስትርን* ይገኙበታል፡፡ ከዚም በመቀጠል የካልቪን እምነት ተከታየች መካከል *ስቲድማን፣ ዋይን ግሩደም፣ ኤፍ. ቢ. ሆል እና ጆን ማካርትር ... ወዘተ* የሚያቀርቡትን ትንታኔ ይዘን እንቀጥላለን፡፡ በአስተምህሮ ዘንድ ያለውን ልዩነትንም ለማንሣት እንሞከራለን፤ ሆኖም ይህ ሥራ አንዱ የአንዱን ለመተቸትኛ ለሆነ የሐሰት ትምህርት ለመወገን የቀረበ አይደለም፡፡ ሁለቱም ጎራዎች በወንጌላውን እምነት ተከታዩች ዘንድ ዕውቀና ተሰጥቷቸው ይገኛል፡፡

የአረሚኒያን አስተምህሮ አንጸባራቂዎች

አደም ክላርክ ኮሜንተሪ

መልካሙንም የእግዚአብሔርን ቃልና ሊመጣ ያለውን የዓለም ኃይል የቀመሱትን

[**መልካሙን የእግዚአብሔርን ቃል የቀመሱትን**] የእግዚአብሔርን ቃል የበላይነት ወንጌሉን በመላክ አረጋገጠልን፣ ወንጌሉ በራሱ የመልካሙ እግዚአብሔር መልካም የሆነ ቃል ነውና፡፡ ሲያነብቡትና ሲሰብኩት ለነፍስ ጣፋጭ የሆነ ነው፡፡ ዕውነተኛ አማኞች ለእግዚአብሔር ቃል ረሃብ አላቸው፤ ይቀምሱታል እናም በፊት ከሚሹት በላይ አብልጠው ይሹታል፤ ይበልጥ ባገኙት ቁጥር ይበልጥ ይናፍቁታል፡፡

[ሊመጣ ያለውን የዓለምን ኃይል የቀመሱትን]

1. የሚመጣው ዓለም ኃይል ምናልባት የሚወክለው ለወንጌሉ ማረጋገጫ ለመስጠት የሚገለጠውን ተአምራዊ ኃይል ይሆናል፣ በአይሁድ ዘንድ የወንጌሉ መረጋገጫ የተገለጠው ኃይልና ተአምራት መሆኑን በተለያየ ክፍል ላይ ዐይተናል፡፡ ነቢያት በተደጋጋሚ መሢሑ ሲመጣ እንደ ሙሴ በቃልና በተግባር ብርቱ እንደሚሆንና ብዙ ተኣምራትን እንደሚሠራ ተናግረዋል (ዘዳ. 18÷15-19)፡፡ ዕውራንን እንደሚያበራ፣ ዲዳን እንደሚከፍት፣ ለደካማው ብርታትን እንደሚሰጥ፣ ኮልታፋው እንዲናገር እንደሚያደርግ (ኢሳ. 35÷5-6) ተናግረዋል፡፡ ይህንን ሁሉ ተአምራት ኢየሱስ ክርስቶስ በህዝብ ፊት ሲፈጽም ነበር እናም ኢየሱስ የተነገረለት መሢሕ መሆኑን ለማረጋገጥ የሚሆን ከፍተኛው ማስረጃን ዐይተዋል፤ ተልእኮውንም የሚጠራጠሩበት እና ከዕውነተኛ የክርስትና እምነት ፈቀቅ የሚሉበት ምክንያት አልነበራቸውም፤ ለዚህም ነው ሐዋርያው ይህንን ክህደት በፈጸሙት ላይ ከባድ የሆነውን የእግዚአብሔርን ፍርድ መናገሩ የማያስገርመው፡፡ እነዚህ ምልክቶች ሁሉ ተፈጽመው ስላዩ፡፡

2. ቃሉ በደሙ ኪዳን ለጸደቀው ከእግዚአብሔርም ጋር በታማኝነት ለተራመድ የሚሆነውን የዘላለማዊው በረከት ወይም የመጭውን ዓለም ሐሤት ለመግለጽ በትክክል የቀመሱ ብሎ ያስቀምጠዋል፡፡ ይህ መቅመስ የሚለው ቃል ጂኦማይ (geuomai) የሚል ቃል ሲሆን፣ አንድን ነገር ሙሉ ለሙሉ በሚባል ደረጃ መለማመድ እና ማወቅን የሚያሳይ ነው፡፡ ስለዚህ ሞትን መቅመስ ማለት መሞት፣ በሞት ኃይል ሥር መውደቅ እና ሙሉ ለሙሉ በዚያ መጥፋት ማለት ነው (ማቴ. 16÷28)፡፡ ሉቃስ 9÷27፤ ዮሐ. 8÷52ን ተመልከቱ፡፡ ልክ በዕብ. 2÷9 ዐይነት መልክ ነው የተጻፈው፡፡ ክርስቶስ ስለ ሰው ሁሉ ሞትን መቅመሱን ለማሳየት ነው እንጂ ተምሳሌት አይደለም የቀረበው፤ ክርስቶስ በእርግጥም ሞቷል፣ በሥጋው ሞቶ ነው ሞትን ድል የነሣው፡፡ የእግዚአብሔርን ቸርነት ለመቅመስ (1ኛ ጴጥ. 2÷3)፣ ማለትም ሕያው ድጋይ በመሆን ሕያው የእግዚአብሔር ቤተ መቅደስ ለመሆን መሥራት ነው፤ ዕብ. 6÷5 ን ተመልከቱ የግሪኩ ጽሑፍ በዚህ አሳብ ነው የጻፈውም፡፡ *(ኢደም ክላርክ ኮሜንተሪ)*

ዕብራውያን 6÷4

ጥንታዊው የአይሁድ እምነት ከበድ ባለው መልኩ የመንፈስ ቅዱስ አብሮነትን ወስኖታል፡፡ የሙት ባሕር ጥቅሎች በብርሃን ልጆች ጉባኤ ውስጥ ያለን የመንፈስ ቅዱስ ዕንቅስቃሴ ገድበውታል፡፡ ይህም ሲባል ከእነርሱ ጋር የሚስማሙትን በሚደግፉበት መልኩ ማለት ነው፡፡ ዳሩ ግን ከእነዚህና ክርስቲያናዊ ከሆኑ ምንባቦች ባሻገር ሌሎች መንፈስን በስንት ጊዜ አንዴ እንደሚከሰት አድርገው ያቀርቡታል /ይመለከቱታል/፡፡

አንድ ሰው እርሱን ለመቀበል የተገባ በሚሆንበት ጊዜ እንኳ የእርሱ ትውልድ ለዚህ የማይገባ መሆኑ ይህ ሰው ይህንን እንዳያደርግ ይከለክለዋል በሚል በአጠቃላይ የመንፈስን መኖር እጅግ ኢምንት አድርገው ያቀርቡታል፡፡

አብርሆትን ያገኙ ወይም የበራላቸው የሚለው በግልጽ የተለወጡ ማለት ነው፡፡ ይህም ልክ በ10÷32 እንደምናገኘው ያለው ነገር ነው፡፡ የሙት ባሕር ጥቅሎ ልክ እንደ መምህራኖቻቸው ልክ እንደ "አብርሆት ሰጭዎች" እንዲሁም ስለ ተከታዮቻቸው "የብርሃን ልጆች" በሚል በተመሳሳይ መልኩ ይናገራሉ፡፡

"የቀመሱ" የሚለው መደበኛነት ባለው መልኩ "ተሞክሮ ያገኙ" (2÷9) ማለት ነው፡፡ ደግሞም "ሰማያዊ" የሚለው በመልእክቱ ውስጥ (ከ2÷1፤ 8÷1 ጋር አመሳክሩ)፣ እንዲሁም በጥንታውያን ክርስቲያናዊ ሥነ ጽሑፍ ውስጥ፣ ማለትም በሁለቱም ጽሑፎች ውስጥ

የመንፈስ ቅዱስ መገደብ ይህ አካል በዕውነተኛው መልኩ መለወጡን ጭምር ያመለክታል፡፡ (አይ.ቪ.ፒ. ባይብል ኮሜንተሪ፡ አዲስ ኪዳን በክሬግ ኤስ. ኪነር 1993)

ዕብራውያን 6፥5

አብዛኛው የአይሁድ እምነት የአሁኑን ዘመን ከኃጢአት በታች አድርጎ ይቈጥረዋል፤ ነገር ግን እግዚአብሔር መጭውን ዘመን ተግዳሮት በሌለበት መልኩ ያስተዳድረዋል፡፡ ክርስቲያኖች የወደፊቱን ዓለም መኖር እንደ ጀመሩ መረዳት አለባቸው፡፡ እነርሱ የመጭው ዘመን መንግሥት ግንባር ቀደም ናቸው (see comment on 4:10-11)፡፡ ቃል በሚለው ላይ በ4፥2፣ 12 ላይ የተሰጠውን ማብራሪያ ተመልከቱ፡፡

6፥6 የተሻለ ነገርን ለሚያውቁ ሰዎች እግዚአብሔር ያበጀው ከፍ ያለ መጠነ-ልኬታዊ ደረጃ አለ (ዘኍ. 14፥22-23)፡፡ የአይሁድ እምነት በአጠቃላይ አነጋገር አንዳንድ ሰዎች በእግዚአብሔር ላይ እጅግ በኃፍረተ-ቢስነት ሊያምፁ ይችላሉ የሚለውን ያምናል፤ እንዲህ ለማድረጋቸውም ንስሐ መግባት አይችሉም፤ እናም በደሉ እጅግ በጣም ከባድ ነው የሚል አሳብን መሠረት ያደረገ እምነት ነው፡፡

ረቢዎች (የአይሁድ መምህራን) ከዚህ ጋር አብረው የሚሄዱ አይደሉም፡፡ ባለጌ የሆነው ከሐዲ ኤላይሻ ቤን ኢቡያ ንስሐ ሊገባ ይችላል ብሎ ረቢ ማየር መናገሩ በምሳሌነት ይጠቀሳል፡፡ ነገር ግን የአንዳንዶቹ አሳብ አንዳንዶች ምናሴን ጨምሮ በዚህ ነገር ላይ እጅግ ርቀው የሚሄዱበት ይመስላል፡፡

የሙት ባሕር ጥቅሎች አንድ ሰው ለአሥር ዓመታት የማኅበረሰቡ አባል ሆኖ ከኖረ - ደግሞም እርሱ የሚያደርገውን ነገር በሙላት የሚያውቅ ከሆነ - ከዚያም ደግም ወደ ኋላ መመለስ የሚፈቀድ ነገር አይደለም የሚለውን ዕውነቱን ያረጋግጣሉ፡፡

ነገር ግን አንዳንድ ጸሐፊያን ነቅሰው እንደሚያወጡት ይህ ቍጥር የሚናገረው በድፍረት ስለ ተሠራ ኃጢአት /መተላለፍ/ ነው፡፡ አንዲት ነጠላ የሆነች ኃጢአት ወይም ከመስመር የመውጣት ነገር በንስሐ ሊስተካከል ስለ መቻሉ አልተነገረም፤ ምናልባትም ከመስመር መውጣት በያዕቆብ 5፥19-20 ሳይሸፈን አይቀርም፡፡

እዚህ ላይ ዋናው ነጥብ እግዚአብሔር ንስሐ የሚገባውን ሰው አይቀበልም የሚል አይደለም፡፡ ነገር ግን አንዳንድ ልቦች ንስሐ መግባት እንደሚያስፈልግ ማስተዋል

እንደሚገባ ለመረዳት እጅግ ጠንካሮች ናቸው፡፡ ምክንያቱም አንዱ የንስሐ መንገድ ለሆነው ለክርስቶስ ዕውቅና መስጠትን ዕምቢ ስለሚሉ ነው የሚለው ነው፡፡

ኢየሱስን በመስቀል ላይ እንዲቸነከር ያደረገውን ዐይነት እምነት በፈቃደኝነት በመምረጥ ኢየሱስን ለመግደላቸው ኀላፊነቱን ወሰዱ፡፡ (አይ.ቪ.ፒ. ባይብል ኮሜንተሪ፡ አዲስ ኪዳን በክሬግ ኤስ. ኪነር 1993)

ዕብራውያን 6፥6

በኋላም የካዱትን እንደገና ለንስሐ እነርሱን ማደስ የማይቻል ነው፤ ለራሳቸው የእግዚአብሔርን ልጅ ይሰቅሉታልና፥ ያዋርዱታልም፡-

[**በኋላም የካዱትን**] የዚህ ቃል ላይ ያለኝን አገላለጽ በቀላሉ በዶ/ር ማክናይት ቃል እንዲህ እላለሁ "የበራላቸው ፎቲስቴንታስ /phootisthentas፣ ጊዩሳሚኖውስ /geusamenous የቀመሱት እና ጌኒቴንታስ /geneethentas ተካፋይ የሆኑት የሚሉት ቃላት ባለፉት ተርጓሚዎች በትክክል ነው የተተረጎሙት፤ ስለዚህ የሚለው ቃል መካድ /መጣል ተብሎ ነው የተተረጎመው፡፡ ይህ ቢሆንም ግን ከቀድሞዎቹ ምንም ፈቃድ ሳይኖር፣ በዚህ ቦታ ላይ (si) የሚለውን የላቲን ቃል ከተጨመረው ከቤዛ ቀጥሎ ተርጓሚዎቻችን የቃሉን ትርጉም ለውጠውታል፡፡ በዚህም የካዱትን የሚለው አሳብ በካዱት በሚል ቃል ሲቀየር የካህናትን ጸንቶ የመኖር አስተምህሮ ተቃርኗል፡፡

የትኛውም ተርጓሚ ግን የእግዚአብሔር ቃል ላይ ለሚመቸው አስተምህሮ ሲል ምንም እንዲጨምር አልተፈቀደለትም፡፡ ፓራፔሶናንት parapesontas የሚለውን ቃል የካዱት ብዬ ተርጉሜዋለሁ፡፡ ልክ የዕውነተኛውን የቃሉን አሳብ ይገኙ" ዶ/ር ማክናይት የካልቪኒስት ቤተ እምነት ተከታይ ሲሆን፣ እጅግ የተማረና ዕውነተኛ ሰው ነው፤ ነገር ግን የመልእክቱን ትርጓሜ ሲገልጽ ቀጥታ የእምነቱን ትምህርት ከመግለጽ ይልቅ ለእርሱ የተሰማውን ስሜቱን ሳይደብቅ ገለጸ፡፡ አሁን ላይ ባሉ ትርጓሜዎች ላይ የተማሩት ተርጓሚዎቻችን ግን የራሳቸው ስሜት መደገፋቸውንና እንደ ፍላጎታቸውን መተርጎም ቢያቆሙ፣ በዚህ አገር ያለችው ቤተ ክርስቲያን የተረበሸች ባልሆነች፤ መሪዎቿም አወዛጋቢ ባልሆኑ ነበር፡፡

ከዚህ የምናየው ነገር ምንም ዐይነት ስሜትና ትምህርት ብናተርፍም ሆነ ብናጐድልም ከእግዚአብሔር ጸጋ የምንጐድልበት ዕድል አለ የሚል መልእክት ሲኖረው፣ መጽሐፍ ቅዱስ እንዲህ ካላለ ብዙ እንዲህ የሚሉ አካላት ግን አሉ። የሰው ልጅ አሁን ያለበት ሁኔታ፣ ማለትም የፈተና አይነት ይህን ማሳየት አለበት፤ ማንም የቆመ ቢመስው እንዳይወድቅ ይጠንቀቅ። *(ኢደም ክላርክ ኮሜንተሪ)*

[ለንስሐ እነርሱን ማደስ] ንስሐ ኃጢአተኛ ወደ እግዚአብሔር ለመመለስ የሚወስደው የመጀመሪያ እርምጃ ሲሆን፣ ኃጢአት አድርጎ ማዘን ብቻውን ተገቢ መሥዋዕት እስካልቀረበ ድረስ ጥቅም የለውም፤ እነርሱ ለኃጢአት ሊቀርብ የሚችለውን ብቸኛውን መሥዋዕት አልቀበልም ብለው ከገፉ ግን ለኃጢአት ንስሐ የሚኖራቸው ዕድል ዝግ ነው። ድነትንም ሊያገኙ ፈጽሞ አይቻላቸውም፤ ለዚህም ነው ሐዋርያው በቀጥታ ይህን የሚጠቅሰው *(ኢደም ክላርክ ኮሜንተሪ)*

[ያዋርዱታልም] ፓራዲዬማቲዞናትስ Paradeimatizontas፡- በዐደባባይ ምሳሌ አደረጉት ወይም ለራሳቸው ክብር ሰቀሉትና የዐደባባይ ምሳሌ አደረጉት። ራሱን በዐደባባይ ላይ በመስቀል ነው ኢየሱስ ክርስቶስ ሞት ይገባው እንደ ነበር ያሳዩት። ይህ ነው እንግዲህ የክህደቱን መጨረሻ ያሳየው። ሙሉ ለሙሉ ወንጌሉን ባለመቀበልና በመግፋት የሰው ልጆችን አዳኙንም በማዋረድ፤ ሐዋርያውም እያሰበው የሚያወራው ይህን ነው (ዕብ. 6፡4ን ተመልከቱ)። *(ኢደም ክላርክ ኮሜንተሪ)*

“እነርሱን ማደስ የማይቻል ነው፤ ለራሳቸው የእግዚአብሔርን ልጅ ይሰቅሉታልና ያዋርዱትማልና።”

የነገረ መለኮት መምህራንን (ፕሮፌሰሮችን) ጉዳይ በተመለከተ የጸጋ አሠራር ሂደት ሁሉ የማይሠራ ቢሆን፣ በእነርሱ ላይ ምን ማድረግ ይገባል? የእግዚአብሔር ጸጋ ዓለምን እንዲያሸንፉ ካላስቻላቸው፣ የኢየሱስ ክርስቶስ ደም ከኃጢአታቸው ካላነጻቸው፣ የቱ ሌላ ነገር ሊደረግላቸው ይችላል?

በእነዚህ ሁሉ ነገሮች የእግዚአብሔር የሆኑ ማለፊያ ነገሮች ሁሉ ተሞክሮላቸዋል፤ ነገር ግን እነዚህ ነገሮች ለእነርሱ አልሠሩላቸውም። ጳውሎስ እነዚህ ሁሉ ነገሮች ተከስተዋል አለማለቱን አስምሩበት። ነገር ግን ለመከሰት የቻሉ ቢሆኑ እንኳ ግድ እየተሰኘበት ያለው ሰው ልክ እሾህንና ኩርንችትን እንደሚያበቅል ቁራጭ መሬት ያለው ነው የሚሆነው።(የስፐርጅን ገላጭ ማስታወሻዎች 2014)

ዕብራውያን 6፥7

ብዙ ጊዜ በእርስዋ ላይ የሚወርደውን ዝናብ የምትጠጣ መሬት ለሚያርሷትም ደግሞ የምትጠቅምን አትክልት የምታበቅል ከእግዚአብሔር በረከትን ታገኛለችና።

[**በእርስዋ ላይ የሚወርደውን ዝናብ የምትጠጣ መሬት**] ይህ ዐይነቱ ከህደት ምንም መድኃኒት የሌለው መሆኑን የመናገሩን ያህል እኛ በእርሻ ላይ እንዳለ ገበሬ ተግባር ነው የምንመስለው፡፡ ለመሬቱ፣ እግዚአብሔር የሚያጠጣውን ዝናብ የሚጠጣ ለሚያርሰውም ፍሬን እንደሚሰጥ፣ መታረስም እንደሚቀጥል እግዚአብሔር በረከቱን እንዲሁ ለባለቤቱ ይሰጣል፡፡ *(ኢደም ክላርክ ኮሜንተሪ)*

ሌሎች የምድር እሾህንና ኩርንችትን በመካንነት እና ሞት አማካይነት ለሚገለጠው መንፈሳዊ መዳረሻቸው ተምሳሌታዊ መግለጫ አድርገው ጭምር ጥቅም ላይ አውለውታል (ለምሳሌ ኢሳ. 5፥6)፡፡ የአይሁድ እምነት ከሐዲያንን በመንፈስ እንደ ሞቱ አድርጎ ይቆጥራቸዋል፡፡ ይህም ልክ የፓይታጎረስ ተከታዮች እና ሌሎች ቡድኖች እንዳደረጉት ያለው ነገር ነው፡፡(አይ.ቪ.ፒ. ባይብል ኮሜንተሪ፡ አዲስ ኪዳን በክሬግ ኤስ. ኪነር 1993)

"ብዙ ጊዜ በእርስዋ ላይ የሚወርደውን ዝናብ የምትጠጣ መሬት፥ ለሚያርሱአትም ደግሞ የምትጠቅምን አትክልት የምታበቅል፥ ከእግዚአብሔር በረከትን ታገኛለችና፤ እሾህና ኵርንችትን ግን ብታወጣ፥ የተጣለች ናት ለመረገምም ትቀርባለች፥ መጨረሻዋም መቃጠል ነው።" ይህ መሬት ከታረሰ እና ዘር ከተዘራ በኋላ፣ እንዲሁም በሰማይ ጠልና ዝናብ ውኃ እንዲጠጣ ከተደረገ በኋላ ምንም ዐይነት መልካም ፍሬን /ሰብልን/ የማይሰጥ ከሆነ የቱም ብልህ የሆነ ሰው ይህንን መሬት ማረሱን ያቆማል፡፡ "ድካሜ ሁሉ ገደል ገባ፤ ለዚህ መሬት ሊደረግለት የሚገባ ተጨማሪ ነገር የለም፤ ምክንያቱም ላደርጋቸው የሚገቡ ምርጥ የሆኑ ነገሮችን ሁሉ ካደረግሁለት በኋላ ከአረም በቀር ምንም አላፈራም፡፡ ስለዚህ አሁን ለገዛ ራሱ ሊተው ይገባል ይላል፡፡

ውድ አድማጮቼ፥ የጸጋ ሥራዎች በሕይወታችሁ ለውጥ ማምጣት ካልቻሉ ምንም ሊደረግላችሁ እንደማይችል ዕወቁ፡፡ ለእናንተ ምርጥ የሆነው የእግዚአብሔር ነገር ሁሉ

ተደርጎላችኋል፤ ደግሞም ለእናንተ የሚሆን ሌላ የድነት መንገድ የለም፡፡ እንደ ይሁዳ እና ጠንቋዩ ስምዖን አንዳንድ ፕሮፌሰሮች ወደዚህ ወደዚህ ነባራዊ ሁኔታ እየቀረቡ እንደሚመጡ አምናለሁ፡፡ ደግሞም ሌሎች ከጥቂት ዐይነቶች በኋላ የመጡ፣ የመንፈስ ቅዱስን ተኣምራታዊ ስጦታዎች የተቀበሉ፣ ሌሎችን ለማስተማር እንዲችሉ ሆነው በተለያየ መልኩ ብርሃን የበራላቸው ሰዎች፣ ነገር ግን የጸጋ ሥራ በልቦቻቸው ውስጥ ምንም ውጤት የማያመጣላቸው፣ ባሕርያቸውን የማያድስላቸው፣ መንፈሳቸውን ሥር-ነቀል በሆነ መልኩ የማይለውጥላቸው ሰዎች አሉ፤ ስለዚህም ደግሞ እነዚህን ሰዎች ለንስሐ ማደስ የማይቻል ነው፡፡ ጳውሎስ የተናገረውን ነገር እንዴት ታስታውሱታላችሁ? (የስፐርጅን ገላጭ ማስታወሻዎች 2014)

ዕብራውያን 6፥8

እሾህና ኵርንችትን ግን ብታወጣ የተጣለች ናት፥ ለመረገምም ትቀርባለች፤ መጨረሻዋም መቃጠል ነው፡፡

[**እሾህና ኵርንችትን ግን ብታወጣ የተጣለች ናት**] ይህ መጽሐፍ በሁሉም እንደሚታመነው የተጻፈው ኢየሩሳሌም በሮማውያን ከመፍረሷ በፊት ነው፡፡ ይህ ጥቅስ ይህንን መፍረስ አመልካች እንደ ሆነ አስባለሁ፡፡ ሐዋርያውም ይህ የምትፈርስበት ወቅት እየመጣ እንደ ሆነ ነው የሚነግራት፣ በሽፋን ያውራው እንጂ፣ በአሳቡ ያለው ይህ መፍረስ ነበር፡፡

ይህ ሁሉ ነገር ለአጠቃላይ በጌታችን አገልግሎት እና ተአምራት ተመርጠው ለነበሩት አይሁዳውያን የሚያገለግልበት ሁኔታም አለ፡፡ በስብከቱ በርቶላቸው ነበር፤ በመካከላቸው የተተከለችውን የክርስትና ሃይማኖት ሰማያዊ ጥቅም ቀምሰውም ነበር፤ ልጆቻቸውና የሚያውቋቸው ብዙ ሰዎች የመንፈስ ቅዱስ ተካፋይ ሆነውም ዐይተዋል፤ የእግዚአሔርን መልካም ቃል ቀምሰዋል፣ ለአብርሃም የተገባለት የተስፋ ቃል ፍጻሜም የእግዚአብሔር ሁሉን ቻይ ዕጅ ትላልቅ ተኣምራት እየተደረጉ ሲፈጽም ዐይተዋል፡፡

እግዚአብሔር ከእርሱ ጋር ካልሆነ በቀር ማንም ሰው እንደ እርሱ እንዳላወራ ማንም ሰውም እርሱ ያደረገውን ተአምራት እንዳላደረገ ካመኑ በኋላ፣ የእግዚአብሔርን መንግሥት ወንጌል ሲሰብክ ሺህ ሆነው ለ3 ዓመታት ከተከተሉትም በኋላ፤ ከእነዚህ ሁሉ

ሸሽተው በስቃዩም በትንሣኤውም በተአምራት የእግዚአብሔር ልጅ መሆኑን ያሳየውን እርሱን ሰቀሉት፡፡ ከዚህም አልፈው በሕዝብ ፊት አዋረዱት፡፡ ስለዚህ ብዙ መልካም ዘር ከተለያየ ቦታ ከሙሴ፣ ከነቢያት፣ ከክርስቶስ፣ ከሐዋርያቱ ከተዘራባቸው በኋላ ምንም ፍሬን ካላፈሩ፣ ይባስ ብለው ክፉ ፍሬን፣ ኩራትን፣ አለማመንን፣ ደንዳና ልብን፣ የእግዚአብሔርን ቃል መፈታተንን እና ውርደትን ካፈሩ፣ በአጭር ጊዜ ውስጥ ከእግዚአብሔር ጥበቃ ውስጥ ወጥተው ለሮማውያን ወድመት ተላልፈው እንደሚሰጡ ግልጽ ነበር፡፡ ሐዋርያውም ስለ ግለሰቦች እያወራ በአጠቃላይ በሕዝቡ ላይ ስለሚመጣውም ጥፋት ነበር የሚናገረው፡፡ ይህም ይህን መልእክት ከጻፈላቸው ከ7 ዓመት በኋላ ተፈጽሞ ታይቷል፡፡ ሐዋርያው ተመሳሳይ አሳብ ባነሣበት ምዕራፍም እያሰበ የነበረው ይህንን እንደ ሆነ ያስታውቃል (ዕብ. 10፥26-31) በዚህ ዕይታ ነው የተጻፈው ብዙ ፍርሃታቸውና ከባድ ፈተናቸው ተወግዷል፡፡ *(ኢደም ክላርክ ኮሜንተሪ)*

ዘ ባይብል ኤክስፖዚሽን ኮሜንተሪ

ይህ ዕድገት ድነትን የሚነካ አይደለም (ቍ. 4-6) ፡፡ ይህ ጥቅስ በዕብራውያን 10፥26-39 ካለው ክፍል ጋር ተያይዞ ሰዎችን ስጋትና ፍርሃት ውስጥ ይከትታቸዋል፡፡ ይህ ግን በዋናነት የተከሰተው ሰዎች ይህን ጥቅስ በትክክል ስለማይረዱትና በተሳሳተ መልክ ስለሚጠቀሙበት ነው፡፡ ከሩቅ ቦታ ይህንን ጥቅስ ያነበቡና በተሳሳተ መልክ የተረዱ ወይም ሰይጣን በተሳሳተ መልክ እንዲረዱት ያደረጋቸው ሰዎች ስልክ ይደውሉልኝና ተስፋ በቈረጠ ድምፅ ይቅር ሊባል የማይችል ስሕተት እንደፈጸሙ ይነግሩኛል፡፡ ምንም እንኳ በትክክል ዳግም ላልተወለደ ግን ንስሐ ለገባ ክርስቲያን ሐሰተኛ ማረጋገጫ መስጠት ባልፈልግም፣ በዚያው መልክ ዕውነተኛ አማኝንም እግዚአብሔር ካሰበለት መልካም ዝቅ የማለቱ ምክንያት መሆን አልፈልግም፡፡

የመጽሐፍ ቅዱስ ተማሪዎች ለረጅም ዓመታት ለዚህ ብርቱ ምዕራፍ መልስ ለማግኘት የተለያየ መንገድን ሄደዋል፡፡ አንዱ ዕይታ ጸሐፊው ከክህደት ኃጢአት እንድንጠበቅ እያስጠነቀቀን ነው፡፡በፈቃዳችን ጀርባችንን ለኢየሱስ ክርስቶስ ሰጥተን ወደ ድሮው ሕይወት መመለስን በአሉታዊ መልኩ የሚመለከት ማስጠንቀቂያ ነው፡፡ እነርሱ እንደሚሉት እንዲህ ዐይነቱ ሰው ለዘላለሙ ይጠፋል፡፡ በዚህ አተረጓጎም ላይ ግን ብዙ ተቃውሞዎች አሉኝ፡፡ ከአንዱ ለመጀመር አፖስታሲያ (apostasia) የሚለው የግሪክ ቃል በዚህ ምዕራፍ ላይ ጥቅም ላይ አልዋለም፣ የካዱት የሚለውን ቃል የገለጸው ዕብ. 6፥6

ፓራፒፕቶ (parapipto) የሚለው ቃል ነው። ይህም ወደ ጎን ማድረግ የሚል ቀጥተኛ ትርጉም ያለው ነው። ሁለተኛው አሳብ ደግሞ ብዙም ግልጽ ያልሆነውን አሳብ እርግጠኛ በሆነ መንገድ መተርጐማቸው ነው። ዕውነተኛ አማኝ ዳግም ሊጠፋ እንደማይችል የሚያሳዩ ብዙ የመጽሐፍ ቅዱስ ክፍሎች አሉ። በእርግጥ ድነትን በተመለከተ ትልቅ መከራከርያ ያለው በዚህ ምዕራፍ የመጨረሻ ክፍሎች ላይ ነው። (ዕብ. 6፥13-20፤ ዮሐ. 5፥24፤ 10፥26-30፤ ሮሜ 8፥28-39)

ድነታችንን ልናጣ እንችላለን ብለው የሚያስተምሩ ሰዎች መልሰን ልናገኘውም እንደምንችል ያስተምራሉ። ይህ ምዕራፍ ግን የዚያን ተቃራኒ ነው የሚያወራው (ዕብ 6፥4-6)። በሌላ አባባል ይህ ክህደትን በተመለከተ የሚያወራ ከሆነ፣ አንድ ሰው ከዳነ በኋላ መልሶ ፊቱን ከክርስቶስ የሚያዞር ከሆነ፣ መልሶ ድነትን ሊያገኝ አይችልም። ለዘላለም ጠፍቷል። ሌሎች ደግሞ የሚያሡት ነጥብ እዚህ ክፍል ላይ እየተወራላቸው ያሉት ሰዎች ዕውነተኛ አማኞች አይደሉም የሚል ነው። እነዚህ ሰዎች እስከ ተወሰነ ቦታ ድረስ ከመንፈስ ቅዱስ ጋር ተባብረው ነበር፤ ነገር ግን ዕውነተኛ ደግሞ መወለድን የተቀበሉ አልነበሩም። ስለዚህ የእነዚህን ሰዎች ገለጻ በደንብ ዕንይና ዕውነተኛ ድነትን ያገኙ መሆናቸውን እንመልከት።

የበራላቸው ነበሩ (ዕብ. 6፥4)፡- አንድ ጊዜ ከበራላቸው በሚለው ገለጻ ውስጥ አንድ ጊዜ የሚለው አሳብ በዕብ. 10፥32 ላይ በተመሳሳይ የቀረበ ገለጻ ነው። እናም ይህ የዕውነተኛ ድነት ልምምድን የሚያሳይ አሳብ የያዘ ነው። (2ኛ ቆሮ. 4፥4-6ን ተመልከቱ)

ሰማያዊውን ስጦታ የቀመሱትን (ዕብ. 6፥4) እና መልካሙን የእግዚአብሔርን ቃልና ሊመጣ ያለውን የዓለም ኃይል የቀመሱትን (ዕብ. 6፥5)። እነዚህ ሰዎች ቀመሱት እንጂ፣ አልበሉትም ብሎ ማሰብ ትርጓሜውን በእንግሊዝኛ ቃል ላይ ብቻ የሚደገፍ ማድረግ ነው። እግዚአብሔር ልጁን ለሰው ልጆች ሲል ሞትን እንዲቀምስ አደረገው (ዕብ. 2፥9)። በእርግጠኝነት ኢየሱስ ክርስቶስ በመስቀል ላይ የሞትን ትንሽ ቍራሽ ብቻ አይደለም ያየው። መቅመስ የሚለው ቃል መለማመድ የሚል አሳብ ያለው ነው። እነዚህ የዕብራውያን አማኞች የድነትን ስጦታ ተለማምደዋል፣ የእግዚአብሔርን ቃልና የእግዚአብሔርን ኃይልም እንዲሁ ተለማምደውታል። እነዚህ ታዲያ የተረጋገጠ ድነትን የሚያሳዩ አይደሉም ወይ?

ከመንፈስ ቅዱስ ተካፋዮች ሆነው ነበሩ (ዕብ. 6÷4)፡- ከመንፈስ ቅዱስ ጋር አብረው እንደ ነበሩ ብቻ ማሰብ የቃሉን ትርጒም ችላ ማለት ሊሆን ይችላል፡፡ ተካፈሉ የሚል ሲሆን፣ እነዚያ ሰዎች መንፈስ ቅዱስን ብቻ ሳይሆን፣ የተካፈሉት የሰማያዊውንም ጥሪ ጭምር ነበር (ዕብ. 3÷1)፡፡ እነርሱ በእርግጥም የክርስቶስ ተካፋይ ነበሩ (ዕብ. 3÷14)፡፡ እነዚህን ዕውነታዎች ከግምት በማስገባት የምደመድመው ነገር ቢኖር፣ እየተወራላቸው ያሉት ሰዎች ተከታይ ብቻ ሳይሆኑ፣ ዕውነተኛ አማኞች እንደ ሆኑ ነው፡፡ በዚህ ላይ እንዴት ነው ያላመኑ ሰዎች ኢየሱስ ክርስቶስን ያሳፍሩታል? ያዋርዱታልስ? ሦስተኛው ዕይታ ደግሞ ኃጢአቱ ምንም ዐይነት ይሁን ይህ ዐይነቱ ኃጢአት ግን በመጀመሪያው ዘመን የዕብራውያን ክርስቲያኖች ብቻ የሚፈጸም ነው፡፡ የመቅደሱ ሥርዓት ሳይፈርስ በፊት ነገሩ እንዲህ ከሆነ፣ እንግዲያውስ ለምንድነው ጸሐፊው ይህን ገለጻ ከጌታችን ሰማያዊው ክህነትና መንፈሳዊ ብስለት ጋር የሚያገናኘው? የጻፈው ነገር ዛሬ ሊከሰት የማይችል ነገር ከሆነ፣ ታዲያ ከገለጻው ጀርባ ያለው አሳብ ምንድን ነው? ይህ ገለጻ የመጀመሪያው ዘመን አይሁዳውያን አማኞችን ብቻ የሚያመለክት ሆኖ ከገደብነው ለእኔ የማይጠቅም ነገር ነው፡፡

ስለዚህ ታዲያ ጸሐፊው ምን እያለን ነው? ዕውነተኛ አማኝ ድነቱን ሊያጣ እንደማይችል የሚያስረግጥበት የንግግር መንገድ ነው፡፡ **በዕብራውያን 6÷9** ላይ ያለው ንግግሩ ትርጓሜውን ለመደገፍ የገባ ይመስላል፡- "ስለ እናንተ ግን ወዳጆች ሆይ ምንም እንኳ እንዲሁ ብንናገር አብልጦ የሚሻለውና ለመዳን የሚሆነው እንዲሆንላችሁ ተረድተናል፡፡" መከራከሪያው እንዲህ ነው የሚቀጥለው፡- "ወደ ብስለት አልሄዳችሁም ብለን እናስብ፣ ይህ ማለት ታዲያ ወደ ኩነኔ ትመለሳላችሁ ማለት ነው? ድነታችሁንስ ታጣላችሁ ማለት ነው? ይህ በፍጹም አይሆንም፤ ድነታችሁን ካጣችሁ፣ መልሳችሁ ልታገኙት አትችሉም፤ ይህ ደግሞ ኢየሱስ ክርስቶስን ያሳፍረዋል፤ እርሱ መልሶ ለእናንተ መሰቀል አለበት እናም ይህ ከቶ ሊሆን የማይችል ነገር ነው፡፡"

በዕብ 6÷4 ጸሐፊው ገላጭ ቃሉን እኛ ከሚል እነርሱ ወደሚል ቀይሮታል፤ ይህ ደግሞ በአእምሮው እየሳለ ያለው አሳባዊ መላምትና ገለጻ እንዳለ የሚያሳየን ነው፡፡ ይህ እንዲህ ቢሆንም ሌላ መላምታዊ ትንታኔ የማይፈልግ ሌላ አተረጓጐም አለ፡፡ በግሪኩ ይሰቅሉታል፤ ያዋርዱታልም ሲል ጸሐፊው እነዚህ ሰዎች መልሶ ወደ ንስሐ አይመጡም እያለ አይደለም፤ እያለ ያለው ኢየሱስ ክርስቶስን እንዲህ በሚያዋርዱበት ወቅት ላይ ወደ ንስሐ መመለስ አይችሉም፤ በዚህ መንገድ ኢየሱስ ክርስቶስን ማሳፈር ካቆሙ በኋላ ግን

ወደ ንስሐ መምጣትና ከእግዚአብሔር ጋር ያላቸውን ኅብረት ማደስ ይችላሉ፡፡ ምንም ዐይነት መንገድን ተከትላችሁ አያችሁ፣ በጭንቅላታችሁ ልትይዙት የሚገባ ነገር ቢኖር የጸሐፊው አሳብ አንባቢዎቹን ማስፈራራት ሳይሆን፣ እነርሱን ማጽናትና እርግጠኞች እንዲሆኑ ማድረግ ነው፡፡ እነርሱን ማስፈራራት ከፈለገ ኢየሱስ ክርስቶስን ያዋረዱበትን ኃጢአት ይነግራቸው ነበር፡፡ እርሱ ግን እንደዚያ አላደረገም፡፡ እርግጥም መካድ - አፖስታሲ (apostasy) የሚለውን ቃል ሳይጠቀም ወደ ጎን መተውን የሚያሳየውን ቃል የተጠቀመው (ገላ. 6÷1ን ተመልከቱ ለተመሳሳይ ቃል)፡፡ ክርስቲያኖች እስከ ሞት የሚያስቀጣ ኃጢአትን ሊሠሩ ይችላሉ (1ኛ ቆሮ. 11÷30-32፤ 1ኛ ዮሐ. 5÷16-17)፤ ይህ ነው እግዚአብሔርን የሚያስቈጣው ዕብ. 12 ላይ የተገለጸው፡፡ *(ዘ ባይብል ኤክስፖዚሽን ኮሜንተሪ)*

አይ. ቪ. ፒ. ባይብል ባግራውንድ ኮሜንተሪ

6፥4 የመጀመሪያው ይሁዲነት አጥብቆ የመንፈስን አብሮነት ይገድባል፡፡ የሙት ባሕሩ ጥቅል የመንፈስ ቅዱስን ዕንቅስቃሴ የብርሃን ልጆች ለሆኑትና ከእርሱ ጋር ለሚስማሙት ብቻ የገደበ ነው፣ ነገር ግን ከዚህና ከክርስቲያን ጽሑፎች ጎን አንዳንዶች መንፈስን እጅግ የማይገኝ አድርገው ያዩታል፡፡ እንዲህ ከሚያደርጉት ዋንኞቹ የአይሁድ መምህራን (ረቢዎች) ሲሆኑ፣ እነርሱ እንደሚሉትም አንድ ሰው መንፈስን ለመቀበል የሚገባው ሆኖ ቢገኝ እንኳ ትውልዱ ለመንፈስ ያልተገባ መሆኑ መንፈስን እንዳይቀበል ያደርገዋል፡፡ የበራላቸው ማለት የተለወጡ ማለት ነው፡፡ ይህም ልክ በ 10÷32 ላይ እንደምናየው፤ የሙት ባሕር ትቅሎችም በተመሳሳይ የሚያሳዩት አስተማሪዎቻቸውን የሚያበሩ ሲሏቸው "illuminators" ተከታዮቻቸውን ደግሞ የብርሃን ልጆች - "children of light" ይሏቸዋል፡፡ መቅመስም በበኩሉ ትርጉሙ መለማመድ ማለት ሲሆን (2÷9)፣ ሰማያዊ የሚለውም በደብዳቤው (አመሳክሩ 3÷1፤ 8÷1-5) እና በመጀመሪያው ዘመን ጽሑፎች መንፈስ ቅዱስ ለክርስቲያኖች ብቻ የሚገለጽ መሆኑ ይህ ሰው ዕውነተኛ ድነት ያገኘ መሆኑን የሚያሳይ ነው፡፡

6፥5 አብዛኛው ይሁዲ የአሁኑን ዘመን ከኃጢአት በታች እንደ ሆነ አድርገው ነው የሚቈጥሩት፤ነገር ግን እግዚአብሔር የሞቱትን ካስነሳና ከፈረደባቸው በኋላ መጭውን ዘመን ያለ ተቃውሞ ይገዛል፡፡ ክርስቲያኖች የሚያምኑት የመጭውን ዓለም ኑሮ አሁን

መለማመድ እንደ ጀመሩ ነው፤ እነርሱ መጭው መንግሥት ፊተኛ ምሳሌዎችና መሪዎች ነበሩ (4፥10-11ን ተመልከቱ) (4፥2 እና 12ን ተመልከቱ)

6፥6 እግዚአብሔር እርሱን የተሻለ ለሚያውቁት ከፍ ያለ ነገር ነው የሚጠብቅባቸው (ዘኍ. 14፥22-23)፡፡ ይሁዲነት እንደሚለው አንዳንድ ሰዎች እግዚአብሔር ላይ በስሕተት ሳይሆን፣ ሆነ ብለው ምን እያደረጉ እንደሆኑ እያወቁ ሊያምፁ እንደሚችሉ ይነግረናል፡፡ እናም እነዚህ ለንስሐ መመለስ አይቻልም፤ ዳሩ ግን እንዲህ እንዲሆን እግዚአብሔር ላይ ያስከሰቱት ቍጣ የከፋ መሆን አለበት፡፡ እነዚህ ረቢዎች አንድ ዐይነት ዕይታ ያላቸው ግን አይደሉም፡፡ ለምሳሌ ረቢ ሜይር እንደሚለው ከሐዲው ኢሊሻ ቤን አቡያ ንስሐ መግባት ይችላል፤ አብዛኞቹ እንደሚሉት ግን አንዳንዶች የከፋ ርቀት ይሄዳሉ፡፡ ይህም ደግሞ ንጉሥ ምናሴን የሚጨምር ነው፡፡

የሙት ባሕሩ ጥቅልል እንደሚያስረዳንም አንድ በማኅበረሰቡ ውስጥ ለ10 ዓመት አባል የነበረ ሰው እና ምን እያደረገ እንደሆነ በደንብ የሚረዳ ሰው እና ፊቱን ከዚያ ያዞረ ሰው መቼም ሊመለስ አይችልም፡፡ አንዳንድ ጸሐፊዎች እንደሚሉት ግን ይህ አንድ በንስሐ የሚስተካከል ዝም ብሎ በአንድ ወቅት የሚፈጸም ኃጢአት ብቻ ሳይሆን፣ ሆን ተብሎ የሚደረግ ክህደት ነው፡፡ በያዕ. 5፥19-20 ላይ ይህንን ማየት ይቻላል፡፡ እዚህ ጋር ነጥቡ እግዚአብሔር ንስሐ ቢገቡም፣ አይቀበለውም የሚል አይደለም፡፡ ይልቁንም አንዳንድ ልቦች ንስሐ ለመግባት ይደነድናሉ፡፡ ምክንያቱም የንስሓ ብቸኛ መንገድ ለሆነው ለክርስቶስን ዕውቅና መስጠትን ስላልፈለጉ ነው፡፡ ሆነ ብለው ኢየሱስን ወደ መስቀል የወሰደውን ዐይነት እምነት በመያዝ ስለ እርሱ መሞት እንኳ ኀላፊነትን ይወስዳሉ፡፡

6፥7-8 ሌሎች ኩርንችትንና እሾህን በምታወጣ መሬት እነዚህን ደካማና መንፈሳዊ ፍጻሜያቸውን ያበላሹ ሰዎችን ይመስላሉ (ለምሳሌ ኢሳ. 5፥6)፡፡ የአይሁድ እምነት ክህደትን እንደ መንፈሳዊ ሞት ነው የሚያየው፡፡ ይህም ልክ ፓይታጎሪያኖችና ሌሎች እንደሚያረጉት ያለው ነው፡፡ *(አይ. ቪ. ፒ. ባይብል ባግራውንድ ኮሜንተሪ)*

ጂዊሽ ነው ቴስታመንት ኮሜንተሪ ዴቪድ. ኤች. ስትርን

6፥4-6 ይህ ጥቅስ ለተለያዩ ስነ መለኮታዊ አገልግሎቶች ሲውል ይታያል፡፡ አርመኒያውያን (ስሙን ያገኙት ከመሥራቹ ጃኮበስ አርሚነስ 1560-1609) ይህን አሳብ አንድ ክርስቲያን

የነበረ ሰው ላይመለስ ሊስት እንደሚችል የሚያሳይ አድርገው ይወስዱታል፡፡ ካልቪናውያን (ስሙን ያገኙት ከጆን ካልቪን 1509-1564) ይህንን አሳብ በተግባር ሊሆን የማይችል እንደሆነ ለማሳየት ይጠቀሙበታል፡፡ በሁለቱ መካከል ያለው አለመግባባት ብዙ እሳት ሲያስነሣ፣ በመሐል ግን የጸሐፊው አሳብ ዓላማ ችላ እንዲባል አድርጓል፡፡ እርሱ ስለ አማኞች ዘላለማዊ ማረጋገጫ እያወራም አልነበረም፤ ነገር ግን አንባቢዎቹ በሙሴ 5 መጻሕፍት ላይ የተጠቀሱት የሌዋውያን ሥርዓት ካልተፈጸመ የኃጢአት ስርየት የለም ስለሚለው ፍራቻቸው ነው የሚያወራው፡፡ የራሳቸውን የመሥዋዕት ሥርዓት ይመሥርቱ ወይም አይመሥርቱ ከዚህ ከፍል ላይ ግልጽ አይደለም፤ ነገር ግን ግልጹ ነገር ስለ መሥዋዕቱ ሥርዓት እያሰቡ እንደ ነበር ግልጽ ነው፡፡ እናም የጸሐፊው ኀላፊነትም እነርሱን የኢየሱስ ሞት፣ እንዲሁም በላይ የጀመረው የአገልግሎት ቢሮ ከቶራህ መጻሕፍትን (7፥12) ወደ አዲስ የለወጠ መሆኑን ማሳየት ነው፡፡ ዳግሞም ኢየሱስ ከህነትንና መሥዋዕት ሆኖ ይህን ሙተካቱን እንመለከታለን፡፡

ቀጥሎ ጸሐፊው በዚህ ቍጥር ላይ የሚያቀርባቸውን የማስረጃ አሳቦችን እናያለን፤ እርሱ የሚያወራላቸው ሰዎች 1. አንዴ የበራላቸውና የሹዋ ማን እንደ ሆነና ምን እንደ ሠራ ለሚያውቁ 2. የእግዚአብሔርን ሰማያዊ ስጦታና ምሕረት የቀመሱ 3. እግዚአብሔር በልጁ በኢየሱስ ክርስቶስ በኩል የሚሰጠውን መንፈስ ቅዱስን (ሩዋክ ሃኮዴሽ) (Ruach HaKodesh) ተካፋይ የሆኑ (ይህ አገላለጽ ጸሐፊው ያላመኑ ሰዎችን ነው የሚገልጸው የሚለውን አሳብ ፍጹም የማይቻል ያደርገዋል፤ ምክንያቱም ሩዋክ ሃኮዴሽን (Ruach HaKodesh) ተካፋይ መሆን የሚችሉት ዕውነተኛ አማኞች ብቻ ናቸው፡፡) 4. የእግዚአብሔርን ቃል መልካምነቱን የቀመሱ (መዝሙር 34፥8ን አነጻጽሩ) 5. የመንፈስ ቅዱስ ስጦታ (አላም ሃባ) (olam haba) (1ኛ ቆሮ. 12፥8-10) ኃይልን የቀመሱ፡፡

እንዲህ በጥልቀት ድነትን የተለማመዱ ሰዎች በየሹዋ የመሥዋዕት ሥርዓት እና ሊቀ ካህናትነት ላይ ያላቸውን እምነት ከጣሉና በቶራህ ወደ ተጻፈው የእንስሳት መሥዋዕት ሥርዓት ከተመለሱ እነዚህን ሰዎች መመለስና ማደስ የእግዚአብሔርን ልጅ መልሰው መስቀል እስካላቆሙ ድረስ የማይቻል ነው፡፡ የዚህ ምክንያት እርሱ በሞቱ የሠራውን ማመን ችላ ብለው በእንስሳት ሞት ሥርዓት ላይ እምነታቸውን ማድረጋቸው ነው፡፡ ለሞቱ ዕውቅና ባለመስጠትና ጥቅም-ዐልባ ሞት እንደሆነ አድርገው በመቍጠር በዐደባባይ ያዋርዱታል እና እንደ ወንጀለኛ የደረሰበት ቅጣት ስለሚገባው እንደ ሆነ ብቻ ያስባሉ፡፡ በዚህ ቦታ ላይ የጸሐፊው አሳብ ከ1500 ዓመት በኋላ ለሚመጣው

የካልቪናውያንና የአርመኒያውያን አለመግባባት ማቀጣጠያ ለመጨመር ሳይሆን፣ ይልቅ አንባቢዎቹን ከእንስሳት መሥዋዕት ወደሚሻለው ወደ የሹዋ መሥዋዕት ለመመለስ መሆኑን ለማሳየት መሢሓዊው አይሁድ የሆነውን *ጀሮም ፍሊሸር የተናረውን* እዚህ ጋር ተውሼ ልጥቀስ፡፡ ይህም ቀጣዮቹን 4 ምዕራፎችን በማየት ብቻ መረዳት ይቻላል፡፡ እነርሱ በአጭሩ የመጽሐፉ ልብ ናቸውና፡፡ ይሁን እንጂ፣ ይህ የካልቪናውያን አርመናውያን አለመግባባት ምክንያት የሆነው ጥቅስ ላይ ዳሰሳ ማድረግ የሚቻል ሲሆን፣ ካልቪናውያን የአማኝን ዘላለማዊ ድነት የሚያስተምሩ ናቸው፡፡ አማኝን መልሶ ሊወድቅ የማይችል ብሎ ተንትኖ መግለጽ ወይም መተርጐም ይቻላል፡፡ ነገር ግን ማንም እስኪሞት ድረስ አማኝ መሆኑን በእርግጠኝነት ሊናገር አይችልም፡፡

ለአንድ ሰው በመሢሑ መታመንና የተለያዩ ተግባራትን በእምነት ሊፈጽም ችሎም የሆነ ነጥብ ላይ ሊወድቅ ይችላል፡፡ እንደዚያ ከወደቀ ደግሞ በዚያ ሁኔታ ውስጥ ሆኖ ከቆየ መታደስ የሚችለው ከኃጢአቱ ዘወር ሲል ብቻ ነው፡፡ እንደዚያ ካልተመለሰ ግን ሊታደስ አይችልም፡፡ ለምን? ምክንያቱም እግዚአብሔር ሊሰጠው የሚችለውን ነገር ሁሉ ሰጥቶታል፤ እርሱ ግን እንደ ጻድቅ በእግዚአብሔር ዘንድ የተሰጠውን ቦታና በቅድስና የመኖር ኀላፊነቱን መቀበልን ዕምቢ አለ፡፡ በቍጥር 7-8 ላይ እነዚህ የእግዚአብሔር መልካም ስጦታዎች ዘርን እንዲበቅል ከሚያደርጉት ከዝናብ ጋር ተመሳስለው ቀርበዋል፤ ነገር ግን ክፉ ዘር ከመጣ ይቃጠላል፡፡ ይህም በፍርድ ቀን ለካዱት የሚጠብቃቸውን ነገር አስታዋሽ ነው፡፡

ነገር ግን አዲስ ኪዳን የአማኝን ማረጋገጫ የሚሰጥበት መንገድ የተለየ ነው፡፡ ዮሐንስ እንደሚለው "እንዳወቅነው እርግጠኛ የምንሆነው ትእዛዛቱን ካከበርን ነው" (1ኛ ዮሐ. 2÷3-6)፡፡ አንዳንድ መሢሑን አምኖ የተቀበለ ሰው የማይወሰድ ዘላለማዊ ድነትን አግኝቷል ብለው የሚያምኑ ሰዎች ደግሞ ይህን ክፍል የሚረዱት ሥጋዊ አማኞች ሽልማታቸውን ሊያጡ የሚችሉበትን መንገድ የሚያሳይ ነው (1ኛ ቆሮ. 3÷8-15) ወይም የሺሁን ዓመት መንግሥት በውጭ ባለው ጨለማ ውስጥ (ማቴ 22÷13-14) ከመሢሑ አገዛዝ ተለይተው ያሳልፋሉ ብለው ያስተምራሉ፡፡ *(ጂዊሽ ኒው ቴስታመንት ኮሜንተሪ ዴቪድ፣ ኤች. ስተርን)*

ጄምስ በርተን ኮፍማን

የዚህን ክፍል ቀጥተኛ ትርጉም ለማሳነስ ሰዎች የሚሄዱበት ርቀት በጣም ትልቅ መሆኑ አስገራሚ ነው፡፡ ካልቪናውያኑ የሚያስቡት የክህደት ፈጽሞ የማይቻል መሆን ወይም የቅዱሳን እስከ መጨረሻው መዳን ሁልጊዜም ከቅዥት የዘለለ ሊሆን አይችልም፡፡ ይህን ነገር ለማስረዳት የሚያረጉት እንደዚያ ክህደት ከፈጸሙ መጀመሪያም አልዳኑም ነበር የሚለው መከራከሪያ በዚህ ምዕራፍ ብርሃንነት ውድቅ ይሆናል፡፡ የእነዚህ ሰዎች ዕውነተኛ መለወጥ እና በኋላም መካድ ምንም በማያጠራጥር መልክ ቀርቧልና፡፡ ልክ ብሩስ እንደሚለው ይህ ምዕራፍ በሁለት መንገድ በተሳሳተ መልክ ሊጠመዘዝ ይችላል፤ እንዲህ ይላል ማስጠንቀቂያው፡- ያለ ምክንያት ዝቅ ተደርጎ ይታያል፤ ያለ ምክንያትም ይጋነናል፡፡ ይህ ኃጢአት አሁን ሊፈጸም የሚችል አይደለም ለሚሉት ይህ ማስጠንቀቂያ የሚሰጥ ምዕራፍ ለትክክለኛ ዐደጋ የተሰጠ ትክክለኛ መስጠንቀቂያ ነው፡፡ በሌላ በኩል የጸሐፊው ትርጉም ወደ ተሳሳተ አቅጣጫ ተወስዶ ተጋኖ ሊቀርብም ይችላል፡፡ ይህም እርሱ ጥምቀት ላይ የተሠራ ኃጢአት ንስሐ የለውም እንዳለ ተደርጎ ሲቀርብ ነው፡፡

በዚህ ምንባብ ውስጥ ከባዱ እና ብዙ ጸሐፊዎችን ግራ የሚያጋባው ቃል፣ "የማይቻል" የሚለው ነው፡፡ *ማክናይት* ሲጽፍ "ሐዋርያው እግዚአብሔር ድጋሚ ክህደት ለፈጸመ ሰው ዕድል አይሰጥም እያለ አይደለም፤ ይልቁንም ለክርስቶስ አገልጋዮች እንደዚያ ማድረግ የማይቻል ነገር ነው፡፡" ይህ የማይሆነው ነገር ቢሆን ራሱ ለእግዚአብሔር ሁሉ ነገር ስለሚቻል የካዱትን እንኳ ማደስ እና እንደገና ለእነርሱ ዕድል መስጠት ቢችል፣ እርሱን ማንም ትክክል አይደለም ሊለው አይችልም፡፡ የነገሩ አለመቻል ግን አሁንም እንዳለ ነው፡፡ እናም እዚህ ጋር የማይቻል የሚለው ቃል ከዘላለማዊ ኃጢአት ጋር ብቻ ነው ሊተረጐም የሚችለው (ማር. 3÷28)፡፡

ባርምቢ ሲጽፍ እዚህ ክፍል ላይ የተጠቀሰው ውጤትና የመንፈስ ቅዱስን መሳደብ ውጤት ትስስር የሚጠቁመን ጌታችን ይህንን ይቅር የማይባል ኃጢአት ብሎ ሲጠራው የሚያሳየን፡፡ ይህም የሚያመለክተው የመንፈስ ቅዱስ ኃይልን ተለማምደው እንኳ በአሳባቸው ተቃውሞ የጸኑትን ነው፡፡

ኢ.ፌ.ቢ.አ. አገልግሎት ዕብራውያን መጽሐፍ ጥናት ክፍል 2

ብስለት ከሌለበት ክርስቲያናዊ መረዳት የሚነሣ

በቅንፍ ያለው ሐረግ ስለ ክርስቶስ ጥልቅ የሆኑ ዕውነታዎችን ለመረዳት ያለመቻልን አስመልክቶ የተሰጠ ቀጣይ ክፍል ነው፡፡ ይህ አንቀጽ ዕውነተኛ አማኝን ይበልጥ ተስፋ ለማስቈረጥ የሚናገረው ምንም ነገር የለም፡፡

1. ይህም አማኝ ሊጠፋ አይችልም በሚል ግልጽ ዐዋጅ ምክንያት ነው፡፡ ይህ ነጠላ በሆኑ ምንባቦች ላይ የተመሠረተ መተማመን አይደለም፡፡ ምንም እንኳ የቱም እምነት እንደዚህ ባሉ ምንባቦች ላይ የሚመሠረት ቢሆንም፣ ይህ ግን በዚህ ነገር ላይ የማይመሠረት መሆኑ እርግጥ ነው፡፡

ዳሩ ግን እጅግ ዋነኛ በሆኑ የእግዚአብሔር ቃል ዕውነታዎች ላይ ይመሠረታል፡፡ እነዚህም የአባት ዓላማ ሁሉም እንዲድኑ በመሆኑ ላይ ነው፡፡ እንዲሁም ቀጣይነት ያለው እምነት በሕዝቡ ዘንድ እንዲገኝ የወልድ ምልጃ ለዚሁ ተመሳሳይ ፍጻሜ የሚሆን የመንፈስ ቅዱስ ሥራ በእምነት የሚሰጠው ዘላለማዊ ሕይወት የመሆኑ ዕውነታ ነው፡፡

2. ይህም እዚህ ላይ ዘወትር ቸል የሚባሉ አንዳንድ ከግምት ሊገቡ የሚገባቸው ነገሮች ያሉ በመሆኑ ነው፡፡ ለምሳሌ እነዚህ ቃላት የዕብራውያን ሰዎችን ለማበረታታት በዓላማ የተጻፉ ናቸው፤ ስለዚህም ደግሞ በእነርሱ ዘንድ ተስፋ መቁረጥን መፈለግ፣ እነርሱ በተሳሳተ መንገድ ለመርዳት መሞከር እና ያልወደቁትን ሰዎች በተመለከተ፣ እንዲሁም ከሐዲያንን ለንስሐ ለማደስ የማይቻል መሆኑ እየተነገረበት ያለን ሁኔታ አስመልክቶ የቱንም ክፉ ነገር ያመልክት - ይህ በእግዚአብሔር ዘንድ የማይቻል ነገር አይደለም፡፡ - እዘህ ላይ እየተነገረ ያለው የሰው አለመቻል ነው፡፡

ጆሮዎቻቸውን እነርሱን ላለማድመጥ ለሚዘጉ ሰዎች እነዚህን ዋነኛ ዕውነቶች ደጋግሞ መናገር ጥቅም-የለሽ ነው፡፡ እነርሱን ለንስሐ ማደስ የማይቻል ነው፡፡ ነገር ግን "እግዚአብሔር ማንም እንዲጠፋ አይፈቅድም፡፡" "የኢየሱስ ክርስቶስ ደም ከኃጢአት ሁሉ ያነጻል፡፡" "ማንም የተጠማ ቢኖር ይምጣ!" "ለሰዎች የማይቻሉ ነገሮች ሁሉ ለእግዚአብሔር የሚቻሉ ናቸው፡፡"

3. ይህም እዚህ ላይ ስለ ተጠቀሱ ሰዎች የተነገረውን ነገር የሚያምኑ ሰዎችን በተመለከተ ዕውነት ነው፤ ስለዚህም ደግሞ ምንባቦቹ ያለ ምንም ችግር ለእነዚህ ሰዎች ብቻ ተግራዊ የሚሆኑ በመሆናቸው ነው፡፡ ለምሳሌ አንድ ጊዜ ብርሃን የበራላቸው ሰዎች አሉ፡፡ እርሱ "ዐይኖቹ የተከፈቱለት ሰው" ተብሏል፡፡

ይህም ልክ ጆን አውን እንደሚለው "የሙብላትና የበሉትን ነገር የመፍጨት ነገር አይደለም፡፡ እነዚህ ከመንፈስ ቅዱስ ተካፋዮች የተደረጉ ናቸው፡፡" ይህም ደግሞ ምናልባት በየሐዋ. 19÷2፣ 6 እንዳለው፣ ልክ እንደ ይሁዳ ላሉቱ ዳግም ልደትን ከገኘ ሰው ውጭ ላለም ሰው እንኳ ሊሰጡ የሚችሉ ተአምራትን መሠረት ያደረጉ የጸጋ ስጦታዎች ናቸው፡፡

"ደግሞም መልካሙን የእግዚአብሔር ቃልና ሊመጣ ያለውን ዘመን ኃይል የቀመሱ ናቸው፡፡" ይህንን በወንጌል ስብከት በኩል ጥልቀት ወዳለው ስሜት እና ጥብቅ ወደ ሆነ አሳብ እንዲመሩ ለተደረጉ ሰዎች ጥቅም ላይ ማዋሉ ቋንቋን በተሳሳተ መንገድ የመጠቀም ጉዳይ አይደለም፡፡

ይሁንና ይህንን ለክርስቲያኖች መግለጫነት ጥቅም ላይ ማዋሉ የቱንም ያህል ተፈጥሮአዊነት ያለው ነገር ሊሆን የሚችል ቢሆንም፣ የግድ በእነርሱ ላይ ተግባራዊ የሚሆን አይደለም፡፡ ደግሞም የእግዚአብሔር ቃል ጠቅለል ያለ ትርጉም እንዲህ ካለው ተግባራዊ ተዛምዶ ጋር የሚቃረን በሚሆንበት ጊዜ ሁለተኛውን ያለ ፍርሃት እንቀበላለን፡፡

ርእሰ-ጉዳይ - ብስለት ከሌለበት ክርስቲያናዊ መረዳት የሚነሣ

1. የክህደት ዐደጋ እና በደልን በተመለከተ የተሰጠው ብቸኛው ማስጠንቀቂያ

1. እነዚህ ሰዎች በመውደቅ ዐደጋ ውስጥ ናቸው ወይም በሐዋርያው ቃላት ውስጥ የሰፈረ ምንም ትርጉም ያለው ነገር የለም፡፡ እርሱ ፍርሃት /ስጋት/ ባይኖርበት ኖሮ መልእክቱን አይጽፈውም፡፡ ክርስቲያን አይወድም ሲል አይናገርም፤ ነገር ግን እነዚህ ሰዎች ሊወድቁ ይችላሉ የሚል እንድምታዊ አሳብን ይሰጣል፡፡

ዋነኛ የሆነውን የእግዚአብሔርን መንገድ ስለ መያዛቸው እርግጠኛ አይደለም፤ ሁሉም ውጫዊ የሆኑ ክርስቲያናዊ ባሕርያት የእኛ ሊሆኑ ይችሉ ይሆናል፤ ይሁንና የከሐዲያን በደል እና ውድቀት የእኛ ሊሆን ይችላል፡፡

2. ነገር ግን ይህ "መውደቅ" በዕውነታው ረገድ ከተመለከትነው ክርስቶስን መጣል ነው፡፡ "የእግዚአብሔር ልጅ ክርስቶስን በድጋሚ ይሰቅሉታል" ማለትም እርሱን ይጥሉታል፤ ለራሳቸውም አሮጌውን "እርሱን አስወግደው! እርሱን ስቀለው!" የሚለውን ጩኸት ይደጋገሙታል፡፡ በክርስቶስ ላይ ጀርባን ማዞር ለአሥራ ስምንት ምዕተ-ዓመታት የተፈጸመን የሰው ልጆች በደል፣ እንዲሁም የአዳኙን ኀዘን በድጋሚ ዕውን እንዲሆን ማድረግ ነው፡፡

3. ደግሞም ይህንን መጣልን የመጨረሻው የእግዚአብሔር ፍርድ ይከተለዋል፡፡ "የበሰበሰች መሬት ዝናቡን ትጠጣለች፡፡" "የእግዚአብሔርን መልካም ስጦታዎች መቀበል በዚህም ደግሞ ፍሬን ማፍራት መለኮታዊ በረከትን በሕይወታችን የተረጋገጠ እንዲሆን ማድረግ ነው፡፡ ነገር ግን አስፈላጊውን ነገር ሁሉ መቀበልና እሾህንና ኩርንችትን ብቻ ማብቀል በእግዚአብሔር የእርግማን ዐደጋ ላይ መቆም ነው፡፡

የእግዚአብሔርን ልጅ የጣለ ሰው ተስፋው ምን ሊሆን ይችላል? የቱስ ኃጢአት ቢሆን ከዚህ የላቀ እና የሚያስፈራ ሊሆን ይችላል ወይ? ክርስቶስን የመጣል ኃጢአት ከሁሉም ኃጢአቶች የላቀ አጥፊ የሆነ ኃጢአት ነው፡፡

II. ከክህደት ኃጢአት የሚጠበቁበት በጸጋ የተሞላ ተስፋ - ዳሩ ግን የተወደዳችሁ ሆይ፥ እኛ ተረድተናል" ... ወዘተ

1. ራስን መካድ ያለበት እግዚአብሔርን ማገልገል ለዕውነተኛ ክርስቲያናዊ ሕይወት ማስረጃ ሊሆን ይችላል

ሃይማኖታዊ ተግባራት (ዕንቅስቃሴዎች) የክርስቲያናዊ ሕይወት ማስረጃዎች አይደሉም፡፡ ሃይማኖታዊ ተግባራት (ዕንቅስቃሴዎች) ባሉበት ሥፍራ ታላቅ ለሆ የንጽሕና ሕይወት መኖር ለማመን የሚሆን ምክንያት ኢምንት ነው፤ ምክንያቱም ራሱን የሚገዛ ነገር የክርስትና ብርቱ ጎን ነውና፡፡

2. የዚህ አገልግሎት አንዱ ሽልማት የሚያጽናና ጉልበትን የሚሰጥ ጸጋ የሚገኝበት መሆኑ ነው

ሥራዎቻችን ከእግዚአብሔር ዘንድ ሊያስገኙልን የሚችሉት ነገር የለም፡፡ ነገር ግን እርሱ ሊሸልማቸው ይወድዳል፡፡ በትንሽ ነገር ለታማኝነት የሚሰጥ ሽልማት ታማኝ ለሆኑ ሰዎች በብዙ ነገሮች ላይ ጸጋ ሊሆን ይችላል!

በመንግሥተ-ሰማያት የአገልግሎት ሽልማቱ ብዙ ክብር ማግኘት ነው፤ በምድር ላይ ደግሞ የአገልግሎት ሽልማቱ በእርግጥም ብዙ ጸጋን ማግኘት ነው፡፡

III. ከህደት እንዲወገድ የሚያስፈልግ ጥረት

አሥረኛው ቍጥር እኛ በጸጋው ብቻ "ከመውደቅ እንደምንጠበቅ ያሳያል፤ ነገር ግን እግዚአብሔር በሰዎች መሣሪያነት ጸጋን የሚሰጥ በመሆኑ ምክንያት እንደዚህ ካለው ዐደገኛ ከሆነ ከፉ ነገር እንድንጠበቅ ካስፈለ ሊደረግልን የሚገባ አንድ ነገር አለ፡፡ ያ ዕውነት እዚህ ላይ ከግምት እንዲገባ ተደርጓል፡፡

ምክንያቱም የቅንፉ የመጀመሪያው ክፍል ከዚህ ጋር ሊነበብ ይገባል፤ በዚያም ወደ ክህደት ለማዘንበል የሚሆን አምካኝ ነገር አለ፡፡

1. በመለኮታዊ ሕይወት ማደግ

ከመውደቅ መጠበቂያ ብቸኛው ነገር ማደግ ነው፡፡ የቀደመው ብርታታቸው እየደከመ እና እየደከመ እየሆነ የሄደባቸው ሰዎች መለኮታዊ ታላቅነትን ከቶም እንዳልያዙ፣ እንዲሁም ለራሳቸው የእግዚአብሔርን ልጅ ለመስቀል የማይሹ መሆናቸውን በሚያረጋግጡበት መንገድ ላይ ናቸው፡፡

2. ይህ ዕድገት ዕውን መሆን የሚችለው ጥልቀት ያለውን ዕውቀት ስለ ክርስቶስ በመያዝ ብቻ ነው

ዕድገት ጠጣር የሆነ ምግብን ይፈልጋል፡፡ ወተት ሕይወትን ሊያቆይ ይችል ይሆናል፤ ጠጣር ምግብ ብቻ ነው ሕይወትን መገንባት የሚችለው፡፡ በክርስቶስ ዕውቀት ማደግ

እርሱን በመምሰል ለማደግ የሚሆን ምሥጢር ነው፡፡ C. N (From The Pulpit Commentary, 2001,)

ልዩነት ባላቸው ነጥቦች ላይ የተነሳ ተጫመሪ ሐተታ

ዕብራውያን 6፥4-6 "አንድ ጊዜ ብርሃን የበራላቸውን ሰማያዊውንም ስጦታ የቀመሱትን ከመንፈስ ቅዱስም ተካፋዮች ሆነው የነበሩትን መልካሙንም የእግዚአብሔርን ቃልና ሊመጣ ያለውን የዓለም ኃይል የቀመሱትን በኋላም የካዱትን እንደገና ለንስሐ እነርሱን ማደስ የማይቻል ነው፤ ለራሳቸው የእግዚአብሔርን ልጅ ይሰቅሉታልና ያዋርዱትማልና።"

ክርስቲያኖች በተጠቀሰው ሁኔታ ውስጥ ወድቀዋል የሚል ወይም ለዚያ ነገር ቀርበዋል የሚል እንድምታ ያለው ነገር አልተነገረም፤ ነገር ግን እንዲዚያ ያለው ነባራዊ ሁኔታ አለ፡፡ እናም ወደ ፊት በመገስገስ ፈንታ ወደ ኋላ የሚሄዱ ከሆኑ የሚደርሱበት ይሆናሉ፡፡በዚህ ሂደት ውስጥ የሚጠበቀው ነገር ዕውነተኛ የሆኑ የጸጋ ስጦታዎችን በደስታ ካጣጣሙ በኋላ ሙሉ ወደ ሆነ ከእምነት የሚወጡበት ክህደት ነው፡፡ እንዲህ ባለው ጉዳይ ላይ የቀደቀው ሰው ተስፋ-ቢስነት በአንድ ወቅት በደስታ ያጣጥሙት የነበረን ዕድልና መልካም መጋጠሚያ ጋር የተመጣጠነ ነው፡፡ምንም እንኳ ሌሎች አመለካከቶች የዚህን ነገር ትርጉም በተመለከተ የተሰጡና ከዚህ በታች የሰፈሩ ቢሆንም የምንባቡ አዝማሚያ ይህ ነው፡፡

አንድ ጊዜ ብርሃን በርቶላቸው የነበሩትን የሚለው የተፈጸም፣ ነገር ግን በአንድ ወቅት የተፈጸመ ብርሃን የመቀበል ነገርን ይወክላል፡፡ ይህም የሚያዩ ማየት የማይችሉ መሆን በጀመሩ ጊዜ (ዮሐ. 5፥39) የክርስቶስ ወንጌል ብርሃን በአመኞች ላይ ለሁልጊዜ በወጣ ወይም በበራ መልኩ በተዛማጅ ምንባቦች መሠረት (ዕብ. 10፥20፤ ከዕብ. 10፥32 ጋር አመሳክሩ!) የዕውነትን ዕውቀት በተቀበሉ ጊዜ የሆነ ነው፡ በሰብዓሊቃናት "በትእዛዝ እንዲረዱ ማድረግ" ማለት ነው፤ ደግሞም በጥንት ቤተ ክርስቲያን ውስጥ ጥምቀትን የሚያጅብን የበራላቸው መሆንን /መንፈሳዊ መረዳትን ያገኑ መሆንን ለመግለጽ በተለመደው መልኩ ጥቅም ላይ የሚውል ነበር፡፡ በዚያም ጥምቀት βαπτισμός / baptismōn በመባል ይጠራል፡፡ ስለሆነም ሰማዕቱ ጁስቲን ('Apol.' 1:62), βαπτισμός / baptismōn ይላል፡፡ ከ (Cf. the title of Chrysostom's 'Hem.' 49,)

መግለጫው በጁስቲን ዘመን እንኳ ጥቅም ላይ የሚውል ጥናታዊ መግለጫ ስለሆነ፣ በምንባቡ ውስጥ ጥምቀት የመንፈሳዊ ብርሃኑ ማግኛ ወቅት በመሆን የተጠቀሰበት ሁኔታ በልዩ መልኩ ይኖራል፡፡ ነገር ግን ጉዳዩ ይህ ከሆነ "በአንድ ወቅት ተጠምቀው የነበሩቱ" ከሚለው በላቀ መጠን ረጅሙ ሐረግ ይናገር ነበር፡፡ ይህም ውስጣዊ የሆነ አብርሆት ግልጽ በሆነ መልኩ ተመልክቷል፡፡

እዚህ ላይ አጽንኦት የተደረገበት ቃል በግልጽ የሚለው ነው፤ እነርሱ ተሞክሮአዊ የሆነ ዕውቀት አላቸው (መዝ. 34÷8 - "ጌታ ቸር እንደ ሆነ ቅመሱ እዩም")፤ ደግሞም 1ኛ ጴጥ. 2÷3 "ጌታ ቸር መሆኑን ቀምሳችሁ እንደ ሆነ፥ ለመዳን በእርሱ እንድታድጉ አሁን እንደ ተወለዱ ሕፃናት ተንኰል የሌለበትን የቃልን ወተት ተመኙ።" ይላል፡፡

ስጦታ የሚለው ቃል (dwrea / dōreas) በየሥፍራው በአጠቃላይ መቤዠትን የሚመለከት (ሮሜ 5÷15-17)፣ እንዲሁም በተለይ ይበልጥ ተደጋጋሚ በሆነ መልኩ ለመንፈስ ቅዱስ ስጦታ ጥቅም ላይ የዋሉ ናቸው (ከ2ኛ ቆሮ. 12÷15 ጋር አመሳክሩ)፡፡ ("ስለማይነገር ስጦታው እግዚአብሔር ይመስገን") በተጨማሪም እነርሱ የመንፈስ ቅዱስ ተካፋዮች ሆነዋል፤ ይህም በእርሱ ተጽዕኖ ውስጥ የሆኑ መሆናቸውን፣ እንዲሁም እርሱን የቀመሱ መሆናቸውን ያሳያል፡፡ (ልክ እንደ ቀደመው ያለው ያው አንድ ዐይነት) ቃልና አንድ ዐይነት ትርጉም እዚህ ላይ በግሱ ቀጥተኛ ተሳቢ መልኩ ጥቅም ላይ ውሏል፡፡

ከዚህ ባለፈ ለተነገረው ነገር (cf. The expression occurs, Josh 21:45; 23:15; Zech 1:13, for gracious Divine utterances.) ይህም በጸጋ የተሞሉ መለኮታዊ ንግግሮችን በተመለከተ ነው፡፡

የእግዚአብሔርን ቃል የቀመሰ በሚል የተነገረበት አሳብ ከእግዚአብሔር አፍ የወጣ የሚል ትርጓሜ አለው፡፡ (ይህም በዕብ. 2÷4 እና በአዲስ ኪዳን በየሥፍራው እንደሚገኙት ያሉቱ የመንፈስ ቅዱስ ስጦታዎች የሚገለጥባቸው ከተለመዱት የተለዩቱ ናቸው፡፡ t

ለራሳቸው ለሚለው የሚሆን ኃይል ቅዱስ ጳውሎስ በክርስቶስ ዓለም ለእርሱ ደግሞም እርሱ ለዓለም የተሰቀለበት፣ ማለትም በእርሱና በዓለም መካከል ያለ ኅብረት ሁሉ በቈጠረበት በክርስቶስ መስቀል እርሱ እጅግ የከበረ መሆኑን በሚናገርበት በገላ. 6÷4 በተግባራዊ ምሳሌ ተመልክቷል፡፡

ስለዚህ እዚህ ላይ የሚሰጠው እንድምታ አንድ ሰው ተሰቅዬለታለሁ ብሎ ከሚናገረው ነገር ጋር ያለ ግንኙነት ቀርቷል የሚል ነው፡፡ "እርሱን ለመስቀል ሞት አሳልፈው በሰጡት ጊዜ አባቶቻቸው አስቀድመው ያደረጉትን ነገር በመድገም፣ የእግዚአብሔርን ልጅ በድጋሚ ይሰቅሉታል፡፡ በተጨማሪም ይህ ሲመለከቱት ተወቃሽ ሆኗል፡፡ እናም ከግላዊ ተሞክሮ በኋላ እርሱ "የእግዚአብሔር ልጅ" መሆኑን ያረጋግጣሉ፡፡ ደግሞም እነርሱ እርሱን ለራሳቸው ሙት ያደረገቡ ብቻ አይደሉም፤ በተጨማሪም እርሱን አጋልጠውታል paradeigmati: cf. Num 25:4, LXX.) ፡፡ ለዓለም ነቀፌታ ፌዝ እንዲሆን አሳልፈው ሰጥተውታል "Ostentantes, scil aliis" (Bengel)፡፡ የላይኛው ማብራሪያ ከዴሊትዝ የተወሰደ ነው፡፡

በመቀጠል ይህንን ስላደረጉ ሰዎች የተነገረው ነገር የሚታይ ይሆናል፡- ለእነርሱ የሚሆን ንስሐ የለም፤ ዳሩ ግን እነርሱን ለንስሐ እንኳ ለማደስ የማይቻል ነው፡፡ እንዲህ ካለው ተሞክሮ በኋላ የሚከሰት እንዲህ ያለው መውደቅ ንስሐ የመግባት ዕድልን የሚያካትት ይሆናል፡፡ እንደዚህ ባሉ ሰዎች ዘንድ የጸጋ ኃይል ይደክማል፤ ወደ ክርስቶስ ሊመለሱ የሚገባቸው በነገሮች ተፈጥሮአዊ ባሕርይ ምክንያት አይደለም ወይም ነገሮች ለእነርሱ ሰላምን የሚሰጡ በሚሆኑበት መልኩ ከዚህ በኋላ የሚመለከቱ አይሆኑም፡፡ እዚህ ላይ በተገለጸው ነባራዊ ሁኔታና "መንፈስ ቅዱስን በመስደብ" ምክንያት በሚመጣ ውጤት መካከል ያለው ግንኙነት (ማቴ. 12÷31፤ ማር. 3÷28፤ ሉቃስ 12÷10) ለራሱ አንድ ጊዜ እንዲህ የሚል አሳብን ይሰጣል፡፡

ይህም፡- ይቅር ሊባል ስለማይችል ኃጢአት ጌታችን የተናራቸው ቃላት የመንፈስ ቅዱስን ኃይል የተለማመዱ መሆናቸውን ዐልፎ በትክክለኛው መልኩ ችኮነትን ለማመልከት የተሰነዘረ ነው፡፡ በተለይም የአዳኙን ማስጠንቀቂያ በተመለከተ ከቅዱስ ሉቃስ ዘገባ ጋር የሚጎዳኝ መሆኑ ግልጽ ነው፡፡ ይህም ደግሞ በመልእክቱና በወንጌላዊው ጽሑፍ መካከል በተደጋጋሚ መመሳሰል ከማይገኝባቸው ነባራዊ ሁኔታዎች አንዱ ነው፡፡ ምክንያቱም ቅዱስ ሉቃስ ንግግሩን እንደ ተናገረ፤ ይህም የክርስቶስን ሥራ ለቤዔል ዜቡል በሰጡበት ነባራዊ ሁኔታ ለአይሁድ እንደ ተነገረ በማድረግ ሳይሆን፣ ነገር ግን "ከፈሪሳውያን እርሾ ተጠበቁ!" ተብሎ ለደቀ መዛሙርቱ ለራሳቸው ማስጠንቀቂያ በሚነገርበት ነባራዊ ሁኔታ የተገነረ አድርጎ ያቀረበው ነው፡፡

ደግሞም ይህ ነገር የተነገረው ሰዎችን በመፍራት መመላለስን በመቃወም ከተነገረ ንግግር በኋላ፣ እንዲሁም "በሰዎች መካከል የሚክደኝን በእግዚአብሔር እና በመላእክቱ ፊት እክደዋለሁ" ከሚሉዋቸው ቃላት በኋላ ነው። በተጨማሪም "ለሞት የሚያበቃ ኃጢአት" በሚል በቅዱስ ዮሐንስ ከተነገሩት ቃላት ጋር አመሳክሩ (1ኛ ዮሐ. 5÷16)። የዚህ ምንባብ አቅጣጫ የተሳሳተ ግንዛቤ በአንድ ወቅት መሰራጨት የሚችል ነገር የነበረ መሆኑ ልብ ሊባል ይገባል።

1) ከጥንት ጊዜ ጀምሮ ከጥምቀት በኋላ የተፈጸመ ለሞት የሚያበቃ ኃጢአት የሚከለከል መሆኑ ጥብቅ ጥብቅ የሆነ የቤተ ክርስቲያን ተግሣጻዊ ሥርዓት ነው። ጥንታዊትዋ የሁለተኛው ክፍለ ዘመን ('De Pudicitia,' cf. 20)፣ በሆነበት መልኩ በተርቱሊያኖስ ተጠቅሷል። ደግሞም ወደ ኋላ የተመለሱ ሰዎች ንስሐ ከገቡ በኋላ እንኳ የጌታን እራት መውሰድ መከልከል የለባቸውም የሚለውን የኖቫታውያንን ክልከላ ለማረጋገጥ በቀዳሚነት ጥምቅም ላይ ውሏል። ምንባቡ ከዚህ በላይ እንደ ተብራራው በዕውነተኛው መልኩ አላስፈላጊ ነው። ይህም ንስሐ የሚገቡ ሰዎችን ቤተ ክርስቲያን የምትይዝበትን አያያዝ በማመልከቱ ሳይሆን፣ ነገር ግን ወደ ንስሐ እንዲመጡ የተደረጉ አንዳንድ ሰዎች ከቶውንም ይህ ንስሐቸው የማይቻል ነገር መሆኑን በማመልከቱ ነው።

2) ካቶሊካውያን አባቶች በትክክለኛው መልኩ የኖቫታውያንን ዐቋም ጥለውታል። አጠቃላይ በሆነ አነጋገር ምንባቡን የጥምቀትን መደጋገም እንደሚከላከል አድርገው ነው የተረዱት። ስለሆነም ኖቫታውያንን የሚቃወም ምላሽ ይሰጣሉ። እነዚህ ኖቫታውያን ወደ ኅብረታቸው የገቡ ሰዎችን ዳግም የሚያጠምቁ ናቸው።አምብሮስ ቴዎዶሬት እና ሌሎችም እንደዚሁ ያሉቱ ናቸው። ነገር ግን በዚህ ርእሰ ጉዳይ ላይ ምንም እንኳ የያዙት ዐቋም ማለፊያ ቢሆንም፣ ምንባቡ ልክ ከላይ እንደ ተብራራው ከዚህ ጋር በተያያዘ ኖቫታውያንን በተመለከተ አስፈላጊነት ያለው ነው።

3) ይህ እና ሌሎች ምንባቦች ከዚህ ጋር በተያያዘ የቱንም ያህል የሚጓጉለት ቢሆኑም፣ በድነት ጉዳይ ላይ ተስፋ ወደ መቍረጡ እንዲሄዱ እንደ መራቸው ያመለክታሉ። ይህም እነርሱ ራሳቸው ይቅር ሊባል የማይቻል ኃጢአትን እንደ ፈጸሙ በማሰብ የገቡበት ነው። አሳዛኝ የሆነው እነርሱ የያዙት አመለካከት ከኖቫታውያንም ባለፈ ርቀ የሄደ ነው። ኖቫታውያን የቤተ ክርስቲያን ኅብረትን

(የጌታን ማዕድ መካፈልን) ይከለክላሉ እንጂ፣ ክልከላው ከእግዚአብሔር ምሕረት መከልከልን የሚይዝ አይደለም:: ነገር ግን እንደዚህ ያለውን ፍርሃት የሚያስተናዱ ሰዎች አእምሮ ይህ ምንባብ የሚናገረው ስለ እነዚህ ሰዎች አለመሆኑን በተመለከተ ምልከት ነው:: ንስሐ ለመግባት የሚያስችል ጸጋ እና ይቅርታን ለመጠየቅ የሚያስችል መብት ያላቸው ከሆነ፣ እነርሱ በሙላት ከጸጋ የወደቁ አይደሉም::

4) የካልቪን አስቀድሞ መወሰን አመለካከቶች እርሱን እና ተከታዮቹን ግልጽ በሆነው የምንባቡ ትርጉም ላይ ዕጃቸውን የሚያስገቡበትን ተግባር እንዲፈጽሙ አስገደዳቸው:: የጸጋ ዕንከን-ዐልባነት አስተምህሮን በመያዝ፣ ይህም የሚያካትተው

ሀ) በዕውነተኛው መልኩ ዳገግም ልደት ያገኙ ሰዎች ሊወድቁ አይችሉም፣ እንዲሁም
ለ) የወደቀ ሰውም በውጤቱ በዕውነተኛው መልኩ ዳግም ልደት ሊኖረው አይችልም፤ በደስታ ያጣጣመውን ጸጋ አስመልክቶ የሚሰጠው ማብራሪያ ምንም የለውም፤ ደግሞም ይህ ነገር ያለው ትርጉም ይስሙላዊ ወይም ሥር ያልሰደደና ላይ ላዩን የሆነ ነው:: በዚህ አመለካከት በ geusame ቃል ላይ አጽንኦት ያደርጋል፤ የዚህም ቃል ትርጉም "summis labris gustare." የሚል ነው::

እንዲህ ያለውን የቃሉን ስሜት የሚያንጸባርቀውን የአስቀድሞ የተበጀን ነገረ መለኮታዊ መረዳት በማስረጃ ለማስረገጥ የሚደር ሙከራ ነው:: ይህም ደግሞ ተቀባይነት የሌለበት ሥፍራ፣ ማለትም በዕብራውያን 2÷9 ላይ ካለው የቃሉ ስሜት የማይበልጥ ነው:: አዳኝ የሆነ ጸጋ በምንም መልኩ ቢሆን ተቃርኖአዊ ተግባርን ያደርጋል የሚልን መረዳት የቱም ዐድሎአዊነት የሌለው ወገን ወይም አካል ሊመለከት አይችልም:: Art. XVI. of the English Church የሚለው ጽሑፍ ከዚህ በላይ የተጠቀሱትን የተሳሳቱ መደምደሚያዎች በመቃወም የቀረበ ነው::

ቊ. 7-8 “ብዙ ጊዜ በእርስዋ ላይ የሚወርደውን ዝናብ የምትጠጣ መሬት፥ ለሚያርሱአትም ደግሞ የምትጠቅምን አትክልት የምታበቅል፥ ከእግዚአብሔር በረከትን ታገኛለችና::” (not, as in A.V., "by whom") “እሾህና ኵርንችትን ግን ብታወጣ፥ የተጣለች ናት ለመረገምም ትቀርባለች፥ መጨረሻዋም መቃጠል ነው።” (not, as in A.V., "that which beareth"):: ተግባራዊ ምሳሌው ኤ.ፒ.ቲ እና ቊጥር 7 ላይ የዐረፍተ ነገር

ባለቤት እንደ ሆነ ልብ ብላችሁ ተመልከቱ:: ይህ ከበፊቱ ምንም ዐይነት ቀዳሚ ገላጭ ፊደል ባለመግባቱ የተመለከተ ፊደል ነው:: ስለዚህም ውጤት-ዐልባውና ፍሬያማው ዐፈር ተቀባይነት ሊያገኙ እንደሚችሉ ተጠቁሟል::

ደግሞም ተቀባይነትን ማግኘት ብቻ ሳይሆን፣ የመጨረሻ ዕጣ-ፈንታ ሊኖራቸው የሚገባቸው ናቸው:: ይህም በትክክል በተትረፈረፈ መልኩ ብዙ ነገሮችን ከተቀበሉ በኋላ ብቻ ሳይሆን፣ በጸጋ የተትረፈረፈውን የመንፈስ ቅዱስን ዝናብ በተሞሉበት መልኩ ነገሮችን ከወሰዱ በኋላ የወደቁትን ሰዎች በተግባራዊ ምሳሌ ያሳያል::

ብቸኛው ልዩነት በእነርሱ ጉዳይ ላይ ውጤታማ የሆነው ኃይላቸው ግብዓት ነፃ ፈቃድ በሆነበት ሁኔታ ለመሬቱ የተሰጠው ሥዕላዊ መግለጫ እስራኤል መሆንዋ ነው Heb 10:26):: ተመሳሳይ ለሆነ ተግባራዊ ምሳሌ፣ ማለትም ከባህል ባሻገር በተፈጥሮ ላለ ውጤት-ዐልባነት የሚሆን ምሳሌን በተመለከተ (ከኢሳ. 5÷4 እና 20÷23 ጋር አመሳክሩ!) "ከእግዚአብሔር ዘንድ የሆነ በረከት ፍሬያማነት በብሉይ ኪዳን የመለኮታዊ በረከት ውጤት እና ምልክት መሆኑን የሚያመለክት ነው (ከዘፍ. 27÷27 ጋር አመሳክሩ!) "የልጄ ሽታ እግዚአብሔር እንደ ባረከው እርሻ ሽታ ነው::" በተጨማሪም በውጥን ላይ ያለ ፍሬያማነት በጌታችን ቃል መሠረት በተጨማሪ በረከትነት የሚሸለም ነገር ነው::

ማቴ. 13÷12 - "ላለው ይሰጠዋልና ይበዛለትማል::"፣ እንዲሁም ዮሐ. 15÷2 "ፍሬ የማያፈራውን በእኔ ያለውን ቅርንጫፍ ሁሉ ያስወግደዋል፤ ፍሬ የሚያፈራውንም ሁሉ አብዝቶ እንዲያፈራ ያጠራዋል።" - "እሾህና ኩርንችት /አሜኬላ/ በመሬቱ ላይ ካለ እርግማን ጋር ተያይዟል:: - ይህም በዘፍጥረት 3÷17-18 የተነገረ ይመስላል LXX. (cf. "Cursed shall be the fruit of thy land," Deut 28:18) "የምድሪቱ ፍሬ የተረገመ ይሆናል" - ዘዳ. 28÷8):: ምንም እንኳ ምድሪቱ በፍሬ ፈንታ እሾህን ያበቀለች ብትሆንም፣ በመጨረሻው እርግማን ውስጥ እንዳለች ተደርጎ በእርስዋ ላይ አልተነገረባትም፤ ነገር ግን እርስዋ ወደዚያ በማምራት ላይ ነው ያለችው:: ይህም የዕብራውያን መልእክት የተጻፈላቸው ክርስቲያኖች በዕውነተኛው መልኩ ተስፋ አስቆራጭ ሁኔታ ላይ ደርሰዋል የሚል ሩቅ የሆነ የሚሰነዘርን አሳብ ለማመልከት ጥቅም ላይ የዋለ ነው:: ነገር ግን ፍሬ-ዐልባነት የሚቆም ካልሆነ በቀር በእሾህና ኩርንችት ሳቢያ ከመምጣት ስለማይቀረው አሉታዊ መጨረሻቸው እንዲታቀቡ ማስጠንቀቂያ ተሰጥቷቸዋል፤ ይህ ዋስትና ያለው ነገር ሳይሆን፣ መቃጠል ነው "ዓመፀኞች ሁሉ ግን ሰው በእጁ እንደማይዘው፥ እንደ ተጣለ

እሾህ ናቸው።" (ከ2ኛ ሳሙ. 23፥6 ጋር አመሳክሩ!)፡፡ በተጨማሪም "ምድርም በሁለንተናዋ ዲንና ጨው መቃጠልም እንደ ሆነባት፥ እንዳትዘራም እንዳታበቅልም፥ ማናቸውም ሣርና ልምላሜም እንዳይወጣባት፥ እግዚአብሔር በቍጣውና በመዓቱ እንደ ገለባበጣቸው እንደ ሰዶምና ገሞራ እንደ አዳማና እንደ ሲባዮ ሆነች" ከዘዳ. 29፥23 ጋር አመሳክሩ፡፡(The Pulpit Commentary, 2001,)

በአንድነት በዕብራውያን መጽሐፍ ውስጥ በብዙ ነጥቦች ላይ ቀጣይነት ያላቸው ሐረጋትን እንደ ድር በማያያዝ ጥቅጥቅ ያለን የተለየ ዐይነቱ አያያዝ ያለበትን ርእስ ጸሐፊው ያቀርባል፡፡ ለዚህም ደግሞ እንደ ምሳሌ አድርገን የምንወስደው፡-

1. በ6፥4-8 ላይ ጥቅም ላይ ያዋለውን አቀራረቡን ነው፡፡ የዚህ ጥንቅር የመጀመሪያዎቹ ሦስት ቍጥሮች "እነዚያን .... ለንስሐ መመለስ የማይቻል ነው" በሚለው ማዕከላዊ ማረጋገጫ ዙሪያ ካሉ አሳቦች ጋር አብሮ በአንድነት የሚሄዱ ናቸው፡፡የዚህ ዐቢይ ዐዋጅ ሁለቱ ዋና ክፍሎች (ቃል በቃል "የማይቻል ነው ..." [ቍ. 4] እና "እንደ ገና ለንስሐ ለማደስ" [ቍ. 6] የሚሉቱ ሲሆኑ፣ እነዚህ እርስ በርሳቸው በአምስት ረዘም ያሉ ሐረጋት (ባለ-ግስ ሐረጋት) ተያይዘው እናገኛለን፡፡እንዲዚህ ያሉ በጣም የሚዛመዱ ፍሬ ጉዳዮች ክርክርን ለማቅረቢያ ለሆነ ውጤታቸው ሲባል እንዲለያዩ ይደረጋሉ (ይህም ሲባል አንዳቸው ከሌላቸው ተለይተው በመቀመጣቸው ይበልጥ ግልጽ ሆነው ይቆማሉ ማለት ነው)፡፡
2. የአንቀጹ (የምንባቡ) መዋቅር በሚከተለው መልኩ ሊሰፍር (እንዲታይ የተደረገ ሊሆን ይችላል)፡- ጸሐፊው የማይቻል (አዱናቶን) በሚል የተረገመውን ቃል በመጀመሪያ ለአጽንኦት አስገብቶታል፡፡
3. ይህን ቃል በዕብራውያን መልእክት ውስጥ በሌሎች ሦስት ሥፍራዎች ላይ ተጠቅሞበታል፤ በዚህም ደግሞ "ለእግዚአብሔር መዋሸት የሚቻል ነገር አይደለም" (6፥18)፣ "የኮርማዎችና የፍየሎች ደም ኃጢአትን ሊያነጻ አይችልም" (10፥4)፣ እንዲሁም "ያለ እምነት እግዚአብሔርን ደስ ማሰኘት አይቻልም" (11፥6) የሚሉትን ነገሮች ለማወጃነት ተጠቅሞባቸዋል፡፡ ይህ ቃል አንድ ሊፈጸም የማይችል ነገርን ያሳያል፡፡ ማለትም "አንድ ጊዜ ብርሃን በርቶላቸው የነበሩትን" - (ፎዚቶ) የሚለው ምናልባትም ለወንጌል የነበራቸውን የመጀመሪያ

ተጋላጭነት ወይም ክርስቲያናዊ አስተምህሮን ቀደም ሲል ያገኙበትን ሁኔታ ያመለክታል፡፡

4. በዕብራውያን መልእክት ውስጥ ፎዚቶ ጥቅም ላይ የዋለበት ሌላው ብቸኛ ሥፍራ በ10÷32 ውስጥ ሲሆን፣ ይህም ጸሐፊው አንባቢዎቹን "ብርሃኑን ከተቀበላችሁ በኋላ ያሳለፋችኋቸውን እነዚያን ቀናት አስቡ!" ሲል ያሳሰበበት ነው፡፡ ምንም እንኳ አንዳንዶች "የቀመሱ" – (ርጌውሳሜኑስ፣ ጌውማይ ከሚለው የተገኘ) በሚል የተተረጎመውን ቃል "የሞከሩ ነገር ግን በሙላት በመካፈል ረገድ ያልተሳካላቸው በሚል ወስደውታል፡፡

5. ይህ አተረጓጐም በሌላ ሥፍራ ላይ የተወሰደበት አግባብ ከግምት በሚገባበት መልኩ ከመስመር ሊወጣ ይገባል፡፡

6. ሌሎች የመቅመስን ተግባር የጌታን እራት መካፈልን ያመለክታል ቃል በቃል ያመለክታል በሚል ወስደውታል፡፡ይሁን እንጂ፣ እንዲህ ያለውን አመለካከት ለመቀበል ዐውዱ የሚሰጠን ኢምንት የሆነ ነገርን ነው፡፡ ቃሉ በሥዕላዊ መግለጫነቱ ጥቅም ላይ ውሏል፡፡ ይህ ልክ በ2÷9 ላይ ክርስቶስ ስለ ሁላችን ሞትን ቀመሰ እንደ ተባለለቱ ዐይነት ነው፡፡ ስለዚህም ጌኦማይ የሚሰኘው ቃል "አንድን ነገር መለማመድ" ማለት ነው፡፡እነዚህ ሰዎች የተለማመዱት ነገር "ሰማያዊ ስጦታን" ነው፡፡ በሐዋርያት ሥራ ውስጥ "ስጦታ" መንፈስ ቅዱስን ያሳያል (የሐዋ፣ 2÷38፤ 8÷20፤ 10÷45፤ 11÷17)፡፡ ነገር ግን ጸሐፊው እዚህ ላይ በመንፈስ ቅዱስ እና በስጦታዎች መካከል ልዩነት መኖሩን ለማሳየት የሚፈልግ ይመስላል፡፡በጳውሎስ የቃሉ አጠቃቀም ቃሉ በአጠቃላይ አነጋገር በእግዚአብሔር ድነት ዙሪያ ያሉ በረከቶችን (ለምሌም ሮሜ 5÷17፣ 17) ያሳያል፡፡ ደግሞም በርካቶች ማብራሪያ ጸሐፊያን ትርጓሜውን በአሁናዊ ዐውዱ ይበልጥ የሚስብ ሆኖ አግኝተውታል፡፡

7. ጥንታውያን ጸሐፊዎች "ተካፋዮች" (ሚቶኮስ፣ ኤን. አይ. ቪ. "የተካፈሉ") የሚለውን የሚጠቁሙ ሲሆኑ፣ ይህም ወይ የተለመደ ወዳጅነትን አሊያም ሕጋዊ በሆነ ወይም ምግባራዊ በሆነ መልኩ ያለን ተካፋይነትን ያሳያል፡፡የኅብረት (ኮይኖኒያ) ("አጋር"፣ "ተቋዳሽ" ለሚለው ቃል ተመሳሳይ ወይም ምትካዊ ቃል ሆኖ ይውላል፡፡ በተጨማሪም ይህ የንግድ ወይም የሥራ አጋርን ያመለክታል፡፡ ሜታኮይ የሚለውን ከመንፈሳዊ ዕውነታዎች ተካፋይ በሚል በምንረዳው ጊዜ እዚህ ላይ ወዳለው ትርጉም የምንቀርብ ይሆናል፡፡ቃሉ በቀዳሚዎቹ ምዕራፎች ላይ በተደጋጋሚ ጥቅም ላይ ውሏል፡፡ ለምሳሌም ያህል

የንግድ ወይም የሥራ አጋርን ያመለክታል። በመዝ. 46፥6-7 ላይ እንዲሁም በዕብራውያን 1፥9 ላይ "ጓደኞች" በሚል ትርጓሜው ተከስቷል። ምናልባትም ይህ በ3፥1፣ 14 ላይ አንባቢያኑ (ቃል በቃል) "የሰማያዊ ጥሪ ተካፋዮች" እና "የክርስቶስ ተካፋዮች" በሚል ከተጠሩበት ጋር ተመሳሳይ የሆነ ስሜት ሳይኖረው አይቀርም።በስተኋላም ላይ በመጽሐፍ ውስጥ ጥቅም ላይ የዋለ አንድ ምንባብ (12፥8) ዕውነተኛ የሆኑ የእግዚአብሔር ልጆች የምግባራዊ ሥርዓቱ ወይም የትምህርቱ ተካፋዮች ናቸው ይላል። አንድ ተዛማጅ ግስ (ሜታኮ) በቀጣይ ድርጊትነት መልኩ በ5፥13 ላይ ይታያል። ከወተት ተካፋይ መሆንን ያሳያል (ማለትም የመሠረታውያን ትምህርቶች ተካፋይነትን ያመለክታል)። ደግሞም ሥዕላዊነት ባለው መልኩ መመገብን እና ትምህርት መውሰድን ለማመልከት ጥቅም ላይ ውሏል።

8. ስለሆነም ቃሉ ሰፊ የሆነ ሰዋሰዋዊ ልኬት አለው፤ ደግሞም አጠቃላይ በሆነ አነጋገር ቅርብ የሆነ ጓደኝነትን ያለው መሆን ወይም ተሳታፊ መሆን የሚል ይመስላል።ከዚህ በተጨማሪም እነዚህ ሰዎች የእግዚአብሔርን ቃል መልካምነት እና ሊመጣ ያለውን ዘመን ቀምሰውታል። የእግዚአብሔር ቃል እና ኃይሉ በቅርበት የተያያዙ ናቸው (ለምሳሌም 12፥3፤ 2፥3-4፤ 3፥7፣ 19፤ 4፥12-13)። ደግሞም እዚህ ላይ ቋንቋው ከእምነት ማጣት የተነሣ በምድረ በዳ ወድቀው የቀሩቱ ሰዎችን የሚመለከት ትውስታ ነው።

9. እነዚህ ሰዎች ምንም እንኳ የእግዚአብሔርን ቃል የሰሙና ብርቱ የሆኑ ሥራዎቹን የተመከቱ ቢሆኑም (3፥7-11)፣ ይህ ነገር ሊሆንባቸው ችሏል። ከዚህም በመቀጠል በ6፥4-6 ላይ በመጥፎ ምሳሌነት የተጠቀሱቱ ሰዎች በሆነ መንገድ የእግዚአብሔርን መልካም ቃልና ኃይል የተለማመዱ ናቸው። በዚህ የተቀጣጠለ ቀጣይነት ያለው ድርጊት ከፍታ ላይ "የሚወድቁ ከሆኑ" (ቁ. 6) የሚለው ረጅም ሐረግ (ባለ-ግስ ሐረግ) ይመጣል። በኤን. አይ. ቪ. ሐረጉን በሁኔታ ላይ የተመሠረተ አድርጎ ከመመልከት ይልቅ በተሞክሮዎች ውጤትነት እንደሚገኝ የተሞክሮ ጡዘት አድርጎ መመልከቱ የተሻለ ሳይሆን አይቀርም፡- "ብርሃኑ የበራላቸው፣ ሰማያዊ ስጦታን በቀመሱ፣ ከመንፈስ ቅዱስ ተካፋዮች የሆኑ፣ የእግዚአብሔርን ቃል መልካምነት እና ሊመጣ ያለውን ዘመን ኃይል የቀመሱ "መውደቅ" የሚለው ቃል (ፓራዊፕቶ) "ከመስመር መውጣት" ማለት ነው። ነገር ግን ይህንን ተከትሎ የሚመጣው መግለጫ ሻካራ መሆን ("የእግዚአብሔርን ልጅ ይሰቅሉታል"፣ እንዲሁም "በአሕዛብ ዘንድ እርሱን

ያዋርዱታል") - ከበድ ያለ ኃጢአት - ማለትም ክርስቶስን መጣል እንደ ሆነ ተደርጎ ሊረዱት የሚገባ ነገር ነው፡፡

10. ጸሐፊው በስተመጨረሻ የዋናውን ግስ አሳብ በዚህ በረጅም ዐረፍተ ነገር ውስጥ ያዘዋውረዋል፤ ይህም ለአንባቢያኑ የማይቻል የሆነውን ነገር ለማስታወስ ነው፡፡ ይህም፡- "ለእነዚያ ለወደቁቱ ሰዎች "ወደ ንስሐ መመለስ የማይቻል ነገር ነው" የሚል ነው፡፡ ፖሊን የሚለውን የግሪክ ቃል ("እንደ ገና") - አናካይኒዞ ከሚለው ያልተገሰሰ ቃል ጋር በማጣመር ይጠቀማል፡፡ (ይህም "ማደስ" ይለዋል ኤን. አይ. ቪ፣ መልሶ ማምጣት የሚል ትርጓሜ ያለው ነው)፡፡ በሌላ አነጋገር እነዚያን የወደቁቱን ሰዎች ወደ ዕውነተኛ ንስሐ መልሶ ማምጣት አይቻልም፡፡ ይህ አሳብ የዕብራውያንን መጽሐፍ በሚያነብቡ ሰዎች መካከል ታላቅ የሆነ ስጋትን አምጥቷል፡፡ ምን ማለት ነው? እዚህ ላይ ማረጋገጫው በዕብራውያን መጽሐፍ ሰፋ ባለ ዐውድ ብርሃንን ሊታይ የሚገባ ነው፡፡ በ6፥1 ላይ ጸሐፊው "ንስሐን" በክርስቲያናዊ ትምህርት ውስጥ መሠረታዊ ነገር አድርጎ ያቀርበዋል፡፡ በዚህ በዕብራውያን ጸሐፊ ዕይታ ዕውነተኛ ንስሐ በክርስቶስ መሥዋዕትነት ጥላ ሥር ብቻ ሊረዱት የሚችለት ነገር ነው፡፡ ይህም ለኃጢአት የሚሆን ሌላ ዋጋ ያለው መሥዋዕት የሌለ በመሆኑ ምክንያት ነው (10፥18፣ 26)፡፡ በመዘኑ በነበረ የአይሁድ ሥነ ጽሑፍ ንስሐ የእግዚአብሔር ስጦታ ነው፤ ደግሞም የዕብራውያን ጸሐፊ ያንን አመለካከት በተለየ ሁኔታ በእግዚአብሔር ልጅ ማንነት እና ሥራዎች አመካይነት አካልን ተላብሶ እንደ ተገለጠ አድርጎ ያቀርበዋል፡፡ ንስሐ በ6፥4-6 ላይ የማይቻል ነገር ነው፤ ምክንያቱም አንድ ሰው ክርስቶስን ከጣለ በኋላ ንስሐ ለመግባት የሚኬድበት ሌላ ሥፍራ የሌለ በመሆኑ ነው፡፡ ከሐዲው ሰው (እርሱ /እርሷ) ለንስሐ በእግዚአብሔር ፊት በሚገኘው ብቸኛ በሆነው መንገድ ላይ ጀርባቸውን አዙረዋልና፡፡

11. አሁን ጸሐፊው በሁለት ትይዩነት ባላቸው የአሁን ጊዜ ቀጣይነት ያላቸው ድርጊቶች መልኩ አንድን ማብራሪያ ይሰጣል፡፡ እነዚህም፡- "ለውድቀታቸው የእግዚአብሔርን ልጅ ዳግመኛ ይሰቅሉታል፤ እንዲሁም በሕዝብ ፊት ያዋርዱታል" የሚሉ ናቸው፡፡ በምንባቡ ውስጥ ጸሐፊው ይህ የአሁን ጊዜ ቀጣይነት ያለው ድርጊት ከግምት እየገቡ ያሉቱ ተግባራት በጉልበታ ላይ ያሉ ተግባራት መሆናቸውን ያመለክታል፡፡ በተጨማሪም "የመስቀሉ" እና "የማዋረዱ" ተግባራት ተመልሰው እንዲመጡ ለማድረግ የሚለውን ያልተገሰሰ ቃል የሚያሻሽሉት ተደርገው ሊረዱዋቸው የሚገቡ ናቸው፡፡ ቀጣይነትን

የሚያመለክቱ ድርጊቶች ምናልባትም እንደ አጋጣሚ (“ምክንያቱም እነርሱ ...”) ወይም ጊዜያዊ (“እነርሱ ... ሳሉ”) በሚለው ሊረዱዋቸው የሚገቡ ናቸው፡፡በየትኛውም መንገድ ቢሆን ውጤቱ ተመሳሳይ ነው ... ንስሐ የማይቻል ሆኗል፤ ምክንያቱም የወደቁት ሰዎች ክርስቶስን ጥለውታል፡፡ የእነዚህ ተግባራት ያልተሟሉ መሆን ላይ አጽንኦት የሚያደርግ ከሆነ ዕብ. 6÷4-6 የወደቁቱ ሰዎች ወደ ፊትም አሳባቸውን ሊቀይሩ የማይችሉ መሆናቸውን የማይተዉ ይሆናሉ (“ይህም እነዚህ ሰዎች ክርስቶስን እስኪሰቅሉና እርሱን በሕዝብ ዘንድ የተዋረደ እስኪያደርጉት ድረስ ነው”)፡፡

12. የመስቀሉና በሕዝብ ዘንድ የማዋረዱ ተግባር የተገለጸበት ቋንቋ ብርቱም ሆነ ምጸታዊነት ያለው ነው፡፡ በተሰቀለው ክርስቶስ አማካይነት የተገኘውን በረከት ተቀብሎ በመባረክ ፈንታ እነዚህ የወደቁ ሰዎች መስቀሉን ክርስቶስን ለስከወዲያኛው የመጣላቸው መግለጫ አድርገው ከወሰዱቱ ከሰቃዮቹ ጋር ራሳቸውን አንድ አደረጉ፡፡ከእግዚአብሔር ልጅ ጋር አንድ በመሆናቸው ምክንያት በዓለም ፊት ኃፍረት በመሆን ፈንታ እርሱ የተሸከመውን ኃፍረት በመሸከም ፈንታ (13÷13) ከሐዲያኑ በስቅላቱ ፊት እርሱን ይሰድቡ ከነበሩ እና መሢሕ መሆኑን ሲናገር ያሾፉበት ከነበሩ ሰዎች ጋር አብረው ቆሙ፡- “ከእነዚያ እርሱን ይሰድቡና ራሳቸውን በእርሱ ላይ እየነቀነቁ “...” ብለው ይናገሩ ከነበሩ ሰዎች ጋር ወገኑ፡፡ በተመሳሳይ ሊቀ ካህናቱ፣ የሕጉ መምህራን፣ እንዲሁም ሽማግሌዎች በእርሱ ላይ አሾፉበት፡፡ “የሚያልፉትም ራሳቸውን እየነቀነቁ ይሰድቡት ነበርና፤- ልጅስ ከሆንህ ቤተ መቅደስን የምታፈርስ በሦስት ቀንም የምትሠራው፥ ራስህን አድን፤ የእግዚአብሔር ከመስቀል ውረድ አሉት። እንዲሁም ደግሞ የካህናት አለቆች ከጻፎችና ከሽማግሎች ጋር እየዘበቱበት እንዲህ አሉ። ሌሎችን አዳነ፥ ራሱን ሊያድን አይችልም፤ የእስራኤል ንጉሥ ከሆነ፥ አሁን ከመስቀል ይውረድ እኛም እናምንበታለን። በእግዚአብሔር ታምኖአል፤ የእግዚአብሔር ልጅ ነኝ ብሎአልና ከወደደውስ አሁን ያድነው። ከእርሱ ጋር የተሰቀሉት ወንበዶች ደግሞ ያንኑ እያሉ ይነቅፉት ነበር።” (ማቴ. 27÷39-44) ጸሐፊው የተለመደን የእርሻ ተምሳሌታዊ መግለጫን መጠቀሙን ቀጥሏል፡፡

13. ይህም ደግሞ ከእግዚአብሔር ጋር ላላቸው ግንኙነት መጨረሻቸው ባማረ ሰዎች እና የዚያ ተቃራኒ በሆኑቱ ሰዎች መካከል ያለን ግጭት /ተቃርኖ/ በተግባራዊ ምሳሌ ለማሳየት ነው፡፡ ቍጥር 7 ፍሬያማነትን የሚያሳይ ሲሆን፣

ይህም ጸሐፊው ቍጥር 9-10 ላይ በእነርሱ ላይ ያለውን መተማመን የሚገልጽላቸውን አንባቢያኑን ይገልጻል፡፡በሌላ በኩል ቍጥር 8 በቍጥር 4-6 ማስጠንቀቂያ የተሰጣቸውን ፍሬያማ ያልሆኑ ሰዎችን የሚያይ መግለጫ ሆኖ ጥቅም ላይ መዋሉን በተግባራዊ ምሳሌነት ያቀርባል፡፡ ምናልባትም ይህንን ማብራሪያ የሚያነብቡ ሰፊ የሆነው ጀማ ዋነኛው ክፍል ለምግባቸውም ሆነ ለኑሮዋቸው ሰብልን በማምረቱ ረገድ ያላቸው ልምምድ ኢምንት ሊሆን ይችላል፡፡ በጣቶቻችሁ መካከል እንዳለ የሚሰማችሁ ቆሻሻ የዘር መዝራት፣ አዲስ ወይን የመትከሉና እንደሚደርስም በተስፋ የመጠባበቁ ነገር፣ ደግሞም የመከሩ ደስታ ምናልባትም ጊዜያችንን የምናጠፋበትና ደስ የምንሰኝበት ልምምድ ሊሆን ይችላል፤ ነገር ግን ለብዙዎች ይህ የሕይወት አስፈላጊነት በሆነ ምድብ ውስጥ የሚወድቅ ነገር አይደለም፡፡ ይሁንና በጥንታዊው ዓለም ላሉ ለብዙ ሰዎች ግብርና ጠቃሚ የሆነ የሕይወት ገጽታ ነው፡፡ በዚያ ዘመን በግሮሰሪ ውስጥ በማቀዝቀዣ የተቀመጠ ወይም ተዘጋጅቶ የቀረበ ምግብ የለም፡፡

14. መጥፎ ሰብል ለገበሬውም ሆነ ለቤተ ሰቡቹ የሚሰጣቸው ትርጒም አለ፡፡ በተጨማሪም ደግሞ በዚህ ገበሬ ምርት ላይ ተመሥርተው ለሚኖሩ ሰዎችም እንደዚሁ የሚሰጣቸው ትርጒም አለ፡፡በ6፥7-8 ጸሐፊው ከግብርና ዐውድ ለእነዚያ ሰዎች የተለመዱ የሆኑትን መንታ ተሞክሮዎች ይገልጻል፡፡ በአንድ በኩል ዘሮች በምድር ላይ ተዘርተዋል፤ ዝናብም በምድር ላይ ዘንቧል፡፡ ሰብሎች አፍርተዋል፤ ደግሞም ዘሩን የዘሩት ገበሬዎች ታላቅ የሆነ መከር እንደሚሆን በምናባቸው ሥለዋል፡፡ ይህ የእግዚአብሔር በረከት ተምሳሌታዊ መግለጫ ነው፡፡በሌላ በኩል የተስፋ መቍረጥ እና የመፍረክረክ ሥዕላዊ መግለጫ አለን፡፡ ዘሩ ተዘርቷል፤ ዝናብም በምድሪቱ ላይ በተትረፈረፈ መልኩ ዘንቧል፡፡ ነገር ግን ሰብልን ተስፋ በማድረግ ፈንታ ጥቅም-ዐልባ የሆኑ እሾህና ኵርንችቶች በቅለዋል፡፡ የእግዚአብሔር በረከት ማስረጃ በመሆን ፈንታ እንደዚህ ያለው ምድር "ለእርግማን የቀረበ" ነው፡፡ (pers. trans.; cf. Gen. 3:17–18)፤ መምጣቱ የማይቀር የሆነን ጥፋትም ያመለክታል፡፡

15. የገበሬዎቹም ብቸኛው ተስፋ መሬቱን ማቃጠል ነው፡፡
(Hebrews: The NIV Application Commentary Guthrie, George, H 2019፥)

ዘላለማዊ ኃጢአት

ማርቆስ 3፥28 ላይ ያለውን አሳብ በጥንቃቄ ካነበብነው ዐውዱ የሚጠቁመን መንፈስ ቅዱስን መሳደብ ዘላለማዊ ኃጢአት እንደ ሆነ ነው፤ ይህ ዘላለማዊ ተብሎ የሚጠራና ምሕረት የሌለው ኃጢአት ነው፡፡ በዚህ አሳብ ላይ ተጨማሪ ነጥብ የሚያክሉ ሌሎችም የመጽሐፍ ቅዱስ ክፍሎች አሉ፡፡ የተሰሎንቄ ሰዎች "መንፈስን አታጥፉ!" የሚል ማሳሰቢያ ተሰጥቷቸዋል (1ኛ ተሰ. 5፥19)፤ ተድላን የሚወዱት ደግሞ በሕይወት ሳለች የሞተች ናት በሚል ተገልጻለች (1ኛ ጢሞ. 5፥6)፡፡ ዕውነትን ካወቁ በኋላ የሚሠራ ኃጢአት ደግሞ ከእንግዲህ ወዲህ ስለ ኃጢአት መሥዋዕት አይቀርልንምና (ዕብ. 10፥26-27) ይላል፡፡ ሞት የሚገባው ኃጢአት አለ (1ኛ ዮሐ. 5፥16)፤ ስለ እርሱ እንዲጸልዩ አስፈላጊም አይደለም፤ በዚህ ላይ የተሰጠ ትእዛዝም የለም፡፡ አንዳንድ የቆሮንቶስ ሰዎችም በማንቀላፋት ውስጥ እንዳሉ ተነግሯቸዋል (1ኛ ቆሮ. 11፥30)፡፡ ጴጥሮስም አንዳንድ ሁኔቶችን ከመጥፋት የከፉ ናቸው ሲል ገልጾታል (2ኛ ጴጥ. 2፥20-21)፡፡ ደግሞም ይህንን ሊገልጽ የሚችል ብቸኛ ነገር ሊመለስ የማይችል ስሕተት መሆን አለበት፡፡ የመንፈስ ቅዱስ ቃላት በጠቅላላ፣ እንዲሁም የአዳኙ ጠንካራ ቃላት (ማር. 3፥28) የሚያወሩት በአሁኑም ዓለም በሚመጣውም ዓለም መስተካከል የማይችሉ ስሕተቶችን ነው፡፡ እነዚህ ማስጠንቀቂያዎች ቢኖሩም፣ ማንም በፍርሃት ውስጥ መውደቅ የለበትም፡፡ መንፈሳዊ ሞት ተብሎ የተገለጸው ነገር በምድር በሥጋዊ ሞት ተመስሎ ቀርቧል፡፡ አንድ ሰው በዕውነት ከሞተ መልሶ ወደ አፉ ሕይወትን መዝራት አይችልም፤ ሞት የመጨረሻ ነገር ነው፡፡ እንዲሁ አንድ ሰው ቅዱሱን መንፈስ ከውስጡ ካጠፋ ይህ የመጨረሻ ነው፤ የዚያ ሰው ፍጻሜ ያን ቀን ዕውን ሆኖ ይታወቃል፡፡

ስለዚህ እንዲህ ዐይነት ገዳይ ውጤት የሚያመጣው ኃጢአት ምንድን ነው? መልሶ ከእግዚአብሔር ጋር ካለ ኅብረት በልጦ የሚገዛን ማንኛውም ዐይነት ኃጢአት ነው፡፡ መንፈስ ቅዱስን የመሳደብ ኃጢአት ኢየሱስ ከፈሪሳውያን ጋር ባለው ክርክር የጠቀሰው ነው፡፡ ዳሩ ግን ዘላለማዊ ኃጢአትን በተመለከተ ኢየሱስ ሌሎች ኃጢአቶችም በተመሳሳይ መልክና መጠን አጥፊ ሊሆኑ ይችላሉ፡፡ ይቅር የማይባል ወይም ዘላለማዊ ኃጢአት መንፈሳዊ ሞትን የሚያስከስት ኃጢአት ነው፡፡ የሁሉም ኃጢአቶች የሚያስከትሉት ዐደጋ እዚህ ውስጥ ነው የሚወድቀው፡፡ ከዚህ ጋር የሚመሳሰለው በሥጋዊ ሕይወት ሰው ሞትን

በሚገድል በሽታ መጠቃቱን የሚገልጽ ማስረጃ ሲሰጠው ይህ ማስረጃ ከነገሮች ሁሉ የተለየ ትርጉም ይኖረዋል፡፡

ስለዚህ አንድ ክርስቲያን ስለ ኃጢአት የሚኖረው ዕይታ አንድ እናት ልጇን ሊጐዳ ስለሚችል ነገር የሚኖራት ዕይታን መምሰል አለበት፡፡ የልጇቿ ጉልበት ላይ ዐደጋ ሲጋረጥ ምንም የማይመስላት እናት የትኛዋ ናት? ምክንያቱም ዐደጋውን ተከትሎ ሞትም ሊከሰት እንደሚችል እርግጠኛ ናት፡፡ ክርስቲያኖችም ኃጢአትን በተመለከተ ሊወስዱት የሚገባው ጥንቃቄ እንዲህ ዐይነት ነው፡፡ ምንም እንኳ ኃጢአቱ ትንሽና የሚያስከስተው ነገር ያለ ባይመስላቸውም እንዲህ ዐይነትን ኃጢአት እፈጽም ይሆናል በሚል ፍርሃት መኖር ግን የማይገባ እና ከአሳቡም ጋር አብሮ የማይሄድ ነው፡፡ በአካል የሞተ ማንም ሰው ስለ እነዚህ ነገሮች አይጨነቅም፣ እንዲሁም ማንም ከዘላለም ከእግዚአብሔር ዘንድ ያለው ሕይወት የተቈረጠ ማንም ሰው ምንም ዐይነት ወቀሳ፣ ጸጸት እና ጭንቀት አይሰማውም፡፡ በሕይወት ሳሉ የሞቱ የሚለው ገለጻ በትክክል እነርሱን የሚገልጻቸው ነው፡፡

ለአብዛኛው ሰው መንፈሳዊ ሕይወት የጸና እና ትግል ያለበት ነው እናም እጅግ ጥቂቶች ናቸው በእግዚአብሔር ላይ የሚያምፁት፤ ደግሞም ወደዚህ የማይመለስ ደረጃ የሚደርሱት፡፡ ጴጥሮስ ከላይ ባነሣነው ክፍል ላይ ይህን ሁነት ሲያብራራው ወደ ኃጢአት የሚመለሱትን የተጠላለፉትን አይደለም የከፉ ናቸው የሚለው፤ ይልቁንም ተጠላልፈው የወደቁትን ነው፡፡

የካዱትንም የሚለው ቃል የወደቁትን ሰዎች መጀመሪያውንስ በዕውነት መለወጣቸውን ጥያቄ ውስጥ ይከትታል፤ ዕውነት እንደ ገና የተወለዱ አማኞች ናቸውን፣ ወይም አንድ የሆነ ትልቅ ነገርን ያጡ ነበሩ? ያጡት መንፈስ ቅዱስን ወይም እምነትን ነበር? አንድ ሰው ይህን ምዕራፍ ሲያጠና እርግጠኛ የሚሆንበት አንድ ነገር በዚህ ክፍል ላይ ካዱ የተባሉት ሰዎች ቀድመው ክርስቲያኖች የነበሩ መሆናቸውን ነው፡፡ በዕውነት የተለወጡ፣ ብርሃን የበራላቸው፣ ከመንፈስ ቅዱስ ተካፋይ የሆኑ እና የእግዚአብሔርን ቃልና የመጭውን ዓለም ኃይል የቀመሱ እንደ ሆኑ ማስተዋል ይቻላል፡፡ እነዚህ ነገሮች በዕውነት የተለወጠ ክርስቲያን መሆንን የማያሳዩ ከሆነ፣ በሌላ ነገር ክርስትናን ለመግለጽ ማሰብ ፈጽሞ የማይታሰብ ነው፡፡ [5] *ኤፍ. ኤፍ ብሩስ* ገጽ፣ 122፡፡ [6] *ጀምስ ማክናት* ገጽ፣ 532 *(ጂዊሽ ኒው ቴስታመንት ኮሜንተሪ፡- በ ዴቪድ፣ እች. ስትርን) (ጀምስ በርተን፣ ኮፍማን ኮሜንተሪ)*

እንደዚህ ያሉ ዐመፀኞች በድጋሚ እንዲሰጣቸው በሚፈልጉ ጊዜ ይህን ማድረግ ለእግዚአብሔር የማይቻለው ይመስል የእግዚአብሔር ጸጋ ውሱን አይደለም። ይህ ነገር የማይቻል የሆነው እነርሱ በአንድ ወቅት የክርስቶስን የመሥዋዕትነት ኃይል ያወቁ ከመሆናቸውና አሁን ግን ይህን የጣሉት ከመሆኑ አንጻር በራሳቸው ነው። እነርሱን እንደ አዲስ ለማደስ የሚቻልበት ሁኔታ የለም።

ይህ የሚሆንበት መንገድ በሚያውቁት የእግዚአብሔር ፍቅር መንገድ ቀርቦላቸው ነበር። ከተለማዱት በኋላ ሆን ብለው ቀጣይነት ባለው መልኩ ጣሉት፤ ሕሊናቸው የደነዘዘ ሆኖ፣ "ዳግም ሞተ" (ይሁዳ 12)። እነርሱ ያለፉ ተስፋዎች ናቸው፤ በእግዚአብሔር ተአምር ካልሆነ በቀር፣ ሊታደሱ አይችሉም። ክፉን ማስፋፋት ዘላለማዊ የሆነ የክፉው እርግማን ነው። አለዚያ "ላለው ይሰጠዋል፤ ይበዛለትማል" (ማቴ. 13÷12) በሚለው መርኅ የሚሠራ ይሆናል። እርሱ በውስጣቸው ሊኖር ግድ ነው። እናም ደግሞ እነርሱ የሚወድቁ አይሆኑም (Tholuck)። እንዲህ ያሉቱ በመንፈስ የሚመሩ የክርስቶስ ደቀ መዛሙርት ከቶ ሊሆኑ አይችሉም (ሮሜ 8÷14-17)።

ምንም እንኳ በመንፈስ ቅዱስ ላይ የሚደረግ ኃጢአት አንድ ዐይነት ቢሆንም፣ ከዚህ ጋር አንድ ዐይነት አይደለም፤ ምክንያቱም ያ ከቤተ ክርስቲያን ውጭ ያሉ ሰዎች የሚሠሩት ነው (ልክ በማቴ. 12÷24፣ 31-32 እንዳለው ማለት ነው)፤ ይህ ግን በውስጥ ባሉ ሰዎች አማካይነት የሚሠራ ነው። *(ጃሚሰን, ፉሳቴ እና ብራውን ኮሜንተሪ)*

አንጻባራቂ ከሆኑ ትምህርቶች ውስጥ የሚገኘው የካልቪን ትምህርት

ዌስት - የመንፈስ ቅዱስ ተካፋዮች ተደርገው ነበር። የግሪኩ **ተካፋይ** የሚለው ቃል ትርጉሙ **ማግኘት ወይም መያዝ** የሚል ነው እንጂ፣ መንፈስ ቅዱስ በቋሚነት በውስጣቸው መጥቶ መኖሪያ መሥራቱን የሚያሳይ ትርጉም ያለው ቃል አይደለም። በሉቃስ 5÷7 ላይም አገልግሏል፤ በዚያ ክፍል ላይ ጓደኛ ተብሎ የተተረጐመው አሳብ አንድን ሥራ በጋራ የሚሠሩ ሰዎችን ወይም የሥራ ተካፋይ መሆንን የሚያሳይ ነው።

በዕብራውያን 1፥9 ላይም መላእክትን በመጥቀስ በድነት ሥራ አብረው የሚሠሩ በማለት አገልግሏል፡፡ በዕብራውያን 3፥1 ላይም የዚህ መልእክት ተቀባዮችን ለመግለጽ ጥቅም ላይ ውሏል፡፡ ይህም እነርሱ በሰማያዊ ጥሪ ተካፍለዋል ይለናል፡፡ እነዚህ ሰዎች ከእስራኤል ምድራዊ ጥሪ ወጥተው ወደ ሰማያዊው የቤተ ክርስቲያን ጥሪ ራሳቸውን የቀላቀሉ ናቸው፡፡ በዕብራውያን 3፥14 ላይ እነርሱ የክርስቶስ ተካፋዮች ተብለው ተገልጸዋል፡፡

እነዚህ ዕብራውያን በመንፈስ ቅዱስ ተካፋይ ሲሆኑ፣ ልክ ያላመነ ሰው ሊካፈል እንደሚችለው ማለት ነው፡፡ ይህም መንፈስ ቅዱስ በሚያደርገው የቅድመ ድነት አገልግሎት ላይ ሲሆን፣ ሰዎች በዚህ ወደ እምነት እንዲመጡ ይጠጋሉ፡፡ መንፈስ ቅዱስ ወደ ንስሐ ይመራቸዋል፡፡ ቀጣይ የሚሆነው ደረጃ እምነት ነው፡፡ በዚህ ጊዜ ወደ ኋላ የመመለስና ጀርባቸውን ለመንፈስ ቅዱስ የመስጠት፣ እንዲሁም ወደ ቀደመው የመሥዋት ሥርዓት የመመለስ ዐደጋ ሊያጋጥማቸው ይችላል፡፡ ጴጥሮስ በመጀመሪያው መልእክቱ 1፥2 ላይ ይህንን የመንፈስ ቅዱስ ሥራ ያነሣል፡፡ ይህ የመንፈስ ቅዱስ ሥራ ማለት ዕብራውያን አማኞች መንፈስ ቅዱስ ተሞልተው ነበር ማለት ሳይሆን፣ ለእምነት የሚሆናቸውን ብርሃን ሁሉ ከመንፈስ ቅዱስ ተቀብለዋል ማለት ሲሆን፣ ይህ ደግሞ ከቶ ሊደገም የማያስፈልገውና የማይቻልም ነው፡፡

ይሁን እንጂ፣ በዚህ ሥራ ወስጥ ምንም ቋሚ ነው የሚባል ነገር የለም፡፡ ሥራው ወደ ፍጻሜ የሚያደርስ መንገድ ብቻ ነው፡፡ በዚህ ቦታ ላይ መንፈስ ቅዱስ የሚሠራው ሥራ ገና አልተጠናቀቀም፤ ይህ ነገር የሚጠናቀቀው እነዚህ ዕብራውያን ከመንፈሡ የተነሣ እምነትን ሲያገኙ ነው፡፡ የዚህ ነገር ፍጻሜ ያለማግኘቱ ችግር ግን ከመንፈስ ቅዱስ ድካም ሳይሆን፣ እነዚህ ዕብራውያን ከመንፈሱ ጋር አብሮ መሥራትን ባለመፍቀዳቸው ነው፡፡ *(ዌስት፣ ኬ. ኤስ. የግሪክ አዲስ ኪዳን ቃል ጥናት፦ ኢርድማንስ)*

ስቴድማን የሚስማማው ይህን ቀድመው የሚመጡ ሌሎችም የመንፈስ አገልግሎቶች አሉ፡፡ አንደ ሰው ወደ እርሱ ለሚቀርበውና ወደ ኢየሱስ ክርስቶስ ለሚመራው መንፈስ ምላሽ በመስጠት የዚህ መንፈስ ተካፋይ መሆን ይችላል፡፡ *(ሬይመን ቻርልስ ስቴድማን ኮሜንተሪ)*

ዋይን ግሩደም፦ ተካፋይ በሚለው ቃል ላይ እንዲህ ሲል ቆንጆ አስተያየት ይሰጣል፦ ለእንግሊዝኛ ተናጋሪ አንባቢዎች ይህ ቃል ሰፊ ትርጉም እንዳለውና ቅርብ ሆነን አንድነት

የሚገልጽ እንደ ሆነም ግልጽ ላይሆንላቸው ይችላል ወይም ከሰው ጋር ወይም ከአንድ ስም ጋር ጥብቅ ያልሆነ ግንኙነትን ብቻ የሚያሳያቸው ሊሆን ይችላል፡፡ ለምሳሌ በዕብራውያን 3÷14 ላይ ባለው ተጨባጭ ሁኔታ የክርስቶስ ተካፋይ መሆን ማለት በመዳን ሂደት ውስጥ በጣም ቅርብ የሆነ ተካፋይ መሆንን የሚያሳይ ነው፡፡ በሌላ በኩል *ሜቶኮስ* ስስ የሆነን ኅብረት ለመግለጽም ሊያገለግል ይችላል፡፡ ይህንን አጠቃቀም ደቀ መዛሙርት መረባቸው በዓሣ በተሞላበት ወቅት በሌላ ጀልባ የሚገኙ አጋሮቻቸውን እንዲረዱዋቸው በሚጠቅስበት ክፍል ላይ እናገኘዋለን (ሉቃስ 5÷7)፡፡

በዚህ ቦታ አሳ በማጥመድ ስራ ላይ ከእነ ጴጥሮስ ጋር አብረው የሚሰሩትን የሚወክል ነው፡፡ ኤፌሶን 5÷7 ላይም ጳውሎስ አማኝ ያልሆኑ ሰዎችን የኃጢአት ተግባር እየጠቀሰ ከእነርሱጋር ኅብረት እንዳያደርጉ በሚያስጠነቅቅበት ቦታ ላይም ይህን ቃል ይጠቀምበታል፡፡ እርሱ ሙሉ ማንነታቸው በማያምኑ ሰዎች ሊቀየር ይችላል ብሎ አልነበረም የሚፈራው፤ ነገር ግን ከእነርሱ ጋር በሚኖራቸው ኅብረት ምክንያት የተወሰነ የሕይወት ክፍላቸው በእነርሱ ተጽዕኖ ሊደረግበት ይችላል የሚል ፍራቻ ያለው በመሆኑ ነው፡፡

በንጽጽር ዕብራውያን 6÷4-6 የሚያወራው ከመንፈስ ቅዱስ ጋር ኅብረት ስለ ነበራቸው እና ሕይወታቸው በእርሱ ተጽዕኖ ውስጥ ስለ ነበሩ ሰዎች ነው፡፡ ነገር ግን ይህ ቃል በሕይወታቸው የመንፈስ ቅዱስ የመለወጥ ስራ ተካሂዷል የሚልን ወይም አዲስ ሰው ሆነው ተለውጠዋል የሚልን ነገር የሚያሳይ አልነበረም፡፡ ከዓሣ አጥማጆቹ ኅብረት ምሳሌ ጋር በተነጻጻሪነት ደግሞ ጴጥሮስና አብረውት የሚያጠምዱት አጋሮቹ አብረው ከመሥራታቸው የተነሳ የተወሰነ በሕይወታቸው ላይ ተጽዕኖ የሚደራረጉ ቢሆንም፣ ጥልቅ የሆነ ሕይወትን የሚቀይር ዐቅም ያለው ኅብረት በመካከላቸው አልነበራቸውም፡፡ *ሜቶኮስ* የሚለው ቃል ስስ ከሆነ ጠንካራ እስከ ሆነው ድረስ ኅበረትን የሚወክል ቃል ነው፡፡ ይህ ነበር በዕብራውያን 6 ላይ የተከሰተው ከቤተ ክርስቲያን ጋር ኅብረት የሚያደርጉና ከመንፈስ ቅዱስ ሥራ ጋር የሚካፈሉ እና ያለ ምንም ጥርጥር በሕይወታቸው ላይ ተጽዕኖ የሚያደርግ ነበር፡፡ *(ስልታዊ ሥነ-መለኮት - ሲስተማቲክ ቲዎሎጂ፡- ዋይን ግሩደም፣ 1994)*

ዕውነተና ድነት ያገኙ በመንፈስ ቅዱስ ተሞሉና ተካፋይ ነበሩ፤ ናቸውም፡፡ ሆኖም ግን የቀመሱትን ጸጋ እና የመንፈስ ቅዱስ ሙላት ስጦታ ተካይነታቸው ግን መዳናቸውን

እንዳያጡ አያደርጋቸውም። ስለዚህ ይህ አስተምህሮ ዳግም ተውልደው የካዱት ናቸው የሚሉ ከካልቪን አስተምህሮ ጋር ይቃረናል። ከዕውነተኛው ግንድ ጋር ተጣብቆ ተመልሶ መቈረጥ መጣልም መጨረሻም እሳት መግባት አለ።

በትምህርታችን የሁለቱንም ጎራ ያሉትን አስተምህሮ (ካልቪን እና አርመናውያን) ማሳወቅ ተገቢ ነው። ሆኖም ግን ጥልቅ ወደ ሆነው ውስብስብ ትምህርት መግባት የዚህ መጽሐፍ ዓላማ ስላልሆነ በዳሰሳ እናልፋለን። የበለጠ በጥልቀት ለመረዳት የወይን ግንድ የሚለውን መጽሐፋችንን ይመልከቱ።

ዌስት፡- የመንፈስ ቅዱስ ተካፋይ የሚለው አሳብ ላይ ጥሩ ቃል አለው። እንዲህ ሲልም ይጽፋል፡- ተካፋይ ብሎ የተተረጐመው የግሪክ ቃል ባለቤት ማለት እንዳለሆነ በጥንቃቄ ማስተዋል አለብን፤ በዚህ ቦታ ላይ እነዚህ ዕብራውያን መንፈስ ቅዱስን በውስጣቸው የሚኖር አካል እና በቋሚነት በልባቸው ሊኖር የመጣ ተደርጎ ነው የተገለጸው። በሉቃስ 5፥7 ላይ እንደ ተገለጸው ባልደረቦቻቸው /ጓደኞቻቸው የሚያጐላው በአንድ የጋራ ሥራ ላይ ከሌላው ጋር ተባብሮ የሚሠራን አካል ነው። በዕብራውያን 1፥9 ላይም መላእክት በመዳን ሥራ ውስጥ ከጌታችን ጋር አብረው መሥራታቸውን ለመግለጽ አገልግሏል። በዕብራውያን 3፥1 ላይም የዚህ ጽሑፍ ተደራሾችን የሰማያዊ ጥሪ ተካፋይ መሆናቸውን በመግለጽ ተጠቅሷል። በተጨማሪም በዕብራውያን 3፥14 ላይም ከጌታ ጋር ተካፋይ የሆኑትን ለመግለጽም ይጠቀሳል። *(ዌስት፣ ኬ. ኤስ. የግሪክ አዲስ ኪዳን ጥናት)*

በአራተኛ ደረጃ መልካሙን የእግዚአብሔር ቃልና ሊመጣ ያለውን ሊመጣ ያለውን የዓለምን ኃይል የቀመሱ ናቸው። የእግዚአብሔርን ቃል እንደሚገባ ያውቁታል፤ አስተምሩ ቢባሉም በዕውቀት ደረጃ ተገንዝበውታል። ስለ ጌታ ዳግም ምጽዓትና ስለ ሰማያዊው የእግዚአብሔር መንግሥትም ያላቸው መረዳት ለዕውቀት የሚበቃ ነው። እነዚህን ሰው የቀመሱ ናቸው ይላቸዋል። መቅመስ ጣዕምን ለመለየትና አንድን ነገር ጣፋጭ ነው ጎምዛዛ፤ ብርቱካን ነው ሎሚ ብሎ ለመለየት በቂ ዕውቀትን የሚያስጨብጥ ነው። እነዚህህ ሰዎች ከቀመሱ ካወቁት በኋላ መልሰው ከደውታል። እነዚህን ሰዎች ለንስሐ ማደስ ያስቸግራል ይላል።

እንደ 1ኛ ዮሐ. 2፥19 መሠረት እነዚህ ሰዎች መጀመሪያውኑ አማኞች አልነበሩም ይሆናል ብለን እንድንገምት የሚያደርገን ሁኔታ አለ። ምንም እንኳን በእጃቸው ላይ ተዓምራትም

ቢደረግ፣ የቃሉ ዕውቀትም ቢኖራቸው ጌታ አላውቃችሁም የሚላቸው ቢሆኑስ ማን ያውቃል? በማቴዎስ ወንጌል በስምህ ትንቢት አልተናገርንምን? ሲሉት ከቶ አላውቃችሁም ብሏቸዋል። በዚህ ዘመን በዕጃቸው ላይ ተኣምራት የሚደረግ ሰዎችን ሁሉ እንደ ቅዱስ የእግዚአብሔር ባሪያ መቀኣጠር የተለመደ ሆኗል። የሰዎችን መንፈሳዊ ፍሬና አስተምህሮአቸውን በሚገባ ሳንፈትሽ ከሚያሳዩት ተኣምራት የተነሣ ብቻ የተቀቡ የእግዚአብሔር አገልጋዮች ናቸው ብሎ መደምደም ዐደገኛ ነገር ነው።

መልካሙን የእግዚአብሔርን ቃልና ሊመጣ ያለውን የዓለም ኃይል የቀመሱትን የቀመሱትን **(gghyoo'-om-ahee/euomai/ጊኦማይ**) ማለት:- በአፍ መመስከር ማለት ነው። በተምሳሌታዊ መልክ ጇኦማይ ማለት አንድን ነገር መለማመድ፣ ማረጋገጥ፣ ተካፋይ መሆንና ማወቅ የሚል ነው። በምሳሌያዊ አነጋገርም ላይ የሚያገለግል ሆኖ እናገኘዋለን፣ ለምሳሌ "ሞትን ቀመሰ" የሚል፣ ይህም "ሞተ" የሚል ትርጕም ያለው ነው። *(መጽሐፍ ቅዱስ ጥቅሶች የብሉይና / የአዲስ ኪዳን ግሪክ መዝገበ ቃላት፣ የቲየር ትርጕም፣ አስቲን)*

በኋላም የካዱትን

የካዱትን/የወደቁትን (par-ap-ip'-to/parapipto /ፓራፒፕቶ ከ pará /ፓራ = ገለል ማለት + pípto= መውደቅ) ማለት መካድ ወይም ወደ ጎን ማለት የሚል ነው። በሥዕላዊ አገላለጽ ከዕውነተኛ እምነት መገለጫዎች ካለ መጽናት ከዶ መውጣት ማለት ነው። ይህ የዚህ ቃል የአዲስ ኪዳን ብቸኛ አገልግሎት የሰጠበት ቦታ ነው። በጥንታዊው የአይሁድ መጽሐፍም 6 ጊዜ ያህል ተጠቅሷል (አስ. 6÷10፤ ሕዝ. 6÷10፤ 14÷13፤ 15÷8፤ 18÷24፤ 20÷27፤ 22÷24) *(መጽሐፍ ቅዱስ ጥቅሶች የብሉይና / የአዲስ ኪዳን ግሪክ መዝገበ ቃላት፣ የቲየር ትርጕም፣ አስቲን)*

አሁን መካድ ወይም **ፓራፒፕቶ (parapipto)** የሚለውን የግሪክ ቃል እንየው። በአዲስ ኪዳን እዚህ ጋር ብቻ ነው ያገለገለው። የብሉይ ኪዳን የግሪክ ትርጓሜ ላይ በሕዝቅኤል 14÷13፤ 15÷8 ላይ እስራኤል ዕውነተኛውን እግዚአብሔርን **ከማምለክ ፈቀቅ ማለቷን** ለመግለጽ አገልግሏል። የግሪኩ ቃል ከዋናው መንገድ መውጣትን ነው የሚያመለክተው። አሁን ጸሐፊው እነዚህ ሰዎች ወደ መጀመሪያው ኪዳን ከተመለሱ ሁለተኛ ወደ ንስሐ እንደማይመለሱ ምክንያቱን ያስቀምጣል። ለራሳቸው የእግዚአብሔርን ልጅ

ይሰቅሉታል፤ ያዋርዱታልም ይላል፡፡ ለራሳቸው ይሰቅሉታል የሚለው አገላለጽ የሚያሳየን ነገር ራሳቸው እንደ መሰላቸው፣ ማለትም አንድ ሰው የራሱን ፍርድ በመስጠት እርሱ ዕውነተኛው መሢሕ ሳይሆን፣ አሳሳች ነው በማለት በኢየሱስ ላይ ፍርድ ይሰጣል፤ እናም ሞት ይገባዋል ብሎ ይበይንበታል፡፡ የጥፋታቸው ትልቅነት የተገለጠው የእግዚአብሔር ልጅ ላይ የሰጡትን ፍርድ በመመልከት ነው፡፡ *(ዌስት፣ ኬ. ኤስ. የግሪክ አዲስ ኪዳን ቃል. ጥናት:- ኢ.ርድማንስ)*

የማይቻል (ad-oo'-nat-os/adunatos /አዱናቶስ ከ a /ኤ = ውጭ + dunatós /ዱናቶስ = የሚቻል፣ መቻል ወይም፣ ዐቅም ያለው መሆን) ማለት የማይቻል፣ ሊሆን የማይችል ወይም ሊፈጸም የማይችል የሚልን ትርጉም የያዘ ነው፡፡ አዱናቶስ ያለመቻልን፣ ዐቅም ማጣትንና በትክክል መሥራት ያለ መቻልን ለመግለጽ ሁለት ጊዜ ያህል ተጠቅሷል፡፡ (የሐዋ. 14÷8 እና ሮሜ 15÷1) *(መጽሐፍ ቅዱስ ጥቅሶች የብሉይና / የአዲስ ኪዳን ግሪክ መዝገበ ቃላት፣ የቲየር ትርጉም፣ አስቲን)*

እንደገና ለንስሐ እነርሱን ማደስ

መታደስ (an-ak-ahee-nid'-zo/anakainizo /አናኬይኒዞ ከ aná/አና = እንደ ገና + kainízo/ካይኒዞ = መታደስ /አዲስ ነገርን ማምጣት <> kainos /ኬይኖስ= በጥራት አዲስ የሆነ) ማለት:- እንደ ገና ማደስ ማለት ነው፡፡ *(መጽሐፍ ቅዱስ ጥቅሶች የብሉይና / የአዲስ ኪዳን ግሪክ መዝገበ ቃላት፣ የቲየር ትርጉም፣ አስቲን)*

ለራሳቸው የእግዚአብሔርን ልጅ ይሰቅሉታልና ያዋርዱትማል

ያዋርዱትማል (par-ad-igue-mat-id'-zo / paradeigmatizo / ፓራዴግማቲዝዮ ከpará / ፓራ = ቅርብ፣ በዕይታ ያለው፣ የሚታይ፣ ይፋ + deigmatízo / ዴግማትዚዮ = ማሳየት፣ ግልጽ ማድረግ፣ በግልጽ ወይም በይፋ እንዲሰቃይ ማድረግ፤ ልክ ሮማውያን ምርኮኞቻቸውን በሕዝብ ዐደባባይ እያዞሩ እንደሚያዋርዷቸው ማለት ነው) ማለት:- አንድን አካል በጕድለት ውስጥ እንደማሳለፍ የሚል ነው፡፡ በዐደባባይ ላይ በግልጽ እንዲዋረዱ ማድረግ፡፡ ፓራዴግማቲዝዮ የሚጠቁመው ልክ በጥንት ጊዜ ወንጀለኞችን በሰንሰለት አስሮ በአደባባይ እንደሚያዋርዷቸው ማለት ነው፡፡ *(መጽሐፍ ቅዱስ ጥቅሶች የብሉይና / የአዲስ ኪዳን ግሪክ መዝገበ ቃላት፣ የቲየር ትርጉም፣ አስቲን)*

ያዋርዱታል የሚለው ቃል በዘኁ. 25÷4 ላይ ያለ አሳብ ነው፡፡ ወንጀለኛን በማሰር ወይም ዕርቃን በማድረግ በከተማ ማዞር የዚህ ድርጊት አንድ አካል ነው፡፡ እነዚህ ነገሮች ሁሉ እነዚህ ዕብራውያን ወደ መጀመሪያው ኪዳን ከተመለሱ በእግዚአብሔር ልጅ ላይ የሚያደርጓቸው ድርጊቶች ናቸው፡፡ ይህንን ቢያደርጉ ልባቸውን ያደነድናሉ፡፡ ለመንፈስ ቅዱስ ሥራም በራቸው ይዘጋል፤ ላይመለሱም ይጠፋሉ፡፡ ከዚያ በኋላ ምንም ተስፋ አይኖራቸውም፡፡ እንዲህ ዐይነት ኃጢአት በእርግጥ አሁን አይፈጸምም፤ ምክንያቱም ምንም ዐይነት ወደ ኋላ የሚመልስ መቅደስ በኢየሩሳሌም የለም፤ምንም የሚቀርብ መሥዋዕትም የለም እናም ያለፈው ኪዳን ለመዘጋቱ ምንም ዐይነት ጥያቄ አያስነሣም፡፡ ይህ ዕብራውያኑ የፈጸሙት ኃጢአት አሁን ላይ እንዳለው ክርስቶስን የመግፋት ዐይነት ተመሳሳይ ኃጢአት አልነበረም፡፡ ክርስቶስን አለመቀበል ብቻ አልነበረም፤ የዕብራውያኑ የድርጊት ኃጢአታቸው የመጀመሪያውና አዲሱ ኪዳን ያላቸውን መልካም ጥቅምም የሚጎዳና መሢሑን በራሱ ሰዎች የመስቀል ኃጢአትም ጭምር ነበር፡፡ *(ዌስት፣ ኬ. ኤስ. የግሪክ አዲስ ኪዳን ቃል. ጥናት፡- ኢርድማንስ)*

<u>ቁጥር 4</u> አንድ ጊዜ ብርሃን የበራላቸውን ሰማያዊውንም ስጦታ የቀመሱትን ከመንፈስ ቅዱስ ተካፋዮች ሆነው የነበሩትን

ብርሃን የበራላቸውን ዕብ 10፡26-29; 12÷15-17; ማቴ 5÷13; 12÷31,32,45; ሉቃ 11÷24-26; ዮሐ 15÷6; 2ኛ ጢሞ 2÷25; 4÷14; 2 ጴጥ 2÷20-22; 1ኛ ዮሐ 5÷16

አንድ ጊዜ ዕብ 10÷32; ዘኁ 24÷3,15,16

ሰማያዊውንም ስጦታ የቀመሱትን ማቴ 7÷21,22; ሉቃ 10፡19,20; ዮሐ 3÷27; 4÷10; 6÷32; ሥራ 8÷20; 10÷45; ገላ. 11÷17; ሮሜ 1÷11; 1ኛ ቆሮ 13÷1,2; ኤፌ 2÷8; 3÷7; 4÷7; 1ኛ ጢሞ 4÷14; ያዕ 1÷17,18

ከመንፈስ ቅዱስም ተካፋዮች ሆነው የነበሩትን ዕብ 2÷4; ሥራ 15÷8; ገላ 3÷2,5

<u>ቁጥር 5</u> መልካሙንም የእግዚአብሔርን ቃልና ሊመጣ ያለውን የዓለም ኃይል የቀመሱትን

መልካሙንም የእግዚአብሔርን ቃልና ማቴ 13 ÷20,21; ማር 4÷16,17; 6÷20; ሉቃ 8÷13; 1ኛ ጴጥ 2÷3; 2ኛ ጴጥ 2÷20

ሊመጣ ያለውን የዓለም ኃይል የቀመሱትን ዕብ 2÷5

<u>ቁጥር 6</u> በኋላም የካዱትን እንደገና ለንስሐ እነርሱን ማደስ የማይቻል ነው፤ ለራሳቸው የእግዚአብሔርን ልጅ ይሰቅሉታልና ያዋርዱትማልና።

እንደ ገና ለንስሐ እነርሱን ማደስ ዕብ 6፡4; መዝ 51÷10; ኢሳ 1÷28; 2ኛ ጢሞ 2÷25

ለራሳቸው የእግዚአብሔርን ልጅ ይሰቅሉታልና ዕብ 10÷29; ዘካ 12 10-14; ማቴ 23÷31,32; ሉቃ

11÷48

ቍጥር 7-8 *“ብዙ ጊዜ በእርስዋ ላይ የሚወርደውን ዝናብ የምትጠጣ መሬት፥ ለሚያርሱአትም ደግሞ የምትጠቅምን አትክልት የምታበቅል፥ ከእግዚአብሔር በረከትን ታገኛለችና፤ እሾህና ኵርንችትን ግን ብታወጣ፥ የተጣለች ናት ለመረገምም ትቀርባለች፥ መጨረሻዋም መቃጠል ነው።”*

ይህ ክፍል በወንጌል ውስጥ ጌታ ኢየሱስ ካስተማረው ትምህርት ጋር ተመሳሳይነት አለው (ሉቃስ 13÷6-9፤ ዮሐ. 15÷1-9)፡፡ በወንጌሉ ታሪክ ላይ በአንድ የወይን አትክልተኛ እርሻ ውስጥ የተተከለች በለስ እናገኛለን፡፡ ፍሬን ልትሰጥ ባለመቻሏ የእርሻው ባለቤት ትቈረጥ ብሎ ትእዛዝ ሲሰጥ እናነብባለን፡፡ ፍሬ ሲፈልግባት ለሦስት ዓመት ያህል ተመላልሶ ምንም ፍሬ አላገኘባትም፡፡ የወይን አትክልት ሠራተኛውም በለሲቱ እንዳትቈረጥ አማላጅ ሆኖ የአንድ ዓመት ተጨማሪ ዕድል እንዲሰጣት ተማጠነላት፡፡ በዕብራውያን መጽሐፍ ደግሞ የምንመለከታት በለስን ሳይሆን፣ መሬትን ነው፡፡ መልካሟ መሬት ለሚያርሷት የምትጠቅም ናት፡፡ ፍራፍሬዎች፣ ልዩ ልዩ አትክልቶችን የምታበቅል ሆነች፡፡ እቺ መሬት የምትጠቅም ናትና ከእግዚአብሔር በረከትን የምታገኝ ሆነች፡፡

ይህቺ መሬት መልካምን ፍሬ በመስጠት ፈንታ፣ እሾህንና ኵርንችትን የምታበቅል ብትሆን ግን የተጣለች ትሆናለች፡፡ ለመርገም ትቀርባለች፤ የመጨረሻ ፍጻሜዋም መቃጠል ይሆናል፡፡ ይህ ምሳሌ አማኞችን፣ አገልጋዮችን የሚመለከት ይሆናል፡፡ ይሁንና ግን በአገልጋዮች ላይ ብቻ መወሰኑና ሌሎችን ሰዎች የማያምኑትን አሕዛብን፣ ድኛለሁ ብሎ በቤ/ክ የሚመላለሰውንም ምእመንንም አይመለከትም ለማለት አይቻልም፡፡ ምክንያቱም እያንዳንዱ ሰው ለሰማው ቃል ምላሽ የመስጠት ኀላፊነት አለበት፡፡ የወንጌል ቃል የተመሰረከላቸው አሕዛብ በሰሙት ቃል የሚጠየቁ ይሆናል፡፡ ዕንቢ፣ አሻፈረኝ፣ ብለው የሰሙትን ቃል በተጋፉ መጠን ፍጻሜያቸው መርገምና መቃጠል ነው፡፡ የወንጌል መልእክተኞችን በማሳደድ መከራን ያደረሱባቸው ሁሉም እነርሱም በተራቸው የሚከፍሉት ዋጋ ይኖራል፡፡

በአገራችን የወንጌል አገልግሎት ከፍተኛ ዕንግልት የደረሰባቸው የወንጌል አርበኞችን፣ በረሃብ፣ በግርፋት፣ በእስር የተሰቃዩ ብዙዎች ናቸው፡፡ ከዐፄዎቹ ዘመን አንሥቶ በግፍ የተገደሉም ጥቂት አይባሉም፡፡ ደማቸው በከንቱ ከመሬት ፈስሶ አይቀርም፡፡ በእነርሱ ላይ ግፍን የፈጸሙ ሁሉ በየዘመናቱ ብድራታቸውን ተቀብለዋል፡፡

ወደ አገልጋይነት ሕይወትም ስንመጣ ይህ ክፍል የሚሰጠን ትምህርት አለ፡፡ አንድ ሰው ወደ አገልጋይነት ሲመጣ በርካታ ኀላፊነቶችን ይቀበላል፡፡ በዚህ ኀላፊነቱ ውስጥ የሚዘሩ በርካታ ዘሮች አሉ፡፡ በትምህርት፣ በጸሎት፣ በመንፈሳዊው ልምዱ ከሰዎች ልምድን በመቅሰም፣ በተግባር ሥልጠና የሚወስዳቸው ትምህርቶች አሉ፡፡ እነዚህን ሁሉ ተቀብሎ እሾህና ኩርንችትን የሚያበቅል ከሆነ ቅጣቱ ከበድ ያለ ነው፡፡ አንዳንድ ሰዎችና የስሕተት ትምህርት የሚያስተምሩ መምህራን እግዚአብሔር ጨካኝ አምላክ ስላልሆነ፣ የመጨረሻው የመቃጠል ቅጣት በሰዎች ላይ አይደርስም ብለው በማስተማር ብዙዎችን ያደናግራሉ (ኢሳ. 5)፡፡

አንዳንድ ሰዎች በቤ/ክ ውስጥ በርካታ ዓመታትን ቢያስቈጥሩም ሕይወታቸው ሲያድግ ዐይታይም፡፡ ሁልጊዜ አንድ ቦታ ናቸው፡፡ የዕብራውያን ክርስቲያኖችም ይህ ችግር ስለ ነበረባቸው ጸሐፊው ሕፃን ስለሆናችሁ ጠንካራ ምግብ ልሰጣችሁ አልቻልሁምና ወተትን ጋትኋችሁ ይላቸዋል፡፡ እነዚህ አማኞች እሾህና ኩርንችት እንዳበቀሉ ባይነገርም፣ በመንፈሳዊ ሕይወታቸው ግን ሕፃናት እንደ ሆኑ ተገልጿል፡፡ በሌላ አባባል ፍሬ የማያፈራ ሕይወት ነበራቸው ማለት ነው፡፡ ፍሬ የማያፈራ አማኝም የመጨረሻ ውጤቱ በእሳት መቃጠል ነው፡፡ እነዚህ ሰዎች በቍጥር አምስት ላይ ከተገለጹት የእግዚአብሔርን ማንነት ከቀመሱትና በኋላም ከካዱት ሰዎች የሚለዩት በምንድን ነው? ብለን ብንጠይቅ በቍጥር አምስት ላይ የተጠቀሱት አማኞች ክህደትን በመፈጸማቸው ነው፡፡

የምዕራፉ ተከታታይ ቍጥሮች ተመሳሳይ የመልዕክት አሳብ መያዛቸው ውጤታቸውንም ተመሳሳይ ያደርገዋል፡፡ የመጀመሪያዎቹ ቍጥሮች ላይ መሠረትን ደግመን አንመስርት፣ ወደ ፍጻሜ እንሂድ፣ ዕድገትን እያሳየን እንንቀሳቀስ ይላቸዋል፡፡ ቀጥሎ ባሉት ከቍጥር 3-6 ቍጥሮች ላይም መንፈሳዊውን እውነት ዐይቶ ቀምሶ መተውን ያመለክተናል፡፡ በሦስተኛ ደረጃም ከቍጥር 6-7 መልካም ፍሬን ለማፍራት የሚያስፈልገው ሁሉ ተደርጎባት እሾህና አሜኬላ የምታበቅለው መሬት ፍጻሜዋ መቃጠል እንደ ሆነ ያሳየናል፡፡ ሦስቱም መልእክቶች ተመሳሳይነት አላቸው፡፡ በተገነባንበት መሠረት ላይ በመቆም ወደ

ፊት አለመቀጠልና መልካም ፍሬንም አለማፍራት ፍጻሜው መቃጠል እንደ ሆነ ያስገነዝበናል፡፡

የአርመናውያን አመለካከት መሠረት እነዚህ ሰዎች አንዴ ከካዱ የእግዚአብሔር ልጅነት ሥልጣናቸውንም ያጣሉ፡፡ አርመናውያን ሰው የእግዚአብሔር ልጅ ሆኖ ለመዳንም ሆነ ለመሞት የራሱ የግል ምርጫ ብቻ ያለው ነው ብለው ያምናሉ፡፡ በእግዚአብሔር አስቀድሞ ተመርጦአል የሚለውንም የካልቪንን አመለካከትም አይቀበሉትም፡፡

እነዚህ ሁለት አመለካከቶች በእግዚአብሔር ዕቅድ ውስጥ የሰው ድርጊትም የራሱ የሆነ ድርሻ እንዳለው ሁለቱም የሚስማሙ ቢሆንም፣ የሚለያዩት በምክንያታዊነትና በውጤቱ ነው፡፡ ካልቪናውያን የሰው ውሳኔና የድርጊትም ርምጃ በእግዚአብሔር ምርጫና ውሳኔ ላይ ይመሠረታል ብለው የሚያምኑ ሲሆኑ፣ አርመናውያን ለሰው ግለ ውሳኔ ነፃነት ከፍተኛ ቦታ ይሰጡታል፡፡ በማቴ. 11÷28 “እናንተ ደካሞች ወደ እኔ ኑ፤ እኔም አሳርፋችኋል” ያለውን ጥቅስ እንደ ጥሩ ምሳሌ በመውሰድ የሰው ልጅ ይህን ጥሪ እሺም ዕንቢም የማለት ነፃነቱ የተጠበቀ እንደ ሆነ ያስረዳሉ፡፡ ተገድዶ ወይም በእግዚአብሔር ውሳኔ እሺ ወይም ዕንቢ አይልም የሚል አመለካከት አላቸው፡፡ የዕብራውያን ክርስቲያኖች የቱን ያህል ውጥንቅጡ በወጣ ሕይወት ውስጥ እንደሚገኙ ጸሐፊው ከሚሰጣቸው ትምህርት ተነሥተን መገመት እንችላለን፡፡

በምዕራፍ አንድና ሁለት ላይ እግዚአብሔር በተለያዩ መንገዶች የተናገራቸው በመሆኑ ከሰሙት ቃል ምናልባት እንዳይወሰዱ ያስጠነቅቃቸዋል፡፡ ምዕራፍ ሦስት ላይ ልባችሁን ዕልከኛ አታድርጉ ይላቸዋል፡፡ ምዕራፍ አራት ላይ ምናልባት ከእናንተ ማንም የማይበቃ መስሎ እንዳይታይ እንፍራ ይላቸዋል፡፡ ምዕራፍ አምስት ላይም ከጊዜው የተነሣ አስተማሪዎች መሆን ሲገባችሁ፣ የሕፃንነት ትምህርት እንድትማሩ ያስፈልጋችኋል ይላቸዋል፡፡ በዚህ የምዕራፍ ስድስት መልእክቱም ጸሐፊው ፍሬ በማያፈሩ ላይ እስከ መቃጠል የሚያደርስ ጠንካራ ቅጣት እንደሚደርስባቸው ያስጠነቅቃል፡፡

አማኝ የብርታትን ጒዞ እንደሚጓዝ ሁሉ አንዳንዴ ደግሞ በልብ ድንዛዜ፣ በሕፃንነት ሕይወት፣ በተሳሳተ ትምህርትም ሊጠመድ እንደሚችል የዕብራውያን ክርስቲያኖች ሕይወት ትምህርት የሚሆነን ይመስለኛል፡፡ እነዚህ አማኞች በአንድ ወቅት ከአይሁድ እምነት ተለይተው ወደ ወንጌል የመጡ ናቸው፡፡ በዚያን ወቅት ወንጌልን ሰምተው

በመሢሑ አዳኝነት አምነው ሲጠመቁ በዚያን ዘመን የነበረው የአይሁዳውያን ፈሪሳውያን ተቃውሞ፣ የሚያደርሱባቸው ውርጅብኝ ቀላል ሊሆን እንደማይችል ከጌታና ከሌሎችም የሐዋርያት አገልግሎቶች ተነሥተን መገመት ይቻላል። አይሁዳውያን እስጢፋኖስንም በድንጋይ ወግረው የገደሉት ነበረ። ከዚህ ስንነሣ የዕብራውያን አማኞችም እምነትን ሲጀምሩ ብዙ ዋጋ ከፍለው እንደ ነበረ መገመት ይቻላል። ሆኖም እስከ መጨረሻ አልቀጠሉበትም። በመንፈሳዊ ሕይወታቸው ሕፃናት ስለ ነበሩና ቃሉን በትጋት ስላላጠኑ ለብዙ ጊዜ የተለማመዱትን የጌታን ድምፅ ረሱት፤ ይባስ ብለውም የኢየሱስ ማንነት ስለ ደበዘዘባቸው ከሙሴና ከነቢያት፤ ከመላእክትም ዕኩል እንደ ሆነ ገመቱ። የቀደመውን የሃይማኖታቸውንም መሠረት ረሱት።

ብዙ ጊዜ በእርስዋ ላይ የሚወርደውን ዝናብ የምትጠጣ መሬት

ጆን ፓይፐር፡- ስለዚህ ጥቅስ ሲጽፍ ሁለቱ መሬቶች የሚወክሉት ሁለት ዐይነትን ሰው ነው፤ አንደኛው ፍሬያማ ሰው ሌላው ደግሞ ፍሬ-ዐልባ ሰውን። ሦስት ቃላት የፍሬ-ዐልባ ሰውን የመጨረሻ ኩነኔና መጥፋትን ይወክላሉ። ፍሬ-ዐልባ ሰው የማይጠቅም ነው (ሮሜ 1፥28፤ 2ኛ ቆሮ. 13፥5-7፤ 1ኛ ቆሮ. 9፥24-27፤ 1ኛ ጢሞ. 3፥8፤ ቲቶ 1፥16) እና የተረገመ ነው መጨረሻውም መቃጠል ነው። የማይጠቅም፣ የተረገመ እና ለመቃጠል የተመደበ። ይህ የመጨረሻ ኩነኔ ቃል ነው፤ ሙሉ ሃሳቡም የሚያሳየው ከቀላል የአእምሮ ለውጥ የዘለለ ነገር እንደ ተካሄደ ነው የሚያሳየው። የቁጥር 7 እሳቤም ይህው ነው፤ ፍሬ-ዐልባ መሬት። በዚህ ቦታ ላይ የእግዚአብሔርን እርግማን በሰው ላይ የሚያመጣው የእግዚአብሔርን መልካምነት ከዓመት ዓመት ጠጥተዋል፤ ነገር ግን ምንም ፍሬ አላፈሩም።

የመካድ ጉዳይ በመጀመሪያ የአስተምህሮ ሳይሆን፣ የልምምድ ጉዳይ ነው። ይህ የዕብራውያን 5፥14 ላይ ያለ ችግር ነው። እምነታቸውን በልምምድ ላይ የማኖር ችግር እና መሰብሰባቸው ድንዛዜ ውስጥ ገብቷል፤ ትክክል የሆነውና ያልሆነው ነገር ተደባልቆ አይለይም እናም ጸሐፊው እንዲህ ይላቸዋል። መንሸራተትና መዳናችሁን ቸል ማለት ካላቆማችሁ መሰባሰባችሁንም ከተዋችሁ በኃጢአት ማሳሳት ትደነድናላችሁ፤ ከሕያው አምላክም ትርቃላችሁ። (ዕብ. 3፥12-13)

በዚህ ክፍል መሠረት ሰውን ለዘላለም ድነት ማጣት ዐደጋ የሚያጋልጠው ቀጣይነት ባለው መልክ የእምነትን አካል በመታዘዝ መለማመድ ካለመቻል የተነሣ ነው (ዕብ. 3፥18፤ 4፥11፤ 5፥7-9፤ 10፥36፤ 12፥14)። ከዕብራውያን 5፥11 እስከ 6፥12 ድረስ ያለው እያንዳንዱ ክፍል የአስተምህሮ ቀጥተኛነት ስሕተት ሳይሆን፣ ልክ ከእርሱ ዕኩል የሆነውን የተግባር ቅድስና ላይ የሚታይ ስሕተት ነው። በዕብራውያን 6፥6 ላይ ያለው ክህደትም የሚያሳየው ልብ ሊረዱት ከሚችሉት ዐቅም በላይ በደነደነበት መልኩ የሚመላለስ መሆኑ ነው።

ራስህን /ሽን በኃጢአት ባሕር ውስጥ ለመስጠም ከፈቀድህና በትጋት ቅድስናን መፈለግና በጸጋው ማደግ ካቆምህ የማትመለስበት ደረጃ ላይ የምትደርስበት ጊዜ ይደርሳል። ይህ ክርስቲያን እንደ ሆኑ ለሚያወሩ፣ ነገር ግን ሥጋዊ ሕይወትን እየኖሩ በዕድሜ ዘመን መጨረሻ ላይ ራሳቸውን እንደሚያነጹ የሚያስቡ ሰዎች ትልቅ ምኝነት ነው።

እናም ይህንን የመጽሐፍ ቅዱስ ማስጠንቀቂያ የሰሙት እና ዓለማዊ ምኞታቸውን የተዉ ደግሞም ቅድስናን የፈለጉት ግን እንዲህ የሚሉት ናቸው፡- "ክንፍ አለኝ፣ ክርስቲያን ነኝ በፈለግሁበት ሰዓትም መብረር እችላለሁ።" እንዲህ በሚሉት ሰዎች ላይ አሉታዊ የሆነ አንድ ቀን ይመጣል። ይህም የሚፈተኑበትና ልባቸው ከመደንደኑና ለዓለም ሱሰኛ ከመሆናቸው የተነሣ ድጋሚ ንስሐ መግባት የማይችሉበት ደረጃ ላይ የሚደርሱበት ነው። ዕውነተኛ የሆነ መንፈሳዊ ስሜትንም መለማመድ ያቆማሉ (በዕብራውያን 12፥17 ላይ የተገለጸውን የዔሣውን ንስሐ የሌለበት መጸጸት ማየት ይቻላል)። *(ጆን ፓይፐር፣ የጽናት ዶክትሪን)*

ሆል ሲጽፍ በቍጥር 7 እና 8 መካከል ያለው ልዩነት በዚህኛው ወቅት ላይ ፍሬያማ የሚሆን በሌላ ወቅት ደግሞ ፍሬ የማያፈራ መሬትን የሚያሳይ አይደለም፤ ነገር ግን ሙሉውን ጥሩ የሆነና ሙሉውን ክፉ የሆነን መሬት መካከል ያለ ልዩነት ነው። ይህ የተሰጠው ማብራርያ በቍጥር 4 እስከ 6 ያለውን ጥቅስ የሚደግፍ ነው። ይሁዳ ሁልጊዜ ይዘንብ የነበረውን ዝናብ ተደስቶበት አሳልፏል፤ ነገር ግን በጭንቅላቱ ብቻ ስለ ተቀበለውና ዕንቅፋትን ስላዘጋጀበት ተጣለ። *(ኤፍ. ቢ. ሆል. ኮሜንተሪ)*

የኤክስፖሲተር መጽሐፍ ቅዱስ ማብራርያ፡- ሂደቱ በእርሻ ምሳሌ ነው የተገለጸው ሁልጊዜ ውኃ የሚጠጣ መሬት አለ፤ እህልም ያመርታል፤ መጀመሪያ የሚመጣው ዝናቡ ነው። መሬቱ እህሉን በራሱ አይደለም የሚሰጠው። መንፈሳዊ ንጽጽሩም መዘንጋት የለበትም።

እህል የሚለው ቃል በአጠቃላይ የሚበላ ቅጠልን የሚገልጽ ቃል ነው እንጂ፣ ዝም ብሎ እህል አይደለም:: አብዛኛውን ጊዜም ለሚታረስላቸው ሰዎች የሚያገለግል ነው:: ይህም ተጠቃሚዎቹ ብዙውን ጊዜ የሚያርሱት ብቻ ሳይሆኑ፣ ብዙ ሰዎች ናቸው:: ስለዚህ ይህ መሬት የእግዚአብሔርን በረከት ይቀበላል:: *(ኤክስፖዚተርስ የመጽሐፍ ቅዱስ ኮሜንተሪ፣ ዞንደርቫን ኅትመት)*

ለሚያርሱአትም ደግሞ የምትጠቅምን አትክልት የምታበቅል ከእግዚአብሔር በረከትን ታገኛለችና

የምታበቅል (tik'-to/tikto/ቲክቶ) ማለት፡- መውለድ (ማቴ. 1፥21)፣ እዚህ ጋርም አትክልት የምትሰጥን መሬትን ይወክላል:: የቃሉ ግስ ጠቃሚ አትክልትን ያለማቋረጥ የምትሰጥን መሬት የሚገልጽ ነው:: *(መጽሐፍ ቅዱስ ጥቅሶች የብሉይና / የአዲስ ኪዳን ግሪክ መዝገበ ቃላት፣ የቲየር ትርጉም፣ አስቲን)*

ታገኛለች (metalambano /ሜታላምባኖ ከmeta /ሜታ = ጋር /ግንኙነትን የሚያሳይ + lambáno /ላምቦኖ = መቀበል) ማለት፡- እንደ ተካፋይ ሆኖ መቀበል ማለት ነው:: አሳብ በአንድ ነገር ተካፋይ /ተጋሪ መሆን ማለት ነው:: *(መጽሐፍ ቅዱስ ጥቅሶች የብሉይና / የአዲስ ኪዳን ግሪክ መዝገበ ቃላት፣ የቲየር ትርጉም፣ አስቲን)*

በረከት (yoo-log-ee'-ah/eulogia /ኢዩሎጊያ ከeu /ኢዩ = መልካም + logos/ሎጎስ = ቃል) ማለት፡- ቃል በቃል መልካም ቃል ሲሆን የበረከት፣ የሞገስ፣ የስጦታ፣ የተምሳሌት ወይም የጥቅም ሊሆን ይችላል:: *(መጽሐፍ ቅዱስ ጥቅሶች የብሉይና / የአዲስ ኪዳን ግሪክ መዝገበ ቃላት፣ የቲየር ትርጉም፣ አስቲን)*

ጆን ከርሰን ሲጽፍ ልክ ዝናብ በማያፈራም፣ ደግሞም ፍሬን በሚሰጥም ላይ እንደሚወርድ የመዳን ድንቅ ዜናም የሚያድስ የሚሆነው ይህን መዳን ለሚረዱትና ኢየሱስ በብቸኝነትና በሙላት በመስቀል ላይ በተፈጸመው ተግባር እንደሚመጣ ለሚረዱ ነው:: ነገር ግን ከእግዚአብሔር ጋር በሥራ ላይ በተመሠረተ ግንኙነት ብቻ ኅብረትን ሊያደርጉ ለሚፈልጉ ይኸው ተመሳሳይ ቃል አጥፊ ይሆንባቸዋል:: *(ከርሰን፣ ጆ ጆን፡- አፕሊኬሽንስ ሃተታ ኔልሰን 2004)*

የዋይክሊፍ - መጽሐፍ ቅዱስ ማብራርያ:- ክርስቶስን ለመቃወም በመምረጥ ክህደትን የሚፈጽሙት የሚመስሉት እሾህን ብቻ የሚያበቅልን መሬት ነው:: ነገር ግን ገበሬዎች በእርሱ ላይ ከወረደው ዝናብ አንጻር የሚጠቅም አትክልትን ቢጠብቁበትም ማለት ነው:: ከክርስቶስ ሊያፈገፍጉት ላሉት የሚሰጠው ጠንካራ ማስጠንቀቂያ ላይ ስሕተት የለም:: እንደውም ለመጀመሪያው ዘመን አማኞች ዕውነት የሆነው ነገር ዛሬ ላይ ላሉ አማኞችም እውነት ነው:: *(ዋይክሊፍ የመጽሐፍ ቅዱስ ሐተታ 1981 ሙዲ)*

እሾህንና ኩርንችትን ግን ብታወጣ የተጣለች ናት

ብታወጣ (ek-fer'o/ekphero /ኢኬፌሮ ከ ek/ኢኬ = ማውጣት + phéro /ፌሮ = መያዝ) ማለት:- ማከናወን፣ ማፍራት ነው:: ይህ አሳብ ያለማቋረጥ እሾህና ኩርንችት ማፍራትን ያሳያል:: *(መጽሐፍ ቅዱስ ጥቅሶች የብሉይና / የአዲስ ኪዳን ግሪክ መዝገበ ቃላት፣ የቲየር ትርጉም፣ አስቲን)*

እሾህ (ak'-an-thah/akantha /አካንታ ከ ake /አኬ = ጫፍ) ማለት:- የእሾህ ተክል፣ ኩርንችት የሚል አሳብ ነው ያለው:: *(መጽሐፍ ቅዱስ ጥቅሶች የብሉይና / የአዲስ ኪዳን ግሪክ መዝገበ ቃላት፣ የቲየር ትርጉም፣ አስቲን)*

ኩርንችት (trib'-ol-os/tribolos/ትሪቦሎስ ከtreis/ትሪስ = ሦስት + **bélos/ቤሎስ** = ቀስት ወይም ዳርት) ማለት ባለ ሦስት ቀስት ነው:: *(መጽሐፍ ቅዱስ ጥቅሶች የብሉይና / የአዲስ ኪዳን ግሪክ መዝገበ ቃላት፣ የቲየር ትርጉም፣ አስቲን)*

ቪንሰንት - ሲጽፍ ትሪቦሎስ የሚብራራው ሹል ጫፍ ያለው ኳስ ነው:: በሦስት ጫፍ የሚቀመጥበት አራተኛው ጫፍ ደግሞ ወደ ላይ የሚወጣ ነው:: ይህ ጠላትን ለመዋጋት በሮማ ወታደሮች መሬት ላይ የሚደረግ ነው:: እንደ ኩርንችት ዐይነት ነው:: *(ማርቪን. አር. ቪንሰንት:- በአዲስ ኪዳን ውስጥ ቃል ጥናቶች ኮሜንተሪ)*

የተጣለ /የማይጠቅም (ad-ok'-ee-mos / adokimos/አዶኪሞስ ከa/ኤ = ውጭ + dokimos /ዱኪሞስ = ተፈትኖ ተቀባይነት ያገኘ) የሚጠቁመው ተፈትኖ ፈተናውን ማለፍ ስላልቻለ ውድቅ የተደረገ ማለት ነው:: አንድን ነገር ለማጽደቅ የሚደረግን ፈተና

መሰፈርቱን ሳያሟሉ ቀርቶ መውደቅ ነው፡፡ *(መጽሐፍ ቅዱስ ጥቅሶች የብሉይና / የአዲስ ኪዳን ግሪክ መዝገበ ቃላት፣ የቲየር ትርጉም፣ አስቲን)*

መጣል የሚለው አሳብ ለዳኑት ነው ወይስ ላልዳኑት? ለአይሁድ ነው ወይስ አማኞች ለሆኑ አሕዛብ? የሚለው በአርሜን እና በካልቪን አስተምህሮ መካከል የሚያከራክር ነጥብ ነው፡፡ ሁለቱም በአስተምህሮ ረገድ የሚሰማሙበት ነገር ኃጢአትን እግዚአብሔር ይጸየፋል፤ ቅጣትም ያመጣል የሚለው ነው፡፡ ልዩነታቸው ግን አንድ አማኝ ከዳነ በኋላ ሊወድወቅ እና ሊነሣ ቢችልም፣ ነገር ግን ሁልጊዜ በኃጢአት ተዘፍቆ የሚኖር ከሆነ፣ አስቀድሞም መዳኑ ያጠራጥራል፡፡

የዳነ ክርስቲያን ለጊዜው ኃጢአት ሊሠራ ቢችልም፣ ደኅንነቱ ግን ሊጠፋ አይችልም የሚለው የካልቪናውያኑ አመለካከት ነው፡፡ አርመናውያኑ ደግሞ የዳኑ ክርስቲያኖች ኃጢአትን ደጋግመው ሢሠሩ ደኅንነታውን ሊያጡ ይችላሉ፤ የዳነ ሰው ደኅንነቱ ሊጠፋ ይችላል በማለት ያስተምራሉ፡፡ የሁለቱ አስተምህሮዎች መሠረታዊ ልዩነትን በጥቂቱ እንመልከት፡፡

በካልቪናውያኑ በኩል ደኅንነት የእግዚአብሔር ነፃ ምርጫ እና ውሳኔ በመሆኑ በእግዚአብሔር የተወሰነ፣ የተመረጠ እና ዳግም የተወለደ ሰው ምርጫና ውሳኔው የእርሱ ባለመሆኑ ምክንያት፣ በተጨማሪም የተወለደው ከሚጠፋ ዘር ስላልሆነ፣ ኃጢአትን በቀጣይነት ሊሠራ እና ደኅንነቱንም ሊያጣ አይችልም የሚል ነው፡፡

አርሜኒያያውያኑ ደግሞ ደኅንነት የሰው ምርጫ እና ውሳኔ ነው፤ ሰው በምርጫው ክርስቶስን ለመቀበል ወይም ላለመቀበል፣ እንዲሁም በደኅንነቱ ጸንቶ ለመኖር ወይም በኃጢአት በመጽናት ደኅንነቱን ለመጣል ነፃ ፈቃድ አለው፤ ውሳኔው የግለሰቡ ነው ይላሉ፡፡

በእርግጥ የአርሜንያኑን ትምህርት የምንከተል ሰዎች የካልቪንን አስተምህሮ እስከ ተወሰነ ድረስ የምንቀበለው ቢሆንም፣ አማኝ በጸጋ ጉልበት ስለ ተያዘ በበደል እና ኃጢአት ውስጥ ቢገኝ ደኅንነቱን ሊያጣ አይችልም የሚለውን የካልቪንን አስተምህሮ የተለጠጠ እና ያለ ልክ ወደ አንድ ጎን ያዘነበለ፣ ደግሞም ኃጢአትንም የሚያበረታታ ነው እንለዋለን፡፡

አዳም ክሌርክ ይህን ክህደት የሚገልጽበት ትክክለኛ ቃል አለው፡፡ ይህም "ማቆሸሽ፣ ልክ እንደ ቆሸሸ ሳንቲም በኪሎም ሆነ ጥቅም በመስጠት ረገድ ብረቱ እንደ ደከመ እና ተገቢው ማኅትም ያላረፈበት፣ በዚህም ምክንያት ወቅታዊ ያልሆነ"፡፡ መልካም ነገር ካደረጉ እንኳ ይህን ተግባር የሚፈጽሙት ይህ ነገር ሊፈጸምበት በሚገባው ዕሳቤ መሠረት አይደለም፡፡ የእግዚአብሔር ሕዝብ የሚል ስም አላቸው፤ዳሩ ግን ዕውነተኞች አይደሉም፤ ነቢዩም የተጣለ ነሃስ ብለው ይጠሯቸዋል ይላል፡፡" (አዳም ክላርክ- ኮሜንተሪ፣ ቲቶ 1)

ቶማስ ሊያ ሲጽፍ የዕብራውያን ጸሐፊ በእምነታቸው ጸንተው የሚቆዩትንና ፍሬ የሚያፈሩትን ፍሬ ከምትሰጥ ፍሬያማ መሬት ጋር ያነጻጽራል፡፡ የጽድቅን ፍሬ ያላሳዩትን ግን ምንም ፍሬ ያላፈሩትን ሰዎች ደግሞ፣ ምንም ነገር የሚጠቅም ሊያበቅል ካልቻለ መሬት፣ ዳሩ ግን የማይጠቅም ኩርንችትና እሾህ ብቻ ከሚያበቅለው ጋር ያነጻጽራል፡፡ የማይጠቅም የሚለውን ቃል የኪንግ ጀምስ መጽሐፍ ቅዱስ ሲተረጒመው የተጣለ ብሎ ነው፡፡ በ1ኛ ቆሮ. 9÷27 ለይም ይህ ቃል ሽልማትን ለማግኘት ካልበቃ ሰው ጋር በማነጻጸር ያስቀምጠዋል፡፡ በ2ኛ ቆሮ. 13÷5 ይኸው ተመሳሳይ ቃል ፈተናን የወደቀ ሰው ለመግለጽ ያገለግላል፡፡ ቃሉ አማኞች ነን ለሚሉ፣ ዳሩ ግን ምንም የሚታይ ማስረጃ የሌላቸውን ሰዎች ለመግለጽ የሚያገለግል ነው፡፡ በፍርድ ወቅት የሚባላ እሳት የሆነውን እግዚአብሔርን ፊት ለፊት ይጋፈጣሉ (ዕብ. 12÷29)፡፡ *(ሆልማን የአዲስ ኪዳን ኮሜንተሪ)*

ለመረገምም ትቀርባለች መጨረሻዋም መቃጠል ነው

ቅርብ (eggus /ኢገስ) ማለት፡- ከሌላ ነገር አንጻር ይልቅ ቅርብ መሆንን የሚያሳይ ነው፤ ከጊዜም አንጻር መቅረብን የሚያሳይ ነው፡፡ *(መጽሐፍ ቅዱስ ጥቅሶች የብሉይና / የአዲስ ኪዳን ግሪክ መዝገበ ቃላት፣ የቲየር ትርጒም፣ አስቲን)*

የተረገመ (kat-ar'-ah/katara/ካታራ ከ katá/ካታ = በተቃራኒ + ará/አራ = እርግማን) የእርግማን ቃል ነው፡፡ የሰው ልጅ ለሌላ ሰው ክፉን ነገር መመኘትን የሚያመለክት ነው፤ በዚህ ቦታ ላይ ደግሞ ፍሬ ባላፈሩት ላይ የሚመጣ የእግዚአብሔር የጽድቅ ፍርድ ነው፡፡ *(መጽሐፍ ቅዱስ ጥቅሶች የብሉይና / የአዲስ ኪዳን ግሪክ መዝገበ ቃላት፣ የቲየር ትርጒም፣ አስቲን)*

መጨረሻ (tel'-os/telos/ቴሎስ ከtello/ቴሎ = ለመጨረሻ ውሳኔ ነጥብ ወይም ግብ መወሰን ነው) የአንድ ነገር የዕድገት መጨረሻ ግብ ነው:: *ቴሎስ* በአዲስ ኪዳን የአንድን ነገር መቆም እንጂ፣ የቅደም ተከተል መጨረሻን የሚያሳይ አይደለም:: ይልቁንም፣ *ቴሎስ* ወደ ፍጻሜ መምጣትን የሚያሳይ ነው:: የተሳካ ግብን፣ የመጨረሻ ውጤትን ወይም ፍጻሜ ማግኘትን ገላጭ ነው:: *ቴሎስ* የአንድ ሂደት ፍጻሜን የሚያሳይ ነው:: *ቴሎስ* የመጨረሻውን ግብ ከግምት ያስገባ፣ የዕድገት ውጤት ነው:: *(መጽሐፍ ቅዱስ ጥቅሶች የብሉይና / የአዲስ ኪዳን ግሪክ መዝገበ ቃላት፣ የቲየር ትርጉም፣ አስቲን)*

መቃጠል (kow'-sis/kausis /ካውሲስ ከ kaio /ኬዮ = ማቃጠል) ይህ በግሪክ ቃል በቃል በመቃጠል መጨረስ ማለት ነው::

ጆን ፓይፐር ሲጽፍ አደጋው እስከ መጨረሻ የመጥፋት ነው፤ የእግዚአብሔር የመጨረሻ እርግማን እና የእሳት መቃጠል ነው:: ጸሐፊው እያወራ ያለው ጊዜያዊ ስለሆነ የእግዚአብሔር የእርማት ማስተካከያ ነው:: እያወራ ያለው የመጨረሻ የእርግማን ቅጣት ነው:: *(ጆን ፓይፐር የጽናት ዶክትሪን)*

ቁጥር 7 ብዙ ጊዜ በእርስዋ ላይ የሚወርደውን ዝናብ የምትጠጣ መሬት፥ ለሚያርሱአትም ደግሞ የምትጠቅምን አትክልት የምታበቅል፥ ከእግዚአብሔር በረከትን ታገኛለችና

ዝናብየምትጠጣመሬት ዘዳ 28÷11,12; መዝ 65÷9-13; 104÷11-13; ኢሳ 55÷10-13; ኢዩ 2÷21-26; ያዕ 5÷7

ለሚያርሱአትም ደግሞ የምትጠቅምን አትክልት የምታበቅል ዘፍ 27፡27; ዘሌ 25÷21; መዝ 24÷5; 65÷10; 126÷6; ኢሳ 44÷3; ሕዝ 34÷26; ሆሴ 10÷12; ሚል 3÷10

<u>ቁጥር 8</u> እሾህና ኩርንችትን ግን ብታወጣ፥ የተጣለች ናት ለመረገምም ትቀርባለች፥ መጨረሻዋም መቃጠል ነው።

እሾህና ኩርንችትን ግን ብታወጣ ዕብ 12፡17; ዘፍ 3÷17,18; 4÷11; 5÷29; ዘዳ 29÷28; ኢዮብ 31÷40; መዝ 107÷34; ኢሳ 5÷1-7; ኤር 17÷6; 44÷22; ማር 11÷14,21; ሉቃ 13÷7-9

መጨረሻዋም መቃጠል ነው 10÷27; ኢሳ 27÷10,11; ሕዝ 15÷2-7; 20÷47; ሚል 4÷1; ማቴ 3÷10; 7÷19; 25÷41; ዮሐ 15÷6; ራዕ 20÷15

320

ኢ.ፊ.ቢ.ኢ. አገልግሎት ዕብራውያን መጽሐፍ ጥናት ክፍል 2

አከራካሪው ነጥብ ተጨማሪ እይታዎች

ዕብራውያን ምዕራፍ ስድስትን የሚመለከቱ ነገረ መለኮታዊ ነጥቦች

6÷1-2-5÷11-14 ባለው ክፍል ውስጥ የተሰጠው ማስጠንቀቂያ በ6÷1-12 ውስጥ አጽንኦትን አግኝቷል፡፡ የምዕራፉ አሳብን አቋራጭነት በተመለከተ ማስጠንቀቂያ ያልተሰጠበትም ሆነ እንደ መልካም ዕድል የሚታይ አይደለም፡፡ ዳዮ የሚሰኘው "ስለዚህ" የሚለው ቃል የቤተ ክርስቲያን አባላቱ ወተት የሆነ ምግብ የሚያስፈልጋቸው ሕፃናት እንዳልሆኑ የሚገነዘብ መሆኑን በተለየ መልኩ ያሳያል፡፡

አለዚያ ጉልህነት ያለው ቀዳሚ የሆነ የሥነ ትምህርታዊ እና መጋቢያዊ ግድ መሰኘቶች ወይም ዓላማዎች እርሱን በዚህ የመጀመሪያ በሆነ ትምህርት ላይ እንዲከርም በእርግጥም ያስገድዱት ነበር፡፡

ዕውነታውን ልብ ብለን ስንመለከት ወደ መንፈሳዊ ብስለት የመምጣት ግብን እንዲያሳኩ እነርሱን ሊያበረታታቸው እንደሚችል ያውቃል፡፡ ምክንያቱም እነርሱ ጠጣር የሆነ ምግብን ለመብላት የተዘጋጁ ሰዎች ነበሩና፡፡ እነርሱ የሕይወት ተሞክሮ ያላቸው ናቸው፡፡ እነርሱ ጠቃሚ የሆነውን እና ጠቃሚ ያልሆነውን ነገር መለየት የለመዱ ናቸው፡፡ (cf. Riggenbach, 158).

በ5÷11-14 ያለውን ምጸታዊ አነጋገር ማድነቅ አለመቻል፣ እንዲሁም ኤች. ፒ. አውን "በዳዮ ያለውን ኃይል አስመልክቶ በተናገረበት ዕውን ሆኗል፡፡ (*NTS* 3 [1956–57] 248).

ጸሐፊው አንባቢያኑን ስለ ክርስቶስ የሆነውን የመጀመሪያ ትምህርት ትተው እንዲሄዱ (*ἀφέντες*, see *Note* * i above) በለመናቸው ጊዜ እነዚህን ነገሮች አልሰረዛቸውም፡፡ ነገር ግን አሁን ያለው ፍላጎት ያንን ትምህርት በሙላት ወደ ማድነቅና ወደ መተግበሩ የሚኬድበት መሆኑን ከግንዛቤ እያስገባ ነበር፡፡

ጸሐፊው ማኅበረሰቡን በተመለከተ አዎንታዊነት ያለው (ቁ. 5) አስተሳሰብ ያለው ነው፤ መሠረቱ ተጥሏል፤ (ከዕብ. 2÷3-4 ጋር አመሳክሩ)፤ ያ መሠረት እንደ ገና ሊጣል አያስፈልገውም፤ ደግሞም ይህንን ማድረግ አይቻልም (6÷1-4)፡፡

ከ6፥1-12 ባለው ክፍል ላይ የቀረበው የራዘመ ልመናዊ ምክር ያንን ጠንካራ መሠረት የሚያስታውስ ነው፡፡ በቍጥር 1 ላይ ያለው ሁለተኛው ረዘም ያለ ሐረግ (ባለ-ግስ ሐረግ) - (እንደገና መሠረት አይጣልም) እናም እነዚህን ጥለን ወደ ፊት እንሂድ የሚለውን አዎንታዊ ትእዛዝ ግልጽ ያደርገዋል፡፡ (cf. Peterson, RTR 35 [1976] 19)

ወደ *ቴንቴሊዮት* የሚያደርገው ዕንቅስቃሴ - "የመንፈሳዊነት ግብ"፣ "ፍጹምና"፣ ከይዘት አንጻር አነስተኛ የሆነ ደረጃ ካለው ስብከት በመነሣት እየጎለበተ ወደሚሄድ ስብከት እንዲሄዱ የቀረበ ጥሪ ሳይሆን፣ በማኅበረሰቡ ውስጥ ተጽዕኖ እንዲፈጥር የታለመ ግለሰባዊ የሆነ ለእግዚአብሔር የሚሆን መገዛት ነው፡፡

ወደ ፊት እንሂድ! [በእግዚአብሔር] የሚለው ይህንን ያመለክታል፡፡ በዚህ ዐውዱ መንፈሳዊ ብስለት የተቀበሉትን ወግ የሚይዙ መሆንና ለእርሱም ምላሽ የሚሰጡ መሆንን እንድምታዊ በሆነ መልኩ ይጠይቃል (5፥14)፡፡

ይህም ደግሞ ተስፋው በሙላት እንዲገለጥ ግድ መሰኘትን በውስጡ የያዘ በጉጉት የሚደረግ ግድ መሰኘት ነው (6፥11)፤ ደግሞም ይህ የማይነቃነቅ እምነትን እና ጸንቶ መቆምን (6፥12) የሚጨምር ነገር ነው፡፡

ታስቶይጌያ እና *ቴስ ሌፒስታው ሎዎን ታው ቴኡ* በማለት - የእግዚአብሔር መገለጥን በተመለከተ ቀዳሚዎቹ ፍሬ-ጉዳዮች በማለት በ5፥12 ላይ በሚናገረው እና *ቶን ቴስ አፕዜ ክሪስቱ ሎጎን* - በማለት በ6፥1 ላይ በሚናገረው - ስለ ክርስቶስ በሚናገሩ የመጀመሪያ ቃላ በሚለው መካከል ልዩነት ሳይኖር አይቀርም፡፡

በ5፥12 ላይ ምጸታዊ በሆነ መልኩ የተጠቀሰው ትእዛዝ ብሉይ ኪዳንን በተመለከተ ስላለ በቂ ስላልሆነ እና የመጀመሪያ ስለሆነ የጅማሮ ትምህርት የሚያመለክተን ሳይሆን፣ አይቀርም፡፡ ይህም ስለ ክርስቶስ ምንም ዐይነት ነገር ያልተነገረበት ማለት ነው፡፡

በ6፥1 ላይ የተጠቀሰው የመጀመሪያ (ቀዳሚ) የሆነ ክርስቲያናዊ አስተምህሮ ለክርስቲያናዊ ሕይወት ጽኑ መሠረት እንደ ሆነ ተደርጎ አዎንታዊነ ባለው መልኩ የተገለጸ ነው፡፡ ይህ መደምደሚያም ጥያቄን ያስነሣል፤ ይህም በ6፥1-2 ውስጥ ከምገኛቸው ስድስት ዐይነት ነገሮች በየትኛውም ዘንድ ምንም ዐይነት ክርስቲያናዊ የሆነ ነገር ያልተጠቀሰ መሆኑን መሠረት በማድረግ ነው (e.g., Adams, *NTS* 13 [1966– 67] 379–84; Weeks, *WTJ* 39 [1976] 74–76)፡፡

ይሁን እንጂ፣ ስድስቱ ጽሑፎች እያንዳንዳቸው በቀጣዮቹ ምዕራፎች ውስጥ እየጎለበቱ ከሄዱበት ክህነታዊ ከሆነ ነገረ ክርስቶሳዊ መረዳት ጋር የተዛመዱ ናቸው:: እነዚህም የመሠረቱን ነገረ ክርስቶሳዊ መዋቅር በግልጽ ያሳያሉ:: በ9፥14 ላይ ከሞተ ሥራ ወደ ንስሐና በእግዚአብሔር ወደ ማመን የቀረበው ጥሪ በድጋሚ የቀረበው ኢየሱስ ከሚያከናውነው የመቤዠቱ ሥራ አኳያ ነው::

በዚያ የሞቱ ሥራዎች በጥንታዊው መቅደስ ውስጥ ሌዋውያን ካህናት ይፈጽሙዋቸው የነበሩ ውጫዊ ደንቦች ጋር የተያያዙ ሆነው ተገልጸዋል (9፥10)::

በአንድ በኩል ጥቅም-ዐልባ በሆነው መተጣጠብ እና በሌላ በኩል በክርስቶስ ደም በሚሆነው መንጻት መካከል ያለው ልዩነት (9፥9-10፣ 19፤ 10፥22)፣ ወይም በሕጉ መሠረት ዕጆችን በላያቸው በማድረግ በሚሾሙት ካህናት (በድካማቸው ምክንያት) የእግዚአብሔርን ሕዝብ ወደ ፍጹምና ማምጣት ባልቻሉ ካህናት) እና በእግዚአብሔር መሐላ እንዲሁም በማያቋርጥ ሕይወት በሚሾመው (5፥1-6፤ 7፥5፣ 15-25) ሊቀ ካህናት የመሠረት በሚሆኑ አስተምህሮዎች እና በ7፥1-10፥18 ውስጥ በተሰጡት የላቁ ትምህርቶች መካከል ያለን ግንኙነት በተግባራዊ ማሳያ ያመለክታል::

ከዚህ ጋር በተገናኘ በ6፥1-2 ጸሐፊው ስለ ሌላው የክርስትና አስተምህሮ ሲባል፣ አንድን የክርስትና አስተምህሮ ማኅበረሰቡ እንዲጥለው እየጠየቀ አልነበረም፤ ነገር ግን ቀድሞውኑ ለእነርሱ በተጣለላቸው ጠንካራ መሠረት ላይ ቀጣዩን አስተምህሮዎቻቸውን እንዲገነቡ እየጠየቃቸው ነበር (Thüsing, *TTZ* 76 [1967] 233–46, 261–80; Peterson, RTR 35 [1976] 19)::

ምንም እንኳ የእግዚአብሔር አገልግሎትን ዕውቀት ከግምት የሚያስገቡት ስድስቱ የእምነት አንቀጾች በጥንድ መልኩ ሊበጁ የሚችሉ ቢሆኑም፣ አንጻራዊ እምነቶች እና የመጨረሻው ዘመን አስተምህሮ (so Thüsing, 243)፣ በተለያየ መልኩ የሚቀርብ አስተምህሮን የመቀበል ሁኔታ (ዲዳኬን)፣ በቍጥር 2 ላይ ያለው ትምህርት የተለየ አዘገጃጀትን ለማድረግ ጥሪን የሚያቀርብ ነው::

መንጻትን በተመለከተ የተሰጠው ትእዛዛዊ አስተምህሮ እና ዕጅ መጫን፣ የሙታ ትንሣኤና የሙታን ትንሣኤና የመጨረሻው ፍርድ፣ ከሞተ ሥራ ንስሐ እና በእግዚአብሔር ማመን ከሚሉት አስተምህሮዎች ጋር በሚስማማ መልኩ የቀረቡ ናቸው:: ይህም ማለት መሠረቱን የመጣል ተግባር የተከናወነው ትምህርታዊ ትእዛዛት በተሰጡበት መልኩ ነው (so Michel, 238; F. F. Bruce, 112)::

የዚህ አተረጓጐም አንዱ እንድምታ ንስሐ እና በእግዚአብሔር ማመን ቢያንስ በከፊላዊ መልኩ በቅጽበት የሚከሰት ነገር ናቸው፤ ይህም በእምነት አንቀጹ በቍጥር 2 ላይ የተለየ ክርስቲያናዊ ገጽታን ተላብሰው በትእዛዝ መልኩ የጎለበቱ ናቸው (so Dunn, *Baptism*, 208)፡፡

ቍ. 3 ዐረፍተ ነገሩ እና እናደርገዋለን የሚሉቱ በቍጥር 1 ላይ ገሃድ የተደረገው ምክረ-አሳብን በተለየ መልኩ ያመለክታሉ፡፡ በተመሳሳይ ጊዜ በ5፥11 ላይ የተበጀውን ማስተዋወቂያ በድጋሚ ያቀርበዋል (so Vanhoye, *La structure*, 116)፡፡

ጸሐፊው ከ5፥11-6፥2 ላይ እነርሱን አስመልክቶ የሚናገርላቸው ሰዎች ባጭሩ የቀረቡበት ነው እናም ከሌሎች ጋር ያላቸውን ግንኙነት ማቋረጣቸው ከፉ በሆነች ዓለም ለክርስቶስ የሚሆን ጉልህ የሆነ ዐቋም መያዛቸው ከሚያስከትለው ዐደጋ ባሻገር ይህ ነገር ከመተቸት የማያመልጥ ስለ መሆኑ በልበ-ሙሉነት ይናገራል፡፡

“ዕውነታው ይህ ከሆነ፣ እግዚአብሔር ይህንን ይፈቅደዋል” የሚለው መስፈርት ልክ እንደ ተቀደሰ ስምምነት ብቻ ተደርጎ መታየት የለበትም (Moffatt, 76; cf. Spicq, 2:149)፡፡ መሠረታውያን የሆኑ የእምነት አንቀጾች ነገረ ክርስቶሳዊ አስተምህሮ ጉልበታ፣ በተጨማሪ ደግሞ መንፈሳዊ ብስለትን የማግኘት ግብ ጸሐፊውንም ሆነ አንባቢዎቹን ሁለቱንም በእግዚአብሔር በረከት ላይ የተመረኮዙ እንዲሆኑ አድርጓቸዋል (cf. vv 1*a* and 7)፡፡

ቍ. 4-6 - ጸሐፊው በቍጥር 3 ላይ ያበጀው መፍትሔ ከቍ. 4-6 ከተሰጠው ማስጠንቀቂያ *ጋር ጋር* በሚለው አያያዥ በሚገናኝበት ጊዜ ግልጽ ሆኗል (Solari, “The Problem of *Metanoia*,” 75)፡፡ የክርስቶስን ሊቀ ከህነታዊ አገልግሎት በተመለከተ ጸሐፊው ያለው ትምህርታዊ ማብራሪያ ማጎልበቱን ለመቀበል የማኅበረሰቡ ተገቢ የሆነ ተሞክሮ መሠረቱን ጥሎለታል፡፡

በማስተማር እና በመስበክ ሊደረሱ ይችላሉ፡፡ ምክንያቱም ለእነርሱ በእግዚአብሔር የተደረገ አንድ ነገር አለና (ከቍ. 4-5)፡፡ ይሁንና ክህደት የሚከሰትበት ዐደጋ ሁኔታ ዕውነትነት ያለው ነው፤ ደግሞም ይህ አሳባዊነት ያለው ብቻ አይደለም፡፡ እናም ጠንከር ያለን ማስጠንቀቂያ እንዲሰጥበት ምክንያት ሆኗል (see Solari, 1–7)፡፡

ጸሐፊው የሚማርኩ በሆኑ አዎንታዊነት ባላቸው ዐረፍተ ነገሮች ዝርዝር ይጀምራል፡፡ *አዱናቶን* - “የማይቻል” የሚለው ቃል በዐረፍተ ነገሩ መጀመሪያ ላይ አጽንኦት

በሚሰጥበት መልኩ ተቀምጧል፡፡ ደግሞም በሆኑ ክስተቶችና ዕውታዎች የሚፈጠር እንዲሁም የሚመቻች ነገር ነው፡፡

በእግዚአብሔር እና በማኅበረሰቡ መካከል ጽኑ እና ወሳኝ የሆነ ግንኙነት ተመሥርቷል፡፡ ወንጌልን በተቀበሉ ጊዜ የተከሰተው በተደጋጋሚ የተባለው ነገር ድንገታዊ ክስተቶች አንዱ ሌላውን ያስከተሉ መሆናቸውን አይገልጽም፡፡ ነገር ግን አንዱን የድነት ክስተት ከተለያዩ ገጽታዎቹ እና መግለጫዎቹ አኳያ የሚያመለክቱ ናቸው (P. E. Hughes, *WTJ* 35 [1973] 143)፡፡

እያንዳንዱ ዐረፍተ ነገር *ሊፓዝ* በሚለው ጉልህ አድራጊ ቃል (አንዴ) የተበጀ ሲሆን፣ ልዩ የሆነ ክስተት የመኖሩን ሁኔታ ያሳያል (cf. Stählin, *TDNT* 1:382)፡፡

የወንጌል ኃይል ተሞክሮ (ከ2÷3-4 ጋር አመሳክሩ!) ይህ ድነታዊ ከሆነው የልብ እና የአእምሮ ድነታዊ አብርሆት የሚመነጭ ነው፤ ደግሞም *ዞቲስቴንታስ* በሚለው ቃል ግንዛቤን የሚያገኝ ነው (ወደ ብርሃን መምጣት) (e.g., Käsemann, *Das wandernde Gottesvolk*, 119; H. Montefiore, 108; Conzelmann, *TDNT* 9:355)፡፡

ምንም እንኳ የሶሪያው *ፔሺታ* በቍጥር 4 ላይ ያለውን *"አንድ ጊዜ ተጠምቀው የነበሩትን"* በሚል የሚተረጕመው፣ ደግሞም በሶሪያ ከሚገኙ በዚህ መረዳት ላይ ከተመሠረቱ ሌሎች ጥንታውያን ትርጓሜዎች መካከል ራሱን ችሎ የቆመ ነው፡፡

ዞቲዜስታይ የሚለው ግስ ጥንታዊ የሆነ አጠቃቀም ደግመም ጥምቀት ለሚለው የሚገባው ተያያዥ ስያሜ በጁስቲን *ሥራ* ውስጥ ይገኛል (*First Apology* 61.12; *Dial.* 39.2; 122.1–2, 6)፡፡ ደግሞም ጥምቀትን በአብርሆት መልኩ የመግለጹ ነገር ከዚህ ጊዜ ጀምሮ ታዋቂነትን ያገኘ መስሎ ይታያል፡፡

ዳሩ ግን ከሁለተኛው ክፍለ-ዘመን አጋማሽ ቀደም ብሎ ዞቲዜይን የሚለው "ማጥመቅ" የሚል ስለመሆኑ ግልጽ የሆነ ማስረጃ የለም፡፡ በአዲስ ኪዳን ውስጥ ቃሉ በተምሳሌታዊ መግለጫነት መልኩ ጥቅም ላይ ውሏል፡፡ ይህም በእግዚአብሔር ተግባር ወይም በወንጌል ስብከት አማካይነት ዐላዋቂነትን የሚያስወግድ አእምሮአዊ ወይም መንፈሳዊ አብርሆት (*φωτισθέντας*) የሚለውን ለማመልከት ነው፡፡

ጉልህነት እንዲኖረው የተደረገው ለድነት የሚሆን ትእዛዝ አይደለም፤ ነገር ግን የአእምሮ እና የሕይወት መታደስ ነው፡፡ በዕብራውያን ውስጥ ባለ ትይዩ ምንባቦች ውስጥ በቍ. 4

ላይ ካለው *ሥቲስቴንታሊን* ከሚለው ጋር ተዛማጅ የሆነው ዐረፍተ ነገር "እኛ የዕውነትን ዕውቀት ተቀብለናል" የሚለው (10፥26) ነው፡፡ (cf. John1:9; Col 4:5; Eph 1:18; 2 Tim 1:10; Rev 18:1).

እዚህ ላይ አብርሆት የሚለው ጥቅም ላይ አልዋለም፤ ነገር ግን ተፈትሿል፡፡ ይህም ደግሞ ጥምቀት ነው (cf. Hughes, *WTJ* 35 [1973] 141)፡፡

ሊፓዝ ሥቲስቴንታስ በሚለው የተካው እርሱን ተከትሎ በሚመጣው ግስ ባለው ሐረግ (ረጅም ሐረግ) ይበልጥ በሙላት ተገልጿል፡፡ *ጌኔስቲያ* የሚለው ግስ ቃል በቃል መፈተን የሚል ትርጉም ያለው ሲሆን ዕውነተኛ እና ግለሰባዊ ለሆነ ተሞክሮ ተገቢነት ያለው ነው፡፡ (cf. Dunn, *Baptism*, 209–10). ሁለቱ ባለ ግስ ሐረጎች *ጌሳሜኑስ* በሚል በተደጋጋሚ በተከሰተው ቀጣይነት ባለው ድርጊት አመልካች እንዲተዋወቅ የተደረገ ሲሆን፣ የመለወጥ ውስጣዊና ውጫዊ ገጽታዎች ያብራራል፡፡

ከሰማይ የሆነ ስጦታ የሚለው መቤዠትን እንደ እግዚአብሔር ነፃ ስጦታ የሚገልጸው ሲሆን፣ እርሱን እና መንፈስ ቅዱስን መቀበል ማኅበረምእመኑ ውስጣዊ በሆነ መልኩ የሚለማመዳቸው ነገሮች ነበሩ፡፡ የእግዚአብሔር ቃል መልካምነት እና የማኅበረሰቡ አባላት በጸጋ ስጦታዎች መሞላታቸው (2፥4) እነርሱ የዘሩዋቸውና ያጨዱዋቸው ነገሮች ናቸው (so Dunn, *Baptism*, 209)፡፡

በአንድነትም ባለ ግስ ሐረጉ ስማቸው የተጠቀሱቱ ክርስቲያኖች በደስታ የሚያጣጥሙትን የግለሰባዊ ድነት ተሞክሮ ዕውነትነት ጉልህ በሆነ መልኩ ይገልጻሉ፡፡ መንፈስ ቅዱስ ማኅበረሰቡን የሚፈጥር ብቻ አይደለም፤ ነገር ግን ወደ መጨረሻው ዘመን ፍጻሜም ጭምር የሚያመጣ ነው፡፡

የአሁኑ ጊዜ ቀድሞውኑ በመጭው ዘመን ኃይል የተወረሰ ነው፡፡ ይህም በክርስቶስ አማካይነት በማኅበረሰቡ ላይ መሠረታዊ መንገድን አብጅቷል፡፡ በዚህ መሠረትም በቍጥር 4-5 ጸሐፊው የእግዚአብሔር ድነት እና ህልዎት ለሕይወታቸው ጥያቄ የማይነሣባቸው ዕውነታዎች መሆናቸውን በተመለከተ ማኅበረምእመናኑን እንደ ምስክር አድርጎ ይቆጥራቸዋል፡፡

"በኋላም የካዱትን እንደገና ለንስሐ እነርሱን ማደስ የማይቻል ነው፡፡" (ቍጥር 6) ከዘይቤ አንጻር የመጨረሻው ቀጣይነት ያለው ኀላፊ ጊዜ *(ኤሪስት ፓርቲሲፐል)*፣ ማለትም *ፓራስፔንታስ* - "የወደቁቱ" የሚለው ከቀደሙቱ ከአራቱ (የማኅበረሰቡን አዎንታዊ ገጽታ ከሚከልጹቱ ተሞክሮዎች) በተቃራኒው የቆመ ሲሆን፣ ፍትሐዊነት እንደ ጐደለውም ሆነ

አሳዛኝነት እንዳለው አንድ ነገር ሆኖ ቀርቧል (Proulx and Schökel, *Bib* 56 [1975] 196)፡፡

ኤሪስት የተባለው የቅርብ ኀላፊ ጊዜ ለክህደት የሚሆንን ወሳኝ የሆነ ራስን የመስጠት ቅጽበትን ያመለክታል፡፡ በሰብዓሊቃናት አፓፔፔቴይን የሚለው ቃል ሆን ተብሎ እና በስሌት የሚደረግን እግዚአብሔርን የመተው ነገር የሚያሳይን ሙሉ የሆነ ዝንባሌ ያመለክታል፡፡ (Ezek 20:27; 22:4; Wis 6:9; 12:2; cf. Michaelis, *TDNT* 6:171; P. E. Hughes, *WTJ* 35 [1973] 146–50).

በዕብራይስጥ ይህ *አፓስቴናይ አፖ ቴኡ ዘንቶስ* - "ከሕያው እግዚአብሔር መውደቅ" ከሚለው ጋር ተመጣጣኝ ነው፡፡ ይህም በ3÷12 ላይ የሚገኝ ነው፡፡ ክህደት በቃዴስ ለዘጸአቱ ትውልድ የተሰጠውን መለኮታዊ የተስፋ ቃል ከመጣል ጋር ተመሳሳይ የሆነ የእግዚአብሔርን ስጦታ ወሳኝ በሆነ መልኩ መጣልን የሚይዝ ነው (3:7—4:2; cf. McCullough, *BibTh* 20 [1974] 2–3)፡፡

በዕብራይስጥ ለእግዚአብሔር የሚሆንን ንቀት የሚገልጹ ቃላት ባሕርይ *ፓራ* ከሚሰኘው ቃል ጋር በመጣመር የሚገኙ ጣምራ ቃላት ናቸው፡፡ - ከእነዚህም ብዙዎቹ በአዲስ ኪዳን ውስጥ በየትኛውም *ሥፍራ* አይገኙም፡፡

ፓራዲያግማቲዜይን - "በሕዝብ ዘንድ የተዋረደ ማድረግ" (6÷6)፣ *ፓራፔከራሪኔን* - "ማመፅ" (3÷16)፣ *ፓራፒከራስምስ* - "ዐመፅ" (3÷8፣ 15)፣ *ፓራፕፔይን* - "ስለዚህ የላሉትን እጆች የሰለሉትንም ጉልበቶች አቅኑ፡፡" (12÷12) (Proulx and Schökel, *Bib* 56 [1975] 198)፡፡

ፓሪፔሶንታስ በቁጥር 6 ላይ የምናገኘው ቀጣይነትን የሚያመለክተው *ናውንስ አናስታውሩንቴስ* በሚሰኘው ቀጣይነት ያለው የአሁን ጊዜ አመልካች በድምቀት ገሃድ እንዲወጣ ተደርጓል፡፡ "በድጋሚ መስቀል" - ማለትም [የእግዚአብሔርን ልጅ]፣ እንዲሁም *ፓራዴይር* - የእግዚአብሔርን ስጦታ በመጥላት የሚሆን ውሳኔን የድፍረት ውጤት የሚገልጽ ነው፡፡

ግልጽ በሆነ መልኩ የእግዚአብሔር ልጅ መጠቀሱ ማኅበረሰቡ ያለውን የገዛ ራሱን በጥምቀት የሚያደርገውን ምስክርነት በተሳለ መልኩ ለማስታወስ ያገለግላል (4÷14)፡፡

በቁጥር 6 ላይ እንዲታይ የተደረገው ነገር በተሰቀለው በእግዚአብሔር ልጅ ላይ ባለ እምነት መነሻነት ነው፡፡ ይህም ወደ አይሁድ መረዳቶችና ልምምዶች መመለስን፣

327

አ.ፊ.በ.አ. አገልግሎት ዕብራውያን መጽሐፍ ጥናት ክፍል 2

እንደዚሁም በክርስቶስ ላይ ያለ እምነትን ከባለ ሥልጣናቱ ወይም ከተሰበሰበው ሕዝብ ጫና የተነሣ ለግል ጥቅም ብቻ ሲባል በገሃድ መካድን ይይዛል (cf. Mark 8:34–38; *Herm. Sim.* 8.8.2; 9.19.1)።

"እነርሱን ለንስሐ ማደስ የማይቻል ነው" - የሚለው ማረጋገጫ በቍ. 1 ላይ ንስሐን በተመለከተ መሠረትን መጣል እንደ ገና መጣል ከሚለው አሳብ ጋር ትይዩነት ያለው ነው። ይህ እንግዲህ ሊተው የሚገባ፣ በድጋሚ ሊደረግ የማይገባ ነገር ነው።

ይህ አሳብ በቍጥር 6 ላይ በተለየ ሁኔታ ተደጋግሞ ተነግሯል። ቀድሞውኑ ከተመሠረተው መሠረት በቀር ሌላ መሠረት ለመጣል መፈለግ የማይቻል ነገር ነው።

በአይሁድ በሁለቱ ኪዳናት መካከል ባለው ዘመንም ሆነ ከዚያ በኋላ ለተጻፉት ጽሑፎች ንስሐ የእግዚአብሔር ስጦታ መሆኑ ጠንከር ባለ ሁኔታ አጽንኦት ተሰጥቶታል (Wis 12:10:"You gave them a chance to repent"; Pr Man 8: "You have given me, a sinner, repentance"; cf. Acts 5:31; 11:18; *1 Clem* 7:14)። በዕብራውያን መጽሐፍ የመጨረሻው ዘመን ጥናት ዕይታ የእግዚአብሔር የመቤዠት ተግባር በመጨረሻው ዘመን መለኮታዊ በሆነው ልጁ በኩል ከሚሆን የኃጢአት መንጻት ዕውን ከሚሆንበት በቀር ሌላ ንስሐ የለም (1፥1-3)።

አዱናቶን በቍጥር 4 ላይ ፍጹምነት ባለው መልኩና ያ አጉሊ ቃል ጥቅም ላይ ውሏል፤ ይህም የማይቻል መሆንን ለማመልከት ነው፤ ምክንያቱም ከሐዲያኑ ንስሐ መሠረቱን ሊያደርግ የሚችልበትን ብቸኛውን መሠረት መካዳቸው ነው (cf. Williamson, PhiloAbr, 249–51)። ክርስቶስን መካድ የማይቻለውን ነገር መያዝ ነው። (The Word Biblical Commentary, William L. Lane 1991, Hebrews 1–8, Volume 47A)

ዕብራውያን 6፥1-8

1 - የዚህ ክፍል የመክፈቻ ቃላት የሚያስገርሙ ናቸው። ጸሐፊያችን ለአንባቢያኑ እርሱ ሊሰጣቸው የሚፈልገውን ጠንካራ ምግብ - ማለትም የመልከ-ጼድቅን ክህነታዊ ሥርዓትን ወደ ውስጣቸው አስገብተው ለማዋሐድ በዕውነተኛው መልኩ የማይችሉ መሆናቸውን ነግሯቸዋል። ምክንያቱም እነርሱ ያልበሰሉ በመሆናቸው ነው።"

ልክ ጳውሎስ በተመሳሳይ ሁኔታ ውስጥ ለነበሩ ሰዎች በቆሮንቶስ ምዕራፍ 8 ላይ እንደ ተናገረው ያለውን ነገር እንዲናገራቸው እንጠብቅ ይሆናል። ይህም፡- "ስለዚህም ወተት

ጋትኋችሁ" የሚል ነው። ዳሩ ግን እርሱ ይህንን አላለም። እርሱ የተናገረው ነገር "ወደ ፊት እንሂድ!" የሚለውን ነው።

"የመጀመሪያ መርኆችን እየደጋገሙ በመናገር ውስጥ ምንም ዐይነት መልካም የሆነ ዓላማ የለም ሲል ይበይናል፤ እናንተ አሁን ወተት ያስፈልጋችኋል፤ የሆነ ሆኖ ጠጣር የሆነ ምግብን ለእናንተ በማቅረቡ ላይ እገፋበታለሁ" እንዳላቸው ተስፋ እናደርጋለን።

ዳሩ ግን እርሱ የሆነ ሆኖ አይላቸውም፤ ይልቁንም "ስለዚህ" ነው የሚለው። "ስለዚህ ስለ ክርስቶስ የሚናገሩ የመጀመሪያ ትምህርቶችን እንተው እና ወደ ፊት ወደ ብስለት እናምራ።" ለመሆኑ ለምንድን ነው እርሱ ስለዚህ የሚለውን የሚጠቀመው? ጸሐፊው ምናልባትም ይህንን የሚጠቀምበት ምክንያት እነዚህን የመጀመሪያ ትምህርቶች የሚያደንቁበት ችግር ፈውስን የሚያገኙበት ብቸኛው መንገድ የክርስቶስ ሊቀ ክህነት ሳይሆን አይቀርም።

አእምሮዋቸው መዘርጋትን ይሻል፤ ደግሞም የቱም ሌላ ነገር ከሚያደርገው በላይ ይህ ነገር አእምሮዋቸውን እንዲዘረጋ ያደርገዋል። እነዚህ ወገኖች ለረጅም ዘመናት ባልበሰሉበት ሁኔታ ውስጥ ተመላልሰዋል። ስለዚህ ከዚህ ያለ መብሰል ሁኔታቸው ሊያወጣቸው የሚችል የታሰበበትን አንድን ነገር ይሰጣቸዋል (*Cf. H. P. Owen, "The 'Stages of Ascent' in Hebrews v. 11-vi. 3," NTS 3 (1956-57), pp. 243-53)*።

"ስለዚህ" በማለት ይጀምርና "ስለዚህ የክርስቶስን ነገር መጀመሪያ የሚናገረውን ቃል ትተን ወደ ፍጻሜ እንሂድ፤ መሠረትን ደግመን አንመሥርት።" ይላቸዋል። የመጀመሪያ ትምህርቶች እና መሠረት በተለያዩ ቃላቶች የተነገረ አንድ ነገር ነው። ይሁን እንጂ፣ ንግግሩን ከመቀጠሉ በፊት የመጀመሪያ ከተባሉት ትምህርቶች ውስጥ የጥቂቶችን ዝርዝር ያቀርባል፤ ምናልባትም ይህን የሚጠቅሰው እርሱም ሆኑ አንባቢያኑ በደንብ ከሚያውቁት ዝግጁ ከሆነ ማስተማሪያ ነው። ስድስት ነገሮች ተዘርዝረዋል፤ እነዚህም ተፈጥሮአዊነት ባለው ሦስት ጥንድነት የቀረቡ ናቸው። ሀ) ከሞቱ ሥራዎች ንስሐ የሚለው ለ) በእግዚአብሔር ማመን ከሚለው ጋር የተጣመረ ነው። ሐ) ስለ ጥምቀቶች የሚለው መ) ዕጆችንም ስለ መጫን ከሚለው ጋር የተጣመረ ነው። ሠ) ስለ ሙታን ትንሣኤ የሚለው ረ) ከዘላለማዊ ፍርድ ጋር የተጣመረ ነው።

ዳሩ ግን በእነዚህ ስድስት ርእሰ-ጉዳዮች መካከል ያለው ትስስር ከዚያ በላይ የተወሳሰበ ነው። በብዙዎቹ የክፍሉ ምንባቦች በቊ. 2 ላይ ያለው ትምህርት በቊ. 1 ላይ ካለው መሠረት ከሚለው ጋር በሚገጥም መልኩ የተገለጠ ነው።

i. ይህም “የንስሐ፣ በእግዚአብሔር የማመን ...” መሠረትን የመጣል ጉዳይ ስለ ጥምቀቶች ii. ዕጆችን ስለ መጫን iii. ስለ ትንሣኤ እና iv. ስለ ፍርድ በተሰጡት ትእዛዛት /ትምህርቶች/ ውስጥ የሚገኙ ናቸው የሚል ዕንድምታን ይሰጣል፡፡

12 “ይህ የአይሁድም ሆነ የአረማውያን የሆነ የኋላ የሆነ የሕይወት መንገድን ማስታወስ፣ እንዲሁም ከእርሱ አዲስ ኃይልን ለመቀበል የሚሆን ወደ እግዚአብሔር መመለስ፣ በጥንታዊ ክርስቲያናዊ ሕይወት ውስጥ አንድ ክርስቲያን አዲስ በሆነ የዓላማ ስሜት ውስጥ ለመመላለስ የሚሻበት ሲሆን ይህም ደግሞ በጥንታውያን ሥርዓታዊ ልምምዶች ውስጥ በጥምቀት እና ዕጆችን በመጫን ተግባራት አማካይነት በምልክትነት የሚፈጸም አደራረግ ነው፡፡

አንድ ክርስቲያን ሊያደርገው የሚሻው እጅግ ከፍ ያለው ስሜትና እየጨመረ የሚሄድ በዓላማ የተሞላ ስሜትን በውስጡ በደስታ የማጣጣሙ ነገር ነው፡፡ ይህም ደግሞ በውስጡ ሰርጾ በገባና በተካፈለው ነገር ምክንያት ሊሰማው የሚችል ነገር ነው፤ ምክንያቱም ክርስቶስ ከሙታን ተነሥቷል፤ ይህን ከሙታን መነሣትም ደግሞ የመጨረሻው ፍርድ ይከተለዋል፤ ይህም ደግሞ ዘላለማዊ ውጤቶችን የሚያስከትል ነገር ነው *(R. V. G. Tasker, Gospel in Hebrews, p. 25). According to G. Zuntz (Text, p. 93), " btbaXtjv is defined by the genitives Panuopiuv and enffleaewg, just as 9eμelvtov is defined by tztavoi sg and niorewg)*:: ሁለቱ መደምደሚያ የሆኑ የስም ገላጮች “ትንሣኤ” እና “ፍርድ” ሲሆኑ፣ የትምህርቱን ዋና ርእሰ-ጉዳይ ይወክላሉ፡፡

ስለሆነም በጳውሎስ ባልተመሠረተች ቤተ ክርስቲያን ተስማሚ የሆነ የክርስቲያናዊ አስተምህሮ መሠረት ስለሚወሰደው ነገር ፍንጮች ተሰጥተውናል፤ ይህም ደግሞ የአይሁድ የሆነ መሠረት ያለው ነገር ነው፡፡ የመጀመሪያ ትምህረቶየተባሉትን ነገሮች አንድ በአንድ ስንመለከት በዝርዝሩ ላይ ስለ ክርስትና የተገለጸው ምን ያህል ኢምንት መሆኑ ልብ የሚባል ነገር ነው፡፡ በእርግጥም እያንዳንዳቸው በክርስቲያናዊ ዐውድ ውስጥ አዲስ የሆነ ጉልህነትን አግኝቷል፡፡

ዳሩ ግን እዚህ ላይ የምናገኘው መረዳት፣ እንዲሁም ቀድሞውኑ የነበረ የአይሁድ እምነት እና ተግባራት ክርስቲያናዊ አስተምህሮዎችን በእርሱ ላይ ለመገንባት በመሠረትነት ጥቅም ላይ ውሏል፡፡ አሌክሳንደር ናይሬን “የንስሐ እና የእምነት መሠረት” ተደርገው የተወሰዱቱ ነጥቦች ሁሉም ከአይሁድ እምነት ጋር ወጥነት ባለው መልኩ የሚሄዱ በመሆናቸው ጉልህነት አላቸው” ሲል ጽፏል፡፡

"የመተጣጠብ ሥርዓቶች የቱንም ያህል ተፈጥሮአዊነት የሌላቸው ቢሆኑም፣ መላው ብሉይ ኪዳንን በተቀበለ ፈሪሳዊ በሆነ አይሁድ የእምነት መግለጫ ውስጥ የሚገኙ ናቸው፡፡ (13) በእርግጥ ዕውነት ነው፤ ነገር ግን ከአይሁድ ጋር በምንም መልኩ ከማይገጥሙ ኤሰንሶች ወይም አንጻራዊ እምነት ካላቸው ወገኖች የእምነት መግለጫ ጋር ዕኩል በሆነ መጠን የሚገጥም ነው፡፡ *(13: The Epistle of Priesthood (Edinburgh, 1913), p. 15. Cf. G. H. Lang, The Epistle to the Hebrews (London, 1951), pp. 95f.)*

ሀ) ከሞቱ ሥራዎች ንስሐ፡፡ "የሞቱ ሥራዎች" ንስሐ ሊገባባቸው የሚገቡ ሥራዎች ናቸው፡፡ በ19፥14 ሕሊና ከእነርሱ መንጻትን ሊያገኝባቸው የሚገቡ ሥራዎች ናቸው፡፡ ስለዚህ ምናልባትም የሕጉ ሥራዎች አይደሉም፡፡ አምልኮታዊ በሆነው ሕግ የሚተገበሩ መሥዋዕታዊ ሥርዓቶችም እንኳ አይደለም፡፡ (14 በዚህ መልኩ ተወስደዋል፤ ይሁን እንጂ፣ በቃት ባላቸው አብራሪዎች ለምሳሌም እንደ *(Edinburgh, 1883), p. 81; cf. also R. V. G. Tasker, Gospel in Hebrews, p. 25)* ባሉቱ ሕይወት-ዐልባ የሆኑ የምግባር ደንቦችን ለመታዘዝ በመፈለግ ጽድቅን ለማግኘት መፈለግን መተው በሚል ይህን ንስሐ ይገልጹታል፡፡

ይሁንና ጸሐፊያችን እነዚህን ነገሮች ያረጁና እና የሞቱ አድርጎ ይቈጥራቸዋል፡፡ እነዚህ ሞትን የሚያመጡ ሥራዎች ናቸው፡፡ ምክንያቱም እነርሱ ክፉ ሥራዎች ናቸው፡፡ በሞት መንገድ ላይ ያሉ ሥራዎች ናቸው እንጂ፣ በሕይወት መንገድ ላይ ያሉ ሥራዎች አይደሉም፡፡

የዚህ መልእክት አንባቢያን ትምህርት ያገኙበት ማስተማሪያ መጽሐፍ /ሰነድ/ በዲዳኬና በበርናባስ መልእክት ውስጥ የሚገኙትን "ሁለቱ መንገዶች" የሚሉትን ትምህርቶች የሚያካትት መሆኑን አንድ ሰው በሚገባ ሊገነዘብ ይችላል፡፡ ነገር ግን ከእነዚህ ሰነዶች ቀደም ያለ ዘመን ያለው መሆኑ እርግጥ ነው፡፡ 15 *(15: Didache 1:1-5:2; Ep. Barn. 18:1-20:2.*

በጥንታዊ አይሁድ-ወ-ክርስቲያን ልምምድ ሁለቱ መንገዶች ስለ ጥምቀት በተሰጡ ትምህርቶች ጥቅም ላይ ስለሚውሉበት ሁኔታ (*see J. V. Bartlet, TheApostolicAge (Edinburgh, 1929), pp. 250-59, 313)* T)፡፡ ዲዳኬ ትረካውን በሞት መንገድ ላይ ይጀምራል ("ክፉ ነው፣ እንዲሁም እርግማን ያመጣል" ይላል)፡፡

ከእርሱ ጋር የሚሄድ የኃጢአት ዝርዝሮችንም ይዟል፡፡ እነዚህም መግደል፣ ዝሙት፣ ክፉ ምኞት፣ ምንዝርና፣ ሌብነት፣ ጣዖትን ማምለክ፣ ምኞት፣ የማያንጹ ንግግሮች፣ ምትሐት፣

ጥንቆላ፣ ውንብድና፣ ሐሰተኛ ምስክርነት፣ ግብዝነት፣ በሁለት አሳብ መመላለስ፣ ዕብሪት፣ ሐሰተኝነት፣ ማጭበርበር፣ ቅንዓት፣ ትምክህተኝነት፣ ግትርነት፣ መጀነን ... ወዘተ ናቸው፡፡"

ጳውሎስ ለሮሜ ክርስቲያኖች እንዲህ ባሉ ክፉ ነገሮች ምክንያት "የእነዚህ ነገሮች መጨረሻ ሞት ነው" በማለት የተናገረው (ሮሜ 6÷21)፡፡ ስለዚህም በጣም ተገቢ በሆነ መልኩ የሞቱ ሥራዎች ተብለው ሊጠሩ ይችላሉ፡፡

ከእነዚህ ነገሮች ንስሐ መግባትን ብሉይ ኪዳን ብሉይ ኪዳን አበክሮ ይነግረናል፡፡ ደግሞም በአይሁድ አስተሳሰብ መላው ግንዛቤ ውስጥ ይህ አሳብና ሕይወት ከብሉይ ኪዳን የተወሰደ ነው፡፡ ለምሳሌ ያህል የኩምራን ማኅበረሰብ ወገኖች እነርሱ ራሳቸውን "ንስሐ የገቡ እስራኤላውያን" እንደ ሆኑ አድርገው ይመለከታሉ፡፡

ደግሞም እንዲህ ባለው መልኩ የሚያስቡና የሚናገሩ ሰዎች ... መንገድ እነርሱ ብቻ ሊሆኑ አይገባም፡፡ ቊልፍ የሆነው የመጥመቁ ዮሐንስ ስብከት ማስታወሻ ለንስሐ የሚሆን ጥሪ ነው፡፡ (cf. Mark 1:4; Matt. 3:2, 8 par. Luke 3:8)፡፡

እንደዚሁም ኢየሱስ በገሊላ የእግዚአብሔር መንግሥትን በተመለከተ መስበክ በጀመረ ጊዜ አድማጮቹ "ንስሐ እንዲገቡና በወንጌል እንዲያምኑ ጥሪ አቅርቧል (ማር. 1÷15)፤ እንዲህ ያለውን ነገር ሉቃስም ጭምር አቅርቦታል፡፡ ጳውሎስም ለኤፌሶን ሽማግሌዎች በከተማቸው ሁለት ዓመታትን እንዴት እንዳሳለፈ ያስታውሳቸዋል፡፡

ይህም "ለአይሁድም ሆነ ለአሕዛብ፣ ለሁለቱም ወገኖች ወደ እግዚአብሔር በንስሐ ስለ መመለስ እና በጌታ በኢየሱስ ክርስቶስ ስለ ማመን" ይመሰክርላቸው የነበረ መሆኑን ነው (የሐዋ. 20÷21፡፡ 18/18 በጳውሎስ መልእክቶች እምነት ድነታዊ የሆኑ ነገሮችን እንደሚያመለክት ንስሐ ድነትን አያመለክትም፤ ዕርቅን ለማምጣት የሚሆን ፈጠራ ያለበት ጥረትን አስመልክቶ ሌላ አነጋገርን ይጠቀማል *(C. F. D. Moule, "Obligation in the Ethic of Paul," Essays in New Testament Interpretation [Cambridge, 1982], pp. 271f)*፡፡

ለ) በእግዚአብሔር ማመን፡፡ የመጨረሻዎቹ ሁለቱ ጥቅሶች በንስሐ እና በእግዚአብሔር መካከል ያለን በቅርበት መያያዝ በተግባራዊ ምሳሌ ያሳያሉ፡፡ በእርግጥም በእግዚአብሔር መንገድ ላይ የእምነት መሠረት፣ በብሉይ ኪዳን ማለፊያ በሆነና በዕውነተኛው መልኩ ተጥሏል፡፡

በመላው ቅጹ ውስጥ እምነት ሃይማኖት በጉልህ ሰፍሯል፡፡ ይህም “አብራምም በእግዚአብሔር አመነ፤ ጽድቅም ሆኖ ተቈጠረለት” በሚለው (ዘፍ. 15፥6) በሚለው ዐረፍተ ነገር ጀምሮ “ጻድቅ በእምነት ይኖራል” (ዕን. 2፥4) እስከሚለው እስከ ዕንባቆም ምስክርነት ጉልህነት ባለው መልኩ በድምቀት የተቀመጠበት ነው፡፡

የዚህ መልእክት አንባቢያን የዘጸአትን ትውልድ ወደ ተስፋዪቱ ምድር ከመግባት የከለከለው ነገር አለማመን መሆኑ ቀድሞውኑ ተነግሯቸዋል፤ ደግሞም ከዚህ ትምህርት ለራሳቸው የሚሆን ነገር ልመና ቀርቧላቸዋል፡፡ በእግዚአብሔር ማመን በመልእክተኞቹ ማመንን ሊያካተት ይገባል፡፡

ደግሞም በወንጌል ውስጥ በእግዚአብሔራ ማመን ተካትቷል ወይም በእርግጥም ይህ ነገር በክርስቶስ ከማመን ጋር አንድ ዐይነት ነገር ሆኖ ተወስዷል፡፡ እነዚህ አይሁዳውያን የክርስቶስን መንገድ በተመለከተ በእርግጥም ተምረዋል፡፡ በእርግጥም ይህ መንገድ ማመን በሚል በብሉይ ኪዳን በተደጋጋሚ በተነገረ ነገር ቀድሞውኑ ተዘጋጅቶላቸዋል፡- “ባታምኑ አትጸኑም!” (ኢሳ. 7፥9)

2. ሐ) ስለ ጥምቀቶች የተሰጠ ትምህርት፡፡ ይህ በተለምዶ ስለ ክርስቲያናዊ ጥምቀት የሚነገር ነው፡፡ ነገር ግን እዚህ ላይ በቀጥታ ስለ ክርስቲያናዊ ጥምቀት እየተናገረ ነው የሚለው አጠራጣሪ ነው፡፡ “ጥምቀቶች” በሚል ከተተረጐመው ቃል በቀር በብዙ ቍጥር መልኩ - (ባፕቲስሞይ) ጸሐፊያችን ባፕቲስማ የሚለውን የግሪክ ቃል (በስም መልክ የሰፈረ ቃል)፣ ማለትም መደበኛነት ባለው መልኩ ክርስቲያናዊ ጥምቀትን (እና የዮሐንስ ጥምቀትን) ለማመልከት ጥቅም ላይ የሚውለውን ቃል አልተጠቀመም፤ ነገር ግን ቲስሞይ የሚለውን በሁለት የአዲስ ኪዳን ክፍሎች ላይ የአይሁድ የመተጣጠብ ሥርዓቶችን ለማሳየት ጥቅም ላይ የሚውለውን ቃል ተጠቅሟል፡፡

ፓዝሮማይ የሚለው ቃል በክርስቲያናዊ ጸሐፍት ዘንድ የተለመደ ነገር ነው፡፡ በ9፥10 ፓምሩማ የሚለው 65 ጊዜያት ያህል በብዙ ቍጥሮች መልኩ ጥቅም ላይ የዋለ ሲሆን፣ ከአይሁድ ሥርዓተ አምልኮ ጋር በተገናኘ ለመተጣጠብ ሥርዓቶች ግልጋሎት ሰጥቷል፡፡

በማር. 7፥4 “ከጽዋዎች፣ ማሰሮዎችንና የነሐስ ዕቃዎችን” ከአይሁድ የማንነት ሥርዓት ጋር በተያያዘ ያሳየናል፡፡ በ1ኛ ቆሮ. 2፥12 ፓምሮም ለሚለው የሚሆኑ ምንባባዊ ማስረጃዎች አሉ *(p46 X2 B D* G)* ፡፡ እነዚህም *ParrtiaμatL (X* A C2 D2 T byz)* የሚለውን ጥምቀት የሚል ትርጉም በሚሰጥ ስሜቱ በመቃወም ጥቅም ላይ የዋሉ ናቸው፡፡ ይህም በክርስቲያናዊ ጥምቀት ስሜት መልኩ የተለመደ ነው፡፡

ነገር ግን የብዙ ቍጥሩ በዕብ. 6፥2 ላይ ያለውን ክርስቲያናዊ ጥምቀት በሚመለከት ቀጥተና ትርጕሙን የሚቃረን ነው፡፡) ስለ ጥምቀቶች የተሰጡ ትምህርቶች ወይም ስለ መንጻት ሥነ ሥርዓቶች የተሰጡ ትምህርቶች ከጥምቀት አስተምህሮ በላቀ መልኩ የበለጠ በቂ የሆነ ስሜትን (ትርጕምን) ይሰጣሉ፡፡

በብሉይ ኪዳን የመተጣጠብ ሥርዓቶችን በተመለከተ ሊሰጥ የሚገባ የትምህርት የለም፤ ደግሞም ይህ ክርስቲያናዊ ዕውነት ተተክሎ ሊቆምበት የሚችል ተጨማሪ መሠረትን ይሰጣል፡፡

በስተኋላ ላይ በመልእክቱ ውስጥ (9፥13) በዘኍ. 19 ላይ የተሰጠው የሬድ ሄይፈርን ሥርዓተ መንጻት፣ ማለትም በብሉይ ኪዳን ውስጥ ከታዘዙት ሥርዓተ መንጻቶች መካከል እጅግ ጉልህነት ያለው ይህ ሥርዓተ መንጻት በመንፈሳዊ ሥርዓት ውስጥ የክርስቶስ ማንነት የሚሰጠው የማንጻት ውጤት ተቃራኒ ሆኖ ተወስዷል፡፡

ነቢዩ ሕዝቅኤል በቀዳሚ ዘመኑ የጥንታዊ ሥርዓተ መንጻት ቃላትን በተሐድሶ ዘመን የሚሆነውን የእግዚአብሔርን ውስጣዊ ማንነት ለመግለጽ ተጠቅሞበታል፡፡ ይህም፡- “ጥሩ ውኃንም እረጭባችኋለሁ እናንተም ትጠራላችሁ፥ ከርኵስታችሁም ሁሉ ከጣዖቶቻችሁም ሁሉ አጠራችኋለሁ።” (ሕዝ. 36፥25) የሚል ነው፡፡ እንዲህ ባለው ቋንቋ በክርስትና ዘመን ጅማሮ ላይ በአይሁድ እምነት ውስጥ ያሉ የመጥምቃውያን ቡድኖች ውስጥ እንደ አሸን የፈሉቱ አካላት ለሥርዓታዊ መተጣጠባቸው መጽሐፍ ቅዱሳዊ የሆነ ሥልጣን አግኝተውለታል፡፡

ይህም የሕጉ ፊደል ከሚፈልገው በላይ የሚሄድ ነገር ነው፡፡ ቀደም ሲል ስለ እነዚህ ቡድኖች ያለን ዕውቀት ከውጫዊ ገጽታቸው አኳያ ከሚገልጹዋቸው ከጥንታውያን ጸሐፎች የተወሰዱ ናቸው፡፡ ነገር ግን የኲምራን ምንባቦች መገኘትና መንሰራፋት እንዲህ ያለውን ቡድን ከውስጥ በኩል ለመመልከት የሚያስችል አድርጓል፡፡

የኲምራን ማኅበረሰብ አባላት ሥርዓታዊ መተጣጠቦችን በዘዳግም 19 እና ሕዝቅኤል 36 መግለጫ መልኩ ይለማመዱዋቸዋል፤ ነገር ግን እነዚህን ሥርዓታዊ መተጣጠቦች መተላለፍን ከልብ ላይ የሚያስወግዱ መንገዶች አድርገው አይቈጥሩዋቸውም፡፡

የእግዚአብሔርን ሥርዓት በመጠበቅ ብቻ አንድ ሰው በውስጡ ንጹሕ ይሆናል፤ ደግሞም ይህ እስኪሆን ድረስ ሥርዓታዊ መተጣጠብ ምንም ዋጋ አይኖረውም፡፡ 22 *(22: MS 3.4-9; 5.13ፉ*፡

ጆሲፈስ ስለ ዮሐንስ ጥምቀት የተገነዘበው ነገር ታሪክ ጸሐፊው ስለ ኤሰንስ አስተምህሮ እና ልምምድ ባለው ዕውቀት የደመቀ ሆኗል፡- በእርሱ መረዳት መሠረት ዮሐንስ "ጥምቀት በእግዚአብሔር ዘንድ ተቀባይነትን እንዳገኘ ነገር ተደርጎ ተቆጥሯል፤ ነገር ግን በእርሱ ውስጥ የሚያልፉ ሰዎች ስለ ሆኑ ኃጢአቶቻቸው ይቅርታን አያገኙም፡፡ ነገር ግን አንድ ሰው በጽድቅ በሚነጻበት ጊዜ ለሥጋው መንጻት የሚያደርጉት ነው፡፡" *(Ant. 18.117). Cf. p. 210, n. 65; p. 215, n. 88)*፡፡

እንደዚህ ያሉቱ መጥምቃውያን የሆኑ የአይሁድ ቡድኖች በስደት ምድርም ሆነ በገዛ ራሳቸው ምድር ውስጥ ይገኛሉ፤ ምናልባትም በሮም ያለው የአይሁድ ማኅበረሰብ በሂፖሊያን ሐዋርያዊ ትውፊት የሚታመንባቸው ሊሆኑ የሚገባቸው ይህን ከአይሁድ እምነት ጋር የማይመሳሰል ነገር ወደ ሮማውያን ክርስትና አስርጸውት ይሆናል፡፡

ለምሳሌ እንደ ሂፖሊተስ ከሆነ የክርስቲያዊ ትውፊት ማዕከላዊ ተግባር በትንሣኤ ቀን የተከናወነ ነው፡፡ ነገር ግን እርሱን በቀደመው ሐሙስ ማታ ለኃጢአት መወገድ ሥርዓታዊ መተጣጠብ አስፈልጓቸው ነበር፡፡ 23/23 "ሊጠመቁ የሚገባቸው ሰዎች በሳምንቱ በአምስተኛው ቀን ራሳቸውን ማንጻት እንዳለባቸው አስተምሩዋቸው!" *(The Apostolic Tradition of St. Hippolytus, ed. G. Dix [London, 219681, p. 31). Cf. R. J. Zwi Werblowsky, "On the Baptismal Rite according to St. Hippolytus," Studia Patristica 2 = TU 64 (Berlin, 1957), pp. 93-105.)* ፡፡

ይህ ከጥምቀት በፊት ያለ መተጣጠብ በአዲስ ኪዳን በትእዛዝ መልክ አልተሰጠም፤ ነገር ግን በሮማውያን አይሁዳዊነት ዘንድ ትልቅ ሥፍራ ያለው ነገር ነው፡፡ 24 ይህ መልእክት በሮም ላሉ አማኝ ወገኖች የተጻፈ ከሆነ፣ "ስለ ጥምቀቶች" የተሰጠ ትምህርት በሚል የተጠቀሰው ይበልጥ ከሃያኛው ምዕተ-ዓመት አንባቢ ዕይታ አንጻር ቀጥተኛ የሆነ ጉልህት አለው፡፡ 25

መ. ዕጆችን መጫን፡፡ ዕጆችን በሌላው ሰው ላይ ማድረግ (Heb. semlkdh) ጥንታዊ የሆነ ክርስቲያናዊ ልምምድ ነበር፡፡ 26 በተለይም ይህ ነገር ከመንፈስ ቅዱስ ተካፋይ ከመሆን ጋር ተያይዞ ቀርቧል፡፡ 27 ምናልባትም ደግሞ ያ እዚህ ሥፍራ ላይ ይበልጥ ጉልህነት ያለው ነው፡፡ 28 ነገር ግን ይህም ጭምር ከብሉይ ኪዳን የተወረሰ ነው፡፡ ይህም በተለይ አንድን ሰው ለአንድ ሕዝባዊ ተልእኮ ከመሾም ጋር የተያያዘ ነው፡፡ 29 ወይም የመሥዋዕታዊ ሥርዓት አካል ተደርጎ የሚወሰድ ነው፡፡ 30 በኋለኛው የአይሁድ አማኞች ቃሉ መደበኛነት ባለው መልኩ መሾም በሚለው ስሜቱ ተገልጾ ይታያል (of rabbis)፡፡

ሠ) የሙታን ትንሣኤ፡፡ የኢየሱስ መነሣት በቤተ ክርስቲያን ውስጥ ለዚህ አስተምህሮ ልዩ የሆነ ጠቀሜታን /አስፈላጊትን/ ሰጠው፡፡ ዳሩ ግን በአዲስ ኪዳን ጅማሮ ወቅት ይህ አስተምህሮ እንዲህ ያለው አዲስ ተነሣሽነት የሚታይበት አልነበረም፡፡ እንደምናውቀው በፈሪሳውያን የተጠበቀ እምነት ነው፡፡ 32 የእስራኤል አባቶች ተስፋ9 በቀጣይነት ዕውን ይሆናል በሚል ዋስትና መልኩ የተያዘ ትምህርት ነው (ከኢሳ. 26÷19፤ ዳን. 12÷2 ጋር አመሳክሩ)፡፡

እንዲሁም ኢየሱስ ነቅሶ እንዳወጣው በጥንታዊው የመገለጥ ሂደታዊ ደረጃ እንድምታዊ በሆነ መልኩ ትምህርት የተሰጠበት ነው፡፡ ይህንንም ደግሞ እግዚአብሔር ስለ ራሱ "እኔ የአብርሃም፣ የይስሐቅ እና የያዕቆብ አምላክ ነኝ!" ብሎ ባወጀ ጊዜ እርሱ የሕያዋን አምላክ እንጂ፣ የሙታን አምላክ ያለ መሆኑን ተናግሯል ብለው ኢየሱስ በተናገረ ጊዜ ያደረገው ነው (ዘጸ. 3÷6፤ ከማር. 12÷6 ጋር አመሳክሩ)፡፡

ረ) ዘላለማዊ ፍርድ፡፡ አይሁድ ስለ ትንሣኤ ያላቸው እምነት ሊመጣ ካለው ፍርድ ጋር በቅርበት የተያያዘ ነው፡፡ ይህም የእስራኤል አምላክ በአጠቃላይ የምድር ሁሉ አምላክ ነው፤ በተለይም ደግሞ የገዛ ራሱ ሕዝብ አምላክ ነው የሚለው የብሉይ ኪዳን መገለጥ መሠረታዊ የሆነ ክፍል ነው (ዘፍ. 18÷25፤ ኢሳ. 32÷22)፡፡ በታሪክ ውስጥ ያደረጋቸው ነገሮች በዳን. 7÷9-14÷33 የመጨረሻው ዘመን ፍርድ የሚጠቃለሉ ይሆናሉ፡፡ "እንደ የሰው ልጅ ሆኖ ዐየሁ" የሚለው የመጨረሻው ዘመን ፍርድ የሚፈጸምበት ሰው በክርስቲያኖች እምነት ከኢየሱስ ጋር የተገናኘ ነገር ነው (ማቴ. 25÷31፤ ዮሐ. 5÷22፣ 27፤ የሐዋ. 17÷31 ... ናቸው፡፡

3. ቀድሞውኑ በብሉይ ኪዳን መሠረቱ ተጥሏል፤ እንግዲያውስ ይህ ቀድሞውኑ ሕይወታቸውን የመሠረቱበት ነው፡፡ እናም እነዚህ ሰዎች ወንጌልን ተቀብለዋል፡፡ እነዚህን ነገሮች ሁሉ ትኩስና ምሉዕነት ያለው ጉልህነት አሁን ተሰጥቷቸዋል፡፡ ይህም ክርስቶስ ወደ ምድር በመምጣቱ ምክንያት ነው፡፡ ነገር ግን አይሁዳውያን አረማውያን የሆኑ ሰዎች ሊለማመዱዋቸው ለማይችሉ አሳሳች ዐደጋዎች ተጋልጠዋል፡፡

አንድ ከአረማዊነት የተለወጠ ሰው በክርስትና ተስፋ ቈርጦ ወደ አረማዊነት ከተለወጠ እርሱ በጣለው እምነትና ወደ እርሱ በተመለሰበት አረማዊነት መካከል ግልጽ የሆነ ልዩነት ነበር፡፡ ነገር ግን ለዚህ መልእክት ተቀባዮችም ይህ የሚቻል ነገር ነበር፤ ይህም ከተለያዩ አቅጣጫዎች ለሚመጡ ጫናዎች ቀስ በቀስ ራስን መስጠት፣ በእነዚያም ገጽታዎች ይበልጥ ተስፋ እየቈረጡ መሄድ እና መሠረታውያን የሆኑ የንስሐ እና የእምነት መርኆችን እንደ ያዙ አድርጎ መቊጠር (እንዲህ ያለው ስሜት የሚሰማው መሆን) ለእነዚህ አንባቢያን የሚቻል ነገር ነው፡፡

ዕውነታዎቹ በሃይማኖታዊ የመተጣጠብ ሥርዓቶችና በዕጆችን መጫን፣ የትንሣኤውን መምጣት በመጠባበቅና ሊመጣ ያለውን ፍርድ በሚጠብቁበት ሁኔታ የተወከሉ ናቸው፡፡ ጸሐፊው እነዚህን ነገሮች አበክሮ በመናገር መቀጠሉ በዕውነተኛው መልኩ አልጠቀማቸውም፡፡

ይህንን ያደረገው በእነዚህ አስተምህሮዎች በኩል ብስለት ይመጣል በሚል ተስፋ ነበር፡፡ እንግዲህ ይህንን እንደ እግዚአብሔር ፈቃድ እናደርጋለን - የሚለው ጸሐፊው ስለ መልከ-ጼዴቅ ክህነት ብስለት ያለበትን ትምህርት እየሰጠ ብቻ እንዳልነበረ፣ ነገር ግን እርሱና አንባቢዎቹ በአንድነት እግዚአብሔርን ማስደሰት ወደ ሆነው በክርስቶስ ወዳለው ሙሉ ዕድገት የሚያመሩ መሆናቸውን የሚናገርም ጭምር ነው፡፡

4-6 አዲስ መሠረት መጣል የማያስፈልግበት ምክንያት እንደገና በድጋሚ አሁን ታትቷል፡፡ ከህደት መድኃኒት የሌለው /የማይድን ነገር ነው፡፡ በድጋሚ አንድ ጊዜ ጸሐፊው በእምነት ጸንቶ መቆም ላይ አጽንኦት አድርጓል፡፡ በእነዚህ ቍጥሮች ላይ በቅዱሳን ጽናት ላይ ጥያቄ ሲያነሣ አንመለከትም፡፡ ይልቁንም እርሱ የሚጸኑ ሰዎች ዕውነተኞ ቅዱሳን ናቸው እንድንል ይፈልግ ይሆናል፡፡

ነገር ግን እንደ ዕውነቱ ከሆነ በቤተ ክርስቲያን ተሞክሮ ውስጥ ራሱን በግልጽ ያሳየን ተግባራዊ ዕውነት እያተተ ነው፡፡ ይህም የእግዚአብሔር ሕዝብ ያገኙዋቸውን ዕድሎች ያገኙ፣ ከዚያም ሆን ብለው የጣሉ ሰዎች እንደ ገና ወደ ዕውነት ለመምጣት እጅግ አስቸጋሪ ሰዎች ናቸው እያለ የሚናገርበት ነው፡፡

በእርግጥም እኛ ከእነዚህ ነገሮች የቱም ቢሆን ለእግዚአብሔር የማይቻል እንዳልሆነና ነገር ግን ከሰዎች ተሞክሮ አንጻር ጉዳዩን ስንመለከተው በተግባራዊ አነጋገር እነዚህ ሰዎች ተመልሰው ወደ እምነት ይመጣሉ የሚለው የማይቻል ነገር ነው፡፡ 35 ይህ ክርስትናን በዕውነተኛው መልኩ ሳይለማመዱ በከፊል የመያዝና የመተው ነገር አይደለም፡፡

የመንፈሳዊው ዓለም ተሞክሮ እንደሚያሳየው ክርስትናን በዚህ መልኩ በዕውነተኛው መልኩ መላበስ አይቻልም፡፡ ዕውነተኛው ኃይሉን ባላገኙበት ወይም ባላጣጣሙበት መልኩ ክርስቲያን መሆን የማይቻል ነገር ነው፡፡ እነዚህ ሰዎች የእግዚአብሔርን ጸጋ የተለማመዱበትን በረከት አግኝተዋል፡፡ ክርስትና ውስጣዊ የሆነ ዕውነት ሆኖላቸዋል፡፡

እነዚህ ሰዎች ዕውነታውን ዐውቀዋል፤ ለተወሰኑ ጊዜያትም በዚህ ዕውነት ውስጥ ተመላልሰዋል፤ ነገር ግን በአንድም ሆነ በሌላ ምክንያት ዕውነቱን ጥለውታል፡፡

36 ስለ ጌታችን በዘሪው ምሳሌ ውስጥ በዐለታማው መሬት እና ለም በሆነው መሬት ላይ በተዘሩ ዘሮች መካከል ለጊዜው ምንም ዐይነት ልዩነት ዐይተይም ነበር፡፡ ፈታኙ ጊዜ በመጣ ወቅት ነበር ልዩነቱ በገሃድ መታየት የጀመረው፡፡ 37 ይህ ጊዜ ለመልእክቱ ተቀባዮች የሚፈተኑበት ጊዜ ነበር፡፡

ደግሞም ጸሐፊያችን ለገጠማቸው ፈተና እነርሱ የአሸናፊነት ምላሽን እንዲሰጡና በእነርሱ ሁኔታ ውስጥ የተዘራው ዘር በእርግጥም በመልካም መሬት ላይ ስለ መዘራቱ ማረጋገጫ እንደሚሰጡ ለማድረግ በጉጉትም ሆነ በቅንዓት ውስጥ ነው ያለው፡፡

የወደቁትን ሰዎች አስመልክቶ ያለውን ተሞክሮ ባካፈለበት መግለጫው በመንገዱ ጸንተው ከሚሄዱቱ ሰዎች እነርሱን ለመለየት በእርግጥም አስጋችጋሪ ነገር ይሆናል፡፡ ምክንያቱም ሀ) ብርሃን በርቶላቸው ነበር፡፡ ለ) ሰማያዊ ስጦታዎችን ቀምሰዋል፡፡ ሐ) ከመንፈስ ቅዱስ ተካፋዮች ናቸው፡፡ መ) የእግዚአብሔርን ቃል መልካምነት የተለማመዱና ሊመጣ ያለውን ዘመን ኃይል የቀመሱ ናቸው፡፡

ይህም ደግሞ ልክ የመልካሚቱን ምድር ፍሬ ተሸክመው እንደ መጡ ነገር ግን ባለ ማወቃቸው ምክንያት ወደ ተስፋዪቱ ምድር መግባት እንዳልቻሉት ዕብራውያን ሰላዮች ያለው ነገር ነው፡፡

ስለዚህም የአዲሱን ቃል ኪዳን በረከቶች ወደ ማወቅ የሚመጡ፣ ነገር ግን በመንፈሳዊ ረገድ በልባቸው ተመልሰው ወደ ግብፅ እንደሚሄዱ፣ ስለዚህም ደግሞ የቅዱሳንን ዘላለማዊ ዕረፍት በቅጣት መልኩ እንደሚያጡቱ ዐይነት ነገር ነው፡፡ (እስራኤላውያን በምድረ በዳ ከተፈተኑበት ፈተና ከተወሰደው ትምህርት ጋር አመሳክሩ!)

ይህም በ3፥7 ጀምሮ የሚገኝ ነው፡፡ የምድረ በዳው ትረካ በጸሐፊያችን አእምሮ ውስጥ ሳይኖር አይቀርም፡፡ ወደ ከንዓን ምድር በመግባቱ ረገድ ያልተሳካላቸው እስራኤላውያን ይህ ነገር ያልሆነላቸው በቀይ ባሕር የተጠመቁበት፣ መገኛ ሥፍራቸው በሰማያዊ ብርሃን የበራላቸው፣ እንዲሁም መና ከሰማይ የዘነበላቸውና ከዐለቱ ውኃ የፈለቀላቸው፣ እንዲሁም ያስተምራቸው ዘንድ መልካሙ መንፈስ የተሰጣቸው ነበሩ (ከነህ. 9፥20 ጋር አመሳክሩ)፡፡

እነርሱ የእግዚአብሔርን ንግግሮች የሰሙና ብርቱ የሆኑትንም ሥራዎቹን ጭምር የተመለከቱ ሆነው ሳሉ ነው *(cf. G. H. Lang, Hebrews, pp. 98107)*፡፡

ሀ) ብርሃን የበራላቸው ናቸው። እዚህ ላይ ግሱን ጥምቀት በሚል መረዳት ፈታኝ ነው - በሁለተኛው ክፍለ-ዘመን አጋማሽ ላይ በሮም ውስጥ በሚገኙ ክርስቲያኖች ዘንድ ያለ ስሜቱ ይህ ነው፡፡ (39 በሶሪያ ፔሺታ በሚባለው ማኑስክሪፕት /የመጀመሪያ በሆኑቱ የቅዱሳት መጻሕፍት የዕጅ ጽሑፍ/ እዚህ ላይ እና በ10÷32 ላይ ጭምር በዚህ መልኩ ተተርጉሟል)፡፡

ጁስቲን *(First Apology 61:12f.; 65:1)* ጥምቀትን ለመግለጽ ቃሉን በግስ መልኩ 4 ጊዜ፣ እንዲሁም በስም መልኩ 5 ጊዜ ጥቅም ላይ አውሎታል፡፡ ደግሞም ይህንን ያደረገው ቃሉ በእርሱ ዘመን በነበሩ ሰዎች መካከል በዚህ መልኩ ጥቅም ላይ የሚውል መሆኑን በሚያመለክትበት መንገድ ነው/ ብርሃን የበራላቸው መሆን የሚለው በግስ መልኩ ጥቅም ላይ የዋለበት ሁኔታ ምሥጢራዊነት ካላቸው ሃይማኖቶች ወይም ልምምዶች በውስት ሊወሰድ የሚገባ ነገር አይደለም፡፡

ይህ በትክክል ከአዲስ ኪዳን ትምህርት ጋር አብሮ የሚሄድ ነገር ነው፡፡ (40 በተለይም ከዮሐንስ አስተምህሮዎች ጋር የሚሄድ ሲሆን እርሱ ክርስቶስን ብርሃን ብሎ ከሚጠራበት ጋር አብሮ የሚሄድት አግባብ ነው፡፡ ጥቅሱን ከኤፌሶን 5÷14 ጋር አመሳክሩ፡፡ በተደጋጋሚ ተቆንጥሮ የተወሰደ ጥምቀትን አመልካም ዝማሬ አለ፤ በዚህም ደግሞ ወደ ክርስትና የተለወጠው ሰው ከሞት ጨለማ ወደ ክርስቶስ ብርሃን ለመሸጋገር እንዲነቃ ለእርሱ ጥሪ የሚቀርብበት ነው፡፡

የቃላቶቹ አደራደር በግሪኩ ዓለም ውስጥ ሥርዓታዊ ጭፈራዎችን በሚደረደሩበት ባሕርይ የተቀመጡ / የሰፈሩ ናቸው፡፡ *(see F. F. Bruce, Colossians-Philemon-Ephesians, NICNT [Grand Rapids, 1984], pp. 376-78).*

የግሪኩ ምንባብ የሆነው መዝ. 34÷5 *(LXX 33:6a)* "ወደ እርሱ ኑና! ብርሃን የበራላችሁ ሁኑ!" *(~urria9rlte)* ይላል፡፡ ይህም ደግሞ ጥንት በክርስቲያን ጥምቀት በቅዳሴ ሥርዓት ላይ ጥቅም ላይ ይውል ነበር (ምናልባትም ይህ የ1ኛ ጴጥ. 2÷4 ነጸብራቅ ሊሆን ይችላል፡፡

በየትኛውም መልኩ ይሁን እዚህ ላይ ብርሃን የበራላቸው መሆን ማለት ልክ እንደ ጥምቀት ሁሉ አንድ ጊዜ ለሁሌ የተከናወነ አንድ ነገር ነው፡፡ ይህም ደግሞ ቀላል ለሆነ ምክንያት ወይም ጉዳይ ሲባል ሊደጋገም የማይቻል ነው፡፡ ምክንያቱም በተደጋጋሚ መደረጉ ሙሉ ከሆነው ጉልህነቱ ጋር የሚቃረን ነውና *(41 Cf. Origen, On Martyrdom 30, for the point that one cannot be baptized a second time. See also J. A. T. Robinson, "The One Baptism," in Twelve New Testament*

Studies, SBT 34 (London, 1962), p. 162.):: የወንጌሉ ብርሃን በእነዚያ ሰዎች ጨለማ ላይ ወጥቷል፤ እናም ሕይወት እንደ በፊቱ ከቶ ሊሆን አይችልም። በወንጌል ተስፋ መቁረጥ ማለት ብርሃኑን መተውና ኃጢአትን መሥራት ማለት ነው፡፡ ይህም ደግሞ በተፈጥሮው መፍትሔን ሊያገኝ የማይችል ኃጢአት ነው፡፡

ለ) ሰማያዊ ስጦታን ቀምሰዋል። ልክ ብርሃን የበራላቸው መሆን ጥምቀትን እንደሚያሳይ ሁሉ፣ እንዲሁ ቅምሻውም (42፡- ምክንያቱም ጌኔማት ("ቅምሻ") በጌታ እራት ዐውድ ውስጥ የተሰጠ ነገር ነው፡፡ ከሐዋ. 20÷11 ጋር አመሳክሩ፡፡ መዝ. 34÷8 (LXX: 33÷9) በጥንት ቤተ ክርስቲያን ውስጥ ከጌታ እራት ጋር ዝምድና ያለው ስለ መሆኑ በቂ ማስረጃዎች አሉ *(cf. Apostolic Constitutions 8.13; Cyril of Jerusalem, Catechetical Lectures 23.20; Jerome, Ep. 71.6)::*

የዚህ መነዳኘት ጥንታዊ መከሰቻው ምናልባት 1ኛ ጴጥ. 2÷3 ሊሆን ይችላል፡፡ *C. Spicq (Hebreux, 1, p. 57)* ሰማያዊ ስጦታን መቅመስ (ዕብ. 6÷4) እስክንድሪያዊ ሲሆን፣ የእግዚአብሔርን ቃል መቅመስ ደግሞ የፊልዮ ፍልስፍና ነው" የሚለውን ለማሳየት በተደረገ ጥረት ምሳሌዎችን ይጠቅሳል፡፡

በመጀመሪያው ነጥብ እርሱ ዊዝደም 16÷3ን እያመለከተ ሲሆን፣ በዚህም የዘኍ. 11÷31 መሸማቀቅና ፍርሃት ከዲያብሎስ እንደ ሆኑ የተገለጹበት ነው፡፡ ይህ ያልተለመደ ነገር ነው፡፡

ይህ እጅግ የሚስብ ትይዩነት አይደለም፤ ነገር ግን በገጽ 145 ቁጥር 38 ከተጠቀሰው ትይዩነት ጋር አብሮ የሚደመር ትይዩነት ሊሆን ይችላል)፡፡ እናም ሰማያዊ ስጦታው ምናልባትም የጌታን እራት ይጠቁማል፡፡ በእርግጥም በጥያቄ ውስጥ የገቡት ሰዎች ጥምቀትን ከመውሰድ ጋር ጎን ለጎን የጌታን እራትም ጭምር ተካፋዮች ነበሩ (43 Moffatt (ad loc.)፡፡

ምክንያቱም የምግብ ሥዕላዊ መግለጫ እዚህ ላይ የብርሃን ሥዕላዊ መግለጫን ተከትሎ የሚገባ ነው፡- ሁለተም መለኮታዊ የሆኑ ሥርዓቶች ራእይ ያላትን ነፍስ የምታበራም ሆነ የምትጣፍጥ እንድትሆን ያደርጉዋታል፡፡ የብርሃን ጨረር እንድትፈነጥቅ ያደርጓታል፡፡ ደግሞም ውስጣዊ መረዳትን በመስጠት ጣፋጭ የሆነው የተመቻቸ ነገር ድንቅ የሆነ የምናገኘው የባሕርይ ረሃብ እና ጥማት ላላቸው ሰዎች ጣፋጭነትን ወደ ውስጣቸው ያሰርጻሉ፡፡

ከዚህ ነገር በፊት ወዲያውኑ ፊሊዮን እናገኘዋለን *(ibid., 137)*፤ እርሱ "መናን እንደ እግዚአብሔር ንግግር እና መለኮታዊ ቃል" *(putt Oeofi xai Xoyov Oeiov)* አድርጎ ያብራራዋል:: ደግሞም በእርግጠኝነት ሁለቱንም ቅዱሳት ምሥጢራት የተካፈሉ ሰዎች ክህደትን መፈጸም የሚችሉ ናቸው:: ነገር ግን "ሰማያዊው ብርሃን" በጌታ ላይ ብቻ ሊገደብ አይገባም:: በጌታ እራት ውስጥ ተካትተው ያሉ ሁሉንም በረከቶች በጥቅሉ ሳያመለክት አይቀርም::

ሐ) የመንፈስ ቅዱስ ተካፋዮች የሆኑት:: እዚህ ላይ ለመናገር የታሰበው በግል የምንቀበለው መንፈስ ቅዱስ ሳይሆን፣ ይልቁንም የእርሱ ስጦታዎች ወይም አሠራሮች ናቸው በሚል መከራከር የማያስተማምን ነገር ነው:: ይህም በግሪኩ ምንባብ ግልጽ የሆነው አርቲክል - አመልካች የለም በሚል ብቻ መሠረት ላይ በመመሥረት የሚደረግ መከራከሪያ ነው::

ጥያቄው ስጭውን ወይስ ስጦታውን የሚያመለክት ነው የሚለውን ገላጭ አመልካች በመኖሩና ባለመኖሩ ላይ ብቻ ተመሥርቶ መናገር በቂ አይደለም:: በየትኛውም ዕውነተኛ ስሜቱ የመንፈስ ቅዱስ ተካፋይ የሆነ ሰው (45 "ተካፋዮች" የግሪኩን ሜቶኮልን (ከ3÷1፣ 14 ጋር አመሳክሩ) ይወክላል:: ይህም "በመንፈስ ቅዱስ መነዳት" በሚል በ2÷4 ላይ ይገኛል)::

ክህደትን ሊፈጽም ይችላል ወይ? የሚል ጥያቄ ይነሣበታል:: ነገር ግን ጸሐፊያችን በዚህ መንገድ "የጸጋ መንፈስን" (10÷29) ማክፋፋት እንደሚቻል ምንም ጥርጣሬ የለውም:: በእርሱ ዘንድ ያሉ ሰዎች ጥምቀትን የተቀበሉና የጌታን እራት የተካፈሉ ብቻ አይደሉም:: ነገር ግን የዕጆችን መጫን ልምምድንም ጭምር ያገኙ ናቸው::

ጥንታዊ የሆነው ሐዋርያዊ ታሪክ የሚያመለክተን አንድ ክስተት አለ:: ይህም ወንጌልን ሰምቶ የተቀበለና የተጠመቀ፣ እንዲሁም ወንጌልን ካሰማው ወንጌላዊ ጋር ራሱን ያቆራኘ ሐዋርያዊ ዕጅን መጫንን ባገኘ ጊዜ መንፈስ ቅዱስን የተቀበለ ሲሆን እርሱ በዚህ ሁሉ ውስጥ ሆኖ በመራራ ክፋትና በደል ውስጥ እንደ ነበር ስምዖን በሚባለው ጠንቋይ አማካይነት ይህ ዕውን መሆኑ በጴጥሮስ ተነግሯል (የሐዋ. 8÷9፣ 18)::

በተጨማሪም ይህ ሰው በቀጣዩ አሥር ዓመታት ውስጥ የክርስትና እምነት ዋነኛው ተቃዋሚ መሆኑን አሳይቷል *(46: Cf. exposition and notes in Acts, NICNT, pp. 165-68, 170-72: A. Ehrhardt, "Christianity before the Apostles' Creed," in The Framework of the New Testament Stories, pp. 15199 (especially p. 161).* እንደዚያ ዐይነቱ ሰው እንዴት ነው የመንፈስ ቅዱስ ተካፋይ ሊሆን ያለው? ብለን

ብንጠይቅ ይህንን ተከትለው የሚመጡቱ ቃላት ወደ መልሱ የሚወስደንን መንገድ ሳያመለክቱን አይቀሩም፡፡

መ) የእግዚአብሔር ቃል መልካምነትን እና ሊመጣ ያለውን ዘመን ኃይል ተለማምደዋል፡፡ 47 ጠንቋዩ ስምዖን የእግዚአብሔርን ቃል ከፊልጶስ አንደበት ሲሰማው እንዴት ያለው መልካም ቃል እንደ ሆነ ተረድቷል፡፡ ደግሞም ወንጌል መቀበልን ተከትሎ የሚመጡ ምልክቶች እና ድንቆችን ባየ ጊዜ ተደንቋል፡፡ 48 እነዚህም ደግሞ በእግዚአብሔር መንፈስ በተሞሉ ሰዎች የሚታወጁ ናቸው (የሐዋ. 6÷3)፡፡ እነዚያ ኃይሎች ወይም ብርቱ ሥራዎች ሊመጣ ያለው ዘመን ምልክቶች ናቸው፡፡ እናም ይህ ዘመን ቀድሞውንም ቢሆን በአሁኑ ዘመን ላይ ተገልጧል፡፡

ብርቱ የሆኑ ሥራዎችን በተመለከተ የኢየሱስ ቃሎች በሐዋርያት ዘመን በስሙ በሚፈጸሙ ብርቱ ሥራዎች አማካይነት ዕውነትነታቸው ጸንቶ ይኖራል፡- “እኔ ግን በእግዚአብሔር መንፈስ አጋንንትን የማወጣ ከሆንሁ፥ እንግዲህ የእግዚአብሔር መንግሥት ወደ እናንተ ደርሳለች።” (ማቴ. 12÷28)፡፡ 49 በተጨማሪም ኢየሱስ ብዙዎች “ዚያ ቀን ብዙዎች፡- ጌታ ሆይ፥ ጌታ ሆይ፥ በስምህ ትንቢት አልተናገርንምን፥ በስምህስ አጋንንትን አላወጣንምን፥ በስምህስ ብዙ ተአምራትን አላደረግንምን? ይሉኛል።” (50) እንደሚሉት ተናግሯል፡፡ - በዚህም እነርሱ “ከቶ አላወቅኋችሁም እናንተ ከፉ አድራጊዎች” የሚባሉበት ብቻ ይሆናሉ (ማቴ. 7÷22)፡፡ የእግዚአብሔር ቃል ለአማኞች ማበረታቻን ይዟል፤ እንዲሁም ለተታለለ አማኝ ከስሕተቱ መውጫ መንገድን ይዟል፤ ነገር ግን ለሰነፎች የቆሙ የመሰላቸው እንደ ሆኑ በማስታወስ እንዳይወድቁ ያስጠነቅቃቸዋል፡፡ ታማኝነት ያለው በእምነት የሚደረግ ምስክርነት እንደ ዕውነተኛ ተደርጎ ሊወሰድ ይገባል፡፡ ነገር ግን የእርሱ የሆኑትን የሚያውቅ ጌታ ብቻ ነው፡፡

በቍጥር 4 እና 5 አነጋገር “መውደቅ” በሚለው የተገለጹ ሰዎችን በተመለከተ ሁኔታቸው ተመልሶ የማይቀለበስ ነው ማለት ይቻላል፡፡ ይህ ማስጠንቀቂያ ከልክ ባለፈ በሆነ መንገድ የተሸራረፈ እንዲሁም የተጋነነ ነው፡፡ ኤ. ኬስ ውስት “ወድቀው የነበሩ” 51 *(51 Gk. napaneoovrag. The verb napanirrrw, found here only in the NT (by contrast with the cognate noun naparrrwμa, which is frequent in the sense of "trespass"),* የሚለው ከመስመር የወጡ ማለት ነው፡፡ በ3-12 ላይ ኢኖኢር በሚለው በተመሳሳይ ኃጢአት እነርሱ ከሐዲ መሆናቸውን የሚያሳየን ሥርወ-ቃሉ ሳይሆን ዐውዱ ነው” የሚለውን ባስረገጠልን ጊዜ ከልክ ባለፈ የተሸራረፈ ሆኗል፡፡ *See G. C. Berkouwer, Faith and Perseverance, E.T. (Grand Rapids, 1958); I. H. Marshall, Kept by the Power of God (London, 1969), especially pp. 135-41;*

P. E. Hughes, "Hebrews 6:4-6 and the Peril of Apostasy," WTJ 35 (1972-73), pp. 37-55; R. R. Nicole, "Some Comments on Hebrews 6:4-6 and the Doctrine of the Perseverance of God with the Saints," in Current Issues in Biblical and Patristic Interpretation (M. C. Tenney FS), ed. G. F. Hawthorne (Grand Rapids, 1975), pp. 355-64; N. Weeks, "Admonition and Error in Hebrews," WTJ 39 (1976-77), pp. 72-80. - አንዳንዶች በዕብ. 6፥4-6 ላይ፣ እንዲሁም እግዚአብሔር ቅዱሳንን በሚጠብቅበት አስተምህሮ ላይ ማብራሪያ ይሰጣሉ፡-

ይህንንም ደግሞ ቀጣይነት ባለው ሁኔታ ላይ የተመሠረተ እርሱን ነው የጀሚያመለክተን - በዚህም መላ-ምት ላይ በመመርኮዝ ነገረ-ጉዳዩን የተጣለ ሰው አድርገው ያቀርባሉ፡፡ በዚህም ጥያቄ የተነሣበት ኃጢአት ምንም ዐይነት መቅደስና ምንም ዐይነት ኃጢአት ባለመኖሩ ምክንያ በዛሬው ዘመን ሊፈጸም አይችልም፡፡ *(52 "Hebrews Six in the Greek New Testament," Bibliotheca Sacra 119 (1962), pp. 45- 53 (quotation on p. 52); cf. his Hebrews in the Greek New Testament (Grand Rapids, 1947), pp. 113ff.)*

ይህ መቅደስና መሥዋዕትን አይፈልግም ወይም በመልእክቱ ውስጥ በእንድምታ መልኩ የተሰጠ የሽግግር ጊዜን አይሻም፡፡ ይህም የክርስቶስን ስም በላያቸው እንዲጠራ ያደረጉ ወንዶች እና ሴቶች ይህንን ክህደት እንደሚፈጽሙ የሚያሳይ እንድምታዊ ንግግር አለመኖሩ ነው፡፡ ደግሞም የመጽሐፍ ቅዱስ ጸሐፊዎች (የዕብራውያን ጸሐፊም ቢሆን በዚህ ጉዳይ ላይ ከማንም የተሻለ አይደለም) ሰዎች የሚጣሉበት ነባራዊ ሁኔታ እንዳለ አይነግሩንም፡፡

በዚህ ምንባብ ላይ የምናገኘው ማስጠንቀቂያ ዕውነተኛ የሆነ ሊከሰት ያለን ዐደጋ በመቃወም የተሰጠ ዕውነተኛ ማስጠንቀቂያ ነው፡፡ ይኸውም "የአማኝ የማያምን ልብ" ሕያው የሆነውን እግዚአብሔርን የመተው ውጤትን እስካመጣ ድረስ አሁን ያለና የሚሠራ ነገር መሆኑ ነው (3፥12)፡፡

በሌላ በኩል ከጥምቀት በኋላ የሚፈጸም ኃጢአት ንስሐ የለውም በሚል መልኩ የሚወሰድ ከሆነ የጸሐፊው አሳብ የእግዚአብሔርን ቃል ወደ መሸቃቀጡ የደረሰ ማጋነን ሊሆን ይችላል፡፡ ቢ. ኤፍ. ሲ. ቡርኪት - "የዕብራውያን ጸሐፊ" - "ኃጢአትን ለሚሠራ አማኝ ይቅርታ የሚያገኝበት መንገድ አይፈቅድም" በሚል ጽፏል፡፡

በዚህም ደግሞ እርሱ ውስጠ-ወይራዊነትን የተላበሰ የተርቱሊያኖስን አተረጓጐም የሚከተል ሆኖ እናገኘዋለን፡፡ ተርቱሊያኖስ የዕብራውያን 6 የመክፈቻ ቍጥሮችን

ከጥምቀት በኋላ ለሚፈጸም ኃጢአት የሚደረግ ምንም ዐይነት ይቅርታ ወይም መታደስ የለም የሚለውን ለማረጋገጥ ይጠቅሳቸዋል፡፡

ተርቱሊያኖስ በአእምሮው ውስጥ አንድ የተለየ ኃጢአት አለ፤ ይህም ደግሞ ጸሐፊው እዚህ ላይ እያቀረበው ባለ መከራከሪያ ውስጥ የሚገባ አይደለም፡- እንደ ተርቱሊያኖስ ከሆነ፣ ይህንን ማስጠንቀቂያ የያዘን ምንባብ የጻፈ ሰው (እርሱ ከበርናባስ ጋር አያይዟታል) ይህንን ነገር ከሐዋርያቱ ተምሮታል፤ ከሐዋርያቱ ጋር በመሆን አስተምሮታል - ለዘማዊ እና ለአመንዝራ ሰው ሁለተኛ የሆነ የንስሐ ዕድል የለም፡፡" *(55 On Modesty 20. Tertullian is here criticizing the Shepherd of Hermas (the "Shepherd of the adulterers," as he scathingly calls it), which conceded one (but only one) opportunity of repentance and forgiveness for postbaptismal sin. See the exposition of 10:26ff. on p. 263, with nn. 144-46. On our author's perspective here see C. E. Carlston, "Eschatology and Repentance in the Epistle to the Hebrews,"JBL 78 (1959), pp. 296-302; N. H. Young, "Hebrews 6:1-8: Pastoral Nonsense?" Colloquium 15 (1982-83), pp. 52- 57.)*

ነገር ግን የዕብራውያን ጸሐፊ ራሱ ልክ የብሉይ ኪዳን ሕግ እንደሚያደርግ በስሕተት በሚሠራና ሆን ተብሎ በሚሠራ ኃጢአት መካከል ልዩነት ያደርጋል፡፡ 56 እዚህ ላይ ዐውዱ በፈቃደኝነት የሚሠራ ኃጢአት ሆን ተብሎ የሚፈጸም ክህደት መሆኑ ከአሳቡ ግልጽ መሆኑን ያሳያል፡፡

ይህንን የሚፈጽሙ ሰዎች እንደ ገና ወደ ንስሐ እንዲመጡ ሊደረጉ አይችሉም፡፡ ክርስቶስን በመጣል፣ እርሱ የእግዚአብሔር ልጅ ስለ መሆኑ፣ እንደ ተሰቀለ እና እንደ ተዋረደ የሚናገረውን ነገር የማይቀበሉበት ሁኔታ ውስጥ ራሳቸውን አስገብተዋል፡፡ 57 በክርስቶስ የመጣውን ድነት የጣለ ሰዎች ይህንን ድነት ከየትም አያገኙትም፡፡

የኢ. አር. ቪ/ ኤ. አር. ቪ ህዳግ የጸሐፊያችን ቃላቶችን የሚያለዝብ ሌላ አማራጭን ይሰጠናሉ፡- "በኋላም የካዱትን እንደገና ለንስሐ እነርሱን ማደስ የማይቻል ነው፤ ለራሳቸው የእግዚአብሔርን ልጅ ይሰቅሉታልና ያዋርዱትማልና።" እነዚህ ሰዎች ክርስቶስን እስከ ጣሉ ድረስ ወደ ንስሐ እንዲመለሱ ሊደረጉ አይችሉም የሚለውን አሳብ በመሰንዘራቸው ይህ አማራጭ የመልእክቱ ነገር እርሱን መጣላቸውን ሲያቆሙ ንስሐ የመግባቱ ነገር የሚቻል ይሆናል የሚል እንድምታን ይሰጣል ተብሎ ሊታሰብ ይችላል፡፡

ዳሩ ግን ትርጓሜው በእርግጠኝነት ይህ አይደለም፡፡ ክርስቶስን መካዳቸውን እስኪቀበሉ ድረስ ወደ ንስሐ እንዲመጡ ሊደረጉ አይችሉም ማለት በቀላሉ ልናስፍረው አስቸጋሪ

የሚሆን የጉብኝት ዐይነቱ ነገር ነው፡፡ “ይሰቅሉታል” የሚለው በቀጣይ ድርጊትነት የተቀመጠው ቃል (ግስ) በጊዜያዊነት በኃይል ከሆነ ነገር ይልቅ ተገቢነት ባለው መልኩ እንደ ተለመደ ነገር ሆኖ ተወስዷል፡፡

እንዲህ ላሉ ሰዎች ንስሐ መግባትና አዲስ ጅማሮ ማድረግ ለምን የማይቻል እንደ ሆነ ያመለከታል፡፡ እግዚአብሔር በዕውነተኛው መልኩ ንስሐ የሚገቡ ሰዎችን ይቅር ሊል ልመናውን አቅርቧል፡፡

ነገር ግን ቅዱሳት መጻሕፍት እና ተሞክሮ አንድ ዐይነት በሆነ መልኩ ንስሐ ሊገቡ የጀማይሉበት የሕይወት እና የልብ ነበራዊ ሁኔታ እንዳለባቸው የሰው ልጆችን አስመልክተው ይናገራሉ፡፡

7-8 እንደዚህ ያሉቱ ሰዎች ሁሉም ዐይነት ዕንክብካቤን ኩትኮታ ተደርጎላቸውም እንኳ መልካም ፍሬን ከማያፈሩ መሬቶች ጋር ተነጻጽረዋል፡፡ እዚህ ላይ ልክ የኢሳይያስ የወይን በታ ካስከተለው ጋር አንድ ዐይነት ውጤትን ሥዕላዊ መግለጫው ይዟል (ኢሳ. 5፥1-7)፡፡

ያ የወይን ቦታ በእርግጥም ለሁሉም የወይን ቦታዎች የሚደረግለት ዐይነቱ ዕንክብካቤ ተደርጎለታል፤ ነገር ግን ወይን የሚያፈራበት ጊዜ በደረሰ ወቅት ምንም ነገር አላፈራም ነበር፡፡ ይልቁንም ያፈራው ነገር ቢኖር ሆምጣጣ ፍሬን ነበር፡፡ 58 በእርግጥም ምድሪቱን ያጎሳቁላል፤ 59 ይህም ደግሞ ለማረስ የማይቻል ይሆናል፡፡

ይህ ቦታ ዝም ተብሎ ሊተውና ምድረ በዳ ሊሆን ይገባል፡፡ ስለዚህም ጸሐፊያችን አማኞችን ፍሬ ሊያፈሩ እንደሚገባቸው መሬቶች በእምነት ቢጠበቁም፣ እነርሱ ግን ምንም ፍሬ እንዳላፈሩ፣ ደግሞም ያፈሩት ነገር ቢኖር እሾህና ኩርንችት ብቻ እንደ ሆነ 60 በመናገር ከማያፈራ መሬት ጋር ያወዳድራቸዋል፤ እናም “የሚባላ ለሆነው ለእግዚአብሔር እሳት የተጠበቁ እንደ ሆኑ ይናገራል (12፥29) Bruce, F. F. (Frederick Fyvie), 1910-1990 The Epistle to the Hebrews / by F. F. Bruce. (The New international commentary on the New Testament)

ቍጥር 9 ስለ እናንተ ግን፥ ወዳጆች ሆይ፥ ምንም እንኳ እንዲሁ ብንናገር፥ አብልጦ የሚሻለውና ለመዳን የሚሆነው እንዲሆንላችሁ ተረድተናል።

ጸሐፊው ከቍጥር 1-8 ሲናገርበት በነበረው መንገድ ሳይሆን ለስለስ ባለ አቀራረብ *"ስለ እናንተ ግን ወዳጆች ሆይ ... "* ብሎ መጻፍ ይጀምራል፡፡ አካሄዱ ከቀደሙት ቍጥሮች ለየት ማለቱ ጸሐፊው የርኅራኄ ስሜት ተሰምቶት ሊሆን ይችላል፡፡ ንግግሬ ጠንከር ያለ ቢሆንባችሁም፣ ለእናንተ ጥቅም ብዬ ነው የሚል ይመስላል፡፡ በእነርሱ ውስጥ የተመለከተው የድነት ፍሬ ዐድጎ ውጤትን የሚያሳይ እንዲሆን የተጨነቀ ይመስላል፡፡ ምንም እንኳ ፍሬያቸው በግልጽ የሚታይ ባይሆንም፣ አንዳንዶቹም ጥያቄዎቻቸው፣ እንዲሁም ኢየሱስን ከመላእክት እና ከሙሴ ጋር በማወዳደር ወደ ቀደመው የአይሁድ አመለካከት ለመመለስ ፍንጭ የሚሰጥ አካሄድ ያለ ቢመስልም፣ በድነት መንገድ ላይ እንዳሉ ግን ጸሐፊው ተረድቶአል፡፡ አልዳናችሁም ለማለትም በጥቂትም ቢሆን አልደፈረም፡፡

መሢሑ ወደ ምድር መጥቶ የመስቀል ሞትን እንዲሞት ያደረገው የመዳናቸው ጉዳይ በመሆኑ፣ ኃጢአተኛነታቸውን ትተው በጽድቅ ጎዳና እንዲራመዱ የሚያስችል ጸጋ እንዲገለጥ አስችሎታል፡፡ የበጉ ደምም ከከፉ ሕሊና አንጽቶ ወደ ቅድስተ ቅዱሳን እንዲገቡ የሚያስችል ብቃትን ሰጥቷቸዋል፡፡

በእምነትም ወደ ጸጋው ዙፋን በመቅረብ በሚያስፈልጋቸው ጊዜ ሁሉ የሚረዳቸውን ጸጋ እና ብርታት እንዲያገኙ ተደርጓል፡፡ ስለዚህም እንደ ዔሳው ከዚህ ጸጋ ጐድለው እንዳይገኙና ፍጹማን ሰዎች ሆነው አጥንት በመቆርጠም እንደ ልጅ በተግሣጹ ሥር አልፈው የቅድስናው ተካፋዮች መሆናቸው በእርግጥም የአብ ፈቃድ መሆኑን አስረግጦ ይናገራቸዋል (ዕብ. 10፥19-20፤ 4፥15-16፤ 3፥6፤ 12፥15-17፤ 7፥11)፡፡

የተወደዳችሁ፡- በተገቢው ሁኔታ እንዲተዋወቅ ተደርጓል፡- እኔ በሰጠኋቸው ጠንካራ ማስጠንቀቂያዎች ፍቅር ያነሳሳቸዋል፤ የማይመቹ አሳቦችን አብጅቼላችኋለሁ (የተሻሉ ነገሮች)፤ - በእግዚአብሔር ታማኝነት መሠረትነት የድነት ወራሾች ትሆናላችሁ (6፥10)፡፡*(ጀሚሰን, ፉሳቴ እና ብራውን ኮሜንተሪ)*

በዚህ ዘመን ባለን አማኞች ላይ የሚታይ አንድ ድፍረት ይህ አይደለምን? የማንቀበላቸውም ወይም ጥቂት ስሕተት ያየንባቸውን ሰዎች አልዳኑም፤ ድነትን አልተቀበሉም ብለን በድፍረት የምንናገርባቸው አጋጣሚዎች ጥቂት አይደሉም፡፡ በእኛ አገር አንዳንድ ቤተ ክርስቲያናት ውስጥ ሌሎችን አሳንሶና መንፈሳዊነት እንደ ሌላቸው አድርጎ የመቍጠር ስሜት በወንጌላውያን አብያተ ክርስቲያናት ውስጥ በሰፋት ታይቷል፡፡ ይህ ስሜታዊነት ከእኔነትና ራስን አስበልጦ ከማየት የመነጨ፣ የራስን ምድራዊ ተቋም ለማስፋፋት ከማሰብ የተነሣ የሚደረግ ብልጠት ይመስለኛል፡፡

በክርስቶስ ድነትን የተቀበሉ ሁሉ ይድከሙም ይበርቱም፣ እርስ በርስ እንደ አካል በመተያየት፣ በፍቅር በመተጋገዝ ሊቆሙ ይገባቸዋል እንጂ፣ አንዳቸው ሌላቸውን በመንቀፍና በመኰነን፣ እነርሱ መንፈስ የለባቸውም፣ እነዚህ ቃል የላቸውም፣ እነእገሌ የጸሎት ሕይወታቸው የደከመ ነው፡፡ ጣንካራና ትክክለኛ ቤ/ክ ማለት የእኛ ናት የሚል አመለካከት መያዝ ከንቱ ትምክህት ነው፡፡

ብዙውን ጊዜ የአስተምህሮ መዛነፍ የሚመጣው በሥነ ምግባር ችግር ሳይሆን «በጎቼን ሊወስድ ነው» በሚል በቡድን በተዋቀረ የግል አጀንዳዎች ላይ ተመሠረቱ ግጭቶች ናቸው፡፡ «ካራክተር አሳሰኔሽን» ብለው ምዕራባውያኑ እንደሚናገሩት ስምን የማጠልሸትና ከኅብረቱ ለቅቀው እንዲሄዱ ሰልት ተዘርግቶ ደምፅ ሳያሰሙ ርምጃ ይወስዳሉ፡፡ ይህም «ሳይለንት ኪለር» የሚባለውን የነጮቹን አነጋገር ይወክላል፡፡

የዕብራውያን ክርስቲያኖች የቱን ያህል የደከመ ሕይወት ይኑራቸው፣ ሕፃናትም ይሁኑ፣ ልባቸውም ይደንዝዝ ጸሐፊው ወዳጆች ሆይ ብሎ አካልነቱን ያጸናላቸዋል፡፡ ከዚህም አልፎ ይህን መልእክት የሚጽፍላቸው አብልጦ ለሚሻል ነገር እንጂ፣ እነርሱን ለመክሰስ ሆነ ከመንገድ ተወግደው ከፀጋው ዙፋን ምህረትን ሆነ ከቅዱሳን ህብረት (ርስት ድርሻ ዕጣ ክፍል) እንደሌላቸው እንዳልሆነ ያስገነዝባቸዋል፡፡

ወገኔ! በዕጅህ የሰጠህ የሙሴ በትር ሕዝቡን ተሸከመህ ቀይ ባሕርን እንድታሻግርበት እንጂ፣ ህዘቡን ለመምታት የተሰጠህ አይደልም፡፡ ያችም በትር ሥራዋን ጨርሳ «በታቦቱ ውስጥ አስቀምጥ» ብሎ ጌታ ሙሴን አዘዘው፡፡ በዚህም በትር እንጂ፣ ዱላ እንዳለሆነች እናስተውላለን፡፡

ስለ እናንተ ግን ወዳጆች ሆይ የሚሻለውን እንዲሆንላችሁ ተረድተናል

ወዳጆች ሆይ፦ ወንድሜን በትክክለኛ መሠረት ላይ በተገነባ እምነት ወንድሜ መሆኑን ካላመንሁ በስተቀር ወንጌሉ በሚያዝዘኝ መጠን ወንድሜን ልወደው አልችልም።

"የተወደዳችሁ" በሚል ይጠራቸዋል፡፡ ይህ ቃል በዚህ መልእክት ውስጥ አንድ ጊዜ ብቻ ነው የተከሰተው፡፡ አንድ ሰው በመለኮት የተወደዳችሁ በሚል ሊተረጉመው ይችላል፡፡ በዚህ ክፍል ላይ ጸሐፊው በዳኑት እና ባልዳኑት መካከል ልዩነት ማድረጉ ግልጽ ነው፡፡ ምክንያቱም "የተወደዳችሁ" የሚለውን እንደ ምሳሌ ከተጠቀመ በኋላ እርሱ እንዲህ ይላል፦ "ቅዱሳንን ስላገለገላችሁ፥ እስከ አሁንም ስለምታገለግሉዋቸው፥ ያደረጋችሁትን ስላገለለገላችሁ፥ እስከ አሁንም ስለምታገለግሉዋቸው፥ ያደረጋችሁትን ሥራ ለሰውም ያሳያችሁትን ፍቅር ይረሳ ዘንድ ዐመፀኛ አይደለምና፡፡ በእምነት እና በትዕግሥትም የተስፋውን ቃል የሚወርሱትን እንድትመስሉ እንጂ፣ ዳተኞች እንዳትሆኑ ተስፋ እስኪሞላ ድረስ እያንዳንዳችሁ ያንን ትጋት እስከ መጨረሻ እንድታሳዩ እንለምናለን፡፡"

እነዚህ ቃላት ከአንባቢዎቹ አንዳንዶቹ ኑሮዋቸው መዳናቸውን የሚያሳይላቸው የተወደዱ ከሚባሉት ወገን አለመሆናቸውን ዕንድምታዊ በሆነ መልኩ ያመለክታል፡፡ እዚህ ላይ እርሱ የሚመከረው ይህ ቡድን በ511-11-68 ውስጥ ማስጠንቀቂያ ከሚሰጣቸው ሰዎች የተዋቀረ ነው፡፡ እምነትን የተላመዱ ሰዎችን እንዲከተሉ እነርሱን ይመክራቸዋል፤ ይህም እነርሱ እምነት የሌላቸው እንደ ሆነ በእንድምታ ያሳያል፡፡ *(የዌስት ቃላቶች ከግሪኩ አዲስ ኪዳን, 1940-55 ደብሊው ኤም . ቢ. ኤድማንስ ህትመት)*

ቪንሰንት ሲጽፍ በቀደመው ጥቅስ ላይ የእሾህና ኩርንችት መሬቱ ተቃጥሎ ባዶ ሜዳ እንዲሆን ተደርጓል፡፡ ጸሐፊው ግን አንባቢዎቹ ራሳቸው ላይ ይህን ነገር እንዲከሰት እንደማይፈቅዱ ያምናል፡፡ *(ማርቪ ን. አር. ቪ ንሰንት፦ በአዲስ ኪዳን ውስጥ ቃል ጥናቶች ኮሜንተሪ)*

የሚሻል (krite'-tohn/kreitton /ክሬይቶን /kreisson /ክሬይሰን ከ kratos /ክራቶስ = ጠንካራ፣ በሥራ ላይ ያለ ኃይልን የሚያሳይ ነው):: ክሬይቶን /ክሬይሰን ማለት በጣም ጠቃሚ፣ የተሻለ የሚል አሳብ ያለው ነው:: *(መጽሐፍ ቅዱስ ጥቅሶች የብሉይና / የአዲስ ኪዳን ግሪክ መዝገበ ቃላት፣ የቲየር ትርጉም. አስቲን)*

ተረድተናል (pi'-tho/peitho /ፔይቶ) ማለት:- አንድ ዕውቀት ላይ ወይም ዕውነታ ላይ ወደ አንድ የተረጋጋ ድምዳሜ መድረስ:: ፔይቶ አንድን በቂ ምክንያትን ተከትሎ ድምዳሜ ላይ መድረስን የሚያሳይ ነው:: ጸሐፊው እግዚአብሔር በወዳጆች መካከል የሠራው ላይ ያለው ትዝብትን እና የእግዚአብሔርን ሁኔታ በአጠቃላይ እየታዘበ ሲናገር፣ ይህን መደምደሚያ እንዲሰጥ ያስገድደዋል:: በነገሩ ዕውነትነት ፈጽሞ ያመነ ከመሆኑ የተነሣ የሰውን ቋንቋ እየተጠቀመ ሲገልጽ ያለ ምንም ስጋት ነው::

ቍጥር ፱ ስለ እናንተ ግን፥ ወዳጆች ሆይ፥ ምንም እንኳ እንዲሁ ብንናገር፥ አብልጦ የሚሻለውና ለመዳን የሚሆነው እንዲሆንላችሁ ተረድተናል።

ወዳጆች ሆይ ዕብ 10፥34,39; ፊል 1፥6 እና 7; 1ኛ ተሰ 1፥3,4

ብንናገር፥ አብልጦ የሚሻለውና ለመዳን የሚሆነው እንዲሆንላችሁ ተረድተናል ዕብ 2፥3; 5፥9; ኢሳ 57፥15; ማቴ 5፥3-12; ማር 16፥16; ሥራ 11፥18; 20፥21; 2ኛ ቆሮ 7፥10; ገላ 5፥6, 22, 23; ቲቶ 2፥11-14

ቍጥር 10 *እግዚአብሔር፥ ቅዱሳንን ስላገለገላችሁ እስከ አሁንም ስለምታገለግሉአቸው፥ ያደረጋችሁትን ሥራ ለስሙም ያሳያችሁትን ፍቅር ይረሳ ዘንድ ዓመፀኛ አይደለምና።*

የክርስቶስን ምሳሌነት የተከተለ አገልግሎት በብዙ ተግዳሮት የጨለማው መንግሥት ተቃውሞ ይገጥመዋል:: ይህንን ከሐዋርያው ጳውሎስ አገልግሎት መመልከት ይቻላል:: “በውጭ ፍርሃት፣ በውስጥ ፍርሃት፣ በሐሰተኛ ወንድሞች ፍርሃት ... ወዘተ ፍርሃት ነበረብኝ” የሚለው የሐዋርያው ንግግር ይህን ዕውነታ ፍንትው አድርጎ ማሳየት ይችላል:: በጌታችን አገልግሎት ውስጥም የምንመለከተው እንዲህ ያለውን ተቃውሞ ነው:: ለዚህ ነገር መላው የምድር ላይ ሕይወቱ ምስክር ነውና:: ብዙውን ጊዜ የተጠቁትንና የባዘኑትን ሊያገለግል ሲነሣ፣ ከፈሪሳውያኑ ዘንድ ተቃውሞ ይደርስበት ነበር:: ከተራራው ስብከት አንሥቶ እስከ ህማማቱ ድረስ ብሎም ሥጋውንና ደሙን የዓለም ሁሉ ማዕድ አድርጎ

በገበታ ላይ እስካቀረበበት ጊዜ ድረስ እርሱ ከፍተኛ ተቃውሞ ደርሶበታል፡፡ ለዕውሩ ዐይንን ስለ ሰጠ፣ እንዲሁም ከሳምራውያን ጋር ስለ ተነጋገረ፣ ደግሞም አመንዝራዪቱን ሴት ሊወግሩዋት ሲሉ፣ እርሱ ነፃ በለቀቃ ት ጊዜ፣ ደግሞም የዕውሩን የበርጠለሜዎስን ጩኸት ሰምቶ ሊፈውሰው ወደ እርሱ ባቀና ጊዜ ያደረጋቸው ነገሮች በእርግጥም ፈሪሳውያኑን የሚያስቈጡ ነበሩ፡፡

በእርግጥም የፈሪሳውያን አገልግሎት በሮማውያኑ ዘንድ በጊዜው እጅግ ተቀባይነት ነበረው፡፡ የጸሐፊው ደመወዝ በግፍ መውሰድ፣ ያለ አግባብ ምንዳውን መቀኈረጥ፣ እንዲሁም በየብስም ሆነ በውቃ ሰውን ለማጥመድ የሚደረገው ግብግብ በጊዜው ተቀባይነት ነበረው (ማቴ. 23÷1፣ 9-15፤ 23-24፤ ሉቃስ 3÷12-14)፡፡ የክርስቶስ አገልግሎትን የመሰለ የመስቀል አገልግሎት በዓለም የከበሬታ ሥፍራን አያገኝም፡፡ ምክንያቱም አንድም ቀኝህ የሚያደርገውን ግራህ አይወቅ ስለሚል፣ ይህ በእግዚአብሔር ፊት ዋጋ የሚያስገኝ እንጂ (ማቴ. 6÷3)፣ በዓለም ፊት ዋጋ የሚያሰጥ ነገር አይደለም፡፡ ስለዚህም የሚከፈለው መሥዋዕትነት ከሰው ዘንድ ክፍያን ወይም ብድራትን የማያስገኝ ሊሆን ይችላል (1ኛ ቆሮ. 13÷3)፡፡ "ስለ መልካምነትህ መልሰው እንዲከፍሉ ብለህ ወደ ግብዣ ምንም ነገር እንዳታመጣ፤ ይልቁንም ዐቅም የሌላቸውን እና መልሰው የማይከፍሉህን ወንድሞችህን ያለ ዋጋ ውደዳቸው ይላል ቃሉ (ሉቃስ 14÷12-14)፡፡

የዕብራውያን ክርስቲያኖች የተነቀፉ ናቸው፤ በመከራ የአስተምህሮ ችግሮች ቢኖሩባቸውም ቍጥር 10 ላይ ተግባራዊ የፍቅር ሕይወትን እንመለከትባቸዋለን፡፡ ሐዋርያው ጳውሎስ ለቆሮንቶስ ክርስቲያኖች ሲጽፍላቸው *"ፍቅር ግን ከሌለኝ ከንቱ ነኝ"* ብሏቸዋል፡፡ ብዙ መልካም ነገሮች ቢኖሩን፣ አገልግሎታችን ሰማይ ቢነካ፣ ጥሩ ሰባኪዎች ብንሆን፣ ፍቅር ግን ከሌለን ከንቱ ነን፡፡

"እግዚአብሔር ታማኝ ነውና በፍጹም አይበድላችሁም፤ ለእርሱ ብላችሁ የሰራችሁትን ሥራ እንዴት ሊረሳው ይችላል? ስለ ስሙ ክብር ብላችሁ እርሱ የወደዳቸውን ሰዎች ያለማቋረጥ በማገልገል ያሳያችሁትን ፍቅር ያስበዋል። ዕብ 6፡10 (ዘፓሽን ትራንስሌይሽን)

የዕብራውያን አማኞች ቅዱሳንን በማገልገል የተመሰከረላቸው ነበሩ፡፡ ይህም ማለት በቤ/ክ ውስጥ ዲያቆን ወይም ሽማግሌ ሆኖ ከማገልገል የሚበልጥ ተግባር ነው፡፡ በውስጡ ፍቅር፣ ትሕትናን፣ እናገኝበታለን፡፡ ብዙ ሰው እግዚአብሔርን ማገልገል ደስ ቢለውም፣

ሰዎችን በማገልገል ውስጥ የሚገኘውን አገልግሎት ለመፈጸም ግን ደስተኛ አይደለም፡፡ በመድረክ ላይ የሚሰጠውን አገልግሎት ተሻምተው ለማግኘት የሚሮጡ ሆኖም በአጠገባቸው ያሉትን ወንድሞቻቸውን ለማገልገል የማይፈቅዱ ጥቂቶች አይደሉም፡፡ የዕብራውያን አማኞች የተመሰከረላቸው ናቸው፡፡ ዘፓሽን የሚባለው መጽሐፍ ቅዱስ ፡- "እግዚአብሔር ታማኝ ነውና በፍጹም አይበድላችሁም፤ ለእርሱ ብላችሁ የሰራችሁትን ሥራ እንዴት ሊረሳው ይችላል? ስለ ስሙ ክብር ብላችሁ እርሱ የወደዳቸውን ሰዎች ያለማቋረጥ በማገልገል ያሳያችሁትን ፍቅር ያስበዋል"። ዕብ 6፡10

የእግዚአብሔር ቃል እርስ በርሳችሁ ተዋደዱ ብሎ ሲያዝዘን ይህ የተግባር ፍቅር ነው፡፡ አንዳንድ ሰዎች በቴሌቭዥን እንኳ ስብከታቸውን ሲያስተላልፉ፡- *"በጣም እወዳችኋለሁ"* ብለው ከቴሌቪዥን ውጭ የማያውቁትን ሕዝብ በቃላት ብቻ ፍቅራቸውን ሲገልጡት ይደመጣሉ፡፡ የቃል ፍቅር ፍቅራችንን ከምንገልጥበት አንዱ መንገድ ቢሆንም፣ የአንደበት ፍቅር ያለ ተግባር ሙት ነው፡፡ የአንደበት ፍቅር በጣም አስፈላጊና ጠቃሚነቱ የጎላ ቢሆንም፣ ከተግባር ፍቅር ጋር ሲዋሐድ ዕውነተኛነቱ ይረጋገጣል፡፡

አንድ ሰው እውድሃለሁ እያለ በቀጠሮ ሰዓት ትዝም የማንለውና ጭራሽም የሚቀር ከሆነ፣ በዚህ ሰው ልብ ውስጥ ሥፍራ እንደ ሌለን መገንዘብ እንጀምራለን፡፡ በአንድ ጉዳይ ግራ ተጋብተን ምክር ስንፈልግ፣ ስልኩንም የሚዘጋብን ከሆነ፣ የእርሱ የአንደበት ፍቅር ጠቀሜታው ምኑ ላይ ነው? የዕብራውያን ክርስቲያኖች ግን በተግባር የተገለጸው ፍቅር ነበራቸው፡፡ ጌታ ኢየሱስ ያሳየን ፍቅር በአንደበትና በተግባር ይገለጽ የነበረን ፍቅር ነው፡፡ በወንጌል መጽሐፍ ውስጥ የወደዳቸውን እስከ መጨረሻ ወደዳቸው ይላል፡፡ *"የሕይወት እንጀራ እኔ ነኝ" አባቶቻችሁ በምድረ በዳ መና በሉ፣ ሞቱም፤ ሰው ከእርሱ በልቶ እንዳይሞት ከሰማይ አሁን የወረደ እንጀራ ይህ ነው፡፡ ከሰማይ የወረደ ሕያው እንጀራ እኔ ነኝ፤ ሰው ከዚህ እንጀራ ቢበላ ለዘላለም ይኖራል፤ እኔም ስለ ዓለም ሕይወት የምሰጠው እንጀራ ሥጋዬ ነው"* (ዮሐ. 6፥49-51)፡፡

ጌታ ኢየሱስ ከፍቅሩ የተነሣ እንደ እንጀራ ከመቈረሱ በፊት የፍቅርን ቃልም በማሰማት የእርሱ የሆኑትን በፍቅር ጠራቸው፤ በዚህ ብቻ ግን አልቆመም፡፡ በብዙ ካገለገላቸው፣ እግርን ዝቅ ብሎ እስከ ማጠብ የፍቅርን አገልግሎት ከገለጸላቸው በኋላ በመጨረሻም በመስቀል ላይ ለሰው ልጆች የስቃይን ሞት እስከ መሞት ፍቅሩን ገለጸ፡፡ ይህ ምንኛ ድንቅ ፍቅር ነው፡፡

ቅዱሳንን ስላገለገላችሁ እስከ አሁንም ስለምታገለግሏቸው

ቅዱሳን (hag'-ee-os/hagios /ሃጊዮስ) ማለት፡- የተለየ፣ የነጻ፣ ቅዱስ ማለት ነው፡፡ *ሃጊዮ* የተቀደሰ ወይም ለእግዚአብሔር ፈቃድ ከዓለም የተለየ የሚል አሳብ ያለው ቃል ነው፡፡ ቅዱሳን ከክርስቶስ ጋር በመቀመጣቸው ነው ቅድስናውን ያገኙት ግን ከጠፊው ዓለም ፊትም በሥራቸውና በምግባራቸውም የተለዩ ናቸው፡፡ በጨለማ፣ በቆሸሸና በዘማዊ ዓለም ውስጥ ራሳቸውን በቅድስና ለመጠበቅ በእግዚአብሔር የተለዩ ናቸው፡፡ *(መጽሐፍ ቅዱስ ጥቅሶች የብሉይና / የአዲስ ኪዳን ግሪክ መዝገበ ቃላት፣ የቲየር ትርጉም፣ አስቲን)*

[**ቅዱሳንን ስላገለገላችሁ**] በይሁዳ በስደት እና በመከራ ውስጥ እያለፉ የሚገኙ ድሆች ክርስቲያኖችን ለመደገፍና ለማጽናናት የድርሻቸውን ተወጥተዋል፡፡ እናም አገልግለዋል፤ ደግሞም በማገልገል ላይ ናቸው፡፡ ከሌሎች ጋር የጋራ የሆነ ዓላማ ያላቸው መሆናቸውን አስመልክተው ሙሉ የሆኑ ማረጋገጫዎችን ሰጥተዋል፡፡ ደግሞም ይህ በድነት ነባራዊ ሁኔታ ውስጥ ለመሆናቸው ከሚሰጡ ማረጋገጫዎች አንዱ ነው፡፡ *(የኢየም ክላርክ ኮሜንታሪ, 1996, 2003, 2005)*

እያንዳንዱ መልካም ሥራ በእግዚአብሔር ስም ላይ ካለ እምነት፣ እንዲሁም ከማንነቱ እና ከእግዚአብሔር መልካምነት ሊወጣ ይገባል፡፡ ደግሞም እያንዳንዱ *ሥራ* ማለትም በዕውነተኛው መልኩ መልካም የሆነ *ሥራ* መዳረሻውን እግዚአብሔር በሚያደርግበት መልኩ የልብ መነሻ አሳቡ ፍቅር ሊሆን ይገባል፡፡

ታው ኮፉ የሚሉት ቃላት፣ ድካም በሚል ከፍቅር ፊት የገባው አስፈላጊ ናቸው ከሚባሉቱ የቅዱሳት መጻሕፍት የመጀመሪያ ጽሑፎች /ማኑስክሪፕትስ/ እና እትሞች /ቨርሺን/ ሁሉም ውስጥ አይገኝም ማለት ይቻላል፡፡ ግሬይስባች ከምንባቡ ውስጥ አውጥቶታል፡፡*(የኢየም ክላርክ ኮሜንታሪ, 1996, 2003, 2005)*

"እግዚአብሔር ዐመፀኛ አይደለም" ሲል የእግዚአብሔርን ምሕረትና ለፍቅር የሚሸነፍ ባሕርይያሳያል፡፡ ዐመፀኛ ሰው ዕንቢታን ይመርጣል፡፡ በጕልበትና በኃይል የሚፈልገውን ከማድረግ ወደ ኋላ አይልም፡፡ ዐመፅ ውስጥ ጥላቻ፣ በቀል፣ ኃይልን መጠቀም፣ ጨካኝነት

አለ። እነዚህ ሁሉ የእግዚአብሔር ባሕርያት አይደሉም። እርግጥ እግዚአብሔር በኃጢአት ላይ ፈራጅና ቍጡ አምላክ ነው። ዐመፀኞችንም ለመቅጣት ጨካኝ ነው። ይህ ባሕርይው ግን ከብዙ ትዕግሥት በኋላ ከመገለጹም በላይ በኃጢአት ላይ ብቻም የሚፈጸሙ ናቸው።

እነዚህ የዕብራውያን ክርስቲያኖች ምንም እንኳ በሕይወታቸው ላይ ድካም ቢታይባቸውም፤ አንዳንዶቹም ድነትን የመቀበላቸው ጉዳይም አጠራጣሪ ቢመስልም፣ በመካከላቸው ግን ጌታን በትክክል የሚያውቁ አማኞች እንዳሉ በቍጥር 9 ላይ እንደ ተገለጸው ለመዳን የሚሆን ሥራ በመካከላቸው እንደ ተገለጸና ድነትን እንደ ተቀበሉም እንረዳለን። ከዚህም በኋላ እምነታቸው በሥራ ተገልጦ ክርስትናቸውን በተግባር በመግለጽ ቅዱሳንን የሚያገለግሉ ሆነዋል።

ይህ ያደረጉት መልካም ምግባር በሥራ መድጸቅ ይቻላል ብለው ለሚያስተምሩ ወገኖች በማስረጃነት ሊቀርብ የሚችል ቢመስልም፣ ድነት ግን በሥራ እንደማይገኝ መጽሐፍ ቅዱስ ግልጽ አድርጎ ያስተምረናል። ይሁንና ቃሉ ያለ ሥራ የሆነ እምነት የሞተ ነው እንደሚል የዕብራውያን አማኞች የእምነታቸውን ዕውነተኛነትና ሕያው መሆንም አሳይተዋል። ይህን የእነርሱን እምነትና ትጋትም እግዚአብሔር ረስቶ ከንቱ ልፋት ይሆንባቸዋል ማለት እንዳልሆነ ያስረዳቸዋል። ማንም በሠራው መልካም ሥራ ሽልማትን እንደሚያገኝ፣ በዕኩይ ድርጊቱም ቅጣት እንደሚጠብቀው ቃሉ ግልጽ አድርጎ ያስተምራል።

***ሥራ* (er'-gon/ergon/ኤርጎን)** የሚወክለው አድካሚ ሥራን ወይም ጥረትን ነው። በዕብራውያን 6፥1 ላይ ያለውን የሞተ ያልሆነውን መልካም ሥራ መመልከት ይቻላል። *(መጽሐፍ ቅዱስ ጥቅሶች የብሉይና / የአዲስ ኪዳን ግሪክ መዝገበ ቃላት፣ የቲየር ትርጉም፣ አስቲን)*

አውግስቲን ሲናገር እኛ ሥራውን እንሠራለን፣ ነገር ግን በእኛ ውስጥ ሆኖ ሥራውን ይሠራል። ያለ እግዚአብሔር አንችልም፤ ያለ እግዚአብሔር አይሆንም።

ይህ "መልካም ሥራ" በመባል ይታወቃል። መልካም ሥራን ከታላቁ ሊቀ ካህናት የእምነታችን ራስ እና ሐዋርያ (ምንጭ፣ ፋና-ወጊ) ከሆነው ከእርሱ እንማራለን። ጌታ ኢየሱስ "አባቴ እስከ ዛሬ ይሠራል፥ እኔም ደግሞ እሠራለሁ" (ማቴ. 5፥17) በማለት

ለአይሁድ ሽማግሌዎች እንደ ተናገረው፣ ደግሞም ለተከታዮቹ ከወይኑ ግንድ ጋር ስለ መጣበቅ እንደ ተናገረው እነርሱ በተገለጠው ሕይወት እግዚአብሔር አስቀድሞ ያዘጋጀውን መልካሙን ሥራ ይሠራሉ።

ጴጥሮስ እግዚአብሔር የናዝሬቱ ኢየሱስ በመንፈስ ቅዱስ በኃይልም ቀባው (የሐዋ. 10÷38) ብሎ ሲናገር፤ ቅዱስ ጳውሎስ ደግሞ እግዚአብሔር አስቀድሞ ያዘጋጀውን መልካሙን ሥራ ለማድረግ በክርስቶስ ኢየሱስ ተፈጠርን ይለናል (ኤፌ. 2÷10)። በእግዚአብሔር ልብ የነበረውን ሥራ፣ ማለትም ታላቁ መሐንዲስ ያዘጋጀውን ማስተር ፕላን በክርስቶስ በኩል ለእኛ ሰጠን።

ይህን ሥራ አብራርቶ የሚገልጥን መንፈስ ቅድስም ተሰጥቶናል፤ ምክንያቱም ከእግዚአብሔር መንፈስ ቅዱስ በስተቀር ማስተር ኘላኑን ተረድቶ ለአማኝ የሚገልጽ የለም። ማስተር ኘላኑ እጅግ ጥልቅ ዕውቀት እና ጥበብ ተሞልቶ የተዋቀረና የተዘጋጀ ነው። ማስተር ኘላኑ የዕወቀት ሁሉ መዝገብ የሆነው ጌታችን ኢየሱስ ክርስቶስ ነው። የክርስቶስ ማንነት (የክርስቶስ ልብ) ለእኛ ተሰጥቶናል።

የክርስቶስ ልብ የክርስቶስ ማንነት እንደ ሆነ ሁሉ፣ የእርሱን ማንነት በእኛ ሕይወት ሊገልጥ መንፈስ ቅዱስ ተሰጠን። ይህም የክርስቶስ ልብ (የክብሩ ዕውቀት ብርሃን) ተብሎ በ2ኛ ቆሮ. 4÷6 እንደ ተጻፈ ኢየሱስ ሊገለጥልን ፈቀደ።

በገለጠልን መጠን ከእኛ ሕይወት ጋር በውስጣዊ ማንነታችን እያበራ ለወንድሞቻችን መልካምን ሥራ መሥራት የምንችልበትን ዐቅም አገኘን። ወንጌላችን የእርሱ የዕውቀት ብርሃን፣ የሕይወት ሽታና የጥበብ መዝገብ ሆነልን። ይህ መልካም ሥራ ሰማያዊ ሲሆን፣ ለፍጥረታዊ ሰው ሞኝነት በመሆኑ የሚቀበለው አይደለም። ስለዚህ ይህ ዕውቀት በውስጡ ሲበራለት እና ሲተገብረው ይህ ለአማኙ መዳን፣ በዓለም ላሉ ጠቢባን ደግሞ ሞኝነት ቢሆንም፣ የክርስቶስ ሥራ መሆኑን ግን ዕውቅና ይሰጡታል።

ይህ የሥራ ፍሬ የክርስቶስ እና የክርስቶስ ባሕርይ መሆኑን ቢናገሩ ግን በዓለም ዘንድ ክብር የማይሰጠው ጉዳይ አይደለም። አንዲት መበለት በጎዳና ላይ ለሚኖር ሰው ብርጭቆ ውኃ ብትሰጥ እና አንድ ፖለቲከኛ ደግሞ በሚዲያ ታጅቦ ለድሀ ስጦታ ለመስጠት ካሽበረቀው ውድ መኪናው ወጥቶ ጋዜጠኞች ጥያቄ እያቀረቡለት ስጦታ

ቢያበረክት፣ በዜና የሚቀርበው ማን እንደ ሆነ ለማወቅ የጠፈር ተመራማሪ መሆን አይጠበቅብንም፡፡

የጌታችን የኢየሱስ ክርስቶስ መልካም ሥራ በሄሮድስ እና በሊቀ ካህናቱ ቀያፋ ዘንድ መልካም ሆኖ ቢቆጠር ኖሮ ባልሰቀሉት ነበር፡፡ ሐዋርያው ጳውሎስ የምሥራቹን ወንጌል ሰበከ፤ ከሁሉም ይበልጥ ድሆችን ለመርዳት ደከመ፣ ለወንድሞቹ መሥዋዕት ለመሆን ደሜ ቢፈስስ ሲል የሚሟገት ቅን ሰው ነበር፡፡ የእርሱ ዕድል ፈንታው በዚህች ዓለም በድንጋይ መወገርና በሰይፍ መሰየፍ ነው፡፡

በሰው ልጆች ታሪክ ውስጥ ከዔድን ገነት ከፍጥረት መጀመሪያ አንሥቶ ብዙ መልካም ነገሮችን ቢደረጉም፣ መልካምነቱ በሰው አእምሮ የማይለካ ጌታችን ኢየሱስ ክርስቶስ ያደረገው መልካም ሥራ ነው፡፡ ሐዋርያው ለሮሜ ሰዎች እንደ ጻፈላቸው "ለጻድቅ የሚሞት በጭንቅ ይገኛልና፥ ስለ ቸር ሰው ግን ሊሞት እንኳን የሚደፍር ምናልባት ይገኝ ይሆናል፡፡ ነገር ግን ገና ኃጢአተኞች ሳለን ክርስቶስ ስለ እኛ ሞቶአልና እግዚአብሔር ለእኛ ያለውን የራሱን ፍቅር ያስረዳል" (ሮሜ 5፥7-8)፡፡

በዐመፀኛው ሰው ፍርድ ገብቶ አበሳህን እወስዳለው፤ ደግሞም ከዚህ በኋላ ወዳጄ ትሆናለህ የሚል ጌታ ኢየሱስ ብቻ ነው፡፡ የጌታን ፈለግ የሚከተሉ እንደ ሰማይ ከዋክብት የደመቁ ቢሆኑም፣ በዓለም ግን የተዋረዱና ሥፍራ የሌላቸው ናቸው፡፡ ሐዋርያው ይህን ሁሉ ከጠቀሰ በኋላ እነዚህ ሕያው ምስክሮች እንደ ደመና በዙሪያችን ከብበውናል፤ ስለዚህ እኛም መልካም ለመሥራት እንሩጥ ይላቸዋል፡፡ ዓለም ያላወቀቻቸው እና ያልተገባቸው ቅዱሳን ለከበረ ተልእኮ ራሳቸውን ሰጥተው በምድርና በየብስ ቢንከራተቱም፣ በዚህች ምጥ ይዟት በምታቃስተው ዓለም ዕውቅናና ክብርም አግኝተው የድካማቸውን ፍሬ አልሰበሰቡም፤ አላጬዱም፡፡

ከዚህች ዓለም ክብርን የሚሹ ወገኖች ያልገባቸው ነገር ቢኖር "በዚህች ሕይወት ብቻ ክርስቶስን ተስፋ ያደረግን ከሆነ ከሰው ሁሉ ይልቅ ምስኪኖች ነን" (1ኛ ቆሮ. 15፥19) የሚለውን የሐዋርያውን አሳብ አለመረዳታቸው ነው፡፡ ታላቁ ሊቀ ካህናት በድካም ተሰቅሎአል፡፡ በዓለም ጠቢባንም ሆነ ዐዋቂዎች ዘንድ ለመታረድ ተፈረደበት፤ ሰቅለውም ከሰፈራቸው አውጥተው ቀብረውት ነበር፡፡ ነገር ግን የመሥዋዕቱን ደም ይዞ በዘላለም

መንፈስ በመንፈስ ቅዱስ አማካይነት ደመና ተቀብላው ወደ ቅድስተ ቅዱሳን ገባ፡፡ እኛም ሕያዋን የሆንን መልካሙን ሥራ በመሥራት ሕይወትን ለማካፈል በክርስቶስ ኢየሱስ ተፈጠርን፡፡

ለስሙ ያሳያችሁትን ፍቅር ይረሳ ዘንድ ዐመፀኛ አይደለም

ያሳያችሁትን (en-dike'-noo-mee / endeíknumi / ኢንዴኩኒም ከ en/ኢን = ውስጥ + deíknumi / ዴክኑሚ = ማሳየት) ማለት፡- ማሳየት፣ ለዕይታ ማቅረብ፣ ማረጋገጥ፣ ራስን ማሳየት፣ ግልጽ ማረጋገጫ መስጠት፣ አንድን ነገር በማስረጃ ማረጋገጥ፡፡ አንድን ነገር ለአንድ ሰው በማሳየት ማረጋገጥ ማለት ነው፡፡ *(መጽሐፍ ቅዱስ ጥቅሶች የብሉይና / የአዲስ ኪዳን ግሪክ መዝገበ ቃላት፣ የቲየር ትርጉም፣ አስቲን)*

ፍቅር (ag-ah'-pay / agape / አጋፔ) የሚያብራራው ምክንያታዊ ያልሆነውን፣ መሥዋዕትነት የሚከፍለውን ፍቅር ሲሆን፣ የእግዚአብሔር የሆነውን እና በመንፈስ ቅዱስ ለልጆቹ የሚያካፍላቸውን ፍቅር ነው፡፡ (ኤፌ. 5÷18፤ ገላ. 5÷16-18፤ ገላ. 5÷25) *(መጽሐፍ ቅዱስ ጥቅሶች የብሉይና / የአዲስ ኪዳን ግሪክ መዝገበ ቃላት፣ የቲየር ትርጉም፣ አስቲን)*

ከማንረዳቸው ኃጢአቶች በተቃራኒ፣ ማለትም እግዚአብሔር ድጋሚ ከማያስታውሳቸው (ዕብ. 8÷12)፣ በስሙ ማገልገል፣ ለክብር ሥር ማገልገል በዚህም በሚመጣውም ዓለም አይረሳም፡፡ በማቴዎስ 5÷16 ላይም ተመሳሳይ አሳብ ይታያል፤ የመጨረሻውን ክብር የሚወስደው እግዚአብሔር ነው፡፡ ጳውሎስ የተሰሎንቄ አማኞችን በእምነት ሥራቸውና በፍቅር ተግባራቸው በክርስቶስም ላይ ባላቸው እምነት እግዚአብሔር እንደ መረጣቸው እንደሚያውቅ ይነግራቸዋል፡፡ (1ኛ ተሰ. 1÷3-4) *(ቅድመ አስቲን)*

ይረሳ ዘንድ

ሐዋርያው በወንድማማችን ፍቅር የእግዚአብሔር ሥራ ይበዛላቸው ዘንድ ይመኛል፤ ይፈልጋል፤ ይመክራል፤ ያዝዛል፡፡ ይህን የወንድማማች ፍቅር ያዘዘው ጌታቸው ኢየሱስ ክርስቶስ ነው፡፡ ይህም የመሥዋዕት በግ ሆኖ በመሠዊያው ላይ በመቅረብ የአብ የፍቅሩ ልክ ምን ያህል እንደ ሆነ አሳይቷል፡፡ እግዚአብሔር የሰውን ልጅ ስለ ወደደ ልጁን ሰጠ፤

ልጁም እኛን ስለ ወደደ ራሱን ሰጠ። እርሱ የእግዚአብሔር በሆነው ነገር ሁሉ የተሾመ ከሁሉ የተሻለ መሥዋዕት እና ሊቀ ካህናት ነው።

ይህ ፍቅር እንደ መሠረት ሆኖ ለአማኝ ወንድሞቻቸው ይህን ፍቅር በማካፈልና በመግለጥ እንዲበዛ ሐዋርያው ያዝዛቸዋል። በፍቅር ማደግና መጠንከር ማለት ይህ ነው። የክርስቲያን ሙብሰልና አጥንት መቆርጠም የዕድገታችን ልክ ሆኖ የሚታየው ለወንድሞቻችን በምናሳየው የክርስቶስ መሥዋዕታዊ የፍቅር ሥራ ነው። ይህን የምናደርገው እርሱ አስቀድሞ ስለ ወደደን ነው፤ እኛም ይህን ሕይወት ለሌሎች የምናካፍለው ስለ ክርስቶስ ስም ብለን ነው።

በፍቅር የተመሠረተው ማንኛውም ዕንቅስቃሴ በአብ ዘንድ የሚታይና የሚከታተለው፤ በንጉሥ ግምጃ ቤት ተመዝግቦ የሚቀመጥ ነው። አንዲትም ድርጊት በመዘንጋት ሳይጸፍ በመጨረሻው ቀን በዐደባባይ ሳይታወስ እና ሳያሸልም አይቀርም። የንግሥተ አስቴር፣ የሐማ እና የመርዶኪዮስ ታሪክ ይህን ያስተምረናል። ይህ ፍቅር ግን ክርስቶስን በማወቅ እየበረታና እያደገ ይመጣል፤ ማለትም የክርስቶስ ፍቅር በእኔ፣ በአንቺና በእኛ እየተገለጠ ለወንድሞቻችን የነፍስ ዕረፍትና የነፍስ ሙብል ይሆናል።

የክርስቶስን ፍቅር ስንገልጥ በዓለም መከራ ወድቆ ለሚገኘው እኛ የቀመስነውን ሕይወት እንዲካፈል እናደርገዋለን። የዕብራውያን ጸሐፊ ይህ ፍቅር እንዲበዛ ይሻል፤ ስለሆነም አማኞች ክርስቶስን በማወቅ ከመጀመሪያ ትምህርት ወጥተው አጥንት መቆርጠም እንዲችሉ ይመክራቸዋል። አጥንት መቆርጠም ማለት ከጭንቅላት ዕውቀት ያለፈ የልቡና ዐይኖች ሲበሩ ከዚያ የሚወጣ ልዩ መረዳት ነው (ፊልጵ. 1፥9፤ ኤፌ. 3፥17፤ 1ኛ ተሰ. 4፥9፤ 2ኛ ተሰ. 1፥3)።

እንግዲህ ነገሮችን የምንመለከተው በክርስቶስ የፍቅር መነጽር ሊሆን ይገባል፤ ያን ጊዜ አስተሳሰባችን እና ድርጊታችን ክርስቶስን የመሰለ ይሆናል። ብዙዎቻችን ይህ መነጽር በማያሳየን የልብ ዕይታ ተመርኩዘን ወንድሞቻችንን ያለ ፍቅር እያገለገልላቸው ይሆንን? በርካታ ታላላቅ ሥራዎች እና በሰው ዘንድ የሚያስከብሩ ዕንቅስቃሴዎች ከቤተ ክርስቲያን ከመድረክ ጀምሮ እስከ ውጭው መኪና ማቆሚያ ሥፍራ ድረስ ይታያሉ። ይሁን እንጂ፣ አገልግሎታችን ከታይታ አልፎ በየመንደራችንና በየሰው ቤት ማጀት ዘልቆ ይሆን? (1ኛ ቆሮ. 13፥1-3)

ይረሳ (ep-ee-lan-than'-om-ahee/epilanthanomai /ኢፒላንተታኖማይ hepi /ኢፒ = ውስጥ - intensifies meaning of following verb + lantháno = መደበቅ) በአዲስ ኪዳን ሁለት ዐይነት ዕይታ አለው:: መርሳት የሚል ይህም የሆነ መረጃን መርሳት ሲሆን፣ ሁለተኛው ችላ ማለት፣ ማለትም አነስተኛ አትኩሮት መስጠት ማለት ነው:: ኢፒ የሚለው ቀድሞ የመጣው ቃል ደግሞ የሚያጎላው መርሳትን ብቻ ሳይሆን፣ ሙሉ ለሙሉ መርሳትን ነው:: *(መጽሐፍ ቅዱስ ጥቅሶች የብሉይና / የአዲስ ኪዳን ግሪክ መዝገበ ቃላት፣ የቲየር ትርጉም፣ አስቲን)*

ዐመፀኛ (ad'-ee-kos/adikos /አዲኮስ) የሚገናኘው ፍትሐዊ ካለመሆንና ዐመፀኛ፣ ፍትሐዊ ያልሆነ እና መልካም ስብዕና የሌለው ከሚል አሳብ ጋር ነው:: *አዲኮስ* ትክክለኛ ከሆነው መንገድ በተቃራኒ መገኘት ማለት ሲሆን፣ ይህ ደግሞ በእግዚአብሔር ዘንድ የማይሆን ነው:: *(መጽሐፍ ቅዱስ ጥቅሶች የብሉይና / የአዲስ ኪዳን ግሪክ መዝገበ ቃላት፣ የቲየር ትርጉም፣ አስቲን)*

[**እግዚአብሔር ዐመፀኛ አይደለም**] እግዚአብሔር ለእነርሱ በሰጣቸው የተስፋ ቃል ለሰዎች የግድ የሚገኝላቸው ነው:- ይህን ተስፋ የሚፈጽመው ተገድዶ አይደለም፤ ነገር ግን እርሱ አንድ ጊዜ ተስፋውን ከሰጠ፣ ይህን እንዲያደርግ ጽድቁ ወይም ፍትሑ ግድ ይለዋል:: ስለዚህ የቱንም ቃል ከሰጠ፣ በእርግጠኝነት ያደርገዋል:: ዳሩ ግን እያንዳንዱን መልካም *ሥራ* እና በፍቅር የሚደረግ ድካም ለመባረክ የተስፋ ቃልን ሰጥቷል:: ደግሞም በእርግጠኝነት ለእናንተ *ሥራ* ብድራትን ይመልሳል፤ የእግዚአብሔር የተስፋ ቃሎች የእግዚአብሔር ዕዳዎች ናቸው::*(የአደም ክላርክ ኮሜንታሪ, 1996, 2003, 2005)*

ባርንስ ሲጽፍ እግዚአብሔር ምንም ስሕተት አይሠራም:: ክብሩን የሚያወሩትና መልካም የሚያደርጉትን ሽልማትን መስጠት አይረሳም:: እዚህ ጋር ያለው ትርጉም የቅዱሳኑን አገልግሎት ለማገልገል ባሳዩት ትሕትና ለእግዚአብሔር ያላቸውን መስጠት በዕውነት ዐሳይተዋል:: እግዚአብሔር ይህንን ከረሳ ዐመፀኛ ይሆናል (1) ምክንያቱም መታወስ ያለበት ባሕርይ አለ እና (2) ቃል የተገባ ነገርም ነው ሽልማት እንደሚሰጥ፣ (ማቴ. 10÷12):: *(ባርንስ፣ አልብርት፣ ወደ አዲስ ኪዳን ላይ ኮሜንተሪ)*

በዘመናችን ቤ/ክ ውስጥ የጐደለን አንድ ትልቅ ችግራችን ዕውነተኛውን የአንደበትና የተግባር ፍቅርን ማጣታችን አይደለምን? በሽንገላ ፍቅር ውስጥ በመመላለስ

እግዚአብሔርን እንበድላለን፡፡ ሰውንም እናታልላለን፡፡ እንዲህ የመሰለው ክፉ ተግባር በመጨረሻ ውጤቱ ብዙ ዋጋ የሚያስከፍለን ይሆናል፡፡ የአንደበት ሽንገላ ለጊዜው ሰዎችን ቢያታልልም፣ እግዚአብሔርን ግን ማታለል አንችልምና የዘራነው ክፉ ዘር መልሰን መቀበላችን አይቀርም፡፡

የክርስቶስ ሕይወት በራሳችን ብልጽግና ውስጥ ተመችቶን የምንኖረው ሕይወት አይደለም፡፡ ዛሬ በቤ/ክ ውስጥ ያለው ልምምድ ግን ይህን ያሳየናል፡፡ ተመችቶን የምንኖረው የድሎት ሕይወት ሌሎችን እንድናስብ የሚያደርግ አይደለም፡፡ ከዚህ ይልቅ አንዳንዴ ለታይታ ከትርፋችን የምናደርገው ልግስና እንኳ በዐደባባይ እንዲነገርልን፣ በቴሌቭዥን እንዲታይ፣ በጋዜጣ እንዲጻፍ እናደርጋለን፡፡ ጌታ ከትርፋቸው በርከት ያለ ገንዘብ የሰጡትን ሰዎች አላደነቀም፡፡ ይልቅስ ሁለት ሳንቲምን ከጒድለቷ የሰጠችው ሴት ለእርሱ ትርጒም ነበራት፡፡

ሁልጊዜም የሰውና የእግዚአብሔር ቀመር እንደ ተለያየ ነው፡፡ አንድ ሰው አምስት መቶ ሺህ ብር ቢሰጥ የዜና አውታሮች ሁሉ የእርሱን ስጦታ አጋንነው ያወሩታል፡፡ አንድ ድሀ የዕለት ዳቦ መግዣውን አንድ ብር ቢሰጥ ማንም ከቍጥር አያስገባውም፡፡ ስጭውም ራሱ ዕፍረት ውስጥ ይገባል፡፡ ጌታ ግን የተመለከተው የውስጥ ልቦናን ነው፡፡ ሰው የውጭውን ብቻ በማየት ይታለላል፡፡ እግዚአብሔር ግን ከቶ የሚታለል አምላክ አይደለም፡፡

ቍጥር 10 እግዚአብሔር፥ ቅዱሳንን ስላገለገላችሁ እስከ አሁንም ስለምታገለግሉአቸው፥ ያደረጋችሁትን ሥራ ለስሙም ያሳያችሁትን ፍቅር ይረሳ ዘንድ ዓመፀኛ አይደለምና።

ቅዱሳንን ስላገለገላችሁ ምሳ 14÷31; ማቴ 10 42; 25÷40; ዮሐ 13÷20

እግዚአብሔር ዘንድ ዓመፀኛ አይደለምና ዘዳ 32 4; ሮሜ 3÷4,5; 2ኛ ተሰ1÷6, 7; 2ኛ ጢሞ 4÷8; 1ኛ ዮሐ 1÷9

ይረሳ ዘንድ ነህ 5÷19; 13÷22,31; መዝ 20÷3; ኤር 2÷2,3; 18÷20; ሥራ 10÷4,31

ያደረጋችሁትን ሥራ1ኛ ቆሮ 13÷4-7; ገላ 5÷6,13; 1ኛ ተሰ 1÷3; 1ኛ ዮሐ 3÷17,18

ለስሙም ያሳያችሁትን ፍቅር ዕብ 13÷16; ምሳ 14÷31; ማቴ 10 42; 25÷35-40; ማር 9÷41; ሥራ 2 44,45; 4÷34,35; ሥራ 9÷36-39; 11÷29; ሮሜ 12 13; 15÷25-27; 1ኛ ቆሮ 16÷1-3; 2ኛ ቆሮ 8÷1-9; 9÷1; 2ኛ ቆሮ 9÷11-15; ገላ 6÷10; ፊል 4÷16-18; ቆላ 3÷17; 1ኛ ጢሞ 6÷18; 2ኛ ጢሞ 1÷17,18; ፊልሞና 1÷5-7; ያዕ 2÷15-17; ያዕ. 1ኛ ዮሐ 3÷14-17

ቍጥር 11-12 በእምነትና በትዕግሥትም የተስፋውን ቃል የሚወርሱትን እንድትመስሉ እንጂ ዳተኞች እንዳትሆኑ፥ ተስፋ እስኪሞላ ድረስ እያንዳንዳችሁ ያን ትጋት እስከ መጨረሻ እንድታሳዩ እንመኛለን።

እስከመጨረሻው ድረስ በጋለ ፍቅር ሆናችሁ እንድትገሰግሱ እና ተስፋችሁም ተፈጽሞ እንድናይ እንናፍቃለን። ዕብ 6፡11 (ዘፓሽን ትራንስሌይሽን)

በእነዚህ ሁለት ቍጥሮች ላይ በመጽሐፉ ጥናት ላይ ወሳኝ የሆኑ ቍልፍ ቃላትን እናገኛለን፡፡ እነዚህም እምነት፣ ትዕግሥት፣ የተስፋው ቃል፣ ዳተኝነት፣ ትጋት እስከ መጨረሻው ማሳየት የሚሉት ናቸው፡፡ እነዚህ ቃላት በዚህ መጽሐፍ ጥናትም ሆነ በማንኛውም አማኝ መንፈሳዊ ሕይወት ውስጥ ቍልፍ ድርሻ ያላቸው ናቸው፡፡ በዚህ መጽሐፍ ውስጥ ስለ እምነትና በትዕግሥት ጸንቶ የተስፋውን ቃል ስለ መውረስ በየትኞቹም የመጽሐፍ ቅዱስ ክፍሎች ከተጻፈው በላቀ መንገድ ተጽፎ እናገኛለን፡፡

እግዚአብሔር ለተስፋው ቃል የታመነ መሆኑን አስቀድሞ ለአብርሃም በኪዳን መልክ ዐውጆለት ነበር፡፡ ይህ ተስፋ ደግሞ በኀላፊ ጊዜ የተቀመጠና በመሆን የሚገኝ ወደፊትም የሚፈጸም አድርጎ ነበር ቃል የገባለት፡፡ ይህ የገባለት ቃል በማንነቱ ተማምኖ በሊቀ ካህናቱ አገልግሎት የሚፈጸም እንደሚሆን ዐሳይቷል፡፡ ይህ የተስፋ ቃል እንደሚፈጸም ያስመሰከረው በመስቀል ሞት ተፈጽሞ የወጣ፣ እንደ መልህቅ በአብ ቀኝ መቀመጡ ነው፡፡ የተስፋው ቃል አንድ ጊዜ በጽድቅ ከአፉ ወጥቷል፡፡ ስለዚህም ደግሞ የሚፈጸም ይሆናል፡፡

በዳኝነት ወንበሩ ላይ ሆኖ የበየነው ደግሞ በልጁ ያመኑ ሰዎች የጽድቅን ስጦታ እንዲያገኙ ነው (ኢሳ. 45÷23፤ መዝ. 89÷14)፡፡ ይህ የበረከት ዐዋጅ ለአመኑ ሰዎች እንዲደርስ ከጠላት፣ ከሥጋ እና ከዓለም ፈተና ቢያጋጥመውም፣ “ተራሮች ይፈልሳሉ፤ ኮረብቶችም ይወገዳሉ፡፡ ቸርነቴ ግን ከአንቺ ዘንድ አይወገድም” (ኢሳ. 54÷10) ብሎ እንደ ተናገረው በክርስቶስ ሞትና ትንሣኤ ወደ ፍጻሜ የሚቸኵል የተስፋ ቃል ሲሆን በእግዚአብሔር ኃይል ለአማኞች በሰማይ ተጠብቆላቸው ይገኛል (1ኛ ጴጥ. 1÷3-5)፡፡

ይህ የተስፋ ቃል በሰማይ የጸና ሲሆን፣ በገሃዱ ዓለምም ላይ የነገሠው፡- (ሀ) ሞት በኃጢአት ላይ ነገሠ (ሮሜ 5፥17)፡፡ (ለ) ኃጢአት በሞት ላይ ነገሠ (ሮሜ 5፥21)፡፡ ስለዚህ በሕይወታቸው በሞት ፍርሃት የተያዙትን፣ ማለትም በገሃዱ ዓለም ላይ ያደረገው ጥላሸት የሚወገደው በትዕግሥትና በጽናት ይሆናል፡፡

ለፊተኛው ሰው የሚገዛው ሰው በገሃዱ ዓለም ለኃጢአት እና ለሞት ተገዥ ሆኖ የተሸጠበትን ረቂቂነቱን ይዞ የሚመላለስ ነው፡፡ ስለዚህም ሐዋርያው ጳውሎስ ረቂቅ የሆነ ለሞት የተሰጠ (ሮሜ 7፥24) እና ከኃጢአት በታች ሊሆን የተሸጠ (ሮሜ 7፥14) ሰው ነው፡፡ በዚህ የሙታን በድን ባለበት የጨለማው ዓለም ክርስቲያን በእምነት ዐይኖቹ በእግዚአብሔር ኃይል እንደ ጠጠበቀ ዐውቆ እንደ አብርሃም በሚኖርበት ምድር የተስፋውን ቃል ተማምኖ ለእግዚአብሔር ክበር እየሰጠ ሊኖር ይገባዋል፡፡

ስለሆነም የውጭው ሰውነታችን ቢጠፋ እንኳ - ይህም በገሃዱ ዓለም መበስበስ እንዳለና የዚህ ዓለም መልክ አላፊ እንደ ሆነ በማስተዋል ተስፋውን ይዞ በውስጥ ሰውነቱ እየጎለመሰ የሚሄድበት ዕድል ተሰጥቶታል (2ኛ ቆሮ. 4፥16-18)፡፡ ሁላችንም በእምነት በኩል የሸሸነው እና አጥብቀን የያዝነው ብድራትን የሚያስገኘው ዕውነት፣ ክርስቶስ በአብ ቀኝ ስለ እኛ ይታይ ዘንድ የገዛ ደሙን ይዞ መግባቱ ነው (ዕብ. 6፥17-18)፡፡

የሸሸነውም ከኃጢአት፣ ከሞት፣ ኃጢአተኛ ሥጋ፣ ጨለማ እና መርገም ሲሆን፣ ተስፋው ደግሞ እርግጥ ጽኑ የሆነ ነው፡፡ ይህም "እርሱ" ክርስቶስ ኢየሱስ ነው (ዕብ. 6፥19)፡፡ መጽሐፍ ቅዱሳችን ስለ አንዱ ስለ ኢየሱስ ክርስቶስ ይናገራል (ገላ. 3፥16)፡፡ የሰውን ዘር ይዞ በመጋረጃው በኩል የገባው እኛን ከበረከቱ ሊያላብሰን እና ለዚህም የሚሆነውን ብቃት ሊሰጠን እንደ ሆነ እንገነዘባለን (ዕብ. 10፥19-20)፡፡

ይህ የመዳን ምንጭ (9፥5) የተከፈተው በሥጋው በኩል ስለሆነ፣ በድካም የተከፈለው በብርታት (በትንሣኤ) የጸና እርግጠኝ ኪዳን እንዲሆን አድርጎታል፡፡ ስለዚህም ሐዋርያው ለዕብራውያን ሰዎች አስቀድሞ እንደ ገለጠው፣ የመዳናችን ራስ በመከራ ይፈጸም ዘንድ ሲል ተስፋው የጸና መሆኑን አስረግጦአል፡፡ እንግዲህ እምነት ተስፋ እና መረዳት ዋነኛ የሆኑ ወይም ቍልፍ የሆኑ ነገሮች መሆናቸውን ልብ ልንል ያስፈልጋል፡፡

እምነት ተስፋ የምናደርገውን የተባረከውን ተስፋችንን የሚያስረግጥልን እና የሚያስረዳን ሲሆን፣ ትዕግሥት ደግሞ ተስፋው እንደሚፈጸም ዐውቀን በመጽናት በድል ሕይወት (በውስጥ ሰውነት እየታደሱ) መመላለስ ነው። ይህ ዐይነቱ የሕይወት ዘይቤ እንዲታይ የመረዳት ባለጠግነት መኖሩ እጅግ በጣም ወሳኝ ነገር ነው (ቈላስ. 2፥1)።

ትዕግሥት የሚያስፈልገን በተስፋችን እና በእምነታችን ውስጥ ስንመላለስ በሕይወታችን ውስጥ መከራና ስደት የሚገጥመን ስለሆነ ነው። በመከራችንም ውስጥ ሳለን ትዕግሥት ሥራውን ፈጽሞ የክብሩ ተስፋ ወራሾች እንድንሆን በእምነት መልኩ ያከናውነዋል። ሐዋርያው ጳውሎስ ለሮሜ ሰዎች እንደ ተናገረው እምነት፣ መከራ፣ ትዕግሥት፣ የተፈተነ ማንነት፣ እንዲሁም ተስፋ ሲል በሰፋት ይገልጠዋል።

ተስፋችን ክብሩ ነው። ወደዚህ ተስፋና ክብራችን ደግሞ በእርግጥም የሚያደርሰን ደግሞ ሊቀ ካህናቱ ሲሆን፣ እርሱም ደግሞ የአዲስ ኪዳን መካከለኛ እና ዋስ ነው (ሮሜ 5፥3-4፤ ዕብ. 7፥22)። የምንደርስበትም ክብር ደግሞ ክርስቶስ በአብ ቀኝ ያለውን ክብር እያንጸባረቅን መኖር ነው። ተስፋ-ቢሶች የነበሩት ካህናትና ልጅ አድርጎ የተስፋው መንግሥት ወራሽ አደረጋቸው።

ከላይ ከፍ ብሎ በቍጥር አሥር ላይ እንደ ተመለከትነው እነዚህ አማኞች በተግባር የተተረጐመ ቅዱሳንን የማገልገል ትጋትና ለእግዚአብሔር ስምም ያላቸውን ፍቅር ተመልክተናል። ለስሙ ያሳዩት ፍቅር የተገለጸው ቅዱሳንን በመውደዳቸውና በማገልገላቸው ውስጥም ነው። (ይህ በቍጥር 10 ላይ የሚገባ ነው)። መጽሐፍ ቅዱስ ያየውን ወንድሙን የማይወድድ የማያየውን እግዚአብሔር እንዴት ሊወድድ ይችላል? ይለናል። ፍቅር በመጽሐፍ ቅዱስ ውስጥ ከፍተኛ ቦታ ተሰጥቶታል። መንፈስ ቅዱስ በሕይወታችን ውስጥ በሙላት መሥራት ሲጀምር፣ ሥራው ከሚገለጥባቸው ዋና ዋና ምልክቶች ውስጥ አንደኛው ፍቅር ነው። ፍቅር የሌለው እግዚአብሔርን ዐያውቅም። በገላትያ ስድስት ላይ የምንመለከታቸው የመንፈስ ቅዱስ ፍሬዎች የፍቅር ውጤቶችም ናቸው። መንፈስ ቅዱስ ወደ ሕይወታችን በሙላት ሲመጣ የእኛን አስቸጋሪ ማንነትና አስቸጋሪ ባሕርይ ሁሉ ጠራርጎ ያወጣዋል፤ ይቀይረናል።

ከዚያን ጊዜ በኋላም ፍቅር በሕይወታችን ውስጥ ጒልበት ያገኛል። የምንጠላቸውን ለዐይን ማየት የሚያቅተንን ሰው ሳይቀር መውደድ የምንችልበትን ባሕርይ ይሰጠናል።

ከዚህ በኋላ በዚህ ባሕርይ ውስጥ ትዕግሥት፣ ደስታ፣ ቸርነት፣ በጎነት፣ ትሕትና እየተገለጹ ይመጣሉ፡፡ አንድ ሰው በጥላቻና በዐመፅ፣ በትዕቢት ተይዞ መንፈስ ቅዱስ በእኔ ሕይወት ውስጥ ይሠራል ቢል ትልቅ ድፍረትና በመንፈስ ቅዱስ ላይ ማላገጥ ይሆናል፡፡ ከመንፈስ ቅዱስ አመራር ውጭ የሚደረግ አገልግሎት ሁሉም ምንም ያህል ውበት ቢኖረው፣ ዕውነተኛነቱን ለመቀበል አዳጋች ይሆናል (ማር. 12÷28-31)፡፡

እስከ አሁን ባየነው የዕብራውያን መጽሐፍ ጥናት በተደጋጋሚ እንደተመለከትነው በመጽሐፉ ውስጥ የተገለጹት ክርስቲያኖች ከፍተኛ ድካም የታየባቸው ናቸው፡፡ የመሢሑን ማንነትም ተጠራጥረው ወደ ኋላ አፈግፍገዋል፡፡ ይሁንና ግን የፍቅር ሕይወት እንደ ነበራቸው ግን ጸሐፊው ያወሳል፡፡ በዚህም የተነሣ፣ ያንን የቀደመውን ትጋታቸውን እስከ መጨረሻ ድረስ አጽንተው እንዲጠብቁ ያሳስባቸዋል፡፡ አንድን ተግባር መጀመር በራሱ ቀላል ባይሆንም፣ የጀመሩትን እስከ መጨረሻ ድረስ በብዙ ውጣ-ውረድ አልፎ በጽናት መጨረስ ቀላል አይሆንም፡፡ ለዚህ ጥሩ ምሳሌ የሚሆነን የማራቶን ሩጫ ነው፡፡

ሩጫው ሲጀምር ከመቶና ከዚያም በላይ የሆኑ ሯጮች በውድድሩ ጅማሬ ላይ ተኮልኩለው እናገኛቸዋለን፡፡ እነዚህ ሯጮች ወደዚህ የውድድር ቦታ ሲመጡ በብዙ ውድድሮች ውስጥ አልፈው፣ ተመርጠው፣ ብዙዎችንም አሸንፈው፣ ከፍተኛ ልምምድም አድርገው ነው፡፡ የማራቶኑ ሩጫ ሲጀምርም በአብዛኛው እናሸንፋለን ብለው ነው ወደ ውድድሩ የሚገቡት፡፡ የአምሳውን ኪሎ ሜትር አጠናቅቆ ለመጨረስ ግን ከፍተኛ ትግል ይጠይቃል፡፡ አንዳንዶቹ ሃያውን ኪሎ ሜትርም ሳይሮጡ ተዝለፍልፈው ይወድቃሉ፡፡ አብዛኞዎቹ በ30 ኪሎ ሜትር ከጨዋታው ውጭ ይሆናሉ፡፡ ጥቂቶቹ ብቻ እስከ መጨረሻ ድረስ ታግለው፣ ከብዙ ዕንግልት በኋላ ለውጤት ይበቃሉ፡፡
በክርስትና ሕይወታችንም የምንመለከተው ይህንኑ ነው፡፡ እስከ መጨረሻ ድረስ ጸንቶ ሩጫን መጨረስ ትልቅ ትጋትን ይጠይቃል፡፡ ሐዋርያው ጳውሎስ ሩጫዬን ጨርሻለሁ ... ያለውም በዚህ መልከ ነው (2ኛ ጢሞ. 4)፡፡ በሌላው ክፍል በጨዋታ የሚታገል እንደሚገባ አድርጎ ባይታገል 1ኛ ጢሞ. ... ይለናል፡፡

ቍጥር 10-12 ሳናጠና ፍቅር፣ እምነት፣ በትዕግሥትና ተስፋ በአትኩረት የምናያቸው ነው፡፡

ዘ ሜሴጅ የሚባለው መጽሐፍ ቅዱስ፡- “ወዳጆች ሆይ በእናንተ ላይ እንደማይሆን እርግጠኛ ነኝ፡፡ ስለናንተ የተሻለ ነገር አስባለው -- በመዳን ውስጥ ያሉ ነገሮችን! እግዚአብሔር አንዳችም ነገር አይረሳም፡፡ የተቸገሩ ክርስቲያኖችን በመርዳት ለእርሱ ያሳያችሁትን ፍቅርና በዚህም እንደምትገፉበት በሚገባ ያውቃል፡፡ ደግሞም አሁን እያንዳንዳችሁ በዚያው የትጋት መጠን ሙሉ ለሆነው ተስፋ እንድትዘረጉና እስከመጨረሻው አጥብቃችሁ እንድትይዙት አሳስባችኋለሁ፡፡ አትንከራፈፉ፡፡ በጽኑ እምነት በመንገዱ ላይ ቆይተው ሩጫቸውን እስከመጨረሻው ሳያቋርጡ የተሰጣቸውን ሙሉ ተስፋ የሚወርሱትን ጽኑ ሰዎች ምሰሉ”(ዕብ. 6፥10-12)፡፡ ዘፓሽን የሚባለው መጽሐፍ ቅዱስ፡- “እስከመጨረሻው ድረስ በጋለ ፍቅር ሆናችሁ እንድትገሰግሱ እና ተስፋችሁም ተፈጽሞ እንድናይ እንናፍቃለን” (ዕብ. 6፥11)፡፡

በእምነትና በትዕግሥት የተስፋውን ቃል የሚወርሱትን

ትዕግሥት (makrothumia /ማክሮቱሚያ ከ macros /ማክሮስ = ረጅም፣ የራቀ + **thumos /ቱሞስ = ስሜት** ወይም **thumoomai /ቱሞማይ** = መናደድ) ማለት ረዝም ላለ ጊዜ ማሰብን የሚያሳይ ቃል ሲሆን፣ አንድን ተግባር ከመፈጸም በፊት ረዘም ላለ ሰዓት ማሰብን የሚያሳይ ነው፡፡ በማይመች ሁኔታ ውስጥ ያለን የስሜት መረጋጋትን ይጠቁማል፡፡

ትዕግሥት ማለት ዕጅንና ዕግርን አጣምሮ ወደ ሰማይ ማንጋጠጥ ማለት ሳይሆን፣ የተሰጠውን የተስፋ ቃል ለመውረስ በፍቅር፣ በእምነት እና በትጋት ዕለት ዕለት በምስጋና የሚመላለሱበት ሕይወት ነው፡፡ በትዕግሥት የሚኖሩ ሰዎች ተግባራቸው እግዚአብሔርን ከማስደሰቱም ባሻገር፣ ለዓለም ምሳሌ የሚሆን ፍሬ ይታይባቸዋል፡፡
በእርግጥ የትዕግሥትን ሕይወት የተለማመዱ ሰዎች ከተሰመረላቸው መስመር አፈንግጠው ሆነ ተንሸራትተው ሊወደቁ ወይም ሊደከሙ ይችሎ ይሆናል፤ ሆኖም የሕይወታቸው አቅጣጫም ሆነ የልባቸው ዝንባሌ አይለወጥም፡፡ አባታችን አብርሃምን እንደ ምሳሌ መውሰድ እንችላለን፡፡ አብርሃም የትዕግሥት ሰው ነበር፡፡ በአንድ ወቅት ተሳስቶ ከመንገድ ወጥቶ ከአጋር ጋር ስሕተት ፈጸመ፡፡ በተመሳሳይ “እንደ ልቤ የሆነው የእሴይን ልጅ አገኘሁት” የተባለው እረኛው ዳዊት የእስራኤልን ዙፋን እግዚአብሔር ቢሰጠውም፣ ዳዊት ግን ከትዕግሥት እና ከእምነት ጎዳና ወጥቶ ነበር፡፡

ዳዊት ብዙ ፈታኝ ኮረብታዎችን በትዕግሥት ወጥቶ እና ጋሬጣዎች ተሻግሮ ሲያበቃ ከጦርነት ተመልሶ በሰገነት ላይ ሲመላለስ ግን ወገቤን አለ። የኦርዮንን ሚስት ወስዶ ይህን ጀግና ሽለፈታም በሆኑት በጠላቶቹ ሠራዊት እንዲገደል አደረገ፤ ያለመውንም ደግሞ በዚህ ንጹሕ ሰው ላይ ፈጸመ። ዳዊት ከእግዚአብሔር ዘንድ የመጣበትን ፍርድ ተቀብሎ ንስሐ ገባ፤ እግዚአብሔርም በእሽታ መንፈስ ሕይወቱን አደሰለት።

እግዚአብሔር አምላክ ሥራው አስከፊ በመሆኑ ምክንያት እርሱ የዘራውን ለዓመታት በቤቱ እንዲያጭድ ቢያድርገውም፣ ዳዊት ግን እንደገና ወደ እግዚአብሔር ጎዳና ተመለሰ። ዳዊት በሕይወቱ የእግዚአብሐርን አሳብ ካገለገለ በኋላ ወደ አባቶቹ ሲሰበሰብ በስሕተት ጎዳና የተንሸራተተበት ታሪኩ ከመዝገቡ ተደምስሶ "ዳዊት በራሱ ዘመን እግዚአብሔርን አገለገለ" ተባለለት።

በትዕግሥት የሚመላለሱ ቅዱሳን ዕንከን-የለሽ ናቸው ማለት ሳይሆን፣ ከውድቀታቸው በመነሣት እና የወደቁትን በማጽናናት የጌታ ልብ ያላቸው ናቸው። ንስሐቸው ፍሬ አለው። አብረሃም ለስሕተቱ መሸፈኛ የአንደበት ቃላት ሲያስረዝም ወይም የሃይማኖት ሥርዓትን ሲያደርግ አናነብብም። የንስሐ ጸሎት ምን እንደ ሆነ ዐያውቅም፤ ሆኖም የንስሐ ፍሬን አፈራ። የእምነትንና የትዕግሥትን ጒዞ ቀጥሎ ይስሐቅን አገኘ። በመጨረሻም በመሠዊያ ላይ አጋድሞት ሰይፋን ሊመዝ ሳለ፣ እግዚአብሔርን የምትፈራ እንደ ሆንክ አሁን ዐወቅሁ ተባለለት።

ኢቫንስ ሲጽፍ ማክሮቱሚያ ረጅም ስሜት በሚል ሊተረጐም የሚችል ሲሆን፣ የሚያጎላውም ምንም ያህል ከእነርሱ ሊወሰድ ቢሞክር መጽናት የሚችልን ማንነት የሚገልጽ ነው። እንደዚህ ዐይነት ማንነት ያላቸው ክርስቲያኖች በማያቋርጥ ማዕበል ውስጥ በሚያልፉበት ወቅት እንኳ መቋቋም የሚያስችል የሚያረሰርስ ውኃ በላያቸው ላይ ይፈስሳል። በዚህ ዐይነት ትዕግሥትና እምነት ያሉት ናቸው" የተስፋውን ቃል የሚወርሱት" - *(ብሪስሲ፣ ዲ. ኤስ. እና አግሊቪ፣ ኤል. ጄ. የፐሪቸረስ ተከታታይ፣ አዲስ ኪዳን ኮሜንተሪ በ 2003፡- ቶማስ ኔልሰን)*

ላሪ ሪቻርድስ ሲጽፍ አዲስ ኪዳን ትዕግሥተኛ እንድንሆን ብዙ ጫና ያደርጋል፤ ነገር ግን ትዕግሥት ምንድን ነው? የግሪክ ቃል ስብስብ ዕይታችንን ሰብሰብ ያደርገዋል። ይህ ቃል በምንም ዐይነት በሚረብሽ ሁኔታ ውስጥ በሚያልፉበት ወቅት ራስንና ስሜትን

መቆጣጠር መቻል ማለት ነው፡፡ ይህ ለሰው ልጅ የሕይወት ዘይቤ የተለየ ሊሆን አይችልም፤ ምንም ዐይነት የሚፈታተነን ነገር ቢገጥመንም፣ መውደዳችንና ይቅር ማለታችንን አናቆምም፡፡ ልክ በማቴ. 18 ላይ በኢየሱስ ጠቋሚ ሆኖ እንደ ተገለጸው ታሪክ ያለው ነው፡፡- *(ሎውረንስ ሪቻርድስ፡- የመጽሐፍ ቅዱስ ቃላት ኤክስፖዚተሪ ዲክሽነሪ)*

መውረስ (klay-ron-om-eh'-o / kleronomeo / ክሌሮኖሚዮ ከkleros / ክሌሮስ = ብዙ + nemomai /ኒሞማይ = መያዝ፣ የራስ ማድረግ) ማለት፡- ለራስ እንዲጠቀምበትን ያገኘነውን የነበረውን ነገር በጋራ እንዲካፈል ማድረግና የዚያ ነገር ተካፋይ አካል ማድረግ ማለት ነው፡፡ *(መጽሐፍ ቅዱስ ጥቅሶች የብሉይና / የአዲስ ኪዳን ግሪክ መዝገበ ቃላት፣ የቲየር ትርጉም፣ አስቲን)*

የተስፋ ቃል (eep-ang-el-ee'-ah /paggelia /ኢፓጄሊያ/ epangelia /ኢፓንጄልያ ከ epí /ኤፒ = በዚያ ላይ + aggéllo/አጌሎ = መንገር፣ ማወጅ = አንድን ነገር እንደሚከሰት በእርግጠኝነት መናገር) ማለት፡- የተባለውን ወይም የተጻፈውን ነገር ለማድረግ ማወጅ፡፡ *ኢፓጌሊያ* አንድን ነገር ለማድረግ ለመግለጽ የሚያገለግል የሕግ ቃልም ነው፡፡ ይህን ቃል የተሰጠው ሰው የዚህን ቃል ተፈጻሚነት እንዲጠብቅ በሕግ የሚደገፍበት ሕጋዊ አጠቃቀምም ነው፡፡ አብዛኛውን ጊዜ ይህ ቃል የእግዚአብሔርን ተስፋ ቃል ለመግለጽ የሚያገለግል ነው የወደፊት የቃሉ መፈጸምንም አስመልክቶ ሙሉ ማረጋገጫ ይሰጣል፡፡ *(መጽሐፍ ቅዱስ ጥቅሶች የብሉይና / የአዲስ ኪዳን ግሪክ መዝገበ ቃላት፣ የቲየር ትርጉም፣ አስቲን)*

[**ሙሉ ወደ ሆነ የተረጋገጠ ተስፋ**] ፕሮስ ቴን ፕሊሮፎሪያን ቴስ ኤሊፒዶስ፡፡ “ሙሉ የሆነ የእምነት እርግጠኝነት” ይላል ሚ/ር ዌስሊይ፣ “ይቅር መባልን ከማቅረብ ጋር ይዛመዳል፤ ሙሉ የሆነ የተረጋገጠ ተስፋ፤ የወደፊቱን ክብር በተመለከተ ነው፡- ቀዳሚው እግዚአብሔር እኔን በፍቅሩ ልጅ እንደ ታረቀኝ የሚያመለክት ከፍ ያለ መጠን ያለው መለኮታዊ ማስረጃ ነው፤ ኋለኛው ተመሳሳይ መጠን ያለው መለኮታዊ ማስረጃ ሲሆን፣ በዚሁ ቅጽበታዊነት ባለው የመንፈስ ቅዱስ አነሳሽነት በነፍስ ውስጥ የሚሠራ የሚያጸና ጸጋ፣ እንዲሁ ዘላለማዊ ክብር ነው፡፡

እያንዳንዱ ቅጽበት ባልተሸፈነ ፊት እንዳለን የእምነት መጠን፣ እንዲሁ መላውን ዘላለምን ለማየቱ ተስፋ እናደርጋለን፡፡ ዳሩ ግን ይህን የእምነት ማረጋገጫ እና ተስፋ የሆነ አሳብ

አይደለም፤ በመጽሐፍ ቅዱስ ላይ የተመሠረተ ብቻም አይደለም፤ ዳሩ ግን ቅጽበታዊነት ባለው መልኩ በመንፈስ ቅዱስ የሚሰጥ ነው፡፡ ደግሞም አንድ ሰው ይህን ለሌላው የሚያስገኝለት ሳይሆን፣ ለራሱ ብቻ የሚያገኝበት ነው፡፡

የዚህን ኤሚኔንት ሰው ማለፊያ ሰው ማለፊያ የሆኑ እነዚህን አባባሎች በተሳሳተ መንገድ ልንረዳው አይገባም፡-

1. ይህ ሙሉ የሆነ የእምነት ማስረገጫ ያለው ሰው ኃጢአት በክርስቶስ ኢየሱስ ይቅር የተባለ መሆኑን የሚያውቅና የሚሰማው ብቻ ሳይሆን፣ ዳሩ ግን ልቡም ጭምር ከየትኞቹም ዐመፆች ንጹሕ የሆነ ነው፤ ማለትም መላው የኃጢአት እና የሞት ሥጋ የወደመበት እናም ደግሞ እርሱ በመለኮት የመለኮታዊ ባሕርይ በሙላት ተካፋይ እንዲሆን ተደርጓል፡፡ ያለ ቅድስና፣ ሙሉ የሆነ እና መላው ቅድስና በሌለበት፣ የቱም ሰው እግዚአብሔርን ሊያይ አይችልም፡፡ ስለዚህ ያለዚህ ነገር የቱም ሰው መጽሐፍ ቅዱሳዊም ሆነ ምክንያታዊ በሆነ መልኩ ዘላለማዊ ክብርን ለማግኘት ተስፋ ሊያደርግ አይችልም፤ ስለዚህ፣ ራስዋን የምታውቅበት ሙሉ የሆነ የተስፋ ማስረገጫ በደስታ ማጣጣያ ነባራዊ ሁኔታን እና ሥፍራን ማግኘትን መናገር የሚቃረን ነው፤ ይህ የተዘጋጀ አይደለም፡፡

2. እዚህ ላይ የተነገሩ ሁሉ ይህ ሙሉ የተስፋ ማስረገጫ በተገኘበት በዚያው የጸጋ መጠን ሙሉ በሙሉ የሆነ ቀጣይነት አሁንም እንዳለው ልንረዳ ይገባል፡፡ ስለዚህም ይህ የተስፋ ማስረገጫ ሰውዬው ሙሉ በሙሉ እስከ መጨረሻው ይጸናል የሚል ዕንድምታ የለውም፤ ዳሩ ግን በእርሱ በዚሁ ጸጋ የሚጸና ከሆነ፣ በማይወድቅ መልኩ ዘላለማዊ ክብር ይኖራቸዋል፡፡ በእግዚአብሔር ቃል ውስጥ በሁኔታ ላይ ያልተመሠረተ ጽናት የለም፤ በሙከራ ላይ ያለ የሚባል ዐይነቱ መጽናትም በዚያ ሊገኝ አይችልም፡፡ *(የአደም ክላርክ ኮሜንታሪ, 1996, 2003, 2005)*

የሚወርሱትን እንድትመስሉ እንጂ፣ ዳተኞች እንዳትሆኑ

ስለዚህ እናንተ፡- የሚለው ቃል የሚያሳየው ዓላማን የሚያሳይ ነው፡፡ ለአማኞቹ ቁራጥ እና ትጉህ እንዲሆኑ የሚያዛቸው ምክንያት ከመንፈሳዊ መንሸራተት እንዲቆጠቡ ነው፡፡

እንዳትሆኑ (ghin'-om-ahee/ginomai/ጊኖማይ) ማለት፡- ወደ መኖር መምጣት:: መስማት አቁመዋል እና ጸሐፊው እዚህ ጋር በባህሪም ምላሽ የማይኖራቸው እስኪሆኑ እንዳይደነዝዙ ይናገራቸዋል:: *(መጽሐፍ ቅዱስ ጥቅሶች የብሉይና / የአዲስ ኪዳን ግሪክ መዝገበ ቃላት፣ የቲየር ትርጉም፣ አስቲን)*

ዳተኛ (no-thros'/nothros /ኖትሮስ ከ nê/ኒ = አይደለም ፣ አይሆንም + ôtheô /኎ቲዮ = መግፋት) ማለት ወደፊት መግፋት የሌለበት ይህም በጀርም በአእምሮም ዘገምተኛ መሆንን የሚያመለክት ነው:: *(መጽሐፍ ቅዱስ ጥቅሶች የብሉይና / የአዲስ ኪዳን ግሪክ መዝገበ ቃላት፣ የቲየር ትርጉም፣ አስቲን)*

እንድትመስሉ (mim-ay-tace'/mimetes/ሚሜትስ) የሚያሳየው አንድ የሚከተልን አካል ነው፤ ይህ ቃል በዋናነት የአንድን ሰው ባሕርይ ለመምሰል የሚከተልን ሰው የሚገልጽ ነው:: *(መጽሐፍ ቅዱስ ጥቅሶች የብሉይና / የአዲስ ኪዳን ግሪክ መዝገበ ቃላት፣ የቲየር ትርጉም፣ አስቲን)*

ሪቻርድ ስለ ሚሜትስ ሲጽፍ ይህ ከመዳናችን የተነሣ የመጣውንና ከሌሎች ላይ የምናየውን የእግዚአብሔር ማንነትን ገላጭ የሆኑ ባሕርያቶችን በሕይወታችን ለመለማመድ የሚደረግ ሂደት ነው:: ዋናው አሳብ የሚያያዘው መሪዎችና አስተማሪዎች ለክርስቶስ ኢየሱስ ያለ የሕይወት ልምምድ ምሳሌዎች መሆን እንዳለባቸው የሚያሳየን ነው:: *(ሎውረንስ ሪቻርድስ፣ የመጽሐፍ ቅዱስ ቃላት ኤክስፖዚተሪ ዲክሽነሪ)*

ደብሊው ባውደር፡- በመጀመሪያ ይህ ቃል በሰዎች ላይ የሚጠበቅን የባሕርይ ሁኔታን የሚያሳይ ቃል ነው:: አንድ ሰው የአንድን ጀግና ወይም የአስተማሪና የወላጆችን ባሕርይ ለመምሰል ሊከተል ይችላል:: አስተማሪዎች (ራቢ) እነርሱ የእግዚአብሔርን ምሳሌ በሰው ፊት ተከትለው የሚያሳዩ ናቸው:: *(ብራውን፣ ኮሊን፣ (አዘጋጅ) ኒው ኢንተርናሽናል ዲክሽነሪ ኦፍ ኒው ቴስታመንት ቲኦሎጂ 1986፣ ዞንደርቫን)*

ተስፋ እስኪሞላ ድረስ

እስኪሞላ (play-rof-or-ee'-ah /plerophoria/ ፕሌሮፖሪያ ከ pleres /ፕሌሬስ =ሙሉ + phoreo /ፎሪዮ =አረጋገጠ; plerophoreo /ፕሌሮፎሪዮ = ማሟላት) ማለት፡- ሙሉ

ማረጋገጫ ማለት ነው፡፡ በአዲስ ኪዳን ትርጒሙም ሙሉ መተማመን፣ እርግጠኝነትን የሚያሳይ ነው፡፡

አስተውሉ ለአማኞች ሙላት ማለት ከእምነት እና ተስፋና መረዳት ጋር የሚገናኝ ነገር ነው፡፡

1 የእምነት ሙላት፡- በእግዚአብሔር ቃል ላይ እና ለእኛ ባለው ምስክርነት ላይ እናርፋለን (ዕብ. 10÷22) እምነት ሙሉ ተስፋ ይሰጠናል (ሮሜ 4÷21)፡፡

2 የመረዳት ሙሉ ተስፋ፡- ዕናውቃለን፤ እንረዳለን (ቈላስ. 2÷2)፡፡ መንፈሳዊ ነገርን መረዳት መተማመንን ይሰጠናል፡፡

3 የተስፋ ሙሉ መረዳት፡- በፍጻሜው ላይ ሙሉ እርግጠኝነት የሚሰጠን ተስፋ (ዕብ. 6÷11) ነው፡፡ *(ቅድመ አስቲን)*

ማከ ፣፡- ሙሉ ተስፋ ደስ የሚል አገላለጽ ነው፡፡ ቃል በቃል ትርጒሙ ከሸፉን ሥር መሆን ነው፡፡ ይህም ማለት አማኞች ከመንፈሳዊ ሕይወትና ከእግዚአብሔር ጋር አብሮ መጓዝ አለባቸው፡፡

ተስፋ (el-pece'/elpis /ኢልፒስ)፡- ይህ በመጽሐፍ ቅዱስ ላይ ያለው አገላለጽ ልክ እንደ ምድር ተስፋ አደርጋለሁ የምንለው ዐይነት አይደለም፡፡ ይልቅ ስለ ወደ ፊቱ መልካምነት ያለ ፍጹም እርግጠኝነት ነው፤ ልክ *ፒተር ለንደርሰን* እንደሚለው ተስፋ፣ ማለትም እምነት በወደ ፊት ጊዜ ገለጻ የሚቀርብበት ነው፡፡ ተስፋ ወደ ፊት የሚከሰተው ነገር በአንድ ነገር ላይ በእርግጠኝነት የሚከሰትበትን ምክንያት በማወቅ እንደሚከሰት መናገር ነው፡፡ *(መጽሐፍ ቅዱስ ጥቅሶች የብሉይና / የአዲስ ኪዳን ግሪክ መዝገበ ቃላት፣ የቲየር ትርጒም፣ አስቲን)*

ቪንሰንት ሲጽፍ ተስፋ በጥንታዊ አገላለጽ ከመልካም ወይም ከክፉ ነገር ጋር በማገናኘት የሚደረግ መጠበቅ ነው፡፡ በአዲስ ኪዳን ደግሞ ይህ ቃል ወደፊት ከሚሆን መልካም ነገር ጋር ብቻ የሚያያዝ ነው፡፡ *(ማርቪን፣ አር. ቪንሰንት፡- በአዲስ ኪዳን ውስጥ ቃል ጥናቶች ኮሜንተሪ)*

እያንዳንዳችሁ ያን ትጋት እስከ መጨረሻ እንድታሳዩ እንመኛለን

እያንዳንዳችሁ (hek'-as-tos/hekastos /ሄካስቶስ ከ hékas /ሄካስ = የተነጠለ) አንድ በአንድ ማለት ነው:: ጸሐፊው ይህን የግል መልእክት አድርጎት ያቀርበዋል ማንንም ከዚህ ውጭ ሊያደርገው አይችልም:: *(መጽሐፍ ቅዱስ ጥቅሶች የብሉይና / የአዲስ ኪዳን ግሪክ መዝገበ ቃላትን የቲየር ትርጉም፣ አስቲን)*

ማሳየት (en-dike'-noo-mee / endeíknumi / ኢንዴኩኒሚ ከ en /ኤን = ውስጥ + deíknumi /ዴክኑሚ = ማሳየት) ማለት:- ማሳየት፣ ለዕይታ ማቅረብ፣ ማረጋገጥ፣ ራስን ማሳየት፣ ግልጽ ማረጋገጫ መስጠት፣ አንድን ነገር በማስረጃ ማረጋገጥ:: አንድን ነገር ለአንድ ሰው በማሳየት ማረጋገጥ ማለት ነው:: *(መጽሐፍ ቅዱስ ጥቅሶች የብሉይና / የአዲስ ኪዳን ግሪክ መዝገበ ቃላት፣ የቲየር ትርጉም፣ አስቲን)*

ማሳየት

እግዚአብሔር በመልኩ እና በአምሳሉ ለፈጠረው ለሰው ልጅ እና ለፍጥረታቱ ሁሉ ሊገልጠው ያለው የዘላለም ዕቅድ እንዳለ ያመለክታል:: ይህም ክብሩን በልጁ በኢየሱስ ክርስቶስ መግለጥ ነው:: ይህ ዕውነት በኃጢአት ምክንያት ተሰውሮ ነበር፤ የተሰወረበት ምክንያትም እግዚአብሔር ከኃጢአት ጋር ስለማይደራደር እና የሰው ልጅ ይህን ዕውነት ለማወቅ ከኃጢአት የተነሣ ዐቅም ስላጣ ነው (1ኛ ቆሮ. 2÷14)::

ኃጢአተኛ የሆነ ሰው ማንነቱን ለመረዳት ዐይኑ ይበራ ዘንድ ያስፈልገዋል:: እግዚአብሔር ልጁን ልኮ የኃጢአትን ዋጋ ከፍሎ ሊቀ ካህናት እንዲሆን ሾመው:: ይህን በመረዳት አማኞች እንዲባረኩ ቃሉ ለአፍም ለልብም ቀርቧል (ዮሐ. 10÷10፤ ሮሜ 10÷8):: በሕግ በኩል ለመፈጸም ያልተቻለውን እግዚአብሔር በክርስቶስ ሞት በኩል ሊፈጽመው የጸጋውን ክብር ገለጠ::

ኪዳኑንም ለማጽናት ኪዳን ሲገባ በራሱ ማለ:: ለሕግ ያልተቻለውን፣ ማለትም ኃጢአትን በማስወገድ ክብሩን የማየት ብቃትን በክርስቶስ ደም በኩል ሰጠ (ሮሜ 3÷25) ይህም

ዐቅማችን የሆነው መንፈስ ቅዱስ በውስጣችን በመሆኑ ነው። የቅዱሳን ርስት ባለጠግነትን መረዳት እንችል ዘንድ መንፈስ ቅዱስ ተሰጠን (1ኛ ቆሮ. 2÷12)።

በብሉይ ኪዳን ይህ የእግዚአብሔር ክብር ብዙ ጊዜ በሰዎች መካለል ያርፍ ዘንድ ፈልጎ በብዙ ተንከራተተ። ካህናቱ ታቦቱን ተሸክመው ይዞሩ ነበረ፤ የሕዝቡ ኃጢአት እና የካህናቱ ድካም ግን ክብሩ በመካከላቸው እንዳይቆይ አደረገው። በብሉይ ኪዳን ይህ ታላቅ መንፈስ በሕግና በመቅደስ ሥርዓት አማኙን ፍጹም ሊያደርገው አልቻለም።

እግዚአብሔር "እኔ ልባርክህ በአጠገብህ እገኛለሁ" ቢለውም የሰው ልጅ ግን ወደ ገዛ መንገዱ አዘነበለ። ነቢዩ ኢሳይያስ ሲናገር፡- "እኛ ሁላችን እንደ በጎች ተቅበዝብዘን ጠፋን፤ ከእኛ እያንዳንዱ ወደ ገዛ መንገዱ አዘነበለ" (ኢሳ. 53÷6-8) በማለት ተናገረ። ኢሳይያስ በሩቅ አይቶ አስደናቂ ምስክርነት ተናገረ፤ ሆኖም ይህን ምስክርነት ማንም ሊያደምጠው አልቻለም (ኢሳ. 53÷1)።

እግዚአብሔር ግን ለአንዴ እና ለመጨረሻ ጊዜ በመሐላና በኑዛዜ የተናገረውንም የተስፋ ቃሉን በክርስቶስ ፈጸመው። ጸሐፊው የዕብራውያን አማኞችን የቀረባችሁት ወደ ልዑል እግዚአብሔር፣ ወደ ጽዮን ተራራ ነው፤ ያገኛችሁትም ታላቅ መዳን ነው፤ ይህን በእናንተ ሊፈጽም የተሾመ ታላቅ ሊቀ ካህናት አለ፤ ታዲያ ጉዳዩ እግዚአብሔር ሊያሳያችሁ ስላልፈቀደ ሳይሆን፣ የእናንተ ልብ ለመቀበል ከማመን ስለ ዘገየ ነው ይላል (ዕብ. 12÷22)።

በብዙ አማኞች ኅብረት "እግዚአብሔር ክበሩን እንዲገልጥ፣ እንዲያወርድ፣ እንዲሰጥ እንጸልይ" በማለት ብዙ ልቅሶና ጩኸት ይሰማል። በእኛ ልቅሶና ጩኸት አግዚአብሔር የሚቀርብ ይመስለናል። ሆኖም ጽድቅ እና ቅድስና በእኛ ሥራ የምናገኘው ደመወዝ ሳይሆን፣ በክርስቶስ ጽድቅ የተሰጠ የጸጋው ስጦታ እንደሆነ መረዳት ይኖርብናል።
ለዚህ ትልቅ ምሳሌ የሚሆነን አብርሃም ነው፤ "እየባረከሁ እባርክሃለሁ" በማለት እግዚአብሔር የተስፋ ቃል የገባለት እና በራሱ የማለው ለዚህ ክብር ብቁ የሚያደርግ ሥነ-ምግባር ስለ ነበረው ሳይሆን፣ ከሚባርከው ከአግዚአብሔር ምሕረት እና ጸጋ የተነሣ ነው (ኤፌ. 2÷4-8) እግዚአብሔር በክርስቶስ የገለጠውን ያንን ማየት እንድንችል የልቦናችን ዐይኖች ይገለጡ ዘንድ ያስፈልጋል።

እግዚአብሔር ያስቀረበን እምነት፣ መንፈሳዊ ብልጥግናም ሆነ ሀብት የለም፤ ሁሉን ለክርስቶስ ኢየሱስ ሰጥቶታል፤ የክርስቶስ የሆነው ሁሉ ድግሞ የእኛ ነው፡፡ እኛም በእርሱ በአመንን ጊዜ ወራሾች ሆነናል (ሮሜ 8፥17፤ ገላ. 4፥4)፡፡ አንደ አብርሃም ይህ የተገባህ አይደለም የሚሉ ድምፆች በሰማይ፣ በምድር፣ ከምድርም በታች ቢሰሙም የሁሉ ዳኛ የሆነው አምላክ በልጁ ሞት እና በክህነቱ አገልግሎት አንተም ልጄ ነህ ይለኛል፡፡

ሰዎች ከሁሉ በሚበልጠው ይምላሉ (ዕብ. 6፥16)፡፡ እኛም ከኃጢአት ከድካም፣ ከጠላት ዲያቢሎስ፣ ከዓለም ተጽዕኖ ተላቅቀን ለቅዱሳኑ የሰጠው የተስፋ ቃሉ የእኛም ነው ብለን በክርስቶስ ሥራ እንታመናለን፡፡ በድካማችን ይራራል ስንል በእኛ ጫማ ገብቶ (እኛን መስሎ በመስቀል ላይ ኃጢአታችንን ተሸከሞ የእኛን ቊስል ቈስሎ፣ ህማማችንን ታሞ፣ ሞታችንን ሞቶ አዳነን) ማለታችን ነው፡፡

ትጋት፡- በመንፈሳዊ ሕይወታችንም ሆነ በምድራዊ ሕይወታችን ውስጥ ቊልፍ ጉዳይ ነው፡፡ ያለ ትጋት የሚወረስ አንዳችም ነገር የለም፡፡ ምናልባት የሎተሪ ዕድል በድንገት ዕጃችን ላይ ሊመጣ ይችል ይሆናል፡፡ እርሱም ቢሆን ሎተሪ የደረሳቸው ሰዎች ደጋግመው ሲናገሩ አዘውትሬ ሎተሪ እገዛ ነበር፡፡ ዛሬ ደረሰኝ ብለው ከሚናገሩት የምንረዳው ትጋትን ነው፡፡ መንፈሳዊነትማ ከዚህ በበለጠ ትጋትን የሚጠይቅ ሆኖ እናገኘዋለን፡፡ በመጽሐፍ ላይም የምናነብበው ይህንኑ ነው፡፡ ጌታችን ኢየሱስን በምንመለከትበት ጊዜ ትጋትን ገንዘቡ እንዳደረገ ዕናያለን፡፡

በቀኑ ያለ ዕረፍት ሲያገለግል ይቆይና በማታው ጊዜ ደግሞ ሌሊቱን በዕንቅልፍ ሳይሆን፣ በጸሎት ያሳልፋል፡፡ በቅርቡ አንዲት በናይጄሪያ ውስጥ በሚሽነሪነት ሲያገለግሉ የነበሩ ሴት ሚሲዮናዊት ወደ ኢትዮጵያ መጥተው አገኘኋቸውና በናይጄሪያውያንና በኢትዮጵያውያን አገልጋዮች መካከል ያለው ልዩነት ምንድን ነው? ብዬ እነዚህን ወገኖች ጠየቅኋቸው፡፡ እርሳቸውም ሲመልሱ፡- "ናይጄሪያውያን አገልጋዮች ላይ የምመለከተው ትልቅ ትጋት ነው፤ መጻሕፍትን በጣም ያነብባሉ፤ መጽሐፍ ቅዱሳቸውንም በትጋት ያጠናሉ፡፡ ብዙ ጊዜ በራቸውን ዘግተው በፆም በጸሎት ከቃሉ ጥናት ጋር ተጣብቀው ያሳልፋሉ፡፡ ሌሊትም ዐይተኙም፤ የዕንቅልፍ ሰዓታቸው ከ5 ሰዓት አይበልጥም፡፡ ኢትዮጵያውያን አገልጋዮች ላይ ይህን አልመለከትም፡፡ አያነብቡም፣ አይጸልዩም፤ ዕንቅልፍም ያበዛሉ" ብለውኛል፡፡

ትጋት (spoo-day'/spoude /ስፖውዴ ከ pseudo /ስፒዩዶ = ፍጥነት) የሚወክለው ከፍተኛ ፍላጎት፣ ፈቃድኝነት የሚያሳይ ነው:: ፍላጎት ያለበት ፍጥነት ነው ያለው:: አንድን ኀላፊነት ለመፈጸም ወይም በአንድ ጉዳይ ላይና ግንኙነት ላይ ዕውነት ትጋት ማሳየት ነው:: *(መጽሐፍ ቅዱስ ጥቅሶች የብሉይና / የአዲስ ኪዳን ግሪክ መዝገበ ቃላት፣ የቲየር ትርጉም፣ አስቲን)*

[ይህንኑ ትጋት] የሚሠራ እምነት እና በፍቅር የሚደከሙበት ሥራ ነበራቸው፤ ደግሞም ሐዋርያው በሁለቱም እንዲጸኑ ይመኝላቸዋል:: እነርሱ ትጉህ ነበሩ፤ በጣም ትጉህ ናቸው:: ደግሞም በዚሁ እንዲቀጥሉ ሐዋርያው ይመኝላቸዋል::*(የኢደም ክላርክ ኮሜንታሪ, 1996, 2003, 2005)*

እንመኛለን (ep-ee-thoo-meh'-o/epithumeo /ኢፑቲሙኦ ከ epí /ኢፒ = በላይ + thumós /ቱሞስ = ጠንካራ ፍላጎት) ማለት:- የሚፈለገው ነገር መልካምም ይሁን ክፉ፣ ፍላጎትን እዚያ ላይ ማድረግ የሚል ትርጉም አለው:: ይህ ቃል ወደ አንድ ነገር ፍላጎትን ማድረግ የሚል አሳብ ያለው ነው:: *(መጽሐፍ ቅዱስ ጥቅሶች የብሉይና / የአዲስ ኪዳን ግሪክ መዝገበ ቃላት፣ የቲየር ትርጉም፣ አስቲን)*

የዕብራውያን ክርስቲያኖች በእምነት፣ በትዕግሥት የተስፋውን ቃል የሚወርሱትን እንዲመስሉ ምክር እየተሰጣቸው ነው:: እነዚህ አማኞች ትጋት እንዳላቸው ቢመሰከርላቸውም፣ በእምነታቸውና ትዕግሥታቸው ግን ገና አልተረጋገጠም:: ጸሐፊው ሌሎችን ቅዱሳኖች በእምነታቸውና በትዕግሥታቸው እንዲመስሉ ምኞቱ እንደ ሆነ ይገልጻል::

[እኛ እንፈልጋለን] - ኤፒቱሚሜን:: እኛ በጉጉት እንመኛለን:: ይህም በመካከላችሁ ያለ እያንዳንዱ ሰው ኤንዴክትስታይ ሆኖ እንዲቀጥል ነው:: ይህም በዚያው አንድ ዐይነት ትጋት እንዲገለጥ ሙሉ የሆነ መረዳትን እንዲያሳይ ነው:: ምናልባት አንዳንዶች ሰውን በመፍራት የሚያደርጉት መልካም ነገር እንዲታይ አይመኙ ይሆናል፤ ስደት ያስነሣብናል ብለው ይፈሩ ይሆናል::

ይህ ቸር ከሆነው የወንጌሉ ልዩ መንፈስ ጋር አብሮ የሚሄድ አይደለም:: በውሳኔ ከእግዚአብሔር ጋር ቁርኝት ያደረገ ሰው ይህ ነገር እንዲታወቅበት አለመፈለጉ፣ ወደ ኋላ

ከመመለስ የራቀ አይደለም፡፡ ከእግዚአብሔር ይልቅ ሰዎችን የሚፈራ ሰው ያለው እምነት ኢምንት ነው፡፡ የክርስቶስ ቤተ ክርስቲያን በዚህ ዘመን ወንጌልን የሚቀበሉ ሰዎችን በገሃድ እንዲጠመቁ ስትፈልግ፣ ለዚህ ሥርዓት ራሳቸውን የሚያስገዙቱ ሰዎች በክርስትና ዕውነቶች ላይ ጥልቅ የሆነ መረዳት ያላቸው ናቸው፡፡ ደግሞም እነርሱ ታማኝ እንደሚሆኑ ይህን ነገር ሕዝባዊ ቃለ-መሐላ አድርገው ይሰጣሉ፡፡*(የኢደም ክላርክ ኮሜንታሪ, 1996, 2003, 2005)*

በክርስትና ሕይወት ውስጥ እምነት ቁልፍ ጉዳይ ነው፡፡ የቱንም ያህል በትጋት የምናገለግል ብንሆን፣ መጽሐፍ ቅዱስ ያለ እምነት እግዚአብሔርን ደስ ማሰኘት አይቻልም ይለናል፡፡ እምነታችን ከወደቀ የአእምሮ ሰዎች ሆነናል ማለት ነው፡፡ ብዙ ጊዜ በመንፈሳዊ ሕይወታችን ዕድሜ ስንቈጥር፣ በትምህርቱም ጠለቅ አድርገን የነገረ መለኮት ዕውቀታችንን ስናዳብር፣ አለዚያም ደግሞ ሥራችን ዐድጎ አንቱ የተባልን ሰዎች ስንሆን ወይም በገንዘብ የበለፀግን ከሆንን፣ እምነትን ለመጨበጥ የምንቸገር እንሆናለን፡፡ የዕብራውያን ጸሐፊ በምዕራፍ 11 ላይ የተረካቸውን የእምነት ጀግኖች ሕይወት መጨረሻ ላይ ሲደመድም፡- "ዓለም አልተገባቸውምና ... ተንከራተቱ" ይላል፡፡ ዛሬ በቤ/ክ ውስጥ ዓለም አልተገባንም የምንል ስንቶች እንሆን? ቤ/ክ እምነትን የጣለችበት እንደ አሁኑ የከፋ ዘመን ይኖራል ወይ? ብዙዎቻችን በተለያዩ ነገሮች ተጠላልፈን እምነታችንን ጥለን ወድቀናል፡፡

የተስፋውን ቃል ለመውረስ ሌላው የሚያስፈልገን ትዕግሥት ነው፡፡ ትዕግሥት የመንፈስ ቅዱስ ፍሬና የአንድን ሰው ብስለት ከምንለካባቸው መሠረታዊ ነጥቦች አንዱ ነው፡፡ ያልበሰለ ሰው በትዕግሥት ውጤትን ለማየት የሚቸገርም ይሆናል፡፡ ዳተኛ ሰው ነገሮችን ችላ ብሎ በስንፍና የሚመለከት ነው፡፡ ባወጣው-ያውጣው እንደ ፈለገው ይሁን ብሎ እርሱ ዕንቅልፉን ይተኛል፡፡ ይህን መሰሉ ሰው ከእምነት ሰው ጋር የሚመሳሰል ባሕርይ ያለው ቢመስልም፣ ሁለቱ በፍጹም አይገናኙም፡፡ አለመጨነቁን፣ አለመዋከቡን፣ ተረጋግቶ መቀመጡን ስንመለከት ልቡን በአምላኩ ላይ ያሳረፈ ሊመስለን ይችላል፡፡ ይህ ሰው ግን እንዲህ አይደለም፡፡

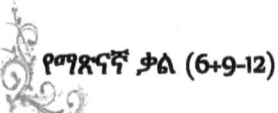

የማጽናኛ ቃል (6፥9-12)

በቍጥር 9 ላይ ጸሐፊው የንግግር ድምፀቱን ይቀይራል፡፡ በ6፥4-8 ላይ ያለው ሸከር ያለው ማስጠንቀቂያ አሁን በሰሚዎቹ ላይ ባደረበት መተማመኑ ዕውን በሆነበት መግለጫ አማካይነት ልብ በሚባል መልኩ ወደ መለሳለሱ መጥቷል፡- "ስለ እናንተ ግን፥ ወዳጆች ሆይ፥ ምንም እንኳ እንዲሁ ብንናገር፥ አብልጦ የሚሻለውና ለመዳን የሚሆነው እንዲሆንላችሁ ተረድተናል።" ይህ በመላው መልእክቱ ውስጥ "የተወደዳችሁ ባልንጀሮች" የሚለው ቃል የተጠቀሰበት ብቸኛው ሥፍራ ነው፡፡

(አጋፔቶይ) - የሚለው ስም ሲሆን፣ የክርስቶስ ማኅበረሰብ አባላት ስለመሆናቸው በግልጽ ከእነርሱ ጋር ያለውን ግንኙነት ያጸናበት ሳይሆን አይቀርም፡፡ "በእናንተ ላይ እንተማመናለን" በሚል የተተረጐመው ግስ በዚህ ሥፍራ ላይ ጥቅም ላይ የዋለው ግስ "የሚተማመኑ መሆን፣ መታመን፣ እርግጠኛ መሆን" የሚል ትርጒም አለው፡፡ምንም እንኳ ይህ ቃል አንድ የሆነ አሳብን ብቻ የሚገልጽ ሊሆን ቢችልም፣ ዘወትር ጠንከር ያለ ወይም ፍጹምነት ያለው መረዳትን የሚያስተላልፍ ነው (ለምሳሌ ፊልጵ. 1፥6)፡፡ ስለዚህ ለክርስቶስ ያላቸውን ዕውነተኛ መስጠትን አስመልክቶ አንባቢዎቹ ድነትን ተከትለው ከሚመጡ መልካም ነገሮች ተካፋዮች መሆናቸውን በመመልከት በእነርሱ ላይ ያለውን ግላዊ መተማመን ይገልጻል፡፡

መልካም (ክሬይሶን) የሚለው ቃል በቀዳሚነት በዕብራውያን መልእክት ሰፊ ዐውድ የሚታይ ነው፡፡ ለምሳሌ 1፥4፤ 7፥19፤ 22፤ 8፥6፤ 9፥23፤ 12፥24 ተመልከቱ፡፡ - እነዚህ የክርስቶስን የተሻለ ማንነትና አገልግሎት የሚያመለክቱ ናቸው፡፡ይሁንና እዚህ ላይ በ10፥34 እንዳለው ቃሉ የአንባቢዎቹን ተሞክሮ ይገልጻል፡፡ ተሞክሮው የተሻለ ነው፤ ይህም በ6፥4-8 ላይ ካሉቱ ከሐዲያን ተሞክሮ የተሻለ ሲሆን፣ በቀዳሚነትም በሆነ መልኩ ከድነት ጋር የተያያዘ በመሆኑ ነው፡፡"ድነት" በሚል የተተረጐመው ቃል (ሶቶሬ) የዕብራውያን መፃዒ ዕድልን በተመለከተ ጠንከር ያለ ግንዛቤን የያዘ ነው (ለምሳሌ 1፥14፤ 5፥9፤ 9፥28)፡፡ ጸሐፊው መርገም ያለበት ውጤት ላይ ከመድረስ ይልቅ፣ ዕውነተኛ የሆኑ የክርስቶስ ተከታዮች ድነታቸው ፍጹም በሚሆንበት መንገድ ላይ መጓዝ ፍጻሜያቸው ይሆናል የሚለውን ያመለክታል፡፡

ጸሐፊው በእነዚህ ሰዎች ላይ የሚተማመንበት መሠረት ምንድን ነው? እምነታቸውን በተግባር ይኖሩታል፤ ለሕዝቡ በሚሰጡት አገልግሎት በኩል ለእግዚአብሔር ያላቸውን ፍቅር ይገልጻሉ፡፡ አዲስ ኪዳን ዘወትር ከአንድ ሰው ሥራ ጋር በተገናኘ መልኩ ሊመጣ ስላለ የእግዚአብሔር ፍርድ ይናገራል (ለምሳሌ ሮሜ 2÷6-7፤ 1ኛ ቆሮ. 3÷13-15)፡፡ ደግሞም ከእግዚአብሔር ጋር የሚኖር ትክክለኛ ግንኙነት ለቅዱሳን በሚሆን መስጠታዊ አገልግሎት ራሱን ይገልጻል (ለምሳሌ ያዕቆብ 2÷15-16፤ 1ኛ ዮሐ. 3÷16-20)፡፡

ስለሆነም ጸሐፊው ስለ አንባቢዎቹ የሚናገረው ነገር ከእግዚአብሔር ጋር ያለ ግላዊ ግንኙነታቸው ዕውነተኛ መሆኑን ያመለክታል፡፡ እግዚአብሔርን፣ ሥራዎቻቸውን እና ፍቅራቸውን፣ እንዲሁም ከእርሱ ጋር ያለ ግንኙነታቸውን እንደሚያረጋግጠው ያስታውሳል፡፡

ቁጥር 11 ይሁንና የቱንም ያህል ቸል የተባለ ቢሆንም፣ በዚህ ጸሐፊ ስበከት ውስጥ ኃይለኛ የሆነን ነገር በተመለከተ በድጋሚ ምስክርነትን ይሰጣል - ይህም ቀጣይነት ባለው መልኩ የእግዚአብሔር ጸጋ ከሚገለጥበት ሁኔታ በቀር ሌሎች ሰዎች በእግዚአብሔር ፊት ያላቸውን ሥፍራ መገምገም የሚቻልበት ሌላ ነገር መኖሩን አስመልክቶ ያለ እርግጠኛ አለመሆን ነው፡፡ በሌላ አነጋገር የዕውነተኝነት ውጫዊ መግለጫዎች በ6÷9-10 የተዳሰሰበት ሁኔታ አብቅቷል፡፡ በዚያ ዕውነተኝነት ላይ ያለ መተማመን ተንኗል፡፡ስለዚህ የመጀመሪያው ክፍለ ዘመን ሰባኪ ማኅበረምእመኑን “ተመሳሳይ ትጋት” በዚህ ነጥብ ላይ በሥራቸውም ሆነ በፍቅራቸው ማሳየታቸውን እንዲቀጥሉ ያበረታታል፡፡

“ትጋት” - (ስፑዴ) በሚል የቀረበው ቃል “መጓጓት፣ ጥረት፣ ጥድፊያ” ማለት ነው፤ ደግሞም በሆነ አንድ ነገር ላይ ትርጉም ባለው መልኩ መጠመድን ያሳያል፡፡እንደዚህ ያለው ትጋት በመረዳትና በማረጋገጫ ሊገለጽ ወደሚችል ተስፋ ይመራል፡፡ በተጨማሪም አንባቢያኑ በእግዚአብሔር ሥራና ፍቅር ውስጥ ጸንተው የሚኖሩ መሆናቸው ጽናት በሚል ቃል ተጠርቷል፡፡ በመሆኑም የምድራዊ ጉዟቸው መጨረሻ እስኪመጣ ድረስ የሚተማመኑበትን ተስፋን ይዘዋል፡፡ በተቃራኒው ጸሐፊው አንባቢዎቹ ወደ ስንፍና እንዲገቡ አይፈልም፡፡ ይልቁንም “ተስፋ የተገባውን ነገር በእምነት እና በትዕግሥት የወረሱትን እነዚያን ሰዎች እንዲመስሉ ይፈልጋል፡፡ ታላቅ የሆኑ የእምነት ጀግኖች እንዲህ ያለውን ነገር በመጠባበቅ የሚገለጡ ብቻ ሳይሆኑ፣ በዚህ ቁጥር ላይ እንደምናገኘው እንደ አብርሃም (6÷13-15)፣ እንዲሁም እርሱን ተከትሎ በሚመጣው ቁጥር ላይ በጌታ

በኢየሱስ (3፥1-2፤ 12፥1-2)፣ ደግሞም በዕብራውያን 11 ላይ በተገለጹት ታማኞች ሰዎች አማካይነት አዎንታዊ የሆኑ ምሳሌዎችንም ጭምር ጥቅም ላይ ባዋለበት ሁኔታ የበለጠ እንዲሠሩ የሚሻበት ነው፡፡

ድልድይ የሚሆኑ ዐውዶች

ይህን ምንባብ በመተርጐም ረገድ ያሉ ልዩ የሆኑ አስቸጋሪ ነገሮች የተለያዩ ትርጓሜዎች መኖራቸው እና በዕብ. 6፥9-12 ያለው ክፍል ከፍ ያለ ውይይት የሚደረግበት ሁኔታ፣ ሁለቱም ይህን አወዛጋቢ የሆነ ምንባብ በተግባር ወደ ማዋሉ ስንጓዝ ቢያንስ ቢያንስ ሁለት ጠቃሚ የሆኑ ምክንያቶችን በአእምሮዋችን መያዝን ሥራቸው ያደረጉ ናቸው፡፡

1) የምንባቡ ቋንቋ ዐዳጋች በሆነ መልኩ አሻሚ ነው፡፡ በብዙ ምንባቦች ላይ ጥቅም ላይ እንዲውሉ የተደረጉ ቃላት አንድ ክስተትን በጸሐፊው አእምሮ ውስጥ በትክክል ምን ለማለት እንደ ታሰበ በማይልጹበት መልኩ የሚገልጹ ሆነው ቀርበዋል፡፡ ምንም እንኳ አሻሚ ሐረጋትን (ለመጥቀስም ያህል "አንድ ጊዜ ብርሃን በርቶላቸው የነበሩት"፣ "ሰማያዊ ስጦታ የቀመሱ" እና "ከመንፈስ ቅዱስ ተካፋዮች የነበሩት" የሚሉትን ባለ ግስ ሐረጎች በተመለከተ ተቀባይነት /ታማኝነት/ ያለውን ብርሃን ለመስጠት ዋጋ ያለው ተግባርን ቢያከናውንም፣ ጸሐፊው እነዚህን ነገሮች ሳያብራራቸው በዝርዝር ማስፈሩ ችግር ሆኖ ይቀጥላል፡፡

ማስረጃውን ከግምት በማስገባት እርግጠኛ መስሎ የሚታየው ነገር በ6፥4-6 ውስጥ ያለው መግለጫ ከክርስቲያን ማኅበረሰብ ጋር በመጎዳኘቱ ረገድ የመጀመሪያውን መነሣሣት የወሰዱትን ሰዎች የሚመጥን ነው፡፡ ይህ ወይ አንዳንድ ማብራሪያ ጸሐፊያን አሳባቸውን እንደሚዘረዝሩበት እነዚህ ሰዎች ወደ አዲስ ፍጥረትነት በእግዚአብሔር ተለውጠዋል ማለት ነው አሊያም በሆነ መንገድ መደበኛነት ባለው መልኩ ከአዲሱ ሕይወት ጋር የሚጎዳኙ አንዳንድ ክስተቶችን በሕይወታቸው አሳይተዋል፤ ነገር ግን ዕውነተኛ የሆነ የሕይወት ለውጥ ማስረጃን ከቶ አልሰጡም የሚሉት በምንባቡ ላይ ለሚነሣ ማዕከላዊ ጥያቄ መሠረት ሆነዋል፡፡

2) "በቅድሚያ የሚያዝ አሳብን ያልያዘ ሥነ አፈታትን መለማመድ" የሚከብድ ሆኖ ሳለ ወደ ምንባቡ የሚመጣ እያንዳንዱ ተርጓሚ ውይይት የተደረገባቸውን ነገረ-መለኮታዊ

አሳቦች ይዞ ይመጣል፡፡ በሌላ አነጋገር ሁላችንም ብንሆን ወደ ትርጉም ተግባራችን ነገረ መለኮታዊ ሻንጣዎቻችንን እናመጣለን፡፡ ይህ ሻንጣ ወይም በርሳ ወደ መሙላቱ የመጣው በረጅም ጊዜ ሂደት ውስጥ ነው፡፡ ደግሞም ተሞክሮዎቻችን፣ እንዲሁም የተርጓሚ ማኅበረሰብ ተጽዕኖን ይዟል፡፡ ይህም የተጨበጠ ነገር መያዝን የማይቻል ያደርገዋል፡፡ - በተለይም ጉዳዮቹ ከፍ በሚሉበት ጊዜ ሊደረስበት የማይችል እንዲሆን ያደርገዋል፡፡

ለነገሩ ክርስቲያናዊ ሕይወትን በተመለከተ ባለን መረዳት ላይ የድነት እና የጽናት ባሕርይ ዋነኛ የሆኑ ነገሮች ናቸው፡፡ ወደ ምንባቡ የሚመጡ አንዳንድ ሰዎች "የተሳሳተ ትርጉምን" ከሚለማመድ ማኅበረሰብ ወገን የሆኑ ናቸው፡፡ (ከዚያ ማኅበረሰብ ዕይታ አንጻር) ሰፊ የሆነ ሙያዊም ሆነ ግለሰባዊ ውጤቶችን ከእርሱ ጋር ጨምረው ይይዛሉ፡፡

ስለዚህም ነገረ መለኮታዊ የሆነ ቀዳሞ የያዝነውን መረዳታችንን ገለል ለማድረግ እንዲህ ያሉ ምንባቦችን ትኩስ በሆነ ምልከታ እንዲህ ያሉ ምንባቦችን ለመጋፈጥ በምንፈልግበት ጊዜ ዕውነትን በመፈለጉ ረገድ ፍጹምነት ያለው ራስን መስጠት ያስፈልገናል፡፡

በርካታ አስታዋሾች አሉ፡፡ በእነዚህ አስቸጋሪ ሁኔታዎች ብርሃንነት ውይይታችንን በማቀላጠፉ ረገድ ሊረዱን የሚችሉ በርካታ ሥነ አፈታታዊ መርኆች እንዳሉ ማስታወስ ይኖርብናል፡፡

1) የዚህ ምንባብ የአነጋገር ዐይነት ምክር መስጠት መሆኑን በአእምሮዋችን መያዝ አለብን፡፡ በእርግጥም ነገረ መለኮታዊ ጥናት ጸሐፊው በዕብራውያን መጽሐፍ ውስጥ ለተጠቀመባቸው የሚመከሩ ጽሑፋዊ ሰነዶች ተገቢውን ሥፍራ ይሰጣል፤ ነገር ግን የ6፥4-12 ቀዳሚ ዓላማ ለዕብራውያን ሰዎች ሥነ መለኮታዊ ትምህርትን ከመስጠት ይልቅ እነርሱን ለተግባር ማነሣሣት ነው፡፡ይህም ጸሐፊው የሚጠቀምባቸውን ቃላት ማብራራቱን ያላቆመበት ምክንያት ይህ ሊሆን ይችላል፡፡ ስለሆነም እንደ 6፥4-8 ያሉትን ምንባቦች ለነገረ መለኮታዊ ትምህርት ማብራሪያነት በምንቀርባቸው ጊዜ ቢያንስ ቢያንስ በጸሐፊው አእምሮ ውስጥ የሁለተኛነት ደረጃ ወዳላቸው ምንባቦች እንመጣለን፡፡ በእርግጥም ጸሐፊው ምክር በሚሰጥባቸው የመጽሐፍ ቅዱስ ክፍሎች ውስጥ በሆነ መንገድ ማሰቡን አቁሟል የሚል አሳብን እያቀረብሁ አይደለሁም፤ ደግሞም እርሱ አሁን ምክር እየሰጠ ባለበት አገልግሎት ላይ የሚገኝ ነው፡፡ ይህ የምናነሣቸው ነገረ መለኮታዊ ጥያቄዎች በምንም መልኩ ያላቸውን አስፈላጊነት ኢምንት አያደርገውም፡፡

ነገር ግን እኛን እንዲህ ብለን እንድንጠይቅ ያስገድደናል፡- “ዝንባሌያቸውን እና ተግባራቸውን አንባቢዎቹ እንዲለውጡ ለማሳመን ጸሐፊው ይህንን የተለየ ምንባብ እንዴት ባለው መንገድ ነው ያሰበው?” ደግሞም ምክር የሚሰጡ ምክንያቶችን ከግንዛቤ የማናስገባቸው ከሆነ፣ እዚህ ላይ በተሳሳተ መልኩ ሊተረጐሙ የሚችሉቱ ታታሪዎች ምንድን ናቸው?

2) በተጨማሪም ከአነጋገር ዘዬ ጋር በተዛመደ 6፥7-8ን መጽሐፍ ቅዱሳዊ በሆነም ሆነ ኢ-መጽሐፍ ቅዱሳዊ በሆነ ሥነ ጽሑፍ፣ በሁለቱም ውስጥ ሰፋ ባለ መልኩ ጥቅም ላይ እንደ ዋለ ጥበብ አድርገን ልንገነዘበው እንችላለን፡፡ ከምድረ በዳነት ጋር በተቃረነ መልኩ ተዛምዶአዊነት ያለውን የፍሬያማነት በረከት በያዙቱ ጥቅም ላይ እንደ ዋለ ጥበብ አድርገን ልንመለከተው እንችላለን፡፡ እንዲህ ባለው መልኩ ልዩ የሆኑ ነገረ መለኮታዊ ቀመሮችን “ከዝናብ”፣ “ሰብሎች”፣ “እሾሆች” እንዲሁም ከመቃጠል ሥዕላዊ መግለጫዎች ጋር በማዛመዱ ረገድ ጠንቃቆች ልንሆን ይገባል፡፡

እዚህ ላይ ጽሑፉ በተምሳሌታዊ መግለጫነት ጥቅም ላይ የዋለ ወይም እነዚያን በቀጥታ ባለመጥቀስ መንፈሳዊ ዕውታዎቹን ተመሳሳይ በሆነ መልኩ ማቅረብ ነው፡፡ ለምሳሌ ያህል ምንም እንኳ ጸሐፊው “እሳትን” በዕብራውያን መጽሐፍ ውስጥ የፍርድ ተምሳሌታዊ መግለጫ አድርጎ የተጠቀመ መሆኑ ዕውነት ቢሆንም፣ (10፥27፤ 12፥29)፣ ደግሞም በእርግጠኝነት ፍርድን የማመልከት ፍንጭን ቢሰጥም፣ በ6፥8 ላይ ካለው የቃጠሎ ተምሳሌታዊ መግለጫ እጅግ ጠባብ የሆነ ነገረ መለኮታዊ መደምደሚያ ላይ መድረስ (ገሃነምን የሚያመለከት ነው የሚለው ዐይነቱ መደምደሚያ ላይ መድረስ) የጸሐፊው ተግባራዊ ምሳሌ በጥበባዊ የአነጋገር ዘዬ መስጠቱን ቸል ማለት ነው፡፡ ይልቁንም የቃጠሎ ተምሳሌታዊ መግለጫ የዚያን ጥፋት ልዩ የሆነ ባሕርይ በማይገልጽበት መልኩ አጠቃላይ የሆነ ጥፋትን ማቅረብ ነው፡፡

3) ጥያቄ ያስነሣውን ቃል በተመለከተ ጸሐፊው ራሱ ቃሉን በተለየ መልኩ ባላብራራበት መለኩ የሚያስኬድ ከሆነው ትርጉም ወደ ነገረ መለኮታዊ መደምደሚያ ዘልሎ መሄድን በተመለከተ ጠንቃቆች ልንሆን እንችላለን፡፡ ለምሳሌ በ6፥4 ላይ “የቀመሱ” የሚለውን “አንድን ነገር መለማመድ” ነው የሚለውን አሳብን ሰንዘሬያለሁ፡፡ በተለይም በዚህ ምንባብ ስለ እነርሱ እየተነገረላቸው ያሉቱ ሰዎች “ሰማያዊ ስጦታዎችን”፣ እንዲሁም “የእግዚአብሔር ቃል መልካምነትን እና ሊመጣ ያለውን ዘመን ኃይል ቀምሰዋል፡፡

ቃሉ ሳያላምጡ መዋጥ አይልም፤ ይሁን እንጂ፣ መግለጫው አንድን ነገር መለማመድ ነው እንኳ በምንልበት ጊዜ፣ የዚያን ተሞክሮ ባሕርይ አልገለጽነውም እናም ከዚያ በመነሣት ነገረ መለኮታዊ መደምደሚያ እንዳናበጅ ልንጠነቀቅ ይገባል፡፡ለምሳሌ በበረሃ ላይ መቅበዝበዝ - ጸሐፊው ከእግዚአብሔር ጋር ባለ ግንኙነት የቀደቁቱ ሰዎች ያሉበት ሁኔታ እንደ ሆነ ይረዳል - ከዚህ በመነሣት እነዚህ ሰዎች የእግዚአብሔርን ቃልና ኃይል በሙላት ተረድተውታል ተብሎ ሊነገር ይችላል (ዕብ. 3÷7-9፤ 16÷19)፤ ይሁንና እምነት በዚያ ተሞክሮ ውስጥ ተደባልቆ የሚገኝበት ሁኔታ የለም፡፡

ከሐዲያን ድነትን የከበቡ ተሞክሮዎችን አግኝተዋል ብለን በምንናገርበት ጊዜ፣ (ያ "ሰማያዊ ስጦታ" ማለት ከሆነ) ምን ማለት ነው? እነዚህን ልምምዶች እንዴት ሊለማመዱት ቻሉ? የዕብራውያን ጸሐፊ ይህንን አልተናገረም፡፡ ከዚህ በተጨማሪም ሜታኮስ መሆን ("ጓደኛ") ወይም ከመንፈስ ቅዱስ "ተካፋይ" መሆን ማለት ምን ማለት ነው? ምናልባትም ይህ የተለወጠን እና መንፈስ ቅዱስ የሚኖርበትን ሰው ያመለክት ይሆናል፡፡ ይሁንና ከመንፈስ ቅዱስ ጋር መስተጋብር የነበረው፣ ማለትም የመንፈስን የሚያሳምን ሀልዎት የተለማመደ በሚለው መልኩ ግንኙነት የነበረው የሚለውን ሊያመለክት ይችላል፡፡ ይህም መለወጥ በሌለበት መልኩ ማለት ነው፡፡

ለምሳሌ ኤፍ. ኤች. ሲ ብሩስ በሐዋ. 8 ላይ ያለውን የጠንቋዩን ስምዖንን ተሞክሮ ወደ መመልከቱ ትኩረቶች እንዲሳቡ አድርጓል፡፡ ይህም ተኣምር አድራጊው ሰው በመጀመሪያ ራሱን ከክርስቲናዊ ዕንቅስቃሴዎች ጋር አጎዳኝቷል፡፡ መንፈስ ቅዱስን ከመቀበል ጋር በተያያዘ በእርሱ ላይ ዕጅ ተጭኖበታል፤ ይሁንና አሁንም በኃጢአት እስራት ውስጥ እንዳለ በጴጥሮስ ስለ እርሱ ተነግሯል፡፡ ጸሐፊው በዚህ ጽሑፍ ውስጥ የፈነጠቀውን ትርጉም በተመለከተ ዕውቀት-የለሽ ሆነን እንቅር እያልሁ አይደለም፡፡ በ6÷4-8 ላይ ያለኝን የገዛ ራሴን ዐቋም ከዚህ በታች አቅርቤ እሚገታለሁ፡፡ ይሁን እንጂ፣ አሻሚነቱ ጥንቃቄን እንድናደርግ ጥሪን ያቀርል፡፡

"የአማኞች ጽናት" ከሚለው ትውፊት የመጣን ሰዎችም እንሁን ወይም ዕውነተኛ አማኞችም ክህደትን ሊፈጽሙ ይችላሉ ከሚለው እምነት /መረዳት/ የመጣን ሰዎች እንሁን የእኛን ዐቋም የሚደግፉ የሚመስሉትን የቃላት ትርጉሞች ወደ መያዙ እናዘነብላለን፡፡ የትርጉም ተግባርን ለማከናወን በተቻለ መጠን የተደራጀ መረጃን

መያዝንና ከዚህ ምንባብ ጋር እየታሉ ያሉ የሌሎች ሰዎችን መከራከሪያ ለመስማት ራሳችንን ዝግጁ ማድረግ እና ቅንነት ያለበት ታማኝነትን ይጠይቃል፡፡

ትርጉሞች፡፡ ከበርካታ ዓመታት በፊት በሳንፍራንሲስኮ ሙያዊ ሥልጠና እየተካፈልሁ ሳለሁ፣ ሁለት ጓደኞቼ እና እኔ በከማው ውስጥ ወዳለ ታቃዊ መገበያያ ሥፍራ ሄድን፡፡ እነዚህ ጓደኞቼ ታዋቂ ደራሲያን ናቸው፤ ደግሞም አዲስ ኪዳንን ቀዳሚነት ባለው የወንጌላውያን አብያተ ክርስቲያናት ተቋማት ውስጥ ያስተምራሉ፡፡ ከተማውን ዐቋርጠን እየተጓዝን ሳለ ታዋቂ የሆነው ደራሲና የዐደባባይ ተናጋሪ የሆነ ሌላ ፕሮፌሰርን በመንገዳችን ላይ ሳለን አገኘን፡፡ እርሱም በተጨናነቀው የመገበያያ ሥፍራ ላይ ለመገኘት ከእኛው ጋር ተቀላቀለ፡፡ በሆነ መልኩ በዕብራውያን መጽሐፍ ውስጥ ያለ ማስጠንቀቂያን የያዙ ምንባቦችን በተመለከተ መነጋገር ጀመርን፡፡ በዚያ ገበያተኞች፣ ጎብኚዎች እና የንግድ ሰዎች ድብልቅልቅ ብለው በሚገኙበት ሥፍራ በዕብ. 6፥4-8 ላይ ያለውን ነባራዊ ሁኔታ አስመልክተን በኃይል የተሞላ ክርክርን አካሄድን፡፡

በስብስቡ ውስጥ ያለነው ሁለታችን የአርሚናውያንን ዐቋም በመደገፍ ተከራከርን (ይህም ደግሞ ዕውነተኛ የሆነ ክርስቲያን ድነቱን ሊያጣ ይችላል የሚል ነው)፡፡ በስብስቡ ውስጥ ከነበርነው አንዱ በ6፥4-8 የተገለጹ ሰዎች እንደ ዕውነተኛ ክርስቲያንነታቸው ድነትን ያጡ አይደሉም፣ ነገር ግን እንደ እግዚአብሔር ሰዎች ከፍርድ በታች ያሉ ናቸው የሚለውን ዐወጀ፡፡ የከርከሩ ወይም የስብስቡ አራተኛው የቡድን አባል በመጀመሪያ ደረጃ የወደቁ ሰዎች ዕውነተኛ አማኞች አይደሉም የሚል አሳብን ሰነዘረ፡፡

ትዕይንቱ በሆነ መልኩ አስቂኝ ነበር፡፡ እዚህ ሥፍራ ላይ አራት የአዲስ ኪዳን መምህራን (ፕሮፌሰሮች) ውስብስብ በሆነ የግሪክ ሰዋሰው እና የቃላት ትርጓሜ ላይ እየተከራከሩ ናቸው፡፡ እነዚህ ሰዎች በቀጥታ ወደ እነርሱ በሚመለከታቸው፣ በፊቱ ላይ ምንም ዐይነት ስሜት በማይታይበት፣ ነገር ግን የእነርሱን ነገረ መለኮታዊ ክርክር ለማድመጥ በተገደደ ሕዝብ ተከብበው ነበር፡፡ ይህ ሥዕል ምሁራን የዕብራውያንን መልእክት ማስጠንቀቂያዎች በተመለከተ አንድ ዐይነት አመለካከት ያላቸው ከመሆን በቀር ምንም እንደ ሆኑ በተግባር ማሳያ ነው፡፡ ደግሞም ብዙ ሰሰዎች ለከርከሩ ያልን ውስጣዊ ጉጉት አልተካፈሉትም ነበር! ስለዚህም ምሁራን በ6፥4-8 ላይ የያዙዋቸውን የተለያዩ ዐቋሞች ከዚህ በመቀጠል በቅደም ተከተል እንመልከት፡-

1) አሳባዊ የሆነው አመለካከት ጸሐፊው ይህንን ማስጠንቀቂያ የሰጠው ለክርክር ማቅረቢያ መንገድ እንዲሆን ነው፤ ይህም ደግሞ አንባቢዎቹን ከመንፈሳዊ ዕንቅልፍ እንዲወጡ ለማድረግ ነው፤ ነገር ግን የተገለጸው ነባራዊ ሁኔታ በዕውነተኛው መልኩ ሊከሰት አይችልም። ስለዚህም መልእክቱ መነበብ ያለበት፡- "የወደቁ ሰዎች ካሉ፣ በእርግጥም ይህ ሊሆን አይችልም፤ እንግዲያውስ እነርሱን ለንስሐ ማደስ የማይቻል ነው" በሚል ነው። ይህንን አመለካከት በመደገፍ ጸሐፊው ማለፊያ የሆነ የመከራከሪያ ክህሎትን መያዝን እና አንደበተ-ርቱዕ በሆነ ተናጋሪነት አንባቢያንን ማነሣሣት እንደሚችል ዐውቆበታል። ይሁን እንጂ፣ የዚህ ዐቋም ችግር የሚመነጨው በመጽሐፉ ውስጥ በተደጋጋሚ ከቀረቡ በርካታ ማስጠንቀቂያዎች ነው (ለምሳሌ 2÷1-4፤ 3÷6፣ 14፤ 4÷12-13፤ 10÷26-31፣ 39፤ 12÷25-29)።

ጸሐፊው በእርግጥም ከእግዚአብሔር ጋር ካለ ግንኙነት የሚወድቁ ከማኅበረሰቡ ጋር ግንኙነት ያላቸው ሰዎች መኖራቸው ጥልቅ በሆነ መልኩ ያሳሰበው በሆነበት ሁኔታ ይታያል። እነርሱን በተመለከተ የሚሰጠው ማስጠንቀቂያ እርሱ እየሰጠ ያለውን ምክር በማይቀበሉ ሰዎች ላይ ሊመጣ ያለን የማይቀር ፍርድ የሚያመለክት ነው። ደግሞም ፍርዱ እንደ ዕውነተኛ እንጂ፣ እንደ አሳባዊ ሆኖ አልተገለጸም።

2) ከመለወጥ በፊት ያለ አይሁድ ያሉበት ነባራዊ ሁኔታ በመልእክቱ የቀረቡቱ ሰዎች ከክርስቲያን ማኅበረሰብ ጋር በሆነ መልኩ የተጎዳኙ አይሁድ ሲሆኑ፣ ነገር ግን ገና ለክርስቶስ ራሳቸውን ያልሰጡ /ራሳቸውን ያላስገዙ/ ናቸው የሚል ነው። አንባቢያኑ አይሁዳዊ አሳብ እና አምልኮን በተመለከተ የበለጸገ መረዳት ያላቸው መሆኑ ላይ ምንም ጥርጣሬ የለም። ይሁንና "ቅዱሳን ወንድሞች" (3÷1)፣ "የክርስቶስ ሕንጻ አካል" (3÷6)፣ "የክርስቶስ ወዳጆች (3÷14)፣ እንዲሁም "እምነቱን መቀበላቸውን ሲናገሩ የነበሩ ወንድሞች (4÷14) የሚሉት መግለጫዎችን ከግምት ስናስገባ፣ ይህ ዐቋም ወይም አመለካከት የተረጋገጠ አይመስልም። ከዚህ በተጨማሪም በዋናው ምንባብ ውስጥ የምናገኘው የቋንቋው ሁኔታ በሆነ መልኩ ከክርስቲያናዊ እምነት እና ልምምዶች ጋር የተዛመዱ ሰዎችን የሚያመለክት ይመስላል።

3) የቃል ኪዳን ማኅበረሰብ ዐቋም ቨርሊን ቨርብሩጅ በሚባል ሰው የተመሠረተ ሲሆን፣ በኢሳ. 5÷1-7 - "የወይን ቦታው ዝማሬ" የዕብ. 6÷4-6 መነሻ አሳብን በመውሰድ አብጅቶታል። ደግሞም እግዚአብሔር ከአንድ ግለሰብ ይልቅ መላው ማኅበረሰብን

መጣሉ ጸሐፊው በአእምሮው ውስጥ ይዟል የሚል አሳብን ይሰነዝራል፡፡ በዚህ ምንባብ ውስጥ ጌታ ፍሬያማ የሆነ የወይን ተክል ዐቀበታማ በሆነ ሥፍራ ላይ ተከለ፡፡ ተገቢነት ያለው ዝግጅት ተደርጎ ከፍ ያለ ጥራት ያለው ተክል ነበር የተተከለው፡፡ ይሁንና ይህ የወይን ተክል መጥፎ ወይም ሆምጣጣ ፍሬን ብቻ አፈራ፡፡ የጌታ ፍርድ የወይን ቦታውን ማጥፋትን በውስጡ ይዟል፡፡ ቅጥሮቹን ማፍረስን፣ ቦታውን የቆሻሻ መጣያ ሥፍራ ማድረግን፣ አረሞች እንዲበቅሉበት መፍቀድን፣ ዝናብንም ጭምር መከልከልን ይይዛል፡፡ ይህ ተግባራዊ ምሳሌ የተሰጠው እስራኤል እና ይሁዳን በመቃወም ነው (ኢሳ. 5÷7)፡፡

የእግዚአብሔር የቃል ኪዳን ሕዝቦች የሆኑትን በመቃወም ከተሰጠው ከዚህ ብሉይ ኪዳናዊ ምንባብ ጋር በተዛመደ ሽርብሩጅ በዕብራውያን መጽሐፍ ውስጥ እንደሚጣሉ ማስጠንቀቂያ የሰጠባቸው ማኅበረሰቦች እያንዳንዱ ግለሰብ ከሚጣልበት ጋር ዕኩልነት ያለው አይደለም፡፡ ይሁንና የዕብራውያን ጸሐፊ በማኅበረሰቡ ውስጥ ባሉ ልዩ ልዩ ቡድኖች እና ግለሰቦች መካከል ልዩነትን ያደረገ ይመስላል፡፡በዕብ. 4÷1 ላይ “እንግዲህ ወደ ዕረፍቱ ለመግባት ተስፋ ገና ቀርቶልን ከሆነ፥ ምናልባት ከእናንተ ማንም የማይበቃ መስሎ እንዳይታይ እንፍራ።” የሚለውን ያትታል (አጽንኦት ታክሎበታል)፡፡ በ6÷4-12 በወደቁቱ ሰዎች (6÷4-6) እና በእነርሱ ላይ መተማመን ባሳደረባቸው አድማጮቹ መካከል ልዩነትን አድርጓል፡፡

4) አራተኛው አመለካከት በፍርድ ሥር ያለ ዕውነተኛ አማኝን ያመለክታል የሚለው ነው፡፡ የእግዚአብሔር ፍርድ እንደሚመጣ ማስጠንቀቂያ የተሰጠባቸው አማኞች **በእርግጥም በዕውነተኛው መልኩ አማኞች ናቸው፤** ደግሞም ከባድ የሆነ የእግዚአብሔር ፍርድን የሚጋፈጡ ይሆናሉ፡፡ ነገር ግን ድነታቸውን ሊያጡ አይችሉም፡፡ ይህ ዐቋም የጸሐፊው ቀዳሚ ትኩረት የወደቁትን የሚመለከት በመሆኑ ምክንያት በምድረ በዳ በቀሩት ላይ የሚያተኩር ነው፡፡ አመክንዮው በዚህ መልኩ የሚሄድ ነው፡- “በብሉይ ኪዳን የወደቁ ሰዎች የእግዚአብሔር ሕዝቦች ሲሆኑ፣ ከእነርሱ ጋር ባለ ቃል-ኪዳን መሠረትነት ነው የተፈረደባቸው፡፡ ይሁን እንጂ፣ ከእግዚአብሔር ጋር ያላቸው ግንኙነት አያጡትም፤ ነገር ግን ወደ ተስፋዪቱ ምድር የሚገቡበት ምድራዊ ሽልማትን ነው ያጡት፡፡ በተጨማሪም ይህ ዐቋም የ6÷4-8ን እና በመጽሐፉ ውስጥ ያሉ ሌሎች ምንባቦችን ቋንቋ ይበልጥ ከፍ ባለ መልኩ የሚወስድ በመሆኑ የወደቁቱ ሰዎች ከክርስቲያናዊ ዕንቅስቃሴ ጋር የተጎዳኙ ይመስላሉ፡፡ ዕብራውያን 10÷30 “ጌታ በሕዝቡ ላይ ይፈርዳል!” የሚለውን ያትታል፡፡

ይሁን እንጂ፣ እዚህም ላይ ያለው ችግር እንደ 3፥6፣ 14 ያሉ ቊጥሮችን ከግምት በምናስገባበት ጊዜ ነው። በእነዚህ ሥፍራዎች ጸሐፊው እነዚህ ወዳጆቹ ድፍረታቸውን እና ተስፋቸውን የማይዙ ከሆኑ፣ እርሱን የገባውን ስጋት የሚገልጹ ናቸው። ወንጌልን ከመስማት ጋር የሚጎዳኝ እምነትን በመያዝ ረገድ የወደቁ ይመስላሉ (4፥1-2)። በተጨማሪም 10፥26-31 የወደቁትን ሰዎች የእግዚአብሔር ጠላቶች አድርጎ ይገልጻቸዋል (ቊ. 27)። እነዚህም ከዚህ በኋላ ለእነርሱ የሚቀርብ መሥዋዕት የማይኖርላቸው እና ፍጻሜያቸውም ጥፋት የሆኑ ሰዎች ናቸው (10፥26-29፣ 39)።

በ6፥9 ላይ ከዚህ በተጨማሪ ጸሐፊው እነዚህን ሰዎች እርሱን ከሚያደምጡቱ ጋር ያቃርናቸዋል። እርሱ ከሚያደምጡቱ ሰዎች ከድነት ጋር የሚጎዳኙ የተሻሉ ነገሮችን ይጠባበቃል። በ6፥4-6 ውስጥ የምናገኛቸው ሰዎች ከድነት ጋር ከተያያዙ ነገሮች ጋር የሚጎዳኙ አይደሉም። ለእኔ የሚመስለኝ ድነትን ከማጣት ጋር የሚያያዝ ማስጠንቀቂያን የሚመለከት ድምፅን ከመያዝ ይልቅ ሽልማታቸውን ከማጣት ጋር የሚያያዝ ነው።

5) ሌላው አመለካከት ከክስተታዊነት አንጻር ዕውነተኛ አማኞች ናቸው የሚል ነው። ይህ አተረጓጎም ከግምት እንዲገቡ የተደረጉቱ ሰዎች ዕውነኛ አማኞች የነበሩ፣ ዳግም ልደትን ያገኙ አማኞች፣ አሁን ከክርስቶስ ጋር ያላቸውን ግንኙነት ያጡ እና በክርስቶስ መምጣት ዕውን የሚሆነውን ድነት ከቶውንም የማይጠባበቁ ናቸው። ይህ አተረጓጐም በክርስቲያናዊ ተሞክሮ ዙሪያ በለ ክስተት ላይ የተመሠረተ ነው።

ይህም በዕብራውያን 6፥4-8 እና በመጽሐፉ ውስጥ እና በሌሎች ምንባቦች ውስጥ በዝርዝር ቀርቧል። ይበልጥ ትንተናዊ ጥናትን ማዕከሉ ያደረገ ይህን ዐቋም የሚደግፍ አሳብ ከስኮት ማክናይት የመጣ ነው። የማክናይት አቀራረብ በርካታ ጠንካራ ጎኖች አሉት። ሀ) በመጽሐፉ ውስጥ ያሉ ሁሉንም የሚመከሩ ጽሑፎች በአንድነት በማቀናበር ትንታኔ መስጠትን ይፈልጋል። ስለሆነም ከአንድ የተለየ ምንባብ ላይ ማስረጃን በመውሰድ ላይ ከመደገፍ ይልቅ ከበርካታ ተያያዥነት ያላቸው ምንባቦች አሳቦችን በመውሰድ የሆነ ድምዳሜ ላይ የሚደርስበትን መስመር የተከተለ ነው። ለ) የቃላት ጥናትና ሰዋሰውን በተመለከተ ብዙዎች የሚሰነዝሩዋቸውን ዕውነትነት ሌላቸው አስተሳሰቦች በዝርዝር ያቀረበው ትንተናዊ ጥናት ያጋልጣቸዋል። ሐ) ማክናይት ቀድሞውኑ ጀምሮ ባለው የመጨረሻው ዘመን ጥናት ላይ አጽንኦትን ያደርጋል። ይህም በዕብራውያን መጽሐፍ ውስጥ ጠቃሚ የሆነው ነገር መለኮታዊ አስተምህሮ የተበጀበት

ነው። እየተኖረ ያለው የመጨረሻው ዘመንን የተመለከተ ጥናት ድነትን የሚረዳው መለወጥን፣ ክርስቲያናዊ ዕድገትን፣ እንዲሁም በክርስቶስ ምጽዓት የሚሆን የሁሉም ነገር ማብቂያን የያዘ ሂደት አድርጎ ነው። ማክናይት አይሁድ (ዕብራውያን ሰዎች) የድነትን የወደፊት ገጽታ አስመልክቶ ታላቅ የሆነ አስተዋጽኦ አድርገዋል የሚል አሳብ በመሰንዘሩ ትክክል ነው።

ይሁን እንጂ፣ በዕብራውያን መጽሐፍ ውስጥ በተሰጡት ማስጠንቀቂያዎች ላይ በሰጠው ትንታኔ በሁለት ዋነኞች ጉዳዮች ላይ ማክናይት ጋር አልስማምም። (ይህ በርካታ አነስተኛ ነጥቦችንም ይጨምራል።) 1) ማክናይት አንድ ሰው የድነት አሁናዊ ገጽታ ሊኖረውና "እምነቱን .... ሊያጣ" ይችላል የሚል አሳብን ይዟል። በሌላ አነጋገር ይህ አንድ ሰው ከክርስቶስ ጋር ዕውነተኛ የሆነ ግንኙነት ሊኖረው ከዚያም በኋላ መጽናት ባለመቻል ምክንያት ያንን ግንኙነት ሊያጣው ይችላል ማለት ነው። ይሁንና የዕብራውያን መጽሐፍ ከክርስቲያን ማኅበረሰብ ጋር የሚጎዳኙ ሰዎች ባለመጽናት ምክንያት ዕውነተኞች ያልሆኑ ሆነው ይቀርባሉ በሚላቸው ሰዎች ላይ ያተኰረ ነው፦ "ይህንን ብንይዝ ... እኛ ቤቱ ነን" (3÷6) "እስከ መጨረሻው ብንጸና የክርስቶስ ተካፋዮች ሆነናልና" (3÷14)።

በ4፥1-2 ጸሐፊው የዕረፍት ተስፋ ስለ ተገባላቸው ወንጌልን በሚሰሙ ጊዜ ዕውነተኛ እምነትን አጣምረው ባለ መያዛቸው የወደቁ ለሚመስሉቱ ሰዎች ያለውን ግድ መሰኘት ይገልጻል። የዕብራውያን መጽሐፍን በተመለከተ እምነት ፈቃደ-እግዚአብሔርን ከመፈጸም ጋር ዕኩል ነው። ስለሆነም ለዕብራውያን መጽሐፍ እና ለአዲስ ኪዳን ነገረ መለኮታዊ መረዳት በአጠቃላይ ከእግዚአብሔር ጋር የሚደረግ ዕውነተኛ የሆነ ግንኙነት ለእግዚአብሔር ከሚታዘዙበት የሕይወት ዘይቤ የሚመነጭ ነው። ያ መታዘዝ ከሌለ፣ ያ ሰው ከእግዚአብሔር ጋር ያለው ግንኙነት ከጥያቄ ውስጥ የሚወድቅ ይሆናል።ስለዚህ ዕብራውያን 6÷7-8 ለከሓዲያኑ መግለጫነት አምሳያ ሆኖ የቀረበው ተግባራዊ ምሳሌ የቱንም ያህል የእግዚአብሔር በረከቶች ቢፈስሱለት ፍሬን በማፍራቱ ረገድ ያልተሳካለት ምድረ በዳ ሆኖ ቀርቧል። በተቃራኒው በዕውነተኛው መልኩ ቅዱስ የተደረጉቱ ሰዎች ድነትን ለማግኘታቸው ማስረጃ አለ (6÷9)፤ እነርሱ ለሁልጊዜም ፍጹማን ተደርገዋል (10÷14)፤ የጻድቃን መንፈሶች ፍጹማን ወደሚሆኑበት ወደ ጽዮን ተራራ መጥተዋል (12÷22-24)፤ ደግሞም በስተመጨረሻ የድነታቸውን መደምደሚያ የሚለማመዱ ይሆናሉ (9÷28)።

ድነት ከአሁን እስከ ወደፊት የሚሆን ቀጣይነት ያለው ነገር ነው፤ ደግምም የጽናት እና ለእግዚአብሔር የሚሆን መታዘዝን የሚገልጥ ነገር ነው፡፡ አንድ ሰው በስተመጨረሻው መጽናት የማይችል ከሆነ፣ ቀድሞውኑ ከክርስቲያናዊ ማኅበረሰብ ጋር የነበረው መስተጋብር ሕጋዊነት የሌለው መሆኑን ይገልጣል፡፡ ይህም ከሐዲያኑ ዐውቀው አጭበርባሪ ሆነዋል ማለት አይደለም፤ ነገር ግን በዕውነተኛው መልኩ በእግዚአብሔር ኃይል አልተለወጡም ማት ነው፡፡

2) የማክናይት ትንታኔ ጸሐፊው ሁሉን ነገር ዐለማወቁን መናገሩን በበቂ መልኩ ከግምት አሳስገባውም፡፡ በተጨማሪም ይህ አመለካከት አንባቢዎቹ በጸሐፊው ሐሰተኛ እንደ ሆኑ ወይም ዳግም ልደት ያላገኙ እንደ ሆኑ ተደርገው ስለ መታየታቸው ምንም ዐይነት ማስረጃ የላቸውም የሚለውን በብርቱ ይፎካከራል የሚለውን ያትታል፡፡ ይልቁንም ጸሐፊው እነርሱን እንደ አማኞች ይቆጥራቸዋል፤ ደግሞም በዕውነተኛ አማኝና በሐሰተኛ አማኝ መካከል ልዩነትን ማድረግ የማይቻል መሆኑን በመግለጽ ራሱን ከእነርሱው ጋር በቅርበት ያያይዛል፡፡ይህ ዕውነት ነው፤ ይሁንና ይህ ዐረፍተ ነገር በዕብራውያን መጽሐፍ ውስጥ ያለ በጣም ጠቃሚ የሆነ ብርቱ ማስረጃን ይስታል፡- ምንም እንኳ ጸሐፊው ማኅበረሰቡን አማኞች አድርጎ ቢያቀርብም - እርሱ ሁሉንም ነገር የማያውቅ መሆኑን አስመልክቶ ፍንጭን ሰጥቷል፡፡ - ምንም እንኳ ሁሉም በአንድነት በመሰብሰባቸው ምክንያት አማኞች የሆኑ መስለው ቢቀርቡም፣ አንዳንዶቹ ግን ዕውተኞች አማኞች ላይሆኑ ይችላሉ (3፥6፣ 14፤ 4፥1-2፤ 6፥11)፡፡. የማክናይት ክርክር በከፊል ጸሐፊው ትምህርቱን የሚከታተሉ ሰዎችን ዕውተኞች ክርስቲያኖች አድርጎ በሚያቀርብበት ግምታዊ አሳብ ላይ ያረፈ ነው፡፡ ማስረጃው አንዳንዶች ሰዎች የክርስቶስ የቃል ኪዳን ሕዝብ አለመሆናቸውን የሚደግፍ ይመስላል፡፡

6) እንግዲህ ይህ ወደ ስድስተኛው ዐቋም ያመጣናል፤ ይህም በዚህ ማብራሪያ ውስጥ የተሰነዘረ አንዱ ዐቋም ሲሆን፣ ክስተታዊ በሆነ መልኩ ያላመኑ ሰዎችን የሚመለከት ዐቋም ሊባል ይችላል፡፡ ዐቋሙ የካልቪናውያንን መረዳት የሚደግፍ ነው፤ ደግሞም በዕብራውያን መጽሐፍ ውስጥ የምናገኛቸው የወደቁቱ ሰዎች በአማኞች ማኅበረሰብ ውስጥ በሚሳተፉበት ጊዜ ዕውነተኞች ክርስቲያኖች መስለው ሊታዩ ይችላሉ፡፡ ነገር ግን እንደ ዕውነቱ ከሆነ እነርሱ ክርስቶስን በመጣላቸው ምክንያት ዕውነተኛ እምነት የሌላቸው ሰዎች መሆናቸውን አሳይተዋል፡፡ ስለዚህም በማስጠንቀቂያው ውስጥ የታወጀው ዐደጋ ዕውነተኛ፣ ዘላለማዊ ፍርድን የያዘ ነው፤ እናም ደግሞ ይህ ነገር

የተነገረባቸው ሰዎች የክህደት ኃጢአቱን ለማድረግ የሚችሉ ናቸው የሚል ነው። ይህንን ዐቋም የሚገጥሙ ቢያንስ ሁለት ተግዳሮቶች ሊጠቀሱ ይችላሉ። ሀ) መነጋገሪያ በሆነው ምንባብ፣ በተለይም በ6፥4-6 ጸሐፊው ክርስቲያኖች ናቸው በሚል ሊተረጐም የሚችል ንግግርን ይጠቀማል።

ከክስተታዊነት አንጻር የማያምኑ ሰዎች የሚለው ዐቋም /አመለካከት/ እዚህ ላይ ያለው አሻሚ ንግግር ወደ ክርስቲያናዊ ማኅበረሰብ በመግባት የእግዚአብሔር በሆኑ ነገሮች ተሳታፊ መሆንን ይዟል። - እነዚህ ወገኖች ከውጫዊ ገጽታቸው አንጻር ሲታዩ ክርስቲያኖች ይመስላሉ - ነገር ግን እየተነገረላቸው ያሉቱ ሰዎች ዕውነተኛ የሆነ እምነትን አልተለማመዱም።

መሠረታዊ በሆኑ የእምነት ጉዳዮች ላይ ትምህርት ተሰጥቷቸው ይሆናል (6፥4)፤ የእግዚአብሔርን ቃል የሰሙና ኃይሉንም የተለማመዱ ሊሆኑ ይችላሉ (6፥5)፤ የሚያሳምነውን የመንፈስ ቅዱስን አዎንታዊ ተጽዕኖ ተለማምደው ይሆናል (6፥4)፤ ደግሞም በገሃድ ንስሐ ገብተውም ሊሆን ይችላል (6፥6)፤ ነገር ግን እነርሱ ፍሬን አላፈሩም (67-8)፤ ስለዚህም ደግሞ ከድነት ጋር የተገዳኙ የተሻሉ ነገሮችን መግለጥ አልቻሉም (6፥9-10)።

ለ) ዕብራውያን 10፥29 እንዲህ ይነበባል፡- “የእግዚአብሔርን ልጅ የረገጠ ያንንም የተቀደሰበትን የኪዳኑን ደም እንደ ርኵስ ነገር የቆጠረ የጸጋውንም መንፈስ ያክፋፋ፥ እንዴት ይልቅ የሚብስ ቅጣት የሚገባው ይመስላችኋል?” በዚህ ዐቋም ሥር ኤን ሆ ሀጊያስቴ የሚለው የግሪክ ሐረግ ተለምዶአዊ በሆነ መልኩ “በእርሱ የተቀደሱበት” በሚል የተተረጐመ ሲሆን፣ ግለሰባዊነት በሌለበት መንገድ ሊረዱት የሚገባ ነገር ነው። (ከሐዲ በዚህ አመለካከት የተቀደሰ ተብሎ ሊነገርለት አይቻልምና)።

ሰዋሰዋዊ በሆነ መንገድ ይህ ኢ-ግለሰባዊነት ያለው ትርጉም ፍጹምነት ባለው መልኩ ሊሳካ የሚችል ነው። በተጨማሪም ከ10፥14 ጋር ሊከሰት የሚችል ጊዜያዊነት ያለው ግጭትን ያስወግዳል። ይህም ቅድስና ቀጣይነት ያለው ሂደት ነው፤ ደግሞም ዕውነተኞች አማኞች ለዘላለም በክርስቶስ መሥዋዕት ፍጹማን ተደርገዋል የሚል አሳብን ይሰጣል።

በማከናይት ጥናት ላይ በተደረጉ ትንታኔዎች ከላይ ውይይት የተደረገባቸው ሁለቱ ምክንያቶች ከክስተታዊነት አኳያ የማያምኑ ሰዎን የሚመለከት ዐቋምን በሚያራምዱ ወገኖች ዘንድ በብዛ ቸል ተብለዋል።

1) የጸሐፊያችን የነገረ-ፍጻሜ መረዳት ጊዜያዊ የሆነ ማዕቀፍ "የአሁኑንም" ሆነ "ገና ሊመጣ ያለውን" ይይዛል። ለምሳሌ ያህል ክርስቶስ አሁንም ጌታ ነው፤ ነገር ግን ጌትነቱ በሙላት ዕውን የሚሆነው በመጨረሻው ጊዜ የሚመጣ ጉዳይ ነው (2፥5-9)። ይህ መረዳት ለነገረ-ድነትም እንደዚሁ የሚሠራ መሆኑ ከግምት ሊገባ ይገባል። ሁለቱም አስፈላጊ ናቸው፤ ይሁንና ሌላው በሌለበት አንዱ ሊኖራችሁ አይችልም። ከላይ እንደ ታተተው አንድ ሰው ወደ መጨረሻው ከመጣና ካለ መጽናት የተነሣ ከክርስቶስ ጋር ግንኙነት ከሌለው በመጀመሪያ ደረጃ ያ ግንኙነት ከቶውንም አልነበረም። ይህ በ1ኛ ዮሐንስ 2፥19 ላይ ካለው ዐረፍተ ነገር ጋር አንድ ዐይነት ነው።

2) በዕብራውያን መልእክት ውስጥ የተሰጡ ማስጠንቀቂያዎችን በተመለከተ የሚደረጉ ብዙዎቹ ውይይቶች ከፍ ባለ መጠን "የሁሉን ዐዋቂ" ምክንያትን ቸል ያሉ ናቸው። ጸሐፊው በእነዚህ በሚሰሙት ማኅበረሰብ ውስጥ ያሉ ሰዎች መንፈሳዊ ሁኔታ በተመለከተ የዕውቀት ማነስ ያለበት መሆኑን ተቀብሏል። በተጨማሪም ያ መንፈሳዊ ሁኔታ ቀጣይነት ባለው ፍሬያማነት እና ጽናት ብርሃንነት ብቻ ሊታይ የሚችል ነገር ነው። እጣሬ እና መደምደሚያ በዚህ ዐውዶችን በሚያገኝኝ ክፍል ውስጥ ዕብራውያን 6፥4-8ን በመተርጐም ረገድ አንዳንድ አስቸጋሪ ነገሮችን ልብ ብለናል። ይህም በምንባቦቹ ውስጥ ያለ የጸሐፊው የቋንቋ አጠቃቀም (የአነጋገር ዘዬን) ጨምሮ ወደ ትርጉም ተግባር ስንመጣ ቀዳሚ የሆነውን ስለ ጉዳዩ ያለንን ግንዛቤያችንን ይዞ የመምጣቱ ነገርን ያካትታል። በመቀጠል ጠቃሚ የሆኑ ልብ ሊባሉ የሚገባቸው ሥነ አፈታታዊ ጉዳዮችን በዝርዝር አስረድተናል። ከእነዚህም መካከል በቅዱሳት መጻሕፍት ክፍሎች ውስጥ የሚገኙ የአነጋገር ዘዬዎች /geners/ የሚያስኬድ ከሆነ መዘገበ ቃላታዊ ትርጓሜ ወደ ነገረ መለኮታዊ አስተምህሮ ማብጀት የሚደረገውን ዘለሎ የመግባት ዐደጋ በግልጽ አመልክተናል።

ይህንን የምናቀርብበት አያያዛችን ጉዳዩን ከግንዛቤ ለማስገባት ለሚፈልጉ አንባቢያን የመነሻ ጅማሮ የሚሆን ነገር ለመስጠት ብቻ በመሆኑ ምክንያት በ6፥4-5 ላይ የሚሰጡቱ የተለያዩ አተረጓጎሞች ጥልቅ የሆነ ማብራሪያን በመስጠቱ ረገድ ድካም ይታይባቸዋል።

ይሁን እንጂ፣ ለተለያዩ ዐቋሞች ዐድሎአዊ ከመሆን ነፃ ለመሆን በመሞከር የእያንዳንዳቸው ብርቱና ደካማ ጎን አመልክቻለሁ፡፡ ውይይታችንን ስንጨርስ (ለአሁኑ) እንደ 6፥4-12 ያሉቱ ምንባቦች በክርስቲያን ማኅበረሰብ ውስጥ በሆነ መልኩ ተበጣጥሰን እንድንቀር የሚያደርጉን ናቸው፡፡ ዛሬ ላይ እንዲህ ያሉትን ምንባቦች ከሕይወት ጋር ለማዛመድ በምናደርገው ውይይት ከዚህ ምንባብ ልንወስዳቸው የምንችላቸው የምንግባባቸው መርኆች አሉ፡፡

1) ከክርስቲያናዊ ማኅበረሰብ ራሳቸውን በመገንጠል እና ክርስቶስን በመጣል ከእግዚአብሔር ጋር ካላቸው ግንኙነት የወደቁ ሰዎች ጥልቅ በሆነ ችግር ከእግዚአብሔር ፍርድ በታች መሆናቸውን አጽንኦት ልናደርግበት ይገባል፡፡ የዚህ ፍርድ ትርጓሜ በየተርጓሚው የትርጓሜ አሰጣጥ ሁኔታ መሠረትነት የሚለያይ ነው፡፡ ይሁን እንጂ፣ እዚህ ላይ የተሰጠው ማስጠንቀቂያ በመጽናት እና በፍሬያማነት ላይ ክርስቲያናዊ አስተምህሮ በሚሰጠው ደማቅ ብርሃን ላይ ጨለማን ያጠላበታል፡፡

ከእግዚአብሔር ጋር ካላቸው ግንኙነት የወደቁ ሰዎች የሚፈሩበት ምክንያት አላቸው፡፡ ስለዚህ በዚህ ረገድ የተሰጡ ማስጠንቀቂያዎችን በተመለከተ በቤተ ክርስቲያን ዐውድ ውስጥ በሚያገለግሉ ሰዎች ሁሉ ላይ ማድረግ ቀድሞውንም በእነርሱ ላይ የሚሠለጥን ነው፡፡ ከእምነት የወደቁ ሰዎች ምሽቱን በጸጥታ ማሳለፍ አይፈቀድላቸውም፡፡

እነርሱ ከተግባራቸው ጋር የተጎዳኘ መንፈሳዊ ክህደትን ሊጋፈጡ ይገባቸዋል፡፡ ስለዚህም እያንዳንዱ አማኝ ነኝ ብሎ የሚናገር ሰው "ተስፋውን የተረጋገጠ ለማድረግ" ሕይወቱን በመመርመር ጠንከር ያለ ልባዊ ጥንቃቄ ማድረግ ግዴታው ነው፡፡

2) ምንም እንኳ እዚህ ላይ አንድ ሰው ምንባቡን በሚተረጉምበት መንገድ ላይ በመመሥረት ተግባራዊ የሚደርግ ቢሆንም፣ በክርስቲያናዊ ማኅበረሰብ ውስጥ መሳተፍ የግድ ከድነት ጋር የሚገናኝ ነገር አይደለም፡፡ አንድ ሰው እርሱ ወይም እርሷ ወደ ቤተ ክርስቲያን በመምጣት ኅብረት በማድረጉ አጀማመሩ ማለፊያ መሆን ምክንያት ፍጻሜው መልካም ይሆናል ብለን ልናስብ አንችልም፡፡

ይህም እንደ ግለሰብ ክርስቲያንም ሆነ እንደ ቤተ ክርስቲያን መሪዎች እኛን ታላቅ ኀላፊነት ያለባቸው እንድንሆን ያደርገናል (6፥11)፡፡ እንደ ቤተ ክርስቲን መሪዎች ለመንፈሳዊ

ዕድገታቸውና እረኝነትን ለማግኘት ለሚመጡት ሰዎች ዕንክብካቤ ልናደርግላቸው ይገባል፡፡

3) ዕውነተኛው ክርስትና በቤተ ክርስቲያን ውስጥ ሊኖር ከሚገባው ፍሬያማነት የተሞላበት ታማኝነት ውጭ ሊገመገም አይችልም፡፡ በአዲስ ኪዳን ውስጥ በየሥፍራው ይህ መርኅ ጸንቶ ይኖራል፡፡ ኢየሱስ ደቀ መዛሙርቱን ሲመክር፡- "በፍሬያቸው ታውቁዋቸኋላችሁ" (ማቴ. 7፥16) አለ፡፡

ጳውሎስ፡- "እኛ ፍጥረቱ ነንና፤ እንመላለስበት ዘንድ እግዚአብሔር አስቀድሞ ያዘጋጀውን መልካሙን ሥራ ለማድረግ በክርስቶስ ኢየሱስ ተፈጠርን።" (ኤፌ. 2፥10) በማለት ዐወጀ፡፡ ያዕቆብ ሥራ-ዐልባ እምነት የሚያጠራጥር ነው (ያዕ. 2፥14)፤ የሚለውን ያስታውሰናል፡፡ ደግሞም ከእግዚአብሔር ጋር ያለ ዕውነተኛ ግንኙነት ለእግዚአብሔር እና ለሰው ልጆች በሚሆን ፍቅር ራሱን ይገልጻል (1ኛ ዮሐ. 4፥7-8፣ 20)፡፡

በዕብራውያን 6፥7-8 የጥበብን ንግግር በተባረከ ፍሬያማነት በተረገመ ፍሬ-ዐልባነት /መካንነት/ ላይ ተቃውሞአዊ መንትኤነትን ያሳያል፡፡ ይህም ሥራችን ከእግዚአብሔር ጋር ያለንን ግንኙነት የተስተካከለ እንዲሆን ያደርጋል ማለት አይደለም፡፡ ይህ ሥራን የድነት ውጤት አድርጎ የሚመለከቱበት አግባብ የክርስቲያናዊ አገልግሎት ባሕርይ የጥቂት ሰዎች ምርጫ ሳይሆን፣ ይልቁንም የአማኞች ሁሉ ተግባር መሆኑን ያመለክታል፡፡

ጸሐፊው በ6፥10 ላይ እንዳመለከተው የዕውነተኛ ክርስትና ገላጭ ምልክት ሌሎችን ማገልገል ነው፡፡ ስለዚህ ሁሉም ዕውነተኞች ክርስቲያኖች ሌሎችን ክርስቲያኖች በማገልገል ተግባር ላይ ይሳተፋሉ፡፡

ለአሁን ዘመን ያለ ጉልህነት

በሠላሳዎቹ ዕድሜ ያለች የንግድ ሰው የሻይና የመክሰስ ሰዓት እንዳበቃ ጓደኛዋ ወንገጌልን ካካፈለ በኋላ አንድ ጸሎትን አደረሰች፡፡ ይሁንና እርሷ እዚህም እዚያ ለሁለት ወራት ትካፈልበት ከነበረ ከቤተ ክርስቲያንም ሆነ ከክርስትና ወደ ኋላ ማለትን ጀመረች፡፡ ይህም እንደ መስጠት፣ ነገረ ሰይጣን፣ ፍርድ፣ እንዲሁም በአንዳንድ ጕዳዮች ላይ ቤተ ክርስቲያን ያላትን ዐቋም በሚመለከቱ ጕዳዮች ግራ-ስለተጋባች ነበር ይህንን ወደ ማድረጉ ያመራችው፡፡

አንድ ቀደምት የሆነ ጥቁር መጋቢ በአሜሪካውያን ጥቁር ማኅበረሰቦች ዘንድ ማኅበራዊ ለውጥን ለማምጣት እስልምና ዕውነተኛ ኊልበት ያለው ነው በማት ሙስሊም ለመሆን ቤተ ክርስቲያኑን ተወ፡፡ የሦስተኛው ዓለም ዜጋ የሆነች ወጣት ሴት ወደ ክርስትና በመለወጥዋ ምክንያት አስከፊ የሆነ ስደትን ከቤተ ሰቦችዋ እና ከመንግሥት ተጋፈጠች፡፡ በብዙ ውጥረት ውስጥ ሆና በስተመጨረሻ አሳብዋን ቀየረች፤ ወደ ቀደመው ሃይማትዋም ተመለሰች፡፡ በአሥራ ሁለት ዓመቱ እምነት ማጽኛ ትምህርትን የሚወስድ ልጅ በታዳጊነት ዘመኑ ራሱን ለክርስቶስ የሰጠ አማኝ ይመስላል፡፡ ነገር ግን የኒው ኤጅ መንፈሳዊነትን፣ ፍልስፍናን እና በተፈጥሮ ማመንን ቀላቅሎ በመውሰድ በትልቅነት ዕድሜው ከእምነቱ ይወድቃል፡፡

ዛሬ ላይ እንዲህ ያሉቱ ታሪካዊ ገጠመኞች በቤተ ክርስቲያን ውስጥ የተለመዱ ናቸው፡፡ በክርስቲያናዊ አገልግሎት ውስጥ የሚሳተፍ የቱም ሰው ወደ ቤተ ክርስቲያን ሊመጡ የነበሩ ሰዎች በክርስቶስ ስለ ማመናቸው ይሰጡት የነበረው ምስክርነት ትርጉም የሌለው ይመስል በድንገት ሲቀሩና ከመንገድ ሲወጡ ማየት ከሚያመጣው ስቃይም ሆነ ግራ-መጋባት ጋር በእርግጠኝነት ይታገላሉ፡፡

አንዳንዶቻችን እኛን በሚያሳዝነን መልኩ ወንጌልን የተዉ፣ የተሰቀለውን ጌታ የሚያዋርዱ የቤተ ሰብ አባላት አሉን፡፡ ምናልባትም ሌሎቻችን በቀጥታ ወደ ክህደት ዐደገኛ በሆነ መልኩ እየቀረበ በመሄድ ላይ ካለ ሰው ጎን ለጎን ሆነን እየሄድን ይሆናል፡፡ እንዲህ ላሉቱ ገጠመኞች እንዴት ነው ምላሽ ልንሰጥ የሚገባው? ለወደቁቱ ሰዎች ወይም ለመውደቅ ለተቃረቡ ሰዎች ከዕብ. 6፥4-8 ጋር አብረው የሚሄዱ ጠንካራ ማስጠንቀቂያዎን ልንሰጣቸው ይገባል፡፡

ወደ ቤተ ክርስቲያናችን ለሚመጡ፣ ከእምነት ማኅበረሰባችን ጋር ለሚቀላቀሉ ሰዎች በአስተምህሮም ሆነ በግንኙነት ረገድ ጠንከር ያለ ትምህርት እና ዕንክብካቤ ልንሰጣቸው ይገባል፡፡ መንፈሳዊ ሞግዚትነትን ለመጣልና ክርስቲያናዊ የሆነ ራስን መስጠትን ለመጠበቅ ለታገልን ለማናችንም ቢሆን፣ ቅዱሳንን በማገልገሉ ረገድ እግዚአብሔር በሥራዎቻችን ላይ ያለውን ጭብጨባን የሚያመለክት ማበረታቻን ልንሰጥ ይገባናል፡፡

አሉታዊ ምሳሌን የያዘ የክርክር ማቅረቢያ ኃይል

እንደ ዕውነቱ ከሆነ እኔ በእርግጥም የምናዘዘው ነገር አለኝ፡፡ በባቡር ማቋረጫው ላይ መኪና እነዳ ነበር፡፡ - ይህም መሰናክሎቹ በሚነሡበት እና ቀይ መብራት በሚበራበት ጊዜ ነው፡፡ ይህንን ልማድ ያዳበርሁት በፎርት ዋርዝ ቴክሳስ፣ ማለትም የባቡር መንገድ በሚያቋርጣት ከተማ ውስጥ በነበርሁበት ጊዜ ነው፡፡ በመንገዴ ላይ ዜብራው መስመር እየቀነሰ እና ቀዩ መብራትም ደግሞ ባቡሩ እየመጣ መሆኑን በማስጠንቀቅ የብርሃን ነጸብራቅ በሚሰጥበት ጊዜ ከከተማ በስቲያ ያለኝ አድካሚ ጉዞ በሚያንገሸግሽ መልኩ የተቋረጠ ይሆናል፡፡

ይሁንና ባቡሩ ዘወትር ሩቅ ሥፍራ ላይ እንዳለና ቀስ ብሎ እንደሚመጣ፣ እንደዚያ ሊያነቃኝ የሚያሰሰማው ጩኸት በዚያ ቅጽበት ለእኔ አላስፈላጊ እንደ ሆነ ተሰማኝ፡፡ ስለሆነም በእኔ ወገን ያለውን መሰናክል አነሣውና በራሴ መንገድ እጓዛለሁ፡፡ይህ ኀላፊነት የጎደለው ተግባር በሁለት ጊዜ ገጠመኜ ምክንያት ወደ ማብቂያው መጣ፡፡ ባለቤቴ ወደ መሆኑ ልትመጣ ያለችው ፓት ይህ ልምምድ በምንም መልኩ ቢሆን ተቀባይነት የሌለው ነገር መሆኑን አስታወሰችኝ፡፡ ከዚህ በመቀጠል ወደ ስድስት ወራት በሚሆን ጊዜ ውስጥ የባቡር መሸጋገሪያ መንገድ ላይ በጥንቃቄ ጉድለት ስለ ደረሱ ዐደጋዎች ከአንድ ጋዜጣ ላይ አነበብሁ፡፡

የተጋጩ መኪኖችን እና እንዲህ ያሉ ምልክቶችን ለመታዘዝ ጊዜ የሌላቸው አሽከርካሪዎቻቸውን የተመለከቱ ዘገባቸዎች ፎቶዎችን ተከትለው ቀርበዋል፡፡ የቀይ መብራት ብልጭታው ምልክቶች አውና የመሻገሪያው ገደብ ሁለቱም በአንድነት እንዚህን ፎቶዎች በተመለከትሁ ጊዜ ለእኔ በእርግጥም ትርጒም ያላቸው ሆኑልኝ፡፡በአዲስ ኪዳን ማኅበረሰብ ውስጥ ጠንካራ የሆኑ ማስጠንቀቂያ ምልክቶችን ከአሉታዊ ምሳሌ ጋር በማጣመር የመጠቀም ልማድ ረጅም የሆነ ትውፊት ያለው ነው፤ ይህንንም ተመልሰን ኢየሱስ "ጌታ ሆይ÷ ጌታ ሆይ" ስለሚሉት ሰዎች (ማቴ. 7÷22) በተናገረው ትንቢት ወቅት፣ እንዲሁም በስተኋላ ላይ ጳውሎስ በምድረ በዳ በርሃ ሰውነታቸው ተበታትኖ የሚገኙ ሰዎችን አስመልክቶ በተናገራቸው ቃላቶች ውስጥ እናገኘዋለን (1ኛ ቆር. 10÷6-12)፡፡

አሁን እነዚህ ነገሮች እነርሱ እንዳደረጉቱ ልቦቻችንን በክፉ ነገሮች ላይ ከማድረግ እኛን እንደሚጠብቁን ምሳሌዎች ሆነው ቀርበዋል፡፡ አንዳንዶች እንደ ሆኑቱ ጣዖታትን

አምላኪዎች አትሁኑ ... ፍትወታዊ ኢምግባራዊነትን መፈጸም የለብንም - ደግሞም በአንድ ቀን ውስጥ ሃያ ሦስት ሺህ የሚሆኑቱ ሰዎች ሞቱ፡፡ ከእነርሱ አንዳንዶቹ እንዳደረጉት ጌታን ልንፈታተነው አይገባም፡፡ ደግሞም እነርሱ በእባብ ተነድፈው ሞቱ፡፡ እንዲሁም አንዳንዶች እንዳደረጉት አታጉረምርሙ - እነርሰም ደግሞ በሚያጠፋ መላእከት አማካይነት ተገድለዋል፡፡ እነዚህ ነገሮች በእነርሱ ላይ የተከሰቱት እንደ ምሳሌ ነው፤ ለእኛም ደግሞ ማስጠንቀቂያዎች ሊሆኑን ተጽፈውልናል፡፡ በእነርሱም ደግሞ የዘመኑ ፍጻሜ መጥቷል፡፡ ስለዚህ የቆማችሁ የሚመስላችሁ ሰዎች እንዳትወድቁ ተጠንቀቁ!

ኢየሱስ፣ ጳውሎስ እና ሌሎች የአዲስ ኪዳን ሰባኪያን በዘመናት ውስጥ ብርሃኑን ፈንጥቀዋል፤ እኛም ወደ ዐደጋ ውስጥ እንዳንገባ የሚያግድን ቅጥር ሠርተዋል፤ ዘወትርም ውጤቱ ጥፋት የሆነ ነገርን ይጠቁሙናል፡፡ አሉታዊነት ያለውን ምሳሌ መጠቀም የአሁን ዘመኑ የቤተ ክርስቲያን ባህላችን ቀላል ያልሆነ መምሰሉን ያመለከታል - ይህም ፍርሃት ነው፡፡ ልክ ቻርለስ ኮልሰን እንዳመለከተው "በዘመናዊው የቤተ ክርስቲያን ዕድገት ስልቶች ውስጥ ፈሪሀ-እግዚአብሔር ከፍ ያለ ሥፍራ ያለው አይደለም፡- በሐዋርያት ሥራ መጽሐፍ ዘመን የሚያንቀጠቅጥ ፍርሃት ይሰማናል፡፡ የአምልኮ እና የአከብሮት ስሜት፣ ክርስቶስ ተነሥቷል፤ ደግሞም ይመለሳል! የሚለው የሚያስተጋባ የእምነታቸው ፍጹም የሆነ ደስታ ነው፡፡ ተከታታይነት ባለቸው ልብን የሚያቆሙ ተቃራኒ ዕውነቶች ላይ የተመሠረተ እምነት ነው፡፡ ይህም እግዚአብሔር ሰው ሆነ የሚለው ነው፡፡ ይህም ከሞት ወደ ሕይወት መውጣት ነው፡፡

ደግሞም የሚወድዱትን ጌታ ቅዱስ በሆነ ፍርሃት ቅርበት ባለበት መልኩ የደመቀ አምልኮን ያቀርቡለታል፡፡ ስለዚህም እነርሱ በዚህ ፍርሃት ተሞልተው ቅዱስ በሆነ መተዉ ጨካኝ የሆነችውን ዓለም ይጋፈጣሉ፡፡ የገዛ ራሳቸው ሕይወትም እንኳ ቢሆን የቱም ነገር ያን ያህል ዋጋ የለውም፡፡ በምዕራቡ ዓለም ያለች ቤተ ክርስቲያን ወደ ሕይወት እንድትመጣ የማንነት ቀውሷን ማስወገድ ይኖርባታል፤ በዕውነት ላይ መቆም ያስፈልጋታል፡፡ ራእይዋን ማደስ ይኖርባታል፤ ደግሞም ከዚህ በተጨማሪ ከየትኛውን ነገር በላይ ወደ ፈሪሀ-እግዚአብሔር መመለስ ይኖርባታል፡፡ እንዲሁም በዙሪያችን ያሉቱ ሰዎችም ይሁኑ ባህል የቱንም ነገር ይበሉ ወይም ያደርጉ ይህ ብቻ ቤተ ክርስቲያን እንድንሆን ምክንያት የሚሆን ቅዱስ የሆነ መተውን ይሰጠናል፡፡ . ስለሆነም በሕይወት ለይ ያለ ጤናማ ዕይታ ጥቂት መጠን ያለውን ጤናማ ፍርሃት ያካትታል፡፡ ስለ ወደቁቱ

393

አ.ፈ.ቢ.አ. አገልግሎት ዕብራውያን መጽሐፍ ጥናት ክፍል 2

ሰዎች የተሰጡ ምሳሌዎች በማስጠንቀቂያነት ጥቅም ላይ ውለዋል፤ ጤናማ የሆነ መንፈሳዊ ፍርሃትን በማጎልበቱ ረገድ ጠቃሚ ሚናን ይጫወታሉ፡፡

ስለዚህም በስብከቶቻችንም ሆነ በኑሮዋችን፣ በፊታችንም ሆነ በሌሎች ዘንድ ከእግዚአብሔር ጋር ካለ ግንኙነታቸው የሚወድቁ ሰዎችን ምሳሌነት በመያዛችን መልካም አድርገናል፡፡እነዚህም በዕብራውያን 6፥4-8 ላይ እንደ ተገለጹት ያሉቱ ናቸው፡፡ እንደዚህ ያሉትን ምንባቦች ከመራቅ ይልቅ የዘመኑ ቤተ ክርስቲያን ሰዎችን ለማበረታታት ጥቅም ላይ ልናውላቸው ይገባል፡፡ ብርሃኑን ለማንጸባረቅ፣ ገደቡን በሥፍራው ላይ ለማኖር፣ እንዲሁም ሊመጣ ያለን ሰቆቃ በመቃወም ዐደጋ አመጣሽ ሥዕሎችን ልናሳይ ይገባል፡፡

ዳግም ልደት ከተሳትፎ በተቃራኒው ያለው ነገር ነው፡፡ ዳግም ልደት ምሥጢራዊነት ያለው ነገር ነው፡፡ መለወጥን አስመልክቶ የነገረ መለኮት ዐዋቂው ሚላርድ ጄ. ኤሪክሰን አሳቡን ሲሰነዝር፡- “መለወጥ እግዚአብሔር ላቀረበው ድነት እና የሰው ልጆችን ለቀረበበት ተግባሩ የሰው ልጆች የሚሰጡት ምላሽን ያመለክታል፡፡ ዳግም ልደት የመለወጥ ሌላው ገጽታ ነው፡፡ ዳግም ልደት የእግዚአብሔር ሥራ ነው፡፡ እግዚአብሔር ግለሰብ የሆኑ አማኞችን ሥር-ነቀል በሆነ መልኩ የሚለውጥበት፣ ክርስቶስን ለሕይወት /ኑሮዋቸው/ የሚሰጥበት ነው፡፡

ስለሆነም በሰውዬው በሚታይ መንፈስ ውስጥ የማይታየው እግዚአብሔር ከሚሠራው ሥራ ጋር የሚገናኝ ነው” ይላል፡፡ ከዚህ በተጨማሪም ዳግም ልደት የጽናት የመጀመሪያው ደረጃ ነው፡፡ በጄ. አይ. ፓከር በቂስ እንደ ተመለከተው ድነት በአዲስ ኪዳን ኀላፊ፣ አሁናዊ እና የወደፊት ጊዜን ይይዛል፡፡ ባለፈው ጊዜ ከኃጢአት ቅጣት ድነናል፤ አሁን ደግሞ ከኃጢአት ኃይል እየዳንን ነን፤ - ኃጢአት በእኛ ላይ ያለው ገዥነት ተሸሯል፡፡ ወደፊት ደግሞ ከኃጢአት መገኘት እንድናለን፡፡

ዳግም ልደት ከመጀመሪያው ደረጃ ጋር የሚገናኝ ነው፤ በዚህም በእግዚአብሔር ኃይል ሥር ነቀል በሆነ መንገድ ተለውጠናል፤ አዲስ ፍጥረት ተደርገናል (2ኛ ቆሮ. 5፥17)፡፡ አሁን እኛ ወደ እግዚአብሔር ጸጋ በእምነት እንድንገባ በመደረጋችን ምክንያት ከእግዚአብሔር ጋር ሰላም ሆነናል (ሮሜ 5፥1-2)፡፡ በሚታየው በሰውዬው መንፈስ ላይ የሚደረግ የማይታይ የእግዚአብሔር ተግባር እንደ መሆኑ፣ የዳግም ልደት ተግባር - የአንድ

ሰው መንፈስ አዲስ ወደ ሆነ ማንነት የሚለወጥት ነው፡፡ ይህ ነገር በሦስተኛ አካል ምስክርነት ከቶውንም የሚሰጥበት አይደለም፡፡ ውጤቶቹን እንመለከታለን፡፡

በመንፈስ ብርቱ የሆነው - መንፋዊ የሆነ መገዛት ወይም ጸጥታ ወንጌልን እየተቀበሉ መሄድ ምን እንደሚመስል እንመሰክራለን - ይህም እኛን ወደሚያድሰን አዲስነት የሚመራን መረዳት ነው፡፡ በአተያይ ረገድ ያለ ለውጥ፣ ባሕርይን መለወጥ፣ እንዲሁም ቀስ በቀስ የሚሆን የሕይወት ሥር-ነቀል ለውጥ ጥልቀት ወዳለው ዕውነታ ያመለክታል፤ ይህም ደግሞ የልብን ዳግም ልደታዊ ዕውነታ የሚያመለክቱበት ነው፡፡

ይሁንና የመረዳታችን መጠን ዕውነታን በተመለከተ ያለን የማየት ዐቅም በታላቅ ሁኔታ የተወሰነ ነው፤ ዘወትርም ደግሞ የተጣመመ ነው፡፡ እግዚአብሔር አምላክ ብቻ የሰውን ልብ ፍጹም በሆነ መልኩ ያውቃል፡፡ በሁኔታዎቹ በራሳቸው ላይ ከማድረግ ይልቅ ፍርዳችንን በልባዊ ሁኔታዎች ውጫዊ መገለጫዎች ላይ የተመሠረተ እናደርገዋለን፡፡ይህ ሁሉ በዕብ. 6÷4-12 ጋር ምን ግንኙነት አለው? በቤተ ክርስቲያን ውስጥ ከሌሎች ጋር መስተጋብር ስናደርግ ይህንን ሕይወት በሕይወት - ኑሮዋችን ተግባራዊ የምናደርግበት ከሰው ልብ ሊታወቅ የማይችል ሁኔታ ውጫዊ ለሆነ መግለጫው እንዴት ነው ምላሽ የምንሰጠው ከሚለው ጋር ይጎዳኛል፡፡ እኛ ዳግም ልደትን አናመጣውም (የእኛ ድርሻ በወንጌል ለእግዚአብሔር ምስክሮች መሆን ነው)፤ ዳግም ልደት ተከስቶ እንደ ሆነም ልንመለከት አንችልም፡፡ ወደ ቤተ ክርስቲያን የሚመጡ እና ተሳትፎ ማድረግ የሚጀምሩ ሰዎች ለሕይወት የሚሆን እምነት የያዙ መስለው ቢታዩም፣ ገና ዳግም ልደትን ሊለማመዱት ይገባል፡፡

እነዚህ ወገኖች መንፈሳዊ ዕውነታዎች የሚመስሉ ነገሮችን ገልጸው ያሳያሉ፤ ምናልባትም ደግሞ በገሃድ ንስሐ ገብተው ሊሆኑ ይችላሉ፡፡ ይሁን እንጂ፣ ተሳትፎን ከሥር-ነቀል ለውጥ ጋር ዕኩል አድርገን እንዳንመለከት መጠንቀቅ ይኖርብናል፡፡ አንድ ሰው በዕውነተኛው መልኩ ሥር-ነቀል ለውጥን ያካሄደ ከሆነ በረጅም የጊዜ ሂደት ውስጥ የሚገለጥ ነገር ይሆናል፡፡ የሰውን ሕይወት ረጅም ከሆነ ዕይታ አንጻ ልንመለከተው ይገባል፤ ለቀሪው የሰው ዘር ሁሉ የመጨረሻ ፍርድ ተጠብቆለታል፡፡የእኛ ድርሻ ሌሎችን በእምነት ሕይወት ውስጥ ሳሉ ማበረታታት፣ በክርስቲያናዊ ሕይወት ውስጥ፣ እንዲሁም በእግዚአብሔር በሆኑ ነገሮች በሚያድጉበት ሁኔታ የእነርሱን ተሳትፎ ለማጽናት የሚቻለንን ነገር ሁሉ ማድረግ ነው፡፡

የዕብራውያን ጸሐፊ በ6፥4-12 ውስጥ ለማድረግ የሞከረው ይህንን ነው፡፡ እርሱ የሚያውቀውን ነገር አድርጓል፤ ይህም ባሉት ክፍሎች ልክ ያደረገው ነገር ነው፡፡ ይህንንም ያደረገው ከማኅበረሰቡ ውስጥ ሌሎች ተጨማሪ ሰዎች ከእግዚአብሔር ጋር ባላቸው ግንኙነት እንዳይወድቁ ለመከላከል ነው፡፡

ከሰብዓዊ ዐቋማችን ሰዎች አንድ ጊዜ ከመጡና ከተቀላቀሉ በኋላ፣ ለምንድን ነው በተሳትፎዋቸው የማይቀጥሉት፣ እንዲሁም ስለዚህ ነገር ምን ማድረግ እንችላለን? ብሎ መጠየቅ ጠቃሚ ሊሆን ይችላል፡፡ ወደ ኋላ ስለ መመለሳቸው፣ ራሳቸውን የመስጠት ችግር ያለባቸው ስለመሆናቸው ወይም ትርጉም-ዐልባ ስለሆነ ንግግራቸው ልንጽፍ እንችላለለን፡- “ይህ ሊባል የተሰበ ነገር አልነበረም፡፡” ይሁን እንጂ፣ እንደ ክርስቲያናዊ ማኅበረሰብ በመካከላችን ላሉ ሰዎች ኀላፊነት አለብን፡፡ ስለዚህ የወደቁ ሰዎችን አስመልክቶ ማስጠንቀቂያ ከመስጠት ባሻገር ወጣት የሆኑ ወደ ክርስትና የተለወጡ ሰዎች በገቡት ቃል መሠረት ራሳቸውን በመስጠት መኖር እንዲችሉ ለመርዳት ምን ልናደርግ ይገባል?

“ኢቫንጀሊስቲክ ባክ ዶር” - (ከወንጌል መውጫ የኋላ በር) በሚለው ጽሑፋቸው ዊን እና ቻርለስ አርን ሰዎች ወደ ክርስቲያናዊ ውሳኔ የሚመጡበት ሂደት ወሳኝ የሆነ ምክንያት መሆኑን ይናገራሉ፡፡ ከግኝቶቻቸው መካከል ለሁለቱ አጽንኦትን እሰጣለሁ፡፡ 1) ወደ ክርስትና እንዲመጡ የተደረጉት በዝባዥ በሆነ መንገድ ከሆነ፣ አዳዲስ የቤተ ክርስቲያን አባላት ከቤተ ክርስቲያን የሚቀሩ ይሆናሉ፡፡ 2) ጥናት ከተካሄደባቸው ሰዎች መካከል 87 በመቶ የሚሆኑቱ ወደ ቤተ ክርስቲያን ያመጣቸው አባል የሆነ ሰው እነርሱን በሚጫን የአንድ ወገን ንግግር ላይ በተመሠረተ አግባብ ያመጣቸው ከሆኑ፣ አሁን ንቁ ተሳታፊ ወዳለመሆኑ ይመጣሉ፡፡ ይህ አሁንም በቤተ ክርስቲያን ውስጥ ንቁ ተሳትፎ ከሚያደርጉቱ ከ70 በመቶ የሚሆኑቱ ሰዎች ጋር የሚቃረን ነው፡፡ እነዚህም በአንድ ወገን በሚደረግና ሌሎችን መጫን ባለበት ንግግር አማካይነት የመጡ አይደሉም፡፡

አውት ኦፍ ዘ ሶልት በሚለው መጽሐፍዋ ሻከር ሬቤካ ማንሌይ ፓይፐርት በሁለተኛው ሂደት አመካይነት ወደ ክርስቶስ መምጣትን በተመለከተ የገጠማትን አንድ ነገር አስመልክታ ተናግራለች፡፡ በካሊፎርኒያ ዩኒቨርሲቲ፣ ቤርኬልይ ካምፓስ በስፕራውል ፕላዛ አንዲትን ተባባሪ አርታዒት አገኘኋት፡፡ ለእርስዋም ስለ ኢየሱስ መናገር ጀመርሁ፤ እናም እርስዋ ደስተና ትመስል ነበር፡፡ ነገር ግን ክርስቲያን መሆን ምን ማለት እንደ ሆነ

ይበልጥ በጓጓሁበት ሁኔታ መናገር ስጀምር ስሜትዋ ቀዝቀዝ ያለ መሰለ፡፡ እንዲህም ሆኖ እኔ ስለ ኢየሱስ መናገሬን ቀጥያለሁ፡፡ - ማድረግ ያለብን የቀረ ነገር ካለም እርሱን ለማወቅ እፈልግ ነበር፡፡ ዳሩ ግን አፌ መናገሩን የቀጠለ ቢሆንም፣ እኔ ሴቲቱን ወደ ኋላ እየመለስኋት መሆኑን በሚገባ ተረድቼ ነበር፡፡ ስለዚህ በዚያ ሥፍራ እኔ እየተነጋገርሁ የነበርሁት በእርግጥም ከራሴ ጋር ነበር፡፡ እንዴት ንግግሬን ማቆም እንዳለብን ለማወቅ እየጣርሁ ሳለ፣ ስለ ክርስቶስ ለእርስዋ እየተናገርሁ ራሴን አገኘሁት፡፡ ወዲያውም ይህ ሁሉ ነገር ምንም ትርጉም እንደ ሌላው ተገነዘብሁና "ተመልከቺ! እኔ መጥፎ ስሜት ይሰማኛል፡፡

እግዚአብሔር ማን እንደ ሆነና እርሱ በሕይወቴ ውስጥ የት ሥፍራ ላይ እንደ ሠራ ሳስብ በጣም ደስ ይለኛል፡፡ ነገር ግን ሰዎች ሃይማኖትን በጫና መልኩ ወደ እኔ ለማምጣት የሚሞክሩበትን ሁኔታ እጠላዋለሁ፡፡ ስለዚህ ንግግሬን እያከረርቡት ከመጣሁ ትነግሪኛለሽ ወይ?" አልኋት፡፡ እርስዋም እኔን በማታምነኝ መልኩ ተመለከተችኝ፡፡ "ይህን አንተ ተናግረኸዋል ብዬ አላምንም! ዕውነቱን ልንገርህ አላምንህም!" አለችኝ፡፡ እኔም "ለምን?" ብዬ ጠየቅሁ፡፡ እርስዋም "መልካም፣ ክርስቲያኖች ዝም ብሎ የሚነገር የአንድ ወገን ንግግርን ተቀባዮች መሆንን እንደምንጠላ የሚያውቁ መሆናቸውን ከቶ ዐላውቅም!" ብላ መለሰች፡፡

በወንጌል ማዳረስ ሂደት ላይ ንቁ የሆነ መስማት አስፈላጊ ስለ መሆኑ ሲጽፍ ኧርል ፓልመር ይህንን ልብ ብሎታል፡- የሰውዬውን የሕይወት ጉዞ መረዳት ያልቻለ ወንጌላዊ አንድ በጣም አስፈላጊ የሆነ ነገርን ስቷል፡፡ ወይም አንድ ጊዜ የመስማትን ስሕተት እንሠራለን፡፡ - እንግዲያውስ ሰዎችን በዐመፅ ነባራዊ ሁኔታ ውስጥ የተተዉ እናደርጋቸዋለን ከማያምኑቱ ሰዎች ይበልጥ ወጣ ባለ መልኩ ይናገሩ ይሆናሉ፡፡ በእርግጥም እነርሱ እኛን ሊያስደነግጡን ብቻ እየጣሩ ሊሆኑ ይችላሉ፡፡ ወይም በመጀመሪያ ክርስቶስን ከጣሉበት ሁኔታ ወጥተው ወደፊት ተራምደው ሊሆኑ ይችላሉ፡፡ ምልክቶች ልናደምጥና እነርሱም ሲንቀሳቀሱ እኛ አብረናቸው ልንንቀሳቀስ ይገባናል፡፡

3) በሌላ አነጋገር ከምንመሰክርላቸው ሰዎች ጋር በቅንነት የሁለትዮሽ ንግግር ልደርግ ይገባል፡፡ ስሜቶቻቸውን እና ጥያቄዎቻቸውን፣ ደግሞም ተቃውሞዎቻቸውንም ጭምር ልናደምጣቸው ያስፈልጋል፡፡ ክርስቶስ ስለ ራሱ የተናገራቸውን ነገሮች ከግንዛቤ ለማስገባት በቂ የሆነ ዕድል ያገኙ ሰዎች ጥያቄዎችን መጠየቃቸው፣ ክርስቶስን የመከተል

እንድምታው ምንድን ነው? የሚለውን መመዘናቸው ጠንካራ የሆነ የረጅም ዘመን ውሳኔና ራስን መስጠት ለማድረግ በበለጠ የሚያዘጋጃቸው መሆኑ ስሜት የሚሰጥ ነገር ነው፡፡ ይህም የወንጌል ማዳረስ ዘዴዎቻችንን እና በቤተ ክርስቲያናችን ውስጥ የሚሰጡ የወንጌል ማዳረስ ሥልጠናዎችን ልንመረምር ይገባል ማለት ነው፡፡ የወንጌል ማዳረስን ከፍ ባለ መጠን የሚያከናውኑባቸው መርሐግብሮች ወንጌልን እንዲያካፍሉ ምእመናንን ለማሠልጠን ውጤታማ በሆነ መልኩ ጥቅም ላይ የሚውሉ መሆናቸው ግልጽ ነው፡፡

ይሁንና በተሳሳተ መንገድ ከተያዙ እንደዚህ ያሉ መርሐግብሮች ትኩረትን በረጅም ጊዜ ግንኙነቶች ላይ ከማድረግ ይልቅ ቅጽበታዊ በሆኑ ውጤቶች ላይ የሚያደርጉ ተጽዕኖ አሳዳሪ መሣሪያዎች ወደ መሆኑ ሊመጡ ይችላሉ፡፡ይህ የቤተ ክርስቲያን አገልግሎት ማብቂያ ላይ የሚደረግ ግብዣን አሊያም ወንጌል ለመጀመሪያ ጊዜ የሰሙ ሰዎች ወንጌልን እንዲቀበሉ ማሳመን ስሑተት ነው የሚል አሳብን ለመሰንዘር የታለመ አይደለም - እግዚአብሔር ሰዎችን ወደ እርሱ ለመምጣት ልዩ ልዩ መንገዶችን ይጠቀማል፡፡

እዚህ ላይ አጽንኦቱ ጤናማ የሆነ የረጅም ዘመን ግንኙነት ለመገንባት በሚሆን አስተሳሰብ ላይ ያተኮረ ነው፡፡ ስለሆነም ወንጌልን በድፍረትም ሆነ ንቁ በሆንንበት መልኩ መስበክ እንዳለብን ለራሳችንም ሆነ ለሌሎች እያስታወስን፣ ልክ ጆኤ አልሪች እንደሚለው ለምንመሰክርለት ሰው "የወንጌልን ዜማ" እንዲያደምጥ በመፍቀድ እንደዚህ ያሉትን መሣሪያዎች በአብያተ ክርስቲያናታችን ውስጥ እንዴት ልንጠቀምባቸው እንደሚገባ መገምገም አለብን፡፡ የክርስቶስን መልእክት ውበት በሕይወታችን እና በንግግራችን በምንመሰክርበት ጊዜ እነርሱ ለዚያ መልእክት ምላሽ እንዲሰጡ ጥሪ ተደርጎላቸዋል፡፡

2. መንጠባጠብ የሚመጣው አንድ ሰው ከተለወጠ በኋላ የረጅም ዘመን የሕይወት መጎልበትን ቸል ከሚልበት ሂደት ነው፡፡ ስለሆነም አንድን ሰው በክርስቲያናዊ ማኅበረሰብ ውስጥ በወንጌል ማዳረስ ሂደት ውስጥ መሳተፉን የሚመለከቱ (እንዲሁም ወደ ማኅበረሰቡ መግባታቸውን በእምነት ጉልበታቸው ላይ የመጀመሪያ ወደ ሆነ ደረጃ መግባታቸውን የሚመለከቱ) እነዚያን አብያተ ክርስቲያናት ራሳቸውን ለክርስቶስ ለመስጠት የወሰኑ ሰዎችን ትርጉም ባለው መልኩ አጣምረው የያዙ ይመስላሉ፡፡ይህም ደግሞ ወደ ቤተ ክርስቲያን የሚመጡ ሰዎችን ወደምናስተምርበትና ወደምናቀናጅበት በደንብ ወደ ተበጀ መርሐግብር እንድናመራ ይጠራናል፡፡በሰማይ የሚደረግ የጭብጨባ ድጋፍ ያስፈልገናል፡፡

ታላቅ ከሆኑ ክርስቲያናዊ ተስፋዎች መካከል አንዱ፡- (በምድራዊ ሩጫችን መጨረሻ ላይ እንደሚነገረን የምንጠብቀው) "መልካም፣ አንተ በጎና ታማኝ ባሪያ" የሚለው የማበረታቻ ገጽታ ነው፡፡ወደ ሰማይ ቤታችን መምጣትን አስመልክቶ ሲናገር ማክስ ሉዳኮ እንዲህ ሲል ጽፏል፡፡ ይህም፡- "ምናልባት ልብ አላላችሁት ይሆናል፤ ነገር ግን ከመቼውም ጊዜ በላይ ወደ ሰማይ ቤታችሁ የምትሄዱበት ወቅት ቀርቧል፡፡ እያንዳንዱ እስትንፋስ የሚገለት ገጽ ነው! እያንዳንዱ ቀን የጉዞውን አንድ ማይል ርቀትን የሚሸፍን ነው! ይህ ወደ ተራራው የሚደረግ መውጣት ነው፡፡ እናንተ ከመቼውም ጊዜ በላይ አሁን ወደ ሰማይ ቤታችሁ እየቀረባችሁ ነው!" የሚል ነው፡፡

እናንተ እርሱን ከማወቃችሁ በፊት የተቀጠረላችሁ የመዳረሻ ጊዜ ይመጣል፡፡ ወደ ከተማዪቱ መግቢያ ትደርሱና ትገባላችሁ፡፡ በጉጉት የሚጠብቁዋችሁን ፊቶች ትመለከታላችሁ፡፡ ስሞቻችሁ በምትወድዱዋቸው ሰዎች ሲጠሩ ትሰማላችሁ፡፡ ምናልባትም ደግሞ ከተሰበሰቡ አካላት መካከል ከበስተጀርባ ከእናንተ ውጭ ከመኖር ይልቅ መሞትን የሚመርጠው የተወጉትን ዕጆቹን ከሰማያዊ ልብሱ አውጥቶ በጭብጨባ እናንተን ይቀበላችሁ ይሆናል፡፡ የዕብራውያን ጸሐፊ በተለይም በምዕራፍ 11-13 ላይ እያስተጋባው ያለው ታላቅ ተስፋ ይህ ነው፡፡ ይሁንና 6÷10 እግዚአብሔር የአገልግሎት ተግባራታችንን በተመለከተ አሁንም በጭብጨባ ድጋፍ ያደርግልናል፡፡ በዚህም እግዚአብሔር ለቃል ኪዳኑ ሕዝብ የሚሰጠው ድጋፍ የአሁን እና ገና ሊመጣ ያለው የወደፊቱ ገጽታ ሊኖረው ይችላል፡፡ እነዚህ በውጥረት ላይ ያሉ ነገሮች ናቸው፡፡

እግዚአብሔር ጻድቅ እንደ መሆኑ ያለፈውንም ሆነ የአሁን ሥራችንን ማስታወሱ ለተሳትፎ ዋጋ ይሰጣል ማለት ነው፡፡ ጥረቶቻችንን ከእርሱ ጋር ዕውነተኛ ግንኙነት ያለን መሆኑን በማስረገጥ ድጋፉን ያደርጋል፡፡ ስለሆነም ለእግዚአብሔር ሰዎች የምንሰጠውን የምንሰጠውን ያለፈውንም ሆነ የአሁን አገልግሎቶች በምናንጸባርቅበት ጊዜ ብርቱ ማበረታቻዎችን ልንወስድ ይገባል፡፡ ለራሳችንም "በጌታ ላይ ያለኝ ተስፋ ማለፊያ ነው፡፡ "እግዚአብሔር በእኔ ሕይወት ውስጥ እና በእኔ አማካይነት መሥራቱን ይቀጥላል!" ብለን ልንናገር እንችላለን፡፡

በተጨማሪም ቀጣይነት ያለውን በእነርሱ ሕይወትና በእነርሱ በኩል የሚሠራውን የእግዚአብሔርን ሥራ አስመልክተን በምንመሰክር ጊዜ ሌሎችንም ጭምር እንዲሁ ልናበረታታ ይገባናል፡፡ ስለዚህም ለቅዱሳን የሚሰጥ አገልግሎት የዕውነተኛ ክርስትና ዋነኛ

ምልክት ነው፡፡ ጉዳዩ ይኸው በመሆኑም ሁሉም ክርስቲያኖች ማገልገል ይጠበቅባቸዋል፡፡ ሰፋ ባለ መልኩ የተቆጠሩት የቤተ ክርስቲያን ጥጎች በአገልጋዮች እና በተርታው ሕዝብ መካከል ባለ ሐሰተኛ መንትኤነት አሁንም እየተሰቃዩ ያሉ ነገሮች ናቸው፡፡ ይሁንና ሁሉም ክርስቲያኖች ያለ ምንም የተለየ ሁኔታ ለማገልገል ተጠርተዋል፤ በእርግጥም ኑሮና ሕይወታቸውን እግዚአብሔርን በማገልገል እንዲያሳልፉት ተጠርተዋል፡፡

አገልግሎት ለጥቂት ልሂቃን የተሰጠ በጎ ዕድል አይደለም፤ ነገር ግን ለኢየሱስ ደቀ መዛሙርት ሁሉ የተሰጠ ነገር ነው፡፡ ሁሉም ክርስቲያኖች የአገልግሎት /የአገልጋይነት/ ጥሪ አላቸው እያልሁ እንዳይደለ፣ ነገር ግን ለአገልግሎት /ዲያቆንያ/ ወይም ለሎሌነት ተጠርተዋል እያልሁ እንደ ሆነ ታስተውላላችሁ፡፡

ክርስቲያናዊ የሆኑ ምክንያቶች በማገልገሉ ረገድ ታላቅ ተግባር ማከናወንን ትተናል፤ ይህም የመጋቢነት አገልግሎትን አስመልክተን ስንነጋገር የምንመለከተው ነገር ነው፡፡ ገላጭ የሆነ አመልካችን በመጠቀማችን መጋቢነት ብቸኛው አገልግሎት እንደ ሆነ ያለውን ምልከታ እየሰጠን ነው፡፡ ይህም በመካከለኛው ዘመን ያሉ የቤተ ክርስቲያን ሰዎች ክህነት ብቻ በምድር ላይ ያለ መንፈሳዊ ተግባር እንደ ሆነ የሚቈጥሩበት ዐይነቱ ነው፡፡ ሙሉ በሆነው በክርስቶስ ሰፊ አካል የሚሰጠው አገልግሎት የተለያዩ ስጦታዎችን በአንድነት በማስተሳሰር ጥቅም ላይ በምናውልበት አሠራር አማካይነት አካሉን በምንገነባበት መልኩ ብቻ የሚሠራ አይደለም፡፡

በተጨማሪም የአካሉ አባል በሆነ በሥራው ላይ የእግዚአብሔርን ዕጆች በዕጆቻችን ውስጥ ሲሠሩ በምንመለከትበት ሁኔታ የእያንዳንዱን ሰው ግላዊ መታነጽና በእምነት መበረታታት ውጤታማ የሚያደርግ ነው፡፡ በአጭሩ አገልግሎት የተሰፋ ምንጭ ሆኖ ያገለግላል፡፡

በ1834 እ. ኤ. አ እስራኤላዊው አይዛክ፡- "እጅግ ማለፊያ የሆነው በፊታችን ላይ ሆኖ ሳለ በሞግዚቱ አመስጋኝ መሆን የወደቀ ነገር ነው!" የሚለውን ተናገሩ፡፡. የክርስቶስ ተከታዮች እንደ መሆናችን ስንፍና የሞላበትን የሞግዚት ኑሮ እንድንጥል በጥብቅ ተነግሮናል፡፡ በዚህም ብርቱ የሆነውን በውስጣችን የሚሠራ እና በእኛ አማካይነት የሚሠራው የእግዚአብሔር መንፈስ ብርቱ የሆነ አገልግሎት እኛም ሆነን ሌሎች ምስክሮች ልንሆን አንችልም፡፡ አገልግሎትን በተመለከተ ዕጅና ዕግርን አሳስሮ የሚያስቀምጥ ሥራ-ፈትነትን

የሚያራምዱ ሰነፍ ክርስቲያኖች ውኃ ብቻ የሆነ ይመስል ለራሳችንም ሆነ ለሌሎች ደስታን እና የሕይወት ሙላትን ለማምጣት የተሰጠ የወንጌሉ የወይን ጠጅ አድርገው ይመለከቱታል፡፡ የማያስደስት፣ ወጤት-ዐልባ የሆኑ ክርስቲያኖች አነስተኛ የሆነ ምስክርነትን ይሰጣሉ፡፡ ደግሞም ታናናሽ ለሆኑቱ ሰዎች ምስክርነት ሊሰጣቸው ይቻላል፡፡ ስለዚህም "እስከ መጨረሻው ድረስ ለራሳችንም ሆነ ለሌሎች ክርስቲያኖች የመበረታቻ ምንጭ በመሆን እና ሰማያዊ የሆነ የምስጋና የሚደረግላቸው ሰዎችን በምናውቅበት ደስታ ውስጥ ሆነን ተጋትን ልናሳይ ይገባል፡፡ (Hebrews: The NIV Application Commentary Guthrie, George, H 2019›)

<u>ቍጥር 11</u> ተስፋ እስኪሞላ ድረስ እያንዳንዳችሁ ያን ትጋት እስከ መጨረሻ እንድታሳዩ እንመኛለን።

ያን ትጋት እንድታሳዩ እንመኛለን ሮሜ 12÷8,11; 1ኛ ቆሮ 15÷58; ገላ 6÷9; ፊል 1÷9-11; 3÷15; 1ኛ ተሰ 4÷10; 2ኛ ተሰ3÷13; 2 ጴጥ 1÷5-8; 3÷14

እስኪሞላ ድረስ ዕብ 3÷6,14; 10÷22; ኢሳ 32÷17; ቆላ 2÷2; 1ኛ ተሰ 1÷5; 2ኛ ጴጥ 1÷10; 1ኛ ዮሐ 3÷14,19

ተስፋ ዕብ 18-20; ሮሜ 5÷2-5; 8÷24,25; 12÷12; 15÷13; 1ኛ ቆሮ 13÷13; ገላ 5÷5; ቆላ 1÷5,23; 2ኛ ተሰ2÷16,17; 1 ኛጴጥሮስ 1÷3-5, 21; 1ኛ ዮሐ 3÷1-3

እስከ መጨረሻ ዕብ 3÷6,14; 10÷32-35; ማቴ 24÷13; ራዕ 2÷26

<u>ቍጥር 12</u> በእምነትና በትዕግሥትም የተስፋውን ቃል የሚወርሱትን እንድትመስሉ እንጂ ዳተኞች እንዳትሆኑ፥

ዳተኞች እንዳትሆኑ ዕብ 5÷11; ምሳ 12÷24; 13÷4; 15÷19; 18÷9; 24÷30-34; ማቴ 25÷26; ሮሜ 12 ፡11; 2ኛ ጴጥ 1÷10

እንድትመስሉ እንጂ ዕብ 12÷1; 13 7; መሓልይ 1÷8; ኤር 6÷16; ሮሜ 4፡12; ያዕ 5÷10,11; 1ኛ ጴጥ 3÷5,6

በእምነት ዕብ 10÷36; 11÷8-16; ሉቃ 8÷15; ሮሜ 2÷7; 8 ÷25,26; 1ኛ ተሰ 1÷3; ራዕይ 13÷10; 14÷12

የተስፋውን ቃል የሚወርሱትን ዕብ 1÷14; 10÷36; 11÷9, 17, 33; ማቴ 22÷32; ሉቃ 16፡22; 20÷37,38; 1ኛ ዮሐ 2÷25; ራዕ 14÷13

ቍጥር 13-18 እግዚአብሔርም ለአብርሃም ተስፋ በሰጠው ጊዜ። በእውነት እየባረክሁ እባርክሃለሁ እያበዛሁም አበዛሃለሁ ብሎ፥ ከእርሱ በሚበልጥ በማንም ሊምል ስላልቻለ፥ በራሱ ማለ፤ እንዲሁም እርሱ ከታገሠ በኋላ ተስፋውን አገኘ። ሰዎች ከእነርሱ በሚበልጠው ይምላሉና፥ ለማስረዳትም የሆነው መሐላ የሙግት ሁሉ ፍጻሜ ይሆናል፤ ስለዚህም እግዚአብሔር፥ የተስፋውን ቃል ለሚወርሱ ፈቃዱ እንደ ማይለወጥ አብልጦ ሊያሳያቸው ስለ ፈቀደ፥ እግዚአብሔር ሊዋሽ በማይቻል በሁለት በማይለወጥ ነገር፥ በፊታችን ያለውን ተስፋ ለመያዝ ለሸሸን ለእኛ ብርቱ መጽናናት ይሆንልን ዘንድ፥ በመሐላ በመካከል ገባ፤

ዘ ሜሴጅ የሚባለው መጽሐፍ ቅዱስ፡- "እግዚአብሔር ለአብርሃም የተስፋ ቃል ሲሰጥ እንደሚፈጽምለት የራሱን ስም እና ክብሩን እንደ ዋስትና አስይዞ ነው ቃል የገባለት፡፡ እንዲህ አለ -"በአለኝ ነገር ሁሉ እባርካሀለሁ ስል ተስፋን ሰጠሁህ - እባርክሃለሁ፤ እባርክሃለሁ፤ እባርክሃለሁ፡፡" አብርሃምም እስከ መጨረሻው ጸንቶ ተስፋ የተገባለትን ነገር ሁሉ ተቀበለ፡፡ ሰዎች ተስፋ ሲሰጡ ከራሳቸው የሚበልጥን አካል እንደ እማኝ በመጥራት ለተስፋው ዋስትና ይገቡለታል፡፡ ይህም የሰጡትን ተስፋ ስለመፈጸማቸው የሚነሳ ጥያቄ ቢኖር ከእነሱ በላይ ያለው ሥልጣን ይደግፋቸው ዘንድ ነው፡፡ እግዚአብሔር ለተስፋ ቃሉ ዋስትና መስጠት በፈለገ ጊዜ እንደ ዓለት የጠነከረ ቃሉን ዋስትና አድርጎ ሰጠ -- እግዚአብሔር ቃሉን ሊያጥፍ አይችልም፡፡ ቃሉም ሊለወጥ ስለማይችል ተስፋውም እንዲሁ የማይለወጥ ነው" (ዕብ. 6÷13-18)፡፡

እግዚአብሔርም ለአብርሃም ተስፋ በሰጠው ጊዜ ማለ፤

ሰዎች ሁልጊዜ የራሳችን ዕይታ አለን፡፡ ከዚህ ዕይታችን ውጭ መመልከት ለብዙዎቻችን በጣም አዳጋች ነው፡፡ በተለይም ደግሞ ዕድሜ ከገፋ በኋላ ሰው ሁልጊዜ አስተማማኝ ሁኔታን ይፈልጋል፡፡ ከለመደው ከሚያውቀው ነገር ውጭ አዲስ ነገር ለመልመድ ያለው ፍላጎት በጣም የቀዘቀዘ ነው፡፡ ፍርሃቱም በጣም ከፍተኛ ይሆናል፡፡ በአካባቢያችን የሚኖሩ አንድ አዛውንት ሰው ዕድሜያቸው 75 አካባቢ ይደርሳል፡፡ ዕርጅናው በጣም ስለተጫጫናቸው ከአልጋቸውም መነሣት ባለመቻላቸው ዕንክብካቤ የሚያደርግላቸው

ሰው የግዴታ ያስፈልጋቸዋል፡፡ የእኚህ ሰው ልጆቻቸው በሌላ ቦታ የራሳቸውን ኑሮ በተመቻቸ ሁኔታ የሚኖሩ ሲሆን፣ አባታቸውንም ወደ ቤታቸው ወስደው ከእነርሱ ጋር በማኖር ሊጦሩአቸው ሁልጊዜ ይመኛሉ፡፡ ይሁን እንጂ፣ አባት ዕድሜዬን ሙሉ ከኖርሁበት፣ ብዙ ወዳጆች ካፈራሁበት መንደር ለቅቄ ወደየትም ለመሄድ አልፈልግም ብለው ከልጆቻቸው ተለይተው ብቻቸውን ለመኖር መርጠዋል፡፡

እኚህ ሰው ምንም እንኳ በአካባቢያቸው ለረጅም ጊዜ የሚያውቋቸው ሠፈርተኛ ጎረቤቶች ቢኖሯቸውም፣ እነዚህ ጎረቤቶች የልጆቻቸውን ያህል ተንከባክበው የሚያኖሯቸው ግን አልነበሩም፡፡ እርሳቸው ግን ወደ ልጆቻቸው ጨክነው ለመሄድ አልፈለጉም፡፡ ብዙ ሰው ዕድሜው ከገፋ በኋላ አዳዲስ እርምጃዎችን ለመውሰድም ሆነ፣ ሁኔታዎችን ለመቀየር ፈቃደኛ አይሆንም፡፡ አብርሃም ግን ዕድሜው ከገፋ በኋላም እግዚአብሔርን ታምኖ ሂድ ወዳለው ሥፍራ ታዝዞ ወጣ፡፡ ከብዙ ተስፋ በኋላ ያገኘውን ልጁን ይስሐቅን ሠዋልኝ ሲባልም አብርሃም ለመታዘዝ ትንሽም አላቅማማም፡፡ እግዚአብሔርን በመታዘዙም አብርሃም እጅግ ብዙ በረከትን አገኘ፡፡ *"... እባርክሃለሁ፣ ዘርህንም እንደ ሰማይ ከዋክብት እንደ ባሕር ዳር አሸዋም አበዛዋለሁ* ተባለለት፡፡ እግዚአብሔር ለአብርሃም የገባለትን የተስፋ ቃል በዘፍ. 22፥16-18 ስንመለከት በመሐላ አጽንቶለታል፡፡

በዕውነት እየባረክሁ እባርክሃለሁ፥ እያበዛሁም አበዛሃለሁ ብሎ፥ ከእርሱ በሚበልጥ በማንም ሊምል ስላልቻለ፥ በራሱ ማለ

ማለ (om-noo'-o/omnuo /አምኑዎ) ማለት፡- አንድን ዕውነት የመለኮትን ስም በመጥራት ማረጋገጫ መስጠት እንዲሁም የተባለው ነገር ካልተፈጸመም ቅጣትን ለመቀበል መወሰንን የሚያሳይ ነው፡፡ የተገባውን ቃል ዕውቅና የሚሰጠው ይህ የመለኮት አካል ሲሆን፣ በዚህ ቦታ ላይ የእግዚአብሔር የራሱ የመለኮት ማንነት ነው የቃሉ የማረጋገጫ ዕውቅና ሰጭ ሆኖ የቀረበው፡፡*(መጽሐፍ ቅዱስ ጥቅሶች የብሉይና / የአዲስ ኪዳን ግሪክ መዝገበ ቃላት፣ የቲየር ትርጉም፣ አስቲን)*

እግዚአብሔር በራሴ ማልሁ ይላል፡፡ ሰዎች መሐላ ሲያደርጉ ከእነርሱ በላይ በሆነ ሌላ ሰው ወይም ባለ ሥልጣን ወይም ታዋቂ ሰው ይምላሉ፡፡ በሚወዱት ዘመዳቸው፣ በአገር መሪ፣ በመላእክትም ሰዎች ቃላቸው ዕውነተኛ መሆኑን ለማረጋገጥ መሐላን የሚፈጽሙ ብዙዎች ናቸው፡፡ ፍርድ ቤት ስንሄድ የምንናገረው ቃል ዕውነት ለመሆኑ መጽሐፍ ቅዱስ

ላይ ዕጃችንን ጭነን እንድንምል ይደረጋል፡፡ ይህ መሐላ ያስፈለገበት ምክንያት ሰው ይዋሻል፣ የሐሰት ቃልን ይሰጣል ተብሎ ስለሚታሰብ ነው፡፡ ውሸት ባይኖር ኖሮ መሐላም ባላስፈለገ ነበር፡፡ እግዚአብሔር ሲምል ግን ምን ማለት ነው? በዚህ ሥፍራ እግዚአብሔር ራሱን በጣም ዝቅ አድርጎ እንደ ሰው በሆነ አቀራረብ ከአብርሃም ጋር ሲነጋገር ዕናያለን፡፡ በመጀመሪያ ደረጃ እግዚአብሔር ከእርሱ በላይ የሆነ ማንም ስለ ሌለ መሐላውን ያደረገው በራሱ ነው፡፡ በሁለተኛ ደረጃ አንድ የምድር ባለ ሥልጣን የተናገረው ቃል ስለሚጸና ቢዋሽ እንኳ የሚጠይቀው ነገር ከእርሱ አይጠበቅበትም፡፡ እግዚአብሔር ግን የፍቅር አምላክ በመሆኑ ራሱን ዝቅ አድርጎ ለአብርሃም መሐላን አደረገለት፡፡

ለመሆኑ ለአብርሃም በመጀመሪያ የተሰጠው ካራንን ጥለህ ውጣ የሚለው ትእዛዝ ቀላል ነበር ወይ? አይደለም፡፡ እግዚአብሔር ሁልጊዜም ለእኛ ለሰዎች የሚሰጠን ትእዛዝ ይህን ጣልልኝና ውጣ የሚል ነው፡፡ እኛ ሰዎች ግን በዕጃችን የያዝነውን ነገር ለመጣልና ለመውጣትም እንቸገራለን፡፡ ለዚያውም ዕድሜ ከገፋ በኋላ ሰምቶ መታዘዝ ትልቅ ዋጋን የሚያስከፍል ነው፡፡ ምናልባትም እግዚአብሔር ወደ አብርሃም ከመምጣቱ በፊት ለብዙዎች ድምፁን አሰምቶ ሊሆን ይችላል፡፡ ሰምቶ የሚታዘዝ ግን የለም፡፡ የሰዎች መሠረታዊ ችግራችን እግዚአብሔርን መስማትና የሰማነውን አስተውለን በእምነት መታዘዝ ነው፡፡

በዕጃችን ላይ የያዝናቸውን፣ የምንተማመንባቸውን፣ ተስፋ የምናደርጋቸውን ነገሮች ለመጣል ከባድ ችግር ይሆንብናል፡፡ በሌላ በኩል ደግሞ የማይታየውን በእምነት ለመቀበልም ትልቅ ፈተና ነው፡፡ አብርሃም እነዚህን ሁለት ነገሮች በማድረጉ እግዚአብሔር ደስ ተሰኘበት፡፡ መጽሐፍ ቅዱስ ያለ እምነት እግዚአብሔርን ደስ ማሰኘት አይቻልም ይለናል፡፡ አንድ ልጁን ለእግዚአብሔር ለመሠዋት አብርሃም በእምነት በታዘዘ ጊዜ፣ እግዚአብሔርም እባርክሃለሁ ሲል በራሱ ማለለት፡፡ እንደ መሐላውም ቃሉን ጠብቆ እግዚአብሔር አደረገው፡፡ እምነታችን ታላቅ ሥራን ይሠራል፡፡ እምነት የብዙ ጥረት ውጤት አይደለም፡፡ በማስትሬት ወይም በዶክትሬት ደረጃ ተምረን፣ የበርካታ ዓመታት ልምድን አካብተን፣ በነገረ መለኮት ትምህርት የዳበረ ዕውቀት ስለ ጨበጥን እምነትን አናመጣውም፡፡

እምነት የአምላካችንን ቃል ሰምተንና አስተውለን በእርሱ ጸጋና የመንፈስ ቁጥጥር ሥር በመሆን አድርጉ የሚለንን ታዝዞ የመፈጸም ሕይወት ነው፡፡ አብርሃም እግዚአብሔርን

በእምነቱ ደስ ያሰኘው ባመነው አምላክ ላይ በቈራጥነት በእርሱ ላይ በመደገፉ ነው፡፡ ውኃ ላይ ለመንሳፈፍ የብዙ ጊዜ ልምድ አያስፈልገንም፡፡ የሚያስፈልገን አንድ ዕውነት ውኃውን አምነን ለውኃው ራሳችንን መስጠት ነው፡፡ በዚያን ሰዓት በቀላሉ በውኃው ላይ እንንሳፈፋለን፡፡ መንፈሳዊው ሕይወትም ከዚሁ ጋር ተመሳሳይ የሆነ አካሄድ አለው፡፡ እግዚአብሔር እረኛዬና መታመኛዬ ነው፤ በእርሱ እደገፋለሁ ብለን ራሳችንን ለአምላካችን በመስጠት በእምነታችን ድል እንነሳለን፡፡ በሮሜ 8÷32 እግዚአብሔር ሁሉን ሊሰጠን ሊባርከን መቼም የተዘጋጀ አምላክ መሆኑን ያሳስበናል፡፡ ለብዙዎቻችን መባረክ ገንዘብን፣ ንብረትን ማካበት ተደርጎ ይወሰዳል፡፡ እግዚአብሔር ግን ከምድራዊው ሀብት በላቀ ማንም የማይሰጠውን ትልቅ ስጦታ ልጁን ሰጥቶናል፡፡

ይህን ስጦታም ያገኘነው ከእኛ የእምነት ጥንካሬ የተነሣም አይደለም፡፡ በዮሐ. 3÷16 ላይ እግዚአብሔር አንድ ልጁን እንዲሁ ለዓለም ለመስጠት ፈቀደ፤ አደረገውም፡፡ ይህንን ለማድረግ እግዚአብሔር መሐላንም አልፈጸመም፡፡ ከምንም በላይ ፍቅር አሸነፈው፡፡ የአዲስ ኪዳን አገልግሎት በዚህ እጅግ የከበረ በረከት ላይ የተመሠረተ ነው፡፡ መሠረቱ ብርና ወርቅ ሳይሆን፣ ኢየሱስ ነው፡፡ ይህ ስጦታ ግን የቱንም ያህል ምድራዊ ባርኮት ቢኖረን አንዳችም ነገር አይስተካከለውም፡፡

አብርሃም ከብዙ ትዕግሥት በኋላ ተስፋው የመነመነ በመሰለበት ሰዓት የተስፋውን ቃል ተቀበለ፡፡ ይህ አብርሃም የተቀበለው በረከት ምድራዊ በረከት ነው፡፡ በአዲስ ኪዳን የምንገኝ አማኞች ግን ከእርሱ በላይ ዕድለኞች ነን፡፡ ልጁ ኢየሱስ ክርስቶስ በረከታችን ሆነ፤ በጸጋው መዳን አገኘን፡፡ በተጨማሪም መንፈሱን ተቀበልን፡፡ በዚህም ሳንወሰን ሌላው ሁሉ ይጨመርላችኋል በሚለው የተስፋው ቃል መሠረት ምድራዊውን በረከትም ለመቀበል የታደልን ሆንን፡፡ ይህንን ሁሉም የምንቀበለው በእምነት ታዝዘን በመውጣት ብቻ እንጂ፣ የሚጠበቅብን ሌላ ክፍል የለም፡፡ እንደዚያም ሆኖ ግን ለብዙዎቻችን ክርስትና የዐቀበት ጉዞ ሆኖብን ምድራዊው ተድላና ምቾት ከመንገድ ሲያስቀረን ይታያል፡፡

ጌታ ኢየሱስ ስለ እምነት ሲያስተምር ጥቂቷ እምነታችን ትልቅ ሥራን ልትሠራ እንደምትችል የሰናፍጭ ቅንጣትን ከትልቅ ተራራ ጋር በማነጻጸር አስተምሯል፡፡ በእምነት ውስጥ የሚያስፈልገው ሰምቶ መታዘዝ ነው፡፡ ሰው ደግሞ ያቃተው መስማትና የሰማውን መታዘዝ ነው፡፡ ጌታ ኢየሱስ "እናንተ ደካሞች ወደ እኔ ኑ፤ እኔ ሸክሜ ቀሊል ቀንበሬም

ልዝብ ነው ያለን" ወደ እርሱ ስንመጣና በእርሱ ስንታመን ሸክም ሁሉ እንደሚቀለን ለማስተማር ነው:: "የሚያስጨንቃችሁን ሁሉ በእርሱ ላይ ጣሉ" የሚለው የቃሉ ክፍልም የሚያስተምረን ይህንኑ ነው:: እነዚህ ሁሉ እምነትን የሚያመለክቱ ናቸው::

የክርስትና ሕይወት የዕረፍትና የመረጋጋት የሰላም ሕይወት እንጂ፣ የመታወክ፣ የመጨነቅ፣ ተስፋ የመቍረጥ ሕይወት አይደለም:: እርግጥ ስለ ወንጌል ብዙ ዋጋን የምንከፍልበት ጊዜ አለ:: ሐዋርያው ጳውሎስ በብዙ መንገላታት፣ በስድብ፣ በመጠላት፣ በብዙ ጭንቅ ውስጥ እንዳለፈ ጽፎልናል:: ስለ ክርስቶስ የተቀበለው መከራ እጅግ ከፍተኛ ነው:: ይህ መከራና ጭንቀት ግን ውስጣዊ ሳይሆን፣ ውጫዊ ነው:: ጌታ ኢየሱስ ስለ ስሜ በዓለም የተጠላችሁ ትሆናላችሁ ያለንም ይፈጸም ዘንድ ግድ ነው:: በዚህ ሁሉ ውስጥ ግን ውስጣችን የተረጋጋ፣ በመንፈስ ቅዱስ ሰላም የተጠበቀ ሆኖ እንመላለሳለን:: በመንፈሳዊው አገልግሎት ውስጥ እያንዳንዱ ቀን በብዙ ዕንግልት፣ ዋጋን በመክፈል ያልፋል:: ይሁንና የእግዚአብሔር ጸጋ በዚህ ሁሉ መከራ ውስጥ ውስጣችንን ይጠብቀዋል:: የየዕለቱ ሕይወታችንም የሰናፍጭ ቅንጣት በምታክል እምነት በእግዚአብሔር የማዳን ኃይል ተደግፎ ይቆማል::

እያንዳንዳችን እግዚአብሔር እንድንሆንለት የሚፈልገው ምን እንደ ሆነ ልንጠይቀው ይገባናል:: ይህ ማለት ሁላችንም አብርሃም በሄደበት መንገድ እንሄዳለን ማለትም አይደለም:: ነገር ግን እግዚአብሔር ለሁላችንም የራሱ የሆነ ዓላማ አለው:: በቤ/ክ የተለያዩ የጸጋ ስጦታዎችም ያስፈለጉበት ምክንያት ይህ ነው:: እግዚአብሔር ለወደደው ዓላማ እያንዳንዳችንን ሊጠቀምብን ፈቅዷል:: ከብዙ ሰዎች መካከል አብርሃም ያለ ምንም ማቅማማት ታዝዞ ወጣ:: እግዚአብሔርም በዚህ እምነት ደስ በመሰኘቱ ሊባርከው በመሐላ ከእርሱ ጋር ቃል ኪዳን አደረገ:: ዛሬ ለእኛም ይህ ቃል ኪዳን ይሠራል:: በእምነት ታዝዘን እስከ ወጣን ድረስ በእርግጥም የእግዚአብሔር ቸርነት በእኛ ላይ ናት::

እንዲሁም እርሱ ከታገሠ በኋላ ተስፋውን አገኘ

ከታገሰ በኋላ (mak-roth-oo-meh'-o / makrothumeo / ማክሮቱሚኦ ከ makros / ማክሮስ = ረጅም፣ የራቀ + thumos / ቱሞስ = ስሜት ወይም thumoomai / ቱሞማይ = መናደድ) ማለት:- ረጅም ማሰብን የሚያሳይ ቃል ሲሆን፣ አንድን ተግባር ከመፈጸም

በፊት ረዘም ላለ ሰዓት ማሰብን የሚያሳይ ነው፡፡ በማይመች ሁኔታ ውስጥ ሆኖ ያለ የስሜት መረጋጋትን ይጠቁማል፡፡

በትዕግሥት የሚለው ቃል ቍጥር 12 ላይ ወዳለው ትዕግሥት ወደሚለው ቃል ይመልሰናል፡፡ **አገኘ** የሚለው ቃል **ኢፒቱግቻኖ (epitugchano)** የሚለው ቃል ትርጓሜ ሲሆን፣ አሳቡም አንድ ነገርን ለማግኘት በአንድ ነገር ላይ ብርሃንን ማብራት እንደ ማለት ነው፡፡ እዚህ ጋር ቃሉ የሚያሳየን አብርሃም የተስፋውን ቃል ፍጻሜ ሙሉውን አላገኘም፡፡ ነገር ግን ዘሩን የተቀበለ ሰው ነው፡፡ ተስፋው አብርሃም ታላቅ ሕዝብ እንደሚሆንና ምድርም በእርሱ እንደምትባረክ ነው፤ ይስሐቅ በተአምር መወለዱ የተስፋው ቃል ግማሽ ፍጻሜ ሲሆን፣ ጌታ ኢየሱስ እንደ መሢሕ መምጣቱ ደግሞ ለአብርሃም የተገባውን ተስፋ ፍጻሜ ይሰጠዋል፡፡ *(ዌስት፣ ኬ. ኤስ. የግሪክ አዲስ ኪዳን ቃል. ጥናት:- ኢርድማንስ)*

"በትዕግሥት" በቍጥር 15 ላይ የሚገኘውን "ትዕግሥት" ቃል በቃል ያመለክታል፡፡ "መገኘት" የሚለው ቃል ኤፒቱግካኖ የሚለው የግሪኩ ቃል ትርጓሜ ነው፡፡ ፍቺውም በአንድ ሰው ወይም ነገር ላይ መብራት፣ ማብራት፣ መከታተል፣ ማግኘት ማለት ነው፡፡ እዚህ ላይ ቃሉ አብርሃም በግሉ የተሰጠውን መላው የተስፋ ቃሎቹን አላገኘም፡፡ ዳሩ ግን የዚያን ተስፋ ቃል ርዝራዥ ብቻ ነው ያገኘው የሚል እንድምታን ይዟል፡፡ ታላቅ ሕዝብ እንደሚሆን የተሰጠው የተስፋ ቃል፣ ደግሞም ምድር በአብርሃምና ተአምራዊ በሆነ መንገድ የተወለደው በይስሐቅ እንደምትባረክ የተሰጠው ተስፋ፣ የተስፋው ቃል በግማሽ የተፈጸመበት ነው፤ ደግሞም ጌታ ኢየሱስ እንደ አዳኝ እና የሚመጣው መሢሕ እግዚአብሔር ለአብርሃም የሰጠውን ተስፋ ሁሉ የሚፈጽመው ይሆናል፡፡ *(የዌስት ቃላቶች ከግሪኩ አዲስ ኪዳን, 1940-55 ደብሊው ኤም . ቢ. ኤድማንስ ህትመት)*

ትሬንች እዚህ ላይ ሲጨምር ይህ ቃል የመበቀል ዐቅም ያለው ግን ራሱን እንደዚህ ዐይነት ድርጊት ከማድረግ መቆጠብ የሚችል ሰውን ይወክላል ይለናል፡፡

ኒው ኢንተርናሽናል ዲክሽነሪ አፍ ኒው ቴስታመንት ቲዎሎጂ:- ***ማክሮቲሚያ*** የሚለው ቃል ላይ ደስ የሚል ዕይታ ያስቀምጣል፤ ይህ ቃል በበጎ መልኩ መጽናትንና አንድን ነገር ገፍቶ በግድ ከመከወን ይልቅ ለመታገሥ መምረጥን የሚያሳይ ነው፡፡ በጥንታዊ ግሪክ *ማክሮቶሚያ* የሚለው ቃል የሚጠቁመው የራስን ባሕርይ ከማስተካከል አንጻር፣ እንጂ

አብሮ ላለ ጓደኛ የሚደረግ ወይም የሚገለጽ የመልካም ባሕርይ መገለጫ ተደርጎ አልነበረም፡፡ *(ኮሊን ብራውን፣ አዲስ ኪዳን መዝገበ ቃላት)*

ቫይን፡- ***ማክሮቶሚያ*** ላይ አሳቡን ሲያሰፍር እንዲህ ይጽፋል፡- ረጅም ስቃይ ራስን የመታገሥና ራስን የመቆጠብ አንድ መገለጫ ሲሆን፣ በፍጥነት ክፉ ምላሽ አለ መስጠት በውስጡ አለው፡፡ ይህም ከንዴት ተቃራኒ ሲሆን፣ ከምሕረት ጋር የሚያያዝ ነው፡፡ በእግዚአብሔርም የሚታይ ነው *(ዘጸ. 34÷6፤ ሮሜ 2÷4፤ 1ኛ ጴጥ. 3÷20) (የቫይን ኤክስፖዚተሪ ዲክሽነሪ፡- ዊሊያም ኤድዊ ቫይን)*

ተስፋውን አገኘ

ዘፓሽን የሚባለው መጽሐፍ ቅዱስ ፡- "እግዚአብሔር መዋሸት አይችልም፤ የተስፋ ቃሉ እና መሃላው ሊለወጡ እንደማይችሉ እናውቃለን!"ዕብ 6፡17

አገኘ (ep-ee-toong-khan'-o /epitugchano /**ኢፒቱካኖ ከ** epi /**ኢፒ = የሚያጎላ ገላጭ ቃል** + tugchano /**ቱካኖ = በትክክል ነጥቡን በቀስት ማግኘት**) ማለት፡- የምንፈልገውን ወይም ስንከተለው የነበርነውን ነገር ማግኘት ማለት ነው፡፡ አብርሃም በእምነት የተስፋውን ቃል ወረሰ፡፡ የዚያም እምነት ትክክለኛነቱ ታግሦ በመቆየት ተረጋገጠ፡፡ እግዚአብሔርን በእምነት ታገሡት፡፡ *(መጽሐፍ ቅዱስ ጥቅሶች የብሉይና / የአዲስ ኪዳን ግሪክ መዝገበ ቃላት፣ የቲየር ትርጉም፣ አስቲን)*

ሰዎች ከእነርሱ በሚበልጠው ይምላሉና ለማስረዳትም የሆነው መሐላ የሙግት ሁሉ ፍጻሜ ይሆናል

መሐላ (hor'-kos, her'-kos/horkos /**ሆርኮስ ከ** herkos /**ሄርኮስ = ግድግዳ፣ መዝጊያ፣ ሰውን የሚገድብ**) አንድን የተስፋ ቃል ትክክለኛነት ለማሳየት የሚነገር ነው፡፡ በሌላ አገላለጽ መሐላ የአንድን ዕውነት እርግጠኛነት ለመግለጽ የሚነገር ንግግር ነው፡፡ መሐላ አንድን የተነገረ ነገር ትክክለኛነት የሚያጸና ሲሆን፣ ከተነገረው ንግግር በተቃራኒ ያሉትን ንግግሮችና አሳቦች ደግሞ ውድቅ የሚያደርግበት ዐቅም አለው፡፡ *(መጽሐፍ ቅዱስ ጥቅሶች የብሉይና / የአዲስ ኪዳን ግሪክ መዝገበ ቃላት፣ የቲየር ትርጉም፣ አስቲን)*

መሐላ በሰዎች መካከል ጥርጣሬን አስወግዶ ሕጋዊ ማረጋገጫን የሚሰጥ ንግግር ነው፡፡ ይህ ነው እግዚአብሔር ለአብርሃም የተስፋ ቃሉን ሲያጸናለት የተከወነውም መሐላ፡፡ ቫይን አስተያየት ሲሰጥ እግዚአብሔር ቃል ኪዳኑን በመሐላ ሲያጸና የሚታየው በሰው ልጅ ልምምድ ውስጥ ብቻ የሚታይ ነው፡፡ ሰዎች ወደ እግዚአብሔር ይምላሉ፤ መሐላ ሲገቡ የታማኝነታቸው ምስክር እንዲሆን ነው፡፡ የሰው ልጅ መሐላ የክርክር ሁሉ ፍጻሜን እንደሚያመጣ የእግዚአብሔርም መሐላ የቃል ኪዳኑን መፈጸም ጥርጣሬ ሁሉ ከልብ ውስጥ ያስወግዳል፡፡ *(የቫይን ኤክስፖዚተሪ ዲክሽነሪ፡- ዊሊያም ኤድዊ ቫይን)*

ጉዚክ የዚህን ዕውነት ተግባራዊነት ላይ አስተያየት ሲሰጥ በዚህ በትዕግሥት በመጠበቅ ወቅት ላይ ብዙ ክርስቲያኖች ጥቃት ይደርስባቸዋል፤ የተስፋ ቃሉንም እንደሚወርሱት መጠራጠር ይጀምራሉ፡፡ “እግዚአብሔር በዕውነት በዚህ ውስጥ አልፎ ይመጣል?” ይላሉ፡፡ በትዕግሥት ከጸና በኋላ የተስፋውን ቃል አብርሃም ወረሰ፡፡ እግዚአብሔር ወደ አብርሃም ቃል ኪዳኑን በመሐላ በማጽናት ነው የመጣው፡፡ በእርግጥ ከእርሱ በሚበልጥ በማንም ሊምል ስላልቻለ በራሱ ማለ፡፡ ይህ መሐላ የእግዚአብሔር ቃል ኪዳን ልክ እንደ እርሱ ባሕርይ የማይለወጥ እንደሆነ ያሳያል፡፡ *(ዴቪድ ጉዚኪ ኮሜንተሪ)*

ስለዚህም የሚለው ቃል የሚወክለው ከፊቱ ያለውን ሙሉ አሳብ ነው፡፡ ቃል ኪዳኑ በሰዎች መካከል የማሳመን ዐቅም ስላለው እግዚአብሔር ቃሉን የሚጠራጠሩትን ለማሳየት በመሐላ ጣልቃ ገባ፡፡ ***ፈቀደ*** የሚለው ቃል **በውሎማይ (boulomai)** የሚል ቃል ትርጓሜ ሲሆን፣ ከምክንያት የመጣ ፍላጎትን አመልካች ነው፡፡

ስለዚህም / እዚህ ላይ ያለው የሚለው ቀዳሚውን መላውን ሐረግ ያመለክታል፡፡ አሳቡ በዚህ ዓለም አቀፍ ልማድ መሠረት የሚል ነው፡፡ ይህ መሐላ በሰዎች መካከል እንዲህ ያለው አሳማኝ ኃይል ያለው በመሆኑ፣ እግዚአብሔር ሰዎች የእርሱን ቃል በሚጠራጠሩበት ነገር ላይ የሚነሣን ስድብ አይቀበለውም፡፡ ደግሞም ሰው ወደ ሰብዓዊ ድካም ዝቅ እንዲል አድርጎታል፡፡ “ፈቃድን የሚለው ቃል *ቡሎሚያ* የሚለው ቃል ትርጉም ሲሆን፣ ቴሎስ ከሚለው በተቃራኒ ባለ የአመክንዮታዊ ክፍሎች ላይ የተመሠረተ ፍላጎትን አስመልክቶ የሰው ልጆችን ድካሞች በመጋፈጥ፣ እንደዚህ ያለውን ነገር ለማድረግ አሰበ፡፡*(ዌስት፣ ኬ. ኤስ. የግሪክ አዲስ ኪዳን ቃል. ጥናት፡- ኢርድማንስ)*

እግዚአብሔር፥ የተስፋውን ቃል ለሚወርሱ ፈቃዱ እንደማይለወጥ አብልጦ ሊያሳያቸው ስለ ፈቀደ፥

መሐላ አይለወጥም፤ አይሻሻልም። ዓመታት ቢያልፉ የመሐላ ቃል እንደ ተከበረ ይኖራል። እግዚአብሔር ለአብርሃም የሰጠው የመሐላ ቃል ዛሬም ለእኛም እንደ ሆነ የዕብራውያን ጸሐፊ ለእኛም ያመለክተናል።

የእግዚአብሔር የተስፋ ቃል የበረከት ሁሉ ምንጭ ነው። ይህ የተስፋ ቃል በሁለት መንገድ ይገለጻል። አንደኛው የተስፋ ቃል አብርሃም ከካራን በመውጣቱ የሚቀበለው የምድር በረከት ሲሆን፣ ሁለተኛው ደግሞ የዘሩ መባረክና በመጨረሻም የመሢሑ ከእርሱ የዘር ግንድ ውስጥ መውጣት ነው። ይህ መሢሕም ለዓለም ሕዝብ ሁሉ ሲል በመስቀል ላይ በመሞት በሰው ልጅ ላይ የተጫነውን የሞት ቀንበር በሞቱ ሰብሮ፣ በእርሱ የሚያምኑ ሁሉ የዘላለም ሕይወት እንዲኖራቸው አድርጎአል። በአብርሃም የእምነት ሕይወት ውስጥ እነዚህ ታላላቅ በረከቶች ከእምነት በኩል የእርሱ ዘር በመሆን ተፈጽሞአል።
አንዳንድ ሰዎች በዘረኝነት ማነቆ ውስጥ ተይዘው እኔ የእገሌ ዘር ነኝ ይላሉ። የሌሎችንም ሰዎች ዘር እየቈጠሩ በሰዎች መካከል መለያየትን ያኖራሉ። መጽሐፍ ቅዱስ በቅዱሳኖች መካከል መለያየትና የዘር ልዩነት እንደ ሌለና ሁላችን በክርስቶስ ኢየሱስ ደም ታጥበን የነጻን የእግዚአብሔር ልጆች፣ የአብርሃም ዘርም ጭምር እንደ ሆንን በግልጽ ይናገራል (1ኛ ቆሮ.)

የአብርሃም አምላክ የሆነው እግዚአብሔር የይስሐቅ፣ የያዕቆብና የዮሴፍም አምላክ የነበረ ሲሆን፣ በመጨረሻም መሢሑ ክርስቶስ ኢየሱስ የእርሱ የዘር ሐረግ ውስጥ ወጥቶ በመስቀል ላይ ባደረገው ተጋድሎ እኛን ሁሉ ከሞት በመታደግ ልጆቹ አድርጎናል። ክብር ለስሙ ይሁን! እኛን ሸሽተን የነበርነውን በብርቱ መጽናናት በመሐላ በመካከል ገባ። ይህ መካከል በእግዚአብሔርና በእኛ መካከል የነበረ ክፍተት ነው።

አይሁዳውያንም ይህን መካከል አጥብቀው ስለሚያምኑበት አሕዛብ ኃጢአተኞች ናቸው፤ እኛ አይሁዳውን ከአሕዛብ ጋር አንደባልቅም ብለው ያምናሉ። መሢሑ ግን ይህን የጥል ግድግዳ በማፍረስ እግዚአብሔርንና ሰውን አስታረቀ። አሕዛብ የተባሉት በማመናቸው

ምክንያት የእግዚአብሔር ወገኖች ሆኑ፡፡ ዛሬ በእኛና ወንጌልን በተቀበሉት አይሁዳውያን መካከል ምንም ልዩነት የለም፡፡

ቍጥር 13 እግዚአብሔርም ለአብርሃም ተስፋ በሰጠው ጊዜ፦ ከእርሱ በሚበልጥ በማንም ሊምል ስላልቻለ፥ በራሱ ማለ፤

ከእርሱ በሚበልጥ በማንም ሊምል ስላልቻለ፥ በራሱ ማለ ዕብ 6፡16-18; ዘፍ 22÷15-18; ሕዝ 32÷13; መዝ 105÷9,10; ኢሳ 45÷23; ኤር 22÷5; ኤር 49÷13; ሚክ 7÷20; ሉቃ 1÷73

ቍጥር 14 በእውነት እየባረክሁ እባርክሃለሁ እያበዛሁም አበዛሃለሁ ብሎ፥

እያበዛሁም አበዛሃለሁዘፍ 17÷2; 48÷4; ዘፀ 32÷13; ዘዳ 1፡10; ነህ 9÷23

ቍጥር 15 እንዲሁም እርሱ ከታገሰ በኋላ ተስፋውን አገኘ።

ዕብ 6፡12; ዘፍ 12÷2,3. 15÷2-6; 17÷16,17; 21÷2-7; ዘፀ 1÷7; ዕን 2÷2,3; ሮሜ 4÷17-25

ቍጥር 16 ሰዎች ከእነርሱ በሚበልጠው ይምላሉና፥ ለማስረዳትም የሆነው መሐላ የሙግት ሁሉ ፍጻሜ ይሆናል

ሰዎች ከእነርሱ በሚበልጠው ይምላሉና ዕብ 6፡13; ዘፍ 14÷22; 21÷23; ማቴ 23÷20-22

ለማስረዳትም የሆነው መሐላ የሙግት ሁሉ ፍጻሜ ይሆናል ዘፍ 21÷30,31; 31÷53; ዘፀ 22÷11; ኢያ 9÷15-20; 2ኛ ሳሙ 21÷2; ሕዝ 17÷16-20

በቍጥር 17 ላይ የእግዚአብሔር ፈቃድ እንደማይወለጥ ያስረዳል፡፡ በአዲሱ መደበኛ ትርጒም ፈቃዱ የሚለው ዓላማው ይለውና ዓላማው እንደማይለወጥ ያስረዳል፡፡

ይህ ዕቅድ ከጥንት የነበረ የእግዚአብሔር የማይለወጥ ዓላማ እንደ ሆነ መጽሐፍ ቅዱስ በግልጽ በቍጥር 17 ላይ ይነግረናል፡፡ እግዚአብሔር በዘፈቀደ የሚሠራ አምላክ አይደለም፡፡ እርሱ ዓላማ ያለውና ዓላማውም የማይለወጥ አምላክ ነው፡፡ የሰዎች አለመታዘዝና ዐመፅ ግን በተደጋጋሚ ይህ ዓላማው እንዲስተጓጎል አድርጎአል፡፡ እግዚአብሔር አዳምን ፈጥሮ በዔድን ገነት ሲያኖረው በገነት ውስጥ በሰላምና በደስታ የዕረፍትን ሕይወት እንዲኖር ነበር፡፡ በሰው ዐመፀኝነት የተነሣ ግን የሰው ልጅ እስከ ዛሬም ከዚህ ሰላምና ዕረፍት ርቆ የኀዘንና የጭንቀት ሕይወትን ሲኖር እናያለን፡፡

እግዚአብሔር በመጀመሪያ አዳምን ሲፈጥረው በሰው ልጅ ላይ በሽታና ሞት አልነበረም፡፡ በገነት ፤ኃጢአት ሆነ በሽታ ወይም ሞት አልነበረም፡፡ ዛሬ ግን ከኃጢአት ውጤት የተነሣ እጅግ ብዙና ለቍጥር የታከቱ የበሽታ ዐይነቶች የሰውን ልጅ ሥጋ በመጕዳት ለሞት

እየዳረጉት ነው። ከዚህ የተነሣ ሁላችንም እጅግ የምንወዳቸውን ዘመዶቻችንን፣ ለአገር ለወገን የሚጠቅሙ ታላላቅ ሰዎችን በሞት ተነጠቅን። ሞት የኃጢአት እርግማን ውጤት ነው። ሰው የእግዚአብሔርን ዓላማ ሊያሰነካክለው ቢሞክርም፣ እግዚአብሔር ግን እንደ ገና ለሰው ልጅ ተስፋን አዘጋጀ። ይህ ተስፋ በመሢሑ አማካይነት የሚገኘው "አዲስ ሕይወት" ነው። በአዳም ኃጢአት ምክንያት የመጣው መርገም በእምነት በኩል የአብርሃም በረከት ለሚያምኑ ሁሉ ሆነ።

ባለመታዘዝ የተነሣ የተከሰተው ውድቀት "አሮጌው ሕይወት" ነው። በዚህ አሮጌው ሕይወት ውስጥ ሞትና ጨለማ ነግሠዋል። ዛሬም በመሢሑ አዳኝነት ጥላ ሥር የማይኖሩ ሁሉ በዚህ የሞትና የጨለማ ሕይወት ውስጥ በፍርሃትና በጭንቀት ውስጥ ይኖራሉ። በመሢሑ አዳኝነት ታምነው የሚኖሩ ግን አዲስ ሕይወትን ስላገኙ ወደ አዲሲቱ ሰማያዊ የእግዚአብሔር መንግሥት ለመግባት ሁልጊዜ በጉጉት ይጠብቃሉ።

እኛ አማኞች በዚህ ምድር ላይ እንደ ማንኛውም ሰው የቀድሞ አሮጌው አዳም ዘር በመሆናችን ምድራዊው እርግማን ያገኘናል። ይህም "ጥረህ-ግረህ በላብህ ወዝ ትበላለህ፤ ሴቲቱንም በጭንቅና በከፍተኛ ምጥ ትወልጃለሽ።" ከዲያቢሎስ ጋር በጠላትነት እንኖራለን፤ ሴት በወንድ ሥር ትኖራለች። እነዚህ ሁሉ የእርግማን ውጤቶች ናቸው። የሴቶች መብት ተካራካሪዎች መጽሐፍ ቅዱስ ሴቶችን ይጨቁናል ብለው ያስተምራሉ።

ከውድቀት በፊት ግን ወንድና ሴት በፍቅርና በመተሳሰብ የሚኖሩ፣ አንዳቸው በሌላቸው ላይ ለመሠልጠንም ሆነ የበላይ ለመሆን በፍጹም አሳቡም የማይመጣላቸው ነበሩ። ሁለቱም ማጀት አይገቡም፤ ልጅ ወልዶ ለማሳደግ ስቃይና ጭንቅ የለባቸውም፤ በመካከላቸው ያለውን እግዚአብሔርን እያከበሩ ከመኖር ውጭ ይህ የወንድ ሥራ ነው፤ ይህኛው ደግሞ የሴቲቱ ነው የሚል የሥራ ድርሻም አልነበረም። ሁለቱም የተሰጣቸው የሥራ ድርሻ አንድ ዐይነት ነበር፤ እግዚአብሔር የምትመቸውን ረዳት እንፍጠርለት ቢልም፣ የሴት ረዳትነቷ እርሱ ውሳኔ እያስተላለፈ እርሷ በመላላክና በማስፈጸም እርሱን በማገዝ ስሜት እንዳልነበረ በታሪካዊ ሂደቱ እንረዳለን። በአንዳንድ የመፅሐፉ ሙህራን ትምህርት መሰረት (ሁሉም ወንጌላውያን ባይቀበሉትም) በውድቀታቸው ጊዜ ቀድሞ ብንሄድ እርምጃዎችን የወሰደባቸው እርሱም እንዲሳሳት በር የከፈተችው ሔዋን መሆኗን ስናይ ከውድቀት በፊት ጥምረታቸው አንዳቸው በሌላቸው ላይ የበላይነት የሚያሳዩበት እንዳልነበረ እንድንገምት ያደርገናል። ከውድቀት በኋላ ግን ሴት በወንድ ሥር እንድትኖር

ተረግማለች ይላሉ፡፡ ይህን ትእዛዝ (ሴት በወንድ ሥር እንድትኖር)ዛሬም ድረስ በዓለም ሁሉ ላይ እንመለከተዋለን የሚል ግንዛቤ በአንዳንድ የወንጌላውያን አስተማሪዎች ዘንድ ይገኛል፡፡

ፈቃዱ / ፈቃድ (boo'-lom-ahee/boulomai /በውሎማያ):- የሚወክለው የተረጋጋ ፍላጎት፣ ከስሜት ሳይሆን፣ ከምክንያት የተወለደ፣ መፍቀድ፣ መመኘት፣ ማቀድ፣ በአእምሮ መወሰን የሚሉትን ነው፡፡ *በውሎሚያ* የሚያሳየው የመወሰን ዐቅም ያለውን የተረጋጋና ሆን ተብሎ የሚደረግ ውሳኔ ነው፡፡ ይህ ቃል ዝም ብሎ መፈለግንና መመኘትን የሚያሳይ ገለጻ ሳይሆን፣ ጠንካራ እና ይህ ነገር እንዲከሰት የዕውነት መፈለግን የሚያሳይ ነው፡፡ *በውሎሚያ* በአብዛኛው የእግዚአብሔርን የመፈለግ መጠን የሚያሳይ ቃል ነው፡፡ ቴሊዮ የእግዚአብሔርን የፈቃድ ፍላጎት የሚያሳይ ቃል ሲሆን፣ *በውሎሚያ* ግን ከዚህ የጠነከረ የመለኮት ውሳኔን የያዘ ድምፅ ነው፡፡ (ሉቃስ 22÷42) *(መጽሐፍ ቅዱስ ጥቅሶች የብሉይና / የአዲስ ኪዳን ግሪክ መዝገበ ቃላት፣ የቲየር ትርጉም፣ አስቲን)*

ፈቃድ /ዓላማ (boo-lay'/boulḗ/boule /ቡሌይ) ማለት:- ሰው ውሳኔውን ሲገልጽ ወይም ያቀደውን ዕቅድ ሲያሳውቅ ማለት ነው፡፡ *በውል* ማለት የታቀደ እንደ ማለት ነው፡፡ *በውል* የብስለት እና የዕቅድ ውጤት ነው፡፡ በሌላ አገላለጽ ይህ ቃል የታቀደ ውሳኔ ውጤት የሚያሳይ ሲሆን፣ በዚህ ቦታ ደግሞ ከአእምሮ ዕቅድ በዘለለ የእግዚአብሔር የማያልቅ ፍቅር ካለበት ልብ የሚወጣን ፍላጎትን ያሳያል፡፡ *(መጽሐፍ ቅዱስ ጥቅሶች የብሉይና / የአዲስ ኪዳን ግሪክ መዝገበ ቃላት፣ የቲየር ትርጉም፣ አስቲን)*

ዌስት:- ምክር /ፈቃድ የሚለው ቃል *በውል* የሚለው ቃል ትርጉም ሲሆን፣ ይህም ቃል ደግሞ *በውሎሚያ* ከሚል ቃል የመጣ ነው ትርጉሙም መፈለግ ወይም በምክንያት የተመሠረተ መፈለግ የሚል ነው፡፡ የሥላሴ ምክር ነፍስ በኢየሱስ ክርስቶስ ዕውነተኛ መጠለያ ታገኝ ዘንድ ይህን ምክር አጸና፡፡ ይህም ምክር የማይለወጥ ነው፡፡ *(ዌስት፣ ኬ. ኤስ. የግሪክ አዲስ ኪዳን ጥናት)*

እንደማይለወጥ (am-et-ath'-et-os/ametathetos/አሜታቴቶስ h a/ኤ = ውጭ +ሜታቲቴሚ= ሁኔታን ወይም ቦታን መቀየር፣ መዘዋወር)፣ ማለትም የማይቀየር ወይም ወደ ሌላ የማይዘዋወር ማለት ነው፡፡ አሳቡ ጸንቶ የሚኖርበትን ዕይታ ያሳያል፡፡ በግሪክ ቃል መንፈሳዊ ባልሆነው አጠቃቀምም ይህ አሳብ ሊታጠፍ የማይችልን የስምምነት ቃል

ገላጭ ነው፡፡ አንድ ጊዜ በትክክል ከገባን፣ ይህን የገባነውን ቃል ማጠፍ እንደማይቻል የሚያመለክት አሳብ ያለው ቃል ነው፡፡ የዕብራውያን ጸሐፊ ይህን ቃል ሁለት ቦታ ብቻ ነው የሚጠቀምበት (ዕብ. 6÷17 እና 6÷18 ላይ) ይህም ለሚያስጠነቅቃቸው ነገር ኃይል ለመጨመር ፈልጎ የሚጠቀምበት አሳብ ነው፡፡ ጸሐፊው እዚህም ጋር ይህን ቃል የእግዚአብሔር ፈቃድ በተስፋ ቃሉና በመሐላው ጸንቶ ሊታጠፍ የማይችል እንደ ሆነ አጽንኦት ሰጥቶ ይገልጻል፡፡ *(መጽሐፍ ቅዱስ ጥቅሶች የብሉይና / የአዲስ ኪዳን ግሪክ መዝገበ ቃላት፣ የቲየር ትርጓም፣ አስቲን)*

የማይለወጥ የሚለው ቃል *አሜታቲዮን* (ametatheton) የሚለው ቃል ትርጓሜ ሲሆን፣ ቃሉ *ሜታቴሚ* (metatithemi) ከሚል ቃል የተገኘ ነው፡፡ ቃሉ በአጠቃላይ ያለው አሳብ ቦታ አለመቀየርን የሚያሳይ ነው፡፡ እግዚአብሔር ለተስፋው ቃል ያለውን ቦታ አይቀይርም ማለት ነው፡፡

የማይለወጥ / የማይዋሽ መሆን የሚለው ቃል *አሜታቲዮን* የሚለው ቃል ትርጓም ነው፡፡ ይህ ቃል ሜታቲቴማይ ከሚለው የመጣ ነው፡፡ *ቲቴማይ* ማለት "ማስቀመጥ" ማለት ሲሆን፣ ደግሞም ሜታ የሚለው የቃሉ ቅድመ-ቅጥያ ለውጥን ያመለክታል፡፡ ስለሆነም ጥምር ቃሉ የሚሰጠው ትርጓሜ "*ሥፍራ መቀየር*" የሚል ነው፡፡ከዚህ ቃል የተገኘው *ሜታቴሜኖስ* የሚለው በስም መልኩ የተቀመጠ ቃል "ኮትን ማውለቅ" ማለት ነው፡፡ አልፋ የሚለው በግሪኩ ቃል ላይ ቅድሚያ ቅጥያ ሆኖ መግባቱ በመጀመሪያ የነበረው ትርጓም ተቃራኒ ፍቺን ይይዛል፡፡ ይህም ማለት እግዚአብሔር የሰጠውን የተስፋ ቃል በተመለከተ ዐቋሙን አይቀይርም፡፡ የተስፋ ቃል ከሰጠ፣ በእርሱ ይገኛል፡፡ አሳቡን የሚተው አይደለም፡፡ ምክንያቱም የተስፋ ቃሉ በምክሩ ላይ የተደገፈ በመሆኑ ነው፡፡ ደግሞም የማይዋሽ ጭምር ነው፡፡ "ምክር" የሚለው *ባውል* የሚለው ቃል ትርጓሜ ነው፡፡ ይኸው ቃልም *በውሎሚያ* - መፈለግ - ከሚለው ቃል ጋር ይገናኛል፤ ይህም ፍላጎት ከአንድ ሰው አሳብ የሚመጣ መሆኑን ያሳያል፡፡ *ሥሉስ*-እግዚአብሔር በምክሩ ነፍስ በጌታ ኢየሱስ እርግጠኛ የሆነ መሸሸጊያን ታገኝ ዘንድ ይህን ምክር ወደ ተግባራዊነት አመጣው፡፡

ቃል ኪዳኑን ከገባ በኋላ ለቃሉ ይቆማል፡፡ እርሱ ቦታውን አያጥፍም፡፡ እርሱ የገባው ቃል ከምክሩ የወጣ ቃል ኪዳንን አያጥፍም፤ ቦታውንም አይቀይርም፡፡ የሥላሴ መማክርት

ነፍስ በጌታ ኢየሱስ ዕረፍትን ታገኝ ዘንድ ቃል ገባ፤ ይህም የማይታጠፍ ነው፡፡ *(ዌስት፣ ኬ. ኤስ. የግሪክ አዲስ ኪዳን ቃል. ጥናት፡- ኢርድማንስ)*

ሊያሳያቸው / ማሳየት (ep-ee-dike'-noo-mee/epideiknumi /ኢፒዴክኑሚ ከ epí /ኤፒ = በዛ ላይ + deíknumi /ዲኩኑሚ = ማሳየት፣ አንድን ባሕርይ በዐይን እንዲታይ ማድረግ) ማለት፡- ከጥርጣሬ በላይ በሆነ መልኩ መታየት እንዲችል ማድረግ እና ዕውነት መሆኑን እንዲታመን ማድረግ፡፡ *(መጽሐፍ ቅዱስ ጥቅሶች የብሉይና / የአዲስ ኪዳን ግሪክ መዝገበ ቃላት፣ የቲየር ትርጒም፣ አስቲን)*

ወራሽ (klay-ron-om'-os/Kleronomos/ከሌሮኖሞስ ከ kleros /ከሌሮ = ንብረት- ሰዎች አሸናፊውን ወይም ወራሹን ፈልገው ንብረትን እንደሚያካፍሉ + nemomai /ኔሞማይ = መካፈል) ማለት፡- ቃሉ አንድ ብዙ ድርሻ ያለውን አካል የሚያሳይ ነው፡፡ አንድን ነገር እንደ ተካፋይ ወይም ባለድርሻ ሆኖ የሚቀበል ማለት ነው፡፡ ከመውሰድ የዘለለ ትርጒም ያለው ቃል ነው የወራሽነት አሳብ ያለው ቃል ነው፡፡ *የክሌሮኖምስ* አዲስ ኪዳንናዊ የቃሉ አጠቃቀም በዋናነት የሚያገለግለው መንፈሳዊ ወራሽነትን ለመግለጽ ነው፡፡ *(መጽሐፍ ቅዱስ ጥቅሶች የብሉይና / የአዲስ ኪዳን ግሪክ መዝገበ ቃላት፣ የቲየር ትርጒም፣ አስቲን)*

ዴትዝለር ሲዘግብ *ክሌሮኖምስ* የሁለት ቃል ስብስብ ነው ይላል፡፡ *ክሌሮስ* (ንብረት መውረስ) እና *ኖምስ* (ሕግ) የሚሉ ናቸው፡፡ *ክሌሮኖምስ* የአንድን ሀብት ሕጋዊ የሆነ ክፍፍልን የሚያሳይ ቃል ነው፡፡ በግሪክ ባህል ንብረት የሚያስተላልፈው ሰው ለፈለገው ለአንድ ለማንኛውም ሰው ሊያስተላለፍ ይችላል፡፡ በእርግጥ ግሪኮካውያን ንብረታቸውን ሲያከማቹ ይህን የሚያደርጉበት ምክንያት ለቅርብ ዘመዳቸው ሊያስተላልፉት ነው፡፡ ሮማውያን ደግሞ አሳቡን በማስፋት ለቅርብ ጓደኛና ለታማኝ ሠራተኛ ከማውረስ ጋርም ያያይዙታል፡፡ ለአይሁዳውያን ግን ወራሽነት ለልጅ ብቻ የተገደበ ነው፡፡ በሕግም የሚከተሉት ይህንን መርኅ ነው፡፡ *(ዴትዝለር፣ ዌይን፣ የአዲስ ኪዳን ቃላት በዛሬ ቋንቋ፡- ቪክቶር 1986)*

ወራሽ ከወላጅ ወይም ከአንድ ከእርሱ ቀድሞ ከነበረ አካል ብዙ ንብረት ወይም ገንዘብ ለመቀበል የታጨ ሰው ማለት ነው፡፡ መውረስ በዕብራውያን መጽሐፍ ላይ የተለመደ ቃል ነው (ዕብ. 1፥2፤ 1፥4፤ 1፥14፤ 6፥12፤ 6፥17፤ 9፥15፤ 11፥7-8፤ 12፥17 እና ሮሜ 8፥17)

እግዚአብሔር ሊዋሽ በማይቻል

የማይቻል (ad-oo'-nat-os/adunatos/አዱናቶስ ከa = ውጭ + dunatós /ዱናቶስ = የሚቻል፣ መቻል፣ ዐቅም ያለው) ማለት ሲሆን እዚህ ጋር በአሉታዊ መልኩ ስለገባ መሆን ወይም መከሰት የማይችል ማለት ነው፡፡ በሌላ አገላለጽ ዐቅም የሌለው የሚል ትርጒም ሊኖረው ሲችል፣ የዚህ ቦታ አሳብ ግን እርሱ አይደለም፡፡ በሥዕላዊ አገላለጽ ይህ ቃል እምነታቸው ጠንካራ ያልሆነን ክርስቲያኖች እርሱ ቃሉ እንዲወድቅ አያደርግም የሚል መልእክት አለው፡፡ እናም እርሱ የተናገረውን በጊዜው ያደርገዋል የሚለውን አሳብ ለመግለጽ ያገለግላል (ሮሜ15፥1)፡፡ *(መጽሐፍ ቅዱስ ጥቅሶች የብሉይና / የአዲስ ኪዳን ግሪክ መዝገበ ቃላት፣ የቲየር ትርጒም፣ አስቲን)*

መዋሸት (psyoo'-dom-ahee/pseudomai /ሲዩዶማያ ከ pseúdo/ሲዩዶ = ማታለል፣ ውሸት መናገር) ማለት፡- ትክክል ያልሆነን ነገር መናገር፣ በውሸት በመናገር ለማሳሳት መሞከር፡፡ እግዚአብሔር የሚዋሽ ስላልሆነና ሁሉን ማድረግ የሚችልም ዐቅም ያለው ስለሆነ፣ የተናገረውን ቃል ሁሉ ይፈጽመዋል፡፡ *(መጽሐፍ ቅዱስ ጥቅሶች የብሉይና / የአዲስ ኪዳን ግሪክ መዝገበ ቃላት፣ የቲየር ትርጒም፣ አስቲን)*

"በሁለት በማይለወጥ ነገር ..." እነዚህ ሁለት የማይለወጡ ነገሮች ምን እንደ ሆኑ ብዙዎች የመጽሐፍ ቅዱስ ሊቃውንት እንደሚስማሙበት የመጀመሪያው የማይለወጥ ነገር የእግዚአብሔር የተስፋ ቃል ነው፡፡ እርሱ ተስፋ የገባበትን ቃሉን በፍጹም የሚለውጥ አምላክ አይደለም፡፡ ይህም የተስፋ ቃል ምድራዊውን በረከት መውረስና በሰማያዊቷ የእግዚአብሔር መንግሥት ውስጥ መኖር ነው፡፡ ይህ አሮጌው ሰማይና ምድር ቃልና የሚያልፈውን አዲስ ሰማይና ምድር እንደምንወርሰው በእግዚአብሔር የተገባልን የተስፋ ቃል ነው፡፡

ሁለተኛ የማይለወጥ ነገር የእግዚአብሔር መሐላ ነው፡፡ እግዚአብሔር አደርገዋለሁ ብሎ ተስፋ የሰጠውን ቃሉን በመሐላ በእርግጠኝነት ያጸና አምላክ ነው፡፡ ይህን ዕውነት በእምነት የሚቀበሉ ሁሉ ወርሰውት በረከትንም ይቀበሉበታል፡፡ አብርሃም የሕዝብ ሁሉ

አባት ነው። በብሉይ ኪዳን ውስጥ የአይሁዳውያን አባት እንደ ነበረ ሁሉ እንዲሁ ወደ አዲስ ኪዳን ስንመጣ ደግሞ ለእኛም አባታችን ነው።

የማይለወጥ **ነገር** በሚለው ቃል ውስጥ ነገር የሚለው ቃል **ፕራግማ (pragma)** ከሚል ቃል የተተረጐመ ሲሆን፣ እርሱም የመጣው **ፕራሶ (prasso)** ከሚለው ሌላ ቃል **ነው፤ አሳቡም ማድረግ ወይም መከወን** የሚል ነው። ስለዚህ **ፕራግማ (pragma)** ማለት አንድ ነገር ከማለት የዘለለ አሳብ ያለው ነው። ሁለቱ የሚከወኑት ዕውነቶች እግዚአብሔር ተስፋ መስጠቱ እና እግዚአብሔር ቃል መግባቱ ናቸው። እነዚህም ደግሞ የማይቀየሩ ናቸው። *(ዌስት፣ ኬ. ኤስ. የግሪክ አዲስ ኪዳን ቃል. ጥናት፦ ኢርድማንስ)*

ነገሮች (prag'-mah/pragma /ፕራግማ hprásso/ ፕራሶ = ማድረግ፣ ቀጥሎ የሚመጣው –ma/ማ = የአንድ ነገር ውጤት) የሚያሳየው የተከሰተን ነገር፣ ሁኔታ፣ የተፈጸመ ተግባር ነው። በዚህ ቦታ *ፕራግማ* የሚለው ቃል ያለፈን ነገር የሚያሳይ ነው፤ የዛሬን ወይም ወደፊት የሚከሰት ነገርን በማመልከት ወቅት *ፕራግማ* የሚለውን ቃል የምንጠቀመው ያለፈ አንድ ክስተትን ተከትሎ ወይም አንድ ወደፊት የሚከሰት ነገርን ተከትሎ ስለሚከሰት ነገር ለማውራት ነው። *(መጽሐፍ ቅዱስ ጥቅሶች የብሉይና / የአዲስ ኪዳን ግሪክ መዝገበ ቃላት፣ የቲየር ትርጉም፣ አስቲን)*
“ነገሮች” የሚለው ቃል ፕሪግማ የሚለው ቃል ትርጉም ሲሆን፣ ከፕራሶ የመጣ ነው። ፍቺውም “ማድረግ” መለማመድ፣ ማከናወን፣ መተግበር የሚል ነው። ስለዚህም ፕሪግማ ማለት ነገር ከሚል ያለፈ ትርጉም አለው። ስለ ተፈጸመ ዕውነታ ይናገራል፤ ይህም የተደረገ ነገር ነው። ሁለቱ የተከናወኑ ዕውነታዎች፣ ሁለቱ የተደረጉ ነገሮች፣ እግዚአብሔር ተስፋ የሰጠበት ተግባሩ እና እግዚአብሔር መሐላ ያደረገባቸው ተግባሩ ናቸው።

ደግሞም እነዚህ የሚለወጡ ነገሮች አይደለም። እነርሱ የማይለወጡ ነገሮች ናቸው። ማጽናኛ /ኮንሶሌሽን/ የሚለው ቃል *ፓራካሌኦ* የሚለው ቃል ትርጉም ነው። ካሌኦ ማት “ለሁሉም” የሚል ነው። ቅድመ-ቅጥያ *ፓራ* በተግባሩ ፍጹም አድራጊ የሆነበት ሚና ያለው በመሆኑ ጥምር-ቃሉን በጉጉት መጣራት የሚል ፍቺ እንዲኖረው ያደርጋል። እናም ማጽናናት፣ ማበረታታት፣ የሚል ትርጉምን ይሰጣል።*(የዌስት ቃላቶች ከግሪኩ አዲስ ኪዳን, 1940-55 ደብሊው ኤም . ቢ. ኤድማንስ ህትመት)*

የኪንግ ጀምስ መጽሐፍ ቅዱስ ማብራርያ፡- እግዚአብር ቃሉን በመሐላ ስላጸና ጸሐፊው የመሐላን ክቡርነት ሊያሳይ ይሞክራል፡፡ አንድ ሰው እንኳ ከእርሱ በሚበልጠው ነገር መሐላ ሲፈጽም ሌሎች የተገባውን ቃል ተፈጻሚነት ያዩበታል፡፡ እግዚአብሔር ሕዝቡ የቃል ኪዳኑን እርግጠኛነት እንዲረዱት ይፈልጋል፡፡ ስለዚህ ቃሉን በመሓላ ያጸናላቸዋል፡፡ *(ዶብሰን፣ ኤ. ኤፍ ጂ. ቻርለስ ፌይንበርግ፣ ኢ ሂንሰን፣ ውድሮል ኪልለር፣ ኤች. ኤል. ዊሊንግተን፡- የኬ. ጄ. ቪ. የመጽሐፍ ቅዱስ ሐተታ፣ ኔልሰን)*

በማይለወጥ / እንደማይለወጥ(am-et-ath'-et-os/ametathetos /አሜታቴቶስ ከ a/ኤ = ውጭ +**ሜታቲቴሚ** = ሁኔታን ወይም ቦታን መቀየር፣ መዘዋወር) ማለት የማይቀየር ወይም ወደ ሌላ የማይዘዋወር ማለት ነው፡፡ አሳቡ ጸንቶ የመኖርን ዕይታ ያሳያል፡፡ በግሪክ ቃል መንፈሳዊ ባልሆነው አጠቃቀምም ይህ አሳብ ሊታጠፍ የማይችልን የስምምነት ቃል ገላጭ ነው፡፡ አንድ ጊዜ በትክክል ከገባን ይህን የገባነውን ቃል ማጠፍ እንደማይቻል የሚያመላክት አሳብ ያለው ቃል ነው፡፡ የዕብራውያን ጸሐፊ ይህን ቃል ሁለት ቦታ ብቻ ነው የሚጠቀምበት (ዕብ 6፥17 እና 6፥18 ላይ)፡፡ ይህም ለሚያስጠነቅቃቸው ነገር ኃይል ለመጨመር ፈልጎ የሚጠቀምበት አሳብ ነው፡፡ ጸሐፊው እዚህም ጋር ይህን ቃል የእግዚአብሔር ፈቃድ በተስፋ ቃልና በመሐላው ጸንቶ ሊታጠፍ የማይችል እንደ ሆነ አጽንኦት ሰጥቶ ይገልጻል፡፡ *(መጽሐፍ ቅዱስ ጥቅሶች የብሉይና / የአዲስ ኪዳን ግሪክ መዝገበ ቃላት፣ የቲየር ትርጉም፣ አስቲን)*

በፊታችን ያለውን ተስፋ ለመያዝ

"የተስፋ ቃል" የሚለውን ቃል በግሪኩ ምንባብ ቅድመ-ቅጥያ ያለው ነው፤ በዐውዱ የሚገለጽ ልዩ የሆነ ግልጽ ተስፋን ያመለክታል፡፡ ይህ ለአብርሃምና በቁጥር 14 ላይ ለሚገኙ ዝርያዎቹ የተገባ ተስፋ ነው፡፡ *(የዌስት ቃላቶች ከግሪኩ አዲስ ኪዳን, 1940-55 ደብሊው ኤም . ቢ. ኤድማንስ ህትመት)*

መያዝ (krat-eh'-o/krateo /ክራቲኦ ከ kratos/ክራቶስ) ማለት፡- አንድ የያዝነውን ነገር አጥብቆ መያዝ ማለት ነው፡፡ በዚህ ቦታ ላይ ደግሞ *ክራቲዮ* ማለት አንድ የያዝነውን ነገር ወይም ወደፊት የምንይዘውን ነገር አጥብቆ መያዝ ማለት ነው፡፡ ይህም ተስፋ በምናደርገው ነገር ላይ የተመሠረተ ይሆናል፡፡ *(መጽሐፍ ቅዱስ ጥቅሶች የብሉይና / የአዲስ ኪዳን ግሪክ መዝገበ ቃላት፣ የቲየር ትርጉም፣ አስቲን)*

ቫይን፡- ከራቲዮ የሚለው ቃል በዕብራውያን አጥብቆ መያዝን የሚያሳይ ነው (ዕብ. 4÷14)፡፡ *(የቫይን ኤክስፖዚተሪ ዲክሽነሪ፡- ዊሊያም ኤድዊ ቫይን)*

በፊታችን ያለውን ለመያዝ

በፊታችን ያለው ተስፋ የእግዚአብሔር ልጅ ነው፡፡ ከፊታችን ቀድሞ በመሄድ ወደ ቅድስተ ቅዱሳን የገባው፣ በአብ ቀኝ የተቀመጠው፣ ከሙታን በኩር የሆነው ክርስቶስ ኢየሱስ ነው፡፡ ጌታችን እኛን ወደዚህ የልጅነት ክብር ያስገባን ዘንድ መከራ መቅመስ ነበረበት (ዕብ. 2÷10፤ ቈላስ. 1÷18፤ የሐዋ. 26÷23፤ ራእይ 1÷5)፡፡

አማኝ ሊይዘው፣ ሊጨብጠው እና የራሱ ሊያደርገው የተገባ የክብር ተስፋ የሆነው ክርስቶስ ነው፡፡ አማኝ ከክርስቶስ ጋር ሊሞት፣ ከእርሱም ጋር ሊነሣ፣ ከዚያም በአብ ቀኝ እንዲቀመጥ የክህንነቱን አገልግሎት የፈጸመው ክርስቶስ ኢየሱስ ነው፡፡ የኋለኛውን እየረሳ ይህም የቀደመውን ኃጢአት እና ልምምዱን ትቶ በአዲሱ መንፈስ የቅዱሳን ርስት እና ባለጠግነነት የሆነውን መሚሐሑን ለመያዝ ወደፊት መዘርጋት ነው፡፡

ሰው በክርስቶስ የተሰወረውን ሕይወት ይወርስ ዘንድ የልቦናው ዐይኖቹ ይበሩ ዘንድ ያስፈልጋል፡፡ የልቦናችን ዐይኖች ሲከፈቱ የመንፈስ ቅድስ ምሪትን ለመከተል ፈቃደኛ እንሆናለን (ሮሜ 8÷16) ከዚያም ብልቶቻችንን የጽድቅ ዕቃ ጦር (ሮሜ 6÷19) አድርገን እናቀርባለን፡፡ በሊቀ ካህናቱ በኩል የተሰጠንን ክብር (ማቴ. 27÷51፤ ዕብ. 10÷19-20) መለማመድ ዳገት አይሆንም (ሮሜ 5÷1) ምክንያቱም እርሱ አስቀድሞ ክብሩን በመስጠት በኪዳኑ ተስፋ ቃል ይዞናል (ፊልጵ. 3÷12)፡፡ ሞቱን በሚመስል ሞት እና ትንሣኤውን በሚመስል ትንሣኤ መተባበራችን፣ ማለትም ከወይኑ ግንድ ጋር መጣበቃች የዘላለም መዳን ማግኘታችን ነው (ዮሐ. 17÷22-23፤ ሮሜ 6÷5)፡፡

ዘፓሽን የሚባለው መጽሐፍ ቅዱስ፡- “አሁን ደግሞ ራሳችንን በታማኝነቱ እንሸሽግ ዘንድ ወደ ልቡ ውስጥ ሮጠን ገብተናል። እዚህ ነውና የእርሱን ብርታትና ማጽናናት የምናገኘው፤ እርሱም ከዘመናት በፊት እንዳይነቃነቅ ሆኖ የጸናውን ተስፋችንን እንድንጨብጠው ያበረታናል” (ዕብ. 6÷18)፡፡

ያለውን (prok'-i-mahee/prokeimai /ፕሮኬሚያ ከpros/ፕሮስ = ከፊት ለፊት + keimai /ኬይሚያ = መዘርጋት) ከአንድ ነገር ፊት ያለ ነገርን የሚያሳይ ነው:: *ፕሮኬሚያ* ማለት በግልጽ መኖር ማለት ነው፤ በሚታይ መልክ መኖር:: ለምሳሌ በአይሁድ *ፕሮኬሚያ* ማለት ሁሉም አይተው ምሳሌ ይሆንላቸው ዘንድ በሚታይ መልክ የጠፉትን ከተማዎች የሚያሳይ ነው:: *(መጽሐፍ ቅዱስ ጥቅሶች የብሉይና / የአዲስ ኪዳን ግሪክ መዝገበ ቃላት፣የቲየር ትርጉም፣ አስቲን)*

ቪንሰንት ሲጽፍ *ፕሮኬሚያ* ማለት ቃል በቃል ግልጽ እንዲሆን ማድረግ ማለት ነው:: ለዕንግዳ ጠረጴዛ ላይ የቀረበን ሥጋ ወይም ለቀብር ፊት ለፊት የቀረበ ሬሳን ወይም ደግሞ ለውይይት የቀረበ ጥያቄን የሚያሳይ ነው:: በዚህም ነው የእነዚያ ከተማዎች ጥፋትና ቅጣት በግልጽ እንዲታይ የሚደረገው:: *(ማርቪን፣ አር. ቪንሰንት፡- በአዲስ ኪዳን ውስጥ ቃል ጥናቶች ኮሜንተሪ)*

"ለሸሸን ለእኛ ብርቱ መጽናናት የሆንልን ዘንድ

"ለሸሸን ለእኛ" ሰው ከአዳም ጀምሮ ከእግዚአብሔር መሸሽን መረጠ:: ይህም የጥፋት መጀመሪያ ነው:: ኃጢአት የሕሊና ወቀሳን ስለሚያስከትልና ፍርሃትንም ስለሚያመጣ ሰው ከአምላኩ መሸሽን ይመርጣል:: በአሁን ጊዜ ግን ከኃጢአት ብዛት የተነሣ ድንዛዜው ስለ ጨመረ ሰው ከእግዚአብሔር ቤትና ከአምልኮም ሳይቀር ዓለማዊ በሆነ ሕይወት በድፍረት እየተመላለሰ እግዚአብሔርን አመልካለሁ፤ አገለግለዋለሁ በሚል ድፍረት እየተመላለሰ ይገኛል:: ይህ ትልቅ ድፍረት አንድ ቀን ከፍተኛ ቅጣትን ያስከትላል:: ይህ ደግሞ በሌላ አገላለፅ ስደተኛ መሆናችንን ይገልፃል የሚል አስተምህሮ አለ:: የስደተኞች ጌታና ጽኑ አንባቸውም ጭምር ነው::

ምሕረትን ለመቀበል ወደ ካህኑ በእምነት የቀረበው ሰው የኃጢአት ስርየት ካገኘ በኋላ ከዘላለም ሞት አምልጦ በካህኑ በተዘጋጀለት አዲስ ሕይወት ለመኖር ቻለ:: መንፈስ ቅዱስ ያመነውን ሰው ከዘላለም ሞት ወደ ዘላለም ሕይወት ይሻገር ዘንድ ዐቅም ሆነው፤ክርስቶስን ከመታን ያስነሣው የእርሱ መንፈስ ለአማኙ የሚሞት ሰውነት ሕይወትን ይሰጠዋል:: እርሱ አጽናኙ በመባል ይታወቃል (ሮሜ 8÷2፤ ቈላስ. 1÷13-14) የዕውነት እና የሕይወት መንፈስ የሆነው መንፈስ ቅዱስ እየመራ ወስዶ ወደ ዘላለም ዕረፍት አስገባን::

ለመጠለል መሸሸ፡- ልክ እንደ የመርከብ መሰበር፣ ወይም አንድ በደለኛ ከስድስቱ የመማፀኛ ከተሞች ወደ አንዷ እንደሚያደርገው ሽሽት ያለ ነው፡፡ *ካዶሽ*- ማለትም ቅዱስ *ካዶውሽ* የመጠጊያችንን የኢየሱስን ቅድስና እንድምታዊ በሆነ መልኩ ያመለክታል፡፡ *ሴኬም* - ማለትም ትከሻ፣ አለቅነት በጫንቃው ላይ ነው ማለት ነው (ኢሳ. 9÷6)፡፡ *ሄብሮን*- ማለትም ኅብረት፡- አማኞች ወደ እርሱ ኅብረት ተጠርተዋል፡፡ *ቤዜር*- ማለትም መጠጊያ - ክርስቶስም ለሕዝቡ እንዲሁ ነው፡፡ *ራምዝ* - ማለትም ከፍ ያለ፡- እርሱን እግዚአብሔር ከፍ ከፍ አድርጎ በቀኙ አስቀመጠው ማለት ነው (የሐዋ. 1÷31)፡፡ *ጎላን* - ማለትም ደስታ፡- በእርሱ ቅዱሳን ሁሉ ይከብራሉ ማለት ነው፡፡*(ጃሚሰን, ፋሳቴ እና ብራውን ኮሜንተሪ)*

"ብርቱ መጽናናት" እግዚአብሔር ቃሉ የታመነ በመሆኑ ለፈሩና ለሸሹ፣ ተስፋ ለቈረጡ ሰዎች ብርቱ መጽናናትን የሚያመጣ ነው፡፡ ሰው በቃሉና በመንፈስ ቅዱስ ይጽናናል፡፡ በፍርሃት የተዋጠ ሰው የእግዚአብሔር ቃል ሲነገረውና ቃሉን በእምነት ሲቀበል፣ የእግዚአብሔር የመሐላ ቃል ሰውን የሚያጸናው፣ የሚያጽናናውም ነው፡፡ የጌታ የመጽናናት ቃል የአንደበት ቃል ብቻ ሳይሆን፣ በተግባርም የተገለጸ ነው፡፡ ተግባሩም በመካከል በመግባት ታይቷል፡፡ በሰውና በእግዚአብሔር መካከል መሢሑ ሲገባ ሕይወቱን ለውጦ ነው፡፡ ይህ ተጋድሎ ለእርሱ ታላቅ ዋጋን አስከፍሎታል፡፡ በመካከል ሲገባ እንዲሁ በቀላሉ አላደረገውም፡፡ አባት ሆይ ቢቻልህ ይህችን ጽዋ ከእኔ ትለፍ በሚል እስከ መጸለይ የደረሰበትን የከፍተኛ ጭንቅ ሰዓትን አሳልፏል፡፡

የመንፈስ ቅዱስ አገልግሎትና የመሢሑ የፍቅር ተጋድሎ በአዲስ ኪዳን ተደጋግፈው የሚቀጥሉ ናቸው፡፡ ጌታ ኢየሱስ እኔ ብሄድ ይሻላል ብሎ ቅዱስ የእግዚአብሔር መንፈስ በመካከላችን ሥራውን ቢሠራ የሚሻል እንደ ሆነ መሰከረ፡፡ መንፈስ ቅዱስ በእኛ ላይ በሚሠራበት ጊዜ መሢሑ በሕይወታችን ውስጥ የገለጸውን ታላቅ ሥራ ዕለት ዕለት በልቡናችን ይስለዋል፤ ፍቅሩን ይገልጽልናል፡፡ ሰውን በእግዚአብሔር አሳብና ፈቃድ ሥር እንዲሄድ ያግዘዋል (ዮሐ. 16)፡፡

ብርቱ (is-khoo-ros'/ischuros /ኢስኩሮስ ከ ischus /ኢስከስ= መቻል) የሚያሳየው በግድ ወይም ችግር በሚከሰት ጊዜ የሚገለጥ ጥንካሬን ነው፡፡ *(መጽሐፍ ቅዱስ ጥቅሶች የብሉይና / የአዲስ ኪዳን ግሪክ መዝገበ ቃላት፣ የቲየር ትርጉም፣ አስቲን)*

ጠንካራ / ብርታት በግሪኩ ምንባብ *ኢስኮርስ* የሚል ሲሆን፣ በውስጥ የሚኖር ጥንካሬን የሚናገር ነው ወይም በቀጥታ መልኩ አሊያም የተቋቋሚ መሰናክል፣ ልክ እንደ ጦር ሠራዊት አሊያም እንደ ምሽግ ማስቀመጥ ማለት ነው:: ስለሆነም የእግዚአብሔር የተስፋ ቃል እና የእግዚአብሔር መሐላ ጠንካራ ሠራዊት ወይም ብርቱ ምሽግ ስለሆነ፣ የጥርጣሬ እና የተስፋ መቍረጥ ተቃራኒ ሆኖ ቀርቧል:: የእግዚአብሔር የተስፋ ቃልና የእግዚአብሔር መሐላ እነዚህን አይሁዳውያን እነርሱ በሚሰጡት ማበረታቻ አማካይነት ወደ ኋላ ሊመልሷቸው ይገባል::

ብርታት የሚያሳየው በግድ ወይም ችግር በሚከሰት ጊዜ የሚገለጥ ጥንካሬን ነው የሚለው *የቪንሰንት* አሳብ ላይ ሲጨምር *ኢስኩርስ* የሚለው የግሪክ ቃል በፍርሃትና በድካም ውስጥ ላሉ እግዚአብሔር ቃል የገባውና በመሐላው ያጸናው ማበረታቻ ነው ይላል:: የእግዚአብሔር የተስፋ ቃልና መሐላ አይሁድን ከክህደት እንዲታቀቡ ማበረታቻ ይሆናል:: *(ዌስት፣ ኬ. ኤስ. የግሪክ አዲስ ኪዳን ጥናት)*

መጽናናት (par-ak'-lay-sis/paraklesis /ፓራክሌሲስ ከ pará /ፓራ = ጎን መሆን + kaléo /ካልዮ = መጥራት) ማለት:- ከጎን ያለን አካል መጥራት ማለት ነው:: ዋናው አሳብ ማበረታታት፣ ማጽናናት ወይም መደገፍ የሚሉ አሳቦችን በውስጡ የያዘ ነው::

ማጽናናት የሚለው ቃል ***ፓራክሊዮ*** ከሚለው ቃል ተወስደ ሲሆን **ማበረታታት** የሚል አሳብ የያዘ ነው:: **ብርቱ** በግሪኩ ***ኢስኩሮስ*** የሚባል ነው፤ አሳቡም **ጥንካሬን** የሚያሳይ ሲሆን፣ ይህም ጥንካሬ ጠላትን ለመጣል ወይም ከፊት ያለ መሰናክልን ለማስቀረት የሚሆን ሊሆን ይችላል:: ስለዚህ የእግዚአብሔር ተስፋ እና መሐላ የሚያመጣው ማበረታቻ ለየትኛውም ጥርጣሬ ብርቱ መሣሪያ ነው:: የእግዚአብሔር ተስፋና መሐላ አይሁዳውያንን ከክህደት ሊጠብቃቸው ይችላል::

ጸሐፊው እያላቸው ያለው ነገር ይህ ማበረታቻ ከፊታቸው ያለውን ተስፋ ጥለው እየሸሹ ላሉት ነው:: መማጸኛን ፈልጎ መሸሽን የሚያሳየው የግሪክ ቃል *ካታፊዮጎ* የሚለው ሲሆን፣ በዘዳ. 4÷22 ላይም በስሕተት ሰውን የገደለ ሰው እንዲገባበት ስለ ተዘጋጀው ከተማ የሚያወራውን አሳብ የገለጸ ቃልም ነው:: በዚህ ቦታ ከኃጢአት ቅጣት ወደ ሊቀ ካህናቱ እየሸሸ ያለውን ኃጢአተኛ ሲያሳይ ለእርሱና ለኃጢአቱ መሥዋዕትን ሲያቀርብ

ያሳያል፡፡ ብቸኛ ያለው ተስፋ ሊቀ ካህናቱ ነው፡፡ *(ዌስት፣ ኬ. ኤስ. የግሪክ አዲስ ኪዳን ቃል. ጥናት:- ኢርድማንስ)*

አጸና ወይም በመካከል ገባ የሚለው አሳብ **ሜሰቲዮ** (mesiteuo) የሚል ቃል ትርጓሜ ሲሆን፣ በሁለት ቡድኖች መካከል አስማሚ ቡድን ሆኖ መግባትን የሚያሳይ ነው፡፡ እግዚአብሔር በራሱና በተስፋው ቃል ወራሾች መካከል ራሱን ጣልቃ አስገባ፡፡ *(ዌስት፣ ኬ. ኤስ. የግሪክ አዲስ ኪዳን ቃል ጥናት:- ኢርድማንስ)*

አጸና / መረጋገጥ የሚለው ቃል ሜሲቴዩ የሚለው ቃል ትርጉም ነው፤ ፍቺውም "በተዋዋይ ወይም በባለ ቃል ኪዳን ቡድኖች መካከል እንደ መካከለኛ ሆኖ መሥራት፣ በሁለት ቡድኖች መካከል አንድን ነገር ማከናወን" ማለት ነው፡፡ ሜሲቴስ ድጋፍ-አድራጊ ወይም ዋስትና-ሰጭ ማለት ነው፤ ስለዚህም ሜሲቴው የሚለው ቃል አንድን አካል መደገፍ፣ ዋስትና መስጠት የሚለውን በጉልህነት ለማሳየት ነው፡፡ እግዚአብሔር ራሱን በራሱ እና በተስፋው ቃል ወራሾች መካከል አስቀመጠ፡፡

ማብራሪያ መጻሕፍት አዘጋጆች ዴሊዝችን እንደሚከተለው ይጠቅሱታል:- እግዚአብሔር ራሱን በሰው መልኩ ለመመልከት፣ እንዲሁም ራሱን ምስክር ለማድረግ ፍጹም ከሆነው ከፍታው በእርሱነቱ ወደ ምድር ወረደ እንበል፤ ደግሞም ሰብሰብ ብሎ ቸርነት በተትረፈረፈበት ሁኔታ መምጣቱ ስለ ወራሾቹ የተስፋ ቃሉን አረጋገጠው፡፡ ደግሞም *ዴቪድሰን* "በሰዎች እና በራሱ መካከል እርሱ መካከለኛ ሆኖ ወደ ምድር መጣ፡፡ ይህም ደግሞ በራሱ ባደረገው መሐላ አማካይነት ነው፡፡" *(የዌስት ቃላቶች ከግሪኩ አዲስ ኪዳን, 1940-55 ደብሊው ኤም . ቢ. ኤድማንስ ህትመት)*

ይሆንልን (ekh'-o/echo/ኢኮ) ማለት:- አንድን ነገር መያዝ ወይም ማግኘት የሚል ሲሆን፣ በዚህ ጊዜ ላይ ደግሞ በማያቋርጥ መንፈሳዊ ጦርነት ውስጥ ላለን ለእኛ የማይቆም ማጽናናትና ማበረታቻ መፈለግን የሚገልጽ ነው፡፡ (ኤፌ. 6፥10-18) *(መጽሐፍ ቅዱስ ጥቅሶች የብሉይና / የአዲስ ኪዳን ግሪክ መዝገበ ቃላት፣ የቲየር ትርጉም፣ አስቲን)*

<u>ቍጥር 17</u> ስለዚህም እግዚአብሔር፥ የተስፋውን ቃል ለሚወርሱ ፈቃዱ እንደማይለወጥ አብልጦ ሊያሳያቸው ስለ ፈቀደ፥ እግዚአብሔር በመሐላ በመካከል ገባ፤

ፈቃዱ እንደማይለወጥ አብልጦ ሊያሳያቸው ስለፈቀደ፥ መዝ 36÷8; መሓልይ 5÷1; ኢሳ 55÷7; የሐ 10÷10; 1ኛ ጴጥ 1÷3

የተስፋውን ቃል ለሚወርሱ ዕብ 6፡12; 11÷7,9; ሮሜ 8፡17; ገላ 3÷29; ያዕ 2÷5; 1ኛ ጴጥ 3÷7

በማይለወጥ ነገር ዕብ 6፡18; ኢዮብ 23፡13,14; መዝ 33÷11; ምሳ 19÷21; ኢሳ 14÷24,26,27; 46÷10; ኢሳ 54÷9, 10; 55÷11; ኤር 33÷20,21,25,26; ሚል 3÷6; ሮሜ 11÷29; ያዕ 1÷17

በመሓላ በመካከል ገባ ዕብ 6፡16; ዘፍ 26፡28; ዘጸ 22÷11

ቍጥር 18 ሊዋሽ በማይቻል በሁለት በማይለወጥ ነገር፥ በፊታችን ያለውን ተስፋ ለመያዝ ለሸሸን ለእኛ ብርቱ መጽናናት ይሆንል ዝዘንድ፥

በሁለት በማይለወጥ ነገር፥ ዕብ 3÷11; 7÷21; መዝ 110÷4; ማቴ 24÷35

ሊዋሽ በማይቻል ዘኍ 23÷19; 1ኛ ሳሙ 15÷29; ሮሜ 3÷4; 2ኛ ጢሞ 2÷13; ቲቶ 1÷2; 1ኛ የሐ 1÷10; 5÷10

ለእኛ ብርቱ መጽናናት ይሆንልን ዘንድ ኢሳ 51÷12; 66÷10-13; ሉቃ 2÷25; ሮሜ 15÷5; 2ኛ ቆሮ 1÷5-7; ፊል 2÷1; 2ኛ ተሰ2÷16, 17

ለሸሸን ለእኛ ዕብ 6፡11፡7; ዘፍ 19÷22; ዘኍ 35÷11-15; ኢያ 20÷3; መዝ 46÷1; 62÷8; ኢሳ 32÷1,2; ዘካ 9÷12; ማቴ 3÷7; 2ኛ ቆሮ 5÷18-21; 1ኛ ተሰ 1÷10

በፊታችን ያለውን ተስፋ ለመያዝ ቆላ 1÷5,23,27; 1 ጢሞ 1÷1; ሮሜ 3÷25

ቍጥር 19 *ይህም ተስፋ እንደ ነፍስ መልሕቅ አለን፥ እርሱም እርግጥና ጽኑ የሆነ ወደ መጋረጃውም ውስጥ የገባ ነው፤*

የዕብራውያን ጸሐፊ ተስፋችንን ከመልህቅ ጋር አመሳስሎታል፡፡ የመርከብ መልህቅ ትልቁን መርከብ አንድ ቦታ ጸንቶ እንዲቆም ቆልፎ ይይዘዋል፡፡ መልህቅ ባይኖር ኖሮ መርከብን ነፋስ በቀላሉ ከአንድ ሥፍራ ወደ ሌላ ሥፍራ እያዟዟረ ዐደጋንም ሊያስከትል በቻለ ነበር፡፡ አንድ ትልቅ መርከብ፣ በብዙ ቶን የሚቈጠር ሸክም ተሸክሞ ወደ ወደቡ ሲደርሱ ንብረቱን ከማራገፉ በፊት መልህቅ ይዘረጋል፡፡ መልህቅ መርከቡን ከወደቡ ዳርቻ ጋር ያስተሳስርና እንዳይንቀሳቀስ ቆልፎ ይይዘዋል፡፡ ልክ እንደዚሁ ሁሉ ተስፋችንም መልህቅ እንደ ተደረገለት ጸሐፊው ያስረዳል፡፡

ተስፋችን የዘላለም ሕይወት በክርስቶስ ኢየሱስ ላይ እንደ ተመሠረተ እና ነፍሳችን ድነትን እንደ ተቀበለች፣ እኛ በእግዚአብሔር ብሩካን የሆንን ቅዱሳኖችና የሰማይቱ አገር ዜጎች እንደ ሆንን፣ የአብርሃም ዘሮች የእግዚአብሔር ወገኖች እንደ ሆንንና እግዚአብሔር በልጁ

በኢየሱስ ክርስቶስ አማካይነት ልጆቹ እንዳደረገን፣ እንደማይተወን፣ እንደማይረሳን፣ እንደሚባርከንም መሐላ የገባልን መሆናችንን የሚያመለክት ነው። ይህ ተስፋ በነፍስ መልህቅነት ተይዟል። መልህቁንም እርግጠኛ፣ ጽኑ፣ ወደ መጋረጃው ውስጥም የገባ ነው ይለዋል። አስተማማኝነቱ ጥርጣሬ የሌለበት ነው። ተበጥሶ ይወድቃል ተብሎ የማይገመት፣ ጽናት ያለው ጠንካራ መልህቅ ነው።

በብሉይ ኪዳን በመሥዋዕቱ ሥርዓት ጊዜ ሊቀ ካህናቱ እስከ ውስጠኛው መጋረጃ ድረስ ገብቶ መሥዋዕቱን ያሳርጋል። ማንም ዘው ብሎ ወደ ውስጠኛው መጋረጃ አይገባም። ዛሬም ጌታችን ኢየሱስ ክርስቶስ ወደ ውስጠኛው መጋረጃ ገብቶ በአስተማማኝነት የኃጢአትን መዕዋዕት ለአንዴና ለመጨረሻ ጊዜ አከናውኖአል። ከዚያም ወደ አባቱ በማረግ በሰማይ በአባቱ ቀኝ ሆኖ ስለ እያንዳንዳችን የገባውን መሐላ ይጠብቃል። መርከብ በአስተማማኝነት መልህቁ እንዲይዝ ከተፈለገ ወደ ባሕሩ ጥልቅ ውስጥ ተወርውሮ እንዲይዝ ይደረጋል። መርከቡ ነፋስ እንዳያንሳፍፈው መልህቁ በጥብቅ መያዙ መረጋገጥ ይኖርበታል። የእኛም የተስፋችን መልህቅ በአስተማማኝነት ይቀመጣል።

ይህም ተስፋ እንደ መልህቅ አለን

አለን (ekh'-o/echo/ኤኮ) ማለት፡- አንድን ነገር መኖር ወይም መያዝ የሚልን የሚያሳይ ነው። ይህ በክርስቶስ ሁሌ ሊኖረን የሚችልን ነገር የሚያሳይ ነው። *(መጽሐፍ ቅዱስ ጥቅሶች የብሉይና / የአዲስ ኪዳን ግሪክ መዝገበ ቃላት፣ የቲየር ትርጉም፣ አስቲን)*

ዌስት፡- ይህ መዳን በሰማይ በቅድስተ ቅዱሳን ባለው ሊቀ ካህናት ነው የሚቻል ነገር የሆነው። (ዕብ. 6፥19-20) *(ዌስት፣ ኬ. ኤስ. የግሪክ አዲስ ኪዳን ጥናት)*

መልህቅ (ang'-koo-rah/agkura/አግኩራህ) ማለት፡- መርከብ ወይም ጀልባ እንዳይናወጥ ለማሰር ወደ ባህር የሚጣለውን ትልቅ ድንጋይ ወይም ብረት ነው። በደንብ በመልህቅ ያልታሰረ ጀልባ ማዕበልን የመቋቋም ብቃት አይኖረውም። በዕብራውያንም ላይ መልህቅ የሚያሳየው ጥበቃ፣ ድጋፍ ወይም ከለላን ነው። መልህቁ በወንጌል ላይ የሚያመለክተው ከእምነት የሚመነጭ ተስፋን ሲሆን፣ ይህም አማኞችን በፈተና ጊዜ ጸንተው እንዲኖሩ ያደርጋቸዋል። *(መጽሐፍ ቅዱስ ጥቅሶች የብሉይና / የአዲስ ኪዳን ግሪክ መዝገበ ቃላት፣ የቲየር ትርጉም፣ አስቲን)*

ስለዚህም የአማኝ መልህቅ በሰማይ ካለችው ቅድስተ ቅዱሳን መልህቅ ጋር የተያያዘ ነው፡፡ እዚህ ላይ የበለጸጉ ተምሳሌታዊ መግለጫዎች አሉን፡፡ የአሁኑ ሕይወት ባሕር ነው፡፡ ነፍስ መርከብ ናት፤ የተደበቀው የባሕሩ የበታች ክፍል፣ የሰማያዊው ቃል የማይታይ ዕውነታ ነው፡፡ ነፍስ በተቸገረው የሕይወት ባሕር ላይ እንዳለች መቅዘፊያ ትታያለች፡፡ የአንድ አማኝ ነፍስ በውሽንፍር እየተገፋች እንዳለች መርከብ በመጋረጃው ውስጥ ባለ መልህቅ የተያዘች በመጋረጃው ውስጥ ካለ የተባረከ ዕውነታ ጋር በእምነት የተቆራኘ ሆኖ ቀርቧል፡፡ *(የዌስት ቃላቶች ከግሪኩ አዲስ ኪዳን, 1940-55 ደብሊው ኤም. ቢ. ኤድማንስ ህትመት)*

የኢስተን መዝገበ ቃላት ሲመዘግብ የሮማውያን ጀልባ ብዙ መልህቅ ይኖረዋል፡፡ ከጫፉም ከመሐልም የሚታሰር፡፡ የሮማውያን መልህቅ እንደ ዘመናዊው መልህቅ ሁለት ጥርስ ያለው ነው፡፡ ይህም በሥዕላዊ አገላለጽ ጸንቶ እየኖረ ያለን ሰው በመከራና በፈተና ወቅት እንዲጸናና እንዲቆም ማድረግን ያሳያል፡፡ መልህቅ የተስፋ መሸፈኛ ነው፤ ከፈራህ እምነትህን በእግዚአብሔር ላይ አድርግ፤ ይህ መልህቅ ያቆምሃል፡፡

ቫይን ሲጽፍ ልክ **መልህቅ** ለሚንቀሳቀስ ጀልባ እንደሆነ እንዲሁ ተስፋም ለእኛ በፈተና ወቅት እንዲህ ነው፡፡ መልህቅ ከመርከቡ ወይም ከጀልባው ውጭ ያለና ከእርሱ ጋር ታስሮ አጽንቶ የሚያቆመው ነው፡፡ *(የቫይን ኤክስፖዚተሪ ዲክሽነሪ፡- ዊሊያም ኤድዊ ቫይን)*

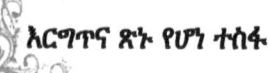

እርግጥና ጽኑ የሆነ ተስፋ

እርግጥ (as-fal-ace'/asphales /አስፋሌስ ከ a/ኤ = ውጭ + sphallo /ስፋሎ = መውደቅ ወይም ወደ መሬት መጣል) ማለት፡- ወደ መሬት ሊወድቅ ወይም ሊጣል የማይችልና በተደላደለ መሠረት ላይ ያለ የሚል ትርጉም ያለው ነው፡፡ *(መጽሐፍ ቅዱስ ጥቅሶች የብሉይና / የአዲስ ኪዳን ግሪክ መዝገበ ቃላት፣ የቲየር ትርጉም፣ አስቲን)*

ጸሐፊው እንደ ነፍስ መልህቅ የዘላለም ሕይወት ተስፋን ነው የሚያወራው፡፡ ይህንን መልህቅ ለመግለጽም እርግጥና ጽኑ የሚሉ ሁለት ገላጭ ቃላቶችን ይጠቀማል፡፡ **እርግጥ** የሚለው ቃል **አስፋሌ (asphale)** ከሚል ቃል የተተረጐመ ሲሆን፣ ትርጉሙም **ከቦታ ቦታ የማይንቀሳቀስ** የሚል ሲሆን፣ ይህም ፈተና ላይ በሚቀመጥበት ወቅት ከቦታ ቦታ

በታውን ለቅቆ አለመንቀሳቀሱን የሚያሳይ ነው። *(ዌስት፣ ኬ. ኤስ. የግሪክ አዲስ ኪዳን ቃል. ጥናት፦ ኢርድማንስ)*

ጽኑ (beb'-ah-yos /bebaios/ቤባዮስ ከ baino/ባይኖ = መሄድ፣ መራመድ፣ መጓዝ) ማለት፦ በጉዞ ላይ ያለን መስመር መጠበቅ ማለት ሲሆን፣ ማለትም አንድ ነገር ላይ የጸና፣ እርግጠኛ የሆነ ወይም ተፈትኖ ያለፈ የሚል አሳብ ነው ያለው። የማይናወጥና ሊደገፉበት የሚያስተማምን ነገርን የሚያሳይ ነው። ይህ ቃል በሙሉ እርግጠኛነት የሚታወቅን ነገርና በጊዜ ሂደት የማይናወጥ ነገርን ያመለክታል (ሮሜ 4፥16 ለአብርሃም የተገባው የተስፋ ቃል አሁንም ይሠራል)።

ጸሐፊው የዘላለም ሕይወት ተስፋን እንደ ነፍስ መልህቅ አድርጎ ይናገራል። ይህን መልእክት ለመግለጽ ሁለት ገላጭ ቃላትን ይጠቀማል። እነዚህም እርግጠኛ እና ጽኑ የሚሉ ናቸው። እዚህ ላይ በሁለቱ ገላጭ ቃላት መካከል ያለው ልዩነት አንድ ዐይነት ዕቃ ከሁለት የተለያዩ ፈተናዎች ከበስተውጭው እንዲደረጉ በተደረገበት ዝምድና ላይ የሚመሠረት ነው። እርግጥ የሚለው *አስፋሌ* የተባለው ቃል ትርጉም ነው። ዕንቅስቃሴን ለማድረግ አይደለም በሚለውና ስፋሎ ከሚሉት ቃላት የተበጀ ሲሆን፣ ጥምር-ቃሉ ዕንቅስቃሴ አለማድረግ ወይም ግራ-አጋቢ አሊያም ሰነፍ አለመሆን የሚል ፍቺን ይሰጣል።

ስለዚህም ሲፈተን በሚቀመጥ ጊዜ *ለዕንቅስቃሴ* ያልተሠራ አንድ ነገር የሚል ነው። "ጽኑ" *ቤባያን* የሚለው ቃል ትርጉም ነው። ትርጓሜውም በጉዞው ላይ የአንድን ሰው ደረጃ እንዲቀጥል ማድረግ ነው። ስለሆነም በእርሱ ላይ በሚራመድበት አካል ክብደት ምክንያት ያልተሰበረ አንድን ነገር አስመልክቶ የሚናገር ነው። አማኝ የሆነው ሰው በኢየሱስ ክርስቶስ ላይ ያለው ይህ ተስፋ በሚያስጨንቅና በሚጨቁን ሁኔታ ውስጥ ሰውዬው እንዲያልፍ በሚደረግበት ጊዜ *መንቀሳቀስ* እና መሰበር እንዳትችል የሚያደርጋት የነፍስ መልህቅ ነው።

ጽኑ የሚለው ቃል **በበኩሉ *ቤባያን*** (bebaian) ከሚል ቃል የተተረጐመ ሲሆን፣ **እላዩ ላይ ከሚያርፈው ጫና የተነሣ የማይሰበርና ለሁለት የማይከፈል** መሆንን ያሳያል። ያመነች ነፍስ በጌታ በኢየሱስ ላይ ያላት የነፍስ መልህቅ እርግጥና የጸና፣ ማለትም የማይንቀሳቀስና የማይሰበር ነው። የገባ ነው የሚለው ቀጥሎ የተቀመጠው ገለጻም ቀጥታ

ይህንን መልሀቅ የሚያመለክት ነው። እርሱ ነው ወደ ውስጥ የሚገባው። መልሀቃችን በመጋረጃው ውስጥ ነው ያለው። የመቅደሱ መጋረጃ ቅደስትን ከቅስተ ቅዱሳን የሚለይ ነው፤ እዚህ ጋር ጸሐፊው ግን እያወራ ያለው ምሳሌ ስለ ሆነው መቅደስ ሳይሆን፣ ስለ ዕውነተኛው መቅደስ ነው። የመንግሥት ሰማይ ቅድስተ ቅዱሳን ሲሆን፣ ምድራዊው ቅድስተ ቅዱሳን ደግሞ ምሳሌው ነው። ስለዚህ አማኝ መልህቁ በመንግሥት ሰማይ ቅድስተ ቅዱሳን ውስጥ የተጣበቀ ነው።

እዚህ ጋር የምናየው ትልቅ ሥዕል አለ፤ የአሁኑ ዓለም ሕይወት ባሕር ሲሆን፣ ነፍስ መርከብ፣ የባሕሩ የታችኛው የማይታየው ክፍል የመንግሥት ሰማይ የተደበቀው ዕውነታ ነው። ነፍስ በሕይወት የተረበሸ ባሕር ላይ ማዕበል የከፈላት ሆና ትታያለች። የአማኝ ነፍስ መርከቧ ስትናወጥ በመጋረጃው መልህቅ ተይዟል፤ በመጋረጃው ዕውነት በእምነት ታስሯል። *(ዌስት፣ ኬ. ኤስ. የግሪክ አዲስ ኪዳን ቃል. ጥናት፡- ኢርድማንስ)*

ማክዶናልድ፡- በሕይወት ሰልፍና ማዕበል ውስጥ ይህ ተስፋ የነፍስ መልህቅ ይሆናል። ስለ መክበራችን ያለን ዕውቀት ልክ ከዚህ በፊት ተከስቶ እንደሚያውቅ ያህል በእርግጠኛነት ሲሆን፣ ከሚያንሸራትቱና ከሚጥሉ ማዕበሎች ይጠብቀናል። መልህቁ በምድራዊ ነገሮች አይናወጥም፤ በሰማይ ጥላ ውስጥ ጸንቶ ይቆማል እንጂ። ተስፋችን መልህቃችን ስለሆነ፣ ይህ የሚያሳየን ተስፋችን እግዚአብሔር በሚገኝበት በዚያ ተጠብቆ እንዳለ ነው። ልክ መልህቃችን በዚያ መኖሩ እርግጥ እንደሆነ፣ ሁሉ እንዲሁ እኛም ደግሞ በዚያ እንሆናለን። *(ዊሊያም ማክዶናልድ፡ ደብሊው. እና ፋርሳታድ፡- ቢሊቨርስ ባይብል ኮሜንተሪ: -ቶማስ ኔልሰን)*

"የሚገባው / የገባ" የሚለው ቃል ሰዋሰዋዊ በሆነ መልኩ ተመልሶ መልህቅ ወደሚለው ቃል ይሄዳል። በመጋረጃው ውስጥ የሚገባ መልህቅ ነው። በውስጡ የሚለው ቃል ኤሶቴሮን የሚለው ቃል ትርጉም ነው። ገላጭ የሆነው መስተአምር እና ማነጻጸሪያው ከውስጥ ስለሆነ ነገር በቀጣይነት ስለ ተጨማሪ ነገር የተነገረ ነው።

ስለዚህ መናገር የሚለው ቃል በመጋረጃው ውስጥ ያለ ሥፍራ ነው። ያ የሚለው ቃል ተገቢነት ባለው መልኩ በተግባር የሚያሳይ ቃል ነው፤ እናም እዚህ ላይ በግልጽ የሚያሳየው ነገር የለም። የቤተ መቅደሱ መጋረጃ ቅድስተ ቅዱሳንን ከቅድስት የሚለይ ነው። ዳሩ ግን ጸሐፊው እዚህ ላይ ስለ አምሳያው ሳይሆን፣ ስለ ዕውነታው እየተናገረ

ነው። ይህም ምድራዊ ለሆነችው ቅድስተ ቅዱሳን አምሳያ የሆነች በሰማይ ያላችው ቅድስተ ቅዱሳን ናት። *(የዌስት ቃላቶች ከግሪኩ አዲስ ኪዳን, 1940-55 ደብሊው ኤም. ቢ. ኤድማንስ ህትመት)*

በጥንታውያን ፍጡር አምላኪያን ጸሐፊዎች ዘንድ ተስፋን ከመልህቅ ጋር ማወዳደር በተደጋጋሚ የሚደረግ ነገር ነው። ሰው ባላንጣዊነት ሁኔታ ውስጥ ሲሆን፣ መልህቅ ለድጋፍ አስፈላጊ እንደ ሆነ ያምናሉ። ይህም ልክ መልህቅ ሰዎችን ወደ ደረቁ ምድር እንዲወጡ የሚያግዝበት ሚናን የሚወጣ የመርከብ ደኅንነት መጠበቂያ እንደ ሆነው ማለት ነው። “ሐሰተኛ በሆነ ቀዳሚ ዕሳቤ ላይ ተስፋ ማድረግ፣ ልክ ደካማ በሆነ መልህቅ ላይ እንደ መተማመን ነው” ይላል ሶቅራጥስ። በመቀጠልም እንዲህ ይላል፡- oute naun ex henos angkuriou, oute bion ek mias elpidos hormisteon - መርከቦች አንዳቸው በሌላው ላይ መተማመን አይኖርባቸውም፤ ሕይወትም በአንድ ነገር ላይ ተስፋ ሊያደርግ አይገባም። *(የኢደም ክላርክ ኮሜንታሪ, 1996, 2003, 2005)*

ቍጥር 19 ይህም ተስፋ እንደ ነፍስ መልሕቅ አለን እርሱም እርግጥና ጽኑ የሆነ ወደ መጋረጃውም ውስጥ የገባ ነው፤

ይህም ተስፋ እንደ ነፍስ መልሕቅ አለን *ሥራ* 27፥29,40

እርሱም እርግጥና ጽኑ የሆነ መዝ 42፥5,11; 43፥5; 62፥5,6; 146፥5,6; ኢሳ 12፥2; 25፥3,4; 28፥16; ኤር 17፥7,8; ሮሜ 4፥16; 5፥5-10; 8፥28-39; 1ኛ ቆሮ 15፥58; 2ኛ ጢሞ 2፥19

ወደ መጋረጃውም ውስጥ የገባ ነው ዕብ 4፥16; 9፥3, 7; 10፥20,21; ዘሌ 16; 2,15; ማቴ 27፥51; ኤፌ 2፥6; ቆላ 3፥1

ቍጥር 20 *በዚያም ኢየሱስ እንደ መልከ ጼዴቅ ሹመት ለዘላለም ሊቀ ካህናት የሆነው፥ ስለ እኛ ቀዳሚ ሆኖ ገባ።*

የመልከ ጸዴቅን አገልግሎት በምዕራፍ አምስት ላይ እንደ ተመለከትነው ይታወሳል። የዕብራውያን አማኞች ወደ ቀደመው የብሉይ ኪዳን ሥርዓት ሽርተት እያሉ መሆኑን የተገነዘበው ጸሐፊው፣ መሢሑና ሊቀ ካህናቱ ኢየሱስ ወደ ቅድስተ ቅዱሳኑ ቀድሞ እንደ ገባና እርሱ ለዘላለም ሊቀ ካህናት እንደ ሆነ ያስታውሳቸዋል። እርሱ ወደ መጋረጃው የውስጠኛ ክፍል የገባው ስለ ራሱ ኃጢአት ሳይሆን፣ ስለ እኛ መሆኑንም ያመለክታቸዋል። እርሱ ቀደም ብሎ ወደ ሰማያዊቷ የእግዚአብሔር መንግሥት የገባ

ሲሆን፣ እኛም በአስተማማኝነት የእርሱን መንገድ በመከተል፤ ወደ መንግሥተ ሰማያት እንደምንገባ በማመን ከመወላወል ሕይወት ልንጸዳ እንደሚገባን ያመለክታል፡፡

የዕብራውያን ክርስቲያኖች የኢየሱስን የክህነት አገልግሎት ለመቀበል የቸገራቸው ለመሆኑ ባለፉት ጥናቶች ላይ ተመልክተናል፡፡ ጸሐፊው በዚህ አሳብ ላይ አጽንኦት በመስጠት፣ መሐላውን የሚጠብቅ እግዚአብሔር ከጥንት ለአዳም ዘር ከገባለት ቃል የተነሣ ለአንዴና ለመጨረሻ ጊዜ አዳኙ መሢሕ መልከ ጸዴቅ ቀዳሚ ሆኖ ወደ ቅድስተ ቅዱሳን በመግባት ዘላለማዊውን ሕይወት እንዳጎናጸፈን አማኞች ሁሉ እንዲረዱ ያስተምራል፡፡ የብሉይ ኪዳኑ ጊዜያዊ አገልግሎት ከተደመደመ በኋላ፣ መልከ ጸዴቅ ለአንዴና ለመጨረሻ ጊዜ ቀዳሚ ሆኖ ወደ ቅድስተ ቅዱሳን በመግባት የነፍሳችንን መልህቅ እንድንጨብጥ አድርጎናል ይላቸዋል፡፡

መልህቁም እንደ መርከብ የተመሰለው የእኛ ሕይወት ወዲያና ወዲህ እንዳይንሳፈፍ በወንጌሉ ቃል ላይ ጸንቶ እንዲመሠረት ጌታ ኢየሱስ ወደ ሰማያዊዋ የእግዚአብሔር መንግሥት ቀዳሚ ሆኖ ገብቶአል፡፡ መልህቁም የሚጣለው በዚህ ሰማያዊ የእግዚአብሔር መንግሥት ውስጥ እንጂ፣ ወደ ባሕር ወይም በምድር ወደ ነበረው ጊዜያዊ የማደሪያ ድንኳን አይደለም፡፡ ዘ ሜሴጅ የሚባለው መጽሐፍ ቅዱስ :- "ነፍሳችንን ለማዳን ብለን ወደ እግዚአብሔር የሮጥን እኛ የተሰጠንን ተስፋ በሁለት እጃችን የሙጥኝ ብለን እንድንይዝና እንዳንለቀው በቂ ምክንያት አለን፡፡ ምክንያቱም ይህ ተስፋ ከሚታዩ ነገሮች ሁሉ አልፎ የሚሄድ፣ ስለ እኛ ቀድሞ ሄዶ በእግዚአብሔር ፊት ወደገባውና ስለ እኛ በመልከጼዴቅ ሹመት ሊቀካሕናት ለመሆን በቋሚነት ሥፍራውን ወደ ያዘው ወደ ኢየሱስ ክርስቶስ ድረስ የተዘረጋ ሊቆረጥ የማይችል መንፈሳዊ የሕይወት ገመድ ነው" (ዕብ. 6÷19-20)

እንደ መልከ ጸዴቅ ሹመት ለዘለላም ሊቀ ካህናት የሆነው

የሆነው (ghin'-om-ahee/ginomai/ጊኖማይ)ማለት:- መሆን፣ ወደ መሆን መምጣት ወይም መደረግ ማለት ነው፡፡ ዘላለማዊ የሆነው ክርስቶስ ሊቀ ካህናት ሆኖ መገለጥ አለበት፡፡ ይህንንም አገልግሎት የሚጀምረው ኃጢአት ባላወቀው ማንነቱ መከራን በመቀበልና በመሞት ነው፡፡ *(መጽሐፍ ቅዱስ ጥቅሶች የብሉይና / የአዲስ ኪዳን ግሪክ መዝገበ ቃላት፣ የቲየር ትርጉም፣ አስቲን)*

ዌስት:- አስተያየት ሲሰጥ ሊቀ ክህነቱ ከመልከ ጼዴቅ እንጂ፣ ከአሮን ዘር ሐረግ የመጣ አይደለም፡፡ እርሱ ዘላለማዊ ሊቀ ካህና ነው፡፡ ክህነቱ ጅማሬ የለውም፤ ፍጻሜም የለውም፡፡ ሊቀ ክህነቱ የመዳናችን ዐለት ነው ይህም የነፍሳችን መልህቅ የታሰረበት ነው፡፡ ጸሐፊውም ያልዳኑትን አንባቢዎቹን ከመጀመሪያው ኪዳን መሥዋዕት ይህም በእግዚአብሔር በመስቀል ላይ የተከወነውን ተግባር ተከትሎ ገሸሽ ከተደረገው ወደ አዲስ ኪዳኑ መሥዋዕት እምነታቸውን እንዲያደርጉ ያሳስባቸዋል፡፡ *(ዌስት፣ ኬ. ኤስ. የግሪክ አዲስ ኪዳን ጥናት)*

ሹመት (tax'-is /taxis /ታክሲስ ከtásso/ታሶ = ቅደም ተከተል) የሚያሳየው በቅደም ተከተል መቀመጥን፣ አቀማመጥን ነው፡፡ ወታደሮችን ለመግለጽ የሚያገለግል አገላለጽ ነው፡፡ በማኅበረሰብ ውስጥ ያለ ቅደም ተከተልን ለማሳየትም ያገለግላል፡፡ *(መጽሐፍ ቅዱስ ጥቅሶች የብሉይና / የአዲስ ኪዳን ግሪክ መዝገበ ቃላት፣ የቲየር ትርጉም፣ አስቲን)*

የኪንግ ጀምስ መጽሐፍ ቅዱስ ማብራሪያ አሳቡን ሲያስፍር የማሳሰቢያው ምዕራፍ የተነሣበት አሳብ ላይ ነው መጨረሻውንም የሚያደርገው ኢየሱስን እንደ መልከ ጼዴቅ ክህነት ካህን አድርጎ እያስቀመጠ፡፡ ጸሐፊው አንባቢዎቹ ከዚህ በኋላ ከመስማት ቸልተኛ እንዳይሆኑ ነው ተስፋ ከማድረግም በላይ አዲስና ከባድ የሆነውን አስተምህሮ ለመያዝ ዝግጁ እንዲሆኑ ጭምር ነው፡፡ *(ዶብሰን፣ ኤ. ኤፍ. ጂ፣ ቻርለስ ፌይንበርግ፣ ኢ. ሂንሰን፣ ውድሮል ኪልለር፣ ኤች. ኤል. ዊሊንግተን፡- የኬ. ጄ. ቪ. የመጽሐፍ ቅዱስ ሐተታ፡- ኔልሰን)*

ሮበርትሰን፡- ከአሮን ይልቅ እንደ መልከጼዴቅ ሹመት ታላቅ ሊቀ ካህናችን ሆኖ ያገለግላል የሚለው አሳብ ደግሞ ግልጽ መደረግን የሚፈልግ አሳብ ነው፡፡ *(ኒኮል፣ ሮበርትሰን፣ ኤ. ኤ. ኤል፣ ኤል.ዲ. "በዕብራውያን ላይ ያለው ትችት"፡- ዘ ኤክስፖዚተርስ ግሪክ ኪዳን)*

በዚያም ኢየሱስ ስለ እኛ ቀዳሚ ሆኖ ገባ

ቀዳሚ (prod'-rom-os/prodromos/ፕሮድሮሞስ ከ protrécho/ፕሮትሬኮ = ከፊት መሆን) ማለት አንድ መንገድን ሊያስተካክል ከፊት የሄደን አካል ያሳያል፡፡ ፕሮድሮምስ በግሪክ እንደ ሰላይ ወይም ወታደር ሆኖ ስለ ጠላት ሁኔታ መረጃን ለማምጣት ከፊት የሚሄድ ሰውን የሚያሳይ ነው፡፡ *(መጽሐፍ ቅዱስ ጥቅሶች የብሉይና / የአዲስ ኪዳን ግሪክ መዝገበ ቃላት፣ የቲየር ትርጉም፣ አስቲን)*

ማርቪን ቪንሰንት ሲጨምር *ፕሮድሮምስ* ከሌዋውያን አጠቃቀም ውጭ የሆነ አዲስ አሳብ ነው ይላል፡፡ የሌዋውያን ሊቀ ካህናት ሕዝብን ወካይ ሆኖ እንጂ፣ ወደ መገናኛው ቀዳሚ ሆኖ አይገባም፡፡ ማንም ሊከተለው በማይችል ሁኔታ ነው የሚገባው፡፡ በሰዎች ፋንታ እንጂ፣ ቀዳሚ ሆኖ አይደለም፡፡ የአዲሱ ኪዳን ልዩነት ግን የሚያሳየው ክርስቶስ ሕዝቡ ሊገቡበት የማይችሉበት ምንም ቦታ አልገባም፡፡ ይልቁንም ሰውን ከእግዚአብሔር ጋር ወዳለ ሙሉ ኅብረት አስገባው፡፡

ዌስት፡- የአማኞች ነፍስ መልህቅ የሆነው በሊቀ ካህኑ ያለው የዘላለም ሕይወት ተስፋ በሰማይ ባለ በቅድስተ ቅዱሳን አለት ተጠብቆ ያለ ነው፡፡ ዐለቱ መሢሑ ነው፡፡ በዚህ ቦታ ላይ ጸሐፊው ቀዳሚ እያለ የሚገልጸው ማለት ነው፡፡ እዚህ ጋር በሌዋውያን ሥርዓት ውስጥ ያልተለመደ አንድ አዲስ ነገር ይህ ነው፤ በአሮን የተጀመረው የሊቀ ክህነት አገልግሎት ወደ መገናኛው ድንኳን የሚገባው ቀዳሚ ሆኖ አልነበረም፡፡ የሕዝብ ተወካይ ሆኖ እንጂ፡፡ የሚያገለግለውን ሕዝብ ወክሎ ነበር ሌዋዊው የሚገባው፡፡ እነርሱ ሊከተሉት አይችሉም፡፡ ጸሐፊው እዚህ ዕብራውያን 6፥19-20 ያለው ክፍል ላይ ገና ያልዳኑትን አይሁዳውያን እምነታቸውን በዚህ በአዲስ ኪዳኑ ሊቀ ካህናት ላይ እንዲያደርጉና በአካል ወደ ቅድስተ ቅዱሳን ራሳቸው መግባት እንደሚችሉ ነበር የሚነግራቸው፡፡ ይህም አሳብ በመጀመሪያው ኪዳን ላይ የማይታሰብ ነበር፡፡ ቀዳሚ የሚለውን ቃል ከመጀመሪያው ኪዳን የሊቀ ካህናት አገልግሎት ጋር አስተካክለው የሚያቀርቡ የመጀመሪያው ቅጅ ጽሑፎች የሚስቱት አሳብ ይህ አሁን የጠቀስነውን ነው፡፡ ከዚህ በተጨማሪ ለመጀመሪያው የጽሑፉ ተደራሽ አይሁዳውያን *የሱስ*(**Iesous**) ወይም እንግሊዝኛው ጂሰስ (**Jesus**) የሚለው ስም የብሉይ ኪዳኑ ኢያሱ ስለ ኃጢአት መሥዋዕት በመስቀል የሞተው የእስራኤል አምላክ የአዲስ ኪዳኑ ኢየሱስ ነው የሚለውን አሳብ እንዲያስቡ ያደርጋቸዋል፡፡ *(ዌስት፣ ኬ. ኤስ. የግሪክ አዲስ ኪዳን ጥናት)*

ቍጥር 20 በዚያም ኢየሱስ እንደ መልከ ጼዴቅ ሹመት ለዘላለም ሊቀ ካህናት የሆነው፥ ስለ እኛ ቀዳሚ ሆኖ ገባ።

ቀዳሚ ሆኖ ገባ ዕብ 2፥10; ዮሐ 14፡2,3

ስለእኛ ዕብ 1፥3; 4፥14; 8፥1; 9፥12,24; 12፡2; ሮሜ 8፥34; ኤፌ 1፥3,20-23; 1ኛ ጴጥ 3፥22; 1ኛ ዮሐ 2፥12

ለዘላለም ሊቀ ካህናት የሆነው ዕብ 3፥1; 5፥6,10; 7፥1-21

ምዕራፍ ሰባት

> ቁጥር 1 *ቁጥር አንድ፡- የሳሌም ንጉሥና የልዑል እግዚአብሔር ካህን የሆነ ይህ መልከ ጼዴቅ አብርሃም ነገሥታትን ገድሎ ሲመለስ ከእርሱ ጋር ተገናኝቶ ባረከው፤*

በዚህ ክፍል መልከ ጼዴቅ ንጉሥም ካህንም ተብሏል፡፡ መልከ-ጼዴቅም ከእግዚአብሔር ልጅ ጋር በንጽጽር ቀርቧል፡፡ ባለፉት የዕብራውያን ምዕራፎች ላይ ጸሐፊው ኢየሱስን ከመላእክት፣ ከነቢያት፣ ከሙሴ ጋር፣ ከካህናት ጋር እያነጻጸረ እንዳቀረበልን ሁሉ በዚህ ክፍል ደግሞ ከመልከ ጼዴቅ ጋር ያነጻጽርልናል፡፡ የዕብራውያውን አማኞችን ደጋግሞ የሚሞግታቸውም በአዲስ ኪዳን ከተገለጸው መድህን የሚበልጥ ማንም ሌላ እንደ ሌለ ነው፡፡ እነርሱ ግን ይህን ዕውነት ስለ ረሱት ያለፉትን ካህናትና ነቢያት ሁሉ እያስታወሰ እነዚህ ሁሉ ከአዲስ ኪዳኑ መሢሕ አይበልጡም የሚለውን መልእክት በዚህም ምዕራፍ ላይ ሊያስጨብጣቸው የፈለገ ይመስላል፡፡

ከዚህ ታሪክ ውስጥ ግን አንድ ዕውነትን በእርግጠኝነት ማወቅ ይቻላል፡፡ ይህ መልከ ጼዴቅ የከነዓናውያን አሕዛብ የንጉሥ ካህን ነው (14-18)፡፡ የዊክሊፍ መዝገበ ቃላት *"ይህ መልከ ጼዴቅ የሚለው ምሥጢራዊ ስያሜ የጽድቅ ንጉሥ ወይም ንጉሤ ጻድቅ ነው"የሚል*

ትርጓሜን የያዘ የዕብራይስጥ ቃል ነው ይላል። አብርሃምም ስጦታውን የሰጠው ለወዳጅነታቸው እንደ ሆነ ይገመታል ።

ይህ መልከጼዴቅ ማን ነው? ከየት መጣ? ክህንነቱ ለእግዚአብሐሔር ነው ወይስ ለጣዖት አምልኮ? የሚያገለግለው ማንን ነው? የሚሉት ጥያቄዎች በቅርቡ ከተነሡት የወንጌላውያኑ አስተማሪዎች ዘንድ ይደመጣል። ክርክራቸው አሳማኝ እስከሚመስል ድረስ አስተምህሮዋቸውን ያቀርቡ ነበረ። ከሚሰጡት የመጽሐፍ እና የታሪክ መረጃዎች መካከል መልከ ጼዴቅ የጣዖት አምላኪ ነበረ የሚለው አሳብ በብዙ ወንጌላውያን አማኞች ዘንድ ተቀባይነት የለውም።

ሆኖም ግን የእነርሱን አስተምህሮ ለዕውቀት ያህል ማስቀመጥ ተገቢ ነው። ከጥንታውያኑ መንፈሳዊ አባቶች ጀምሮ እስከ አሁን ድረስ ያሉ የመጽሐፍ ቅዱስ አስተማሪዎችም ሆኑ እኛም የወንጌላውያን ቤተ እምነት ይህ ካህን የልዑል እግዚአብሔር ካህን ነው ብለን ተቀብለነዋል።

የባይሎር ዩኒቨርስቲ ፕሮፌሰር የሆኑት **ቬይል ኤም ዩትስ** ሲናገሩ "በዚህ ክፍል የምንመለከተው መልከ ጸዴቅ የከነዓናውያን ጣዖት አምላኩ ከሆነ በዚሁ ሥፍራ የተጠቀሰው ኤል ኤልዩንም ከጣዖታቱ ወገን ነው" ብለው ይህንን ክፍል ጭራሹን ጎራውን የለየ በጣዖት አምላኪ ካህናት የተከበበ ታሪክ አድርገው አሳይተውናል። ይህ አከራካሪ የሆነ መረዳታቸው በብዙዎች የወንጌላወያን አማኞች አስተምህሮአቸው ተቀባይነት ባይኖረውም፣ አሁን አሁን የተነሡ የነገረ መለኮት አስተማሪዎች ሳይተቹት በዘምታ የበለጠ ቃሉን እንዲመለከቱት አድርጎአቸዋል።

ዘፍ. 14 ላይ የተጠቀሰውን መልከ-ጸዴቅና የዘመኑን ታሪክ ስንመረምር ከዐውዱ ተነሥተን ይህን ክፍል ከመዝሙር 110 እና ከዕብራውያን 7 ጋር በማይያያዝ በእነዚህ ሦስት ቦታዎች የተጠቀሰው መልከ ጸዴቅ አንድ ነው ማለት ያዳግት ይሆናል። በጥንታዊው ዘመንም ኤል-ኤልዮም የሚለው ቃልና ሌሎቹም ሰማይና ምድርን የፈጠረ፣ ልዑል እግዚአብሔር የሚሉት በዘፍጥረት ምዕራፍ 14 በቍጥር 19-20 መልከ ጸዴቅ የተጠቀመባቸው ቃላት በከነዓናውያን አሕዛብ ዘንድም የተዘወተሩ ለጣዖታቶቻቸውም አምልኮ የሚጠቀሙበት እንደ ነበረ ለመገመት ያስችላል። መልከ ጸዴቅም የእነዚሁ የከነዓናውያን አሕዛብ ንጉሥና ካህን እንደ ሆነም እንድንረዳ ሁኔታው ያስገድደናል።

በዚህ ቦታ የሰዶምን ንጉሥ በመወከል መልከ-ጸዴቅ እንጀራና የወይን ጠጅ ያቀረበው ወዳጅነትንና አከብሮትን ለማመልከት ነው የሚሉ ይገኛሉ። በዚያን ዘመን ለዕንግዳ የአከብሮት አቀባበል ሲደረግለት የሚቀርበው እንጀራና ወይን ጠጅ ነው። የዘፍጥረት አሥራ አራት ታሪክን በሰዶም ንጉሥና የእርሱ ተወካይ በሆነው መልከ ጸዴቅ በሎጥና በአብርሃም ታሪክ ዙሪያ ላይ አጥበን ካልተመለከትነው በርካታ ሰዎች የተደረደሩበት በመሆኑ አሥራትን በተመለከተ የተጻፈውንና እኛ በዚህ ክፍል ልናተኩርበት የተገባውን ነጥብ በትክክል እንዳናተኩርበት የሚያደናግረን ሊሆን ስለሚችል እነዚህን አራት ሰዎች ብቻ ነጥለን ለመመልከት እንወዳለን። ዝርዝር ታሪኩን ማወቅ ለሚፈልግ ምዕራፉን በሙሉ ማንበቡ ጠቃሚነት ይኖረዋል። ለዚህ ለምናተኩርበት ጥናትም ቢሆን ምዕራፉን ሁለት ጊዜ ያህል በአስተውሎት ማንበብ ጠቃሚ ስለሚሆን ታሪኩን ከመጽሐፍ ቅዱስም ያንብቡ።

የሰዶም ንጉሥ ከሌሎች አራት የአካባቢው ነገሥታት ጋር ሆኖ ለሌሎች የእነርሱ ተቀናቃኝ ለሆኑ አራት ነገሥታት ለአሥራ ሁለት ዓመት ገባሮች ሆነው በመገዛት ከቆዩ በኋላ አሥራ ሦስተኛ ዓመታቸው ላይ ለዐመፅ ተነሡ። በዚህ የዐመፅ ዘመን የአብርሃም ወንድም ሎጥም በሰዶም ምድር ይኖር ነበር። በዚያን ዘመን እነዚህ አገራት በጣዖታት አምልኮና በኃጢአታቸውም የታወቁ ነበሩ።

የሰዶም ንጉሥና የእርሱ ወዳጆች በተቀናቃኞቻቸው እና በጠላቶቻቸውና ቅኝ ገዥዎቻቸው በሆኑት አራት ነገሥታት ላይ ዐምፀው ጦርነት ቢከፍቱም፣ እንዳሰቡት አልሰመረላቸውም። በጦርነቱ ወዲያውኑ ተሸናፊዎች ሆነው የአብርሃም ዘመድ ሎጥም ከሰዶም ተማርኮ ይወሰዳል።

ይህ ድርጊት ያስቆጣው አብርሃም ከሚኖርበት ከመምሬ ታላላቅ ዛፎች አጠገብ ተነሥቶ፣ ወታደሮቹን ይዞ በርቀት በመጓዝ የሰዶም ጠላቶች የሆኑትን ሁሉ ድል ነስቶ በማስገበር ንብረታቸውን ሁሉ ማርኮ ይመለሳል። በሚመለስበት ጊዜም የሰዶም ንጉሥና የእርሱ አጋር የሆነው መልከ ጸዴቅ አብርሃምን መንገድ ላይ ጠብቀው ያገኙታል።

መጽሐፍ ቅዱስ ይህን መልከ ጸዴቅ ቍጥር 18 ላይ "የልዑል እግዚአብሔር ካህን የነበረው የሳሌም ንጉሥ መልከ ጸዴቅ እንጀራና የወይን ጠጅ ይዞ ወጣ። አብርሃምንም እንዲህ ሲል ባረከው፤ *"ሰማይና ምድርን የፈጠረ ልዑል እግዚአብሔር ይባረክ፤"* በማለት

አብርሃምን ይባርከዋል፡፡ በዚህን ጊዜም አብርሃም ማርኮ ካመጣው ሁሉ አሥራትን ሰጠው"፡፡ ታሪኩ በአጭሩ ሲዘረዘር ይህን ይመስላል፡፡ አንዳንዶቹን በታሪኩ ውስጥ ያሉትን ቦታዎችና ገጸ ባሕርያትንም በመተንተን መመልከቱ ለዚህ ጥናታችን ዕገዛ ስለሚኖረው እንደሚከተለው ትርጓሜ እንሰጥበታለን፡፡

አብርሃምና የሰዶም ንጉሥ የተገናኙበት ቦታ "የንጉሡ ሸለቆ" የሚባል ቦታ ነው፡፡ ይህ ቦታ ከኢየሩሳሌም በስተምስራቅ በኩል በቅርበት የሚገኝ ቦታ እንደ ነበረ ይገመታል (2ኛ ሳሙ. 18፥18)፡፡

መልከ-ጸዴቅን ካህን ሲለው እንመለከታለን፡፡ የሰዶም ንጉሥ ከአሕዛብ ወገን የነበረ ሲሆን፣ ይህ ካህን ከየት መጣ? በአብርሃምስ ዘመን ካህን እንዴት ተገኘ? የሚለው በራሱ በስፋት የሚያነጋግር ነው፡፡ በጥንቱ ዘመን፣ ከአሕዛብ ወገን፣ ማለትም የአብርሃም ዘር ባልሆኑትም ሰዎች መካከል የክህነትና የንጉሥነት ተግባር ይከናወን እንደ ነበር ከዚህ ክፍል መረዳት እንችላለን፡፡ ካህናቱና ነገሥታቱም ዕጅ ለዕጅ ተያይዘው አመራሩን እንደሚሰጡ ካህናት ከነገሥታቱ አጠገብ እንደማይጠፉም ከዚህ ታሪክ እንገነዘባለን፡፡ በእስራኤላውያን ታሪክ ውስጥም ተመሳሳይ ሁኔታዎችን በነገሥታቱና በካህናቱ መካከል ማየት የተለመደ ነው፡፡ ብሉይ ኪዳንን ስናይ ካህናቱና ነገሥታቱ በታሪክ ውስጥ የሚገናኙባቸው መስመሮች በርካታ ናቸው፡፡

ኢይረንሳይድ፡- አብርሃም የመልከ ጸዴቅን መንፈሳዊ ሥልጣን ተረድቷል፡፡ ይህንንም ከያዘው ሁሉ ስጦታን በመስጠት አሳይቷል፡፡ ይህም ደግሞ ጠንክሮ የታየው አብርሃም የሰዶምን ንጉሥ ስጦታዎች ዕምቢ ለማለት ተዘጋጅቶ በሄደበት ወቅት የሳሌም ንጉሥ ካህን ያበረከተው እንጀራና ወይን ዓለምን ከነ-ጕድለቱዋ የሚወክል ሆኖ የተሰጠ ነው፡፡ *(ኢይረንሳይድ፣ ኤች. ኤ፡- ቾሜንተሪ)*

ሞርሄድ፡- ካህን የሚለውን ሲተረጕም "አንድ መንፈሳዊ ነገርን ለማስተዳደር ብቁ የሆነና መሥዋዕት ለማቅረብ፣ እንዲሁም በሰውና በእግዚአብሔር መካከል መካከለኛ ሆኖ መግባት የሚችል" ይለዋል፡፡ (ደብሊው. ጂ. ሞሄድ)
ዌስት፡- የሮማ ንጉሣዊ መንግሥት ላይ በቄሳር ዙፋን የሚቀመጠው ትልቁ ሊቀ ካህናት ነበር፡፡ ነገር ግን ጌታችን ኢየሱስ እንደ ሊቀ ካህናት አሁን በጸጋው ዙፋን ላይ የተቀመጠ ቢሆንም፣ አንድ ቀን ግን በሺህ ዓመቱ መንግሥት በኢየሩሳሌም የዳዊትን ዙፋን ይዞ

ይቀመጣል፡፡ ይህም ልክ ዘካርያስ እንደሚነግረን "በዙፋኑም ላይ ካህን ይሆናል " (ዘካ. 6÷13)፡፡ *(ዌስት፣ ኬ. ኤስ. የግሪክ አዲስ ኪዳን ጥናት)*

ስቴቨን ኮል፡- መልከጸዴቅ በስብዕና ክብሩ እንደ ኢየሱስ ነው፤ ስለ መልከ ጸዴቅ የምናውቀው ነገር ሁሉ የመጣው ከዘፍጥረት 14÷18-20፣ መዝ. 110÷4፤ ዕብ. 7 ነው፡፡ የመጀመሪያው ጽሑፍ የታሪክ ዘገባ ነው፡፡ ሁለተኛው ትንቢታዊ ሲሆን፣ ሦስተኛው ደግሞ ሥነ መለኮታዊ ነው፡፡ *(ፓስተር ስቲቨን ጄ. ኮል)*

ማቲው ሄንሪ፡- በአብዛኛው የሚቀመጠው አሳብ የሚያሳየው እርሱ በሳሌም ይኖር የነበረ የከንዓን ንጉሥ እንደ ሆነና ዕውነተኛውን አምላክ እግዚአብሔርን የሚያመልክ ሲሆን፣ እንደ ኢየሱስ ሆኖ ያደገ ነው እና በአብርሃም እንዲህ ክብር የተሰጠው፡፡

አይረንሳይድ፡- መልከ-ጸዴቅን እንደ ምሥጢራዊ አካል፣ ልዕለ ተፈጥሮአዊ ወይም እንደ ኢየሱስ ሥጋ ለብሶ የመጣ አምላክ አድርገን የምናስብበት ምንም ምክንያት የለንም፡፡ ማንም መልከጸዴቅ ማን ነው? ብሎ ቢጠይቅ ብቸኛው ትክክለኛ መልስ መልከ ጸዴቅ ነው የሚለው ነው፡፡ የኖኅ ልጅ ሴም አይደለም፣ የፆፅ ምድሩ ኢዮብም አይደለም፣ የታላቁ ፒራሚድ ሠሪ ኪኦፕስም አይደለም፡፡ እርሱ በግልጽ እንደ ተጻፈው የሳሌም ንጉሥ መልከ-ጸዴቅ ነው፡፡

የኪንግ ጀምስ መጽሐፍ ቅዱስ ማብራርያ፡- ስለ መልከ-ጸዴቅ ዕውነት የሆነው ነገር ሁሉ ስለ ኢየሱስም ዕውነት ነው፡፡ መልከ-ጸዴቅ ወላጆች የሉትም ማለት አይታወቁም ማለት ነው፡፡ *(ዶብሰን፣ ኤ. ኤፍ. ጂ፣ ቻርለስ ፊይንበርግ፣ ኢ. ሂንሰን፣ ውድሮል ኪልለር፣ ኤች. ኤል. ዊሊንግተን፡- የኬ. ጄ. ቪ. የመጽሐፍ ቅዱስ ሐተታ፡- ኔልሰን)*

ዊልያም ማክዶናልድ፡- መልከ-ጸዴቅ ወላጆች የሉትም፤ አልተወለደም፣ ደግሞም አልሞተም ብለን መደምደም አንችልም፡፡ አሳቡ እንደ እርሱ አይደለም፡፡ ዋናው አሳብ ስለ ክህነቱ ስለሆነ፣ ስለ እርሱ የተመዘገበ መረጃ የለም፤ ምክንያቱም የእርሱ አገልግሎት በእነዚያ መረጃዎች ላይ የተመሠረተ ስላልሆነ ነው፡፡ *(ዊልያም ማክዶናልድ፣ደብሊው፣ እና ፋርሳታድ፣ ቢሊቨርስ ባይብል ኮሜንተሪ፡- ቶማስ ኔልሰን)*

ሄንሪ ሞሪስ፡- የተለመደው ትርጓሜ እንደ ክርስቶስ ዐይነት የሆነው የጽድቅ ንጉሥ ስለሆነ፣ የስሙም ትጓሜ ይህው ነው፡፡ እና የሰላም ንጉሥ ይህም የሳሌም ንጉሥ የሚለው ትርጉም ነው፡፡ እናም ከእነዚህ ነገሮች ጋር ምንም ስለ ዘር ሐረጉ ሳይመዘገብ ማለፉ ነው፡፡ አሳቡን ቃል በቃል መውሰድ ደግሞ የተሻለ ሳይሆን አይቀርም፡፡ በዚህም መንገድ ክርስቶስ ኢየሱስን ለመግለጽ ያገለግላል፡፡ እዚህ ጋርም ለአብርሃም እንደ ተገለጠ ዐይነቱ መለኮት ነው የታየው፡፡ ይህም አሳብ በተጨማሪ እንደ እግዚአብሔር አሳብ የሆነ ንጉሥና ካህን እንደ ከንዓን ጻድቅ ባልሆነ ከተማ ላይ ራሱ እንዴት እንደሚገዛ ያሳየናል፤ እንዲሁም ሞቶ ካልሆነ አብርሃም ለምን ሌላ ጊዜ ከእርሱ ጋር ሽለ መገናኘጹ ሳይዘገብልን ቀረ? የሚለውንም ማንሣት ያስችላል፡፡ እንደ እግዚአብሔር ልጅ ተመስሎ የሚለው ዕውነታ ደግሞ (ዕብ. 7፥3) የክርስቶስን ሥጋ ከመልበስ በፊት ያለውን ገጽታ እና ሥጋ መልበሱን ከዚያም ለዘላለም ሥጋ ለብሶ የመጣ የአብ ልጅ የመሆኑን ገጽታ እንድንሰጠው ያደርገናል፡፡ ነገር ግን በሌሎች አማልክትም ዘንድ ልክ ለአብርሃም እንደ ተገለጠለት ይኸው ነገር ተመሳሳይ ነው፡፡ (ዘፍ 18፥2፤ 18፥22፤ 19፥124)፡፡ *(ሞሪስ፣ ሄንሪ: - ዲፍንድርስ ስተዲ ባይብል)*

ቍጥር 1 የሳሌም ንጉሥና የልዑል እግዚአብሔር ካህን የሆነ ይህ መልከ ጼዴቅ አብርሃም ነገሥታትን ገድሎ ሲመለስ ከእርሱ ጋር ተገናኝቶ ባረከው፤

ይህ መልከ ጼዴቅ ዕብ 6፥20; ዘፍ 14፡18-20

የሳሌም ንጉሥና መዝ 76፥2

የልዑል እግዚአብሔር ካህን መዝ 57፥2; 78፥35,56; ዳን 4፥2; 5፥18,21; ሚክ 6፥6; ማር 5፥7; ሥራ 16፥17

አብርሃም ነገሥታትን ገድሎ ሲመለስ ዘፍ 16፥14-16; ኢሳ 41፥2,3

> ቍጥር 2 *ለእርሱም ደግሞ አብርሃም ከሁሉ አሥራትን አካፈለው። የስሙም ትርጓሜ በመጀመሪያ የጽድቅ ንጉሥ ነው፥ ኋላም ደግሞ የሳሌም ንጉሥ ማለት የሰላም ንጉሥ ነው።*

የሳሌም ንጉሥ የሚለው ቃል ትርጉሙ የሰላም ንጉሥ እንደ ማለት መሆኑን ጥቅሱ ላይ ትርጓሜው በግልጽ ተቀምጧል፤ሳሌም የሚለው ቃል ለኢየሩሳሌም የተሰጠ ስም ነው፤፡ የዚህም ቃል ትርጓሜ የኢየሩሳሌም ንጉሥም እንደማለት ይሆናል፡፡ መልከ ጸዴቅ ማለትም የጽድቅ ንጉሥ ማለት ነው፡፡ የዕብራውያን ጸሐፊ ዘፍጥረት 14፥17-20 ያለውን

አሳብ በዚህ የዕብራውያን መጽሐፍ ውስጥ በስፋት ይዳስሰዋል፡፡ ለእርሱም ደግሞ አብርሃም ከሁሉ አሥራትን አካፈለው።

በሌላ አንጻር አብርሃም ከቁጥር 21-24 ባለው ውስጥ ሲናገር መልከ ጼዴቅን ትቶ ከንጉሡ ጋር ሲነጋገርና አሥራቱንም ያወጣው ለንጉሡ መሆኑን እናያለን፡፡ አንዳንዶች እንደሚሰጡት አስተያየትም ይህ መልከ ጼዴቅ ራሱ ንጉሥ ነው፡፡ ካህኑ - ንጉሥ እየተቀያየረ የሚቀርበው እርሱው ራሱ ነው ይላሉ፡፡ ግምታዊ አስተያየት ነው፡፡

ቁጥር 2 ለእርሱም ደግሞ አብርሃም ከሁሉ አስራትን አካፈለው።የስሙም ትርጓሜ በመጀመሪያ የጽድቅ ንጉሥ ነው፥ኋላም ደግሞ የሳሌም ንጉሥ ማለት የሰላም ንጉሥ ነው። አብርሃም ከሁሉ አስራትን አካፈለው ዘፍ 28፥22; ዘሌ 27፥32; ዘኁ 18፥21; 1ኛ ሳሙ 8፥15, 17 **በመጀመሪያ የጽድቅ ንጉሥ ነው** 2ኛ ሳሙ 8፥15; 23፥3; 1ኛ ነገ 4፥24,25; 1ኛ ዜና 22፥9; መዝ 45፥4-7; 72፥1-3,7; 85፥10,11; ኢሳ 9፥6, 7; 32፥1,2; 45፥22-25; ኤር 23፥5,6; 33፥15,16; ሚክ 5፥5; ሉቃ 2፥14; ሮሜ 3፥26;5፥1,2; ኤፌ 2፥14-18

ቁጥር 3 አባትና እናት የትውልድም ቁጥር የሉትም፥ ለዘመኑም ጥንት ለሕይወቱም ፍጻሜ የለውም፥ ዳሩ ግን በእግዚአብሔር ልጅ ተመስሎ ለዘላለም ካህን ሆኖ ይኖራል።

በዚህ የቁጥር ሦስት አሳብም መልከ ጼዴቅ በንጽጽር ቀርቦልናል፡፡ የብሉይ ኪዳኑ መልከ ጼዴቅ የዘር ግንዱ ምን እንደ ሆነ፣ ከየትስ እንደ መጣ የተጻፈ ዝርዝር የለም፡፡ አንድ ልንረዳለት የሚገባ ዕውነት ግን ጸሐፊው በምዕራፍ አምስት ላይ የጀመረልንን የመልከ ጼዴቅ ማንነት በዚህ በሰባተኛው ምዕራፍ ላይ ሊያሳየን ይሞክራል፡፡ በመጽሐፍ ቅዱስ ውስጥ ታሪካቸው የተዘረዘረ ቅዱሳን ሰዎች ከየት እንደ መጡ፣ የማን ልጆችም እንደሆኑ የትውልድ ሐረጋቸውም ተዘርዝሮ ተጽፏል፡፡ ለምሳሌ የሙሴ ታሪክ፣ የአብርሃም፣ የይስሐቅ እያልን ልንቀጥል እንችላለን፡፡ ወደ መልከ ጼዴቅ ስንመለከት ግን ምንም የምናነብበው ዝርዝር ታሪክ ዐናይም፤ ጭራሹንም ከየት እንደ መጣም የተገለጸ ነገር የለም፡፡

ጸሐፊው ይህ መልከ ጼዴቅ መለኮታዊ ማንነት እንዳለው ያስመስለዋል፡፡ የእርሱ ማንነትና ዘር ማንዘሮቹ በዝርዝር ባለመተንተናቸው እንጂ፣ እርሱ ትውልድ ሳይኖረው ቀርቶም

አይደለም፡፡ በዚህም የተነሣ ይህ የዘፍጥረት 14ቱ መልከ ጼዴቅ ራሱ መሢሑ ክርስቶስ ነው በማለት የተደናገረ ትርጉም የሚሰጡት ሰዎች የተዛባ አመለካከት የሚመነጨው ከዚህ ግንዛቤ በመነሣት ነው፡፡ ከዚህ ክፍል በግልጽ እንደምንረዳው ይህ መልከ ጼዴቅ በእግዚአብሔር ልጅ ተመሰለ እንጂ፣ በዘፍጥረት 14 የምንመለከተው መልከ ጼዴቅ ክርስቶስ ራሱ አይደለም የሚሉቱን ወገኖች ለመደገፍ እንገደዳለን፡፡ የእርሱ ምሳሌ የሆነ መልከ ጼዴቅ ነው ለማለት ያህል እንጂ፣ መለኮታዊ ማንነት የለውም፡፡ ይህ መልከ ጼዴቅ የሰዶም ንጉሥ ተከታይ እንደ ሆነም እናነብባለን፡፡ (ቊጥር 17) **ይህ የሰዶም ንጉሥ ደግሞ በርኩሰትና በጣዖት አምልኮም የምትታወቀውን ምድር ያስተዳድር የነበረ** ነው የሚሉትም በዘፍ.18÷20 ላይ ተመርኩዘው ነው፡፡

አባት የለውም (ap-at'-ore/apator/አፓቶር ከ a/ኤ = ውጪ + pater/ፓተር = አባት) ማለት፡- አባት የሌለው ሲሆን በግሪክ መንፈሳዊ ባልሆነው የቃሉ አጠቃቀም ወላጅ-ዐልባ ልጆችን ወይም ከትዳር ውጭ የተወለዱ ልጆችን የሚያመለክት ነው፡፡ *(መጽሐፍ ቅዱስ ጥቅሶች የብሉይና / የአዲስ ኪዳን ግሪክ መዝገበ ቃላት፣ የቲየር ትርጒም፣ አስቲን)*

ቲኦሎጂካል ዲክሽነሪ ኦቭ ዘ ኒው ቴስታመንት፡- ሲጨምር *አፓተር* ተጨማሪ መንፈሳዊ ያልሆኑ አገልግሎቶችም አሉት፡፡ " ሰውን የሚገልጽ ከሆነ አፓተር ማለት ወላጅ-ዐልባ፣ የተጣለ ሕፃን፣ የማይወርስ ወይም መሠረቱ የማይታወቅ የሚል አሳቦች አሉት፡፡ በአይሁድ እምነት እምነታቸውን ቀይረው ኢአማኒ የሆኑት ሰዎች አባት የሌላቸው ይባላሉ፡፡ የአይሁድ እምነት አስቴርን ለመግለጽም መነሻዋ የማይታወቅ ይላል፡፡ ይህም ወላጅ-ዐልባ መሆኑዋን ለማሳየት ነው (አስ. 2÷7)፡፡ ይህ ቃል መለኮትን ለመግለጽ የሚጠቀሙበት ከሆነ፣ ለምሳሌ የአቴና አማልክት የሆኑት *አፍሮዳይትና ሄፋይስተስ* አባትና እናት የላቸውም ይባሉ ነበር፡፡ እግዚአብሔር በየትኛውም ሃይማኖታዊ አስተምህሮ አባት የለውም፡፡ አሳቡም መነሻ የለውም፤ ፍጡር አይደለም ለማለት ነው፡፡

በዕብራውያን 7÷3 ላይ መልከ ጼዴቅ አባት፣ እናትና የዘር ሐረግ የለውም ማለት አሳቡ በሌዋውያን የክህነት የዘር ሐረግ ውስጥ አይገባም የሚል ነው፡፡ በጳውሎስ የተስፋው ቃል ሕጉን ቀድሞ ከመጣ ይህም ክህነት በዕብራውያን ዘንድ የሌዋውያንን ክህነት ቀድሞ የመጣ ነው፡፡ በተመሳሳይ የተስፋው ቃል ስለ ኢየሱስ እንደ ሆነ እንዲሁ የመልከ ጼዴቅ ክህንነትም ለክርስቶስ ሊቀ ክህነት ማጣቀሻ ነው፡፡ *(ኪተል፣ ጂ. ፍሪድሪክ፣ ጂ. እና በሩምሌ. ጄ . ድብልው ቲኦሎጂካል ዲክሽነሪ ኦቭ ዘ ኒው ቴስታመንት)*

እናት የለውም (am-ay'-tore/ametor /አሜቶር) እናት የሌለው፡፡ *(መጽሐፍ ቅዱስ ጥቅሶች የብሉይና / የአዲስ ኪዳን ግሪክ መዝገበ ቃላት፣ የቲየር ትርጉም፣ አስቲን)*

ባርክሌይ አስተያየት ሲሰጥ *ኢፓተር* እና *አሜተር* ላይ እነዚህ ቃላት በጣም ትኩረት የሚስቡ ናቸው፡፡ በጥንታዊ ግሪክም የራሳቸው ጥቅም አላቸው፡ ይህም ከዝቅተኛ ደረጃ ያለው ቤተ ሰብ የመጣንና ብቻውን የሚኖርን ሰው ለመግለጽ ይጠቀሙበታል፡፡ ሰው የዘር ሐረግ የለውም የሚልን አሳብ በጽኑ ያወግዙታል፡፡ *ኢፓተር* የሚለውን ቃል ለሕጋዊ አገላለጽም ይጠቀሙበታል፡፡ ሕጋዊ መዝገብ ላይ አባቱ የማይታወቅ የሆነን ሰው ለመግለጽ ጥቅም ላይ ይውላል፡፡ በጥንታዊ ጽሑፍም ላይ ለምሳሌ "ቼርሞን *ኢፓተር*(አባቱ የማይታወቅ) እናቱ ደግሞ *ታሴስ*"የሚል ጽሑፍ አለ፡፡ *(ዊሊያም ባርክሌይ ኮሜንተሪ)*

የዘር ሐረግ የለውም **(ag-en-eh-al-og'-ay-tos /agenealogetos /አጌኒአሎጌቶስ** ከ **a/ኤ** = ውጭ + **genealogeo /ጌኒአሎጌኦ** = የዘር ሐረግን መፈለግ ወይም ማጥናት) ማለት ቃል በቃል የሚታወቅ የዘር ሐረግ የሌለው ማለት ነው፡፡ *(መጽሐፍ ቅዱስ ጥቅሶች የብሉይና / የአዲስ ኪዳን ግሪክ መዝገበ ቃላት፣ የቲየር ትርጉም፣ አስቲን)*

ባርክሌይ አስተያየት ሲሰጥ እስከምናውቀው ድረስ የቱም የግሪክ ጸሐፊ ይህን ቃል ከዚህ ቀደም ተጠቅሞበት አያውቅም፡፡ *(ዊሊያም ባርክሌይ ኮሜንተሪ)*

ቪንሰንት፡- ትርጉሙ ስለ ወላጆቹ የተመዘገበ ምንም ነገር የለም ማለት ነው፡፡ ይህ የዘር ሐረጋቸውን ማወቅ ቀዳሚ ተግባር ለሆነበት ለሌዋውያን ሥርዓት የተለየ ነገር ነው፡፡ ከአሮን የዘር ሐረግ ውጭ የሆነ ማንም ሰው ክህነትን ሊያገለግል አይችልም፡፡ የዘር ሐረግ መታጣት ትልቅ ነገር ነው፤ ምክንያቱም ይህ ከሌዋውያን የክህነት አገልግሎት መንገድ የተለየ መሆኑን ያሳየናልና፡፡ በሌዋውያኑ ዘንድ የዘር ሐረግን ማወቅ እጅግ ወሳኝ ጉዳይ ስለሆነ፣ አንድ ሰው እንደ ተናገረው ከቅድስና ይልቅ በክህነት አገልግሎት የዘር ሐረግ ትኩረት የሚሰጠው ጉዳይ ሆኖ ይታያል፡፡ *(ማርቪን. አር. ቪንሰንት፡- በአዲስ ኪዳን ውስጥ ቃል ጥናቶች ኮሜንተሪ)*

የኤክስፖሲተር ግሪክ ኪዳን ሲጽፍ አባት የለውም፤ እናት የለውም፤ የዘር ሐረግም የለውም የሚሉት ቃላት የሚያሳዩት እርሱ በቃሉ ላይ ብቻ የቆየ እንደ ሆነና ምንም ዐይነት

የተጻፈ ማብራሪያ ይህን አገልግሎት ከእናትና አባቱ እንደ ወረሰው የሚያሳይ ወይም የክህነቱ አገልግሎት ከካህናት ቤተ ሰብ አባልነት የመነጨ እንደ ሆነ የሚያሳይ አይደለም:: የሆነውን የሆነው ከራሱ ማንነት ምርጫ አንጻር ነው:: አገልግሎቱ ከክህነት የዘር ሐረግም፣ ከዘር በሚተላለፍ መብትም ሆነ ፈቃድ የሚያሰጥ አይደለም፤ በዚህም ነው በእግዚአብርር ልጅ የተመሰለው:: ይህ እርሱ አባትም እናትም የለውም ማለት አይደለም፤ ዳሩ ግን ልክ መጽሐፉ እንደሚያስቀምጠው ከእንደዚህ ዐይነት የዘር ሐረግ ውጭ ነው ማለት ነው::

ጉቴሪ የመልከ ጼዴቅ ክህነት ላይ አስተያየት ሲሰጥ፣ ሁሉም ክህነት የሚመዘነው በሚገለገለው የአምላክ ማንነት ልክ ነው:: ይህም ማለት ይህ መልከ ጼዴቅ በጣም የከበረ ንጉሥ ነው ማለት ነው::

ተመስሎ (af-om-oy-o'-o /aphomoioo/አፎሞዮ ከ apo/ አፖ = አንድን ነገር የሚያጎላ ቃል ሲሆን + homoioo /ሆሞዮ = መምሰል) ማለት መምሰል ወይም መመሳሰል የሚል ትርጉም ያለው ቃል ነው:: *(መጽሐፍ ቅዱስ ጥቅሶች የብሉይና / የአዲስ ኪዳን ግሪክ መዝገበ ቃላት፣ የቲየር ትርጉም፣ አስቲን)*

ጉቴሪ ሲጨምር አፎምዮ የአንድ ነገር ትክክለኛ ምሳሌ ማለትን የሚያሳይ ቃል ነው ወይም መመሳሰልን ያሳየናል::

አርተር ፒንክ አስተያየት ሲሰጥ:- **የእግዚአብሔር ልጅ** ጌታችን በመልእክቶች ውስጥ የተጠራባቸው ስሞች ሁሉ ከግምት መግባት አለባቸው፤ እነዚህ በድንገት የተሰጡ ሳይሆን፣ በዓላማ የተሰጡት ናቸው ይላል:: በዕብራውያን 2÷9 ላይ ሲጻፍ በእምነት የምናየው ኢየሱስ ነው መከራ ሲቀበል የነበረው አሁን ግን በክብር ያለው:: በዕብራውያን 3÷6 በእግዚአብሔር ቤት ላይ ያለው ክርስቶስ ነው የተቀባው:: ግን በዕብራውያን 7÷3 ላይ በመልከ ጼዴቅ ተመሰለው የእግዚአብሔር ልጅ ሊቀ ካህናቱ ነው:: እዚህ ጋር ያለው መንፈስ በቅንዓት የእርሱን ክብር ይገልጻል:: የእርሱ አገልግሎት የክብሩም ደስታ ነው:: እዚህ ጋር ለዕብራውያን ሰዎች የሚላቸው መልከ ጼዴቅ ምንም እንኳ ልዩ ሰው ቢሆንም፣ ከሚወከለው ከእርሱ ግን የሚያንስ ነበር:: የወከለው አካል ሰው ሲሆን፣ የሚወከለው ደግሞ መለኮት ነው:: በተጨማሪም አንድ ሊሞት የማይችል አካል ይህን የመልከ ጼዴቅን ጥላ የሆነብትን አገልግሎት ሊያገለግል ይገባል፤ ይህን ሕያው የሆነና ያልተቋረጠ

አገልግሎት ማገልገል የሚችለው ደግሞ የእግዚአብሔር ልጅ ነው:: *(አርተር ዎኪ ንግትን ፒንክ ኮሜንተሪ)*

ይኖራል (men'-o/meno /ሜኖ) ማለት፡- በአንድ ቦታ ለረጅም ጊዜ ጸንቶ መቆየትን ያሳያል::
ዊሊያም ሌን፡- የመልከ ጸዴቅ በታሪክ መዝገብ ላይ ድንገተኛ መከሰት በተመሳሳይም ድንገት መጥፋት በጠንቃቄ ለሚያነብብ ሳ ዘላለማዊ ዕይታን ያመጣል:: *(ዊሊያም ሌን፣ ዕብራውያን፡- የተስፋ ቃል፣ ሄንሪክሰን፣1988)*

ጌራልድ ሃውትሮን፡- መልከ ጸዴቅ አምሳል ሲሆን፣ ክርስቶስ ደግሞ ዕውነተኛው ነው:: ስለዚህ ክርስቶስ በሙሉ ገለጻ የጽድቅና የሰላም ንጉሥ ነው:: እንደ መልከጸዴቅ ሹመትም ለዘላለም ካህን ነው:: *(ኒው ኢንተርናሽናል የመጽሐፍ ቅዱስ ሐተታ)*

ሂዩስ ሲጨምር ይህ ክፍል የሚያጎላው ጸሐፊው በዘፍጥረት በመልከ ጸዴቅ ተምሳሌትነት የታየውን አገልግሎት ኢየሱስ እንደሚያሟላ ነው:: የመልከ ጸዴቅ መገለጫዎች የነበሩት ንጉሥነት፣ ክህነት፣ ጽድቅና ሰላም ሁሉም በክርስቶስ ፍጹም ሙላትን አግኝተዋል:: የመልከ ጸዴቅ የዘር ሐረግ ያልነበረው መሆን፣ መጀመሪያና መጨረሻ የሌለው መሆን፣ ኢየሱስን ያሳያል:: ይህም ምንም የክህነት ዘር ሐረግ የሌለው መሆን፣ የክህነት አገልግሎቱ ዘመን የሌለው መሆን፣ በእግዚአብሔር ለዘላለም እንዲያገለግል መሾሙ ነው:: *(አር. ኬንት፣ ሂዩዝ፡- ለነፍስ መልሕቅ፣ ጥራዝ 2)*

ቁጥር 3 አባትና እናት የትውልድም ቍጥር የሉትም፥ ለዘመኑም ጥንት ለህይወቱም ፍጻሜ የለውም፥ ዳሩ ግን በእግዚአብሔር ልጅ ተመስሎ ለዘላለም ካህን ሆኖ ይኖራል።
የትውልድም ቍጥር የሉትም ዘጸ 6፥18,20-27; 1ኛ ዜና 6፥1-3
በእግዚአብሔር ልጅ ተመስሎ ለዘላለም ካህን ሆኖ ይኖራል ዕብ 7፥17, 23-28

ቍጥር 4 *የአባቶች አለቃ አብርሃም ከዘረፋው የሚሻለውን አሥራት የሰጠው ይህ ሰው እንዴት ትልቅ እንደ ነበረ እስኪ ተመልከቱ::*

የዕብራውያን ጸሐፊ በዚህ ቍጥር ሊያመለክተን የፈለገው ዋነኛ ነጥብ የዘፍጥረት 14ቱ መልከ ጸዴቅ ከአብርሃምና ከአሮን ወይንም ደግሞ ከሌሎቹ የብሉይ ኪዳን ካህናት የሆኑ

ሌዋውያን እንደ በለጠ ነው:: የእስራኤላውያን አባት የሆነው አብርሃም ለመልከ ጻዴቅ አሥራትን ካወጣለት፣ እርሱ ከአብርሃምም ሆነ ከሌዋውያኑ ሁሉ ይበልጣል ብሎ በንጽጽር በማቅረብ መልከ ጻዴቅ የክርስቶስ አምሳያ እንዳለው ያሳያቸዋል:: አንዳንዶች ይህን ዕውነት በመለጠጥ ወይም በማዛባት ለአሥራት ትምህርት ማስተማሪያም ሊያደርጉት ይሞክራሉ::

ዘፍ. 14 ለብሉይ ኪዳን የሙሴ የአሥራት ሕግ ቅድመ መንገድ ጠራጊ መሆን እንደማይችልና በአዲስ ኪዳን ሥርዓት ውስጥም ፈጽሞ አንዳችም ድርሻ እንደ ሌለው ለማመላከት ነው:: ዘፍጥረት 14ን በመሰለኝ ከመተርጐም ይልቅ ታሪካዊ ዐውዱን በሚገባ መመርመሩ የታሪኩን ሁለገብ ዕውነተኛ አሳብ በሚገባ እንድናጤንና በድፍረት ከሚከተል ትርጓሜም እንድንጠነቀቅ ይረዳናል:: የአብርሃምን አሥራት በሚገባ ስንፈትሸውም የሚከተሉትን ነጥቦች እንገነዘባለን::

ከአብርሃም የተሻለ፡- አሁን ጸሐፊው መልከ ጻዴቅ ከአብርሃም የተሸለ መሆኑን ማሳየት ይጀምራል:: በዚህም ውስጥ ከሌዊና ከአሮንም መሻሉን ያሳያል:: መልከ ጻዴቅ ከአሮን የተሻለ ከሆነ ክህነቱም ከአሮን መብለጥ አለበት:: ዕውነታውም ይህ ስለሆነ፣ እንደ መልከ ጻዴቅ ሹመት የመጣው መሢሑ ከአሮን የተሻለ መሆን አለበት:: ይህም መሢሑን ከአሮን በላይ ሲያረገው፣ በመሢሑ የተጀመረው አዲሱ ኪዳንም ከመጀመሪያው አሮን ካገለገለበት ኪዳን የተሻለ ይሆናል:: የዕብራውያን መጽሐፍ ዋና ሙግትም ይህ ነው:: የአዲሱ ኪዳን የኢየሱስ ደም አገልግሎት ከቀደመው ኪዳን የእንስሳት ደም አገልግሎት የተሻለ መሆኑን ማስረዳት ነው:: *(ዌስት፣ ኬ. ኤስ. የግሪክ አዲስ ኪዳን ቃል ጥናት፡- ኢርድማንስ)*

የአብርሃም አሥራት የተሰበሰበው እንደ ሙሴ ሕግ ከእርሻ ወይም ካፈራው ንብረቱ ሳይሆን፣ በጦርነት ከማረከው ነው (ቍጥር 16):: ከወንድሙ የተወሰደውን ንብረት በድጋሚ ሲመለስ የሰዶምን ንጉሥ ሲያገኝ ነው አሥራትን የሰጠው:: ይህ ንብረት የተሰበሰበው ከቅድስቲቱ ከተማ፣ ከተስፋዪቱ ምድርም አይደለም:: የተሰጠውም ደግሞ በተስፋዪቱ ምድር ላይ ለሚያገለግሉት ካህናት ሌዋውያን አይደለም::

አብርሃም አሥራትን በሚያወጣበት ጊዜ የሰዶምን ንጉሥ ወይም መልከ ጻዴቅን ከአምላኩ ጋር እንዲያማልዱለት ፈልጎም አይደለም:: አብርሃም በራሱ የብሉይ ኪዳን ካህን ነው::

መሠዊያ ሠርቶ ወደ አምላኩ መሥዋዕቱን የሚያሳርግ፣ ከአምላኩ ጋር በቀጥታ የሚነጋገር፣ ስለ ሌሎችም የሚማልድ ነው (ዘፍ.12÷7፤ 13÷4፤ 15÷19-18)፡፡

ወደ አዲስ ኪዳን ስንመጣ አሥራት በመጽሐፍ ቅዱስ ውስጥ አከራካሪና የተለያዩ አመለካከቶች የሚንጸባረቁበት እንደ ሆነ ልንገነዘብ ይገባናል፡፡ በአከራካሪነት ከሚነሡት ነጥቦች ውስጥ በተለይ አሥራት በአዲስ ኪዳን ቤተ ክርስቲያን ውስጥ ተቀባይነት የለውም በሚሉና፤ አይደለም ልክ እንደ ብሉይ ኪዳን ሁሉ በአዲስ ኪዳንም የብሉይን ሥርዓት ጠብቆ ይሄዳል በሚሉ አመለካከቶች መካከል ያለው ልዩነት ዛሬም ድረስ እንደ ቀጠለ አለ፡፡

አሥራት በብሉይ ኪዳን ሲሠራበት እንደ ቆየ ዛሬም በተመሳሳይ ሁኔታ ሊሠራበት ይገባል ብለው የሚሉቱ የነገረ መለኮት መምህራን እንደ ምሳሌ አድርገው የሚያቀርቡት አንዱ የመጽሐፍ ቅዱስ ክፍል ዘፍጥረት 14 ነው፡፡ በዚህ ክፍል አብርሃም ለመልከ ጻዴቅ አሥራትን ሲያወጣ እናነብባለን፡፡ ይህ እጅግ ውስብስብና አከራካሪ የሆነ የመጽሐፍ ክፍል ሲሆን፣ በርካታ ጉዳዮችን በጥልቀት ካልመረመርን በስተቀር ብዙ አደናጋሪና አነጋጋሪ ጉዳዮች በዚህ ክፍል ውስጥ ይገጥሙናል፡፡ ከእነዚህም ውስጥ ዋነኛው መልከ ጻዴቅ ማን ነው? የሚለው ይገኝበታል፡፡ አንዳንዶች ይህ መልከ ጻዴቅ መሢሑ ነው ብለውም በልበ-ሙሉነት ይመልሳሉ፡፡ ሌላው ጥያቄም በዚህ ክፍል የተጠቀሰው መልከ-ጻዴቅ በዕብራውያን 7 እና 10 በመዝሙር 110 ላይ የተጠቀሰው መልከ-ጻዴቅ ራሱ ነው ወይስ ሌላ የሚለው ሲሆን፣ ለመሆኑ መልከ ጻዴቅ ትርጒሙስ ምንድን ነው? አብርሃም ለምን ለዚህ ሰው አሥራትን ማውጣት አስፈለገው?

ከአዲስ ኪዳን የአሥራት አገልግሎት ጋርስ የመልከ-ጻዴቅ ታሪክ ምን ግንኙነት አለው? የሚለውን በጥልቀት መቃኘቱ ተገቢ ይሆናል፡፡ በመጽሐፍ ቅዱስ ውስጥ ለመጀመሪያ ጊዜ ስለ አሥራት አገልግሎት የምናነብበው በዘፍጥረት 14 ላይ ነው፡፡ ይህ ታሪክ የተፈጸመውም የሙሴ ሕግጋት ከመውጣታቸው ከአራት መቶ ዓመታት በፊት ነው፡፡ አሥራት በብሉይ ኪዳንም ሆነ በአዲስ ኪዳን ተመሳሳይ ይዘት አለው ብለው የሚከራከሩ ሰዎች ከሚያቀርቧቸው የመከራከሪያ ነጥቦች አንዱ ያለው እዚህ ጋር ነው፤አብርሃም የሙሴ ሕግ ከመውጣቱ 400 ዓመታት በፊት አሥራትን አወጣ፤ ይህም ልክ እንደ ጋብቻ ሕግ፣ እንደ መሥዋዕቱ ሕግ ነው፡፡ ከዚያ በኋላ ሙሴም ሕጎችን ሲቀርጽ አሥራት ቀጠለ፡፡ በተመሳሳይ ሁኔታ በጋብቻ ሕጎች ላይ እናነብባለን፡፡

አዳም ከመፈጠሩ ጀምሮ ጋብቻና የጋብቻ ሕጎች ነበሩ፡፡ የሙሴ ሕግም ሲወጣ ሕጎች መሥራታቸውን ቀጠሉ፡፡ በአዲስ ኪዳንም እነዚህ ሕጎች ይሠራባቸዋል፡፡ ልክ እንደዚሁም አሥራትም በመቀጠል፣ ሌሎቹ ሕጎችም በአዲስ ኪዳንም ጭምር እንደሚሠሩ ሁሉ፣ እንዲሁ የሙሴ የአሥራት ሕግም በአዲስ ኪዳን ቀጥሏል የሚል አመለካከት አላቸው፡፡ እነዚህ ሕጎች ዘላለማዊ መመሪያዎች ስለሆኑ፣ በአዲስ ኪዳንም ውስጥ የሙሴ ሕግ በአዲስ ኪዳን ጸጋ ሲተካ እነዚህ መመሪያዎች ግን ይቀጥላሉ፡፡ ከእነዚህ ውስጥ አንዱ አሥራት ነው ይላሉ፡፡

አሥራት፡- አሥራት መንፈሳዊ ሕግ ሲሆን፣ አማኝ ይህን መንፈሳዊ ሕግ የሆነውን ከአሪት ሕግ በፊት የተሰጠውን ከፍቅር የተነሣ መደረግ ይኖርበታል፡፡ ከፍቅር የሆነው በእምነት እና በመታዘዝ የሆነ የአሥራት አገልግሎት ተቀባይነት አለው፡፡ በፍቅር ያልሆነ ምንም ዐይነት ድርጊት እግዚአብሔር አምላካችንን እንደማያስደስተው ዕናውቃለን፡፡

አብርሃም የታወቀው የእግዚአብሔር ወዳጅ በመሆኑ እና በእምነት አባትነቱ (በመታዘዙ) ነበር፡፡ አብርሃም በእምነት ሕይወት የተሞላ ነበር፡፡ አንድያ ልጁን መሥዋዕት ሊያደርግ በእንጨት ላይ ያጋደመው እግዚአብሔርን ከመውደዱ የተነሣ ነበር፡፡ እርግጥ ወደ አዲስ ኪዳን ስንመጣ ልጆች ከሆንን በክርስቶስ መታዘዝ የተነሣ የእግዚአብሔር ወራሾች ሆነናል፡፡

ስለሆነም ከእግዚአብሔር እንዲያው የተሰጠንን ለመውረስ እና በሕይወታችን ይገለጥ ዘንድ ከእምነት በሆነ መታዘዝ (የመታዘዝ ሕይወት) መኖር ይገባናል፡፡ በአዲስ ኪዳን ለምንኖር የምናደርጋቸው ነገሮች ሁሉ በአንድ ልጁ ላይ ባለን እምነት በመመርኮዝ ሊሆን ይገባል (ገላ. 2፥20)፡፡ አሥራት ሕግ ከመምጣቱ በፊት የተሰጠ ስለሆነ፣ ከፍቅር የተነሣ በእምነት የሚደረግ መታዘዝ ነበር፤ አሁንም ነው፡፡ ይህም ለአማኝ በረከትን ያመጣለታል፡፡

የአዲስ ኪዳን አማኞች በልግስና መዝራት፣ እንዲሁም በበረከት ማጨድ በክርስቶስ የተሰጣቸው የርስት ባለጠግነት ነው "ስጡ ይሰጣችሁማል፤ በምትሰፍሩበት መስፈሪያ ተመልሶ ይሰፈርላኋልና፥ የተጨቆነና የተነቀነቀ የተትረፈረፈም መልካም መስፈሪያ በዕቅፋችሁ ይጣችኋል" (ማቴ. 6፥38)፡፡

እግዚአብሔርን መምሰል ራሳችንን ለማስለመድ በምናደርገው የእምነት ጉዞ ውስጥ አሥራት በፍቅርና በእምነት ለእግዚአብሔር መንግሥት መስፋፊያ ለቤቱም ምግብ ይሆን ዘንድ ብንሰጥ ለቤተ ክርስቲያናችን ትልቅ በረከት ይሆናል፡፡ ያለ ፍቅር የሚደረግ ሥራ ሁሉ የሞተ ሥራ እንደ ሆነ የዕብራውያ መጽሐፍ ጸሐፊ ተናግሮናል፤ ስለዚህም መልካምን ሥራ መሥራታችን በልብ ደስተኝነት፣ እግዚአብሔርንም ከመውደድ የወጣ የእምነት መታዘዝ ሊሆን ይገባል፡፡

የአዲስ ኪዳን አማኞች ይህን የአሥራት ሕግ የምንታዘዘው እና የምንለማመደው ለጥቅማችን ነው፡፡ አንድ አማኝ ወደ ክርስቶስ ሲመጣ የትኛውንም የሙሴን ሕግ ካለመታዘዝ ከሚመጣው ሕጋዊ እርግማኝ ነፃ ወጥቶ ወደ እግዚአብሔር የፍቅር ልጅ መንግሥት ፈልሶአል፡፡

አዲስ ፍጥረት ሲሆን፣ ማለትም ድንጋዩ ልብ ወጥቶ የሥጋ ልብ ሲሰጠው (በመንፈሱ ሕያው ሲሆን እና ከአባቱ ጋር ኅብረት ሲያደርግ) ድኖአል፡፡ ነፍሱ ደግሞ በእግዚአብሔር ቃል እና በመንፈሱ ቅዱስ እየዳነች ክርስቶስን ወደ መምሰል እያደገ እና እየተለወጠ ይመጣል፡፡ ሥጋው ደግሞ ጌታው ከመላከቱ ጋር ሲመጣ የሚበሰብሰው የማይበሰብሰውን ይለብሳል፡፡ በሙታን ትንሣኤ የልጁን መልክ ይመስላል፤ ማለትም በክብሩ ውስጥ ተገኝቶ ክብሩን ይወርሳል፡፡

እንግዲህ እንዲህ ባለው የመለኮት የክብርና የለውጥ አሠራር ሂደት የሚኖር አማኝ ከጨለማው መንግሥት ወደሚደነቀው የፍቅሩ ልጅ መንግሥት ስለ ፈለሰ ከኃጢአት ሕግ፣ ከሞት እና ከሕግ እርግማን ነፃ ወጥቶአል፡፡ ኃጢአት በይገባኛል ጥያቄ በሞት አማካይት የእኔ ነህ ብሎ ሊቆጣጠረውና ሊገዛው ወደማይችልበት የሕይወት እርከን ተሸጋግሮ በክርስቶስ ሞትና ትንሣኤ በተገኘው የጸጋ እና የጽድቅ ግዛት ይኖራል፡፡

የክርስቶስ ቤተ ክርስቲያን በሕያው ደሙ የነጻች፣ በመንጻት አሠራሩ ሥር የምትገኝ፣ ወደ ፊትም በክብሩ ተጠቅልላ ስለምትኖር ኃጢአት፣ ሞት፣ ጠላት ዲያቢሎስ እና የሕግ እርግማን አይገዛትም፤ ይልቁም በጸጋው ጽድቅን በልጅነት የንግሥና ሕይወት እንመላለሳለን፡፡

ስለሆነም ከምናገኘው ሁሉ ከእምነት መታዘዝ ፍቅሩ ግድ ብሎን አሥራትን እናወጣለን እንጂ፣ ባልሰጥ አልባረክልም፥ ጠላት ሕጋዊ መብት ያገኛል ከማለት ሊሆን አይገባም፡፡ ገበሬ መልካም ዘር ቢዘራ መልካም ፍሬ ያጭዳል፥ ባይዘራ ግን ምንም አያገኝም እንጂ እንክርዳድ አያጭድም፡፡ አሥራት፣ መባ እና ስጦታን ያልተለማመደ ክርስቲያን በመዝራት የሚገኘውን በረከት ቀረበት ማለት እንጂ፣ በእርግማን ሥር ሆነ ማለት አይደለም፡፡ ይሁንና በመንፈሳዊ ተጽዕኖ ሥር መውደቁ፣ ደግሞም ለኤኮኖሚያዊ ተግዳሮት በአያሌው የተጋለጠ ይሆናል፡፡ ምክንያቱም በመስጠት ውስጥ የሚገኘውን በረከት አልተለማመደም ማለት በሌላ አነጋገር ለድህነት በሩን ከፈተ ማለት ነውና፡፡ ስለዚህም በዚህ ረገድ መጠንቀቅ ያስፈልጋል፡፡

አሥራት በብዙ ማስፈራራት ሊደረግም ሆነ ውጤን ሊሰጥ የሚችል ነገር ሳይሆን፣ ክርስቶስ ሁለንተናውን እንደ ሰጠን እኛም እንዲሁ እንድናደርግ በቅዱስ ቃሉ የተማርነው ነው (ገላ. 5፥6)፡፡ ይህ የፍቅር አገልግሎት እንዲታመን የፍቅሩን ጥልቀት ማወቅ ያስፈልጋል (1ኛ ተሰ. 3፥12፤ ቈላስ. 1፥4)፡፡ ስለዚህ በቤተ ክርስቲያን ሕዝቡ የአሥራትን አገልግሎት እንዲለማመዱ በመጀመሪያ የፍቅርን ምንነት መረዳት አለባቸው፡፡

የፍቅር አገልግሎት ሆኖ ከመገኘት እንጂ፣ ከማስመሰል የሚመጣ ባለመሆኑ የመስቀሉን ሥራና ፍቅሩን ማስተማር ተገቢ ይሆናል፡፡ ብዙዎች ስለ አሥራት ያስተምራሉ፤ ነገር ግን ይህን አሥራት ለመለማመድ የሚያስችለውን ምንጩን፣ ምሠሶውንና ዋነኛውን ርእሰ-ጕዳይ አያስተምሩም፡፡

የእግዚአብሔር ቃል “ከሚቀበል ይልቅ የሚሰጥ ብጹዕ ነው” ስለሚል ብትሰጥ ስጦታህ ተመልሶ አንተኑ ይባርክሃል፡፡ ይህን የመዝራት እና የማጨድ ሕግ የምትፈጽመው ለጌታህ ክብር፣ ለመንግሥቱ መስፋት፣ ለቅዱሳን መታነጽ፣ ለቤተ ክርስቲያን ሥራ ይውላል በሚል ዕውነት ላይ በተመሠረተ መረዳት ሊሆን ይገባል፡፡

ዛሬ ዛሬ ሰዎች ቤተ ክርስቲያን ባይሄዱም ገንዘባቸውን ዕጃቸው ላይ በሚገኘው ስልካቸውን በመጠቀም መስጠት የጀመሩት ጊዜ ላይ ደርሰናል፡፡ ለመስጠት ዕንግልት የሌለባቸው፣ ቀላል መንገዶች በቴክሎኖጂ አማካይነት ተመቻችቷል፡፡ ሆኖም በፍቅር፣ በእምነት እና በመታዘዝ ለማድረግ ግን ፍቅርን የሆነውን ጌታ ማወቅ ይገባል፡፡

ብዙ ክርስቲያኖች በመስጠት ያለውን በረከት ከመንፈሳዊ በረከት አሊያም ማግኘት እና ማካበት ላይ የተዛባ አመለካከት አላቸው፡፡ በይበልጥም በምዕራባዊ አለም የምተገኘው ቤተክርስቲያን ለዚህ ሰለባ ሆነዋል፡፡ ስለሆነም መፅሐፍ ቅዱስ ስለ መባረክ (ብልፅግና) የሚያስተምረውን በጥቂቱ መዳሰስ ተገቢ ሆኖ አግኝተነዋል፡፡

አብርሃም አሥራትን አወጣ

የሳውዘርን ባብቲስት ደራሲ የሆነው **ኤክላንድ** ሲናገር *"ለእግዚአብሔር አሥራትን ማውጣት የተጀመረው በመጀመሪያው የዘፍጥረት መጽሐፍ ነው፡፡ አብርሃም ሙሴ ከመምጣቱ ከአራት መቶ ዓመታት በፊት አሥራትን አወጣ፡፡ በጥንታዊው ማኅበረሰብ ውስጥ አሥራትን ለኃጢአት ሳይቀር ማውጣት የተለመደ ነበር፡፡ የሰው ልጅ አስር ቁጥርን እንደ መልካም ቁጥር አድርጎ ይወስዳል፡፡ አሥር ቁጥር የሙሟላት ምልክት ናት፡፡ ስለዚህም አሥራት ለአምላካችን ከሙላታችን የመስጠት ምልክት ነው"* ይላል፡፡ አሥራት በታማኝነት እና ከፍቅር የተነሣ ቢሰጥ ለእግዚአብሔር መንግሥት ሥራ እና በእምነት በኩል የተዘራው ዘር ፍሬ የሚሰጠው ይሆንለታል፡፡ በአዲስ ኪዳን ግን አሥር በመቶውን ብቻ ሳይሆን፣ ሁለተናችንን እንድንሰጥ ያዝዘናል፡፡

በዚህ ታሪክ ውስጥ የምንረዳው አንድ ዕውነት ይህ መልከ-ጼዴቅ በእግዚአብሔር ዕውነትና በጽድቅ መንገድ ላይ የሚሄድ ቢሆን ኖሮ፣ እግዚአብሔር አብርሃምን በከንዓን ምድር መጥራትም ባላስፈለገው ነበር፡፡ አብርሃም በመጀመሪያ ከዑር እና ከካራን ሲጠራው፣ ከአሕዛብ መካከል ጻድቅ አንድ እርሱ ብቻ በመገኘቱ ነበር፡፡ ከእነዚህ ሁሉ ነጥቦች ተነሥተን ስንገመግም አብርሃም አሥራትን ያወጣው በወዳጅነት ወይም ደግሞ ታክስን ከመክፈል አንጻርም እንደ ሆነ መገመት ይቀላል፡፡ በጥንት የአሕዛብ ታሪክ ውስጥ ከሙሴ ሕግ በፊትም ቢሆን አሥራትን ማውጣትንም ሆነ ታክስ የተለመዱ ነገሮች በመሆናቸው ምክንያት አብርሃምም ያደረገው ይህንኑ ይመስላል፡፡

ከዘረፈው ተብሎ የተተረጐመው የግሪክ ቃል ***አክሮቲንዮን*** የሚል ሲሆን፣ ፍቺውም ከላይ የተከማቸ እንደ ማለት ነው፡፡ አብርሃም ለመልከ ጼዴቅ የሰጠው ከምርኮው ክምችት ካላይ ያለውን መልካሙን ነው፡፡ ግሪኮች ከጦርነት ድል መልስ ከጠላት መንደር ዘርፈው ያመጡትን ምርኮ በአንድ ላይ ያከማቹና ከዚያ ውስጥ ከላይ ያለውንና መልካሙን ለአማልክቶቻቸው ይሰዉላቸው ነበር፡፡ አንባቢዎቹ ሊረዱት እንደሚችሉት አብርሃም

ካከማቸው አስራቱን ለመልከጼዴቅ መስጠቱ የመልከ ጼዴቅን የበላይነት በግልጽ የሚያሳይ ነው፡፡ ነገር ግን ለመልከ ጼዴቅ አሥራቱን የሰጠው ተራ የሆነ አብርሃም የሚባል ሰው አልነበረም፤ አባት ተብሎ የተሰየመው አብርሃም ነበር እንጂ፡፡ አይሁዳውያን አንባቢዎቹ ተመሳሳይ ስም ያለው ሌላ ሰው ይሆን ብለው እንዳያስቡ ጸሐፊው በጥንቃቄ ነው ያስቀመጠው፡፡ አብርሃም ማለት አባታችን ብለው የሚጠሩት እርሱ መሆኑን በጥንቃቄ ያሳያቸዋል፡፡ አብርሃም የአይሁድ ዘር መሥራች ነበር፡፡ መልከ ጼዴቅ ግን ከእርሱም ጭምር ይበልጣል፡፡

ይህን ክፍል በአጠቃላይ ስንቃኘው ይህ የአብርሃም አሥራት ክርስቲያኖች በምሳሌነት ሊከተሉት የሚችሉት የአሥራት አወጣጥ ነው ለማለት ያዳግታል፡፡ ምክንያቱም ይህ የአሥራት አወጣጥ በጌታ የታዘዘ ሳይሆን፣ በአሕዛብ ባህል ውስጥ የሚካተት ነው፡፡ አብርሃም ይህን አሥራት ያወጣው ከራሱ ንብረት ሳይሆን፣ በጦርነት ከማረከው ነው፡፡ ከተስፋዪቱ ምድር ላይ የተሰበሰበ ሳይሆን፣ ከከነዓናውያን የአሕዛብ ምድርም የመጣ ነው፡፡ ዕብራውያንን ወይም ክርስቲያኖችን ለመደገፍ ተብሎም የተሰጠ አሥራት አይደለም፡፡

አብርሃም ይህን አሥራት በማውጣቱ ከእግዚአብሔር የሚጠበቀው ባርኮትም አልነበረውም፡፡ ይህ አሥራት የተሰጠው ለእግዚአብሔር ሳይሆን፣ እግዚአብሔርን ለማያውቅ ጣዖት አምላኪ የአሕዛብ ወገን ለሆነ ንጉሥ ነው ማለት ያስችላል፡፡ የንጉሡ ካህን የበአል ጣዖታትን የሚያመልክ ሊሆን ይችላል፡፡ በምንም መልከ ይሁን ግን የሌዋውያን አባት የሆነው አብርሃም ለመልከ ጼዴቅ አሥራትን እንዳወጣ ልብ እንላለን፡፡ አሥራትን ባለፈ አማኝ ሁለንተናውን ይሰጥ ዘንድ ተጠይቆአልና አሥራትን አልሰጠም የሚለው ማመካኛ ሰዎች ከስስት የተነሣ የሚሰነዝሩት እንደ ሆነም እናስተውላለን፡፡ **"ከዘረፈው/ምርኮ"** የሚለው ቃል በግሪኩ ምንባብ ኮአክሮን - "የመጨረሻው ጫፍ" እና ይህም "ክምር" ከሚለው የተበጀ ነው፡፡ የምርኮው አሥረኛው ክፍል ነው፡፡ ወይም የምርኮው ከፍ ያለውን ደረጃ ነው አብርሃም ለመልከ-ጼዴቅ የሰጠው፡፡ ግሪካውያን ድል ካደረጉ በኋላ፣ በክምሩ ላይ ምርኮን ይሰበስባሉ፤ ደግሞም ምርጥ የሆነው የምርኮው ክፍል ለአማልክት ይቀርባል፡፡

አብርሃም ምርጥ ከሆነው ምርኮው ውስጥ አሥር ዕጅን የሰጠበት ዕውነታ፣ በዚህ መልእክት አንባቢያን ዕይታ የኋለኛው ታላቅነትን አጉልቶ ያሳያል፡፡ ይሁን እንጂ፣

ለመልከ-ጻዴቅ አሥራትን የከፈለው አብርሃም የተባለው ተርታ ሰው ሳይሆን፣ የብዙኀን አባት የሆነው አብርሃም ነው።

ለአይሁድ አንባቢያን ሌላ አብርሃም የሚባል ተመሳሳይ ስም ያለው ሰው እንዳይመስላቸው፣ እርሱን ለይቶ በማሳየት ረገድ ጸሐፊው ጥንቁቅ ነው። “ፓትሪያአርክ” (አባት) የሚለው ፓትሪያርክስ የሚለው የግሪኩ ቃል ፊደላዊ ለውጥ ነው። ፓትሪ ማለት አባት ማለት ሲሆን፣ አርክስ ማለት ደግሞ የመጀመሪያ ማለት ነው። ስለሆነም አብርሃም የመጀመሪያው አባታቸው ነው። የዕብራውያን ዝርያዎች መነሻ ነው፤ ይሁንና መልከ-ጻዴቅ ከእርሱ ይበልጣል። *(የዌስት ቃላቶች ከግሪኩ አዲስ ኪዳን, 1940-55 ደብሊው ኤም . ቢ. ኤድማንስ ህትመት)*

ተመልከቱ የሚለው የግሪክ ቃልም ***ቴሪዮ*** **(Theoreo)** የሚል ሲሆን፣ **በትኩረት አንድን ነገር ማየትን** የሚያመለክት ነው፤ ነገሮችን በጥንቃቀና በማስተዋል መመልከት ነው።*(ዌስት፣ ኬ. ኤስ. የግሪክ አዲስ ኪዳን ቃል ጥናት፦ ኢርድማንስ)*

አሁን ጸሐፊው እርሱ ከሌዊ ይልቅ የተሻለ፣ እናም ደግሞ ከአሮን የሚበልጥ መሆኑን ለማሳየት በሚሆን መልከ-ጼዴቅ ከአብርሃም የሚበልጥ መሆኑን ወደ ማሳየቱ ያመራል። መልከ-ጼዴቅ ከአብርሃም የሚበልጥ ከሆነ፣ እንግዲያውስ የእርሱ ክህነት ከአሮን ክህነት መብለጥ አለበት የሚለው የሚከተለው ይከተላል።

ጉዳዩ ይህ ከሆነ በመልከ-ጼዴቅ *ሥርዓት* የሆነው የመሢሑ ክህነት የሚበልጥ ሊሆን ይገባል። ያም ደግሞ መሢሑን ከአሮን የተሻለ ያደርገዋል። ስለዚህም ደግሞ መሢሑ የመሠረተው አዲስ ኪዳን፣ ወደ ገሃድ በመውጣቱ ረገድ አሮን በመሣሪያነት ካገለገለበት ከመጀመሪያው ኪዳን የተሻለ ይሆናል። ደግሞም የዕብራውያን መጽሐፍ መከራከሪያ ነጥብ ይህ ነው። በግልጽ ለማስቀመጥ በኢየሱስ ደም የሆነው አዲስ ኪዳን በእንስሳት የሆነውን ከመጀመሪያው ኪዳን የላቀና *ሥፍራውንም* የወሰደ ነው።

“ተመልከቱ/ ልብ በሉ” የሚለው ቃል በግሪኩ ምንባብ *ቴዎሪዎ* ይሰኛል። ይህ ቃል የተለየ ተመልካችን አያሳይም። ነገር ግን አንድን ነገር በፍላጎትና በትኩረት የሚመለከትን ሰው ያሳያል። *ቴዎሪዎ* አንድን ሠራዊት በገሃድ የሚገመግም ወይም የሚመለከትን አንድ ጄኔራል ለማመልከት ጥቅም ላይ ይውላል፤ ይህም አንድን ወታደራዊ ሰልፍ የሚመለከትን

ተራ ሰው ለመግለጽ ጥቅም ላይ ከሚውለው ፈያአሚይ ከሚሰኘው ቃል ተቃራኒ የሆነ ነው፡፡ ይህ ሂሳዊነት ያለው፣ አንዱን ከሌላው በሚለይበት መልኩ የሚቃኝበትን ሁኔታ አስመልክቶ የሚናገር ነው፡፡*(የዌስት ቃላቶች ከግሪኩ አዲስ ኪዳን, 1940-55 ደብሊው ኤም . ቢ. ኤድማንስ ህትመት)*

አሥራትና ስጦታዎች
መጽሐፍ ቅዱሳዊ እንድምታቸው

መጽሐፍ ቅዱስ ስለ መስጠትና የአሥራት አገልግሎት በስፋት ይናገራል፡፡ የክርስትና እምነት ሥረ-መሠረቱ በመስጠት ወይም በማካፈል ላይ የቆመ ነው ቢባል ማጋነን አይሆንም፡፡ ጌታችን መድኃኒታችን ኢየሱስ ክርስቶስ ስለ እኛ ኃጢአት ሲል ራሱን ለመስቀል ሞት አሳልፎ ሰጠ፡፡ እግዚአብሔር አብም እንደ ብርቅ የሚመለከተውን አንድያ ልጁን ስለ እያንዳንዳችን ኃጢአት በመስቀል ላይ እንዲሞት አሳልፎ ሰጠው፡፡

በቤተ ክርስቲያን ውስጥ የመስጠት አገልግሎት ሰፊ ድርሻ ሊሰጠው የሚገባ ጉዳይ ነው፡፡ ይሁንና ይህ ጉዳይ ብዙውን ጊዜ ቸል የሚባልበት ሁኔታ በስፋት ይታያል፡፡ ሰዎች ሁለንተናቸውን ለጌታ እንዲሰጡ ማስተማርም የቤተ ክርስቲያን ትልቅ ኀላፊነት ነው፡፡ ሁለንተናን ለጌታ መስጠት የአንድ ጠንካራ ደቀ መዝሙር ተግባር ነው፡፡ ደቀ መዝሙር ከምንም በላይ ሕይወቱን ለጌታው መስጠት ይጠበቅበታል፤ በመቀጠልም ያለውን ንብረቱን፣ ቤተ ሰቡን፣ ጊዜውን፣ ገንዘቡን፣ ዕውቀቱን፣ በጥቅሉ አለኝ የሚለውን ነገር ሁሉና ጉልበቱንም ጭምር ለጌታው ይሰጣል፡፡ በእርግጥም በእርሱ ማንነት ላይ የሚያዝዘው አምላኩ እንጂ፣ ሌላ ማንም አይደለም፡፡ እርሱም ሆነ ሌሎች ሰዎች በእርሱ ላይ ምንም ዐይነት ሥልጣን የላቸውም፡፡

የመስጠት ጉዳይ፡- አሥር ፐርሰንት 10% (ክብደት፣ መጠኑ አና ብዛቱ) አይደልም መስጠት በአዲስ ኪዳን ውስጥ ከመንፈስ ቅዱስ የጸጋ ስጦታዎች ውስጥ እንደ አንዱ ሆኖ ተቀምጧል (1ኛ ቆሮ. 12÷28)፡፡ “... ዕርዳታንም” እንደ ስጦታ አስቀምጦት እናነብባለን፡፡ ከስጦታው ባሻገርም እያንዳንዱ አማኝ በደስታ መስጠትን እንዲለማመድ መጽሐፍ ቅዱስ ያስተምረናል፡፡ *«ይህንም እላለሁ። በጥቂት የሚዘራ በጥቂት ደግሞ ያጭዳል፥ በበረከትም*

የሚዘራ በበረከት ደግሞ ያጭዳል። እግዚአብሔር በደስታ የሚሰጠውን ይወዳልና፤ እያንዳንዱ በልቡ እንዳሰበ ይስጥ፥ በኀዘን ወይም በግድ አይደለም» (2ኛ ቆሮ. 9፥6-15)፡፡

እንደ ዕውነቱ ከሆነ በዚህ ክፍል ውስጥ በተቀመጠበት መልኩ ስንመለከተው የመስጠት ውጤቱ ምን እንደሚሆን ያስረዳናል፡፡ በጥቂት የሚዘራ በጥቂት ደግሞ ያጭዳል፡፡ እርግጥ ነው የዚህ ቃል ትርጓሜው ሰፊ ማብራሪያን የሚፈልግ አይደለም፡፡ ጥቂት ከሰጠን ጥቂት እናገኛለን፡፡ ብዙ ከዘራን ደግሞ ብዙ ፍሬን እንሰበስባለን፡፡ በበረከት አትረፍርፈን የምንዘራው ከሆነ በበረከት የምናጭድም እንሆናለን፡፡ እግዚአብሔር እያጉረመረምን እንድንሰጥ አይፈልግም፤ ደስ ብሎን በምናደርገው ከልብ በሆነ ስጦታ ግን እርሱ ፈጽሞ ደስ ይሰኛል፡፡

ጌታችን መድኃኒታችን ኢየሱስ ክርስቶስ ብዙ ስጦታዎችን ከሰጡት ሰዎች ይልቅ ሁለት ሳንቲም የሰጠችውን ሴት አደነቀ፡፡ ለዚህ ዋነኛው ምክንያት የእነዚህ ሰዎችና የዚህች ሴት የልብ መነሻ አሳብ (Motive) መለያየቱ ነው፡፡ እርሷ ይህን ጥቂት ገንዘብ የሰጠችው ምንም ትርፍ የሚባል ነገር ሳይኖራትና ከጒድለቷ ነው፡፡

በዚህች ሴት ልብ ውስጥ ታላቅ እምነት ነበረ ማለት ነው፡፡ ለዕለት ጉርሴ ላውለው ከማለት ይልቅ፣ ደስ ብሏት ለአምላኳ ከጒድለቷ ሰጠች፡፡ ሀብታሞቹ ግን በብዛት ካገኙት ነገርም ሆነ ከትርፋቸው ነው የሰጡት፡፡ ዋናቸውን የሚነካባቸው ስላልሆነ ስጦታቸው ለእነርሱ ከትልቅ ሣር ቤት አንዲት ዘለላ ሣር እንደ መምዘዝ ያህል ዐይነቱ ተግባር ነበር፡፡ ውስጣቸውን የሚያውቅ አምላክ ግን በእነርሱ ስጦታ አልተደሰተም፡፡ የአቤልና የቃየን ስጦታም ልዩነቱ ይህ ነበር፤ አቤል ምርጥ የሆነውን ስጦታ ከልቡ ለአምላኩ አቀረበ፡፡

በአዲስ ኪዳን ክርስቲያን አማኞች በመስጠት አገልግሎት ልንተጋ ይገባናል፡፡ የምንሰጠው ገንዘባችንን፣ ጊዜያችንን፣ ጒልበታችንን፣ ዕውቀታችንን፣ ከምንም በላይ ደግሞ ልባችንን ሊሆን ያስፈልጋል፡፡ የምንሰጣቸውን ስጦታዎች በፍቅርና በደስታ ለጌታችን ልናቀርብ ይገባል፡፡ ጌታ ከስጦታችን ይልቅ የምንሰጥበትን የልብ አሳብ ስለሚመለከት ስጦታችን እንደ ቃየን ዐይነቱ ስጦታ እንዳይሆንብን መጠንቀቅ ይኖርብናል፡፡ ከተቀደሰ ሕይወት የሚወጣ ስጦታን ጌታ የሚወድድና የሚቀበል፣ በሌላ በኩል ደግሞ ከተንኮልና ለይስሙላ ወይም ለሃይማኖተኝነት ተግባር ሲባል የሚቀርብን ስጦታ ጌታ እንኳንስ መቀበል ይቅርና ወደ ስጦታው ከቶ እንደማይመለከት ከወዲሁ ልናውቅ ይገባል፡፡ ጌታ እግዚአብሔር ወደ

አቤልና ወደ መሥዋዕቱ ተመለከተ፤ ነገር ግን ወደ ቃየንና ወደ መሥዋዕቱ ከቶ አልተመለከተም::

በዚህ ዘመን ብዙ አገልጋዮች ስጦታን በተመለከተ ሚዛናዊ ያልሆኑ ትምህርቶችን እያስተማሩ ይገኛሉ:: ሰዎችን ከክርስቶስ ጋር በጤናማ መንገድ እንዲገናኙ ከማስተማር ይልቅ ገንዘባቸውን ብቻ በመፈለግ ሀብታሞችን አሳድደው በመፈለግ መጠቀሚያቸው የሚያደርጉ ብዙዎች ናቸው:: ሰባኪዎች በቤተ ክርስቲያን ውስጥ ሰው ይሸሸናል ብለው ስለሚፈሩ ስለ ቅድስና ጠንከር አድርገው አያስተምሩም::

ከዚህ ይልቅ *"ይሳካልሃል፣ ትወርሳለህ፣ ድል በድል ትሆናለህ፣ እመን ታሸንፋለህ፣ ስጥ ትበለጽጋለህ"* በሚሉ ስሜት ቀስቃሽ ትምህርቶች ቤተ ክርስቲያንን አጣብበዋታል:: አንዳንዶች በግልጽ ለእኔ ቤተ ክርስቲያን ካልሰጠህ አትባረክም፤ በረከትህን እንዳታጣ ከፈለግህ ለእኔ ቤተ ክርስቲያን ብቻ ስጥ በሚል የስግብግብነት አካሄዳቸውን የሚያሳብቅባቸውን ትምህርታቸውን ከመድረክ እያስደመጡ ነው:: ወንጌልን መመስከርና ነፍሳትን ማጥመድ የሚፈልጉት ቱጃር ለመሆን እንጂ፣ ሰዎች ከክርስቶስ ጋር ኅብረት እንዲኖራቸው ጠንክረው ሲሠሩ አይታዩም:: እንደ ዕውነቱ ከሆነ መጽሐፍ "ከፉና ጠማማ ትውልድ" ብሎ በሚጠራው በዚህ ዘመን በብዙዎች ወንጌልን ሲመሰክሩም ሆነ ነፍሳትን ሲያጠምዱ ዐይታዩም:: ይልቁንም ሰዎችን ከሌሎች አብያተ ክርስቲያናት እነርሱ ወደ ከፈቱት ቤተ ክርስቲያን ማፍለስን ወይም አንዳንዶች አባልነት ማስቀየር የሚሉትን ዐይነት ተግባር መፈጸምን ሥራዬ ብለው ከተያያዙት ውለው አድረዋል፤ ከራርመውማል::

ምንም እንኳ በዘመናችን ቤተ ክርስቲያን ውስጥ አሥራትን ማውጣት እንደ ዋነኛ ጉዳይ ተደርጎ ሥራ ላይ ቢውልም፣ አሥራት በአዲስ ኪዳን ከአሥር አንድ ነው ወይስ በደስታ ልንሰጠው የሚገባ ወሰን የሌለው ነው? የሚለው አመለካከት አከራካሪ እየሆነ ነው:: በዚህ ጥናታዊ ጽሑፍ ውስጥ የአሥራትንና የመስጠትን ትምህርት በስፋት በመዳሰስ አንድ በአንድ እንመለከተዋለን::

በቀደሙት የወንጌላውያን አብያተ ክርስቲያናት ዘንድ ስለ አሥራትና ስጦታ በግልጽ ማስተማር የተለመደ አይደለም:: ለዚህም አንዱ ምክንያት አገልጋዮች ሕዝቡን ገንዘብህን ለእግዚአብሔር ቤት ስጥ ብለው ሲያስተምሩ እነርሱ ራሳቸው ከገቢው ተጠቃሚ

ደሞዝተኞች ስለሆኑ፣ ለራሳችሁ ገንዘብ ጠየቃችሁ ተብለው የሚታሙ ስለሚመስላቸው ከፉኛ በይሉኝታ መያዛቸው ነው፡፡ ከዚህም የተነሣ በቀደሙት የወንጌላውያን አብያተ ክርስቲያናት ስለ አሥራትና ስጦታ ማስተማር አይነገሬ (Tabo) ሆኖ ቆይቶአል፡፡

ይህ ግን ትክክለኛ አመለካከት አይደለም፡፡ ሰዎች በመስጠት ልምምድ ውስጥ ያለውን በረከት እንዲለማማዱ ቤተ ክርስቲያን ጠንክራ ልታስተምር ይገባታል፡፡ አሥራትም የሚወጣው ለአገልጋዮች በመሆኑ ሊታፈርብትና ከሰው እንደ ነጠቅነው አድርገን ልናስብ አይገባንም፡፡ እርግጥ አሥራት የአገልጋዩች፣ የካህናት ነው በሚል ሰበብም የሚሰበሰበውን ገንዘብ አግባብነት በጐደለው መንገድ ልናባክነውም አልተፈቀደልንም፡፡

በሌላ አንጻር በዚህ ዘመን ባሉት አብያተ ክርስቲያናት ደግሞ አስተምህሮውን ወደ ሌላ ጥግ በመሳብ (Extreme) በመሆን ከልክ በላይ ለጥጠውት ሌላው ሁሉ ትምህርት ተረስቶ ሰዎች ገንዘባቸውን ለቤተ ክርስቲያን በመስጠት እንደሚባረኩ ጆሮዋቸው እስኪደነቁር ድረስ ይወተውታሉ፤ ይህም ቢሆን ጽንፈኝነት ያጠቃውና ፈቃደ-እግዚአብሔር ያልሆነ፣ ብሎም ለፈቃደ-እግዚአብሔር ዓላማ እንዲውል የታለመ ተግባር፣ እንዲሁም በቅንነት የሚደረግና ተገቢነት ያለው ልምምድ አይደለም፡፡

በመጨረሻም ስለ አሥራትም ሆነ ስለ ሌሎች ስጦታዎች በሚሰጡ ትምህርቶች ዙሪያ አንካሳነት ያለው ነገር በሁለቱም አብያተ ክርስቲያናት (በነባሮቹም ሆነ በአሁን ዘመኖቹ አብያተ ክርስቲያናት ዘንድ) የሚታይ መሆኑን ጠቆም ሳላደርግ ማፈሉን አልመረጥሁትም፡፡ ስለዚህም ጥቂት ዐበይት የሆኑ ስሕተቶችን እንደሚከተለው ልጠቁም እፈልጋለሁ፡፡

የመጀመሪያው ሁለቱም ወገኖች ለሆነ ዓላማ ገንዘብ ሲያስፈልጋቸው ስለ መስጠትም ሆነ አሥራት ያስተምራሉ፡፡ ይህ ስሕተት ነው፡፡ ሕዝበ-እግዚአብሔር ስለ መስጠት መማር ያለበት አሁን ለተፈለገ ድንገተኛ ወጭ ሲባል አይደለም፡፡ ይልቁንም መስጠት የሁልጊዜ ማለትም የዕለት ተዕለት ተግባሩ ወይም ሕይወቱ እንዲሆን ነው፡፡ በዚህ የዕለት ተዕለት ሕይወት ተግባርና የመስጠት ባህል ውስጥ ነው በረከቱ የሚመጣው፡፡ እናም አማኞች የቱም ዐይነት መጎትጎት ሳያስፈልጋቸው ሕይወታቸው የሆነ መስጠትን የሚለማመዱት፡፡ በረከቱንም ደግሞ ሁልጊዜም እያጨዱ በራሳቸው ሕይወት ውስጥ የሚያረጋግጡት በዚህ መልኩ ነው፡፡

ሁለተኛው ሁለቱም ወገኖች መስጠትን ጠበብ ባለና በቤተ ክርስቲያን ዙሪያ በሚሽከረከር መልኩ ነው የሚመለከቱት፡፡ መስጠት ከቤተ ክርስቲያን ቅጥር ግቢ ያለፈ እና የጠለቀ ነገር ነው፡፡ መጽሐፍ ለድሀ የሚሰጥ ለእግዚአብሔር ያበድራል ይላል፡፡ ለድሆች መስጠት የሚያጸድቅ ባይሆንም፣ ነገር ግን ጌታ እግዚአብሔርን ደስ ያሰኛል፡፡ በውስጣችን ያለን የእግዚአብሔርን ፍቅር በተግባር ተገልጦ እንዲታይ ያደርገዋል፡፡ በዚህ ተግባርም ጌታ እግዚአብሔር ክብርን ያገኝበታል፡፡ ቤተ ክርስቲያን ራስዋም ለድሆች ስትሰጥ አትታይም፡፡ ለድሆች ስጡም አትልም፡፡ እንዲህ ያለውን ትምህርት የሰጠች እንደ ሆነ ሰዎች ወደ ቤተ ክርስቲያን ገንዘብ አያመጡም ብላ ነው የምታስበው፡፡

ሦስተኛው ከዚህ ጋር በተያያዘ አሥራት የሚሰጥበትን ምክንያት ጌታ እግዚአብሔር አምላክ በብሉይ ኪዳን ውስጥ ሲያስቀምጥ በቤቴ ውስጥ መብል ይሆን ዘንድ አሥራቱን ሁሉ ወደ ጎተራዬ አግቡ ይላል፡፡ ከዚህም በቤቱ ውስጥ ለሚሆን አገልግሎት ሁሉ፣ ለክርስቲያናዊ ምክንያቶች ሁሉ ከአሥራት የሚሰበሰብ ገንዘብ ጥቅም ላይ ሊውል እንደሚገባ ልንረዳ እንችላለን፡፡ ይህም ደግሞ የአገልጋዮችን ወጭ ጨምሮ ችግረኞችን ሁሉ መደገፍን የሚጠቀልል ጉዳይ ነው፡፡ ነገር ግን በዚህ መልኩ ጉዳዩ የሚታይበት ሁኔታ የለም፡፡

አራተኛውና የመጨረሻው ጥቆማዬ ወደ ጎተራዬ አግቡ ይላል እንጂ፣ ወደ ዋናው መጋቢ አካውንት አስገቡት እናም ከወጭ ቀሪው የእርሱ ነውና እንደ ፈለገው ያድርገው አይልም፡፡ ግን ግለሰብ-መር በሆኑ አብያተ ክርስቲያናት ዘንድ የሚታየው እንዲህ ያለው ዓለማዊና የነጋዴነት መንፈስ ከፋኛ የተጠናወተው አካሄድ ነው፡፡ እንዲህ ያለው አካሄድና ልማድ ዋና መጋቢዎቹ እግዚአብሔር አምላክ የማድረግ ዕንድምታዊ መልእክት አለው፡፡ እኔ እግዚአብሔር ነኝ ብሎ ከመናገር የሚተናነስ ነገር አይደለም፡፡ በመሠረቱ እንዲህ ያለው ያስገባሪነት መንፈስ የዲያብሎስ መንፈስ ነው፡፡ እናም በዚህ መልኩ ለሚመላለሱ ምእመናን እርግማንንና የሕይወት ድርቀትን ካልሆነ በስተቀር ምንም ዐይነት በረከትን ሊያመጣላቸው አይችልም፡፡

የቱም አገልጋይ ተገቢ ነው ወቅቱን ያገናዘበና ያገለገለበትን ዘመን፣ እንዲሁም ዕውቀቱን እና የሚሰጣቸውን ኀላፊነቶች ከግምት ያስገባ ደመወዝ፣ የትራንስፖርት አበል፣ የሚቻል ከሆነና ዐቅም ካለ፣ የቤት ኪራይ ... ወዘተ የመሳሰሉ ጥቅማ ጥቅሞች ሊሰጡት ይገባል

ወይም ቀለቡ በሚገባ ሊሰፈርለት ይገባል እንጂ፣ የእግዚአብሔርን ጎተራ የራሱ አካውንት ሊያደርግ አይገባም፡፡ የቱም አገልጋይ ለራሱ በራሱ ዕጅ ቀለብን ሊሰፍርም አይገባም፡፡

ይህ የቤተ ክርስቲያን ሽማግሌዎችና የዲያቆናት ተግባር ነው፡፡ የእግዚአብሔር ቤትን ማስተዳደር የአንድ ሰው ተግባር ሳይሆን፣ የበርካታ ሰዎች ሚናና ኀላፊነት ነው፡፡ ስለ መስጠትም ሆነ ስለ አሥራት ስንነጋገር በቅድሚያ ይህ ሁሉ ነገር በውል ሊጤን እንደሚገባ ማወቅ ይኖርብናል፡፡ ነገሮችን እንዲያው በግርድፉ ከምናይበት አተያይም ሆነ አካሄድም መጠበቅ ያስፈልጋል፡፡

የአሥራት - ትርጉም

አሥራት የሚለው ቃል በቤተ ክርስቲያን ውስጥ በስፋት ሥራ ላይ የዋለና የተለመደ ቃል ነው፡፡ የዕብራይስጡንና የግሪኩን ትርጓሜ ስንቃኝ አሥራት ማለት ከአሥር አንድ የሚል ፍቺ ይዟል፡፡

የአሥራት ማውጣት ልምምድ ታሪካዊ ዳራ

አሥራትን የማውጣት ልምምድ ከሙሴ ሕግ የመነጨና በዕብራውያን፣ ማለትም በብሉይ ኪዳን የቃል ኪዳን ሕዝቦች ተብለው በሚጠሩት በእስራኤላውያን መካከል የተጀመረ ነገር አይደለም፡፡(ኒው ባይብል ዲክሽነሪ ፣ ሦስተኛው እትም ፣ ኢንተርቫርስሺያ ፕሬስ ፣ አሜሪካ 1962 ፣ ገጽ 1193)

አሥራትን የማውጣት ልምምድ ጥንታዊ መሆኑን የታሪክ ድርሳናት ይነግሩናል፡፡ አሥራት በጥንት ጊዜ በባቢሎን፣ በተጨማሪም በፋርስ እና በግብፅ፣ እንዲሁም በቻይና እንኳ የነበረ ልምምድ መሆኑን ታሪክ ዘግቦት ይታያል፡፡ አብርሃምም ቢሆን አምስቱን ነገሥታት ለመምታት ከመውጣቱ በፊት ይህን በውል ያውቀው ነበር፡፡ ለዚህም ነው ለመልከ-ጸዴቅ ከማረከው ምርኮ ሁሉ አሥራትን ያወጣው፡፡(ዘ ኒው ኢንተርናሽናል ባይብል ዲክሽነሪ ፣ ሜሪል ሲ ቴኒኒ ፣ (ዞንደርቫን 1963) ፣ ገጽ 1020.)

አሥራትን ማውጣት በእግዚአብሔር ሕዝቦች ዘንድ ያለው ልዩና መንፈሳዊ ትርጉም አጀማመሩ

457

ኢ.ፌ.ቤ.አ. አገልግሎት ዕብራውያን መጽሐፍ ጥናት ክፍል 2

አሥራትን ማውጣት እንደ ትእዛዝ ሆኖ የተሰጠው በሙሴ ዘመን ነው፡፡ የብሉይ ኪዳን በርካቶቹ ሕጎች የወጡት በዚህ ጊዜ እንደ ሆነ ይታወቃል፡፡ በዚህ ጊዜ ታዲያ ልማዳዊና ባህላዊ ወግ ሳይሆን፣ መንፈሳዊ የሆነ ብሎም ቃል ኪዳናዊ የሆነ ገጽታን የተላበሰበትን መልክ የያዘበትን ሁኔታ እናያለን፡፡ አሥራት መክፈል ከፋዩን እንዲባረክ የሚያደርግ ሲሆን፣ ተቀባዩን እግዚአብሔርን ደግሞ ባራኪ የሚያደርግ ነው፡፡ የልዑል እግዚአብሔር መልከ-ጸዴቅ የእግዚአብሔር ካህን እንደ መሆኑ እግዚአብሔርን ወክሎ አሥራቱን ሲቀበለውና ሲባርከው እንመለከታለን፡፡ ከፋዩ የመክፈል ግዴታ አለበት፡፡ አሥራትን አለመክፈሉ እርግማንን በራሱ ላይ እንዲጋብዝ ያደርገዋል፡፡ በሚከፍል ጊዜ ደግሞ በተትረፈረፈ በረከት ውስጥ የሚመላለስበትን ዕድል ይሰጠዋል፡፡ እዚህ ላይ በውል ልብ ልንለው የሚገባ ነገር አሥራት በሰዎች ዕጅ ቢሰጥም፣ የሚሰጠው ለማንም ሳይሆን፣ ለእግዚአብሔር እንደ ሆነ መታወቅ አለበት፡፡ (ዴክስ የተብራራ መጽሐፍ ቅዱስ ፣ የተሟላ ኮንኮርዳንስ - ሳይክሎፔዲክ ማውጫ ፣ ገጽ ፣ 118.)

ልዩ የሆነው መንፈሳዊ ትርጉሙ

አሥራትን መክፈል ጌታ እግዚአብሔር አምላክ ሆይ እኔም ሆንሁ የሰጠኸኝ ነገር ሁሉ (መቶው ፐርሰንት) የአንተ ነን፡፡ ይህንንም ከሰጠኸኝ ነገር ሁሉ ከአሥሩ ዕጅ አንዱን ለአንተ በመቀደስ (ለይቶ በመስጠት) በተግባር አሳያለሁ ወይም አረጋግጣለሁ ብለን በአንደበት ሳይሆን፣ በተግባር የምንናገርበት ሁለንተናዊ መሰጠታችን ነው፡፡

ዓለማው

አሥራት የሚከፈልበት ዓለማ በመጽሐፍ ቅዱስ ውስጥ በግልጽ የተቀመጠ ሲሆን፣ ይህም በቤቴ ውስጥ መብል ይሆን ዘንድ አሥራቱን ሁሉ ወደ ጎተራዬ አግቡ ይላል (ሚል. 3፥10)፡፡ በብሉይ ኪዳን ካህናት ለሆኑቱ ለሌዋውያን ቀለብ እንዲሆን፣ የተሰጠ ሲሆን፣ አሁን ላይ ደግሞ በቤተ ክርስቲያን ውስጥ ለሚያገለግሉ አገልጋዮች (ወንጌላውያን፣ ቄሶች ወይም መጋቢዎች፣ ...ወዘተ) ቀለብ አሊያም ደመወዝም ሆነ ጥቅማ ጥቅሞች ሊውል ይገባል፡፡(የአፍሪካ የመጽሐፍ ቅዱስ ሐተታ-በ 70 ምሁራን ፣ ቶኩንቦህ አደየሞ ፣ ጄኔራል

አዘጋጅ ፣ ዕብራውያን ፣ ተስፋይ ካሳ ፣ ዞንደርቫን 2006 ፣ ፒ. 1498-1499 የተጻፈ አንድ ጥራዝ አስተያየት)

ዘ ኢንሳይክሎፒዲያ አሜሪካ አሥራት የሚለውን ቃል ሲተነትነው *"በቤተ ክርስቲያን ውስጥ ምእመኑ በፈቃደኝነት፣ ለመጋቢያንና ለቄሶች ለቤተ ክርስቲያን ሥራ ማካሄጃም የሚያዋጣው ገንዘብ ነው:: ከገቢው 10 ከመቶውን የሚከፍልበት የሃይማኖታዊ ተቋማት ገቢ ነው»* ይለዋል::

ዌስት ሚኒስቴር የሚባለው የመጽሐፍ ቅዱስ መዝገበ ቃላትም አሥራትን ሲተነትነው "ከገቢያችን አሥር ዕጁን ለእግዚአብሔር የምንሠዋበት፣ ከምርታችን የተወሰነውን መጠን ለእግዚአብሔር የምንለይበት" ነው ይለዋል::

ምንም እንኳ የአሥራት ትርጓሜው ግልጽና ቀጥተኛ ቢሆንም፣ አጠቃቀሙን በተመለከተ ግን ከፍተኛ አለመግባባት ያለ በመሆኑም ትርጓሜው ምን ማለት እንደ ሆነ አስረግጠ መነሣት፣ በአስተምህሮች መካከል ያለውን ውዝግብ በጥቂቱም ቢሆን ሊያለዝበው ይችላል የሚልም ግምት አለን:: ብዙዎች የሚቸገሩት ትርጓሜው ላይ ሳይሆን፣ ይዘቱና አጠቃቀሙ ላይ ነውና::

በአብዛኛዎቹ የዘመናችን አብያተ ክርስቲያናት እና ነፃ አብያተ ክርስቲያናት (Liberal Churches) የሚል ስያሜን የተላበሱቱ ወገኖች አሥራትን በበጎ ፈቃደኛነት ሰዎች ነፃ ሆነው የሚሰጡት ስጦታ እንደ ሆነም ያምናሉ:: ሰዎችም ከትንሹ በመጀመር እንደ ገቢያቸው መጠን መስጠት እንደሚችሉም ያስተምራሉ:: እነኚህ ዘመናውያንና ነፃ አብያተ ክርስቲያናት አሥራትን በተመለከተ በርካታ የራሳቸው አስተምህሮዎችም አሉዋቸው::

ከእነዚህ ውስጥ ዋና ዋናዎቹ አሥራት መስጠት ያለበት ከአጠቃላይ ገቢ ሳይሆን፣ ከተጣራ ትርፍ (Net Profit) ላይ መሆን አለበት ይላሉ:: ድሆችና በመንግሥት እየተረዱ ያሉ ሰዎችም አሥራት መስጠት እንደ ሌለባቸውና ማንኛውም ሰው አሥራትን ለመስጠት ከመነሣቱ በፊት በመጀመሪያ ቤተ ሰቡን እንደሚገባ መመገቡን እርግጠኛ መሆን አለበት ይላሉ:: አንድን የመጽሐፍ ክፍል ወስደው ቃሉን ከመጥቀስም ባሻገር ጥቅል መርኆችን በራሳቸው እየፈጠሩ በፊታቸው ደስ ብሎ በታያቸው አስተሳሰብ መመራትን

ስለሚመርጡ ከላይ ከፍ ብለን የተመለከትናቸው አመለካከቶች ማንጸባረቅን ይመርጣሉ፡፡

በሌላ አንጻር የቆሙት የአክራሪነት ባሕርይ አላቸው የሚባሉት (Conservative and Fundamental) አብያተ ክርስቲያናት ደግሞ አሥራት ማለት ልክ እንደ ቃሉ ከአሥር አንድ ነው፡፡ ይህም ስጦታ ከአጠቃላይ ገቢ (Gross Income) የሚወሰድ እንጂ፣ ከተጣራ ትርፍ ላይ ተቀንሶ አሥራት አይወጣም ብለው ያስተምራሉ፡፡ እነዚህ አክራሪ ዐቋም ያላቸው አብያተ ክርስቲያናት ድህና ሀብታም ሳይሉ ሁሉም ሰው ከጠቅላላ ገቢው ከመቶ አሥር ዕጁን አሥራት ማውጣት አለበት ብለው ያምናሉ፡፡ *(Reting 2- PDF) Page 17/ The Content of Tithe)*

እነዚህ ሁለት አመለካከቶች የገዛ ራሳቸው በጎ ጎንም ሆነ ደካማ ጎን ወይም ውስንነት እንዳላቸው ሊታወቀን ይገባል፡፡ እዚህ ላይ የአንጻራዊነት ሕግን ተግባራዊ ማድረጉ በጥቂቱም ቢሆን ጠቃሚነት ይኖረዋል፡፡ እያንዳንዱ ድርጊት የቱንም ያህል ብርቱ ጎን ቢኖረውም የራሱ የሆነ ውስንነት ሊኖረው እንደሚችል ማሰብም ሆነ በውል ማየት ተገቢነት ያለው ነገር ነውና፡፡

አሥራት ከተጣራ ገቢ ሊወጣ ይገባል፡- ይህ አመለካከት ስለ አሥራት የተሰጡ ትምህርቶችን ከዚህ ዘመን ተጨባጭ ሁኔታዎች አንጻር የሚመለከት ነው፡፡ ይሁንና ገዥ የሆነው የሥነ አፈታት አስተምህሮ መርኅ ቅዱሳት መጻሕፍትን "ያኔ፣ እዚያና ለእነዚያ ሰዎች" የተላለፈውን የመጀመሪያውን መልእክት (original message) በቅድሚያ እንድንፈልግ የሚጠይቀን በመሆኑ ቅዱሳት መጻሕፍትን በዘመናዊ ሥልጣኔና የኑሮ ሁኔታ ውስጥ ለመረዳት መሞከር በርካታ ነገሮችን ለመሸራረፍና ለመቀናነስ ስለሚዳርግ ከዚህ ዐይነቱ አተረጓጐም መራቅ ይኖርብናል፡፡ ስለዚህ በዚህ ረገድ ደካማ ሆኖ ይስተዋላል፡፡ ሁለተኛው ድካሙ ደግሞ አሥራት በግድ የሚወጣም ሆነ መጉደያ መንገድ አለመሆኑን የሳተና ሰዎች በድህነታቸው ምክንያት አሥራትን አለማውጣታቸው እንደሚጠቅማቸው ተደርጎ የሚታሰብበት መሆኑ ነው፡፡

ይሁን እንጂ፣ ይህ ዐይነቱ አስተሳሰብ መጽሐፍ ቅዱሳዊ አይደለም፡፡ ጌታ በደስታ የሚሰጠውን የሚወድድ የመሆኑ ዕውነት በዚህ ዕሳቤ ውስጥ ተሸራርፎ እናገኛለን፡፡ በተጨማሪም መክበሪያውንን መበልጸጊያውን ነገር እንደ መክሰሪያና መደህያ መንገድ

ተደርጎ መታየቱ የዚህ አመለካከት አቀንቃኞችን መጽሐፍ ቅዱስን በቅጡ አለማወቅ ያሳብቃል፡፡

ለመሆኑ ይህ አመለካከት ብርቱ ጎን አለው ወይ? ከተባለ መልሱ በመጠኑም ቢሆን አዎን የሚል ይሆናል፡፡ ጭራሽ አሥራት ካለማውጣት ከተጣራው ገቢ ላይ ማውጣቱ በእጅጉ የሚሻል ነውና፡፡ የሰዎች ተሞክሮ እንደሚያሳየው ብዙዎች ከተጣራ ገቢያቸው ላይ አሥራትን ሲያወጡ ይታያል፡፡ ደግሞም የጌታ በረከት ሲከተላቸውና በኤኮኖሚ ረገድ ሲበለጽጉም ሆነ ከድህነት ሲወጡ ታይተዋል፡፡ እናም ለመጀመር ያህል ከተጣራ ገቢ መጀመሩና በመስጠት እያደጉ መሄድ የሚቻል ነገር መሆኑን ብሎም ብዙዎችን የሚያበረታታ መሆኑ እንደ በጎ ጎን ሊታይለት ይገባል፡፡

አሥራት ከዋናው ገቢ ነው መውጣት የሚለው እንደ ግዴታ ተደርጎ በጽንፈኝነትና በሕግ-እስረኝነት (legalism) አስተሳሰብ ከተወሰደ ብዙዎችን አሥራት ለመክፈል የማያበረታታት ይሆናል፡፡ ይህ ብቻ እንደ ደካማ ጎንነት ሊወሰድበት ይችላል፡፡ ሌሎቹ ዕውነታዎች ግን ትክክል ናቸው፡፡ አዎን ድሆችም ቢሆን አሥራት ሊያወጡ ይገባቸዋል፡፡ አሥራት ተጨማሪ ወጭ በማውጣት መደህያ መንገድ ሳይሆን፣ የእግዚአብሔርን ለእግዚአብሔር በመስጠት ከሌብነት መጠበቂያም ሆነ የጌታ እግዚአብሔር አምላካችንን በረከት ማጨጃ ልዩና መለኮታዊ የሆነ መሣሪያ ወይም መንገድ ነው፡፡ ሚዛናዊ ሊሆን ይገባል፡፡

አዎን አሥራት መበልጸጊያ እንጂ፣ መድህያ ከቶ ሊሆን አይቸልም፡፡ በዚህ መልኩ ነገሮችን የሚመለከቱ ሰዎች ሦስት መሠረታውያን ችግሮች ያሉባቸው ናቸው፡፡ አንደኛው ቃለ-እግዚአብሔርን አለማወቅ ሲሆን፣ ሁለተኛው ደግሞ በእግዚአብሔር ቃል አለማመን ናቸው፡፡ ሦስተኛው ደግሞ ሥጋውያን መሆናቸውና ትምህርተ-አሥራትን ጌታ በሚያይበት ዐይን መመልከት ከቶ የማይችሉ፣ ይበልጥ ግልጽ ለማድረግም ያህል መንፈሳዊ ዐይኖቻቸው የታወሩባቸው ሰዎች ናቸው፡፡

ጌታችን ኢየሱስ ክርስቶስ አሥራትን እንዳወጣ ከወንጌላት ውስጥ አንድም ቦታ አናነብብም፡፡ ለዚህም በምክንያትነት የሚቀርበው እርሱ ምንም የሌለው ድሀ በመሆኑ ነው የሚል አመለካከት አለ፡፡ በብሉይ ኪዳን ሕግ ምንም ገቢ የሌላቸው ድሆች አሥራትን እንዲያወጡ አይገደዱም፡፡ ከዚህ ይልቅ ምጽዋትንና ስጦታን ከሌሎች ይቀበላሉ፡፡ ጌታ

ስለ እያንዳንዳችን ኃጢአት ሲል ከክብሩ ወርዶ በድህነት ኖረ፡፡ ይሁንና እርሱ ምጽዋትና ስጦታ ግን አልተቀበለም፡፡ ከዚህ ይልቅ ሕይወቱን ለእያንዳንዳችን አሳልፎ ሰጠ፡፡

በብሉይ የእስራኤላውያን ባህል ሁለት ዐይነት የአሥራት አወጣጥ ሥርዓት ወይም መንገድ ነበረ፡፡ የመጀመሪያው ከእህል ውጤቶች የሚወጣው አሥራት ነው (ዘሌዋ. 27÷30)፡፡ ሁለተኛው ደግሞ ከእንስሳት የሚወጣው አሥራት ነው (27÷32)፡፡

አሥራት የሚወጣባቸው ዐይነቶች

ከምድር ፍሬ፤- "የምድርም አሥራት፥ ወይም የምድር ዘር ወይም የዛፍ ፍሬ ቢሆን፥ የእግዚአብሔር ነው፤ ለእግዚአብሔር የተቀደሰ ነው። ሰውም አሥራቱን ሊቤዥ ቢወድድ፥ አምስተኛ ይጨምርበታል። ከበሬም ሁሉ ከአሥር አንድ፥ ከእረኛውም በትር በታች ከሚያልፍ በግና ፍየል ሁሉ ከአሥር አንድ ለእግዚአብሔር የተቀደሰ ይሆናል" (ዘሌ. 27÷30-32)፡፡

ከእህል ዘር

"የማንሣት ቍርባናችሁም እንደ አውድማው እህልና እንደ ወይን መጭመቂያው ፍሬ ይቈጠርላችኋል" (ዘኍ. 18÷27)፡፡ (በተጨማሪም ዘዳ. 12÷27፤ 14÷22-23፤ 26÷12፤ 2ኛ ዜና 31÷5-6፤ ነህ. 10÷37፤ 13÷5፤ ሚከ. 3÷23 ተመልከቱ)፡፡

አከሆር የተባለ የመጽሐፍ ቅዱስ መዝገበ ቃላት ስለ አሥራት ሲገልጽ፡- "በብሉይ ኪዳን ዘመን አሥራት ይወጣ የነበረው ከተወሰኑ የእርሻ ውጤቶች ነበር፡፡ እየቆየ ሲሄድ ግን የአይሁድ መምህራን ከሁሉም ዐይነት የእህል ዘር አሥራትን ይቀበሉ ጀመር፡፡ ጭራሹን ጊዜው እየረዘመ በሄደ ቍጥር ከማንኛውም ገቢ የሆነ ነገር አሥራት እንዲወጣ አደረጉ" ይላል፡፡

አልፈርድ የተባለ የነገረ መለኮ መምህር ሲናገር፡- "የጥንቱ የብሉይ ሕግ እስራኤላውያን ከእርሻ ውጤቶች ውጭ ከሆነ ከሌላ የገቢ መስክ፣ ለምሳሌም ከንግድ ግብይት አይወጣም ነበር" ይላል፡፡ ፋውሴት የመጽሐፍ ቅዱስ መዝገበ ቃላት (Faussets Bible Dictionary)

የሚለው ደግሞ የዚህን ተቃራኒ ነው፤ *"አሥራት ከእንስሳት ከበግና ከቀንድ ከብቶች ለእግዚአብሔር የሚሰጥ ነው"* ይለዋል፡፡

አሥራት ከየትኛው ዐይነት ምርት ይወጣል? ለሚለው እነዚህ ከላይ የዘረዘርናቸውና ሌሎችም በርካታ መዝገበ ቃላት የየራሳቸውን ትንታኔ ይሰጡበታል፡፡ መጽሐፍ ቅዱስ በግልጽ እንደሚያስቀምጠውም አሥራት ከእርሻ ውጤቶችም ሆነ ከእንስሳት እንደሚገኝ፣ ወደ አዲስ ኪዳን ስንመጣም ገንዘባችንን በአሥራት መልክ እንደምንሰጥ ይታወቃል፡፡

በየትኛው መልክ ቢቀርብም አሥራት በመጀመሪያ ደረጃ ለእግዚአብሔር ያለንን አክብሮትና አምልኮታችንን የምንገልጽበት ሲሆን፣ በሁለተኛ ደረጃ ደግሞ በብሉይ ኪዳን ለሌዋውያኑና ለካህናቱ ለቤተ መቅደሱ አገልግሎት የሚውል ሲሆን፣ በአዲስ ኪዳን ደግሞ ከዚህም ሰፋ ባለ መንገድ ለወንጌል ስርጭት አገልግሎት የሚውል እንደ ሆነ እንገነዘባለን፡፡

አሥራትና ስጦታ - በመጽሐፍ ቅዱስ ዕይታ

አሥራትና ስጦታ በመጽሐፍ ቅዱስ ውስጥ ግልጽ ትምህርት ከተሰጣቸውና፣ በየዕለቱ ሕይወታችንም ውስጥ ከምንለማመዳቸው፣ **በብሉይ ኪዳንም ሆነ በአዲስ ኪዳን ልምምዱ የቀጠለ አስተምህሮ (ዶክትሪን) ነው**፡፡ ምንም እንኳ የአዲስ ኪዳኑ የአሥራትና የስጦታ ልምምድ ከብሉይ ኪዳኑ የሚለዩት ጠባያት ቢኖሩትም፣ በመሠረታዊ አስተምህሮ ደረጃ ግን በሁለቱም ኪዳኖች ውስጥ ተመሳሳይ ጠቀሜታን ያስገኙ ሰማያዊ ትእዛዛት ናቸው፡፡ በዚህ መሠረት አሥራትና ስጦታ መጽሐፍ ቅዱሳዊ ቅኝታቸው ምን መልክ እንዳለው በዚህ ክፍል ላይ በዝርዝር እንመለከተዋለን፡፡

1. አሥራት

1.1. አሥራት በብሉይ ኪዳን የተደነገገ ትእዛዝ ነው (ዘሌዋ. 27፥30-33፤ ዘዳ. 12፥6-7፤ 2ኛ ነገ. 31፥4-8

1.2. በዚህ የብሉይ ኪዳን ትእዛዝ ውስጥ ማንኛውም ነገር በአሥራት መልክ እንደሚወጣም ተደንግጓል (ዘፍ. 14፥20)፡፡ አብርሃም የማረከው ምርኮ በርካታ

ሲሆን፣ ከተገኘው ምርኮ ሁሉ አሥራትን እንዳወጣ ከቃሉ እናነብባለን (ዘፍ. 28÷22፤ ዘዳ. 14÷23)፡፡

1.3. አሥራት በብሉይ ኪዳን የሚወጣው ሌዋውያኑን ለመደገፍ፣ ለዕለት ኑሮአቸው የሚያስፈልጋቸውን ለመስጠት ነው፡፡ እነዚህ ሌዋውያን ራሳቸውን ለእግዚአብሔር መንግሥት አገልግሎት በመለየት የእግዚአብሔርና የሕዝቡ አገልጋዮች በመሆን ሰዎች ከእግዚአብሔርና ከሕዝቡ ጋር መልካም ግንኙነት እንዲኖራቸው የሚያደርጉ ሲሆኑ፣ ለእነርሱ የዕለት ኑሮ የሚያስፈልጋቸውን ወጭም ሕዝቡ በአሥራት መልክ እንዲሰጥ ታዝዟል፡፡ በሚቀጥሉት ጥናቶቻችን ውስጥ ለማስረዳት እንደሚሞከረው ሌዋውያኑ በአሥራት ብቻ የሚኖሩ ሳይሆን፣ ራሳቸውም እርሻቸውን እያረሱ ለዕለት ኑሮአቸው የሚሆናቸውን ገቢም እያገኙ እንደሚያገለግሉም እንገነዘባለን፡፡ ይህን በቀጣይ ባሉት ምዕራፎች የምንመለስበት ሲሆን፣ ለአሁኑ ግንዛቤያችን ግን ከመጽሐፍ ቅዱስ እነዚህን ክፍሎች እንመልከት (ዘኁ. 18÷21-24፤ ዘዳ. 14÷22-27)፡፡

1.4. እስራኤላውያን አሥራትን ማውጣት ያቆሙበት ዘመንም ነበር (ነህ. 13÷10-12፤ ሚል. 3÷8-10)፡፡ ለእግዚአብሔር ቤትና ለአገልጋዮቹ የተመደበውን አሥራት ማቆም እግዚአብሔርን አለመታዘዝ ነው፡፡ ሰዎች ከመንፈሳዊ ድንዛዜ የተነሣ፣ ገንዘብን በመውደድም አንዳንዴም ከዕውቀት ማነስ ምክንያት፣ አልፎ አልፎም ከቤተ ክርስቲያናቸው ጋር ሲጣሉና ሲያኮርፉ አሥራታቸውን ወደ ቤተ ክርስቲያን ማምጣት ያቆማሉ፡፡ አንዳንድ ሰዎች ደግሞ አሥራታቸውን ራሳቸው ለፈቀዱት መንፈሳዊ ሥራ ወይም ለፓስተሩ በግል ይሰጡና ለቤተ ክርስቲያን ማስገባት የሚገባቸውን አሥራት ሳያስገቡ ይገኛሉ፡፡ በዚህ ክፍል ላይ እስራኤላውያንም ከመንፈሳዊው ድንዛዜ የተነሣ ይመስላል አሥራታቸውን ወደ ጎተራ የማያስገቡበት ሁኔታ ነበር፡፡

1.5. በአዲስ ኪዳን አሥራት ሰው ደስ ብሎት በፈቃደኝነት የሚያደርገው ነው (ማቴ. 23÷23)፡፡ በዚህ ቦታ ጌታ እናንተ የአሪት ሕግ መምህራን እያለ አሥራት የሚያወጡበትን ዐይነት ይዘረዝራል፡፡ ከጥቃቅን ነገሮች ሳይቀር፣ ለመጥቀስም ያህል ከአዝሙድ፣ ከከሙንና ከድንብላል ሳይቀር አሥራትን ያወጣሉ፡፡ ወጉን ሥርዓቱን አጥብቀው ይዘውታል፡፡ ይሁንና ግን ትልቁን ጉዳይ ትተዋል፡፡ ፍትሕን፣ ታማኝነትን፣ ምሕረትን እንደ ረሱና በእነዚህ ነገሮች ሳይኖሩባቸው ቀርተው አሥራትን በማውጣቱ ሥርዓት ረገድ ግን ጥብቆች እንደ ሆኑ ይናገራል፡፡

ፍትሕ በተጓደበት ትክክለኛ አሠራርና ዕውነት አይኖርም፤ ስለዚህ እነዚህ ሰዎች ፍርድን በማጣመም፣ በጉበኝነት፣ ዕጅ መንሻ በመቀበል፣ በሐሰት ይሠራሉ ማለት ነው። ታማኝነት በሌለበት የሌሎችን ሰዎች ሀብት መዝረፍ፣ ስርቆት፣ ማታለል፣ ማጭበርበር በሰዎች ላይ ይነግሣል። ስለዚህ እነዚህ ሰዎች የሚሰበስቡትን ገንዘብ በማጭበርበርም እንደሚያገኙት ያሳያል። እነዚህ ሰዎች ምሕረትን አያውቁም። ዕዳ ላለባቸውን ሰዎች ምሕረት አያደርጉላቸውም። በደል ባደረሱባቸው ላይ የምሕረት ቃል የላቸውም። ሁልጊዜ በጨካኝነት፣ በክፋት ይንቀሳቀሳሉ።

ይሁንና በሌላ አንጻር የመጨረሻዎቹ ወግ አጥባቂዎች ሆነው ከጥቃቅኗ ነገር ሳይቀር አሥራትን ያወጣሉ። ይህ የግብዝነት ሕይወት ነው። እግዚአብሔር ሕይወታችን ሳይስተካከል በምንሰጠው አሥራትም ሆነ አገልግሎት እንደማይደሰት ብሉይ ኪዳንም ሆነ አዲስ ኪዳን በግልጽ ያስተምሩናል።

2. የፍቅር ስጦታ

አዲስ ኪዳናዊው የአሥራት አሰጣጣችን ከግል የሕይወት ንጽሕናችንና ከ ልብ መነሻ አሳባችን (Motive) ይጀምራል። በመቀጠልም በግዳጅና በሕግ ሳይሆን፣ በደስታ እንድናደርገው ያስተምረናል። አንዳንዶች ከዚህ ተነሥተው አሥራት ማለት ከአሥር አንድ የሚለው ትርጓሜ ያለው በመሆኑ፣ በአዲስ ኪዳን አሥራት አይሠራበትም፣ በአደስ ኪዳን ስጦታ እንጂ፣ አሥራት ቀርቷል ብለው ያስተምራሉ።

ይህ ትርጓሜ ትክክለኛ ነው (ሉቃስ 11÷42)። "ነገር ግን እናንተ ፈሪሳውያን፥ ከአዝሙድና ከጤና-አዳም ከአትክልትም ሁሉ አሥራት ስለምታወጡ፥ ፍርድንና እግዚአብሔርን መውደድ ስለምትተላለፉ፥ ወዮላችሁ፤ ነገር ግን ሌላውን ሳትተዉ ይህን ልታደርጉት ይገባችሁ ነበር።"

ከአሥራት ሌላ በመጽሐፍ ቅዱስ የመሥዋዕት ስጦታንም ለእግዚአብሔር ቤት እንድንሰጥ ያስተምረናል። በብሉይ ኪዳን የተለያዩ የመሥዋዕት ዐይነቶች አሉ። እነዚህንም በአጭሩ እንቃኛቸው። የሚቃጠል መሥዋዕት ስጦታ (ዘሌ. 1÷1-17) "ለእስራኤል ልጆች እንዲህ ብለህ ንገራቸው። ከእናንተ ማናቸውም ሰው ለእግዚአብሔር መባ ሲያቀርብ መባችሁን ከእንስሳ ወገን ከላሞች ወይም ከበጎች

ታቀርባላችሁ። መባውም የሚቃጠል መሥዋዕት ከላሞች መንጋ ቢሆን፥ ነውር የሌለበትን ተባቱን ያቀርባል፡፡ በእግዚአብሔር ፊት እንዲሠምር በመገናኛው ድንኳን ደጃፍ ፊት ያቀርበዋል።” ለዚህ መሥዋዕት የሚቀርቡት ወይፈን፣ ጠቦት ወይም ተባዕት ርግብ የመሳሰሉት ናቸው፡፡ የዚህ መሥዋዕት ዓላማም በፈቃደኝነት የሚደረግ አምልኮ፣ ባለማወቅ ለተደረገ ኃጢአት ማስተሰሪያ፣ ለእግዚአብሔር ሙሉ በሙሉ ራስን መስጠትና መገዛትን የሚያመለክት ነው፡፡

ሁለተኛው የስጦታ ዐይነት የእህል ቊርባን ስጦታ ወይም መሥዋዕት ነው፡፡ በዚህ የስጦታ ዐይነት እህል፣ ዱቄት፣ የወይራ ዘይት፣ ዕጣን፣ ህብስት፣ ጨው፣ እርሾ ወይም ማር የመሳሰሉትን ያካትታል፡፡ ይህ የስጦታ ዐይነት ዓላማውም በፈቃደኝነት የሚደረግ አምልኮን ያሳያል፡፡ የእግዚአብሔርን መልካምነትና ቸርነት ለመግለጽ ለእግዚአብሔር የሚሆን መስጠትን ለማሳየት የሚደረግ ነው (ዘሌ. 2፥6፤ 14፥2-3)፡፡ የኅብረት መሥዋዕት ሦስተኛው የመሥዋዕት ዐይነት ሲሆን፣ ከቀንድ ከብቶች ወይም ከበጎች መንጋ ነውር የሌለባቸው የተለያዩ ዐይነት እንስሳትና ህብስት ይቀርብበታል (ዘሌ. 3፤ 7፥11-34)፡፡ የዚህ መሥዋዕት ዓላማም በፈቃደኝነት የሚደረግ አምልኮ ምስጋናና አንድነት ኅብረትን፣ በጋራ በመሆን ማዕድን መቊረስን የሚያመለክት ነው፡፡

አራተኛው የስጦታ ዐይነት ለኃጢአት የሚቀርብ መሥዋዕትን ያመለክታል (ዘሌ. 4፥1-5፤ 13፤ 6፥24-30 ላይ ተጠቅሷል፡፡ በዚህ የመሥዋዕት ዐይነት የተለያዩ ስጦታዎች ይቀርባሉ፡፡ ከእነዚህም ውስጥ፡-

1. ወይፈን ለሊቀ ካህናቱ ይቀርባል፤
2. ተባዕት ፍየል ለመሪ ይቀርባል፤
3. እንስት ፍየል ወይም በግ ለተርታው ሕዝብ ይቀርባል፤
4. ዋኖስ ወይም ዕርግብ ለድሀው፤ በተጨማሪም የኢፍ መስፈሪያ አንድ አስረኛ ዱቄት በጣም ድሀ ለሆኑት ሰዎች ይቀርባል፡፡

ይህ መሥዋዕት የሚቀርበው ለተገለጠ፣ ነገር ግን ባለማወቅ ለተሠራ ኃጢአት ሲሆን የግድ ሊቀርብ የሚገባ መሥዋዕት ነው፡፡ በዚህ መሥዋዕት የተነካ ሰዎች ኃጢአታቸውን ይናዘዛሉ፤ ምሕረትንና ይቅርታንም በመቀበል ከበደላቸው ይነጻሉ፡፡

አምስተኛው የኃጢአት የስጦታ ዐይነት ወይም መሥዋዕት የበደል መሥዋዕት ነው፡፡ “እግዚአብሔርም ሙሴን እንዲህ ሲል ተናገረው፥ ማናቸውም ሰው ቢበድል፥ ሳያውቅም ለእግዚአብሔር በተቀደሰው በማናቸውም ነገር ኃጢአትን ቢሠራ፥ ለበደል መሥዋዕት ለእግዚአብሔር ከመንጋ ነውር የሌለበትን አውራ በግ ያቀርባል፡፡ እንደ ግምጋሜህ መጠን በብር ሰቅል እንደ መቅደሱ ሰቅል ሚዛን ለበደል መሥዋዕት ያቀርበዋል።” (ዘሌ. 5፥14-16፤ (ዘሌ. 7፥1 ጀምሮ)፡፡

ለዚህ መሥዋዕት የሚቀርበው ስጦታ ወይም ጠቦት ወይም የአውራ በግ ነው፡፡ ይህ መሥዋዕት ከላይኛው ስጦታ ጋር የሚያመሳስለው ዓላማ አለው፡፡ ይህም ባለማወቅ ለተሠራ በደል የሚቀርብ በመሆኑ ነው፡፡ ልዩነቱ እንደ ካሳ ክፍያም መወሰዱ ይሆናል፡፡ ካሳ የሚያስፈልገው ኃጢአት ከርኩሰት ለመንጻት ተደንግጓል፡፡

እነዚህ ስጦታዎች በመሥዋዕት መልክ በሚቀርቡበት ጊዜ የራሳቸው የሆኑ ሥርዓቶች ያሉዋቸው ሲሆን፣ ስለ እያንዳንዱ ሥርዓት መዘርዘር የዚህ ጽሑፍ ዓላማ ባለመሆኑ ወደ አዲስ ኪዳን የስጦታ መሥዋዕት ማቅረብ አካሄድ እንመለሳለን፡፡

በአዲስ ኪዳን ውስጥ እነዚህን የስጦታ ዐይነቶች የማንመለከትበት ምክንያት ምን እንደ ሆነ ለሁላችንም ግልጽ ይመስለኛል፡፡ ጌታችን ኢየሱስ ክርስቶስ የአዲስ ኪዳን መክፈቻ ሆኖ ለአንዴና ለመጨረሻ ጊዜ ራሱን መሥዋዕት አድርጎ ሰጠ፡፡ እርሱ ሁሉንም የስጦታ ዐይነቶች በራሱ ከመጠቅለሉ የተነሣ ዛሬ የአዲስ ኪዳን አማኞች በብሉይ ኪዳን ዘመን የነበረው የሕግ ቀንበር ከላያችን ላይ ተነሥቶልናል፡፡

“ነገር ግን ክርስቶስ ይመጣ ዘንድ ላለው መልካም ነገር ሊቀ ካህናት ሆኖ፥ በምትበልጠውና በምትሻለው በዕጆችም ባልተሠራች፣ ማለት ለዚህ ፍጥረት ባልሆነች ድንኳን፥ የዘላለምን ቤዛነት አግኝቶ አንድ ጊዜ ፈጽሞ ወደ ቅድስት በገዛ ደሙ ገባ እንጂ፣ በፍየሎችና በጥጆች ደም አይደለም። የኮርማዎችና የፍየሎች ደም በረከሱትም ላይ የተረጨ የጊደር ዐመድ ሥጋን ለማንጻት የሚቀድሱ ከሆኑ፥ ነውር የሌለው ሆኖ በዘላለም መንፈስ ራሱን ለእግዚአብሔር ያቀረበ የክርስቶስ ደም እንዴት ይልቅ ሕያውን እግዚአብሔርን ልታመልኩ ከሞተ ሥራ ሕሊናችሁን ያነጻ ይሆን? ስለዚህም የፊተኛው ኪዳን ሲጸና ሕግን የተላለፉትን የሚቤዥ ሞት ስለ ሆነ፥ የተጠሩት የዘላለምን ርስት የተስፋ ቃል እንዲቀበሉ እርሱ የአዲስ ኪዳን መካከለኛ ነው።”

ሌሎች የስጦታ ዐይነቶችን በምንመለከትበት ጊዜ በፈቃደኝነት ላይ የተመሠረቱ ልዩ ልዩ ስጦታዎችን እንመለከታለን፡፡ ከእነዚህ ውስጥም፡- በፍጹም ፈቃደኝነት ለማደሪያው ድንኳን የሚደረገውን ስጦታ በቀዳሚነት እንመለከታለን፡፡ “እግዚአብሔርም ሙሴን እንዲህ ሲል ተናገረው። ስጦታ ያመጡልኝ ዘንድ ለእስራኤል ልጆች ተናገር፥ በገዛ ዕጁ ሊሰጠኝ በልቡ ከሚያምረው ሰው ሁሉ መባ ተቀበሉ። ከእነርሱም የምትቀበሉት መባ ይህ ነው፡- ወርቅ፥ ብር፥ ናስም፥ሰማያዊና ሐምራዊ ቀይም ግምጃ፥ ጥሩ በፍታም፥ የፍየልም ጠጕር፥ ቀይ የአውራ በግ ቁርበት፥ የአቆስጣ ቍርበት፥ የግራርም እንጨት፥ የመብራትም ዘይት፥ ለቅብዓት ዘይትና ለጣፋጭ ዕጣን ቅመም፥ መረግድም፥ ለኤፉድና ለደረት ኪስ የሚደረግ ፈርጥ። በመካከላቸውም አድር ዘንድ መቅደስ ይሥሩልኝ” (ዘጸአት 25፥1-8)፡፡

ይህ የስጦታ ዐይነት በፈቃደኝነት ላይ የተመሠረተ ሲሆን፣ በአዲስ ኪዳንም ይሠራበታል፡፡ አምልኳችን ከተመሠረተባቸው መንገዶች አንዱ የመስጠት መንገድ ነው፡፡ ሌላው ጥቅስ ዘጸአት 35፥4-9 ሲሆን፣ እንዲህ ይነበባል፡-

“ሙሴም ለእስራኤል ልጆች ማኅበር ሁሉ አላቸው። እግዚአብሔር ያዘዘው ነገር ይህ ነው፣ ከእናንተ ዘንድ ለእግዚአብሔር ቍርባንን አቅርቡ፥ የልብ ፈቃድ ያለው የእግዚአብሔርን ቍርባን ያምጣ፣ ወርቅና ብርም፥ ናስም፥ ሰማያዊምና ሐምራዊ ቀይም ግምጃ፥ ጥሩ በፍታም፥ የፍየል ጠጕርም፥ ቀይም የአውራ በግ ቍርበት፥ የአቆስጣም ቍርበት፥ የግራርም እንጨት፥ ለመብራትም ዘይት፥ ለቅብዓት ዘይትና ለጣፋጭ ዕጣን ቅመም፥ መርግድ፣ ለኤፉዱና ለደረት ኪስ የሚደረግ ፈርጥ ያምጣ።” እግዚአብሔር ሕዝቡን አምጡ ብሎ ያዘዛቸው በግዴታ ሳይሆን፣ ከልባቸው በሚነሣ አሳብ መሠረት ነው፡፡ የመስጠትም ሆነ የመንፈግ ነፃነታቸው የተጠበቀ ነበር፡፡ ዛሬ መሪ በዘመናችን ባለችው ቤተ ክርስቲያን ያለው አሠራር ተመሳሳይ ነው፡፡ ሰው ልቡ እንዳሰበ ለመስጠት ነፃነቱ የተጠበቀ ቢሆንም፣ ባለመስጠቱ ግን የእግዚአብሔርን በረከት ያጣል፡፡ ስንስጥ በእንካ-በንካ ስሌት ሊሆን ከቶ የማይገባ መሆኑንም ልብ እንበል፡፡ ሆኖም እግዚአብሔር የሚሰጡትን ትውልዳቸውን በመባረክ ይሁን ከመልካም ነገር ባለ ማጕደል፣ ጤናቸውንም በመጠበቅ ቸርነቱን ያበዛላቸዋል፡፡ በዚህም በቍሳዊ መልኩም ይሁን በዐይነት መስጠት በሚባለው አገልግሎት ውስጥ ያለውን በረከት በተትረፈረፈ መልኩ እንዲቀበሉ በማድረግ በሥጋም ሆነ በነፍስ ደግሞም በመንፈስ ይባርካቸዋል፡፡

ለሁለተኛው መቅደስ የተደረገው ስጦታም የእስራኤላውያንን አምልኮ ያሳየናል

ከልብ ንጽሕና ጋር፣ እንዲሁም ከእምነት ጋር ሊሆን ይገባል፤ አለዚያ ግን በእግዚአብሔር ዘንድ አስጸያፊ ይሆናል፡፡

“በኢየሩሳሌምም ወዳለው ወደ እግዚአብሔር ቤት በመጡ ጊዜ ከአባቶች ቤቶች አለቆች አያሌዎች ለእግዚአብሔር ቤት በሥፍራው ይሠራ ዘንድ በፈቃዳቸው ሰጡ። ስድሳ አንድ ሺህም የወርቅ ዳሪክ፥ አምስት ሺህም ምናን ብር፥ አንድ መቶም የካህናት ልብስ እንደ ችሎታቸው ወደ ሥራው ቤተ መዛግብት አቀረቡ።” (ዕዝራ 2፥68-69)

“አምላክህ እግዚአብሔር በባረከህ መጠን በፈቃድህ የምታቀርበውን አምጥተህ ለአምላክህ ለእግዚአብሔር የሰባቱ ሱባዔ በዓል ታደርጋለህ” (ዘዳ. 16፥10)፡፡
“የመሥዋዕታችሁ ብዛት ለእኔ ምን ይጠቅመኛል? ይላል እግዚአብሔር፡፡ የሚቃጠለውን የአውራ በግ መሥዋዕትንና የፍሪዳን ስብ ጠግቤያለሁ፥ የበሬና የበግ ጠቦት የአውራ ፍየልም ደም ደስ አያሰኘኝም። በእኔ ፊት ልትታዩ ብትመጡ ይህን የመቅደሴን ዐደባባይ መርገጣችሁን ከዕጃችሁ የሚሻ ማን ነው? ምናምንቴውን ቍርባን ጨምራችሁ አታምጡ፥ ዕጣን በእኔ ዘንድ አስጸያፊ ነው፡፡ መባቻችሁንና ሰንበታችሁን በጉባኤ መሰብሰባችሁን አልወድም፤ በደልንም የተቀደሰውንም ጉባኤ አልታገሥም። መባቻችሁንና በዓላቶቻችሁን ነፍሴ ጠልታለች፥ ሸክም ሆነውብኛል፥ ልታገሣቸውም ደክሜያለሁ።” (ኢሳ. 1፥11-13)፡፡

እግዚአብሔርን ከምንም ነገር በላይ የሚያስደስተው ንጹሕ ልብ ነው፡፡ ዕውነተኛና ንጹሕ ልቦና በሌለበት ወርቅና አልማዝ ወደ ቤቱ ብናመጣ፣ በአገልግሎት ትጋትም ብንደክም፣ ይህ ሁሉ እርሱን አያስደስተውም (ሐጌ 2፥14)፡፡

«ሐጌም መልሶ እንዲህ አለ፦ ይህ ሕዝብና ይህ ወገን በፊቴ እንዲሁ ነው፥ ይላል እግዚአብሔር የዕጃቸውም ሥራ ሁሉ እንዲሁ ነው በዚያም ያቀረቡት ነገር ርኩስ ነው።” እነዚህ ሰዎች ለእግዚአብሔር መሥዋዕትን አቀረብን ቢሉም፣ እግዚአብሔር ግን መሥዋዕቱ ርኩስ ነው ይላቸዋል፡፡

በተጨማሪ ሚልክያስ 1፥6-14 ላይ እንዲህ ይላል፡- «እናንተ ስሜን የምታቃልሉ ካህናት ሆይ፥ ልጅ አባቱን፥ ባሪያም ጌታውን ያከብራል፡፡ እኔስ አባት ከሆንሁ ክብሬ ወዴት አለ? ጌታስ ከሆንሁ መፈራቴ ወዴት አለ? ይላል የሠራዊት ጌታ እግዚአብሔር፡- እናንተ ስምህን ያቃለልን በምንድር ነው? ብላችኋል። በመሠዊያዬ ላይ ርኩስ እንጀራ ታቀርባላችሁ። ... በመሠዊያዬ ላይ እሳትን በከንቱ እንዳታቃጥሉ ከእናንተ ዘንድ ደጅ የሚዘጋ ሰው ምነው በተገኘ! በእናንተ ደስ አይለኝም፥ ቍርባንንም ከዕጃችሁ አልቀበልም፥ ይላል የሠራዊት ጌታ ...» የስጦታው ብዛት ቢንጋጋ ሰው በመታዘዝና በቅድስና ውስጥ የማይመላለስ ከሆነ፣ ስጦታን ስለ ሰጠ ብቻ ወይም በእግዚአብሔር ቤት ስለ ተመላለሰና ስላገለገለ ብቻ እግዚአብሔርን ሊያስደስት አይችልም፡፡

ስጦታን በምንሰጥበት ጊዜ አሰጣጣችን እንዴት መሆን እንዳለበትም መጽሐፍ ቅዱስ መርኅን አስቀምጦልናል፡፡ እነዚህም ልግስናችን ያለ ማንም ተጽዕኖና ግፊት ወይም ደግሞ ይህን ባደርግ ይህ ይሆንልኛል በሚል ሳይሆን፣ በነፃነት ሊደረግ ይገባዋል (ማቴ. 10፥8)፡፡ «ድውዮችን ፈውሱ፤ ሙታንን አስነሡ፤ ለምጻሞችን አንጹ፤ አጋንንትን አውጡ፤ በከንቱ ተቀበላችሁ፥ በከንቱ ስጡ።»

በደስታ ልንሰጥም ታዘናል (2ኛ ቆሮ 9፥7)፡፡ «እግዚአብሔር በደስታ የሚሰጠውን ይወዳልና እያንዳንዱ በልቡ እንዳሰበ ይስጥ፥ በኀዘን ወይም በግድ አይደለም።» ከገቢያችን ጋር በተመጣጠነ መንገድ ልንሰጥ ይገባናል፡፡ በዘዳግም 16፥17 ላይ ቃለ-እግዚአብሔር «አምላክህ እግዚአብሔር በረከት እንደ ሰጠህ መጠን እያንዳንዱ ሰው እንደ ችሎታው ይስጥ» ይላል፡፡

በምሳሌ 3፥9 «እግዚአብሔርን ከሀብትህ አክብር፥ ከፍሬህም ሁሉ በኵራት፥ ጐተራህም እህልን ይሞላል፥ መጥመቂያህም በወይን ጠጅ ሞልታ ትትረፈረፋለች።» ልግስናችንን በቸርነት እናድርገው፡፡ መዝ. 37፥26 «ሁልጊዜ ይራራል፥ ያበድርማል፥ ዘሩም በበረከት ይኖራል» ይላል፡፡

አከራካሪው ነጥብና የብሉይ አሥራት

አሥራት በመጽሐፍ ቅዱስ ውስጥ አከራካሪና የተለያዩ አመለካከቶች የሚንጸባረቁበት እንደ ሆነ ባለፈው ምዕራፍ ላይ በጥቂቱ ቃኝተናል፡፡ በአከራካሪነት ከሚነሡት ነጥቦች

ውስጥ በተለይ አሥራት በአዲስ ኪዳን ቤተ ክርስቲያን ውስጥ ተቀባይነት የለውም በሚሉና፣ አይደለም ልክ እንደ ብሉይ ኪዳን ሁሉ በአዲስ ኪዳንም የብሉይን ሥርዓት ጠብቆ ይሄዳል በሚሉ አመለካከቶች መካከል ያለው ልዩነት ዛሬም ድረስ እንደ ቀጠለ አለ፡፡

አሥራት በብሉይ ኪዳን ሲሠራበት እንደ ቆየ ሁሉ፣ እንዲሁ ዛሬም በተመሳሳይ ሁኔታ ሊሠራበት ይገባል ብለው የሚሉቱ የነገረ መለኮት መምህራን እንደ ምሳሌ አድርገው የሚያቀርቡት አንዱ የመጽሐፍ ቅዱስ ክፍል ዘፍጥረት 14ን ነው፡፡ በዚህ ክፍል አብርሃም ለመልከ ጸዴቅ አሥራትን ሲያወጣ እናነብባለን፡፡

ይህ እጅግ ውስብስብና አከራካሪ የሆነ የመጽሐፍ ቅዱስ ክፍል ሲሆን፣ በርካታ ጉዳዮችን በጥልቀት ካልመረመርን በስተቀር ብዙ አደናጋሪና አነጋጋሪ ጉዳዮች በዚህ ክፍል ውስጥ ይገጥሙናል፡፡ ከእነዚህም ውስጥ ዋነኛው መልከ-ጸዴቅ ማን ነው? የሚለው ጥያቄ ይገኝበታል፡፡ አንዳንዶች ይህ መልከ ጸዴቅ መሢሑ ነው ብለውም በልበ ሙሉነት ይናገራሉ፡፡

ሌላው ጥያቄም በዚህ ክፍል ላይ የተጠቀሰው መልከ-ጸዴቅ በዕብራውያን 7 እና 10፣ እንዲሁም በመዝሙር 110 ላይ የተጠቀሰው መልከ ጸዴቅ ራሱ ነው ወይስ ሌላ የሚለው ሲሆን፣ ለመሆኑ መልከ-ጸዴቅ የሚለው ስያሜ ትርጉሙስ ምንድን ነው? አብርሃም ለምን ለዚህ ሰው አሥራትን ማውጣት አስፈለገው?

የሳውዘርን ባብቲስት ደራሲ የሆነው ሔከላንድ ሲናገር፡- "ለእግዚአብሔር አሥራትን ማውጣት የተጀመረው በመጀመሪያው የዘፍጥረት መጽሐፍ ነው፡፡ አብርሃም ሙሴ ከመምጣቱ ከአራት መቶ ዓመታት በፊት አሥራትን አወጣ፡፡ በጥንታዊው ማኅበረሰብ ውስጥ አሥራትን ለኃጢአት ሳይቀር ማውጣት የተለመደ ነበር፡፡ የሰው ልጅ አሥር ቍጥርን እንደ መልካም ቍጥር አድርጎ ይወስዳል፡፡ አሥር ቍጥር የመሟላት ወይም የምልዓት - ሙሉነት ምልክት ናት፡፡ ስለዚህም አሥራት ከሙላታችን ለአምላካችን የመስጠት ምልክት ነው" ይላል፡፡

አሥራት አዲስ ኪዳናዊም ጭምር ነው ከሚሉት መካከል

ክርስቶስ ግልጽ የሆነ ትምህርትን ስለ አሥራት አስተምሮአል፡፡ አሥራትን በአዲስ ኪዳን ማውጣት ተገቢነት ያለው ነገር ስለ መሆኑ ከጌታችን አስተምህሮ በቀላሉ መረዳት እንችላለን፡፡ ትምህርቱ የሚገኘው በማቴዎስ ወንጌል ምዕራፍ 23 ቍጥር 23 ላይ ነው፡፡ ትምህርቱ "እናንተ ግብዞች ጻፎችና ፈሪሳውያን ከአዝሙድና ከእንስላል ከከሙንም አሥራት ስለምታወጡ ፍርድንና ምሕረትን ታማኝነትንም ስለምትተዉ ወዮላችሁ፤ ሌላውን ሳትተዉ ይህን ልታደርጉ ይገባችሁ ነበር" ይላል፡፡

የጌታ አሳብ ከትናንሽ ነገሮች ተጠንቅቆ አሥራት ማውጣትን ትለማመዳላችሁ፡፡ ይህን ሳትተዉ የፍርድና የፍትሕ ብሎም የታማኝነት ተግባርን መወጣት ይገባችኋል የሚል ነው፡፡ ስለዚህም ጌታ አሥራት መተዉ እንደ ሌለበት አስተምሮአል፡፡ ላይፍ አብሊኬሽም ስተዲ ባይብል የተባለው መጽሐፍ ቅዱስ በሕግ ያለውን ዋናውን ነገር ሳትተዉ ሲል የፍትሕና የፍርድ፣ ደግሞም የእምነት ወይም ታማኝነት ነገር ሥፍራ ሊሰጠው እንደሚገባ አጽንኦት ይሰጣል፡፡ (ላይፍ አፕልኬሽን አስተዲ ባይብል ኒው ሊቪንግ ትራንዝሌሽን (የሕይወት አተገባበር ጥናት መጽሐፍ ቅዱስ፣ አዲስ ሊቪንግ ትርጉም፣ ቲንደል ሃውስ ህትመት፣ ዊተን፣ ኢሊኖይ፣ 1988፣ ገጽ 1592)

መጽሐፍ ቅዱሳዊው ባርኮት

በኢትዮጵያ ውስጥ በተዘጋጀው አንድ በሕዝብ ዘንድ ታዋቂነትን ባተረፈ ድራማ ላይ የቀረበ የአንድ ገጸ ባሕርይ በዚህ መልከ መልእክቱ ተላልፎአል፡፡ ዋናው ገጸ ባሕርይ አንድ የቤተ ክርስቲያን ቄስ ከዋሉለት ውለታ የተነሣና እርሱም እግዚአብሔርን የሚወድ ክርስቲያን መንፈሳዊ ሰው ከመሆኑ አንጻር አንድ ቀን ወደ ቤተ ክርስቲያን ሄዶ መምህሩን አግኝቷቸው በመንፈሳዊ ጉዳይ ላይ በስፋት ካወሩ በኋላ ከኪሱ ቼክ አውጥቶ ይሰጣቸዋል፡፡ ልጄ ይሄ ደግሞ ምንድን ነው? ብለው ሲጠይቁት ለእርሶ መኪና መግዛት አስቤ ቼክ አዘጋጅቻለሁ ይላቸዋል፡፡ እርሳቸውም ቈጣ ብለው "ለእኔ ሲል በባዶ ዕግሩ እየተንከራተተ ያገለገለኝ ጌታዬ፣ ጫማ እንኳ አልነበረውም፡፡ እኔም በዕግሬ በመሄድ አገለግለዋለሁ እንጂ፣ እንዲህ ያለ ቅንጦት ለእኔ አይገባኝም፤ ሁለተኛ እንዲህ ስታደርግ ባገኝ አዝንብሃለሁ፡፡

ይህን ገንዘብ መልሰህ ኪስህ ክተተው" ይሉታል፡፡ ይህ ድራማ ሊያስተላልፍልን የሚፈልገው መልእክት መንፈሳዊ ሰው ለዚህ ዓለም ምቾትና ድሎት የሚኖር አይደለም፡፡ ጌታው በዕግሩ እየሄደ እንዳገለገለ ሁሉ አገልጋዩም እንዲሁ በዕግሩ በመሄድ ማገልገል ይገባዋል፡፡ መንፈሳዊነት ራስን በጌታ ፊት ማዋረድ እንጂ፣ ምቾቶቻችንን የምንፈልግበት አይደለም የሚል ነው፡፡

በእኔ እምነት ይህን መሰሉ ምልከታ ጥቂት የሆነ ዕውነት በውስጡ ቢያዝልም፣ የዛሬውን ዘመንና ጌታችን ኢየሱስ ክርስቶስ የነበረበትን ዘመን ማገናዘብ እንዳልቻለ ያሳያል፡፡ በመሠረቱ መኪና ያስፈለገበት ምክንያት ለምቾት ብቻ ነው ብሎ መደምደም ትልቅ ስሕተት ነው፡፡ መኪናን የምንጠቀምባቸው ሌሎች በርካታ ምክንያቶች አሉና፡፡ አንደኛው ምክንያት ጊዜያችንን ለመቆጠብ ሲሆን፣ ሌላኛው ደግሞ ድካማችንን በመቀነስ ብዙ ኃይል ሳናባክን በርካታ ሥራ እንድንሠራ ነው፡፡

ከጤንነት አኳያም መኪና ትልቅ ጠቀሜታ አለው፡፡ ዘመኑ ያፈራቸውን ሌሎች የቴክኖሎጂ ውጤቶች በዚህ ዘመን ብንወድም ባንወድም እየተጠቀምን መኪናን አልጠቀምም ማለት ጭፍን የሆነ አስተሳሰብ ነው፡፡ ድራማው የተሠራባቸውና የሚተላለፍባቸው በርካታ የቴክኖሎጂ ውጤቶችም አሉ፡፡ እኛ ቄስ የለበሱት ልብስ፣ ያደረጉት ጫማ፣ የያዙት ተንቀሳቃሽ ስልክ፣ መልእክታቸውን የሚያስተላልፉበት ማይክራፎንም በጌታ ዘመን ያልነበሩ ዘመኑ ያፈራቸውና የሰውን ልጅ ለመጥቀምና ኑሯችንን ቀላል ለማድረግ የሚጠቅሙ መሣሪያዎች በመሆናቸው ሌሎቹን ሁሉ የቴክኖሎጂ ውጤቶች እየተጠቀምን መኪናን እንደ ዓለማዊ እና ልዩ የሆነ ድሎትና ምቾት አድርጎ መቍጠር ዐላዋቂነትን ያሳያል፡፡

እርግጥ የምንጠቀምበት ዓላማና ምቾታችንን ወዳድ ከሆንንና ሚሊዮን ብር የፈሰሰበትን መኪና የምንመኝ ከሆነ፣ የድራማው መልእክት ሙሉ የሆነ ዕውነታነት ይኖረዋል፡፡ ለሥራ የምንጠቀምበትን አነስተኛ ዋጋ የሚያወጣ መኪና ሁሉ ግን እንደ ዓለማዊነት ቅንጦት ከቆጠርነው ይህ በእርግጥም እኛው ራሳችን ከፍ ያለ የማገናዘብ ወይም የግንዛቤ ችግር እንዳለብን የሚያመለክት ይሆናል፡፡

በእኔ እምነት እግዚአብሔር ቢያበለጽገንና ቀሳውስቱ፣ አገልጋዮች ሁሉ ባለ መኪና ቢሆኑልን ምንኛ በታደልን ብዬ እላለሁ፡፡ የብልጽግና ሕይወትን በጭፍኑ የሚቃወሙ

አንዳንዶችም አስተሳሰባቸውን በጭፍኑ ወደ አንድ ጽንፍ እየጎተቱ ብልጽግና አያስፈልግም ብለው የሚደመድሙበት ዕሳቤ ሚዛናዊነት የጐደለው ነው።

ጌታችን መድኃኒታችን ኢየሱስ ክርስቶስም ሆነ ደቀ መዛሙርቱ የድህነትን አስፈላጊነት ከቶ አላስተማሩም። የሀብትን አላስፈላጊነትም አስመልክተው የተናገሩት ነገር የለም። መጽሐፍ ቅዱስ ገንዘብን እና ሀብትን መያዝ ወይም ማግኘት (የሚገኝበት መንገዱ ትክክለኛ እስከ ሆነ ድረስ) ስሕተት ነው ብሎ አያስተምረንም። መጽሐፍ ቅዱስ ዘወትር ሲነቅፈው የምንመለከተው ለሀብትም፣ ሆነ ለገንዘብና ለምድራዊ ንብረት፣ ቊሳቊሶቻችን ያለንን የልብ ዝንባሌ ነው።

እዚህ ላይ ትልቁ ጥያቄ ሀብቶቻችንን፣ ገንዘባችንንና ንብረታችንን ለሰው ልጆች ጥቅም እና ለእግዚአብሔር ክብር እንጠቀምበታለን ወይ? ወይስ ራስ ወዳድ የሆነና የማይጠግብ ስስታም ለሆነው ክፉ ምኞታችንና በኃጢአት ለሚገኝ ደስታና ለከፋው ዕብሪተኝነታችንና ትምክህተኝነታችን እንጠቀምበታለን? የሚለው ነው።

ያለንን ነገር ሁሉ ለእግዚአብሔር ክብርና ለሰው ልጆች ጥቅም የምናውለው ከሆነ፣ ይህ ትክክለኛ የሀብት አጠቃቀም ነው። ይህ በራሱ የጽድቅ ተግባር (ልክ የሆነ ለማለት ነው) እንጂ፣ የሚያስኰንን ነገር ወይም እንደ ኃጢአትም ሆነ አባካኝነት የሚቈጠር ነገር አይደለም።

የብልጽግና አስተምህሮ ሚዛናዊነቱን እስከ ጠበቀ እና ከመስመር እስካልወጣ ወይም እስካልጸነፈ ድረስ፣ ማለትም ቅድሚያ ሊሰጠው ለሚገባው ነገር ቅድሚያን እስከ ሰጠን ድረስ በቤተ ክርስቲያን ውስጥ መሰጠቱ ችግር ሆኖ አይታየኝም። ብልጽግና በራሱ ችግር የሚሆነው የሚያድነውን ወንጌል ሥፍራ ከወሰደና የእግዚአብሔርን መንበር እስከ ከተቆናጠጠ ብቻ ነው።

እግዚአብሔር ለድህነት አልጠራንም፤ በአንፃሩ ደግሞ የዚህን ምድር ሀብት እያግበሰበስን ለድሎት ኑሮ ብቻ እንድንሮጥም አልተጠራንም። ሀብት ቢሰጠንም ለመንግሥቱ መስፋት ልናውለው፣ የእርሱን ክብር ልናውጅበት፣ ሌሎችን ልንረዳበት እንጂ፣ ለራሳችን ብቻ የሚሆን ጥግ ድረስ የደረሰ የምድራዊውን የድሎት ሕይወት እንድንኖርበት አይደለም።

የብልጽግና ወንጌል አስተምህሮ ችግሩም ያለው በዚህ ላይ ነው፡፡ ከላይ ከፍ ብለን ከተመለከትናቸው ቄስ በተቃራኒው በምድር ላይ አሉ የተባሉ ብዙ ሚሊዮን ብር የፈሰሰባቸው ምርጥና ምቹ መኪናዎች ማሽከርከር የሚወዱትን፣ በአልማዝና በሌሎችም የከበሩ ድንጋዮች ለመሽቆጥቆጥ ሁልጊዜ የሚናፍቁትን፣ ባንክን ባጣበበ ዶላር ብዛት የሚታወቁትን የብልጽግና ወንጌል አቀንቃኞች፣ የግል ጄቶች ያሉዋቸውን ቱጃር አገልጋዮች ሳስብ የዓለማዊነታቸው ልክ ጣራ ስለ ነካ እነዚህን አገልጋዮችም ናቸው ለማለት እቸገራለሁ፡፡

ከላይ ከፍ ብለን ከተመለከትናቸው ቄስ በተጻራሪው የቆሙ የሌላው ጽንፍ አቀንቃኞች ናቸው፡፡ እነዚህ አገልጋዮች ወደ አንድ ቦታ ሄደው አገልግሎት ሲሰጡ፣ በአገሪቱ ውስጥ አለ በሚባል ባለ አምስት ኮከብ ውድ ሆቴል ውስጥ የሚያሳልፉ መሆናቸው የተለመደ ነገር ነው፡፡ ለአንድ አዳር እስከ 20 ሺህ ዶላር በመክፈል ሲያሳልፉ ይህን ጤናማ የብልጽግና ወንጌል ትምህርት ነው ብዬ ለማለት ይከብደኛል፡፡

የአፍሪካ ሪሰርች ጆርናል ላይ ኩሚ አሳማሃ የተባለ ጸሐፊ ስለ ብልጽግና ወንጌል ሲያትት፡-

"በምድራዊው ሀብት መባረክ የእግዚአብሔር መለኮታዊ ባርኮት እንደ ሆነ ብዙዎቹ የአፍሪካ ክርስቲያኖች ያምናሉ፡፡ ይህ ብቻ ሳይሆን፣ ከበሽታ መፈወስ፣ ከባርነት ነፃ መውጣት፣ ደስታና ሰላም፣ የዕድሜ ባርኮት፣ በቍሳዊ ሀብት መባረክ፣ ከሰማያዊው ሕያው እግዚአብሔር የምንቀበላቸው ባርኮቶች እንደ ሆኑም ጭምር ያምናሉ፡፡

ይሁንና እነዚህን ባርኮቶች የምንቀበለው በእምነት ብቻ ሳይሆን፣ ከእምነት ጋር የተያያዙ ሌሎችም የሚጠበቁብን ግዴታዎችን በመፈጸም ነው፡፡ እነዚህንም ግዴታዎች እንደሚከተለው ይዘረዝሯቸዋል፡፡ እነዚህም፡-

1- ለእግዚአብሔር ቃል በታማኝነት መታዘዝ (ዘዳግም 38፥1-2)፡፡
2- አሥራታችንንንና ስጦታችንን በታማኝነት መስጠት (ሚል. 3፥8-10)፡፡
"ሰው እግዚአብሔርን ይሰርቃልን? እናንተ ግን እኔን ሰርቃችኋል። እናንተም። የሰረቅንህ በምንድር ነው? ብላችኋል። በአሥራትና በበኵራት ነው። እናንተ፥ ይህ ሕዝብ ሁሉ፥ እኔን ሰርቃችኋልና በእርግማን ርጉሞች ናችሁ። በቤቴ ውስጥ መብል እንዲሆን አሥራቱን ሁሉ ወደ ጎተራ አግቡ፥ የሰማይንም

መስኮት ባልከፍትላችሁ፥ በረከትንም አትረፍርፌ ባላፈስስላችሁ፤ በዚህ ፈትኑኝ፥ ይላል የሠራዊት ጌታ እግዚአብሔር፡፡"

3- ለእግዚአብሔር ሥራ በመስጠት (ሉቃስ 6፥38)፡፡ - "ስጡ ይሰጣችሁማል፤ በምትሰፍሩበት መስፈሪያ ተመልሶ ይሰፈርላችኋልና፥ የተጨቈነና የተነቀነቀ የተትረፈረፈም መልካም መስፈሪያ በዕቅፋችሁ ይሰጣችኋል።"

4- ለሌሎች በመስጠት (የሐዋ. 20፥35)፡፡ "እንዲሁ እየደከማችሁ ድውዮችን ልትረዱና እርሱ ራሱ ከሚቀበል ይልቅ የሚሰጥ ብፁዕ ነው እንዳለ የጌታን የኢየሱስን ቃል ልታስቡ ይገባችሁ ዘንድ በሁሉ አሳየኋችሁ።"

5- በጸሎት (ፊልጵ. 4፥6-7) ጌታ ቅርብ ነው። "በነገር ሁሉ በጸሎትና በምልጃ ከምስጋና ጋር በእግዚአብሔር ዘንድ ልመናችሁን አስታውቁ እንጂ፣ በአንዳች አትጨነቁ። አእምሮንም ሁሉ የሚያልፍ የእግዚአብሔር ሰላም ልባችሁንና አሳባችሁን በክርስቶስ ኢየሱስ ይጠብቃል።"

6- ጠንክረን በመሥራት (2ኛ ተሰ. 3፥10-12)፡፡ "ደግሞ ከእናንተ ጋር ሳለን። ሊሠራ የማይወድ አይብላ ብለን አዘናችሁ ነበርና። ሥራ ከቶ ሳይሠሩ፥ በሰው ነገር እየገቡ፥ ያለ ሥርዓት ከእናንተ ዘንድ ስለሚሄዱ ስለ አንዳንዶች ሰምተናልና። እንደ እነዚህ ያሉትንም በጸጥታ እየሠሩ የገዛ ዕንጀራቸውን ይበሉ ዘንድ በጌታችን በኢየሱስ ክርስቶስ እናዝዛቸዋለን፥ እንመክራቸውማለን።

7- ከእግዚአብሔር ጋር በጋራ በመሥራት (1ኛ ቆሮ. 3፥9)፡፡ "የእግዚአብሔር እርሻ ናችሁ፤ የእግዚአብሔር ሕንጻ ናችሁ፤ ከእርሱ ጋር አብረን የምንሠራ ነንና።"

እንግዲህ መጽሐፍ ቅዱሳችን ብልጽግና ከእግዚአብሔር ዘንድ የሚገኝ እንደ ሆነና እኛም ታዲያ ይህንን ነገር ለማኘት ልንወጣው የሚገባ የገዛ ራሳችን ሚና ወይም ለየቅል የሆነ ኀላፊነት ያለብን መሆኑን በዝርዝር ያስረዳናል፡፡

በመሠረቱ ብልጽግና በመጽሐፍ ቅዱስ ውስጥ በአዎንታዊ መልኩ ጥሩ ግምት ተሰጥቶት እንመለከታለን፡፡ የእግዚአብሔር ሰዎች የሆኑት አብርሃም፣ ያዕቆብ፣ ዮሴፍ፣ ሙሴ፣ ኢዮብ፣ ዳዊት፣ ሰሎሞን ... ወዘተ በድህነት የሚታወቁ አልነበሩም፡፡ አብርሃምን ብንመለከት የሀብቱ ብዛት እጅግ ከፍተኛ እንደ ነበር እንረዳለን፡፡ እግዚአብሔር በመጀመሪያው የዘፍጥረት መጽሐፍ አዳምን በፈጠረበት ወቅት በምድር በረከት ባርኮት ነበር፡፡

አዳም ያለ ምንም ልፋትና ውጣ-ውረድ ሰላሙ፣ ጤንነቱ ተጠብቆ በደስታ እንዲኖር ታስቦ የተፈጠረ ሰው ነው:: አዳም በተፈጠረበት ዘመን ድህነት፣ በሽታ፣ ጦርነት፣ ጭንቀት፣ ፍርሃት፣ ግጭት፣ እርዛት፣ ... ወዘተ አልነበሩም:: ዛሬ ዓለማችንን የሚያምሷት ችግሮች ሁሉ የመጀመሪያው አዳም በተፈጠረበት የመጀመሪያው ወቅት ላይ ከቶ አልነበሩም::

አዳም ምንኛ የታደለ ሰው ነበረ:: አራዊቱ ሳይቀሩ በጸጥታ አብረውት በመሆን ታዝዘውትና አክብረውት ይኖሩ ነበር «እግዚአብሔርም አለ፡- ሰውን በመልካችን እንደ ምሳሌአችን እንፍጠር፥ የባሕር ዓሦችንና የሰማይ ወፎችን፥ እንስሳትንና ምድርን ሁሉ፥ በምድር ላይ የሚንቀሳቀሱትንም ሁሉ ይግዙ። እግዚአብሔርም ሰውን በመልኩ ፈጠረ፥ በእግዚአብሔር መልክ ፈጠረው፥ ወንድና ሴት አድርጎ ፈጠራቸው። እግዚአብሔርም ባረካቸው፥ እንዲህም አላቸው፡- ብዙ፥ ተባዙ፥ ምድርንምሙሉአት፥ ግዙአትም፤ የባሕርን ዓሦችና የሰማይን ወፎች በምድር ላይ የሚንቀሳቀሱትንም ሁሉ ግዙአቸው» (ዘፍ. 1፥26-28)::

ሰው በኃጢአት እስከ ወደቀበት ጊዜ ድረስ በሁለንተናው የእግዚአብሔር ባርኮት የበዛለት በመንፈሳዊውም በምድራዊውም ሕይወቱ የበለጸገ ነበረ:: «በዕጆችህም ሥራ ሁሉ ላይ ሾምኸው፥ ሁሉን ከዕግሮቹ በታች አስገዛህለት፥ በጎችንም ላሞችንም ሁሉ፣ ደግሞም የምድረ በዳውን እንስሶች፥ የሰማይንም ወፎች የባሕርንም ዓሦች፥ በባሕር መንገድ የሚሄደውንም ሁሉ» (መዝ. 8፥6-8)::

ዛሬ ዓለማችን ከሀብት ሽሚያ የተነሣ ትልቅ ግጭት ውስጥ ገብታለች:: ሰዎች በድንበር ይገባኛል ጥያቄ፣ በሀብት ሽሚያ፣ በሥልጣን ሽኩቻ፣ ምድራዊውን ድሎት ለማግኘት ይጋደላሉ:: በዚህ የተነሣ በብዙ ሺህዎች ደማቸው ይፈስሳል:: ሂትለር ዓለምን ሁሉ የራሱ ለማድረግ ከነበረው ምኞት የተነሣ የብዙ ሺህዎች የሚቈጠሩ ሕዝቦች ደም በከንቱ ፈሰሰ::

ይህ ሁሉ የሰው ልጅ እግዚአብሔር ካዘጋጀለት ዘላለማዊና ዕረፍት የተሞላ ሕይወት በመውጣቱ ያጋጠመው ነው:: በዓለማችን ላይ ያልሠሩበትን ሀብት ኢ-ፍትሐዊ በሆነ መንገድ የሚሰበስቡ ብዙዎች ናቸው:: እነዚህም በዘመኑ ቋንቋ ኪራይ ሰብሳቢዎች፣ ሙሰኞች በመባል ይታወቃሉ::

መንፈሳውያን ነን የሚሉ ሰዎች ከእነዚህ የማይሻሉ ከሆነ ምንኛ የወንጌል ዕንቅፋት እየሆኑ ነው? ጌታ ያስተማረን ብርና ወርቅን እንድንሰበስብና፣ በምድራዊው ሕይወት ከሌሎች በልጠንና በልጽገን እንድንገኝ ሳይሆን፣ ያለንንና የሰበሰብነውን ነገር ለሌሎችም ጭምር በማካፈል ወይም ከሌሎች ጋር በመካፈል እንድንጠቀምበት ነው።

ከአዳም በኋላ ከመጡ ቅዱሳን ውስጥ አብርሃምን ብንመለከት፣ አብርሃም ከእግዚአብሔር ትልቅ ባርኮትን የተቀበለ ሰው ነው። በመጀመሪያ ደረጃ እግዚአብሔር እርሱን በማወቅ ባረከው። አብርሃም ከጣዖት አምልኮ ውስጥ ወጥቶ እግዚአብሔርን ለማምለክ ወሰነ። አብርሃም እግዚአብሔርን እስከ መጨረሻ ድረስ ታዘዘ። በመታዘዙም የእግዚአብሔር ባርኮት በዛለት። ትልቁ የአብርሃም ባርኮት ዘርህን እንደ ምድር አሸዋ አበዛዋለሁ የሚለው ነው ይህንንም ደግሞ የእግዚአብሔር ቃል፡-

“እግዚአብሔርም አብራምን አለው፡- ከአገርህ ከዘመዶችህም ከአባትህም ቤት ተለይተህ እኔ ወደማሳይህ ምድር ውጣ። ታላቅ ሕዝብም አደርግሃለሁ፥ እባርክሃለሁ፥ ስምህንም አከብረዋለሁ፥ ለበረከትም ሁን፥ የሚባርኩህንም እባርካለሁ፥ የሚረግሙህንም እረግማለሁ፤ የምድር ነገዶችም ሁሉ በአንተ ይባረካሉ» በሚል ይገልጸዋል (ዘፍ. 12፥1-3)። እግዚአብሔር ለአብርሃም የሰጠው ተስፋ ሰባት ነጥቦችን ይዟል፡-

1. “ታላቅ ሕዝብ አደርግሃለሁ” አለው። ይህ የተስፋ ቃል የአብርሃም ዘር ገናና፣ ደግሞም በጠላቶቹ ላይ ሁልጊዜ በአሸናፊነት የሚቆም እንዲሆን ያደርገዋል። ታላቅነት በራሱ አንድ ትልቅ ባርኮት ነው። ታላቅ ይፈራል፤ ይከበራል፤ በሀብት በሥልጣን ይበልጣል፤ ተደማጭነቱ የላቀ ነው። ሌሎች ሁሉ በሥሩ ይሆናሉ። እስራኤል ዛሬም ድረስ ከዚህ የእግዚአብሔር የተስፋ ቃል የተነሣ በዓለም ላይ ካሉ ታላላቅ አገሮች አንዷዋና ዋነኛዋ ናት። ታላቂቱ አሜሪካ እንኳ ሳትቀር ከእስራኤል ጋር ያላትን ግንኙነትና ፖለቲካ በጥንቃቄ የምትመለከተው ነው።
2. “እባርክሃለሁ” - ይህ ባርኮት በብዙ መንገድ ይገለጻል። በገንዘብ፣ በምድር ፍሬ፣ በዕድሜ ... ወዘተ የእግዚአብሔር ባርኮት ይበዛል። እስራኤል በጣም ትንሽ አገር ብትሆንም፣ በአሁኑ ወቅት በምግብ ወይም በእርሻ ውጤቷ ከራሷ አልፋ ዓለምን የምትመግብ አገር መሆኗ ሊታመን የማይችል ተአምራት ነው።
3. “ስምህን ገናና አደርገዋለሁ” - እስራኤል እስከ ዛሬም ድረስ ስሟ ገናና ነው። በየቀኑ በዓለም ሚዲያ ላይ ስሟ ይጠራል። የዓለም ሕዝብ በሙሉ የእስራኤል

ስም ሲጠራ ትኩረት ይሰጣታል፡፡ እስራኤል ዙሪያዋን በጠላቶቿ ብትከበብም፣ ተከብራ የምትኖር አገር ናት፡፡

4. "ለሌሎች በረከት አደርግሃለሁ" - ይህ የእግዚአብሔር ባርኮት ከጥንት እስከ ዛሬ በአብርሃም ዘር ላይ የሠራና እየሠራም ያለ ነው፡፡ ከአብርሃም የተነሣ አብሮት የነበረው ዘመዱ ሎጥም ባርኮቱን ተቀበለ፡፡ ዛሬም ከእስራኤል የተነሣ እግዚአብሔር አውሮጳን፣ አሜሪካን ሲባርክ እናያለን፡፡ አይሁድ በአውሮጳና በአሜሪካ ውስጥ ትላልቅ የኤኮኖሚ አውታሮችን በማንቀሳቀሳቸው የተነሣ እነዚህ አገሮች በረከትን ተቀብለዋል፡፡
5. "የሚባርኩህን እባርካለሁ" የእስራኤል ደጋፊ የሆኑ አገራት ከእስራኤል የተነሣ እስከ ዛሬም እነርሱም ብዙ በረከትን ተቀብለዋል፡፡ ከእነዚህ አገራት ውስጥም በዋነኛነት አሜሪካን ትጠቀሳለች፡፡
6. "የሚረግሙህንም እረግማለሁ" የብልጽግናው ውጤት የተትረፈረፈ የመሆኑን ያህልም እርግማን ደግሞ ጽኑ ወደ ሆነ ድህነትና መራቆት ያመራል፡፡
7. "በምድር የሚኖሩ ሕዝቦች በአንተ አማካይነት ይባረካሉ የሚለው ሰባተኛው የተስፋ ቃል ነው፡፡ እነዚህ የተስፋ ቃሎች በዘመናት መካከል በአብርሃምና በዘሩ ሁሉ ታይተዋል፡፡ የዮሴፍን ታሪክ ስናነብብ ከዮሴፍ የተነሣ እግዚአብሔር የፈርዖንን ቤት እንደ ባረከ፣ በመቀጠልም የግብፅ ምድርም እንደ ተባረከ መጽሐፍ ቅዱስ ያስረዳናል፡፡ ይህ የሆነው ከተስፋው ቃል የተነሣ ነው፡፡ እነዚህ ሁሉ የሚያመለክቱን እግዚአብሔር ቃል ኪዳኑን ጠባቂ አምላክ መሆኑን ነው፡፡ እርሱ በዘመናት መካከል ከልጆቹ ጋር በመሆን ባርኮቱን ያበዛልናል፡፡ የእግዚአብሔር ባርኮት በአብርሃም ብቻም ሳይቆም ለትውልድ ሁሉ የሚተላለፍ ሆነ፡፡

በአዳም ስሕተት የተነሣ ተሰነካክሎ የነበረው የእግዚአብሔር ባርኮት እንደገና በአብርሃም አማካኝነት ሲያንሠራራ እንመለከታለን፡፡ እነዚህ የተስፋ ቃሎች ትውልድን እየተሻገሩ በተለያዩ ዘመናትም ተገልጸዋል (ቊ. 7፤ 15÷5-21)፡፡

በዕንግድነት የምትኖርባትን ምድር፥ የከነዓን ምድር ሁሉ፥ ለዘላለም ግዛት ይሆንህ ዘንድ ለአንተና ከአንተ በኋላ ለዘርህ እሰጣለሁ አምላክም እሆናቸዋለሁ።» (ዘፍ. 17÷8፤ 18÷18-19፤ 22÷17-18)፡፡ በአብርሃም ላይ ብቻም

ሳይቆም ለይስሐቅም ተነግረዋል (26፥2-4)፡፡ ቀጥሎም ለያዕቆብ (28፥13-15፤ 35፥11-12)፡፡

ከዚያም በመቀጠል በታላቁ መሪ በሙሴ አማካይነት ተገልጧል «ደግሞም፦ እኔ የአባትህ አምላክ፥ የአብርሃም አምላክ የይስሐቅም አምላክ የያዕቆብም አምላክ ነኝ አለው። ሙሴም ወደ እግዚአብሔር ያይ ዘንድ ፈርቶአልና ፊቱን ሸፈነ። እግዚአብሔርም አለ፦ በግብፅ ያለውን የሕዝቤን መከራ በዕውነት ዐየሁ፥ ከአስገባሪዎቻቸውም የተነሣ ጩኸታቸውን ሰማሁ ስቃያቸውንም ዐውቄአለሁ፡፡ ከግብፃውያንም ዕጅ አድናቸው ዘንድ፥ ከዚያችም አገር ወተትና ማር ወደምታፈስሰው አገር ወደ ሰፊዪቱና ወደ መልካሚቱ አገር ወደ ከነዓናውያንም ወደ ኬጢያውያንም ወደ አሞራውያንም ወደ ፌርዛውያንም ወደ ኤዊያውያንም ወደ ኢያቡሳውያንም ሥፍራ አወጣቸው ዘንድ ወረድሁ።» (ዘጸ. 3፥6-8፤ 6፥2-8)፡፡ በእንዲህ መልክ ከቀጠለ በኋላ ይህ የተስፋ ቃል በአዲስ ኪዳንም በሐዋርያው ጳውሎስ አማካይነት ተወስቷል «እናንተ የነቢያት ልጆችና እግዚአብሔር ለአብርሃም በዘርህ የምድር ወገኖች ሁሉ ይባረካሉ ብሎ፥ ከአባቶቻችን ጋር ያደረገው የኪዳን ልጆች ናችሁ።» (የሐዋ. 3፥25)፡፡

በሐዋርያው ጳውሎስ አማካይነትም ለአሕዛብ ወገኖች ሳይቀር የተስፋው ቃል ተገልጾላቸዋል «መጽሐፍም እግዚአብሔር አሕዛብን በእምነት እንዲያጸድቅ አስቀድሞ ዐይቶ። በአንተ አሕዛብ ሁሉ ይባረካሉ ብሎ ወንጌልን ለአብርሃም አስቀድሞ ሰበከ» (ገላ. 3፥8)፡፡

ወደ አዲስ ኪዳን ስንመጣ ይህ ባርኮት በክርስቶስ ኢየሱስ "ለሰው ሁሉ የሚያበራው ዕውነተኛው የዓለም ብርሃን" ሆነ፡፡ ይህ ብርሃን ጨለማውን ሁሉ የሚገፍፍ ነው፡፡ በክርስቶስ ኢየሱስ የተገኘው ባርኮት ስንቱ ሊወራ ይችላል፡፡ እርሱ ሕይወቱን እስከ መስጠት ባደረገው የመስቀል ተጋድሎ እኛ ሁላችን በሥጋም በመንፈስም ተባረክን፡፡

በመንፈሳዊ ባርኮት አንዳችም ተነጻጻሪና ምትክ የሌለው የነፍሳችን መዳን ነው፡፡ ይህ ታላቅ ባርኮት በጌታችንና በመድኃኒታችን ኢየሱስ መሥዋዕትነት የተገኘ እጅግ ታላቅ ባርኮት ነው፡፡ ቀጥሎም የሆነው ደግሞ ምድራዊው ባርኮት ነው፡፡ አስቀድመን

የእግዚአብሔርን መንግሥት በመፈለግ ባርኮቱ እንደሚከተለን መጽሐፍ ቅዱስ ያስረዳል፡፡

ሥጋዊው ባርኮታችን በምድራዊው ብልጽግና ላይ የሚያተኩር ሲሆን፣ መንፈሳዊው ብልጽግናም በክርስቶስ ኢየሱስ በኩል ከሕግ እርግማን፣ ነፃ በመውጣት ዘላለማዊ ሕይወትን ማግኘት ነው፡፡ሥጋዊውና መንፈሳዊው ባርኮት የሚደጋገፉ ሲሆኑ፣ አንድ ሰው መንፈሳዊውን ባርኮት እንደ ተቀበለ ምድራዊውም ባርኮትም ይከተለዋል፡፡

ይህ ማለት ግን ምድራዊው ባርኮት የሚሰጠን በተደጋጋሚ ለመግለጽ እንደ ተሞከረው ለድሎትና ለራሳችን መንፈላሰሻ ብቻ ሳይሆን፣ የወንጌልን ዓላማ እንድንፈጽምበት ነው፡፡ ሰው መንፈሳዊውን ባርኮት ሲቀበል ምድራዊውን በረከት ያገኛል ከምንልባቸው ጉዳዮች አንዱ መገለጫ የአእምሮ መታደስን ማግኘት ነው፡፡ አንድ ሰው የአእምሮ መታደስን ሲያገኝም ቅንነትን፣ በጎ ማሰብን፣ ርኅራኄን የመሳሰሉትን ባሕርያት ያንጸባርቃል፡፡

በዚህም ለራሴ ብቻ ልኑር ከሚል የስግብግብነት ባሕርይ ወጥቶ ልክ እንደ ጌታው ለሌሎች በመኖር የመንፈስ ቅዱስን ፍሬ ማንጸባረቅ ይጀምራል፡፡

የሐዋርያት አገልግሎትና አሥራት

የአዲስ ኪዳን የስጦታ አወጣጥን ስንመለከት ስጦታው በፍላጎትና በደስታ እንደየግል ምርጫ እንጂ፣ ከአሥር አንድ በማውጣት አሥራትን አውጣ የሚል ትእዛዝ አንመለከትም፡፡ ይህ ማለት ግን ነፃ ነህና ብትሰጥም ባትሰጥም የሚመጣ ለውጥ የለም ማለት አይደለም፡፡ በአዲስ ኪዳን እንዲያውም መስጠትን ከብሉይ ኪዳን በበለጠ መጽሐፍ ቅዱስ አጠንክሮ ይናገርበታል፡፡ እያንዳንዱ የአዲስ ኪዳን አማኝም መስጠትን ቢለማመድ የበለጠ በረከትን እንደሚቀበል መጽሐፍ ቅዱስ በግልጽ አስቀምጦታል፡፡

(2ኛ ቆሮ. 9÷6-11)፡- “ይህንም እላለሁ። በጥቂት የሚዘራ በጥቂት ደግሞ ያጭዳል፥ በበረከትም የሚዘራ በበረከት ደግሞ ያጭዳል። እግዚአብሔር በደስታ የሚሰጠውን ይወድዳልና እያንዳንዱ በልቡ እንዳሰበ ይስጥ፥ በኀዘን ወይም በግድ አይደለም። በተነ፥ ለምስኪኖች ሰጠ፥ ጽድቁ ለዘላለም ይኖራል ተብሎ እንደ ተጻፈ፥ እግዚአብሔር፥ ሁልጊዜ በነገር ሁሉ ብቃትን ሁሉ አግኝታችሁ ለበጎ ሥራ ሁሉ ትበዙ ዘንድ፥ ጸጋን ሁሉ

ሊያበዛላችሁ ይችላል። ለዘሪ ዘርን ለመብላትም እንጀራን በብዙ የሚሰጥ እርሱም የምትዘሩትን ዘር ይሰጣችኋል፤ ያበረክትላችሁማል፥ የጽድቃችሁንም ፍሬ ያሳድጋል፤ በእኛ በኩል ለእግዚአብሔር የምስጋና ምክንያት የሚሆነውን ልግስና ሁሉ እንድታሳዩ በሁሉ ነገር ባለ ጠጎች ትሆናላችሁ።"

በዚህ ሁሉ ውስጥ ግን ከዚህ ቀደም በተጻፉት ትምህርቶች ውስጥ ለማመልከት እንደ ተሞከረው የአንድ ወገን ጽንፈኛ ከመሆን ሁልጊዜ መጠንቀቅ ይኖርብናል፡፡

ሐዋርያው ጳውሎስ በአዲስ ኪዳን ውስጥ መስጠትን በተመለከተ በስፋት አስተምሯል፡፡ አንዳንድ ሰዎች ጳውሎስ በተለይ ለቆሮንቶስ ሰዎች ገንዘብን በተመለከተ ያስተላለፋቸውን መልእክቶች ሲያነብቡ ሐዋርያው ጳውሎስ በቆሮንቶስ አማኞች እጅጉን እንደ ተጐዳና ልቡ እንደ ተሰበረ ያስባሉ፡፡ ይህ ግን ትክክል አይደለም፡፡ የጳውሎስ መልእክቶች በጥልቀት ስናጠናቸው እንዲያውም የምንረዳው ነገር ቢኖር፣ ጳውሎስ እነዚህ ሰዎች በገመቱት መንገድ በመጐዳት ከማንም ስጦታን ለመቀበል የማይፈልግ ሰው ሳይሆን፣ እርሱ ትሑትና ቸር ለሌሎች የሚጨነቅ ሰው እንደ ነበረ እንገነዘባለን፡-

«ከማንም ብር ወይም ወርቅ ወይም ልብስ አልተመኘሁም፤ እነዚህ ዕጆቼ በሚያስፈልገኝ ነገር ለእኔና ከእኔ ጋር ላሉት እንዳገለገሉ እናንተ ታውቃላችሁ። እንዲሁ እየደከማችሁ ድውዮችን ልትረዱና እርሱ ራሱ ከሚቀበል ይልቅ የሚሰጥ ብፁዕ ነው እንዳለ የጌታን የኢየሱስን ቃል ልታስቡ ይገባችሁ ዘንድ በሁሉ አሳየኋችሁ» (የሐዋ. 20÷33-35)፡፡

ጳውሎስ ከመቀበል ይልቅ መስጠት የበለጠ በረከትን ያስገኛል ብሎ የሚያምን ሰው ነው፡፡ በዚህ ብቻም ሳይወሰን በሌሎች ላይ ላለመከበድ በመመኘት በገዛ ዕጆቹም እየሠራ ኑሮውን የሚደጉም አገልጋይ ነበር እንጂ፣ ከሌሎች ለመቀበል አይፈልግም፡፡

(1ኛ ተሰ. 2÷9) - "ወንድሞች ሆይ፥ ድካማችንና ጥረታችን ትዝ ይላችኋልና፤ ከእናንተ በአንዱ ስንኳ እንዳንከብድበት ሌሊትና ቀን እየሠራን፥ የእግዚአብሔርን ወንጌል ለእናንተ ሰበክን።"

ሐዋርያው ጳውሎስ በ2ኛ ተሰ. 3÷7-9 *«ጌታ ኢየሱስ ከሥልጣኑ መላእክት ጋር ከሰማይ በእሳት ነበልባል ሲገለጥ፥ መከራን ለሚያሳዩአችሁ መከራን፥ መከራንም ለምትቀበሉ*

ከእኛ ጋር ዕረፍትን ብድራት አድርጎ እንዲመልስ በእግዚአብሔር ፊት በእርግጥ ጽድቅ ነውና። እግዚአብሔርን የማያውቁትን፥ ለጌታችንም ለኢየሱስ ክርስቶስ ወንጌል የማይታዘዙትን ይበቀላል፤ በዚያም ቀን በቅዱሳኑ ሊከብር፥ ምስክርነታችንንም ለምናችሁልና በሚያምኑት ሁሉ ዘንድ ሊገረም ሲመጣ፥ ከጌታ ፊት ከኃይሉም ክብር ርቀው በዘላለም ጥፋት ይቀጣሉ፡፡» የቀደሙትን ሐዋርያት ምሳሌነት እንድንከተል ትምህርት ይሰጣል፡፡ ሌትና ቀን ደከመው በመሥራት በሚያገኙት ገንዘብ ወንጌልን ያገለግሉ ነበር፡፡

ይህ የጳውሎስ ትምህርት በአዲስ ኪዳን ያለው የአሥራት አወጣጥ መልኩን እንደ ቀየረ፣ በሌላ አባባልም የበለጠ እንደ ጠበቀ የሚያሳየን ነው፡፡ በብሉይ ኪዳን አሥራት ለሌዋውያኑና ለካህናቱ የሚወጣ ነው፡፡ ወደ አዲስ ኪዳን ስንመጣ ግን ቅዱሳን ሁሉ ካህናት ሆነናል፡፡ በቤተ ክርስቲያን ውስጥ ሙሉ ጊዜያቸውን በመስጠት የሚያገለግሉ አገልጋዮች ቢኖሩም ጳውሎስ ከእነርሱ አንዱ ቢሆንም፣ በገዛ ዕጁ እየሠራ ወንጌልን የሚያገለግል ሰው መሆኑን ስንረዳ የአዲስ ኪዳን አገልጋዮች በአሥራት ላይ ብቻ ቆመው የሚያገለግሉ እንዳልሆኑ እንድንገነዘብ ያደርገናል፡፡

የሐናንያና ሰጲራ ታሪክም የሚያስረዳን የአዲስ ኪዳን የስጦታ አወጣጥ በፈቃደኝነት ላይ የተመሠረተ መሆኑን ነው፡፡ ሐናኒያና ሰጲራ ለመሞት የበቁት አሥራታቸውን በማጓደላቸው ሳይሆን፣ በመዋሸታቸው ነው፡፡

(ሐዋ. 5፥1-4) - "ሐናንያም የተባለ አንድ ሰው ሰጲራ ከተባለች ከሚስቱ ጋር መሬት ሸጠ፥ ሚስቱም ደግሞ ስታውቅ ከሽያጩ አስቀረና ዕኩሌታውን አምጥቶ በሐዋርያት ዕግር አጠገብ አኖረው። ጴጥሮስም፦ ሐናንያ ሆይ፥ መንፈስ ቅዱስን ታታልልና ከመሬቱ ሽያጭ ታስቀር ዘንድ ሰይጣን በልብህ ስለ ምን ሞላ? ሳትሸጠው የአንተ አልነበረምን? ከሸጥኸውስ በኋላ በሥልጣንህ አልነበረምን? ይህን ነገር ስለ ምን በልብህ አሰብህ? እግዚአብሔርን እንጂ ሰውን አልዋሸህም አለው።

በዚያን ዘመን መንፈስ ቅዱስ በሙላት የሚሠራበት ዘመን በመሆኑ ሰዎች መንፈስ ቅዱስን ለመዋሸት፣ እግዚአብሔር ለማታለል የሚቻላቸው አይደለም፡፡ እነዚህ ሰዎች ሰውን ሳይሆን፣ እግዚአብሔርን በማታለላቸው ቅጣታቸው ከባድ ሆነ፡፡ የተቀጡት ግን አሥራታቸውን በማጓደላቸው እንዳልሆነ ከጴጥሮስ ንግግር መረዳት ይቻላል፡፡

ሐዋርያው ጴጥሮስ “ገንዘቡ ቀድሞውንም ቢሆን፣ የእናንተ አልነበረም ወይ? ለምን መዋሸት አስፈለጋችሁ:: ለመስጠት ካልፈቀዳችሁ እኮ ዕውነቱን ተናግራችሁ እኔ የምሰጠው ይህን ያህል ብቻ ነው ማለት ይቻላችኋል የሚል ይመስላል:: ይህም የሚያሳየን እነዚህ ሰዎች መሬታቸውን ከሸጡ በኋላ ሙሉውን ገንዘብ በሐዋርያት ዕግር አጠገብ አምጥተው ለማስቀመጥ ቃል የገቡ መሆናቸውን ነው:: ከእነዚህ ሰዎች የሕይወት ተሞክሮ እንግዲህ የምንገነዘበው የአዲስ ኪዳን አሥራት በውዴታ እንጂ፣ በምደባ የሚሰጥ እንዳልሆነ ነው::

ሐዋርያ ጳውሎስ ከሌሎች ስጦታን የመቀበል ሙብት ነበረው:: እንዲያውም ጭራሹን መከራው እጅግ የበዛ በመሆኑ የሎሎች ድጋፍ የሚያስፈልገው ሰው ነበረ (1ኛ ቆሮ. 4÷11-12):: “እስከዚህ ሰዓት ድረስ እንራባለን፥ እንጠማለን፥ እንራቆታለን፥ እንጐሰማለን፥ እንንከራተታለን፥ በገዛ ዕጃችን እየሠራን እንደክማለን፤ ሲሰድቡን እንመርቃለን፥ ሲያሳድዱን እንታገሣለን፥ ክፉ ሲናገሩን እንማልዳለን”::

የጥንቶቹ ሐዋርያት ምሳሌነት ምንኛ ታላቅ ነው? ይህቺን ዓለም የእርሷ የሆነው ኮተቷን አልማዝ፣ ብርና ወርቋን ፈጽሞ ንቀው ስለ ክርስቶስ የሚኖሩ ጀግናዎች ሆነው ወንጌል በእርሱ በብቃት ተሰበከ:: በዚህ ዘመን ያለን አገልጋዮች ወንጌልን ስንሰብክ አድማጩ ምንኛ በሙሉ ልቡ ይሰማን ይሆን? ምንኛ እነዚህ መልካም ምሳሌ የሆኑ የወንጌል አገልጋዮች ናቸው ብሎ ስለ እኛ ይናገር ይሆን? ወይስ በእንዴት ያለ የጥርጣሬ አተያይ ይመለከተን ይሆን?

ሐዋርያው ጳውሎስ የቆሮንቶስ ቤተ ክርስቲያን በሚገባ ያውቃት ስለነበረ፣ ከእነርሱ ስጦታን የመቀበል ሙብትና ሥልጣን ቢኖረውም እርሱ ግን ሊያደርገው አልወደደም:: እነዚህ ሰዎች በመንፈሳዊ ሕይወታቸው ያልበሰሉ ሕፃናት በመሆናቸው እነርሱን ወተት መመገብ እንጂ፣ በተለይ በገንዘብ ጉዳይ ላይ አምጡ እያሉ መቀበሉ ዐደጋው የሰፋ እንደ ሆነ ጳውሎስ ከወዲሁ ተረድቷል (1ኛ ቆሮ. 4÷11-12):: “እስከዚህ ሰዓት ድረስ እንራባለን፥ እንጠማለን፥ እንራቆታለን፥ እንጐሰማለን፥ እንንከራተታለን፥ በገዛ ዕጃችን እየሠራን እንደክማለን፤ ሲሰድቡን እንመርቃለን፥ ሲያሳድዱን እንታገሣለን፥ ክፉ ሲናገሩን እንማልዳለን::”

በብሉይ ኪዳን እስራኤላውያን ከአሥራት በተጨማሪ በበዓል ቀናትና በሌሎችም የበዓላት ወቅት ለቤቱ ስጦታቸውን እንዲሰጡ በሙሴ ሕግ ተደንግጓል። አሥራት በዚያን ጊዜም ቢሆን አነስተኛ የሆነው የስጦታ ዐይነት ነው። ወደ አዲስ ኪዳን ሲመጣም ከሚጠበቀው በታች ዝቅተኛ የሆነ የስጦታ ዐይነት ነው።

አዲስ ኪዳንን የቤተ ክርስቲያን ታሪክ ስንመለከት በሐዋርያት ቤተ ክርስቲያን ውስጥ የአሥራት ትምህርት እንዳልነበረ ከቤተ ክርስቲያን ታሪክ እንማራለን። በሐዋርያት ዘመን የነበረውን ታሪክ የጻፉ የታሪክ መጻሕፍት እንደሚሉት በሐዋርያት ዘመን አሥራትን መሰብሰብ እንደ ሌለ፣ የአሥራት ትምህርትም እንደማይሰጥ፣ ከዚህ ይልቅ ስጦታን መስጠት እንደሚበረታታ ያስተምራሉ።

ኢንሳይክሎፒዲያ ብሪታኒካ "የጥንቷ የሐዋርያት ቤተ ክርስቲያን ትንቀሳቀስ የነበረው ከአባላቱ በሚውጣጣ ስጦታ ነበር" ይላል። ኢንሳይክሎፒዲያ አሜሪካና የሚባለው የታሪክ ማኅደርም "በሐዋርያት ቤተ ክርስቲያን ውስጥ አሥራትን የማውጣት ልምምድ አልነበረም፤ አባላቱ በሚሰጡት የፍቅር ስጦታ የቤተ ክርስቲያን አገልግሎት ይካሄድ ነበር ይላል።

ኢንሳይክሎፒዲያ ኦፍ ሪሊጀስ ኖውሌጅ የተባለ የታሪክ መጽሐፍ ላይም እንደ ተቀመጠው "አሥራትን የመሥጠት አገልግሎት ለመጀመሪያ ጊዜ በአዲስ ኪዳን ቤተ ክርስቲያን ውስጥ ብቅ ያለው በካቶሊክ ቤተ ክርስቲያን ውስጥ ነው። ያኔም ቢሆን ግን የሚሰጠው አሥራት በፈቃደኝነት ላይ የተመሠረተ ነበር። ዓመታት እያለፉ ሲሄድ ግን አሥራት በካቶሊክ ቤተ ክርስቲያን ውስጥ ከዋና ዋናዎቹ የሃይማኖት ሥርዓቶች ውስጥ ተካትቶ አባላቱን ከቤተ ክርስቲያን መዝገብ እስከ ማሰረዝም ደረሰ" ይላል።

ሳይክሎፒዲያ ኦፍ ባይብል ሊትሬቸር የተባለ ምስጉን የታሪክ ድርሳን ውስጥ እንደ ተጻፈውም "በጥንቷ የሐዋርያት ቤተ ክርስቲያን አሥራትን ማውጣት በግዴታ ላይ የተመሠረተ ሳይሆን፣ አባላቱ በውዴታ ፈቃደኝነት የሚያደርጉት ነበር። ይህም አሠራር በ567 ዓ.ም የተቋቋመው የቶርል ካውንስል (Tours Council) እስከ ተቋቋመበት ዘመን ድረስ ቀጥሏል። ይህ ካውንስል በአብያተ ክርስቲያናት ከተቋቋመ በኋላ ግን አሥራትን መስጠት ግዴታ ተደረገ። ከእርሱም በኋላ በ585 ዓ.ም የተቋቋመው ካውንስል ኦፍ ማኮን

(Council of Macon) ይህንኑ ድንጋጌ ቀጥሎበት አሥራትን አለ መክፈል ከቤተ ክርስቲያን መዝገብ እስከ ማሰረዝ አደረሰው፡፡

በአዲስ ኪዳን ታሪክ ውስጥም ሆነ በአዲስ ኪዳን መጻሕፍት ውስጥ በአንድም ቦታ አብያተ ክርስቲያናትም ሆኑ ሐዋርያት አሥራትን አወጡ የሚል ቃል ተጽፎ አይገኝም፡፡

አዲስ ኪዳናዊ የመስጠት መርኅ

መርኅ	መግለጫ	ጥቅስ
1. በዕቅድና በፕሮግራም	በቋሚነት የሚደረግ ሆኖ በሳምንት፣ በሁለት ሳምንት፣ በወር ይሰጣል	1ኛ ቆሮ. 16፥1
2. እንደ ዐቅም ይመጠናል፤	እንደ ዐቅም ደረጃ የሚከፋፈል ነው፤ እግዚአብሔር ባበለጸገን መጠን እንሰጣለን፤	1ኛ ቆሮ. 16፥2፤ 1ኛ ቆሮ. 8፥2-3
3. በመሥዋዕትነትና በቸርነት ይሰጣል፤	በቸርነት ይሰጣል፤ በመሥዋዕትነት ይሰጣል፤ ይሁንና ግን የግል ዝና የለበትም፤	1ኛ ቆሮ. 8፥2-3፤ ፊልጵ. 4፥17-18
4. ታስቦበት ይደረጋል፤	ከንጹሕ አመለካከት ታስቦበት ይደረጋል፤ የሕሊና ክስ ስላለብን ወይም በስሜታዊነት አንሰጥም፤	2ኛ ቆሮ. 8፥4፤ ፊልጵ. 4፥16
5. መነሳሳት አለበት፤	ለሌሎች ካለን ፍቅር የተነሣ ለመስጠት እንነሳሳለን፤ ከእግዚአብሔር ብድራታችንን ለመቀበል እንሰጣለን፤	
6. ፍቅር	ጌታ ኢየሱስ ከፍቅር የተነሳ ራሱን ለሌሎች እንደ ሰጠ ቅዱሳን ሁሉ ከፍቅር የተነሣ ይሰጣሉ፤	2ኛ ቆሮ. 8፥9
7. ዕኩልነት	አማኞች ሌሎችም ሁሉ የሚያስፈልጋቸውን እንዲያገኙ ይሰጣሉ፤	1ኛ ቆሮ. 9፥14-15፤ 2ኛ ቆሮ. 8፥12-14፤ ገላ. 6፥6
8. ባርኮት	ከእግዚአብሔር ባርኮትን ለመቀበል ለሌሎች በቸርነት እንሰጣለን፤	2ኛ ቆሮ. 9፥6

9. በደስታ መስጠት	እግዚአብሔር በደስታ የሚሰጡትን ይወዳል፤	2ኛ ቆሮ. 9፥7
10. በፈቃደኝነት መስጠት	አንድ ሰው የሚሰጠው ያለ ምንም ግዳጅ በፈቃደኝነት ነፃ ሆኖ ነው፤	2ኛ ቆሮ. 8፥2-3፤ 8፥8፤ 9፥7፤ ፊልጵ. 4፥18

የአብርሃም በረከቶች (የብልጽግና ዐይነቶች) ምን ምን ናቸው?

በመጽሐፍ ቅዱስ ውስጥ ያሉት የብልጽግና ዓይነቶችን በሁለት ዋና ዋና ክፍሎች እንመድባቸዋለን:: **የመጀመሪያው መንፈሳዊው ብልጽግና ሲሆን ሁለተኛው ደግሞ ሥጋዊው ወይም የቁሳቁስ ብልጽግና ናቸው::** አንድ የእግዚአብሔር ሰው በእነኚህ **በሁለቱም የበረከት ዐይነቶች መጉበኘቱ በብዙ መንገድ የተገለጸ ቢሆንም** መንፈሳዊው ብልጽግና በመጽሐፍ ቅዱስ ውስጥ ቅድሚያ የሚሰጠውና ሥጋዊው ብልጽግና ለአንድ አማኝ እግዚአብሔር ለዓላማው ለክብሩ ፈቃድ የሚያደርገው እንደሆነ መጽሐፍ ቅዱስ ይነግረናል:: ከብልጽግና ወንጌል መምህራን ጋር እንግዲህ ይህ ትምህርት የማይስማማው በዚህ ዋነኛ ነጥብ ላይ ነው::

ሐዋርያው "ኑሮዬ ይበቃኛል ማለትን ተምሬአለሁ" ይላል:: በሌላ ቦታም "ምግብና ልብስ ከኖረን ይበቃናል" ይላል:: "መራብንም፣ መጥገብንም እንደ ተለማመደው ይገልጽልናል:: መጽሐፍ ቅዱስ ከምድራዊው በረከት ይልቅ ሰማያዊውን በረከት አብልጠን እንድናስብም ይገፋፋናል:: በፊልጵ. 3፥1 *"... ሁልጊዜ በጌታ ደስ ይበላችሁ፤ ..."* ይላል::

የልጅነት ርስታችን ቢሆንም እንኳ የክርስቲያን ደስታው በምድራዊው ቊሳቊስ ላይ **የተመሠረተ** አይደለም:: በምድር ላይ የምንመለከተው ሀብትና ብልጽግና፣ ምቾት ያለው ቪላ ቤት፣ የተንፈላሰሰ መኪና፣ ብሩ ወርቁ ሁሉ ያስፈለገበት ምክንያት ሥጋችን ደስ እንዲሰኝ ነው:: የሰው ልጅ ግን በእነዚህ ሁሉ ዕውነተኛ ዕርካታ ሊኖረው እንዳልቻለ ዓለም አስረግጣ እያሳየችን ነው::

ብዙ ታላላቅ ሰዎች፣ በሀብታቸው አንቱ የተባሉ ምድራዊው ቊሳቊስ ሰላምና ደስታ አልሰጥ ብሏቸው የሌሊቱን የዕንቅልፍ ዕረፍታቸውን የሚያሳልፉት መድኃኒት በመውሰድ ነው:: አንዳንዶቹም ይህን የሚያስተኛ መድኃኒት ከመጠን በላይ እየወሰዱ በዚያው ለስከወዲያኛው አሸልበው ቀርተዋል:: ምክንያቱም የውስጥ ሰላም የላቸውም:: ዝነኛ የሆኑ የፊልም ተዋናዮች፣ የሙዚቃ ሰዎች ሌሎችን አዝናንተው ሰዎች በእነርሱ የጥበብ ሥራ ከተደሰቱና ከተዝናኑ በኋላ እነርሱ ግን የውስጥ ሰላም የላቸውም:: ውስጣቸው በታላቅ ኀዘን ይመታል::

ስለዚህ ሐዋርያው ጳውሎስ ሁልጊዜ በጌታ ደስ ይበላችሁ ይለናል:: ይህ ከጌታ የሆነ ደስታ የማይለወጥ የማይሻር ሁኔታዎች ከፍ ዝቅ የማያደርጉት ነው:: ሐዋርያው በዚህ የፊልጵስዩስ ምዕራፍ ሁለት ቊጥር 4 ላይ "እኔ ግን በሥጋ የምታመንበት አለኝ" ይላል:: ለጳውሎስ ይህ በሥጋ የሚታመንበት ትምክህቱ በምድራዊው ብልጽግና ላይ የቆመ ነው:: አንቱ ከሚባል ቤተ ሰብ የተወለደ ነው፤ ሌሎች ሰዎች በሥጋ የሚታመኑበት ቢኖራቸውም፣ እኔ እበልጣቸዋለሁ ይላል::

በዓለም አስተሳሰብ በሥጋ መታመን የተለመደ ነው:: "እኔ የዕከሌ ዘር ነኝ!" ብለው ሰዎች ይመካሉ:: የእንግሊዝ ንጉሣውያን ቤተ ሰቦች በዚህ የንጉሣውያን ቤተ ሰብነታቸው ይመኩበታል:: አገርን የሚመራ የአመራርና የፖለቲካ ብቃት የሌላቸው ሁሉ የንጉሣውያን ቤተ ሰብ ከሆኑ ሀብትና ክብሩ በአስተማማኝነት በዕጃቸው ነው::

ከድሀው ቤተ ሰብ የተወለደ አንድ እንግሊዛዊ የቱንም ያህል የአእምሮ ብቃቱ የሰላ ቢሆንም፣ ከንጉሣውያን ቤተ ሰብ ጋር ሊስተካከል አይችልም፤ በአጠገባቸውም አይደርስም:: ስለዚህ የእንግሊዝ የንጉሣውያን ቤተ ሰብ አባል መሆን ያስመካል::

ለሐዋርያው ጳውሎስም ትምክህት ምክንያት የሆነው ይህ የዘር ግንዱ ነው:: ከዕብራዊውም ወግ አጥባቂ የሆንሁ ዕብራዊ ነኝ ይላል:: እንደ ገናም ስለ ሕግ ሲነሳ ፈሪሳዊ ነበርሁኝ ይላል:: ስለ ሕግ ጽድቅ ብትጠይቁ ምንም የማይወጣልኝ ያለ ነቀፋ ነበርሁኝ ይላል:: እነዚህ ሁሉ ክብርን፣ ዝናንና ገንዘብንም የሚያስገኙለት ነበሩ:: ሐዋርያው በዚያን ዘመን የነበረውን የከፍተኛ ትምህርትም በብቃት የተወጣ ሰው ነው:: ዕውቀቱ ዛሬም ድረስ ጥልቅ ነው:: እርሱ ግን ምን ይላል? ሁሉን እንደ ጒድፍ

ቈጠርሁት፡፡ ለእርሱ ምርጫው በጌታ የሚገኘው ደስታ እንጂ፣ ምድራዊው ጉዳይ አይደለም፡፡

ለነገሩማ በዘመናቸው እንደ ፈሪሳወያን ያለ ቱጃር ማን ነበር?

"... ነገር ግን ለእኔ ረብ የነበረውን ሁሉ ስለ ክርስቶስ እንደ ጉዳት ቈጥሬዋለሁ" (ቍ. 7)፡፡ ለእርሱ በሰማያዊው የእግዚአብሔር መንግሥት አጀንዳ ሥር መገኘት እንጂ፣ ምድራዊውን ክብር መጓጓት፣ ለምድራዊው ምቾት መኖር፣ በዝና መታጠር ጥቅም የሚሰጠው አልሆነም፡፡ በሌላ አባባል ከሥጋዊውና ከምድራዊው ጉዳይ ይልቅ መንፈሳዊውን አስበለጠ፡፡ መንፈሳዊው ክብር ሲመጣ ምድራዊውንም ዕረፍትና ሰላም መፍጠር ይቻለዋል፡፡ ምድራዊው ክብርና ዝና ብልጽግና ግን ሰማያዊውን ብልጽግና ሊያስገኝ አይቻለውም፡፡ ለዚህም ነው በማቴዎስ ስድስት ላይ አስቀድመን የእግዚአብሔርን መንግሥት ብንፈልግ፣ ሌላው ሁሉ እንደሚጨመርልን የተጠቀሰው፡፡

ሐዋርያው "ስለ እርሱ ሁሉን ተጐዳሁ" ይላል፡፡ ጥቅምና ምቾቱን ሁሉ ትቶ ዋጋን በመከፈል ለክርስቶስ ኖረ፡፡ የብልጽግና ትምህርትን በጽንፈኝነት የሚያራምዱ ሰዎች የጳውሎስን ትምህርቶች ብዙም ላይወዷቸው ይችላሉ፡፡ ምክንያቱም ጳውሎስ በሕይወቱ ላይ ቈራጥነትን፣ መሥዋዕትነትን፣ የዚህን ዓለም ምቾትና ክብርን መተውን፣ ገንዘብ የክፋት ሁሉ ሥር እንደ ሆነ ዐውቆ አምልኮተ ገንዘብን የሚቃወም በመሆኑ፣ እነዚህ ሰዎች የእርሱ አስተምህሮ ላይዋጥላቸው ይችላል የሚል ግምት አለኝ፡፡

በዚህ የፊልጵስዮስ ምዕራፍ ሁለት ላይ ብቻ እንኳ ያቀረባቸው ትምህርቶቹ የዚህን ዓለም ብልጽግና መመኘትን እንድናቆምና ለእግዚአብሔር ክብር እንድንኖር የሚያደርገን ነው፡፡ የጳውሎስ ምኞቱ ከጌታ ጋር በሞቱ መካፈል ነው (ከቍጥር 10-11)፡፡ 1ኛ ቆሮ. 1÷30 ጳውሎስ በቍጥር 11 ላይ እናፍቃለሁ ይላል፡፡ ይህ ናፍቆቱ ትልቅ የሆነ ጉጉትን በውስጡ ይዟል፡፡ እርሱ ከዚህ ምድር ምኞትና ጉጉት አልፎ ትንሣዔውን ለማየት የሚናፍቅ ሰው ሆኖ እናገኘዋለን፡፡ ሐዋርያው በትንሣኤ ከጌታው ጋር እንደሚገናኝም እርግጠኛ መሆኑንም የሚያመለክት አሳብ ነው፡፡ ቍጥር 18 ይህ መስቀል ብዙ መከራ የታየበት፣ ጌታ የተሰቃየበት፣ የውርደት ሞትን የሞተበት እንጂ፣ ድሎትና ብልጽግናን አንመለከትበትም፡፡

ብዙዎችም ይህን የጉስቁልና መንገድ አይመርጡትም፡፡ ስለዚህም የመስቀሉ ጠላቶች ሆነው የራሳቸውን መንገድ መሄድ ይመርጣሉ፡፡ የእነዚህን ሰዎች መጨረሻ ምን እንደ ሆነም ሐዋርያው ቍጥር 19 ላይ በግልጽ አስቀምጦታል፡፡ አሳባቸው ምድራዊ ነው፡፡ አንድ መንፈሳዊ ነኝ የሚል ሰው እንዴት አድርጎ ስለ ምድራዊ ሕይወት ሊያስብ ይቻለዋል?

እንዴትስ አድርጎ ዕለት ዕለት በምቾትና በድሎት መኖርን ይመርጣል? ክርስትና የጉስቁልና ጒዞ ነው ባንልም ዘወትር በምቾትና በድሎት የምንኖረው ኑሮም አይደለም፡፡ አንድ መንፈሳዊ ሰው ሌላው ቢቀር በብዙ መንፈሳዊ ውጊያ ውስጥና በመከራ ውስጥ ያልፍ ዘንድ ግድ ነው (20-21)፡፡ የሰማያዊው አገር ሰው በምድራዊው ምቾትና ድሎት ይታጠር ዘንድ እንዴት ይቻለዋል?

በዚህ የሰማያዊው የብልጽግና ሕይወት ውስጥ መንፈስ ቅዱስ ትልቅ ድርሻ ይኖረዋል፡፡ መንፈስ ቅዱስ በእኛ ላይ በመጣበት ሰዓትም የእግዚአብሔር ዕጅ በቅዱሳኑ ላይ በአስገራሚ መንገድ ትሠራለች፡፡

ጌታ ኢየሱስ ስለ መንፈስ ቅዱስ ሲናገር እኔ ብሄድ ይሻላችኋል አለ (ዮሐ. 16÷5-15)፡፡ ይህ መንፈስ ለውጤታማነትና ለስኬት ቍልፍ ጒዳይ ነው፡፡ ሰው የእግዚአብሔርን መንፈስ ሰምቶ መታዘዝ ሲጀምር፣ ውጤታማ መሆን ይጀምራል፡፡ የመንፈስ ቅዱስ ፍሬዎችም በእርሱ ላይ መገለጥ ይጀምራሉ (ገላ. 5÷22-24)፡፡

እነዚህ የመንፈስ ፍሬዎች ሰውን ደስተኛና የተረጋጋ ያደርጉታል፡፡ ለዚህም ነው ሐዋርያው ጳውሎስ ኑሮዬ ይበቃኛል ለሚለው ግን እግዚአብሔርን መምሰል ማትረፊያው እንደ ሆነ የሚናገረው፡፡ ስለ መንፈሳዊው ብልጽግና የዚህን ያህል ካየን፣ አሁን ደግሞ ስለ ምድራዊው ብልጽግና በጥቂቱ እንቃኝ፡፡

ምድራዊው ብልጽግና በምድራዊው ሀብት፣ ገንዘብ፣ ወርቅ፣ አልማዝ፣ ቪላ ቤት፣ የተሽቆጠቆጠ የሐር ልብሶችን በመልበስ በዝና፣ በውድ ሆቴሎች ውስጥ በመንፈላሰስ፣ ለዐይን የሚስቡ አዳዲስ ውድ መኪናዎች በመያዝ ... ወዘተ ላይ የተመሠረተ ነው፡፡

አንድ መንፈሳዊ ሰው እነዚህ ሁሉ ቢኖሩት የሰማይ አባቱ ደስ ይለዋል፣ በመጀመሪያ እነዚህን ቍሳቍሶች ያገኘበት መንገድና በሁለተኛ ደረጃም የሚጠቀምበት ዓላማም እግዚአብሔርን የሚያከብር፣ ለእግዚአብሔር መንግሥት መስፋትም ምክንያት የሆኑ የወንጌሉ ሥራዎች ሊሠሩበት ይገባል። ይህ በሌለበት አንድ አማኝ የብልጽግናውን መንገድ ለምድራዊው ክብርና ምቾት የሚፈልገው ከሆነ፣ ይህ እግዚአብሔርን የሚያስከብር አይደለም።

ቀደም ሲል እንደ ተመለከትነው ምድራዊ በረከት ከእግዚአብሔር የተሰጠ ሲሆን፣ ልባችን በጌታ ላይ እንዲጸና እና በባለ ዐደራነት ለእግዚአብሔር መንግሥት እንደናደርገው ተሰጥቶናል። ምድራዊው ብልጽግና በተለያዩ መንገድና ባርኮት ይገለጻል። ከእነዚህም ውስጥ ለመጥቀስ፤ ሰው በጤናውና በዕድሜም ይባረካል፤ ሰው በገንዘብ ይባረካል፤ ሰው በትውልዱ ይባረካል፤ ሰው በሚስት/ በባል ይባረካል፤ ሰው ቅን አስተሳሰብን በመያዝ ይባረካል፤ ሰው በቍሳቍስ፣ በቤት፣ በመኪና ይባረካል፤ በሌሎችም ንብረቶች ይባረካል።

አንድ አማኝ ይህን ሀብቱን በተአምራት በድንገት የሚያገኘው ሳይሆን፣ እግዚአብሔር በረከት የሚያገኝበትን መንገድ ሲከፍትለት ይሆንለታል። አማኙ ያልተጠበቁ ሥራዎችን ሠርቶ እግዚአብሔር ይሁን ብሎ ስለ ባረከለት ብቻ ድግምትና ሌሎችም የሰዎች ተንኮል ሁሉ እርሱ ላይ ሳይሠራ የእግዚአብሔርን ባርኮት ይቀበላል። ይህ ለእርሱ ምንም የተለየ አሠራር በሌለበት የእግዚአብሔር ዕጅ በእርሱ ላይ ትዘረጋለች።

ኢዮብ እግዚአብሔርን የሚፈራ ጻድቅ ሰው ሲሆን፣ በብልጽግናም ባርኮትን አግኝቶ ነበረ (ኢዮብ 1፥1-3)። የኢዮብ ባርኮት ዘርፈ ብዙ ነው። በገንዘብ ተባርኳል። በቀንድ ከብቶች ተባርኳል፤ በጤናው ተባርኳል፤ በልጆች ተባርኳል፤ በአጠቃላይ ዘርፈ ብዙ ባርኮት ነበረው። እርሱም እግዚአብሔርን የሚፈራ ጻድቅ ሰው ነበር። ልጆቹም በእግዚአብሔር ፍርሃት በጽድቅ መንገድ ላይ እንዲገኙ ይመራቸው ነበር።

አንድ ቀንም በኢዮብ ላይ ትልቅ መቅሰፍት ወደቀና ያለው ሀብትና ልጆቹም ሁሉ አለቁ። የኢዮብም ጤናው ታወከ። የደረሰበትን ዐደጋ ሰምተው ሊጠይቁት የመጡት ወዳጆች ባዩት ጊዜ ሰውነቱ በሙሉ በቍስል ተሞቶ ስለ ነበረ እርሱ መሆኑንም አላወቁም ነበር ይላል ቃሉ (ኢዮብ 2፥12)።

«ከሩቅም ሆነው ዐይናቸውን ባነሡ ጊዜ አላወቁትም ድምፃቸውንም አሰምተው አለቀሱ፡፡ እያንዳንዳቸውም መጐናጸፊያቸውን ቀደዱ፥ ወደ ላይም ወደ ራሳቸው ላይ ትቢያ ነሰነሱ።» ኢዮብ በዚህ የመከራው ዘመን አላጉረመረመም። (ኢዮብ 1፥20-22) - «ኢዮብም ተነሣ መጐናጸፊያውንም ቀደደ፥ ራሱንም ተላጨ፥ በምድርም ላይ ተደፍቶ ሰገደ፡፡ እንዲህም አለ፡- ራቁቴን ከእናቴ ማህፀን ወጥቻለሁ፥ ራቁቴንም ወደዚያ እመለሳለሁ እግዚአብሔር ሰጠ፥ እግዚአብሔርም ነሣ፤ የእግዚአብሔር ስም የተባረከ ይሁን። በዚህ ሁሉ ኢዮብ አልበደለም፥ ለእግዚአብሔርም ስንፍናን አልሰጠም።» ይላል፡፡

ክርስትና የስኬትና የብልጽግና ጉዞ እንዳልሆነ የኢዮብ መጽሐፍ በግልጽ ያስተምረናል፡፡ ማግኘት እንዳለ ማጣት፣ ሕይወት እንዳለ ሞት፣ ደስታ እንዳለ ኀዘን፣ በዚህ ምድር ላይ ሁልጊዜም ይከተሉናል፡፡ አንዳንድ የብልጽግና ወንጌል ጽንፈኛ አስተማሪዎች ግን እምነት ካለን በሽታ እንደማይነካንና ሞትም ከቶ እንደማያገኘን በድፍረት ያስተምራሉ፡፡

ኢዮብ ከብዙ መከራ በኋላ ግን ጽናቱን አስመስክሮ እንደ ገና የእግዚአብሔርን ባርኮት በእጥፍ አገኘው (ኢዮብ 42፥10-11)፡፡ «ኢዮብም ስለ ወዳጆቹ በጸለየ ጊዜ እግዚአብሔርም ምርኮውን መለሰለት፥ እግዚአብሔርም ቀድሞ በነበረው ፋንታ ሁለት እጥፍ አድርጎ ለኢዮብ ሰጠው። ወንድሞቹና እኅቶቹ ቀድሞም ያውቁት የነበሩት ሁሉ ወደ እርሱ መጡ፥ በቤቱም ከእርሱ ጋር እንጀራ በሉ፡፡ ስለ እርሱም አዘኑለት፥ እግዚአብሔርም ካመጣበት ክፉ ነገር ሁሉ አጽናኑት፡፡ እያንዳንዳቸውም ብርና የወርቅ ቀለበት ሰጡት።» ምድራዊ ብልጽግናን (ባርኮትን) አገኘ፡፡

በአንዳንዶች ትምህርት የብልጽግና ወንጌል ትምህርት ወይም የስኬት ወንጌል ትምህርት በሚል ይጠራል፡፡ እርግጥ ትምህርቶቹ ወደ አንድ ወገን በጽንፈኝነት ከተለጠጡ **ዐደገኛ ከሆኑ የስሕተት ትምህርት ጎራ ይመደባሉ፡፡** ቢሆንም ሚዛናዊነትን በጠበቀ መንገድ ግን የብልጽግና ወንጌል ትምህርት ስንለካው መጽሐፍ ቅዱስ ፍጹም ጤናንም፣ አጅግ ባለጠጋ መሆን እና ስኬትን ሆነ መከናወንን የማይቃወምና ይልቁንም የሚያበረታታ፣ በእምነት የአብርሃምን ምድራዊ በረከት ተካፋይ መሆናችንን በመንገዘብ ከዚህም ባለፈ የተሳፋ ቃሉ የስኬታችን ሁሉ ምንጭ እንደ ሆነ ማስተዋል ይገባል፡፡

አንዳንዶች የብልጽግና ወሬው ጨርሶ አያስፈልግም፤ በቤተ ክርስቲያን ውስጥ የብልጽግና አስተሳሰብ ርዝራዥም እንኳ መኖር የለበትም ብለው የሚያስተምሩ የአንድ ወገን ጽንፈኞች ያሉ ሲሆን፣ እነርሱ እንደ ምክንያት አድርገው ከሚያነሡዋቸው የመከራከሪያ ነጥቦች ውስጥ የሃይማኖታችን ራስና ጀማሪው ክርስቶስ ኢየሱስ ራሱን የሚያስጠጋበት ትንሽ የመኖሪያ ጎጆ እንኳ የሌለው መናጢ ድሀ በመሆን በምድር ላይ የተመላለሰ፣ የመውለጃ ቦታ እንኳ ጠፍቶ በከብቶች በረት ውስጥ የተወለደ መሆኑን፣ ከሀብታሞቹ ጋር ሳይሆን፣ ኑሮው ካልተማሩት፣ በኑሮ ዝቅተኛ ከሆኑት፣ ከዓሣ አጥማጆችና ከሌሎችም የድሀው ክፍል ጋር መሆኑ፣ ቤተ ሰቡም ሳይቀር በድህነት የኖሩ እንደ ሆኑና ጌታችንም ምንም የሌለው ድሀ በመሆኑ አሥራት እንኳ አወጣ ተብሎ ያልተጻፈለት መሆኑና፣ በኢሳይያስ 53 ላይም የድህነቱ ልክ ቁልጭ ብሎ መጻፉ ይገኙበታል፡፡

ጌታችን ኢየሱስ ክርስቶስ እነዚህ ሰዎች እንዳሉት እንዳልሆነ ግን መጽሐፍ ቅዱስ አስረግጦ የሚነግረን በመሆኑ ዕሳቤያቸው የተዛባ መሆኑን በቀላሉ መገመት ይቻላል (በፊልጵ. 2፥6-12)፡፡ *«እርሱ በእግዚአብሔር መልክ ሲኖር ሳለ ከእግዚአብሔር ጋር መተካከልን መቀማት እንደሚገባ ነገር አልቈጠረውም፥ ነገር ግን የባሪያን መልክ ይዞ በሰውም ምሳሌ ሆኖ ራሱን ባዶ አደረገ፥ በምስሉም እንደ ሰው ተገኝቶ ራሱን አዋረደ፥ ለሞትም ይኸውም የመስቀል ሞት እንኳ የታዘዘ ሆነ። በዚህ ምክንያት ደግሞ እግዚአብሔር ያለ ልክ ከፍ ከፍ ኢደረገው፥ ከስምም ሁሉ በላይ ያለውን ስም ሰጠው፤ይህም በሰማይና በምድር ከምድርም በታች ያሉት ሁሉ በኢየሱስ ስም ይንበረከኩ ዘንድ፥ መላስም ሁሉ ለእግዚአብሔር አብ ክብር ኢየሱስ ክርስቶስ ጌታ እንደ ሆነ ይመሰክር ዘንድ ነው። ስለዚህ፥ ወዳጆቼ ሆይ፥ ሁልጊዜ እንደ ታዘዛችሁ፥ በእናንተ ዘንድ በመኖሬ ብቻ ሳይሆን ይልቁን አሁን ስርቅ፥ በፍርሃትና በመንቀጥቀጥ የራሳችሁን መዳን ፈጽሙ»* ይለናል፡፡

ይህን ክፍል በምናስተውልበት ጊዜ በእርሱ ዘንድ ሀብትና ብልጽግና ምንም ማለት አይደለም፡፡ ጥንትም ሆነ ዛሬ እርሱ በወርቅና በአልማዝ፣ ከዚህም በላይ በሆነ ክብርና የተሽቆጠቆጠ ብልጽግና ውስጥ የኖረ አምላክ ነው፡፡ ሆኖም ግን የእኛ ጉስቁልናና ሞት አሳዝኖት ከዚህ ክብር ውስጥ ወጥቶ ራሱን ባዶ አደረገ፡፡ በኢሳይያስ መጽሐፍ ውስጥ እንደምንመለከተውም ተጨነቀ፣ ተሰቃየ … ብዙ መከራን ስለ እኛ ተቀበለ እንጂ፣ የጌታ ማንነቱ በክብርና በብልጽግና የተሞላ እንደ ሆነ በብዙ መልኩ እንረዳለን፡፡

በዚህ ምድር ላይ በነበረው ቆይታም በሚያስፈልገው ጊዜ ሁሉ፣ ሁሉም በዕጁ ነውና አስገራሚ ተኣምራቱን የሠራባቸው ድንቃ-ድንቆቹ የብልጽግናው ልክ ወደር የማይገኝለት ነው፡፡ ውኃውን ወደ ወይን ጠጅ ሲቀይረው እርሱ ተኣምራቱን የገለጸበት ወይን በድህ ቤት ውስጥ የማይገኝ፣ ጥራቱ ከፍተኛ የሆነ ወይን ነው፡፡ የወይን ጠጅ አሳላፊዎቹ የመጀመሪያውን ወይን መናኛ ሲሉት፣ የእርሱን ወይን ግን መልካም የሆነ ውድ ወይን ጠጅ እንደ ሆነ መሰከሩለት፡፡

በዕጆቹ ላይ የተደረጉት ተኣምራቶች በሕክምና ጥበብ በሆስፒታል ውስጥ ተደርገው ቢሆን ኖሮ በምን ያህል ገንዘብ ይገመቱ እንደ ነበረ አስተውለናል፡፡ ከአምስት ሺህ ሕዝብ በላይ የመገበበት ድግስም የማንን ባለ ጸጋነት ያሳይ ይሆን? ደቀ መዛሙርቱ ከዓሣ ሆድ ውስጥ ወርቅ አውጥተው ግብር እንዲከፍሉ ሲያዝዛቸው የእርሱ በምድራዊው ሀብትና ቊሳቊስ ላይ ያለውን ባለ ጸጋነትም የሚያሳየን ይሆናል፡፡

ጌታችን ኢየሱስ ክርስቶስ ከብሩን የገለጸባቸውን ታሪኮች ስንመለከት ባለጸጋነትንም እንመለከትባቸዋለን፡፡ ከገንዘብ እጥረት የተነሣ የተሰረዙ መርሐግብሮች አልነበሩትም፡፡ ከዚህ ይልቅ በሚያስገርም መንገድ በዘመኑ የሮማን መንግሥት ገዥዎች ሳይቀር ያካተተ ታሪክ ያለው ሰው ነበር፡፡

በዚህ ራሱን ባዶ አድርጎ መሥዋዕትነትን በከፈለበት አገልግሎቱ የተነሣም የአዲስ ኪዳን ቤተ ክርስቲያን ተመሠረተች፡፡ መጽሐፍ ቅዱስ የቤተ መቅደሱ መጋረጃ ከላይ እስከ ታች ተቀደደ ይለናል፡፡ ዓለምን ሁሉ የሚያንቀጠቅጥ ታላቅ የሆነ ክስተት ተፈጠረ፡፡ ከእነዚህ ሁኔታዎች ሁሉ ተነሥተን ጌታ በምድር ላይ በነበረበት የአገልግሎት ዘመኑ ድሀ ነበረ ወይ? ብለን ስንል መልሱ ድሀ አልነበረም የሚል ይሆናል፡፡ ድህነት መገለጫው እጦት፣ ጉስቁልና፣ ረሃብ፣ የቊሳቊስ እጥረት፣ መራቆትና ኀዘን የስኬት ማጣት ነው፡፡ ጌታ በእነዚህ ሁሉ አልተቸገረም፡፡ ይልቅስ በዓላማ ራሱን ባዶ አድርጓል፡፡ በዓላማ ተርቦ አንዲትን ዛፍ ፍሬ ሊፈልግባት ተጠግቶ ፍሬ አጥቶባታል፡፡ በዓላማ ተራቁቷል፤ ተጎሳቁሏል፤ አዝኗል፤ ተርቧል፤ በምድረ በዳ ተንከራቷል፡፡ ለእርሱ እነዚህ ሁሉ የሚገቡት ባይሆኑም፣ እየቻለ እንደ ማይችል ሆኖ የእኛን የሰው ልጆችን መከራና ስቃይ ተሸክሟል፡፡

ስለዚህም አንዳንድ ጽንፈኞች ክርስትና ከብልጽግና ጋር ያለው ቊርኝት ፈጽሞ እንደ ሌለ አስመስለው ስለ ብልጽግና ማሰብም ሆነ ማስተማር የስሕተት ትምህርት ጎራም እንደ

ሆነ ቢናገሩም፣ እነርሱ የአንድ ወገን ጽንፈኞች ናቸው። **እነርሱም ከሌላኛው ወገን ተመድበው መጠነኛ ነው ከሚባል የስሕተት ትምህርት ጎራ ይደመራሉ።**

የገንዘብ እንደ ጣዖት በሰዎች ላይ መሠልጠን

በወንጌል ስርጭት አገልግሎት ላይ በስፋት የሚታወቁትና በቢልግርሃም መሥራችነት ሥራቸውን የቀጠሉት የሉዛን የነገረ መለኮት መምህራን ቡድን እንደሚሉት "የብልጽግና ወንጌልን በአሉታዊነት ብቻ በመመልከት፣ ፈጽሞ ትክክል አይደለም ብለን ባንኰንነውም ደፍረን የምንናገርለት እንዳልሆነ ግን ይታወቃል። የብልግጽግና ወንጌልን አጉልተን ብንደግፈው የመጽሐፍ ቅዱስን አስተምህሮ እንደ ማናጋት ይቈጠራል" ይላሉ።

አሳምሃ የተባለ ሰውም በሰጠው አስተያየት "የወንጌል ስርጭትና ለክርስቶስ ክብር የሚደረገው ክርስቲያናዊ አምልኮ ከተኣምራትና ከብልጽግና ጋር መያያዝ አይገባውም። ምድራዊው ብልጽግና ላይ ብቻ ብናተኵር በቤተ ክርስቲያን ውስጥ ስንቶች ዐርፈው ይቀመጡ ነበር? ለምድራዊው ቊሳቊስ የሚደረግ ሩጫና የፍቅረ-ነዋይ አምልኮ ከመልካሙ የደህንነት መንገድ ያስቀራል። ከዚህ ይልቅ አማኞች በበለጠው መንፈሳዊ በረከት ውስጥ ሊገኙ ይገባል። አማኞች እንዲበለጽጉ የእግዚአብሔር በጎ ፈቃድ ነው። ይሁንና ግን ይህ የፈቃዱ ዓላማ ለምድራዊ ድሎት ሳይሆን፣ እግዚአብሔር እንዲከብር እንጂ፣ ራስን ከፍ ከፍ ለማድረግ አይደለም" ብለዋል።

ጆንስ ኤን ሩሲል የተባሉ የሃይማኖት ሊቃውንትም ሲናገሩ፡- "የብልጽግና ወንጌል በነገረ መለኮት አስተምህሮ ውስጥ ብንመለከተው ወንዝ የማያሻግር የተራቆተ ምስኪን አስተምህሮ ነው" ይሉታል። እነዚህ ሰዎች ይህን አስተምህሮ ከወንጌል ጋር ሲያነጻጽሩት "የወንጌል ዓላማው የኢየሱስን ሞትና ትንሣኤ ማወጅ ነው። የብልጽግና ወንጌል ግን በሰዎች ፍላጎት ምድራዊውን መራቆት ለመሙላት የተዘጋጀ አስተምህሮ ነው" ይሉታል።

ማክ አርተር የተባለ ሊቅም «የነገረ መለኮት አተረጓጐምን ሁሉ የሚያፋልስ፣ በምድራዊ ጒዳይ ላይ ብቻ ያጠነጠነ፣ ቅዱስ ቃሉ የማይለውን በሚያስተምሩ ሐሰተኛ አስተማሪዎች ትምህርት የተሞላ ነው" ይለዋል።

ከ1920 በኋላም በአሜሪካን አገር የብልጽግና ወንጌል ትምህርት በስፋት የቀጠለበት ዘመን ነው፡፡ ከአንደኛው የዓለም ጦርነት በኋላ የምዕራቡ ዓለም ሰላም የሰፈነበትና የተረጋጋ በመሆኑ ሰዎች ንግዳቸውን በማጧጧፍ ስለ ብልጽግና የሚታሰብበት ዘመን ላይ ተደረሰ፡፡

በዚህ ግርግር መሐል የነገረ መለኮት አስተምህሮ የራሱን ቅርንጫፎች እያበቀለ ከካፒታሊዝም ጋር ጎን ለጎን የስኬት ምሥጢሮችን የሚያራምዱ የብልጽግና ወንጌል አስተማሪዎች ብቅ ብቅ ማለት ጀመሩ፡፡
አሜሪካ ያጋጠማት ታላቅ የኤኮኖሚ ድቀትና ተከትሎት የመጣውም የመንፈስ ስብራት (ዲፕሬሽን) ለእነዚህ የብልጽግናና የሥነ ልቦና አስተማሪዎች ሰፊ በር ከፈተላቸው፡፡ እንደ ዴል ካርኒጌ፣ ኖርማን ቪሰንት ፒልን የመሳሰሉ ሰዎች በርካታ የሥነ ልቦና መጻሕፍትን ከመጽሐፍ ቅዱስ ጥቅሶች ጋር እያዋዙ ማቅረቡን ቀጠሉበት፡፡

ከሁለተኛው የዓለም ጦርነት በኋላም ምዕራባውያኑ በተለይም አሜሪካ ወደ ላቀ የኤኮኖሚ ዕድገት ውስጥ ገባች፡፡ አንዳንዶቹ የወንጌል አስተማሪዎችም የጤናንና የብልጽግናን ትምህርት በስፋት ያራምዱት ጀመር፡፡

የጆን ዌስሊ ሕይወት

በ17ኛው ክፍለ ዘመን ተነሥቶ ያገለገለው እንግሊዛዊው የወንጌል ጀግና ጆን ዌስሊ ከእነርሱ በተጻራሪ የምድሩን ሕይወት ንቆ በመጠን እየኖረ ክርስቶስን በምሳሌነት ሕይወቱ አሳይቶናል፡፡ በወንጌሉ አገልግሎት ወደ ዕጁ የገባውን ገንዘብ ሁሉ ለራሱ ሳይምነሸነሽበት፣ የረባ ኑሮንም ሳይኖር፣ ያገኘውን መልሶ ለወንጌሉ ሥራ እየሰጠ፣ ለሌላቸውም እያካፈለ አንዳችም ሀብት ሳያከማች ወደዚህ ዓለም ባዶውን እንደ መጣ ባዶውን ወደ አባቱ ዕቅፍ ተሰብስቧል፡፡

ዌስሊ ከዚህ ዓለም ሲሰናበት በዕጁ ላይ የተገኘው ስድሳ ሳንቲም ብቻ እንደ ነበር ታሪኩ ያስረዳል፡፡ እርሱ በሕይወት በነበረበት ዘመን እግዚአብሔር በርካታ መልእክቶች ሰጥቶት አገልግሎቱ በመላው እንግሊዝ ዝነኛ ሆኖ ነበር፡፡ በርካታ መጻሕፍትንም የጻፈ ሲሆን፣ በብዙ ሚሊዮን ቅጅም መጻሕፍቱ በመሸጣቸው ብልጽግና ውስጥ ገብቶ ነበር፡፡

ያገኘውን በመቶዎች የሚቈጠር ፓውንድ ግን ለድሎት ኑሮው አላዋለውም። በአልማዝ እየተሽቆጠቆጠ፣ ምቾት ባላቸው ውድ መኪናዎች እየተንፈላሰሰ፣ በዕብነበረድ ባጌጠ ቪላ ቤት ውስጥ እየተንፈላሰሰ የዚህን ዓለም ኑሮና ደስታ አልቀጨም። ዌስሊ ያገኘውን ሀብቱን ለድሆችና ለወንጌል ሥራ በማውጣት ይታወቃል። ቤቱ ውስጥ ከሚጠቀምባቸው ጥቂት ሳህኖችና ጠረጴዛው በስተቀር የረባ ንብረትም አልነበረውም።

ይህ ሰው እንደ ናሙና (ሞዴል) የሚነሣና ለሁላችንም በኑሮው ምሳሌያችን ሆኖ አልፏል። ዌስሊ ገንዘብን በተመለከተ ሦስት መመሪያዎች እንደ ነበሩት ታሪኩ ያወሳል። የመጀመሪያ መመሪያው ገንዘብን ለማግኘት ጥረት አድርግ፣ ጠንክረህ ሥራ የሚል ነው። ይህን ሲልም አማኝ ለገንዘብ ሲል ማንኛውንም ሥራ ከመሥራት መቆጠብ እንዳለበትም ያስተምራል።

ለገንዘብ ሲባል ጤንነትን የሚጐዳ ሥራ መሠራት እንደ ሌለበት ይመክራል። አግባብነት በጐደለው መንገድ ሰዎች ገንዘብን መሰብሰብ እንደ ሌለባቸው ያስተምራል። ሌላው ቀርቶ አካባቢን በሚበክል ኢንዱስትሪ ውስጥ እየሠሩ ጤናን በማቃወስ የሚደረግ ገንዘብን የመሰብሰብ ተግባርን ተቃዋሚ ነው።

ሁለተኛው መርጉ ወይም ትምህርቱ ደግሞ ሠርተህ ያገኘኸውን ገንዘብ ቆጥበህ ያዝ የሚል ነው። ዌስሊ ከዚህ የተነሣ ራሱም በቊጠባ ሕይወት ይኖር ነበር። ዕድሜ ዘመኑን ለአገልግሎት ራሱን ለይቶ ሚስትም ሳያገባ በላጤነት የኖረው ዌስሊ፣ በቤቱ ውስጥ የሚመገብባቸው ሁለት ሳህኖች ብቻ ነበሩት። ለቤቱ ቊሳቊስን በመግዛት ገንዘቡን አያባክንም ነበር። በዚህ ምትክ ከሚያገኘው 1400 ፓውንድ ውስጥ 30 ፓውንድ ብቻ ለሚያስፈልገው ወጭ እየተጠቀመ የቀረውን ገንዘብ ለድሆች ይበትን ነበር።

የእንግሊዝ መንግሥት የጆን ዌስሊን የገቢ መጠን ስለሚያውቅ ለግል መጠቀሚያው የሚያስፈልጉትን ቊሳቊሶች እንደሚገዛ በመገመት ለሚገዛው ቊሳቊስ መክፈል የሚገባውን ታክስ አልከፈለም በማለት የአገልግሎቱ ተቃዋሚዎች ግብር አጭበርብሯል ብለው ቤቱ እንዲፈተሽ ያስደረጋሉ። በርካታ የነሃስ ሰሃኖች ይኖሩታል ተብሎ ቢገመትም፣ የተባለው ሳይሆን፣ ከሁለት ሰሃኖች በቀር አንዳችም ቊሳቊስ በቤቱ ውስጥ ሳይገኝ ይቀራል።

ዌስሊ አስተያየቱን ሲሰጥም "ብዙዎች የሚበሉት ቍራሽ ዳቦ አጥተው ባሉበት እኔ ውድ የሆኑትን የነሃስ ሳህኖች በመግዛት ገንዘብ ሳባክን አልገኝም፡፡ ማንም ሰው ለዕለት ኑሮው የሚያስፈልገውን ካገኘ ሀብታም ነው፡፡ የግድ በርካታ ቍሳቍሶችን ማግበስበስ አይኖርብንም" ብሏል፡፡

ሦስተኛው የዌስሊ አስተምህሮ የቈጠብኸውን ለሌሎች ስጥ የሚል ነው፡፡ ዌስሊ ቍጠባን የሚያስተምረው በባንክ አካውንታችን በርካታ ገንዘብ እንዲኖረን አልነበረም፡፡ በአሥራ ሰባተኛው ክፍለ ዘመን መገባደጃ የነበረው ይህ አገልጋይ በዘመኑ በእንግሊዝ ውስጥ አጥጋቢ ገቢ ነበራቸው ከሚባሉ ሰዎች መካከል የሚመደብ ሲሆን፣ በሕይወት ዘመኑ ከ30000 ፓውንድ በላይ እንደ ሰበሰበም የሚነገርለት ሲሆን፣ በ1744 ገንዘብን በተመለከተ በጻፈው መጽሐፉ ላይ "እኔ በምሞትበት ጊዜ ቤቴን ፈትሻችሁ ከአሥር ፓውንድ በላይ ካገኛችሁ ሰዎች ሁሉ የእኔን አታላይነትና ዘራፊነት በማረጋገጥ ይመስከሩብኝ " ብሎ ነበር፡፡

በእርግጥም በ1791 ሕይወቱ ባለፈችብት ወቅት ቤቱ ሲበረበር የተገኘው ጥቂት ሽርፍራፊ ሳንቲም ብቻ ነበር፡፡ ዌስሊ ዘመኑን ሁሉ ለሌሎች የኖረ፣ በተለይም ለድሆች የሚቆረቆር፣ በዓለም አቀፍ ደረጃ የነበረውን የባሪያ ንግድ እንዲቆም ያስደረገ ታላቅ የወንጌል ሰው ነበር፡፡ በዌስሊ አስተምህሮ መሠረት "የምናገኘው ገንዘብ መቶ በመቶ የእግዚአብሔር እንጂ፣ የራሳችን አይደለም፤ አማኞች በሚያገኙት ገንዘብ ላይ ማዘዝ አይችሉም፡፡ የሚያዝበት ባለቤቱ እግዚአብሔር ነው፣ ስለዚህም እርሱ ለፈቀደው ተግባር ብቻ ልናውለው ይገባል" ብሎ ያስተምራል፡፡

ጆን ፓይፐር የተባለውና በአምልኮና የእግዚአብሔርን ክብር በመፈለግ ትምህርቶች ላይ አጽንኦት ሰጥቶ ከ33 ዓመታት በላይ ያስተማረው፣ ከ50 መጻሕፍት በላይ ደራሲና የባብቲስት ቤተ ክርስቲያን አገልጋይ የሆነው ስመ-ጥር መምህር ስለ ጆን ዌስሊ ሲመሰክር እንዲህ ብሏል፡- "ይህ ሰው ከድሃ ቤተ ሰብ የተወለደ ሲሆን፣ አባቱ ሳሙኤል ዌስሊ በእንግሊዝ አገር በሚገኘው የአንግሊካን ቤተ ክርስቲያን የዝቅተኛ ደመወዝ ተከፋይ ድሀ ቄስ ሲሆን፣ ዘጠኝ ልጆቹን ለመመገብ ሳይችል እየቀረ፣ አንዳንዴ የአበዳሪዎችን ዕጅ ለማየት ይገደድ ነበር፡፡

በአንድ ወቅትም የወሰደውን ብድር መክፈል ተስኖት እስር ላይም ቆይቷል፡፡ ጆን ዌስሊ የአባቱን መከራ እያየ ወደ መንፈሳዊ አገልግሎት ፊቱን ያዞራል ተብሎም አይታሰብም፡፡ በእርግጥም ከዚህ የተነሣ ዌስሊ ጥሩ ደመወዝ በሚያገኝበት የኦክስፎርድ ዩኒቨርሲቲ ተቀጥሮ በምቾት ይኖር ነበር፡፡ የሚያገኘውን ገንዘብም ለሌሎች ለማካፈል ምክንያት የሆነውም አንድ ገጠመኝ ተፈጠረ፡፡

በአንድ ብርዳማ ቀን፣ የቤቱን ግድግዳ ለማስጌጥ በውድ ገንዘብ የገዛውን ሥዕል ተሸክሞ ቤቱ እንደ ደረሰ አንዲት ሴት የደጃፉን በር አንኳኳች፡፡ በብርድ ተቆራምዳም ቤቱ መግቢያ በር ላይ ሆና እንዲረዳት ለመነችው፡፡ በቀዝቃዛው የክረምት ወቅት ከዚያ ቆፈን የሚያሲዝ ብርድ የሚያስጥላትን ልብስ አጥታ ስትንዘፈዘፍ ነበር፡፡ ዌስሊም ልብስ የምትገዛበትን ገንዘብ ሊሰጣት ኪሱ ቢገባ ለካስ ገንዘቡን ሁሉ ለሥዕሉ ከፍሎ ኖሮ በቂ ገንዘብ ሊሰጣት ባለመቻሉ በጣም ተጸጸተ፡፡ እግዚአብሔርም 'አንተ ልባምና ታማኝ ባሪያ' እንደ ማይለው ተገነዘበ፡፡ የእግዚአብሔርን ምሕረት እየተማጸነ ለካ የገዛሁት ሥዕል የድሆች ዕንባና ደም የተቀላቀለበት ነው፡፡ የፍትህ ያለህ! የምሕረት ያለህ! ብሎ ጮኸ፡፡

ከዚያን ጊዜ ጀምሮ ገንዘቡን ባልባሌ ቦታ ማውጣት አቆመ፡፡ ከ 1731 ጀምሮ ወጭውን መጥኖ ድሆችን መርዳት ጀመረ፡፡ ይህን በወሰነበት ዓመትም ደመወዙ 30 ፓውንድ ስለ ነበረ በ28 ፓውንድ እየኖረ 2 ፓውንድ ለድሆች ሰጠ፡፡ በሁለተኛው ዓመት 60 ፓውንድ ሲያገኝ በ28 ፓውንድ እየኖረ 32 ፓውንድ ለድሆች ሰጠ፡፡ በሦስተኛው ዓመት 90 ፓውንድ ሲያገኝ በ28 ፓውንድ እየኖረ የቀረውን 62 ፓውንድ ለድሆች ሰጠ፡፡

ዌስሊ የሕይወት ዘመኑን በአጠቃላይ የእርሱ ኑሮ ሳያድግ ሌሎችን ግን ያሳድግ ነበር፡፡ ብሎለታል፡፡ ምንኛ አስገራሚ ሕይወት ነው! የዚህን ዓለም ሀብት ለመሰብሰብ ከመሮጥ ወጥተን በምናገኘው በረከት ሁሉ ሌሎችንም እየባረክን የወንጌሉን አገልግሎት ልንኖረው ይገባናል፡፡ ከሐዋርያት ሕይወትም የምንማረው ይህንኑ ነው፡፡

ጆን ፓይፐር *ዌስሊን* በማሞገስ እንዲህ ብሎለታል፡-“ ጆን ዌስሊ ስለ ገንዘብ የሰበከውን በተግባር በመኖር አሳይተኸናልና፣ እናመሰግንሃለን፡፡” ቃሉ “ብዙ ያከማቸ አላተረፈም፤ ጥቂት የያዘም አላጐደለም” ይላልና፡፡ እኛም የምድራዊውን ሀብት ከማከማቸት ወጥተን በጥቂቱ ኑሮአችን ትክክለኛውን የደቀ መዝሙር የሆነ የመስጠት ሕይወት መስጠትን ተለማምደን የወንጌሉን አገልግሎት በብቃት ልንወጣው ይገባናል፡፡

ብልጽግና

መጽሐፍ ቅዱስ ብልጽግናን ሁለንተናዊ በሆነ መልኩ የሚመለከትበት አግባብ

1. መግቢያ

ከቅርብ ጊዜ ወዲህ የብዙ ሰዎችም ሆነ አገልጋዮችና አገልግሎቶች ትኩረት ብልጽግ ነው:: ብዙኀን መገናኛዎች፣ ሰባኪዎችና ልዩ ልዩ አገልጋዮች ... ወዘተ ይህን ቃል አብዝተው ሲናገሩት ይደመጣሉ:: አንዳንዴ ይህ ቃል ልንሰብከውና ሁልጊዜም ምስክር ልንሆነው ከተሰጠን ዘላለማዊ ከሆነው ወንጌል በላይም ሆነ ከስሞች ሁሉ በላይ ከሆነው ከመድኃኒታችን ከኢየሱስ ክርስቶስ ስም በላይ በተደጋጋሚ ሲጠራ እንመለከተዋለን:: እናም ይህን ያህል ገናናነትን ያገኘ ርእሰ-ጉዳይ ከመሆኑ አንጻርም ሆነ ሊነገርለት ከሚገባው በላይ እየተነገረለትም ሆነ እየተራገበለት ያለን ጉዳይ ልኩ ታውቆና በቅጡ ሊያዝም ስለሚገባው ምሉዕነትን በተላበሰና ከቶም ባልተጋነነ መልኩ ልንመለከተው ይገባል:: አሊያ ብልጽግና እያልን ያለ ቅጥ ያገዘፍነው ነገር በራሱ አምላካችን ወደ መሆኑ የሚያመራ ነው::

ዛሬ ምእመናንም ሆነ በመሪዎችና በአገልጋዮች ብሎም በመላዋ የክርስቶስ ቤተ ክርስቲያን ሕይወት እና አገልግሎት ውስጥ ከፉኛ ጐድሎ ያለው አንድ ነገር ሲሆን፣ ይህም ከመንፈሳዊ በረከቶች አንዱና ቁንጮው የሆነው የእግዚአብሔር ክብር ነው:: የተወደደው ወንድማችን ሉቃስ ወ/ጻዲቅ በዚህ ርእስ ላይ ጌታ በልቡ ሞልቶ እንዲትረፈረፍ ያደረገውን ትምህርት ራሱን በቻለ የእግዚአብሔር ክብርና የእግዚአብሔር ጉብኝት የሚል መጽሐፍ ሰፊና በቂ የሆነ ነገር ያስጨበጠን ሲሆን፣ ከብዙ መልእክቶቹ አንዱን ከመግቢያው ላይ እንደሚከተለው አቀርባለሁ:- ቤተ ክርስቲያን በምድር ላይ የምትኖርበት ተቀዳሚ ዓላማ ነፍሶችን መዳን ወይም አማኞችን ማነጽ ሳይሆን፣ ጌታ እግዚአብሔርን ማክበር ነው:: ነፍሶችን ማዳንና ቅዱሳንን ማነጽ ሁለተኛው አጀንዳዋ ነው:: ይህንንም ቢሆን ማድረግ ያለባት በነገር ሁሉ ጌታ እንዲከብር ነው ይላል:: ከዚህም ትልቁና ዋነኛው በረከት የእግዚአብሔር ክበር የሞላበትና የተትረፈረፈበት ሕይወትና አምልኮ ብሎም አገልግሎት እንደ ሆነ በቀላሉ መረዳት እንችላለን::*(ሉቃስ ወ/ጻዲቅ፣ የእግዚአብሔር ክብር እና*

የእግዚአብሔር ጉብኝት፣ ኢትዮጵያ ኒው ሚሌኒየም ፕሬየር ቼይን፣ 2002፣ አዲስ አበባ፣ ገጽ 8።)

II. የቃሉ ፍቺ

እንደ ኒው ኢንተርናሽናል ባይብል ዲክሽነሪ ፍቺ ከሆነ "ብልጽግና ወይም ሀብት ቊሳዊም ይሁን፣ ማኅበራዊ፣ አሊያም መንፈሳዊ የንብረት መትረፍረፍ ማለት ነው።"
(ዘ ኒው ኢንተርናሽናል ባይብል ዲክሽነሪ ፣ ሜሪል ሲ ቴኒ ፣ (ዞንደርቫን 1963) ፣ ገጽ 1057.)

በአጭሩ ብልጽግና ማለት አዎንታዊነት ባላቸው ነገሮች የተሞሉ መሆን ነው። አዎንታዊነት ያላቸው ነገሮች ከሞላ ጎደል በሦስት ይከፈላሉ። የመጀመሪያው ምድራዊ ሀብት ሲሆን፣ ይህም በገንዘብ፣ በሀብትና ንብረት ደግሞም በልዩ ልዩ ቊሳቊሶች መበልጸግን ያመለክታል። ሁለተኛው መንፈሳዊ ሀብት ሲሆን፣ የጸሎት ሕይወት፣ የቃሉ መረዳት፣ ፈሪሀ-እግዚአብሔር፣ በቃሉ የመኖር እና የመታዘዝ ባለቤት መሆን ማለት ነው። ሦስተኛው አእምሮአዊና አካላዊ ጤንነት፣ እንዲሁም በትጋት ሠርቶ ራስንም ሆነ ቤተ ሰብን ለመለወጥ የሚያስችል አካላዊ ጉልበት፣ ውስጣዊ ችሎታዎች እና ተሰጥኦዎች ብሎም የሥራም ሆነ የአገልግሎት ልምዶችና ክህሎቶች ናቸው።

ከዚህ ምሉዕ የሆነ ብያኔ /ፍቺ/ አንጻር ስንመለከተው ብልጽግና ሰፊ ርእሰ-ጒዳይ እንደ ሆነ በቀላሉ እንመለከታለን። ስለዚህም ግልብነት በተጠናወተው መልኩ በአንድ አቅጣጫ ብቻ የሚታይ ነገር እንዳልሆነ እንረዳለን። በመሆኑም ብልጽግናን ከምድራዊ ሀብት ወይም ከገንዘብና ከቁስ አንጻር አጥብቦ መመልከት ስሕተት እንደሆነ ልንረዳ ይገባል።

III. ብልጽግና እና ፈረጀ-ብዙ ገጽታዎቹ

ከቃሉ ብያኔ ወይም ፍቺ ላይ ለመመልከት እንደ ሞከርነው ብልጽግና ፈርጀ-ብዙ ገጽታዎች ያሉት ነገር እንጂ፣ በአንድ አቅጣጫ ወይም ገጽታ ብቻ የሚታይ ነገር እንዳልሆነ በውል ተረድተናል። ሁላችንም ቢሆን ወደዚህ ዐይነቱ መረዳት ወይም ግንዛቤ ልንመጣ ይገባል። ይሁን እንጂ፣ ዘርዘር ባለ መልኩ እነዚህን ገጽታዎች መመልከቱ ደግሞ ተገቢነት ስለሚኖረው ወደዚያው እናመራለን።

1. መንፈሳዊ ብልጽግና

መንፈሳዊ ብልጽግና በመንፈሳዊ ነገሮች መበልጸግን ያመለክተናል፡፡ በቃሉና በመንፈሱ ሙላት መበልጸግ፣ በመንፈሳዊ ስጦታዎች መበልጸግ፣ በአገልግሎት ሰጭነትና በወንጌል ምስክርነት ተግባር መበልጸግ፣ እንዲሁም በመታዘዝና ፈቃደ-እግዚአብሔርን በመፈጸም ረገድ የበለጸጉ መሆን ሰዎችን በእርግጥም በመንፈሳዊ ነገሮች የበለጸጉ እንዲሆኑ ያደርጋቸዋል፡፡ አዎን እነዚህን ነገሮች መላበስ ሰዎቹን በመንፈሳዊ ነገሮች የበለጸጉ ተብለው እንዲጠሩ ያደርጋቸዋል፡፡

2. ምድራዊ ብልጽግና

ምድራዊ ብልጽግና በገንዘብ፣ እንደ ቤትና ቦታ ባሉ የማይንቀሳቀሱ ሀብቶች እንዲሁም እንደ የቤትም ሆነ የሥራ መኪና ባሉ ተንቀሳቃሽ ንብረቶች የተጎበኙ ወይም የተሞሉ መሆን ማለት ነው፡፡ ጠቅለል አድርገን ስንመለከተው የትኛውም ሊሸጥና ሊለወጥ ያለ ቊሳዊ ነገር ባለቤት መሆን ማለት ነው፡፡

3. ሊጎለብት ያለና ከውስጣችን ልናወጣው ያለ ዕምቅ ሀብት (አካላዊ እና ሥነ ልቡናው ወይም ውስጣዊ ብልጽግና)

ይህ የብልጽግና ዐይነት ቢሠሩበትም ሆነ ተገቢውን ትጋት ቢያሳዩበት በቀላሉ ገንዘብንም ሆነ የትኞቹንም ምድራዊ ሀብትና ንብረቶች ልናፈራበት የምንችል እንደ ጉልበት፣ ጤና፣ ልዩ ልዩ ተሰጥኦዎችና ችሎታዎች፣ ያሉ በገንዘብም ሆነ በየትኛውም ዋጋ ልንተምናቸው የማንችል በሰው ልጆች ውስጥ ተሰውረው ያሉ ውስጣዊ ብቃቶችን በውስጡ የሚይዝ ነው፡፡

በዚህ የብልጽግና ዐይነት ወይም መደብ ውስጥ ያለን ትምህርት (ያለን የትምህርት ዝግጅት)፣ ልዩ ልዩ ዕውቀትና የሥራ ልምዶች ብሎም ክህሎቶቻችን ሁሉ የሚደመሩ ሲሆን፣ የአንድ ሙያ ባለቤት መሆንም ሆነ በሆነ የሙያ መስክ የሠለጠኑ መሆንም እንደዚሁ በዚህ ምድብ ውስጥ ያለና በትጋት ቢሠራበት ወደ ሀብት ወይም ብልጽግና ሊቀየር የሚችል ውስጣዊ ብቃት ወይም ከምድር ወጥቶ መልማት ያለበት የነዳጅ ዘይት ነው፡፡

IV. የምድራዊ ብልጽግና ምንጮች

የሰማያዊ ብልጽግና ምንጭ ጌታ እግዚአብሔር አምላክ ሲሆን፣ የምድራዊ ብልጽግና ምንጮች ግን ሁለት ታላላቅ አካላት ናቸው:: እነዚህም ሕጋዊው የብልጽግና ምንጭ እግዚአብሔር እና ሕገ-ወጡ የብልጽግና ምንጭ ሰይጣን ተብለው ይጠራሉ:: እግዚአብሔር አምላክ ሰዎችን ባለ ጸጋ የሚያደርግበት የገዛ ራሱ መንገድ አለው:: ይህ የእግዚአብሔር የአሠራር መንገድ ሕጋዊና ተፈጥሮአዊ፣ ደግሞም ፍትሐዊና ትክክለኛ የሆነ መንገድ ነው::

ከእግዚአብሔር ተቃራኒ የሆነው ሰይጣን ደግሞ ሰዎችን ባለ ጸጋ የሚያደርግበት የገዛ ራሱ የአሠራር መንገድ ያለው ሲሆን፣ ይህ የአሠራር መንገዱ ዐመፅ እና ዝርፊያ የሞላበት፣ ቅሚያንና ግድያን ማዕከሉ ያደረገ፣ እንዲሁም ሕግ-ወጥነትንና ፍትሕ-ዐልባነትን ግቡ አድርጎ የሚንቀሳቀስ ወይም የሚሠራ ፈጽሞ የተሳሳተ መንገድ ነው::

V. ዓለማዊውና የተሳሳተው የብልጽግና መንገድ

አስቀድመን ከላይ እንደ ተመለከትነው ይህ የብልጽግና መንገድ የዓለም፣ የሰይጣንና የሥጋ መንገድ ነው:: ስለሆነም ይህ መንገድ ገና ከመነሻው የተሳሳተ ጎዳና ነው:: ሰይጣን በዚህ እርሱ ባበጀው መንገድ ሰዎች እንዲሄዱና በዚህም ምክንያት እርሱን የዕውነተኛ በረከት አምላክ አድርገው እንዲያመልኩትም ሆነ እንዲከተሉት ይፈልጋል::

ምንም እንኳ የሰይጣን መንገድ በአጠቃላይ የተሳሳተ እና ሕገ-ወጥ፣ ብሎም ፍትሕ-የለሽ መንገድ በሚል በአንድ ጎራ የሚካተት ቢሆንም፣ በውስጡ ግን ልዩ ልዩ ጎዳናዎች ያሉት መሆናቸውን ልብ ማለት ያስፈልጋል:: በዚህም እነዚህን ልዩ ልዩ ጎዳናዎች ልብ ልንላቸውና በእነርሱም ላይ ለመሄድ ከመፈተን ራሳችንን ልንጠብቅ እንችላለን::

1. ሙስና

ሰይጣን ሰዎችን ባቋራጭ መንገድ፣ ማለትም በሐሰትና በስርቆት ጎዳና ላይ እንዲሄዱ አበክሮ ይመክራል:: ይህን አሳብ እያነሣ በተደጋጋሚ ሰዎችን በመወትወትም በዚህ መንገድ ገንዘብን ወይም ጥቅምን ማግኘትን በትንሹ እንዲለማመዱት ተጽዕኖ ያሳድራል:: በዚህም አሠራሩ ብዙዎችን ያስታል:: የአገርና የወገን ሀብት እንዲመዘበር ያደርጋል::

በዚህም ብዙዎችን ድሆች፣ ጥቂቶችን ደግሞ ባለጠጎች ወይም ደግሞ የናጠጡ ቱጃሮች በማድረግ በምድሪቱ ላይ ያለን የሀብት ክፍፍል ሚዛን የተበላሸ እንዲሆን ያደርገዋል፡፡

2. የጉልበት ምዝበራ እና ብዝበዛ

ጠላት ዲያብሎስ በፍቅረ-ነዋይ እንዲለከፉ ያደረጋቸውን አሠሪዎችና ባለ ሀብቶች ከእነርሱ ኀላፊነት በታች ሆነው የሚሠሩ ሠራተኞችን በተገቢው መንገድ እንዳይዙዋቸውም ሆነ የሠሩበትን ደመወዛቸውን ተገቢነት ባለው መልኩና መጠን እንዳይከፍሉዋቸው በስስት ይፈታተናቸዋል፡፡ በዚህም ብዙዎች አሠሪዎች የበርካታ ድሆችን ጉልበት እንዲበዘብዙ ያደርጋቸዋል፡፡

3. ግድያና ዘረፋ

ብዙዎች ምድራዊ ሀብትን በቀጥታ በዘረፋም ሆነ በግድያ የሚያገኙበት ሁኔታ የዐደባባይ ምሥጢር ነው፡፡ ሰዎች ሌሎችን ምስኪኖች በመግደል ማለትም በተራቀቀ የወንጀል ዘዴ በማስወገድ የእነዚያ ሰዎችን ውርስ የራሳቸው ያደርጋሉ፡፡ እንዲህ ያሉ በርካታ ተልካሻ ድርጊቶች በተፈጸሙባት ምድር ላይ የምንኖር ነን፡፡ እነዚህ ሰዎች በፈሰሰ ደም ላይ እንጀራቸውን ጋግረው የደም ማዕድ ተቋዳሾች ናቸው፡፡ እናም አጋንንታዊ የሆነ ገዳይ መንፈስ የተጸናወታቸው ሆነው በዚህች ደም ባረከሳት ምድር ላይ በደም ሰክረው ይኖራሉ፡፡

4. የመናፍስት አሠራር

የገዛ ራሳቸው የሆነን ሀብት በሥራና በትጋት መፍጠር የማይፈልጉ ሰዎች ከሚጠቀሙባቸው ሰይጣናዊ መንገዶች አንዱ በቀጥታ ከመናፍስቱ ዓለም ጋር ግንኙነት በማድረግ በመናፍስት አሠራር ተጠቃሚ መሆን ነው፡፡ እንደ ምሳሌ አድርገን በሐዋርያት ሥራ መጽሐፍ ውስጥ የምዋርት መንፈስ የነበረባትንና በምዋርትዋ እየጠነቆለች ለጌቶችዋ ትርፍን ትሰበስብ የነበረችውን ሴት መመልከት እንችላለን፡፡ ጳውሎስ ይህን እየጮኸ ያስቸግር የነበረን መንፈስ መናፍስትን በመለየት ጸጋ ለይቶ እስኪካወመውና አጋንንቱን ከውስጥዋ እስኪያወጣው ድረስ እየጠነቆለች ለጌቶችዋ ትርፍን ታስገኝላቸው ነበር፡፡ በዚህም ዘመን ብዙዎች በዚህ ዐይነቱ ሕይወት ውስጥ እንደ ሆኑ እንመለከታለን፡፡

ብዙዎች ሰዎች ከቤተ ዘመዶቻቸውም ሆነ ጓደኞች ጎረቤቶቻቸው ዘንድ መናፍስታዊ ወረራም ሆነ ጥቃት ይሰነዘርባቸዋል፡፡ ሰዎች ይህንን ቅርርቦሽም ሆነ ዝምድና ወይም ግንኙነት ተገን በማድረግ በሌሎች ላይ መናፍስታዊ አሠራርን (ወረራን ወይም ጥቃትን) ይፈጽማሉ፡፡ ለአብነት ያህልም በአገራችን በጣም የተለመደውን አንድ ዐይነት የመናፍስት አሠራር ልንጠቅስ እንችላለን፡፡ አንድ ሰው የሌላውን ሰው የሥራና የበረከት በሮች የሚዘጋበትና በአየር ላይ ያለና በእግዚአብሔር የታየለትን በረከት ጠልፎ ለራሱ የሚያደርግበት መናፍስታዊ አሠራር በተለምዶ ዐይነ-ጥላ (ገርጋሪ) ይባላል፡፡

ይህ ዐይነ-ጥላ የሚባል መንፈስ ወይም አንድ ዐይነት የመናፍስት አሠራር አሊያም አሠራሩ የተደረገበትን በረከት ጠልፎ ለተሠራለት ሰው የሚሰጥ መንፈስ ብዙዎችን ድሆች እያደረገና በረከታቸውን እየሞጨለፈ ለጥቂቶች በመስጠት ጥቂቶች የሆኑትን የመናፍስቱን ሎሌዎች ማለትም የእርሱን ተከታዮች /ባሮች/ ባለ ጠጎች የሚያደርግ መንፈስ ነው፡፡

የበረከትም ሆነ የሥራ በሮቻቸው የተዘጉባቸው ሰዎች በተለይም ክርስቲያኖች ካሉዋቸው ምድራዊ ግንኙነቶች በአንዱም ሆነ በሌላው ወጥመድ እንደ ተዘረጋባቸው በቅድሚያ ሊያውቁ ይገባል፡፡ በመቀጠል በፆም-ጸሎት በጌታ ፊት ሆነው የጥቃቱ ምንጭን (አሠራሩን የዘረጉትን ሰዎች) መለየት ይኖርባቸዋል፡፡ ከዚያም ከእነዚህ ሰዎች ሙሉ በሙሉ መለየትና በእነዚህ ሰዎች ውስጥ የሚሠራውን መንፈስ መቃወም ይኖርባቸዋል፡፡ በስተመጨረሻም ከእነዚህ ሰዎች የተቀበሉት የቱም ዐይነት ስጦታና ዕቃ ወይም አልባሳት ቢኖር ማቃጠል ወይም መጣል ይኖርባቸዋል፡፡

በዚህ እርምጃ ውስጥ ሆነው የዐይነ-ጥላውን መንፈስ በጌታችን በመድኃኒታችን በኢየሱስ ክርስቶስ ስም እየተቃወሙ ሲጸልዩ አሠራሩ ሁሉ ይፈርሳል፡፡ ደግሞም የተዘጉ በሮቻቸው ሁሉ የሚከፈቱ ይሆናሉ፡፡ የተያዙ ነገሮቻቸው ሁሉ የሚለቀቁ ይሆናሉ፡፡ ይሁንና ጌታን ከማያውቁ ወንዶችም ሆነ ሴቶች ጋር (ከአሕዛብ ጋር) የወንድ እና የሴት ጓደኝነት የያዙ ሰዎች ይህን ግንኙነት ባልሰበሩበትና ፈጽመው ባልተለዩበት ሁኔታ ይህን ሊያደርጉ ከቶ አይችሉም፡፡ ለጌታ ባልተለዩበት ሁኔታ በእነዚህ ሰዎች ውስጥ ያለ መንፈስ በእነርሱ ላይ የሚያደርገውን ተጽዕኖ መቋቋም አይችሉምና፡፡ ነፃ ከወጡም በኋላ፤ ከማያምኑ ሰዎች

ጋር በማይመች አካሄድ አትጠመዱ የሚለውን ቃል ሊጠብቁና በዚህም መርኅ ሕይወታቸውን ሊመሩ ይገባቸዋል፡፡

VI. ክርስቲያናዊ የሆነው ዕውነተኛው የብልጽግና መንገድ

ክርስቲያናዊ ወይም ዕውነተኛው የብልጽግና መንገድ የእግዚአብሔር መንገድ ነው፡፡ ይህ መንገድ ተፈጥሮአዊና በማንኛውም አካል ላይ ማለትም አንዱ በሌላው ላይ ተጽዕኖ በማያሳድርበት (አንዱ የሌላውን በረከት በቅሚያም ይሁን በማታለል፣ አሊያም በዝርፊያና ግድያን ባካተተ መልኩ በሚሠራ መናፍስታዊ አሠራር - ለመጥቀስም ያህል እንደ ምዋርት፣ ጥንቆላና ድግምት ብሎም ዐይነ-ጥላዊ አሠራር ተጽዕኖ) በማያሳድርበት መልኩ የሚሠራ፣ እንዲሁም ጌታ እግዚአብሔር አምላክ ለእያንዳንዱ ፍጡሩ ያየለትን ወይም ያዘጋጀለትን በረከት የሚቀበልበት ነው፡፡ ይህ የእግዚአብሔር የብልጽግና መንገድ በሁለት ዐበይት ክፍሎች ሊከፈል ይችላል፡፡ የመጀመሪያው ኢ-መደበኛ የሚባለው ሲሆን፣ ሁለተኛው ደግሞ መደበኛ ተብሎ የሚጠራ ነው፡፡

1. ኢመደበኛ የሆነ የእግዚአብሔር በረከት የሚመጣበት መንገድ

በዚህ ውስጥ የእግዚአብሔር ብልጽግና እንደ ውርስና ስጦታ ብሎም ሎተሪ የወጣለት ዕድለኛ መሆን ባሉ መንገዶች ሊመጣ ይችላል፡፡ ልዩ በሆነ መልኩ ዕድለኛ መሆንም ሆነ መልካም አጋጣሚዎችን ማግኘትም እንደዚሁ የእግዚአብሔር በረከት በቀጥታ ወደ እኛ እንዲመጣ የሚያደርጉ መንገዶች ሆነው ሊገለጡ ወይም ሊከሰቱ ይችላሉ፡፡ በዚህ መልኩ ወደ ሕይወት ኑሮዋችን የሚመጡ ሀብቶች ከየትኛውም ማታለልና ምዝበራ የጸዱና ንጽሕናን የተላበሱ ናቸው፡፡ ስለዚህም ዘወትር በዕቅድ የማንሠራባቸውና ኢመደበኛነት ባለው መልኩ የሚጡ በረከቶች ብለን ልንጠራቸው እንችላለን፡፡

2. መደበኛ የሆነ የእግዚአብሔር በረከት የሚመጣባቸው መንገዶች

የእግዚአብሔር በረከት መደበኛነት ባለው መልኩ ወደ ሰው ልጆች ሕይወት የሚመጣው በሥራ፣ በጥረትና በትጋት አማካይነት እንደ ሆነ መጽሐፍ ቅዱሳችን ይነግረናል፡፡ ስለዚህ ጉዳይ መጽሐፈ ምሳሌ ሲናገር፡- የታካች ዕጅ ትገብራለች ይልና የትጉሕ ዕጅ ግን ትገዛለች ይላል (ምሳሌ 12÷24)፡፡ በተመሳሳይ መልኩ “ለሰው የከበረ ሀብት ትጋት ነው” ይለናል

(ምሳሌ 12፥27)፡፡ መደበኛነት ባለው መልኩ የእግዚአብሔር ብልጥግና የሚመጣባቸውን በርካታ መንገዶች በቅድም ተከተል እንመለከታቸዋለን፡፡

ሀ. ሥራን መሥራት

ሰው የተፈጠረው ለሥራ ነው፡፡ ሰው ከመፈጠሩ በፊት ሥራ ዝግጁ ሆኖ ይጠብቀው ነበር፡፡ እናም እንደ ተፈጠረ ያብጃትና ይጠብቃት ዘንድ የመላው ምድሪቱ ኀላፊነት ለሰው ልጅ ተሰጠው (ዘፍ. 2፥15)፡፡ ከዚህም ሁሉ በላይ ጌታ አምላክ እግዚአብሔር ስለ አንደኛው መባረኪያ መንገድ ሲናገር የዕጅህን ሥራ እባርካለሁ አለ፡፡

ለ. አሥራትን ማውጣት

"በዚህ ፈትኑኝ፥ ሰማያትን ባልከፍትላችሁ፥ በረከትንም አትረፍርፌ ባላፈስስላችሁ" በማለት ጌታ አምላክ እግዚአብሔር አሥራት ማውጣት ሁነኛ የበረከት መንገድ እንደ ሆነ መናገሩን ከቅዱሳት መጻሕፍት ምስክርነት እንረዳለን፡፡

ሐ. ድሆችን መርዳት

መጽሐፈ ምሳሌ "ለድሀ የሚሰጥ ለእግዚአብሔር ያበድራል" ይላል፡፡ እግዚአብሔር አምላክ ለድሆች የተሰጠን ነገር ሁሉ ለእርሱ በብድር እንደ ተሰጠው አድርጎ ነው የሚቈጥረው፡፡ ስለዚህም ብድራትን አትረፍርፎ የሚመልስበት ሁኔታ እንዳለ ከዚህ በቀላሉ ልንረዳ እንችላለን፡፡

መ. የሌሎችን ጕድለት መሙላት

በተለይ ሀብት በተትረፈረፈበት ሥፍራ ለመጥቀስም ያህል እንደ አውሮጳ እና አሜሪካ ያሉ አገራት ውስጥ የሚኖሩ ክርስቲያኖች በአገር ቤት ውስጥ ያሉ ወገኖቻቸውን፣ ማለትም ከሥጋ ዘመዶቻቸውና ከጓደኞቻቸው በተጨማሪ በጌታ የሆኑ ቅዱሳንን ካገኙት በማካፈል ሊባርኩዋቸውና ቃሉ እንደሚል ለሌሎች በረከት ሊሆኑ ይገባቸዋል፡፡ አዎን የእነርሱ ትርፍ የሌሎችን ጕድለት ሲሞላ ያን ጊዜ ሁሉም ነገር የተስተካከለ ይሆናል፡፡ ይህም ደግሞ ተመልሶ የበረከት መንገድ ይሆናል፡፡ ምክንያቱም በጽድቅ ዝሩ ተብሎ ተጽፎአልና፡፡ በበረከት ማጨደም ይህን ተከትሎ የሚመጣ ነውና፡፡

ይህ ነገር በይበልጥ የምንኖርበት እምነት በሚለው በዴሪክ ፕሪንስ መጽሐፍ ላይ ሰፍሮ ይገኛል፡፡ እርስ በርስ መደጋገፍ በሚለው በገጽ 44 ላይ በሚገኘው ርእስ ሰፊ ሽፋን

ተስጠቶታል፡፡ አዎን አንዱ ለሌላው ማካፈሉ በአካል አሠራር ውስጥ የሚጠበቅ ነገር ነው፡፡ አንዱ የሌላውን ሕይወትና በረከት መካፈሉ በአማኞች መካከል ያለን ኅብረትና አንድነት የሚያሳይ ነው፡፡ ዴሪክ ፕሪንስ የሰውነት ክፍሎች በጅማት የተገጣጠሙበትን ሁኔታ ከክርስቲያናዊ ኅብረት ጋር አስተሳስረው ማለፊያ በሆነ መልኩ አቅርበውታል፡፡ *(ዴሪክ ፕሪንስ፣ የምንኖርበት እምነት፣ ተርጓሚ ተስፋዬ መስፍን፣ 1977፣ አርቲስቲክ ማተሚያ፣ ገጽ 44-46)*

ሠ. ቍጠባና የምዋዕለ ነዋይ ፍሰሰት

መጽሐፍ ቅዱስ ስለ ቍጠባ የተናገረ የመጀመሪያው መጽሐፍ ነው፡፡ "ጥቂት በጥቂት የምትከማች ሀብት እርስዋ ትበዛለች" (ምሳሌ 13፥11) ይላል፡፡ እናም መቈጠብና በኋላም የቈጠብነውን ነገር በመጠቀም የምዋዕለ-ነዋይ ፍሰሰት ማድረግ (ኢንቨስት ማድረግ) ወይም አንድ የሆነ የግል ሥራን ወይም ንግድን ማቋቋም አንዱ የመባረኪያ መንገድ እንደ ሆነ መረዳት ያስፈልጋል፡፡

ረ. ትጋት

ከተለመደው በተለየ መልኩ ልዩነትን የሚፈጥሩበት ሠራተኛነት ትጋት ይባላል፡፡ በአንድ ነገር ላይ ጊዜና ጒልበታችንን ብሎም ሁለንተናችንን ባልተቆጠበ መልኩ የምናፈስስ ከሆነ፣ በዚያ ነገር ላይ ባለ ጠጎች መሆናችን አይቀርም፡፡ እንዲያውም የብልጽግና ምሥጢር ትጋት መሆኑን በዚህ ዕናውቃለን፡፡ ለዚህም ነው ትጋት ራሱ ወይም በራሱ ለሰው ልጆች የከበረ ሀብት ነው የተባለው፡፡

ሰ. መለኮታዊ ምሪትን መከተል

ምሪት ልዩነትን ትፈጥራለች፡፡ ይህን በብሉይ ኪዳንም ሆነ በአዲስ ኪዳን ውስጥ በግልጽ እንመለከተዋለን፡፡ የእግዚአብሔር ሰው ይስሐቅ በአንድ የእህል ሰብል ዓመት መቶ ዕጥፍ የእርሻን ምርት ያገኘው ከእግዚአብሔር ዘንድ ያገኘውን ምሪት በመታዘዝ፣ ማለትም በዚያው ጌራራ በሚባለው የፍልስጥኤም ምድር ተቀመጥ እባርክሃለሁ ብሎ እግዚአብሔር የተናገረውን ነገር በእምነት ተከትሎ በመታዘዙ ያገኘው ነገር ነው፡፡ ይህን የምሪት ሕይወት አስመልክተን የዘፍጥረት መጽሐፍ ምዕራፍ 26ን ማንበብ እንችላለን፡፡ በተጨማሪም የጌታችን የመድኃኒታችን የኢየሱስ ክርስቶስ ደቀ መዛሙርት ሌሊቱን ሁሉ ዓሣ ለማጥመድ ሲሞክሩና ድክምክም ብሎዋቸው ምንም ሳያገኙ ተስፋ በቆጡበት ሁኔታ ጌታ ኢየሱስ ክርስቶስ መረባችሁን በስተቀኝ ጣሉ ቢላቸው፣ እነርሱም በቃልህ እንጥላለን

ብለው በመታዘዝ መረባቸውን በመጣላቸው መረባቸው ሞልቶ እስኪቀደድ እና መንተት ከቶ እስከ ማይችሉ ድረስ ትላልቅ የሆኑ 153 ዓሣዎችን እንዳጠመዱና በበረከቱ እንደ ተትረፈረፉ እንመለከታለን። ከዚህም ምሪት ልዩነትን የምትፈጥር እንደ ሆነች መረዳት እንችላለን። ይህም አንዱ የበረከት መንገድ እንደ ሆነ ልናውቅ ይገባል።

VII. ምድራዊ ብልጽግና ዐደገኛ ሊሆን የሚችልበት ሁኔታ አለ

ምድራዊ ብልጽግና በእርግጥም እኛ አማኞችም ሆነ አገልጋዮች፣ ደግሞም መሪዎችና ቤተ ክርስቲያን በእርሱ ላይ ልንሠለጥንበት፣ ማለትም ተገቢነት ባለው መልኩ ልንመለከተው፣ ልንቀርበውና ልናስተዳድረው ካልቻልን ከጠቃሚነቱ ይልቅ ብዙ ጉዳዮችንና ጥፋትን ሊያስከትል የሚችል ነገር ነው።

የምድራዊ ብልጽግና አዎንታዊ አጠቃቀም

1. ምድራዊ ብልጽግና ጳውሎስ የእናንተ ሙላት የሌሎችን ከፍተት ወይም ባዶነት ይሙላ እንደሚል ለሌሎች የሚቈረስ ሲሆን፣ የልብ ደስታን ያመጣል። በዚህ መልኩ ለሌሎች የሚቈረሱትን ሰዎችም ለበረከት ያደርጋቸዋል። ከሚቀበል ይልቅ የሚሰጥ ብዙ ብፁዕ ነው ተብሎ እንደ ተጻፈው ለዐቅመ-ብፅዕና እንዲበቁ ያደርጋቸዋል። አዎን ለሌሎች የሚያካፍሉ ሰዎች በሰውም ሆነ በእግዚአብሔር ፊት የተመሰገኑ ናቸው።

እዚህ ላይ ዶን ፍሌሚንግ መጽሐፍ ቅዱስ ብልጽግና የማይኰነን፣ ዳሩ ግን ቅምጥልነት ከፉኛ የሚቃወም እንደ ሆነ ሲጠቅሱ፣ "መጽሐፍ ቅዱስ ብልጽግናን ሙሉ በሙሉ አይኰንንም፤ ምክንያቱም ባለ ጠጎች በቸር ስጦታቸው ሌሎችን ሊረዱ ይችላሉና ... ነገር ግን መጽሐፍ ቅዱስ ቅምጥልነትን አጥብቆ ይቃወማል። ምክንያቱም በራስ ወዳድነትና ለሌሎች ባለማሰብ ማባከንን ስለሚያመጣ ነው" ብለዋል።*(አዲስ የመጽሐፍ መዝገበ ቃላት፣ ዶን ፍሌሚንግ፣ ግሎብ የሥነ ጽሑፍ የአገልግሎት፣ 2007፣ ገጽ 278)።*

2. ምድራዊ ብልጽግና የጌታን ሥራ እግዚአብሔር በሰጣቸው ጸጋና ልዩ ልዩ ስጦታዎች የሚያገለግሉ ለመደገፊያነት ሲውል፣ የወንጌል ሥራ ከፊት ይልቅ እንዲሮጥ ያግዛል። በዚህም የሰይጣን መንግሥት እየፈረሰ፣ በምትኩ ደግሞ የእግዚአብሔር መንግሥት እያደገ እንዲሄድ ያደርጋል።

3. ምድራዊ ብልጽግና እግዚአብሔርን ለሚያስከብር ነገሮችና የሰው ልጆችንም ሁሉ ለሚጠቅሙ ነገሮች ሲውል በረከት ይሆናል፡፡ ዕውነተኛ ሰላምንና ደስታን የሚያጎናጽፍ ይሆናል፡፡ የሚያንጽ፣ የሚያበረታታ እና የሚያጸና ይሆናል፡፡

የምድራዊ ብልጽግና አሉታዊ ወይም አፍራሽ ገጽታ

ምድራዊ በረከት ወይም ብልጽግና ከላይ ከተመለከትናቸው ከሦስቱ የአጠቃቀም ወይም የአስተዳደር መንገዶች ሲወጣ፣ ለሕይወት የሆነው ለሞት ሆነብኝ ተብሎ እንደ ተጻፈው ለብልጥግናው ባለቤት ወጥመድና ጉድጓድ አሊያም መቃብር ይሆንባቸዋል፡፡ ለዚህ ነው ሐዋርያው ጳውሎስ በጌታ ልጁ ለሆነው ለጢሞቴዎስ ሲጽፍለት፣ "አንዳንዶች ይህን ማለትም ገንዘብን) ሲመኙ ከሃይማኖት ተሳስተው በብዙ ስቃይ ራሳቸውን ወጉ" (1ኛ ጢሞ. 6÷10) ሲል የተናገረው፡፡ አዎን ትክክለኛ ያልሆነ የሀብት አጠቃቀም ራስን መውጊያ ብቻ ነው ሊሆን የሚችለው፡፡ ኃጢአትን መግዥያ ወይም መዝሪያ እና በውጤቱም ሞትን ማጨጃ ብቻ ነው የሚሆነው፡፡ ስብራትና ኀዘን መከራን እና አበሳን የምንዘራውም ሆነ እነዚህን ቀጥር-ሥፍራ የሌላቸው መርገሞች በተትረፈረፈ መልኩ የምናጭድበትን ተግባር መፈጸም ብቻ ነው ውጤቱ ሊሆን የሚችለው፡፡

ኒው ባይብል ዲክሽነሪ ስለዚህ ጉዳይ ሲናገር፡- "መጽሐፍ ቅዱስ የቁሳዊ ሀብት ባለቤት መሆን ከራሱ ጋር ዐደገኛ የሆኑ ነገሮችን ያመጣል ይላል፡፡ ለምሳሌ የሀብቱ ምንጭ እግዚአብሔር መሆኑን ከማመንም ሆነ ከመናገር መውደቅን፣ በብልጽግና ላይ መታመንን፣ ከዚህም ጋር በተያያዘ ወደ እግዚአብሔር መንግሥት ለመግባት ለሰው አስቸጋሪ የሚሆንበት መሆኑን ጌታ የተናገረበትን ሁኔታ ይጠቅሳል፡፡"*(New Bible Dictionary, Intervarsity Press, USA: 1962, p. 1233.)*

VIII. መደምደሚያ፡- ብልጽግናን በተመለከተ ሁለንተናዊ ወይም የተሟላ መረዳትን መያዝ

እንደ ዕውነቱ ከሆነ ብልጽግና በግለሰብም ሆነ በማኅበረሰብ ደረጃ አለ ለማለት የሚቻለው በተሟላ መልኩ የተገኘ እንደ ሆነ ነው፡፡ መንፈሳዊ በረከቶች ለመጥቀስም ያህል እንደ ፍቅር፣ ደስታ፣ ሰላም፣ ዕረፍትና ዕርካታ ያሉቱ መንፈሳዊ በረከቶች በሌሉበት ስለ ብልግና መናገር እንዴት ይቻላል? ብልጽግና በምንም መልኩ ቢሆን ከምድራዊ

ሀብትና ንብረት አንጻር ብቻ የሚተነተን የሚችል ነገር አይደለም፡፡ ስለዚህም ብልጽግናን ከምድራዊ ሀብትና ንብረት፣ ከቁሳዊ ነገሮች አንጻር ብቻ ለመተንተን የሚፈልጉ ወይም የሚሞክሩ ሰዎች በአስተሳሰብ ደረጃ ከዓለማውያን ጋር አንድ ናቸው፡፡

አማኞች ብልጽግና የሚለውን ቃል የነፍስ ድነት ከማግኘትና በሰማያዊ ሥፍራ በመንፈሳዊ ነገሮች ሁሉ ከመባረክ፣ እንዲሁም እሺ በማለት እና ቃለ-እግዚአብሔርን በመታዘዝ የምድር በረከት ሁሉ እነርሱን የሚከተልበትን ሕይወት ከመምራት፣ ደግሞም ምድራዊ በረከትን ለማግኘት የሚጠቅሙትን መጽሐፍ ቅዱሳዊ መርኆች ለመጥቀስም ያህል አሥራትን ከማውጣት፣ ድሆችን ከመርዳት (በጽድቅ ዘርቶ በበረከት ከማጨድ)፣ እንዲሁም ከሥራና ከትጋት ብሎም ከቁጠባና እርሱንም ከሚገዳው የመዋዕለ-ነዋይ ፍሰት ማድረግ (ኢንቨስት ማድረግ) ጋር አጎዳኝተን ስንመለከተው ብልጽግናን ምሉዕነት ባለው መልኩ ወይም መጽሐፍ ቅዱሳዊ በሆነ መልኩ ሊመለከቱ ይገባቸዋል፡፡ በዚህ ጊዜ ብቻ ነው ብልጽግናን ምሉዕነት ባለው መልኩና መጽሐፍ ቅዱሳዊ በሆነ ሁኔታ ልንረዳውና ልንኖረው ብሎም በሕይወታችን ዕውን ሆኖ ልናየው አፋችንን ሞልተን ስለ መበልጸጋችን ልንናገር የምንችለው፡፡

ቁጥር 4 የአባቶች አለቃ አብርሃም ከዘረፋው የሚሻለውን አስራት የሰጠው ይህ ሰው እንዴት ትልቅ እንደ ነበረ እስኪ ተመልከቱ።

የአባቶች አለቃሥራ 2፥29; 7፥8,9

አብርሃም ዘፍ 12፥2; 17፥5,6; ሮሜ 4፥11-13,17,18; ገላ 3፥28,29; ያዕ 2፥23

የሚሻለውን አስራት የሰጠው ዘፍ 14፥20

ቊጥር 5 *ከሌዊ ልጆችም ክህነትን የሚቀበሉት ከሕዝቡ ማለት ከወንድሞቻቸው፥ እነርሱ ምንም ከአብርሃም ወገብ ቢወጡ፥ ከእነርሱ አሥራትን በሕግ እንዲያስወጡ ትእዛዝ አላቸው፤*

ጸሐፊው የመልከ ጼዴቅ ክህነት ከሌዋውያንም ክህነት የበለጠ እንደ ሆነም ያስረዳናል፡፡ ከሚያስረዳባቸው ነጥቦች አንዱ ሌዋውያን በዘር የወረሱት ከአባት ከእናታቸው

የተቀበሉት የክህነት ሹመት ሲኖራቸው፣ ይህ መልከ ጸዴቅ ግን ትውልዱና የዘር ሐረጉ፣ አባት እናቱም አይታወቁም:: እንደ ጸሐፊው አገላለጸም ጭራሽም ዘላለማዊ ነው:: የመልከ ጸዴቅ ከሌዋውያን የሚበልጥበት ሌላው ምክንያት ከአብርሃም አሥራትን መቀበሉ ነው:: አብርሃም ሌዋውያን ከመምጣታቸው ወይም ከመመረጣቸው በፊት ከሙሴ ቀደም ብሎ የነበረ ሲሆን፣ እርሱ እንኳ ሳይቀር ለመልከ ጸዴቅ አሥራትን ማውጣቱ፣ አሥራትን ሰጭው ከተቀባዩ በታች መሆኑን ጸሐፊው ሊያመለክት ፈልጓል::

ሌዋውያን በእግዚአብሔር ተመርጠው እስራኤልን እንዲያገለግሉ፣ የክህነቱን ሥራ እንዲሠሩ የተለዩ ነገዶች ናቸው:: ዘኊልቍ 18÷21-32:: እነርሱ ምንም እንኳ በእግዚአብሔር የተመረጡ ቢሆኑም፣ በራሳቸውም እነርሱም አሥራትን የሚያወጡ ነበሩ:: አባት እናታቸውም የሚታወቁና ወንድሞችና እኅቶችም የነበሩዋቸው እንደ ማንኛውም ተርታ ሕዝብ ነበሩ:: መልከ ጸዴቅ ግን እንዲህ አይደለም::

ፀሐፊው ሊያሳየን የሚሞክረው አባት እናቱ ማን እንደሆኑና ከየት እንደመጣም የማይታወቀው መልከ ጸዴቅ ከእነርሱ እንደሚበልጥ ነው:: በመቀጠልም ሊያሳየን የሚፈልገው ክርስቶስ ኢየሱስ ደግሞ ከመልከ ጸዴቅም የበለጠ መሆኑን እንዲገነዘቡ ነው:: የዕብራውያን ክርስቲያኖች የወቅቱ ገጽታ ምን ይመስል እንደ ነበረ ባለፉት ጥናቶቻችን በዝርዝር ተመልክተናል:: እነርሱ በክርስቶስ ኢየሱስ የተከፈተውን የአዲስ ኪዳን የጸጋ ኑሮ ዘንግተው ወደ ኋላ በመንሸራተት የቡሉይ ኪዳኑን የሙሴና የካህናት አገልግሎት መልሰው ለማምጣት እየፈለጉ ነበር::

የእብራውያን ጸሐፊ ይህን አቋማቸውን ሲረዳ በብሉይ ኪዳን ዘመን ከነበሩት ሌዋውያን እና አልፎም የሌዋውያኑ ዋነኛ ከሆነው ከሙሴ ከእርሱም በፊት ከነበረው የእስራኤል አባት ከነበረው ከአብርሃም ይጀምርና እያነጻጸረ ከአብርሃም የሚበልጥ መልከ ጸዴቅ እንዳለም ያሳያቸዋል:: ይህ መልከ ጸዴቅ ከመሲሑ ከኢየሱስ ክርስቶስም እንደማይበልጥ አስረግጦ ይነግራቸዋል:: በዕብራውያን መጽሐፍ መክፈቻ ላይም ሊያስገነዝበን የሚሞክረው ይህንን ነው:: (ዕብ. 1÷1-4)::

ቁጥር 5 ከሌዊ ልጆችም ክህነትን የሚቀበሉት ከህዝቡ ማለት ከወንድሞቻቸው፥ እነርሱ ምንም ከአብርሃም ወገብ ቢወጡ፥ ከእነርሱ አሥራትን በሕግ እንዲያስወጡት እዛዝአላቸው፤ ከሌዊ ልጆችም ክህነትን የሚቀበሉት ዕብ 5÷4; ዘጸ 28÷1; ዘኊ 16÷10,11; 17÷3-10; 18÷7,21-26

አሥራትን በሕግ እንዲያስወጡት እዛዝ አላቸው ዘሌ 27፥30-33፤ ዘኍ 18፥26-32፤ 2ኛ ዜና 31፥4-6፤ ነህ 13፥10

ከአብርሃም ወገብ ቢወጡ ዕብ 7፥10፤ ዘፍ 35፥11፤ 46፥26፤ ዘጸ 1፥5፤ 1ኛ ነገ 8፥19

ቍጥር 6 ትውልዱ ከእነርሱ የማይቈጠረው ግን ከአብርሃም አሥራትን አውጥቶአል፥ የተስፋ ቃል የነበረውንም ባርኮአል።

የጉቴር አፕሊኬሽን ኮመንተሪ ሲያብራራ፡- "በጥንታውያኑ የመጽሐፍ ቅዱስ ሊቃውንት ዘንድ የዕብራውያን ጸሐፊ አብዛኛውን ጊዜ የሚከተለው የእስክንድርያው ፊሊዮ የሚጠቀምበትን *አሊጎሪካል (ውስጠ-ወይራዊ)* የአፈታት ዘዴ እንደ ሆነ ተደርጎ ይታሰብ ነበር፡፡ ይህ ሰው በመጀመሪያው ምእተ ዓመት የነበረ አይሁዳዊ ሊቅ ነው፡፡ የዚህ ሰው *የአሊጎሪካል* (ውስጠ-ወይራዊ) አተረጓጐም በጥንታውያን አባቶች አብያተ ክርስቲያናት "የእስክንድርያ ት/ቤት" አተረጓጐም ተብሎ መጽሐፍ ቅዱስ ከሚለው በተጓዳኝነት የሚቀርብ ቀጥተኛውን የሥነ ጽሑፍን መልእክት በምሳሌያዊነት በመውሰድ የሚተረጉም አፈታት ነው ተብሎ በመታሰቡ የዕብራውያን ጸሐፊ የሚጠቀመው *አሊጎሪካል* (ውስጠ-ወይራዊ) አፈታት ነው ተብሎ ይታመን ነበር፡፡

ከቅርብ ጊዜ ወዲህ የተደረጉ ጥናቶች እንደሚያመለክቱት የዕብራውያን አጻጻፍ መንገድና በሌሎች አጻጻፍ መካከል የሰፋ ልዩነት ታይቷል፡፡ የዕብራውያን ጸሐፊ ዘፍ. 14፥17-20 ያለውን ክፍል ሲጠቅስ ለብሉይ ኪዳን መጻሕፍት አክብሮቱን በማመላከት ለእያንዳንዱ ቃል ትርጓሜን እንደሚሰጥ ያሳያል፡፡ የእርሱ አተረጓጐም *አሊጎሪካል* ሳይሆን፣ ታይፖሎጂካል (አምሳያን መሠረት ያደረገ) እንደ ሆነም ሊቃውንቱ አረጋግጠዋል፡፡ የታይፖሎጂካል (አምሳያን መሠረት ያደረገ) አፈታት የሚባለው አምሳያን በመፈለግ የሚደረግ አፈታት ሲሆን፣ በዚህ አፈታት ውስጥም መጽሐፍን በመጽሐፍ የመተርጐም (Scripture interpret scripture) ስልትን እንደሚጠቀም ጆርጅ ኤች ጉቴር ያብራራል (ገጽ 255-256)፡፡

ታይፖሎጂ የሚለው ቃል ከግሪኩ ታይፖስ (Typos) ከሚለው ቃል የመጣ ሲሆን፣ ይህም ማለት አንድን ሞዴል፣ አምሳያ፣ አስገራሚ ገጸ ባሕርይ በመውሰድና በማነጻጸር የሚደረግ

አተረጓጐምን ያመለክታል፡፡ ታይፖሎጂካል ትርጓሜም ከአንድ ክስተት፣ ግለሰብ፣ ነገር፣ ወይም ታሪካዊ ሂደት ጋር ያለ ግንኙነትን በአምሳያነት በመጠቀም የማመሳከር፣ አምሳያን ፈልጎ በማነጻጸር የሚደረግ የአፈታት ዘዴ ነው፡፡ ከዚህ ተነሥተን የዕብራውያን ጸሐፊን የአጻጻፍ ስልት ስንቃኘው በዚህ ምዕራፍ ሰባት ላይ መልከ ጼዴቅን ከኢየሱስ ጋር በማነጻጸርና በማመሳከር አሳይቶናል፡፡

በቁጥር ስድስት ላይ ከዚህ አተረጓጐም ስልት ተነሥቶ መልከ ጼዴቅን ያሳየናል፡፡ ይህ ትውልዱ ከዕብራውያን ወገን ያልሆነ መልከጼዴቅ እርሱ ከአብርሃም ወገብ ሳይወጣ፣ በእርሱ የዘር ሐረግ ውስጥ ሳይታይ ወይም ደግሞ እንደ ሌዋውያኑ ከሌዊ ወገን የተመረጠ አገልጋይ መሆኑ ሳይታይና አንዳችም ትእዛዝ ሳይወጣ አብርሃም ራሱ አሥራትን አውጥቶለታል ይላል፡፡ ይህ የመልከ ጼዴቅ አምሳያነት እንግዲህ ወደ ኢየሱስ የሚጠጋ ሆኖ እናገኘዋለን፡፡ ከአብርሃምም ሆነ ከሌዋውያኑ በልጦአል፡፡ አብርሃም የሌዋውያኑ ሥረ-መሠረት እና አባታቸው ሲሆን፣ በቀጣይም ከሙሴም በልጦ እንደ ተገኘ እንረዳለን፡፡ አምሳያዎችን ስንተረጒም **ምናልባት** ከመስመር ወጥተን መጽሐፉ የማይለውን ፍቹ እየሰጠን ከንቱ መባዘን እንዳይሆንና ወደ ስሕተትም እንዳናቀና ትርጒሙን ከምንጩ፣ ከቅዱስ ቃሉ ማግኘት እንጂ፣ ያልተባልነውን ብለን ጤናማ ትርጒም እንዳለው አድርገን መውሰድ ዐደጋ ነው፡፡

ቁጥር 6 ትውልዱ ከእነርሱ የማይቈጠረው ግን ከአብርሃም አሥራትን አውጥቶአል፥ የተስፋ ቃል የነበረውንም ባርኮአል።

ከአብርሃም አሥራትን አውጥቶአል ዕብ **7፥**4; ዘፍ 14÷19,20

የተስፋ ቃል የነበረውንም ባርኮአል ዕብ 7፥ 6÷13-15; 11÷13,17; ዘፍ 12 ፡2,13; 13÷14-17; 17÷4-8; 22÷17,18; ሥራ 3÷25; ሮሜ 4÷13; 9÷4; ገላ 3÷16

ቍጥር 7 ትንሹም በታላቁ እንዲባረክ ክርክር የሌለበት ነገር ነው።

ባርኮት ከትልቁ ወደ ትንሹ ይወርዳል እንጂ፣ ከትንሹ ወደ ትልቁ ሽቅብ እንደማይወርድ አሳማኝ የመከራከሪያ ነጥቡን ያስቀምጣል፡፡ በእርግጥም ውኃ ሽቅብ እንደማይፈስስ ሁሉ ባርኮትም ሽቅብ አይሄድም፡፡ አብርሃም አሥራትን ስለማውጣቱ ዘፍጥረት 14÷18-20 ላይ

እንብበናል፡፡ እግዚአብሔር በመጽሐፍ ቅዱስ ውስጥ በርካታ ታሪኮችንና ምሳሌዎችን አኑሮልናል፡፡ እነዚህ ታሪኮች ወደ አዲስ ኪዳን በታሪክነታቸውና በአስተማሪነታቸው እየተሸጋገሩ ትምህርታዊ ሆነው ስናገኛቸው የተጻፉት የቱን ያህል ለትምህርታችን እንደ ሆነ እንጂ፣ በከንቱ እንዳልተጻፉ እንረዳለን፡፡ ይህ የመልከ ጸዴቅ ታሪክም ይህንኑ የሚያስረዳ ነው፡፡

እግዚአብሔር የታሪክም ጌታ ስለ ሆነና ታሪክንም በመዳፉ ሥር ስላደረገ የአዲስ ኪዳንና የመንግሥተ ሰማያትን ምሥጢር እንድንረዳባቸው ያግዙናል፡፡ ከእነዚህ ውስጥ በምሳሌነት ታሪክ በስፋት የሚታወቀውን የእስራኤልን ወደ ግብፅ መግባትና ከዚያም ከግብፅ ወጥቶ በበረሃ መጓዝና በመጨረሻም የተስፋዪቱን ምድር መውረስ ታሪክ ለአዲስ ኪዳን አማኞች ከፍተኛ ትምህርትን የሚሰጠን ታሪክ ነው፡፡

ይህን ከአርባ ዓመታት በላይ የፈጀ ብዙ ሕዝብ ያለ ቀበትን ታሪክ ወደ ኋላ ስንቃኝ ብዙ ቁምነገሮችን እንማርበታለን፡፡ በመቃኑ ላይ የፈሰሰው ደም የአዲስ ኪዳኑን የደም መሥዋዕትነትን ያሳየናል፡፡ ባለመታዘዝና ባለማስተዋል አማኞች የቱን ያህል ተንከራታች እንደሚሆኑና በሕይወታቸውም ዋጋ እንደሚከፍሉ ከእስራኤል ታሪክ እንማራለን፡፡ ከመልከ ጸዴቅ አምሳያዊ ታሪክም የምንማረው ይህንኑ ነው፡፡

አይሁዳውያን የሌዋውያን ክህነት፣ የሙሴን አገልግሎት ትልቅ ግምት ሰጥተውት በብሉይ ኪዳን አገልግሎት መሠረት እነዚህ ሰዎች እንደ ሆኑ አድርገው ሲቈጥሩትና የዕብራውያን አማኞችም ወደዚያ የቀደመ ሕይወት ለመመለስ ሲከጅሉ ጸሐፊው የመልከ ጸዴቅን ከአብርሃም መብለጥ አሳይቶ ሌዋውያኑም ሆኑ ሌሎቹ የብሉይ ኪዳን አገልጋዮች በንጽጽር ሲታዩ የቱን ያህል ትንሽ ሆነው እንደሚታዩ እና ድካምም እንደ ነበረባቸው ያሳያቸዋል፡፡

እነዚህ ሁሉ ታሪኮች ለአዲስ ኪዳኑ የጸጋ ዘመን ምሳሌዎች እንደ ሆኑና በራሳቸው ሙሉ ያልሆኑ ጐዶሎ መሆናቸውን ጸሐፊው በንጽጽር ያሳያል፡፡ መልከ ጸዴቅ የሚባለው ሰውም በራሱ ጐዶሎ ቢሆንም፣ የአይሁዳውያንን የብሉይ ኪዳን አገልግሎት ጐዶሎነት ጸሐፊው በእርሱ በኩል አሳይቶ፣ ከሁሉም የሚበልጠው በኢየሱስ ክርስቶስ የተጀመረው የአዲስ ኪዳን አገልግሎት ግን በሁለንተናው ሙሉ እንደ ሆነ ለማሳየት ተጠቅሞበታል፡፡

ቁጥር 7 ትንሹም በታላቁ እንዲባረክ ክርክር የሌለበት ነገር ነው።

ክርክር የሌለበት ነገር ነው 1ኛ ጢሞ 3፥16

ትንሹም በታላቁ እንዲባረክ ዕብ 11÷20,21; ዘፍ 27÷20-40; 28÷1-4; 47÷7-10; 48÷15-20; 49÷28; ዘኍ 6÷23-27; ዘዳ 32÷1; 2ኛ ሳሙ 6÷20; 1ኛ ነገ 8÷55; 2ኛ ዜና 30÷27; ሉቃ 24÷50,51; 2ኛ ቆሮ 13÷14

ቍጥር 8 *በዚህስ የሚሞቱ ሰዎች አሥራትን ያስወጣሉ፥ በዚያ ግን የሚያስወጣ በሕይወት እንዲኖር የተመሰከረለት እርሱ ነው።*

መልከ ጸዴቅን ከፍ አድርጎ ከሁሉ የሚበልጠው እርሱ እንደሆነ ከርከር እንደሌለው በቍጥር 7 ላይ ካሳየ በኋላ በዚህ ቍጥር ደግሞ "የሚሞት ሰው" ይለዋል፡፡ ሌዋውያኑም አሥራት እንደ ወጣላቸው በብሉይ ኪዳን አንብበናል፡፡ መልከ ጸዴቅም አሥራት በአብርሃም አማካይነት ወጥቶለታል፡፡ እርሱ ግን ሰው ነውና የሚሞት ሆነ፡፡ ከእርሱ የሚበልጠው ክርስቶስ ኢየሱስ ግን በመስቀል ላይ ቢሞትም፣ ሞትን ድል አድርጎ የተነሣ ብቸኛው የማይሞት ሰው እርሱ ብቻ ሆኖ ተገኘ፡፡ አይሁድ እንደ ሞተና ሞቶ ተቀብሮ እንደ ቀረ አድርገው አሰቡት፡፡ የትንሣኤውን ኃይል ግን ማንም ሊቆጣጠረው አልቻለም፡፡ እርሱ በሕይወት ሊኖር የተመሰከረለት እንደ ሆነ መጽሐፍ ቅዱስ አስረግጦ ይነግረናል፡፡

ይህንን ሞትን ድል አድርጎ የተነሣው የእግዚአብሔር ልጅ ያመጣውን ድነት ለመቀበል አይሁዳውያን ችግር ውስጥ የገቡበት ዋነኛው ትልቁ ምክንያት ክህነት የአሮን ዘር ከሆኑት ከሌዋውያን ወገን ብቻ የሚወጣ ነው ብለው በማሰባቸው ነው፡፡ እነዚህ የአሮን ዘር የሆኑ ካህናትም ሞት እየቀደማቸው በየተራ ሲያልፉ ሌላው የአሮን ዘርም ምትክ ሆኖ አገልግሎቱን እየተረከበ ሲወርድ ሲወራረድ መጥቷል፡፡ ጸሐፊው መልከ ጸዴቅን በዚህ ቦታ የተጠቀመበት አንዱ ምክንያት እነርሱ እንደ ጠበቁት ብቻ ሳይሆን፣ ክህነት ካልተጠበቀ ሥፍራ ሊነሣ እንደሚችል ሊሳያቸውና አመለካከታቸውን አንኮታኩቶ ለመጣል ነው፡፡ ይህ መልከ ጸዴቅም ከሰው ወገን የመጣ ጊዜያዊ ካህን ነውና እርሱም በጊዜው ሞት እንደ ቀደመው የሚያጠራጥር አይሆንም፡፡ ከእርሱ የበለጠው ግን አሥራትን እያስወጣ መቼውንም ደግሞ የክህነት አገልግሎቱ እንደ ቀጠለ በሕይወት ይኖራል፡፡

አዲሱ መደበኛ ትርጉም ይህን ክፍል በተለየ መንገድ ይገልጸዋል፡፡ "በአንድ በኩል አሥራትን የሚቀበሉት ሟች ሰዎች ናቸው፣ በሌላ በኩል ግን ሕያው ሆኖ እንዲሚኖር የተመሰከረለት ይቀበላል" ይላል፡፡ የሚሞተው አሥራት ተቀባይ ምድራዊው መልከ ጼዴቅና የአሮን ዘር የሆኑት ሌዋውያን ናቸው፡፡ የማይሞተው ካህን ደግሞ ሕያው ሆኖ እንደሚኖር የተመሰከረለት ክርስቶስ ኢየሱስ ብቻ ነው (1ኛ ተሰ. 4÷13-18)፡፡

መመስከር (mar-too-reh'-o /martureo /ማርቱሬኦ ከ mártus/ማርተስ = መመስከር፣ አንድ ስለ አንድ ነገር ዕውቀት ያለው አካልና ይህንን ዕውቀት ወደ ብርሃን የሚያመጣ) ማለት፡- መመስከር፣ እማኝነት መስጠት፣ አንድ ሰው ወይም አንድ አካል አንድ ተግባር ላይ መሳተፉን መመስከር ማለት ነው፡፡ ይህም ተናጋሪው በትክክል ስለሚያውቀው አካል በቂ ማስረጃ መስጠት ማለት ነው፡፡

የኤክስፖሲተር ግሪክ ኪዳን ስለ መመስከር ሲያብራራ፡- ለመጽሐፍ ቅዱስ ገለጻ ጥንካሬን በመስጠት ጸሐፊው ስለ መልከ ጼዴቅ ያወራና የተመሰከረለት ነው ይለናል፡፡

ፒንክ፡- አንዳንዶች እዚህ ጋር ስለ መልከ ጼዴቅ የተሰጠው አስተያየት ላይ ጥሩ ያልሆነ ዕሳቤን ያሳያሉ፡፡ "በሕይወት እንዲኖር የተመሰከረለት እርሱ ነው፡፡" ይህንን ቃል እርሱ ከሰው ልጅ በላይ የሆነ ነው ለማለት ይጠቅሱታል፡፡ ነገር ግን ይህ ዐርፍተ ነገር በክፍሉ መሠረት ከተረጐምነው ነገሩ ከባድ አይሆንም፡፡ እስከ ዛሬ በሕይወት የሚኖረው መልከ ጼዴቅ ራሱ በማንነቱ ሳይሆን፣ በክርስቶስ ኢየሱስ ተመስሎ ነው፡፡ መጽሐፍ ቅዱስ በተለያየ ቦታ በተደጋጋሚ ትክክለኛ የሆነውን ነገር እርሱን በሚመስል ምሳሌ ሲገልጸው እንመለከታለን፡፡ የዘጸአቱ በግ የእግዚአብሔር ፋሲካ ተብሎ ሲጠቀስ እናያለን፡፡ ነገር ግን እርሱ ትክክለኛው ፋሲካ ሳይሆን፣ ተምሳሌቱ ነበር እንጂ (ዘጸ. 12÷11)፡፡ በጌታ እራት ወቅት ላይ ቀርቦ የነበረው ማዕድም የክርስቶስ ደምና ሥጋ ተብሎ ሲገለጽ እናያለን፤ ይህም እርሱን ተመስሎ ስለ ቀረበ ነው፡፡ *(አርተር ዎኪንግትን ፒንክ ኮሜንተሪ)*

ኮንስታብል አስተያየት ሲሰጥ በጥንታዊው ዘመን እይታ ሰዎች ከአንድ ዘር ሃረግ የወረዱ ተደርገው የሚቆጠሩት ቀድመው በዘር ሃረጉ ውስጥ ከነበሩት ሰዎች ተግባር ጋር ባላቸው ተሳታፊነት ነው፡፡ (ቶማስ ኮንስታብል፡ ኮሜንተሪ)

ዋረን ዌርዝቢ በበኩሉ ስለዚህ ሲናገር እንዲህ ይጠይቃል:- ኢየሱስ ከአብርሃም ዘር ነበረና የመጣው ይህ ማለት እርሱም የዚህ ልምምድ አካል ነበር? አይደለም ምክንያቱም ኢየሱስ ክርስቶስ የእግዚአብሔር ዘላለማዊ ልጅ ስለሆነ፤ ከአብርሃም ጋር ያለውም ተዛምዶ የሥጋ ወራቶቹ ብቻ ስለሆነ (ዕብ. 5÷7)፣ ክርስቶስም ከአብርሃም ቀድሞ የነበረ ስለሆነ (ዮሐ. 8÷58) በአብርሃምም በአሮንም ዘር ሐረግ ውስጥ ሊኖር አይችልም:: *(ዋረን፣ ዌንደል ዊርዝቢ:- መጽሐፍ ቅዱስ ኤክስፖሲሽን ኮመንተሪ)*

ቁጥር 8 በዚህስ የሚሞቱ ሰዎች አሥራትን ያስወጣሉ፥ በዚያ ግን የሚያስወጣ በሕይወት እንዲኖር የተመሰከረለት እርሱ ነው።

በዚህስ የሚሞቱ ሰዎች አሥራትን ያስወጣሉ ዕብ 7፡23; 9÷27

በሕይወት እንዲኖር የተመሰከረለት እርሱ ነው ዕብ 3÷16; 5÷6; 6÷20; 9÷24,25; ዮሐ 11፡25,26; 14÷6,19; ራዕ 1÷18

ቍጥር 9-10 *ይህንም ለማለት ሲፈቀድ፥ አሥራትን የሚያስወጣ ሌዊ እንኳ በአብርሃም እጅ አሥራትን ሰጥቶአል፤መልከ ጼዴቅ በተገናኘው ጊዜ ገና በአባቱ ወገብ ነበረና።*

በእነዚህ ቍጥሮች ላይ ከላይ ያለውን አሳብ በተያያዥነት እያብራራው ይሄዳል:: አብርሃም አሥራትን ለመልከ ጸዴቅ አወጣ ማለት ወደ ፊት ከእርሱ አብራክ የሚወጡት ሌዋውያንም ሁሉ አሥራትን ለመልከ ጸዴቅ አወጡ ማለት ነው ይልና የሌዋውያኑ የክህነት አገልግሎት በራሱ ሙሉ አለመሆኑን አስረግጦ ይናገራል::

እነዚህን ቍጥሮችን በአዲሱ መደበኛ ትርቍም ስንመለከታቸው አሳቡ የበለጠ ጉልህ ሆኖ ይነበበናል:: *"እንዲያውም አሥራት የሚቀበለው ሌዊ፣ ራሱ በአብርሃም በኩል አሥራትን ከፍሏል ማለት ይቻላል:: ምክንያቱም መልከ ጸዴቅ አብርሃምን ባገኘው ጊዜ ሌዊ ገና በአባቱ በአብርሃም አብራክ ነበር::"*

ቁጥር 9 ይህንም ለማለት ሲፈቀድ፥ አሥራትን የሚያስወጣ ሌዊ እንኳ በአብርሃም እጅ አሥራትን ሰጥቶአል፤

በአብርሃም እጅ አሥራትን ሰጥቶአል ዕብ 7፡ 4; ዘፍ 14÷20; ሮሜ 5÷12;

ቁጥር 10 መልከ ጼዴቅ በተገናኘው ጊዜ ገና በአባቱ ወገብ ነበረና።

ዘፍ 35፥11; 46፥26; 1ኛ ነገ 8፥19

ቍጥር 11 እንግዲህ ሕዝቡ በሌዊ ክህነት የተመሠረተን ሕግ ተቀብለዋልና በዚያ ክህነት ፍጹምነት የተገኘ ቢሆን፥ እንደ አሮን ሹመት የማይቈጠር፥ እንደ መልከ ጼዴቅ ሹመት ግን የሆነ ሌላ ካህን ሊነሣ ወደ ፊት ስለ ምን ያስፈልጋል?

ጸሐፊው በዚህ ቍጥር ላይ ጥያቄን ይጠይቃል። በውስጠ ታዋቂነት መልሱን በመስጠትም የሌዊንና የመልከ ጼዴቅን ክህነት እያነጻጸረ በሌዊ ክህነት ፍጹምነት አልተገኘም ይለናል። ስለ ምን በሌዊ ክህነት ፍጹምነት አልተገኘም? ብለን ስንጠይቅ ከፍ ብለን የተመለከትናቸውን ማብራሪያዎች ማመሳከሪያ ማድረጉ ይጠቅመናል። ጸሐፊው አንቀጹን "እንግዲህ" ብሎ ሲጀምር፣ ከላይ የተዘረዘሩትን ነጥቦች እንድናስብ ያደርገናል። እንግዲህ የሚለው ቃል አያያዥ ቃል ነው። ከላይ የተዘረዘሩትን ነጥቦች ሁሉ እንድናስታውሳቸው የሚያደርገን አያያዥ ቃል እንደ ሆነ ልብ እንበል። ስለ ሌዋውያን የተመለከትናቸውን፣ ፍጹም አለመሆናቸውን የሚያስረግጡልንን ከፍ ብለው የተዘረዘሩትን ነጥቦች በጥቂቱ እናስታውስ፡-

ሀ) ሌዋውያን ምንም እንኳ በእግዚአብሔር የተመረጡ ቢሆኑም፣ አባትና እናታቸው የሚታወቁ እንደ ማንኛውም ተርታ ሰዎች ናቸው።

ለ) ሌዋውያን በአባታቸው በአብርሃም አማካይነት ለመልከ ጼዴቅ አሥራትን አውጥተዋል።

ሐ) አባታቸው አብርሃም በመልከ ጼዴቅ ተባርኳልና እርሱ ከባረከው በታች በመሆኑ ሌዋውያንም ከመልከ ጼዴቅ በታች ናቸው።

መ) ሌዋውያን ራሳቸው ፍጹማን ስላልሆኑ ለራሳቸውም መዕዋዕትን ያቀርቡ ነበር። ስለዚህም እነዚህ ዋና ዋና ነጥቦች ሌዋውያንን ፍጽምና ስለማያጎናጽፉዋቸው እንደ አሮን ሹመት የማይቈጠር እንደ መልከ ጼዴቅ ሹመት ግን የሆነ ሌላ ካህን መነሣቱ ግድ ሆኗል። ሌዊ ፍጹም ቢሆን ኖሮ የመልከ ጼዴቅ ሹመት ወይም የሌላ ካህን ሹመት አያስፈልግም ነበር።

ለመሆኑ የመልከ ጻዴቅ ሹመት የተመረጠባቸው ዋና ዋና ምክንያቶች ምንድን ናቸው? ቀደም ባሉት የምዕራፉ ቍጥሮች እንደ ተመለከትነው በአብርሃም ዘመን የነበረው መልከ ጻዴቅ ከአዲስ ኪዳኑ መሢሕ ጋር በንጽጽር ወይም በአምሳያነት ቀርቧል። ይህ መልከ ጻዴቅ ምን ዐይነት ገጽታ እንደ ነበረው አሁንም በጥንቃቄ እንመልከት።

1- አብርሃምና ሌዋውያኑ አሥራትን አውጥተውለታል፤ ስለዚህም ከእነርሱ የበላይ ነው።

2-እርሱ ለማንም አሥራትን አላወጣም፤

3-አብርሃምንና ሌዋውያኑን ባርኳቸዋል፤ በዚህም የበላይነቱን ይቀዳጃል፤

4- አባትና እናቱ፣ ዘር ማንዘሩም አልተገለጸም፤ በድንገት ብቅ ያለ ነው፤

5-የጽድቅ ንጉሥ፣ የሰላም ንጉሥ ተብሏል፤

ፍጹምነት የሚለው ቃል **ቴሌዮሲስ (teleiosis)** የሚል ቃል ትርጓሜ ሲሆን፣ የፍጽምናን ሂደት ገላጭ ነው። የታቀደለትን አንድን ዓላማ አከናውኖ መጨረስን የሚያሳይ ነው። የክህነት አላማው ሰውን ከእግዚአብሔር የለየውን መሰናክል ኃጢአት ማስወገድ ነው። የሌዋውያን የክህነት አገልግሎት ይህን ማድረግ የሚችለው በተምሳሌት ነው እንጂ፣ በዕውነታው መልኩ አይደለም። ክህነትና መሥዋዕት ወደ መሢሑ የሚጠቁሙ ጠቋሚ ሲሆኑ፣ በመስቀል ላይ ያደረገውንም የምትክነት ሞት አመልካች ናቸው። የሌዋውያን ክህነትና መሥዋዕት ለኃጢአተኛ ሰው ዕውነተኛ ድነትን ስለ ማይሰጡት ይህንን ማድረግ የሚችል አዲስ የክህነት አገልግሎት መተካት አለበት። ድነት መምጣት ስላለበት እንደ መልከ ጻዴቅ ሹመት የሆነው አዲሱ ካህን መሢሑ መጣ። *(ዌስት፣ ኬ. ኤስ. የግሪክ አዲስ ኪዳን ቃል ጥናት፦ ኢርድማንስ)*

ይህ መልከ ጻዴቅ ከመሢሑ ኢየሱስ ጋር በንጽጽር ቢቀርብም፣ እርሱ ከአብርሃም ዘመን በኋላ በሕይወት አልኖረም፣ ሞቷል። እርግጥ የሕይወቱ መጀመሪያና መጨረሻ በመጽሐፍ ቅዱስ ውስጥ ተጽፎ አናገኘውም። ነገር ግን እርሱም ሰው ነውና በማንኛችንም በሕይወት ላይ የሚሆኑ ክስተቶች እንደሚያጋጥሙን ሁሉ እርሱንም መወለድም ሆነ መሞት ያገኙታል በሚል ግምት ልንናገርለት እንችላለን። ለዚህም ነው የማይሞተው፣ ፍጹም የሆነው፣ ሌላ ካህን ወደ ፊት ሊነሣ ግድ የሆነው።

ሌላ የሚለው ካህኑ የተገለጸበት **አገላለጽ ሄቴሮስ (heteros)** ከሚል ቃል የተተረጐመ ሲሆን፣ **ሌላ ዐይነት** የሚል ትርጒም ያለው ነው፤ ይህ የሚያሳየን የሌዋውያን የክህነት አገልግሎት ምንም ነገር ወደ ፍጻሜ ማምጣት እንዳልቻለና የሚያስፈልገው ሌላ ካህን ብቻ ሳይሆን፣ ሌላ ዐይነት ካህን እንደ ሆነም ነው፡፡ ከአሮን ሥር የሚመጣ ሊሆን አይችልም፡፡ ከሌላ ሥር የሚመዘዝ ሊሆን ይገባል እንጂ፡፡ ጸሐፊው እያለ ያለው ይህንን ነው፡፡ እርሱ ከአሮን መስመር ያልሆነ ሌላ ካህን ከማስፈለጉ የተነሣ ከመልከ ጼዴቅ ሥር የሆነ ሌላ ካህን መጣ፡፡ ጸሐፊው አሁንም መልሶ መነሻ ነጥቡን ያሳያቸዋል፡፡ ይህም አዲሱ ኪዳን ከመጀመሪያው ኪዳን የተሻለ እንደ ሆነና የእርሱን ቦታ ተክቶ የሚያገለግል ነው፡፡ የመጀመሪያው ኪዳን ለኃጢአት ክፍያ መሆን የሚችልን መሥዋዕት ማቅረብ ስላልቻለ የተለየ ኪዳን አስፈላጊ ሆነ፡፡ *(ዌስት፣ ኬ. ኤስ. የግሪክ አዲስ ኪዳን ቃል ጥናት፦ ኢርድማንስ)*

ቁጥር 11 እንግዲህ ህዝቡ በሌዊ ክህነት የተመሠረተን ሕግ ተቀብለዋልና በዚያ ክህነት ፍጹምነት የተገኘ ቢሆን፥እንደ አሮን ሹመት የማይቈጠር፥ እንደ መልከ ጼዴቅ ሹመት ግን የሆነ ሌላ ካህን ሊነሳ ወደ ፊት ስለምን ያስፈልጋል?

በዚያ ክህነት ፍጹምነት የተገኘ ቢሆን ዕብ 7፥18,19; 8÷7,10-13; 10÷1-4; ገላ 2÷21; 4÷3, 9; ቆላ 2÷10-17

ሌላ ካህን ሊነሳ ወደ ፊት ስለ ምን ያስፈልጋል? ዕብ 7፥15,17,21; 5÷6,10; 6÷20

ቊጥር 12 *ክህነቱ ሲለወጥ፥ ሕጉ ደግሞ ሊለወጥ የግድ ነውና።*

ክህነቱ የራሱ የሆነ ሕግ ነበረው፤ ይህ ሕግ ወደ አዲሱ ክህነት የሚያመለክት የብሉይ ኪዳን ሕግ ነው፡፡ በዚህ የሕግ ትእዛዝ ውስጥ ሰዎች ሁሉ በኲነኔ ውስጥ ነበሩ፡፡ ሕጉ ሁልጊዜ ፍጹም አለመሆናችንንና ኃጢአተኞች መሆናችንን ያሳያል፡፡ በብሉይ ኪዳን አገልግሎት ውስጥ በርካታ ሕጎች ተደንግገዋል፡፡ የግርዘት ሕግ፣ የመንጻት ሕግ፣ የማደሪያው ድንኳን ሕግ፣ መሥዋዕቱን የማቅረብ ሕግ፣ አሥራትን የማውጣት ሕግ፣ በዓላትን የማክበር ሕግና ሌሎችን በርካታ ሕጎች ተደንግገዋል፡፡ እነዚህ ሁሉ ሕጎች አንድም ሊመጣ ያለውን መሢሕ በአምሳያነት የሚያመለክቱ ሲሆኑ፣ በሌላ በኩል ደግሞ

የሰውን ደካማነትና ኃጢአተኛነት የሚያጋልጡ፣ በሰው ልጅ ላይ እንደ ቀንበር የተጫኑ ናቸው፡፡

መሢሒ እስከሚገለጥ ድረስም ሌዋውያኑ የክህነት አገልግሎትን በመፈጸም በሕጉ መሠረት ሕዝቡን ከአምላኩ ጋር በማገናኘት ለራሳቸውና ለሕዝቡም ኃጢአት መሥዋዕትን እያቀረቡ፣ የክህነት አገልግሎትን ይፈጽሙ ነበር፡፡ ይህ አገልግሎታቸውም ዘወትር ሳይቋረጥ ይቀጥል ነበር፡፡ አንድ ቀን ግን ዘላለማዊው ሊቀ ካህናት ሲመጣ የብሉይ ኪዳኑ ክህነት በአዲስ ኪዳን ክህነት ተተካ፡፡ ይህ የአዲስ ኪዳን ክህነት በጸጋና በመንፈስ ቅዱስም የሚመራ፣ የእንስሳት ደም በመሥዋዕትነት የማይቀርብበት በመሆኑ፣ ከብሉይ ኪዳኑ በልጦ ተገኘ፡፡ ለምን ቢባል ክርስቶስ ኢየሱስ ለአንዴና ለመጨረሻ ጊዜ የሰው ልጆችን ኃጢአት ሁሉ ተሸክሞ እንደሚታረድ በግ ደሙ ፈስሶ በሰው ልጆች ላይ የተጫነውን የኃጢአት ቀንበር ሁሉ ሰባብሮታል፡፡

በአዲስ ኪዳንም ከዚህ የተነሣ የኮርማዎችን ደም በካህኑ አማካኝነት ዘወትር ማቅረቡ ለአንዴና ለመጨረሻ ጊዜ ቀርቷል፡፡ ለዚህም በዚህ ቊጥር ላይ ክህነቱ ሲለወጥ ሕጉም ሊለወጥ ግድ ነው የሚለን፡፡ የትኛው ሕግ ነው የሚለወጠው? ብለን ብንጠይቅም ለአዲስ ኪዳን እንደ ጥላ ወይም እንደ ምሳሌ ሆኖ ሲያገለግል የነበረው ሕግ ነው፡፡ በብሉይ ኪዳን ከተደነገጉ ሕጎች መካከል አንዱ ስለ ኃጢአት የሚቀርበው የስርየት ሕግ ይገኝበታል፡፡ አንድ ሰው በበደል ውስጥ ሲገኝ፣ የኃጢአትን ይቅርታ ከአምላኩ ለማግኘት የበጎችና የኮርማዎችን ደም ማፍሰስ እንደሚገባው ሕጉ ያዝዝ ነበር፡፡ ትእዛዙ "ደም ሳይፈስ ስርየት!" የለም ብሎ አስቀምጦታል፡፡

ወደ አዲስ ኪዳን ስንመጣ ክርስቶስ ኢየሱስ ለአንዴና ለመጨረሻ ጊዜ ይህንን ሕግ በመፈጸም በበጎችና በኮርማዎች ምትክ ሆኖ ራሱን መሥዋዕት አድርጎልናል፡፡ ከዚህም የተነሣ የኃጢአት ስርየትን አንድ ጊዜ አግኝተናል፡፡ በክርስቶስ ኢየሱስ አማካይነት ይህን የመሰሉ ለሰው ልጅ አድካሚ የነበሩ ሕጎች ሁሉ ወደ አዲስ ኪዳን ስንመጣ ተለውጠዋል፡፡ ማንም ሰው የኃጢአት ይቅርታን ሲፈልግ፣ ከእንግዲህ የእንስሳትን መሥዋዕት በማቅረብ ደምን ማፍሰስ አያስፈልገውም፡፡ በዚህ ምትክ ግን በእምነት ወደ ጸጋው ዙፋን ፊት በመቅረብ ምሕረትን ያገኛል (1ኛ ዮሐ. 2÷1-2)፡፡

ሲለወጥ የሚለው ቃል **ሜታቴሚ (metatithemi)** የሚለው ቃል ትርጓሜ ሲሆን፣ **አንድን ነገር በአንድ ነገር ምትክ ማስቀመጥ** ነው። እንደ መልከ ጼዴቅ የሆነው ክህነት እንደ አሮን የሆነውን ክህነት ቦታ ተክቶ ገባ። የእንስሳት ደም ለኃጢአት መሥዋዕት አይቀርብም። የመሢሑ ደም ግን ይህን ማድረግ ይችላል። ስለዚህ አዲሱ ኪዳን የመጀመሪያውን ኪዳን ሲተካው ዕውነተኛው የኢየሱስ ደም ተምሳሌት የሆነውን የእንስሳትን ደም ተክቶ ገባ። ይህን ማድረግ የሚቻለው የክህነትን ሕግ በመቀየር ብቻ ነው። ወደ አዲስ የክህነት መስመር ሽግግር ሊደረግ ከሆነ ደግሞ እርሱን ማስፈጸም የሚችል አዲስ መስመር መዘርጋት ያስፈልጋል። የክህነት ሥርዓትን የሚመራው ሕግ ልክ በሙሴ እንዳለው የአሮን ክህነት ከወደቀ፣ በሌላ ሥርዓት መሻር አለበት። *(ዌስት፣ ኬ. ኤስ. የግሪክ አዲስ ኪዳን ቃል ጥናት፡- ኢርድማንስ)*

ቁጥር 12 ክህነቱ ሲለወጥ፥ ሕጉ ደግሞ ሊለወጥ የግድ ነውና።

ክህነቱሲለወጥኢሳ 66፥21; ኤር 31፥31-34; ሕዝ 16፥61; ሥራ 6፥13,14

ቍጥር 13-14 *ይህ ነገር የተነገረለት እርሱ በሌላ ወገን ተካፍሎአልና፥ ከዚያም መሠዊያውን ያገለገለ ማንም የለም፤ጌታችን ከይሁዳ ነገድ እንደ ወጣ የተገለጠ ነውና፥ ስለዚህም ነገድ ሙሴ ምንም እንኳ ስለ ክህነት አልተናገረም።*

ሌዋውያኑ ከአሮን ወገን እንደሚወጡ ቀደም ባሉት ቍጥሮች ላይ በተደጋጋሚ ተመልክተናል። ጌታ ኢየሱስ ክርስቶስ የአዲስ ኪዳኑ መልከ ጼዴቅ የመጣው ከይሁዳ ነገድ ነው። ይህ አመጣጡ ለብዙዎች ግራ የሚያጋባ ነው። እነርሱ ካህንን የሚጠብቁት ከተመረጠው የሌዊ ነገድ ሲሆን፣ ኢየሱስ ግን ባልታሰበ መንገድ የአዲስ ኪዳን መክፈቻ ቍልፍ እርሱ ሆነ። እርሱ ከመጣበት ነገድ በመሠዊያው ላይ ያገለገለ ማንም የለምና፣ አይሁድ ግራ-መጋባታቸው አይቀርም። የብሉይ ኪዳኑ መልከ ጼዴቅ ማን ነው የሚለው ግራ-እንዳጋባ ሁሉ፣ እንዲሁ የአዲስ ኪዳኑም መልከ ጼዴቅ ግራ-የሚያጋባ ሆነ።

የብሉይ ኪዳኑን መልከ ጼዴቅ አነሣስ ባለፉት ቍጥሮች ላይ በተደጋጋሚ ተመልክተናል። ዘር ማንዘሩ አይታወቅም፤ እርሱ ጭራሹን ጣዖትን አምላኪ ከሆነ አሕዛብ ወገን የተገኘ

ነው፡፡ ከየት መጣ ሳይባል አብርሃም አሥራትን አስወጣው፤ ድግሞም በአጸፌታው አብርሃምን ባረከው፡፡ ወደ አዲስ ኪዳኑ መሢሕ ስንመለከት፣ ምንም እንኳ የእግዚአብሔር ሕዝብ ናቸው ከሚባሉት እስራኤላውያን መካከል ቢወጣም፣ እርሱ የወጣበት ወገን ግን ለክህነት አገልግሎት የተመረጠና የሚበቃ አልነበረም፡፡ በእርሱ በኩል እግዚአብሔር ያልተመረጠውን መርጦ የዓለምን ሕዝብ ሁሉ የሚዋጅበትን አዲስ ኪዳንን አዘጋጀ፡፡

የብሉይ ኪዳኑ ሥርዓት ለእስራኤላውያኑ ብቻ የተገባ የአብርሃም ዘር ለሆኑት ብቻ የተሰጠ ነበር፡፡ አዲሱ ኪዳን ግን ለዓለም ሕዝብ ሁሉ ተረፈ፡፡ ጌታ ኢየሱስ ከሌዋውያን መካከል ወጥቶ ቢሆን ምን ይፈጠር ነበር? ብለን አስበነው እናውቃለን፡፡ እርሱ በመጣበት ዘመን ካህናቱ በትልቅ ድንዛዜና በሃይማኖት ወግ አጥባቂነት የተያዙበት ዘመን ስለ ነበር እርሱ ከተናቀው ወገን ተነሣ፡፡

የሙሴ ሕግ የክህነት አገልጋዮች ከሌዊ ዘር ብቻ እንዲሆኑ ስለሚያስገድድ አዲሱ የክህነት፣ አገልጋይ ከአሮን ሥር ካልሆነ፣ በእርግጥም ይህን ሕግ ማስወገድ ይጠበቅበታል፡፡ መሢሑ የመጣው ከሌላ ዘር ነው፡፡ ያውም ለክህነት አገልግሎት ካልተለየ ወገን ነው፡፡ ከሌዊ ዘር ሐረግ እጅግ ከተለየ ዘር ነው የተገኘው፡፡ ይህ በግልጽ ***ሄትሮስ* (heteros) *ከአሎስ* (allos)** ያለውን ልዩነት ያሳያል፡፡ **የመጀመሪያው የተለየ ዐይነት** የሚለውን ሲያሳይ፣ **ሁለተኛው አንድ ዐይነትን የ**ሚያሳይ ነው፡፡ (ዌስት፣ ኬ. ኤስ. የግሪክ አዲስ ኪዳን ቃል ጥናት፡- ኢርድማንስ)

መሠዊያ የሚለው ቃል ***ቱሲያስቴሮን* (thusiasterion)** የሚል ቃል ትርጓሜ ሲሆን፣ አሳቡም የመሥዋዕት ማቅረቢያ ራስ ነው፡፡ *(ዌስት፣ ኬ. ኤስ. የግሪክ አዲስ ኪዳን ቃል ጥናት፡- ኢርድማንስ)*

ኢየሱስና መል ከጼዴቅ ከአሮን ክህነት የሚለያቸው ተመሳሳይ ነገሮች እንዳሏቸው ልብ እንበል፡፡ የመጀመሪያው የሚለያቸው ሁለቱም ንጉሥም ካህንም ናቸው፡፡ ሁለተኛው የሚያመሳስላቸው ሁለቱም የጽድቅና የሰላም ካህናት ናቸው፡፡ ከዚህ ቀደም የቃሉን ፍቺ በተደጋጋሚ ተመልክተነዋል፡፡ ሦስተኛው የሚያመሳስላቸው ሁለቱም ዘላለማዊ ተብለዋል፡፡ እርግጥ የብሉይ ኪዳኑ መልከ ጼዴቅ ዘላለማዊ ነበር ለማለት ቢያዳግትም፣ የዕብራውያን ጸሐፊም ሆነ ንጉሥ ዳዊት ዘላለማዊ ነው ሲሉት፣ በመጽሐፍ ቅዱስ ውስጥ

ስለ ልደቱም ሆነ ሞቱ ምንም የተገለጸ ባለመኖሩ ነው። የኢየሱስ ዘላለማዊነት ግን በግልጽ ተቀምጧል። እርሱ *"አልፋና ኦሜጋ፣ ፊተኛውና ኋለኛው፣ መጀመሪያውና መጨረሻው እኔ ነኝ"* ብሏል (ራእይ 22፥13)።

የእግዚአብሔር አሠራር ብዙ ጊዜ ይህን ይመስላል። ኃይለኛውን ያሳፍር ዘንድ የተናቀውን ይመርጣል። ጎሊያድን ለመጣል ደካማውንና የተናቀውን ትንሹን ዳዊት መረጠ። ፈርዖንን ለማሳፈር ንግግር እንኳ ማድረግ የማይችለውን ፈርቶ የተደበቀውን ሙሴን መረጠ። ወደ አዲስ ኪዳንም ስንመጣ በአብዛኛው የምንመለከተው ተመሳሳይ ሁኔታ ነው። ጌታ ኢየሱስ አንቱ የተባሉትን የሃይማኖት መምህራንን፣ ካህናቱን ፈርሳውያኑን ያሳፍር ዘንድ ትናንሾቹን ዓሣ አጥማጆች መረጠ (1ኛ ቆሮ. 1፥27-31)።

ቁጥር 13 ይህ ነገር የተነገረለት እርሱ በሌላ ወገን ተካፍሎአልና፥ ከዚያም መሠዊያውን ያገለገለ ማንም የለም፤

ከዚያም መሠዊያውን ያገለገለ ማንም የለም ዘኁ 16፥40; 17፥5; 2ኛ ዜና 26፥16-21

ቁጥር 14 ጌታችን ከይሁዳ ነገድ እንደ ወጣ የተገለጠ ነውና፥ ስለዚህም ነገድ ሙሴ ምንም እንኳ ስለ ክህነት አልተናገረም።

ጌታችን ሉቃ 1፥43; ዮሐ 20 13,28; ኤፌ 1፥3; ፊል 3፥8

ከይሁዳ ነገድ እንደወጣ የተገለጠነውና ዘፍ 46፥12; 49፥10; ሩት 4፥18-22; ኢሳ 11፥1; ኤር 23፥5,6; ሚክ 5፥2; ማቴ 1፥3-16; ሉቃ 2፥23-33; 3፥33; ሮሜ 1፥3; 2፥3; ራዕ 5፥5; 22፥16

ቁጥር 15-17 *በማያልፍም ሕይወት ኃይል እንጂ በሥጋ ትእዛዝ ሕግ ሳይሆን፣ ሌላ ካህን በመልከ ጼዴቅ ምሳሌ ቢነሣ፥ ይህ አጅግ አብልጦ የሚገለጥ ነው። አንተ እንደ መልከ ጼዴቅ ሹመት ለዘላለም ካህን ነህ ብሎ ይመሰክራልና።*

በማያልፍም ሕይወት ኃይል፦ በትንሣኤው ኃይል ከሞት በመነሣት ደመና ተቀብላው ወደ ሰማይ ማረጉን ወደ አብ ደሙን ይዞ መቅረቡን ይናገራል የሚሉ ሲገኙ፣ ሌሎች ደግሞ የወልድን መለኮታዊ ኃይል ያመለክታል ይላሉ።

ዘፓሽን የሚባለው መጽሐፍ ቅዱስ ፡- "ይህ ንጉሳዊ ካሕን የተሾመው በሕጉ እንደተደነገገው በዘር ሃረግ ውስጥ በሚተላለፍ ስልጣን አማካኝነት ሳይሆን ሊጠፋ በማይችል የትንሳኤ ሕይወት ኃይል አማካኝነት ነው ካሕን የሆነው"።

የግርጌ ማስታወሻ፡- የማይጠፋ ተብሎ የተተረጎመው ቃል አመጣጡ "በአንድ ላይ የታሰረ" ማለትም "የአንድነት ሕይወት" ("ከእግዚአብሔር ጋር አንድ መሆን") የሚል አንድምታ ካለው ቃል ነው። ይህም የትንሳኤ ሕይወትን ያመለክታል ምክንያቱም የኢየሱስ የክሕነት አገልግሎቱ የተጀመረው ከሙታን ከተነሳ በኋላ ነው። የአራማይኩ ቃል "ሕይወትን መስጠት የሚችል ጅማሬ የሌለው ኃይል አለው" ተብሎ ሊተረጎም ይችላል። የኢየሱስ የነብይነት፣ የክሕነት፣ እና የንጉሥነት አገልግሎቱ የሚመነጨው ወሰን ከሌሌው የትንሳኤ ሕይወት ኃይሉ ውስጥ ነው! ዕብ 7፡16

ሕጉ (ኤኮኖሚው) የመለወጡ ሌላው ማረጋገጫ፤ ልክ ክርስቶስ ለክህነት እንደ ተሾመ፣ ይህም ሥጋዊ ተተኪን በሚሻው በሌዋውያን ክህነት በሥጋዊ ትእዛዝ ሕግ መሠረት እንዳልሆነ፣ ዳሩ ግን በማይጠፋ [አካታሉቱ] ሕይወት የሆነ ነው፡፡ ክርክሩ የመልከ-ጻዴቅ ክህነት "ዘላለማዊ" ነው (7÷17) በሚል በሥጋ ሟችነት ምክንያት የአንድ ሰው አገልግሎት የማይቀጥልበት በሚለው ተቃራኒ አሳብ መካከል ያለ ሲሆን፣ ይህን አመለካከት ይፈልጋል፡፡ መዝሙር 110፡- "ለዘላለም ሾሞታል (ዕብ. 7÷17)፡፡ በሞት አማካይነት ሥጋዊነት ካለው ተተኪ በተቃራኒ ሞትን ለመቋቋም የክርስቶስ ኃይል ቆሟል (ሮሜ 1÷4፤ 2ኛ ቆሮ. 13÷4)፡፡

ክርስቶስ ከተሾመበት ሥርዓተ-ደንብ ጋር በማይመሳሰል መልኩ ዳሩ ግን በውስጣዊ ሕያው ኃይል መሠረት፡- ይህም ዘላለማዊው መንፈስ በእርሱ ውስጥ በሙላቱ ሁሉ በሚኖርበት ከአባት የተገኘ ነው (ዕብ. 9÷14፤ ዮሐ. 3÷34)፡፡ *(ጀሚሰን, ፋሳቴ እና ብራውን ኮሜንተሪ)*

በሥጋ ትእዛዝ ሕግ

የሌዋውያን ካህናት በሥጋ ትእዛዝ ሕግ የተሾሙ ሲሆን፣ ሊቀ ካህናቱ እንደ መልከ ጸዴቅ ሹመት የሆነው ደግሞ በማይጠፋ ሕይወት ሥርዓት ሹመትን ያገኘ ነው፡፡ እዚህ ጋር ነው አስፈላጊ የሆነ ልዩነታቸውን የምናገኘው፡፡

ሕግ የሚለው ቃል **ኖሞስ (nomos)** የሚለው ቃል ትርጉም ሲሆን፣ **መለኪያ መስፈርትን** የሚያሳይ ነው፡፡ *(ዌስት፣ ኬ. ኤስ. የግሪክ አዲስ ኪዳን ቃል ጥናት፡- ኢርድማንስ)*

ቁ. 16 *ሥጋዊ*፡- ማብቂያ የሌለው - የኃራነት ባለው መልኩ የሚቃረን ነው፡፡ ልክ እንደ ቅርጽ እና ኃይል 2ኛ ጢሞ. 3÷5፤ ስለዚህ እዚህ ላይ ሕግ እና ኃይል፣ ከሮሜ 8÷3 ጋር አመሳክሩ፡፡ ሕጉ ከሥጋ የተነሣ ደካማ ነው፡፡" እንዲሁም ዕብ. 7÷18 ድካም ይላል፡፡ "ሕጉ" እዚህ ላይ አጠቃላዩ ሕግ አይደለም፡፡ (በምግባራዊ ምንነቱ መንፈሳዊ የሆነው ሕግ አይደለም (ሮሜ 7÷14)፡፡ ዳሩ ግን ክህነትን በተመለከተ ይህ ሥርዓተ-ደንብ ነው፡፡ "ሥጋዊ" እንደ ጊዜያዊ "ማብቂያ የለሽ" ከሆነው ጋር ይቃረናል፡- ትእዛዛት ከሕይወት ጋር ይቃረናል፡፡ ሕግ ትእዛዛትን ሊሰጥ ይችላል፤ ነገር ግን ሕይወትን አይሰጥም (ዕብ. 7÷19፤ ገላ. 3÷21)፡፡ ነገር ግን ሊቀ ካህናታችን፣ ተፈጥሮአዊ በሆነ "ኃይል" በራሱ "ዘላለማዊ ሕይወት" አለው (ዕብ. 7÷25፤ ዮሐ. 5÷26)፡፡ በትንሣኤ ሕይወት ኃይሉ፣ በምድራዊ ሕይወቱ ሳይሆን፣ ክርስቶስ እንደ ካህን አገልግሎአል፡፡*(ጃሚሰን, ፋሳቴ እና ብራውን ኮሜንተሪ)*
ሌዋውያን ካህናት ሥጋዊ በሆነ ትእዛዝ እንዲህ ያለውን ተግባር ያከናውናሉ፡፡ በመልከ-ጼዴቅ ሥርዓት የተነሣው ሊቀ ካህናት ማብቂያ በሌለው ሕይወት ኃይል መሠረት የሆነ የሊቀ ክህነት አገልግሎትን ይሰጣል፡፡ እዚህ ላይ ጠቃሚ የሆነን ተቃርኖ የያዙ ሁለት እጅግ አስፈላጊ የሆኑ ዐረፍተ ነገሮች አሉ፡፡

ሕግ የሚለው ቃል የኖሞስ ትርጓሜ ነው፡፡ ፍቺውም ደንብ፣ መጠነ-ልኬታዊ ደረጃ ማለት ነው፡፡ ትእዛዛት የሚለው ልዩ የሆነ ዕሳቤ የሆነ አሳብን መስጠት ነው፡፡ "ሥጋዊ" - *ሳርኪነስ* የሚለው ቃል ፊደላዊ ለውጥ ሲሆን፣ ፍቺውም "ሥጋዊነት" ማለት ነው፡፡ በሙሴ ሕግ የታዘዘ ደንብ ወይም መጠነ-ልኬታዊ ደረጃ ከሰው ሰውነት ጋር ግንኙነት ያለው ነው፡፡

ካህናት ከሆነ ቤተ ሰብ ወይም ወገን፣ ከአሮን ሊመጡ ይገባል፡፡ በእነዚህ የቤተ ሰቡ አባላት መካከል ያለ ለቢሮው የሚሆን ብቁነት ሰፋ ባለ መልኩ በአካላዊ መስፈርቶች የሚወሰን ነበር፡፡ ካህናቱ በአካላዊ መስፈርት ረገድ ዕንከን-የለሽ ሊሆኑ፣ ደግሞም ከሥርዓታዊ ሕግጋት አኳያ ንጹሕ ሊሆኑ ይገባል፡፡ *(የዌስት ቃላቶች ከግሪኩ አዲስ ኪዳን, 1940-55 ደብሊው ኤም . ቢ. ኤድማንስ ህትመት)*

እንደ መልከ ጼዴቅ ሹመት ለዘላለም ካህን ነህ ብሎ ሲል ጸሐፊው

አምሳያን በመፈለግ ወይም በታይፖሎጂስት (አምሳያዊ አተረጓጐም) አተረጓጐም ስልት መልእክቱን ሊያስተላልፍ እንደ ፈለገ ግልጽ ይሆናል፡፡ ጌታ ኢየሱስ እንደ አሮን ነገድ እንደ ሌዋውያን ሳይሆን፣ እንደ መልከ ጼዴቅ ባለ አነሣስ ወደ ዓለም ሁሉ መጣ፡፡ መልከ ጼዴቅ የተፈለገበት ዋነኛ ምክንያት የእርሱ አነሣስ ከኢየሱስ አነሣስ ጋር ተመሳሳይነት ስላለው እንጂ፣ መልከ ጼዴቅ የእግዚአብሔር ልጅ ነው ወይም መለኮታዊነትን ተላብሷል ለማለት አይደለም፡፡

መልከ ጼዴቅና ኢየሱስ የማይመሳሰሉባቸውንም በርካታ ነጥቦችን ልናነሣ እንችላለን፡፡ አንዳንዶቹን ከዚህ ቀደም ባሉት ቍጥሮች ጠቃቅሰናቸዋል፡፡ ከማይመሳሰሉባቸው ነጥቦች ውስጥ፡-

1- ኢየሱስ የአብ ልጅ ሲሆን፣ መልከ ጼዴቅ ግን አባቱ ማን እንደ ሆነ የማይታወቅ ሰው ነው፡፡
2- ኢየሱስ መለኮታዊ ባሕርይ ሲኖረው መልከ ጼዴቅ ግን የሰው ባሕርይ ይዟል፤
3- ኢየሱስ ዘላለማዊ ነው፡፡ ስለ መልከ ጼዴቅ ግን ጅማሬም ሆነ ፍጻሜ ምንም ባይባልም ዘላለማዊ ነው ለማለት ግን ያዳግታል፡፡
4- ኢየሱስ ከተናቀው የይሁዳ ወገን ነው፤ መልከ ጼዴቅ ግን የአሕዛብ ንጉሥ ነው፡፡
5- ኢየሱስ ከአይሁድ ዘር ነው፤ መልከ ጼዴቅ ግን ውልደቱና የዘር ግንዱ በትክክል ባይለይም፣ ጣዖትን አምላኪ ከሆኑ ከአሕዛብ ወገን ነው፡፡

እነዚህ ሁሉ ዋና ዋና ነጥቦች ተዘርዝረውም ቢሆን፣ የመልከ ጼዴቅ ባሕርያት ከሌዋውያን ባሕርያት በተሻለ መልኩ ከኢየሱስ ባሕርያት ጋር ስለሚመሳሰሉ እግዚአብሔር ለዓላማው፣ ለወንጌሉ መስፋት መልከ ጼዴቅን መረጠ፡፡ የዕብራውያን ጸሐፊ የኢየሱስን ማንነት እንደሚገባ ለመግለጽ መልከ ጼዴቅ መረጠ፡፡ በቍጥር 13 ላይ የምናየውም አሳብ ይህንኑ ያብራራልናል፡፡ እርሱ መሢሑን ኢየሱስ ለመግለጽ ጥሩ ምሳሌ ሊሆን ይችላል ይላል፡፡ በተለይም የአብርሃም ዘሮች ለሆኑት ዕብራውያን መልከ ጼዴቅ የኢየሱስን ማንነት እንደሚገባ ይገልጽላቸዋል፡፡ አባታቸው አብርሃም አንተ ማነህ? ከየት መጣህ? ሳይል አሥራትን አውጥቶለታል፤ በምላሹም ባርኮትን ከእርሱ ተቀብሏል፡፡ አይሁዳውያን ግን

ኢየሱስን ዐይተውና በቅርበት ከእርሱ ተምረው ስለ ማንነቱ የተረዱትን ሁሉ መልሰው ረሱት፡፡ በዳዊት መዝሙር 110÷4 ላይም ይህ የመሢሑ ሹመት ትንቢታዊ ሆኖ ለዘላለም ካህን መሆኑ የተመሰከረለት ቢሆንም፣ የዕብራውያን አማኞችም ሆኑ መሢሑን ያልተቀበሉት አይሁዳውያን ዐይኖቻቸውና ልቦቻቸው ስለ ጨለመ የተጻፈላቸውን መረዳት አልቻሉም (ዮሐ. 8÷39-41፤ ዮሐ. 8÷52-59)፡፡

ሥጋ የሚለው **ሳርኪነስ (sarkines)** የሚለው ቃል ትርጓሜ ነው **የሚያሳየውም የአካልን *ሥጋ*** ነው፡፡ ሕጉ ወይም መለኪያ መስፈርቱ የሚሠራው እንደ ሙሴ ሕግ መሠረት በሥጋ ላይ ነው፡፡ ካህናቱ ከአንድ ቤተ ሰብ መምጣት አለባቸው ከአሮን ቤተ ሰብ፡፡ ለአገልግሎት የሚሾሙት ሰዎች ከዚያው ቤተ ሰብ እንኳ አካላዊ መስፈርቱን ሲያሟሉ ነው፡፡ ካህኑ ምንም አካላዊ ነቀፌታ የሌለበት መሆን አለበት እና የሥርዓቱን መንጻት መስፈርት ያሟላ መሆን አለበት፡፡ *(ዌስት፣ ኬ. ኤስ. የግሪክ አዲስ ኪዳን ቃል ጥናት፡- ኢርድማንስ)*

"ማብቂያ-የለሽ" (ዘላለማዊ) የሚለው ቃል አካታሉቴስ የሚለው ቃል ትርጓሜ ነው፡፡ ሉ ማለት መፍታት፣ ካታ ማለት ታች፣ ኤ ማለት አይደለም ማለት ነው፡፡ ስለዚህም ቃሉ የማይጠፋ ወይም የማይለያይ የሚለውን የሚገልጽ ነው፡፡ መሢሑ በማይጠፋ ሕይወት ላይ የተመሠረተ ሊቀ ክህነትን ይዟል፡፡ ይህ የእርሱ የሆነ ሕይወት ኅብረቱን ወዳጣ መሠረታዊ ነገር ሊፈረካከስ አይችልም፡፡ *(ዌስት፣ ኬ. ኤስ. የግሪክ አዲስ ኪዳን ቃል ጥናት፡- ኢርድማንስ)*

ቁጥር 15 ሌላ ካህን በመልከ ጼዴቅ ምሳሌ ቢነሳ፥ ይህ እጅግ አብልጦ የሚገለጥነው።

ሌላ ካህን በመልከ ጼዴቅ ምሳሌ ቢነሳ ዕብ 7፡3,11,17-21; መዝ 110÷4

ቁጥር 16 በማያልፍም ሕይወት ኃይል እንጂ በሥጋ ትእዛዝ ሕግ ሳይሆን

በሥጋ ትእዛዝ ሕግ ዕብ 9÷9,10; 10÷1; ገላ. 4÷3,9; ቆላ 2÷14,20

በማያልፍም ሕይወት ኃይል ዕብ 3,17,21,24,25,28; ራዕ 1÷18

ቁጥር 17 አንተ እንደ መልከ ጼዴቅ ሹመት ለዘላለም ካህን ነህ ብሎ ይመሰክራልና።

ዕብ 7፡15,21; 5÷6,10; 6÷20; መዝ 110÷4

ቍጥር 18-19 *ሕጉ ምንም ፍጹም አላደረገምና፥ ስለዚህም የምትደክም የማትጠቅምም ስለሆነች የቀደመች ትእዛዝ ተሽራለች፥ ወደ እግዚአብሔርም የምንቀርብበት የሚሻል ተስፋ ገብቶአል።*

ዘፓሽን የሚባለው መጽሐፍ ቅዱስ ፡- "የቀደመው የክሕነት ሥርዓት እንደ ደካማ እና አቅመቢስ ሥርዓት ተወግዷል። ምክንያቱም ሕጉ ምንም ነገር ፍጹም አላደረገም፤ ስለዚህ በሕጉ ቦታ ከእግዚአብሔር ጋር በቅርበት ሕብረትን ማድረግ እንድንችል ድፍረት የሚሰጠን ከሕጉ የተሻለ ተስፋ መጥቶልናል"። ዕብ 7፡18-19

አደረገ ፡- ይልቁንም [ሰውን እንደሚከታተልና መለኮት እንደሚሻ] - ከዕብራውያን 7÷18 ጋር ይያያዛል፡፡ በዚያም - በመዝሙር 110÷4 አጋዥነት) በአንድ በኩል (በሰዎች መካከል) ትእዛዛትን የመግፋቱ ነገር አለ፡፡ ነገር ግን (በሌላ በኩል) (እንደ መለኮት መሻት) ከበስተኋላ ማስተካከል [ኤፔይስኤጎጌ - አንድን ነገር በተደጋጋሚ እና ከሕግ በላይ አድርጎ ማቅረብ፤ አንድ አዲስ የሆነ ነገርን የበላይ እንዲሆን ማድረግ፤ ደግሞም ሕጉ ከመኖሩ በፊት ካሉ መልካም ነገሮች በተሻለ (ዋህል) የተሻለ ተስፋ አለ፤ ይህም ደካማ እና የማይጠቅም አይደለም፤ ነገር ግን (ልክ ክርስቲያናዊ የሆነ የጊዜ ክፍፍልን መሠረት ያደረገ መረዳት /ዲስፔንሴሽን/ ተብሎ እንደሚጠራው "ዘላለማዊ"፣ "ዕውነት"፣ "ሁለተኛው" "ይበልጥ እጅግ ማለፊያ የሆነ"፣ "የተለየ"፣ "ሕያው"፣ "አዲስ"፣ "ሊመጣ ያለው"፣ "ፍጹም" የሆነ ነው፡፡ ከዕብ. 8÷6 ጋር አመሳክር፡- ወደ እግዚአብሔር አቀረበን፤ አሁን በመንፈስ፣ ከዚያም ሕይወት በኋላ፣ በመንፈስም ሆነ በሥጋ፡፡ (ሕጉ ማንንም ፍጹም አላደረገምና) የሚለው በቅንፍ ውስጥ ያለ ነው፡፡ *(ጃሚሰን, ፋሳቴ እና ብራውን ኮሜንተሪ)*

የቀድሞው ትእዛዝ ደካማ እንደሆነ፣ ጌታ ኢየሱስ በትምህርቱ አረጋግጦላቸዋል፡፡ ፈሪሳውያን በሰንበት ቀን አንድም ነገር ማድረግ አይፈቀድም ብለው ሲያስተምሩ፣ "የሰው ልጅ የሰንበት ጌታ ነው" ማቴ. 12÷10 "በሰንበት ቀን በጎ ማድረግ ተፈቅዷል" አላቸው ዮሐ. 12÷12 ፡፡የመስዋእቱ አገልግሎትም እንደሁ ደካማ ነበረ፣ ለሰው ልጅ ኃጢአት በየጊዜው በብዙ ሺህ የሚቈጠሩ እንስሳት ይታረዱ ነበር፡፡ ኢየሱስ ይህንን ሁሉ በራሱ ሞት አስቀረው፡፡ የቀደመው ሕግ ያስፈለገበት ዋነኛ ምክንያት የመሢሑ መምጣት የተስፋ ቃል እስኪሞላ ድረስ አገልግሎትን ለመስጠት ነበር፡፡ ሌዋውያኑም በተደነገገላቸው ሕግ መሠረት ዘመኑ እስኪያበቃ ድረስ አገልግለዋል፡፡ ይህንን ሙሉ ያልሆነውን

አገልግሎታቸውን ጌታ ኢየሱስ የራሱን ሕይወት ከፍሎ ሙሉ አደረገው፡፡ ከዚህ እርሱ ከከፈለው እጅግ ከባድ መሥዋዕትነት በኋላ የሰው ልጅ በጸጋና በእምነት ብቻ የዘላለምን ሕይወትና የኃጢአትን ሽርየት አገኘ፡፡

ጌታ ኢየሱስ አባቱን ታዝዞ በከፈለው በዚህ መሥዋዕትነት የተነሣ በሕዝብ ላይ እንደ ቀንበር ተጭኖ የነበረው የብሉይ ኪዳን ሕግና ሥርዓት ተለወጠ፡፡ ቀድሞ አንድ ካህን ወይም ሊቀ ካህናት የሕዝቡን ኃጢአት ለማስተሰረይ በየጊዜው ወደ ቅድስተ ቅዱሳኑ የማይገባ ሲሆን፣ ወደ አዲስ ኪዳን ስንመጣ ግን እያንዳንዱ አማኝ ወደ ጸጋው ዙፋን በእምነት በመቅረብ ለራሱ ምሕረትን መጠየቅ ለሌሎችም የክህነት አገልግሎትን መስጠት ቻለ፡፡ ወደ ማደሪያው ድንኳንም ሆነ ወደ ቅድስተ ቅዱሳኑ የሚገባው በመንፈስ ብቻ እንጂ፣ ከሕንጻው ጋር የተያያዘ ነገር ሁሉ ቀረ፡፡ ምክንያቱም "እግዚአብሔር መንፈስ ነው፥ የሚሰገድለትም በመንፈስና በዕውነት ነው፡፡" ዮሐ. 4 የሚለው ቃል ይሠራ ጀመር፡፡

በዕውነትና በመንፈስ አማኞች ሁሉ ወደ ጸጋው ዙፋን በመቅረብ፣ ጌታቸውንና አምላካቸውን ማምለክ ፣ ከእርሱ ጋር መገናኘት፣ በእርሱ ተመርጠው ማገልገል ጀመሩ፡፡ ይህም አይሁድ፣ የግሪክ ሰው፣ ኢትዮጵያዊ፣ ኤርትራዊ፣ አሜሪካዊ፣ ጥቁር ነጭ ተብሎ ምንም ምርጫ ሳይደረግ ባመኑት ቅዱሳን ሁሉ ላይ የሚሠራ ሆነ፡፡

እነዚህ አገልጋዮችም የወንጌሉን የምሥራች ቃል ይዘው ሲያገለግሉ የአሪት አሥርቱ ትእዛዛት በእነርሱ ላይ አይሠሩም ማለት አይደለም፡፡ ጌታ እነዚህን ትእዛዛት በአዲስ ኪዳን ጭራሹን አጥብቋቸዋል፡፡ የክህነት ሕጉ ስርአት ግን ወደ አዲስ ኪዳን ስንመጣ ፈጽሞ ተሽሯል፡፡ የክህነት ሕግ ስርአት የምንላቸው መሥዋዕትን የማቅረቡ የስርየት አገልግሎት፣ ታቦቱን በቤተ መቅደሱ ማስቀመጡ የመሳሰሉት ናቸው፡፡ እነዚህ የአዲሱ ኪዳን ጥላዎች ወይም ምሳሌውች የነበሩ ሲሆን፣ ጌታ ኢየሱስ ከመጣ በኋላ ግን ለአንዴና ለመጨረሻ ጊዜ አገልግሎታቸው አብቅቷል፡፡

ፍጹም ማድረግ (tel-i-o'-o/teleioo /ቴሌኢኡ ከ teleios /ቴሊዮስ ከ telos /ቴሎስ = ፍጻሜ፣ ዓላማ፣ ግብ፣ ዕቅድ፣ ሙሉ መከናወን) ማለት ወደሚፈለገው ግብ ወይም ዓላማ ማድረስ ማለት ነው፡፡ አንድን ነገር ጀምሮ ማቋረጥን ሳይሆን፣ ወደ ፍጻሜ ማድረስን የሚያሳይ ቃል ነው፡፡ *(መጽሐፍ ቅዱስ ጥቅሶች የብሉይና / የአዲስ ኪዳን ግሪክ መዝገበ ቃላት፣ የቲየር ትርጉም፣ አስቲን)* ስለዚህ ሕጉ ወደሚፈለገው ግብ አላደረሰንም፡፡

የምትደክም (as-then-ace'/asthenes/አስቴንስ ከa/ኤ = ውጭ + sthénos/ስቴኖስ = ጥንካሬ /አካላዊ ዐቅም) ማለት፡- ቃል በቃል ጥንካሬ የሌለው ማለት ነው፡፡ *አስቴንስ* የአንድ የተገደበ ዐቅምን ሁኔታ ገላጭ ቃል ነው በአብዛኛውም አካላዊ አለማቻልን የሚያሳይ ነው፡፡ *(መጽሐፍ ቅዱስ ጥቅሶች የብሉይና / የአዲስ ኪዳን ግሪክ መዝገበ ቃላት፣ የቲየር ትርጉም፣ አስቲን)*

የማትጠቅም (an-o-fel'-ace/anopheles/አኖፌለስ ከ a/ኤ = ውጭ + opheleo/ኦፌሎ = መልካም ማድረግ፣ መጥቀም፣ ማትረፍ) ማለት ሊጠቅም የማይችል ወይም ምንም ትርፍ እያስገኘ ያልሆነ ማለት ነው፡፡ እዚህ ጋርም ሕጉ የተሸለው ተስፋ ሊያመጣው እንደሚችለው ተግባር እያከናወነ አለመሆኑን የሚያሳይ ነው፡፡ *(መጽሐፍ ቅዱስ ጥቅሶች የብሉይና / የአዲስ ኪዳን ግሪክ መዝገበ ቃላት፣ የቲየር ትርጉም፣ አስቲን)*

ዌስት - በዕብራውያን 7÷18-19 ባለው ክፍል ላይ ሲናገር፣ እነዚህ ሁለት ቊጥሮች የቊጥር 16 አሳብን ይይዛሉ፤ እነርሱ የሥጋ ሕግ ሊሻር በማይቻለው ሕይወት ሕግ መለወጥ ያለውን መልካምና መልካም ያልሆነ ውጤት ያወራሉ፡፡ በሌላ በኩል በፊት ሲያገለግል የነበረው ሕግ መሻር አለ፤ ደግሞ በሌላ በኩል የተሻለ ተስፋ መምጣት አለ፡፡ የቀደመው ሕግ የተሻረው ደካማ እና የማይጠቅም በመሆኑ ነው፡፡ የሌዋውያን መመርያ ለተመሠረተበት ዓላማ እጅግ ብቁና ተገቢ ነበር ወደ ሊቀ ካህናቱ መሢሑ የሚመራ ጠቋሚም ነበር፤ ነገር ግን ኃጢአትን ለማስወገድ መሥዋዕት ግድ በሚሆንበት ወቅት ደካማና የማይጠቅም ሆኖ ተገኘ፡፡ ይህም "ሕጉ ምንም ነገርን ፍጹም አያደርግም ነበረና" በሚል ቃል ተገልጾ ተቀምጧል፡፡

ፍጹም ማድረግ የሚለው ቃል ቴሊዮ የሚል ቃል ትርጓሜ ሲሆን፣ አሳቡም ሙሉ ለሙሉ ማሳለፍ መቻል፣ ፍጹም ማድረግ ወይም ወደ ፍጻሜ ማምጣት የሚል ትርጉሞች የያዘ ነው፡፡ የፊተኛው መመሪያ ምንም ነገርን ፍጹም አያደርግም ነበር፡፡ የኃጢያት ዋጋን ለመክፈል የሚሆን መሥዋዕት አያቀርብም ነበር፡፡ ስለዚህ ማንንም አያድንም ነበር ማለት ነው፡፡ ስለዚህ ተሻረ፡ በእርሱ ፈንታም የተሻለ ተስፋ መጣ፡፡ አዲሱ ትእዛዝ የተሻለ የሆነበት ምክንያት በእርሱ ሰዎች ወደ እግዚአብሔር መቅረብ ችለዋልና ነው፡፡ የቀደመው የክህነት አገልግሎት ይህንን ማድረግ አይችልም ነበረና፡፡ *(ዌስት፣ ኬ. ኤስ. የግሪክ አዲስ ኪዳን ጥናት)*

ተሽሯል (ath-et'-ay-sis/athetesis/አቴቴሲስ ከatheteo /አቴቶዮ = ውድቅ ማድረግ፣ እንደማይሠራ ማወጅ፣ አለመቀበል፣ ሥራ ላይ እንዳይውል ማድረግ) ማለት አንድ ተመሥርቶ የነበረን ነገር ማፍረስ ወይም መሻርና ውድቅ ማድረግ ማለት ነው፡፡ ይህ ቃል ኪዳንን፣ ስምምነት ወይም ሕግን ማፍረስን የሚገልጽ ቃል ነው፡፡ የአንድን ሰው ስም ከመረጃ ላይ መደምሰስን የሚያሳይም ሊሆን ይችላል፡፡ የቀደመው ሕግ ዋጋ እንዳይኖረው ማድረግ (ገላ 3÷15) ማለት የአንድን ሕግ የመሥራት ዐቅም ውድቅ ማድረግና እንደማይሠራ መቍጠር ማለት ነው ፡፡ አንድ ነገር እንዳይቀጥል የማድረግ ሂደትን ያሳያል፡፡ *(መጽሐፍ ቅዱስ ጥቅሶች የብሉይና / የአዲስ ኪዳን ግሪክ መዝገበ ቃላት፣ የቲየር ትርጉም፣ አስቲን)*

የምንቀርብበት (eng-id'-zo/eggizo /ኢንጊዞ ከheggus/ኢገስ = ቅርብ) ማለት ወደ አንድ ነገር መቅረብ ማለት ነው ወይም መጠጋጋት ማለት ነው፡፡ የክርስቶስ ካህን መሆን እስራኤላውያን በጕጕት ተስፋ ሲያደርጉት የነበረውን ነገር ወደ ዕውነታነት ቀየረው፡፡ ወደ እግዚአብሔር አብ መግባት ተቻለ፡፡ ይህ ተስፋ ተሸፍኖ ነበር የቀረበው ለአንዴና ለዘላለም፤ ነፍሳችንም ይህንን መልህቅ አስራለች፡፡ አሁን በኢየሱስ ወደ እግዚአብሔር አብ መቅረብ እንችላለን፡፡ *(መጽሐፍ ቅዱስ ጥቅሶች የብሉይና / የአዲስ ኪዳን ግሪክ መዝገበ ቃላት፣ የቲየር ትርጉም፣ አስቲን)*

ገብቷል (ep-ice-ag-o-gay'/epeisagoge /ኢፔሳጎጌ ከ epi/ኢፒ = ላይ + eisagoge /ኢሳጎጌ = መግቢያ) ማለት ቃል በቃል ወደ አንድ አዲስ ነገር መግቢያን የሚያመላክት ቃል ነው፡፡ *(መጽሐፍ ቅዱስ ጥቅሶች የብሉይና / የአዲስ ኪዳን ግሪክ መዝገበ ቃላት፣ የቲየር ትርጉም፣ አስቲን)*

ቁጥር 18 ሕጉ ምንም ፍጹም አላደረገምና፥ ስለዚህም የምትደክም የማትጠቅምም ስለሆነች

ሕጉ ምንም ፍጹም አላደረገምና ዕብ 7፡ 11,12; 8÷7-13; 10÷1-9; ሮሜ 3÷31; ገላ 3÷15,17

የምትደክም የማትጠቅምም ስለሆነች ዕብ 7፡19; 8÷7,8; 9÷9,10; 10÷1-4; 13÷9; ሥራ 13÷39;

ቁጥር 19 የቀደመች ትእዛዝ ተሽራለች፥ ወደ እግዚአብሔርም የምንቀርብበት የሚሻል ተስፋ ገብቶአል።

የቀደመች ትእዛዝ ዕብ 11; 9÷9; ሥራ 13÷39; ሮሜ 3÷20,21; 8÷3; ገላ 2÷16

የሚሻል ተስፋ 6÷18; 8÷6; 11÷40; ዮሐ 1÷17; ሮሜ 8÷3; ቆላ 1÷27; 1 ጢሞ 1÷1

ወደ እግዚአብሔርም የምንቀርብበት ዕብ 4፥16; 10፥19-22; መዝ 73፥28; ዮሐ 14፥6; ሮሜ 5፥2; ኤፌ 2፥13-18; 3፥12

ገብቶአል ዕብ 4፥16; 10፥19-22; መዝ 73፥28; ዮሐ 14፥6; ሮሜ 5፥2; ኤፌ 2፥13-18; 3፥12

ቊጥር 20-22 እነርሱም ያለ መሐላ ካህናት ሆነዋልና፤ እርሱ ግን፦ ጌታ አንተ እንደ መልከ ጼዴቅ ሹመት ለዘላለም ካህን ነህ ብሎ ማለ አይጸጸትም ብሎ በተናገረለት ከመሐላ ጋር ካህን ሆኖአልና ያለ መሐላ ካህን እንዳልሆነ መጠን፥ እንዲሁ ኢየሱስ ለሚሻል ኪዳን ዋስ ሆኖአል።

ሌዋውያን ለአገልግሎት ሲመረጡ አንዳችም የተደረገ መሐላ የለም፡፡ የጌታ ኢየሱስ አገልግሎት ግን ለዘላለም የሚጸና ለመሆኑ በመሐላ የተረጋገጠ ነው፡፡ ይህን መሐላ ከልጁ ጋር የፈጸመው እግዚአብሔር አብ እንደ ሆነ በምዕራፍ 6፥17-18 የተመለከትን በመሆኑ፣ ይህን አሳብ በጥልቀት ለመረዳት ክፍሉን እንደ ገና ማየቱ ይጠቅማል፡፡ የብሉይ ኪዳን ካህናት አገልግሎት በመሐላ የጸና ባለመሆኑ እነርሱ ሲሞቱ በሌላ ካህን ይተካሉ፡፡ የኢየሱስ አገልግሎት ግን እንደዚህ ሳይሆን፣ ለዘላለም በመሐላ የጸና ነው፡፡ መሐላው "ለዘላለም ካህን ነህ" በሚል ቃል ጸንቷል፡፡ ከዚህ መሐላም የተነሣ የኢየሱስ ክህነት ከሌዋውን ክህነት በእጅጉ የበለጠ ሆኖ እናገኘዋለን፡፡ የአዲስ ኪዳኑንም አገልግሎት የበለጠ የሚያደርገው አንዱ ነጥብ ይህ ነው፡፡

እምነታችን በዘፈቀደ የምንኖረው ሳይሆን፣ በኪዳንና በመሐላ ላይ የተመሠረተ ነው፡፡ ሰው ይህን ኪዳን ቢያፈርሰው እንኳ እግዚአብሔር ግን በልጁ በኩል የገባውን ኪዳን ለዘላለም የሚያፈርሰው አይደለም፡፡ ዘ ሜሴጅ የሚባለው መጽሐፍ ቅዱስ ፦ "የአሮን ክህነት ከእግዚአብሔር ግልፅ የሆነ ማረጋገጫ ሳያስፈልገው ከአባት ወደ ልጅ እየተላለፈ የቀጠለ ነው፡፡ ከዛ ግን እግዚአብሔር ጣልቃ ገብቶ ይህን አዲስና የዘላለም ክህነት ከተጨማሪ የተስፋ ቃል ጋር ወደ መኖር አመጣው ---- ይህም ኢየሱስን በእኛና በእግዚአብሔር መካከል ላለው ግንኙነት የተሻለ ዋስ ያደርገዋል -- ይህም ፍጹም የማይወድቅ ሁሌ የሚሰራ አዲስ ኪዳን ነው"፡፡ ዕብ 7፡20-22

ለሚሻል / የተሻለ (krite'-tohn/kreitton /ክሬይቶን /kreisson /ክሬሰን) ይህ ቃል *አጋቶስ* ከሚለው ቃል ጋር ለንጽጽር የሚያገለግል ቃል ነው፡፡ *አጋቶስ* ማለት መልካም፣

የተሻለ እና እጅግ የተሻለ የሚሉ የንጽጽር ቃላትን ይይዛል፡፡ *(መጽሐፍ ቅዱስ ጥቅሶች የብሉይና / የአዲስ ኪዳን ግሪክ መዝገበ ቃላት፣ የቲየር ትርጉም፣ አስቲን)*

ለሚሻል / የተሻለ (ዕብ. 8፥6፤ 13፥20) - የዘላለም ስምምነት (diatheekees) – 'ኪዳን' ቃሉ በእግዚአብሔር እንደ ተሾመና በከፊል ዝምድናው ከኪዳኑና በከፊል ከስምምነት ጋር እንደሚሄድ ያሳያል፡፡ 1. ሹመቱ ያለ ሁለተኛ ፓርቲ መገኘት የተፈጸመ ነዉ፡፡ ያንን ፓርቲ በተመለከተ፤ የመጨረሻ ፈቃድ፣ በዕብ. 9፥16-17 እንደዚያው 2. ሁለቱም ቡድኖች የተስማሙበት የጋራ ስምምነት ነው፡፡ *(ጄሚሰን ፋውሰት ኤንድ ብራውን ኮሜንተሪ)*

ኪዳን (dee-ath-ay'-kay/diatheke/ዲያቴክ ከ dia/ዲያ = ሁለት + tithemi /ቲቴሚ = በሁለት አካላት መካከል መሳል ሲሆን፣ ስለዚህ ኪዳን ማለት በሁለት አካላት መካከል ያለ ነገር ወይም ስምምነት ነው) በግሪክ-ወ-ሮም ዘመን ውርስን በማስቀመጥ ወቅት የሚደረግ ሕጋዊ ሂደትን የሚገልጽ ነው፡፡ *ዲያቴክ* በማንም ሊታጠፍ የማይችልን ውሳኔ ያሳያል፡፡ በመለኮታዊ ኪዳን ውስጥ ደግሞ ልክ ለአብርሃም የተሰጠው ኪዳን፣ *ዲያቴክ* እግዚአብሔር ወርዶ ከወደቀ ሰው ዘር ጋር የሚያደርገው ስምምነትን የሚያሣ አይደለም፤ ይልቁንም የእግዚአብሔርን በምንም ሁኔታ ውስጥ የማይታጠፍ ቃል ኪዳን የሚገልጽ ሲሆን፣ አብርሃምና ዘሩ በረከትን እንደሚቀበሉ ቃል ኪዳን ይገባላቸዋል፡፡ በዚህ መልእክት ላይ የኪዳን አሳብ የገባው በዕብራውያን 8፥6-13 ባለው ክፍል ሲሆን፣ የሌዋዊው ክህነት የበታችነትን ይህም ያለፈው ኪዳን የበታችነትን የሚያሳስብ እንደሆነ ያስቀምጣል፡፡ *(መጽሐፍ ቅዱስ ጥቅሶች የብሉይና / የአዲስ ኪዳን ግሪክ መዝገበ ቃላት፣ የቲየር ትርጉም፣ አስቲን)*

ዋስትና የሚለ ቃል (NASV፣ TEV) ወይም ዋስትና (KJV) በቍጥር 22 ላይ በንግዱ ቋንቋ ለተጠራቀመ ነገር፣ በአንድ ቃል ወይም ግዴታ የሚሠሩበት ዋስትና ወይም ይህን ዋስትና የሚሰጥ አንድ ሰው በሚል አሳብ *ሥራ* ላይ ውሏል፡፡ *(አይ. ቪ. ፒ. ባይብል ባግራውንድ ኮሜንተሪ)*

ዋስትና በግሪኩ *ኢንጉስ* ከሚለው ቃል የተተረጐመው ዋስ የሚለው ቃል ብዙውን ጊዜ በተሳሳተ መልኩ ጥቅም ላይ ይውላል፤ ወይም መጽሐፍ ቅዱሳዊ ባልሆነና ዐደገኛ በሆነ ስሜቱ ጥቅም ላይ ይውላል፡፡ የግሪኩ ቃል *ኢንጉስ* የሚሰኝ ሲሆን፣ *ኢንጉዌ* ከሚለው

ቃል የተገኘ ነው፡፡ ትርጓሜውም ቃለ-መሐላ ማለት ነው፡፡ በኢንጉስ ከማረፍ የተጠሩ መሆን የሚል አሳብን ይሰጣል፤ ይህም በአበዳሪ ዕጅ መደረግ ማለት ነው፡፡

ከቤይል ጋር አንድ ዐይነት ትርጕም ያለው ነው ማለት ይቻላል፤ ደግሞም ሐ - ከ ሀ - ጋር የሚያደርጉትን ቃል መገባባት ያመለክታል፡፡ ይህም ለ በዚያን ጊዜ እና እዚያ አንዳንድ ሊሟሉ የሚገባቸውን ሁኔታዎች የሚያሟላበት ቃል መገባባት ሲሆን፣ ለዚህም (ራሱ ምላሽ የሚሰጥበት ይሆናል፤ ስለዚህም ለ ይህንን በማድረግ ረገድ ሳይሳካለት ሲቀር ሐ ሙሉ በሙሉ ለ - ለ ኀላፊነትን ይወስዳል፡፡ እንዲህ ባለው ዋስ መሆን ሐ የቱንም ዕዳ ወይም ከ ለ ጋር ያለ የቱንም ቃል መገባባት በተመለከተ አይጠየቅበትም፡፡ ዳሩ ግን ለ ሳይሳካለት ቢቀር፣ እንግዲያውስ ሐ ኀላፊነቱን የሚወስድ ይሆናል፡፡

ምክንያቱም ራሱን ለ - ለ ዋስ አድርጎ አቅርቧል፡፡ በዚህ ውል ውስጥ ሀ ሕጋዊ በሆነ መልኩ ዋስትና ተቀባይ ነው፡፡ ለ ተበዳሪ ነው፤ ደግሞም ሐ ዋስ ነው፡፡ ስለዚህም አሳቡ ለ ዕዳውን የሚከፍል ሆኖ፣ አስፈላጊ በሚሆን ጊዜ ለዕዳው ተጠያቂ እንዲሆን ዋሱን ይዞ ይመጣል፡፡ ዋስ ዕዳውን ሙሉ በሙሉ አንዴ ከከፈለ ዋስትናው ይነሣለታል፡፡

እናም እርሱ ባለዕዳ ይሆናል፡፡ ደግሞም ዕውነተኛው ባለ ዕዳ ከቶም የሚያዝ አይሆንም፡፡ ስለሆነም የንግድ ልውውጡ ባሕርይ በሙላት ይለወጣል፡፡ ደግሞም በጕዳዩ ላይ ባለ ዕዳን እና አበዳሪን ብቻ እናገኛለን፡፡ ስለዚህም በዚህ ቃል፣ ከላይ በቀረበው ጕዳይ ላይ ተግባራዊ ሊሆን አይችልም፤ ምክንያቱም ሰዎች በተሻለው ኪዳን ውስጥ የሚጠቀሙባቸውን ሊሟሉ የሚገባቸውን ነገሮች፣ ማለትም ኃጢአትን መናዘዝ፣ ከኃጢአት መራቅ፣ በእግዚአብሔር ልጅ ላይ ማመን፣ ደግሞም እንደ ብርሃን ልጆች የሚመለሱበትን ጸጋ መቀበል፣ እስከ ሞት ድረስም ታማኝ መሆንን የማያሟሉ ከሆኑ፣ ክርስቶስ በፍጹም ዋስ አይሆንላቸውም፡፡ እነዚህን ነገሮች ሁሉ እርሱ ስለ እነርሱ ያደርግላቸዋል!

ይህ የሚያስጠላ እና የማይቻል ይሆናል፤ እናም እዚህ ላይ የአንዳንዶች ቃላት ፍቺ እዚህ ላይ የሚያስጠላ እና ዐደገኛ ነው፡፡ ለመጥቀስም ያህል “ክርስቶስ ዕዳውን ለመክፈል የመጀመሪያው ቃል ኪዳን ዋስ ሆነ፤ የሁለተኛው ቃል ኪዳንም ተግባር ፈጻሚ ነው፡፡” ጥያቄ በምናነሣበት ውስጥ ይህንን ትርጕም ሊሰጥ የማይችል ቢሆንም፣ በዶ/ር ማክናይት

በበቂ ሁኔታ ተረጋግጦ፣ ደግሞም በጉዳዩ ላይ የገዛ ራሴን አመክንዮታዊ ዕሳቤዎችን በመስጠት ፈንታ የእርሱን ጽሑፍ እንዳለ ልገለብጠው ይገባል።

የግሪክ ማብራሪያ ጸሐፊያን ይህን *ኢንጉስ* የተባለ ቃል በጣም ተገቢነት ባለው መልኩ *በሜሲቴስ*፣ መካከለኛ በሚለው ገልጸውታል። ምክንያቱም ኢንጉስ ከሚለው የመጣ ነው። ትርጓሜውም ቅርብ ማለት ነው፤ ደግሞም አንድ የቀረበ ሰው ማለትን ያመለክታል፤ ወይም ሌላው እንዲቀርብ የሚያደርግ ሰው ማለት ነው።

አሁን በዚህ ምንባብ ውስጥ እንዳለው ንጽጽሩ ኢየሱስ በሊቀ ካህናትነት፣ እንዲሁም በሌዋውያን ሊቀ ካህናት መካከል የተደረገ ነው። ደግሞም እነዚህ የሲና ቃል ኪዳን መካከለኞች እንደ ሆኑ ተደርገው በሐዋርያው ተወስደዋል። ምክንያቱም በእነርሱ መካከለኛነት እስራኤላውያን በመሥዋዕቶች እግዚአብሔርን ያመልካሉ። ከእርሱም ደግሞ በማስተሰርያው ቀን በሊቀ ካህናቱ አማካይነት ባቀረቡት መሥዋዕት ውጤትነት ብሔራዊ ይቅር መባልን /እንደ አገር እና ሕዝብ ይቅር መባልን/ ይቀበላሉ።

ሐዋርያው በዚህ ምንባብ ውስጥ ኢየሱስን ሊቀ ካህናት ወይም የተሻለው መካከለኛ ብሎ ይጠራዋል፤ ምክንያቱም በእርሱ መካከለኝነት አማካይነት፣ ማለትም ራሱን ለእግዚአብሔር ባቀረበበት መሥዋዕቱ፣ አማኞች የተሻለውን ቃል ኪዳን በረከቶች ይቀበላሉ።

ደግሞም ሐዋርያው በዕብ. 7÷19 ላይ እንደ ተናገረው፣ ማለትም የተሻለውን ተስፋ - *ኢንጊዞሜንን* - ባስተዋወቀበት፣ እኛ ወደ እግዚአብሔር ቀርበናል። እርሱ በዚህ ቍጥር ኢየሱስ በጣም ተገቢነት ባለው መልኩ *ከሜስቴስ* ይልቅ *ኢንጉስ* በማለት ይጠራዋል። ይህም የመካከለኝነቱን ውጤት እንዲተካ ነው። ዕብራውያን 7÷25 ን ተመልከቱ። ተርጓሚዎቻችን በእርግጥም ቩልጌት እና ቤዛን በመከተል *ኢንጉስን* ዋስትና ለሚለው ቃል ይተኩታል። ይህም በ Ecclus 29÷16 ውስጥ ስሜቱ የሚገኝ ነው፤ እናም ከሥርወ-ቃሉ ጋር ማንም ቢሆን ተፈጥሮአዊነት ባለው መልኩ የሚከተለው ነው የሚሆነው። ምክንያቱም አንድ ሰው ስለ መልካም ምግባሩ ለሌላው ሰው ዋስ ይሆናልና። ወይም ስላደረገው ገደብ ዋስ ቢሆን፣ ዋስትና የሰጠውን ሰው ወደ ሌላው ቡድን እንዲመጣ ያደርገዋል።

ነገር ግን በዚህ መልኩ ሊንጉሰ የሚለው ቃል ለአይሁድ ሊቀ ካህናት ተግባራዊ የሚሆን አይደለም:: ምክንያቱም እርሱ ተገቢው ዋስ በመሆኑ፣ ያ ሰው ዋስትና የገባው ሰውን፣ ስለ ገባው ዋስትና የማስገደድ ሥልጣን ይኖረዋል፤ ወይም እርሱ ሊያደርገው የማይችልበት ሁኔታ፣ እርሱ ራሱ ይህን ሊፈጽመው ይገባል::

በእንዲህ ያለው ጉዳይ ከአይሁድ ሊቀ ካህናት አንዱ እስራኤላውያን ግዴታዎቻቸውን ስለሚፈጽሙበት ሁኔታ በእግዚአብሔር ዘንድ ዋስትና ሊሆን ይችላል ወይ? ግዴታን የመወጣቱ ሁኔታ አነስ ባለ መጠን የአዲስ ኪዳን ዋስ መሆን፣ ለኢየሱስ የሚሠራ ነው:: ለአብነት ያህል አዲስ ኪዳን ፍጹም የሆነ መታዘዝን አይጠይቅም፤ በከፍላቸው ውስጥ ሳሉ በሌላው ሊሰጣቸው አይችልም::

ይህም ሰዎች ያለ ግላዊ ዕምነት ይድናሉ ብለን የምናስብ ከሆነ ነው:: ስለዚህም ኢየሱስ የአዲስ ኪዳን ዋስ እንደ ሆነ የሚናገሩ ሰዎች ይህ ነገር ፍጹም የሆነ መታዘዝን የሚጠይቅ ነገር መሆኑን በአሳባቸው ሊይዙ ይገባል የሚለውን ላሳስብ እወድዳለሁ:: ይህም በአማኞች ጉልበት የሚተገበር ሳይሆን፣ ኢየሱስ ለእነርሱ ያከናወነው ነው::
ዳሩ ግን ይህ የጸጋን ቃል ኪዳን፣ የሥራ ቃል ኪዳን ለማድረግ አይደለም:: ይህ ከመላው የመጽሐፍ ቅዱስ አሳብ ጋር የሚቃረን ነውና:: በእነዚህ ምክንያቶች የግሪክ ማብራሪያ ጸሐፊዎች በዚህ ምንባብ ላይ ሊንጉሰ ለሚለው ቃል ዕውነተኛ ፍቺን እንደ ሰጡ ይሰማኛል:: ይህም በሜሲቴስ - መካከለኛ እርሱን ባብራሩበት ሁኔታ የተደረገ ነው::

ዋነው ልዩነት እዚህ ላይ ያለ ነው:: ብሉይ ኪዳን ከሕይወት ጅማሮ አንሥቶ ፍጹም የሆነ መታዘዝን ይጠይቃል፤ ይህ የማይቻል ነገር ነው፤ ምክንያቱም ሰው ወደ ዓለም የሚመጣው ከውድቀት በፊት ያለውን ክብሩን ተነጥቆ ነው:: አዲሱ ኪዳን ያለፉ ኃጢአቶች እንዲደመሰሱ የእግዚአብሔርን ጽድቅ ያውጃል፤ ደግሞም አማኞች ሁሉ የምግባራዊ ሕግን ጥያቄዎች እንዲኖሩባቸው የሚያስችል ጸጋን ለዕውነተኞች አማኞች ሁሉ እንዲኙላቸው ያደርጋል::

ይህም በወንጌላት ውስጥ የሚገኝ ነገር ነው:: ዳሩ ግን ክርስቶስ ዋስ ተብሎ ሊጠራ አይችልም በሚለው መልኩ፣ ከላይ ስለ ተሰጡት ምክንያቶች፣ ከእምነት የሚነሣውን መታዘዝ ስለ የትኛውም ሰው አያደርገውምና:: እግዚአብሔርን በፍጹም ልባቸው መውደድ፣ በፍጹም ልባቸው እርሱን ማገልገል፣ ለአማኞች የሆነ ከፍ ያለ ዕድል ነው፤

ደግሞም ይህን ምግባራዊ ሕግ በመጠበቅ ረገድ ያለባቸውን ኀላፊነት መተዉ በዚህ ከሰማይ በሆነ ገጽታው ሊያገኙት የሚችሉትን እጅግ ከፍ ያለ ደስታ መነጠቅ ነው። *(የኢደም ክላርክ ኮሜንታሪ, 1996, 2003, 2005)*

ዋስትና (enguos) በሰውነቱ የኪዳኑን ዕውነተኛነት ሲያረጋግጥልን ለበደላችን ኀላፊነት በመውሰድ፣ ኪዳኑን በደሙ በማተም፣ ድል አድራጊው አዳኛችን በግልጽ በአባቱ ዕውቅና ሲያገኝ በእርግጥም ከሞት አስነሥቶታል። ስለዚህ በአንድ ጊዜ ለሰዎች የእግዚአብሔር ዋስ፣ እንደዚሁም የሰዎች ዋስትና ለእግዚአብሔር ተደርጓል። በዚህም ምክንያት በእግዚአብሔርና በሰው መሐከል መካከለኛ ሆኗል (ዕብ. 8÷6) *(ጀሚሰን ፋውሰት ኤንድ ብራውን ኮሜንተሪ)*

የዚህ **መሐላ** መኖር ለጌታችን ክህነት የተሻለ ማረጋገጫና ቋሚነትን አስጥቶታል። ኢየሱስ ክርስቶስ የተሻለው ኪዳን ማረጋገጫ ዋስ ነው (ዕብ. 7÷22)። **ዋስ** የሚለው ቃል አንድ ስምምነት ሲካሄድ ይህ ነገር ለመፈጸሙ ማረጋገጫ የሚሰጥ አካል ነው። ይሁዳ ለአባቱ ብንያምን በሰላም ይዞት እንደሚመለስ ዋስ ሆኖ ነበር (ዘፍ. 43÷1-14)። ጳውሎስም እንደዚሁ እስረኛ ለነበረው ለአናሲሞስ ዋስ ለመሆን ፈቅዶ ነበር (ፊሊ. 1÷18-19)። አሁን ለዚህ ቃል ቅርብ ፍቺ ያለው አሳብ አንድን በወንጀል የተከሰሰ ሰው በቀጠሮው ቀን እንደሚመጣ ዋስ እንደሚሆነው ሰው ያለው ዐይነቱ ነው።

በእግዚአብሔርና በሰው መካከል እንደገባ መካከለኛ (1ኛ ጢሞ. 2÷5)፣ ኢየሱስ ክርስቶስ የእግዚአብሔር የተሻለው ዋስ ነው። ከሞት የተነሣውና ዘላለም የሚኖረው አዳኛችን የእግዚአብሔር የኪዳን ቃል በሙሉ እንደሚፈጸሙ ማረጋገጫ ሆኗል። እግዚአብሔር ሕዝቡን አይጥልም። ጌታችን ግን እግዚአብሔር የገባውን ቃል እንደሚጠብቅ ብቻ አይደለም የሚያረጋግጥልን። ይልቁንም በእግዚአብሔር ፊት እኛን ወክሎ እንደ ቆመ አካል እኛን በመወከል የእግዚአብሔርን ፍላጎት ሁሉ ያሟላል። እነዚህን የእግዚአብሔር ፍላጎቶች እኛ በራሳችን መቼም ልናሟላቸው አንችልም ነበር። እርሱ ግን በእርሱ ከማመናችን የተነሣ አዳነን፤ እንዲሁም እንደሚጠብቀን ማረጋገጫ ሆነን።

በዕብራውያን 7÷22 በዚህ መልእክት የምናገኘውን በጣም አስፈላጊ ቃል ለመጀመሪያ ጊዜ እናገኘዋለን፦ ይህም "ኪዳን" የሚል። ይህ ቃል በዚህ ደብዳቤ ላይ 21 ጊዜ ያህል ተጠቅሷል እና የመጨረሻ ፈቃድ ከሚለው አሳብ ጋር ተመሳሳይ ትርጉም ያለው ነው።

የዕብራውያን ምዕራፍ 8ን በምናጠናበት ወቅት ይህን ቃል በትኩረት እናየዋለን፡፡ *(ዘ ባይብል ኤክስፖዚሽን ኮሜንተሪ 1989፣ በቻሪዩት ቪክቶር)*

ዋስ [enguos] (**ኢንጉዎስ**) - የኪዳኑን እርግጠኛነት በራሱ በማንነቱ አረጋገጠልን፣ ለጥፋታችን ራሱን ተጠያቂ በማድረግ፣ ኪዳኑን በገዛ ደሙ ማኅተም በማተም፣ እንዲሁም ከሞት ባስነሣው በአብ ዘንድ በይፋ ለእኛ አዳኝ ሆኖ በመቅረብ የተደረገ ነው፡፡ ስለዚህ እርሱ በአንድ በኩል ለሰው የእግዚአብሔር እርግጠኝነት ዋስ ሲሆን በሌላ በኩል ለእግዚአብሔር የሰው እርግጠኝነት ዋስ ሆነ፣ ይህም በእግዚአብሔር አብ እና በሰው መካከል መካከለኛ ሆነ (ዕብ. 8÷6) *(ጀሚሰን ፋሳቴ እና ብራውን ኮሜንተሪ)*

ኢየሱስ ለሚሻል ኪዳን ዋስ ሆነ (kreittonos diatheekees gegonen enguos Ieesous) *(ክሬይቶኖስ ዲያቴኪስ ጌጎን ኢንጎስ ሌሶስ) ኢንጎስ*(**ኢንጎስ**) **"ዋስ"** በአዲስ ኪዳን ብቻ የሚገኝ አሳብ ነው፡፡ **ዋስ** ማለት ማረጋገጫ መስጠት የሚችል አካል ነው፡፡ ኪዳን ለሚለው ደግሞ ዕብ. 9÷6ን ማየት ይቻላል፡፡ የኪዳን ትምህርት ለመጀመሪያ ጊዜ የገባው በዕብ. 8÷6-13 ባለው ክፍል ላይ ነው፡፡ የሌዋውያን አገልግሎት ለምን ያነሰ እንደ ሆነም አብሮ ያሳየናል፡፡ *(የቪንሰንት የግሪክ ቃል ጥናቶች በአዲስ ኪዳን፣ 1997፣ 2003፣ 2005)*

ኢየሱስ ለተሻለ ኪዳን ዋስ ሆኖአል፡- ኢየሱስ ለተሻለ ኪዳን ዋስ ሆነልን፡፡ Enguos በግሪኩ ዋስ የሚለው ትርጉም ያለው ቃል በአዲስ ኪዳን በዚህ ቦታ ብቻ ነው የሚገኘው፡፡ መክ. 29÷15፣ 16፤ 2ኛ መቃብያን 10÷28 ን አወዳድር፡፡ አልፎ አልፎ በግሪኩና በጥንቱ የሮማውያን ደራሲዎች ጽሑፍ እንደሚገኘው enguan ማለት እንደ ቃል ኪዳን የሚሰጥ enguee ዋስ engueesis በዋስትና መስጠት engueetees ዋስትና የሚሰጥ ሰው ... ማለት ነው፡፡ ከእነዚህ ሁሉ ቃላት ሥር ያለው አንድን ነገር በአንድ ሰው ዕጅ ማኖር ነው ...፡፡ *(ማርቪን አር. ቪንሰንት፡- በአዲስ ኪዳን ውስጥ ቃል ጥናቶች ኮሜንተሪ)*

<u>ቁጥር 21</u> እነርሱም ያለ መሐላ ካህናት ሆነዋልና፤ እርሱ ግን፡- ጌታ፡- አንተ እንደ መልከ ጼዴቅ ሹመት ለዘላለም ካህን ነህ ብሎ ማለ አይጸጸትም ብሎ በተናገረለት ከመሐላ ጋር ካህን ሆኖአልና ያለ መሐላ ካህን እንዳልሆነ መጠን፥

እነርሱም ያለ መሐላ ካህናት ሆነዋልና፤

ጌታ፥አንተ እንደ መልከ ጼዴቅ ሹመት ለዘላለም ካህን ነህ ዕብ 7፡17; መዝ 110÷4

ብሎ ማለ ዕብ 6÷16-18

<u>ቁጥር 22</u> እንዲሁ ኢየሱስ ለሚሻል ኪዳን ዋስ ሆኖአል።

ዋስ ሆኖአል ዘፍ 43፥9; 44፥32; ምሳ 6፥1; 20፥16

ለሚሻል ዕብ 8፥6-12; 9፥15-23; 12፥24; 13፥20; ዳን 9፡27; ማቴ 26፥28; ማር 14፥24; ሉቃ 22፥20; 1ኛ ቆሮ 11፥25

ቊጥር 23-25 *እነርሱም እንዳይኖሩ ሞት ስለ ከለከላቸው ካህናት የሆኑት ብዙ ናቸው፤ እርሱ ግን ለዘላለም የሚኖር ስለሆነ የማይለወጥ ክህነት አለው፤ ስለ እነርሱም ሊያማልድ ዘወትር በሕይወት ይኖራልና ስለዚህ ደግሞ በእርሱ ወደ እግዚአብሔር የሚመጡትን ፈጽሞ ሊያድናቸው ይችላል።*

ከአዳም ውድቀት በኋላ ሞት በሰው ልጅ ላይ የወደቀ ባላንጣው ሆነ፡፡ በዚህ ዘመን ያሉ አንዳንድ የስሕተት አስተማሪዎች አንሞትም እያሉ ቢያስተምሩም፣ ይህ የለበስነው አዳማዊ ሥጋ፣ የሚያረጅ፣ የሚታመም፣ በመጨረሻም ዘመኑን ሲጨርስ የሚሞት በመሆኑ፣ ሞት የተፈጥሮ ግዴታ ወይም ከአሮጌው አዳም የተቀበልነው የኃጢአት ውጤት ነው፡፡ በብሉይ ኪዳን አገልግሎት ውስጥም ለክህነት አገልግሎቱ የተመረጡት አገልጋዮች እንደ ማንኛውም ሰው ያረጃሉ፤ ይታመማሉ፤ በመጨረሻም በሞት ከዚህ ምድር ይሰናበታሉ እንጂ፣ በአገልግሎታቸው ላይ ለዘላለም የሚቆዩ አይደሉም፡፡

አንዳንድ ሰዎች አገልጋዮችን የተለዩ ፍጡሮች አድርገው ስለሚያስቧቸው በሰዎች ላይ የሚደርሰው ዐደጋም ሆነ ሞት የሚደርስባቸው አይመስላቸውም፡፡ አገልጋይ የሚሳሳት ወይም የሚወድቅም የማይመስላቸው ጥቂቶች አይደሉም፡፡ በዚህ ቊጥር ላይ እንደምናየው ግን እነዚህ አገልጋዮች የተፈጥሮን ሂደት በተመለከተ እንደ ማንኛውም ተርታ ግለሰብ ናቸው፡፡ ይደከማሉ፤ ይወድቃሉ፤ ይራባሉ፤ ይሞታሉ፡፡ ጌታ ኢየሱስ ሳይቀር በመሎኮታዊው ገጽታው ሳይሆን፣ በሰብዓዊ ማንነቱ ስንመለከት ከኃጢአት በስተቀር እንደ ማንኛውም ሰው በሁሉም የተፈጥሮ ሂደቶች ውስጥ በማለፍ እንደ ተፈተነ መጽሐፍ ቅዱስ ይነግረናል፡፡ እንደኛ ሰው ሆኖ ተርቦ፣ ደከሞት፣ ተሰቃይቶም ሞቶልናል፡፡ በመስቀል ላይ በሞተበት ጊዜ ስቃዩን የተቀበለው መለኮትነቱን ሳይተው እንደኛው ሥጋ በመልበስ ነው የሞተልን፡፡

ሌዋውያኑም ተመሳሳይ መንገድን የተጓዙ ሲሆን፣ አንደኛው ሲሞት ሌላው የሚተካ በመሆኑና በየአካባቢውም የተለያዩ ሌዋውያን ስለሚመደቡ ቊጥራቸውን ከፍተኛ ያደርገዋል፡፡ ኢየሱስ ግን አንድ ብቻውን ሆኖ የእነርሱን ሁሉ ሥራ እርሱ ፈጸመው፡፡

የአዲስ ኪዳኑን አገልግሎት ይህም በራሱ ልዩና የበለጠ ያደርገዋል፡፡ ጌታ ኢየሱስም ለዘላለም የጸና ካህን ሆኖ በሕይወት ስለሚኖር በእርሱ በኩል የሚመጡትን ሁሉ ይማልድላቸዋል፡፡ መማለድ ብቻም ሳይሆን፣ እርሱ ያድናቸዋል፡፡ በአዲስ ኪዳን አገልግሎት ውስጥ በክርስቶስ ኢየሱስ አዳኝነት አምነን አማኞች የሆንን ሁሉ፣ ስለ ሌሎች የመማለዱም ሥልጣን ተሰጥቶናል፡፡ (ሮሜ 15÷1-2 ፤ ኤፌ. 6÷18-20፤ 1ኛ ጢሞ. 2÷1-2)፡፡

ዘላለም ብዙውን ጊዜ ሲነበብ ሁሉም ነገር ፍጻሜ እስኪያገኝ የሚል ይመስላል ወይም እስከ ፍጻማው ድረስ ወይም ሌላ ትርጉም እንደሚለው እስከ ፍጹም ሙላት ድረስ፡፡ አስተውሉ እርሱ የሚያድነን ከዘላለም አይደለም ለዘላለም ነው እንጂ፡፡ የኢየሱስ ክህነት የማይለወጥ ማንነት የሚሰጠውም መዳን የማይቀየርና ጸንቶ የሚኖር እንደሆነ ያሳያል፡፡ እርግጥ ነው እርሱ ከማንኛውም ነገር ሊያድነን ይችላል፤ ነገር ግን የጸሐፊው አሳብ ኢየሱስ ፍጻሜ ላለው ነገር ነው ያዳነን፤ ለዘላለም ድነት ነው፤ ምክንያቱም እርሱ ዘላለም የእኛ ሊቀ ካህናት ነውና ዘላለም ሊያድን ይችላል፡፡ *(ቅድመ አስቲን)*

የማይለወጥ የሚለው ቃል **አፐራቤሽን (aparabation)** የሚለው ቃል ትርጉም ሲሆን፣ አሳቡም የማይንቀሳቀስ ማለት ነው፡፡ ስለዚህ ቃሉ ሲያብራራው ሊተላለፉት የማይቻል ወይም ሊጣስና ወደ ሌላ ሊታለፍ የማይቻል የሚል ነው፡፡ *(ዌስት፣ ኬ. ኤስ. የግሪክ አዲስ ኪዳን ቃል ጥናት፦ ኢርድማንስ)*

የኒው ባይብል ማብራርያ፡- መቅረብ ወይም ወደ እግዚአብሔር መጠጋት የሚለው ሃሳብ በእብራውያን ላይ ዋና ሃሳብ ነው (ዕብ 4÷16; 7÷19; 10÷1, 22; 11÷6; 12:18,22)፡፡ በዋናነት ከእግዚአብሄር ጋር ያለን ህብረት ነው የሚገልጸው፡፡ በብሉይ ኪዳን የመስዋእት አገልግሎት ይህንን ማደረግ የሚችለው በከፊል ብቻ ነው ነገር ግን ኢየሱስ በእርሱ በኩል ከአብ ጋር ህብረት የሚያደርጉትን በፍጹም ሊያድናቸው ይችላል፡፡ እርግጥ ነው ክርስቲያኖች በምድር ጉዞ ወቅት በሚያጋጥማቸው ነገር እርዳታን መጠየቅ ይችላሉ ምክንያቱም እርሱ ሁል ጊዜ ሊረዳቸው አለና (ሮሜ 8፡34፣ ዩሃ 2፡1-2) ፡፡ የሰማይ ጣልቃ ገብነት አምሳያው አንዴና ለመጨረሻ ጊዜ የከፈለው መስዋእትነት ጥቅም ሁሌም እንደሚኖር የሚያሳይ ነው (ዕብ 2÷:18; 4÷14-16; 10÷19-22) ፡፡ ይሁን እንጂ ይህ ገጽታ ከመጠን በላይ መለጠጥ የለበትም ኢየሱስ በአብ ቀኝ የተቀመጠው ከአባቱ ዘንድ ለልጆቹ ተቀባይነት እንዲያገኙ ሊለምን አይደለም ይልቅ የኪዳኑን መፈጸም ሊወርስ ነው እንጂ፡፡

"የማይለወጥ" የሚለው ቃል አፓርቤሽን የሚለው ቃል ትርጓሜ ሲሆን፣ ባይኖ - "መራመድ"፣ ፓራ "ባሻገር" እና "ኤ" አይደለም በሚሉት ቃላት የተበጀ ጥምር ቃል ነው:: ስለሆነም ቃሉ ሊጣስ የማይቻል ወይም ወደ ሌላው የማይተላለፍ የሚለውን ያብራራዋል:: ከህነታዊው የመሢሑ አገልግሎት እዚህ ላይ ግንዛቤ ውስጥ ገብቷል:: ይህም የቱም ሌላ ሰው ወደ እርሱ ተራምዶ የሚገባበት አገልግሎት አይደለም የሚል ነው:: ወደ ሌላው ሰው ሊተላለፍ የሚችል አገልግሎት አይደለም::(የዌስት ቃላቶች ከግሪኩ አዲስ ኪዳን, 1940-55 ደብሊው ኤም . ቢ. ኤድማንስ ህትመት)

ሊያማልድ (en-toong-khan'-o/entugchano/ኢንቱካኖ ከ en/ኢን = ውስጥ + tugcháno/ቱካኖ = ማግኘት) ማለት መያዝ፣ መቅረብ፣ ይግባኝ ማለት፣ ማስማማት፣ ጣልቃ መግባት የሚል ሃሳቦች ያሉት ነው:: አንድን ነገር አስፈላጊነቱን እና ስፋቱን በማሳየት መጠየቅ ማለት ነው:: እዚህ ጋር ግን ጸሐፊው ለማለት ያልፈለገውን ነገር እንዳንይዝ ያስፈልጋል፤ ጸሐፊው እግዚአብሔር ሁልጊዜ በእኛ ስለሚቆጣ እንዳይፈርድብን ልጁ ሁል ጊዜ ስለ እኛ ጣልቃ መግባት አለበት እያለ አይደለም:: *(መጽሐፍ ቅዱስ ጥቅሶች የብሉይና / የአዲስ ኪዳን ግሪክ መዝገበ ቃላት፣ የቲየር ትርጕም፣ አስቲን)*

ሊያማልድ ተብሎ የተተረጐመው የግሪክ ቃል **ኢንቱግቻኖ** የሚለው ሲሆን፣ ይህ **ለመማለድ ልመና ከማቅረብ በላይ ጣልቃ ገብነትን** የሚያሳይ ቃል ነው:: መሢሑ ራሱን እንደ ሰው ያደረገበትን ሂደት ያሳያል:: ጸሐፊው መሢሑ አማኞችን ወክሎ ሊያማልድ አንዴና ለመጨረሻ ጊዜ በሆነው ለኃጢአት መሥዋዕት በሆነው መሠዋቱ ጣልቃ መግባቱን ያሳያቸዋል:: *(ዌስት፣ ኬ. ኤስ. የግሪክ አዲስ ኪዳን ቃል ጥናት:- ኢርድማንስ)*
ምልጃ:- የዚህ ሰማያው ድነት መሠረቱ የአዳኙ ሰማያዊ ማማለድ ነው:: ምልጃ ማለት ትርጓሜው በቀላሉ መቅረብ፣ ማናገር እና ማግባባት የሚል ትርጕም ያለው ነው:: እግዚአብሔር አብ በእኛ ስለ ተቈጣ እግዚአብሔር ወልድ ዘወትር ስለ እኛ እንዳይፈርድብን ያማልድልናል ብለን ማሰብ የለብንም:: በድነት አሳብ ውስጥ አብና ወልድ አንድ ዐይነት አሳብ ነው ያላቸው (ዕብ. 13÷20-21):: እኛን ወክሎ በሰማይ ጌታ ጸሎት ያደርጋል ብለንም ማሰብ የለብንም ወይም በተደጋጋሚ ደሙን ያቀርባል ማለትም አይደለም:: ይህ የማማለድ ሥራ ለአንዴና ለመጨረሻ ጊዜ በመስቀል ላይ ፍጻሜን አግኝቷል::

ማማለድ የጌታችን ሕዝቡን ወክሎ በእግዚአብሔር ዙፋን መገኘቱንም ያካትታል፡፡ በክርስቶስ በኩል አማኞች ወደ እግዚአብሔር በጸሎት መቅረብ ችለዋል፤ እንዲሁም ለእግዚአብሔር መንፈሳዊ መሥዋዕት ማቅረብ ችለዋል (ዕብ. 4÷14-16፤ 1ኛ ጴጥ. 2÷5)፡፡ ልክ በትክክል እንደሚባለው የክርስቶስ በሰማይ ያለው ሕይወት ለእኛ የጸለየው ጸሎት ነው፡፡ የሚያደርገውን የሚወክለው የራሱ ማንነት ነው፡፡ በዚህ ረጅም ክፍል ላይ ያለውን የአመክንዮ አሳብ ስናጠናው (ዕብ. 7÷11-25) በጸሐፊው የአመክንዮ አሳብ እንገረማለን፡፡ እንደ መልከ ጸዴቅ ሹመት የሆነው የኢየሱስ ክርስቶስ ክህነት ተክቶት ከገባው ከአሮን ክህነት የተሻለ ነው፡፡ ታሪካዊ አመክንዮውም አስተምህሮአዊ አመክንዮውም አሳማኝ ነበር፤ ጸሐፊው ግን ሦስተኛ አመክንዮም ይጨምራል፡፡ *(ዘ ባይብል ኤክስፖዚሽን ኮሜንተሪ 1989፣ በቻሪዬት ቪክቶር)*

ሊያማልድ፡- በምድር የቀረበው መሥዋዕት ለአንዴና ለመጨረሻ ጊዜ የቀረበ ነው፡፡ ለእኛ የሆነው ምልጃው ግን በሰማይ ነው (ዕብ. 7÷26)፤ እስካሁንም አልተቋረጠም፤ ይህም ከእግዚአብሔር ፍቅር ሊለየን የሚችል ነገር እንደ ሌለ የሚያሳየን ነው (ሮሜ 8÷26፤ 34÷39)፡፡ በተለይ በእርሱ በኩል ወደ እግዚአብሔር ለሚመጡት ያማልዳል የሚለው ላላመነው ዓለም አይደለም (ዮሐ. 17÷9)፡፡ ማማለዱን ለማሳየት ኢሳ. 62÷1፤ 63÷11፤ ዘካ. 1÷12-14፤ መዝ. 69÷6-7፡፡ ወልድ እርሱ መሥዋዕት ሆኖ የሚቀርበው ብቻ አልነበረም፤ መሥዋዕት አቅራቢው ካህኑም ጭምር ራሱ ነበር፡፡

ስለዚህ እርሱ መማለጃውም አማላጁም ራሱ ነበር፡፡ ማማለዱ የታየው ያለ ነቀፋ ወደ እግዚአብሔር ፊት በመግባቱ ነው፡፡ በመሥዋዕቱ ያገኘነው ምሕረት ውጤት ብቻ አይደለንም፡፡ ይልቁንም እኛ ያለ ነቀፋ ወደ አብ የመግባቱ ውጤት ነን (ዶ/ር ማጌ)፡፡ በዮሐ. 16÷26 ላይ የምናየው ጸሎት የዚህ አሳብ ተቃርኖ አይደለም፤ በዚህ ክፍል ላይ እርሱ ከአብ ጋር አቻ ሆኖ ሳይሆን ጸሎቱን ያቀረበው ሰው ሆኖ ነው፡፡ እናም ከአብ አሳብ ጋር በመስማማት ሰው ሆኖ አብን ደስ አሰኘ፡፡ በሕዝቡ የማይታይ ለአብ የሚቀርብ የዘወትር ዕጣን ነበር (ዘጸ. 30÷8)፡፡ ይህም ካህኑ የሚያጨሰው ነበር፣ ይህም የክርስቶስ የማይቋረጥ የማማለድ ሥራ ሆኖ ይኖራል፡፡ *(ጄሚሰን ፋሳቴ እና ብራውን ኮሜንተሪ)*

ኢንቱካኖ አንድ አካልን በመቅረብ አንድ ነገርን መጠየቅ ማለት ነው፡፡ ማገዝ፣ ጣልቃ መግባት፣ እንዲሁም አንድን አካል ወክሎ በሌላ አካል ፊት መቆምና አንድን ነገር ስለ ተወከለው አካል መጠየቅ የሚል አሳብ አለው፡፡ ትልቁ ሊቀ ካህናታችን በእኛ ቦታ ሆኖ

አባቱን ያወራል ደግሞም ያለማቋረጥ በዚህ ታላቅ ተግባር ይሳተፋል፡፡ ይህም ማለትም ወንድሞቹን ወክሎ ያለማቋረጥ ያማልዳል፡፡ *(ቅድመ አስቲን)*

በዚህ ክፍል ላይ ማማለድ ማለት አንድን ሰው ወይም አንድን አካል ወክሎ ሌላ አካልን ማናገር ነው፡፡ በእንግሊዝኛው ይህ ቃል ከፍርድ ቤት አሳብ ጋር የሚያያዝ ሲሆን፣ ማማለድ ግን በአብዛኛው በዐደባባይ ለሚደረጉ የጸሎት ሥርዓቶች የሚያገለግል ቃል ነው፡፡ ሆኖም ሁለቱ አሳቦች እጅግ ተቀራራቢ ናቸው፡፡ የክርስቶስ በሰማይ ያለው ሕይወት ዓላማው ሰውን ወክሎ ከእግዚአብሔር ጋር ማናጋገር ነው፡፡ *(ዩናይትድ ባይብል ሶሳይቲ አዲስ ኪዳን ሐተታ 1997)*

ሊያማልድ / ምልጃን ለማድረግ፡- በምድር ላይ አንድ ጊዜ ለዘላለም የቀረበ መሥዋዕት አለ፡፡ ዳሩ ግን ስለ እኛ በሰማይ የሚደረገው ምልጃ (ዕብ. 7፥26) ቀጣይነት ያለው ነው፡፡ - በሚፈስስበትም ጊዜ፣ እኛ ከቶውንም በክርስቶስ ካለ የእግዚአብሔር ፍቅር ልንለይ አንችልም (ሮሜ 8፥26፣ 34፣ 39)፡፡ እርሱ በተለይም በእርሱ በኩል ወደ እግዚአብሔር ለሚመጡ ሰዎች ይማልዳል፡፡ ለማያምነው ዓለም አይደለም (ዮሐንስ 17፥9)፡፡

ልክ እንደ የምልጃው ናሙናዎች ከኢሳ. 62፥1፤ 63፥11፤ ዘካ. 1፥12፣ 14፤ መዝ. 69፥6-7 ጋር አመሳክሩ)፡፡ ትሑት በሆነ ሁሉን ቻይነት (ራሱን ባዋረደበት ትሕትናው ነው ኃይልን ሁሉ ያገኘው)፡፡ ወይም ሁሉን ቻይ በሆነው፣ አሁን ላይ በሚገለጥበት ትሕትናው ደግሞም ልመናዎቹን በእግዚአብሔር ዙፋን እያቀረበ ነው (Dr. Pearson)፡፡

እርሱ መሥዋዕት ብቻ አይደለም፤ ነገር ግን መሥዋዕቱን ያቀረበው ካህንም ጭምር ነው፡፡ ስለዚህም እርሱ ማላጁም ጭምር ነው፡፡ ምልጃው ለእግዚአብሔር ነውር የሌለው መሥዋዕት አድርጎ ራሱን ባቀረበበት የፈቃደኝነት መሥዋዕቱ ይቅር የተባልን ብቻ አይደለንም፤ ነገር ግን በምላጃ መልካም ዕድልነትም ሞገስ ሆኖልን ተቀባይነትን አግኝተናል (Dr. MaGee)፡፡

ዮሐንስ 16፥26 የሚጋጭ ነገር የለውም፡፡ እርሱ አልጸለየም [ይልቁንም አልጠየቀም፤ ኤሮቴሶ - አቻን መጠየቅ] አባቱን አልጠየቀም፡፡ ይህም አባቱ በእርሱ እጅግ ደስ ያልሆነ ይመስል የሆነ ነው፤ ዳሩ ግን አባቱ ፈቃደኛ ያልሆነ ይመስል የሆነ ነው፤ ዳሩ ግን አባቱ

በእርሱ እጅግ ደስ ይሰኝ ዘንድ ሰውን ወክሎ እንደ መካከለኛ ከአባቱ ጋር ተገናኘ፡፡ “ሳይቋረጥ የሚቀርብ ዕጣን በእግዚአብሔር ፊት ነበር” (ዘጸ. 30÷8)፡፡

ይህ ዕጣን በሰዎች የማይታይ ነው፤ በሊቀ ካህናቱ እንዲጤስ የሚደረግ ነው፤ የክርስቶስ የተሰወረ፣ ዳሩ ግን ሁሌም የሚቀጥል የምልጃ ሕይወትም እንዲሁ ያለው ነው፡፡ *(ጃሚሰን, ፋሳቴ እና ብራውን ኮሜንተሪ)*

ዌርዝቢ፡- የክርስቶስ የሰማይ ሕይወት የእርሱ ለእኛ የጸለየው ጸሎት ነው ሲባል ትክክለኛ ንግግር ነው፤ የእርሱ ማንነት ነው ተግባሩን የሚወስነው፡፡ በዚህ ረጅም ክፍል ላይ (ዕብ. 7÷11-25) ያሉትን ምክንያቶች መልሰን ስናያቸው በጸሐፊው ምክንያታዊ አገላለጾች እንገረማለን፡፡ እንደ መልከ ጸዴቅ ሹመት የሆነው የኢየሱስ ክርስቶስ ክህነት እርሱን ተክቶት ከነበረው ከአሮን ክህነት የተሸለ ነው፡፡ ታሪካዊም ሆኑ ሥነ መለኮታዊ አመክንዮቶቹ ትክክለኛ ናቸው፡፡ ጸሐፊው ግን ሦስተኛ አመክንዮም ይጨምራል፡፡ በጥንታዊ ግሪክ *ኢንቱግቻኖ* የሚያገለግለው አንድ ሌላ አካልን ወክሎ ውክልናንም ይዞ ወደ ንጉሥ ዘንድ መግባትን ነበር፤ ይህ ታላቁ ሊቀ ካህናታችን ለእኛ ያደረገው ነገር ትክክለኛ ተምሳሌት ነው፡፡ ይህንን የኢየሱስን የማማለድ ሥራ በምንም ነገር ልንመስለው አንችልም፡፡ በቅድስተ ቅዱሳን ውስጥም የአሮን ዘር የሆነው ሊቀ ካህናት ምንም ዐይነት የማማለድ ጸሎትን አያቀርብም፡፡ *(ዋረን፣ ዌንደል ዊርዝቢ፣ የመጽሐፍ ቅዱስ ኤክስፖሲሽን ኮሜንተሪ)*

ቪንሰንት ሲጽፍ *ኢንቱግቻኖ* የሚለው ቃል ትርጒሙ በእርሱ ላይ ማብራት ወይም አብሮ መሆን ወይም መምከር የሚል አሳብ ያለው ነው ይላል፡፡ *(ማርቪን. አር. ቪንሰንት፡- በአዲስ ኪዳን ውስጥ ቃል ጥናቶች ኮሜንተሪ)*

ቪንሰንት በመቀጠል እንዲሚያስበው በዚህ በዕብራውያን 7÷25 ላይ *ኢንቱግቻኖ* ማማለድን እንጂ፣ ጣልቃ መግባትን የሚያመለክት አይደለም፡፡ የክርስቶስን የሰው ልጅን የመረዳት ማንነት የሚያካትት አገልግሎት ነው፡፡ *(ማርቪን. አር. ቪንሰንት፡- በአዲስ ኪዳን ውስጥ ቃል ጥናቶች ኮሜንተሪ)*

ይማልዳል፡- እግዚአብሔር አብ በእኛ ላይ ስለ ተቈጣ እንዳይፈርድብን እግዚአብሔር ወልድ ያለማቋረጥ ወደ እርሱ አቤት ማለት አለበት ብለን ማሰብ የለብንም፡፡ አባትና ልጅ

በድነት ዕቅድ ላይ ፍጹም የተስማማ ነገር ነው ያላቸው (ዕብ. 13÷20-21)፡፡ ጌታችን ኢየሱስ በሰማይ እኛን ወክሎ እየጸለየ ነው ብለን ከቶ ማሰብ የለብንም ወይም በመደጋገም ደሙን እንደ መሥዋዕት እያቀረበ ነው ብለን ማሰብ የለብንም፡፡ ያ ሥራ በመስቀል ላይ ለአንዴና ለመጨረሻ ተጠናቅቋል፡፡ ምልጃ በእግዚአብሔር ዙፋን ፊት ጌታችን ስለ ሕዝቡ ወክሎ መቆሙን ያካትታል፡፡ በክርስቶስ በኩል አማኞች በጸሎት ወደ እግዚአብሔር መቅረብና መንፈሳዊ መሥዋዕታቸውን ማቅረብ እንደሚችሉ ይነግረናል (ዕብ. 4÷14-16፤ 1ኛ ጴጥ. 2÷5)፡፡ ... *(ኤክስፖዚተርስ የመጽሐፍ ቅዱስ ኮሜንተሪ)*

ለእነርሱ ምልጃ መፈጸም፡- በዕብራውያን በዚህ ቦታ ብቻ ያለውን ግስ አወዳድር፡፡ በሮሜ 8÷26 ላይ ያለውን ማስታወሻ ተመልከት፡፡ እንደገናም 'ልመና' የሚለውን ቃል ተመልከት (1ኛ ጢሞ. 2÷1)፡፡ አሳቡ ምልጃ አይደለም ነገር ግን **ጣልቃ ገብነት** ነው፡፡ ክርስቶስ ራሱን ከሰዎች ፍላጎት ጋር አንድ የማድረግ ጥረትን ያካትታል፡፡ *(ማርቪን. አር. ቪንሰንት፡- በአዲስ ኪዳን ውስጥ ቃል ጥናቶች ኮሜንተሪ)*

ጌታችን ኢየሱስ ክርስቶስ በአብ ቀኝ መቀመጡ ስለ እኛ ነው ብሎ ህያው ቃሉ ሲነግረን ለእኛ ያለውን ፍቅር ይገልጣል፡፡ በእኛ የጀመረውን መልካሙን ስራ ሊፈፅመው ዘወትር ታማኝ ነው፡፡ ዘፓሽን የሚባለው መጽሐፍ ቅዱስ ፡- "ስለዚህ በእርሱ በኩል ወደ እግዚአብሔርን የሚመጡትን ሁሉ ከአሁን ጀምሮ ለዘላለም ፈጽሞ ማዳን ይችላል፤ ምክንያቱም ስለ እነርሱ ያለማቋረጥ ሊጸልይ በሕይወት ይኖራል" (ዕብ 7፡25)።

በተመሳሳዩም ዘሜሴጅ የሚባለው መጽሐፍ ቅዱስ ፡- "ነገር ግን የኢየሱስ ክህነት የማይሻር ነው፡፡ በእርሱ በኩል ወደ እግዚአብሔር የሚመጡትን ሁሉ ለማዳን ስለእነርሱም ጥብቅና ሊቆምላቸው ዘወትር በተጠንቀቅ ላይ ነው" በሚል ይገልጣል፡፡ እንደዚሁም ደግሞ አምፕሊፋይድ የሚባለው መጽሐፍ ቅዱስ ፡- "ስለዚህ በእርሱ በኩል ወደ እግዚአብሔር የሚመጡትን ሁሉ (ሙሉ በሙሉ፣ ፈጽሞ፣ ለዘላለም) ማዳን ይችላል፤ ሁልጊዜም በሕይወት የሚኖረው ስለእነርሱ ሊማልድና በእነረሱ ፈንታ (በእግዚአብሔር ፊት) ሊቆምላቸው ነውና"፡፡

የሚመጡትን / መቅረብ (pros-er'-khom-ahee/proserchomai /ፕሮሴኮማይ ከ pros/ፕሮስ = መተያየት + érchomai /ኤርኮማይ = መምጣት) ማለት፡- ቃል በቃል እርስ በርስ መቀራረብ ማለት ነው፡፡ ወደ መለኮት አካል መቅረብን ወይም መግባትን የሚያሳይ

ቃል ነው። በጥንታዊ የአይሁድ መጽሐፍ ይህ ቃል ካህኑ የአምልኮ ሥነ ሥርዓቱን ለማከናወን ወደ እግዚአብሔር መቅረብን የሚያሳይ ቃል ነው። ነገር ግን እዚህ ዕብራውያን ላይ በአዲሱ ኪዳን የዚህ *ፕሮሴርኮማይ* የሚለው ቃል ሰባት ጊዜ አገልግሎት የሚያመለክተው አማኞች በታላቁ ሊቀ ካህን በክርስቶስ ኢየሱስ በኩል ወደ እግዚአብሔር አብ የመግባት በር እንደ ተከፈተላቸው ነው። *(መጽሐፍ ቅዱስ ጥቅሶች የብሉይና / የአዲስ ኪዳን ግሪክ መዝገበ ቃላት፣ የቲየር ትርጉም፣ አስቲን)*

ፈጽሞ የሚለው ቃል **ፓንትለስ (panteles)** ከሚለው ቃል የመጣ ሲሆን፣ **ፓስ (pas)** እና **ቴሎስ (telos)** ከሚሉና **ሙሉ እና ፍጻሜ** የሚል ትርጉም በቅደም ተከተል ከያዙ ቃላት የተገኘ ቃል ነው። እዚህ ጋር ሁለት ዐይነት የድነት አቅጣጫ ይታያል። በመሢሑ ዘላለማዊ የሊቀ ክህነት አገልግሎት መሠረት አማኙን በማንነቱ ያድነዋል በሥጋው፣ በነፍሱና በመንፈሱ እና ይህንን ሁሉ እስከ ፍጻሜው ያደርገዋል እስከ ዘላለም በማይቋረጥ ድነት። *(ዌስት፣ ኬ. ኤስ. የግሪክ አዲስ ኪዳን ቃል. ጥናት፡- ኢርድማንስ)*

ማቲው ሄንሪ ሲጽፍ ይህ ዘላለም ሕያው የሆነ ካህን እስከ ፍጻማ ሊያድነን ይችላል፤ ይህም ደግሞ ሁልጊዜም፣ በሁሉም ሁኔታ እና በምንም መሰናክል ውስጥም ብንሆን የሚሠራልን ነው።

የኪንግ ጀምስ መጽሐፍ ማብራሪያ፡- ቅዱስ እስከ **ፍጻሜው ያድናቸዋል** የሚለው ላይ የሚስብ አስተያየት ያሰፍራል። የዚህ የግሪክ ሐረግ ዕይታ ሁለት መልክ ያለው ነው። ይህም ሙሉ ለሙሉ ወይም ዘላለም የሚል ነው። ዐውዱ ሁለቱንም አሳብ ይፈቅዳል ስለዚህ ሰፊ ትርጉሙን ስናይ ሙሉ ለሙሉ የሚለው የተሻለ አጠቃቀም ይመስላል። የዚህ ግሪክ ሐረግ ሌላ ቦታ ያለው አገልግሎትም ሙሉ ለሙሉ መፈጸምን ያመለክታል (ሉቃስ 13፥11)። ክርስቶስ ሙሉ ለሙሉ ፈጽሞ ነው ያዳነን እናም ድነታችን በሁሉም መንገድ ፍጹም ሆኗል። ከጊዜ አንጻር ተፈጽሟል፤ እስከ መጨረሻው ጊዜ ሙሉ ብመሉ ተፈጽሟል። በሁሉም ሕይወት ላይ መታደስን ማምጣት የሚችል ሆኖ ፍጹም ሆኗል። *(ዶብሰን ኤ. ኤፍ ጂ. ቻርለስ ፊይንበርግ፣ ኢ. ሂንሰን፣ ውድሮል ኪልለር፣ ኤች. ኤል. ዊሊንግተን፣ የኬ. ጄ. ቪ. የመጽሐፍ ቅዱስ ሐተታ፡- ኔልሰን)*

ሊያድናቸው / ማዳን (sode'-zo/sozo/ሶድዞ) በአጠቃላይ ከጉዳት ወይም ከጥፋት መታደግና ማዳን ማለት ነው። *ሶዞ*አንዳንድ ጊዜ አካላዊ ከሆነ የጥፋት ዐደጋ ማምለጥንም

የሚያሳይ ነው (ማቴ 8÷25፤ ማቴ. 15÷30፤ ሉቃስ 23÷35፣ የሐዋ. 27÷20፤ የሐዋ. 27÷31):: በሌላ ጊዜ ደግሞ ከበሽታ መዳን (ማቴ. 9÷21-22፤ ማር. 5÷23፤ የሐዋ. 4÷9)፣ እንዲሁም ከአጋንንት እስራት ነፃ መውጣትንም ያሳያል (ሉቃስ 8÷36):: እዚህ ክፍል ላይ *ሶዞ* በኢየሱስ ስም ከኃጢአት መፈታትን የሚያሳይ ነው:: ኢየሱስ የስሙም ትርጉም ኢያሱ ሲሆን፣ ይህም አዳኝ ማለት ነው:: በሌላ አገላለጽ ይህ ጥቅስ መንጻታችንን እና የየዕለት ከኃጢአት ኃይል ነፃ የመውጣታችንን ሂደት የሚየሳይ ነው:: ይህ የመዳን ሂደታችን ሙሉ የሚሆነውና ፍጻሜን የሚያገኘው የፊት ለፊት ያለውን መዳናችንንና ወደ ክብር መድረሳችንን ስንፈጽም ነው:: በዚያን ጊዜ ከኃጢአት መገኘት ብቻ ሳይሆን፣ የምንድነው በኃጢአት ከሚገኝ ደስታም ነፃ እንወጣለን:: ሃሌ ሉያ! ጌታ ይህንን የክብር ቀን ያፍጥነው:: *(መጽሐፍ ቅዱስ ጥቅሶች የብሉይና / የአዲስ ኪዳን ግሪክ መዝገበ ቃላት፣ የቲየር ትርጉም፣ አስቲን)*

ይችላል/መቻል (doo'-nam-ahee/dunamai /ዱናሚ ወይም ከእርሱ የሚመሳሰለው dunamis /ዱናሚስ) ማለት አንድን ነገር ለማድረግ ውስጣዊ ዐቅም ወይም ችሎታ መኖር ማለት ነው:: በመንፈስ ቅዱስ የመቻል ዐቅም አማኞች በትጋት ያገለግላሉ፣ በትዕግሥት ይጸናሉ:: ለድል መከራ ይቀበላሉ በክብርም ይሞታሉ:: *(መጽሐፍ ቅዱስ ጥቅሶች የብሉይና / የአዲስ ኪዳን ግሪክ መዝገበ ቃላት፣ የቲየር ትርጉም፣ አስቲን)*

ስፐርጀን ለዘላለም ያድነናል በሚለው ላይ ሲናገር በዚህ የምንረዳው ነገር የመወቀሳችን ትልቅነት ከአዳኙ የማዳን ዐቅም በላይ አይደለም:: ሰው ኃጢአት ሊያደርግበት የሚችለውን ጥግ መግለጽ የሚችል አለ? ለማዳን ዓላማው ግን ጥግ አለው:: መጽሐፍ ቅዱሴን በትክክል ሳነብበው አንድ ይቅር ሊባል የማይችል ኃጢአት አለ ይህም መንፈስ ቅዱስ ላይ የሚደረግ ኃጢአት ነው:: እናንተ ነፃ ያልወጣችሁ ኃጢአተኛዎች ፍሩና ደንግጡ ይህን ኃጢአት ፈጽማችሁ እንዳይሆን:: በመንፈስ ቅዱስ ላይ የሚደረግ ኃጢአት ምን እንደሆነ የማስበውን ልነግራችሁ እችላለሁ:: ነገር ግን ይህ በተለያዩ ሰዎች ዕይታ የተለያየ ሊሆን እንደሚችል ዐውቃለሁ:: ይሁንና እንደ አብዛኞቹ ሰዎች እንደሚስማማበት በመንፈስ ቅዱስ ላይ የሚደረግ ኃጢአት ማለት ባለ ማመን መጽናት ነው::

ይችላል /መቻል፡- ሁልጊዜ የመኖሩንና የማማለዱን ያህል ለማዳን ኃይል ያለው ማለት ነው:: የደህንነቱን ሥራ ጀምሮ በሞት ምክንያት አልሻረም:: ነገር ግን አስፈላጊ እስከ ሆነ

ድረስ ይኖራል፣ ለሕዝቡ ድነት ሲባል ሁሉም ነገር ይከናወናል፡፡ ኃይል ያለው ዐዳኝ እንፈልጋለን፡፡ ኢየሱስ ሰዎችን ከዘላለም ሞት ለማዳን የሚያስፈልገው ኃይል እንዳለው አሳይቷል፡፡ *(ባርነስ፣ አልብርት፣ ወደ አዲስ ኪዳን ላይ ኮሜንተሪ)*

<u>ቁጥር 23</u> እነርሱም እንዳይኖሩ ሞት ስለከለከላቸው ካህናት የሆኑት ብዙ ናቸው፤

ዕብ 7፡8; 1ኛ ዜና 6÷3-14; ነህ 12÷10,11

<u>ቁጥር 24</u> እርሱ ግን ለዘላለም የሚኖር ስለሆነ የማይለወጥ ክህነት አለው፤

ለዘላለም የሚኖር ስለሆነ ዕብ 8÷25,28; 13÷8; ኢሳ 9÷6, 7; ዮሐ 12÷34; ሮሜ 6÷9; ራዕ 1÷18

የማይለወጥ ክህነት አለው 1ኛ ሳሙ 2÷35

<u>ቁጥር 25</u> ስለ እነርሱም ሊያማልድ ዘወትር በሕይወት ይኖራልና ስለዚህ ደግሞ በእርሱ ወደ እግዚአብሔር የሚመጡትን ፈጽሞ ሊያድናቸው ይችላል።

ፈጽሞ ሊያድናቸው ይችላል ዕብ 2÷18; 5÷7; ኢሳ 45÷22; 63÷1; ዳን 3÷15,17,29; 6÷20; ዮሐ 5÷37-40; 10÷29; ዮሐ 10÷30; ኤፌ 3÷20; ፊል 3÷21; 2ኛ ጢሞ 1÷12; ይሁ 1÷24

ወደ እግዚአብሔር የሚመጡትን ዕብ 7፡19; 11÷6; ኢዮብ 22÷17; 23÷3; መዝ 68÷31,32; ኢሳ 45÷24; ኤር 3÷22

በእርሱ ዕብ 13÷15; ዮሐ 14÷6; ሮሜ 5÷2; ኤፌ 2÷18; 3÷12; 1ኛ ዮሐ 2÷1,2

ዘወትር በሕይወት ይኖራልና ዕብ 7፡8,16,24

ስለእነርሱም ሊያማልድ ዕብ 9÷24; ኢሳ 53÷12; 59÷16; ዳን 9÷16; ዮሐ 14÷13,16; 16÷23,24; 17÷9-26; ሮሜ 8÷34; 1 ጢሞ 2÷5; 1ኛ ዮሐ 2÷1,2; ራዕ 8÷3,4

ቍጥር 26-27 *ቅዱስና ያለ ተንኰል ነውርም የሌለበት ከኃጢአተኞችም የተለየ ከሰማያትም ከፍ ከፍ ያለ፥ እንደዚህ ያለ ሊቀ ካህናት ይገባልና፤ እርሱም እንደነዚያ ሊቃ ካህናት አስቀድሞ ስለ ራሱ ኃጢአት በኋላም ስለ ሕዝቡ ኃጢአት ዕለት ዕለት መሥዋዕትን ሊያቀርብ አያስፈልገውም፤ ራሱን ባቀረበ ጊዜ ይህን አንድ ጊዜ ፈጽሞ አድርጎአልና።*

የጌታ ኢየሱስ ሊቀ ክህነት ከብሉይ ኪዳን ሊቀ ክህነት በሰፊው የተለየ መሆኑን አሁንም ጸሐፊው ያብራራልናል፡፡ ጌታ ኢየሱስ ቅዱስ ነው፡፡ ሌዋውያኑ ደግሞ በአንጻሩ ድካም ይገኝባቸው ነበር፡፡ እርሱ ነቀፋ የሌለበት፣ ንጹሕ፣ ከኃጢአተኞች የተለየና ከሰማያት በላይ የከበረ ነው፡፡ በጌታ ሕይወት ውስጥ ቅድስና ዋና ጉዳይ ቢሆንም፣ ፈሪሳውያኑ ጌታን

ይከስሱት የነበሩበት አንዱ ነጥብ ግን "ከኃጢአተኞች ጋር ይበላል" እያሉ ነበር፡፡ በዚህ ዘመንም ቢሆን የእርሱን ቅድስና ለማጉደፍ ከኃጢአተኞች ጋር ወዳጅ ነው እያሉ ሐሰተኛ መጽሐፍንም የጻፉበት ጥቂቶች አይደሉም፡፡ **ዳን ብራውን** የተባለ ጸሐፊ **ዳቪንቼ ኮድ** በሚል በሰየመው መጽሐፉ በሐሰት የኢየሱስን ስም አብጠልጥሎታል፡፡

እርሱ ኃጢአተኞች እንዲድኑ፣ እንዲለወጡ እነርሱን ለማዳን መጣ እንጂ፣ እንደ ፈሪሳውያኑ ኃጢአተኞችን በመጸየፍ ኑሮውን ጻድቃን ነን ብለው ከሚያስቡት ጋር ብቻ አላደረገም፡፡ የጠፉትን ግን ለመፈለግ ወደሚገኙበት ሄዶ የመዳንን መንገድ አብስሯቸዋል፡፡ ይህ ማለት ግን ከኃጢአተኞች ጋር በርኩሰት ግብራቸው ይተባበራል ማለት አይደለም፡፡ *"ከኃጢአተኞች የተለየ፣ ከሰማያት ከፍ ከፍ ያለ"* ሲለው በሕይወቱ ቅድስና ከምድራዊው ሕይወት የላቀ መሆኑን ለማሳየት ነው፡፡ ይህ ዘላለማዊ ካህን እንደ ቀደሙት ካህናት በየቀኑ ስለ ራሱና ስለ ሌሎች የኃጢአትን መሥዋዕት ማቅረብ አያስፈልገውም፡፡ ምክንያቱም እርሱ በመጀመሪያ ደረጃ ኃጢአትን የማያውቅ በመሆኑ ሲሆን፣ ስለ ሌሎችም አንድ ጊዜ መሥዋዕት በመሆኑ በተደጋጋሚ መሥዋዕት መሆን አላስፈለገውም፡፡

ቅዱስና ያለ ተንኮል ነውርም የሌለበት ከኃጢአተኞችም የተለየ

ቅዱስ (hos'-ee-os/hosios /ሆሲዮስ) ከመለኮት ወይም እግዚአብሔርን ደስ ከማሰኘት አንጻር ምንም ስሕተት የሌለበት ማለት ሲሆን፣ በእግዚአብሔር ፊት ያለ ምንም ዕንከን ራሱን በመስጠት የኖረን ሰው ያመለክታል፡፡ እዚህ ጋር *ሆስዮስ* የሚያመለክተው መሢሑ ኢየሱስን እንደ ሆነ ግልጽ ነው፤ ነቢያት የመሰከሩለት ቅዱሱ(የሐዋ. 2÷27፣ የሐዋ. 13÷35)፣ ታላቁ ሊቀ ካህናት ዕብ. 7÷26)፣ በቅርብ ተመልሶ የሚመጣው ንጉሣችን (ራእይ 15÷4) እና ቅዱስ ሆኖ ለዘላለም የሚገዛው (ራእይ 16÷5)፡፡

ሆስዮስ የግል የሆነ ለእግዚአብሔር የሚሆን መስጠት ሲሆን፣ እግዚአብሔርን ያስደስታል ብለን ባሰብነው ነገር ላይ መስማማትና በዚያ መጽናት ማለት ነው፡፡ *ሆስዮስ* ማለት *ሃግዮስ* ማለት አይደለም፤ የመጀመሪያው የግል ቅድስና አመልካች ሲሆን፣ ሁለተኛው ግን ለእግዚአብሔር መለየትን አመልካች ነው፡፡ ቅድስና የአንድ ሰው በኃጢአትና በድካም አለመቆሸሽን አመልካች ቃል ነው፡፡ *(መጽሐፍ ቅዱስ ጥቅሶች የብሉይና / የአዲስ ኪዳን ግሪክ መዝገበ ቃላት፣ የቲየር ትርጉም፣ አስቲን)*

መሢሑ **ቅዱስ** ነው፡፡ እዚህ በታም የገባው ቃል ***ሆስዮስ*** የሚለው እንጂ፣ *ሃጊዮስ* ሚለው አይደለም፡፡ የመጀመሪያው የስብዕና ቅድስናን ሲያመለክት ሁለተኛው ግን ከእግዚአብሔር በተለየ ያለ ቅድስናን ነው የሚያሳየው፡፡ የእርሱ ቅድስና የስብዕና ቅድስና ሲሆን፣ በማንነቱም ኃጢአትና ድካም የማይገኝበት ነው፡፡ *(ዌስት፣ ኬ. ኤስ. የግሪክ አዲስ ኪዳን ቃል ጥናት፡- ኢርድማንስ)*

ኒዌል፡- ቅዱስ - ከተፈጥሮ አንጻር መለያም አለው፡፡ ስለ ጌታችን መወለድ የገብርኤል ማብሰርያ "የሚወለደው ቅዱስ የእግዚአብሔር ልጅ ይባላል" የሚል ነበር፡፡ በሐዋርያት 2፥27 እና 13፥35 ላይም ሁለት ጊዜ ተጠቅሷል፤ ቅዱሱ - ክርስቶስ ራሱን በዘላለም መንፈስ ራሱን ያለ ነቀፋ ለእግዚአብሔር አቀረበ (ዕብ. 9፥14)፡፡ ወደ ሞት ሲነዳ ራሱ ጻድቅ ነበር፡፡ በራእይ 15፥4 ላይም "አንተ ብቻ ቅዱስ ነህ" ይላል፡፡

ተንኮል የሌለበት (akakos/አካኮስ ka/ኤ = ውጭ + kakos/ካኮስ = በማንነቱ ክፉ መሆን) ማለት ክፉ ያልሆነ ወይም በማንነቱ ክፉ ያልሆነ፡፡ ኢየሱስ ክፉና ጉጂ ከሆኑ አሳቦች ሁሉ ንጹሕ ነበር፡፡ ምን ዐይነት ትልቅ ሊቀ ካህናት ነው ያለን፡፡ *(መጽሐፍ ቅዱስ ጥቅሶች የብሉይና / የአዲስ ኪዳን ግሪክ መዝገበ ቃላት፣ የቲየር ትርጒም፣ አስቲን)*

ኒዌል፡- የሚቀጥለው ቃል ክፉ አሳብ የሌለበት የሚል ነው፡፡ ልክ እንደ ንጹህ ሕፃን ልጅ፡፡ ኢየሱስ እንዲህ ነበር፡፡ ቃሉ ለእኛ በጣም ከባድ ነው፤ ምክንያቱም አዳም ኃጢአተኛ ስለ ነበር ይህ ዓለም ኃጢአት ባለበት ዘር የተሞላ ነው፡፡ ኢየሱስ ግን ንጹሕ ነበር፤ ክፉትና ተንኮል የሌበት ነበር፡፡ ኢየሱስም እንዲህ ብሏል፡፡ ዓለምን ላድን እንጂ፣ በዓለም ላይ ልፈርድ አልመጣሁም (ዮሐ. 12፥47)፡፡ በዚህ ምክንያት ነበር ኃጢአተኞች ወደ እርሱ ይሰበሰቡ የነበሩት፡፡ ሳያስቡት በሚገርም ሁኔታ አንድ ልክ እንደ ሕፃናት ተንኮልና ክፋት የሌለበት አገኙ፡፡ እርሱም የሚናገራቸው ቃላት በውስጣቸው ያለውን ኃጢአት ገልጦ ያሳይ ነበር፡፡ እርሱ ብርሃን ነውና፡፡

በእነዚህ ሁሉ ውስጥ ግን የኃጢአተኞች ወዳጅ እንደ ሆነ ያውቃሉ፡፡ በትሕትናና በቅንነት አምስት ባል የነበራትንና አሁንም ባሏ ካልሆነ ሰው ጋር ትኖር የነበረችውን ሳምራዊቷን ሴት ባል የለኝም በማለትሽ ልክ ብለሻል ይላታል፡፡ ጌታችን ትላንትም ዛሬም ለዘላለምም ነውርና ክፋት የሌለበት ነው፡፡ እርሱ ዛሬም ፈራጅ አይደለም፤ የሚፈርድበት ቀን አልደረሰም፤ እናም እንደ ወዳጅ ታመንበት፤ በእግዚአብሔር ዕርዳታ ካልሆነም

በስተቀር ይህንን በሰው ውስጥ ያለውን ነገር እያወቁ ነውር-ዐልባ መሆንና ቅንነትን ማግኘት አይቻልም፤ ነገር ግን ይህ ቅንነት በታላቁ ሊቀ ካህናታችን ውስጥ እንዳለ ማወቅ እንዴት የሚያጽናና ነገር ነው:: *(ዊሊያም አር. ኒዌል:- ኮሜንተሪ)*

ያለ ተንኮል የሚለው ገለጻም **አካኮስ (akakos)** ከሚለው የግሪክ ቃል የመጣ ሲሆን፣ **ካኮስ (kakos)** በግሪክ **ክፉ** የሚል ትርጉም ሲኖረው ከፊት ለፊት ያለው ተቀጽላ ቃል ተቃርኖን የሚያሳይ ስለሆነ፣ **አካኮስ (akakos)ክፋት የሌለበት** የሚል ትርጉምን ይይዛል:: "ጉዳት-ዐልባ" የሚለው አካኮስ የሚለው ቃል ትርጓሜ ነው:: ካኮስ ምናባዊነት ባለው መልኩ ክፉ ለሚለው ጥቅም ላይ የሚውል የግሪክ ቃል ነው:: የግሪኩ አልፋ የተባለው ፊደል በቅድመ-ቅጥያነት መታከሉ ጥምር ቃሉን "ክፉ ያልሆነ" ማለትም ብልሃት-ዐልባ፣ ከሐሰት እና ከተንኮል ነፃ የሆነ የሚል ትርጉምን ያላብሰዋል::
(ዌስት፣ ኬ. ኤስ. የግሪክ አዲስ ኪዳን ቃል ጥናት:- ኢርድማንስ)

ነውር የሌለበት (**am-ee'-an-tos/amiantos /አሚአቶስ ከa/ኤ = ውጭ + miaino /ሚያይኖ = የቆሸሸ በተለይ በቀለም**) የሚያብራራው ወደ እግዚአብሔር ለመቅረብ እንዳይችል ከሚያደርገው ምንም ዐይነት ነቀፋ ውጭ የሆነን ሰው ነው:: ነቀፋ ያለበት ለእግዚአብሔር መሥዋዕት ሆኖ መቅረብ አይችልም፤ ንጹሕ ያልሆነ ሰው እግዚአብሔርን መቅረብ አይችልም፤ ነገር ግን አሚናቶስ የሆነው እርሱ ወደ እግዚአብኼር መገኘት ለመግባት ብቁ ነው:: ቃሉ ልክ እንደ ብሉይ ኪዳን ካህናት የሥነ ሥርዓት ንጽሕና ሳይሆን፣ የማንነት ንጽሕናን የሚያሳይ ቃል ነው:: ኢየሱስ በምድር ላይ በሚያገለግልበት ወቅት ጌታችን የኃጢአተኞች ወዳጅ ነበር (ማቴ. 9÷10፤ ማቴ. 11÷19):: ይሁን እንጂ፣ ከእነርሱ ጋር የነበረው ግንኙነት ከንጽሕናው ላይ ምንም አላጐደለም:: ከመበከል የነፃ ግንኙነት ነበር:: ከኃጢአተኞች ጋር የነበረው ግንኙነት እርሲ ከሰዎች የተገለለበት ሳይሆን፣ ከኃጢአት የተለየበት ነበር:: *(መጽሐፍ ቅዱስ ጥቅሶች የብሉይና / የአዲስ ኪዳን ግሪክ መዝገበ ቃላት፣ የቲየር ትርጉም፣ አስቲን)*

ኔዌል:- ያልቆሸሸ ማለትም የንጽሕና ቀለሙን ያላጣ በሌላ ባዕድ ቀለም ያልተበረዘ:: ይህ ነበር ጌታችን ምንም እንኳ በኃጢአተኞች መካከል ቢቀመጥና በክፉ ኩራት ከተሞሉ ሰዎች ጋር ቢነጋገርም እርሱ ግን ምንም ቆሻሻ የሌለበት ንጹሕ እንደ ሆነ የዘለቀ ነው:: ይህ ለልባችን የማይነገር መጽናናትና መተማመንን ይሰጠናል:: እንዲህ ያለ ትልቅ ሊቀ

ካህናት ነው ያለ ኃጢአት ጸንቶ የኖረና ዕለት ዕለት የሚያጽናናን በእግዚአብሔር አብ ቀኝ የተቀመጠ:: *(ዊሊያም አር. ኒዌል፡- ኮሜንተሪ)*

ነውር የሌለበት የሚለው ቃል ደግሞ **አሚናቶስ** (amiantos) ከሚል ቃል የተገኘ ነው ትርጓሜውም **ተፈጥሮ በማበላሸት ዐቅሟ ያላበላሸችው** የሚል ነው:: የተለየ የሚለው ገለጻ መሢሑ በአገልግሎቱ ከኃጢአተኞች የተለየ መሆኑን ያሳያል፤ እርሱ ከኃጢአተኞች ጋር ምንም ያልተነካካ ነው:: በከበረ አካሉም ወደ እግዚአብሔር ቅድስተ ቅዱሳን መግባት የቻለ መሆኑን የሚያሳየን ነው::“ያልረከሰ” የሚለው ቃል ኢሚያንቶስ የሚለው ቃል ትርጓሜው ሲሆን፣ በሚከተለው መልኩ የሚገለጽ ይሆናል፡- “የአንድ ነገር ተፈጥሮ /ባሕርይ/ ተበላሽቷል ወይም ውሉን አጥቷል ከሚለው ነፃ የሆነ፣ ወይም የእርሱ ኃይል አሊያም ጉጉቱ የሚገጐዳ ነው:: *(ዌስት፣ ኬ. ኤስ. የግሪክ አዲስ ኪዳን ቃል ጥናት፡- ኢርድማንስ)*

የተለየ (**ckho-rid'-zo/horizo/ኮሪዞ**) ማለት በሁለት ነገሮች መሐል ጉልህ ክፍተት በመፍጠር መለያየት ልክ በዚህ ቦታ የሚሞተው ሰው በምድር እና ትልቁ ሊቀ ካህን ኢየሱስ በቅድስናው ስፍራ በሰማይ:: *(መጽሐፍ ቅዱስ ጥቅሶች የብሉይና / የአዲስ ኪዳን ግሪክ መዝገበ ቃላት፣ የቲየር ትርጉም፣ አስቲን)*

መለየት የሚለው ቃል ላይ ሲናገር መሢሑ እንደ ሊቀ ካህናት ባለው አገልግሎት ከኃጢአተኞች የተለየ ነው፤ እርሱ ከምንም ዐይነት ግንኙነትና መተባበር የራቀ ነበር:: የቅድስናና የከበረ ማንነቱም በእግዚአብሔር ቅድስተ ቅዱሳን ውስጥ ነው ያለው:: “የተለየ/ መለየት” የሚለው በግሪኩ ምንባብ በኀላፊ ጊዜ የተቀመጠው ቃል ቀጣይነት ያለው ድርጊትን በሚያመለክት መልኩ የሰፈረ ነው:: ቃል በቃልም መለየት/የተለየ ማለት ነው:: ይህም ማለት መሢሑ ከኃጢአተኞች የተለየ ነው:: ይህም እንደ ሊቀ ክህነት ባለው አገልግሎት ከኃጢአተኞች ጋር ካለ ከየቱም ንኪኪ እና ተዛምዶ የተለየ ነው:: በከበረ ነባራዊ ሁኔታው እና ሰውነቱ ከእነርሱ በአያሌው የራቀ ነው:: ይህም ወደ እግዚአብሔር ቅድስተ ቅዱሳን የተገባበት ርቀት ነው::(የዌስት ቃላቶች ከግሪኩ አዲስ ኪዳን, 1940-55 ደብሊው ኤም . ቢ. ኤድማንስ ህትመት)

ከሰማያትም ከፍ ከፍ ያለ፥ እንደዚህ ያለ ሊቀ ካህናት ይገባልና

ከፍ ያለ (hoop-say-los'/hupselos /ሁፕሴሎስ ከ hupsos/ሁፕሶስ/hypsos /ሃይፕሶስ = ከፍታ) ማለት ከፍ ያለ ማለት ነው፡፡ ከሰማያት ከፍ ያለ ማለት ቃል በቃል ከሰማያት ይልቅ ከፍ ያለ ማለት ነው፡፡ ነገር ግን ለበጎቹ የማይገኝ ሆኖ አልራቀም፤ በእርግጥ በዙፋኑ ተቀምጧል፤ ይሁንና በሕይወታችን ውስጥ ጣልቃ ሊገባ (ሮሜ 8÷34) እና ሊረዳንም ሁልጊዜ ዝግጁ ነው (ዕብ. 2፡18) እናም ሁልጊዜ የእኛን በሚያስፈልገን ወቅት የምሕረትና ጸጋውን ተማጽኖ ስናደርግ ሊሰማን ዝግጁ ነው፡፡ (ዕብ. 4፡16) *(መጽሐፍ ቅዱስ ጥቅሶች የብሉይና / የአዲስ ኪዳን ግሪክ መዝገበ ቃላት፣ የቲየር ትርጉም፣አስቲን)*

እርሱም እንደ እነዚያ ሊቃ ካህናት አስቀድሞ ስለ ራሱ ኃጢአት በኋላም ስለ ሕዝቡ ኃጢአት ዕለት ዕለት መሥዋዕትን ሊያቀርብ አያስፈልገውም፤

ኃጢአት (ham-ar-tee'-ah/hamartia/ሃምራቲያ) ያለው ትርጉም በቀስት ለማደን ሲሞከሩ ዒላማውን መሳት ነው፡፡ በኋላ ላይ ግን *ሃምራሺያ* ዕቅድን ወይም ዓላማን ሳያሳኩ መቅረት የሚል አሳብ ያዘ፡፡ በመጽሐፍ ቅዱስ ደግሞ *ሃምራሺያ* በእግዚአብሔር ከተቀመጠ *ሥራ* ወይም የተግባር ቅዱስ ደረጃ ወርዶ መገኘት የሚል ትርጉም አለው፡፡ ይህም እርሱን ከሚያስደስት መንገድ መውጣትን ያሳየናል፡፡ በአጭሩ ኃጢአት ከዕውነተኛው ፍጻሜ እና ሕይወት መሳሳት የሚል ነው፡፡ ልክ ማርቲን ሉተር እንዳስቀመጠው "ኃጢአት ከእግዚአብሔር መለየት ነው፡፡" ጌታችን ፍጹምና ኃጢአት የሌለበት ነበር፡፡ ስለዚህ ለራሱ *መሥዋዕት* ማቅረብ አያስፈልገውም ነበር፡፡ ይልቁንም በዚያ ምትክ ራሱን ስለ እኛ ኃጢአት *መሥዋዕት* አድርጎ አቀረበ፡፡ *(መጽሐፍ ቅዱስ ጥቅሶች የብሉይና / የአዲስ ኪዳን ግሪክ መዝገበ ቃላት፣ የቲየር ትርጉም፣ አስቲን)*

መስዋእት (thoo-see'-ah/thusia/ቱሲያ ከ thuo/ቱዎ/thyo/ታዮ = መሠዋት፣ ለመሥዋዕት ማረድ፣ ለአምላክ ሃይማኖታዊ መሥዋዕት መስጠት) ቃል በቃል ትርጉሙ ለፈጣሪ የሚቀርብ የእንስሳ *መሥዋዕት* ማለት ነው፡፡ *(መጽሐፍ ቅዱስ ጥቅሶች የብሉይና / የአዲስ ኪዳን ግሪክ መዝገበ ቃላት፣ የቲየር ትርጉም፣ አስቲን)*

ማስተሰረይ የሚለውን ቃል ስንተረጒመው ማድረግ የሚገባን ጥንቃቄ ቢኖር፣ እግዚአብሔር ለሰው ልጅ መልካም የሆነ አመለካከት እንደ ሌለውና በሰው ልጅ ላይ ያለውን መልካም ያልሆነ ዕይታ ለማስወገድ ሲል ከኢየሱስ ክርስቶስ ዘንድ የሚቀርብን ነገር እንደሚጠብቅ ተደርጎ መቅረብ የለበትም፡፡ *(ዩናይትድ ባይብል ሶሳይቲ፣ አዲስ ኪዳን ሐተታ፡- 1997)*

አያስፈልገውም /መፈለግ (an-ang-kay' /anagke /**አናግኬ ከ** ana/**አና = እንደገና፣ መመለስ፣ መደገም** + agkale /**አግካሌ = ዕጅ ማጠፍ**) የሚያመለክተው ምንም ዐይነት አስፈላጊ ነገር፣ ውስጣዊም ወይም ውጫዊም ሊሆን ይችላል፣ በተለያየ ሁኔታ የሚመጣ፣ በውጫዊ ሁኔታ ወይም በተግባር ሕግ ግዴታ የሚመጣን አስፈላጊ ነገር ሊያመለክት ይችላል፡፡ *(መጽሐፍ ቅዱስ ጥቅሶች የብሉይና / የአዲስ ኪዳን ግሪክ መዝገበ ቃላት፣ የቲየር ትርጕም፣ አስቲን)*

ራሱን ባቀረበ ጊዜ ይህን አንድ ጊዜ ፈጽሞ አድርጎአልና

አምፕሊፋይድ የሚባለው መጽሐፍ ቅዱስ ፡- “እርሱም እንደነዚያ ሊቀ ካህናት መጀመሪያ ለገዛ ራሱ (ለግል) ኃጢያቱ ቀጥሎም ስለህዝቡ ዕለት ዕለት መስዋትን ማቅረብ አያስፈልገውም፡፡ ምክንያቱም ራሱን (በፈቃዱ መስዋእት) አድርጎ ባቀረበ ጊዜ ይህን ለአንዴና ለመጨረሻ ጊዜ አድርጎታልና (የሚያስፈልገውን ሁሉ አሟልቶ ፈፅሟል)”፡፡ በተመሳሳዩ ዘሜሴጅ የሚባለው መጽሐፍ ቅዱስ ፡- “ስለዚህ አሁን ፍላጎታችንን የሚሞላ ሊቀካህናት አለን --- ፍጹም ቅዱስ የሆነ፣ ከኃጢያት ጋር ያልተደራደረ፣ የስልጣኑ ከፍታ በሰማያት እስከ እግዚአብሔር ፊት ድረስ የሚደርስ፡፡ እርሱ ሌሎቹ ሊቀካህናት ያደርጉ እንደ ነበረው ወደ እኛና ወደ ኃጢያታችን ከመመልከቱ በፊት ለራሱ ኃጢያት እለት በእለት መስዋትን ማቅረብ አያስፈልገውም፡፡ ያን ለአንዴና ለመጨረሻ ጊዜ ራሱን መስዋእት አድርጎ በማቅረቡ ፈጽሞታል”፡፡

እርሱ ለዘላለም ፍጹም ሆኖ መቅረቡ በምዕራፍ 5፥8-10 ያለውን አሳብ እንድናስታውስ ያደርገናል፡፡ የወልድ መከራ በዚህ ቦታ ላይ ለአንዴና ለመጨረሻ ጊዜ ራሱን መሥዋዕት አድርጎ ያቀረበበት ነው ይለናል፡፡ ፍጹም እንዲሆን ያደረገውም በእግዚአብሔር መገኛ ውስጥ ለተከታዮቹ መግባቱ ነው፡፡ ሕጉ ደካማ የሆኑትን ሊቀ ካህናት ዐድጎ ይሾማል፣ ከሕጉ በኋላ የመጣው መሐላ ግን እንዲህ ዐይነት ካህን ይሾማል፡፡ በዚህም መሠረት

አንባቢው ሁልጊዜ ወደ እርሱ ያለ ጥርጥር ፍላጎቱን እንደሚያሟላለት በማመን መሄድ ይገባዋል፡፡ *(ዘ ባይብል ኤክስፖዚሽን ኮሜንተሪ፡- 1989፣ በቻሪዬት ቪክቶር)*

አንዴና ለመጨረሻ ጊዜ (ef-ap'-ax/ephapax/ ኢፋፓክስ ከ epi/ኢፒ = ላይ + hapax /ሃፓክስ = አንድ ጊዜ የሚልና መደገም የማያስፈልገው የሚል አሳብ ያለው የቍጥር ገላጻ ነው) ማለት ለአንዴና ለመጨረሻ ጊዜ ማለት ነው፡፡ *(መጽሐፍ ቅዱስ ጥቅሶች የብሉይና / የአዲስ ኪዳን ግሪክ መዝገበ ቃላት፣ የቲየር ትርጓሜ፣ እስቲን)*

ጆን ፓይፐር፡- ለአንዴና ለመጨረሻ ጊዜ የሚለው ትልቅ ቃል ነው፡፡ ይህም ኢየሱስን በታሪክ ጫፍ ላይ ያስቀምጠዋል፡፡ ሁሉም ዐይነት ከክርስቶስ መሥዋዕት መሆን በኋላ ያሉ የእግዚአብሔር ጸጋ ሥራዎች የክርስቶስን ሞት እንደ መሠረት ወደ ኋላ ይመለከታሉ፡፡ ክርስቶስ የጸጋ ታሪክ ማዕከል ነው፡፡ ያለ እርሱ ጸጋ የለም፤ ጸጋ ለሁሉም ዘላለማዊ ፍጡር የተሰጠ ነው፤ ዳሩ ግን ክርስቶስን ማዕከል ያላደረጉ ሰዎች ሁሉ ሞቱንም መሠረት ያደረጉ አይደሉም፡፡ ጳውሎስ ሲናገር በ2 ጢሞቴዎስ ላይ ይህም ጸጋ በክርስቶስ ኢየሱስ ተሰጠን ይላል (2ኛ ጢሞ. 1÷9)፡፡

አንድ ጊዜ ፈጽሞ አድርጓል፡- ሊደገም የማያስፈልገውን መሥዋዕት አቀረበ፡፡ ስለዚህም እርሱ ይህን መሥዋዕት ካቀረበ በኋላ ዳግም ለሰው ልጅ ጥፋት ምንም ዐይነት የደም መሥዋዕት ማቅረብ እንዳያስፈልግ አድርጎ ዘጋው፡፡ *(ባርነስ፣ አልበርት፡- አዲስ ኪዳን ላይ ማስታወሻዎች ኮሜንተሪ)*

አንድ ጊዜ ፈጽሞ አድርጓል (ከዕብ. 6÷4 ጋር አነጻጽሩት)፡፡ ይህ ቃል ትርጓሜው በግሪክና በእንግሊዝኛው የተለያየ ቢሆንም አሳቡ ግን አንድ ነው፡፡ ይህም አንድ ጊዜ የሆነና ለሁልጊዜ የሚሆን ማለት ነው፡፡ ለሁሉም ሰው የሚሆን ነው ማለት ግን አይደለም፡፡ *(ዩናይትድ ባይብል ሶሳይቲ፣ አዲስ ኪዳን ሐተታ፡- 1997)*

<u>ቁጥር 26</u> ቅዱስና ያለ ተንኮል ነውርም የሌለበት ከኃጢአተኞችም የተለየ ከሰማያትም ከፍ ከፍ ያለ፥ እንደዚህ ያለ ሊቀካህናት ይገባልና፤

እንደዚህ ያለ ሊቀካህናት ዕብ 7፡11; 8÷1; 9÷23-26; 10÷11-22

ይገባልና ዕብ 2÷10; ሉቃ 24÷26,46

ቅዱስና ያለ ተንኮል ነውርም የሌለበት ዕብ 4÷15; 9÷14; ዘፀ 28÷36; ኢሳ 53÷9; ሉቃ 1÷35; 23÷22,41,47; ዮሐ 8÷29; 14÷30; ሥራ 3÷14; 4÷27; 2ኛ ቆሮ 5÷21; 1ኛ ጴጥ 1÷19; 2÷22; 1ኛ

ዮሐ 2፥2; 3፥5; ራዕ 3፥7

ከሰማያትም ከፍ ከፍ ያለ ዕብ 1፥3; 4፥14; 8፥1; 12፥2; መዝ 68፥18; ማቴ 27፥18; ማር 16፥19; ኤፌ 1፥20-22; ኤፌ 4፥8-10; ፊል 2፥9-11; 1ኛ ጴጥ 3፥22; ራዕ 1፥17,18

ቁጥር 27 እርሱም እንደነዚያ ሊቃነካህናት አስቀድሞ ስለ ራሱ ኃጢአት በኋላም ስለ ሕዝቡ ኃጢአት ዕለት ዕለት መሥዋዕትን ሊያቀርብ አያስፈልገውም ፤ራሱን ባቀረበ ጊዜ ይህን አንድ ጊዜ ፈጽሞ አድርጎአልና።

ስለ ሕዝቡ ኃጢአት ዕለት ዕለት መሥዋዕትን ሊያቀርብ አያስፈልገውም ዕብ 10፥11; ዘጸ 29፥36-42; ዘኍ 28፥2-10

አስቀድሞ ስለ ራሱ ኃጢአት ዕብ 5፥3; 9፥7; ዘሌ 4፥3-35; 9፥7-24; 16፥6,11

በኋላም ስለ ሕዝቡ ኃጢአት ዘሌ 4፥13-16; 9፥15; 16፥15

ራሱን ባቀረበ ጊዜ ይህን አንድ ጊዜ ፈጽሞ አድርጎአልና ዕብ 9፥12,14,25,28; 10፥6-12; ኢሳ 53፥10-12; ሮሜ 6፥10; ኤፌ 2፥22; ቲቶ 2፥14

> ቍጥር 28 *ሕጉ ድካም ያላቸውን ሰዎች ሊቀ ካህናት አድርጎ ይሾማልና፤ ከሕግ በኋላ የመጣ የመሐላው ቃል ግን ለዘላለም ፍጹም የሆነውን ልጅ ይሾማል።*

የተደነገገው ሕግ በተግባር ላይ ይውል ዘንድ፣ በሕጉም ጥፋተኛ ሆነው የተገኙት ምሕረትን ያገኙ ዘንድ ይህን ለማስፈጸም የተሾሙት ካህናቱ ነበሩ፡፡ እነዚህ ካህናት ራሳቸውም በኃጢአት ውስጥ የተገኙ ደካሞች ከመሆናቸው ባሻገር ከአምላካቸው ጋር በጥንቃቄ የተራመዱ ትጉኅን ቢሆኑ እንኳ፣ አንድ ቀን በሞት ማለፋቸው ግድ ነው፡፡ ጌታ ኢየሱስ ግን የተሾመው በአብ መሐላ ነው፡፡ በዚህ መሐላ መሠረት እርሱ ለዘላለም ካህን ከመሆኑ ባሻገር በኃጢአት ፈጽሞ ያልወደቀ ቅዱስ የእግዚአብሔር ልጅ በመሆኑ የእርሱ የአዲስ ኪዳን አገልግሎት ከብሉይ ኪዳኑ የሌዋውያን አገልግሎት በከፍተኛ ደረጃ የበለጠ ሆኖ ተገኝቷል፡፡

"ድካም" የሚለው ቃል አስቴንያን የሚለው ቃል ትርጓሜ ሲሆን፣ አስቴኔይስ ከሚለው ይልቅ ጠንካራ ነው፡፡ የመጀመሪያው ድካምን አጠቃላይ ጠባይ አድርጎ ይናገራል፡፡ የኋለኛው ግን ልዩ የሆነ ድካም የታየበትን ሁኔታ በእንድምታዊ መልኩ ያሳያል፡፡ ሕጎ ኮንስቲቲውሽናሊ በምግባር ረገድ፣ በመንፈሳዊ፣ በአካላዊ ረገድ ደካማ የሆኑ ሰዎችን ሊቀ ካህናት አድርጎ ይሾማል፤ ዳሩ ግን የእግዚአብሔር መሐላ ያለበት ዐዋጅ ለዘላለም ፍጹም የሆነውን ልጁን ሊቀ ካህናት አድርጎ ይሾማል፡፡ አውቶራይዝድ ተብሎ በሚጠራው

ትርጓሜ "ይቀድሳል" የሚለው ቃል ቴሌዮ ከሚለው የመጣ ሲሆን፣ ወደ ፍጻሜ ማምጣት ማለት ነው፡፡ *(የዌስት ቃላቶች ከግሪኩ አዲስ ኪዳን, 1940-55 ደብሊው ኤም . ቢ. ኤድማንስ ህትመት)*

ቁጥር 28 ሕጉ ድካም ያላቸውን ሰዎች ሊቀካህናት አድርጎ ይሾማልና፤ ከሕግ በኋላ የመጣ የመሐላው ቃል ግን ለዘላለም ፍጹም የሆነውን ልጅ ይሾማል።

ሕጉ ድካም ያላቸውን ሰዎች ሊቀካህናት አድርጎ ይሾማልና፤ ዕብ 5÷1,2; ዘፀ 32÷21,22; ዘሌ 4÷3

ከሕግ በኋላ የመጣ የመሐላው ቃል ዕብ 7፡21; መዝ 110÷4

ልጅ ዕብ 7፡3; 1÷2; 3÷6; 4÷14; 5÷5, 8

ለዘለአለም ዕብ 7፡ 21,24

ፍፁም የሆነውን ልጅ ይሾማል

ዕብ 2÷10; 5÷9; ሉቃ 13÷32; ዮሐ 19÷30;

ምዕራፍ ስምንት

ቁጥር 1 *ከተናገርነውም ዋና ነገሩ ይህ ነው፤ በሰማያት በግርማው ዙፋን ቀኝ የተቀመጠ እንዲህ ያለ ሊቀ ካህናት አለን፤*

በመግቢያው ላይ ያለፉትን ምዕራፎች ሁሉ ሊያጠቃልልልን የፈለገ ይመስላል፡፡ በአዲሱ መደበኛ ትርጉም ላይ ይህን ቁጥር ሲጀምርልን፡- "እንግዲህ" በሚለው የማሰሪያ ቃል ነው፤ በእንግሊዘኛውም በተመሳሳይ ትርጉም ተቀምጧል፡፡

ልንነግራችሁ የፈለግነው ዋና ፍሬ ነገር በዙፋን ላይ የተቀመጠ አንድ ሊቀ ካህናት መኖሩን እንድትገነዘቡ ነው ይላል፡፡ የዚህን ሊቀ ካህናት ጉዳይ ዋና ነገር ብሎታል፡፡ የመልእክቱ ፍሬ ነገር ወይም ትኩረት፣ የማጠቃለያ አሳብ የዕብራውያን ክርስቲያኖች ስለዚህ ታላቅ ሊቀ ካህናት እንዲረዱ ነው፡፡ ይህ ሊቀ ካህናት እንደ ቀደሙት ሊቀ ካህናት ሁሉ ሞቶ ተቀብሮ አልቀረም፡፡ ሞትን ድል አድርጎ በመነሣት በሰማያት በግርማው ቀኝ ተቀምጧል ይላቸዋል፡፡

ባለፉት ጥናቶች ላይ በተደጋጋሚ እንደ ተመለከትነው ጸሐፊው ለአንባብያኑ ደጋግሞ የሚያሳያቸው ይህ ሊቀ ካህን ከሌሎቹ ካህናት ሁሉ መብለጡን ሲሆን፣ በዚህ ምዕራፍ ደግሞ ከሙቼውም በላቀ መልኩ በሰማያት በግርማው ቀኝ እንደ ተቀመጠ ያመለክታቸዋል፡፡ "በሰማያት በግርማው ቀኝ" ብሎ ሲል ምን ማለት ነው? የቀደሙት ካህናት ሞተው በመቃብር ሲቀሩ፣ እርሱ ግን ሞቶ አለ መቅረቱንና ትንሣኤን ማግኘቱን በመጀመሪያ ያመለክታል፡፡

በሁለተኛ ደረጃ ደግሞ ሰማይ የሚለው ቃል የአብ አባትን የመኖሪያ ሥፍራም ያመለክታል፡፡ እግዚአብሔር አብ ወደ ሰማይ ወደ አባቱ አርጎ በእርሱ ቀኝ እንደ ተቀመጠም ያሳየናል፡፡ ይህ ሰማያዊ ሥፍራም ተራ ቦታ ሳይሆን፣ የእግዚአብሔር ግርማ የሞላበት አስገራሚና አስደናቂ ሥፍራ ነው፡፡ በወርቅና በአልማዝ በሌሎችም የከበሩ ድንጋዮች የተሸቆጠቆጠ፣ አስገራሚ የእግዚአብሔር ክብር የሚታይበት፣ መላእክቱ ቅዱስ ቅዱስ እያሉ ለእግዚአብሔር ስግደትን የሚፈጽሙበት ግርማን የተሞላ ስፍራ ነው፡፡ ይህ ታላቅ ሊቀ ካህናትም በአባቱ ቀኝ በዙፋኑ ላይ ተቀምጦ፣ እርሱም ጭምር ይሰገድለታል፡፡ ካህንም ስለሆነ ይማልዳል፡፡

ይህን ታላቅ ካህን ከቀደሙት ካህናት ጋር ስናወዳድረው በምንም መልክ የሚነጻጸሩ አይደሉም፡፡ እርሱ እጅግ በክብር የላቀ እነርሱም ጭምር ሊያገለግሉት የሚገባ አምላክም እንደ ሆነ እንረዳለን፡፡ ጌታ ኢየሱስ ከመጀመሪያውም ወደ ምድር ሲመጣ ለአባቱ በመታዘዝ ይህን ክብሩን ሁሉ ትቶ ራሱን በማዋረድ ነበረ፡፡ *"እርሱ በእግዚአብሔር መልክ ሲኖር ሳለ፣ ከእግዚአብሔር ጋር መተካከልን መቀማት እንደሚገባ ነገር አልቈጠረውም፣ ነገር ግን የባሪያን መልክ ይዞ፣ በሰውም ምሳሌ ሆኖ ራሱን ባዶ አደረገ፣ በምስሉም እንደ ሰው ተገኝቶ ራሱን አዋረደ፣ ለሞትም ይኸውም የመስቀል ሞት እንኳ የታዘዘ ሆነ፡፡ በዚህም ምክንያት ደግሞ እግዚአብሔር ያለ ልክ ከፍ ከፍ አደረገው፡፡ ከስምም ሁሉ በላይ ያለውን ስም ሰጠው፣ ይህም በሰማይና በምድር ከምድርም በታች ያሉት ሁሉ በኢየሱስ ስም ይንበረከኩ ዘንድ መላስም ሁሉ ለእግዚአብሔር አብ ክብር ኢየሱስ ጌታ እንደ ሆነ ይመሰክር ዘንድ ነው፡፡"* (ፊልጵ. 2÷6-11)፡፡

ለዕብራውያን አማኞች ያልተገለጠላቸው ታላቅ ዕውነት ይህ አይደለምን? እነርሱ ኢየሱስን እንደ ቀደሙት ካህናት ቈጠሩት፡፡ የእርሱ ታሪክ ያበቃለት፣ ተከድኖ የቀረም መሰላቸው፡፡ ሌሎቹ ካህናት ሁሉ በአንድ ወቅት ስማቸው ገንኖ ይታዩና ከሞቱ በኋላ

በሌሎች ካህናት እንደሚተኩ ኢየሱስም እንደዚያ መሰላቸው፡፡ እነዚህ አማኞች አዲሱን ኪዳን የተቀበሉ ቢሆኑም፣ መልሰው ረስተውት ስለ ነበር እንደ ሕፃናት ልጆች የመጀመሪውን ትምህርት መላልሶ ለእነርሱ ማስተማር አስፈለገ፡፡

ነቢያት የተናገሩለት ይህ መሢሕ ወደ ምድር መጥቶ እንዳገለገለ ቢያውቁም፣ ስለ እርሱ በመጽሐፍ የተጻፈውን ነቢያቱም የተናገሩትን ማስተዋል አልቻሉም፡፡ ከዚህ የተነሣም ጸሐፊው መዝሙር 110 ቍጥር አንድን የሚያስታውሳቸው ይመስላል፡፡ *"እግዚአብሔር ጌታዬን፡- ጠላቶችህን ለእግርህ መቀመጫ እስኪያደርግልህ ድረስ በቀኜ ተቀመጥ አለው"* የሚለውን ቃል ነው በዚህ በቍጥር አንድ ላይ ዘወር አድርጎ የሚገልጥላቸው፡፡ ይህ ሊቀ ካህናት በግርማው ዙፋን ቀኝ ተቀምጦም ለዘላለም የክህነት አገልግሎቱን ይቀጥላል እንጂ፣ እንደ ቀደሙት ሊቀ ካህናት ለተወሰኑ ዓመታት ብቻ የሚቆይ አገልግሎት የለውም፡፡ (መዝ. 110፥1-4)

የተናገርናቸው ነገሮች የሚሉት ቃላት እዚህ ላይ ትክክለኛው የግሪክ ምንባብ ትርጒም ናቸው፡፡ ግሱ በአሁኑ ጊዜ የተቀመጠ ነው፤ ደግሞም ሌፔይ የሚለው አያያዥ "የ" የሚል ትርጒም የለውም፡፡ ነገር ግን በዚህ ጒዳይ ላይ የሚል ፍቺ ያለው ነው፡፡ ተጠቃሾቹ ውይይት የተደረገባቸው ነገሮች ብቻ አይደሉም፤ ዳሩ ግን እርሱ ከግምት ያስገባቸው ነገሮች ናቸው፡፡

ኬፋላዮን የሚለው ቃል ትርጓሜውም "ዋናው ነጥብ" ማለት ነው፡፡ የቀደሙት ነገሮችን ድምር አያሳይም፡፡ ዳሩ ግን ተከትሎ የሚመጣውን ነገር ዋና ነጥብ የሚያመለክት ነው፡፡ "እንዲህ ያለው ሊቀ ካህናት" መልሶ ቍጥር 26፣ 27ን ያመለክታል፡፡ "ማስፈር" የሚለው ቃል *ሌካታይሴን* የሚለው ቃል ትርጓሜ ነው፡፡ ቃል በቃልም "ተቀምጧል" ማለት ነው፡፡

እዚህ ላይ ክህነታዊ የሆነ ሥዕላዊ መግለጫ አለን፡፡ ሊቀ ካህናቱ መቀመጫውን በሰማያት ላይ አደረገ፡፡ ስለ ኃጢአት መሥዋዕትን የሚያቀርብበት ሥራው ተጠናቅቋል፤ አሮን በክህነት አገልግሎት ውስጥ የተሳተፈው በምድራዊ ድንኳን ውስጥ ሆኖ ሳለ፣ አሁን እርሱ (ክርስቶስ/ሊቀ ካህኑ) በሰማያዊው ድንኳን ውስጥ እያገለገለ ይገኛል፡፡ የመሢሑ ሥፍራ በሰማይ ባለው ዙፋን ቀኝ ሲሆን፣ ይህም ደግሞ አሮን ከቶ ሊገኝበት የማይችል ሥፍራ ነው፡፡ ስለሆነም መሢሑ እንደ ሊቀ ካህናት በሁሉም አቅጣጫ ከአሮን የላቀ ነው፤ ስለዚህም ደግሞ እርሱ መርቆ የከፈተው አዲስ ኪዳን ደግሞ አሮን በሥሩ ሆኖ ካገለገለበት

ከመጀመሪያው ኪዳን የላቀ ነው፡፡*(የዌስት ቃላቶች ከግሪኩ አዲስ ኪዳን, 1940-55 ደብሊው ኤም . ቢ. ኤድማንስ ህትመት)*

ቁጥር 1 ከተናገርነውም ዋና ነገሩ ይህ ነው፤ በሰማያት በግርማው ዙፋን ቀኝ የተቀመጠ እንዲህ ያለ ሊቀካህናት አለን፤

እንዲህ ያለ ሊቀካህናት አለን ዕብ 7÷26-28

በሰማያት በግርማው ዙፋን ቀኝ የተቀመጠ ዕብ 1÷3,13; 10÷12; 12÷2; ኤፌ 6÷20; ቆላ 3÷1; ራዕይ 3÷21

በግርማው 1ኛ ዜና 29፡11; ኢዮብ 37÷22; መዝ 21÷5; 45÷3,4; 104÷1; 145÷12; ኢሳ 24÷14; ሚክ 5÷4

ቁጥር 2 እርሱም የመቅደስና የእውነተኛይቱ ድንኳን አገልጋይ ነው፥ እርስዋም በሰው ሳይሆን በጌታ የተተከለች ናት።

ይህ አዳኝ የሆነ ክርስቶስ ኢየሱስ የአዲስ ኪዳን አገልጋይ ነው፡፡ አገልጋይ ሌሎችን ለመጥቀም ራሱን እንደ ባሪያ አድርጎ የሚመላለስ እንጂ፣ ባለ ሥልጣን ሆኖ ከፍ በማለት አገልግሉኝ የሚል አይደለም፡፡ የከበረውን ሥፍራ ለራሱ በመውሰድ ሌሎችን የሚገዛ ሳይሆን፣ እርሱ ዝቅ ብሎ በማገልገል ሌሎችን የሚጠቅም ነው፡፡ የቀደሙት የብሉይ ኪዳን ካህናት በመቅደሱ ውስጥ እንዳገለገሉ ሁሉ፣ እንዲሁ ኢየሱስም የመቅደሱ አገልጋይ ነው፡፡ የመጀመሪያው ድንኳንም ምድራዊና በምሳሌነት የቀረበ፣ ሊመጣ ያለውን ዕውነተኛ ድንኳን የሚወክልና የሚያመለክትም ነው፡፡ ይህ ምድራዊ የማደሪያ ድንኳንም በሙሴ አማካይነት የተተከለ ነው፡፡

አገልጋይ (lat-ryoo'-o/latreuo /ላትሪኦ ከ latris/ላትሪስ =የተቀጠረ አገልጋይ ወይም latron/ላትሮን = ሽልማት/ክፍያ) ማለት ለሽልማት /ለክፍያ *መሥራት* ወይም ባርያ ሆኖ *መሥራት* የሚል ትርጉም ያለው ነው፡፡ *ላትሪዮ* የሚለው ቃል በዋናነት አካላዊ አገልግሎትን የሚያመለክት ነው፡፡ በአዲስ ኪዳን ደግሞ ለእግዚአብሔር ማገልገል፣ ማምለክ፣ በአምልኮ መንፈስ ሆኖ እግዚአብሔርን ለማገልገል የተለያዩ ሥራዎችን ማከናወን የሚል አሳብ አለው፡፡ በዕብራውያን መጽሐፍ ላይ ይህ ቃል ዋና ከሚባሉ ቃላቶች አንዱ ሲሆን አዲስ ኪዳን ላይ ካለው 22 አገልግሎት 7 ጊዜ ያገለገለው በዕብራውያን መጽሐፍ ላይ ነው፡፡ (ዕብ. 8፡5፤ 9፡9፤ 9፡14፣ 10፡2፤ 12፡28፤13፡10)

(መጽሐፍ ቅዱስ ጥቅሶች የብሉይና / የአዲስ ኪዳን ግሪክ መዝገበ ቃላት፣ የቲየር ትርጉም፣ ኦስቲን)

መሲሁ የኃጢአትን ዋጋ ከከፈለ በኋላ በሰማይ አገልጋይ ሆኖ ተቀምጧል፡፡ **አገልጋይ** የሚለው ቃል **ሌይቶርጎስ (leitourgos)** የሚለው ቃል ትርጓሜ ሲሆን፣ **ሊይቶስ (leitos)** ወይም **ለሕዝብ የመወገነ** ከሚልና **ኢርጎን** ወይንም ***ሥራ*** የሚል ትርጉም ካለው ቃል የተዋቀረ ነው፡፡ ዋና ትርጉሙም **የሕዝብን *ሥራ* የሚሠራ** የሚል ይሆናል፡፡ ይህ ቃል በብሉይ ኪዳንም በአዲስ ኪዳንም ያገለግለው የእግዚአብሔርና የሕዝቡ አገልጋይ የሆኑት ካህናትን ለመግለጽ ነው፡፡ መሢሑ የሚያገለግለው በዕውነተኛይቱ ድንኳን በቅዱስ ሥፍራ ነው፡፡ መሢሑ የሚያገለግለው በዕውነተኛዪቱና ቅድስት በሆነችው በድንኳኑ ውስጥ ነው፡፡ በዚህም ድንኳን ነበር በአይሁድ ዘንድ በምድር ላይም ያሉ አገልጋዮች በጥላነት ተመስለው ያገለግሉበት ነበር፡፡ መሢሑ የሚያገለግልበት ድንኳን የተሻለ ስለነበርም እርሱ ከአሮን የተሸለ መሆኑን ያሳየናል፡፡ መሢሑ መርቆ የከፈተልን አዲሱ ኪዳን አሮን ካገለገለበትም ከመጀመሪያው ኪዳን የተሻለ ነው፤ የዕብራውያን መልእክት ዋና አሳብም ይህ ነው፡፡ *(ዌስት፣ ኬ. ኤስ. የግሪክ አዲስ ኪዳን ቃል. ጥናት፡- ኢርድማንስ)*

ቫይን ሲጨምር **ላትሪዮ** በመጀመሪያ የተቀጠረ አገልጋይን የሚወክል ቃል ነበር፡፡ ከባርያ በተለየ ማለት ነው፣ ዳሩ ግን በጊዜ ሂደት ውስጥ ይህንን ዐይነት ትርጓሜውንና አገልግሎቱን አጣ እናም በመጽሐፍ ቅዱስ ጥቅሙ ላይ በነጻ ማገልገል ከሚለው አሳብ ላይ የክብርና የአድናቆት ስሜት ያዘለ አሳብም ተጨመረበት፡፡ *(የቫይን ኤክስፖዚተሪ ዲክሽነሪ፡- ዊሊያም ኤድዊ ቫይን)*

የብሉይ ኪዳኑ አገልግሎት በምድር ላይ ለአገልግሎቱ በተመደቡ ሰዎች አማካይነት በማደሪያው ድንኳን ውስጥ ይሰጥ ነበር፡፡ ጌታ ኢየሱስ የመቅደስና የዕውነተኛይቱ ድንኳን አገልጋይ ነው ሲለው፣ ዕውነተኛ ያልሆነ መቅደስና ድንኳን አለ ለማለት ሳይሆን፣ የብሉይ ኪዳኑ መቅደስና የማደሪያ ድንኳን ምሳሌያዊ፣ ለዋናው የመሢሑ አገልግሎት እንደ ጥላ ሆኖ የሚያገለግል መሆኑን ለማሳየት ነው፡፡ ጥላ አንድ የቆመ ነገር ውጤት ነው፡፡ ለምሳሌ ዛፍ የራሱ የሆነ ጥላ ያለው ሲሆን፣ ብሉይ ኪዳን እንደ ጥላው ሲመስል አዲስ ኪዳን ደግሞ ዛፉን የሚመስል ይሆናል ፡፡

ይህ ምሳሌ ሙሉ ለሙሉ በብሉይ ኪዳንና በአዲስ ኪዳን መካከል ያለውን ልዩነት ይገልጥልናል ለማለት ባያስደፍርም፣ አሳቡን በጥቂቱም ቢሆን ይገልጥልናል የሚል እምነት አለኝ። ዕውነተኛይቱ ድንኳን ሲል ብሉይ ኪዳን ውሸት ነው ማለትም አይደለም። በብሉይ ኪዳን አገልግሎት ተጠቃሚ ሆነው ያለፉ የእግዚአብሔር ባሪያዎችም የብዙዎችን ታሪክ በመጽሐፍ እናነብብላቸዋለን። ከዚህ ይልቅ የዚህ ጥቅስ ዋነኛ ነጥብ አዲስ ኪዳን የበለጠ ታላቅ መሆኑን ማሳየት ነው። ቅጅውን እንደ ምሳሌ በመውሰድ ሙሉ ለሙሉም ባይሆን፣ አሳቡን ለመግለጥ በጥቂቱ ይጠቅማል በሚል በምሳሌነት እንየው። አንድ የመጀመሪያ ሰነድ (ዶክመንት) ፎቶ ኮፒ በማድረግ፣ ቅጅውን በማስረጃነት ልንጠቀምበት ብንችልም፣ በመጀመሪያው ወረቀት ላይ የተገለጡት ማስረጃዎች ሁሉም በቅጅው ላይ በትክክል ተቀምጠው የማስረዳት ዐቅማቸው እንደ መጀመሪያው ያለ ቢሆንም፣ የመጀመሪያውን ያህል ግን ተኣማኔነት የላቸውም። ቅጅው ቢቀርብም ለሥራ ስንቀሳቀስ የመጀመሪያውን በዕጃችን ይዘን መሆን አለበት። ቅጃ ሥራችንን ለማንቀሳቀስ ቢረዳንም፣ አልፎ አልፎ የመጀመሪያውን የምንጠየቅበትም ጊዜ ይኖራል።

ይህ ምሳሌ እጅግም ባይረዳንም፣ በጥቂቱም ቢሆን የዕውነተኛይቱን ድንኳንና የምሳሌዋን ድንኳን ልዩነት ያሳየናል። በምሳሌነት ያገለገለችው ድንኳን ዕውነተኛዋ ድንኳን እስከትገለጥ ድረስ የማስታረቁን ተግባር አከናውናለች። ታላቁ ሊቀ ካህናቱ በመጣበት ወቅት ግን እርሱ አገልግሎቱን መስጠት የጀመረው በዕውነተኛይቱ ሰማያዊ ድንኳን ነውና የብሉይ ኪዳኑ አገልግሎት ሲያበቃ የምድራዊው የማደሪያ ድንኳን አገልግሎት በሰማያዊው አገልግሎት ተጠቅልሏል።

ብሉይ ኪዳን በሰው ዕጅ በተሠራ የማደሪያ ድንኳን የቆመ ሲሆን፣ አዲስ ኪዳን ግን በኢየሱስ በራሱ የሕይወት መሥዋዕትነት ላይ የቆመ ነው። ብሉይ ኪዳን ምድራዊ በሆኑ ሰዎችና ምድራዊ በሆነ የማደሪያ ድንኳን አገልግሎቱ የተከናወነ ሲሆን፣ የአዲስ ኪዳን አገልግሎት ግን ሰማያዊ ነው። ብሉይ ኪዳን በኮርማዎች ደም መሥዋዕት ላይ የቆመ ሲሆን፣ አዲስ ኪዳን ግን በኢየሱስ ለአንዴና ለመጨረሻ ጊዜ በቀረበ በሥዋዕትነት የተከናወነ ነው። እነዚህ ዋና ዋና ነጥቦች ብሉይ ኪዳንንና አዲስ ኪዳንን ይለዩዋቸዋል።

የማደሪያው ድንኳን እግዚአብሔር ከሰው ልጅ ጋር ያለውን ኅብረት የበለጠ ለማጠንከር፣ በሰው ልጆች መካከል ለመገኘት በእግዚአብሔር ትእዛዝ የተሠራ ነው። የማደሪያውን ድንኳን የሠራው ሙሴ ሲሆን፣ ትእዛዙንና ዲዛይኑንም ሆነ የሚያስፈልገው ቊሳቊስ ምን

መሆን እንዳለበት ያዘዘው እግዚአብሔር ራሱ ነበር፡፡ *"በመካከላቸሁ ሊድር ዘንድ መቅደስ ይስሩልኝ፡፡ እኔ እንደማሳይህ ሁሉ እንደማደሪያው ምሳሌ እንደ ዕቃውም ሁሉ ምሳሌ እንዲሁ ሥሩት፡፡"* (ዘጸ. 25፥8-9)፡፡

እግዚአብሔር ለሰው ልጅ ካለው ፍቅር የተነሣ ሰው በበደል ላይ ሌላ በደልም እየጨመረ የእግዚአብሔር ምሕረት ግን ይከተለዋል፡፡ ይህ የእግዚአብሔር ፍቅር በዘመናት መካከል ተለውጦ አያውቅም፡፡ ወደ አዲስ ኪዳንም ስንመጣ *"ቃል ሥጋ ሆነ፣ ጸጋንና ዕውነትንም ተሞልቶ በእኛ ሊደረ"* ይለናል (ዮሐ. 1፥14)፡፡ በድንኳን ውስጥ ወይም በመቅደስ ውስጥ ተወስኖ የነበረው የእግዚአብሔር አብሮነት በአዲስ ኪዳን በእያንዳንዱ አማኝ ልብ ውስጥ ማደሪያውን አድርጓል፡፡ እኛ እንዳንዳችን የመንፈሱ ማደሪያዎች ሆነናል፡፡ የማደሪያው ድንኳን አሠራር በጥንቃቄና በሥርዓት የተቀናጀ መሆኑ እግዚአብሔር የቱን ያህል በሥርዓት የተሞላ አምላክ መሆኑን እንድንገነዘብ ያደርገናል፡፡ ይህ ሥርዓት ግን የመዳንን መንገድ እንድናውቅበት እንጂ፣ ሥርዓትን በመፈጸም እንድናለን ለማለት አይደለም (ኢሳ. 1፥12-17)፡፡

እግዚአብሔር የሥርአት አምላክ በመሆኑ እኛ አማኞችም በሥርዓት ልንኖር ይገባናል፡፡ ሥርዓት ግን ከጽድቃችን ጋር አንዳችም ግንኙነት የለውም፡፡ እግዚአብሔርን በመበደል እየተመላለስን፣ በእርሱ ላይ የተመሠረተ አንዳችም እምነት ሳይኖረን፣ የቤተ ክርስቲያንን ወግና ሥርዓት ብቻ እየፈጸምን አማኞች ነን ብንል ራሳችንን እናታልላለን፡፡ *"ስለ ሕዝቡም ኃጢአት የሚሠዋውን መሥዋዕት ፍየል ያርዳል፥ ደሙም ወደ መጋረጃው ውስጥ ያመጣዋል በወይፈኑም ደም እንዳደረገ በፍየሉ ደም ያደርጋል፥ በመክደኛውም ላይና በመክደኛውም ፊት ይረጨዋል። ከእስራኤል ልጆች ርኵስነት ከመተላለፋቸውም ከኃጢአታቸውም የተነሣ ለመቅደሱ ያስተሰርይለታል እንዲሁም በርኩሰነታቸው መካከል ከእነርሱ ጋር ለኖረች ለመገናኛው ድንኳን ያደርጋል። እርሱም ለማስተሰረይ ወደ መቅደሱ በገባ ጊዜ ለራሱ፥ ለቤተ ሰቡም፥ ለእስራኤል ጉባዔ ሁሉ አስተሰርዮ እስኪወጣ ድረስ በመገናኛው ድንኳን ውስጥ ማንም አይኖርም። በእግዚአብሔርም ፊት ወዳለው ወደ መሠዊያ ወጥቶ ያስተሰርይለታል፥ ከወይፈኑም ደም ከፍየሉም ደም ወስዶ በመሠዊያው ዙሪያ ያሉትን ቀንዶች ያስነካል። ከደሙም በእርሱ ላይ ሰባት ጊዜ በጣቱ ይረጫል፥ ከእስራኤልም ልጆች ርኵስነት ያነጻዋል፥ ይቀድሰውማል። "* (ዘሌዋ. 16፥15-19)፡፡

ይህ የማደሪያው ድንኳን አገልግሎት ዘወትር የእንስሳትን ደም በማፍሰስ ይከናወናል፡፡ ጌታ ኢየሱስ የአዲስ ኪዳኑን አገልግሎት የሚያከናውነው በሰማይ ሲሆን፣ ሰዎችም ከእርሱ ዘንድ የሚደረግላቸውን ማስተስርያ የሚቀበሉት በእምነትና በመንፈስ ነው፡፡ በአዲስ ኪዳን የኮርማዎች ደምን ማፍሰስ የቀረ ሲሆን፣ ክርስቶስ ኢየሱስ በዚህ ምትክ የራሱን ደም አፍሶልናል፡፡ እኛም ሰዎች ይህን የተደረገልንን መሥዋዕትነት በእምነት በመቀበልና አለምንና ሰይጣንን ክደን ክርስቶስን ለመከተል ውሳኔን በማድረግ የእግዚአብሔር ምሕረት ይወርድልናል፡፡

አስቀድሞ የተዘጋጀው ምሕረት፤ ክርስቶስ ክብሩን ጥሎ በመስቀል ደሙን ሲያፈስስና በአብ ቀኝ ሲታይ በእርሱ ለሚያምኑ ሁሉ እንደ ወንዝ ውኃ ከቤተ መቅደሱ ይፈስስላቸው ጀመር! *"በክርስቶስ አስቀድሞ የተዘጋጀውን መልካም ነገር እንድንወርስ ተጠራን፡፡ ነገር ግን፤ ዐይን ያላየችው ጆሮም ያልሰማው በሰውም ልብ ያልታሰበው እግዚአብሔር ለሚወዱት ያዘጋጀው ተብሎ እንደ ተጻፈ፥ እንዲህ እንናገራለን።"* (፩ኛቆሮ. 2፥9)

በየዕለቱ በሚያጋጥመን መተላለፍም የእግዚአብሔር ምሕረት እንዲገኝ ወደ ጸጋው ዙፋን በመቅረብ የኃጢአት ሥርየትንና ምሕረትን እናገኛለን፡፡ ከሕሊና ክስ ነፃ መሆንም በክርስቶስ የተሰጠን ሲሆን፣ የተሰጠህን ለመውረስ በእምነት እና በተሰበረ ልብ መቅረብ ወሳኝ ነው፡፡ ምሕረት አይኖርህም የሚሰያብሉና የሚያስተጋቡ በዙሪያችን ቢከብቡንም፣ ቁም ነገሩ የአዲስ ኪዳን ካህን ምን ይለናል? ጌታ ስለ አንቺ እና ስለ አንተ ምን ይላል? በአብ ፊት ሆኖ ያለው ካህን ስለ እኛ ያለው ምሕረቱ ዘወትር **<u>ይገኛል</u>**! በተሰበረ ልብ ቀርቦ **<u>ያገኘው ከሆነ</u>** አስተዋይ ነው፡፡ በአገኘውም ግዜ ያለውን ሁሉ ሸጦ ያንን መሬት ገዝቶ በመሬቱ ውስጥ የሚገኘውን ንብረት እንዳስቀረው **መያዝና መንከባከብ** ይኖርበታል፡፡ ዕንቁ ነው እንጂ፣ እንደ ቀላል ልንመለከተው አይገባንም፡፡ ምሕረቱ ለእኛ ዕንቁ ነው፡፡

ወደዚህ ማስተዋል በመግባት ምሕረቱ በእኛ እንዲያንጸባርቅ ብቃትን በደሙ ተገኘ፡፡ ያለህን እንድትሸጥ ይጠበቅብሃል፣ ማለትም **አንተንና አንተነትህን** በመስቀሉ ሥር ካስቀመጥህ ወይም የሸያጭ ለውውጥ ካደረግህ በኋላ የሚገኝ እንደ ሆነ እናስተውላለን፡፡ *"ደግሞ መንግሥተ ሰማያት በእርሻ ውስጥ የተሰወረውን መዝገብ ትመስላለች፤ ሰውም አግኝቶ ሰወረው፥ ከደስታውም የተነሣ ሄዶ ያለውን ሁሉ ሸጠና ያን እርሻ ገዛ። ደግሞ መንግሥተ ሰማያት መልካምን ዕንቊ የሚሻ ነጋዴን ትመስላለች፤ ዋጋዋም እጅግ የበዛ አንዲት ዕንቊ በአገኘ ጊዜ ሄዶ ያለውን ሁሉ ሸጠና ገዛት።"* (ማቴ. 13፥44-46)

ወደ ብሉይ ኪዳን ስንመለከት ግን ዕውነታው ከዚህ ይለያል፡፡ ካህኑ ራሱም ድካም ስላለበት የኃጢአት ይቅርታን ለማግኘት ለሌሎች ብቻ ሳይሆን፣ ለራሱና ለቤተ ሰቦቹም የኃጢአት መሥዋዕትን ያቀርባል፡፡ *"አሮንም ስለ ራሱ ኃጢአት የሚሰዋውን መሥዋዕት ወይፈኑን ያቀርባል፣ ለራሱም ለቤተ ሰቡም ያስተሰርያል፣ ስለ ኃጢአቱ የእርሱን መሥዋዕት ወይፈኑን ያርዳል፡፡"* ዘሌዋ. 15፥11፡፡ ወደ አዲስ ኪዳን ስንመጣ ግን የዕውነተኛይቱ ድንኳን አገልጋይ የሆነው ኢየሱስ ስለ ራሱ ኃጢአት ሳይሆን፣ ስለ እኛ ስለ ሰው ልጆች ኃጢአት ለአንዴና ለመጨረሻ ጊዜ በመስቀል ላይ ተሠዋ፡፡ ዛሬ በሰማይ የማማለድ አገልግሎቱንም ቀጥሏል፡፡

ቁጥር 2 እርሱም የመቅደስና የእውነተኛይቱ ድንኳን አገልጋይ ነው፥ እርስዋም በሰው ሳይሆን በጌታ የተተከለች ናት።

አገልጋይ ነው፥ ዕብ 9፥8-12; 10፥21; ዘፀ 28; 1,35; ሉቃ 24፥44; ሮሜ 15፥8

እርሱም የመቅደስና የእውነተኛይቱ ድንኳን ዕብ 9፥11,23,24

እርስዋም በሰው ሳይሆን በጌታ የተተከለች ናት ዕብ 11፥10; 2ኛ ቆሮ 5፥1; ቆላ 2፥11

ቍጥር 3 *ሊቀ ካህናት ሁሉ መባንና መሥዋዕትን ሊያቀርብ ይሾማልና፤ ስለዚህም ለዚህ ደግሞ የሚያቀርበው አንዳች ሊኖረው የግድ ነው፡፡*

በዕብራውያን ምዕራፍ አምስት እያንዳንዱ ካህን ከሰዎች መካከል የተመረጠ እንደ ሆነ ይነግረናል፡፡ ይህ የተፈለገበት ምክንያት ሰው በመሆኑ የሰዎች ድካምና ችግር የራሱም በመሆኑ ለሌሎች ይራራል በሚል ዕሳቤ ነው፡፡ ወደ መሠዊያው ሲቀርብም አንዳች የሚሠዋ እንስሳ መያዝ ይኖርበታል፡፡ የብሉይ ኪዳኑ ካህን ወደ መሥዋዕቱ ቦታ ሲገባ ሁልጊዜ በዕጁ ምን ይዣለሁ ብሎ ራሱን ሊጠይቅና የመሥዋዕቱን እንስሳ ሊይዝ ግድ ነው፡፡ ይህ ሥርዓት ለካህኑ እጅግ አድካሚ ዕድሜ ዘመኑን ሁሉ በዕጁ ስለሚይዘው ለመሥዋዕትነት ስለሚቀርበው እንስሳ የሚያስብበት አካሄድን በውስጡ ብዙ ልፋትን ይዟል፡፡ አንዱ ካህን አልፎ ሌላው በቦታው ሲተካም ተመሳሳይ የሆነ ሥርዓት ይቀጥላል፡፡ *(ዘሌዋ. 4፥1-5)*፡፡

ይህን ክፍል ስንመለከት እያንዳንዱ ሰው ከኃጢአት ነፃ ሊሆን የማይችል ደካማ ፍጡር በመሆኑ የኃጢአት ሥርየትን ለማግኘት በየጊዜው መሥዋዕትን የማቅረቡ ተግባር ለካህኑ ምን ያህል አድካሚ እንደ ነበረ እናስተውላለን፡፡ ክርስቶስ ኢየሱስ ግን ለአንዴና ለመጨረሻ ጊዜ ሁሉንም ፈጽሞ በአብ ቀኝ በመቀመጥ አዲስን ኪዳንና ሕይወትን አስገኘ፡፡

ይህን ሁኔታ ከአዲስ ኪዳን አገልግሎት ጋር ስናነጻጽረው ምን ያህል እግዚአብሔርን እናመሰግነው ይሆን? መዳናችንን ያገኘነው ክርስቶስ ኢየሱስ ስለ እያንዳዳችን በከፈለው መሥዋዕትነት ነው፡፡ በእርሱ በመሥዋዕትነቱም የተነሣም የሰው ልጆች መጉላላት በብዙ መልኩ ቀረልን፡፡

[**ስጦታዎችን የሚያቀርቡ ካህናት አሉ**] ይህም ደብዳቤው ከኢየሩሳሌም መፍረስ በፊት የተጻፈ ለመሆኑ ተጨማሪ ማስረጃ ነው፡፡ *ቱሳይለይ - መሥዋዕቶች -* የሚለው ቃል እዚህ ላይ ልክ በዕብ. 8፥3 ላይ እንዳለው የደም መሥዋዕት መቅረብ ለመቆሙ ማስረጃ ይኖር ይሆን? የሚለውን ያከላል፡፡ ወይም ሁለቱም ዐይነት ስጦታዎች - ዶራ - ስጦታዎች በሚለው ይካተታሉ ወይ?

ዳሩ ግን ዶሮን - ስጦታ - የደም መሥዋዕትን ለመግለጽ ጥቅም ላይ ውሎ ያውቃል ወይ? ሰብዓ-ሊቃናት (LXX) ዜባች ለሚለው ከቶውንም አልተጠቀመበትም፤ ይህም በመሥዋዕት አቅርቦት ወቅት ለእግዚአብሔር የቀረበን እሰንስሳ የሚያመለክት ነው፡፡*(የኢደም ክላርክ ኮሜንታሪ, 1996, 2003, 2005)*

ቁጥር 3 ሊቀ ካህናት ሁሉ መባንና መሥዋዕትን ሊያቀርብ ይሾማልና፤ ስለዚህም ለዚህ ደግሞ የሚያቀርበው አንዳች ሊኖረው የግድ ነው።

ሊቀካህናት ሁሉ መባንና መሥዋዕትን ሊያቀርብ ይሾማልና ዕብ 5፥1; 7፥27

ስለዚህም ለዚህ ደግሞ የሚያቀርበው አንዳች ሊኖረው የግድ ነው ዕብ 9፥14; 10፥

ቍጥር 4 እንግዲህ በምድር ቢኖርስ፥ እንደ ሕግ መባን የሚያቀርቡት ስላሉ፥ ካህን እንኳ ባልሆነም፤

አሁንም በንጽጽር የብሉይ ኪዳን ካህናትንና ኢየሱስን ያወዳድርልናል፡፡ እነርሱ የሚሰጡት አገልግሎት በቂ ቢሆን ኖሮ፣ እንደ ሕጉ አገልግሎታቸውን በብቃት የተወጡ ቢሆኑ ኖሮ፣ የእርሱ ካህን መሆን ባላስፈለገ ነበር የሚል ትርጓሜን ይዟል፡፡ ነገር ግን የእነርሱ አገልግሎት በብዙ ጎኑ ድካም የታየበት በመሆኑ፣ የእርሱ ሰማያዊ አገልግሎት አስፈላጊ ሆኗል፡፡ የእነርሱ አገልግሎት እንደ ምሳሌና ጥላ ሆኖ የእርሱን መምጣት ሲያሳይ ነበር፤ አሁን ግን የእርሱ የሚልቅ አገልግሎት ፍጥረትን ሁሉ ዐሳረፈ፡፡ የብሉይ ኪዳኑን አገልግሎት ውጤታማ ለማድረግ ሦስት መሠረታውያን ነገሮች ያስፈልጉ ነበር፡፡ እነዚህም አንደኛ በሙሴ አማካይነት ከእግዚአብሔር የተደነገገው ሥርዓተ ሕግ የመጀመሪያው ሲሆን፣ ሁለተኛው ሥርዓቱ የሚፈጸምበት የማደሪያው ድንኳንና ሌሎቹም በርካታ ቍሳቍሶች ናቸው፡፡ ሦስተኛውና በዚህ ቍጥር ላይ ትኩረት የተሰጠው ደግሞ ካህናቱና ሊቀ ካህናቱ ናቸው፡፡ እነዚህ ሁሉም ግን በአዲስ ኪዳን በክርስቶስ ኢየሱስ የላቀ አገልግሎት ተተክተዋል፡፡

እግዚአብሔር አምላክ በሰው ልጅ ላይ ጌታና ገዥ ቢሆንም፣ በሙሴና በሌሎችም ቅዱሳኖች አማካይነት ግን ቃል ኪዳንን ከሰዎች ጋር ሲያደርግ ትልቁ ዓላማው ሰውን ከሞት ፍርድ ለማዳንና ከዚህ ከሚወደው የሰው ልጅ ጋር ኅብረትን ለመፈጸም እንጂ፣ የበላይነቱን ለማሳየት አይደለም፡፡ የበላይ መሆኑን ለማሳይት ብቻ ቢፈልግ ኖሮ መንገዱ ይህ እንዳልሆነም በቀላሉ መገመት ይቻላል፡፡ የሚፈልገውን ነገር በቀላሉ በማዘዝ ይህ እንዲደረግ በማለት ለዚህ ትእዛዙ አልገዛም የሚሉትንም በሞት ፍርድ እየቀጣ የበላይነቱን ማስመስከር በቻለም ነበር፡፡ እግዚአብሔር ግን እንዲህ ያለ አምላክ አይደለምና ሰውን የሚያድንበትን መንገድ ፈለገ፡፡ የተመረጠው መንገድም ሌላ ምንም አማራጭ የሌለው የራሱን አንድያ ልጅ በመስቀል ሞት እንዲሞት አሳልፎ መስጠት ነበረ፡፡ እግዚአብሔር አምላክ ለሰው ትልቅ ፍቅር ስላለው ይህን ዕቅዱን በተግባር ለወጠው፡፡

የቀደሙት ካህናት ወይም ከእግዚአብሔር ጋር ቃል ኪዳን የነበራቸው አዳም፣ አብርሃም፣ ሙሴ የመሳሰሉት ሁሉ ምንም እንኳን እግዚአብሔር ከእነርሱ ጋር ቃል ኪዳንን በማድረግ ሕዝቡን የእርሱ ለማድረግ ቢጥርም፣ እነርሱም ሆኑ ሌሎቹም ከህናትና ሊቀ ካህናት በድካማቸው የሚያነክሱ ሆኑ፡፡ እግዚአብሔር ከሙሴ ጋር ቃል ኪዳንን ሲገባ ሕዝቡን በባርነት ከኖሩበት ከግብፅ ምድር በማውጣት የዕረፍትና የሰላም ምድር ወደ ሆነችው ወተትና ማር ወደምታፈስሰው ምድር እየመራ እንዲወስዳቸው ነበር፡፡ ሙሴም ሆነ የሚበዙቱ ይህን ቃል ኪዳን ሳይፈጽሙት ከመንገድ ቀሩ፡፡ ያ ለሕዝቡ የተሰጠው የተስፋ ቃል በመጨረሻ ላይ የሙሴ ምትክ ሆኖ በተነሣው በኢያሱ አማካይነት ቢፈጸምም፣ እያሱም ደካማ ሰው ነውና እርሱም አንድ ቀን ይህችን ምድር መሰናበት ነበረበት፡፡

ለሙሴ የተገባለት ቃል ኪዳንም ለሰማያዊቷ አገር እንደ ምሳሌና ጥላ ያለ እንጂ፣ ዕውነተኛውን ፍጹም ዕረፍት ለሰው የሚያስገኝ ባለመሆኑ ምድራዊው ዕረፍት በራሱ ኀላፊና ጠፊ መሆኑም የታወቀ ነው፡፡ ሰማያዊው ዕረፍት ግን ዘላለማዊ ሲሆን፣ ይህን ዘላለማዊ የሆነ ዕረፍት የሚያስገኘውም ክርስቶስ ኢየሱስ ብቻ ሆኖ ተገኝቷል፡፡ ሌሎቹ ካህናትና ቃል ኪዳን የተገባላቸው ሁሉ ይህንን ዕውነተኛ ዕረፍት ሊያስገኙ አልቻሉም፡፡

ቁጥር 4 እንግዲህ በምድር ቢኖርስ፥ እንደ ሕግ መባን የሚያቀርቡት ስላሉ፥ ካህን እንኳ ባልሆነም፤

ካህን እንኳ ባልሆነም ዕብ 7፥11-15; ዘኁ 16፥40; 17፥12,13; 18፥5; 2ኛ ዜና 26፥18,19

እንደ ሕግ መባን የሚያቀርቡት ስላሉ ዕብ 11፥4

> *ቍጥር 5 እነርሱም ሙሴ ድንኳኒቱን ሊሠራ ሳለ እንደ ተረዳ፥ ለሰማያዊ ነገር ምሳሌና ጥላ የሚሆነውን ያገለግላሉ። በተራራው እንደ ተገለጠልህ ምሳሌ ሁሉን ታደርግ ዘንድ ተጠንቀቅ ብሎት ነበርና።*

የብሉይ ኪዳኑን የአምልኮ ሥርዓት ለመምራት፣ የማደሪያውን ድንኳን አገልግሎት ለመፈጸም፣ በቤተ መቅደሱ ውስጥ ለማጠንና በዝማሬውና የቃሉን ንባብ ሥርዓትም ለመፈጸም የካህናቱና የሊቀ ካህናቱ መገኘት ወሳኝ ጉዳይ ነው፡፡ የብሉይ ኪዳን አገልግሎት በድንዛዜ ውስጥ በገባበት ዘመን ካህናቱና ነቢያቱም በቤተ መቅደሱ ውስጥ ይህን አገልግሎታቸውን ለመስጠት ተስኗቸው የእግዚአብሔር ሕዝብ በጨለማ ውስጥ የተዋጡበት ዘመንም እንደ ነበረ ከታሪክ እንማራለን፡፡

በተለይም ደግሞ በብሉይ ኪዳን መገባደጃ ላይ ካህናቱ ፈጽሞውኑ ከአምላካቸው የተቀበሉትን አገልግሎት የረሱበትና በድንዛዜ ውስጥ የገቡበት ዘመን ነበር፡፡ ***"እናንተ ስሜን የምታቃልሉ ካህናት*** *ሆይ፣ ልጅ አባቱን ባሪያም ጌታውን ያከብራል፤ እኔስ አባት ከሆንሁ መከበሬ ወዴት አለ? ጌታስ ከሆንኩ መፈራቴ ወዴት አለ? ይላል የሠራዊት ጌታ እግዚአብሔር"* (ሚልክ. 1÷6)፡፡

በዚያን ዘመን የነበሩት ካህናት በርኩሰት መንገድ በመመላለሳቸው እግዚአብሔር አገልግሎታቸውን ተጠየፈው፤ እነርሱ እንደ ልማድ አድርገውት በእግዚአብሔር ፊት በድፍረት ለመመላለስ ቢሞክሩም፣ እግዚአብሔር ግን አገልግሎታቸውን አልወደደላቸውም፡፡ ከዚህም የተነሣ *"በመሠዊያዬ ላይ እሳትን በከንቱ እንዳታቃጥሉ፣ ከእናንተ ዘንድ ደጅ የሚዘጋ ሰው ምነው በተገኘ! በእናንተ ደስ አይለኝም፣ ቍርባንንም ከዕጃችሁ አልቀበልም" ይላል የሠራዊት ጌታ እግዚአብሔር"* (ቍጥር 11)፡፡ እግዚአብሔር የቤተ መቅደሱ ካህናት የሆኑትንና ተግባራቸው ግን በኃጢአት የተሞላውን የብሉይ ኪዳን ካህናትን አገልግሎት በዚያን ዘመን የተጸየፈበት ወቅት ነበር፡፡

የዕብራውያን ጸሐፊ በዚህ በቍጥር አምስት መልእክቱ ላይ የካህናቱ አገልግሎት ለሰማያዊው የኢየሱስ ክርስቶስ አገልግሎት ምሳሌና ጥላ እንደ ነበረ ያወሳል፡፡ ምሳሌና ጥላነትን በተመለከተ በቍጥር 3 ማብራሪያ ላይ የተመለከትነው በመሆኑ ዝርዝር ውስጥ ሳንገባ ነጥቡን ማስታወስ ይበቃል፡፡ ሙሴ የማደሪያውን ድንኳን ይሠራ በነበረበት ወቅት እግዚአብሔር አገልግሎቱን እንዴት ማከናወን እንደሚገባው የዘረዘረለት ሲሆን፣ ይህ መመሪያም ከሙሴ በኋላ የተነሡት ሊቀ ካህናትና ካህናት በታማኝነት ታዝዘው የሚፈጽሙት ነበር፡፡

ይሁንና ግን እነኚህ ካህናት ምንም እንኳ ለአገልግሎቱ በእግዚአብሔር የተመረጡ ቢሆኑም፣ ሰዎች ነበሩና ሌላው ሕዝብ የሚያጋጥመው ድካም ሁሉ እነርሱንም እያጋጠማቸው በኃጢአት መውደቃቸው አልቀረም፡፡ እግዚአብሔርን በመፍራት የሚመላለሱት በኃጢአት ሲወድቁ፣ መሥዋዕትንም በሚያቀርቡበት ወቅት ስለ ራሳቸውም ጭምር የምሕረት ይቅርታን የሚያስገኝ መሥዋዕትን የሚያቀርቡ ሲሆን፣ ዐመፀኞች ካህናት ግን በድፍረት ወደ መሥዋዕቱ ሥፍራ በመግባት እንደ ራሳቸው ምርጫና ፍላጎት እየሆኑ እግዚአብሔርን ይበድሉ ነበር፡፡ አንዳንዶች አንካሳ መሥዋዕትን

በማቅረብ፣ ሌሎች ለጣዖት የተሠዋን በማቅረብ፣ ሌሎች ደግሞ ቅድስናቸውን አጓድለው በርኩሰት ውስጥ እየተመላለሱ በእግዚአብሔር ፊት ይገኙ ነበር፡፡

እግዚአብሔር ሙሴን *"በተራራው ላይ እንደ ተገለጠልህ ምሳሌ ሁሉን ታደርግ ዘንድ ተጠንቀቅ"* እንዳለውና ለእነዚህ ካህናትም ይህ ማስጠንቀቂያም የሚሠራ ቢሆንም፣ እነርሱ ግን እግዚአብሔርን ማሳዘናቸው አልቀረም፡፡ ተጠንቀቁ ተብሎ ለተሰጣቸው ትእዛዝ አንዳችም ጥንቃቄ ባልታየበት መንገድ በመመላለሳቸው እግዚአብሔር እናንተ መሥዋዕት የምታቀርቡበትን ቦታ በሩን የሚዘጋልኝ ሰው ምነው በተገኘ ብሎ ሲናገር እናያለን፡፡

እነዚህ ካህናት ምሳሌና ጥላ ለሆነው ቤተ መቅደስ እንዲያገለግሉ የተመረጡ ሲሆን፣ በዚህኛው በምሳሌነት በተገለጸው አገልግሎት ውስጥም እንደሚገባ መመላለስ የተሳናቸው ደካማ ሰዎች ነበሩ፡፡ ከእነርሱ መካከል የሚበዙቱም የተሰጣቸውን ዐደራ እንደሚገባ መወጣት ተስኗቸው ሲንገዳገዱ እናያለን፡፡ እነዚህ ድካም የተጫናቸው ሰዎች የዕውነተኛይቱ ድንኳን አገልጋዮች ቢሆኑ ኖሮ፣ ምንኛ ትልቅ ጥፋት በተከሰተ ነበር፡፡ ምክንያቱም ዕውነተኛይቱ የማደሪያ ድንኳን ፍጹም ናትና፡፡ በእርሷ የሚገኘው ፍጹሙ ብቻ ነው፡፡

እነርሱ ግን በዚህም ይሁን በዚያ ጠንክረውም ሆነ ደክመው የተሰጣቸው የኀላፊነት ድርሻ ምሳሌ ሆነው መገኘት ነውና በእነርሱ አገልግሎ ውስጥ ምሳሌነትን እንመለከታለን፡፡ ሰው ሁሉም ምሳሌውን ተመልክቶ ዕውነተኛውን፣ ዋናውን የማደሪያ ድንኳን አገልግሎት በተስፋ እንዲጠብቅም አድርገውታል፡፡ የተሰጣቸው የአገልግሎት ልክ ደረጃውም ከምሳሌነት ባለፈ እውነተኛ የመሆን ዐቅም እንደ ሌለው በራሳቸውም ደካማ ሕይወት ጭምር እየወደቁና እየተነሡ አሳይተውናል፡፡ በዘጸአት 25፥40 እግዚአብሔር ሙሴን *"በተራራ ላይ እንዳሳየሁህ ምሳሌ እንድትሠራ ተጠንቀቅ"* ብሎ አዝዞታል፡፡ እያንዳንዱን የማደሪያው ድንኳን ንድፍም ምን መሆን እንዳለበት ዝርዝር መግለጫም ለሙሴ ተሰጥቶት ነበር፡፡ ሙሴም እንደ ተሰጠው መመሪያ መሠረት እንደ ተመለከተውም ንድፍ እያንዳንዱን ነገር በቅደም ተከተል እንዳከናወነው በዘጸአት መጽሐፍ ላይ እናነብባለን፡፡

ወደ አዲስ ኪዳን ስንመለከት በ1ኛ ቆሮ. 3፥16-17 እኛን የአዲስ ኪዳን አማኞችን የእግዚአብሔር ቤተ መቅደስ ናችሁ ይለናል፡፡ *"የእግዚአብሔር ቤተ መቅደስ እንደሆናችሁ*

የእግዚአብሔርም መንፈስ እንዲኖርባችሁ አታውቁምን? ማንም የእግዚአብሔርን ቤተ መቅደስ ቢያፈርስ እግዚአብሔር እርሱን ያፈርሰዋል፤ የእግዚአብሔር ቤተ መቅደስ ቅዱስ ነውና፤ ያውም እናንተ ናችሁ":: የብሉይ ኪዳኑ ቤተ መቅደስ ከካህናቱ ሕይወት ጋር የተቆራኘ ነበር:: ካህናቱ እግዚአብሔርን መስማት በማቆም በራሳቸው መንገድ ላይ በተገኙበት ጊዜ እግዚአብሔር ሲያዝንባቸውና ሲቈጣ፣ "የመቅዱስን በር ዝጉልኝ! እኔ በዚያ አልገኝም!" ሲል እንደ ተመለከትነው ሁሉ ወደ አዲስ ኪዳን ስንመጣም እያንዳንዳችንን ሐዋርያው ጳውሎስ እንዳለው የእግዚአብሔር ቤተ መቅደሶች እንደ ሆንንና የብሉይ ኪዳኑ ቤተ መቅደስ ሊቀደስ ይገባዋል እንደ ተባለ በአዲስ ኪዳንም ያለን አማኞች በቅድስና በመመላለስ የመንፈሱ ማደሪያዎች እንደ ሆንን ያመለክታል::

በሌላ አባባል በብሉይ ኪዳን በመቅደሱ ውስጥ የሚመላለሱት ካህናቱ እንደ ሆኑ ሁሉ፣ እንዲሁ እኛ የአዲስ ኪዳን አማኞችም ካህናት መሆናችንን ያሳያል:: በብሉይ ኪዳን ካህናቱ ከሌዊ ወገን ብቻ የተመረጡ ሲሆኑ፣ በአዲስ ኪዳን ግን አማኞች ሁሉ የክህነት አገልግሎትን እንደምናከናውን ከዚህ የቆሮንቶስ መጽሐፍ መገንዘብ ይቻላል::

ሙሴ የማደሪያውን ድንኳን ሲሠራ በመጀመሪያ የሆነው የእግዚአብሔር ትእዛዝ መገለጡ ነው:: በሲና ተራራ ላይ እግዚአብሔር ንድፉ ምን እንደሚመስል እያንዳንዱ ነገር፣ ጥቃቅን የሚመስሉ ነገሮችን ሳይቀር ለሙሴ ገለጠለት:: በአዲስ ኪዳን ለምንኖር አማኞችም በየዕለት ሕይወታችን እንዴት መመላለስ እንደሚገባን በቃሉ ውስጥ ሁሉን ገልጦልናል:: የእግዚአብሔር ቃል የሆነው መጽሐፍ ቅዱስ የየዕለት ሕይወታችን መመሪያ የሆነበት ምክንያትም የእግዚአብሔርን ቃል ስለሚገልጥልን ነው:: ቃሉ በሕይወታችን ውስጥ በየዕለቱ የማይገለጥልን መመሪያም የማይሆነን ከሆነ፣ እንግዲያውስ በእምነት ጕዟችን ከፍተኛ ዐደጋ ውስጥ ወድቀናልና ሙሴ ተጠንቀቅ እንደ ተባለ እኛም ልንጠነቀቅ ይገባናል:: ለእርሱ በሲና ተራራ ቃሉ እንደ ተገለጠ ለእኛም በዕለት ሕይወታችን ቃሉ ሊገለጥልን ይገባል:: የተገለጠውን ዕውነትም በጥንቃቄ ልንኖርበት ታዝዘናል::

እግዚአብሔር ይህን እንደ ጥላ የተመሰለ የማደሪያ ድንኳን ሲሠራ አሁንም ከእርሱ ተግባር የምንማረው የሰውን ልጅ እግዚአብሔር የቱን ያህል እንደሚወደው ነው:: ምክንያቱም እርሱ በመካከላችን ሊያድር ወደደ:: እኛን በርካታ የሚያስከፋ ኃጢአት የሞላብንን ሰዎች ለማዳን እግዚአብሔር የምሕረትን መንገድ በጥንቃቄ አዘጋጀ:: ሙሴ የማደሪያውን ድንኳን ሲሠራ ተጠንቀቅ አለው:: ስሕተት ተሠርቶ ቢሆን፣ በርካታ ምስቅልቅል የሆኑ

ነገሮች በተፈጠሩ ነበር፡፡ እግዚአብሔር ከሰው ጋር ያለውን ኅብረት በከፍተኛ ጥንቃቄ ቢያደርገውም፣ የሰው ልጅ ግን እስከ ዛሬም ለዚህ እግዚአብሔር ለተጠነቀቀለት ኅብረት ዳተኛ ሲሆን ይታያል፡፡ እኛ ወንጌል ገብቶናል የምንል ሰዎች እንኳ ሳንቀር ጥንቃቄ በጐደለው መንገድ ቅድስናችንን ስናበላሽና ከአምላካችን ጋር ያለንን የከበረ ኅብረት ስናበላሽ የምንገኝባቸው አጋጣሚዎች እጅግ ብዙ ናቸው፡፡

ስሚዝ እያዘነ እንደሚስማማው የዘመናዊው አለም ምሁራን በተምሳሌታዊ ዘይቤ (**Typology**) ማጥናትን ማስቀረት ላይ የተሳካላቸው እንደ ዕድል ብቻ አይደለም፡፡ እኔ እንደማምነው ከሆነ፣ እግዘአብሔር በክፍል በማጥናት ውስጥ ብዙ ለእኛ ሊያስጨብጠን የፈለጋቸው መረዳቶች እንዳመለጡን ነው፡፡ በተምሳሌት ማጥናት (**Typology**) በብዙ የሥነ መለኮት አካባቢዎች ጥሩ ያልሆነ ቃል ነው፡፡ ዳሩ ግን ምንም እንኳ እኛ ባንጠቀምበትም እግዚአብሔር በዚያ ውስጥ እንደ ተጠቀመ ማወቅ ከባድ አይሆንም፡፡ ለምን ብዙዎች በዚህ ዐይነቱ የመጽሐፍ ቅዱስ አተረጓጐም መንገድ ላይ ከባድ ተቃውሞ እንዳስነሡ ማወቅ ቀላል ነው፤ አንድ የሚጠበቅበት ነገር ዞር ብሎ ወደ ኋላ ዘመናት ላይ በዚህ ሥዕላዊ አገላለጽ ተጠቅመው ከሚገባቸው በላይ የሆነ ነገር ላይ ትንታኔ ሲሰጡ ማየቱ ብቻ ይበቃዋል፡፡ (ስሚዝ፣ ቦብ፣ *የመጽሐፍ ቅዱስ ትርጓሜ መሠረታዊ ትምህርቶች - ዐይነቶች)*

ዶ/ር ሌዊስ ጆንሰን ታይፖሎጂ (**typology**) የሚለውን ቃል ሲተነትኑ በሰዎች፣ በሁኔታዎች እና በነገሮች መካከል ያለ መንፈሳዊ መስተጋብርን ከታሪካዊ የመገለጥ /ራእይ ቅኝት አንጻር ማጥናት ብለው ያሰፍሩታል፡፡

ለሰማያዊ ነገር ምሳሌና ጥላ የሚሆነውን ያገለግላሉ

ተምሳሌት / Example (hoop-od'-igue-mah / hupodeigma / ሁፖዴይግማ ከ hupo / ሁፖ = በታች +deiknúo / ዴይክኑዎ /deíknumi / ዴይክኑሚ = ማሳየት፣ ወደ አንድ ነገር መጠቆም፣ የአንድ ነገር ባሕርይ ወይም ጥቅም እንዲታወቅ ማደረግ) ማለት፡- ቃል በቃል ከሥር የታየው ማለት ነው፡፡ ማለትም ምሳሌ ወይም ማሳያ የሚል ትርጕምን ይዟል፡፡ አንድን ነገር የሚወክል አምሳያ እንደ ማለት ነው፡፡ እዚህ ጋር *ሁፖዴይግማ* የዋናው /የመጀመሪያው ነገር ተምሳሌት /አምሳያ ማለት ነው፡፡ ሙሴ በተራራ ላይ ያየው ዋናው /የመጀመሪያው ሲሆን፣ በዕጅ በመሬት ላይ የተሠራው የመገናኛው ድንኳን ደግሞ

ዋናውን የሚወክል ተምሳሌት /አምሳያ ነው፡፡ *(መጽሐፍ ቅዱስ ጥቅሶች የብሉይና / የአዲስ ኪዳን ግሪክ መዝገበ ቃላት፣ የቲየር ትርጒም፣ አስቲን)*

ሪቻርድስ ሲጽፍ በአዲስ ኪዳንም ላይ ይህ ሂደት መጽሐፍ ቅዱስ ለአማኞች የሚለውን በቃሉም በተግባሩም በመሆን ሕያው ምሳሌ በሆነ ሰው የተመሠረተ ነው፡፡ በመጽሐፍ ቅዱስ ውስጥ ያለው (ዕብራውያን 4) ይህ የመገናኛው ድንኳን ተምሳሌት ገለጻ በጎ ያልሆነ ቢመስልም፣ የምሳሌው ፅንሰ-አሳብ ግን መልካም ነው፡፡ *(ሎውረንስ ሪቻርድስ፣ የመጽሐፍ ቅዱስ ቃላት ትርጓሜ መዝገበ ቃላት)*

ጥላ (skee'-ah/skia/ስኪያ) የሚወክለው የተለየን ነጭ ጥላን ነው፡፡ *(መጽሐፍ ቅዱስ ጥቅሶች የብሉይና / የአዲስ ኪዳን ግሪክ መዝገበ ቃላት፣ የቲየር ትርጒም፣ አስቲን)*
በአገራችን የክርስትና እምነት ውስጥ ታቦት ትልቅ ቦታ አለው፡፡ እግዚአብሔር አብ፣ መድኃኔ ዓለም፣ ማርያም እና በርካታ ጻድቃን፣ ሰማዕታት እና መላእክት በስማቸው ታቦት ተቀርጾላቸው ይገኛል፡፡ ታቦቱም በንግሥ እና ሌሎች በዓላት ጊዜ በዓመት አንዴ፣ ሁለቴ ወይም ሦስቴ ይወጣል፡፡ ታቦታት በሚወጡበት ጊዜ ትልቅ በዓል ይደረጋል (ይነግሣል ይባላል)፡፡

መጽሐፍ ቅዱስችን ግን ስለዚህ ዐይነት የአምልኮት ሥርዓት ምን ይላል? ቃሉ መስታወታችን ነው፡፡ በመሆኑም በቃሉ መሠረት መመርመር ማጥናትና ማየት ይኖርብናል፡፡ ሕይወታችንን ስለ ሰጠበት ነገር ማወቅ አስፈላጊ ነው፡፡ የዕብራውያን ጸሐፊ ስለ ታቦቱ፣ ስለ መገናኛ ድንኳኑም ሆነ ስለ ቤተ መቅደሱ በዝርዝር ጽፍዋል፡፡ ወደ ቃሉ ብርሃን ተመልሰን የሕይወት ምንጭ ከሆነው መቅዳት ግን የእኛ ድርሻ ይሆናል፡፡

ዌስት *የኤክስፖዚተሪ ግሪክ አዲስ ኪዳንን* ጠቅሶ እንደሚናገረው *"ስኪያ የአንድ ዕውነታ ፍጹም ያልሆነ ተምሳሌት ነው፡፡"* ጥላ በራሱ ምንም አካል ምንም ማንነት የለውም፡፡ ከኋላው አንድ ዕውነት የሆነ ነገር እንዳለ ብቻ ጠቋሚ ነው፡፡ ልክ እንደዚሁ የምድራዊው የመገናኛ ድንኳን ዕውነተኛ የሆነ፣ ሰማያዊ የሆነና እግዚአብሔር ራሱ የሚያድርበትና መሢሑ ሊቀ ካህናት ሆኖ የሚያገለግልበት ማደርያ እንዳለ አመልካች ነበር፡፡ ከአሮን ወገን የሆኑት ካህናትም የክህነት አገልግሎታቸውንም የሚፈጽሙት የሰማያዊው መገናኛ ድንኳን ተምሳሌት እንደ ሆነ እያሳዩ ነው፡፡ *(ዌስት፣ ኬ. ኤስ. የግሪክ አዲስ ኪዳን ጥናት)*

በተራራው እንደ ተገለጠልህ ምሳሌ ሁሉን ታደርግ ዘንድ ተጠንቀቅ ብሎት ነበርና።

ሰሚያዊ ዕይታ በእግዚአብሐር ችሎት የሚሰጥ ነው፡፡ ወደ ሰማያዊ መረዳት ገብተን በመንፈሳዊ ሕይወታችን እንድንበስል እግዚአብሔር ይፈልጋል፡፡ የአእምሮ መታደስ ኖሮን ክርስቶስን በማወቅ የዕውቀት ሽታ (የሕይወት ሽታ) እንድንሆን ፈቃዱ ነው፡፡ወደዚህ መንፈሳዊ ማስተዋልና መረዳት የምንመጣው እግዚአብሔር በሚሰጠን ዐቅም ስለሆነ ከኃይለኛው ከእግዚአብሔር ፊት ራሳችንን በማዋረድ ወደ ጸጋው ዙፋን በእምነት መቅረብ እና ለመንፈስ ቅዱስ ልብን መክፈት ያስፈልጋል፡፡ አማኝ ባወቀው እና በተረዳው ዕውነት መገለጥ መጠን ይመላለሳል፡፡

ካላወቀ ግን እንዴት ሊኖርበት ይችላል? አንዲት ሴት ማርገዝዋን ካወቀችበት ደቂቃ ጀምሮ ልጅ በማህፀንዋ እንዳለ ስትረዳ አኗኗርዋ እና አስተሳሰብዋ ይቀየራል፡፡ ዕንቅስቃሴዋ ሁሉ የተለየ ይሆናል፡፡ ምንም እንኳ ሆዷ ገፍቶ ባይታይም፣ አስቀድማ ትዘጋጀለች፡፡ የመወለጃዋ ወራት በተቃረበ ጊዜም ስለ ልጅዋ ብቻ ታስባለች፡፡ የክርስትና ሕይወትን ለመኖር ስለ ጌታ ብቻ ሳይሆን፣ ራሱን ጌታን የበለጠ ማወቅ ይኖርብናል፡፡

ይህ መንፈሳዊ መረዳት በልባችን ቦግ ብሎ በበራልን መጠን እግዚአብሔርን ለመምሰል ራሳችንን እናስለምዳለን፡፡ የብዙዎች ሕይወት ግን በክርስቶስ ላይ ሥር የሰደደ ባለመሆኑ ፈተና፣ ድካም ... ወዘተ ሲያጋጥማቸው ይዝላሉ፤ ከመንገድም ወድቀው ይቀራሉ፡፡ ይሁን እንጂ፣ እነዚህ አማኞች የወንጌል ብርሃን ሲበራላቸው ዐመዳቸውን ያራግፋሉ፤ በእሽቅድምድሙ ሥፍራ ገብተው በተሰመረላቸው መስመር በመሮጥ ወደ ግባቸው ይፈጥናሉ፡፡

ዕብራውያን ጸሐፊ መልእክቱን የሰደደላቸው ሰዎች በእምነታቸው ዝለው ወደ ኋላ ያፈገፈጉ ናቸው፡፡ ነገር ግን የመንፈስ ቅዱስን ድምፅ ሰምተው ልባቸውን ዕልከኛ ባያደርጉ የተሰጣው መዳን ትልቅ ነው፡፡ ሩጫውን የጨረሰው ጌታ በአብ ቀኝ ይታያል፤ ጸሐፊው እነዚህ አማኞች እርሱን እያዩ በትዕግሥት እንዲሮጡ ይጋባዛል (ኢሳ. 52÷2)፡፡ ለሙሴ

የተሰጠው ንድፍ (ቤተመቅደሱ) ነበር። ለእኛም ይህን ሰማያዊ መቅደስ ደሙ እና ክህንነቱ በልባችን ይፅፍ ዘንድ ይፈልጋል።

ንድፍ/ምሳሌ - ፓትረን - Pattern (too'-pos/tupos/ቱፖስ ከ túpto/ቱፕቶ = መምታት፣ በኃይል ማሳረፍ /መምታት) ማለት፡- በአንድ ነገር በመምታት የተመታው አካል ላይ የሚታይ ምልከት ማሳረፍ ማለት ነው። ከተመታ በኋላ የተመታበት ነገር ላይ የሚታየው ነገር ገጽታ /ምልክት /ንድፍ ይባላል። ለዚህ ጥሩ ምሳሌ የሚሆነን ቶማስ ኢየሱስን በተጠራጠረ ጊዜ የተናገረው ንግግር ነው። ይህም ደግሞ ዕጄን በጣቶቹ ካላስገባሁ የችንካሩንም ምልክቶች ካላየሁ ሲል የተናገረው ነው (ዮሐ. 20፥25)። *(መጽሐፍ ቅዱስ ጥቅሶች የብሉይና / የአዲስ ኪዳን ግሪክ መዝገበ ቃላት፣ የቲየር ትርጉም፣ አስቲን)*

ቪንሰንት ለምሳሌ ሲጽፍ አሁን የሚለው የጊዜ ገላጭ ግስን ስንመለከት ምክንያታዊ ሆኖ እናየዋለን። ይህም ልክ በዕብ. 8፥4 ላይ በምድር ቢሆን ካህን እንኳ ባልሆነ ነበር ይልና ቀጥሎ ግን አሁን ክርስቶስ ካህን ስለሆነ፣ የግድ ማደርያና መሥዋዕት ያስፈልገዋል። የተሻለም አገልግሎት አለውና ሲል ያስቀምጣል። *(ማርቪን. አር. ቪንሰንት፡- በአዲስ ኪዳን ውስጥ ቃል ጥናቶች ኮሜንተሪ)*

ዌስት ዕይታውን ሲያሰፍር ዕብራውያን 8፥6 በመጽሐፉ መልእክ ላይ በጣም አስፈላጊ ጥቅስ ነው። ትልቁንም ክርክር መደምደሚያ ያበጅለታል። መጽሐፉ የተጻፈው ይህን ዕይታ ለማረጋገጥ ነበር። ይህም፡ የአዲሱ ኪዳን የኢየሱስ ደም ከመጀመሪያው ኪዳን የመሥዋዕት ደም የተሻለ ነው። ጸሐፊውም ይህንን በግልጽ ምክንያት እና በብሉይ ኪዳን መጻሕፍት በማጣቀስ ያረጋግጣል። የተሻለ ሠራተኛ የተሻለ ሥራ ይሠራል የሚለውን አሳብ ያዙና የአዲሱ ኪዳን መሥራች ከመጀመሪያው ኪዳን መሥራቾች እነዚህም ከነቢያት፣ ከመላእክት፣ ከሙሴ፣ ከኢያሱ እና ከአሮን የተሻለ ነው የሚልን ተስስር ያሳያል። ስለዚህ እርሱ ያመጣው ኪዳን የተሻለ ስለሆነ፣ የመጀመሪያውን ቦታ ይይዛል። በዚህ ብርሃን ውስጥ ሆነን "አሁን ግን የሚሻል አገልግሎት አግኝቷል" የሚለውን አሳብ በደንብ መረዳት እንችላለን ማለት ነው። *(ዌስት፣ ኬ. ኤስ. የግሪክ አዲስ ኪዳን ጥናት)*

የኤክስፖሲተር ግሪክ ኪዳን እንደሚስማማው በተሻለ ኪዳን የመካከለኛ የመሆን አገልግሎት ማገልገል የዚያን ኪዳን የተሻለ ዐቅም ይፈልጋል። የዚህ ኪዳን የተሻለ ነገር

ደግሞ በተሻለ ቃል ኪዳን ላይ በሕግ የተመሠረተ መሆን አለበት፡፡ ይህ የተሻለ ቃል ኪዳን ምን እንደ ሆነ ደግሞ ከዕብራውያን 8፥8-12 የምናየው ነው፡፡

ተጠንቀቅ (khray-mat-id'-zo/chrematizo/ክሬማቲዞ ከ chrema/ክሬማ = ጉዳይ፣ ሥራ) ማለት፡- የቃሉ ትርጉም *ሥራን* ማከናወን፣ ለሚጠይቁ ምክር ወይም መልስ መስጠት ወይም ለአማካሪዎች ምላሽ መስጠት የሚል ነው፡፡ ስለዚህ ይህ ማለት መለኮታዊ ትእዛዝ መስጠት ወይም መለኮታዊ ትእዛዝን መቀበልም የሚል ይሆናል፡፡ በሌላ አገላለጽ *ክሬማቲዞ* ማለት መለኮታዊ መልእክትን ማካፈል ወይም መልእክት በመስጠት ማሳሰቢያው እንዲታወቅ ማድረግ የሚል *ነው፡፡ (መጽሐፍ ቅዱስ ጥቅሶች የብሉይና / የአዲስ ኪዳን ግሪክ መዝገበ ቃላት፣ የቲየር ትርጉም፣ አስቲን)*

- ❖ ምሳሌ እና አመላካች ናቸው የሚለውን እዚህ ላይ ማየቱ ተገቢ ሆናል ምክንያቱም ምዕራፍ 9 ላይ እንደገና እንመለከተው የበለጠ መረዳትን እናገኝበታለን፡፡

ቤተ መቅደስ፣ ታቦቱና በቤተ መቅደሱ ውስጥ የነበሩ ዋና ዋና መገልገያ ዕቃዎች እና አዲስ ኪዳናዊ አመልካችነታቸው

1. የመግቢያ አሳብ፡- እንደ ዕውነቱ ከሆነ እነዚህ ነገሮች ብሉይ ኪዳናዊ ከመሆናቸው የተነሣ፣ እነርሱን በተመለከተ በነገረ መለኮት ምሁራን ዘንድ ሁለት ዐይነት አመለካከቶች ሲራመዱ ይስተዋላሉ፡፡ አንደኛው ወገን እነዚህን ነገሮች አሁን በአዲስ ኪዳን ላለን አማኞች የሚፈይዱልን ምንም ነገር የለም፡፡ ስለዚህም ጊዜ እንዳለፈባቸው ብሉይ ኪዳናዊ ሥርዓቶች እና የአምልኮ ሥርዓቶች አድርገን ልንቈጥራቸው ይገባል የሚል ነው፡፡

እዚህ ላይ ለአብነት ያህል አንድ የሥነ መለኮት መምህር የተናገረውን መጥቀሱ አስፈላጊ ነው፡፡ ይህ ሰው በመገናኛው ድንኳንና በአገልግሎቱ ውስጥ ካሉ ቅዳሴያዊና ሥርዓታዊ የሆኑ ዝርዝር ጉዳዮች የቱን ጥቅም ለመንፈሳዊ ሕይወታችን ልናገኝ እንችላለን? ሲል ከመልስ ሰጭው አሉታዊ ምላሽ በሚጠበቅበት መልኩ የተናገረበት ሁኔታ አለ፡፡(ፒክስ

ሐተታ ፣ ገጽ 5)፡ (በ ኤስ.ቲ. ኢ. ኤም. ህትመት፡ - ኤ ጄ ፖሎክ - የድንኳኑ ድንኳን ዓይነተኛ ትምህርት ፣ ገጽ 1)

ሁለተኛው ወገን ደግሞ አይሁድ በብሉይ ኪዳን ይለማመዱዋቸው የነበሩ ሥርዓቶች እና ልምምዶች የወደፊቱን፣ ማለትም ሊገለጥ ያለውን አካል በጥላነት የሚያመለክቱ ከመሆናቸው አንጻር የሚሰጡት ትምህርት የራሱ የሆነ ዋጋ ያለው ነው፡፡

ለአብነት ያህል የሰር ሮቤርት አንደርሰንን (ጠቃሚ የሆኑ ክርስቲያናዊ የሆኑ ጽሑፎችን በመጻፍ ረገድ በጣም ታዋቂ የሆነው) ምስክርነት መመልከት እንችላለን፡- “በግልጽ ክርስቲያናዊ የሆነ ዐቋምን በመያዝ ረገድ የአይሁድ ሥርዓታዊ ሕጎች የሚሰጡት መንፈሳዊ ትርጉም ቅዱሳት መጻሕፍትን ለመረዳት አስደናቂ የሆነ መነቃቃትን /ብርሃንን/ የሚሰጥ ነው፡፡” (በ ኤስ.ቲ. ኢ. ኤም. ህትመት፡ - ኤ ጄ ፖሎክ - የድንኳኑ ድንኳን ዓይነተኛ ትምህርት ፣ ገጽ 1)

ሰር ሮቤርት አንደርሰን እነዚህ ነገሮችን ማወቅ በተለይም የዕብራውያንን መጽሐፍ ከመረዳት አንጻር ያላቸውን ጠቀሜታም ሆነ እነዚህ ነገሮችን አለማወቅ የዕብራውያን መጽሐፍን ለመረዳት ነገሮችን እንዴት ውስብስብ ወይም አስቸጋሪ እንደሚያደርጉ ጭምር ሲጽፍ፡-“የዕብራውያን መልእክትን በሚያነብበት ጊዜ የዚህን የዘማናዊነት አቀንቃኝ ፕሮፌሰር ዕይታ ምን ዐይነቱ መንፈሳዊ ሚፎያ (አዚምና ድንዛዜ) ነክቶት ይሆን ስንል እንገረማለን፡፡ በዕብራውያን መልእክት ውስጥ ሙሴ ከክርስቶስ ጋር ተነጻጽሯል፡፡ በአይሁድ መሠዊያዎች ላይ የሚቀርቡት ውጤት-ዐልባ የሆኑ መሥዋዕቶች ስርየትን ከሚሰጠውና ውጤታማ ከሆነው ከአንድ ታላቅ ከሆነ የክርስቶስ መሥዋዕት ጋር ተነጻጽሯል፡፡ ምሥጢራዊ የሆነው አካል መልከ ጸዴቅ ከክርስቶስ ጋር ተነጻጽሯል፡፡

የእግዚአብሔር ቃል ራሱ እነዚህን በብሉይ ኪዳን የሚገኙ ነገሮች “ለሰማያዊ ነገሮች ምሳሌና ጥላ” (ዕብ. 8፥5)፣ “በሰማያት ያሉትን የሚመስሉ ነገሮች” (ዕብ. 9፥23)፣ “ሊመጣ ያለ የበጎ ነገር አምሳል” (ዕብ. 10፥1) በማለት ይገልጻቸዋል፡፡

እንደዚህ ግልጽ የሆኑ ዐረፍተ ነገሮችን በሚያነብበት ጊዜ ፕሮፌሰሩ ምን ዐይነቱን መነጽር ነው ያደረገው? የአምሳያዎቹን (Types) ውበት በማየት ረገድ ይህ ሰው አልተሳካለትም ወደሚለው መደምደሚያ ብቻ ልንመጣ እንችላለን፤ ምክንያቱም የአምሳያዎቹ ተቃራኒን፣

ማለትም ጌታችን ኢየሱስ ክርስቶስን እንኳ ይህ ሰው ከቶ አላወቀውም" ብሏል፡፡(ኤስ.ቲ.ኢ.ኤም ህትመት፡ - ኤ.ጀ.ፖሎክA: የ ድንኳኑ መደበኛ ትምህርት, ገጽ 2)

11. ተጨማሪ አሳብ ፡- መጽሐፍ "የሚናገር እንደ እግዚአብሔር ቃል ይናገር" ይላል፡፡ አገርኛው ምሳሌያችን ደግሞ "መጽሐፉም ዝም፣ ቄሱም ዝም" ይላል፡፡ ከእነዚህ ወርቃማ አባባሎች የምንረዳው ሁለት ፈርጅ /ገጽታ/ ያለው አንድ መንፈሳዊ መርኅ አለ፡፡

የመጀመሪያው የመርኁ ገጽታ ስለ የትኛውም ነገር የእኔ ወይም የእኛ ነው ብለን ልንይዘውም ሆነ ልናራምደው የሚገባው ትክክለኛው መረዳት ወይም ዐቋም መጽሐፍ ቅዱሳዊ ሊሆን ይገባል የሚል ነው፡፡ ሁለተኛው የመርኁ ገጽታ ደግሞ መጽሐፍ ቅዱስ በየትኛውም ጉዳይ ላይ የሚናገረው ነገር ከሌለ ዝም ማለትና የትኞቹንም መላ-ምቶች እየደረደሩ ጥራዝ-ነጠቅ በሆኑ አስተሳሰቦች ሰለባ ከመሆን መታቀብ ያስፈልጋል የሚል ነው፡፡

በተለይም ይህ በሰማይ ያሉ ነገሮች ዕውነተኛ አምሳያነት የሚኖራቸው ቊሳቊሶች እንደ መሆናቸው ሁሉንም ነገር ከእግዚአብሔር ፍላጎትና ምሪት አንጻር ማድረጉ የሚጠበቅ ሆኖ ይታያል፡፡ *"እነዚህ ቊሶች በትክክል እግዚአብሔር ባዘዘው መሠረት ሊዘጋጁ ይገባል (ይህ ሲባል ምንም ሊጨመርና ምንም ሊቀነስ አይችልም) ምክንያቱም እነዚህ ነገሮች እያንዳንዳቸው በሰማይ ያለው መቅደስንና ኢየሱስ ክርስቶስን በሆነ መልኩ በተምሳሌትነት ለመግለጥ የታለሙ ጭምር ናቸውና፡፡"*

በእርግጥም እነዚህ ቊሳቊሶች ስለ ክርስቶስ የሚናገሩ ከሆነ፣ የቱም ክፍላቸው በክርስቶስ ማንነትና ሥራዎች ላይ ማጠንጠን ይኖርባቸዋል፡፡ ይህንንም አንድ ማለፊያ የሆነ ጽሑፍ ሲገልጠው የዚህ የማደሪያው ድንኳን እያንዳንዱ አካል ከነዝርዝር ጉዳዮች ጋር ኢየሱስ ክርስቶስን የሚያሳይ ሆኖ እንዲቀርብ ተደርጎ ታልሟል፡፡*(የድንኳኑ ጥናት - ትምህርት 5)*

ይህን ዕውነታ በቅርቡ የቤት ውስጥ ጥናት እያከናወኑ የነበሩቱ ኢይ ጎርደን የተባሉቱ ሰው የደረሱበትን ድምዳሜ "እኔ ኢየሱስ በመገናኛው ድንኳን ውስጥ የሚል ርእስ ሰጠሁት፡፡ ምክንያቱም ይህ ሊታመን የማይችል ንድፍ በአንድም ሆነ በሌላ መልኩ ክርስቶስን የሚያሳዩ ነጥቦችን የያዘ ነውና፡፡ እርሱ ማዕከላዊ ሥፍራን ይዟል" በማለት ይህን ዐቢይ እና የደመቀ ዕውነት የጥናታቸው ርእስ ማድረጋቸውን ያወጉናል፡፡ (1 ጎርደን ፣

የመጽሐፍ ቅዱስ ጥናት-ኢየሱስ በድንኳኑ ውስጥ-የድንኳኑ መግቢያ እና አጠቃላይ እይታ)

አዎን በእርግጥም መጽሐፉ ዝም ባለበትና ስለ የትኛውም ጉዳይ ቢሆን በማይናገርበት ሁኔታ ላይ ከዚህም ከዚያ የምንሰበስባቸው የሰዎች የሆኑ አመለካከቶች ምናብ ወለድም ሆነ ምንጨ-ሰብ ስለሆኑ፣ እምነታችንን በእነዚህ ነገሮች ላይ መጣል ወይም እነርሱን እንደ ዕውነት አድርገን ለመቀበል ቃለ-እግዚአብሔር ለእኛ ፈቃድን አልሰጠንም፡፡ ስለዚህም ደግሞ ይህን ነገር ከልብ ልንረዳና አስፈላጊውን ጥንቃቄ ልናደርግ በምንችልበት መልኩ ልንመላለስ ያስፈልጋል፡፡

III. እንደ እግዚአብሔር ቃል እንነጋገር ቃለ-እግዚአብሔር ስለ ቤተ መቅደስ፣ ስለ ታቦት እና በቤተ መቅደስ ውስጥ ስላሉ ዐበይት ነገሮች ምን ይላል? በውኑ እነዚህ ነገሮች በአዲስ ኪዳን ያላቸውን ፋይዳ ከመጽሐፍ ቅዱስ መመልከት ይቻላል ወይ?

የዕብራውያን መጽሐፍ የተጻፈው ከስያሜው በቀጥታም ሆነ በቀላሉ ለመረዳት እንደምንችለው ዕብራውያን በሚል ስያሜ ለተጠሩት፣ ደግሞም ዕብራይስጥ በሚባለው ቋንቋ ለሚጠቀሙት ለእስራኤላውያን ወይም ለአይሁድ ነው፡፡ እነዚህ ሰዎች ከአይሁድ ወገን እንደ መሆናቸው የአይሁድን ወይም የዕብራይስጥን ቋንቋ፣ እንዲሁም የቀደመውን የአይሁድ ሃይማኖት ሲከተሉ የኖሩና በዚህ ጊዜ ግን ክርስትናን ተቀብለው የሚኖሩ አማኝ የሆኑና ዳግም ልደትን ያገኙ ሰዎች ናቸው፡፡

የዕብራውያን ጸሐፊ መልእክቱን ለእነዚህ ሰዎች ያዘጋጀው ከመሆኑ አንጻር ዛሬ ላይ ለእርሱ ሊያስተላልፈው የሚፈልገው መልእክት ዘላለማዊነትና ታላቅነት ቀደም ሲል ይመላለሱበት በነበረው የአይሁድ ሃይማኖት ውስጥ ባሉት ላቅ ያለ ሥፍራ በሚሰጣቸው ነገሮች፣ በተለይም ደግሞ አሁን ላይ ጉልህት ኖሮት አጽንኦት ሰጥቶ ለሚያስተምራቸው ዘላለማዊና የጸኑ ዕውቶች ጥላና ምሳሌነት ያላቸው ነገሮችን ነቅሶ በማውጣት ጥላን ከአካል፣ እንዲሁም ምሳሌን ደግሞ ከዕውነተኛው ነገር ጋር በማያያዝ የሚያስተምርበትን ወይም መልእክቱን በብዙ ማስረጃዎች አበልጽጎ የሚያቀርብበትን ተግባር በብቃት ሲወጣ እንመለከተዋለን፡፡

በዚህ ረገድ እየተነጋገርንበት ያለውን ይህን አሳባዊ ወይም ንድፈ-አሳባዊ መረዳት የተጨበጠ ለማድረግ ከዚህ በታች የሚቀርቡትን አምስት መጽሐፍ ቅዱሳዊ ምንባቦች በአስረጅ ምሳሌነት እንደሚከተለው እንመለከታቸዋለን፡፡“እነርሱም ሙሴ ድንኳኒቱን ሊሠራ ሳለ እንደ ተረዳ፥ ለሰማያዊ ነገር ምሳሌና ጥላ የሚሆነውን ያገለግላሉ፡፡ በተራራው እንደ ተገለጠልህ ምሳሌ ሁሉን ታደርግ ዘንድ ተጠንቀቅ ብሎት ነበርና፡፡” (ዕብ. 8፥5)፡፡

“እንግዲህ በሰማያት ያሉትን የሚመስለው ነገር በዚህ ሊነጻ እንጂ፣ በሰማያት ያሉቱ ራሳቸው ከእርሱ ይልቅ በሚበልጥ መሥዋዐት ሊነጹ የግድ ነበር፡፡” (ዕብ. 9፥23)፡፡
“ሕጉ ሊመጣ ያለው የበጎ ነገር ዕውነተኛ አምሳል ሳይሆን፣ የነገር ጥላ አለውና፥ ስለዚህም በየዓመቱ ዘወትር የሚቀርቡትን በዚህ መሥዋዕት ሊፈጽም ከቶ አይችልም፡፡” (ዕብ. 10፥1)

“እንግዲህ በሙብል ወይም በመጠጥ ወይም ስለ በዓል ወይም ስለ ወር መባቻ ወይም ስለ ሰንበት ማንም አይፍረድባችሁ፡፡ እነዚህ ሊመጡት ያሉት ነገሮች ጥላ ናቸውና፥ አካሉ ግን የክርስቶስ ነው፡፡” (ቈላስ. 2፥16-17)

“ነገር ግን የዚያን ጊዜ እግዚአብሔርን ሳታውቁ በባሕርያቸው አማልክት ለማይሆኑ ባሪያዎች ለመሆን ተገዛችሁ፤ አሁን ግን እግዚአብሔርን ስታውቁ ይልቅስ በእግዚአብሔር ስትታወቁ እንደ ገና ወደ ደካማ ወደሚናቅም ወደ መጀመሪያ ትምህርት እንዴት ትመለሳላችሁ? እንደ ገና ባሪያዎች ሆናችሁ ዳግመኛ ለዚያ ልትገዙ ትወዳላችሁን? ቀንንና ወርንም ዘመንንም በጥንቃቄ ትጠብቃላችሁ፡፡ ምናልባት በከንቱ ለእናንተ ደክሜያለሁ ብዬ እፈራችኋለሁ” (ገላ. 4፥8-11)፡፡

IV. የአምስቱ መጽሐፍ ቅዱሳዊ ምንባቦች አጭር ትንታኔ

1. የመጀመሪያው ምንባብ ሙሴ የማደሪያውን ድንኳን የሠራው በተራራው ላይ በተገለጠለት ምሳሌ መሠረት ነው፡፡ በዚህ መሠረት በሚሠራበት ጊዜም በዘመኑ ታሳቢ የነበረው ነገር፡- “ለሰማያዊ ነገር ምሳሌና ጥላ የሆነ አገልግሎትን መስጠት ነው፡፡” በመሆኑም ከሙሴና አሮን ዘመን ጀምሮ እስከ ብሉይ ኪዳን ፍጻሜ ዘመን ድረስ ይሰጥ የነበረው ወይም ይሠራ የነበረው አገልግሎት በሰማይ ያለው የዕውነተኛው አገልግሎት ምሳሌና ጥላ የነበረ አገልግሎት እንደ ሆነ እናስተውላለን፡፡

2. በሰማያት ያሉትን ነገሮች ለማመልከት በምሳሌነት አገልግሎት የሚሰጠው የመገናኛው ድንኳንም ሆነ ቤተ መቅደሱ ብሎም በውስጣቸው ያሉ መገልጋያ ቍሳቍሶች ሁሉ፣ ብሎም ታቦቱ ራሱ ጭምር በምድራዊ ሥርዓታዊ መንጻት ሊነጹ የሚገባቸው ሲሆን፣ . በሰማያት ያሉቱ ነገሮች ግን ምድራዊ በሆኑ ሥርዓታዊ መንጻቶች ሳይሆን፣ ከእነዚህ በሚበልጠው ነገር፣ እንድምታዊ በሆነ መልኩም በጌታችን በመድኃኒታችን በኢየሱስ ክርስቶስ ደም ሊነጹ ግድ ነው።

3. ሕጉ የነበረው ሚና ሊመጣ ላለው ዕውነተኛ ነገር የበጎ ነገር አምሳያነት ሳይሆን፣ ይልቁንም የነገር ጥላነት ሚና ያለው ነው። እናም መሥዋዕት አቅራቢዎችን ፍጹምነት ባለው መልኩ ንጹሕ አያደርጋቸውም ነበር።

4. በብሉይ ኪዳን ለሕዝበ-እግዚአብሔር ተሰጥተዋቸው ሲጠብቁዋቸው የነበሩ እንደ መብል፣ መጠጥ፣ በዓላት፣ የወር መባቻ እና ሰንበት ያሉ ነገሮች በጊዜያቸው የቱንም ያህል ሊጠበቁ ግድ የሚሉ ነገሮች ቢሆኑም፣ ዛሬ ላይ ለዕብራውያን ሰዎች (ደግሞም ለአዲስ ኪዳን አማኞች ሁሉ) ያላቸው ፋይዳ የጥላና የምሳሌነት ብቻ ነው። ስለዚህም ዛሬ ላይ ለተገለጠው አካል፣ ማለትም ለክርስቶስ እና በእርሱ ለተገለጡ ዕውነቶች ያኔ ላይ ቆመው የጥላነት ሚና ሲጫወቱ እንደ ነበረ መረዳት እንችላለን።

5. የአዲስ ኪዳን ዘመን እግዚአብሔርን በክርስቶስ የማወቅም፣ ይልቁንም በእግዚአብሔር የመታወቅ ዘመን ነው። እናም በዚህ ዘመን ለአማኞች ደካማ እና የሚናቅ፣ እንዲሁም እግዚአብሔርን ለሚያውቁና በእርሱ ዘንድ ዕውቅና ላላቸው ሰዎች የሚሰጠው ትምህርት የመጀመሪያ ትምህርት ሊሆን አይገባም። ይልቁንም በዚህ ዘመን ከአማኞች የሚጠበቀው ለዘመኑ የሚስማማውን መገለጥ ወይም ክርስቶስን እና በእርሱ የተገለጡ ዕውነቶችን ነው። ስለሆነም እንደ ቀንና ወር፣ የወር መባቻና በዓላት ብሎም ሰንበት ያሉ ጉዳዮችን በጥንቃቄ መጠበቅ አንድም ወደ ደካማ፣ የሚናቅና የመጀመሪያ ትምህርት መመለስ ነው። ሁለትም ክርስቶስን እና በእርሱ የተሰጡ ትምህርቶችን፣ ማለትም ከእርሱ ጋር በአያሌው የተያያዙ ዕውነቶች ቸል ማለት ወይም እነርሱን በመረዳት ለመመላለስ ዝግጁ አለመሆን ነው።

የመግቢያው ቅኝት ማጠቃለያ

እስከ አሁን በዝርዝር የተመለከትናቸውን ነገሮች ወደ ማጠቃለሉ ስንመጣ የሚከተሉትን ጥቂት ዳሩ ግን ወሳኝ የሆ ነጥቦች እንመለከታለን፡-

የመጀመሪያው ብሉይ ኪዳናዊ የሆኑ ከመገናኛው ድንኳን ወይም ከቤተ መቅደሱ ጋር የተያያዙ ሥርዓቶች፣ ቀናትና በዓላት፣ ወራትና ዓመታት፣ የወር መባቻዎችና ሰንበታት፣ እንዲሁም ከእነዚህ ነገሮች ጋር በተያያዘ በቤተ መቅደሱ ውስጥ የሚቀርቡ መሥዋዕታዊ ሥርዓቶችና መሥዋዕቶች ሁሉ ሊመጣ ያለውን የእግዚአብሔርን ትልቁንና የከበረውን ዕውነት፣ ማለትም ክርስቶስን እና ከእርሱ ጋር የተያያዙ ነገሮችን ሁሉ በጥላና በምሳሌነት ትንቢታዊ በሆነ መልኩ የሚጠቁሙ መሆናቸው ነው፡፡

ሁለተኛው ነገር በእነዚህ ነገሮች አማካይነት ትልቁን ዕውነት መረዳት፣ ማወቅ፣ መማርና በጥለቀት መገንዘብ ይቻላል ወይም ያስፈልጋል የሚል ነው፡፡ ስለሆነም ታቦቱን፣ ቤተ መቅደሱንም ሆነ በውስጡ የሚገኙ ልዩ ልዩ እና ዐበይት የሆኑ መገልገያ ዕቃዎችን ሊመጣ ያለው አካል ክርስቶስን፣ ደግሞም ከእርሱ ጋር በዕጅጉ የተያያዙ ነገሮችን (ጸንተው የሚኖሩ ዕውነቶችን) እንዴት እንደሚወክሉ ወይም እንደሚያመለክቱ አሊያ እንደሚጠቁሙ ከዚህ በታች ሰፋ እና ዘርዘር ባለ መልኩ እንመለከታለን፡፡

V. የቤተ መቅደሱ አመልካችነት ወይም ጥላና ምሳሌነት

በብሉይ ኪዳን የተሠራው ቤተ መቅደስ (አስቀድሞ በሰሎሞንም ሆነ ኋላ ላይ በዘሩባቤል የተሠሩት ቤተ መቅደሶች) አመልካችነቱ ምንድን ነው? የሚለውን መመልከት ተገቢነት ያለው ነገር ነው፡፡ በቅድሚያ ቤተ መቅደሱ ሰዎች ተሰብስበው አምልኮተ-እግዚአብሔርን የሚፈጽሙበት ሥፍራ ነው፡፡ በዘመነ ብሉይ እግዚአብሔርን ማምለክ ወደዚህ ሥፍራ ከመምጣት ጋር የተያያዘ ነው፡፡ ይህም ሰዎች ወደዚህ ሥፍራ መምጣት በሚችሉ ጊዜ እና የሰዎች መምጣት የግድ ተጠባቂ በሚሆንባቸው ልዩ ዓመታዊ በዓላት ጊዜ የሚሆን ነው፡፡ ዳሩ ግን ወደዚህ ሥፍራ መምጣት በማይቻልበት ጊዜ፣ ማለትም በየዕለቱ አምልኮና ጸሎት ጊዜ ሰዎች በርና መስኮታቸውን መቅደሱ ወደሚገኝበት ወደ ኢየሩሳሌም ከተማ በመክፈት አምልኮት እግዚአብሔርን ይፈጽሙ ነበር፡፡

ይህ ወደ ቤተ መቅደሱ በመምጣት ወይም ቤተ መቅዱሱ ወደሚገኝበት ከተማ አቅጣጫ ፊትን በመመለስ የሚደረግ ጸሎት ከአንድ የሆነ ሥፍራ ጋር በተያያዘ የሚፈጸም ጸሎትና አምልኮ እንደ መሆኑ መጠን በራሱ ዋና ነገር ወይም አካል ሳይሆን፣ ሊመጣ ያለው ዕውነተኛ ነገርንና አካልን በጊዜያዊነት በጥላና ምሳሌነት ሲያገለግል የኖረ ነው፡፡ አሁን ግን አካሉ ወይም ዋና ነገሩ ማለትም ክርስቶስ ኢየሱስ የሆነው ዳግም ልደትን ያገኙ ሰዎች እግዚአብሔር አምላክን ከቶ በመጋረጃ በማይከደን ፊት በቀጥታ የሚያመልኩበት ነው፡፡ የሚከተሉት የመጽሐፍ ቅዱስ ከፍሎች ይህን ዕውነት በግልጽ ያሳዩናል፡፡ *"በዚህ ተራራ ወይም በኢየሩሳሌም ለአብ የማትሰግዱበት ጊዜ ይመጣል፤ ...፡፡ ነገር ግን በዕውነት የሚሰግዱ ለአብ በመንፈስ እና በዕውነት የሚሰግዱበት ጊዜ ይመጣል፤ አሁንም ሆኖአል፡፡ አብ ሊሰግዱለት እንደዚህ ያሉትን ይሻልና፡፡ እግዚአብሔር መንፈስ ነው፤ የሚሰግዱለትም በዕውነትና በመንፈስ ሊሰግደሉት ያስፈልጋቸዋል፡፡" (ዮሐ. 4÷21-24)*

"ኢየሱስም መልሶ ይህን ቤተ መቅደስ አፍርሱት፥ በሦስተኛውም ቀን አነሣዋለሁ አላቸው፡፡ ስለዚህ አይሁድ፡- ይህ ቤተ መቅደስ ከአርባ ስድስት ዓመት ጀምሮ ይሠራ ነበር፡፡ አንተስ በሦስት ቀን ታነሣዋለህ? አሉት፡፡ እርሱ ግን ስለ ሰውነቱ ቤተ መቅደስ ይል ነበር፡፡ ስለዚህ ከሙታን ከተነሣ በኋላ ደቀ መዛሙርቱ ይህን እንደ ተናገረ አሰቡና መጽሐፍንና ኢየሱስ የተናገረውን ቃል አመኑ፡፡" (ዮሐ. 2÷19-22)

"ወይስ ሥጋችሁ ከእግዚአብሔር የተቀበላችሁት በእናንተ የሚኖረው የመንፈስ ቅዱስ ቤተ መቅደስ እንደ ሆነ አታውቁምን?" (1ኛ ቆሮ. 6÷19)

የምንባቦቹ ዐበይት አሳቦች

የመጀመሪያው ምንባብ ከሥፍራ ጋር የተያያዘው ብሉይ ኪዳናዊ አምልኮ ቀርቷል፡፡ ምክንያቱም አካል ወይም ዋና ነገር አይደለም፡፡ ይህ በክርስቶስ መምጣት የተጀመረው የአዲስ ኪዳን ዘመን ዋና ነገርንና አካልን የያዘ ነው፡፡ ይህም ደግሞ ሁልጊዜም ቢሆን በባሕርዩ መንፈስ የሆነው እግዚአብሔር መመለክ የሚፈለግውም ሆነ ያለበት በዕውነት እና በመንፈስ ነው፡፡ ስለዚህም ቤተ መቅደሱ የነበረው ሚና የዚህ በዕውነትና በመንፈስ የሚደረግ አምልኮ ጥላና ምሳሌነት ነበር ማለት ነው፡፡ አንድ ሥፍራ ቋሚ የሆነ ገጽታ ያለው ወይም ተቀያያሪነት የሌለው እንደ መሆኑ ይህ በዕውነት እና በመንፈስ የሚደረግ አምልኮ በምድር ላይም ይሁን በገነት በማይቀየርበትና ቋሚነት ባለው መልኩ የሚደረግ

ብሎም ለባሕርየ-እግዚአብሔር የሚስማማና የሚመጥን የመሆኑን ዕውነት በጥላና ምሳሌነት ቤተ መቅደሱ ሲያመለክት ኖሮአል፡፡

የሰው ልጆች ሥጋ ወይም አካል በእግዚአብሔር የተሠራ ሲሆን፣ የተሠራበትም ዓላማ ዕጅ በሠራው መቅደስ የማይኖር አምላክ እግዚአብሔር በመንፈሱ ያድርበት ዘንድ ነው፡፡ ጌታችን መድኃኒታችን ኢየሱስ ክርስቶስ ይህን መቅደስ አፍርሱት በሦስት ቀን አነሣዋለሁ ሲል ስለ ገዛ ሰውነቱ መናገሩ ነው፡፡ ይህም አንድም ስለ ስቅለቱ እንድምታዊነት ባለው መልኩ መናገሩ ነው፡፡ ሁለትም የሰው ልጆች አካል የመንፈስ ቅዱስ ማደሪያ መሆኑን መጠቆሙ ነው፡፡

ሦስተኛው ምንባብ ይህ በሁለተኛው ምንባብ ጌታ የገለጠው ዕውነት ሰፋ ባለ መልኩ የተብራራበት እና እንድምታዊ በሆነ መልኩ በሕይወታችን ውስጥ የሚኖረው ሥፍራም የተገለጠበት ነው፡፡ ሥጋችን ወይም ሰውነታችን አንደኛ ከእግዚአብሔር የተቀበልነው ነው፡፡ በፍጥረትም ይሁን በዳግም ልደት (በመቤዠቱ ሥራ) እኛ ከእግዚአብሔር የተቀበልነው ነው፡፡ ለዚህም ነው በዋጋ ተገዝታችኋልና የራሳችሁ አይደላችሁም የተባልነው፡፡ ሁለተኛ የሚሰጠው ጥቅምም ቤተ መቅደሳዊ ነው፡፡ ስለሆነም መንፈስ ቅዱስ በውስጡ ይኖርበታል፡፡

VI. በቤተ መቅደሱ ውስጥ ያሉ ዋና ዋና ዕቃዎች

በቤተ መቅደሱ ውስጥ መሠረታውያን የሆኑ ሰባት መገልገያ ዕቃዎች አሉ፡፡ እነዚህንም በውጭው ዐደባባይ የሚገኙ፣ በመካከለኛው የመቅደሱ ሥፍራ ማለትም በቅድስት የሚገኙ እና በመጨረሻው የቤተ መቅደሱ ክፍል ውስጥ ማለት በቅድስተ ቅዱሳን የሚገኙ ዕቃዎች በሚል በሦስት ከልለን ልንመለከታቸው እንችላለን፡፡

በውጭው ዐደባባይ የሚገኙ ዕቃዎች

በዚህ የመቅደሱ መግቢያ ዐደባባይ ውስጥ የምናገኛቸው ሁለት መገልገያ ዕቃዎችን ሲሆን፣ እነርሱም የናሱ ሰን (ከነሃስ የተሠራው ሣህን) እና የናሱ መሠዊያ ናቸው፡፡ ሕዝቡ የሚያቀርባቸው መሥዋዕቶች በናሱ መሠዊያ ላይ ይቀርባሉ ወይም ይሠዋሉ፡፡ እናም በዚህ መልኩ ለእግዚአብሔር ይቀርባሉ፡፡ ይህም ደግሞ የተወደደና ጣፋጭ የመዓዛ ሽታ

ያለው መሥዋዕት ሆኖ ወይም ማለፊያ የሆነ አምልኮተ-እግዚአብሔር ሆኖ ለእርግዚአብሔር አምላካቸው ይቀርባል፡፡

በተጨማሪም ካህናቱም የመተጣጠብ ሥርዓትን በዚያው በዐደባባዩ በሚገኘው የናሱ ሣህን ውስጥ ባለ ውኃ ይፈጽማሉ፡፡ የናሱ ሰን የመተጣጠብና የመንጻት ሥርዓት የሚፈጸምበት ነው፡፡ ይህንን የመተጣጠብ ሥርዓት ከፈጸሙ በኋላ ነው ካህናቱ ወደ ቅድስት ለመግባትም ሆነ በዚያ የሚሰጥ አገልግሎትን ሊሰጡ የሚችሉት፡፡ ከዚህም የናሱ ሰን አገልግሎት የሃይማኖታዊ ንጽሕና (religious washing) መስጠት እንደ ሆነ በቀላሉ ልንገነዘብ እንችላለን፡፡

በመካከለኛዪቱ ክፍል ወይም በቅድስት የሚገኙ ዕቃዎች

በሁለተኛው የቤተ መቅደሱ ክፍል ሦስት ዋና ዋና ዕቃዎች ይገኛሉ፡፡ እነርሱም የኅብስቱ ማስቀመጫ ጠረጴዛ፣ የብሩ መሠዊያና የወርቁ መቅረዝ ናቸው፡፡ በኅብስቱ ማስቀመጫ ጠረጴዛ ላይ የገጹ ኅብስት በትኩስነቱ ይቀመጣል፤ ወደ መበላሸት ወይም መሻገት ሳይሄድም የተቀደሱ ካህናት ይመገቡታል፡፡ ዳሩ ግን እነርሱ የሚመገቡት ቀድሞውኑ በገበታው ወይም በጠረጴዛው ላይ የነበረ ኅብስት በአዲስና በትኩስ ኅብስት ከተተካ በኋላ ነው፡፡ ለዚህም ነው ዳዊት ከሳኦል በሸሸና ወደ ካህኑ አቤሜሌክ በመጣና ለእርሱና አብረውት ለነበሩ ብላቴኖች አንዳች የሚበላ ነገር እንዳለ በጠየቀ ጊዜ የተለመደ ምግብ እንደ ሌለ፣ ዳሩ ግን የገጹ ኅብስት እንዳለና እርሱና ሰዎች ከሴቶች የተጠበቁ ከሆኑ ወስደው ሊበሉት እንደሚችሉ የነገረው፡፡ ደግሞም በዚህ መሠረት ዳዊት ከሰዎቹ ጋር ያንን የተቀደሰና ቅድስናን የሚጠይቀውን ኅብስት ወስዶ ለመመገብ ቻለ፡፡

የብሩ መሠዊያ በቅድስት ውስጥ በልዩነት ለእግዚአብሔር አምላክ ጣፋጭ መዓዛን የሚሰጡ እንዲሆኑ የተዘጋጁ ዕጣኖች የሚጤስበት ወይም ዕጣን የሚሠዋበት ነው፡፡ ካህናት በዚህ ሥፍራ ላይ እየተገኙ አገልግሎታቸውን ይሰጣሉ፡፡ ይህ በማይቋረጥ መልኩ የሚተገበር ተግባር ስለሆነ ካህናቱ በቍጥር በርከት ብለውም ሆነ በፈረቃ የሚሠሩት ነው የሚሆነው፡፡

በተመሳሳይ መንገድ የወርቁን መቅረዝ በዚህ ቅድስት በሚባል በመቅደሱ ሁለተኛው ክፍል የምናገኘው ሲሆን፣ ካህናቱ በእግዚአብሔር ፊት ዘወትር ማለትም ሃያ አራቱንም

ሰዓት መብራት የሚያበሩበት እንደ ሆነ እንመለከታለን፡፡ ስለዚህም ካህናቱ ከመቅረዙ ጋር በተያያዘ ሁለት ዐበይት ተግባራትን ያካናውናሉ፡- አንደኛው በርከት ብለውና በፈረቃ ተግባራቸውን በሚያከናውኑበት መልኩ መብራቱ በቀጣይነት የሚበራበትን ሁኔታ ማረጋገጥ ሲሆን፣ ሁለተኛው ደግሞ ለዚህ ተግባር አጋዥ የሆነውን ሌላ ሥራ ማከናወን ነው፡፡ ይህም ደግሞ ለመብራቱ የሚሆነውን ዘይት ማዘጋጀትና ማቅረብ፣ ብሎም ከሥር ከሥር መብራቱ ሳይጠፋ ለመብራቱ የሚሆነውን ዘይት መሙላት ነው፡፡

በስተመጨረሻ ላይ በሚገኘው ክፍል ወይም በቅድስተ ቅዱሳን የሚገኙ ዕቃዎች

ቅድስተ ቅዱሳን ወደሚባለው የቤተ መቅደሱ የመጨረሻው ወይም ሦስተኛው ክፍል ስንመጣም በዋነኝነት ሁለት ዕቃዎችን እናገኛለን፡፡ የመጀመሪያው የወርቁ ማዕጠንት የሚባለው ለዕጣን ማጠኛነት የሚያገለግለው ዕቃ ሲሆን፣ ሁለተኛው ደግሞ የኪዳኑን ጽላት በውስጡ የሚይዘው የኪዳኑ ታቦት ወይም ሣጥን ነው፡፡

በዚህ በሦስተኛው የቤተ መቅደሱ ክፍል ሊቀ ካህናቱ ብቻ በዓመት አንድ ጊዜ የሚገባበትና አገልግሎት የሚሰጥበት ሁኔታ አለ፡፡ ይህም በማስተስሪያ ቀን ስለ ሕዝቡና ስለ ራሱ ኃጢአት የተሠዋውን እንስሳ ደም በመያዝና ደሙንም በስርየት መክደኛው ላይ በመርጨት ኃጢአትን ለማስተሰረይ የሚገባበት እና አገልግሎቱን የሚሰጥበት ነው፡፡

VII. ዕብራውያን ምዕራፍ 9 የሚያቀርብልን ሁለቱ ክፍሎችና በውስጣቸው የሚገኙ ስምንቱ ዕቃዎች

1. **በቅድስት የሚገኙ ዕቃዎች**
   - 1.1 መቅረዝ
   - 1.2 ጠረጴዛ (የኅብስቱ ገበታ)
   - 1.3 የመሥዋዕቱ (የገጹ) ኅብስት
2. **በቅድስተ ቅዱሳን የሚገኙ ዕቃዎች**
   - 2.1 የወርቅ ማዕጠንት
   - 2.2 በወርቅ የተለበጠች የኪዳን ታቦት (ሣጥን መልክ ያላት)
   - 2.3 መና ያለባት የወርቅ መሶብ
   - 2.4 የበቀለች የአሮን በትር

2.5 የኪዳኑ ጽላት

VII. በቤተ መቅደሱ የሚገኙ ዕቃዎች የሚያመለክቱዋቸው ዘላለማዊ ዕውነቶች

መቅረዙና መብራቱ የክርስቶስ ኢየሱስን የዓለም ብርሃንነት የሚያመለክቱ ናቸው። ብርሃን በሆነ አካል ውስጥ ለመጥቀስም ያህል በመቅረዝ ውስጥ ሆኖ የሚበራ ነው። የእግዚአብሔር ብርሃን የበራው በክርስቶስ ሥጋ ማለትም በምድራዊ ሕይወቱና ኑሮው ውስጥ ነው። የእርሱን ፈለግ በመከተልም ይህንኑ ብርሃን የማብራትና በጨለማ ውስጥ ላለው ዓለም የማሳየቱ ነገር ለአማኞች ሁሉ ተሰጥቷል። ለዚህም ነው ጌታችን መድኃኒታችን ኢየሱስ ክርስቶስ እኔ የዓለም ብርሃን ነኝ ባለበት በዚያው አንደበቱ እናንተ የዓለም ብርሃን ናችሁ ሲል የተናገረው (ማቴ 5፡14)።

በተመሳሳይ መልኩም የኅብስቱ ገበታ (ጠረጴዛ) እና ኅብስቱ ተያያዥነት ያላቸው ነገሮች ሆነው ይታያሉ። በእርግጥም ኅብስቱ የሚቀርብበት ጠረጴዛ (ገበታ) ያስፈልገዋል። እንዲሁ ያለዚህ ነገር በአየር ላይ ወይም በመሬት ላይ ሊቀመጥ የሚገባው ነገር አይደለም። አዲስ ኪዳናዊ እንድምታውም በዋነኝነት የጌታችን የመድኃኒታችን የኢየሱስ ክርስቶስ አካላዊ መገለጥ እና የእርሱንም የሕይወት እንጀራነት የሚያመለክት መሆኑ ነው። በጌታችን በመድኃኒታችን በኢየሱስ ክርስቶስ ሥጋ /አካል/ አማካይነት የእግዚአብሔር ሕይወት ተገልጦ ለሰዎች ሁሉ፣ ማለትም በስሙ ለሚያምኑቱ ሁሉ ቀርቧል። አዎን ለዚህ ነበር ጌታችን ኢየሱስ ክርስቶስ የሕይወት እንጀራ እኔ ነኝ ሲል የተናገረው።

የበቀለችው የአሮን በትር ጌታ እግዚአብሔር አምላክ የሌዊ ነገድን ለክህነት አገልግሎት መምረጡን የሚያሳይ ምስክር ነው። ይህም ደግሞ ክህነት የምርጫ ጉዳይ መሆኑን፣ መራጩም ቢሆን ጌታ እግዚአብሔር አምላክ መሆኑን ያሳየናል። በአዲስ ኪዳንም እንዲሁ የክርስቶስ ሊቀ ክህነት እርሱ በእግዚአብሔር የተመረጠ መሆኑን ያሳየናል። እናም ደግሞ እርሱ በሁሉም አቅጣጫዎች ፍሬያማ ወይም ውጤታማ መሆኑ ታይቷል።

በተመሳሳይም መና ያለበት የወርቅ መሶብም ሆነ በውስጡ ያለው መና ጌታ እግዚአብሔር አምላክ በምድረ በዳ ለሕዝቡ ለእስራኤላውያን መና ማውረዱንና ሕዝቡን መመገቡን፣ በዚህም ደግሞ የእርሱን መግቦት የሚያመለክት ነው። እግዚአብሔር ለፍጥረቱ ሁሉ፣

ይልቁንም ደግሞ የገዛ ራሱ ሕዝብና ወገን ላደረጋቸውና ከምድር አሕዛብ ሁሉ መካከል ለመረጣቸው ሕዝቦቹ የሚያስፈልጉዋቸውን ነገሮች ሁሉ የሚያዘጋጅም ሆነ የሚሰጣቸው (ያህዌ-ይርኤ) እርሱ አምላካቸው እግዚአብሔር መሆኑን ያሳያል፡፡

እዚህ ላይ ሁለት ተያያዥነት ያላቸውን ነገሮች በውል ልንመለከት ይገባል፡፡ የመጀመሪያው በወርቁ መሶብ ውስጥ የሚገኘው መና ጌታ እግዚአብሔር አምላክ ሕዝቡን በታሪክ ውስጥ ተሸከሞና መግቦ ያሻገረ የትናንት ጌታ መሆኑን ሲያሳይ፣ የገጹ ኅብስት ደግሞ እርሱ ዛሬም ሕዝቡን የሚመግብና የሚያሻግር፣ እንዲሁም እርሱ የዛሬና የአሁን ጌታና አምላክ ጭምር መሆኑን በውል የሚያሳይ ነው፡፡

የዕብራውያን መጽሐፍ እነዚህን ሁለት ፈርጅ ያላቸው መጋቢነቶች /መግቦቶች/ ለጌታችን ለመድኃኒታችን ኢየሱስ ክርስቶስ ሲሰጥ "ኢየሱስ ክርስቶስ ትናንትና ዛሬ እስከ ዘላለምም ያው ነው (ዕብ. 13፥8) ይላል፡፡ ሐዋርያው ጳውሎስ በ1ኛ ቆሮንቶስ 10 መልእክቱ ስለ ቤተ- እስራኤል ሲናገር "ይከተላቸው ከነበረው ዐለት ጠጥተዋልና፥ ያም ዐለት ክርስቶስ ነው" ይላል፡፡ እናም በዚህ መልኩ ሁሉም ነገሮች ከክርስቶስ ጋር የተያያዙና ክርስቶስን አመልካች እንደ ሆኑ አዲስ ኪዳን ያስተምረናል፡፡ እናም መናውም ሆነ የገጹ ኅብስት ጌታችን ኢየሱስ ክርስቶስ ቀጣይነት ባለውና በማይደከም፣ ብሎም በምንም ነገር ሊለወጥ ወይም ሊተካ በማይችል መልኩ በእርሱ ለሚታመኑ አማኞች ሁሉ የሚያስፈልጋቸውን ነገሮች ሁሉ የሚሰጥ ጌታና አምላክ እንደ ሆነ እንገነዘባለን፡፡

የወርቁ ማዕጠንት (መሠዊያ) በቅድሚያ የዕጣን መሥዋዕት የሚቀርብበት ሲሆን፣ የሚቀርበው መሥዋዕት ደግሞ ዕጣን እንደ ነበረ እንመለከታለን፡፡ ይህም ደግሞ ጌታ እግዚአብሔር አምላክ የወደደውና እንደ ልዩ የመዓዛ ሽታ አድርጎ ያሸተተውንና ፈጽሞ የተቀበለውን የጌታችን የመድኃኒታችን የኢየሱስ ክርስቶስን የምድር ላይ ሕይወትና በምድራ ላይ ሳለ የሠራቸውን ሥራዎች ሁሉ፣ በተለየም ሆነ በደመቀ መልኩም ደግሞ በመስቀል ላይ የሠራውን የድነታችንን ሥራ ማለትም መሥዋዕታዊውንም ሆነ የምትክነት ሞቱን የሚያመለክተን ነው፡፡

ለአብነት ያህል ሁለት የመጽሐፍ ቅዱስ ምንባቦችን እንመለከታቸዋለን፡፡ የመጀመሪያው ምንባብ፡- *"እርሱም በሥጋው ወራት ከሞት ሊያድነው ወደሚችል ከብርቱ ጩኸትና ከዕንባ ጋር ጸሎትንና ምልጃን አቀረበ፥ እግዚአብሔርንም ስለ መፍራቱ ተሰማለት፥ ምንም*

ልጅ ቢሆን ከተቀበለው መከራ መታዘዝን ተማረ፤ ከተፈጸመም በኋላ በእግዚአብሔር እንደ መልከጼዴቅ ሹመት ሊቀ ካህናት ተብሎ ስለ ተጠራ፥ ለሚታዘዙት ሁሉ የዘላለም መዳን ምክንያት ሆነላቸው" (ዕብ. 5፥7-10) የሚል ነው፡፡

በእርግጥም ይህ ስለ ጌታችን ኢየሱስ ክርስቶስ የተነገረ ነገር ነው፡፡ እግዚአብሔርን የፈራበት ሕይወቱ ለጸሎቱና ለልመናው ደግሞም ለምልጃው በእግዚአብሔር ፊት ተቀባይነትን ማግኘት የተጫወተው ሚና ታላቅ እንደ ነበር እንመለከታለን፡፡

ሁለተኛው ምንባብ፡- *"እንግዲህ በጊዜው ከፍ እንዲያደርጋችሁ ዐውቃችሁ ከኃይለኛው ከእግዚአብሔር ዕጅ በታች ራሳችሁን አዋርዱ፤ እርሱ ስለ እናንተ ያስባልና የሚያስጨንቃችሁን ሁሉ በእርሱ ላይ ጣሉት" (1ኛ ጴጥ. 5፥6)* የሚል ነው፡፡ ይህ ስለ አማኞች የተነገረ ነገር ነው፡፡ በእርግጥም የሚያስጨንቀንን ነገር ሁሉ በእርሱ ላይ በምንጥል፣ ጸሎታችን ይሰማል፤ ዳሩ ግን ጸሎታችን ተሰምቶ ካበቃ በኋላ እንዲመለስልን ከጌታ ዕጆች በታች ራሳችንን ማዋረድ ይኖርብናል፡፡ አዎን እንዲህ ካለው የትሕትና ሕይወት የሚወጣ ጸሎት ነው ከምድር ከፍ ብሎ ሊሰማም ሆነ ከሰማይ ምላሽን ሊያመጣ የሚችለው፡፡

ማዕጠንትዋ የወርቅ መሆንዋ እንድምታዊ አሳብ አለው፡፡ ይህም ወርቅ የከበረ ነገር እንደ መሆኑ የክርስቶስን አምላክነት ያሳያል፡፡ በቀጣይ የምንመለከተው በወርቅ የተለበጠው የኪዳን ታቦት (ሣጥን) እንዲሁ ወርቅነትን የተላበሰ ማንነት ወይም የከበረና መለኮታዊ ማንነት ያለውን ጌታችን መድኃኒታችን ኢየሱስ ክርስቶስን ያመለክታል፡፡

የኪዳኑ ታቦት እና የኪዳኑ ጽላትም እንደዚሁ በአንድነት ተቀምጠው እናገኛቸዋለን፡፡ ጽላቱ በታቦቱ ውስጥ የሚቀመጥ ነው፡፡ ሁለቱ ተያያዥ ናቸው፡፡ የኪዳኑ ታቦትም ሆነ የኪዳኑ ጽላት ሁለቱም የክርስቶስ ውስጣዊ እና ውጫዊ ገጽታን ያመለክታሉ፡፡ የጽላቱ መቀመጫ ታቦቱ ወይም ውጫዊው ገጽታው ማለትም ሣጥኑ ትስጉትን (*ሥጋ* መልበሱን) ያሳያል ወይም *ሥጋ* የለበሰውን አካሉን ያሳያል፡፡

በጌታችን በመድኃኒታችን በኢየሱስ ክርስቶስ ውስጥ የከበረውና ሕይወትን የሚሰጠው ቃል አለ፡፡ ለዚህም ነው *"እርሱ እኔ የምሰጣችሁ ቃል መንፈስም ሕይወትም ነው" (ዮሐ. 6፥63)* ሲል የተናገረው፡፡ በተጨማሪም ደግሞ ጌታችን መድኃኒታችን ኢየሱስ ክርስቶስ

"በእኔ ብትኖሩ ቃሎቼም በእናንተ ቢኖሩ ዕውነትን ታውቃላችሁ፥ ዕውነትም አርነት ያወጣችኋል (ዮሐ. 8፥31-32) ሲል የተናገረው፡፡

በቤተ መቅደሱ ውስጥና አካባቢ የሚገኙ ቁሳቁሶች እና እነርሱ ያሉዋቸው ጥላና ምሳሌነት

ለግንዛቤያችን የሚሆኑ የአንዳንድ ቁሳቁሶችን ትርጉም ወይም አመልካችነት አሊያም ይዘውት የኖሩትን ጥላና ምሳሌነታቸውን ከዚህ በታች ጥልቀት ባለው መልኩና በዝርዝር እንደሚከተለው እንመለከታቸዋለን፡-

ጌጥነት ያላቸው ቁሳቁሶች

1. **ወርቅ፡- ክርስቶስን በተመለከተ ሲጠቀስ** ወይም ጥቅም ላይ ሲውል **መለኮትን** ወይም **የክርስቶስን መለኮታዊነት** ያመለክታል፡፡ **ሰዎችን በተመለከተ ሲጠቀስ** ደግሞ **መለኮታዊ ጽድቅን** ያመለክታል፡፡ በዘጸአት መጽሐፍ ውስጥ ራሱን መለኮትን ለማመልከት ጥቅም ላይ ሲውልና መለኮታዊ ጽድቅን ለማመልከት ሲገባ የተለየ መለያን ይላበስ ነበር፡፡ **መለኮትን ለማመልከት** ሲሆን፣ **"ንጹሕ ወርቅ"** የሚለው ጥቅም ላይ ሲውል፣ **መለኮታዊ ጽድቅን** ለማመልከት ሲገባ ደግሞ **ወርቅ** ብቻ የሚለው ጥቅም ላይ ይውላል፡፡

2. **ብር፡- መቤዠትን** ያመለክታል፡፡ **የመቤዣ ገንዘብን** በተመለከተ ዘጸአት 30፥16ን ተመልከቱ፡፡

3. **ነሐስ**፡- የሰው ልጆች ሊከፍሉት የሚገባን ቅጣት ክርስቶስ በመስቀል ላይ የተቀበለበትን **መሥዋዕትነት** ያመለክታል፡፡ የሰው ልጆችን ከእግዚአብሔር ጋር ያስታረቀበት መሥዋዕታዊ ሞትን ያመለክታል፡፡ እናም **የማስታረቂያው መሥዋዕትነትን** በውል ያመለክልተናል፡፡

ቀለማት

4. **ሰማያዊ፡-** የአንድን ነገር ከሰማይ መሆን፣ **ጉዳዩ** ምድራዊ ሳይሆን፣ **ሰማያዊ መሆኑን** ያመለክታል፡፡ የሰማይ ወይም ከሰማይ አሊያም ለሰማይ የሆነ መላት ነው፡፡

5. **ወይን ጠጅ፡-** ክርስቶስን እንደ ንጉሥ ያለውን ክብር ያመለክታል፡፡ ስለዚህም **ንጉሣዊ የክርስቶስ ክብርን አመልካች** ነው ልንል እንችላለን፡፡

6. **ቀይ፡-** ቀይ ቀለምም እንደዚሁ **የክርስቶስን የንጉሥነት ክብር** የሚያመለክት ሲሆን፣ በተለይም እርሱ **የአይሁድ ወይም የእስራኤል ንጉሥ** መሆኑን በውል ያሳያል፡፡ ለዚህ ነው አይሁድ ልብሱን ከገፈፉት በኋላ ቀይ ልብስ አልብሰው በእርሱ ንጉሥነት ላይ ያሾፉበት የነበረው፡፡

ሌሎች ቍሳቍሶች

7. **ከተልባ ዕግር የተሰራው ቀጭን ልብስ፡-** የራእይ መጽሐፍ **የቅዱሳን የጽድቅ ሥራ** ነው ይለናል (ራእይ 19÷8)፡፡ ከዚህ በተጨማሪም **ኢየሱስ በሰውነቱ ያለውን ጽድቅ** ያመለክታል፡፡

8. **የፍየል ጠጕር፡-** ይህ ነቢያት በብሉይ ኪዳን በራሳቸው ላይ የሚያደርጉት ሲሆን፣ ከሰዎች መካከል ለየት ብለው የሚታዩበትን **የነቢይነት አገልግሎታቸውን** የሚያመለክት ነው፡፡ **የክርስቶስን ነቢይነትም** እንዲሁ ያመለክታል (ዘካ. 13÷4-5)፡፡ ከእንስሳት ቆዳ የሚሰራ ቀበቶ መሳይ ነገር ለመታጠቂያነት አገልግሎት ይውል ነበር (2ኛ ነገሥት 1÷8)፡፡ መጥመቁ ዮሐንስ የግመል ጠፍር ይታጠቅ ነበር (ማቴዎስ 3÷4)፡፡

9. **የድንኳኑ ሽፋን፡-** ኢሳይያስ 53ን ያመለክታል፡፡ **መልክና ደም-ግባት የለውም** የሚለውን አሳብ ያሳያል፡፡

10. **የግራር እንጨት፡- የክርስቶስን ሰውነት** ያመለክታል፡፡ የአማኞችም ሰብዓዊነትን ያሳያል፡፡

11. **የከበሩ ድንጋዮች፡-** አማኞች **በክርስቶስ ለእግዚአብሔር የከበሩ** መሆናቸውን ያሳያል፡፡

12. **ዘይት፡- መንፈስ ቅዱስን** ያሳያል፡፡ በብሉይ ኪዳን ነገሥታት፣ ነቢያት ካህናት በቅዱስ ዘይት ይቀባሉ፡፡ ይህም ለአገልግሎት መቀባታቸውን ያመለክታል፡፡ በአዲስ ኪዳን መንፈስ ቅዱስ ለአማኞች ሁሉ የተሰጠ ቅዱሱ ቅባት ተብሎ ተጠርቷል፡፡

ቍጥሮችና ተምሳሌታዊ መግለጫነታቸው

13. **ሦስት፡- ሁለት** ቍጥርና **ሦስት** ቍጥሮች በአንድነት **ምስክርነትን** ያመለክታሉ፡፡ "ነገር በሁለት ወይም በሦስት ምስክሮች አፍ ይጸናል" (ማቴ. 18÷16) የሚለውን መመልከቱ በዚህ ረገድ ጠቃሚነት ይኖረዋል፡፡ **ሦስት ቍጥር** ግን በቂና የተትረፈረፈ ምስክር እንዳለ የሚያመለክት ነው፡፡ በቅድሚያም **የአብን፣ የወልድንና የመንፈስ ቅዱስን መለኮታዊ ምስክርነት ያመለክታል፡፡** የቤት መቅደሱ ሦስት ክፍሎችም ሆኑ በእያንዳንዱ ክፍል የሚገኙት ሦስት ቍሳቍሶችም ይህንኑ አሳብ የሚያጠናክሩ ናቸው፡፡ ሦስቱ ፈሳሾችም እንደዚሁ ይህን የተትረፈረፈ ምስክርነት ይበልጥ ያጠናክሩታል፡፡ መንፈሱ (ዘይቱን የተካው) ደሙና ውኃው ናቸው (1ኛ ዮሐ. 5÷8)፡፡ እነዚህ ሦስቱ በአንድ ይስማማሉ ተብሎላቸዋል፡፡ የሚሰጡት ምስክርነት አንድ ነው ማለት ነው፡፡

14. **አራት፡- ዓለም-ዓቀፋዊነትን ወይም ሁሉን አቀፋዊነትን ብሎም ምሉዕነትን እና ብርታትን** የሚያመለክት ቍጥር ነው፡፡ ለምሳሌነትም አራቱ ነፋሳት (ሕዝ. 37÷9) እና አራቱ የምድር ማዕዘናት (ኢሳ. 11÷12) የሚሉትን መመልከት እንችላለን፡፡ በተጨማሪም የመሠዊያው አራት ቀንዶች የመሠዊያውን ጥንካሬ እንደሚያመለክቱ እንረዳለን፡፡

15. **አምስት፡-** አምስት ቁጥር **የሰዎችን ኀላፊነት** የሚያሳይ ነው፡፡ የሰው ልጆች በምድር ላይ ሲኖሩ ለምድራዊ ጉዳዮችም ይሁን ከአምላካቸው ከእግዚአብሔር ጋር ባላቸው ግንኙነት ውስጥ እንዲሁ ኀላፊነት ያለባቸው መሆናቸውን አምስት ቁጥርም ሆነ የእርሱ ብዜት የሆነው አሥር ቁጥር ያመለክታሉ፡፡ ለምሳሌ ብንወስድ አሥርቱ ትእዛዛት የሰው ልጆች እንዲጠብቁዋቸው የተሰጡ ኀላፊነቶቻቸው እንደ ሆኑ መመልከት እንችላለን፡፡ አምስት የአንድ ነጠላ ዕጅ፣ አሥር የሁለት ዕጆች ጣቶች፣ እንዲሁ አምስት የአንድ ዕግር ጣቶች እና አሥር የሁለት ዕግር ጣቶች እንደ ሰው በምድር ላይ ስንኖር የምንጠቀምባቸውና ያሉብንን ኀላፊነቶች ለመወጣት የሚያስችሉን ናቸው፡፡ አምስቱ የስት ህዋሳቶችም እንዲሁ ነገሮችን ለመረዳትም ሆነ ኀላፊነቶቻችንን ለመወጣት የሚያስችሉን ናቸው፡፡

16. **ሰባት፡-** ሰባት ለእግዚአብሔር ማንነትም ሆነ ለሥራዎቹ ምንነት መግለጫነት ጥቅም ላይ የሚውል ቁጥር ነው፡፡ ስለዚህም **ምሉዕነትን ወይም ፍጹምናን** ያመለክታል፡፡ ሰባቱ የእግዚአብሔር መናፍስት፣ ሰባቱ የወርቅ መቅረዞች እና ሰባቱ ከዋከብቶች ይህን የእግዚአብሔርን መለኮታዊ ሙላትና የሥራዎቹንም ፍጹምነት በግልጽ ያመለክቱናል፡፡ ወደ አዲስ ኪዳንም ስንመጣ ደግሞ የክርስቶስን ሥራ ፍጹምነት ያሳየናል፡፡

17. **አሥራ ሁለት፡-** ይህ ቁጥር እግዚአብሔር አምላክ በሁሉም ነገር ላይ ያለውን የአስተዳዳሪነት ሚና ያመለክታል፡፡ በአንድ ዓመት ውስጥ ያሉት አሥራ ሁለቱ ወራት እግዚአብሔር በተፈጥሮ ላይ ያለውን የአስተዳደር ሚና በውል ያሳየናል፡፡ በተጨማሪም የእስራኤል ነገዶች አሥራ ሁለት መሆን፣ እግዚአብሔር በሕዝቡ ላይ ያለውን የገዥነት ወይም የአስተዳዳሪነት ሚና ያሳየናል፡፡ በተመሳሳይ አሥራ ሀለቱ የጌታችን ሐዋርያት በቤተ ክርስቲያኑ ውስጥ ያለውን ክርስቲያናዊ መሪነትና አስተዳደር (ኤፌ. 2፥20) ያመለክቱናል፡፡

18. **አሥር፡- አንድ የተወሰነ ሙሉ ጊዜን ያመለክታል፡፡** አንድ የተወሰነ ሙሉ የሆነ ጊዜን ያመለክታል፡፡ "አሥር ቀንም መከራን ትቀበላላችሁ" የሚለው (ራእይ 2፥10) ቃል ይህን በአንድ የተወሰነ ጊዜ ውስጥ ያለን ሕይወት ያመለክተናል፡፡ ይህ ሕይወት የደስታም ሆነ የኀዘን ሊሆን ይችላል፡፡

19. **አርባ፡-** በአርባ ውስጥ አራት አሥሮች አሉ፡፡ **ታላላቅ ክስተቶች ወይም ሁነቶች የሚከናወኑበትን አንድ ሙሉ የሆነ ወሰነ-ጊዜ ያመለክተናል፡፡ አንድ መለኮታዊ መርሐግብር (divine program) እንዲፈጸም የተመደበለትን ጊዜ ያመለክተናል፡፡** ለሳኦል፣ ለዳዊትና ለሰሎሞን የተሰጡ ግዛተ-ዘመናት የእያንዳንዳቸው አርባ አርባ ዓመታት እንደ ነበረ ከመጽሐፍ ቅዱሳችን እንመለከታለን፡፡ የጥፋት ውኃ የተቀጠረለት ቀን አርባ ዓመታት ነበሩ፡፡ ጌታችን በፆም-ጸሎት ያሳለፈው ጊዜ አርባ ቀናት ናቸው፡፡ ለነነዋ ሰዎች የተሰጣቸው የንስሐ ጊዜ አርባ ቀናት ነበሩ፡፡ ሙሴ በአርባኛ ዓመቱ ጥሪውን ተረድቶ እስራኤልን ለማዳን ሞከረ፡፡ ከአርባ ዓመታተ በኋላ እግዚአብሔር ተገልጦ ግልጽ የሆነ ጥሪውንና መንገዱን ሰጠው፡፡ ሙሴ አርባ ዓመታትን ነበር እስራኤልን በምድረ በዳ የመራው፡፡

ሌሎች ተጨማሪ ቍሳቍሶች

20. **መቅረዝ፡-** በዘጸአት 25÷31 ላይ እናገኘዋለን፡፡ መቅረዙ ሁልጊዜ በዘይት ይሞላል፡፡ እናም ሙብራቱ ሳይቋረጥ ቀንና ማታ በእግዚአብሔር ፊት ይበራል፡፡ መቅረዝ ሁለት ነገሮችን ያመለክታል፡፡ አንደኛው የክርስቶስን የዓለም ብርሃንነት ሲሆን፣ ሁለተኛው ደግሞ የአማኞችን ብርሃንነት ነው፡፡ እርሱ ሁልጊዜ ብሩህና የደመቀ ብርሃን ስለሆነ በየጊዜው መሞላት አያስፈልገውም፡፡ የሁሉም ብርሃኖች ምንጭ ነውና፡፡ አማኞች ግን የቃሉንና የመንፈሱን ብርሃን ሁልጊዜም እየተሞሉ ለመላው ዓለም ማብራት ይኖርቸዋል የሚለውን መጽሐፍ ቅዱሳዊ መርኅ በማስገንዘብ ረገድ መቅረዝ የሚባለው ዕቃ ለእነርሱ ያለው ተምሳሌታዊ ፋይዳ ትልቅ ነው፡፡

21. **የስርየት መክደኛው፡-** የስርየት መክደኛው በወርቅ የተለበጠ ነው፡፡ እናም ወርቁ የመለኮትን ጽድቅ ያመለክታል፡፡ ይህም ደግሞ መለኮት ቀድሞውንም ሰዎችን ንጹሕ የሚያደርገው በራሱ ጽድቅ መሆኑን ያመለክተናል፡፡ ይህም **እግዚአብሔር የራሱን ጽድቅ ለሰዎች የሚቆጥርበት ጽድቁ** ሲሆን፣ ጳውሎስ ይህን አሳብ በሮሜ መጽሐፍ አብርሃምም በእግዚአብሔር አመነ ጽድቅም ሆኖ ተቈጠረለት በማለት ያብራራበት ወይም ያስተማረበት ነው፡፡

22. **የመሥዋዕቶች ደም፡-** በየጊዜው የሚቀርቡ መሥዋዕቶች ደም፣ በተለይም በዓመት አንድ ጊዜ በሊቀ ካህናቱ አማካይነት የሚቀርበው የኃጢአት መሥዋዕት ደም የጌታችን የመድኃኒታችን የኢየሱስ ክርስቶስን ደም የሚያመለክተን ነው፡፡ ይህ ደም በእርግጥም ሁሉንም ኃጢአቶች እንደ ቀደሙት መሥዋዕቶች በጥላና በምሳሌነት ሳይሆን፣ በዕውነተኛው መልኩ በራሱ ማስተሰረይ የሚችል ደም ነው፡፡

23. **ኪሩቤሎች፡-** የሕይወትን ዛፍ እንዲጠብቁ ኪሩቤልንና የምትገለባበጥ ሰይፍን እግዚአብሔር በገነት አስቀመጠ ከሚለው የዘፍጥረት መጽሐፍ እንደምንረዳው **ኪሩቤሎች ፍርድን አመልካች ናቸው፡፡**

24. **መጋረጃው፡-** በቅድስት እና በቅድስተ ቅዱሳን መካከል የሚገኘው መጋረጃ በአንድ በኩል በሰዎችና በእግዚአብሔር መካከል ያለን የሚለያይ ነገር ለመጥቀስም ያህል ኃጢአትን የሚያመለክት ሲሆን፣ በሌላ በኩል ደግሞ መጋረጃው ሰዎች ወደ እግዚአብሔር የሚቀርቡበትን ማለትም በሊቀ ካህናቱ ውክልና አማካይነት በኢየሱስ ደም **ወደ ቅድስተ ቅዱሳን የሚገቡበትን መንገድ** ያመለክተናል፡፡ የዚህም ነገር ምሳሌነት ለጌታችን ለኢየሱስ ክርስቶስ *ሥጋ* እንደ ሆነ እንመለከታለን፡፡ የዕብራውያን መጽሐፍ *"እንግዲህ ወንድሞች ሆይ በኢየሱስ ደም ወደ ቅድስተ ቅዱሳን ለመግባት ድፍረትን አግኝተናል፡፡ ይኸውም፣ በመጋረጃው ሊያውም በሥጋው በኩል በከፈተልን በሕያውና አዲስ መንገድ ነው" (ዕብ. 10÷19-20)* ይለናል፡፡

25. **የውጭው ዐደባባይ መግቢያ በር፡-** ይህ በቀጥታ **የክርስቶስ ተምሳሌታዊ መግለጫ** እንደ ሆነ እንመለከታለን፡፡ በአዲስ ኪዳን ጌታችን ኢየሱስ ክርስቶስ *"በሩ እኔ ነኝ" ብሎ አስተምሯል (ዮሐ. 10÷9)፡፡ "እኔ መንገድ ነኝም"* ሲል እንዲሁ ተናግሮአል (ዮሐ. 14÷6)፡፡ *"በእኔ በቀር ወደ አብ የሚመጣ የለም"* (ዮሐ. 14÷6) ማለቱም የሚታወስ ነው፡፡

26. **ኡሪም እና ቱሚም፡-** እነዚህ ሁለቱ ስያሜዎች ዕብራይስጣዊ ሲሆኑ፣ ትርጉማቸውም **ብርሃን** እና **ፍጹምና** ማለት ነው፡፡ እነዚህ ሁለት ቁሳቁሶች ወይም ዕቃዎች ካህኑ በሚለብሰው ልብስ ማለትም በደረት ኪሱ ውስጥ የሚቀመጡ ሲሆኑ፣ እንዴት ተግባራቸውን እንደሚያከናውኑ የሚታወቅ ነገር

የለም፡፡ መጽሐፍ ቅዱስ ይህን በተመለከተ መረጃ ስለማይሰጥ አላስፈለጊ የሆነ ግምታዊ አሳብን ከማራመድ መቆጠቡ ይበልጥ ጠቃሚ ይሆናል፡፡

ይሁንና ካህናቱ ለመሪዎችም ሆነ ለነገሥታት፣ እንዲሁም ለሕዝቡ የእግዚአብሔርን ፈቃድ በሚጠይቁበት ጊዜ ጌታ እግዚአብሔር አምላክ ይህንን በእነዚህ በሁለቱ ዕቃዎች አማካይነት ፈቃዱን ይገልጻል፡፡ ብዙውን ጊዜም የሚጠየቀው ጥያቄ አዎን ወይም አይደለም የሚል መልስ የሚሰጥበት አግባብ ነው ያለው፡፡ ይሁንና ከዚህ በታች በተሰጠው የዳዊት ሕይወት ምሳሌነት እንደምንመለከተው ከአዎን እና አይደለም ያለፈ ምሪትንም ጌታ እግዚአብሔር አምላክ የሚሰጥበት ሁኔታ አለ፡፡

ፈቃደ እግዚአብሔርን በመጠየቅ ረገድ ከማንም በላይ ምሳሌ ሊሆን የሚችል ሰው ቢኖር ንጉሥ ዳዊት ነው፡፡ ልበ-አምላክ የሚል ስያሜም የተሰጠው ከዚህ የተነሣ ነው፡፡ ዳዊት አዎን ወይም አይደለም የሚል መልስን ሊያመጡ የሚችሉ ጥያቄዎችን በመጠየቅ ይታወቃል፡፡ ያም ሆኖ አጠቃላይ ጥያቄን በማቅረብ ይጀምርና ወደ ተለየ (From General to Specific) ወይም ዝርዝር ወደ ሆነ ጥያቄ ማቅረብ የሚመጣበት ጊዜ አለ፡፡ ይህም ሊሆንም ሆነ ላይሆን የሚችልበትን ሁኔታ በደንብ ለማወቅ የሚጠቅም ሲሆን፣ በዚህ ነገር ዳዊት በቀደምትነት ተጠቃሚ ሆኖ ይስተዋላል፡፡

ዳዊትና ፈቃደ እግዚአብሔርን የጠየቀባቸው ዐበይት ልምምዶቹ

i. በዚፍ ሰዎች መካከል በነበረ ጊዜ ሳኦል የዳዊትን በዚያ መኖር ሰምቶ ወደዚህ ለመውረድ ማሰቡን ዳዊት በሰማ ጊዜ ሁለት ጥያቄዎችን ጠየቀ፡- የመጀመሪያው ጥያቄ፡-

ሀ. የሰማሁት ነገር ዕውነት ነው ወይ ወይም ሳኦል ወደ ዚፍ ይወርዳል ወይ? የሚል ነበረ፡፡ እግዚአብሔርም የሰማው ነገር እርግጥ መሆኑንም ሆነ ሳኦል ወደ ዚፍ እንደሚወርድ ተናገረው፡፡ ሁለተኛው ነገሮችን ግልጽ ማድረጊያ ጥያቄ ደግሞ፡-

ለ. የዚፍ ሰዎች እኔን ለሳኦል አሳልፈው ይሰጡኛል ወይ? የሚል ነበር፡፡ ከእግዚአብሔር ዘንድ የተገኘው ምላሽም አዎን አሳልፈው ይሰጡሃል

የሚል ነበር፡፡ በዚህ መሠረት ዳዊት ከሰዎቹ ጋር ተነሥቶ በጊዜ ማምለጥ ወደሚችልበት ሥፍራ ሄደ፡፡

ii. በቅዒላ ሰዎች መካከል በነበረ ጊዜ ሳኦል እርሱን ለማደን እየመጣ እንደ ሆነ ወሬ ሰማ፡፡ እናም ይህንን ሁኔታ ለማጣራት ዳዊት ፈቃደ እግዚአብሔርን ጠየቀ፡፡

ሀ. ሳኦል ወደ ቅዒላ ይመጣል ወይ? የሚለው የመጀመሪያ ጥያቄ ሲሆን፣ ሁለተኛው ደግሞ፡-

ለ. የቅዒላ ሰዎች እኔን አሳልፈው ለሳኦል ይሰጡኛል ወይ? የሚል ነው፡፡

- ለእነዚህ ለሁለቱም ጥያቄዎች ጌታ እግዚአብሔር የሰጠው መልስ አዎን የሚል ነበር፡፡

iii. የሳኦል ዘመን እየተዋገደ ባለበትና ከይሁዳውያን ጋርም ያለው ግንኙነት እየተበለሻሸ በሄደበት ጊዜ ዳዊት ፈቃደ-እግዚአብሔርን ጠየቀ፡፡ የመጀመሪያው ጥያቄ፡-

ሀ. ከይሁዳ ከቶሞች ወደ አንዷቱ ልውጣን? የሚል ነበር፡፡ እግዚአብሔር አዎን ብሎ መልስ በሰጠው ጊዜ የጠየቀው ሁለተኛው ጥያቄ፡-

ለ. ወደ የትኛዋ ከተማ ልውጣ የሚል ነበር፡፡ ጌታ እግዚአብሔር አምላከም የሰጠው ምላሽ ወደ ኬብሮን ውጣ የሚል ነበር፡፡ በዚህ ምሪት መሠረትም ዳዊት ወደ ኬብሮን እንደ ወጣ አንድ ነገር ተከሰተ፡፡ ይኸውም የይሁዳ ሰዎች ተሰብስበው ዳዊትን በኬብሮን ለመጀመሪያ ጊዜ ያነገሡበት ክስተት ነበር፡፡ ከዚያን ጊዜ ጀምሮ ዳዊት ይሁዳን መግዛት ጀመረ፡፡ ከሰባት ዓመታት በኋላ ሳኦል ሲሞት እና ልጁም እንዲሁ ሲሞት ዳዊት በኢየሩሳሌም በመላው እስራኤል ላይ ሊነግሥ ቻለ፡፡

27. የደረት ኪስ፡- ካህናቱ ከክህነቱ ልብስ ጋር የሚለብሱት ሲሆን፣ በደረታቸው ላይ የሚቀመጥ ነው፡፡ በውስጡም ፈቃደ-እግዚአብሔር የሚጠየቅባቸው ሁለት ዕቃዎች ወይም ኡሪም እና ቱሚም እንዲቀመጡ ይደረጋል፡፡ እናም ካህኑ ከዚህ የተነሣ የእግዚአብሔርን ፍርድ ይሸከማል ተብሎ ይነገርለታል፡ (ዘኁ. 27÷27፤ መዝ. 119÷66)፡፡ የእግዚአብሔርን ፍርድ ማለት በሰዎች ላይ የሚያስተላልፈውን ቅጣት ማለት ሳይሆን፣ በእርግጥም በተለያዩ ነገሮች ላይ ፈቃዱን ለሚጠይቁ ሰዎች ከእግዚአብሔር ዘንድ የሚመጣን ምክር፣ ምሪት፣ ጥበብን ማዕከል ያደረገ አሳብና በጉዳዮች ላይ የተሰወረን ነገር ለማወቅ የሚረዳ መለየትን (መንፈሳዊ መለየትን) በልቡ ይሸከማል ማለት ነው፡፡ ኡሪምና

ቱሚም መለኮታዊ ምሪትን የሚያመለክቱ ሲሆን፣ በአዲስ ኪዳን ቃለ እግዚአብሔር እና የመንፈስ ቅዱስ ድምፅምን የሚያመለክቱ ናቸው::

አሁን ላይ ሁሉም አማኞች ካህናት ስለሆኑ፣ ፈቃደ-እግዚአብሔርን ለማወቅ የትም መሄድ አያስፈልጋቸውም:: በጌታ ፊት ጊዜ ሰጥቶ ጌታን በሚገባኝ መንገድ ተናገረኝ ማለት ብቻ በቂ ነው:: ከዚያም ጌታን ለመስማት በጥሞና ውስጥ መሆን ነው:: በጸለይሁባቸው ጉዳዮች ላይ ወደ ልቤ ይመጡ የነበሩ አሳቦች፣ ምክሮች፣ ቃሎች ምን ነበሩ ብሎ በጥሞና ማሰላሰልና በተደጋጋሚ ወደ ውስጣችን የመጣውን ነገር በእርግጥም የጊዜው የእግዚአብሔር ፈቃድ እንደ ሆነ ማመንና ለተግባራዊነቱም መንቀሳቀስ ብቻ ነው የሚያስፈልገው:: እዚህ ላይ ግን መጠንቀቅ ያለብን አንድ ነገር አለ:: ይኸውም፣ በቃለ እግዚአብሔር ላይ በግልጽ ከተቀመጠ ነገር ጋር ተቃራኒ የሆነ የእግዚአብሔር ፈቃድ አለመኖሩን በውል መረዳት አስፈላጊ ነገር መሆኑን ነው:: ቃሉና መንፈሱ ተመጋጋቢ እንጂ፣ እርስ በርስ የሚጣረሱ ነገሮች አለመሆናቸውን ማስተዋል ያስፈልጋል:: እናም የቃሉን ዕውነትና የመንፈሱን ድምፅ አጣጥመንና አንድነታቸውን አመሳክረን በሁለት ምስክሮች አፍ ነገር ሁሉ ይጸናል እንደሚል በበለጸገ ምስክርነት ፈቃደ-እግዚአብሔርን ማወቅም ሆነ ለፈቃደ-እግዚአብሔር በእምነት መታዘዝ ወይም ራስን መስጠት አስፈላጊ ነገር ይሆናል::

28. የአሮን እና የልጆቹ በደም እና በዘይት መረጨት፡- አሮን እና ልጆቹ ለክህነት አገልግሎት ከመመደባቸው በፊት ሙሴ በመሥዋዕቱ ደምና በዘይት ረጫቸው:: ይህም ደግሞ ለአገልግሎቱ ተለይተው መመደባቸውን ወይም መቀደሳቸውን የሚያሳይ ነው:: ይህም ደግሞ ጥላና ምሳሌነቱ በአዲስ ኪዳን ለሚሆነው አማኞች ሁሉ በኢየሱስ ክርስቶስ ደም ከኃጢአትና ከበደል ነጽተው እና በቅዱሱ ዘይት ማለትም በመንፈስ ቅዱስ ተቀብተው ለእግዚአብሔር ካህናት ለመሆን የሚችሉበትን ሁኔታ አስቀድሞ የሚጠቁም ነበር::

እንዲህ ባለው መልኩ የብሉይ ኪዳን አማኞች ወይም የቀድሞ አባቶቻችን ጥላውን ወይም ሊገለጥ ያለውን አካል አመልካች የሆነውን የነገር ጥላ ይዘው አገለገሉ፤ ጥላዊ በሆነ መገለጥና ልምምድ ውስጥ ኖሩ:: እነርሱ በምሳሌው ተመላለሱ:: የእንስሳቱ ደም ምሳሌነት ያለው ነው እንጂ፣ ዕውነተኛ ነገሩ አይደለምና:: እኛ የአዲስ ኪዳን አማኞች ደግሞ ጥላው ስለ እርሱ ይናገርለት የነበረው አካሉ ማለትም ክርስቶስ በተገለጠበት ዘመን

የምንኖር እንደ መሆናችን ጥላውን ሳይሆን አካሉን የምናገለግልና በአካላዊ ዕውነትና መገለጥ ውስጥ የምንመላለስ ሆነን፡፡ ክብር ለአምላካችን ለእግዚአብሔር ይሁን! እነርሱ ያለ እኛ ፍጹማን እንዳይሆኑ ያደረገው ጌታ ክብርና ምስጋና ስግደትም፤ አምላኮ ይሁንለት! ስለሆነም የፍየሎችና የበጎች እንዲሁም የጥጃዎችና የኮርማዎች ደምን መረጨት ሳያስፈልገን በቀጥታ አካል ከሆነና ዕውነት ከሆነው ከክርስቶስ የወጣውን ደሙን ተረጨን፡፡ ደግሞም የሰማያዊ ቅባት ተምሳሌት የሆነውን ፈሳሽ ዘይት ሳይሆን፣ በዚያው ሰማያዊ ቅባት ወይም ዘይት፣ ማለትም በመንፈስ ቅዱስን ተቀባን፡፡ ከአንድ የዕውነተኛ ነገር ምሳሌ እና ከአካሉ ጥላ አውጥቶ ወደ ዕውነተኛው ነገር እና ወደ ዕውነተኛው አካል ያመጣን ጌታ እግዚአብሔር አምላካችን ለዘላለም የተባረከ ይሁን!

29. አራት ታላላቅ የሆኑ የክርስቶስ ሞት አምሳያዎች

(1ኛ ጴጥ. 1÷18-20፤ 1ኛ ቆሮ. 10÷1-12፤ ሮሜ 8÷1-4፤ ኢያሱ 3 እና 1፤ ኤፌ. 1÷3-7) እነዚህም የሚከተሉት ናቸው፡፡

I. ፋሲካ፦ ፋሲካ እግዚአብሔር ሕዝቡን ዐርኪነት ባለው መልኩ እንዴት እንደሚያድን የሚያሳይ ተምሳሌት ነው፡፡

II. ቀይ ባሕርን መሻገር፦ እግዚአብሔር ሕዝቡን ከሰይጣን መንግሥትና ከዓለም (ከፈርዖን) አገዛዝና ተጽዕኖ ነፃ የማድረጉ ተምሳሌት ነው፡፡

III. የነሐስ ዕንቁን መስቀል፦ እግዚአብሔር ሕዝቡን ከሥጋዊ ሕይወትና ኑሮ ነፃ አድርጎ በመንፈስ የሚመላለሱ የሚያደርግበትን አዲስ ኪዳናዊ አሠራር በተምሳሌትነት ያሳያል፡፡

IV. የዮርዳኖስን ተሻግሮ ወደ ከነዓን መጓዝ፦ አማኞች በመንፈሳዊ በረከቶች ሁሉ እንዴት እንደሚባርካቸው የሚያሳይ ተምሳሌታዊነት አለው፡፡ (ኤስ.ቲ.ኢ.ኤም ህትመት፡ - ኤ.ጄ.ፖሎክA፡ የ ድንኳኑ መደበኛ ትምህርት, ገጽ 76/92)

VIII. መደምደሚያ

ለዚህም ነው የጥላነትና የምሳሌነት ሚና የነበራቸው የብሉይ ኪዳን ሥርዓቶችም ሆነ በብሉይ ኪዳን በመገናኛው ድንኳን ወይም በቤተ መቅደሱ ውስጥ የነበሩ መገልገያ ዕቃዎች ሁሉ ለዋናው ነገርና ለአካሉ የአመልካችነት ሚና የነበራቸው መሆኑን መገንዘብ የሚኖርብን፡፡

በመጻሕፍት የተጻፈው ነገር ሁሉ በቀጥታም ይሁን በዕንድምታ ስለ ክርስቶስ የሚናገር መሆኑን ጌታችን መድኃኒታችን ኢየሱስ ክርስቶስ ተናግሯል፡፡ አዎን መጻሕፍት ሁሉ ስለ እኔ ይመሰክራሉ እንዳለው (ዮሐንስ 5÷39) የትኞቹም የብሉይ ኪዳን መጻሕፍት ስለ ክርስቶስ የሚመሰክሩ ወይም የሚናገሩ ናቸው፡፡ በተጨማሪም ጌታችን መድኃኒታችን ኢየሱስ ክርስቶስ እርሱ የመጻሕፍትም ሆነ መጻሕፍት የተጻፉ ነገሮች ወይም ትንቢቶች ሁሉ ፍጻሜ ነው፡፡ በእርግጥም ይህን ዕውነት ሲያትት፡- “ከእናንተ ጋር ሳለሁ በሙሴ ሕግና በነቢያት በመዝሙራትም ስለ እኔ የተጻፈው ሁሉ ይፈጸም ዘንድ ይገባል ብዬ የነገርኋችሁ ቃሌ ይህ ነው” (ሉቃስ 24÷44) ማለቱ ሁልጊዜም ቢሆን ሊታወስ የሚገባና በውልም ልናጤነው አስፈለጊ ነገር ነው፡፡

በመጨረሻም በብሉይ ኪዳን በማደሪያው ድንኳን ወይም በቤተ መቅደሱ ውስጥ ያሉ መገልገያ ዕቃዎች ሁሉ በብዙ መልኩ የጥላና የምሳሌነት ሚና የነበራቸው መሆኑን ልብ ልንል ያስፈልጋል፡፡ እያንዳንዱን ነገር አንሥቶ መናገር አስፈላጊ አይደለም፡፡ ይሁንና በዚህ በመደምደሚያዬ ላይ ትዝ ያለኝንና ሳይጠቀስ ቢታለፍ መልካም አይሆንም፣ ምናልባትም ደግሞ ሁሉም ነገር የራሱ የሆነ የጥላና የምሳሌነት ሚና እንደ ነበረው በጉልህ ሳያሳይ አይቀርም፡፡ ይህም ቅድስት ከሚባለው የመቅደሱ ሁለተኛው ክፍል ወደ ሦስተኛውና ቅድስተ ቅዱሳን ወደሚባለው ክፍል በሚወስደው መግቢያ ላይ ያለው መጋረጃ ነው፡፡

የመጋረጃው ጥላና ምሳሌነት የሰው ልጆችን ኃጢአተኝነትና በዚህ ኃጢአተኝነታቸው ምክንያትም ወደ እግዚአብሔር መሄድ የማይችሉ መሆናቸውን ወይም ኃጢአታቸው እነርሱን ከእግዚአብሔር ፈጽሞ የለያቸው መሆኑን የሚያመለክት ነው፡፡ ጌታችን መድኃኒታችን ኢየሱስ ክርስቶስ በሞተበት እና የኃጢአት ዕዳ በተከፈለበት ቀን ወይም

ቅጽበት የቤተ መቅደሱ መጋረጃ መቀደዱ፣ በእግዚአብሔርና በሰው ልጆች መካከል የነበረ ኃጢአት የሚባለው ዕንቅፋት መወገዱን ያመለክተናል፡፡ በዚህም የጥሉን ግድግዳ ጌታችን መድኃኒታችን በሥጋው ማፍረሱ ዕውን ሆነ፡፡ ርቀን የነበርን ወደ እግዚአብሔር ቀረብን፡፡ ክብር ለጌታችን ለመድኃኒታችን ለኢየሱስ ክርስቶስ ይሁን! አሜን!

በዚህ መልኩ በቤተ መቅደሱም ሆነ በመገናኛው ድንኳን ውስጥ የነበሩ መገልገያ ዕቃዎችን እየተነተኑ ማጥናት ምን ያህል ጠቃሚም ሆነ ረጅ እንደ ሆነ መመልከት ይቻላል፡፡ እንግዲህ ዋና ዋናዎቹን በዚህ መልኩ ከዘረዘርሁና ሌሎችም እንዴት ባለው መልኩ አዲስ ኪዳናዊ አመልካችነት እንዳላቸው የሚጠናበትን መንገድ ካሳየሁ ነገሬን በዚሁ መደምደሙ መልካም ነው እላለሁ፡፡

ቁጥር 5 እነርሱም ሙሴ ድንኳኒቱን ሊሠራ ሳለ እንደ ተረዳ፥ ለሰማያዊ ነገር ምሳሌና ጥላ የሚሆነውን ያገለግላሉ። በተራራው እንደ ተገለጠልህ ምሳሌ ሁሉን ታደርግ ዘንድ ተጠንቀቅ ብሎት ነበርና።

ለሰማያዊ ነገር ዕብ 9÷9, 23, 24; 10÷1; ቆላ 2÷17

ምሳሌና ጥላ ዕብ 9÷9,23,24; 10÷1; ቆላ 2÷17

እንደ ተገለጠልህ ምሳሌ ሁሉን ታደርግ ዘንድ ዘፀ 25፡40; 26÷30; 27÷8; ዘኍ 8÷4; 1ኛ ዜና 28÷12,19; ሥራ 7÷44

ቍጥር 6 *አሁን ግን በሚሻል ተስፋ ቃል በተመሠረተ በሚሻል ኪዳን ደግሞ መካከለኛ እንደሚሆን በዚያ ልክ እጅግ የሚሻል አገልግሎት አግኝቶአል።*

በአገራችን የሚደረገው የመቅደስ ሥርዓት ስናይ የቀደሙ አባቶች እና የእስራኤል አዛውንቶች ያደረጉትን የመገናኛውን ድንኳን ያስታውሰናል፡፡ ካህናቱ ዕጣኑን ይዘው ቅዳሴ ሲያደርጉ ሌዋውያኑ መሥዋዕቱን ሲያሳርጉ መዘምራኑ በበገና በጽናጽል የታጀበውን አምልኮ ሲያቀርቡ የእግዚአብሔር ክብር ቤተ መቅደሱን ይሞላ ነበር (2ኛ ዜና 5÷14፤ ዘጸ. 40÷34)፡፡ አገልግሎቻቸው የሚናቅ አይደለም፤ ነገር ግን አሁን በአዲስ ኪዳን ያ የቀደመ አገልግሎት ተሽሮአል (2ኛ ቆሮ. 3÷10-11)፡፡ አሁን ሕያው የሆነ አገልግሎት በክርስቶስ ደም እና ሥጋ አማካይነት ተከፍቶአል፡፡ የቀደመው አገልግሉት የቱንም ያህል በክብር የተደረገ ቢሆንም፣ የሚያመልከውን ፈጽሞ ከሕሊና ነፃ ሊያወጣው አልቻለም፡፡

ከሕግ እርግማን (ከኩነኔ) ሊያመልጡ የሚያስችል የክህንነት አገልግሎት አልነበረም (ዕብ. 9÷10)፡፡

ምንም እንኳ እግዚአብሔር ይህን አገልግሎት የሰጣቸው ቢሆንም፣ የሰውን ልጅ ከሞተ ሥራ፣ ከኩነኔ እና ከሕሊና ክስ ሊያድን እንደማይችል ያውቃል፡፡ ሕጉ እና ሥርዓቱ የተሰጠው ሞግዚት ሆኖ ዕውነተኛው እስኪመጣ ድረስ ኃጢአትን ሊከድንና ሊሸፍን እንጂ፣ በሕሊና ፍጹም ሊያደርግ አልነበረም፡፡ በሕግ በኩል ተዘግቶ የነበረው ከክርስቶስ ሞትና ትንሣኤ ጋር በመተባበር ነፃነት አግኝቶ፣ ማለትም በአብ ፊት ተቀድሶ እና ጻድቅ ሆኖ እንዲቀርብ የሚያደርገው መንገድ ግን ገና ነበር፡፡ ስለሆነም ወደ ቅድስተ ቅዱሳን መግባት በብሉይ የማይታሰብ ነበር (መዝ. 40÷6-7፤ ገላ. 3፡ 23-24፤ ዕብ. 9÷8፤ ዕብ. 10÷10)፡፡

አዲሱ ኪዳን ከቀድሞው የብሉይ ኪዳን የበለጠ እንደ ሆነ ጸሐፊው ከሚያረጋግጥባቸው ምክንያቶች ዋነኛው "ኢየሱስ **መካከለኛ** መሆኑ ነው፡፡ መካከለኛ የሚለውን ቃል በእንግሊዘኛው ኪንግ ጀምስ ትርጉም (Mediator) ይለዋል፡፡ በግሪኩ ትርጓሜ Mesites የሚል ቃል ይወከላል፡፡ ትርጓሜውም ሲብራራ፣ **በሁለት ወገኖች መካከል መቆም፣ በሁለት የተለያዩ ጎራዎች መካከል ሆኖ የማግባባትን፣ የማስታረቅን፣ የማቀራረብን ሥራ መሥራት** የሚል ፍቺ ይይዛል፡፡ ይህ መካለኛ አካልም ሰላምን ለማስፈን የሚሠራ ነው፡፡ በ1ኛ ጢሞ. 2÷5 *"አንድ እግዚአብሔር አለና፣ በእግዚአብሔርና በሰውም መካከል ያለው መካከለኛው ደግሞ አንድ አለ፤ እርሱም ሰው የሆነ ክርስቶስ ኢየሱስ ነው፤ ራሱንም ለሁሉ ቤዛ ሰጠ፤ ..."* ይላል፡፡

የአዲሱ ኪዳን ዋነኛ መልእክት የኪዳኑ አገልግሎትም ይህ አይደለምን? በብሉይ ኪዳኑ አገልግሎት እነዚያ በራሳቸው ብቃት የሌላቸው ከሌዋውያኑ ወገን የተመረጡ ደካማ ሰዎች፣ በሰውና በእግዚአብሔር መካከል መካከለኛ በመሆን፣ የአዲሱ ኪዳን ምሳሌና ጥላ ሆነው ኢየሱስን በመወከል ለመቆም ቢታዘዙም፣ በራሳቸው ሙሉና ፍጹም ስላልነበሩ ያቀርቡ የነበረው መሥዋዕትነት የራሳቸውንም ኃጢአት ጭምር የሚወክል ነበር፡፡ በተጨማሪም በአዲሱ ኪዳን ኢየሱስ ፍጹም ሆኖ ሳለ ራሱን መሥዋዕት አድርጎ መካከለኛ ሆኖ ሲቆም እነርሱ ግን የኮርማዎችንና የበጎችን መሥዋዕት ያቀርቡ ነበር፡፡ ኢየሱስ ራሱን አንድ ጊዜ መሥዋዕት አድርጎ አቀረበና ይህን እንደ ጥላና ምሳሌ የነበረውን አገልግሎ ሽሮ አዲሱን ኪዳን በመዘርጋት በሰውና በእግዚአብሔር መካከል መካከለኛ ሆኖ ቆመ፡፡

የጥልንም ግድግዳ አፈረሰ። ዕብራውያን 9፥15፤ 12፥2-24፤ ኤር. 31፥31-34፤ ገላ. 3፥19
"እንግዲህ ሕግ ምንድነው? ተስፋው የተሰጠው ዘር እስኪመጣ ድረስ በመካከለኛ እጅ በመላእክት በኩል ስለ ሕግ መተላለፍ ተጨመረ። መካከለኛውም ለአንድ ብቻ አይደለም፤ እግዚአብሔር ግን አንድ ነው።"

ይህ የገላትያ ክፍል የዕብራውያንን መጽሐፍ በሌላ መልክ ይገልጸዋል። የገላትያው መጽሐፍ በርካታ ጉዳዮችን ያነሣል። ሕግን፣ አብርሃምን፣ ሙሴን፣ ዘር የተባለውን ኢየሱስንና የዚህን መሢሕና የሙሴን መካከለኛነት፣ የእስራኤልን በሙሴና በኢየሱስ አማካይነት ወደ እግዚአብሔር መቅረብ፣ የብሉይ ኪዳንንና የአዲስ ኪዳንን ልዩነትና የእግዚአብሔርን አንድ መሆን (ሥላሴ) በዚህ የገላትያ ክፍል ውስጥ እናስተውላለን። ጸሐፊው በሚገርም መንገድ እነዚህን ነጥቦች ደርድሯቸዋል። ይህን ክፍል ከዕብራውያኑ ጥናታችን ጋር ስናመሳክረው ይህን ይመስላል።

ሕግ የመጣው የኃጢአተኛውን ኃጢአት ለመግለጥ ነው። ሕግ ባይኖር ኖሮ ማን ኃጢአተኛ እንደ ሆነና ማንስ ደግሞ ጻድቅ እንደ ሆነም ለመለየት ባልተቻለ። አትስረቅ የሚለውን ሕግ ሌብነትን በመኰነን የሰረቀውን ሰርቀሃል እያለ ያጋልጠዋል። ሰዎች ሕግ ስላለ በድብቅ ማንም ሳያየን ባደረግነው ኃጢአት እንኳ የሕሊና ክስ የሚኖርብን ከሕጉ አንጻር ነው። ሕጉ ባይኖር ሕሊና ማመዛዘኑ ይጠፋና እንደ እንስሳ ያለ አሳብ መኖር ይጀመራል።

እግዚአብሔር አንድ አምላክ ከአብርሃም ጋር በመጀመሪያ በመገናኘት ከእርሱ ጋር በግሉ ቃል ኪዳን አደረገ። ተስፋው የተሰጠው ዘር እስኪመጣ ድረስም በአብርሃምና በእግዚአብሔር መካከል የተደረገው ቃል ኪዳን እንደ ተጠበቀ ቆየ። ሁለተኛው ቃል ኪዳንም በሙሴና በእግዚአብሔር መካከልም በሲና ተራራ ላይ በተቀረጸው ንድፍ መሠረት በእስራኤልና በእግዚአብሔር መካከል የተደረገው ስምምነት ነው። በዚህ ስምምነት ውስጥም ካህናቱ፣ ሊቀ ካህናቱ መካከለኛ ሆነው የተስፋው ዘር እስኪመጣ ድረስ አገልግሎታቸውን ቀጠሉ። የተስፋው ዘር የተባለው ከአብርሃም ዘር የሚወጣው ክርስቶስ ኢየሱስ ነው። እርሱም የቀደሞውን ኪዳን በአዲስ ኪዳን ተክቶ መካከለኛ ሆኖ አገልግሎቱን ቀጠለ።

እግዚአብሔር አብ፣ በእግዚአብሔር ወልድ አማካኝነት አዲሱን ኪዳን በጸጋው ገለጠው፡፡ የሕግ ከሳሽነትም በእግዚአብሔር ጸጋ ተተካ፡፡ ጸጋው በእምነት የማዳንን ተልዕኮ አንግቦ ሰው ከአምላኩ ጋር በእግዚአብሔር መንፈስ ቅዱስ አማካይነት ዕለት ዕለት ኅብረትን ያደርግ ጀመር፡፡ የአዲስ ኪዳኑ የማደሪያው ድንኳን እኛ እያንዳንዳችን እንደ ሆንን ቀደም ብለን ተመልክተናል፡፡ እግዚአብሔር አብ፣ ወልድ በእግዚአብሔር መንፈስ ቅዱስ አማካይነት ከሰው ጋር ኅብረትን ማድረግ ጀመሩ፡፡ እግዚአብሔር ወልድም የመካከለኛነት አገልግሎቱን ሳያቋርጥ እስከ ዛሬም የመቅዱሱና የዕውነተኛይቱ ድንኳን አገልጋይ ሆኖ ተግባሩን ቀጠለ፡፡ በዚህ ሁሉ ውስጥም እግዚአብሔር አንድ አምላክ የሥላሴን ማንነቱን ያሳያል፡፡

ጸሐፊው ይህን ሁሉ በሚሻል የተስፋ ቃል የተመሠረተ የሚሻል ኪዳን፣ እጅግ የሚሻል አገልግሎት ይለዋል፡፡ የዕብራውያን አማኞች ግን ይህን የሚሻል የተስፋ ቃልና የኪዳን አገልግሎትም ልብ አላሉትም፡፡ መንፈሳዊ ዐይኖቻቸው ስለ ጨለሙ ወደ ቀደመው የሕግ እስረኝነት ለመንሸራተት ልባቸው ከጀለ፡፡ ጸጋውን ትተው በኮርማዎችና በበጎች መሥዋዕት ከእግዚአብሔር ጋር ሊታረቁ ፍላጎት አደረባቸው፡፡ ለራሳቸው እንኳ ብቃት የሌላቸውን በምሳሌነት የቆሙትን እንደ እኛ እንደ እያንዳንዳችን ደካማ የሆኑትን ካህናቱንና ሌዋውያኑን መካከለኞች አድርገው ሊያቆሙዋቸው ሽርተት ማለት ከጀላቸው፡፡

አማኝ መንፈሳዊ ዓይኑ ሲታወርና ድንዛዜ ውስጥ ሲገባ ጠላት ዲያቢሎስ በውስጡ የተዘራውን የቃሉን ዕውነት ሳይታሰብ ስለሚለቅምበት የተማረውን የተነገረውን ሁሉ ይረሳል፡፡ መንፈሳዊ ድንዛዜ ዐደገኛ ነው፡፡ እንደ ዕንቅልፍ አሸልቦ ከወሰደን በኋላ ጠጕራችን ቢላጭ፣ የተዘራው ዘር በወፎች ተለቅሞ ቢወሰድ፣ ርኩሰት ውስጥ ገብተን ልባችንን ወደ ራሳችን ጣዖታት ብናዞር ስለ ደነዘዝን አንዳችም አይታወቀንም፡፡ ለዚህም ነው *"አንተ የምትተኛ ንቃ፤ ክርስቶስም ያበራልሃል፤ ከዕንቅልፍ የምትነሣበት ሰዓት አሁን ነው"* የተባለው (ኤፌ. 5÷14፤ 2÷13-20)፡፡

ጸሐፊው የኢየሱስን አገልግሎት እጅግ የሚሻል ይለዋል፡፡ በተደጋጋሚ ለማየት እንደ ሞከርነው የእርሱ አገልግሎት ከቀደመው አገልግሎት የሚሻልባቸው በርካታ ነጥቦች እንዳሉ ተገንዝበናል፡፡ እጅግ የሚሻል የሚለንም አገልግሎት ለእርሱ ከፍቅር የተነሣ የሆነ እንጂ፣ ብዙ ዋጋን አስከፍሎታል፡፡ አገልግሎት አገልጋዩን ከሚጠቅመው የበለጠ

ተገልጋዩን የሚጠቅመው ይበልጣል፡፡ ለአገልጋዩ በዓላማ የተከፈለ መሥዋዕትነት ሲሆን ለተገልጋዩ ግን ከሞት ወደ ሕይወት የሚያሻግር ተግባር ነው፡፡

የተሻለ (dee-af'-or-os/diaphoros /ዲያፎሮስ ከ diaphéro /ዲያፌሮ = የተለየ መሆን፣ dia /ዲያ = ውስጥ + phero /ፌሮ = መሸከም /መያዝ) ማለት፡- በተለያየ መንገድ መከወን እና የተሻለው መንገድ የትኛው እንደ ሆነ መለየት መቻል፡፡ *(መጽሐፍ ቅዱስ ጥቅሶች የብሉይና / የአዲስ ኪዳን ግሪክ መዝገበ ቃላት፣ የቲየር ትርጉም፣ አስቲን)*

የጌታችን የሊቀ ካህንነት አገልግሎት ትልቁ እና ዋናው አገልግሎት በኃጢአት ምክንያት ከዔድን ገነት የወጣውን እና ዕርቃኑን የሆነውን የአዳምን ዘር ወደ ልጅነት ክብር ማምጣት ነው፡፡ ይህ ለቅዱሳን የርስት ክብር ባለጠግነት የሆነው ዕረፍት አባቶች ሊያዩት የሚናፍቁት፣ የሰማይ መላእክት በጉጉት የሚጠባበቁት ነው፡፡ ፍጥረታት እንኳን የእግዚአብሔርን ልጆች መገለጥ ይጠባበቃሉ (ሮሜ 8፥21፤ ዕብ. 4፥9-10፤ 1ኛ ጴጥ. 1፥12)፡፡

ዛሬ የሚሻል አገልግሎት በእግዚአብሔር ልጅ የሚሰጥ ሆኖ ይገኛል፡፡ ይሁን እንጂ፣ በአገራችን በኢትዮጵያ በጻድቃን ሰማዕታት እና በመላእክት ስም የተቀረጹ ታቦታትን አወጥተው ማንገሥ የተለመደ ነው፡፡ በክርስቶስ ተመርቆ የተከፈተ የከበረ አገልግሎት ቢሰጣቸውም እንደ ዕብራውያን አማኞች ተመልሰው ወደ ቀደመው የመቅደስ አገልግሎት ፊታቸውን አዙረው ልባቸውን ጥለውበታል፡፡

ከእምነት ወጥተው ወደ ሞግዚቱ አገልግሎት ተመልሰው ይገኛሉ፡፡ እግዚአብሐር ግን ጻድቅ በእምነት (በክርስቶስ ሞት፣ ትንሣኤ እና የክህንት አገልግሎት) በሕይወት (ሕይወቱ በሆነው በክርስቶስ) ይኖራል፡፡ ማለትም የክርስትናን ሕይወት ይኖራል ይለናል (ኢዮብ 10፥37-38፤ ሮሜ 1፥11) መላእክትን ማምለክ እና ለእነርሱ መስገድ፣ እንዲያማልዱ መጸለይ፣ በስማቸው ታቦት መቅረጽ እና ቤተ መቅደስ ውስጥ በማስቀመጥ የሚደረግ አገልግሎት ተቀባይነት የለውም፡፡ በብሉይም ሆነ በአዲስ ኪዳን ቅዱሳን መላእክት ለማገዝ የሚላኩ የእግዚአብሔር አገልጋይ (ባሪያዎች) ናቸው፡፡ በብሉይ ኪዳኑ ታቦት ላይ የነበሩት የመላእክት ምስሎች ፊታቸውን ወደ ስርየት መክደኛው አድርገው ክንፎቻውን ዘርግተው ይታያሉ፡፡ ታቦቱ የእግዚአብሔር ክብር መገለጫ ስለ ነበረ እግዚአበሔር ወደ መቅደሱ

መጥቶ የሚቆው እና የሚናገረው በኪሩቤል በተሸፈነው በታቦቱ ላይ ሆኖ ነበረ (ዘጸ. 25÷2)፡፡
መቼ ይሆን የሚጠባበቁት ጉዳይ ሲሆን፣ መልሱን የሚያገኙት? ሆኖም አብ በቤተ ክርስቲያን በኩል አዲስ ፍጥረት ለሆኑት ምሥጢሩን እንደ ገለጠ እናስተውላለን (ዳንኤል 8÷13 /12÷5-6፤ ኤፌ. 3÷10)፡፡ አንድ ሰው ጌታን ተቀብሎ ወደ ፍቅሩ ልጅ መንግሥት ሲፈልስ (ቈላስ. 1÷13-14) በሰማይ መላእክት ዘንድ የዕልልታ ድምፅ ይሰማል (ሉቃስ 15፡7)፡፡

አግኝቷል (toong-khan'-o/tugchano/ቱግካኖ ከ tucho/ቱቾ = አገልግሎት ላይ ማዋል የሚል አሳብ አለው) በትክክል ማሳረፍ፣ እንዲታይ ማድረግ፣ እዚህ ቦታ እንዳገለገለው ደግሞ ማግኘት እና አንድን ነገር መለማመድ የሚልም አሳብ ይይዛል፡፡ *(መጽሐፍ ቅዱስ ጥቅሶች የብሉይና / የአዲስ ኪዳን ግሪክ መዝገበ ቃላት፣ የቲየር ትርጉም፣ አስቲን)*

ቁጥር 6 አሁን ግን በሚሻል ተስፋ ቃል በተመሠረተ በሚሻል ኪዳን ደግሞ መካከለኛ እንደሚሆን በዚያ ልክ እጅግ የሚሻል አገልግሎት አግኝቶአል።

ልክ እጅግ የሚሻል አገልግሎት አግኝቶአል ዕብ 7፡13; 2ኛ ቆሮ 3÷6-11

መካከለኛ እንደሚሆን ዕብ 7÷22; 12÷24; ገላ 3÷19,20

በሚሻል ኪዳን ዕብ 7÷22; 9÷15-20

አሁን ግን በሚሻል ተስፋ ቃል ዕብ 8÷10-12; ሮሜ 9÷4; ገላ 3÷16-21; ቲቶ 1÷2; 2ኛ ጴጥ 1÷4

ቍጥር 7 *ፊተኛው ኪዳን ነቀፋ ባይኖረው፥ ለሁለተኛው ሥፍራ ባልተፈለገም ነበር።*

ፊተኛው ኪዳን በብዙ አቅጣጫ ነቀፋ እንደ ተገኘበት በተደጋጋሚ ተመልክተናል፡፡ በቀድሞው ኪዳን ውስጥም በዋነኛነት የሕጉን ግዝፈት እናጤናለን፡፡ እስራኤላውያንም ይህንን ሕግ ለመጠበቅ በተደጋጋሚ በእግዚአብሔር ፊት ቃል የገቡበትን ጊዜም እንደ ነበረ በቃሉ ላይ እናነብባለን፡፡

የሰው ልጅ በገነት ውስጥ ከነበረበት ጊዜ አንስቶ ትእዛዝ ቢሰጠውም፣ እርሱ ግን ይህንን ትእዛዝ እየጣሰ ሞትን መረጠ (ዘፍ. 2÷15-17)፡፡ በገነት ውስጥ የተተከለችውን ከፉና ደግ

የምታስታውቀውን ዛፍ እንዳይበላና በልቶ ቢገኝ ሞትን እንደሚሞት አስቀድሞ በግልጥ ቢነገረውም፣ የሰው ልጅ ግን ይህንን ትእዛዝ ተላለፈ፡፡ ከዚያን ጊዜ በኋላም በእግዚአብሔርና በሰው መካከል የጥል ግድግዳ ቆመ፡፡ ይህን የጥል ግድግዳ ለማፍረስ መንገዱ አንድ ብቻ ሆነ፡፡ ይህም የተስፋው ዘር መሢሑ ኢየሱስ ብቻ ነበር፡፡

ይህ መሢሕ እስኪመጣ ድረስም በምሳሌነትና በጥላነት የሚያገለግሉት ሌዋውያኑ የዐቅማቸውን ቢደክሙም፣ የእነርሱም አገልግሎት በየዘመናቱ እየተስነካከለ ተንሸራተው የወደቁባቸው በርካታ ዘመናት ታይተዋል፡፡ ካህናቱ አገልግሎታቸውን በግልጽ ከጀመሩበት ከሙሴ ዘመን ጀምሮ በየመሐሉ እያዳለጣቸው እነርሱም ራሳቸው ተንሸራተው ወድቀዋል፡፡ ሌዋውያኑ በራሳቸው ብቃትና ፍጹምነት ሊያመጡ ባለመቻላቸው፣ ስለ ሕዝቡ ውድቀት እንደሚማልዱ ሁሉ፣ እንዲሁ ለራሳቸውም መማለድ ግድ ሆኖባቸው ነበር፡፡ በዕብራውያን 7፥11 ላይ የዚህ ቊጥር አሳብ በአነጻጻሪነት ስለ ቀረበው እንመልከተው፡፡

"እንግዲህ ሕዝቡ በሌዊ ክህነት የተመሠረተውን ሕግ ተቀብለዋልና በዚያ ክህነት ፍጹምነት የተገኘ ቢሆን እንደ አሮን ሹመት የማይቈጠር እንደ መልከ ጼዴቅ ሹመት ግን የሆነ ሌላ ካህን ሊነሣ ወደ ፊት ስለ ምን ያስፈልጋል?" ጸሐፊው ጥያቄውን በውስጠ ታዋቂ ራሱ እየመለሰው ነው፡፡ የቀደመው በቂ ቢሆን ኖሮማ አዲስ አስፈላጊ አልነበረም፡፡

አሁን ግን አዲስ ኪዳንን ማድረግ አስፈላጊ ሆኗል፡፡ የቀደመው በራሱ ጊዜያዊ ቢሆንም፣ ከጊዜያዊነቱ ባለፈም ብዙ ነቀፋዎች የተገኙበት ሆነ፡፡ እግዚአብሔር መቼም ቢሆን በሥራው የሚሳሳት አይደለም፡፡ እርሱ ለሙሴ እንዲህ አድርግ ብሎ በማዘዝ የብሉይ ኪዳንን ሕጎች ሲያወጣ ነቀፋም እንደሚገኝባቸው ተገንዝቦ ወይም ዐውቆ የፈቀደው ነው ለማለት ያዳግታል፡፡ ምክንያቱም እግዚአብሔር ለሙሴ የማደሪያውን ድንኳን ንድፍ በሲና ተራራ በሰጠው ጊዜ **"ተጠንቀቅ!"** ብሎታል፡፡ በቸልተኝነት ቢደረግ ብዙ ጥፋት ሊከተል እንደሚችል ማስጠንቀቁ አይደል? እስራኤላውያን ግን ሕጉን መጠበቅ ተሳናቸው፡፡ እንኳንስ ሕጉን ሊጠብቁ ለአንዲት ቀንም ችግር ካጋጠማቸው የሚያጉረመርሙና ለእኛ በግብፅ መሆን ይሻለን ነበር የሚሉም ሆኑ፡፡

ይህም ብቻ አይደለም ሊቀ ካህናቱና ካህናቱም በከፋ በደል በመገኘታቸው የሕዝቡን ኃጢአት ሊሸከሙ ቀርቶ ራሳቸውም ተንገዳግደው ወደቁ፡፡ *"እነርሱስ በይሁዳ ከተምች*

ውስጥና በኢየሩሳሌም ዐደባባይ ላይ የሚያደርጉትን አታይምን? ያስቈጡኝ ዘንድ፥ ለሰማይ ንግሥት እንጐቻ እንዲያደርጉ ለሌሎችም አማልክት የመጠጥ ቍርባን እንዲያፈስሱ ልጆች እንጨት ይሰበስባሉ፥ ***አባቶችም እሳት ያነድዳሉ፥*** *ሴቶችም ዱቄት ይለውሳሉ። እኔን ያስቈጣሉን? ይላል እግዚአብሔር፥ ለፊታቸውስ ዕፍረት አይደለምን?"* (ኤር. 7÷16-21)።

እነርሱ ብቻ ሳይሆኑ፣ ካህናቱም በተመሳሳይ ሁኔታ ውስጥ ገብተው ነበር። "እናንተ ስሜን የምታቃልሉ ካህናት ሆይ፤ ልጅ አባቱን ባሪያም ጌታውን ያከብራል፤ እኔስ አባት ከሆንሁ መከበሬ ወዴት አለ? ጌታስ ከሆንሁ መፈራቴ ወዴት አለ? ይላል የሠራዊት ጌታ እግዚአብሔር" (ሚልክ. 1÷6)። ጌታ ኢየሱስ ወደ ምድር ሊመጣ አራት መቶ ዓመታት ያህል እንደ ቀረው ነው የሚልክያስ ትንቢት የተነገረው። በዚያን ዘመንም እስራኤላውያን በትልቅ ድንዛዜና ጨለማ ውስጥ የነበሩበት፣ እግዚአብሔርንም ፈጽመው የረሱበት ዘመን ነበር። ይህ ጉድለት ባይገኝ ኖሮ፣ አዲሱን ኪዳን ማምጣት ሳያስፈልግ የብሉይ ካህናት አገልግሎታቸውን እንዲቀጥሉ በተደረገ ነበር። ዕውነታው የሚያስገነዝበው ግን የቀደመውን አሮጌ ኪዳን በአዲስ ኪዳን መተካት እንደሚያስፈልገው ነው።

ነቀፋ የሌለው (am'-emp-tos / amemptos / አሜምፕቶስ ከ a/ኤ = ተቃራኒ + mémphomai /ሜምፎማይ = ስሕተት/ነቀፌታ ማግኘት) ማለት:- ምንም እርማት የማያስፈልገው፣ ስሕተት-ዐልባ፣ ነቀፌታ የሌለበት፣ በአንድ ሰው ወይም አካል ላይ ስሕተት ማግኘት አለመቻል። አሳቡ የመጀመሪያው ኪዳን ነቀፋ የሌለበት አልነበረም የሚል ነው። *(መጽሐፍ ቅዱስ ጥቅሶች የብሉይና / የአዲስ ኪዳን ግሪክ መዝገበ ቃላት፣ የቲየር ትርጉም፣ አስቲን)*

ፒንክ ሲያብራራ ልብ አሁን ወደ እግዚአብሕር ሕግ አዘንብላለች። ለፍላጎቷና ጥያቄዋም መልስ እንደምታገኝ ሆናለች። ሕጉንም ለመፈጸም ዕውነተኛ መሻት አላት። ይህች ነፍስም እንዲህ ማለት ትጀምራለች "አንተ ፊቴን እሹት ባልህ ጊዜ አቤቱ ፊትህን እሻለሁ፥ ልቤ አንተን አለ" (መዝ. 27÷8) *(ኤ. ደብሊው ፒንክ ኮሜንተሪ)*

ዊልያም ማክዶናልድ ሲያስታውሰን አሮጌው ኪዳን ከኃጢአት ጋር ውጤታማ በሆነ መልክ ሊስማማ አይችልም። እዚህ የቀረበውም ለኃጢአት ንስሐ /መሸፈን እንጂ፣ ኃጢአትን ለማንጻት አይደለም። በሕግ ይቀርብ የነበረውም መሥዋዕት አቅራቢውን

በአገሩ መንፈሳዊ ሕይወት እንዲካፈል ብቁ ለማድረግና ኃጢአትን ለመከደን የሚቀርቡ ናቸው፡፡ ዳሩ ግን ይህ የኃጢአት መሸፈን ውጫዊ ነው፡፡ የሰውን ውስጣዊ ሕይወት አይነካም፡፡ የሞራል መንጻት አይሰጠውም፡፡ ንጹሕ አእምሮም እንዲኖረው አያደርገውም፡፡ *(ዊልያም ማክዶናልድ፣ደብሊው እና ፋርሳታድ፣ ቢሊቨርስ ባይብል ኮሜንተሪ፡- ቶማስ ኔልሰን)*

አንድሪው ሙሬይ የሚስብ አስተያየትን ይሰጣል፡፡ ከአዲሱ ኪዳን በረከቶች ውስጥ እዚህ ጋር መጨረሻ የተጠቀሰው በዕውነታው የመጀመሪያው ነው፡፡ እምራችኋለሁ፤ ይህ ለልብ መታደስና ከእግዚአብሔር ጋር ኅብረት ለማድረግ ቀዳሚ ነገር ነው፡፡ ምሕረት መግቢያው ነው፡፡ የልብ ቅድስናና የሕይወት መንገድ ቅድስና የክርስቲያን በረከት ወደ ሆነው ወደ እግዚአብሔር መገኘት ለመግባት መነሻ ነው፡፡ በእግዚአብሔር ህልውናና ኅብረት ውስጥ ለመኖር ሁለት ነገሮች ግልጽ መሆን አለባቸው፡፡ የኃጢአት አሳብ ከእግዚአብሔር ልብ ውስጥ መውጣት አለበት፡፡ የኃጢአት ፍቅር ደግሞ ከእኛ ልብ መውጣት አለበት፡፡ በአዲሱ ኪዳን ውስጥ እነዚህ ሁለት በረከቶች በአንድ ላይ ቀርበዋል፡፡

መጀመሪያ የኃጢአት ይቅርታ ዳግም ላይታሰቡና በእግዚአብሔር ልብ ውስጥ ላይገቡ፤ ሁለተኛ የእኛ ልብ መታደስም በመንፈስ ቅዱስ የእግዚአብሔር ሕግ በልባችን ተጽፎ ፍላጎታችን በእግዚአብሔር ፍላጎት ይቀየራል፡፡ ሦስቱ በረከቶች፤ የኃጢአት ይቅርታ፣ የልብ መንጻትና የእግዚአብሔር አብርሆት ይገጣጠማሉ፡፡ ይህም አንዱ ላይ ያለን መረዳትና ዕይታ ከሳሳ ሌሎቹም ይጐዳሉ ማለት ነው፡፡ በአዲሱ ኪዳን መካከለኛ በኢየሱስ እነዚህ ነገሮች ሙሉ ሆነው ለእኛ ቀርበዋል፡፡ በማይቋረጥ ሕይወት ኃይል፤ ግን የእኛ እነዚህን ነገሮች መለማመድ ዕውቀታችን ላይ፣ እምነታችን ላይና መታዘዛችን ላይ ይመሠረታል፡፡ የመጀመሪያዎቹ ሁለቱ ላይ ያለን መረዳትና መቀበል ጐዶሎ ስለሆነ፣ ከእግዚአብሔር ጋር ያለን ኅብረትና ወደ መገኘቱ መግባታችን በዚያም መኖራችን፣ አሁንም ከብሉይ ኪዳኑ የተሻለ አይደለም፡፡ ነገር ግን ይህ እንደዚህ እንደማይቀጥል ዕንወቅ፡፡

ቁጥር 7 ፊተኛው ኪዳን ነቀፋ ባይኖረውተ ለሁለተኛው ስፍራ ባልተፈለገም ነበር።

ነቀፋባይኖረውተ ዕብ 8፡6; 7፥11,18; ገላ 3፥21

ቍጥር 8 እነርሱን እየነቀፈ ይላቸዋልና። እነሆ፥ ከእስራኤል ቤትና ከይሁዳ ቤት ጋር አዲስ ኪዳን የምገባበት ወራት ይመጣል ይላል ጌታ፤

ከቍጥር 8-12 ያሉት አምስት ቍጥሮች በመደዳው የተወሰዱት ከትንቢተ ኤርምያስ 31÷31-34 ነው፡፡ በኤርምያስ ትንቢት ላይ እነዚህ እስራኤላውያን ቀደም ባለው ቍጥር ነቀፋ ደርሶባቸው እንደ ነበረ እናያለን፡፡ ከዚህም የተነሣ እያንዳንዱ በገዛ ኃጢአቱ ቅጣቱን እንደሚቀበልም ይነግራቸዋል፡፡ ይህ ዘመን ለብሉይ ኪዳን አገልግሎት ፍጻሜ ይመስላል፡፡ ከዚያ የቅጣት ዘመን በኋላ ግን በቀጣዩ ቍጥር ላይ ስለ አዲሱ ኪዳን ይተርካል፡፡

እስራኤልና ይሁዳ ሁለቱ ከዐመፅ የተነሣ የተከፋፈሉት እስራኤላውያን ናቸው፡፡ ይሁዳ የደቡቡን የእስራኤል ክፍል ሲይዝ እስራኤል ደግሞ የሰሜኑን በመያዝ የተለያዩበት ዘመን ነበር፡፡ እግዚአብሔር የምሕረት አምላክ በመሆኑ ጉብኝቱን እንደ ገና ለእነርሱ በማድረግ አዲስን ኪዳን ከእነርሱ ጋር የሚገባበት ዘመን እንደሚመጣ የተነገረ ትንቢት ነው፡፡

ይህ ትንቢት ከብዙ ዓመታት በፊት የተነገረ በመሆኑ የአማርኛው ትርጉም ወራት ሲለው አሻሚ ትርጉም ሊያመጣ ይችላል፡፡ ወራት የሩቅ ዘመንንም የሚያመለክት ሲሆን፣ በሌላ በኩል ግን በአጭር ጊዜ ውስጥ በዓመት ውስጥ ባሉት ወራት በአንደኛው የሚፈጸም ሊያስመስለው ይችላል፡፡ አዲሱ መደበኛ ትርጉም “ጊዜ ይመጣል” የሚል ትርጉም ይዟል፡፡ ከሁሉም የዕብራይስጡ ትርጉም የተሻለ እንደ ሆነ የምንረዳው ትንቢቱ የተነገረበትን ከ500 ዓመታት ያላነሰ ጊዜ ስናሰላ ነው፡፡ ኤርምያስ የትንቢት አገልግሎቱን ያካሄደው ከክርስቶስ ልደት በፊት በ550 ዓ.ዓ አካባቢ ላይ በመሆኑ ትንቢቱ ለመፈጸም ከ500 ዓመታት በላይ እንደ ፈጀ እንገነዘባለን፡፡ ከጊዜው ርዝመት የተነሣ ብዙዎች ተስፋ እንደሚቈርጡና ከመንገድ እንደሚቀሩም መገመት ይቻላል፡፡

ይህ ትንቢታዊ ቃል አዲሱን ኪዳን ያመለክታል፡፡ ይህን አዲስ ኪዳን ልዩ የሚያደርገው ከግብፅ አገር ከወጡ በኋላ በሙሴ አማካይነት በሲና ተራራ ላይ ከተሰጣቸው ኪዳን ለየት ያለ እንዲያውም የበለጠ ቃል ኪዳን መሆኑ ነው፡፡ የቀደመው በሲና ተራራ የተሰጣቸው ቃል ኪዳን በዘመኑ እጅግ ድንቅ የተባለለት፣ እስራኤላውያን ከግብፅ ባርነትና ስቃይ

በሙሴ መሪነት በድንቅ በተአምራት ከወጡና ነፃነታቸውን ካወጁ በኋላ የተቀበሉት ቃል ኪዳን ነበር፡፡

ይሁንና ግን ይህ ቃል ኪዳን ሙሉ ብቃት አልነበረውም፡፡ የዕብራውያን ጸሐፊም እንደሚገልጠው ምሳሌና ጥላ በመሆኑ የአዲሱ ኪዳን መምጣት የግድ ነበረ፡፡ አዲሱ ኪዳን በመጣ ጊዜም አሮጌውን እንዳስረጀው መጽሐፍ ቅዱስ ይገልጽልናል፡፡ በቀደመው አሮጌ ኪዳን የእስራኤል ሕዝብ ለተሰጣቸው ሕግ በፍጹም ታማኝነት ለመታዘዝ ቃል ቢገቡም ውለው ሳያድሩ ቃል ኪዳናቸውን አፈረሱት፡፡ እግዚአብሔር ከግብፅ ባርነት ነፃ ያወጣቸው ሕዝቡ በኪዳኑ ቃል ባለ መጽናታቸው ተቈጥቷልም፤ አዝኗልም፡፡ ይሁንና ግን እርሱ ለፈጠራቸው የሰው ልጆች ካለው ፍቅር የተነሳ አንድ ቀን ልጁን ልኮ ቀድሞ ሕዝቡን ከግብፅ ባርነት ነፃ እንዳወጣ አሁን ደግሞ ከዘላለም የሞት ፍርድ ነፃ ያወጣው ዘንድ ደሙን አፍስሶ በመስቀል ላይ እንዲሞት ወደ ምድር ላከው፡፡ ይህ ምሥጢር መንፈሳዊ ዐይኖቻችን ካልበሩ በስተቀር ተረት ተረት የሚመስለንም አንታጣም፡፡

"በእርሱ የሚያምን ሁሉ የዘላለም ሕይወት እንዲኖረው እንጂ፣ እንዳይጠፋ እግዚአብሔር አንድያ ልጁን እስኪሰጥ ድረስ ዓለሙን እንዲሁ ወዷልና" (ዮሐ. 3፥16)፡፡ ይህ ጥቅስ የአዲሱን ኪዳን ታሪካዊ አመጣጥ በትክክል ያስቀምጥልናል፡፡ አዲሱ ኪዳን በእምነት ብቻ የምንቀበለው የዘላለም ሕይወትን የሚያስገኝ ከቀድሞው ኪዳን በብዙ ደረጃ የበለጠ ኪዳን ነው፡፡ እግዚአብሔር ምንኛ የፍቅር አምላክ መሆኑንም የምንረዳበት ነው፡፡ እርሱ እንዲሁ ወደደንና የልጁን ሕይወት በመሥዋዕት አዲስ ኪዳንን አደረገ፡፡

የቀደመው አሮጌ ኪዳን በሰው ፀመፅ የተነሣ በመጣሱ እግዚአብሔርንና ሰውን ከፉኛ አኮራርፏል፡፡ ስለዚህም ይህ የምሕረት አምላክ አዲስን ኪዳን ከሰው ጋር የሚያደርግበት ዘመን እንደሚመጣ ከአምስት መቶ ዓመታት በፊት በነቢዩ ኤርምያስ አማካይነት ተናገረ፡፡ በዚህ ክፍል ላይ የምገባበበት ተብሎ የተተረጐመው የግሪክ ቃል ***ሱንቴሊዮ*** **(sunteleo)** የሚለው ሲሆን **አንድን ነገር መፈጸም** የሚል ትርጕምን የያዘ ነው ይህንንም ያደረገው የአዲስ ኪዳንን የመፈጸም አቅም ለማሳየት ነው፡፡ *(ዌስት፣ ኬ. ኤስ. የግሪክ አዲስ ኪዳን ቃል ጥናት፦ ኢርድማንስ)*

ቁጥር 8 እነርሱን እየነቀፈ ይላቸዋልና፦ እነሆ፥ ከእስራኤል ቤትና ከይሁዳ ቤት ጋር አዲስ ኪዳን የምገባበት ወራት ይመጣል ይላል ጌታ፤

ይላል ጌታ ኤር 31፥31-34

ወራት ይመጣሉ ዕብ 10÷16,17; ኤር 23÷5, 7; 30÷3; 31÷27,31-34,38; ሉቃ 17÷22
አዲስ ዕብ 9÷15; 12÷24; ማቴ 26÷28; ማር 14÷24; ሉቃ 22 20; 1ኛ ቆሮ 11÷25; 2ኛ ቆሮ 3÷6
ኪዳን ኢሳ 55÷3; ኤር 32÷40; 33÷24-26; ሕዝ 16÷60,61; 37÷26

> ቍጥር 9 *ከግብፅ አገር አወጣቸው ዘንድ እጃቸውን በያዝሁበት ቀን ከአባቶቻቸው ጋር እንደገባሁት ኪዳን አይደለም፤ እነርሱ በኪዳኔ አልጸኑምና፥ እኔም ቸል አልኋቸው ይላል ጌታ።*

ቍጥር 9 ላይ ይህ ኪዳን እግዚአብሔር በሲና ተራራ ላይ ከሙሴ ጋር እንዳደረገው ዐይነት ኪዳን እንዳልሆነ ይገልጻል፡፡ የብሉይ አሮጌ ኪዳን እስራኤል በግብጽ ባርነት በስቃይ ላይ በነበሩበት ወቅት የእግዚአብሔር ዕጅ በአስገራሚ መንገድ ተነሥታ ሙሴን በመጠቀም፣ ከስቃያቸው ነፃ ሊወጡ ሆነ፡፡ ይደርስባቸው የነበረውም ስቃይና ግፍ እጅግ የከፋ ነበር፡፡ እስራኤላውያን በግብፆች ይደርስባቸው የነበረው መከራ ሳይበቃ ወንድ ልጆችን በሚወልዱበት ጊዜ ሕፃኑ እንዲገደል መደረጉ ለእስራኤል እናቶች ከበደል ሁሉ የከፋ በደል ነው፡፡ ይህ የባርነት ኑሮ ግን እንዲሁ አልቀጠለም፡፡ እግዚአብሔር ዕንባቸውን ተመለከተ፡፡ ነፃም አወጣቸው፡፡

ዕጅ መያዝ፡- በብሉይ ኪዳን እግዚአብሔር በመረጣቸው ላይ ዐይኑን አሳረፈባቸው፡፡ በዕጁ ይይዛቸው ዘንድ ብዙ ደከመ፡፡ አዳም ከዔድን ገነት ወጥቶ ከእግዚአብሔር ከሸሸበት ጊዜ ጀምሮ የተቅበዘበዘውን ሰው ያድነው ዘንድ ወደደ፡፡ ስለሆነም ዘላለማዊውን ዕቅዱን ለመፈጸም ገና በማለዳ ወደ አብርሃም መጣ፡፡

ደምፁንም አሰምቶ *"ከአገርህ ከዘመዶችህ ከአባትህም ቤት ውጣ እና እኔ ወደ ማሳይህ ምድር ሂድ አለው" (ዘፍ. 12÷1)*፡፡ *"ታላቅ ሕዝብም አደርግሃለሁ እባርክሃለሁ፣ ስምንም አከብረዋለሁ፣ ለበረከትም ሁን" (ዘፍ. 12÷2)* በማለት ተስፋ ሰጠው፡፡ ይህን ተስፋ እንደሚፈጽምለትም ለአብርሃም ቃል ኪዳን ገባለት፡፡ ኪዳኑ በሁለት ሰዎች መካከል የሚደረግ ሊሆን ይገባ ነበር፡፡ በሁለት ሰዎች መካከል የሚደረግ ስምምነት ወይም ኪዳን ዐቅማቸውን፣ ጉልበታቸውን፣ ችሎታቸውን አስተባብረው የተሰማሙበትን ውል አክብረው አብረው መሥራት ይጀምራሉ፡፡

በአይሁድም ሆነ በሩቅ ምሥራቅ በሚኖሩ ሕዝቦች መካከል የሚደረግ የኪዳን ሥርዓት የተለመደ ነው:: በሰው ደም ውስጥ ሕይወት አለ ተብሎ ስለሚታመን አንዳንድ ጊዜ ሁለት ተዋዋይ ወይም ኪዳን የሚገባቡ ወገኖች ዕጃቸውን በምላጭ በመቊረጥ ደማቸው በዕጃቸው እያፈሰሱ ይጨባበጣሉ፤ በዚህም የደም ልውውጥ ይሆናል::

እግዚአብሔር ከአብርሃም ጋር ኪዳን ሲያደርግ አንድ ችግር አጋጥሞታል:: አብርሃም ሰው በመሆኑ በኃጢአት ምክንያት አቅም ጒልበትና ችሎታ የሌለው ሰው ነው:: ስለዚህ በሚያቀርበው መሥዋዕት መካካል ገብቶ ከእግዚአብሔር ጋር ዕጅ ለዕጅ መጨባበጥ አልቻለም::

ስለዚህ እግዚአብሔር በራሱ በመማል ኪዳኑን አጸና:: እግዚአብሔር ብቻውን እኔ ራሴ ብቻዬን በመሥዋዕቱ መካከል አልፋለሁ፥ ኪዳኑን እኔ አፈጽማለው አለ:: የሰውን ልጅ ወክሎ በእግዚአብሔር ፊት የሚቀርብ ካህን፣ ማላጅ ሰው ጠፋ (ኢሳ. 59፥16):: ይሁን እንጂ፣ ይህ ኪዳን ሕጋዊ እንዳይሆን የከፉ ሠራዊት በችሎቱ ፊት ትልቅ ክርክር ይዘው ቢቀርቡ፤ ኃጢአትም የዕዳን ጽሕፈት ይዞ ቢቀርብም፣ ክርክሩን የሚዘጋበትን ጽድቅ የሆነውን (ፍትሕ) አዘጋጀ:: በጽድቁም ቀኝ ደግፎ ያዘው (ኢሳ. 41፥10)::

ይህም ጽድቅ የሆነው አሰራር ኢየሱስ ሥጋ ለብሶ ፍጹም ሰው በመሆን የዕዳን ጽሕፈት መደምሰስ እና የኃጢአት ዋጋ ከፍሎ የአብርሃም የበረከት ኪዳን ለሰው ሁሉ እንዲደርስ ማስቻል ነው:: ይህንም በመስቀሉ ፈጸመው (ቈላስ. 2፥14):: በሞት ላይ ሥልጣን ያለውን ሻረ፤ ዕራቁቱን የነበረው ሰው የጸድቅን ክብር አገኘ (ሮሜ 3፥23-24)::

ከዚያም ይህ የጽድቅ እጅ የሆነው (የገዛ ክንዱ የሆነው) ስራውና አጠናቅቆ በአብ ቀኝ ተቀመጠ:: ነቢዩ የእግዚአብሔር የጽድቅ ቀኝ ዕጅ ይለዋል፤ እርሱም የክብር ተስፋ የሆነው ክርስቶስ ኢየሱስ ነው:: እግዚአብሔር በጽድቅ ቀኝ ዕጅ ይገዞሃለው ማለት በክርስቶስ ሞትና ትንሣኤ፣ በሥላሴዎች ምክር ተወሰኖ ዘመኑ እስኪደርስ ተዘግቶ የቆየው፣ ስጋ ለብሶ ወደ ምድር የመጣው፣ ለሰው ልጆች ሞትን የቀመሰ እና አባቱ የሞትን ጣር አጥፍቶ ያስነሳው ማለት ነው:: ይህ ምሥጢር የዚህ ዓለም ጠቢባን የሚያወቁት ሳይሆን በመገለጥ የሚታወቅ ነው:: ወልድ ከአብ የሰማውን ምሥጢር ለሚያኑት ገለጠላቸው::

የዚህ ዓለም ገዥዎች እና ጥበበኞች ሰማያዊውን ምሥጢር ማወቅ እና መረዳት አልቻሉም ትልቅ ኪሣራ ደረሰባቸው (ማቴ. 11÷25-27፤ 1ኛ ቆሮ. 2÷7-8) ኪሣራው ደግሞ አብርሃም ጋር ኪዳን ለመፈጸም ውል የገባው እንዴት ኪዳኑን ይፈጽማል የሚል ዕንቆቅልሽ ሆኖባቸው ነበር፡፡ አብርሃም ይህ ባርኮት እንዴት ይሆናል መካን ነኝ ሲል፣ ጌታ እግዚአብሔር ደግሞ፡- “ቃል ኪዳኔን በእኔና በአንተ መካከል ከአንተም በኋላ ከዘርህ ጋር በትውልዳቸው ለዘላለም ኪዳን አቆማለሁ” አለው (ዘፍ. 17÷7)፡፡ አብርሃም ዕንቅልፍና ድካምም ሲይዘው የእግዚአብሔር ክንድ (የጽድቅ ቀኝ) ተገለጠ፡፡ አብርሃምም በእግዚአብሔር አመነ÷ ጽድቅም ሆኖ ተቈጠረለት (ዘፍ. 15÷6 /9-12/ 17-18)

ወደ አዲስ ኪዳን ስንመጣ ግብፅ በዓለም ትመሰላለች፡፡ በዓለም ውስጥ የሞላው ኃጢአት ነው፡፡ ኃጢአት የሰውን ልጅ ባሪያ በማድረግ ያሰቃያል፡፡ ሰው ከኃጢአት የተነሣ የዲያቢሎስም መጫወቻ ባሪያ ይሆናል፡፡ በብሉይ ኪዳን የነበረው ምሳሌነትና ጥላ እንግዲህ እነዚህን ሁሉ ይነካል፡፡ ነቢዩ ኤርምያስ ሲናገር አዲሱ ኪዳን ነፃነት (የምሥራች) ነው ይላል፡፡

የብሉይ ኪዳን ለእስራኤላውያን ብቻ የተሰጠ በምድራውያኑ ካህናትና ሌዋውያንም የሚፈጸም፣ በሰው ዕጅ በተሠራ የማደሪያ ድንኳን ውስጥም ሥርዓቱ የሚከናወን ነው፡፡ አዲሱ ኪዳን ፈጽሞ የተለየ ነው፡፡ በአዲሱ ኪዳን ውስጥ በርካታ ነገሮች ተቀይረዋል፡፡ ኪዳኑ የሚከናወነው በእግዚአብሔር ልጅ መሥዋዕትነት እንጂ፣ በኮርማዎች ደም አይደለም፡፡ ሥርዓቱ የሚካሄደው በምድራውያን ካህናት ሳይሆን፣ በሰማያዊው የአምላክ ልጅ ነው፡፡ ሰማያዊቷ የማደሪያ ድንኳንም በሰው ዕጅ ሳይሆን፣ በራሱ በእግዚአብሔር ልጅ የተሠራች ናት፡፡ ሰውም በእምነት ብቻ ምሕረትን የሚያገኝበት ኪዳን መሆኑም ይህን ከብሉይ ኪዳን በጣም የተለየ ያደርገዋል፡፡

በአሮጌው ኪዳን ላይ እስራኤል በኪዳን መጽናት አቅቷቸው እግዚአብሔርን አሳዘኑ፡፡ በፊታቸው የቆመው ሕግም ጥፋታቸውንና ኃጢአታቸውን በማጋለጥ ከሰሳቸው፡፡ እግዚአብሔርም ከእነርሱ በብዙዎቹ ስላዘነ ቸላ እንዳላቸው ነቢዩ ይናገራል፡፡ ቸላ ማለት መቀዛቀዝን ያመለክታል እንጂ፣ ከእነርሱ ጋር ያለው መቀራረብና ግንኙነት ፈጽሞ እንዳልተቋረጠ አመልካች ነው፡፡ እስራኤል ባለመታዘዛቸው ምክንያት ግን ከ500 ዓመታት በላይ ከእግዚአብሔር ጋር የነበራቸው ግንኙነት ተበላሽቶ ቆየ (ኢሳ. 24÷5)፡፡ በመጨረሻም መሢሑ በአዲስ ኪዳን ተገለጠ፡፡

ኪዳን የሚለውም ቃል **ዲያቴቴሚ** (diatithemi) የሚል ቃል ትርጓሜ ሲሆን፣ **ቴቴሚ** (tithemi) ትርጉሙ **ማስቀመጥ** እና **ዲያ** (dia) ትርጉሙ **ሁለት** የሚል ከሆኑ ከሁለት ቃላት የተዋቀረ ነው:: ስለዚህም በአንድ ላይ **በሁለቱ መካከል ማስቀመጥ** የሚልን ትርጉም ይይዛል፤ በሁለት ቡድኖች መካከል የሚደረግ ስምምነት ነው:: ጸሐፊው በምዕራፍ 9፥16-20 ባለው ክፍል ላይም ይህንኑ ቃል ይጠቀምበታል:: በዚህ መልእክት ላይ ኪዳን የተባለው እግዚአብሔር ለሚያምን ኃጢአተኛ የኢየሱስ ክርስቶስን ደም በመስቀል በማቅረብ ያቀረበውን መሥዋዕት ነው:: ይህ ኪዳን የሚያሳየው እግዚአብሔር በእምነት እርሱ የሾመውን ሊቀ ካህናት ለሚቀበል ኃጢአተኛ ድነትን እንደሚሰጥ የሚያሳይ ነው:: የመለኮታዊ መስፈርት መለኪያ የሆነው ራሱ እግዚአብሔር ፈቃዱን ለመፈጸም ሞተ:: *(ዌስት፣ ኬ. ኤስ. የግሪክ አዲስ ኪዳን ቃል ጥናት፡- ኢርድማንስ)*

[**አልቆጠርኋቸውም**] ካን ኤሜሌሳ አውቱን:: ደግሞም ቸል አልኋቸው ወይም አጣጣልኋቸው:: ዳሩ ግን በዕብራይስጡ የነቢያት ጽሑፍ ምንባብ ውስጥ ያሉቱ ቃላት ... የሚሰኙ ሲሆኑ፣ ምንም እንኳ እኔ ለእነርሱ ባል ብሆንም" በሚል ተርጉመነዋል:: ትርጉማችን ትክክል ከሆነ በሐዋርያ እና በነቢይ መካከል ያለውን እጅግ ዕንግዳ የሆነ ልዩነት ከግምት ማስገባት ይቻላል::

አንድ ዐይነት ቃላትን - እንዲህ ያለው ዕንግዳ (የሚጋጩ ለሚሉት አይሆንም) ትርጉም ጸሐፊ የእግዚአብሔር መንፈስ ሊሆን ይችላል ወይ? እስኪ እንመልከተው:-

1. ማለትም ሐዋርያው ከሰብዓ-ሊቃናት ጠቅሷል፤ ደግሞም ተለምዶአዊ በሆነ መልኩ በአይሁድ መካከል ጥቅም ላይ የዋለ ቀጣይነት ያለው እትምን በመጥቀስ፣ ምንባቡን እንዳገኘው አድርጎ ሊያቀርብ ይገባል:: የእግዚአብሔር መንፈስ ተጨማሪ ትርጉምን ካልሰጠ በቀር፣ ይህም አንዳንዴ እንደሚሆነው ማለት ነው:: ዳሩ ግን በአሁኑ ጉዳይ ትርጉሙን ለመቀየር አስፈላጊ የሚሆንበት ሁኔታ ያለ አይመስልም::

3. የዕብራይስጡ ቃል የእኛ ትርጓሜ ከሚገምተው ይልቅ ለሰብዓ-ሊቃናት እና በሐዋርያው በጣም የቀረበ ትርጉምን ሊይዝ ይገባል:: ቃላቶቹ ቃል በቃል እንዲገቡ የተደረጉ ሊሆኑ ይችላሉ:: ደግሞም እኔ በእነርሱ ላይ ጌታ ነበርሁ ወይም ሠለጠንሁባቸው አሊያም ገዣቸው ሆንሁ፤ ማለትም ስለ መተላለፋቸው ቀጣኋቸው፤ ደግሞም ስለ መተላለፋቸው ገርፍኋቸው፤ ኤሜሌሳ፣ ተጨማሪ

ዕንክብካቤን አላደርግሁላቸውም፤ ደግሞም ለጠላቶቻቸው ዕጅ አሳልፌ ሰጠኋቸው፤ ስለዚህም ደግሞ ወደ ምርኮኝነት አስጋዝኋቸው፡፡

እነርሱ በተጠቀሱበት ሁኔታ የእግዚአብሔርን ተግባር እንደሚያሳየው ይህ ፕሬቲ ዕብራውያንንና ግሪካውያኑን ለማስታረቅ መቃረቡ ተገቢ የሆነ የዕብራይስጥና የግሪክኛ ቃላት ከግምት በሚገባ ጊዜ ወደ አንድ ዐይነትነት ይቀርባል፡፡

አንዳንዶች *ኣይን* የሚለው የዕብራይስጥ ፊደል *"ባአሊቲ"* በሚለው ቃል ውስጥ *"ቼት"* ለሚለው የዕብራይስጥ ፊደል ተለዋጭ ሆኖዋል ብለው ያስባሉ፡፡ ስለዚህም ደግሞ ቃሉ *ባችአሊቲ* በሚል ሊነበብ ይችላል፤ ፍቹውም ጠልቻቸዋለሁ ወይም አቃልያቸዋለሁ ማለት ነው፡፡

ጥንታዊ እና ምሁር የሆነው አይሁዳዊ፣ *ራብ ፓርኮን፣ በዚህ አንቀጽ ላይ እነዚህ ልብ ሊባሉ የሚገባቸው ቃላት ናቸው፤ ደግሞም "ኣይ ባ አልቲይ ባም"* - ጠልቻቸዋለሁ በሚል ተተርጕሟል፡፡ ምክንያቱም *ኣይን* እዚህ ላይ *ለፔት* ተለውጧል፤ ደግሞም ደጋፊ ሆኖ ቆሟል፡፡ ነፍሳቸው *"ባቻላህ ባይ"* ጠልታኛለች በሚል ተተርጕሟል ተብሏልና፡፡

ከተሰበሰቡት ከዕብራውያን የመጀመሪያ ጽሑፎች የትኞቹም በዚህ ቃል ላይ የቱንም የተለያየ ምንባብ አይሰጡም፡፡ ከእትሞቹ አንዳንዶቹ ልክ እንደ ሰብዓ-ሊቃናት ብዙ ነፃነትን ይጠቀማሉ፡፡ ዳሩ ግን ይህን ርእሰ-ጕዳይ፣ ለሆነ ያህል ርቀት ገፋ አድርጎ ለመውሰድ ይህ አስፈላጊ ነገር ነው፡፡ *"ባታል"* የተባለው ቃል ራሱ እጅግ የተማሩ ሰዎች በሆነ ምልከታ ንቀትን ወይም መጣጣልን ያሳያል፡፡ ደግሞም ይህ ከሐዋርያው ምልከታ ጋር ይበልጥ የተቀራረበ ነገር ነው፡፡*(የኢደም ክላርክ ኮሜንታሪ, 1996, 2003, 2005)*

ቁጥር 9 ከግብፅ አገር አወጣቸው ዘንድ እጃቸውን በያዝሁበት ቀን ከአባቶቻቸው ጋር እንደገባሁት ኪዳን አይደለም፤ እነርሱ በኪዳኔ አልጸኑምና፥ እኔም ቸል አልኋቸው ይላል ጌታ።

ከአባቶቻቸው ጋር እንደገባሁት ኪዳን ዕብ 9፥18-20; ዘፀ 24፥3-11; 34፥10,27,28; ዘዳ 5፥2,3; 29፥1,12; ገላ 3፥15-19; ገላ 4፥24

እጃቸውን በያዝሁበት ቀን ዘፍ 19፥16; ኢዮብ 8፥20; መሓልይ 8፥5; ኢሳ 41፥13; 51፥18; ማር 8፥23; *ሥራ* 9፥8; 13፥11

ከግብፅ አገር አወጣቸው ዘንድ ዘጸ 19፥4,5; መዝ 77፥20; 78፥52-54; 105፥43; 136፥11-14; ኢሳ 40፥11; 63፥9; ኢሳ 63፥11-13

በኪዳኔ አልጸኑምና፥ ዘፀ 32፥8; ዘዳ 29፥25; 31፥16-18; ኢያ 23፥15,16; 2 ነገሥት 17፥15-18; መዝ 78፥10; መዝ 78፥11,57; ኢሳ 24፥5, 6; ኤር 11፥7, 8; 22፥8,9; 31፥32; ሕዝ 16፥8,59; ሕዝ 20፥37,38

እኔም ቸል አልኋቸው መሳ 10፥13,14; ሰቆ ኤር 4፥16; አሞፅ 5፥22; ሚል 2፥13

ቍጥር 10 *ከዚያ ወራት በኋላ ከእስራኤል ቤት ጋር የምገባው ቃል ኪዳን ይህ ነውና ይላል ጌታ፤ ሕጌን በልቡናቸው አኖራለሁ በልባቸውም እጽፈዋለሁ፥ እኔም አምላክ እሆንላቸዋለሁ እነርሱም ሕዝብ ይሆኑልኛል።*

አዲሱ ኪዳን በሚመጣበት ጊዜ ነገሮች ሁሉ መልካቸውን ቀየሩ፡፡ የመጀመሪያው የቃል ኪዳኑ መገለጫ "ሕጌን በልቦናቸው አኖራለሁ፤ በልባቸውም እጽፋለሁ፤ እኔም አምላክ እሆናቸዋለሁ" የሚለው ነው፡፡ (ዘዳ. 6፥6) *"ዛሬ አንተን የማዝዘውን ይህን ቃል በልብህ ያዝ፣ ለልጆችህም አስተምረው፡፡"* ቃሉን በልቦናቸው መያዝ ከብሉይ ኪዳን ዘመን ጀምሮ የተሰጣቸው ትእዛዝ ነው፡፡ እነርሱ ግን እንኳን ቃሉን በልቦናቸው ሊይዙ ከግብፅ ከወጡ በኋላ ባጋጠማቸው መከራ በአምላካቸው መታመንን እየረሱ *"ለእኛ በግብፅ መሆን ይሻለን ነበር"* እያሉ በሙሴ ላይ ያጉረመርሙ ነበር፡፡

በአሁኑ የአዲስ ኪዳን አገልግሎት ግን ሕጌን በልቦናቸው ላይ አኖራለሁ ሲል የቀደመው ሕግ በድንጋይ ጽላት ላይ የተጻፈ መሆኑንና የአሁኑ ግን መንፈስ ቅዱስ በእግዚአብሔር የታመኑትን ልቦናቸውን እየቀየረ ቃሉም በውስጣቸው በሙላት እንደሚሠራ የሚያመለክት ይሆናል፡፡ በብሉይ ዘመን ሕጉንና ቃሉን ጠንቅቆ ማወቅ የሚጠበቅባቸው ይበልጡን ካህናቱ ነበሩ፡፡ አሁን ግን ሕዝቤ ያላቸው የእግዚአብሔር ልጆች ሁሉ የሕጉን ቃል በልቦናቸው ያኖራሉ፡፡ መንፈስ ቅዱስ በሰው ሕይወት ውስጥ ሲሠራ አንዱ የሚያከናውነው ተግባር ይህ ነው፡፡ በእምነት በኩል ጌታችን ኢየሱስ ክርስቶስ የሰውን መንፈስ እንዲሁም ነፍስ እንደሚቤዥ ያሳያል፡፡ አዲስ ፍጥረት ሆነው በአእምሮ መታደስ ክርስቶስን ወደ መምሰል በፀጋው ጉልበት እንደሚዘረጉ ያስረዳል፡፡ ዘፓሽን የሚባለው መጽሐፍ ቅዱስ :- "ከእሥራኤል ሕዝብ ጋር አንድ ቀን የምገባው ኪዳን ይህን ይመስላ:- ሕጎቼን በሃሳባቸው ውስጥ አኖረዋለው በልባቸውም ላይ እለጥፈዋለው። እኔ ታማኝ አምላካቸው እሆናቸዋለው፤ እነርሱም ታማኝ ሕዝቦቼ ይሆናሉ" በማለት ያብራራል፡፡ አምፕሊፋይድ የሚባለው መጽሐፍ ቅዱስ :- "ከነዚያ ወራት በኋላ ከእስራኤል ቤት ጋር

የምገባው ቃልኪዳን ይህ ነውና ይላል እግዚአብሔር፡- ሕጌን በአእምሮዋቸው ውስጥ (በውስጥ ሃሳባቸውና በማስተዋላቸው ላይ) አትመዋለሁ፡፡ በልባቸውም ላይ እቀርጸዋለሁ (እንደገና ይወለዱ ዘንድ)"፡፡ ዕብ 8፡10

ሰው ከእግዚአብሔር መንገድ እግሩን ሲያሸሽም በሕይወቱ የሚፈጸመው አንዱ ጉድለት ጠላት ዲያቢሎስ በውስጡ የተዘራውን ዘር መልቀሙ ነው፡፡ ያን ጊዜ ባዶ ይሆናል፡፡ የተነገረውን ቃል ሁሉ ረስቶ በአእምሮ ማሰብ ይጀምራል፡፡ እግዚአብሔር በአዲስ ኪዳን ግን ከእስራኤል ጋር የገባው ቃል ኪዳን የሕጉን በልቦናቸው ማኖር ነው፡፡ በቍጥር አሥር መጀመሪያ ላይ በእስራኤል ቤት ይላል፡፡ ይህም በሰሜኑና በደቡብ የተከፈሉትን የይሁዳንና የእስራኤል ወገኖችን ለማመልከት ነው፡፡

በአዲስ ኪዳን ይህ ልዩነት ጠፍቶ ሁለቱ አንድ ይሆናሉ፡፡ መንፈሳዊ ጉብኝት በአማኞች መካከል ሲኖር፣ የጥል ግድግዳው ሲፈርስ እርስ በርስም በወንድማማቾች መካከል ያለውም የጥል ግድግዳ ይፈርሳል፡፡ ከወንድሞቹ ጋር የጥልን ግድግዳ ሳያፈርስ በእግዚአብሔር እየተጎበኘሁ ነው የሚል ቢኖር ራሱን ያታልላል፡፡ *"በብርሃን አለሁ የሚል ወንድሙንም የሚጠላ እስከ አሁን በጨለማ አለ። ወንድሙንም የሚወድ በብርሃን ይኖራል ማሰናከያም የለበትም፤ወንድሙን የሚጠላ ግን በጨለማ አለ፥ በጨለማም ይመላለሳል፥ የሚሄድበትንም ዐያውቅም፥ ጨለማው ዐይኖቹን አሳውሮታልና።"* 1ኛ ዮሐ. 2፥9-11፡፡

የምገባው ኪዳን የሚለው ገለጻ በግሪኩ ጥሩ ሆኖ ተቀመጧል፡፡ **ኪዳኑ እኔ ከእነርሱ ጋር የምገባበት ኪዳን ነው** የሚል አሳብ ነው ያለው፡፡ በመጀመሪያው ኪዳን እግዚአብሔር ሕጉን በእስራኤል ትውልድ እንዲነበብ በድንጋይ ላይ ነው የጻፈው፡፡ በአዲሱ ኪዳን ግን ሕጉን የጻፈው በአእምሮና በልብ ላይ ሲሆን፣ በዚህም እግዚአብሔር ይህን ሰው መለወጥ ብቻ ሳይሆን፣ በሰው ውስጥ መንፈሱን አደረገ፡፡ ይህም ለአማኙ የእግዚአብሔርን ፈቃድ እንዲያደርር መሻትንም ዐቅምንም የሚሰጠው ይሆናል፡፡ (ፊልጵ. 2፥12-13) *(ዌስት፣ ኬ. ኤስ. የግሪክ አዲስ ኪዳን ቃል ጥናት፡- ኢርድማንስ)*

ቁጥር 10 ከዚያ ወራት በኋላ ከእስራኤል ቤት ጋር የምገባው ቃል ኪዳን ይህ ነውና ይላል ጌታ፤ ሕጌን በልቡናቸው አኖራለሁ በልባቸውም እጽፈዋለሁ፥ እኔም አምላክ እሆንላቸዋለሁ እነርሱም ሕዝብ ይሆኑልኛል።

ከእስራኤል ቤት ጋር የምገባው ቃል ኪዳን ዕብ 10÷16,17

ሕጌን በልቡናቸው አኖራለሁ ዘጸ 24÷4,7; 34÷1,27; ዘዳ 30÷6; ኤር 31÷33; 32÷40; ሕዝ 11÷19; 36 26,27; 2ኛ ቆሮ 3÷3-7,8; ያዕ 1÷18,21; 1ኛ ጴጥ 1÷23

በልባቸውም እጽፈዋለሁ 11÷16; ዘፍ 17÷7,8; መሓልይ 2÷16; ኤር 24÷7; 31÷1,33; 32÷38; ሕዝ 11÷20; 36÷28; ሕዝ 37÷27; 39÷22; ሆሴ 1÷10; 2÷23; ዘካ 8÷8; 13÷9; ማቴ 22÷32; 1ኛ ቆሮ 6÷16

እነርሱም ሕዝብ ይሆኑልኛል ዘፀ 19÷5,6; ሮሜ 9 25,26; ቲቶ 2÷14; 1ኛ ጴጥ 2÷9

> ቍጥር 11 *እያንዳንዱም ጐረቤቱን እያንዳንዱም ወንድሙን። ጌታን እወቅ ብሎ አያስተምርም ከታናሹ ጀምሮ እስከ ታላቁ ድረስ ሁሉ ያውቁኛልና።*

አስገራሚ ክስተት ይሆናል፡፡ አንዱ ሌላውን ጌታን ዕወቅ ብሎ አያስተምረውም፡፡ ከታናሽ እስከ ታላቅ ያውቁኛል፡፡ ይህ ዕውቀት አስገራሚ መረዳት ነው፡፡ በአሮጌው ኪዳን ጊዜ ካህናቱ ብቻ ከእግዚአብሔር ጋር ይነጋገሩ ነበር፡፡ ከካህናቱ ውጭ ምናልባት አልፎ አልፎ ጥቂት ሰዎች በዓመታት መካከል ይገኙ ካልሆነ በስተቀር ሌላው ሕዝብ በሙሉ እግዚአብሔርን የሚያውቀው በስማ በለው ነው፡፡

ወደ አዲሱ ኪዳን ስንመጣ ግን እግዚአብሔርን በዕጅ አዙር ማወቅ ቀርቷል፡፡ የሚያሳዝነው ግን ዛሬም በአዲሱ ኪዳን ዘመን እየኖሩ ብዙዎች አማኞች በቤ/ክያን ውስጥ እየተመላለሱም አምላካቸውን ዐያውቁትም፡፡ መንፈስ ቅዱስ ቀርበላቸው አይረዱትም፡፡ እግዚአብሔር ለግላቸው እንዳይናገራቸው ልባቸው በዚህ ዓለም ግብስብስ ነገር ተዘግቷል፡፡ መንገዳቸው ከአምላካቸው መንገድ እጅግ የራቀ ነው፡፡ ሰው በእርግጥ ልቡን ከአምላኩ ጋር ካደረገ ግን፣ እግዚአብሔር የቅርብ አምላክ ነው፡፡ *"እነርሱም ሕዝብ ይሆኑኛል እኔም አምላክ እሆናቸዋለሁ። ለእነርሱም ከእነርሱም በኋላ ለልጆቻቸው መልካም ይሆንላቸው ዘንድ ለዘላለም እንዲፈሩኝ አንድ ልብና አንድ መንገድ እሰጣቸዋለሁ። ለእነርሱም ከማደርገው በጎነት አልመለስም ስል፥ ከእነርሱ ጋር የዘላለምን ቃል ኪዳን እገባለሁ፤ ከእኔም ዘንድ ፈቀቅ እንዳይሉ መፈራቴን በልባቸው ውስጥ አኖራለሁ።"* (ኤር. 32÷38-40)፡፡

በዚህ ክፍል ላይ ያሉትን **ጌታን ዕወቅ** የሚለውንና **ያውቁኛል** የሚለውን ገለጻ የግሪኩ ቃል በሁለት የተለያዩ ቃላት ነው የሚገልጸው፡፡ **የመጀመሪያው ማወቅ** ላይ የሚጠቀመው **ጊኖስኮ (ginosko)** የሚለውን ሲሆን፣ ይህም የሚለውን ሲሆን፣ ይህ ቃል የሚያገለግለው

አንድ እግዚአብሄርን ለማወቅ ቸልተኛ ለሆነ አካል የሚደረግን ገለጻ ነው፡፡ ስለዚህ ከዚህ ቃል ብቻ ገለጻው ለማን እንደ ተደረገ ማወቅ ያስችላል፡፡ **ሁለተኛው ቃል ደግሞ አይዳ (oida)** የሚል ሲሆን፣ **ስለ አንድ ነገር ያለ የጠለቀ እውቀትን** የሚገልጽ ነው፡፡ ዘካ. 12፡10 – 13÷6፡፡ አስተማሪ ከሆነው ከመንፈስ ቅዱስ የተነሣ ከታላቅ እስከ ታናሽ ድረስ ሁሉም ከእግዚአብሔር ጋር ቀጥተኛ ግንኙነት ማድረግ ይጀምራል፡፡ የካህኑ የመሥዋዕት ማቅረብ ሂደት ቢኖርም፣ በዚህ በአዲሱ ኪዳን ሕዝቡ እግዚአብሔርን በማወቅ ረገድ ከእስራኤል ካህናት ዕኩል ነው የሚሆነው፡፡ እግዚአብሔርን የማወቅ ሂደት ያለ ምንም ገደብና ልዩነት የሚቀመጥ ነው፡፡ *(ዌስት፣ ኬ. ኤስ. የግሪክ አዲስ ኪዳን ቃል. ጥናት፦ ኢርድማንስ)*

ይህን ዕውቀት ባል እና ሚስት ጋብቻ አድርገው አብረው በመተኛት የሚያደርጉት ኅብረት ያህል በምሳሌ ማቅረብ ይቻላል፡፡ የሰውዬው ልብ ከሴትዮዋ ልብ ጋር መተሳሰሩ በውሕደት የሚገኝ ዕውቀት ነው፡፡ እንዲሁ የሰው ልብ ከድንጋይነት ወጥቶ የሥጋ ልብ ሲሆን እና የክብሩ መንጸባረቅ እና የባሕርይው ምሳሌ የሆነው ክርስቶስ ከልብ ጋር ሲተሰባር ነው (ኤር. 24÷7፤ ዮሐ. 17÷31፤ ዮሐ. 5÷20)፡፡

ይህ ዐይነቱ ዕውቀት ወልድ ስለ አብ ጋር ያለው ዕውቀት ሲሆን፣ ወደ ዚህ ኅብረት የሚመጡ ብቻ የሚለማመዱትና የሚኖሩበት ነው፡፡ ይህም ዕውቀት የክብሩ ብርሃን ዕውቀት ተብሎ ሐዋርያው ጳውሎስ የገለጠው ነው (2ኛ ቆሮ. 4÷6)፡፡ ወደዚህ የክብር ዕውቀት ብርሃን ዕርከን ለመግባት ከሞት ወደ ሕይወት መሸጋገር ያስፈልጋል፡፡

ሕያዋን የሆኑት ብቻ የሚያውቁት የተሰወረ የጥበብ መዝገብ ኢየሱስ ክርስቶስ ነው (ዮሐ. 14÷19-20)፡፡ ይህ ዕውቀት አብ እና ወልድ በተከፈተው የአማኝ ልብ ውስጥ መኖሪያቸውን ባደረጉ መጠን እየተገለጠ የሚመጣ ነው (ዮሐ. 14÷22-23)፡፡ ይህም ልጅ አባቱን ወደ ማወቅ እያደገ እንደሚመጣ ማለት ነው፡፡

ልጅ የአባቱን ባሕርይ ለማወቅ የታሪክ መዛግብትን፣ ወይም ካልኩለስ ወይም ባዮሎጂ ማጥናት አያስፈልገውም፤ ምክንያቱም አባቱ በአጠገቡ ይገኛልና፡፡ አባባ አባብዬ ወደ ማለት የሕይወት ልምምዱ ይገባ ዘንድ በውስጣቸው የሆነው የክርስቶስ መንፈስ ሕይወት በመባል የማታወቀው አጽናኝ መንፈስ ቅዱስ ወደዚህ ዕረፍት ያስገባዋል (ሮሜ 8÷2)፡፡

ይህም እረፍት (ክርስቶስን ማወቅ) ይበልጥ በገባን መጠን በውስጣቸው እንደንጋት ኮከብ እያበራና እየፈካ እርሱን ለብሰን የምንኖርበት ሕይወት ዕርከን ነው:: ይህ “አባ አባብዬ” የሚለው መንፈስ በዚህ በሽከላ ውስጥ ይገኛል (2ኛ ቆሮ. 4÷7፤ ቈላስ. 1÷27፤ 2፡3):: ወደዚህ ብርሃን ሰዎች እንዳይደርሱ ፈሪሳውያን ዕንቅፋት ሆነው ነበር (ሉቃስ 11÷52)፤ እኛም የአመንን ሰዎች ይህንን ቀመስነዋል (1ኛ ቆሮ. 1÷23):: በዚህ የህይወት እርከን ለመመላለስ በክርስቶስ መሆን ይጠበቅብናል:: ይህ ዕውቀት ከምድራዊ መረዳት እና ሊቀ ከመሆን ጋር የሚያገናኘው ጉዳይ የለም:: ዘፓሽን የሚባለው መጽሐፍ ቅዱስ ፡- “የዚህም ውጤቱ እያንዳንዱ ሰው እኔ እግዚአብሔር መሆኔን ማወቁ ይሆናል። ስለዚህ ማንም ሰው ወንድሙን ወይም ጎረቤቱን “ያሕዌ እግዚአብሔርን ማወቅ አለብህ” ብሎ ሊነግረው አያስፈልገውም፤ ምክንያቱም ከመሃይሙ እስከ ሊቁ ድረስ እያንዳንዱ ሰው በውስጡ ያውቀኛል”። ዕብ 8፡11

ቁጥር 11 እያንዳንዱም ጐረቤቱን እያንዳንዱም ወንድሙን፡- ጌታን እወቅ ብሎ አያስተምርም፥ ከታናሹ ጀምሮ እስከ ታላቁ ድረስ ሁሉ ያውቁኛልና።

እያንዳንዱም ጐረቤቱን እያንዳንዱም ወንድሙ አያስተምርም ኢሳ 2÷3; 54÷13; ኤር 31÷34; ዮሐ 6፡45; 1ኛ ዮሐ 2÷27

ጌታን እወቅ ብሎ 2 ነገሥት 17÷27,28; 1ኛ ዜና 28÷9; 2ኛ ዜና 30÷22; ዕዝራ 7÷25

ያውቁኛልና ኢሳ 54÷13; ኤር 24÷7; ሕዝ 34÷30; ዕን 2÷14; 1ኛ ዮሐ 5÷20

ከታናሹ ጀምሮ እስከ ታላቁ ድረስ ኤር 6÷13; 42÷1,8; 44÷12; ሥራ 8÷10

ቊጥር 12 *ዐመፃቸውን እምራቸዋለሁና፥ ኃጢአታቸውንም ደግሜ አላስብም።*

ክርስቶስ ኢየሱስ ሕይወቱን መሥዋእት በማድረጉ ዐመፃና ኃጢአታችን ተደምስሷል:: እግዚአብሔር ይህን ኃጢአት ደግሜ አላስበውም ይላል:: ሰዎች ግን እንዲህ አይደለንም፣ የበደለንን ሰው ኃጢአት መቼም አንረሳውም:: ይቅርታ ብናደርግና ከሰውዬው ጋር ብንታረቅም፣ የቀደመውን ዐይነት ኅብረት እንደ ድሮው ለመመለስ እንቸገራለን:: የተበደልነውን ይቅርታ አድርገን ብንተወውም እንኳን፣ አእምሯችን ሊረሳው ግን አይችልም:: እግዚአብሔር ግን እንዲህ ዐይነት አምላክ አይደለም:: ኃጢአታቸውን ደግሜ አላስብም ብሎ ሲል፣ ፈጽሞ ይረሳዋል ማለት ነው:: እርሱ ይቅር ካለን በኋላ የሚያውቀን ኃጢአት እንደ ሌለበት ጻድቅ ሰው ነው:: በንጹሕ ማንነታችን ይመለከተናል:: የቀደመውን ታሪክ አያስታውሰውም::

በፊተኛው አዳም ሳለን ከቅጣት በታች ለሞት አልፈን የተሰጠን ነበርን፡፡ ይኸው ሞት ከሥጋ ሞት የላቀ ክብሩን በማጣት ከእግዚአብሔር ሕይወት መለየት ነው፡፡ ዳዊት ሲናገር ገና በእናቱ ማህፀን ሳለ ዐመፅ ያደረገ መሆኑን ይገልጣል (መዝ. 51፥5፤ ኢዮብ 14፥4፤ መዝ 58፥3)፡፡ በድርጊት ብቻ ሳይሆን፣ በአሳባችን የልባችን ዝንባሌ ሁሉ ከእግዚአብሔር ጋር ጥልን ያመጣ ጉዳይ ነበር (ቈላስ. 1፥21-22፤ ሮሜ 8፥7-8፤ ኢሳ. 4፥18)፡፡ በሰው ልጆች ኃጢአት ምክንያት ኃጢአት ያላወቀው ክርስቶስ የሞት ቅጣት ተቀጥቶ የኃጢአትን ዕዳ ከፈለ፡፡

የደኅንነታችን ተግሣጽ በእርሱ ላይ ሆኖ በጎልጎታ ሁሉንም ከፍሎታል (ኢሳ. 53፥5-8)፡፡ ከፊተኛው አዳም ወጥተው ወደ ኋለኛው አዳም እንዲሻገሩ ኃጢአትና ሞት ከመንገድ መወገድ ነበረባቸው፡፡ ስለዚህ ተመልሰው እንደገና በባርነት እንዳይያዙም ያስጠነቅቃቸዋል፡፡ ጌታችን ኢየሱስ ከፊት ቀድሞ እየመራን ወደ ቅድስት ገብቷል፡፡

እስራኤላውያንን ከፊታቸው ይመራቸው የነበረው መልአክ ከኋላቸው በእሳት ዓምድ ከጠላቶቻቸው ይጠብቃቸው ነበር፡፡ እንዲሁ ታላቁ ሊቀ ካህናት ከፊታችን አለ፡፡ እርሱ በክብር ያረገ እና በአብ ቀኝ የተቀመጠ ነው፡፡ መንፈስ ቅዱስ ደግሞ በክብር በኢየሱስ ደም አትሞ ይዞናል (ዮሐ. 10፥4፤ ኢሳ. 58፥8፤ መዝ. 85፥13)፡፡

ይህ ብቻ አይደለም ከፊትም ከኋላም የሚጠብቀን እረኛ አለን (ዘጸ. 14፥19፤ ኢሳ. 52፥12)፡፡ ስለሆነም ወደ ኋላ ቢንሸራተቱ እግዚአብሔር በጽድቁ ቀኝ ሊይዛዛቸው ስላልቻል አይደለም፡፡ ይልቁን የእነርሱ ኃጢአትና በድካም፣ በሊቀ ካህናቱ ባለማመን፣ መንፈስ ቅዱስን ካለመማን፣ ቸልተኛ እና ዕልከኛ ከመሆን የተነሣ ነው (ዕብ. 2፥1-3፤ 3፥9፣ 15)

እምራቸዋለሁ / የሚምር (hil'-eh-oce/hileos /ሄይሊዮስ ከ hilaros /ሂላሮስ = ደስ መሰኘት፣ ደስታ) ማለት፡- መልካም ውጤት የሚያመጣ፣ ይቅር የሚል፣ ደግ፣ የሚያደላ ማለት ነው፡፡ ርኅራኄ ወይም ምሕረትን ማሳየትን የሚወክልም ቃል ነው፡፡

ቫይን፡- ሂይሊዮስ ማለት መልካም ውጤት ያለው ማለት ሲሆን፤ እግዚአብሔር ሁልጊዜ የማይቈጣ እንዳልሆነ ዕንወቅ ግን በጸጋና በጽድቅ መሠረት በኃጢአት ላይ ካለው ዕይታና ከቅድስናው በተስተካከለና ልጁን ስለ ቍጣው መሥዋዕት እንዳደረገ መጠን

ኃጢያተኞችን ከቍጣው ነፃ ማድረጉ ማንነቱንና ጻድቅነቱን ያሳያል፡፡ *(የቫይን ኤክስፖዚተሪ ዲክሽነሪ፡- ዊሊያም ኤድዊ ቫይን)*

ስጦርጅን፡- ኪዳኑ የምሕረቱ ዕውነተኛ መሠረት ነው እና የጸጋው ሙሉ አገልግሎት በጥፋት ውስጥ በነበሩ በቅዱሳን ላይ በተገለጸ ወቅት የማይናወጥ የፍቅር መሠረቱን ያሳያል፡፡ በዚህም መሠረት ላይ ጌታ ሌላ የጸጋ ግንባታን ይገነባል፡፡ የኪዳኑ ምሕረት እንደ እግዚአብሔር ዙፋን የጸና ነው፡፡

[**ስለ ዐመፃቸውም እምራቸዋለሁ**] - አምላካቸው ለመሆን፣ ልክ በቀደመው ቍጥር ሥር እንደ ተጠቀሰው፣ ይህ በደላቸው ይቅር ሊባል ይገባል የሚል ጥያቄ ነው፤ ይህ ኢየሱስ ክርስቶስ ኢሞሌሽን እንደ መሥዋዕት ሆኖ የቀረበ ነው፡፡ በደሙ ቤዛነት ሊገዛ ይችላል፤ ንስሐ በሚገቡ ልቦች በጌታ በኢየሱስ ክርስቶስ የሚያምኑ ሰዎች የኃጢአት ስርየት ያገኛሉ፤ ደግሞም እግዚአብሔር በዚያ ምክንያት ሊቀጣቸው በሚሻበት መልኩ እነርሱን በመቃወም የሚያስበው አይሆንም፡፡ በተፈጥሮ እና በእግዚአብሔር ሕግ ላይ የሚሠሩ ሁሉም መንፈሳዊ የሆኑ ክፉ ነገሮች እዚህ ላይ በሚከተሉት መግለጫዎች ይወከላሉ፡-

1. ዐመፀ፣ አዲኪያ፣ ፍትሕ-ዐልባነት ወይም ስሕተት፡፡ ይህ እግዚአብሔርን፣ ባልንጀራን እና ራስን መቃወም ነው፡፡
2. ኃጢአት፣ ሃማርቲያ፣ ከመለኮታዊ ሕግ መውጣት፣ መስመሩን ማለፍ፣ ደስተኛ ለመሆን ማለም ነገር ግን ይህን ከቶ አለማግኘት፣ ምክንያቱም ከእግዚአብሔር ውጭ ሆነው የሚፈልጉበት በመሆናቸው፣ እንዲሁም ከሕጉ ውጭ ሆነው የሚሹት በመሆናቸው ነው፡፡
3. መተላለፍ፣ አኖሚያ፣ ሥርዓት-የለሽነት፣ ሕግ የሌላቸው፣ የማያውቁ ወይም ለእርሱ ዕውቅና የማይሰጡ መሆን፣ እንዲሁም ኑሯቸውን በተመለከተ በጠባያቸው ረገድ በማንም የማይገሩ ናቸው፡፡ ደግሞም ይህ በክርስቶስ ኢየሱስ ምሕረት ሊረዱት የሚገባ ነገር ነው፡፡*(የአደም ክላርክ ኮሜንታሪ, 1996, 2003, 2005)*

ኃጢአታቸውን / ኃጢአት / ድካም (ad-ee-kee'-ah/adikia/አዲኪያ ከ a/ኤ = ውጭ + dike/ዳይክ = ትክክል፣ ከአንድ ውጫዊ መለኪያ መስፈርት አንጻር የሚጠበቅ ባሕርይ በዚህ ቦታ ደግሞ መለኪያው እግዚአብሔር ነው) ማለት ቃል በቃል ጽድቅ ያልሆነ ወይም ከእግዚአብሔር መስፈርት አንጻር ትክክል ያልሆነ ማለት ነው፡፡ *(መጽሐፍ ቅዱስ ጥቅሶች የብሉይና / የአዲስ ኪዳን ግሪክ መዝገበ ቃላት፣ የቲየር ትርጉም፣ አስቲን)*

አልበርት ባርነስ፡- ደግሜ አላስበውም፤ ይህ በእርግጠኝነት እንደ ሰው ልማድ እና ሰው እንዲረዳው የተባለ አባባል ነው፡፡ እግዚአብሔር ሰዎች ኃጢአተኛ እንደ ሆኑ ይረሳል ማለት አይደለም፡፡ ነገር ግን እንደ ተረሳለት ሰው ያያቸዋል ማለት ነው፡፡ ኃጢአታቸው በእነርሱ ላይ አይታሰብም እንደ ገናም በተረሳላቸው ነገር ላይ አይቀጡበትም ማለት ነው፡፡ እግዚአብሔር እነርሱን በትሕትና ያያቸዋል፡፡ በንጹሕ ልብም ይመለከታቸዋል ልክ ኃጢአታቸው መታወስ እንዳቆመላቸው ማለት ነው ይህም ኃጢአት አድርገው እንደማያውቁ ይቆጠራሉ ማለት ነው፡፡ *(ባርነስ፣ አልበርት፡- ወደ አዲስ ኪዳን ላይ ኮሜንተሪ)*

ቄርዝቢ በዚህ ላይ ሲያከልበት ሕግ ጋር ይቅርታ የለም፤ ምክንያቱም ሕግ የተሰጠው ለዚያ ዓላማ አይደለምና፡፡ "የሕግን ሥራ በመሥራት ሥጋ የለበሰ ሁሉ በእርሱ ፊት ስለማይጸድቅ ነው ኃጢአት በሕግ ይታወቃልና" (ሮሜ 3÷20)፡፡ ሕጉ ለዓለም ሳይሆን፣ ለእስራኤል እንኳ የይቅርታን ቃል ኪዳን አልገባም፡፡ በኢየሱስ ክርስቶስ መሥዋዕትነት ብቻ ነው ለሚጠሩት ይቅርታ የቀረበው፡፡ ቀድሞው ኪዳን መሥዋዕት የኃጢያትን ትውስታ ያመጣል መተውን ሳይሆን፡፡ (ዕብ. 10÷1-3፤ ዕብ. 10÷18)

እግዚአብሔር ኃጢአታችንንና አመጻችንን ድጋሜ አያስበውም ማለት ምን ማለት ነው? (ዕብ. 8÷12) ይህ ጠቃሚ ሐረግ በድጋሚ በዕብራውያን 10÷16-17 ላይም ይጠቀሳል፡፡ ይህ ማለት ሁሉን ዐዋቂው አምላካችን ያደረግነውን መርሳት ይችላል ማለት ነው? እግዚአብሔር የሚረሳው ነገር ካለ አምላክ መሆን ያቆማል፡፡ ዳግም አያስበውም ማለት ይህን ጉዳይ በእኛ ላይ ደግም አያነሣውም ማለት ነው፡፡ እግዚአብሔር የሠራነውን ያስታውሳል፡፡ ነገር ግን በእኛ ላይ አያነሣውም፡፡ እርሱ እኛን የሚደኘን በጸጋውና በምሕረቱ ተመሥርቶ ነው እንጂ፣ በሕግና ሥራ አይደለም፡፡ አንድ ጊዜ ኃጢአት ይቅር ከተባለ ድጋሚ በእኛ ፊት አይቀርብም፤ ጉዳዩ ለዘላለም ይዘጋል ማለት ነው፡፡

በምክር አገልግሎት እንደሚያገለግል አገልጋይ ሰዎች ብዙ ጊዜ እንዲህ ሲሉ እሰማለሁ "እሺ ይቅር ልል እችል ይሆናል፤ መርሳት ግን አልችልም፡፡" የእኔም ምላሽ ብዙውን ጊዜ "አዎ መርሳት አትችሉም" የሚል ነው፡፡ "ነገሮችን ከአእምሮዋችሁ ልታወጡ በሞከራችሁ መጠን ወደ አእምሮዋችሁ ታስገቡታላችሁ፤ ታስታውሱታላችሁም፤ ግን መርሳት ማለት እንደ እርሱ አይደለም፡፡" ከዚህ ይህን ነገር ማብራራት እቀጥላለሁ፡፡ "መርሳት" ማለት *"ባሳዘነን ሰው ላይ አለመቆየት"* ማለት ነው፡፡ ሌሎች ያደረጉትን ልናስታውስ እንችል

ይሆናል፤ ነገር ግን ይህን ነገር እንዳላደረጉት እንቈጥርላቸዋለን። ይህ እንዴት ነው የሚቻለው? ከመስቀሉ የተነሣ ይቻላል እግዚአብሄር ልጁን እርሱ እንዳደረገ አድርጎ ዋጋ ከከፈለው የእኛም ከእግዚአብሔር ዘንድ ያገኘነው ይቅርታ ሌሎችን ይቅር እንድንል ያስችለናል። *(ዋረን፣ ዌንደል ዊርዝቢ፡- መጽሐፍ ቅዱስ ኤክስፖሲሽን ኮመንተሪ)*

አላስብም /ማስታወስ /ማሰብ (mnah'-om-ahee/mnaomai /ምኖማይ ከ mimnesko /ሚምኔስኮ = ወደ አእምሮ ማስታወስ) ማለት የሚያስታውስ መሆን። እግዚአብሔር ኃጢአታቸውን አያስታውሰውም። አስታውሱ ዳግም አያስታውሰውም ማለት ሁሉን ዐዋቂው እግዚአብሔር ያለፈ ኃጢአት ማስታወስ አይችልም ማለት አይደለም። ሁሉን ዐዋቂ ማለት እግዚአብሔር እያንዳንዱን ነገር የሆነና ሊሆን ያለውን ነገር በአንዴና ዘላለማዊ ዕውቀት ያውቀዋል ማለት ነው። አግዚአብሔር ዘላለማዊ ማንነት ነው ያለው ማለት እርሱ ጅማሬ የለውም ፍጻሜና በማንነቱ ውስጥ የጊዜ መለዋወጥ የሌለ ነው። ስለዚህም ሁሉንም ነገር ዕኩል ግልጽ አድርጎ ያያል። እንዲህም ሆኖ ነገሮችን በጊዜ ውስጥና ከጊዜም ውጭ ይመለከታል ማለት ነው። አማኝ ከሆንህ እግዚአብሔር ያለፈውን የአሁኑንና የሚመጣውን ኃጢአትህን ሁሉ ይቅር እንዳለልህ ኃጢአትን በሚሸከመው በበጉ ኢየሱስ ላይ እንዳሳረፈው እርግጠኛ መሆን ትችላለህ (ኢሳ. 53÷6፤ 1ኛ ጴጥ. 2÷24፤ 2ኛ ቆሮ. 5÷21፣ ዮሐ. 1÷29)። *(መጽሐፍ ቅዱስ ጥቅሶች የብሉይና / የአዲስ ኪዳን ግሪክ መዝገበ ቃላት፣ የቲየር ትርጉም፣ አስቲን)*

አንዳንድ ግለሰቦች ራሳቸውን ይቅር ማለት እንደማይችሉ ይናገራሉ፤ ጥያቄው ግን እንዲህ ዐይነቱ ይቅርታ መጽሐፍ ቅዱስ ላይ ተጠቅሷል ወይ የሚል ነው? መጽሐፍ ቅዱሳችንን ከዘፍጥረት እስከ ዮሐንስ ራእይ ድረስ ብናነበው ራሳችንን ይቅር ማለት አለብን የሚል አሳብ አናነብብም። ይህ መጽሐፍ ቅዱሳዊ አስተምህሮ አይደለም። አዎ መጽሐፍ ቅዱስ ወደ ላይ የሆነ መለኮታዊ ይቅርታና ወደ ጎን የሆነ የሰው ይቅርታን ያወራል፤ ነገር ግን አንድም ራስን ይቅር ስለ ማለት የሚያወራ ክፍል ግን የለውም። ይህ በአጭሩ መጽሐፍ ቅዱሳዊ አስተምህሮ አይደለም። *(ቅድመ አስቲን)*

ደግሜ አላስብም፡- ይህ በእርግጥ የተባለው እንደ ሰው ልማድ ነው፣ ይህም ሰው በሚረዳው መልኩ ማለት ነው። እግዚአብሔር ሕዝቡ ኃጢአተኛ መሆናቸውን ይረሳል ማለት አይደለም። ይልቁንም እንደ ተረሳለት ሰው ይቈጥራቸዋል ማለት አይደለም። የሠሩት ኃጢአት ዳግም በእነርሱ ላይ ክስ ሆኖ አይቀርብም። እግዚአብሔር ለሠሩት

ኃጢአት ሙሉ ዋጋ እንደ ከፈሉ ወይም ጭራሽ ምንም ኃጢያት እንዳላደረጉ ያያቸዋል፡፡ *(ባርነስ፣ አልበርት፡- አዲስ ኪዳን ላይ ማስታወሻዎች ኮሜንተሪ)*

ስፐርጀን፡- በጸጋው ኪዳን ውስጥ ምንም ቅድመ ሁኔታ የለም፤ እንዲህ አደርጋለሁ፤ እንዲህም ትሆናላችሁ የሚል ድምፅ ብቻ ነው የሚየስተጋባው፡፡ ፍሬ አሳቡ የሚያርፈው አደርጋለሁ በሚለው ታላቅ ቃል ነው፤ ስለዚህ የጸጋው ኪዳን ቅድመ ሀኔታዎች ስለ ተፈጸሙ የመሰረዝ ምንም ዕድል የለውም እና ክርስቶስ ኢየሱስም የተሻለ ኪዳን ማረጋገጫ ሆኗል፡፡

ሙዲ እራሲን - ይቅር ስለ ማለት ሲያወራ እንዲህ ይላል፤ እስቲ አንድ ነገር ልጠይቃችሁ ኃጢአት ይቅርታ የሚፈልግ ከሆነ እና ሁሉም ኃጢአት በእግዚአብሔር ላይ የተፈጸመ ከሆነ፣ እንዴት ነው የራሳችሁን ይቅርታ የምታገኙት? ከጓደኛዬ 100 ብር ከሰረቅሁት ራሴን ይቅር ማለት አልችልም፤ እችላለሁ እንዴ? ጓደኛዬ ራሱ ይቅር ካላለኝ በስተቀር፣ የእኔ ምንም ተግባር ይቅርታን አያመጣም፡፡ በተመሳሳይ መንገድ የኃጢአትንም ይቅርታ ከፈለግሁኝ እርሱ የእግዚአብሔር ሥራ ነው የሚሆነው፡፡

ዳግም (ou me/አው ሚ) ሁለት ተቃርኖ ሲሆን፣ በፍጹም አይሆንም ዳግም አላስታውሰውም ብሎ ሊቀመጥ ይችላል፡፡ እግዚአብሔር ኃጢአታችንን ዳግም እንደማያስብ፣ እንዲሁም የይቅርታውን ምሉዕነት ለመቀበል የምንቸገረው ማስታወስ ምን ማለት እንደ ሆነ በደንብ ስለ ማንረዳ ነው፡፡ የእንግሊዝኛ መዝገበ ቃላት ማስታወስ (remember) ማለት ወደ አእምሮ መመለስ፣ እንዲሁም ትኩረት መስጠት ማለት እንደሆነ ይገልጻሉ፡፡ አንድን ነገር ስታስታውስ ይህንን መረጃ ከተጠራቀመ ዕውቀትህ ነው የምትመልሰውና የምታወጣው ስለዚህ አለማስታወስ ማለት መረጃህ ከተጠራቀመበት ቋት መልሶ አለማውጣት ማለት ነው፡፡ አለማስታወስ ማለት መረጃው ጠፍቷል ወይም ተሰርዟል ማለት አይደለም፡፡ ሊመለስ የሚችል አይደለም ማለትም አይደለም፡፡ ሊመለስ የሚችል ነው ግን አልተመለሰም፡፡ ይህ የማስታወስ /የማሰብ የተለመደው አጠቃቀም ነው በብዙ የመጽሃፍ ቅዱስ ማጣቀሻዎችም ላይ የተገለጸው በዚህ መልክ ነው፡፡

በኢየሱስ ስናምን ኃጢአታችን ይቅር ተብሎልናል እግዚአብሔርም ዳግም አያስበውም / አያስታውሰውም፡፡ ልጆቹ ከሆንን በኋላ እርሱ ኃጢአታችንን ተወው፤ ምክንያቱም በክርስቶስ ኢየሱስ በመስቀል ላይ ዋጋቸው ተከፍሏልና፡፡ ከዚህ በኋላም የምንም ነገር

መከሰት ምክንያቶች ሊሆኑ አይችሉም፡፡ ይቅር የተባሉ ኃጢአቶቻችን ዕውቀት ከትውስታ ክፍሉ አይጠፉም፡፡ ነገር ግን ይህንን መረጃ መልሶ የሚያወጣበት ምንም ምክንያት የለም ነው፡፡ የሚደንቅ ነው ምሥራቅ ከምዕራብ እንደሚርቅ እንዲሁ ኃጢአታችን ከእኛ ተወግዷል እናም እግዚአብሔር መልሶ የማያስባቸው በፈቃዱ መሆኑ ደግሞ ሌላው የሚደንቅ ነገር ነው፡፡ እርሱ ስለ እኛ ሁሉንም ነገር ያውቃል፡፡ የእኛንም መረጃ አጠራቅሞታል፣ ዳሩ ግን መልሶ አያወጣውም፡፡ እግዚአብሔር ሁሉን ዐዋቂ ነው፡፡ ስለ ኃጢአታችን ያለው መረጃም በእርሱ ዘንድ አለ ግን እኛን የሚያየን እነዚያን መረጃዎች እንዳጠፋቸው ሆኖ ነው፡፡ *(መጽሐፍ ቅዱስ ጥቅሶች የብሉይና / የአዲስ ኪዳን ግሪክ መዝገበ ቃላት፣ የቲየር ትርጉም፣ አስቲን)*

እግዚአብሔር ኃጢአታችንንና ዐመፃችንን መልሶ አያስበውም ማለት ምን ማለት ነው? (ዕብ. 8፡12) ይህ አስፈላጊ ጥቅስ መልሶ በእብ 10÷16-17 ላይ ይጠቀሳል፡፡ ይህ ማለት ሁሉን ዐዋቂው አምላካችን የሠራነውን ይረሳል ማለት ነው? እግዚአብሔር ምንም ነገር ከረሳ አምላክ መሆኑ ያበቃለታል፡፡ መልሶ አያስበውም ማለት መልሶ በእኛ ላይ ክስ አድርጎ አያቀርበውም ማለት ነው፡፡ እግዚአብሔር የሠራነውን ያስታውሳል፤ ነገር ግን በእርሱ አይከስሰንም፡፡ ከእኛ ጋር የሚያወራው በሕግና በሥራ ሳይሆን፣ በምሕረትና በጸጋ ላይ ተመስርቶ ነው፡፡ አንድ ጊዜ ኃጢአት ምሕረትን ካገኘ መልሶ እኛ ፊት አይመጣም፤ ነገሩ ለዘላለም ይዘጋል፡፡ ዘ ሜሴጅ የሚባለው መጽሐፍ ቅዱስ ፡- "የሐጢያት መዝገባቸው ለዘላለም ተፍቆና ጽድቶ በቸርነት ምሕረትን ሲያገኙ ያውቁኛል" በማለት ትንታኔ ያሰጠዋል፡፡

ዕብራውያን 8÷12 ማሰብ (ዕብ. 2÷6) ይህ ቃል በአዲስ ኪዳን ትርጓሜዎች ቀጥታ ብቻ ቢተረጎም በብሉይ ኪዳን ግን ድርጊት አብሮት ያለ ቃል ነው፡፡ (ዘፍ 9÷15-16፣ 1ኛ ነገ. 17÷18፡፡ ይህን **ዳግም/ደግሜ አላስብም** የሚለውን ቃል ቀጥታ መተርጎም ምናልባት እግዚአብሔር የማስታወስ ዐቅም የለውም የሚል የተሳሳተ ትርጉም ሊያስከትል ይችላል፡፡ እግዚአብሔር ያለ ማሰቡ ሆነ ብሎ የሚደረግ ድርጊት ሲሆን፣ መልሼ ነገሩን አላስብባችሁም እንደ ማለት ነው፡፡ *(ዩናይትድ ባይብል ሶሳይቲ፣ አዲስ ኪዳን ሐተታ፡- 1997)*

ኬንት ሂዩስ በአዲሱ ኪዳን ላይ ስላለው ታላቅ ይቅርታ አስተያየት ሲሰጥ፣ ይህ በአጭሩ የቀድሞው ኪዳን ሊያደርገው ያልቻለው ነገር ነው፡፡ በአሮጌው ኪዳን ኃጢአት ሙሉ

ይቅርታን ሊያገኝ አይችልም፡፡ ምክንያቱም ዕውነተኛ ይቅርታን አላገኙምና ነው፡፡ ዕውነተኛውን በክርስቶስ ሞት በኩል ያለውን ይቅርታ እስኪያገኙ ድረስ ተሸፍነው ነበረ እንጂ፡፡ *(አር. ኬንት. ሂዩዝ፡- ለነፍስ መልሕቅ፣ ጥራዝ 1)*

ቁጥር 12 ዓመፃቸውን እምራቸዋለሁና+ኃጢአታቸውንም ደግሜ አላስብም.

ዕብ 10÷16,17; መዝ 25÷7; 65÷3; ኢሳ 43÷25; 44÷22; ኤር 33÷8; 50÷20; ሚክ 7÷19; *ሥራ* 13÷38,39; ሮሜ 11÷27; ኤፌ 1÷7; ቆላ. 1÷14; 1ኛ ዮሐ 1÷7-9; 2÷1,2; ራዕ 1÷5

ቊጥር 13 *አዲስ በማለቱ ፊተኛውን አስረጅቶአል፤ አሮጌና ውራጅ የሆነውስ ሊጠፋ ቀርቦአል።*

አዲስ በማለቱ ፊተኛውን አስረጅቶአል

ስለ አዲሱ ኪዳን በተነገረ ቊጥር በተዘዋዋሪ የቀድሞው አሮጌ ነው ማለት ነው፡፡ አሮጌውን ውራጅ እንደ ሆነና ጠፊም እንደ ሆነ ያስረዳል፡፡ ውራጅ የተበጣጠሰ፣ የነተበ፣ ጥቅም ላይ ሊውል የማይችል ነው፡፡ አዲሱ እያለ ማንም ወደ አሮጌው አይመለከትም፡፡ የእብራውያን አማኞች ግን መንፈሳዊ ሕይወታቸው መጨለም ሲጀምር፣ አሮጌውን ውራጅ ለማንሳት ወደ ኋላ ተንሸራተቱ፡፡

አዲስ (kahee-nos' /kainos /ኬይኖስ) የሚወክለው በዐይነቱ አዲስ የሆነን ነገር ነው፡፡ በጥራት ደረጃ አንጻርም አዲስ መሆንን ያሳያል፡፡ አዲስ ማለት አለም ከዚህ በፊት ዕይታው በማታውቀው የጥራት ደረጃ ማለት ነው፡፡ አዲሱ ኪዳን ከዚህ በፊት ያልነበረ አዲስ ብቃት ያለው ነገር ነው፡፡ *ኬይኖስ* በጥራት አዲስ መሆንን ነው የሚያሳየው *ኒዮስ* የሚለው ቃል ግን ለጊዜው አዲስ የሆነ ነገርን ወይም ከዕድሜ አንጻር አዲስ መሆንን አመለካች ነው፡፡ በማርቆስ 1÷27 ላይ ለኢየሱስ አስተምህሮ ተገርመው የሚሰጡትን ምላሽ እናያለን፡፡ ይህ ምንድን ነው? በሥልጣን አዲስ የሆነ ትምህርት፡፡ ርኩስ መንፈስ ያለባቸውንም ያዝዝ ነበር፤ እነርሱም ይታዘዙት ነበር፡፡ *(መጽሐፍ ቅዱስ ጥቅሶች የብሉይና / የአዲስ ኪዳን ግሪክ መዝገበ ቃላት፣ የቲየር ትርጒም፣ አስቲን)*

አዲስ የሚለውን ቃል በመጠቀሙ እግዚአብሔር በነቢዩ በኤርሚያስ በኩል እንኳ የመጀመሪያውን ኪዳን አሮጌ አድርጎታል፡፡ በዚህ ክፍል ላይ ያለው **አሮጌ** የሚለው የግሪክ

ቃል **አራኪዮስ (archaios)** የሚለውና **ከጊዜ አንጻር ያለፈበት መሆኑን** የሚገልጸው ቃል ሳይሆን፣ **ፓላዮስ (palaios)** የሚለውን **ከጥቅም አንጻር ያለፈበት መሆኑን** የሚገልጸውን ቃል ነው:: በኤርሚያስ ዘመን እንኳ ሳይቅር የመጀመሪያው ኪዳን ደካማነት እና የአዲስ ኪዳን አስፈላጊነት ታይቶ ነበር:: *(ዌስት፣ ኬ. ኤስ. የግሪክ አዲስ ኪዳን ቃል. ጥናት:- ኢ.ርድማንስ)*

ፍሬድሪክ ዲቨን የሚያስታውሰን እውነታ አለሌሎቹ ኪዳኖች በባሕርያቸው ቊሳዊና አገር-ተኮር ሲሆኑ፣ አዲሱ ኪዳን ግን መንፈሳዊ ነው:: ያለ ቅድመ ሁኔታ የተገለጠ ኪዳን ነው:: ይህም ማለት የቃል ኪዳኑ መፈጸም በእስራኤል ላይ የተመሠረተ አይደለም:: እንዲያውም በጊዜ ሂደት ውስጥ ኪዳኑ የመታዘዛቸው ምክንያት ይሆናል (ሕዝ. 36÷21-22):: የቃል ኪዳኑ ፍጻሜ ማግኘት የሚወሰነው በእግዚአብሔር ለቃሉ ባለው ታማኝነት ላይ ብቻ ነው:: እግዚአብሔር ይህንን ዕውነት ሲያረጋግጥ "እኔ እግዚአብሔር ተናግሬአለሁ እኔም አደርገዋለሁ ይላል::" (ሕዝ. 36÷36) *(ፍሬድሪክ ዲቨን፣ እስራኤል ከብሬ:- ጥራዝ 51፣ እትም፣ 4 1999)*

ፊተኛወን (pro'-tos/protos/ፕሮቶስ) በዚህ ክፍል ከሁሉም ቀዳሚና የተሻለ ማለት አይደለም:: ነገር ግን ከጊዜ አንጻር ቀድሞ የነበረው ኪዳን ወይም አሮጌው ኪዳን እንደ ማለት ነው:: ኃጢአተኛ የነበረው ሕዝብ ሕጉን ሊጠብቅ ግን አልቻለም:: በእርግጥም ይህ ነበር ጉድለቱ:: *(መጽሐፍ ቅዱስ ጥቅሶች የብሉይና / የአዲስ ኪዳን ግሪክ መዝገበ ቃላት፣ የቲየር ትርጉም፣ አስቲን)*

አስረጅቶታል (pal-ah-yo'-o/palaioo /ፓላሄዮ ከpalaios /ፓላዮስ = ከዕድሜ አንጻር ያረጀ ማለት ነው፣ ከአገልግሎት አንጻር ደግሞ ልክ እንደ ልብስ አርጅቶ አግልግሎት መስጠት ማቆም ማለት ነው::) ይህም ማለት ማስረጀት ማለት ነው:: ከዚህ ጋር ተያይዞ የአዲሱን ኪዳን እንደ አሮጌው ኪዳን የማያረጅ እንደ ሆነ የሚጠቁምም አሳብ የያዘ ነው:: እዚህ ጋር አሳቡ እርሱ እንዳለው አዲሱ ኪዳን ከአሮጌው ኪዳን ይሻላል የሚል ብቻ አይደለም፤ አሳቡ የአሮጌውን ኪዳን በታም ተረክቧል የሚል ጭምር ነው:: *(መጽሐፍ ቅዱስ ጥቅሶች የብሉይና / የአዲስ ኪዳን ግሪክ መዝገበ ቃላት፣ የቲየር ትርጉም፣ አስቲን)*

አስረጅቷል የሚለው ቃል **ፓላዮ (palaioo)** የሚለው ቃል ትርጓሜ ሲሆን፣ ከላይ ካየነው **ፓልዮስ (palaios)** ከሚለው ቃል ጋር ተመሳሳይ ትርጉምን የያዘ ነው:: ይህ ቃል

የተጠናቀቀና አሁንም ድረስ ግን ውጤት ያለውን ነገር የሚገልጽ ነው፡፡ *(ዌስት፣ ኬ. ኤስ. የግሪክ አዲስ ኪዳን ቃል ጥናት፦ ኢርድማንስ)*

አሮጌና ውራጅ የሆነውስ ሊጠፋ ቀርቦአል

አሮጌ /ያረጀ (ghay-ras'-ko/gerasko/ጌራስኮ ከ geras/ጌራስ = ያረጀ ፣ በሉቃስ 1፡36 ላይ እንዳለው በእድሜው ያረጀ) በዮሐንስ 21፥18 ላይ በዕድሜ ያረጀን ሰው ለመግለጽ አገልግሏል፡፡ እዚህ ጋር ደግሞ አሮጌውን ኪዳን ገላጭ ነው፡፡ ጌራስኮ ዐቅም እያጡ መምጣትን በተለይ ከዕድሜ መግፋት ጋር ተያይዞ ዐቅም ማጣትን የሚያሳይም አሳብ አለው፡፡ *(መጽሐፍ ቅዱስ ጥቅሶች የብሉይና / የአዲስ ኪዳን ግሪክ መዝገበ ቃላት፣ የቲየር ትርጉም፣ አስቲን)*

ሊጠፋ (af-an-is-mos'/aphanismos/አፋኒስሞስ) ማለት መጥፋት ማለት ነው፡፡ ሙሉ ለሙሉ የሆነ መሰባበርና መቋረጥን የሚያመለክት ቃል ነው፡፡ አፋኒስምስ አገልግሎት መስጠት ያቋረጡና የጠፉ ሕጎችን ያሳየናል፡፡ *(መጽሐፍ ቅዱስ ጥቅሶች የብሉይና / የአዲስ ኪዳን ግሪክ መዝገበ ቃላት፣ የቲየር ትርጉም፣ አስቲን)*

ሊጠፋ (af-an-is-mos' /aphanismos /አፋኒስሞስ) ማለት መጥፋት ማለት ነው፡፡ ሙሉ ለሙሉ የሆነ መሰባበርና መቋረጥን የሚያመለክት ቃል ነው፡፡ አፋኒስምስ አገልግሎት መስጠት ያቋረጡና የጠፉ ሕጎችን ያሳየናል፡፡ *(መጽሐፍ ቅዱስ ጥቅሶች የብሉይና / የአዲስ ኪዳን ግሪክ መዝገበ ቃላት፣ የቲየር ትርጉም፣* አስቲን)

አርኖልድ ፍሩችተንባውም፡- ጌታን ያመነ አይሁዳዊ ጸሐፊ ሲሆን፣ አማኞች በክርስቶስ ስላላቸው ነጻነት በጻፈበት ክፍል ላይ አሮጌው ኪዳን ሊጠፋ የመቅረቡን ሐቅ ያወራል፡- "አዲስ ኪዳን ግልጽ እንደሚያደርግልን በቤተ ክርስቲያን ታሪክ የምግብ ሕግ፣ የፆም ሕግ፣ እንዲሁም ሌሎች ሕጎች በክርስቶስ ባለ ነፃነት ውስጥ ተካትተዋል፡፡ ጳውሎስ በሮሜ 14 ላይ አበክሮ እንደሚናገረው ክርስቲያኖች በአዲሱ ኪዳን ቀናትን ከማበላለጥ ወጥተው ሁሉንም ቀን እንደ ተመሳሳይ ቀን አድርገው መውሰድ ይችላሉ፡፡ ሁሉም የብሉይ ኪዳን ጥላዎች ይጠቁሙት የነበረው ኢየሱስ ክርስቶስ ስለ መጣ (ቈላስ. 2፥17)፣ ጳውሎስ የቈላስያስ አማኞችን ስለሚበላና ስለሚጠጣ ወይም ስለ የትኛውም በዓል ስለ ሰንበትም ማንም አይፍረድባችሁ (ቈላስ. 2፥16) ይላቸዋል፡፡ ሁሉም ክርስቲያኖች አይሁድም

አሕዛብም በክርስቶስ ባላቸው ነፃነት የትኛውንም ዐይነት ምግብ መብላት ይችላሉ፡፡ የትኛውንም የአይሁድ በዓል እንደ ሃይማኖታዊ ግዴታ ሳይሆን፣ እንደ ዜጋ ማክበር ይችላሉ፡፡ የዕብራውያን አማኞች ማኅበርተኞች ግን የጥላውን እና የዋናውን ሥርዓቶች በማቀላቀል በአምልኮዋቸው ስሕተት ይሠራሉ፡፡ ስሕተታቸው ሃይማኖታዊ ተግባራቸውን ከሰንበት ጋር ብቻ ሲገድቡት፣ የብሉይ ኪዳን በዓላትን ከእምነት ጥቅም አንጻር ሲያከብሩ በተለይ በግልጽ ያለፉትን ከግብፅ የወጡበትን ፋሲካንና *ዮም ኩፖር* የተሰኘውን በዓል ከመንፈሳዊ ጥቅም አንጻር ያከብሩ ነበር፡፡ (ዕብ. 7÷12፤ ዕብ. 8÷13) *(ፍሩክተንበም፣ ኤ. ጂ. ኢስራኤሎጂ ስልታዊ ሥነ-መለኮት)*

አርኖልድ ፍሩችተንባውም፡- ጌታን ያመነ አይሁዳዊ ጸሐፊ ሲሆን፣ አማኞች በክርስቶስ ስላላቸው ነፃነት በጻፈበት ክፍል ላይ አሮጌው ኪዳን ሊጠፋ የመቅረቡን ሐቅ ያወራል፡- "አዲስ ኪዳን ግልጽ እንደሚያደርግልን በቤተ ክርስቲያን ታሪክ የምግብ ሕግ፣ የጾም ሕግ፣ እንዲሁም ሌሎች ሕጎች በክርስቶስ ባለ ነፃነት ውስጥ ተካትተዋል፡፡ ጳውሎስ በሮሜ 14 ላይ አበክሮ እንደሚናገረው ክርስቲያኖች በአዲሱ ኪዳን ቀናትን ከማበላለጥ ወጥተው ሁሉንም ቀን እንደ ተመሳሳይ ቀን አድርገው መውሰድ ይችላሉ፡፡ ሁሉም የብሉይ ኪዳን ጥላዎች ያመለከቱት የነበረው ኢየሱስ ክርስቶስ ስለ መጣ (ቈላስ. 2÷17)፣ ጳውሎስ የቈላስይስ አማኞችን ስለሚበላና ስለሚጠጣ ወይም ስለ የትኛውም በዓል ስለ ሰንበትም ማንም አይፍረድባችሁ (ቈላስ. 2÷16) ይላቸዋል፡፡ ሁሉም ክርስቲያኖች አይሁድም አሕዛብም በክርስቶስ ባላቸው ነፃነት የትኛውንም ዐይነት ምግብ መብላት ይችላሉ፡፡ የትኛውንም የአይሁድ በዓል እንደ ሃይማኖታዊ ግዴታ ሳይሆን፣ እንደ ዜጋ ማክበር ይችላሉ፡፡ የዕብራውያን አማኞች ማህበርተኞች ግን የጥላውን እና የዋናውን ስርአቶች በማቀላቀል በአምልኮዋቸው ስሕተት ይሠራሉ፡፡ ስሕተታቸው ሃይማኖታዊ ተግባራቸውን ከሰንበት ጋር ብቻ ሲገድቡት፣ የብሉይ ኪዳን በዓላትን ከእምነት ጥቅም አንጻር ሲያከብሩ በተለይ በግልጽ ያለፉትን ከግብፅ የወጡበትን ፋሲካና *ዮም ኩፖር* የተሰኘውን በዓል ከመንፈሳዊ ጥቅም አንጻር ያከብሩ ነበር፡፡ (ዕብ. 7፡12፤ ዕብ 8÷13) *(ፍሩክተንበም፣ ኤ. ጂ. ኢስራኤሎጂ ስልታዊ ሥነ-መለኮት)*

ቀርቧል (eng-goos' /eggus /ኢንገስ) የአንድን ነገር ከሌላ ነገር ጋር መቅረብ ወይም ከጊዜ አንጻር መቅረብን የሚያሳይ ነው፡፡ አንድን ጊዜ ከሌላ ጊዜ አንጻር እያስተያዩ መቅረብን ማሳየት ነው፡፡ ልክ በር ጋር ደርሷል እንደሚባለው ተደርጎ ሊታሰብ ይችላል፡፡ ሊጠፋ ቀርቧል፣ በዚህ ትርጓሜ ላይ ምንም እንኳ ሙሉ መስማማት ባይኖርም፤ ይህ

ዐርፍተ ነገር በቅርብ በ70 ዓመተ ምሕረት የተከሰተውን የብሉይ ኪዳን ሥርዓት ይከወንበት የነበረውን የመቅደሱን መፍረስ የሚገልጽ ተምሳሌታዊ ገለጻ ይሆናል፡፡ በእርግጥም በ70 ዓመተ ምሕረት አሮጌው ኪዳን ከሌዋዊው ሥርዓቱ ጋር አገልግሎት የማይሰጥ ሆኖ ጠፋ፡፡ *(መጽሐፍ ቅዱስ ጥቅሶች የብሉይና / የአዲስ ኪዳን ግሪክ መዝገበ ቃላት፣ የቲየር ትርጉም፣ አስቲን)*

Bibles

The message// remix bible by Peterson

NIV New (International Version)

NKJV (New King James Version)

New American Standard Bible Updated edition

King James Version.

American Standard Version

Amplified Bible

Darby Bible

The Living Bible

New American Standard Bible

New Living Translation

New Revised Standard Version

Today's English Version

References:

- ዳንኤል ጂ ሪድ, IVP ዲክሽነሪ ኦቭ ዘ ኒው ቴስታመንት, አንደኛው ጥራዝ ኮንቴሚየም ዘመናዊ የመጽሐፍ ቅዱስ ምሁራዊነት
- ዶ. ኤፍ. ብሩስ, የመጽሐፍ ቅዱስ ሐተታ, (NIV ትርጉም, 1986)
- የኔልሰን አዲሱን ስዕላዊ የመጽሐፍ ቅዱስ ሐተታ, የዌን ቤት
- ጀምሽ ስትሮንግ፣ ኤስ ቲ ዲ በዎረን ቢከር, ጠንካራ የ "ቃሉን ቃላት ጥምረት" (የተስፋ ማራመጃ 2004)
- መጽሐፍ ቅዱስ ጥቅሶች የብሉይና / የአዲስ ኪዳን ግሪክ መዝገበ ቃላት. የቲየር ትርጉም በቅድመ
- ስፓሮስ ዞድሄትስ የተሟላ የቃል ጥናት አዲስ ኪዳን, የቋንቋ ጥናት 1992
- ዋልተር ኤ ኤሊዌል, ቢርተር ኮሜንታሪ ኦቭ ዘ ባይብል ዘ ኒው ኢንተርናሽናል (አርትዕ 2002)
- ዋልተር ኤ ኤሊዌል, ቤከር ቲኦሎጂካል ዲክሽነሪ ኦቭ ዘ ባይብል በ 2000 ጻፈው
- ቫይን, የቫይን ኤክስ.ሲ.ኢ.ሲ.ኤ. የመጽሐፍ ቅዱስ መዝገበ-ቃላት. 1999
- ዋረን. ዊ. ዊረንስቢ, የመጽሐፍ ቅዱስ ንቃተ-ገፅ ማብራሪያ-V1
- ዜድሂያት, የተሟላ የቃል ጥናት ብሉይ ኪዳን በቃለ መጠይቅ ጥናት 1994
- የአደም ክላርክ ኮሜንታሪ, 1996, 2003, 2005.
- የበርኔስ ማስታወሻዎች, 1997, 2003, 2005.
- የጀኔቫስ ማስታወሻዎች, 2003
- ጃሚሰን, ፋሳቴ እና ብራውን ኮሜንተሪ
- ኬይል እና ዴሊሽች, የብሉይ ኪዳን ሐተታ ላይ: አዲስ የተሻሻለው እትም 1996, በሄንድሪክክ አታሚዎች, ኢንክ
- ማቲው ሄንሪ ኮምፕሊት ኦቭ ዘ ሙሉው ባይብል- ዘመናዊ እትም.
- ዊክሊፍ ባይብል ኮሜንታሪ, 1962 በሞዲ ፕሬስ.
- ሮበርትሰንስ የቃል ስዕሎች በአዲስ ኪዳን, 1997, 2003 ላይ. ሮበርትሰንስ የቃል ስዕሎች በአዲስ ኪዳን. 1985 በ ብራማን ፕሬስ

- ዩ ቢ ኤስ ኒውካሽ መማሪያ መጽሐፍ ተከታታይ. 1961-1997, በተባበሩት የመጽሐፍ ቅዱስ ሶሳይቲ.
- ባይብል ኖውሌጅ አዲስ ኪዳን / ብሉይ ኪዳን ኮሜንትሪ
- ከአይ.ቪ.ፒ. የመጽሐፍ ቅዱስ ታሪክ ጀርባ ሐተታ-አዲስ ኪዳን በክሬግ ኤስ ኪኔር .1993
- ከአይሁድ የአዲስ ኪዳን ሐተታ .1992 በዴቪድ ኤች. እስተርን
- የቪንሰንት የግሪክ ቃል ጥናቶች በአዲስ ኪዳን, 1997, 2003, 2005.
- የዌስት ቃላቶች ከግሪኩ አዲስ ኪዳን, 1940-55 by Wm. ቢ. ኤድማንስ ህትመት ኩባንያ በ 1968-73
- የቫይን የመጽሐፍ ቅዱስ ቃላቶች, 1985, ቶማስ ኔልሰን
- የግሪክ-ዕብራይስጥ መዝገበ-ቃላት ጋር. 1994, 2003. እና ኢንተርናሽናል የመጽሐፍ ቅዱስ ተርጓሚዎች,
- ግሪክ-እንግሊዝኛ መዝገበ-ቃላት በሴሚናዊ ጎራ ላይ የተመሠረተ. የ 1988 የመጽሐፍ ቅዱስ ማኅበራት, ኒው ዮርክ
- ብራውን-ሾፌር-ብሪግስስ ዕብራይስጥ እና እንግሊዝኛ መዝገበ-ቃላት, Unabridged, 2002, 2003.
- የኦንላይን ባይብል ታይር ግሪክ ሌክሲከንና ብራውን ሾፌር እና ብሪግስ ሂሊስ ሊክስሲን, 1993, የዊድነስ የመጽሐፍ ቅዱስ ሕብረት, ኦንታሪዮ, ካናዳ. ስለ ፍጥረት ምርምር ተቋም ፍቃድ የተሰጠ.
- ሥነ-መለኮታዊ የቃል መልእክት ኦቭ ብሉይ ኪዳን. 1980 በ ሙክሲ የመጽሐፍ ቅዱስ ተቋም በቺካጎ
- አስቲን ትንታኔ
- ቅድመ አስቲን ድህረ ገፅ
- ማርቪን. አር. ቪንሰንት፡ በአዲስ ኪዳን ውስጥ ቃል ጥናቶች ኮሜንተሪ
- ዋረን. ዌንደል. ዊርስቢ፡ መጽሐፍ ቅዱስ ኤክስፖሲሽን ኮሜንተሪ
- የግሪክ አዲስ ኪዳን ከ ወዌስት ቃል ጥናቶች: ኢርድማንስ
- ዌስት, ኬ. ኤስ. የግሪክ አዲስ ኪዳን ቃል. ጥናት: ኢርድማንስ
- ኬኔት ሳሙኤል ዌስት ኮሜንተሪ
- ጀሚሰን. ፋውሰት ኤንድ ብራውን, ኮሜንተሪ
- አዳም ክላርክ፡ ኮሜንተሪ

- ኤፍ. ቢ. ሜየር, መጽሐፍ ቅዱሳዊው ስዕላዊ ኮሜንተሪ
- ጆን. ኤፍ. ማክአርተር፡ ቺካጎ ሙዲ ፕረስ
- የመጽሐፍ ቅዱስ መመሪያ መጽሐፍ በሃሮልድ ዊሊንግተን
- ማክአርተር, ጄ.ስ-ማክአርተር የመጽሐፍ ቅዱስ ጥናት ናሽቪል-ቃል
- ዊልያም ማክዶናልድ፡ ደብሊው. እና ፋርሳታድ፡ ቢሊቨርስ ባይብል ኮሜንተሪ፡ ቶማስ ኔልሰን
- ብሊቨርስ መጽሐፍ ቅዱስ-አዲሱ ኪንግ ጄምስ ቨርዥን - ሰኔ 1 ቀን 1991 በደብሊው. ኤ. ክሪስዌል
- ዊሊያም ባርክሌይ፡ ኮሜንተሪ
- ኤክስፖዚተርስ የመጽሐፍ ቅዱስ ኮሜንተሪ, ዞንደርቫን ህትመት
- ኤ.ቲ. ሮበርትሰን: በአዲሱ ኪዳን ውስጥ የቃላት ስዕላዊ መግለጫ-ሐተታ
- የቫይን ኤክስፖዚተሪ ዲክሽነሪ፡ ዊሊያም ኤድዊ ቫይን
- ማርቪን. አር. ቪንሰንት፡ በአዲስ ኪዳን ውስጥ ቃል ጥናቶች ኮሜንተሪ
- የዕብራይስጥ-የግሪክ ቁልፍ ጥናት መጽሐፍ ቅዱስ- ስፓይሮስ ዞድሄትስ የተሟላ የቃል ጥናት መዝገበ-ቃላት: አዲስ ኪዳን
- ስሚዝ, ቦብ: የመጽሐፍ ቅዱስ ትርጓሜ መሠረታዊ ትምህርቶች - አይነቶች
- ሎውረንስ ሪቻርድስ፡ የመጽሐፍ ቅዱስ ቃላት ኤክስፖዚተሪ ዲክሽነሪ
- አር. ኬንት. ሂዩዝ፡ ለነፍስ መልሕቅ. ጥራዝ 1
- ፓስተር ስቲቨን ጄ. ኮል
- ብሪስሲ, ዲ. ኤስ., እና ኦግሊቪ, ኤል. ጄ. ዘ ፕሪቸር ኮሜንተሪ, አዲስ ኪዳን, 2003, ቶማስ ኔልሰን
- አርተር ዎኪንግትን ፒንክ ኮሜንተሪ
- አዳም ክለርክ ኮሜንተሪ
- ዩናይትድ. ባይብል. ሶሳይቲ. አዲስ ኪዳን ሐተታ 1997
- ባርነስ, አልብርት: ወደ አዲስ ኪዳን ላይ ኮሜንተሪ
- ባርነስ, አልበርት፡ አዲስ ኪዳን ላይ ማስታወሻዎች ኮሜንተሪ
- ጄሚሰን, ፋሰት, እና ብራውን ኮሜንተሪ
- ራድማቸር., ኢ. ዲ, አለን, አር. ቢ, & ሀወዝ, ኤች. ደብሊው. ኔልሰን መጽሐፍ የጥናት መጽሐፍ ቅዱስ: ኒው. ኪንግ ጀምስ. ናሽቪል፡ ቶማስ ኔልሰን

- ዋልቮርድ, ጆ ኤፍ., ዧከ, አር.ቢ ኢት.አል., የመጽሐፍ ቅዱስ እውቀት ኮሜንታሪ, 1985. ቪክቶር
- ዴቪድ ኤች ስተርን እብራይስጥ የአዲስ ኪዳን ሐተታ .1992.
- ቻርልስ. ሪይሪ የመፅሕፍ ቅዱስ ጥናት ትንታኔ
- ሎውረንስ ሪቻርድስ፡ ባይብል ቲቸርስ ኮሜንተሪ
- ኒኮል, ሮበርትሰን፡ ዘ ኤክስፖዚተርስ ግሪክ ኪዳን
- ስቲቨን ኮል፡ኮሜንተሪ
- ሎውረንስ ሪቻርድስ፡ ባይብል ቲቸሀርስ ኮሜንተሪ
- ኤ. ደቨልው. ፒንክ ኮሜንተሪ
- ሂዊስ, አር. ኬ፡ ዕብራውያን, ለነፍስ መልህቅ፡ ኮሜንተሪ
- ለዕብራውያን ኤፒስተል; የግሪክ ቃላቱ ማስታወሻዎች እና ድርሰቶች ለንደን. ማክሚላን፡ ቢ. ኤፍ. ዌስትኮት
- ቶሪስ ቶፒካል ቴክስት ቡክ፡ ባይብል ኮንረኮርዳስ
- ዌስትኮት, ቢ. ኤፍ: ወደ ዕብራውያን፣ ኮሜንተሪ
- ቻርልስ. ካልድዌል. ሬይሪ ፡ የመፅሐፍ ቅዱስ ጥናት ማብራሪያ
- ባርነስ, አልበርት፡ አዲስ ኪዳን ላይ ማስታወሻዎች ኮሜንተሪ
- ማርቲን. ሊዮድ. ጆንስ፡ ኮሜንተሪ
- ዲፌንደር እስተዲ ባይብል፡ ሄንሪ ሞሪስ
- ጆን ፊሊፕስ፡ የአዲስ ኪዳን መጽሐፍ ኮሜንተሪ
- ጄምስ ሞፋት፡ ኢንትርናሽናል ክሪቲካል ኮሜንተሪ
- ጆንሰን, l. ኤል፡ የአዲስ ኪዳን ዳሰሳ ጥናቱን ፈልግ እና አግኝ, ገጽ 418 ቺካጎ ሙዲ ፕሬስ
- የተሃድሶ ኤክስፖዚተሪ ሐተታ ወደ ዕብራውያ: ሪቻርድ ዲ ፊሊፕስ
- ሄንሪ አለን አይረን ሳይድ፡ ኮሜንተሪ
- ጆን ፓይፐር የፅናት ዶክትሪን
- ጆን አውን ፡ ዕብራውያን ኤክስፖሲሽን
- የመጽሐፍ ቅዱስ ሐተታዎች፡ ዊሊያም ባርክሌይ ዴይሊ መጽሐፍ ቅዱስ ጥናት
- ሌ, ቶማስ ሆልማን ኒው ቴስታመንት ኮሜንተሪ፡ ዕብራውያን እና ያእቆብ. ቢ. ኤንድ፡ ኤች. ማተሚያ.1999
- ሎውረንስ ሪቻርድስ፡ ባይብል ሪደርስ ኮፓኒየን ኮሜንተሪ

- አይ.ቪ.ፒ. ባይብል ባግራውንድ ኮሜንተሪ
- ጌበላይን, ኤፍ, አርታኢ: ኤክስፖዚተርስ የመጽሐፍ ቅዱስ ሐተታ
- ሎውረንስ. ኦ. ሪቻርድስ የመጽሐፍ ቅዱስ ቃላት ኤክስፖዚተሪ ዲክሽነሪ: ሪጅንሲ
- ስቲቨን. ስሚሊ. ዎርድ ቢብሊካል ኮሜንተሪ
- ቄስ. ጆሴፍ. ኤስ. ኤክል እና ሄንሪ ዶናልድ ሞሪስ ስፔን-ጆንስ. ፑልቲት ኮሜንተሪ
- ጄ. ቬርነን ማክ ጊ. ኮሜንተሪ
- ሬይመን ቻርልስ ስቴድማን ኮሜንተሪ
- ኤድመንድ ሂይበርት. ኮሜንተሪ
- ስልታዊ ሥነ-መለኮት - ሲስተማቲክ ቲዎሎጂ፡ ዋይን ግሩደም
- ፊል ኒውተን. ሳውዝ ውድስ ባብቲስት ቤተክርስቲያን ድህረ
- ሃልዲን, አር. ሮማውያን ትርጉሞች ማብራርያ
- ኒውማን, ቢ. ኤም. እና ኒዳ, ኢ. ኤም. የዩ. ቢ. .ኤ. ስ መጽሐፍ ተከታታይ; የተባበሩት የመጽሐፍ ቅዱስ ሶሳይቲ
- ሎውረንስ ሪቻርድስ. የመጽሐፍ ቅዱስ ቃላት ትርጓሜ መዝገበ ቃላት
- ኒኮል, ሮበርትሰን, ኤ ኤ ኤል, ኤል.ዲ. "በዕብራውያን ላይ ያለው ትችት". ዘ ኤክስፖዚተርስ ግሪክ ኪዳን
- ዕብራውያን መልዕክት ላይ ሐተታ. ፊሊፕ ኤድካምሙ ሂዩዝ
- ዶብሰን, ኤ, ኤፍ ጄ, ቻርለስ ፌይንበርግ, ኢ ሂንሰን, ውድሮል ኪልለር, ኤች. ኤል. ዊሊንግተን: የኬ. ጄ. ቪ. የመጽሐፍ ቅዱስ ሐተታ: ኔልሰን
- ቲኦሎጂካል ዲክሽነሪ ኦቭ ዘ ኒው ቴስታመንት
- ዊሊያም አር. ኒዌል፡ ኮሜንተሪ
- ዊልያም ሌን, ዊልያም፡ ዕብራውያን የተስፋ ቃል, ሄንሪክሰን, 1988
- ኔልሰን ኒው ኢለስትሬትድ ባይብል ዲክሽነሪ
- ኢንተርናሽናል ስታንዳርድ ባይብል ኢንሳይክሎፒዲያ
- ዘ. ባይብል. ኤክስፖዚሽን ኮሜንተሪ 1989. በ. ቻሪዮት ቪክቶር
- ስሚዝ የመጽሐፍ ቅዱስ መዝገበ-ቃላት
- ጂዊሽ ኒው ቴስታመንት ኮሜንተሪ ዴቪድ. አች.ስተርን
- ኪንግ ጄምስ ቨርዚን ሃንሪ ሞሪስ መጽሐፍ ቅዱስ ጥናት
- ራልፍ ደብሊው. ጊልበርገን, ቶርፉ ሃሪስ፡ ሙሉው መጽሐፍ ቅዱሳዊ ግሪከኛ እንግሊዝኛ መዝገበ ቃላት

ኢ.ፈ.በ.ኢ. አገልግሎት ዕብራውያን መጽሐፍ ጥናት ክፍል 2

▪ ሮበረት ግሮማኪ በፀጋ መቆም ዕብራውያን ኤክስፖሲሽን
ዴቪድ ጉዚኪ የመጽሐፍ ቅዱስ ሐተታ

ከክህንነትህ የተነሳ ክብርህን እንዳስተውል እርዳኝ !

www.ingramcontent.com/pod-product-compliance
Lightning Source LLC
Chambersburg PA
CBHW032039200426
43209CB00048B/21
* 9 7 8 1 7 3 5 6 7 8 8 2 5 *